SUT24, SUT18, SUT16

ਸਮੁੰਦਰ ਮੰਥਨ

ਲੇਖਕ ਦੀਆਂ ਹੋਰ ਪੁਸਤਕਾਂ:

ਗੀਤ

ਸੱਚ ਦੀ ਆਵਾਜ਼'(1982)

ਕਹਾਣੀਆਂ

'ਤਲੀਆਂ ਤੇ ਉੱਗੇ ਥੋਹਰ' (1990)

'ਕੂਜਾਂ ਦੀ ਮੌਤ' (1993)

'ਤ੍ਰਿਸ਼ੰਕੂ' (2000)

'ਪਰੀਆਂ ਦਾ ਦੇਸ' (2006)

'ਮੋਮਬੱਤੀ' (2011)

ਪੂਰੇ ਨਾਟਕ

ਪਿੰਜਰੇ (2001)

ਚੌਰਸਤਾ(2004)

ਮੁਲਾਕਾਤਾਂ

ਆਹਮਣੇ ਸਾਹਮਣੇ (2003)

ਕਾਵਿ ਸੰਗ੍ਰਹਿ

ਦਰਿਆ ਚੋਂ ਦਿਸਦਾ ਚੰਨ (2009)

ਫਿਲਮਾਂ

ਸੁਲਗਦੇ ਰਿਸ਼ਤੇ(2005)

ਪਛਤਾਵਾ (2006)

ਦੌੜ (2007)

ਸਮੁੰਦਰ ਮੰਥਨ

ਮੇਜਰ ਮਾਂਗਟ

International Publishers
of Indian and Foreign Languages

Representation Offices
• 596 Street, Madera, California-93638
• 8 Automatic Rd, Unit 2C, Brampton L6S 3N5, Canada

Fiction/Punjabi Novel

ISBN : 978-93-5068-199-2
Price : 400/-

Samunder Manthan

By

Major Mangat

57 Morton Way,
Brampton ON, Canada L6Y 2R6
Ph. 905-796-9797 (R)
Mob. 416-727-2071
E-mail: majormangat@rogers.com
major.mangat@gmail.com
My Blog: majormangat.blogspot.com

2013
Lokgeet Parkashan
S.C.O. 26-27, Sector 34 A, Chandigarh-160022
Ph.0172-5077427, 5077428
Punjabi Bhawan, Ludhiana
Type Setting & Design PCIS
Printed & bound at Unistar Books Pvt. Ltd.
301, Industrial Area, Phase-9,
S.A.S. Nagar, Mohali-Chandigarh (India)
Mob: 98154-71219

ਨਾਵਲ 'ਸਮੁੰਦਰ ਮੰਥਨ', ਚੋਅ ਦਾ ਨਦੀ ਬਣ ਸਮੁੰਦਰ ਵੱਲ ਵਹਿਣਾ

ਸੰਨ 2000 ਦੀਆਂ ਗਰਮੀਆਂ ਵਿਚ ਜਦੋਂ ਮੈਂ ਆਪਣੇ ਦੋਸਤ, ਹਰਬੀਰ ਭੰਵਰ ਨਾਲ ਟੁਰਾਂਟੋ ਗਿਆ ਤਾਂ ਮੇਜਰ ਮਾਂਗਟ ਨੇ ਦੱਸਿਆ ਸੀ, "ਮੈਂ ਵੀ ਇਕ ਨਾਵਲ ਲਿਖ ਰਿਹਾ ਹਾਂ, ਜਿਸ ਦਾ ਨਾਂ 'ਸਮੁੰਦਰ' ਹੋਵੇਗਾ।" ਹੁਣ, ਬਾਰਾਂ ਸਾਲ ਬਾਅਦ, ਉਹ ਨਾਵਲ 'ਸਮੁੰਦਰ ਮੰਥਨ' ਦੇ ਨਾਂ ਹੇਠ ਸੰਪੂਰਨ ਹੋ ਗਿਆ ਹੈ। ਨਾਵਲ ਦੀ 'ਆਰੰਭਿਕਾ' ਵਿਚ ਇਹ ਸਤਰਾਂ ਪਾਠਕਾਂ ਦਾ ਸਭ ਤੋਂ ਵੱਧ ਧਿਆਨ ਖਿਚਦੀਆਂ ਹਨ, "ਵੈਸੇ ਤਾਂ ਹੁਣ ਸਾਰੀ ਦੁਨੀਆਂ ਹੀ ਸੰਸਾਰੀ ਕਰਨ ਦੇ ਸਮੁੰਦਰ ਵਿੱਚ ਲੀਨ ਹੋਣ ਜਾ ਰਹੀ ਹੈ। ਖੇਤਰੀ ਭਾਸ਼ਾਵਾਂ, ਲੋਕ ਸੱਭਿਆਚਾਰ ਦੀਆਂ ਨਿੱਕੀਆਂ ਨਿੱਕੀਆਂ ਨਦੀਆਂ, ਸਭ ਇਸ ਵਿਰਾਟ ਰੂਪ ਵਿੱਚ ਸਮਾਉਣ ਲਈ ਕਾਹਲੀਆਂ ਹਨ। ਪਰ ਜੋ ਵਹਿਣ ਇਹ ਪਿੱਛੇ ਛੱਡ ਆਈਆਂ ਹਨ ਕੀ ਉਸ ਨੂੰ ਸੰਭਾਲਣਾ ਜ਼ਰੂਰੀ ਨਹੀਂ ? ਜੇ ਅਸੀਂ ਅਜਿਹਾ ਨਹੀਂ ਕਰਾਂਗੇ ਤਾਂ ਇਤਿਹਾਸ ਮਰ ਜਾਵੇਗਾ।" ਮਾਂਗਟ ਸਾਹਿਬ ਨੇ ਇਸੇ ਇਤਿਹਾਸ ਨੂੰ ਜਿਉਂਦਾ ਰੱਖਣ ਖ਼ਾਤਰ, ਪਿੱਛੇ ਛੱਡੇ ਇਨ੍ਹਾਂ ਵਹਿਣਾਂ ਨੂੰ ਸੰਭਾਲਣ ਦਾ ਬੀੜਾ ਚੁੱਕ ਲਿਆ ਅਤੇ ਇਸ ਨੂੰ 'ਸਮੁੰਦਰ ਮੰਥਨ' ਨਾਵਲ ਦੇ ਰੂਪ ਵਿਚ ਪਾਠਕਾਂ ਦੇ ਸਨਮੁਖ ਕਰ ਦਿੱਤਾ ਹੈ।

'ਸਮੁੰਦਰ ਮੰਥਨ' ਇਕ ਸਵੈ-ਜੀਵਨੀ ਮੂਲਕ ਨਾਵਲ ਹੈ, ਜਿਹੜਾ ਮੁਖ ਪਾਤਰ, ਮਨਦੀਪ ਦੇ ਜਨਮ ਤੋਂ ਆਰੰਭ ਹੋ ਕੇ ਉਸ ਦੇ ਪ੍ਰਵਾਸ ਧਾਰਨ ਕਰਨ ਦੇ ਸਮੇਂ ਤਕ ਫੈਲਿਆ ਹੋਇਆ ਹੈ। ਇਹ ਸਮਾਂ, ਪੰਜਾਬ ਵਿਚ ਹਰੇ ਇਨਕਲਾਬ ਦੀ ਆਮਦ ਤੋਂ ਲੈ ਕੇ ਪੰਜਾਬ ਦੇ ਸੰਤਾਪੇ ਦਿਨਾਂ ਦੀ ਸਿਖਰ ਦਾ ਹੈ। ਨਾਵਲ ਬੜੀ ਸਹਿਜ ਚਾਲੇ ਚਲਦਾ ਹੈ। ਜਿਉਂ ਜਿਉਂ ਮਨਦੀਪ ਵੱਡਾ ਹੁੰਦਾ ਜਾਂਦਾ ਹੈ, ਪੰਜਾਬ ਦੀਆਂ ਸਮਾਜਿਕ, ਸਭਿਆਚਾਰਕ, ਆਰਥਿਕ ਤੇ ਰਾਜਨੀਤਕ ਪ੍ਰਸਥਿਤੀਆਂ ਤਬਦੀਲ ਹੁੰਦੀਆਂ ਜਾਂਦੀਆਂ ਹਨ। ਤਬਦੀਲੀ ਦੇ ਇਸ ਵਰਤਾਰੇ ਨੂੰ ਮਾਂਗਟ ਸਾਹਿਬ ਨੇ ਬੜੀ ਬ੍ਰੀਕ-ਬੀਨੀ ਨਾਲ ਪ੍ਰਗਟਾਇਆ ਹੈ।

ਭਾਰਤ ਦੀਆਂ ਚੀਨ ਅਤੇ ਪਾਕਿਸਤਾਨ ਨਾਲ ਜੰਗਾਂ ਦਾ ਪੰਜਾਬ ਉਪਰ ਪ੍ਰਭਾਵ। ਪੰਜਾਬੀ ਸੂਬੇ ਲਈ ਸੰਘਰਸ਼ ਤੇ ਪੰਜਾਬ ਦੇ ਲੋਕਾਂ ਵਿਚ ਫਿਰਕੂ ਤ੍ਰੇੜ ਪਾਉਣ ਲਈ ਅਖਬਾਰਾਂ ਦਾ ਰੋਲ। ਲੰਗੜਾ ਪੰਜਾਬੀ ਸੂਬਾ ਬਣਨਾ। ਅਕਾਲੀ ਪਾਰਟੀ ਦੀ ਚੜ੍ਹਤ। ਪੰਜਾਬ ਵਿਚ ਨਕਸਲਬਾੜੀ ਲਹਿਰ ਦਾ ਉਭਾਰ ਤੇ ਨਿਘਾਰ। ਅਨੰਦਪੁਰ ਦੇ ਮਤੇ ਨੂੰ ਲਾਗੂ ਕਰਵਾਉਣ ਤੇ ਪੰਜਾਬ ਨਾਲ ਹੋਏ ਵਿਤਕਰੇ ਵਿਰੁੱਧ ਜਦੋ ਜਹਿਦ। ਗਿਆਨੀ ਜ਼ੈਲ ਸਿੰਘ ਵੱਲੋਂ ਭਿੰਡਰਾਂ ਵਾਲੇ ਦੀ ਸ਼ਖਸੀਅਤ ਨੂੰ ਉਭਾਰਨਾ ਤੇ ਉਸ ਦਾ ਪੰਜਾਬ ਉਪਰ ਪ੍ਰਭਾਵ। ਹਰਿਮੰਦਰ ਸਾਹਿਬ ਅਮ੍ਰਿਤਸਰ 'ਤੇ ਫੌਜ ਦਾ ਹਮਲਾ। ਇੰਦਰਾ ਗਾਂਧੀ ਦੀ ਮੌਤ ਮਗਰੋਂ ਦਿੱਲੀ ਤੇ ਹੋਰ ਸ਼ਹਿਰਾਂ ਵਿਚ ਹੋਇਆ ਸਿੱਖ ਕਤਲੇਆਮ। ਅੱਤਿਵਾਦੀਆਂ ਤੇ ਨੀਮ ਫੌਜੀ ਬਲਾਂ ਦਾ ਪੰਜਾਬੀਆਂ 'ਤੇ ਕਹਿਰ ਢਾਉਣ ਅਤੇ ਹੋਰ ਰਾਜਨੀਤਕ ਘਟਨਾਵਾਂ ਦਾ ਵਰਨਣ ਕਰਨ ਦੇ ਨਾਲ ਨਾਲ ਇਸ ਸਾਰੇ ਵਰਤਾਰੇ ਪਿੱਛੇ ਕੰਮ ਕਰਦੇ ਹੱਥਾਂ ਵੱਲ ਵੀ ਨਾਵਲ ਵਿਚ ਸੰਕੇਤ ਕੀਤਾ ਗਿਆ ਹੈ। ਇਸ ਪ੍ਰਥਾਏ ਇਹ ਨਾਵਲ ਪੰਜਾਬ ਦੇ ਸਮਾਂ ਸੀਮਤ

ਲੋਕ ਇਤਿਹਾਸ ਨੂੰ ਵੀ ਦ੍ਰਿਸ਼ਟਮਾਨ ਕਰਦਾ ਹੈ। ਜੇ ਨਾਵਲ ਨੂੰ ਪੰਜਾਬ ਦੇ ਸੰਤਾਪੇ ਦਿਨਾਂ ਦੀ ਗਾਥਾ ਦਾ ਦਸਤਾਵੇਜ਼ ਕਹਿ ਲਿਆ ਜਾਵੇ ਤਾਂ ਅਤਿਕਥਨੀ ਨਹੀਂ ਹੋਵੇਗੀ।

ਨਾਵਲ ਵਿਚ ਪਿਛਲ ਝਾਤ ਰਾਹੀ ਦਰਸਾਇਆ ਗਿਆ ਹੈ ਕਿ ਇਸ ਤਕਨੀਕੀ ਯੁਗ ਦਾ ਪੰਜਾਬ ਉਪਰ ਵੀ ਪ੍ਰਭਾਵ ਪੈਣਾ ਸ਼ੁਰੂ ਹੋ ਗਿਆ ਸੀ। ਜਿਹੜੀ ਤਬਦੀਲੀ ਪਹਿਲਾਂ ਸਦੀਆਂ ਵਿਚ ਵਾਪਰਦੀ ਸੀ ਉਹ ਹੁਣ ਸਾਲਾਂ ਵਿਚ ਵਾਪਰਨ ਲੱਗ ਪਈ। ਇਸ ਤਬਦੀਲੀ ਦਾ ਬਹੁਪੱਖੀ ਅਸਰ ਪਿਆ। ਵਿਦਿਆ ਦਾ ਪਸਾਰ ਹੋਇਆ। ਨਵੀਆਂ ਸੜਕਾਂ ਬਣੀਆਂ। ਆਵਾਜਾਈ ਦੇ ਸਾਧਨ ਵੱਧੇ। ਪਿੰਡਾਂ ਵਿਚ ਰੇਡੀਓ, ਟੈਲੀਵੀਜਨ ਪਹੁੰਚ ਗਏ। ਨਵੀਂ ਪੀੜ੍ਹੀ ਵਿਚ ਜਾਗ੍ਰਿਤ ਆਉਣ ਲੱਗੀ। ਛੂਆ ਛੂਤ ਘਟਨ ਲੱਗੀ। ਕੰਮਾਂ ਧੰਧਿਆਂ ਵਿਚ ਨਵੇਂ ਸੰਦ ਸੰਦੇੜੇ ਆਉਣ ਨਾਲ ਪੁਰਾਣੇ ਸੰਦਾਂ ਦੀ ਸਾਰਥਿਕਤਾ ਨਾ ਰਹੀ। ਇਸ ਤਬਦੀਲੀ ਨੂੰ ਪੁਰਾਣੀ ਪੀੜ੍ਹੀ ਦੇ ਸੰਤਾ ਸਿੰਘ ਨੰਬਰਦਾਰ ਜਿਹੇ ਬਜ਼ੁਰਗ ਅਚੰਭੇ ਨਾਲ ਦੇਖਦੇ ਰਹੇ ਅਤੇ ਉਹਨਾਂ ਲਈ ਇਹਨਾਂ ਦੇ ਹਾਣ ਹੋਣ ਲਈ ਬੜੀ ਮੁਸ਼ਕਲ ਪੇਸ਼ ਆਉਣ ਲੱਗੀ।

ਇਹ ਤਬਦੀਲੀ ਪੰਜਾਬੀ ਸਭਿਆਚਾਰ 'ਤੇ ਵੀ ਅਸਰ ਅੰਦਾਜ਼ ਹੋਈ। ਰਸਮੋ-ਰਿਵਾਜ਼, ਪਹਿਰਾਵੇ ਅਤੇ ਵਿਆਹ ਸ਼ਾਦੀਆਂ ਆਦਿ ਵਿਚ ਬਦਲਾ ਆਇਆ। ਵਿਸ਼ਵਾਸ, ਅੰਧ-ਵਿਸ਼ਵਾਸ ਵੀ ਤਿੜਕਣ ਲੱਗੇ। ਚਰਖੇ, ਚੱਕੀਆਂ, ਘਗਰੇ, ਸੁੱਭਰ, ਫੁਲਕਾਰੀਆਂ ਆਦਿਕ ਵਸਤਾਂ ਅਤੇ ਪੁਰਾਤਨ ਸਭਿਆਚਾਰ ਦੇ ਹੋਰ ਚਿੰਨ੍ਹ ਹੌਲ਼ੀ ਹੌਲ਼ੀ ਅਲੋਪ ਹੋਣ ਲੱਗੇ। ਨਵੀਂ ਪੀੜ੍ਹੀ ਨੂੰ ਤਾਂ ਉਹਨਾਂ ਦੇ ਨਾਂ ਵੀ ਵਿਸਰਦੇ ਜਾ ਰਹੇ ਹਨ। ਜੇ ਇਸ ਨੂੰ ਸੰਭਾਲਿਆ ਨਾ ਗਿਆ ਤਾਂ ਕਿਸੇ ਦਿਨ ਨੂੰ ਇਹ ਕੀਮਤੀ ਖਜ਼ਾਨਾ ਅਤੀਤ ਦੇ ਸਮੁੰਦਰ ਵਿਚ ਗਰਕ ਹੋ ਕੇ ਰਹਿ ਜਾਵੇਗਾ। ਮਾਂਗਟ ਸਾਹਿਬ ਨੇ ਇਸ ਸਮੁੱਚੀ ਤਬਦੀਲੀ ਨੂੰ ਬੜੀ ਸੂਝ ਨਾਲ ਰੂਪਮਾਨ ਕਰ ਕੇ ਇਸ ਖਜ਼ਾਨੇ ਨੂੰ ਨਾਵਲੀ ਰੂਪ ਵਿਚ ਸੰਭਾਲਣ ਦਾ ਸਫਲ ਉਪਰਾਲਾ ਕੀਤਾ ਹੈ।

ਨਵੀਆਂ ਤਕਨੀਕਾਂ ਆ ਜਾਣ ਨਾਲ ਦਸਾਂ ਬੰਦਿਆਂ ਦੇ ਕਰਨ ਵਾਲਾ ਕੰਮ ਇਕੋ ਬੰਦੇ ਨੇ ਸੰਭਾਲ ਲਿਆ ਤਾਂ ਬੇਰੁਜ਼ਗਾਰੀ ਵਿਚ ਵਾਧਾ ਹੋਣ ਲੱਗਾ। ਰੁਜ਼ਗਾਰ ਨਾ ਮਿਲਣ ਕਾਰਨ ਨੌਜਵਾਨਾਂ ਵਿਚ ਬੇਚੈਨੀ ਵਧਣ ਲੱਗੀ। ਸਮੇਂ ਸਮੇਂ 'ਤੇ ਪੰਜਾਬ ਵਿਚ ਉਠੀਆਂ ਲਹਿਰਾਂ ਇਸ ਬੇਚੈਨੀ ਦਾ ਕਾਰਨ ਵੀ ਬਣੀਆਂ। ਸਰਕਾਰ ਦੀਆਂ ਖੋਖਲੀਆਂ ਰਾਜਨੀਤਕ ਵਿਉਂਤ ਵਿਧੀਆਂ ਨੇ ਸਮੱਸਿਆਵਾਂ ਨੂੰ ਸਹੀ ਢੰਗ ਨਾਲ ਨਜਿੱਠਣ ਦੀ ਥਾਂ ਸਮੱਸਿਆਵਾਂ ਨੂੰ ਹੋਰ ਉਲਝਾਇਆ, ਜਿਸ ਕਾਰਨ ਪੰਜਾਬ ਨੂੰ ਲੰਮਾ ਸਮਾਂ ਸੰਤਾਪ ਹੰਢਾਉਣਾ ਪਿਆ। ਮਾਯੂਸ ਹੋਏ ਨੌਜਵਾਨ ਕੁਝ ਬਦੇਸ਼ਾਂ ਨੂੰ ਨਿਕਲਣ ਲਈ ਮਜਬੂਰ ਹੋ ਗਏ ਤੇ ਕੁਝ ਇਕ ਨੇ ਨਸ਼ਿਆਂ ਦਾ ਸਹਾਰਾ ਲੈ ਲਿਆ। ਨਾਵਲ ਵਿਚ ਇਸ ਮੁੱਦੇ ਨੂੰ ਵੀ ਗੰਭੀਰਤਾ ਨਾਲ ਲਿਆ ਗਿਆ ਹੈ।

ਨਾਵਲ ਵਿਚ ਜਿਸ ਸਮੱਸਿਆ ਨੂੰ ਹੋਰ ਉਭਾਰਿਆ ਗਿਆ ਹੈ, ਉਹ ਪੂੰਜਵਾਦ ਦੇ ਵਰਤਾਰੇ ਦੀ ਹੈ, ਜਿਸ ਵਿਚ ਇਲੈਕਟਰੋਨਿਕ ਤੇ ਪ੍ਰਿੰਟ ਮੀਡੀਆ ਮਨੁੱਖੀ ਸੋਚ ਨੂੰ ਮੰਡੀ ਮਾਨਸਿਕਤਾ ਵਿਚ ਤਬਦੀਲ ਕਰਨ ਲਈ ਆਪਣਾ ਸਾਰਾ ਜ਼ੋਰ ਲਾ ਰਿਹਾ ਹੈ। ਖਰੀਦਸ਼ਕਤੀ ਨਾ ਹੋਣ 'ਤੇ ਵੀ ਅਣਲੋੜੀਂਦੀਆਂ ਵਸਤਾਂ ਨੂੰ ਲੋੜੀਦੀਆਂ ਵਸਤਾਂ ਦਰਸਾ ਕੇ ਉਹਨਾਂ ਨੂੰ ਖਰੀਦਣ ਲਈ ਉਤਸਾਹਤ ਕੀਤਾ ਜਾ ਰਿਹਾ ਹੈ। ਇਸ ਤੋਂ ਬਿਨਾ ਹੋਰ ਵੀ ਅਨੇਕ ਮਸਲੇ ਨਾਵਲ ਵਿਚ ਉਠਾਏ ਗਏ ਹਨ।

ਬ੍ਰਿਤਾਂਤਿਕ ਰੂਪ ਵਿਚ ਲਿਖੇ ਨਾਵਲ ਦੀ ਬੋਲੀ ਭਾਵੇਂ ਟਕਸਾਲੀ ਹੈ ਪਰ ਜਿੱਥੇ ਜਿੱਥੇ ਪਾਤਰਾਂ ਦੀ ਵਾਰਤਾਲਾਪ ਆਉਂਦੀ ਹੈ, ਉਥੇ ਆਂਚਲਕ ਬੋਲੀ ਦੀ ਵਰਤੋਂ ਕੀਤੀ ਗਈ ਹੈ, ਜਿਹੜੀ ਨਾਵਲ ਦਾ ਇਕ ਚੰਗਾ ਗੁਣ ਹੋ ਨਿਬੜੀ ਹੈ ਅਖੌਤਾਂ, ਮੁਹਾਵਰੇ ਤੇ ਕੁਝ ਕਵਿਤਾਵਾਂ

ਨਾਵਲ ਦੀ ਰੌਚਿਕਤਾ ਨੂੰ ਚਾਰ ਚੰਦ ਲਾਉਂਦੀਆਂ ਹਨ। ਪਿੱਛਲ ਝਾਤ ਰਾਹੀਂ ਪੁਰਾਣੀਆਂ ਘਟਨਾਵਾਂ ਦਾ ਚਿਤ੍ਰਨ ਵੀ ਨਾਵਲ ਨੂੰ ਰੌਚਕ ਬਣਾਉਂਦਾ ਹੈ।ਪਾਤਰਾਂ ਮੂਹੋਂ ਪੁਰਾਤਨ ਇਤਿਹਾਸ, ਮਿਥਿਹਾਸ ਬਾਰੇ ਟਿੱਪਣੀਆਂ ਵੀ ਨਾਵਲ ਦੇ ਵਿਚ ਜਾਣਕਾਰੀ ਦਾ ਸਰੋਤ ਬਣਦੀਆਂ ਹਨ। ਯਥਾਰਥ ਪਾਤਰ ਚਿਤ੍ਰਣ, ਪਾਤਰਾਂ ਨੂੰ ਪੰਜਾਬ ਦੇ ਸਹੀ ਬਾਸ਼ਿੰਦੇ ਦਰਸਾਉਂਦਾ ਹੈ। ਪਾਤਰ ਉਸਾਰੀ ਰਾਹੀਂ ਪਹਿਲੀ ਤੇ ਦੂਜੀ ਪੀੜ੍ਹੀ ਦੇ ਸੁਭਾਅ ਦਾ ਨਿਖੇੜਾ ਵੀ ਬਹੁਤ ਸੁਹਣੇ ਢੰਗ ਨਾਲ ਪਰਦ੍ਰਸ਼ਤ ਕੀਤਾ ਗਿਆ ਹੈ।

ਕਹਾਣੀਕਾਰ ਦੇ ਤੌਰ 'ਤੇ ਤਾਂ ਮੇਜਰ ਮਾਂਗਟ ਨੇ ਪੰਜਾਬੀ ਸਾਹਿਤ ਵਿਚ ਆਪਣੀ ਪੂਰੀ ਪਹਿਚਾਣ ਬਣਾਈ ਹੋਈ ਹੈ।ਇਹ ਨਾਵਲ ਲਿਖਣ ਨਾਲ ਉਹ ਨਾਵਲਕਾਰ ਦੇ ਤੌਰ 'ਤੇ ਵੀ ਪਹਿਚਾਣਿਆ ਜਾਣ ਲੱਗੇਗਾ, ਇਹ ਗੱਲ ਯਕੀਨ ਹੀ ਨਹੀਂ ਵਿਸ਼ਵਾਸ ਨਾਲ ਕਹੀ ਜਾ ਸਕਦੀ ਹੈ। ਉਸ ਨੇ ਨਾਵਲ ਦੇ ਮੁਖ ਪਾਤਰ 'ਮਨਦੀਪ', ਜਿਹੜਾ ਪਹਿਲਾਂ ਪ੍ਰਤੀਕਾਤਮਿਕ ਰੂਪ ਵਿਚ ਇਕ ਚੋਅ ਸੀ, ਮਾਂਗਟ ਨੇ ਉਸ ਨੂੰ ਨਦੀ ਬਣਾ ਸੰਸਾਰ ਸਮੁੰਦਰ ਵੱਲ ਤੋਰ ਦਿੱਤਾ ਹੈ। ਆਸ ਕਰਨੀ ਚਾਹੀਦੀ ਹੈ ਕਿ 'ਮਨਦੀਪ' ਦੇ ਜ਼ਿੰਦਗੀ ਦੀ ਜਦੋ ਜਹਿਦ ਲਈ, ਸੰਸਾਰ ਸਮੁੰਦਰ ਵੱਲ ਵਧਦੇ ਕਦਮ, ਅਗਲੇ ਨਾਵਲ ਵਿਚ ਜ਼ਰੂਰ ਰੂਪਮਾਨ ਹੋਣਗੇ। ਸ਼ਾਇਦ ਉਸ ਨਾਵਲ ਦਾ ਨਾਮ 'ਸਮੁੰਦਰ' ਹੋਵੇ।

ਜਰਨੈਲ ਸਿੰਘ ਸੇਖਾ
7004 - 131 Street
SURREY V3W 6M9
B. C. CANADA
email: jsekha@hotmail.com

ਆਰੰਭਿਕਾ

ਮੰਥਨ ਤੋਂ ਪਹਿਲਾਂ

ਮੇਰੀ ਹਾਲਤ ਸਾਗਰ ਕੰਢੇ ਖੜ੍ਹੇ ਉਸ ਮਨੁੱਖ ਵਰਗੀ ਹੈ, ਜਿਸ ਨੂੰ ਨਾ ਤਾਂ ਤੈਰਨਾ ਆਉਂਦਾ ਹੈ ਤੇ ਨਾ ਹੀ ਗਹਿਰਾਈ ਦਾ ਕੋਈ ਅਹਿਸਾਸ ਹੈ। ਮੈਂ ਕਹਾਣੀ ਲਿਖਦਾ ਲਿਖਦਾ ਇਸ ਵੱਡ-ਅਕਾਰੀ ਰਚਨਾ ਨੂੰ ਹੱਥ ਪਾ ਬੈਠਾ। ਹੁਣ ਮੈਨੂੰ ਨਹੀਂ ਪਤਾ ਇਹ ਕਿਸ ਵਿਧਾ ਦੇ ਮਾਪਦੰਡ ਤੇ ਪੂਰੀ ਉਤਰਦੀ ਹੈ। ਤੁਸੀਂ ਇਸ ਨੂੰ ਨਾਵਲ ਕਹੋ, ਵੱਡੀ ਕਹਾਣੀ ਕਹੋ ਜਾਂ ਆਤਮ ਵਿਖਿਆਨ ਜੋ ਮਨ ਵਿੱਚ ਆਇਆ ਮੈਂ ਲਿਖ ਦਿੱਤਾ।

ਇਸ ਸਵੈ-ਮੂਲਕ ਨਾਵਲੀ ਰਚਨਾ ਦਾ ਪਲਾਟ ਉਦੋਂ ਹੀ ਮੇਰੇ ਮਨ ਵਿੱਚ ਪੁੰਗਰਨਾ ਸ਼ੁਰੂ ਹੋ ਗਿਆ ਸੀ ਜਦੋਂ 1990 ਵਿੱਚ ਮੈਂ ਭਾਰਤ ਛੱਡਿਆ। ਮਨ ਵਿੱਚ ਸਵਾਲ ਉੱਠਣੇ ਸ਼ੁਰੂ ਹੋਏ, ਕਿ ਮੈਂ ਕੈਨੇਡਾ ਕਿਉਂ ਤੇ ਕੀ ਕਰਨ ਆਇਆ ਹਾਂ ? ਜਿੱਥੇ ਮੇਰਾ ਜਨਮ ਹੋਇਆ, ਜਿਨਾਂ ਗਲੀਆਂ ਵਿੱਚ ਮੈਂ ਖੇਡਿਆ ਤੇ ਵੱਡਾ ਹੋਇਆ ਜਾਂ ਆਪਣੀ ਪੜ੍ਹਾਈ ਕੀਤੀ। ਜਿੱਥੇ ਮੇਰੇ ਦੋਸਤ, ਰਿਸ਼ਤੇ ਨਾਤੇ ਤੇ ਦਿਲ ਦੀ ਸਾਂਝ ਹੈ। ਜਿਸ ਮਿੱਟੀ ਨਾਲ ਮੇਰੇ ਸੰਸਕਾਰ ਜੁੜੇ ਹੋਏ ਨੇ, ਜੋ ਮੇਰੇ ਚੇਤਨ ਅਤੇ ਅਵਚੇਤਨ 'ਚ ਪਏ ਨੇ। ਜਿਸ ਸੱਭਿਆਚਾਰ ਦੇ ਸਮੁੰਦਰ ਵਿੱਚ ਮੈਂ ਡੁਬਕੀਆਂ ਲਾਉਂਦਾ ਵੱਡਾ ਹੋਇਆ ਹਾਂ। ਉਹ ਸਭ ਕਾਸੇ ਨੂੰ ਮੈਂ ਕਿਉਂ ਛੱਡ ਆਇਆ ? ਇਹ ਮੇਰੀ ਮਰਜ਼ੀ ਸੀ ਜਾਂ ਮਜ਼ਬੂਰੀ ? ਇਹ ਹਾਲਾਤ ਕਿਸੇ ਨੇ ਤੇ ਕਿਉਂ ਪੈਦਾ ਕੀਤੇ ? ਬੱਸ ਏਸੇ ਕਸ਼ਮਕਸ਼ 'ਚੋਂ ਜਨਮਿਆ ਹੈ ਇਹ ਨਾਵਲ।

ਇਸ ਨੂੰ ਮੈਂ 1993 ਵਿੱਚ ਲਿਖਣਾ ਸ਼ੁਰੂ ਕੀਤਾ। ਫੇਰ ਕਦੇ ਲਿਖ ਲਿਆ ਕਦੇ ਰੱਖ ਲਿਆ। ਇਨ੍ਹਾਂ ਵੀਹ ਸਾਲਾਂ ਵਿੱਚ ਜਵਾਨੀ ਅਧੇੜ ਉਮਰ 'ਚ ਤਬਦੀਲ ਹੋ ਗਈ। ਬੱਚੇ ਜਵਾਨ ਹੋ ਕੇ ਯੂਨੀਵਰਸਿਟੀਆਂ ਤੱਕ ਪਹੁੰਚ ਗਏ। ਕਿੰਨੇ ਹੀ ਬੰਦੇ ਜੀਵਨ ਦੇ ਮੇਲੇ 'ਚੋਂ ਵਿਛੜ ਗਏ। ਅਨੇਕਾਂ ਰੁੱਤਾਂ ਬਦਲੀਆਂ, ਕਹਿਰਵਾਨ ਮੌਸਮਾਂ ਦੀ ਮਾਰ ਝੱਲੀ। ਪਰ ਮਨ 'ਚ ਪਿਆ ਬੀਜ਼ ਪੁੰਗਰਦਾ ਪੁੰਗਰਦਾ ਬੂਟਾ, ਤੇ ਫੇਰ ਬ੍ਰਿਛ ਬਣ ਗਿਆ।

ਮੇਰਾ ਕਿਸੇ ਪੁਨਰ ਜਨਮ ਵਿੱਚ ਤਾਂ ਵਿਸਵਾਸ਼ ਨਹੀਂ ਹੈ। ਪਰ ਮੈਂ ਵਕਤ ਨੂੰ ਪਿੱਛੇ ਮੁੜਦਿਆਂ ਮਹਿਸੂਸ ਕੀਤਾ ਹੈ। ਆਪਣਾ ਬਚਪਨ ਮੈਂ ਦੋਬਾਰਾ ਤੋਂ ਹੰਢਾਇਆ ਤੇ ਇੱਕ ਵੱਖਰੇ ਦ੍ਰਿਸ਼ੀਕੋਨ ਤੋਂ ਵੇਖਿਆ। ਮੈਂ ਮੁੜ ਤੋਂ ਅੱਧੀ ਸਦੀ ਪਹਿਲਾਂ ਵਾਲੇ ਪੰਜਾਬ ਵਿੱਚ ਜੀਵਿਆ, ਉਨ੍ਹਾਂ ਰੇਤਲੇ ਟਿੱਬਿਆਂ ਦੀ ਤਪਸ਼ ਮਹਿਸੂਸ ਕੀਤੀ, ਜਨਮ ਭੂਮੀ ਦੀਆਂ ਉਨ੍ਹਾਂ ਗਲੀਆਂ ਵਿੱਚ ਖੇਡਿਆ ਕੁੱਦਿਆ। ਉਦੋਂ ਮੇਰਾ ਆਪਾ, ਮੁੱਖ ਪਾਤਰ ਵਿੱਚ ਤਬਦੀਲ ਹੋਣ ਲੱਗਿਆ। ਇਹ ਇਕੱਲੀ ਕਿਸੇ ਇੱਕ ਪਾਤਰ ਦੀ ਹੋਣੀ ਨਹੀਂ ਸੀ, ਸਗੋਂ ਉਸ ਦੌਰ ਦੇ ਸਮੁੱਚੇ ਪੰਜਾਬੀ ਨੌਜਵਾਨਾਂ ਦੀ ਹੋਣੀ ਸੀ, ਜਿਨਾਂ ਨੂੰ ਬਦਲ ਰਹੇ ਹਾਲਾਤਾਂ ਨੇ ਇੱਕ ਦੇਸ਼ ਨਿਕਾਲੇ ਲਈ ਮਜ਼ਬੂਰ ਕਰ ਦਿੱਤਾ ਸੀ।

ਇਹ ਸਮਾਂ 1960 ਤੋਂ 1990 ਦੇ ਵਿਚਕਾਰ ਦਾ ਸੀ, ਜਦੋਂ ਪੰਜਾਬ ਵਿੱਚ ਬਹੁਤ ਵੱਡੇ ਪੱਧਰ ਤੇ ਤਬਦੀਲੀ ਆਈ। ਜਿਵੇਂ ਸਹੰਸਰ ਬੀਤ ਜਾਣ ਬਾਅਦ ਧਰਤੀ ਦੀ ਪੋਲ-ਸ਼ਿਫਟਿੰਗ ਹੁੰਦੀ ਹੈ, ਇਸੇ ਪ੍ਰਕਾਰ ਇੱਕ ਯੁੱਗ ਦੂਸਰੇ ਵਿੱਚ ਤਬਦੀਲ ਹੋ ਰਿਹਾ ਸੀ। ਜਗੀਰਦਾਰੀ ਤੇ ਉਸ ਨਾਲ

ਸਬੰਧਤ ਕਦਰਾਂ ਕੀਮਤਾਂ ਦਮ ਤੋੜ ਰਹੀਆਂ ਸਨ ਤੇ ਪੂੰਜੀਵਾਦ ਨੇ ਪੈਰ ਪਸਾਰਨੇ ਸ਼ੁਰੂ ਕਰ ਦਿੱਤੇ ਸਨ। ਏਸ ਦੌਰ ਦੀ ਉਪਜ ਸਾਰੇ ਕਿਰਦਾਰ ਮਰ ਰਹੇ ਸਨ ਤੇ ਕਬਜ਼ੇ ਦਾ ਨਵਾਂ ਰੂਪ ਆਪਣੇ ਰੰਗ ਵਿਖਾਲਣ ਲੱਗਿਆ ਸੀ। ਨਵ-ਬਸਤੀਵਾਦ ਦੇ ਇਸ ਦੌਰ ਦੀ ਸ਼ੁਰੂਆਤ ਪੰਜਾਬ ਵਿੱਚ ਹਰੇ ਇਨਕਲਾਬ ਨਾਲ ਹੋਈ। ਕਾਰਪੋਰੇਸ਼ਨਾਂ ਤੇ ਬਹੁਕੌਮੀ ਕੰਪਨੀਆਂ ਨੇ ਨਿੱਕੀਆਂ ਸਨਅਤਾਂ, ਕਿਸਾਨਾਂ ਤੇ ਮਜ਼ਦੂਰਾਂ ਨੂੰ ਨਿਘਲਣਾ ਸ਼ੁਰੂ ਕਰ ਦਿੱਤਾ। ਮੁਨਾਫਾਖੋਰਾਂ ਦੀ ਇਸ ਚਾਲ ਨਾਲ ਪੰਜਾਬ ਵਿੱਚ ਜੈਵਿਕ ਖੇਤੀ ਦਾ ਭੋਗ ਪੈ ਗਿਆ। ਫੇਰ ਪੰਜਾਬੀਆਂ ਦੀ ਸਿਹਤ ਗਰਕਣ ਲੱਗੀ, ਪਾਣੀ ਗੰਧਲਣ ਲੱਗੇ ਅਤੇ ਜ਼ਹਿਰ ਫੈਲਣ ਲੱਗਿਆ।

ਇਹ ਬਦਲਾਅ ਇਕੱਲਾ ਖੇਤੀ ਖੇਤਰ, ਖਾਣ ਪੀਣ ਜਾਂ ਰਹਿਣ ਸਹਿਣ ਵਿੱਚ ਹੀ ਨਹੀਂ ਆਇਆ ਸਗੋਂ ਧਰਮ ਦਾ ਰੂਪ ਵੀ ਬਦਲਣ ਲੱਗਾ। ਡੇਰੇ ਕੈਂਸਰ ਵਾਂਗ ਵਧਣ ਲੱਗੇ ਤੇ ਬਾਬਾ ਵਾਦ ਪੈਰ ਪਸਾਰਨ ਲੱਗਿਆ। ਜਦੋਂ ਆਮ ਜਨਤਾ ਲਹੂ ਭਿੱਜੇ ਜ਼ੁਬਾੜਿਆਂ ਹੇਠ ਆਉਣ ਲੱਗੀ ਤਾਂ ਕਈ ਤਰ੍ਹਾਂ ਦੇ ਸੰਘਰਸ਼ ਤੇ ਲਹਿਰਾਂ ਉੱਠ ਖਲੋਈਆਂ। ਜਿਨ੍ਹਾਂ ਨੂੰ ਧਰਮ ਅਤੇ ਸਿਆਸਤ ਦੀ ਭਾਈਵਾਲੀ ਨੇ ਬੁਰੀ ਤਰ੍ਹਾਂ ਕੁਚਲ ਦਿੱਤਾ।

ਨਿੱਜੀ ਹਿੱਤਾਂ ਦੀ ਪੂਰਤੀ ਲਈ 1966 ਵਿੱਚ ਪੰਜਾਬੀ ਸੂਬੀ ਦਾ ਨਵਾਂ ਰੂਪ ਸਾਹਮਣੇ ਆਇਆ ਜੋ ਨਿਰੋਲ ਨਸਲਵਾਦੀ ਵਰਤਾਰੇ ਦਾ ਸਿੱਟਾ ਸੀ। ਕੌਮੀ ਬਹੁਗਿਣਤੀ ਹੁਣ ਸੂਬੇ ਵਿੱਚ ਘੱਟ ਗਿਣਤੀ ਰਹਿ ਗਈ। ਇਸੇ ਡਰ 'ਚੋਂ ਫਿਰਕਾਪ੍ਰਸਤੀ ਪਨਪਣੀ ਸ਼ੁਰੂ ਹੋ ਗਈ। ਸਿਆਸੀ ਸ਼ਤਰੰਜ ਖੇਡਣ ਵਾਲਿਆਂ ਨੂੰ ਇੱਕ ਧਰਮ ਵਲੋਂ ਪੱਕੀ ਕੀਤੀ, ਸਤਾ ਦੀ ਕੁਰਸੀ ਪ੍ਰਵਾਨ ਨਹੀਂ ਸੀ। ਉਨ੍ਹਾਂ ਕੁਰਸੀ ਖਿੱਚਣ ਲਈ ਵੋਟ ਬੈਂਕ ਦੀ ਅਨੁਪਾਤ ਤਾਂ ਬਦਲਣੀ ਹੀ ਸੀ। ਹਾਸ਼ੀਆ ਗ੍ਰਸਤ ਹੋ ਗਈ ਪਹਿਚਾਣ ਨੂੰ ਮੁੜ ਤੋਂ ਮੁਕਾਬਲੇ ਤੇ ਜਾਂ ਬਹੁਗਿਣਤੀ ਵਿੱਚ ਲਿਆਉਣਾ ਸੀ। ਫੇਰ ਪੰਜਾਬ ਵਿੱਚ ਅਜ਼ੀਬੋ ਗਰੀਬ ਕਿਸਮ ਦੀਆਂ ਲੂੰਬੜ ਚਾਲਾਂ ਤੇ ਨਿਵੇਕਲੀ ਕਿਸਮ ਦੀ ਭਾਈਵਾਲੀ ਦਾ ਜਨਮ ਹੋਇਆ। ਜਿਸ ਦਾ ਖਮਿਆਜ਼ਾ ਹਰ ਪੰਜਾਬੀ ਨੂੰ ਭੁਗਤਣਾ ਪਿਆ। ਏਸੇ ਗੱਲ ਦੀ ਬਾਤ ਪਾਉਂਦੀ ਹੈ, ਇਹ ਰਚਨਾ।

ਪੰਜਾਬ ਵਿੱਚ ਇੱਕ ਪੂਰਾ ਪ੍ਰਬੰਧ ਹੀ ਮਰ ਰਿਹਾ ਸੀ, ਤੇ ਉਸ ਨਾਲ ਸਬੰਧਤ ਲੋਕ ਵੀ ਮਾਨਸਿਕ ਮੌਤ ਮਰਨ ਲੱਗੇ। ਜਦੋਂ ਕੋਈ ਜਹਾਜ਼ ਡੁੱਬਦਾ ਹੈ, ਤਾਂ ਪੰਛੀ ਵੀ ਉਸ ਤੋਂ ਉਡਾਰੀ ਮਾਰ ਜਾਂਦੇ ਹਨ। ਪੰਜਾਬ ਵਾਸੀਆਂ ਦਾ ਵੀ ਏਹੋ ਹਾਲ ਸੀ। ਉਹ ਅੰਨ੍ਹੇਵਾਹ ਬਾਹਰਲੇ ਦੇਸ਼ਾਂ ਨੂੰ ਦੌੜਨੇ ਸੁਰੂ ਹੋਏ। ਦੇਸ਼ ਦਾ ਸਭ ਤੋਂ ਅਮੀਰ ਸੂਬਾ ਨਿਰਾਸ਼ਾ ਕਾਰਨ ਨਸ਼ਿਆਂ ਦੀ ਦਲਦਲ ਵਿੱਚ ਧਸਣ ਲੱਗਾ। ਇਸ ਦੀ ਪਛਾਣ ਅੰਨਦਾਤਾ ਦੀ ਬਜਾਏ ਕੁੜੀ-ਮਾਰ ਸੂਬੇ ਵਜੋਂ ਉਭਰਨ ਲੱਗੀ। ਪੰਜਾਬ ਵਿੱਚੋਂ ਦੁੱਧ ਦੀਆਂ ਨਦੀਆਂ, ਪਹਿਲਵਾਨਾਂ ਦੇ ਅਖਾੜੇ ਅਤੇ ਨਿੱਗਰ ਰੁਹਰੀਤਾਂ ਅਲੋਪ ਹੋਣ ਲੱਗੀਆਂ।

ਫੇਰ ਬਲਦਾਂ ਦੀਆਂ ਘੁੰਗਰਾਲਾਂ ਤੇ ਟੱਲੀਆਂ 'ਚੋਂ ਪੈਦਾ ਹੋਇਆ ਸੰਗੀਤ, ਪਾੜਛੇ 'ਚ ਡਿਗਦੇ ਪਾਣੀ ਕਲ ਕਲ ਤੇ ਪਵਿੱਤਰ ਜੀਵਨ ਜਾਂਚ ਬੀਤੇ ਵਕਤ ਦੀਆਂ ਗੱਲਾਂ ਬਣ ਗਏ। ਪੰਜਾਬ ਵਿੱਚ ਕੋਈ ਸੂਰਮਾਂ ਨਾ ਨਿੱਤਰਿਆ ਜੋ ਇਸਦੀ ਗੌਰਵਮਈ ਵਿਰਾਸਤ ਨੂੰ ਸੰਭਾਲ ਕੇ ਅਗਲੀਆਂ ਪੀੜ੍ਹੀਆਂ ਤੱਕ ਪਹੁੰਚਾਅ ਸਕਦਾ। ਅਜਾਇਬ ਘਰਾਂ ਨਾਲ ਜਾਂ ਸਾਹਿਤ ਕਲਾ ਨਾਲ ਤਾਂ ਪੰਜਾਬੀਆਂ ਦਾ ਰਿਸ਼ਤਾਂ ਨਾਬਰਾਬਰ ਹੀ ਰਹਿ ਗਿਆ। ਹਾਂ ਹਾਤਿਆਂ ਵਿੱਚ ਜਰੂਰ ਭੀੜਾਂ ਵਧਣ ਲੱਗੀਆਂ। ਤੇ ਇੱਕ ਸੱਭਿਆਚਾਰ ਦਾ ਸਮੁੰਦਰ ਸੁੱਕਣ ਲੱਗਿਆ।

ਹੱਥਲੀ ਪੁਸਤਕ ਵਿੱਚ ਮੈਂ ਇਸ ਨੂੰ ਕੁੱਝ ਸੰਭਾਲਣ ਦਾ ਯਤਨ ਕੀਤਾ ਹੈ। ਤਾਂ ਕਿ ਪਰਵਾਸੀ ਪੰਜਾਬੀਆਂ ਦੀਆਂ ਅਗਲੀਆਂ ਪੀੜ੍ਹੀਆਂ ਜੇ ਚਾਹੁਣ ਤਾਂ ਆਪਣੇ ਪੁਰਖਿਆਂ ਦੀਆਂ ਪੈੜਾਂ ਲੱਭ ਸਕਣ ਤੇ ਨਕਸ਼ ਪਛਾਣ ਸਕਣ। ਆਖਿਰ ਕਦੀ ਤਾਂ ਕੋਈ ਪੰਜਾਬੀ ਨਸਲ ਦਾ ਬੱਚਾ ਆਪਣੀਆਂ ਜੜ੍ਹਾਂ ਨੂੰ ਲੱਭਣਾ ਚਾਹੇਗਾ ਹੀ। ਸੰਸਾਰੀ ਕਰਨ ਦੇ ਸਾਗਰ ਵਿੱਚ ਲੁਪਤ ਹੋਣ ਤੋਂ ਪਹਿਲਾਂ ਅਜਿਹੀਆਂ ਰਚਨਾਵਾਂ ਦਾ ਭਵਿੱਖ ਵਿੱਚ ਆਪਣਾ ਹੀ ਮਹੱਤਵ ਹੋਵੇਗਾ।

ਨਾਵਲ ਦੇ ਸ਼ੁਰੂ ਵਿੱਚ ਮੈਂ ਉਸ ਖੇਤੀਬਾੜੀ ਪ੍ਰਧਾਨ ਪੰਜਾਬ ਨੂੰ ਸਿਰਜਿਆ ਹੈ ਜੋ ਕਦੇ ਭਾਰਤ ਦਾ ਤਾਜ਼ ਹੋਇਆ ਕਰਦਾ ਸੀ। ਇਸ ਦੇ ਪਿਛੋਕੜ ਬਾਰੇ ਵੀ ਸੰਕੇਤ ਹਨ, ਜਦੋਂ ਕਬੀਲੇ ਅਜੇ ਪਿੰਡ ਬੰਨਣ ਲੱਗੇ ਸਨ। ਇਸ ਧਰਤੀ ਤੇ ਪੰਜ ਹਜ਼ਾਰ ਸਾਲ ਪਹਿਲਾਂ ਆਰੀਅਨ ਆਏ ਤੇ ਉਸ ਤੋਂ ਪਹਿਲਾਂ ਦਰਾਵਿੜ ਵਸਦੇ ਸਨ। ਆਰੀਅਨ ਇਸ ਦਰਿਆਵਾਂ ਦੀ ਧਰਤੀ ਜਾਂ ਜ਼ਰਖੇਜ਼ ਜ਼ਮੀਨ ਤੇ ਚੰਗੇਰੇ ਭਵਿੱਖ ਦੀ ਆਸ ਲੈ ਕੇ ਹੀ ਆਏ ਹੋਣਗੇ। ਜਿਨ੍ਹਾਂ ਨੇ ਸਿੰਧੂ ਘਾਟੀ ਦੀ ਸੱਭਿਅਤਾ ਨੂੰ ਜਨਮ ਦਿੱਤਾ। ਤੇ ਫੇਰ ਸਪਤ ਸਿੰਧੂ ਤੋਂ ਪੰਜਾਬ ਬਣਿਆ।

ਇਸ ਧਰਤੀ ਤੇ ਅਨੇਕਾਂ ਨੇ ਰਾਜ ਕੀਤਾ, ਤੇ ਮਾਹਾਰਾਜਾ ਰਣਜੀਤ ਸਿੰਘ ਨੇ ਵੀ। ਪੰਜਾਬੀਆਂ ਦਾ ਆਪਣਾ ਰਾਜ ਸੀ। ਇਸੇ ਧਰਤੀ ਤੇ ਵੇਦ, ਉਪਨਿਸ਼ਦ, ਰਮਾਇਣ ਮਹਾਂਭਾਰਤ, ਗੀਤਾ ਅਤੇ ਗੁਰੂਗਰੰਥ ਸਹਿਬ ਰਚੇ ਗਏ। ਏਥੇ ਹੀ ਰਾਮਚੰਦਰ ਨੇ ਸੀਤਾ ਦੀ ਅਗਨ ਪ੍ਰੀਖਿਆ ਲਈ ਤੇ ਵਾਲਮੀਕ ਰਿਸ਼ੀ ਨੇ ਸਹਾਰਾ ਦਿੱਤਾ। ਏਥੇ ਹੀ ਲਵ ਨੇ ਲਹੌਰ ਤੇ ਕੁਸ਼ ਨੇ ਕਸੂਰ ਵਸਾਇਆ।

ਫੇਰ ਮਹਾਂਭਾਰਤ ਦਾ ਜੰਗ ਵੀ ਏਸ ਧਰਤੀ ਨੇ ਵੇਖਿਆ। ਸਿਕੰਦਰ ਮਹਾਨ ਤੋਂ ਲੈ ਕੇ ਮੁਗ਼ਲ ਹਮਲਾਵਰਾ ਤੱਕ ਇਹ ਮਿੱਟੀ ਰੱਤ ਨਾਲ ਰੰਗੀ ਜਾਂਦੀ ਰਹੀ। ਰੱਤ ਚੋਂ ਸੂਹੇ ਫੁੱਲ ਖਿੜਦੇ ਰਹੇ। ਅਨੇਕਾਂ ਪਿਆਰ ਕਹਾਣੀਆਂ ਕਿੱਸਾ ਕਾਵਿ ਰਾਹੀਂ ਪ੍ਰਵਾਨ ਚੜੀਆਂ। ਨਾਥਾਂ ਜੋਗੀਆਂ ਵਲੋਂ ਕਾਵਿ-ਰਚਨਾ ਹੋਈ। ਸੂਫੀ ਕਾਵਿ ਰਚਿਆਂ ਗਿਆ। ਬਾਬਾ ਫਰੀਦ, ਗੁਰੂ ਨਾਨਕ ਵਾਰਿਸ ਅਤੇ ਬੁੱਲੇ ਸ਼ਾਹ ਇਸੇ ਧਰਤੀ ਦੀ ਦੇਣ ਸਨ। ਇਹ ਧਰਤੀ ਅਮੀਰ ਵਿਰਸੇ ਦੀ ਮਾਲਿਕ ਰਹੀ ਹੈ, ਜਿਸ ਨੇ ਦੁਨੀਆਂ ਨੂੰ ਬੌਧਿਕ ਅਮੀਗੀ ਦਿੱਤੀ।

ਫੇਰ ਅਜਿਹਾ ਕੀ ਵਾਪਰਿਆ ਕਿ ਇਹ ਖਿੱਤਾ ਕੰਗਾਲੀ ਅਤੇ ਮੰਦਹਾਲੀ ਦਾ ਸ਼ਿਕਾਰ ਹੋ ਗਿਆ। ਸੋਨੇ ਦੀ ਚਿੜੀ ਨੂੰ ਪਹਿਲਾਂ ਆਟੇ ਦੀ ਤੇ ਫੇਰ ਮਿੱਟੀ ਦੀ ਚਿੜੀ ਬਣਾ ਕੇ ਰੱਖ ਦਿੱਤਾ ਗਿਆ। ਹਜ਼ਾਰਾਂ ਸਾਲਾਂ ਦਾ ਇਤਿਹਾਸ ਤੇ ਮਿਥਿਹਾਸ ਲੈ ਕੇ ਚੱਲਣ ਵਾਲਾ ਇਹ ਸੱਭਿਆਚਾਰ ਦਾ ਜਹਾਜ਼ ਆਖਿਰ ਕਿਉਂ ਡੁੱਬਣ ਲੱਗ ਪਿਆ ? ਕਿਉਂ ਇਸਦੀ ਸਤਾਹ ਦਾ ਸੁੱਖ ਮਾਣਦੇ ਇਸ ਦੇ ਵਸਿੰਦੇ ਇਸ ਨੂੰ ਛੱਡ ਕੇ ਭੱਜਣ ਲਈ ਤਰਲੇ ਲੈਣ ਲੱਗ ਪਏ ? ਇਨ੍ਹਾਂ ਗੱਲਾਂ ਨੂੰ ਵਿਚਾਰਨ ਦੀ ਲੋੜ ਹੈ। ਮੈਂ ਇਸ ਪੁਸਤਕ ਵਿੱਚ ਜਿਨਾਂ ਨੂੰ ਸੰਕੇਤਕ ਤੌਰ ਤੇ ਬਿਆਨਿਆ ਹੈ।

1947 ਤੋਂ ਪਹਿਲਾਂ ਤਾਂ ਅਸੀਂ ਹਰ ਗੱਲ ਦਾ ਦੋਸ਼ ਗੋਰਿਆਂ ਨੂੰ ਦਿੰਦੇ ਰਹੇ। ਦੇਸ਼-ਵੰਡ ਦਾ ਭਾਂਡਾ ਵੀ ਉਨ੍ਹਾਂ ਦੇ ਸਿਰ ਤੇ ਹੀ ਭੰਨ ਦਿੱਤਾ। ਪਰ ਹੁਣ ਜਦੋਂ ਸਾਡੇ ਆਪਣੇ ਹੀ ਚੁਣੇ ਹੋਏ ਲੀਡਰਾਂ ਦਾ ਰਾਜ ਹੈ ਤਾਂ ਅਸੀਂ ਦੋਸ਼ ਕਿਸ ਨੂੰ ਦਈਏ ? ਇਸ ਵਕਤ ਦੇਸ਼ ਦੀ ਨਸ ਨਸ ਵਿੱਚ ਭ੍ਰਿਸ਼ਟਾਚਾਰ ਦਾ ਲਹੂ ਦੌੜ ਰਿਹਾ ਹੈ। ਬੇਈਮਾਨੀ ਸਾਡੇ ਹੱਡਾਂ 'ਚ ਰਚ ਗਈ ਹੈ। ਦੌਲਤ ਕੁੱਝ ਕੁ ਬੰਦਿਆਂ ਦੇ ਹੱਥ ਹੇਠ ਇਕੱਤਰ ਹੋ ਗਈ। ਜਦੋਂ ਕਦੇ ਬਗਾਵਤਾਂ ਨੇ ਜਨਮ ਲਿਆ, ਤਾਂ ਕੁਚਲ ਦਿੱਤੀਆਂ ਜਾਂਦੀਆਂ ਰਹੀਆਂ। ਤੇ ਆਮ ਬੰਦਾ ਅੱਜ ਵੀ ਆਪਣੀ ਹੋਂਦ ਦੀ ਲੜਾਈ ਲੜ ਰਿਹਾ ਹੈ।

ਰਾਜਨੀਤਕ ਲੋਕਾਂ ਨੇ ਦੇਸ਼ ਦੀ ਜਵਾਨੀ ਨੂੰ ਸਾਹ ਸੱਤ ਹੀਣ ਕਰ ਦਿੱਤਾ ਹੈ। ਉਸ ਨੂੰ

ਨਸ਼ਿਆਂ ਤੇ ਅਪਰਾਧਿਕ ਰੁਚੀਆਂ ਵੱਲ ਧੱਕਿਆ ਜਾ ਰਿਹਾ ਹੈ। ਤਾਂ ਕਿ ਮੂਲ ਸਮੱਸਿਆਵਾਂ ਅਲੋਪ ਹੀ ਰਹਿਣ ਤੇ ਲੁੱਟ-ਤੰਤਰ ਇਸੇ ਤਰ੍ਹਾਂ ਚਲਦਾ ਰਹੇ। ਅਰਬਾਂ ਖਰਬਾਂ ਦੇ ਸਕੈਂਡਲ ਰੋਜ਼ ਸਾਹਮਣੇ ਆ ਰਹੇ ਨੇ ਪਰ ਸਰਕਾਰਾਂ ਬੇਸ਼ਰਮੀ ਦੀ ਨੀਂਦ ਸੌਂ ਰਹੀਆਂ ਨੇ। ਥੱਲੇ ਤੋਂ ਉੱਪਰ ਤੱਕ ਹਿੱਸਾ ਪੱਤੀ ਚੱਲਦੀ ਹੋਣ ਕਾਰਨ ਇਹ ਚੇਨ ਸਿਸਟਮ ਵਿੱਚੋਂ ਕਿਸੇ ਇੱਕ ਕੜੀ ਨੂੰ ਵੱਖ ਕੀਤਾ ਹੀ ਨਹੀਂ ਜਾ ਸਕਦਾ, ਸਗੋਂ ਬਚਾਇਆ ਜਾਂਦਾ ਰਿਹਾ ਹੈ।

ਜਿਨਾਂ ਕੋਲ ਅਜੇ ਵੀ ਜੀਵਨ ਦਾ ਕੋਈ ਸੁਪਨਾ ਹੈ ਉਹ ਬਾਹਰਲੇ ਮੁਲਕਾਂ ਨੂੰ ਆਪਣਾ ਸਕਿੱਲ ਲੈ ਕੇ ਦੌੜ ਰਹੇ ਨੇ। ਪਰ ਸਰਕਾਰਾਂ ਨੂੰ ਦੇਸ਼ ਦੀ ਇਸ ਊਰਜ਼ਾ-ਨਿਕਾਸੀ ਦਾ ਕੋਈ ਵੀ ਫਿਕਰ ਨਹੀਂ। ਇੱਕ ਮੁਲਕ ਡਾਕਟਰ ਵਕੀਲ ਇੰਜਨੀਅਰ ਵਿਗਿਆਨੀ ਤੇ ਖੋਜ਼ੀ ਪੈਦਾ ਕਰੇ, ਪਰ ਉਨ੍ਹਾਂ ਤੋਂ ਕੋਈ ਕੰਮ ਨਾ ਲੈ ਸਕੇ, ਇਸ ਤੋਂ ਵੱਧ ਸ਼ਰਮ ਦੀ ਗੱਲ ਹੋਰ ਕੀ ਹੋ ਸਕਦੀ ਹੈ। ਸਾਡਾ ਤਿਆਰ ਕੀਤਾ ਹੁਨਰ ਦੂਸਰੇ ਮੁਲਕ ਵਰਤ ਰਹੇ ਨੇ ਤੇ ਤਰੱਕੀ ਦੀਆਂ ਬੁਲੰਦੀਆਂ ਤੱਕ ਪਹੁੰਚੇ ਨੇ। ਨੌਜਵਾਨਾਂ ਵਿੱਚ ਨਿਰਾਸ਼ਾ ਹੈ। ਉਹ ਬੇਰੁਜ਼ਗਾਰ ਹਨ। ਕੋਈ ਜੀਵਨ ਹੀ ਨਹੀਂ ਹੈ। ਆਖਿਰ ਉਹ ਕੀ ਕਰਨ ? ਉਪਰੋਂ ਰਿਸ਼ਵਤ, ਬਲੈਕ ਮੇਲਿੰਗ ਅਤੇ ਮਾਨਸਿਕ ਤਸ਼ੱਦਤ ਦੇ ਜ਼ੰਬੂਰਾਂ ਨਾਲ ਉਨ੍ਹਾਂ ਦਾ ਮਾਸ ਨੋਚਿਆ ਜਾਂਦਾ ਹੈ। ਫੇਰ ਜੇ ਮਨਦੀਪ ਵਰਗੇ ਇਸ ਮੁਲਕ ਨੂੰ ਛੱਡ ਕੇ ਭੱਜਣਗੇ ਨਹੀਂ, ਤਾਂ ਹੋਰ ਕੀ ਕਰਨਗੇ ?

ਜਿਸ ਧਰਤੀ ਤੇ ਕੋਈ ਜਨਮੇ, ਪੜ੍ਹੇ ਲਿਖੇ ਤੇ ਉਸ ਨੂੰ ਪਸੰਦ ਵੀ ਕਰੇ ਪਰ ਉੱਪਰੋਂ ਜਦੋਂ ਸਰਕਾਰਾਂ ਇਹ ਅਹਿਸਾਸ ਕਰਵਾਉਣ ਲੱਗ ਪੈਣ, ਕਿ ਇਹ ਮੁਲਕ ਉਨ੍ਹਾਂ ਦਾ ਨਹੀਂ ਹੈ ਤਾਂ ਫੇਰ ਕੋਈ ਕੀ ਕਰੇ ? ਜਿੱਥੇ ਧਰਮ ਅਤੇ ਹੈਸੀਅਤ ਅਨੁਸਾਰ ਹਰ ਵਿਅੱਕਤੀ ਲਈ ਕਨੂੰਨ ਵੱਖਰਾ ਹੈ। ਕੋਈ ਜਰੂਰੀ ਨਹੀਂ ਕਿ ਦੇਸ਼ ਨਿਕਾਲਾ ਕਿਸੇ ਹੁਕਮ ਅਧੀਨ ਦਿੱਤਾ ਜਾਵੇ, ਇਹ ਮਜ਼ਬੂਰਨ ਗਲ਼ ਵੀ ਪਾਇਆ ਜਾ ਸਕਦਾ ਹੈ। ਇੱਕ ਫਿਰਕੇ ਲਈ ਪੰਜਾਬ ਖਾਲੀ ਹੋਣ ਲੱਗਿਆ ਤੇ ਪਰਵਾਸੀ ਮਜ਼ਦੂਰ ਨਾਲ ਭਰਿਆ ਜਾਣ ਲੱਗਾ। ਤਾਂ ਕਿ ਸਿਆਸਤ ਦਾਨ ਵੋਟਾਂ ਦੀ ਅਨੁਪਾਤ ਬਦਲ ਸਕਣ। ਅਜਿਹਾ ਕਰਨ ਵਾਲੇ ਕੌਣ ਨੇ ? ਸ਼ਾਇਦ ਇਸ ਪੁਸਤਕ ਵਿੱਚ ਤੁਸੀਂ ਉਨ੍ਹਾਂ ਦੇ ਨਕਸ਼ ਪਛਾਣ ਸਕੋਂ।

ਜੋ ਲੋਕ ਪੰਜਾਬ ਵਿੱਚੋਂ ਪਰਵਾਸ ਲਈ ਹਿਜ਼ਰਤ ਕਰ ਗਏ, ਉਨ੍ਹਾਂ ਹੁਣ ਵਾਪਿਸ ਕਦੀ ਵੀ ਨਹੀਂ ਪਰਤਣਾ। ਭਾਵੇਂ ਉਹ ਪਿਛਲੇ ਪੰਜਾਹ ਪੰਜਾਹ ਸਾਲਾਂ ਤੋਂ ਪਰਦੇਸਾਂ ਵਿੱਚ ਰਹਿ ਰਹੇ ਹੋਣ, ਪਰ ਸੁਪਨੇ ਉਨ੍ਹਾਂ ਨੂੰ ਅੱਜ ਵੀ ਪੰਜਾਬ ਦੇ ਹੀ ਆਉਂਦੇ ਹਨ। ਉਨ੍ਹਾਂ ਦਾ ਵੱਡਾ ਫਿਕਰ ਇਹ ਵੀ ਹੈ ਕਿ ਓਨ੍ਹਾਂ ਦੀ ਨਸਲ ਪਰਿਵਰਤਤ ਹੋ ਜਾਵੇਗੀ। ਉਹ ਆਪਣੀ ਬੋਲੀ ਧਰਮ ਅਤੇ ਸੱਭਿਆਚਾਰ ਨੂੰ ਅਗਲੀਆਂ ਪੀੜ੍ਹੀਆ ਦੇ ਸਪੁਰਦ ਨਹੀਂ ਕਰ ਸਕਣਗੇ। ਸ਼ਾਇਦ ਕੋਈ ਬਿਦੇਸ਼ੀ ਮੁੱਖ ਧਾਰਾ 'ਚ ਜਜ਼ਬ ਹੋਇਆ ਬੱਚਾ ਕਿਸੇ ਅਜਿਹੀ ਪੁਸਤਕ ਦਾ ਅਨੁਵਾਦ ਕਰਕੇ ਹੀ ਆਪਣੇ ਬਜ਼ੁਰਗਾਂ ਦਾ ਖੁਰਾ ਖੋਜ਼ ਲੱਭਣ ਵਿੱਚ ਕਾਮਯਾਬ ਹੋ ਜਾਵੇ। ਪਰ ਉਦੋਂ ਤੱਕ ਪੰਜਾਬ ਦਾ ਰੂਪ ਬਿਲਕੁੱਲ ਬਦਲ ਚੁੱਕਾ ਹੋਵੇਗਾ।

ਵੈਸੇ ਤਾਂ ਹੁਣ ਸਾਰੀ ਦੁਨੀਆਂ ਹੀ ਸੰਸਾਰੀ ਕਰਨ ਦੇ ਸਮੁੰਦਰ ਵਿੱਚ ਲੀਨ ਹੋਣ ਜਾ ਰਹੀ ਹੈ। ਖੇਤਰੀ ਭਾਸ਼ਾਵਾਂ, ਲੋਕ ਸੱਭਿਆਚਾਰ ਦੀਆਂ ਨਿੱਕੀਆਂ ਨਿੱਕੀਆਂ ਨਦੀਆਂ, ਸਭ ਇਸ ਵਿਰਾਟ ਰੂਪ ਵਿੱਚ ਸਮਾਉਣ ਲਈ ਕਾਹਲੀਆਂ ਹਨ। ਪਰ ਜੋ ਵਹਿਣ ਇਹ ਪਿੱਛੇ ਛੱਡ ਆਈਆਂ ਹਨ ਕੀ ਉਸ ਨੂੰ ਸੰਭਾਲਣਾ ਜਰੂਰੀ ਨਹੀਂ ? ਜੇ ਅਸੀਂ ਅਜਿਹਾ ਨਹੀਂ ਕਰਾਂਗੇ ਤਾਂ ਇਤਿਹਾਸ ਮਰ ਜਾਵੇਗਾ।

ਕਾਰਪੋਰੇਟ ਸੰਸਾਰ ਤਾਂ ਅਜਿਹਾ ਹੀ ਚਾਹੁੰਦਾ ਹੈ ਕਿ ਮਨੁੱਖ ਦਾ ਕੋਈ ਨਾਇਕ ਜਾਂ ਪ੍ਰੇਰਨਾ ਸਰੋਤ ਨਾ ਹੋਵੇ, ਉਸਦਾ ਕੋਈ ਇਤਿਹਾਸ ਨਾ ਹੋਵੇ, ਤੇ ਨਾ ਕੋਈ ਪਛਾਣ ਹੋਵੇ। ਉਹ ਸਿਰਫ ਸਰਮਾਏਦਾਰੀ ਲਈ ਇੱਕ ਮਸ਼ੀਨ ਵਾਂਗ ਕੰਮ ਕਰਦਾ ਰਹੇ ਤੇ ਭਾਵਨਾਵਾਂ ਰਹਿਤ ਹੋਵੇ। ਉਸਦੀਆਂ ਲੋੜਾਂ, ਪੂੰਜੀਪਤੀਆਂ ਦੀ ਰਖੈਲ ਵਜੋਂ ਕੰਮ ਕਰ ਰਿਹਾ ਮੀਡੀਆ, ਨਿਸਚਿਤ ਕਰੇ। ਜੋ ਗਧੇ ਨੂੰ ਘੋੜਾ ਤੇ ਘੋੜੇ ਨੂੰ ਗਧਾ ਕੁੱਝ ਵੀ ਸਾਬਤ ਕਰ ਸਕਦਾ ਹੈ। ਪਰ ਸਾਨੂੰ ਪਿੱਛੇ ਛੱਡ ਆਏ ਮਹਾਂ ਸਮੁੰਦਰ 'ਚ ਪਏ ਮੋਤੀ ਯਾਦ ਰੱਖਣੇ ਪੈਣਗੇ।

ਮੇਰੀ ਤਾਂ ਇਹ ਇੱਕ ਨਿੱਕੀ ਜਿਹੀ ਕੋਸ਼ਿਸ਼ ਹੈ। ਜਿਸ ਵਿੱਚ ਮੈਂ ਸਫਲ ਵੀ ਹੋਵਾਂਗਾ ਜਾ ਨਹੀਂ ਇਹ ਮੈਨੂੰ ਨਹੀਂ ਪਤਾ, ਇਹ ਫੈਸਲਾ ਤਾਂ ਪਾਠਕਾਂ ਨੇ ਕਰਨਾ ਹੈ। ਇਸ ਸਮੁੰਦਰ ਵਿੱਚ ਗੋਤਾ ਲਾਉਣ ਤੋਂ ਪਹਿਲਾਂ ਇਹ ਯਾਦ ਰੱਖਣਾ, ਕਿ ਇਸ ਸਮੁੰਦਰ ਮੰਥਨ ਵਿੱਚ ਨਾਇਕ ਅਤੇ ਖਲਨਾਇਕ ਪਰੰਪਰਾਗਤ ਰੂਪ ਵਿੱਚ ਨਹੀਂ ਹਨ। ਤੇ ਨਾਂ ਹੀ ਦੇਵਤਿਆਂ ਨੂੰ ਜੀਵਨ ਦੇ ਚੌਦਾਂ ਰਤਨ ਹੀ ਪ੍ਰਾਪਤ ਹੁੰਦੇ ਹਨ। ਏਥੇ ਰਤਨ ਤੇ ਜੀਵਨ ਅਮ੍ਰਿਤ ਸਗੋਂ ਮੁਨਾਫਾਖੋਰ ਲੈ ਜਾਂਦੇ ਹਨ ਪਰੰਤੂ ਜੀਵਨ ਦਾ ਜ਼ਹਿਰ ਆਮ ਵਿਅੱਕਤੀ ਪੀਂਦਾ ਹੈ। ਤੇ ਦੇਸ਼ ਨਿਕਾਲਾ ਵੀ ਉਸੇ ਦੇ ਹਿੱਸੇ ਆਉਂਦਾ ਹੈ।

ਇਥੇ ਖਲਨਾਇਕ ਕੋਈ ਵਿਅੱਕਤੀ ਵਿਸ਼ੇਸ਼ ਨਹੀਂ, ਸਗੋਂ ਖਲਨਾਇਕ ਸਮੂਹ ਵਲੋਂ ਪੈਦਾ ਕੀਤੀਆਂ ਹੋਈਆਂ ਪ੍ਰਸਥਿਤੀਆਂ ਹਨ। ਜਿਨਾਂ ਖਿਲਾਫ ਜੀਵਨ ਦੇ ਨਾਇਕ ਸੰਘਰਸ਼ ਕਰਦੇ ਹਨ। ਤੇ ਇਸ ਸੰਘਰਸ਼ ਦਾ ਕਾਰਜ਼ ਖੇਤਰ ਕੋਈ ਵੀ ਮੁਲਕ ਹੋ ਸਕਦਾ ਹੈ। ਅੱਜ ਦਾ ਰਾਵਣ ਮਲਟੀਨੈਸ਼ਨਲ ਹੋ ਚੁੱਕਿਆ ਹੈ, ਜੋ ਅਣਗਿਣਤ ਹਥਿਆਰਾਂ ਨਾਲ ਲੈਸ ਹੈ। ਮੈਂ ਤਾਂ ਇਸ ਯੁੱਧ ਦਾ ਸੂਤਰਧਾਰ ਹਾਂ। ਤੁਹਾਨੂੰ ਸਮੁੰਦਰ ਮੰਥਨ ਲਈ ਛੱਡਕੇ ਹੁਣ ਪਾਸੇ ਹਟਦਾ ਹਾਂ ਤੇ ਫੈਸਲਾ ਵੀ ਤੁਹਾਡੇ ਤੇ ਹੀ ਛੱਡਦਾ ਹਾਂ ਸ਼ੁਕਰੀਆ ।

ਮੇਜਰ ਮਾਂਗਟ

ਭਾਗ 1

ਫੱਗਣ ਦਾ ਮਹੀਨਾ ਸੀ ਅਤੇ ਜ਼ੁਮੇ ਦਾ ਦਿਨ। ਸ਼ਾਮ ਦੇ ਤਕਰੀਬਨ ਚਾਰ ਕੁ ਵੱਜੇ ਹੋਏ। ਸਾਹਮਣੇ ਰੋਸ਼ਨਦਾਨ ਵਿੱਚੋਂ ਛਿਪਣ ਛਿਪਣ ਕਰਦੇ ਸੂਰਜ ਦੀ ਲੰਬੀ ਧੁੱਪ, ਪਿਛਲੇ ਅੰਦਰ ਤੱਕ ਜਾਂਦੀ ਹੋਈ। ਮਹਿਤਾਬ ਕੌਰ ਨੇ ਅਟੇਰਨਾ ਛੱਡ ਕੇ ਪੀੜ੍ਹੀ ਓਟੇ ਨਾਲ ਖੜੀ ਕਰ ਦਿੱਤੀ। ਪਿਛਲੇ ਅੰਦਰ ਪਈ ਧੀ ਬਚਨੋ ਦੀ ਹੂੰਗਰ ਅਜੇ ਵੀ ਜਾਰੀ ਸੀ। ਦਾਈ ਜਿਊਣੀ ਸੁਨੇਹਾ ਮਿਲਣ ਸਾਰ ਹੀ ਆ ਗਈ ਤੇ ਅਹੁੜ ਪਹੁੜ ਵਿੱਚ ਜੁਟ ਗਈ। ਘਰ ਦੇ ਮਰਦ, ਹਾਲਾਤ ਨੂੰ ਸਮਝਦੇ, ਹੋਏ ਬਾਹਰਲੇ ਘਰ ਚਲੇ ਗਏ। ਕੁੜੀਆਂ ਕੱਤਰੀਆਂ ਵੀ ਆਨੀ ਬਹਾਨੀ ਬਾਹਰ ਨਿੱਕਲ ਗਈਆਂ। ਇਹ ਭਾਵੇ ਸ਼ਿਸ਼ਟਾਚਾਰ ਵਜੋਂ ਹੀ ਸੀ। ਮਹਿਤਾਬ ਕੌਰ ਦੀਵੇ ਬੱਤੀ ਦਾ ਪ੍ਰਬੰਧ ਕਰਦੀ ਹੋਈ ਬੋਲੀ ਵੀ ਜਾ ਰਹੀ ਸੀ, "ਹੇ ਰੱਬ ਸੱਚਿਆ ਸੁੱਖ ਰੱਖੀਂ" ਉਸ ਨੇ ਔਖੇ ਵੇਲੇ ਲਈ ਦੋ ਦੀਵਿਆਂ ਵਿੱਚ ਨਵੀਆਂ ਬੱਤੀਆਂ ਪਾਕੇ ਤੇਲ ਨਾਲ ਭਰ ਲਏ ਅਤੇ ਇਕ ਲਾਲਟਣ ਦੀ ਚਿਮਨੀ ਸਾਫ ਕਰ ਕੇ ਉਸ ਨੂੰ ਟਾਂਡ ਤੇ ਟਿਕਾ ਦਿੱਤਾ। ਬਾਹਰ ਵੀਹੀ ਵਿੱਚੋਂ ਵਾਗੀਆਂ ਦੇ ਹੋਕਰੇ ਅਤੇ ਪਸ਼ੂਆਂ ਦੇ ਵੱਗ ਘਰਾਂ ਨੂੰ ਮੁੜ ਆਉਣ ਕਰਕੇ ਖੜਾਕ ਸੁਣਾਈ ਦੇ ਰਿਹਾ ਸੀ। ਨਾਲ ਦੇ ਘਰ ਵਾਲਾ ਛੜਾ ਮੇਹਰੂ ਸੋਟੀ ਖੜਕਾਉਂਦਾ ਆਖ ਰਿਹਾ ਸੀ, "ਤੁਰ ਪਾ ਜੀਣ ਜੋਗੀਏ ਨਹੀਂ ਤਾਂ ਪੁੜੇ ਸੇਕ ਕੇ ਰੱਖ ਦਊ, ਏਧਰ ਮੁੜ...ਮਾੜਾ ਰਬਾ..." ਪਸ਼ੂ ਰੰਭਦੇ ਦੌੜਦੇ। ਧੂੜ ਉੱਡਦੀ, ਨਿਆਣੇ ਕਿਲਕਾਰੀਆਂ ਮਾਰਦੇ। ਕਿਲਕਾਰੀ ਤਾਂ ਉਨ੍ਹਾਂ ਦੇ ਘਰ ਵਿੱਚ ਵੀ ਵੱਜਣ ਵਾਲੀ ਸੀ।

ਸਿਆਲ਼ ਆਪਣੇ ਆਖਰੀ ਸਾਹਾਂ ਤੇ ਸੀ। ਵਾਤਾਵਰਨ ਵਿੱਚ ਜਿਵੇਂ ਮਹਿਕ ਘੁਲ਼ੀ ਪਈ ਹੋਵੇ। ਮਹਿਤਾਬ ਕੌਰ ਦੀ ਵੱਡੀ ਨੂੰਹ ਹਰਦੇਵ ਕੁਰ ਆਪਣੀਆਂ ਦੋਨੋਂ ਕੁਆਰੀਆਂ ਨਣਾਨਾ ਨੂੰ ਲੈ ਕੇ ਸਾਗ ਤੋੜਨ ਚਲੀ ਗਈ ਸੀ। ਨਿੱਸਰ ਰਹੀਆਂ ਕਣਕਾਂ ਦੀ ਮਹਿਕ, ਸਰ੍ਹੋਂ ਦੇ ਪੀਲੇ ਪੀਲੇ ਫੁੱਲ, ਜਿਵੇਂ ਝੂਮ ਝੂਮ ਕਹਿ ਰਹੇ ਹੋਣ, ਨਹੀਂ ਰੀਸਾਂ ਦੇਸ਼ ਪੰਜਾਬ ਦੀਆਂ। ਮਹਿਤਾਬ ਕੌਰ ਨੇ ਬਾਰੀ ਵਿੱਚੋਂ ਬਾਹਰ ਦੇਖਿਆ, ਹੋਰ ਕਈ ਔਰਤਾਂ ਸਾਗ ਤੋੜੀ ਆ ਰਹੀਆਂ ਸਨ। ਕਈ ਮੂਲੀਆਂ ਤੇ ਸ਼ਲਗਮਾਂ ਵੀ ਲਈਂ ਆਉਦੀਆਂ। ਪਰ ਹਰਦੇਵ ਕੁਰ ਦੇ ਨਾਲ ਸਿਮਰੋ ਅਤੇ ਸਰਨੋ ਕਿਤੇ ਦਿਖਾਈ ਨਾ ਦਿੱਤੀਆਂ।

ਬਾਰੀ ਖੁੱਲਣ ਨਾਲ ਲਾਲੋ ਝਿਊਰੀ ਦੀ ਭੱਠੀ ਤੇ ਭੁੱਜ ਰਹੇ ਮੁਰਮਰਿਆਂ ਅਤੇ ਮੂੰਗਫਲੀ ਦੀ ਖੁਸ਼ਬੂ ਅੰਦਰ ਲੰਘ ਆਈ। ਉਸਦੀ ਭੱਠੀ ਤੇ ਏਸ ਵੇਲੇ ਦਾਣੇ ਭੁਨਾਉਣ ਵਾਲਿਆਂ ਦੀ ਵਾਹਵਾ ਰੌਣਕ ਹੋ ਜਾਂਦੀ ਸੀ। ਹੱਟੀ ਭੱਠੀ ਉੱਤੇ ਕਈ ਮਨਚਲੇ ਤਾਂ ਉਦਾਂ ਹੀ ਖੜੇ ਰਹਿੰਦੇ। ਏਥੋਂ ਹੀ ਪਿੰਡ ਦੀਆਂ ਗਲਾਂ ਦੇ ਭੇਤ ਅੱਗੇ ਤੁਰਦੇ। ਬਾਤ ਦਾ ਬਤੰਗੜ ਬਣ ਜਾਂਦਾ। ਲਾਲੋ ਆਪਣੀ ਮਨ ਚਾਹੁੰਦੀ ਚੁੰਗ ਕੱਢਦੀ। ਤਪਦੀ ਰੇਤ ਤੇ ਦਾਣਿਆ ਦਾ ਪਰਾਗਾ ਸੁੱਟਦੀ, ਛਾਣਦੀ ਤੇ ਬੋਹੀਏ ਭਰੀ ਜਾਂਦੀ।

ਸੰਤਾ ਸਿਉਂ ਦੇ ਟੱਬਰ ਵਲੋਂ ਬਹੂਆਂ ਕੁੜੀਆਂ ਨੂੰ ਇਸ ਵੇਲੇ ਭੱਠੀ ਕੋਲੋ ਲੰਘਣ ਦੀ ਮਨਾਹੀ ਸੀ। ਪਰ ਕਈ ਔਰਤਾਂ ਘੁੰਡ ਕੱਢਕੇ ਲੰਘ ਵੀ ਜਾਂਦੀਆ। ਫੇਰ ਵੀ 'ਧੀਏ ਗੱਲ ਸੁਣ ਨੂੰਹੇਂ ਕੰਨ ਕਰ' ਵਾਲੀ ਕਹਾਵਤ ਵਾਂਗੂੰ ਕੋਈ ਨਾਂ ਕੋਈ ਟੋਟਕਾ ਸੁਣਾ ਹੀ ਜਾਂਦਾ। ਆਸ਼ਕਾਂ ਮਸ਼ੂਕਾਂ ਦੀ ਹੱਠੀ ਭੱਠੀ ਦੀ ਫੇਰੀ ਨੂੰ ਭਲਾਂ ਕੌਣ ਨਹੀਂ ਸੀ ਜਾਣਦਾ? ਕਈ ਤਾਂ ਇਹ ਵੀ ਕਹਿੰਦੇ ਸਨ ਕਿ 'ਲਾਲੋ ਇਕੱਲੇ ਦਾਣੇ ਹੀ ਨਹੀਂ ਭੁੰਨਦੀ ਕਈਆਂ ਦੀ ਵਿਚੋਲਗੀ ਵੀ ਕਰਦੀ ਹੈ'

ਮਹਿਤਾਬ ਕੁਰ ਨੇ ਛੋਟੀ ਬਹੂ ਜੋਗਿੰਦਰੋ ਨੂੰ ਕਿਹਾ, "ਕੁੜੇ ਉਹ ਤਾਂ ਮੁੜੀਆਂ ਈ ਨੀ ? ਬੜਾ ਟੈਮ ਲਾਤਾ..ਖੇਤ ਕਿਤੇ ਕਲਾਖਰ ਆ...ਭਾਈ ਮਾੜੀ ਸਮੋਂ ਆ"

ਮਟਰਾਂ ਦੇ ਦਾਣੇ ਕੱਢਦੀ ਜੋਗਿੰਦਰੋ ਬੋਲੀ "ਬੇਬੇ ਮੈਂ ਕਿਹਾ ਸੀ ਚਾਰ ਡਾਲ ਧਣੀਏ ਦੇ ਵੀ ਤੋੜ ਲਿਆਇਉ, ਨਾਲੇ ਸਾਗ 'ਚ ਪਾਉਣ ਨੂੰ ਬਾਥੂ ਵੀ ਤੋੜਨਾ ਸੀ। ਸੁਆਦ ਬਣ ਜੂ...। ਬੱਸ ਆ ਜਾਂਦੀਆ ਨੇ" ਉਹ ਆਪਣੀ ਗੱਲ ਨਿਬੇੜ ਕੇ ਚੁੱਲੇ 'ਚ ਮਘਦੀਆਂ ਅੰਗਿਆਰੀਆਂ ਨੂੰ ਚਿਮਟੇ ਨਾਲ ਠੀਕ ਕਰਨ ਲੱਗ ਪਈ। ਘਰ ਦੇ ਬਾਕੀ ਮੈਂਬਰ ਕੰਮ ਤੋਂ ਆ ਕੇ, ਗਰਮ ਪਾਣੀ ਨਾਲ ਹੱਥ ਪੈਰ ਧੋ ਕੇ, ਫੇਰ ਰੋਟੀ ਖਾਦੇ ਸਨ। ਪਰ ਪਾਣੀ ਦਾ ਪਤੀਲਾ ਤਾਂ ਉਬਲਣ ਵਿੱਚ ਹੀ ਨਹੀਂ ਸੀ ਆ ਰਿਹਾ। ਸਲਾਬੀਆਂ ਪਾਥੀਆਂ ਨੂੰ ਵਾਰੀ ਵਾਰੀ ਭੂਕਨੇ ਨਾਲ ਫੂਕਾਂ ਮਾਰਦਿਆਂ ਉਸ ਦਾ ਮੱਥਾ ਦੁਖਣ ਲੱਗ ਪਿਆ ਸੀ।

ਜਿਉਂ ਜਿਉਂ ਸ਼ਾਮ ਢਲ ਰਹੀ ਸੀ ਬਚਨੋਂ ਦੀ ਹੂੰਗਰ ਹੋਰ ਤਿੱਖੀ ਹੁੰਦੀ ਜਾ ਰਹੀ ਸੀ। ਮਹਿਤਾਬ ਕੌਰ ਨੇ ਤਾਂ ਤੁਰਦੇ ਫਿਰਦਿਆਂ ਹੀ ਅੱਜ ਦਾ ਨਿੱਤ ਨੇਮ ਕਰ ਲਿਆ। ਧੂਫ ਦੇ ਕੇ, ਉਸ ਨੇ ਦੇਸੀ ਘਿਉ ਦਾ ਦੀਵਾ ਵੀ ਪਿਛਲੇ ਅੰਦਰ ਜਗਾ ਕੇ ਧਰ ਦਿੱਤਾ। ਨਹੀਂ ਤਾਂ ਅੱਗੇ ਉਹ ਗੁਰਦੁਵਾਰੇ ਘੜਿਆਲ ਵੱਜਣ ਤੋਂ ਬਾਅਦ ਹੀ ਚੌਂਤਰੇ ਤੇ ਬੋਰੀ ਵਿਛਾ ਕੇ ਪਾਠ ਸ਼ੁਰੂ ਕਰਦੀ ਸੀ। ਉਸ ਦੇ ਨਿੱਤਨੇਮ ਵਿੱਚ ਜਪੁਜੀ ਸਾਹਿਬ ਦੀਆਂ ਪੰਜ ਪੌੜੀਆਂ, ਚੌਪਈ ਅਤੇ ਊਠਕ ਸੁਖੀਆ ਬੈਠਕ ਸੁਖੀਆ ਵਾਲਾ ਇੱਕ ਸ਼ਬਦ ਹੁੰਦਾ। ਬਾਕੀ ਸਮਾਂ ਉਹ ਮਾਲ਼ਾ ਫੇਰਦੀ ਵਾਖਰੂ ਵਾਖਰੂ ਕਰੀ ਜਾਂਦੀ। ਜੇ ਕਦੇ ਜ਼ਿਆਦਾ ਸਮਾਂ ਹੁੰਦਾ ਤਾਂ ਉਹ 'ਧੰਨ ਉਂ ਆਂ, ਧੰਨ ਉਂ ਆਂ, ਧੰਨ ਉਂ ਆਂ' ਵਾਲਾ ਸ਼ਬਦ ਵੀ ਪੜ੍ਹ ਲੈਂਦੀ। ਜਿਸ ਵਿੱਚ ਦਸਾਂ ਗੁਰੂਆਂ ਨੇ ਨਾਂ ਆਉਂਦੇ ਸਨ। ਉਹ ਕਹਿੰਦੀ "ਭਾਈ ਸਾਨੂੰ ਅਨਪੜ੍ਹਾਂ ਨੂੰ ਤਾਂ ਏਨਾ ਈ ਔਂਦਾ ਏ" ਪਰ ਅੱਜ ਉਸਦਾ ਮਨ ਪਾਠ ਵਿੱਚ ਨਹੀ ਸੀ ਲੱਗ ਰਿਹਾ।

ਫੇਰ ਬਚਨੋ ਦੀ ਹੂੰਗਰ ਵਧਦੀ ਵਧਦੀ ਚੀਕਾਂ ਵਿੱਚ ਹੀ ਤਬਦੀਲ ਹੋ ਗਈ। ਉਧਰ ਗੁਰਦੁਵਾਰੇ ਘੜਿਆਲ ਵੱਜੀ ਤੇ ਏਧਰ ਲੰਬੜਦਾਰ ਸੰਤਾ ਸਿੰਘ ਦੇ ਘਰ ਬੱਚੇ ਦੀ ਚੀਕ। ਦਾਈ ਜੀਊਣੀ ਨੇ ਬੱਚਾ ਦੇਖਣ ਸਾਰ ਕਿਹਾ "ਵਧਾਈਆਂ ਮਹਿਤਾਬ ਕੁਰੇ ਤੂੰ ਚੰਦ ਵਰਗੇ ਦੋਹਤੇ ਦੀ ਨਾਨੀ ਬਣ ਗੀ। ਸੁੱਖ ਨਾਲ ਲੰਮੀਆਂ ਉਮਰਾਂ ਵਾਲਾ ਹੋਵੇ"

"ਤੇਰੇ ਮੂੰਹ ਘਿਉ ਸ਼ੱਕਰ ਜੀਣੀਏ...। ਕਰਮਾਂ ਵਾਲਾ ਲੱਗਦੈ ਜਿਸ ਦੇ ਜਨਮ ਸਮੇਂ ਘੜਿਆਲ ਵੱਜੀ ਏ ਤੇ ਸਭ ਨੇ ਵਾਖਰੂ ਵਾਖਰੂ ਕਿਹਾ ਏ। ਕੁੜੇ ਦੇਣ ਆਲਾ ਤਾਂ ਪ੍ਰਮਾਤਮਾ ਏ। ਸਭ ਦੀ ਝੋਲੀ ਭਰੇ। ਹੁਣ ਤੈਨੂੰ ਖੁਸ਼ ਕਰ ਕੇ ਤੋਰੂੰ। ਦੁੱਗਣੀ ਸੇਪੀ ਤੇ ਸਿਰੇ ਦਾ ਸੂਟ ਦਊਂ" ਮਹਿਤਾਬ ਕੌਰ ਮੁਸਕਰਾਈ।

ਜੋਗਿੰਦਰ ਕੁਰ, ਦਾਈ ਜੀਊਣੀ ਦੀ ਮੱਦਦ ਕਰ ਰਹੀ ਸੀ। ਨਾੜੂਆ ਕੱਟਣ ਤੋਂ ਲੈ ਕੇ ਬੱਚਾ ਨੁਹਾਉਣ ਤੱਕ ਉਹ ਉਹਦੇ ਨਾਲ ਹੀ ਮੱਦਦ ਕਰਦੀ ਰਹੀ। ਅਜਿਹਾ ਉਸਦਾ ਪਹਿਲਾ ਤਜ਼ੁਰਬਾ ਸੀ। ਉਹ ਬੇਹੱਦ ਹੈਰਾਨ ਵੀ ਸੀ ਤੇ ਘਬਰਾਈ ਹੋਈ ਵੀ। ਉਸ ਨੂੰ ਤਾਂ ਚੁੱਲੇ ਚੌਂਕੇ ਦਾ ਕੰਮ ਵੀ ਭੁੱਲ ਗਿਆ। ਪਾਣੀ ਰਿੱਝ ਰਿੱਝ ਅੱਧਾ ਰਹਿ ਗਿਆ ਸੀ। ਚੁੱਲੇ ਵਿੱਚ ਅੱਗ ਬਲਦੀ ਦੇਖਣ ਜਦੋਂ ਉਹ ਚੌਂਤੇ ਤੇ ਆਈ ਤਾਂ ਉਨੇ ਨੂੰ ਹਰਦੇਵ ਕੁਰ ਨਾਲ ਸਿਮਰੋ ਤੇ ਸਰਨੋ ਵੀ ਸਾਗ ਤੋੜ ਕੇ ਆ ਗਈਆਂ।

ਜੋਗਿੰਦਰ ਨੇ ਉਨ੍ਹਾਂ ਨੂੰ ਭੱਜਕੇ, ਬੂਹੇ ਵਿੱਚ ਹੀ ਰੋਕ ਕੇ ਖੁਸ਼ਖਬਰੀ ਦਿੰਦਿਆਂ ਕਿਹਾ "ਵਧਾਈਆਂ ਭੈਣੇ ਤੂੰ ਮਾਮੀ ਬਣ ਗੀ। ਕੁੜੇ ਤੁਸੀਂ ਵੀ ਮਾਸੀਆਂ ਬਣਗੀਆਂ। ਹੁਣ ਹੱਥ ਸੁੱਚੇ ਕਰਕੇ, ਪਾਣੀ ਦਾ ਛਿੱਟਾ ਮਾਰ ਕੇ ਅੰਦਰ ਜਾਇਉ" ਸਾਰਿਆ ਦੇ ਚਿਹਰੇ ਤੇ ਮੁਸਕਰਾਹਟ ਦੌੜ ਗਈ। ਤੇ ਉਹ ਹੱਥ ਸੁੱਚੇ ਕਰਨ ਲੱਗੀਆਂ। ਸਰਨੋ ਅਤੇ ਸਿਮਰੋ ਨੂੰ ਸੰਗ ਵੀ ਆ ਰਹੀ ਸੀ। ਉਹ ਬਚਨੋ ਕੋਲ ਜਾਣ ਤੋਂ

ਕਤਰਾਉਂਦੀਆਂ ਸਨ। ਪਰ ਹਰਦੇਵ ਕੌਰ ਬੱਚੇ ਨੂੰ ਦੇਖਣ ਸਾਰ ਬੋਲੀ "ਲੋਗੜ ਜਿਹਾ...ਕਿਤੇ ਨਜ਼ਰ ਵੀ ਨਾਂ ਲੱਗ ਜਾਵੇ...ਜੀਂਦਾ ਵੱਸਦਾ ਰਹੇ" ਉਸ ਨੇ ਕੁੱਬੀ ਕੁੱਬੀ ਫਿਰਦੀ ਬੇਬੇ ਮਹਿਤਾਬ ਕੁਰ ਨੂੰ ਵੀ ਵਧਾਈਆਂ ਦਿੱਤੀਆਂ। ਤੇ ਫੇਰ ਬੇਬੇ ਦੇ ਕਹਿਣ ਤੇ ਹੀ ਵਧਾਈਆਂ ਦਾ ਗੁੜ ਭੰਨਣ ਲੱਗ ਪਈ।

ਮਹਿਤਾਬ ਕੌਰ ਜਿਸ ਨੂੰ ਸਾਰੇ ਬੇਬੇ ਕਹਿੰਦੇ ਸਨ, ਆਪਣੇ ਜ਼ਮਾਨੇ ਵਿੱਚ ਬਹੁਤ ਹੀ ਖ਼ੂਬਸੂਰਤ ਅਤੇ ਜਵਾਨ ਔਰਤ ਸੀ । ਤੇ ਕੰਮ ਕਰਨ ਨੂੰ ਵੀ ਬੇਹੱਦ ਤਕੜੀ ਸੀ। ਗੋਹਾ ਕੂੜਾ ਕਰਨਾ, ਸੰਨੀਆਂ ਰਲਾਉਣੀਆਂ, ਧਾਰਾਂ ਕੱਢਣੀਆਂ ਅਤੇ ਰੋਟੀ ਟੁੱਕ ਕਰਨਾ ਉਸਦੇ ਜਿੰਮੇ ਸੀ। ਕੰਮ ਤਾਂ ਜਿਵੇਂ ਉਸਦੇ ਅੱਗੇ ਦੌੜਦਾ ਸੀ। ਉਹ ਚੱਕੀ ਝੋਂਹਦੀ, ਲੱਸੀ ਰਿੜਕਦੀ, ਚਰਖਾ ਕੱਤਦੀ ਪਰ ਕਦੇ ਨਾਂ ਥੱਕਦੀ। ਨਿੱਤ ਨੇਮ ਵਿੱਚ ਵੀ ਨਾਗਾ ਨਾ ਪੈਣ ਦਿੰਦੀ। ਉਸਦਾ ਵੱਡਾ ਪਰਿਵਾਰ ਸੀ। ਚਾਰ ਮੁੰਡੇ ਤੇ ਚਾਰ ਕੁੜੀਆਂ। ਛੋਟੇ ਮੁੰਡੇ ਦੇ ਜਨਮ ਤੋਂ ਬਾਅਦ ਜਦੋਂ ਉਸ ਨੇ ਦੁਬਾਰਾ ਘਰ ਦਾ ਕੰਮ ਸ਼ੁਰੂ ਕੀਤਾ ਤਾਂ ਇੱਕ ਦਿਨ ਗੋਹੇ ਦਾ ਭਰਿਆ ਟੋਕਰਾ ਆਪ ਹੀ ਚੁੱਕਣ ਲੱਗ ਪਈ। ਕਹਿੰਦੇ ਉਸ ਦੀ ਰੀੜ ਦੀ ਹੱਡੀ ਦਾ ਮਣਕਾ ਤਿੜਕ ਗਿਆ ਸੀ। ਉਦੋਂ ਤੋਂ ਹੀ ਉਹ ਕੁੱਬੀ ਕੁੱਬੀ ਤੁਰਨ ਲੱਗੀ। ਜੋ ਮੁੜਕੇ ਕਦੀ ਵੀ ਠੀਕ ਨਾ ਹੋਇਆ। ਹੁਣ ਤਾਂ ਇਹ ਉਸਦੀ ਜ਼ਿੰਦਗੀ ਦਾ ਰੋਗ ਅਤੇ ਸਖਸ਼ੀਅਤ ਦਾ ਇੱਕ ਹਿੱਸਾ ਹੀ ਬਣ ਗਿਆ ਸੀ। ਪਰ ਕੰਮ ਕਰਨ ਦੀ ਆਦਤ ਅਜੇ ਵੀ ਉਸਦੀ ਉਹੋ ਹੀ ਸੀ ਅੱਜ ਵੀ ਉਹ ਕੁੱਬੀ ਕੁੱਬੀ ਭੱਜੀ ਫਿਰ ਰਹੀ ਸੀ।

ਫਿਰਦੀ ਵੀ ਕਿਵੇਂ ਨਾਂ ਪਰਿਵਾਰ ਦੀ ਵੇਲ ਨੂੰ ਇੱਕ ਹੋਰ ਲਗਰ ਫੁੱਟੀ ਸੀ। ਉਸ ਨੂੰ ਯਾਦ ਆਏ ਉਹ ਦਿਨ,ਜਦੋਂ ਉਸ ਦੇ ਫੌਜੀ ਬਾਪ ਨੇ ਉਸਦਾ ਦਾ ਰਿਸ਼ਤਾ ਚੋਖੀ ਜ਼ਮੀਨ ਦੇਖ ਕੇ ਸੰਤਾ ਸਿਉਂ ਨੂੰ ਕਰ ਦਿੱਤਾ ਸੀ। ਖੰਨੇ ਕੋਲ ਪੈਂਦੇ ਪਿੰਡ ਹਰਗਣਾ ਦੀ ਔਰਤ, ਜੋ ਸੰਤਾ ਸਿੰਘ ਦੀ ਤਾਈ ਸੀ, ਇਹ ਰਿਸ਼ਤਾ ਲੈ ਕੇ ਆਈ ਸੀ। ਮਹਿਤਾਬ ਕੌਰ ਨੇ ਵਿਆਹ ਤੋਂ ਬਾਅਦ ਜਦੋਂ ਇਹ ਰੇਤਲ਼ੇ ਇਲਾਕੇ ਅਤੇ ਟੱਬਰ ਰਹਿਤ ਘਰ ਵਿੱਚ ਪ੍ਰਵੇਸ਼ ਕੀਤਾ, ਤਾਂ ਉਸਦਾ ਦਿਲ ਵਲੂੰਧਰਿਆ ਗਿਆ।

ਉਹ ਸੋਚਦੀ ਰਹੀ ਕਿ "ਏਥੇ ਮੇਰਾ ਜੀ ਕਿਵੇਂ ਲੱਗੂ ?" ਮੁਕਲਾਵੇ ਤੋਂ ਪਹਿਲਾਂ ਉਹ ਆਪਣੀ ਮਾਂ ਦੇ ਗਲ਼ ਲੱਗ ਧਾਹੀਂ ਰੋਈ ਸੀ "ਮਾਏ ਮੇਰੀਏ ਕਿਹੜੇ ਜਨਮਾਂ ਦਾ ਬਦਲਾ ਲਿਐ ? ਜੈ ਖਾਣਾਂ ਮਾਰੂਥਲ ਹੀ ਮਾਰੂਥਲ। ਦਰਿਆਵਾਂ ਤੋਂ ਪਾਰ ਲਿਜਾ ਸਿੱਟਿਆ ਮੈਨੂੰ...। ਮੈਂ ਬਾਪੂ ਦਾ ਕੀ ਮਾੜਾ ਕੀਤਾ ਤੀ ? ਹੁਣ ਮੈਨੂੰ ਮਿਲਣ ਓਥੇ ਕੀਹਨੇ ਜਾਣੈ ? ਕੋਈ ਟੱਬਰ ਟੀਹਰ ਵੀ ਨੀ, ਜਿੱਥੇ ਜੀ ਲੱਗ ਜਾਵੇ" ਉਹ ਤਾਂ ਅਪਣੇ ਭਰਾ ਹਕੀਮ ਅਤੇ ਹਰਨਾਮ ਦੇ ਗਲ ਲੱਗ ਕੇ ਵੀ ਭੁੱਬੀ ਰੋਈ ਸੀ। ਮੁੜਦੀ ਗੱਡੀ ਤੋਂ ਬਾਅਦ ਉਸ ਨੂੰ ਕੋਈ ਘੱਟ ਹੀ ਮਿਲਣ ਆਇਆ ਸੀ। ਐਡੀ ਦੂਰ ਤੁਰ ਕੇ ਔਂਦਾ ਵੀ ਕੌਣ ? ਫੇਰ ਉਸਦੇ ਬੱਚੇ ਹੋਏ। ਚਾਰ ਮੁੰਡੇ ਤੇ ਚਾਰ ਕੁੜੀਆਂ। ਤਾਂ ਉਸਦਾ ਦਿਲ ਲੱਗ ਗਿਆ। ਘਰ 'ਚ ਰੌਣਕ ਹੋ ਗਈ। ਤੇ ਹੁਣ ਇਹ ਵੇਲ ਹੋਰ ਅੱਗੇ ਵਧ ਰਹੀ ਸੀ। ਉਸ ਨੇ ਗੁੜ ਭੰਨ ਕੇ ਛੰਨੇ ਵਿੱਚ ਪਾਇਆ ਤੇ ਦੁੱਧ ਚਿੱਟੇ ਪੋਣੇ ਨਾਲ ਢਕ ਦਿੱਤਾ।

ਹਰਦੇਵ ਕੌਰ ਨੇ ਫੇਰ ਸਿਮਰੋ ਤੇ ਸਰਨੋਂ ਨੂੰ ਕਿਹਾ "ਚਲੋ ਕੁੜੇ ਚੱਕੋ ਗੁੜ ਦਾ ਛੰਨਾ, ਤੇਰੇ ਵੀਰ ਉਨੀ ਤਾਂ ਖ਼ੁਸ਼ਖਬਰੀ 'ਡੀਕਦੇ ਹੋਣੇ ਨੇ। ਨਾਲੇ ਸੰਨੀਆਂ ਕਰ ਕੇ ਧਾਰਾਂ ਕੱਢ ਲਿਆਈਏ" ਦੋਨੋਂ ਬੀਬੀਆਂ ਨਣਦਾਂ ਉਸ ਨਾਲ ਤੁਰ ਪਈਆਂ। ਰਸਤੇ ਦੇ ਵਿੱਚ ਉਸਨੇ ਚਾਚੀ ਸੀਬੋ ਤੇ ਇੱਕ ਦੋ ਹੋਰਾਂ ਦੇ ਹੱਥ ਤੇ ਗੁੜ ਦੀ ਰੋੜੀ ਧਰ ਕੇ ਖੁਸ਼ੀ ਦੀ ਖਬਰ ਸਾਂਝੀ ਕੀਤੀ।

ਜਦੋਂ ਉਹ ਬਾਹਰਲੇ ਘਰ ਗਈਆਂ ਤਾਂ ਟੋਕਾ ਕੁਤਰਨੀ ਮਸ਼ੀਨ ਚੱਲ ਰਹੀ ਸੀ। ਗਾਧੀ ਨੂੰ ਜੁੜਿਆ ਬੋਤਾ ਆਪਣੀ ਮਸਤ ਚਾਲ ਚੱਲ ਰਿਹਾ ਸੀ। ਹਰਦੇਵ ਕੁਰ ਦੇ ਘਰ ਵਾਲਾ ਗੁਰਜੀਤ ਸਿਉਂ ਮਸ਼ੀਨ ਤੇ ਬਰਸੀਮ ਦਾ ਰੁੱਗ ਲਾ ਰਿਹਾ ਸੀ। ਦਿਉਰ ਬਲਕਾਰ ਸਿੰਘ ਬਲਦਾ ਨੂੰ ਪੇੜੇ ਕਰ

ਰਿਹਾ ਸੀ। ਬਲਦਾ ਦੀ ਸੇਵਾ ਕਰਕੇ ਉਨ੍ਹਾ ਨੂੰ ਹਾੜੀ ਦੀ ਗਹਾਈ ਲਈ ਤਿਆਰ ਕੀਤਾ ਜਾ ਰਿਹਾ ਸੀ। ਦੇਬੂ ਚਮਾਰ ਜੋ ਉਨ੍ਹਾਂ ਨਾਲ ਸਾਂਝੀ ਰਲਿਆ ਹੋਇਆ ਸੀ, ਫੌਹੜਾ ਲੈਕੇ ਪਸ਼ੂਆਂ ਦਾ ਗੋਹਾ ਹਟਾਉਣ ਦੇ ਨਾਲ ਨਾਲ ਬੋਤੇ ਨੂੰ ਵੀ ਹੱਕੀ ਜਾਂਦਾ ਸੀ।

ਹਰਦੇਵ ਕੌਰ ਨੇ ਨਾਲ਼ ਲਿਆਂਦੀ, ਭਿੱਜੇ ਖਲ਼ ਵੜੇਵਿਆਂ ਦੀ ਬਾਲਟੀ ਸਰਨੋ ਨੂੰ ਫੜਾਉਂਦਿਆਂ ਕਿਹਾ "ਤੁਸੀਂ ਸੰਨੀ ਕਰੋ, ਮੈਂ ਆਈ" ਉਸ ਨੂੰ ਸਾਹਮਣੇ ਛੱਪਰ ਮੂਹਰੇ ਸੰਤਾ ਸਿੰਘ ਰੱਸਾ ਵੱਟਦਾ ਦਿਖਿਆ। ਉਸ ਨੇ ਆਪਣਾ ਘੁੰਡ ਲੰਮਾ ਕਰ ਲਿਆ ਤੇ ਖੁਸ਼ੀ ਵਿੱਚ ਖੀਵੀ ਹੋਈ ਉਧਰ ਤੁਰ ਪਈ "ਵਧਾਈਆਂ ਬਾਪੂ ਜੀ, ਮਖਾਂ ਤੂੰ ਨਾਨਾ ਬਣ ਗਿਆ। ਆਪਣੀ ਬਚਨ ਕੁਰ ਕੋਲ ਸੁੱਖ ਨਾਲ ਮੁੰਡਾ ਐ" ਉਸ ਨੇ ਗੁੜ ਦੀ ਰੋੜੀ ਵੀ ਅੱਗੇ ਵਧਾ ਦਿੱਤੀ। ਲੰਬੜਦਾਰ ਸੰਤਾ ਸਿਉਂ ਦੇ ਚੇਹਰੇ ਤੇ ਖੁਸ਼ੀ ਦਾ ਖੇੜਾ ਆਇਆ। ਉਸ ਨੇ ਧਰਤੀ ਨਮਸਕਾਰੀ ਤੇ ਪ੍ਰਮਾਤਮਾ ਦਾ ਸ਼ੁਕਰਾਨਾ ਅਦਾ ਕੀਤਾ। ਫੇਰ ਹਰਦੇਵ ਕੁਰ ਆਪਣੇ ਘਰਵਾਲੇ ਅਤੇ ਦਿਉਰ ਕੋਲ, ਇਹ ਖਬਰ ਲੈ ਕੇ, ਮੂੰਹ ਮਿੱਠਾ ਕਰਾਉਣ ਚਲੀ ਗਈ। ਸਾਰਿਆਂ ਨੂੰ ਜਿਵੇਂ ਇੱਕ ਚਾਅ ਜਿਹਾ ਚੜ੍ਹ ਗਿਆ ਸੀ।

ਦੇਬੂ ਚਮਾਰ ਨੇ ਪਰਨੇ ਦੇ ਲੜ ਨਾਲ ਫੜ ਕੇ ਗੁੜ ਦੀ ਰੋੜੀ ਮੂੰਹ 'ਚ ਪਾਈ। ਤਸਲੇ ਵਿੱਚ ਪਏ ਪਾਣੀ ਨਾਲ ਹੱਥ ਸੁੱਚੇ ਕਰ ਕੇ ਉਹ ਪਿਛਲੇ ਵਿਹੜੇ ਵਿੱਚੋਂ ਖੱਬਲ ਦੀਆਂ ਕੁੱਝ ਤਿੜਾਂ ਪੁੱਟ ਲਿਆਇਆ ਅਤੇ ਸੰਤਾ ਸਿੰਘ ਦੀ ਪੱਗ 'ਚ ਟੁੰਗਿਦਿਆਂ ਉਸ ਨੇ ਵਧਾਈਆਂ ਦਿੱਤੀਆਂ "ਵਧਾਈਆਂ ਲੰਬੜਦਾਰ ਜੀ ਪ੍ਰਮਾਤਮਾਂ ਏਸੇ ਤਰਾਂ ਵੇਲ ਵਧਾਵੇ" ਸੰਤਾ ਸਿੰਘ ਨੇ ਖੀਸੇ 'ਚ ਹੱਥ ਮਾਰ ਕੇ ਇੱਕ ਪੋਟਲੀ ਖੋਹਲੀ ਤੇ ਉਸ ਵਿੱਚੋਂ ਚਾਂਦੀ ਦਾ ਰੁਪਈਆ ਕੱਢ ਕੇ ਦੇਬੂ ਦੀ ਤਲੀ ਤੇ ਧਰ ਦਿੱਤਾ। ਅੱਗੋਂ ਉਸ ਨੇ ਵੀ ਅਸੀਸਾਂ ਦੀ ਝੜੀ ਲਾ ਦਿੱਤੀ 'ਸੱਚੇ ਪਾਸ਼ਾ ਵੇਲ ਵਧਾਵੇ। ਭਾਗ ਲੱਗੇ ਰਹਿਣ। ਜੀਂਦੇ ਵਸਦੇ ਰਹੋ। ਪ੍ਰਮਾਤਮਾਂ ਬਹੁਤਾ ਦੇਵੇ"

ਅੱਜ ਦਾ ਸੂਰਜ ਕਾਫੀ ਥੱਲੇ ਜਾ ਚੁੱਕਾ ਸੀ। ਡੁੱਬ ਰਹੇ ਸੂਰਜ ਦੀ ਲਾਲੀ ਘਰ ਦੇ ਬਨੇਰਿਆਂ ਤੇ ਲਾਲ ਭਾਅ ਮਾਰ ਰਹੀ ਸੀ। ਅੱਜ ਪਿੰਡ ਵਿੱਚ ਤਾਂ ਸਵੇਰ ਤੋਂ ਹੀ ਰੌਣਕ ਤੇ ਖੁਸ਼ੀ ਵਾਲਾ ਮਹੌਲ ਸੀ, ਕਿਉਂਕਿ ਊਧੇ ਦੀ ਧੀ, ਪਾਸ਼ੋ ਦਾ ਵਿਆਹ ਸੀ। ਤਿੰਨ ਦਿਨਾਂ ਤੋਂ ਠਹਿਰੀ ਬਰਾਤ ਦੇ ਵਿਦਾ ਹੋਣ ਨਾਲ ਪਿੰਡ ਵਿੱਚ ਜਿਵੇਂ ਸੁੰਨ ਜਿਹੀ ਪਸਰ ਗਈ ਸੀ। ਤੇ ਏਸ ਸੁੰਨ ਵਿੱਚ ਗੁਰਦੁਵਾਰੇ ਦਾ ਘੜਿਆਲ ਵੀ ਬਹੁਤ ਦੂਰ ਤੱਕ ਸੁਣਿਆ। ਗਿਆਨੀ ਗੁਰਮੁੱਖ ਸਿੰਘ ਵਲੋਂ ਕੀਤਾ ਜਾ ਰਿਹਾ 'ਰਹਿਰਾਸ'ਦਾ ਪਾਠ ਵੀ ਅੱਜ ਦੂਰ ਤੱਕ ਸੁਣਾਈ ਦੇ ਰਿਹਾ ਸੀ। ਸੰਤਾ ਸਿੰਘ ਨੇ ਵੀ ਹੱਥ ਮੂੰਹ ਧੋ ਕੇ ਦੋ ਵੇਲੇ ਮਿਲਦਿਆਂ ਹੀ 'ਰਹਿਰਾਸ' ਦਾ ਪਾਠ ਸ਼ੁਰੂ ਕਰ ਲਿਆ।

ਏਨੇ ਨੂੰ ਹਰਦੇਵ ਕੁਰ ਨੇ ਧਾਰਾਂ ਕੱਢ ਲਈਆਂ। ਛੱਪਰ ਅੰਦਰ ਦੇਬੂ ਨੇ ਖੁਰਲੀਆਂ ਵਿੱਚ ਪੱਠੇ ਪਾਕੇ, ਡੰਗਰ ਅੰਦਰ ਕਰ ਦਿੱਤੇ। ਗੁਰਜੀਤ ਅਤੇ ਬਲਕਾਰ ਨੇ ਸਮਾਨ ਸੰਭਾਲਿਆ ਤੇ ਹੋਰ ਨਿੱਕਾ ਮੋਟਾ ਕੰਮ ਕੀਤਾ। ਫੇਰ ਉਹ ਚੋਏ ਦੁੱਧ ਦੀਆਂ ਭਰੀਆਂ ਬਾਲਟੀਆਂ ਚੁੱਕ ਕੇ ਅੰਦਰਲੇ ਘਰ ਨੂੰ ਤੁਰ ਪਈਆਂ। ਅੱਗੇ ਹਰਦੇਵ ਕੁਰ ਦੀ ਦਰਾਣੀ ਜੋਗਿੰਦਰ ਆਟਾ ਗੁੰਨ ਰਹੀ ਸੀ। ਹੁਣ ਪਾਣੀ ਦਾ ਪਤੀਲਾ ਗਰਮ ਹੋਇਆ ਪਿਆ ਸੀ। ਘਰ ਅੰਦਰ ਨਵ ਜਨਮੇ ਬੱਚੇ ਦੀ ਅਨੂਠੀ ਖੁਸ਼ੀ ਜਿਵੇਂ ਸਭ ਦਾ ਇੰਤਜ਼ਾਰ ਕਰ ਰਹੀ ਹੋਵੇ।

•

ਭਾਗ 2

ਪਿੰਡ ਰਣੀਆ। ਜਿਲ੍ਹਾ ਲੁਧਿਆਣਾ ਦਾ ਇੱਕ ਛੋਟਾ ਜਿਹਾ ਪਿੰਡ। ਜਿਸ ਦਾ ਇਤਿਹਾਸ ਸਦੀਆਂ ਪੁਰਾਣਾ ਸੀ। ਇਸ ਵਿੱਚ ਪ੍ਰਾਚੀਨ ਨਾਗ ਜਾਤੀ ਨਾਲ ਸਬੰਧਤ ਲੋਕ ਰਹਿੰਦੇ ਸਨ। ਜਿਨਾਂ ਦਾ ਗੋਤ ਪਨਾਗ ਸੀ। ਇਨ੍ਹਾਂ ਹੀ ਪੁਰਾਤਨ ਸਮਿਆਂ 'ਚੋਂ ਜਨਮਿਆ ਸੀ 'ਤਕਸ਼ਕ' ਕਬੀਲਾ। ਤਕਸ਼ਕ ਕਬੀਲੇ ਵਾਲੇ ਆਪਣੇ ਆਪ ਨੂੰ 'ਤੱਖੀ' ਅਖਵਾਉਂਦੇ। ਤੱਖੀ ਨਾਗ ਵੀ ਸਰਪ ਜਾਤੀ ਵਿੱਚ ਕਾਫੀ ਮਸ਼ਹੂਰ ਸੀ। ਤੱਖੀ ਕਬੀਲੇ ਵਾਲਿਆਂ ਨੇ ਰਣੀਏ ਦੇ ਨਾਲ ਪਿੰਡ ਤੱਖਰ ਵਸਾਇਆ ਹੋਇਆ ਸੀ। ਇਨ੍ਹਾਂ ਦੋਹਾਂ ਪਿੰਡਾਂ ਦੇ ਲੋਕ ਅਜੇ ਵੀ ਸੱਪਾਂ ਦੀ ਪੂਜਾ ਕਰਦੇ ਸਨ। ਸੱਪ ਨੂੰ ਸੱਪ ਕਹਿਣ ਦੀ ਬਜਾਏ ਸਤਿਕਾਰ ਨਾਲ ਬਾਬਾ ਕਿਹਾ ਜਾਂਦਾ। ਦੋਹਾਂ ਪਿੰਡਾਂ ਵਿੱਚ ਸੱਪਾਂ ਨੂੰ ਮਾਰਿਆ ਵੀ ਨਹੀਂ ਸੀ ਜਾਂਦਾ ਸਗੋਂ ਸ਼ਿਸ਼ਕੇਰਿਆ ਜਾਂਦਾ ਸੀ। ਹਰ ਮਹੀਨੇ ਨਾਗ ਦੇਵਤਾ ਦੀ ਕੜ੍ਹਾਹੀ ਕਰਕੇ ਪ੍ਰਸ਼ਾਦ ਵੰਡਿਆ ਜਾਂਦਾ।

ਵੈਦਿਕ ਕਾਲ ਤੋਂ ਚਲੇ ਆ ਰਹੇ ਇਹ ਪਿੰਡ ਆਰੀਅਨ ਕਬੀਲਿਆਂ ਨੇ ਸਦੀਆਂ ਪਹਿਲਾਂ ਵਸਾਏ ਸਨ। ਜੋ ਕਈ ਵਾਰ ਉੱਜੜੇ ਤੇ ਕਈ ਵਾਰ ਵਸੇ। ਰਣੀਏ ਪਿੰਡ ਦੇ, ਹੁਣ ਵਾਲੀ ਥਾਂ ਇੱਕ ਵਾਰ ਕਹਿੰਦੇ ਕੋਈ ਪੁਰਾਣਾ ਪਿੰਡ, ਪੂਰੀ ਤਰ੍ਹਾਂ ਨਸ਼ਟ ਵੀ ਹੋ ਗਿਆ ਸੀ। ਫੇਰ ਉਸੇ ਹੀ ਥੇਹ ਤੇ ਇਹ ਨਵਾਂ ਪਿੰਡ ਉਸਾਰ ਲਿਆ ਗਿਆ। ਪੁਰਾਤਨ ਥੇਹ ਦੀਆਂ ਨਿਸ਼ਾਨੀਆਂ ਅਜੇ ਵੀ ਮੌਜੂਦ ਸਨ। ਏਥੇ ਹੁਣ ਵੀ ਮਿੱਟੀ ਪੁੱਟਣ ਵੇਲੇ ਪੁਰਾਣੇ ਠੀਕਰ, ਬਰਤਣ ਜਾਂ ਜੰਗਾਲ ਖਾਧੇ ਸੰਦ ਮਿਲਦੇ।

ਥੇਹ ਤੇ ਪੁਰਾਣੇ ਲੋਕਾਂ ਦੀ ਯਾਦ ਵਿੱਚ ਅਜੇ ਵੀ ਇੱਕ ਮੋੜ੍ਹੀ ਗੱਡੀ ਹੋਈ ਸੀ। ਜੋ ਮੁੜ ਨਵਾਂ ਪਿੰਡ ਬੰਨਣ ਵਾਲਿਆਂ ਨੇ ਪੁਰਾਣੇ ਲੋਕਾਂ ਦੀ ਯਾਦ ਵਿੱਚ ਗੱਡ ਦਿੱਤੀ ਹੋਵੇਗੀ। ਹੁਣ ਏਸ ਮੋੜ੍ਹੀ ਨੂੰ ਵੱਡੇ ਵਡੇਰੇ ਸਮਝਕੇ ਸਾਰਾ ਪਿੰਡ ਦਸਵੀਂ ਵਾਲੇ ਦਿਨ ਮੱਥਾ ਟੇਕਦਾ। ਨਵਾਂ ਪਿੰਡ ਬੰਨੇ ਨੂੰ ਵੀ ਭਾਵੇ ਸੈਂਕੜੇ ਵਰੇ ਬੀਤ ਗਏ ਸਨ, ਪਰ ਇਹ ਵਿਕਾਸ ਪੱਖੋਂ ਅਜੇ ਵੀ ਬਹੁਤ ਪਛੜਿਆ ਹੋਇਆ ਸੀ। ਤਹਿਸੀਲ ਸਮਰਾਲਾ ਦੇ ਬਲਾਕ ਮਾਛੀਵਾੜਾ ਵਿੱਚ ਵਸੇ ਏਸ ਪਿੰਡ ਦਾ ਰਕਬਾ ਹੁਣ 439 ਹੈਕਟੇਅਰ ਅਤੇ ਵਸੋਂ ਮਸਾਂ ਬਾਰਾਂ ਕੁ ਸੌ ਜੀ ਹੀ ਸੀ। ਹੁਣ ਇਸ ਪਿੰਡ ਵਿੱਚ ਪਨਾਗਾਂ ਤੋਂ ਬਿਨਾਂ ਬੋਲ਼ੇ,ਭੰਡਾਲ ਅਤੇ ਕੂਨਰ ਵੀ ਆ ਵਸੇ ਸਨ। ਜਿਨਾਂ ਦੀਆਂ ਆਪਣੀਆਂ ਆਪਣੀਆਂ ਗਲੀਆਂ ਅਤੇ ਪੱਤੀਆਂ ਸਨ।

ਜੇ 1961 ਦੀ ਗੱਲ ਕਰੀਏ ਤਾਂ ਪਿੰਡ ਵਿੱਚ ਕਾਫੀ ਘਰ ਨਾਨਕਸ਼ਾਹੀ ਇੱਟਾਂ ਦੇ ਬਣੇ ਹੋਏ ਸੀ ਪਰ ਬਹੁਤੇ ਅਜੇ ਵੀ ਚੀਰੂ ਮਿੱਟੀ ਨਾਲ ਹੀ ਬਣੇ ਹੋਏ ਸਨ। ਜਿਨਾਂ ਉੱਪਰ ਕੜੀਆਂ ਅਤੇ ਸਰਕੜੇ ਦੀਆਂ ਛੱਤਾਂ ਪਈਆਂ ਹੋਈਆਂ ਸਨ। ਇਹ ਛੱਤਾਂ ਮੀਂਹ ਪੈਣ ਵੇਲੇ ਅਕਸਰ ਚੋਣ ਲੱਗ ਜਾਂਦੀਆਂ। ਲੋਕ ਬੋਰੀਆਂ ਦੇ ਝੁੰਗਲ਼ ਮਾਟੇ ਮਾਰ ਕੇ ਕੱਚੀਆਂ ਛੱਤਾਂ ਤੇ ਮੋਰੀਆਂ ਬੰਦ ਕਰਨ ਚੜ ਜਾਂਦੇ। ਮੀਂਹ ਦੇ ਪਾਣੀ ਨਾਲ ਘਰਾਂ ਅੰਦਰ ਕੰਧਾਂ ਤੇ ਘਰਾਲਾਂ ਪੈਂਦੀਆਂ ਰਹਿੰਦੀਆਂ।

ਘਰਾਂ ਦੀਆਂ ਛੱਤਾਂ ਵਿੱਚ ਰੌਸ਼ਨੀ ਆਉਣ ਲਈ ਮੋਘੇ ਰੱਖੇ ਜਾਂਦੇ। ਜਿਨਾਂ ਨੂੰ ਮੀਂਹ ਪੈਣ ਵੇਲੇ ਟੀਨ ਦੇ ਢੱਕਣਾਂ ਨਾਲ ਢਕ ਦਿੱਤਾ ਜਾਂਦਾ। ਤੇਜ਼ ਕਣੀਆਂ ਟੀਨ ਤੇ ਡਿੱਗ ਕੇ ਰਸਭਿੰਨਾ

ਸੰਗੀਤ ਛੇੜਦੀਆਂ। ਝੜੀ ਲੱਗਣ ਵੇਲੇ ਕਈ ਕੱਚੀਆਂ ਕੰਧਾਂ ਡਿੱਗ ਵੀ ਪੈਂਦੀਆਂ। ਕੱਚੇ ਰਸਤਿਆਂ ਵਿੱਚ ਪਾਣੀ ਦੇ ਟੋਭੇ ਲੱਗ ਜਾਂਦੇ। ਜਿੰਨਾਂ ਦੇ ਕਿਨਾਰੇ ਬਹਿ ਕੇ ਡੱਡੂ ਗੜੈਂ ਗੜੈਂ ਕਰਦੇ। ਪਿੰਡ ਦੀਆਂ ਗਲੀਆਂ ਵਿੱਚ ਚਿੱਕੜ ਅਤੇ ਤਿਲਕਣ ਆਮ ਹੀ ਹੋ ਜਾਂਦੇ। ਸਾਉਣ ਦੇ ਮਹੀਨੇ ਇਨ੍ਹਾਂ ਸਭ ਮੁਸ਼ਕਲਾਂ ਤੋਂ ਬੇਖਬਰ ਪਿੰਡ ਦੇ ਲੋਕ ਮਾਹਲ਼ ਪੂੜੇ ਬਣਾ ਕੇ ਖਾਂਦੇ। ਗੁਲਗਲੇ ਕਚੌਰੀਆਂ ਦਾ ਆਨੰਦ ਮਾਣਦੇ ਅਤੇ ਰੱਬ ਨੂੰ ਵੀ ਹਰ ਵਕਤ ਯਾਦ ਕਰਦੇ ਰਹਿੰਦੇ।

ਇਸ ਪਿੰਡ ਦਾ ਚੌਗਿਰਦਾ ਉੱਚੇ ਉੱਚੇ ਰੇਤਲੇ ਟਿੱਬਿਆਂ ਨਾਲ ਘਿਰਿਆ ਹੋਇਆ ਸੀ। ਭਾਵੇਂ ਕਿਤੇ ਕਿਤੇ ਟਿੱਬਿਆਂ ਤੇ ਸਰਕੜਾ, ਕਾਹੀਂ ਦੇ ਬੂਝੇ, ਬਰੂ, ਕੰਡਿਆਲੀਆਂ ਝਾੜੀਆਂ ਅਤੇ ਬੇਰੀਆਂ ਦੇ ਝੁੰਡ ਵੀ ਦਿਖਾਈ ਦਿੰਦੇ ਪਰ ਤਾਂ ਵੀ ਸਾਰਾ ਦਿਨ ਰੇਤ ਉੱਡਦੀ ਰਹਿੰਦੀ। ਰੇਤਲੀ ਜ਼ਮੀਨ ਵਿੱਚ ਕੁੱਝ ਕੁ ਫਸਲਾਂ ਹੀ ਸੂਤ ਬੈਠਦੀਆਂ ਸਨ, ਜਿਨਾਂ ਵਿੱਚ ਮੂੰਗਫਲੀ , ਕਣਕ, ਜੌਂ, ਛੋਲੇ, ਗੁਆਰਾ, ਬਾਜ਼ਰਾ, ਸਰੋਂ, ਤਾਰਾਮੀਰਾ, ਅਲਸੀ, ਮੱਕੀ, ਕਮਾਦ ਅਤੇ ਨਰਮਾ ਮੁੱਖ ਸਨ। ਰੇਤੇ ਵਿੱਚ ਛੋਟੇ ਸੰਖ ਸਿੱਪੀਆਂ ਅਤੇ ਘੋਗੇ ਵੇਖ ਕੇ ਖੋਜ਼ੀ ਆਖਦੇ ਕਿ ਕਦੀ ਇਹ ਧਰਤੀ ਡੂੰਘੇ ਪਾਣੀ ਦਾ ਤਲ ਰਹੀ ਹੋਵੇਗੀ। ਕਈ ਕਹਿੰਦੇ ਏਥੇ ਸਮੁੰਦਰ ਹੋਵੇਗਾ ਅਤੇ ਕਈ ਕਹਿੰਦੇ ਪੁਰਾਤਨ ਸਮੇਂ ਦਰਿਆ ਸਰਸਵਤੀ, ਦਰਿਆ ਸ਼ਤਦਰੂ ਜਾਂ ਅਜੋਕਾ ਸਤਲੁਜ ਇਸੇ ਜਗਾ ਵਗਿਆ ਕਰਦੇ ਸਨ। ਨਾਗ ਜਾਤੀ ਨੇ ਪਹਿਲਾ ਪਿੰਡ ਵੀ ਕਿਸੇ ਦਰਿਆ ਦੇ ਕੰਡੇ ਤੇ ਹੀ ਵਸਾਇਆ ਹੋਵੇਗਾ। ਜੋ ਹੋ ਸਕਦਾ ਹੈ ਕਦੇ ਪਾਣੀ ਦੀ ਭੇਟ ਹੀ ਚੜ੍ਹ ਗਿਆ ਹੋਵੇ। ਤੇ ਕਦੀ ਇਹ ਰਣੀਆ ਪਿੰਡ ਵੀ ਦਰਿਆ ਦੇ ਕੰਢੇ ਤੇ ਹੀ ਹੋਵੇਗਾ। ਕਈ ਤਾਂ ਇਹ ਵੀ ਦੱਸਦੇ ਸਨ ਕਿ ਦਰਿਆ ਸਤਲੁਜ ਹੁਣ ਖਿਸਕਦਾ ਖਿਸਕਦਾ ਚੌਵੀ ਪੱਚੀ ਕਿਲੋਮੀਟਰ ਦੂਰ ਚਲਾ ਗਿਆ ਏ। ਜੋ ਹੁਣ ਪੂਰਬ ਵਲ ਮਾਛੀਵਾੜੇ ਦੇ ਉੱਪਰ ਰਾਂਹੋਂ ਕੋਲ ਵੱਗਦਾ ਸੀ। ਤੇ ਪੱਛਮ ਵਾਲੇ ਪਾਸੇ ਹੁਣ ਇਹ ਲੋਧੀਆਂ ਦੇ ਵਸਾਏ ਸ਼ਹਿਰ 'ਲੁਧਿਆਣਾ' ਤੋਂ ਪਾਰ ਵੱਗਦਾ ਸੀ। ਪਰ ਅੱਜ ਕੱਲ ਤਾਂ ਇਸ ਪਿੰਡ ਦੀਆਂ ਬਰੂਹਾਂ ਤੇ ਉਨੀਵੀਂ ਸਦੀ ਦੇ ਅਖੀਰ ਵਿੱਚ ਕੱਢੀ ਨਹਿਰ ਸਰਹਿੰਦ ਵਗਦੀ ਹੈ। ਜਿਸ ਦਾ ਇਸ ਪਿੰਡ ਦੇ ਲੋਕਾਂ ਨੂੰ ਕੋਈ ਭਾਅ ਨਹੀਂ।

ਜ਼ਿਅਦਾਤਰ ਜ਼ਮੀਨ ਮਾਰੂ ਹੈ ਅਤੇ ਫਸਲਾਂ ਮੀਂਹ ਦੇ ਆਸਰੇ ਪਲਦੀਆਂ ਸਨ। ਇਸ ਪਿੰਡ ਵਿੱਚ ਅਜੇ ਵੀ ਲੋਕ ਸਾਂਝੀ ਖੂਹੀ ਦਾ ਪਾਣੀ ਪੀਂਦੇ ਸਨ। ਜਿੱਥੇ ਆਥਣ ਸਵੇਰ ਪਾਣੀ ਕੱਢਣ ਵਾਲਿਆਂ ਦਾ ਡੋਲ ਖੜਕਦਾ ਹੀ ਰਹਿੰਦਾ।

ਹੁਣ ਤਾਂ ਪਿੰਡ ਵਿੱਚ ਕੋਈ ਕੋਈ ਖੂਹ ਵੀ ਲੱਗ ਗਿਆ ਸੀ। ਪਰ ਬਲਦਾਂ ਨਾਲ ਚੱਲਣ ਵਾਲੇ ਖੂਹ ਪਹਿਲਾਂ ਨਹੀਂ ਸਨ ਤਾਂ ਲੋਕ ਫਸਲਾਂ ਦੀ ਸਿੰਚਾਈ ਲਈ ਸਿਰਫ ਬੋਕੇ ਨਾਲ ਹੀ ਪਾਣੀ ਕੱਢਦੇ। ਹੁਣ ਕੁੱਝ ਨਵੇਂ ਖੂਹਾਂ ਦੇ ਲੱਗਣ ਨਾਲ ਰਾਤਾਂ ਨੂੰ ਵੀ ਬਲਦਾਂ ਦੀਆਂ ਟੱਲੀਆਂ ਖੜਕਦੀਆਂ ਰਹਿੰਦੀਆਂ। ਤੇ ਕਿਸਾਨਾਂ ਦੀਆਂ ਹੇਕਾਂ ਵਾਤਾਰਰਨ ਵਿੱਚ ਮਿਸ਼ਰੀ ਘੋਲਦੀਆਂ ਰਹਿੰਦੀਆਂ।

ਰਥ ਜਾਂ ਗੱਡੇ ਇਸ ਪਿੰਡ ਦਾ ਸ਼ਿੰਗਾਰ ਸਨ। ਟਿਕੀ ਰਾਤ ਵਿੱਚ ਘੋੜੀਆਂ ਦੀਆਂ ਘੁੰਗਰਾਲ਼ਾ ਵੀ ਖੜਕਦੀਆਂ, ਜਿਵੇਂ ਕੁਦਰਤ ਦੇਵੀ ਖਿੜ ਖਿੜ ਕਰਕੇ ਹੱਸਦੀ ਹੋਵੇ।

ਇਸ ਪਿੰਡ ਦਾ ਧਰਾਤਲ ਵੀ ਕੁੱਝ ਅਜੀਬ ਜਿਹਾ ਹੀ ਸੀ। ਇੱਕ ਪਾਸੇ ਰੇਤਲੇ ਟਿੱਬੇ ਤੇ ਦੂਸਰੇ ਪਾਸੇ ਨਹਿਰ ਦੀ ਸੇਮ। ਜੇ ਲਹਿੰਦੇ ਪਾਸੇ ਫਸਲਾਂ ਸੋਕੇ ਨਾਲ ਮਰ ਰਹੀਆਂ ਹੁੰਦੀਆਂ ਤਾਂ ਚੜਦੇ ਪਾਸੇ ਉਨ੍ਹਾਂ ਨੂੰ ਸੇਮ ਦਾ ਪਾਣੀ ਮਾਰ ਦਿੰਦਾ। ਨਹਿਰ ਨਾਲ ਫੈਲ਼ੀ ਸੇਘਲ਼ ਵਿੱਚ ਪਾਣੀ ਦਾ ਪੱਧਰ ਏਨਾ ਉੱਚਾ ਸੀ ਕਿ ਦੋ ਫੁੱਟ ਡੂੰਘਾ ਟੋਆ ਪੁੱਟਣ ਨਾਲ ਹੀ ਪਾਣੀ ਨਿੱਕਲ ਆਉਂਦਾ। ਇਹ ਸਾਰੀ ਸੇਘਲ਼

ਡੰਗਰਾ ਲਈ ਚਰਾਂਦ ਸੀ। ਸਾਰਾ ਦਿਨ ਏਥੇ ਪਸ਼ੂਆਂ ਦੇ ਵੱਗ ਚਰਦੇ ਰਹਿੰਦੇ। ਜੋ ਦਿਨ ਦੇ ਛਿਪਾ ਨਾਲ ਹੀ ਘਰਾਂ ਨੂੰ ਪਰਤਦੇ। ਸ਼ਾਮ ਨੂੰ ਵਾਗੀ ਹੋਕਰੇ ਲਾਉਂਦੇ ਅਤੇ ਰਾਹਾਂ ਵਿੱਚ ਧੂੜ ਉੱਡਦੀ ਰਹਿੰਦੀ। ਇਹਦੇ ਵਿੱਚ ਹੀ ਲੰਬੜਾਂ ਦਾ ਮਾਲ ਡੰਗਰ ਵੀ ਹੁੰਦਾ।

ਸਾਰਾ ਪਿੰਡ ਸ਼ਾਮ ਨੂੰ ਟੋਕਾ ਕੁਤਰਦਾ। ਸੁਆਣੀਆਂ ਸੰਨੀਆਂ ਕਰਦੀਆਂ ਅਤੇ ਧਾਰਾਂ ਕੱਢਦੀਆਂ। ਸੰਤਾ ਸਿੰਘ ਲੰਬੜਦਾਰ ਦਾ ਟੱਬਰ ਵੀ ਏਸੇ ਆਹਰ ਵਿੱਚ ਜੁਟ ਜਾਂਦਾ। ਜਦੋਂ ਇਸ ਪਰਿਵਾਰ ਵਿੱਚ ਬੱਚੇ ਦੀ ਆਮਦ ਹੋਈ ਤਾਂ ਜਿਵੇਂ ਹਥਲੇ ਕੰਮ ਵਿੱਚੇ ਹੀ ਰਹਿ ਗਏ। ਲਾਲੋ ਦੀ ਭੱਠੀ ਤੇ ਭੁੱਜਦੇ ਦਾਣਿਆਂ ਦੀ ਮਹਿਕ ਹੋਰ ਵੀ ਤਿੱਖੀ ਹੋ ਗਈ। ਗੁਰਦਵਾਰੇ ਦੀ ਘੰਟੀ ਨੇ ਤਾਂ ਜਿਵੇਂ ਪੂਰੀ ਫਿਜ਼ਾ ਵਿੱਚ ਹੀ ਸੰਗੀਤ ਘੋਲ਼ ਦਿੱਤਾ ਹੋਵੇ।

●

ਭਾਗ 3

ਸੰਤਾ ਸਿੰਘ ਲੰਬੜਦਾਰ ਦਾ ਘਰ ਪਿੰਡ ਦੇ ਵਿਚਕਾਰ ਪੈਂਦਾ ਸੀ। ਕੁੱਝ ਕੰਧਾ ਪੱਕੀਆਂ ਤੇ ਜ਼ਿਆਦਾਤਰ ਕੱਚਾ। ਕੜੀਆਂ, ਸ਼ਤੀਰਾਂ ਅਤੇ ਸਰਕੜੇ ਵਾਲੀ ਛੱਤ। ਚੀਰੂ ਪੱਥ ਕੇ ਬਣਾਈਆਂ ਕੰਧਾਂ। ਕੜੀਆਂ ਵਿੱਚ ਪਾਏ ਚਿੜੀਆਂ ਦੇ ਅਲ੍ਹਣੇ। ਤੇ ਕਿਰਲੀਆਂ ਦਾ ਤੁਰੇ ਫਿਰਨਾ ਇੱਕ ਆਮ ਜਿਹੀ ਗੱਲ ਸੀ। ਇਸੇ ਘਰ ਵਿੱਚ ਵਿੱਚ ਸੰਤਾ ਸਿੰਘ ਦੇ ਵਿਆਹ ਤੋਂ ਬਾਅਦ ਚਾਰ ਮੁੰਡੇ ਅਤੇ ਚਾਰ ਕੁੜੀਆਂ ਹੋਈਆਂ। ਇਹ ਮਹਿਤਾਬ ਕੌਰ ਦਾ ਪ੍ਰਤਾਪ ਹੀ ਕਹਿ ਲਉ ਜੋ ਉਜੜਿਆ ਘਰ ਮੁੜ ਤੋਂ ਵਸ ਗਿਆ। ਉਸੇ ਸੰਗਲ਼ੀ ਦੀ ਅਗਲੀ ਕੜੀ ਸੀ ਇਹ ਨਵ ਜਨਮਿਆ ਬਾਲ।

ਮਹਿਤਾਬ ਕੌਰ ਪੀੜੀ ਤੇ ਬੈਠੀ ਸੂਤ ਅਟੇਰਦੀ, ਆਪਣੀ ਨੂੰਹ ਜੋਗਿੰਦਰ ਕੌਰ ਨਾਲ ਪੁਰਾਣੀਆਂ ਗੱਲਾਂ ਵੀ ਕਰੀ ਜਾ ਰਹੀ ਸੀ। ਕੋਈ ਸਮਾਂ ਸੀ ਜਦੋਂ ਏਸ ਘਰ ਨਿਆਣਾ ਨਹੀਂ ਸੀ ਬਚਦਾ। ਆਪਣੇ ਸਭ ਭੈਣ ਭਰਾਵਾਂ ਵਿੱਚੋਂ ਸੰਤਾ ਸਿੰਘ ਇਕੱਲਾ ਹੀ ਬਚਿਆ ਸੀ। ਪਰ ਮਹਿਤਾਬ ਕੌਰ ਦੇ ਆਉਣ ਤੇ ਅਜਿਹਾ ਨਹੀਂ ਸੀ ਹੋਇਆ। ਸਿਰਫ ਇੱਕੋ ਮੌਤ ਹੋਈ ਸੀ। ਉਹ ਸੀ ਉਸਦੀ ਦੀ ਦੂਜੇ ਨੰਬਰ ਦੀ ਧੀ ਬਚਿੱਤਰੋ ਦੀ ਮੌਤ। ਜਿਸ ਨੇ ਮਹਿਤਾਬ ਕੌਰ ਨੂੰ ਧੁਰ ਅੰਦਰ ਤੱਕ ਹਿਲਾ ਕੇ ਰੱਖ ਦਿੱਤਾ ਸੀ। ਜਿਸ ਦੀ ਗੱਲ ਉਹ ਹੁਣ ਫੇਰ ਛੇੜ ਬੈਠੀ ਸੀ।

"ਜਾਣੋ ਮਰ ਜਾਣੀ ਦਾ ਦਗ ਦਗ ਕਰਦਾ ਚਿਹਰਾ... ਜਿਵੇਂ ਨਜ਼ਰਾਂ ਨੇ ਈਂ ਖਾਅ ਲੀ ਹੋਵੇ। ਅਜੇ ਤਾਂ ਵਿਚਾਰੀ ਨੇ ਚਾਅ ਵੀ ਪੂਰੇ ਨਹੀਂ ਤੀ ਕੀਤੇ। ਵਿਚਾਰੀ ਸਤਾਰਵੇਂ ਵਰੇ 'ਚ ਤੀ। ਬੱਸ ਐਹ ਜਿਆ ਤਈਆ ਤਾਪ ਚੜ੍ਹਿਆ ਕਿ ਕੁੜੀ ਨੂੰ ਖਾਅ ਈ ਗਿਆ...। ਚੰਦਰੀ ਮੰਗੀ ਹੋਈ ਵੀ ਤੀ। ਆਪੇ ਬੁਣ ਕੇ ਗਿਆਰਾਂ ਦਰੀਆਂ ਬਣਾਈਆਂ, ਉਨੇ ਈ ਚਾਦਰਾਂ ਸਰਾਹਣੇ ਕੱਢੇ। ਪਰ ਕੋਈ ਚਾਅ ਕੋਈ ਵੀ ਪੂਰਾ ਨਾ ਹੋਇਆ...। ਸ਼ਗਨਾ ਵਾਲਾ ਸੂਟ ਵੀ ਮਗੀ ਦੇ ਨਾਲ ਈ ਧਰਿਆ। ਮੌਤ ਚੰਦਰੀ ਨੂੰ ਉਹਦੇ ਤੇ ਭੋਰਾ ਤਰਸ ਨਾ ਆਇਆ। ਉਹ ਨੂੰ ਮੰਗਿਆ ਹੋਇਆ ਮੁੰਡਾ ਵੀ ਕਿੰਨੇ ਵਰੇ ਹੀ ਝੁਰਦਾ ਰਿਹਾ। ਕਦੇ ਕਦੇ ਪਿੰਡ ਵੀ ਮਿਲਣ ਆ ਜਾਂਦਾ ਤੀ..."

"ਫੇਰ ਇੱਕ ਦਿਨ ਤੇਰਾ ਬਾਪੂ ਕਹਿੰਦਾ, ਭਾਈ ਜਿੱਥੇ ਗਏ ਬਾਣੀਏ ਉੱਥੇ ਗਏ ਬਜ਼ਾਰ। ਲੋਕ ਕੋਈ ਹੋਰ ਗੱਲ ਬਣਾਉਣਗੇ। ਨਾਲੇ ਕਿਹੜਾ ਕਿਸੇ ਦਾ ਮੂੰਹ ਫੜ ਲੈਣੈ। ਤੂੰ ਹੁਣ ਨਾਂ ਆਵੀਂ। ਬੱਸ ਆਪਣੀ ਸਾਂਝ ਏਨੀ ਕੇ ਤੀ। ਪ੍ਰਮਾਤਮਾਂ ਨੂੰ ਏਹੋ ਮੰਜੂਰ ਤੀ। ਭਾਈ ਫੇਰ ਉਹ ਮੁੰਡਾ ਕਦੇ ਵੀ ਅੱਖ 'ਚ ਪਾਇਆ ਨਾ ਰੜਕਿਆ। ਮੈਂ ਤਾਂ ਕਹਿੰਦੀ ਤੀ ਮੀਤੋ ਦਾ ਸਾਕ ਕਰ ਦਿੰਨੇ ਆਂ ਪਰ ਤੇਰਾ ਬਾਪੂ ਨੀ ਮੰਨਿਆ"

"ਬੇਬੇ, ਬਚਿੱਤਰੋ ਨੂੰ ਕਿਸੇ ਹਕੀਮ ਨੂੰ ਨੀ ਤੀ ਦਿਖਾਇਆ ?" ਜੋਗਿੰਦਰੋ ਨੇ ਪੁੱਛਿਆ

"ਨਾਂ ਧੀਏ ਬਾਵੇ ਫਕੀਰ ਤੋਂ ਈਂ ਹੱਥ ਆਲ਼ਾ ਕਰਾਉਂਦੇ ਰਹੇ। ਜੈ ਖਾਣੇ ਹਕੀਮ ਤਾਂ ਸਾਰੇ ਮਾਛੂਆੜੇ ਤੀ। ਕਿਸੇ ਨੇ ਇਹ ਵੀ ਕਿਹਾ ਤੀ ਕੇ ਸਮਰਾਲੇ ਡਾਕਦਾਰ ਕੋਲ ਲ਼ੈ ਜੋ। ਤੇਰਾ ਬਾਪੂ ਕਹਿੰਦਾ ਡਾਕਦਾਰ ਕਿੱਤੇ ਰੱਬ ਆ...। ਜੋ ਦਾਤੇ ਦੀ ਲਿਖੀ ਹੋਈ ਆ, ਉਹੋ ਹੋਣੈ...। ਬੱਸ ਭਾਈ ਉਹਦੀ ਏਨੀ ਉ ਤੀ। ਰੱਬ ਅੱਗੇ ਕੀਅਦਾ ਜੋਰ ਆ" ਮਹਿਤਾਬ ਕੁਰ ਫੇਰ ਉਦਾਸੀ ਗਈ।

ਰਣੀਏ ਪਿੰਡ ਦਾ ਹਾਲ ਅਜੇ ਵੀ ਓਹੋ ਹੀ ਸੀ। ਇਹ ਤਾਂ ਸ਼ੁਕਰ ਆ ਕਿ ਇਹ ਜਣੇਪਾ ਦਾਈ ਨਾਲ ਹੀ ਹੋ ਗਿਆ, ਜੇ ਕਿਤੇ ਕਿਸੇ ਡਾਕਟਰੀ ਸਹਾਇਤਾ ਦੀ ਲੋੜ ਪੈ ਜਾਂਦੀ ਤਾਂ ਫੇਰ ਕੀ ਬਣਨਾ ਸੀ ? ਜੋਗਿੰਦਰ ਕੁਰ ਬੈਠੀ ਸੋਚਦੀ ਰਹੀ।

ਜਰੂਰੀ ਸੌਦਾ ਪੱਤਾ ਲੈਣ ਲਈ ਸਮਰਾਲਾ ਤੇ ਮਾਛੀਵਾੜਾ ਦੋਨੋ ਦੂਰ ਸਨ। ਸਮਰਾਲੇ ਜਾਣ ਲਈ ਪਹਿਲਾਂ ਦੋ ਕੋਹ ਵਾਟ ਰੇਤਲਾ ਰਾਹ ਤੁਰਨਾ ਪੈਂਦਾ। ਫੇਰ ਕਿਸ਼ਤੀ ਰਾਂਹੀ ਨਹਿਰ ਸਰਹਿੰਦ ਪਾਰ ਕਰਨੀ ਪੈਂਦੀ। ਤੇ ਫੇਰ ਅੱਗੇ ਮੀਲ ਭਰ ਤੁਰਨਾ ਪੈਂਦਾ, ਤਾਂ ਕਿਤੇ ਅੱਗੇ ਜਾਕੇ ਲੱਧੜਾਂ ਤੋਂ ਧੂਤੇ ਦਾ ਤਾਂਗਾ ਮਿਲਦਾ। ਪਰ ਰਾਤ ਬਰਾਤੇ ਕੋਈ ਕੀ ਕਰਦਾ ? ਰੱਬ ਤੇ ਹੀ ਡੋਰੀਆਂ ਸਨ। ਏਸੇ ਕਰਕੇ ਤਾਂ ਮਹਿਤਾਬ ਕੌਰ ਅਜੇ ਤੱਕ ਵੀ ਧਰਤੀ ਹੀ ਨਮਸ਼ਕਾਰੀ ਜਾ ਰਹੀ ਸੀ।

ਮਹਿਤਾਬ ਕੌਰ ਨੇ ਭਾਂਡੇ ਮਾਂਜਦੀ ਹਰਦੇਵ ਕੁਰ ਨੂੰ ਕਿਹਾ "ਨੀ ਤੂੰ ਚਾਹ ਵਾਲਾ ਪਤੀਲਾ ਮਾਂਜ ਕੇ, ਹੱਥ ਧੋ ਕੇ ਦੇਸੀ ਘਿਉ ਵਾਲਾ, ਸੇਮੀਆਂ ਦਾ ਕਾੜ੍ਹਾ ਬਣਾ ਦੇ। ਜਣੇਪੇ 'ਚ ਚੰਗਾ ਹੁੰਦੈ। ਨਾਲੇ ਮੈਨੂੰ 'ਖੰਡਪਾਠ ਤੋਂ ਲਿਆਂਦਾ ਕੁੰਭ ਵਾਲਾ ਪਾਣੀ ਵੀ ਹੱਥ ਸੁੱਚੇ ਕਰ ਕੇ ਦਈਂ। ਮੈਂ ਬਚਨੋਂ ਕੋਲ ਛਿੱਟਾ ਦੇ ਦੂੰ। ਕਿਤੇ ਕੋਈ ਬੁਰੀ ਬਲਾ ਈ ਨਾਂ ਪਹਿਰਾ ਕਰ ਲਵੇ"

"ਚੰਗਾ ਬੇਬੇ" ਹਰਦੇਵ ਕੌਰ ਨੇ ਕਿਹਾ। ਉਸ ਨੇ ਦਾਈ ਦੀ ਹਦਾਇਤ ਤੇ ਪੋਟਲੀ ਵਿੱਚ ਬੰਨ ਕੇ ਅਨਾਜ ਦੇ ਦਾਣੇ, ਲੋਹੇ ਦੀ ਦਾਤੀ ਤੇ ਗੁੱਗਲ ਦੀ ਧੂਫ ਵੀ ਧੁਖਾ ਦਿੱਤੀ। ਜਣੇਪੇ ਦੇ ਪਹਿਲੇ ਦਿਨ ਮਹਿਤਾਬ ਕੌਰ ਦੇ ਨਾਲ ਨਾਲ ਹਰਦੇਵ ਕੁਰ ਅਤੇ ਜੋਗਿੰਦਰ ਕੁਰ ਵੀ ਰਾਤ ਭਰ ਬਚਨੋਂ ਦੀ ਦੇਖ ਰੇਖ ਕਰਦੀਆਂ ਰਹੀਆਂ। ਉਨ੍ਹਾਂ ਦੇ ਪਤੀ ਗੁਰਜੀਤ ਅਤੇ ਬਲਕਾਰ ਜਾ ਕੇ ਬਾਹਰਲੇ ਘਰ ਸੌਂ ਗਏ। ਅਗਲੀ ਸਵਾਤ ਵਿੱਚ ਸਰਨੋ ਅਤੇ ਸਿਮਰੋ ਵੀ ਦੀਵੇ ਦੇ ਚਾਨਣ ਵਿੱਚ ਰਜ਼ਾਈਆਂ ਨਗੰਦ ਦੀਆਂ ਰਹੀਆਂ।

ਇਸ ਮੌਕੇ ਗੱਲਾਂ ਕਰਦਿਆਂ ਮਹਿਤਾਬ ਕੌਰ ਨੇ ਆਪਣੇ ਦੋ ਫੌਜੀ ਪੁੱਤਰਾ ਨੂੰ ਵੀ ਯਾਦ ਕੀਤਾ ਅਤੇ ਵੱਡੀ ਕੁੜੀ ਮੀਤੋ ਨੂੰ ਵੀ। ਜੋ ਹੁਣ ਤਿੰਨ ਨਿਆਣਿਆ ਦੀ ਮਾਂ ਬਣ ਗਈ ਸੀ। ਉਹ ਨਿਆਣੇ ਵੀ ਏਸੇ ਛੱਤ ਹੇਠ ਮਹਿਤਾਬ ਕੌਰ ਦੇ ਹੱਥਾਂ ਵਿੱਚ ਹੀ ਜੰਮੇ ਸਨ। ਉਨ੍ਹਾਂ ਦੀ ਦਾਈ ਵੀ ਏਹੋ ਜੀਊਣੀ ਹੀ ਸੀ। ਪਰ ਅੱਜ ਦੀ ਖ਼ਬਰ ਦਾ ਰਿਸ਼ਤੇਦਾਰੀਆਂ ਵਿੱਚ ਅਜੇ ਕਿਸੇ ਨੂੰ ਵੀ ਨਹੀਂ ਪਤਾ ਸੀ। ਪਤਾ ਭੇਜਣ ਦਾ ਸਾਧਨ ਹੀ ਕੋਈ ਨਹੀਂ ਸੀ। ਪੁਰਾਣੇ ਜ਼ਮਾਨੇ ਵਿੱਚ ਲੋਕ ਕਬੂਤਰਾਂ ਰਾਹੀਂ ਸੁਨੇਹੇ ਭੇਜਦੇ ਸਨ, ਪਰ ਹੁਣ ਇਹ ਕੰਮ ਡਾਕੀਏ ਕਰਦੇ। ਉਨ੍ਹਾਂ ਦੇ ਆਪਣੇ ਪਿੰਡ ਤਾਂ ਕੋਈ ਡਾਕਖਾਨਾ ਨਹੀਂ ਸੀ। ਡਾਕਖਾਨਾ ਭਾਵੇਂ ਨਾਲ ਦੇ ਪਿੰਡ ਤੱਖਰ ਸੀ, ਪਰ ਚਿੱਠੀ ਪਹੁੰਚਣ ਨੂੰ ਵੀ ਤਾਂ ਸਮਾਂ ਲੱਗਦਾ ਹੈ।

ਬੜੀ ਕੁੜੀ ਗੁਰਮੀਤੋ ਦੇ ਘਰਵਾਲਾ ਲੋੜੋਂ ਵੱਧ ਸ਼ਰਾਬ ਪੀਂਦਾ ਹੋਣ ਕਰਕੇ, ਸਾਰਿਆਂ ਨੂੰ ਉਸਦਾ ਫਿਕਰ ਰਹਿੰਦਾ ਸੀ। ਉਹ ਜੈਲਦਾਰਾਂ ਦਾ ਇਕੱਲਾ ਪੁੱਤ ਸੀ। ਜੋ ਪਹਿਲਾਂ ਤੋਂ ਹੀ ਐਸ਼ਾ ਨਾਲ ਪਲਿਆ ਹੋਇਆ ਸੀ। ਉਸ ਦੀ ਅਯਾਸ਼ੀ ਨੇ ਕੁੜੀ ਦੀ ਜ਼ਿੰਦਗੀ ਨੂੰ ਨਰਕ ਬਣਾਇਆ ਪਿਆ ਸੀ। ਸੰਤਾ ਸਿੰਘ ਅਕਸਰ ਕਹਿੰਦਾ "ਮੈਂ ਤਾਂ ਕੰਨਿਆ ਦਾ ਪਾਪ ਲੈ ਲਿਆ ਏ। ਹੁਣ ਏਹ ਸੱਤ ਜਨਮ ਨੀ ਉਤਰਨਾ। ਏਹਦੇ ਨਾਲੋਂ ਤਾਂ ਕੁੜੀ ਕਿਸੇ ਗਰੀਬ ਘਰ ਵਿਆਹ ਦਿੰਦਾ ?" ਮੀਤੋ ਹਮੇਸ਼ਾਂ ਪੇਕੇ ਆਕੇ ਡੁਸਕਦੀ ਰਹਿੰਦੀ ਤੇ ਕਹਿੰਦੀ "ਬਾਪੂ ਏਹਦੇ ਨਾਲੋਂ ਤਾਂ ਮੈਨੂੰ ਖੂਹ ਵਿੱਚ ਈ ਧੱਕਾ ਦੇ ਦਿੰਦਾ। ਇੱਕੋ ਵਾਰ ਤਾਂ ਜਾਨ ਨਿੱਕਲ ਜਾਂਦੀ। ਰੋਜ ਤਿਲ ਤਿਲ ਕਰਕੇ ਮਰਨਾ ਤਾਂ ਨਾਂ ਪੈਂਦਾ"

ਬਚਨੋ ਵੇਲੇ ਸੰਤਾ ਸਿਉਂ ਨੇ ਪਰਨ ਕਰ ਲਿਆ ਕਿ ਮੁੰਡਾ ਭਾਵੇ ਗਰੀਬ ਘਰ ਦਾ ਹੋਵੇ ਪਰ ਲੈਕ ਹੋਵੇ। ਜੱਟਾਂ ਦੇ ਪਰਿਵਾਰਾਂ ਵਿੱਚ ਵਿਆਹ ਮੁੰਡੇ ਨੂੰ ਨਹੀਂ ਸਗੋਂ ਜ਼ਮੀਨਾਂ ਜਾਇਦਾਦਾਂ ਨੂੰ ਹੁੰਦੇ ਨੇ। ਸੰਤਾ ਸਿਉਂ ਕੋਲ ਪੰਜ ਪੰਜ ਏਕੜ ਦੇ ਚਾਰ ਖੇਤ ਸਨ। ਪੱਚੀ ਏਕੜ ਜ਼ਮੀਨ ਵਿੱਚੋਂ ਜ਼ਿਆਦਾ ਮਾਰੂ ਹੀ ਸੀ। ਏਡੇ ਵੱਡੇ ਟੱਬਰ ਦਾ ਭਵਿੱਖ ਸੰਤਾ ਸਿੰਘ ਨੂੰ ਧੁੰਦਲਾ ਹੀ ਜਾਪਦਾ। ਤਾਂ ਹੀ ਤਾਂ ਉਸਨੇ ਆਪਣੇ ਦੋ ਮੁੰਡੇ ਸੁਖਦੇਵ ਅਤੇ ਹਰਜੀਤ ਫੌਜ ਵਿੱਚ ਭਰਤੀ ਕਰਵਾ ਦਿੱਤੇ ਸਨ। ਗੁਰਜੀਤ ਅਤੇ ਬਲਕਾਰ ਸਾਂਝੀਆਂ ਅਤੇ ਦਿਹਾੜੀਆਂ ਨਾਲ ਖੇਤੀ ਕਰੀ ਜਾ ਰਹੇ ਸਨ। ਉਪਰਲੇ ਕੰਮ ਸੰਤਾ ਸਿੰਘ ਆਪ ਕਰ ਲੈਂਦਾ। ਉਸ ਨੂੰ ਤਾਂ ਲੰਬੜਦਾਰੀ ਦੇ ਰੁਝੇਵਿਆਂ ਤੋਂ ਹੀ ਵਿਹਲ ਨਾ ਮਿਲਦਾ। ਪਰ ਤਾਂ ਵੀ ਉਹ ਖੇਤਾਂ 'ਚ ਕੰਮ ਕਰਦਿਆਂ ਨੂੰ ਚਾਹ ਪਾਣੀ ਦੇ ਆਉਂਦਾ। ਹੁਣ ਨਿਗਾਹ ਘਟਣ ਨਾਲ ਹੁਣ ਉਸ ਤੋਂ ਪਹਿਲਾਂ ਵਾਂਗੂੰ ਘਰਦਾ ਕੰਮ ਨਹੀਂ ਸੀ ਹੁੰਦਾ। ਪਰ ਤਾਂ ਵੀ ਉਹ ਪੂਰੀ ਠੁੱਕ ਨਾਲ ਲਾਣੇਦਾਰੀ ਕਰਦਾ ਸੀ।

ਸਮਾਂ ਬੜੀ ਤੇਜ਼ੀ ਨਾਲ ਬਦਲ ਰਿਹਾ ਸੀ। ਸਮੇਂ ਦੇ ਹਾਣਦਾ ਹੋਣ ਲਈ ਹੀ ਉਸ ਨੇ ਪਿੰਡ ਵਿੱਚ ਸਭ ਤੋਂ ਪਹਿਲਾਂ ਖੂਹ ਲਗਵਾਇਆ। ਹੁਣ ਨਿਆਂਈ ਵਾਲੇ ਖੇਤ ਦਾ ਨਾ ਨਵੇਂ ਖੂਹ ਵਾਲਾ ਖੇਤ ਹੋ ਗਿਆ। ਉਸਦੇ ਟੱਬਰ ਦੀ ਵੀ ਬੰਨੇ ਚੰਨੇ ਬੱਲੇ ਬੱਲੇ ਹੋ ਗਈ। ਇਹ ਖੂਹ ਵੀ ਪਿੰਡ ਦੀ ਸਾਂਝੀ ਖੂਹੀ ਵਰਗਾ ਹੀ ਸੀ, ਜਿੱਥੋਂ ਪਿੰਡ ਦੀਆਂ ਔਰਤਾਂ ਛੱਜੂ ਘੁਮਿਆਰ ਵਲੋਂ ਬਣਾਏ ਕੋਰੇ ਘੜੇ ਪਾਣੀ ਦੇ ਭਰ ਭਰ ਲਿਜਾਂਦੀਆਂ। ਖੂਹ ਚੱਲਦਾ ਦੇਖ ਕੇ ਪਿੰਡ ਦੀਆਂ ਔਰਤਾਂ ਕੱਪੜੇ ਧੋਣ ਆ ਲੱਗਦੀਆ। ਨਹਾਉਣ ਦੇ ਸ਼ੁਕੀਨ ਵੀ ਹੁਣ ਤਾਂ ਏਥੇ ਆਉਣ ਲੱਗ ਪਏ ਸਨ। ਉਧਰ ਪਿੰਡ ਵਾਲੀ ਖੂਹੀ ਤੇ ਵੀ ਡੋਲ ਖੜਕਦਾ ਰਹਿੰਦਾ। ਏਸੇ ਖੂਹੀ ਤੋਂ ਪਾਣੀ ਦਾ ਛਿੱਟਾ ਲੈ ਕੇ ਕਾਲੂ ਮਰਾਸੀ ਸੰਤਾ ਸਿੰਘ ਦੀਆਂ ਕਈ ਪੀੜੀਆਂ ਦਾ ਗੁਣ ਗਾਨ ਕਰਦਾ, ਆਪਣੀ ਘਰ ਵਾਲੀ ਚਿੰਤੋ ਨੂੰ ਲੈ ਕੇ ਵਧਾਈਆਂ ਦੇਣ ਆ ਢੁੱਕਾ ਸੀ।

ਅੱਜ ਮਹਿਤਾਬ ਕੌਰ ਨੇ ਚੰਦ ਜਿਹੇ ਦੋਹਤਮਾਨ ਨੂੰ ਕੁੰਭ ਦੇ ਪਾਣੀ ਵਿੱਚ ਸ਼ਹਿਦ ਰਲ਼ਾ ਕੇ ਗੁੜਤੀ ਦਿੱਤੀ। ਪੀਤੋ ਨੈਣ ਨੇ ਬੂਹੇ ਅੱਗੇ ਸਰੀਂਹ ਦੇ ਪੱਤੇ ਬੰਨ ਕੇ ਲੰਬੜਾ ਦੇ ਘਰ ਮੁੰਡਾ ਹੋਣ ਦੀ ਖ਼ਬਰ ਜੱਗ ਜ਼ਾਹਰ ਕਰ ਦਿੱਤੀ। ਬੱਸ ਫੇਰ ਤਾਂ ਜਿਵੇਂ ਵਧਾਈਆਂ ਦੇਣ ਵਾਲਿਆਂ ਦਾ ਤਾਂਤਾ ਹੀ ਲੱਗ ਗਿਆ। ਮਹਿਤਾਬ ਕੌਰ ਹਰ ਕਿਸੇ ਨੂੰ ਖੁਸ਼ ਕਰਕੇ ਤੋਰਦੀ ਰਹੀ। ਬਚਨੋ ਮਨ ਹੀ ਮਨ ਆਪਣੇ ਪਤੀ ਨੂੰ ਯਾਦ ਕਰ ਰਹੀ ਸੀ। ਉਸ ਨੂੰ ਸਮਝ ਨਹੀਂ ਸੀ ਆ ਰਹੀ ਕਿ ਆਪਣੇ ਪਤੀ ਤੱਕ ਉਹ ਇਹ ਖ਼ਬਰ ਕਿਵੇਂ ਪੁੱਜਦੀ ਕਰੇ। ਉਹ ਤਾਂ ਪਤੀ ਬਾਰੇ ਕਿਸੇ ਨਾਲ ਗੱਲ ਵੀ ਨਹੀ ਸੀ ਕਰ ਸਕਦੀ। ਰਿਵਾਜ਼ ਹੀ ਨਹੀਂ ਸੀ। ਉਸ ਦੇ ਮਨ ਦੀ ਭਾਵਨਾ ਨੂੰ ਸਮਝਦਿਆਂ ਮਹਿਤਾਬ ਕੌਰ ਨੇ ਕਿਹਾ ਸੀ "ਦਲੇਰ ਸਿੰਘ ਤਾਂ ਇਹ ਖਬਰ ਸੁਣ ਕੇ ਖੁਸ਼ ਹੋ ਜਾਊ। ਪਤਾ ਨੀ ਵਿਚਾਰਾ ਕਿਥੇ ਪਹਾੜੀ ਡੇਰੇ ਲਾਈਂ ਬੈਠਾ ਹੋਣਾ ਏ। ਜੈ ਖਾਣੇ ਲੇ-ਲਦਾਖ ਦਾ ਤਾਂ ਮੈਨੂੰ ਨੌਂ ਹੀ ਹੋਰੇ ਕਿਵੇਂ ਦਾ ਲੱਗਦੈ। ਕੱਲ ਨੂੰ ਬਲਕਾਰ ਸਿਉਂ ਤੋਂ ਕਾਟ ਲਿਖਾ ਕੇ ਪੌਨੇ ਆਂ" ਉਹ ਗੱਲਾਂ ਕਰਦੀ ਬਚਨੋ ਦਾ ਸਿਰ ਵੀ ਘੁੱਟੀਂ ਜਾ ਰਹੀ ਸੀ।

•

ਭਾਗ 4

ਸਰਦ ਰੁੱਤ ਦੀ ਮਿੱਠੀ ਜਿਹੀ ਸ਼ਾਮ ਸੀ। ਅਸਮਾਨ ਤੇ ਤਿੱਤਰ ਖੰਭੀਆਂ ਬੱਦਲੀਆਂ ਵਿੱਚ ਢਲਦਾ ਸੂਰਜ ਲੁਕਣ ਮੀਟੀ ਖੇਡ ਰਿਹਾ ਸੀ। ਸਾਰਾ ਪਿੰਡ ਹੀ ਜਿਵੇਂ ਗੁਲਾਬੀ ਭਾਅ ਮਾਰ ਰਿਹਾ ਹੋਵੇ। ਸਿਮਰੋ ਨੇ ਕੋਠੇ ਤੇ ਸੁੱਕਣੇ ਪਾਏ ਕੱਪੜੇ ਇਕੱਠੇ ਕੀਤੇ ਤੇ ਮੰਜੇ ਤੇ ਰੱਖ ਕੇ ਉਨ੍ਹਾਂ ਦੀ ਤਹਿਆਂ ਮਾਰਨ ਲੱਗੀ। ਹਰਦੇਵ ਕੌਰ ਪੱਕੀਆਂ ਪੌੜੀਆਂ 'ਚ ਖੜੀ ਕਹਿ ਰਹੀ ਸੀ "ਕੁੜੇ ਗੁੱਡੋ ਥੱਲੇ ਆਉਂਦੀ ਹੋਈ ਅਚਾਰ ਵਾਲਾ ਬਰਤਮਾਨ ਤੇ ਸੇਵੀਆਂ ਵੀ ਚੱਕ ਲਿਆਈਂ। ਫੇਰ ਤੇਲ਼ ਪੈਜੂਗੀ। ਬਥੇਰੀ ਧੁੱਪ ਲੱਗ ਗੀ। ਨਾਲੇ ਦਿਨ ਛਿਪਣ 'ਚ ਕਿਹੜਾ ਹੁਣ ਗੋਡੇ ਨੇ" ਉਹ 'ਚੰਗਾ ਭਾਬੀ' ਕਹਿ ਕੇ ਹੱਥਲਾ ਕੰਮ ਛੇਤੀ ਛੇਤੀ ਨਿਬੇੜਨ ਲੱਗ ਪਈ।

ਸਰਨੋ ਵਿਹੜੇ ਦੀ ਇੱਕ ਨੁੱਕਰੇ ਬਣਾਈ ਰਸੋਈ ਵਿੱਚ, ਲਸਣ ਅਧਰਕ ਛਿੱਲ ਰਹੀ ਸੀ। ਜੋਗਿੰਦਰੋ ਉਸ ਦੇ ਕੋਲ ਹੀ ਚਾਦਰ ਵਿਛਾ, ਸਾਗ ਚੀਰ ਚੀਰ ਤੌੜੀ ਵਿੱਚ ਪਾ ਰਹੀ ਸੀ। ਸਾਗ ਰਿੱਝਣਾ ਧਰਕੇ ਉਹ ਕਹਿਣ ਲੱਗੀ "ਬੇਬੇ ਮੇਰਾ ਭਰਾ ਗੇਲਾ ਖੰਨਿਉਂ ਇੱਕ ਗਿਲਟ ਜਿਹੀ ਦਾ ਪਤੀਲਾ ਲਿਆਇਆ ਏ। ਕਹਿੰਦੇ ਉਹਦ 'ਚ ਸਾਗ ਬੜੀ ਛੇਤੀ ਬਣਦੈ। ਆਪਾਂ ਵੀ ਸ਼ਹਿਰੋਂ ਉਹ ਮੰਗਾ ਲੀਏ ? ਬਾਪੂ ਜੀ ਨੂੰ ਕਹਿ ਕੇ ਦੇਖ ਲੀ...। ਨਾਲੇ ਆਹ ਤੌੜੀਆਂ ਤੋਂ ਖਹਿੜਾ ਛੁੱਟਜੂ। ਮਾਂਜਣੀਆਂ ਕਿਹੜਾ ਸੌਖੀਆਂ ਨੇ। ਮਹਿਤਾਬ ਕੁਰ ਨੇ ਐਨਾ ਈ ਕਿਹਾ "ਖਨੀ ਜੈ ਖਾਣਾ ਉਹ ਕਾਹਦਾ ਬਣਿਆ ਹੋਊ ? ਹੁਣ ਤੱਕ ਤੌੜੀ ਚੇ ਈ ਸਾਗ ਬਣਾਉਂਦੇ ਰਹੇ ਆਂ। ਭਾਈ ਹੁਣ ਨਵੀਂ ਸਮੋਂ ਆਗੀ। ਚੱਲ ਕਹਿ ਕੇ ਦੇਖ ਲੂੰ"

ਮਹਿਤਾਬ ਕੁਰ ਚੁੱਲੇ ਚੌਂਕੇ ਤੇ ਗੇੜਾ ਮਾਰ ਕੇ ਬਚਨੋਂ ਦਾ ਹਾਲ ਚਾਲ ਵੀ ਪੁੱਛ ਆਉਂਦੀ। ਭੂਰੂ ਕੁੱਤਾ ਬੇਬੇ ਨੂੰ ਦੇਖ ਦੇਖ ਪੂਛ ਹਿਲਾ ਰਿਹਾ ਸੀ। ਜੋ ਨੇਮ ਅਨੁਸਾਰ ਪਹਿਲੀ ਅਨਚੋਪੜੀ ਰੋਟੀ ਭੂਰੂ ਨੂੰ ਪਾਉਂਦੀ ਤੇ ਕਹਿੰਦੀ "ਵਿਚਾਰਾ ਦਰਵੇਸ਼ ਆ। ਗੂੰਗਾ ਮੁੱਖ। ਏਹਨੇ ਕਿਹੜਾ ਮੰਗ ਕੇ ਲੈਣੀਆ..."। ਜੇ ਉਸਦੀ ਕੋਈ ਨੂੰਹ ਕੁੱਤੇ ਨੂੰ ਡੰਡਾ ਜਾਂ ਵਗਵਾਂ ਭੂਕਨਾ ਮਾਰਦੀ ਤੇ ਉਹ ਕੁੱਤਾ ਚਊਂ ਚਊਂ ਕਰਕੇ ਦੌੜਦਾ, ਤਾਂ ਮਹਿਤਾਬ ਕੁਰ ਆਖਦੀ "ਚੰਦਰੀਏ ਕਾਹਨੂੰ ਮਾਰਨਾ ਤੀ। ਦਰਵੇਸ਼ ਦੀ ਕੂਕ ਤਾਂ ਕਹਿੰਦੇ ਦਰਗਾਹ ਤੱਕ ਸੁਣਦੀ ਆ। ਅੱਗੇ ਈ ਪਤਾ ਨੀ ਕਿਹੜੇ ਪਾਪਾਂ ਦੇ ਮਾਰੇ ਹੋਏ ਆਂ" ਹੁਣ ਜਿਸ ਦਿਨ ਦਾ ਦੋਹਤਾ ਹੋਇਆਂ ਸੀ, ਤਾਂ ਉਹ ਤੁਰੀ ਫਿਰਦੀ ਇਹ ਵੀ ਕਹੀ ਜਾ ਰਹੀ ਸੀ "ਦੋਹਤਮਾਨ ਤਾਂ ਭਾਈ ਸੌ ਬਾਹਮਣਾ ਦੇ ਬਰਾਬਰ ਹੁੰਦੈ। ਦੋਹਤਮਾਨ ਨੂੰ ਖੁਸ਼ ਕਰਕੇ ਤਾਂ ਸੌ ਜੱਗਾਂ ਦਾ ਫਲ ਮਿਲਦੈ"

ਫੇਰ ਦੇਖਦੇ ਹੀ ਦੇਖਦੇ ਦਿਨ ਛਿਪ ਗਿਆ। ਛਿਟੀਆਂ ਦੇ ਬਾਲਣ ਨਾਲ ਚੁੱਲਿਆਂ ਵਿੱਚ ਲਟਾ ਲਟ ਅੱਗ ਬਲ਼ ਰਹੀ ਸੀ। ਦੂਰ ਮੰਜੇ ਤੇ ਬੈਠਾ ਸੰਤਾ ਸਿਉਂ ਰਹਿਰਾਸ ਦਾ ਪਾਠ ਕਰ ਰਿਹਾ ਸੀ। ਪਾਣੀ ਦਾ ਵਲਟੋਹਾ ਗਰਮ ਹੋ ਗਿਆ ਸੀ। ਜਿਉਂ ਹੀ ਸਾਗ ਰਿੱਝਿਆ, ਤਾਂ ਹਰਦੇਵ ਕੌਰ ਉਸ ਵਿੱਚ ਆਲਣ ਪਾਉਣ ਲੱਗ ਪਈ। ਉਹ ਅਜੇ ਸਾਗ ਘੋਟ ਹੀ ਰਹੀ ਸੀ ਕਿ ਖੇਤੋਂ ਬਲਕਾਰ ਸਿਉਂ ਵੀ ਆ ਗਿਆ। ਉਸ ਦੇ ਹੱਥ ਵਿੱਚ ਤਾਜ਼ਾ ਪੱਟੀਆਂ ਮੂਲੀਆਂ ਅਤੇ ਖੀਸੇ ਵਿੱਚ ਹਰੀਆਂ ਮਿਰਚਾ ਵੀ ਸਨ। ਉਸ ਨੇ ਕਿਹਾ "ਬੇਬੇ ਮੈਨੂੰ ਤੱਤਾ ਪਾਣੀ ਪਾ ਦਿਉ। ਮੈਂ ਹੱਥ ਮੂੰਹ ਧੋ ਕੇ ਗੁਰਜੀਤ ਤੇ ਦੇਬੂ

ਦੀ ਰੋਟੀ ਖੇਤ ਹੀ ਦੇ ਕੇ ਆਉਣੀ ਆ। ਅੱਧਾ ਵਿੱਘਾ ਕਣਕ ਅਜੇ ਸਿੰਜਣੋ ਰਹਿ ਗੀ। ਬਰਸੀਮ ਵੀ ਸਿੰਜਣ ਵਾਲਾ ਪਿਆ ਹੈ। ਕਹਿੰਦੇ ਹੁਣ ਕੰਮ ਨਬੇੜ ਕੇ ਹੀ ਆਮਾਂਗੇ। ਆਹ ਮੂਲ਼ੀਆਂ ਤੇ ਹਰੀਆਂ ਮਿਰਚਾਂ ਦੇ ਨਾਲ ਆਦੇ ਦਾ ਅਚਾਰ ਵੀ ਬੰਨ ਦਿਉ। ਹਾਂ ਸੱਚ ਦੁੱਧ ਦੀ ਥਾਂ ਕੈੜੀ ਜਿਹੀ ਚਾਹ ਬਣਾ ਦਿਉ"।

ਜੋਗਿੰਦਰ ਕੁਰ ਨੇ ਬਾਲਟੀ 'ਚ ਪਾਣੀ ਪਾ ਕੇ ਵਿੱਚ ਠੰਡਾ ਪਾਣੀ ਰਲਾ, ਹੱਥ ਪੈਰ ਧੋਣ ਲਈ, ਚੌਂਤਰੇ ਤੇ ਧਰ ਦਿੱਤਾ। ਨਾਲ ਹੀ ਘਰਦੇ ਬਣਾਏ ਹੋਏ ਸਾਬਣ ਦੀ ਇੱਕ ਟਿੱਕੀ ਅਤੇ ਤੌਲੀਆ ਵੀ ਰੱਖ ਦਿੱਤਾ। ਮੂੰਗਫਲੀ ਦੀਆਂ ਗਿਰੀਆਂ ਕੁੱਟ ਕੇ ਉਨ੍ਹਾਂ ਵਿੱਚ ਕਾਸਟਡ ਸੋਢਾ ਰਲਾ, ਇਹ ਸਾਬਣ ਬਣਾਉਣ ਦਾ ਰੁਝਾਨ ਪਿੰਡ ਵਿੱਚ ਅਜੇ ਨਵਾਂ ਹੀ ਪ੍ਰਚੱਲਤ ਹੋਇਆ ਸੀ। ਹੱਥ ਪੈਰ ਧੋਮ ਕੇ ਬਲਕਾਰ ਸਿੰਘ ਅਰਾਮ ਕੁਰਸੀ ਅੱਗੇ ਸਟੂਲ ਰੱਖ ਕੇ ਰੋਟੀ ਖਾਣ ਬੈਠ ਗਿਆ। ਉਹ ਇਕੱਲਾ ਹੀ ਕੁਰਸੀ ਤੇ ਬਹਿ ਕੇ ਰੋਟੀ ਖਾਂਦਾ ਸੀ, ਨਹੀਂ ਤਾਂ ਬਾਕੀ ਸਾਰਾ ਟੱਬਰ ਬੋਰੀਆਂ ਤੇ ਬਹਿ ਕੇ ਹੀ ਰੋਟੀ ਖਾਂਦਾ।

ਨਵਾਂ ਜੰਮਿਆ ਬਾਲ ਵਾਰ ਵਾਰ ਰੋਅ ਰਿਹਾ ਹੋਣ ਕਰਕੇ, ਮਹਿਤਾਬ ਕੌਰ ਉਸ ਨੂੰ ਚੁੱਕ ਕੇ ਬਲਕਾਰ ਦੇ ਕੋਲ ਲੈ ਆਈ "ਆਹਦੇ ਤੇਰਾ ਮਾਮਾ। ਜਾਣਾ ਏ ਮਾਮੇ ਕੋਲ ? ਉ ਉ ਉ ਸਦਕੇ ਜਾਵਾਂ" ਕਹਿੰਦੀ ਹੋਈ ਉਸ ਨੇ ਬੱਚਾ ਬਲਕਾਰ ਸਿੰਘ ਨੂੰ ਫੜਾ ਦਿੱਤਾ । ਪਰ ਬਲਕਾਰ ਨੂੰ ਸੰਗ ਆ ਗਈ। ਉਸ ਦਾ ਨੰਨਾ ਜਿਹਾ ਭਾਣਜਾ ਮੁੱਠੀਆਂ ਮੀਚੀ ਅੱਖਾਂ ਬੰਦ ਕਰੀਂ, ਸੌਂ ਰਿਹਾ ਸੀ।

ਮਹਿਤਾਬ ਕੌਰ ਨੇ ਬਲਕਾਰ ਤੋਂ ਬਾਅਦ ਸਾਰੇ ਟੱਬਰ ਨੂੰ ਮੱਕੀ ਦੀ ਰੋਟੀ ਦੇ ਨਾਲ ਸਰੋਂ ਦਾ ਸਾਗ, ਵਿੱਚ ਮੱਖਣ ਪਾ ਕੇ ਪਰੋਸ ਦਿੱਤਾ। ਉਨੀ ਦੇਰ ਸਿਮਰੋ ਤੇ ਸਰਨੋ ਬਚਨੋ ਕੋਲ ਬੈਠੀਆਂ ਰਹੀਆਂ। ਬਾਅਦ ਵਿੱਚ ਮਹਿਤਾਬ ਕੁਰ ਨੇ ਦੋਨਾਂ ਧੀਆਂ ਨਾਲ ਬਹਿ ਕੇ ਰੋਟੀ ਖਾਧੀ। ਬਚਨੋਂ ਨੂੰ ਤਾਂ ਅੱਜ ਵੀ ਦੇਸੀ ਘਿਉ ਵਾਲੀਆਂ ਸੇਵੀਆਂ ਹੀ ਖੁਆਈਆਂ ਗਈਆਂ। ਫੇਰ ਗੁਰਮੀਤੋ ਦੀਆਂ ਗੱਲਾਂ ਛਿੜ ਪਈਆਂ। ਬੇਬੇ ਮਹਿਤਾਬ ਕੁਰ ਉਸਦੀ ਮਾੜੀ ਕਿਸਮਤ ਨੂੰ ਕੋਸਦੀ ਇਹ ਵੀ ਕਹਿ ਰਹੀ ਸੀ "ਜੇ ਉਹ ਗੇੜਾ ਮਾਰ ਜਾਏ ਤਾਂ ਕਿੰਨਾ ਚੰਗਾ ਹੋਵੇ" ਉਸ ਨੂੰ ਉਹ ਦਿਨ ਯਾਦ ਆਏ ਜਦੋਂ ਉਨ੍ਹਾਂ ਦੇ ਵਿਹੜੇ ਵਿੱਚ ਤ੍ਰਿੰਜਣ ਲੱਗਦਾ ਸੀ। ਸਾਰੇ ਪਿੰਡ ਦੀਆਂ ਕੁੜੀਆਂ ਰਲ਼ ਕੇ ਚਰਖੇ ਕੱਤਦੀਆਂ ਸਨ। ਗੁਰਮੀਤੋ ਵੀ ਉਨ੍ਹਾਂ ਵਿੱਚ ਹੁੰਦੀ। ਸਭ ਤੋਂ ਸ਼ੋਹਲੀ ਸੀ ਉਹ।

ਫੇਰ ਮਹਿਤਾਬ ਕੁਰ ਕਹਿਣ ਲੱਗੀ "ਕੁੜੇ ਕਿਉਂ ਨਾ ਅੱਜ ਦੋ ਦੋ ਗਲੋਟੇ ਹੀ ਲਾਹ ਲਹੀਏ ? ਨਾਲੇ ਦਿਲ ਲੱਗਿਆ ਰਹੂ। ਰੋਟੀ ਪਾਣੀ ਤੋਂ ਵਿਹਲੇ ਹੋ ਕੇ ਉਨ੍ਹਾਂ ਸੁਆਹ ਨਾਲ ਭਾਂਡੇ ਮਾਂਜੇ ਦਿੱਤੇ। ਫੇਰ ਧੋਤੇ ਹੋਏ ਭਾਂਡੇ ਇੱਕ ਟੋਕਰੀ ਵਿੱਚ ਸੁੱਕਣੇ ਰੱਖ ਦਿੱਤੇ। ਪਿਛਲੇ ਅੰਦਰ ਅੱਗੇ ਬਣੇ ਦਲਾਨ ਵਿੱਚ ਉਨ੍ਹਾਂ ਤਿੰਨ ਚਰਖੇ ਡਾਹ ਲਏ। ਉਨ੍ਹਾਂ ਦੀਆਂ ਚਰਮਖਾਂ ਅਤੇ ਤੱਕਲੇ ਮਾਹਲਾਂ ਦੀ ਨਿਰਖ ਪਰਖ ਕਰਕੇ, ਉਨ੍ਹਾਂ ਪੂਣੀਆਂ ਵਾਲੇ ਬੋਹੀਏ ਕੋਲ ਰੱਖ ਲਏ। ਤੇ ਰੋਟੀ ਖਾਅ ਕੇ ਉਹ ਚਰਖੇ ਕੱਤਣ ਲੱਗੀਆ।

ਹਰਦੇਵ ਕੌਰ ਨੇ ਦੂਸਰੇ ਦਿਨ ਵਾਸਤੇ ਚੁੱਲੇ ਵਿੱਚ ਅੱਗ ਦੱਬ ਦਿੱਤੀ। ਉਸਨੇ ਦੁੱਧ ਨੂੰ ਵੀ ਜਾਗ ਲਾਇਆ। ਜੁਗਿੰਦਰ ਕੌਰ ਸਾਰਿਆਂ ਦੇ ਵਿਸਤਰੇ ਵਿਛਾ ਕੇ ਆਪ ਚੁਬਾਰੇ ਵਿਚ ਸੌਣ ਚਲੀ ਗਈ। ਸੰਤਾ ਸਿੰਘ ਨੇ ਬਾਹਰਲੇ ਘਰ ਮਾਲ ਪਸ਼ੂ ਦੀ ਰਾਖੀ ਲਈ ਸੌਣ ਜਾਣਾ ਸੀ।

ਹੁਣ ਉਹ ਚਾਰੇ ਗੱਲਾਂ ਮਾਰ ਰਹੀਆਂ ਸਨ। ਬੁੱਝਣ ਵਾਲੀਆਂ ਬਾਤਾਂ ਪਾ ਰਹੀਆਂ ਸਨ। ਤੇ ਲੰਬੇ ਲੰਬੇ ਤੰਦ ਵੀ ਕੱਢ ਰਹੀਆਂ ਸਨ। ਉਨ੍ਹਾਂ ਨੇ ਉਨਾਂ ਚਿਰ ਹੀ ਕੱਤਣਾ ਸੀ ਜਿੰਨਾ ਚਿਰ ਗੁਰਜੀਤ ਦਾ ਹਲਟ ਚੱਲਦਾ ਸੀ। ਰਾਤ ਦੇ ਦਸ ਵੱਜ ਗਏ ਪਰ ਉਹ ਅਜੇ ਤੱਕ ਨਹੀਂ ਸੀ ਆਇਆ। ਬੋਤਾ ਵੀ ਵਿਚਾਰਾ ਭੁੱਖਣ ਭਾਣਾ ਸੀ। ਹਰਦੇਵ ਕੌਰ ਧੋਤੇ ਹੋਏ ਭਾਂਡੇ ਪੀੜੇ ਤੇ ਰੱਖਣ

ਲੱਗ ਪਈ। ਕੈਂਹ ਦੇ ਛੰਨੇ, ਵਲਟੋਹੀਆਂ, ਕੌਲ, ਕਰਮੰਡਲ, ਪਿੱਤਲ ਦੇ ਗਲਾਸ, ਪਰਾਤਾਂ ਅਤੇ ਬਾਲਟੀਆਂ। ਇਨ੍ਹਾਂ 'ਚੋਂ ਕਈਂ ਭਾਡੇ ਤਾਂ ਵੀਹ ਸਾਲ ਪੁਰਾਣੇ ਸਨ। ਹੱਲਿਆਂ ਵੇਲਿਆਂ ਦੇ। ਜਿਨਾਂ ਨੂੰ ਦੇਖ ਕੇ ਮਹਿਤਾਬ ਕੁਰ ਨੂੰ ਬਹੁਤ ਕੁੱਝ ਯਾਦ ਆ ਜਾਂਦਾ।

ਇਹਨਾਂ ਭਾਡਿਆਂ ਵਿੱਚ ਕਈ ਭਾਂਡੇ ਜਿਵੇਂ ਕਿਸੇ ਹੋਰ ਦੇ ਸਨ ਤੇ ਹੁਣ ਵਿਚੇ ਰਲ਼ ਗਏ। ਇਸ ਘਰ ਵਿੱਚ ਵੀ ਹੁਣ ਜੋ ਨਵਾਂ ਜੀ ਆਇਆ ਸੀ ਉਸ ਨੇ ਵੀ ਏਵੇਂ ਟੱਬਰ ਵਿੱਚ ਰਲ਼ ਜਾਣਾ ਸੀ। ਜਿਹੜੇ ਪਿਛਲੇ ਅੰਦਰ ਬਚਨੋ ਪਈ ਸੀ, ਇਹ ਕਦੇ ਕਰੀਮ ਮੁਸਲਮਾਨ ਦਾ ਘਰ ਹੋਇਆ ਕਰਦਾ ਸੀ। ਜਿਸ ਨੂੰ ਹੱਲਿਆਂ ਵੇਲੇ ਛੱਡ ਕੇ, ਉਨ੍ਹਾਂ ਨੂੰ ਭੱਜਣਾ ਪਿਆ ਸੀ। ਕਦੀ ਉਹ ਤੇ ਉਹਦਾ ਪਰਿਵਾਰ ਏਥੇ ਨਮਾਜ਼ ਅਦਾ ਕਰਿਆ ਕਰਦੇ ਸਨ। ਹੁਣ ਏਸੇ ਸਥਾਨ ਤੇ ਗੁਰਬਾਣੀ ਨਾਲ ਸਬੰਧਤ ਪਵਿੱਤਰ ਪੋਥੀਆਂ ਤੇ ਗੁਟਕੇ ਪਏ ਸਨ।

ਇਸ ਹਨੇਰੇ ਕਮਰੇ ਨੂੰ ਮਹਿਤਾਬ ਕੌਰ ਸਾਫ ਸੁਥਰਾ ਰੱਖਦੀ। ਹਰ ਰੋਜ਼ ਦੇਸੀ ਘਿਉ ਦੀ ਜੋਤ ਜਗਾ ਕੇ, ਧੂਫ ਦਿੰਦੀ ਤੇ ਨਿੱਤ ਨੇਮ ਕਰਦੀ। ਇਸ ਕੋਠੇ ਵਿੱਚ ਉਸਦਾ ਸੰਦੂਕ, ਤਿੰਨ ਲੋਹੇ ਦੇ ਟਰੰਕ, ਦੋ ਆਟੇ ਵਾਲੇ ਭੜੋਲੇ ਅਤੇ ਹੋਰ ਨਿੱਕੜ ਸੁੱਕੜ ਪਿਆ ਸੀ। ਅਲਮਾਰੀ ਵਿੱਚ ਪੋਥੀਆਂ ਅਤੇ ਗੁਟਕੇ ਸਨ। ਇੱਕ ਖੂੰਜੇ ਨਿੱਤਨੇਮ ਕਰਨ ਵਾਲਾ ਅਸਣ ਸੀ। ਇਸ ਘਰ ਵਿੱਚ ਹੁਣ ਤੱਕ ਚਾਰ ਵਿਆਹ ਹੋ ਚੁੱਕੇ ਸਨ। ਹਰ ਵਾਰੀ ਕੀਮਤੀ ਗਹਿਣਾ ਗੱਟਾ, ਦਾਜ ਵਗੀ, ਕੀਮਤੀ ਸਮਾਨ ਅਤੇ ਮਠਿਆਈ ਇਸੇ ਕਮਰੇ ਵਿੱਚ ਰੱਖੇ ਜਾਂਦੇ। ਡਾਟਾਂ ਵਾਲੇ ਬੂਹੇ ਨੂੰ ਲੱਗਿਆ ਦਰਵਾਜਾ, ਇਸ ਨੂੰ ਬਾਕੀ ਘਰ ਨਾਲੋਂ ਵੱਖ ਕਰ ਦਿੰਦਾ। ਜਦੋਂ ਵੀ ਜਰੂਰਤ ਹੁੰਦੀ ਤਾਂ ਏਥੇ ਜਿੰਦਰਾ ਲਗਾ ਦਿੱਤਾ ਜਾਂਦਾ। ਮਹਿਤਾਬ ਕੁਰ ਨੇ ਅੱਜ ਪੁਰਾਣੀ ਗੱਲ ਫੇਰ ਛੇੜ ਲਈ ਸੀ।

"ਕਰੀਮ ਦੇ ਘਰ ਵਾਲੀ ਗੁਲਬਾਨੋ ਮੈਨੂੰ ਧੀਆਂ ਵਾਂਗ ਪਿਆਰ ਕਰਦੀ ਸੀ। ਉਸ ਦੀਆਂ ਕੁੜੀਆਂ ਬਸ਼ੀਰੋ ਅਤੇ ਰਹਿਮਤਾਂ ਮੇਰੀਆਂ ਸਹੇਲੀਆਂ ਸਨ। ਕਰੀਮ ਚਾਚੇ ਦਾ ਮੁੰਡਾ ਮੁਹੰਮਦ ਬਖਸ਼ ਥੋਡੇ ਬਾਪੂ ਨਾਲ ਬਿੜੀ ਪਾਕੇ ਖੇਤੀ ਕਰਦਾ ਸੀ। 'ਕੱਠੇ ਬਹਿੰਦੇ 'ਕੱਠੇ ਖਾਂਦੇ...। ਫੇਰ ਲਹੂ ਦੀ 'ਨੇਰੀ ਵਗੀ, ਤੇ ਸਾਰਾ ਕੁਛ ਉਡਾ ਕੇ ਲੈ ਗੀ। ਉਸਦਾ ਹੱਥੀ ਬਣਾਇਆ ਆਪਣਾ ਘਰ ਈ ਬਗਾਨਾ ਹੋ ਗਿਆ। ਤੇ ਚਾਰੇ ਪਾਸੇ ਗਦਰ ਪੈ ਗਿਆ ਤੀ"।

"ਬੇਬੇ ਕੀਹਨੇ ਐਂ ਕੀਤਾ ਹੋਊ...। ਦੱਸ ਵਿਚਾਰੇ ਕਿੱਥੇ ਗਏ ਹੋਣਗੇ ?"

"ਰੱਬ ਜਾਣੇ ਭਾਈ...ਲੋਕ ਤਾਂ ਕੈਂਹਦੇ ਤੀ ਇਹ ਗੋਰਿਆਂ ਨੇ ਕੀਤੈ। ਪਰ ਸਾਨੂੰ ਅਨਪੜ੍ਹਾਂ ਨੂੰ ਕੀ ਪਤੈ ? ਫੇਰ ਲੋਕਾਂ ਨੂੰ ਮੁਸਲਮਾਨਾਂ ਨਾਲ ਪੁਰਾਣੀਆਂ ਗੱਲਾਂ ਤੇ ਗੁਰੂਆਂ ਵੇਲੇ ਦੀ ਦੁਸ਼ਮਣੀ ਯਾਦ ਔਣ ਲੱਗੀ। ਤਾਂ ਨਿੱਕੇ ਨਿੱਕੇ ਬੱਚਿਆਂ ਨੂੰ ਨੇਜਿਆਂ ਤੇ ਟੰਗ ਕੇ ਮਾਰਨ ਲੱਗੇ। ਮਾਰ ਕੇ, ਕੀ ਗਭਰੂ ਤੇ ਕੀ ਬੁੜੇ ਠੇਰੇ ਸਭ ਨੂੰ ਕੋਹ ਕੋਹ ਕੇ ਮਾਰਿਆ। ਧੀਆਂ ਵਰਗੀਆਂ ਕੁੜੀਆਂ ਦੀ ਇੱਜਤ ਵੀ ਖੇਹ ਖਰਾਬ ਕਰਨ ਲੱਗੇ। ਸੱਚ ਦੱਸਾਂ ਭਾਈ ਉਦੋਂ ਤਾਂ ਬੰਦੇ ਜਾਨੀ ਜੈ ਖਾਣੇ ਰਾਕਸ਼ ਬਣ ਗੇ ਤੀ। ਪਸੂਆਂ ਤੋਂ ਵੀ ਨਿੱਘਰ ਗੇ ਤੀ" ਵਾਖਰੂ ਵਾਖਰੂ ਕਰਦੀ ਮਹਿਤਾਬ ਕੌਰ ਦੀਆਂ ਅੱਖਾਂ 'ਚ ਪਾਣੀ ਤੈਰਨ ਲੱਗਿਆ। ਉਸ ਘਟਨਾ ਨੂੰ ਯਾਦ ਕਰਕੇ, ਅੱਜ ਵੀ ਉਸਦੀ ਰੂਹ ਕੰਬ ਉੱਠਦੀ ਹੈ। ਉਸ ਨੇ ਸਬਰ ਇਕੱਠਾ ਕਰਕੇ ਫੇਰ ਗੱਲ ਅੱਗੇ ਤੋਰੀ।

"ਪਰ ਮਜਾਲ ਐ ਜੇ ਤੇਰੇ ਬਾਪੂ ਨੇ ਕੋਈ ਉਨਾਂ ਨੂੰ ਤੱਤੀ ਵਾਹ ਵੀ ਲੱਗਣ ਦਿੱਤੀ ਹੋਵੇ ? ਤੇਰਾ ਬਾਪੂ ਕਹਿੰਦਾ ਮਹੰਮਦ ਬਖਸ਼ ਮੇਰਾ ਭਰਾ ਏ। ਜੇ ਕੋਈ ਇਹਦੇ ਵਲ ਵੇਖੂਗਾ ਤਾਂ ਮੈਂ ਸੀਰਮੇ ਪੀ ਜਾਊ। ਜੇ ਕਿਸੇ ਨੇ ਰਹਿਮਤਾਂ ਵਲ ਜਾਂ ਗੁਲਬਾਨੋ ਵਲ ਝਾਕਿਆ ਵੀ ਤਾਂ ਖਲਪਾੜਾਂ ਕਰ ਕੇ ਰੱਖ

ਦਊਂ। ਲੋਕਾਂ ਨੇ ਬਥੇਰੀ ਤੋਇ ਤੋਇ ਕੀਤੀ ਕਿ ਇਹ ਮੁਸਲਿਆਂ ਦੀ ਮੱਦਤ ਕਰਦੈ। ਭਾਈ ਏਨੇ ਜਾਨ ਤਲੀ ਤੇ ਧਰ ਆਪਣੇ ਬੋਲ ਪੁਗਾਏ"

"ਫੇਰ ਉਹ ਕਿੱਥੇ ਚਲੇ ਗਏ ?" ਸਰਨੋ ਨੇ ਪੁੱਛਿਆ

"ਜਾਣਾ ਕਿੱਥੇ ਤੀ ...। ਪਹਿਲਾਂ ਤਾਂ ਕਰੀਮ ਬਖਸ਼ ਕਹਿੰਦਾ ਕੁੜੀਆਂ ਦੀ ਖੇਹ ਖਰਾਬੀ ਕਰਾਉਣ ਤੋਂ ਪਹਿਲਾਂ ਹੀ ਉਨ੍ਹਾਂ ਨੂੰ ਹੱਥੀਂ ਮਾਰ ਦਿੰਨੇ ਆਂ। ਪਰ ਤੇਰਾ ਬਾਪੂ ਕਹਿਣ ਲੱਗਿਆ "ਚਾਚਾ ਕਮਲ਼ਾ ਨਾ ਬਣ। ਇਹ ਪਾਪ ਨਾ ਕਰੀਂ। ਕੰਨਿਆ ਦੇਵੀਆਂ ਨੇ। ਮੇਰੀਆਂ ਭੈਣਾ ਨੇ। ਹੁਣ ਮੈਂ ਜਾਣਾ ਜਾਂ ਮੇਰਾ ਕੰਮ"

"ਜਦੋਂ ਭਾਈ ਰੌਲਾ ਜਾਦਾ ਪੈ ਗਿਆ, ਤਾਂ ਗੱਲ ਹੱਥੋਂ ਨਿੱਕਲਦੀ ਦੇਖ, ਤੇਰਾ ਬਾਪੂ ਆਪ ਮੁੰਡਿਆਂ ਦੇ ਟੋਲੇ ਨਾਲ ਉਨ੍ਹਾਂ ਨੂੰ ਦੋਰਾਹੇ ਕੈਂਪ 'ਚ ਛੱਡ ਆਇਆ। ਆ ਕੇ ਦੱਸਦਾ ਸੀ ਕਿ ਸਾਰੀ ਨਹਿਰ ਲਾਸ਼ਾਂ ਨਾਲ ਭਰੀ ਜਾਂਦੀ ਤੀ। ਪਾਣੀ ਵੀ ਲਾਲੋ ਲਾਲ ਹੋ ਗਿਆ ਤੀ ਨਹਿਰ ਦਾ। ਉਸ ਦਿਨ ਕੈਂਹਦੇ ਦੋਰਾਹੇ ਮੁਸਲਮਾਨਾ ਦੀ ਭਰੀ ਹੋਈ ਰੇਲ ਗੱਡੀ ਰੋਕ ਕੇ ਕਤਲੇਆਮ ਕੀਤਾ ਤੀ। ਪਰ ਕਰੀਮ ਚਾਚੇ ਦੇ ਟੱਬਰ ਨੂੰ ਕੈਂਪ ਤਕ ਪੁੱਜਦਾ ਕਰਕੇ ਤੇਰਾ ਬਾਪੂ ਸੁਰਖਰੂ ਹੋ ਗਿਆ। ਫੇਰ ਕਿੰਨੀਆਂ ਹੀ ਰਾਤਾਂ ਉਹਨੇ ਰੋਟੀ ਨਾਂ ਖਾਧੀ। ਜਾਣੋ ਅੱਧ ਕਮਲ਼ਾ ਜਿਹਾ ਹੋ ਗਿਆ"

" ਭਾਈ ਕੀ ਦੱਸਾਂ ਘਰੋਂ ਤੁਰਨ ਲੱਗਿਆਂ ਚਾਚੀ ਫਾਤਿਮਾ ਦੀਆਂ ਭੁੱਬਾਂ ਨਿੱਕਲ ਗਈਆਂ ਘਰ ਛੱਡਣੇ ਕਿਤੇ ਸੌਖੇ ਪਏ ਨੇ। ਫੇਰ ਕਰੀਮ ਚਾਚਾ ਤੇਰੇ ਬਾਪੂ ਨੂੰ ਕਹਿਣ ਲੱਗਿਆਂ "ਘਰ ਤੇ ਸਮਾਨ ਪੁੱਤਰਾ ਤੂੰ ਹੀ ਸੰਭਾਲ ਲੈ। ਜਦੋਂ ਮੁੜ ਆਏ ਲੈ ਲਮਾਂਗੇ। ਪਰ ਵਰੇ ਬੀਤ ਗਏ ਉਹ ਕਦੇ ਮੁੜਕੇ ਨਾਂ ਆਏ। ਛੇਕੜ ਨੂੰ ਤੇਰੇ ਬਾਪੂ ਨੇ ਵਿਚਲੀ ਕੰਧ ਢੁਆ ਕੇ ਉਹਦਾ ਘਰ ਵੀ ਆਪਣੇ ਨਾਲ ਰਲ਼ਾ ਲਿਆ। ਇਹ ਪਿਛਲਾ ਅੰਦਰ ਉਸੇ ਦਾ ਈ ਐ। ਏਥੇ ਹੀ ਥੋਡੇ ਜਨਮ ਹੋਏ ਤੀ। ਇਹ ਭਾਗਾ ਵਾਲਾ ਥਾਂ ਏ। ਪਤਾ ਨਹੀਂ ਉਹ ਵਿਚਾਰੇ ਹੁਣ ਕਿੱਥੇ ਹੋਣਗੇ ? ਬੱਸ ਕੋਈ ਦੇਣੇ ਲੈਣੇ ਦੇ ਸਰਬੰਧ ਨੇ" ਮੈਂ ਤਾਂ ਰੋਜ ਉੱਥੇ ਬਹਿ ਕੇ ਆਦਾਸ ਕਰਦੀ ਆਂ ਕੇ ਹੇ ਪ੍ਰਮਾਤਮਾ ਸਭ ਨੂੰ ਸਮੱਤ ਬਖਸ਼। ਫੇਰ ਨਾ ਕੋਈ ਰੌਲ਼ਾ ਗੌਲ਼ਾ ਪਵੇ"

ਮਹਿਤਾਬ ਕੌਰ ਦੇ ਮਨ ਤੇ ਜਿਵੇਂ ਅਜੇ ਵੀ ਯਾਦਾਂ ਦੇ ਰੋਂਦੇ ਕਰਲਾਉਂਦੇ ਸੈਕੜੇ ਕਾਫ਼ਲੇ ਤੁਰੇ ਜਾ ਰਹੇ ਹੋਣ।

ਉਹਨੇ ਕਿਹਾ "ਭਾਈ ਹੁਣ ਨੀ ਚਿੱਤ ਕਰਦਾ ਕੱਤਣ ਨੂੰ। ਮੇਰਾ ਤਾਂ ਜਿਵੇ ਮਨ ਜਿਹਾ ਮਸੋਸਿਆ ਗਿਆ ਏ। ਚੱਕਦੋ ਕੁੜੇ ਚਰਖੇ। ਸਵੇਰੇ ਦੇਖੀ ਜਾਊ। ਜੈ ਖਾਨਾ ਦੁਨੀਆਂ ਵਿੱਚ ਰੱਖਿਆ ਵੀ ਕੀ ਏ ? ਐਵੇਂ ਬੰਦਾ ਮੇਰੀ ਮੇਰੀ ਕਰੀ ਜਾਂਦੈ। ਚਲੋ ਕੁੜੀਓ ਪਵੋ ਹੁਣ। ਚੱਲ ਹਰਦੇਵ ਕੁਰੇ ਤੂੰ ਵੀ ਜਾ ਕੇ ਪੈ ਜਾ। ਭਾਈ ਗੁਰਜੀਤ ਉਹਨੀ ਵੀ ਹੁਣ ਤਾਂ ਆਉਣ ਈ ਵਾਲੇ ਹੋਣੇ ਨੇ "

ਜਦੋਂ ਸਾਰੇ ਪੈ ਗਏ ਤਾਂ ਬਚਨੋ ਦੀ ਵੀ ਅੱਖ ਵੀ ਲੱਗ ਗਈ। ਮਹਿਤਾਬ ਕੌਰ ਸੌਣ ਤੋਂ ਪਹਿਲਾਂ ਟਾਂਡ ਤੇ ਪਏ ਦੀਵੇ ਨੂੰ ਫੂਕ ਮਾਰ ਕੇ ਬੁਝਾਉਂਦਿਆਂ ਇਹ ਗੀਤ ਵੀ ਗੁਣਗੁਣਾਇਆ:-

ਜਾਹ ਘਰ ਆਪਣੇ ਦੀਵਟਿਆ ਖੜੀ ਉਡੀਕੇ ਮਾਂ
ਭਲਕੇ ਆਈਂ ਸੁੱਖ ਮਨਾਈਂ, ਚਾਨਣ ਬੱਤੀ ਲੈਂਦਾ ਆਈਂ।

•

ਭਾਗ 5

ਸੰਤਾ ਸਿੰਘ ਹੁਣ ਵਿਹੜੇ ਵਿੱਚ ਕੰਧ ਨਾਲ ਮੰਜਾ ਡਾਹੀਂ ਬੈਠਾ ਸੀ। ਉਹ ਖੂਹ ਤੋਂ ਠੰਢੇ ਪਾਣੀ ਨਾਲ ਨਹਾ ਕੇ ਆਇਆ ਸੀ। ਜਾਂਦੇ ਹੋਏ ਸਿਆਲ਼ ਦੀ ਠੰਢ ਅੱਜ ਸਵੇਰੇ ਸਵੇਰੇ ਉਸਦੇ ਹੱਡਾਂ ਨੂੰ ਚੁਭ ਰਹੀ ਸੀ। ਦਿਲ ਤਾਂ ਉਸਦਾ ਅੱਗ ਸੇਕਣ ਨੂੰ ਵੀ ਕਰਦਾ ਸੀ ਪਰ 'ਐਨਾ ਜੱਭ ਕੌਣ ਕਰੂ ?' ਉਹ ਸੋਚਣ ਲੱਗਿਆ। ਉਸ ਨੇ ਸਿਮਰੋ ਨੂੰ ਹਾਕ ਮਾਰੀਂ "ਕੁੜੇ ਭਾਈ ਕਹਿ ਤਾਂ ਆਪਣੀ ਬੇਬੇ ਨੂੰ ਮੈਂ ਵਾਂਢੇ ਜਾਣੈ ਕੱਪੜੇ ਲੀੜੇ ਕੱਢ ਦੇਵੇ"

"ਮੈਂ ਲਿਆਉਨੀਆਂ ਬਾਪੂ ਕੱਪੜੇ" ਕਹਿ ਕੇ ਸਿਮਰੋ ਘਰ ਅੰਦਰ ਚਲੀ ਗਈ। ਉਹ ਧੁੱਪ ਵਿੱਚ ਸੁਕਾਉਣ ਲਈਂ ਵਾਲ਼ ਖਿਲਾਰੀ ਬੈਠਾ ਸੀ। ਜੀ ਤਾਂ ਉਸਦਾ ਇਹ ਵੀ ਕਰਦਾ ਸੀ ਕਿ ਉਹ ਧੀ ਤੋਂ ਸਿਰ ਵਿੱਚ ਸਰੋਂ ਦਾ ਤੇਲ ਝੱਸਵਾ ਕੇ ਧੁੱਪ ਸੇਕੇ। ਪਰ ਐਨਾ ਸਮਾਂ ਕਿੱਥੇ ਸੀ ? ਅੱਜ ਤਾਂ ਉਸਦਾ ਸ਼ਹਿਰ ਜਾਣਾ ਵੀ ਜਰੂਰੀ ਸੀ। ਉਸ ਨੇ ਮੰਜੇ ਨਾਲ ਸੰਮਾਂ ਵਾਲੀ ਡਾਂਗ ਵੀ ਰੱਖੀ ਹੋਈ ਸੀ। ਜਦ ਤੋਂ ਉਸਦੀ ਨਿਗਾਹ ਘਟੀ ਸੀ, ਉਹ ਹਮੇਸ਼ਾਂ ਸੋਟੀ ਨਾਲ ਹੀ ਰੱਖਦਾ। ਨਾਲੇ ਇਹ ਕੁੱਤੇ ਬਿੱਲੇ ਤੋਂ ਰਾਖੀ ਕਰਦੀ ਤੇ ਨਾਲੇ ਸਹਾਰੇ ਦਾ ਸਹਾਰਾ।

ਮਹਿਤਾਬ ਕੌਰ ਨੇ ਸੰਤਾ ਸਿੰਘ ਕੱਪੜੇ ਪਹਿਲਾਂ ਹੀ ਤਿਆਰ ਕਰਕੇ ਰੱਖੇ ਹੋਏ ਸਨ। ਦੁੱਧ ਚਿੱਟਾ ਸਾਫਾ, ਕੁੜਤਾ ਪਜਾਮਾ ਅਤੇ ਧੌੜੀ ਦੀ ਜੁੱਤੀ। ਸੰਤਾ ਸਿਉਂ ਨੇ ਭਾਵੇਂ ਅਮ੍ਰਿਤ ਛਕਿਆ ਹੋਇਆ ਸੀ, ਪਰ ਕਛਹਿਰੇ ਦੇ ਉਪਰੋਂ ਉਹ ਹਮੇਸ਼ਾਂ ਧੋਤੀ ਹੀ ਪਹਿਨਦਾ। ਪਜਾਮਾ ਤਾਂ ਉਹ ਸਿਰਫ ਸ਼ਹਿਰ ਜਾਣ ਲੱਗਿਆ ਹੀ ਪਾਉਂਦਾ। ਜੁੱਤੀ ਉਹ ਜਾਂ ਤਾਂ ਪਰਨੇ ਦੇ ਲੜ ਬੰਨ ਕੇ ਨੰਗੇ ਪੈਰੀਂ ਤੁਰਦਾ ਤੇ ਜਾਂ ਫੇਰ ਉਸ ਨੂੰ ਸੋਟੀ ਤੇ ਟੰਗ ਕੇ ਤੁਰਿਆ ਜਾਂਦਾ। ਇਹ ਸੋਚਕੇ ਕਿ 'ਚਲੋ ਕਾਹਨੂੰ ਖਰਾਬ ਕਰਨੀ ਆ, ਨੇੜੇ ਜਾ ਕੇ ਪਾ ਲਮਾਂਗਾ, ਹੁਣ ਤਾਂ ਐਵੇਂ ਰੇਤੇ ਨਾਲ ਹੀ ਭਰੂ"

ਉਹ ਦੀ ਪੱਗ ਵੀ ਅਜੀਬ ਜਿਹੀ ਹੁੰਦੀ। ਉਹ ਪੱਗ ਨੂੰ ਵਟੇ ਜਿਹੇ ਦੇ ਕੇ ਸਿਰ ਤੇ ਮੜ੍ਹਾਸਾ ਜਿਹਾ ਮਾਰ ਲੈਂਦਾ। ਦੂਰੋ ਹੀ ਪਤਾ ਲੱਗ ਜਾਂਦਾ ਕਿ ਲੰਬੜਦਾਰ ਸੰਤਾ ਸਿਉਂ ਆਂਉਦਾ ਹੈ। ਘਰ ਉਹ ਲਾਣੇਦਾਰ ਵਾਲੇ ਸਾਰੇ ਫਰਜ਼ ਨਿਭਾਉਂਦਾ ਸੀ। ਉਸ ਨੂੰ ਕਬੀਲਦਾਰੀ ਚਲਾਉਣ ਦਾ ਵਲ ਜੁਆਨੀ ਤੋਂ ਹੀ ਦਾ ਆ ਗਿਆ ਸੀ। ਉਸਦੇ ਮੁੰਡੇ ਭਾਵੇਂ ਪੜ੍ਹ ਵੀ ਗਏ, ਵੱਡੇ ਹੋਕੇ ਪੈਰਾਂ ਸਿਰ ਵੀ ਹੋ ਗਏ, ਪਰ ਤਾਂ ਵੀ ਉਹ ਹਰ ਗੱਲ ਵਿੱਚ ਬਾਪੂ ਦੇ ਫੈਸਲੇ ਦੀ ਉਡੀਕ ਹੀ ਕਰਦੇ। ਉਹ ਇਸ ਪਰਿਵਾਰਕ ਬੇੜੀ ਦਾ ਮਲਾਹ ਸੀ। ਜਿਸ ਵਿੱਚ ਹੁਣ ਮੁਸਾਫਰ ਵੱਧਦੇ ਹੀ ਜਾ ਰਹੇ ਸਨ।

ਸੰਤਾ ਸਿੰਘ ਨੇ ਪੱਗ ਦਾ ਅਜੇ ਪਹਿਲਾ ਗੇੜ ਹੀ ਦਿੱਤਾ ਸੀ ਕਿ ਸਰਨੋ ਨੇ ਆ ਕਿਹਾ "ਬਾਪੂ ਪਹਿਲਾਂ ਰੋਟੀ ਖਾਅ ਲੈ, ਸਾਫਾ ਫੇਰ ਬੰਨ ਲੀਂ। ਰੋਟੀ ਠੰਢੀ ਹੋ ਜੂ" ਉਹ ਥਾਲੀ ਵਿੱਚ ਦੋ ਮਿੱਸੀਆਂ ਰੋਟੀਆਂ ਅਤੇ ਮੱਖਣ ਧਰ ਕੇ ਲੱਸੀ ਦਾ ਗਲਾਸ ਵੀਂ ਲਈਂ ਖੜੀ ਸੀ। ਭੂਰੂ ਕੁੱਤਾ ਮੰਜੇ ਦੇ ਨੇੜੇ ਬੈਠਾ ਬੁਰਕੀ ਦੀ ਝਾਕ ਵਿੱਚ ਪੂਛ ਹਿਲਾ ਰਿਹਾ ਸੀ। ਸਾਹਮਣੇ ਬਨੇਰੇ ਤੇ ਇੱਕ ਕਾਂ ਕੁਰਲਾ ਰਿਹਾ ਸੀ।

ਮਹਿਤਾਬ ਕੌਰ ਨੇ ਇੱਕ ਵਾਰ ਫੇਰ ਪੰਜੀਰੀ ਦੇ ਸਮਾਨ ਤੋਂ ਲੈ ਕੇ ਕੱਪੜਾ ਲੀੜਾ, ਲੂਣ ਤੇਲ, ਸਾਬਣ ਸੋਢਾ ਸਾਰਾ ਕੁੱਝ ਯਾਦ ਕਰਾ ਦਿੱਤਾ ਸੀ ਤੇ ਉਹ ਸੰਦੂਕ ਵਿੱਚੋਂ ਕੱਢ ਕੇ ਨੋਟਾਂ ਦਾ ਰੁੱਗ ਵੀ ਫੜਾ ਗਈ। ਇਹ ਕਹਿੰਦੀ ਹੋਈ "ਸਰਨੋ ਦੇ ਬਾਪੂ ਰਕਮ ਗਿਣ ਲੈ, ਕੱਲ ਕਲਾ ਨੂੰ ਫੇਰ ਕਹੇਂਗਾ

ਪੈਸੇ ਕਿੱਥੇ ਗਏ। ਜੈ ਖਾਣੀ ਦਾ ਖਰਚਾ ਵੀ ਬਹੁਤ ਐ"

ਸੰਤਾ ਸਿਉਂ ਬੋਲਿਆ "ਸ਼ੁਕਰ ਕਰ, ਵਸਦੇ ਘਰਾਂ ਦੇ ਹੀ ਖਰਚੇ ਹੁੰਦੇ ਨੇ। ਜੇ ਰੱਬ ਨੇ ਵੇਲ ਵਧਾਈ ਆ, ਇਹ ਖਰਚੇ ਵਧ ਗਏ ਤਾਂ ਕੀ ਹੋ ਗਿਆ?" ਤੇ ਫੇਰ ਉਹ ਰੋਟੀ ਖਾਂਦਾ ਖਾਂਦਾ ਪਤਾ ਨਹੀਂ ਕਿਹੜੀਆਂ ਸੋਚਾਂ ਵਿੱਚ ਡੁੱਬ ਗਿਆ।

ਉਸ ਨੂੰ ਆਪਣਾ ਬਚਪਨ ਯਾਦ ਆ ਗਿਆ। ਉਸਦਾ ਪਿਉ ਬੇਲਾ ਸਿਉਂ ਦੱਸਿਆ ਕਰਦਾ ਸੀ ਕਿ ਜਦੋਂ ਨਹਿਰ ਦੀ ਖੁਦਾਈ ਹੋ ਰਹੀ ਸੀ, ਉਦੋਂ ਕੁ ਉਸ ਦਾ ਜਨਮ ਹੋਇਆ ਸੀ। ਪੱਕੀ ਤਰੀਕ ਤਾਂ ਉਸ ਨੂੰ ਵੀ ਨਹੀਂ ਸੀ ਪਤਾ। ਸ਼ਾਇਦ ਉਨੀਵੀਂ ਸਦੀ ਦਾ ਅੰਤਮ ਪੜਾ ਹੋਵੇ। ਪਿਉ ਨੇ ਤਾਂ ਇਹ ਵੀ ਦੱਸਿਆ ਸੀ ਕਿ ਉਸ ਦਾ ਪੜਦਾਦਾ ਮਹਾਰਾਜਾ ਰਣਜੀਤ ਸਿੰਘ ਦੀ ਫੌਜ ਵਿੱਚ ਮੰਨਿਆ ਪ੍ਰਮੰਨਿਆ ਯੋਧਾ ਸੀ। ਜੋ ਮਹਾਰਾਜੇ ਦੀ ਛਾਉਣੀ 'ਰਾਹੋਂ' ਹੀ ਰਿਹਾ ਕਰਦਾ ਸੀ। ਜਿਸ ਨੇ ਹਰੀ ਸਿੰਘ ਨਲੂਆ ਦੀ ਕਮਾਂਡ ਹੇਠ ਕਈ ਜੰਗਾ ਵੀ ਲੜੀਆਂ। ਮਹਾਰਾਜਾ ਰਣਜੀਤ ਸਿੰਘ ਵਲੋਂ ਉਸ ਦੀ ਬਹਾਦਰੀ ਤੋਂ ਖੁਸ਼ ਹੋ ਕੇ ਇੱਕ ਤਲਵਾਰ ਭੇਟ ਕੀਤੀ ਗਈ ਸੀ। ਜੋ ਅੱਜ ਤੱਕ ਉਨ੍ਹਾਂ ਦੇ ਪਰਿਵਾਰ ਕੋਲ ਮੌਜੂਦ ਸੀ।

ਦੱਸਣ ਵਾਲੇ ਤਾਂ ਇਹ ਵੀ ਦੱਸਦੇ ਸਨ ਕਿ ਕਿ ਮਹਾਰਾਜਾ ਰਣਜੀਤ ਸਿੰਘ ਨੇ ਉਨ੍ਹਾਂ ਦੇ ਪਰਿਵਾਰ ਨੂੰ ਜਗੀਰ ਵੀ ਭੇਂਟ ਕੀਤੀ ਸੀ ਜੋ ਦਰਿਆ ਸਤਲੁਜ ਤੋਂ ਪਾਰ ਬੇਟ ਦੇ ਕਿਸੇ ਇਲਾਕੇ ਵਿੱਚ ਸੀ। ਫੇਰ ਉਸ ਦਾ ਕੀ ਬਣਿਆ ਹੁਣ ਕੋਈ ਨਹੀਂ ਸੀ ਜਾਣਦਾ? ਦਰਿਆ ਸਤਲੁਜ ਦੇ ਨਾਲ ਹੀ ਬੁੱਢਾ ਦਰਿਆ ਵਗਦਾ ਸੀ। ਜਿਸ ਵਿੱਚ ਬਰਸਾਤਾਂ ਨੂੰ ਹੜ ਆ ਜਾਂਦੇ। ਪਾਣੀ ਦੀ ਮਾਰ ਹੇਠ ਆਏ ਇਸ ਇਲਾਕੇ ਨੂੰ ਬੇਟ ਦਾ ਇਲਾਕਾ ਕਿਹਾ ਜਾਂਦਾ। ਜਿੱਥੇ ਬਹੁਤ ਸਾਰੀ ਬੇਅਬਾਦ ਜ਼ਮੀਨ ਪਈ ਸੀ। ਸ਼ਾਇਦ ਏਨ੍ਹਾਂ ਹੜ੍ਹਾਂ ਦੇ ਦੁਖਾਂਤ ਕਰਕੇ, ਲੋਕ ਏਥੇ ਬਸੇਰਾ ਨਹੀਂ ਸੀ ਕਰਦੇ। ਹੜਾਂ ਨਾਲ ਡੰਗਰ ਪਸ਼ੂ ਮਰ ਜਾਂਦੇ, ਬਿਮਾਰੀਆਂ ਫੈਲ ਜਾਂਦੀਆਂ। ਹੁਣ ਧੁੱਸੀ ਬੰਨ ਲੱਗਣ ਨਾਲ ਭਾਵੇਂ ਹੜਾਂ ਤੇ ਕਾਫੀ ਕੰਟਰੋਲ ਹੋ ਗਿਆ ਸੀ। ਪਰ ਤਾਂ ਵੀ ਜਦੋਂ ਗੋਬਿੰਦਸਾਗਰ ਝੀਲ ਦਾ ਪਾਣੀ ਬਰਸਾਤਾਂ ਦੇ ਦਿਨਾ ਵਿੱਚ ਖਤਰੇ ਦੇ ਨਿਸ਼ਾਨ ਤੋਂ ਉੱਪਰ ਚਲਾ ਜਾਂਦਾ ਤਾਂ ਵਾਧੂ ਪਾਣੀ ਦਰਿਆ ਸਤਲੁਜ ਵਿੱਚ ਜਾਂ ਨਹਿਰ ਸਰਹਿੰਦ ਵਿੱਚ ਹੀ ਛੱਡਿਆ ਜਾਂਦਾ। ਉਦੋਂ ਧੁੱਸੀ ਬੰਨ ਵਿੱਚ ਫੇਰ ਪਾੜ ਪੈ ਜਾਂਦਾ। ਤੇ ਸਾਰਾ ਬੇਟ ਇਲਾਕਾ ਹੜ੍ਹਾਂ ਦੀ ਮਾਰ ਹੇਠ ਆ ਜਾਂਦਾ।

ਰਣੀਏ ਪਿੰਡ ਦੇ ਨਾਲ ਲੱਗਦੀ ਨਹਿਰ ਸਰਹਿੰਦ ਜੋ ਚੌਵੀ ਗਜ਼ ਡੂੰਗੀ ਅਤੇ ਸੱਤਰ ਮੀਟਰ ਚੌੜੀ ਸੀ ਹੜ੍ਹਾਂ ਦੀ ਰੋਕਥਾਮ ਲਈ ਰਣੀਏ ਪਿੰਡ ਲਈ ਵੀ ਵਰਦਾਨ ਸਾਬਤ ਹੋਈ। ਏਸੇ ਕਰਕੇ ਤਾਂ ਹੁਣ ਇਹ ਪਿੰਡ ਹੜਾਂ ਦੀ ਕਰੋਪੀ ਤੋਂ ਬਚਿਆ ਹੋਇਆ ਆ ਰਿਹਾ ਸੀ।

ਸੰਤਾਂ ਸਿੰਘ ਦੀ ਸੋਚ ਹੋਰ ਪਿੱਛੇ ਪਰਤੀ। ਜਦੋਂ ਸਾਰੇ ਪੰਜਾਬ ਵਿੱਚ ਕੱਤੇ ਦੀ ਬਿਮਾਰੀ, ਮਹਾਂਮਾਰੀ ਬਣਕੇ ਫੈਲੀ ਸੀ ਤਾਂ ਉਸਦੇ ਪਰਿਵਾਰ ਨੂੰ ਵੀ ਡਕਾਰ ਗਈ ਸੀ। ਜਿਸ ਨੂੰ ਯਾਦ ਕਰਕੇ ਉਹ ਅੱਜ ਵੀ ਕੰਬ ਜਾਂਦਾ ਹੈ। ਇਸ ਕੁਸੈਲੀ ਯਾਦ ਨੇ ਸੰਤਾ ਸਿਉਂ ਦੀ ਰੋਟੀ ਦਾ ਸਵਾਦ ਖਰਾਬ ਕਰ ਦਿੱਤਾ। ਉਸ ਦੇ ਮਾਂ ਪਿਉ ਤੇ ਚਾਰ ਭੈਣ ਭਰਾ ਉਦੋਂ ਏਸੇ ਬਿਮਾਰੀ ਨਾਲ ਮਰ ਗਏ ਸਨ। ਤੇ ਉਹ ਸਿਰਫ ਇਕੱਲਾ ਰਹਿ ਗਿਆ ਸੀ।

ਉਸ ਦੀ ਮਾਂ ਸਭ ਤੋਂ ਬਾਅਦ ਮਰੀ ਸੀ। ਮਰਨ ਵੇਲੇ ਕਿਵੇਂ ਉਹ ਉਸ ਨੂੰ ਚਿੰਬੜ ਚਿੰਬੜ ਕੇ ਰੋਈ ਸੀ ਕਿ 'ਪੁੱਤ ਮੇਰੇ ਤੋਂ ਬਾਦ ਤੂੰ 'ਕੱਲਾ ਕੀ ਕਰੇਂਗਾ? ਤੇਰਾ ਰੋਟੀ ਟੁੱਕ ਕੌਣ ਕਰੂ?" ਜੈ ਕੁਰ ਦੇ ਮਰਨ ਦੀ ਦੇਰ ਸੀ ਕਿ ਸੰਤਾਂ ਸਿਉਂ ਸਿਰ ਮੁਸੀਬਤਾਂ ਦੇ ਪਹਾੜ ਟੁੱਟ ਪਏ। ਸ਼ਰੀਕਾਂ ਨੇ ਉਸ ਦਾ ਘਰ ਅਤੇ ਜ਼ਮੀਨ ਜਾਇਦਾਦ ਦੱਬ ਲਏ। ਇਹ ਕਹਿਕੇ ਕਿ ਵੱਡੇ ਹੋਏ ਨੂੰ ਮੋੜ ਦੇਵਾਂਗੇ। ਪਰ ਜਦੋਂ ਉਹ

ਵੱਡਾ ਹੋਇਆ ਤਾਂ ਸ਼ਰੀਕ ਜ਼ਮੀਨ ਦੇ ਲਾਲਚ ਨੂੰ ਉਸਦੀ ਹੀ ਜਾਨ ਦੇ ਦੁਸ਼ਮਣ ਬਣ ਗਏ। ਇੱਕ ਵਾਰ ਤਾਂ ਚਾਚੀਆਂ ਤਾਈਆਂ ਨੇ ਉਸ ਦੁੱਧ ਵਿੱਚ ਪੀਸਿਆ ਕੱਚ ਪਾ ਕੇ ਪਿਲਾ ਦਿੱਤਾ ਅਤੇ ਉਹ ਮਰਨੋਂ ਮਸਾਂ ਹੀ ਬਚਿਆ ਸੀ। ਉਸ ਤੋਂ ਬਾਅਦ ਤਾਂ ਉਸ ਲਈ ਸਾਰੇ ਰਿਸ਼ਤੇ ਹੀ ਮਰ ਗਏ ਸਨ।

ਕਿਸੇ ਸਿਆਣੇ ਨੇ ਮੱਤ ਦਿੱਤੀ ਕਿ 'ਭਾਈ ਘਰੋਂ ਭੱਜ ਜਾ ਨਹੀਂ ਤਾਂ ਅਗਲੇ ਤੇਰਾ ਘੋਗਾ ਚਿੱਤ ਕਰ ਦੇਣਗੇ'। ਫੇਰ ਉਹ ਸੱਚ ਮੁੱਚ ਹੀ ਇੱਕ ਸਾਧੂਆਂ ਦੀ ਟੋਲੀ ਨਾਲ ਰਲ਼ ਕੇ ਪਿੰਡ ਛੱਡ ਗਿਆ। ਉਹ ਡੇਰਿਆ ਵਿੱਚ ਹੀ ਰਹਿੰਦਾ। ਉਥੇ ਸੇਵਾ ਕਰਦਾ ਤੇ ਰੋਟੀ ਖਾਅ ਛੱਡਦਾ। ਏਥੇ ਰਹਿੰਦਿਆ ਹੀ ਉਸ ਨੇ ਬੜੀ ਧਾਰਮਿਕ ਵਿੱਦਿਆ ਹਾਸਲ ਕੀਤੀ। ਰਮਾਇਣ, ਮਹਾਂਭਾਰਤ ਅਤੇ ਹੋਰ ਧਾਰਮਿਕ ਗਰੰਥਾਂ ਵਿਚਲੀਆਂ ਅਨੇਕਾਂ ਸਾਖੀਆਂ ਉਸ ਨੂੰ ਮੂੰਹ ਜ਼ੁਬਾਨੀ ਕੰਠ ਹੋ ਗਈਆ। ਤੇ ਪੰਜ ਬਾਣੀਆਂ ਦਾ ਪਾਠ ਵੀ ਯਾਦ ਹੋ ਗਿਆ।

ਸੰਤ ਬਾਬਾ ਸੁੰਦਰ ਦਾਸ ਹੀ ਉਦੋਂ ਉਸਦਾ ਮਾਂ ਤੇ ਬਾਪ ਸੀ। ਉਹ ਸੰਤਾ ਸਿੰਘ ਤੋਂ ਸਾਧੂ ਭਾਵੇ ਬਣ ਗਿਆ ਪਰ ਮਨ ਅੰਦਰ ਹੋਈ ਬੇਇਨਸਾਫੀ ਦਾ ਸਿਵਾ ਉਸਦੇ ਅੰਦਰ ਸਦਾ ਮਘਦਾ ਰਿਹਾ। ਸਿੱਖ ਇਤਿਹਾਸ ਦੀਆਂ ਕਹਾਣੀਆਂ ਉਸ ਨੂੰ ਵੰਗਾਰ ਪਾਉਂਦੀਆਂ ਰਹੀਆਂ। ਉਸਦਾ ਆਪਣੀ ਵਿਰਾਸਤ ਸੰਭਾਲਣ ਲਈ ਮਨ ਤੜਫਦਾ ਰਹਿੰਦਾ। ਉਹ ਸੂਰਮਿਆਂ ਦੀ ਉਲਾਦ ਸੀ, ਫੇਰ ਚੁੱਪ ਕਿਵੇਂ ਬੈਠਾ ਰਹਿੰਦਾ ? ਉਸ ਵਕਤ ਦੁਨੀਆਂ ਦੇ ਮੁਲਕ ਪਹਿਲੀ ਸੰਸਾਰ ਜੰਗ ਲੜ ਰਹੇ ਸਨ। ਲੋਕ ਗੋਰਿਆਂ ਦੀ ਫੌਜ ਵਿੱਚ ਵੀ ਭਰਤੀ ਹੋ ਰਹੇ ਸਨ। ਪਰ ਤੇਰਾਂ ਅਪਰੈਲ 1919 ਨੂੰ ਜਦੋਂ ਜਲ੍ਹਿਆਂ ਵਾਲੇ ਬਾਗ ਵਿੱਚ ਅੰਗਰੇਜ ਹਕੂਮਤ ਨੇ ਸੈਂਕੜੇ ਬੇਕਸੂਰ ਲੋਕਾਂ ਨੂੰ ਗੋਲੀਆਂ ਨਾਲ ਭੁੰਨ ਸੁੱਟਿਆ, ਤਾਂ ਹਰ ਦੇਸ਼ ਵਾਸੀ ਦਾ ਹਿਰਦਾ ਭਾਰਤ ਮਾਂ ਨੂੰ ਅਜ਼ਾਦ ਕਰਵਾਉਣ ਲਈ ਤੜਫ ਉੱਠਿਆ। ਉਦੋਂ ਸੰਤਾ ਸਿੰਘ ਵੀ ਸਾਧੂਆਂ ਵਾਲਾ ਵੇਸ ਉਤਾਰ ਸਿੰਘ ਸਭਾ ਨਾਲ ਜੁੜ ਗਿਆ।

ਧਾਰਮਿਕ ਸਿੱਖਿਆ ਦੇ ਨਾਲ ਨਾਲ ਫੇਰ ਗ਼ਦਰ ਪਾਰਟੀ, ਬਬਰ ਅਕਾਲੀ, ਕਾਂਗਰਸ, ਆਰੀਆ ਸਮਾਜੀ, ਸੋਸ਼ਲਿਸਟ ਤੇ ਹੋਰ ਪਾਰਟੀਆਂ ਦਾ ਪ੍ਰਚਾਰ ਵੀ ਸੰਤਾ ਸਿੰਘ ਨੂੰ ਦੇਸ਼ ਸੇਵਾ ਲਈ ਉਕਸਾਉਣ ਲੱਗਿਆ। ਕਦੇ ਉਹ ਸੋਚਦਾ ਕਿ ਦੇਸ਼ ਅਜ਼ਾਦ ਕਰਵਾਉਣ ਤੋਂ ਪਹਿਲਾਂ ਆਪਣਾ ਜੱਦੀ ਘਰ ਤੇ ਜ਼ਮੀਨ ਵੀ ਸ਼ਰੀਕਾ ਤੋਂ ਆਜ਼ਾਦ ਕਰਵਾ ਲਵੇ। ਅੰਤਰ ਆਤਮਾਂ ਕਹਿੰਦੀ ਕਿ ਪਹਿਲਾਂ ਆਪਣਾ ਹੱਕ ਲੈਣਾ ਸਿੱਖ। ਉਹਦੇ ਸਾਹਮਣੇ ਕਰਤਾਰ ਸਿੰਘ ਸਰਾਭੇ ਵਾਲੇ ਦੀ ਕੁਰਬਾਨੀ ਸੀ, ਜੋ ਅਪਣੀ ਮਿੱਟੀ ਲਈ ਫਾਂਸੀ ਚੜ੍ਹ ਗਿਆ। ਤਾਂ ਫੇਰ ਉਹ ਆਪਣੀ ਮਿੱਟੀ ਲਈ ਸੰਘਰਸ਼ ਕਿਉਂ ਨਹੀਂ ਸੀ ਕਰ ਸਕਦਾ ?

ਫੇਰ ਉਸਨੇ ਪੰਦਰਾਂ ਵੀਹ ਚੰਗੇ ਦੋਸਤ ਬਣਾਏ। ਸਰਕਾਰੇ ਦਰਬਾਰੇ ਪਹੁੰਚ ਕੀਤੀ। ਪਿੰਡ ਦੇ ਲੋਕਾਂ ਨਾਲ ਰਸੂਖ ਵਧਾਇਆ। ਤੇ ਪਟਵਾਰੀ ਨੂੰ ਹੱਥ 'ਚ ਲਿਆ। ਫੇਰ ਪੁਰਾਣੇ ਵਸੀਹਤ ਨਾਮੇ ਕਢਵਾਏ। ਸੰਤ ਸੁੰਦਰ ਦਾਸ ਦੀ ਮੱਦਦ ਤੇ ਪੁਲੀਸ ਦੀ ਮੱਦਦ ਨਾਲ ਇੱਕ ਦਿਨ ਉਹ ਮੁੜ ਆਪਣੀ ਜੱਦੀ ਜ਼ਮੀਨ ਜਾਇਦਾਦ ਤੇ ਕਾਬਜ਼ ਹੋ ਗਿਆ। ਫੇਰ ਕਿਸੇ ਜਾਣ ਪਛਾਣ ਵਾਲੇ ਨੇ ਉਸ ਨੂੰ ਸਾਕ ਵੀ ਕਰਵਾ ਦਿੱਤਾ। ਤੇ ਮਹਿਤਾਬ ਕੌਰ ਉਸਦੀ ਪਤਨੀ ਬਣਕੇ ਘਰ ਆ ਗਈ। ਸੁੱਕੀ ਸੜੀ ਵੇਲ ਫੇਰ ਤੋਂ ਲਗਰਾਂ ਕੱਢਣ ਲੱਗੀ। ਜਿਸ ਨੂੰ ਅੱਜ ਇੱਕ ਹੋਰ ਨਵਾਂ ਚੂੰਆਂ ਫੁੱਟ ਪਿਆ ਸੀ। ਸੰਤਾ ਸਿਉਂ ਮੁਸਕਰਾਇਆ ਤੇ ਬੋਲਿਆ "ਕੁੜੇ ਸਿਮਰੋ...ਚੱਕੋ ਭਾਈ ਭਾਡੇ। ਮੈਂ ਚੱਲਦਾ ਆਂ ਸ਼ਹਿਰ ਨੂੰ" ਫੇਰ ਉਸ ਨੇ ਡਾਂਗ ਚੁੱਕੀ ਤੇ ਤੁਰ ਪਿਆ।

•

ਭਾਗ 6

ਸਮਰਾਲੇ ਪਹੁੰਚ ਕੇ ਸੰਤਾ ਸਿੰਘ ਡਾਕਖਾਨੇ ਗਿਆ। ਸਭ ਤੋਂ ਪਹਿਲਾਂ ਉਸ ਨੇ ਅਪਣੇ ਜਵਾਈ ਦਲੇਰ ਸਿੰਘ ਨੂੰ, ਮੁੰਡਾ ਹੋਣ ਦੀ ਸੂਚਨਾ, ਤਾਰ ਰਾਹੀਂ ਭੇਜੀ। ਫੇਰ ਉਹ ਰੁਲਦੂ ਰਾਮ ਦੀ ਦੁਕਾਨ ਤੇ ਬਹਿ ਕਾ ਚਾਹ ਪੀਣ ਲੱਗਿਆ। ਉੱਥੇ ਹੀ ਕਿਸੇ ਨੇ ਦੱਸਿਆ 'ਭਾਰਤ ਦੀ ਚੀਨ ਨਾਲ ਲੜਾਈ ਲੱਗ ਗਈ ਏ' ਦਲੇਰ ਸਿੰਘ ਵੀ ਤਾਂ ਪਿਛਲੇ ਪੰਜ ਛੇ ਮਹੀਨਿਆਂ ਤੋਂ ਲੇਹ ਲਦਾਖ ਵਲ ਕਿਤੇ ਉਧਰ ਹੀ ਸੀ। ਸੰਤਾ ਸਿੰਘ ਨੇ ਸੋਚਿਆ "ਇਹ ਤਾਂ ਬੜੀ ਮਾੜੀ ਗੱਲ ਹੋਈ ਪਤਾ ਨੀ ਤਾਰ ਮਿਲੂ ਵੀ ਕਿ ਨਹੀਂ" ਕਈ ਲੋਕ ਪੰਡਤ ਨਹਿਰੂ ਦਾ ਮਜ਼ਾਕ ਉਡਾ ਰਹੇ ਸਨ ਕਿ "ਹੋਰ ਮਾਰੇ 'ਹਿੰਦੀ ਚੀਨੀ ਭਾਈ ਭਾਈ' ਦੇ ਨਾਹਰੇ। ਅਗਲਿਆਂ ਪਿੱਠ 'ਚ ਛੁਰਾ ਘੋਪ ਦਿੱਤਾ"

ਸ਼ਹਿਰ ਵਿੱਚ ਅਫਰਾ ਤਫਰੀ ਜਿਹੀ ਮੱਚੀ ਪਈ ਸੀ। ਉਸ ਨੇ ਮਹਿਤਾਬ ਕੁਰ ਵੱਲੋਂ ਕਹੇ, ਸਾਰੇ ਸੌਦੇ ਤੇ ਕੱਪੜੇ ਲੀੜੇ ਲੈ ਲਏ। ਛੱਜੂ ਕਰਾੜ ਨੇ ਸਾਰਾ ਕੁੱਝ ਇਕੱਠਾ ਕਰਕੇ ਦੋ ਮੀਟਰ ਦੇ ਲੱਠੇ ਵਿੱਚ ਗਠੜੀ ਜਿਹੀ ਬੰਨ ਦਿੱਤੀ। ਸੰਤਾ ਸਿੰਘ ਲੱਧੜ ਪਿੰਡ ਤੱਕ ਪਹੁੰਚਣ ਲਈ ਧੂਤੇ ਦੇ ਤਾਂਗੇ ਵਿੱਚ ਜਾ ਬੈਠਿਆ। ਬਾਰੂ ਦਾ ਤਾਂਗਾ ਤਾਂ ਨਿੱਕਲ ਚੁੱਕਾ ਸੀ। ਲੋਕ ਤਾਂਗੇ ਵਿੱਚ ਵੀ ਅਜਿਹੀਆਂ ਹੀ ਗੱਲਾਂ ਕਰ ਰਹੇ ਸਨ। ਜੋ ਲੜਾਈ ਲੱਗਣ ਬਾਰੇ ਸਨ।

ਹੋਲਾ ਮੁਹੱਲਾ ਖਤਮ ਹੋਣ ਕਾਰਨ ਜਥਿਆ ਦੇ ਜਥੇ ਆਨੰਦਪੁਰ ਸਾਹਿਬ ਤੋਂ ਵਾਪਸ ਆ ਰਹੇ ਸਨ। ਘੋੜਿਆਂ ਤੇ ਨਗਾਰੇ ਵਜਾਉਂਦੀਆਂ ਗੁਰੂ ਕੀਆਂ ਲਾਡਲੀਆਂ ਫੌਜਾਂ ਜੈਕਾਰੇ ਗਜਾ ਰਹੀਆਂ ਸਨ। ਰੇੜੀਆਂ ਅਤੇ ਗੱਡਿਆਂ ਤੇ ਵੀ ਲੋਕ ਸ਼ਬਦ ਪੜ੍ਹਦੇ ਜਾ ਰਹੇ ਸਨ। ਰਸਤੇ ਵਿੱਚ ਉਨ੍ਹਾਂ ਨੇ ਇੱਕ ਦੋ ਲਾਰੀਆਂ, ਮੋਟਰ ਗੱਡੀਆਂ ਅਤੇ ਟਰੈਕਰ ਵੀ ਦੇਖੇ। ਇਸ ਵਾਰੀ ਉਹ ਆਪ ਵੀ ਆਨੰਦਪੁਰ ਸਾਹਿਬ ਜਾਣਾ ਚਾਹੁੰਦਾ ਸੀ, ਪਰ ਬਚਨੋ ਕਰਕੇ ਨਹੀਂ ਸੀ ਗਿਆ ਕਿ 'ਨਾ ਜਾਣੇ ਕੀ ਲੋੜ ਪੈ ਜਾਵੇ'

ਰਸਤੇ ਵਿੱਚ ਲੋਕਾਂ ਨੇ ਸੰਗਤਾਂ ਲਈ ਲੰਗਰ ਲਗਾਏ ਹੋਏ ਸਨ। ਜਦੋਂ ਉਹ ਢੰਡੇ ਪਿੰਡ ਕੋਲ ਪਹੁੰਚਿਆ ਤਾਂ ਉਸ ਨੂੰ ਮਿੱਠੂ ਨਾਈ ਮਿਲ ਪਿਆ। ਜੋ ਬਚਨੋ ਦੇ ਸਹੁਰੀਂ ਭੇਲੀ ਦੇ ਕੇ ਮੁੜਿਆ ਸੀ। ਉਸ ਨੇ ਦੱਸਿਆ ਕਿ 'ਰਾਮਪੁਰੇ ਵਾਲੇ ਵੀ ਹੋਲੇ ਗਏ ਹੋਏ ਤੀ। ਬੱਸ ਉਨਾ ਦੀ ਮਾਤਾ ਈ ਘਰ ਤੀ। ਜਾਂ ਛੋਟਾ ਮੁੰਡਾ ਮਿਲਿਆ। ਕੈਂਹਦੇ ਤੀ ਰਾਤ ਰਹਿ ਕੇ ਜਾਂਈ। ਪਰ ਮੈਂ ਮੰਨਿਆ ਨੀ। ਰੋਟੀ ਨੂੰ ਵੀ ਬੜਾ ਜੋਰ ਪਾਇਆ। ਮੈਂ ਕਿਹਾ ਨਹੀਂ...। ਸੋਚਿਆ ਰਾਹ 'ਚ ਕਿਤੇ ਲੰਗਰ ਛਕ ਲਾਂ ਗੇ। ਨਾਲੇ ਚੰਗਾ ਹੁੰਦੈ। ਉਂ ਬਥੇਰੀ ਸੇਵਾ ਕਰਤੀ। ਆਹ ਖੇਸੀ ਤੇ ਦੋ ਰੁਪੈ ਵੀ ਦਿੱਤੇ ਨੇ। ਲੰਬੜਦਾਰ ਜੀ ਜੀਂਦੇ ਵਸਦੇ ਰਹਿਣ। ਤੁਸੀਂ ਵੀ ਲੰਗਰ ਛਕ ਲੋ। ਚੰਗਾ ਸਾਥ ਬਣ ਗਿਆ ਏ। ਹੁਣ ਪਿੰਡ ਤੱਕ ਗੱਲਾਂ ਮਾਰਦੇ ਚੱਲਾਂਗੇ। ਨਾਲੇ ਆਹ ਗੱਠੜੀ ਵੀ ਮੈਨੂੰ ਫੜਾ ਦੋ"

ਲੰਗਰ ਛਕ ਕੇ ਉਹ ਪੈਦਲ ਹੀ ਪਿੰਡ ਵਲ ਨੂੰ ਚੱਲ ਪਏ। ਨਹਿਰ ਵਾਲੀ ਕਿਸ਼ਤੀ ਚੜਨ ਤੋਂ ਪਹਿਲਾਂ ਰਸਤੇ ਵਿੱਚ ਦੇਸੀ ਸ਼ਰਾਬ ਦਾ ਠੇਕਾ ਵੀ ਸੀ। ਸੰਤਾ ਸਿਉਂ ਨੇ ਮਿੱਠੂ ਨਾਈ ਦੇ ਕੰਨ ਨੇੜੇ ਮੂੰਹ ਕਰਕੇ ਕਿਹਾ "ਵਧਾਈਆਂ ਵਾਲਾ ਦਿਨ ਆ। ਫੜ ਲੀ ਏ ਇਕ ਸੰਤਰੇ ਦੀ ? ਨਾਲੇ ਘਰੇ ਕੋਈ ਆ ਜਾਂਦਾ ਏ ? ਘੁੱਟ ਘੁੱਟ ਆਪਾ ਵੀ ਲਾ ਲਮਾਂਗੇ" ਮਿੱਠੂ ਸਿਰਫ ਹੱਸਿਆ।

ਸੰਤਾ ਸਿੰਘ ਨੇ ਇੱਕ ਪੋਟਲੀ ਜਿਹੀ ਖੀਸੇ 'ਚੋਂ ਕੱਢ ਕੇ ਦਸ ਰੁਪਏ ਫੜਾਏ ਅਤੇ ਬੋਤਲ ਲਿਆਉਣ ਲਈ ਕਿਹਾ। ਕਿਸ਼ਤੀ ਪਾਰ ਕਰਕੇ ਉਨ੍ਹਾਂ ਜੀਤੂ ਮਲਾਹ ਤੋਂ ਗਲਾਸ ਲੈ ਕੇ, ਨਲਕੇ ਤੇ ਹੀ ਇੱਕ ਇੱਕ ਪੈੱਗ ਵੀ ਲਾਇਆ ਕਿ ਵਾਟ ਸੌਖੀ ਨਿੱਬੜ ਜਾਊ। ਬਹੁਤ ਘੱਟ ਲੋਕ ਜਾਣਦੇ ਸਨ ਕਿ ਧਾਰਮਿਕ ਬਿਰਤੀ ਵਾਲਾ ਸੰਤਾ ਸਿਉਂ ਕਦੀ ਕਦਾਈ ਪੈੱਗ ਵੀ ਲਾ ਲੈਂਦਾ ਹੈ। ਦਰਅਸਲ ਲੰਬੜਦਾਰੀ ਕਰਦਿਆ ਹੀ ਉਸ ਨੂੰ ਪੀਣ ਦਾ ਇਹ ਝੱਸ ਪਿਆ ਸੀ। ਕਦੇ ਆਏ ਗਏ ਤੋਂ ਜਾਂ ਕਿਸੇ ਦਿਨ ਤਿਉਹਾਰ ਤੇ ਉਹ ਇਹ ਸ਼ੌਂਕ ਪੂਰਾ ਕਰ ਲੈਂਦਾ। ਪਿੰਡ ਪਹੁੰਚਦਿਆਂ ਉਨ੍ਹਾਂ ਨੂੰ ਦਿਨ ਦਾ ਛੁਪਾ ਹੋ ਗਿਆ। ਉਹ ਤੇ ਮਿੱਠੂ ਨਾਈ ਬਾਹਰਲੇ ਘਰ ਹੀ ਚਲੇ ਗਏ। ਦੋਹਾਂ ਨੇ ਜਾਕੇ ਇੱਕ ਇੱਕ ਹਾੜਾ ਹੋਰ ਲਾਇਆ। ਤੇ ਫੇਰ ਆਪੋ ਆਪਣੇ ਘਰਾਂ ਨੂੰ ਤੁਰ ਪਏ। ਮਿੱਠੂ ਨਾਈ ਸੌਦੇ ਪੱਤੇ ਵੀ ਘਰ ਛੱਡ ਆਇਆ।

ਸਾਰੇ ਜਾਣੇ ਰੋਟੀ ਖਾਅ ਹਟੇ ਸਨ। ਹਰਦੇਵ ਅਤੇ ਜੋਗਿੰਦਰੋ ਭਾਂਡੇ ਮਾਂਜਣ ਦੀ ਤਿਆਰੀ ਕਰ ਰਹੀਆਂ ਸਨ। ਬਾਹਰ ਕਿਸੇ ਨੇ ਬੂਹਾ ਖੜਕਾਇਆ "ਇਸ ਵੇਲੇ ਕੌਣ ਹੋ ਸਕਦੈ" ਮਹਿਤਾਬ ਕੁਰ ਹੈਰਾਨ ਹੋਈ। ਬੂਹੇ ਨੇੜੇ ਜਾਕੇ ਪੁੱਛਿਆ ਕਿ 'ਭਾਈ ਕੌਣ ਆਂ ?' ਤਾਂ ਆਵਾਜ ਆਈ "ਮਾਸੀ ਮੈਂ ਗਰਨਾਮ ਕੁਰ ਆਂ ਰਾਮਪੁਰੇ ਤੋਂ। ਕੁੰਡਾ ਖੋਹਲੋ" ਮਹਿਤਾਬ ਕੁਰ ਨੇ ਕੁੰਡਾ ਖੋਹਲਿਆ ਤਾਂ ਗੁਰਨਾਮ ਕੁਰ ਤੇ ਉਹਦੇ ਘਰ ਵਾਲਾ ਪਿਆਰਾ ਸਿਉਂ ਖੜੇ ਸੀ। ਸਤਿ ਸ੍ਰੀ ਅਕਾਲ ਤੋਂ ਬਾਅਦ ਉਹ ਬੋਲੇ "ਹੋਲੇ ਤੋਂ ਆਏ ਆਂ...ਗੜ੍ਹੀ ਦੇ ਪੁਲ ਤੋਂ ਦੋਰਾਹੇ ਵਲ ਜਾਣ ਦਾ ਕੋਈ ਸਾਧਨ ਭਾਲ ਰਹੇ ਸੀ। ਪਰ ਕੁੱਝ ਵੀ ਨੀ ਮਿਲਿਆ। ਜਦ ਨੂੰ ਰਣੀਏ ਦੀ ਸੰਗਤ ਮਿਲਗੀ। ਬੱਸ ਉਨ੍ਹਾਂ ਨਾਲ ਬੈਠ ਕੇ ਥੋਨੂੰ ਮਿਲਣ ਆ ਗਏ। ਅਸੀਂ ਕਿਹਾ ਉੱਤੋਂ ਕਵੇਲ਼ਾ ਹੁੰਦਾ ਏ ਰਣੀਏ ਰਾਤ ਕੱਟ ਕੇ ਸਵੇਰੇ ਵਗ ਚੱਲਾਂਗੇ। ਨਾਲੇ ਬਚਨੋਂ ਦੀ ਵੀ ਸੁੱਖ ਸਾਂਦ ਦਾ ਵੀ ਪਤਾ ਲੱਗਜੂ"।

"ਧੰਨ ਭਾਗ ਸਾਡੇ, ਭਾਈ ਤੁਸੀਂ ਚਰਨ ਪਾਏ। ਨਾਲੇ ਭਾਈ ਵਧਾਈਆਂ । ਆਪਣੀ ਬੀਬੀ ਬਚਨ ਕੁਰ ਕੋਲ ਕਾਕਾ ਐ। ਥੋਡਾ ਮਾਸੜ ਅੱਜ ਈ ਦਲੇਰ ਸਿਉਂ ਨੂੰ ਤਾਰ ਭੇਜ ਕੇ ਅਇਐ" ਮਹਿਤਾਬ ਕੌਰ ਨੇ ਦੱਸਿਆ। ਦੋਨਾਂ ਵਲੋਂ ਖੁਸ਼ ਹੁੰਦਿਆਂ ਮੋੜਵੀਆਂ ਵਧਾਈਆਂ ਦਿੱਤੀਆਂ ਗਈਆਂ। ਗੁਰਨਾਮ ਕੌਰ ਤਾਂ ਹੱਥ ਪੈਰ ਧੋ ਕੇ ਗੁਰਬਚਨ ਕੌਰ ਨੂੰ ਘੁੱਟ ਕੇ ਮਿਲੀ। ਬੱਚੇ ਨੂੰ ਗੋਦ ਵਿੱਚ ਲੈ ਕੇ ਬੋਲੀ "ਦੇਖ ਤੇਰੀ ਭੂਆ ਆਈ ਆ" ਫੇਰ ਉਹ ਕਿੰਨੀ ਹੀ ਦੇਰ ਬੱਚੇ ਨੂੰ ਲਾਡ ਲਡਾਉਂਦੀ ਰਹੀ।

ਬੋਲ ਬਰਾਲ਼ਾ ਸੁਣ ਕੇ ਸੰਤਾ ਸਿੰਘ ਵੀ ਚੁਬਾਰੇ ਤੋਂ ਥੱਲੇ ਆ ਗਿਆ। ਹਰਦੇਵ ਅਤੇ ਜੋਗਿੰਦਰੋ ਸੁੱਖ ਸਾਂਦ ਪੁੱਛ, ਝਲਿਆਨੀ 'ਚ ਚਲੀਆਂ ਗਈਆਂ। ਮਹਿਤਾਬ ਕੌਰ ਨੇ ਹਾਂਡੀ ਦਾ ਢੱਕਣ ਚੁੱਕਿਆ। ਕੌਲੀ ਕੁ ਕਾਲੇ ਛੋਲਿਆਂ ਦੀ ਸਬਜ਼ੀ ਪਈ ਸੀ। ਪਰ ਏਹਦੇ ਨਾਲ ਤਾਂ ਰੋਟੀ ਦਾ ਸਰਨਾ ਨਹੀਂ ਸੀ। ਉਹਨੇ ਜੋਗਿੰਦਰੋ ਨੂੰ ਕਿਹਾ "ਤੂੰ ਚਾਚੀ ਪ੍ਰਸਿੰਨੀ ਤੋਂ ਕੋਈ ਦਾਲ਼ ਭਾਜੀ ਫੜ ਲਿਆ। ਜਾਹ ਕੌਲੀ ਲੈ ਜਾ। ਮੈਂ ਜਦ ਨੂੰ ਸ਼ੱਕਰ ਘਿਉ ਰਲ਼ਾ ਕੇ ਰੱਖਦੀ ਆਂ" ਮਹਿਤਾਬ ਕੁਰ ਅਪਣੀ ਪ੍ਰੇਸ਼ਾਨੀ ਦਾ ਕਿਸੇ ਨੂੰ ਵੀ ਪਤਾ ਨਹੀਂ ਲੱਗਣ ਦੇਣਾ ਚਾਹੁੰਦੀ ਸੀ।

ਉਸ ਨੇ ਸਿਮਰੋ ਦੇ ਕੰਨ 'ਚ ਕਿਹਾ "ਕਹਿ ਆਪਣੇ ਬਾਪੂ ਨੂੰ ਪ੍ਰਾਹੁਣੇ ਨੂੰ ਬਾਹਰ ਘੁਮਾ ਫਿਰਾ ਲਿਆਵੇ, ਜਦ ਨੂੰ ਅਸੀਂ ਰੋਟੀ ਟੁੱਕ ਦਾ ਪ੍ਰਬੰਧ ਕਰਦੇ ਹਾਂ" ਉਸ ਨੇ ਤੁਰੰਤ ਗਰਮ ਦੁੱਧ 'ਚ ਮਿੱਠਾ ਪਾ ਕੇ ਪਿਆਰਾ ਸਿਉਂ ਨੂੰ ਪੀਣ ਲਈ ਦਿੱਤਾ ਤੇ ਫੇਰ ਸੰਤਾ ਸਿਉਂ ਅਤੇ ਪਿਆਰਾ ਸਿੰਘ ਚੁਬਾਰੇ ਜਾ ਚੜੇ।

ਕੁੱਝ ਦੇਰ ਗੱਲਾਂ ਮਾਰਕੇ ਉਹ ਬਾਹਰਲੇ ਘਰ ਵਲ ਤੁਰ ਪਏ। ਜਿੱਥੇ ਸੰਤਾ ਸਿੰਘ ਨੇ ਰਸ ਭਰੀ ਦੀ ਪੌਣੀ ਕੁ ਬੋਤਲ ਰੱਖੀ ਹੋਈ ਸੀ। ਉਸ ਨੇ ਨਾਂ ਨਾਂ ਕਰਦੇ ਪਿਆਰਾ ਸਿੰਘ ਨੂੰ ਦੋ ਤਿੰਨ ਹਾੜੇ ਲੁਆ ਹੀ ਦਿੱਤੇ। ਜਦ ਨੂੰ ਉਹ ਮੁੜਕੇ ਆਏ ਤਾਂ ਜੋਗਿੰਦਰੋ ਪ੍ਰਸਿੰਨੀ ਚਾਚੀ ਵਲੋਂ ਲਿਆਂਦੇ ਸਾਗ ਦੇ ਛੰਨੇ ਨੂੰ ਤੁੜਕਾ ਲਾ ਚੁੱਕੀ ਸੀ। ਉਹਨੇ ਕੌਲੀ ਨਹੀਂ ਸਗੋਂ ਛੰਨਾ ਭਰਕੇ ਸਾਗ ਦਾ ਭੇਜਿਆ ਸੀ

ਕਿ ਖੁੱਲਾ ਸਰ ਜਾਊ। ਮਹਿਤਾਬ ਕੌਰ ਨੇ ਸ਼ੱਕਰ ਘਿਉ ਕੌਲੀਆਂ ਵਿੱਚ ਪਾ ਦਿੱਤਾ। ਛੋਲਿਆਂ ਦੀ ਥੋੜੀ ਥੋੜੀ ਸਬਜੀ ਵੀ ਪਾ ਦਿੱਤੀ। ਤੇ ਰੋਟੀ ਦਾ ਵਧੀਆ ਕੰਮ ਸਰ ਗਿਆ।

ਲੰਬੜਦਾਰਾਂ ਦਾ ਪਰਿਵਾਰ ਵੈਸ਼ਨੂੰ ਸੀ। ਆਏ ਗਏ ਨੂੰ ਭਾਵੇਂ ਮੀਟ ਤਾਂ ਨਾ ਦਿੰਦੇ, ਪਰ ਪੈੱਗ ਦਾ ਪ੍ਰਬੰਧ ਜਰੂਰ ਕਰ ਦਿੰਦੇ ਪਰ ਉਹ ਵੀ ਸਿਰਫ ਬਾਹਰਲੇ ਘਰ। ਇਸ ਪਿੰਡ ਵਿੱਚ ਭਾਂਵੇ ਘਰ ਦੀ ਸ਼ਰਾਬ ਵੀ ਨਿੱਕਲਦੀ ਸੀ ਤੇ ਕਈਆਂ ਦੀਆਂ ਚੱਲਦੀਆਂ ਭੱਠੀਆਂ ਵੀ ਫੜੀਆਂ ਗਈਆਂ ਸਨ। ਸੰਤਾ ਸਿੰਘ ਨੇ ਲੰਬੜਦਾਰ ਹੋਣ ਦੇ ਨਾਤੇ ਆਪ ਕਦੀ ਗੈਰਕਨੂੰਨੀ ਕੰਮ ਨਹੀਂ ਸੀ ਕੀਤਾ। ਆਂਡਾ ਮੀਟ ਇਸ ਘਰ ਦੇ ਅੰਦਰ ਵੀ ਤੇ ਬਾਹਰ ਵੀ ਲਿਆਉਣਾ ਮਨ੍ਹਾ ਸੀ। ਇਸ ਟੱਬਰ ਵਿੱਚ ਜੀਵ ਹੱਤਿਆ ਨੂੰ ਘੋਰ ਪਾਪ ਸਮਝਿਆ ਜਾਂਦਾ ਸੀ।

ਉਨ੍ਹਾਂ ਆਏ ਮਹਿਮਾਨਾਂ ਨੂੰ ਮੰਜਿਆਂ ਅੱਗੇ ਮੇਜ ਰੱਖ ਕੇ ਬੜੇ ਸੇਵਾ ਭਾਵ ਨਾਲ, ਦੀਵੇ ਦੀ ਲੋਅ ਵਿੱਚ ਪ੍ਰਸ਼ਾਦਾ ਛਕਾਇਆ। ਪਿਆਰਾ ਸਿੰਘ ਹੈਰਾਨ ਸੀ ਕਿ ਏਸ ਪਿੰਡ ਵਿੱਚ ਅਜੇ ਤੱਕ ਬਿਜਲੀ ਕਿਉਂ ਨਹੀਂ ਆਈ? ਉਸਦੇ ਆਪਣੇ ਪਿੰਡ ਅਤੇ ਹੋਰਾਂ ਪਿੰਡਾਂ ਵਿੱਚ ਤਾਂ ਬਿਜਲੀ ਆਈ ਨੂੰ ਕਈ ਵਰੇ ਬੀਤ ਗਏ ਸਨ। ਸੰਤਾ ਸਿਉਂ ਉਸ ਦੀਆਂ ਗੱਲਾਂ ਸੁਣ ਸੁਣ ਹੈਰਾਨ ਹੋ ਰਿਹਾ ਸੀ ਕਿ ਬਿਜਲੀ ਵਾਲੀ 'ਬੱਤੀ' ਬਿਨਾਂ ਤੇਲ ਤੋਂ ਹੀ ਜਗਦੀ ਰਹਿੰਦੀ ਹੈ। ਤੇ ਉਸ ਨੂੰ ਬੁਝਾਉਣ ਲਈ ਕੋਈ ਫੂਕ ਵੀ ਨਹੀਂ ਮਾਰਨੀ ਪੈਂਦੀ।

ਕਦੇ ਕਦੇ ਸੰਤਾਂ ਸਿਉਂ ਕਹਿੰਦਾ "ਸਹੁਰੀ ਦਾ ਕਲਯੁੱਗ ਆ ਗਿਆ ਏ ਹੁਣ ਤਾਂ। ਮਖਾਂ ਨਹੀਂ ਕਦੇ ਬਿਨਾਂ ਬੱਤੀ ਤੋਂ ਦੀਵੇ ਬਲਦੇ ਸੁਣੇ ਤੀ?" ਫੇਰ ਉਸ ਨੇ ਪੁੱਛਿਆ "ਭਲਾਂ ਜਿਹੜੀ ਮੀਂਹ ਪੈਂਦੇ 'ਚ ਰੱਬ ਤੇ ਲਿਸ਼ਕਦੀ ਆਂ, ਇਹ ਵੀ ਕੋਈ ਉਸੇ ਬਿਜਲੀ ਦੀ ਭੈਣ ਹੋਊ। ਜਾਂ ਖੌਰੇ ਉਸੇ ਨੂੰ ਫੜ ਕੇ ਬੰਦ ਕਰ ਲਿਆ ਹੋਵੇ? ਪਰ ਸਾਖੀਆਂ ਤਾਂ ਦੱਸਦੀਆਂ ਨੇ ਕੇ ਉੱਪਰਲੀ ਬਿਜਲੀ ਤਾਂ ਕੰਸ ਦੀ ਭਾਣਜੀ ਆ। ਕ੍ਰਿਸ਼ਨ ਦੀ ਭੈਣ ਤੇ ਵਾਸੁਦੇਵ ਦੀ ਧੀ। ਜੀਹਨੂੰ ਉਹਨੇ ਧਰਤੀ ਤੇ ਪਟਕਾ ਕੇ ਮਾਰਿਆ ਤੀ। ਤਾਂ ਹੀ ਤਾਂ ਹੁਣ ਮਾਮੇ ਭਾਣਜੇ ਨੂੰ ਬਿਜਲੀ ਲਿਸ਼ਕਦੀ ਵਿੱਚ ਕੋਲ ਨੀ ਖੜਨ ਦਿੰਦੇ। ਉਦੋਂ ਦਾ ਹੀ ਵੈਰ ਏ। ਜੇ ਮਾਮਾ ਭਾਣਜਾ ਦੂਰ ਦੂਰ ਰਹਿਣ ਕਹਿੰਦੇ ਫੇਰ ਨੀ ਕੋਈ ਨੁਕਸਾਨ ਕਰਦੀ"

ਪਿਆਰਾ ਸਿੰਘ ਜੋ ਕਿੱਤੇ ਵਜੋਂ ਸਕੂਲ ਮਾਸਟਰ ਸੀ, ਸੰਤਾਂ ਸਿੰਘ ਦੀਆਂ ਗੱਲਾਂ ਸੁਣ ਕੇ ਤਿੜ ਤਿੜ ਕਰਕੇ ਹੱਸਦਾ। ਜਿਵੇਂ ਕੋਈ ਚੁਟਕਲੇ ਸੁਣ ਰਿਹਾ ਹੋਵੇ। ਉਸ ਦਾ ਤਾਂ ਅੱਜ ਬੜਾ ਹੀ ਮਨੋਰੰਜਨ ਹੋਇਆ। ਪਰ ਸੰਤਾ ਸਿਉਂ ਪਰੇਸ਼ਾਨ ਹੋ ਗਿਆ, ਪਿਆਰਾ ਸਿਉਂ ਦੀਆਂ ਗੱਲਾਂ ਸੁਣਕੇ। ਦੂਸਰੇ ਦਿਨ ਗੁਰਜੀਤ ਤੇ ਬਲਕਾਰ ਰਿਸ਼ਤੇਦਾਰਾਂ ਨੂੰ ਗੱਡੇ ਤੇ ਬਿਠਾ ਕੇ ਤਾਂਗਾ ਚੜਾ ਆਏ। ਉਹ ਜਾਂਦੇ ਜਾਂਦੇ ਬੱਚੇ ਨੂੰ ਪੰਜਾਂ ਦਾ ਨੋਟ ਵੀ ਸ਼ਗਨ ਦੇ ਕੇ ਗਏ ਸਨ। ਤੇ ਮਹਿਤਾਬ ਕੌਰ ਨੇ ਉਨ੍ਹਾਂ ਦੀ ਮੰਨ ਮਨੌਤ ਵਿੱਚ ਕੋਈ ਕਸਰ ਨਹੀਂ ਸੀ ਛੱਡੀ।

•

ਭਾਗ 7

ਅਗਲੇ ਦਿਨ ਜਦੋਂ ਸੰਤਾ ਸਿੰਘ ਖੇਤਾਂ ਵਲ ਜਾ ਰਿਹਾ ਸੀ, ਤਾਂ ਰਸਤੇ ਦੁਆਲੇ ਖੜੀਆਂ ਦਰਖਤਾ ਦੀਆਂ ਪਾਲਾਂ ਨੂੰ ਵੀ ਉਹ ਨਿਹਾਰ ਰਿਹਾ ਸੀ। ਟਾਹਲੀਆਂ, ਤੂਤ, ਕਿੱਕਰਾਂ, ਫਲਾਹੀਆਂ ਦੇ ਨਾਲ ਨਾਲ ਅੱਕ, ਅਰਿੰਡਾਂ, ਸੁੱਖਾ ਅਤੇ ਸਰਕੜਾ। ਜਿਨਾਂ ਵਿੱਚ ਕਾਟੋਆਂ, ਕਿਰਲੇ, ਚੂਹੇ ਅਤੇ ਖਰਗੋਸ਼ ਕਲੋਲਾਂ ਕਰਦੇ। ਕਿਤੇ ਸੱਪ ਅਤੇ ਨਿਓਲੇ ਦੀ ਲੜਾਈ ਵੀ ਦਿਸ ਪੈਂਦੀ। ਚਿੜੀਆਂ ਦੀ ਚੀਂਹ ਚੀਂਹ, ਕੋਇਲਾਂ ਦੀ ਕੂ ਕੂ ਅਤੇ ਕਬੂਤਰਾਂ ਦੀ ਗੁਟਰ ਗੂੰ ਫਿਜ਼ਾ ਵਿੱਚ ਸੰਗੀਤ ਘੋਲ ਰਹੇ ਸਨ। ਲੋਕ ਗੱਡਿਆਂ ਤੇ ਸਵਾਰ ਹੋ ਕੇ ਖੇਤਾਂ ਵਲ ਨੂੰ ਜਾ ਰਹੇ ਸਨ। ਕੋਈ ਖੂਹ ਜੋੜਨ ਲਈ, ਕੋਈ ਪੱਠੇ ਵੱਢਣ ਲਈ ਅਤੇ ਕੋਈ ਕਿਸੇ ਹੋਰ ਕੰਮ ਲਈ। ਮਰਦ ਔਰਤਾਂ ਤਾਂ ਹਾਜਤ ਨਵਿਰਤੀ ਲਈ ਵੀ ਖੇਤਾਂ ਵਲ ਹੀ ਜਾਂਦੇ। ਸ਼ੈਰ ਵੀ ਹੋ ਜਾਂਦੀ ਤੇ ਤਾਜ਼ਾ ਹਵਾ, ਤ੍ਰੇਲ ਨਾਲ ਭਿੱਜੇ ਦਰਖਤਾ ਤੋਂ ਗੁਜਰਦੀ ਇੱਕ ਨਵੀਂ ਤਾਜ਼ਗੀ ਵੀ ਭਰਦੀ।

ਲੋਕ ਕਿੱਕਰ ਅਤੇ ਨਿੰਮ ਦੀਆਂ ਦਾਤਣਾਂ ਕਰਦੇ। ਸੰਤਾਂ ਸਿੰਘ ਨੇ ਵੀ ਕਿੱਕਰ ਤੋਂ ਦਾਤਣ ਤੋੜ ਕੇ, ਛਿੱਲੀ ਤੇ ਚੱਬਣੀ ਸ਼ੁਰੂ ਕੀਤੀ। ਸਾਹਮਣੇ ਤੋਂ ਅਉਂਦਾ ਬੰਦਾ ਉਸ ਨੂੰ ਰਾਮਪੁਰੇ ਵਾਲੇ ਚੰਦ ਸਿਉਂ ਵਰਗਾ ਜਾਪਿਆ। ਜਦ ਉਹ ਨੇੜੇ ਆਇਆ ਉਹ ਤਾਂ ਚੰਦ ਸਿਉਂ ਹੀ ਸੀ। ਸੰਤਾ ਸਿੰਘ ਨੇ ਖੁਸ਼ੀ ਵਿੱਚ ਟਕੋਰ ਮਾਰੀ, "ਬਈ ਅੱਜ ਚੰਦ ਕਿਧਰੋਂ ਚੜਿਆ ? ਬੱਲੇ ਬੱਲੇ ਬੱਲੇ ... ਮੈਂ ਕਿਹਾ ਲੱਗਦੇ ਤਾਂ ਸਰਦਾਰ ਸਾਹਿਬ ਈ ਨੇ ਪਰ ਐਨੇ ਸਾਝਰੇ ?"

"ਸਾਸਰੀ 'ਕਾਲ ਸਰਦਾਰ ਸੰਤਾ ਸਿਆਂ। ਮੈ ਤਾਂ ਆਪਣੇ ਪੋਤੇ ਦਾ ਮੂੰਹ ਦੇਖਣ ਆਇਆਂ ਹਾਂ। ਕੱਲ ਜਦੋਂ ਹੋਲੇ ਤੋਂ ਆਏ ਨੂੰ ਏਹਨਾਂ ਦੀ ਬੇਬੇ ਨੇ ਦੱਸਿਆ, ਮੈਂ ਤਾਂ ਜਾਣੋ ਰਾਤ ਮਸਾਂ ਤਾਰੇ ਗਿਣ ਗਿਣ ਕੇ ਕੱਢੀ। ਸ਼ਨਾਨ ਕਰਕੇ ਵੱਡੇ ਤੜਕੇ ਈ ਤੁਰ ਪਿਆ। ਪਾਠ ਵੀ ਰਾਹ ਚ ਈ ਕੀਤੈ। ਆ ਕੇ ਪਹਿਲੀ ਕਿਸ਼ਤੀ ਫੜ ਲੀ... ਬਈ ਫੇਰ ਵੀ ਪੁਰਾਣੇ ਫੌਜੀ ਆਂ" ਚੰਦ ਸਿੰਘ ਮੁਸਕਰਾਇਆ। ਮੁੰਡਾ ਊਂ ਹੈ ਕਰਮਾਂ ਵਾਲਾ...ਜਿਸ ਦਿਨ ਹੋਇਆ ਉਸੇ ਦਿਨ ਪਿੰਡ ਨੂੰ ਬਿਜਲੀ ਦਾ ਕਨੈਕਸ਼ਨ ਮਿਲਿਆ। ਹੁਣ ਤਾਂ ਸਾਡੇ ਸਾਰੇ ਪਿੰਡ ਵਿੱਚ ਰਾਤ ਨੂੰ ਵੀ ਬਿਜਲੀ ਦੇ ਲਾਟੂ ਦਿਨ ਚੜ੍ਹਾਈਂ ਰੱਖਦੇ ਨੇ"।

"ਲੰਬੜਦਾਰਾ ਨਾਲੇ ਤੂੰ ਸਣਿਆ ਨੀ ਉਹ ਗੀਤ ਕਿ 'ਭਾਖੜੇ ਤੋਂ ਆਉਦੀ ਮੁਟਿਆਰ ਨੱਚਦੀ' ਉਹ ਬਿਜਲੀ ਨੂੰ ਹੀ ਕਿਹਾ ਏ। ਮੈਨੂੰ ਮੁੰਡਾ ਵੇਖ ਲੈਣ ਦਾ ਬੜਾ ਈ ਚਾਅ ਏ" ਉਹ ਗੱਲਾਂ ਕਰਦੇ ਪਿੰਡ ਵਲ ਜਾ ਰਹੇ ਸਨ। ਲੰਬੜਦਾਰ ਸੰਤਾ ਸਿਉਂ ਨੇ ਪਹਿਲਾਂ ਹੀ ਕਿਸੇ ਨਿਆਣੇ ਕੋਲ ਸੁਨੇਹਾ ਭਿਜਵਾ ਦਿੱਤਾ ਸੀ ਕਿ ਚਾਹ ਧਰ ਦੇਣ, ਬਚਨੋ ਦਾ ਸਹੁਰਾ ਮਿਲਣ ਆਇਆ ਹੈ। ਮਹਿਤਾਬ ਕੌਰ ਜੋ ਕਦੀ ਵੀ ਆਪਣੇ ਕੁੜਮ ਦੇ ਸਾਹਮਣੇ ਨਹੀਂ ਹੋਈ ਸੀ ਸਾਫ ਸੁਥਰੇ ਕੱਪੜੇ ਪਹਿਨਕੇ ਪਿਛਲੇ ਅੰਦਰ ਜਾ ਬੈਠੀ। ਮੰਜਿਆਂ ਦੇ ਨਵੇਂ ਬਿਸਤਰੇ ਖੋਹਲ ਕੇ, ਕੱਢੀਆਂ ਹੋਈਆਂ ਚਾਦਰਾਂ ਵਿਛਾ ਦਿੱਤੀਆਂ। ਏਨੇ ਨੂੰ ਦੋਨੋ ਗੱਲਾਂ ਮਾਰਦੇ ਘਰ ਆ ਵੜੇ।

ਚੰਦ ਸਿੰਘ ਨੇ ਪੋਤੇ ਨੂੰ ਦੇਖ ਕੇ ਖੁਸ਼ੀ ਦਾ ਬਹੁਤ ਹੀ ਪ੍ਰਗਟਾਵਾ ਕੀਤਾ। ਖੀਸਿਉਂ ਕੱਢ ਕੇ ਪੰਜ ਰੁਪਏ ਫੜਾਏ ਤੇ ਬਚਨੋ ਦਾ ਸਿਰ ਵੀ ਪਲੋਸਿਆ। ਫੇਰ ਉਹ ਗੱਲਾਂ ਕਰਦੇ ਬਾਹਰ ਬਰਾਂਡੇ

ਵਿੱਚ ਆ ਬੈਠੇ। ਗੁਰਜੀਤ ਉੱਥੇ ਹੀ ਉਨ੍ਹਾਂ ਨੂੰ ਚਾਹ ਫੜਾ ਗਿਆ। ਸੰਤਾ ਸਿੰਘ ਪੁੱਛ ਰਿਹਾ ਸੀ "ਐਤਕੀ ਹੋਲਾ ਕਿੰਨਾ ਕੁ ਭਰਿਆ ਤੀ ਭਲਾਂ ?" "ਬੌਹਤ ਭਰਿਆ ਤੀ ... ਤਿਲ ਸਿੱਟਣ ਨੂੰ ਥਾਂ ਨੀ ਤੀ। ਐਤਕੀ 'ਕਾਲੀਆਂ ਤੇ ਕਾਂਗਰਸੀਆਂ ਦੀਆਂ ਸਟੇਟਾਂ ਤੇ ਵੀ ਬੜਾ 'ਕੱਠ ਹੋਇਆ" ਚੰਦ ਸਿੰਘ ਹੋਲੇ ਬਾਰੇ ਦੱਸ ਰਿਹਾ ਸੀ।

"ਕੀ ਕਹਿੰਦੇ ਤੀ ਲੀਡਰ....? ਕੋਈ ਪੰਥ ਦੀ ਗੱਲ ਕੀਤੀ ਹੋਊ"

"ਕਾਂਗਰਸੀਏ ਕਹਿੰਦੇ ਅਸੀਂ ਪੰਜਾਬ ਨੂੰ ਬਿਜਲੀ ਦਿੱਤੀ ਆ। ਇਹ ਪੰਡਤ ਨਹਿਰੂ ਦੀ ਬਹੁਤ ਬੜੀ ਦੇਣ ਆ। ਉਧਰ ਸੰਤ ਫਤਹਿ ਸਿਉਂ ਕਹਿ ਰਿਹਾ ਤੀ ਬਈ ਪੰਜਾਬ ਦੇ ਉਪਜਾਊ ਪਾਣੀ ਨੂੰ ਰਿੜਕ ਕੇ ਚਲਾਕ ਕਾਂਗਰਸੀਆਂ ਨੇ ਵਿੱਚੋਂ ਬਿਜਲੀ ਕੱਢ ਲੀ ਤੇ ਫੋਕਾ ਪਾਣੀ ਪੰਜਾਬ ਦੇ ਮੱਥੇ ਮਾਰਿਆ। ਉਹ ਕਹਿੰਦਾ ਹੁਣ ਫਸਲਾ ਸੁਆਹ ਹੋਣੀਆਂ ਨੇ। ਤਾਕਤ ਤਾਂ ਸਾਰੀ ਕੱਢ ਲੀ। ਤੇ ਫੇਰ ਭਾਈ ਲੋਕਾਂ ਜਕਾਰੇ ਗਜਾ ਦਿੱਤੇ"

"ਚੰਦ ਸਿਆਂ ਗੱਲ ਤਾਂ ਉਹਦੀ ਦਿਲ ਲੱਗਦੀ ਆ। ਬਈ ਜਿਹੜੀ ਬੱਤੀਆਂ ਵੀ ਜਗਾ ਦੇਵੇ, ਧਰਤੀ ਚੋਂ ਪਾਣੀ ਕੱਢ ਲਿਆਵੇ ਇਹ ਗੱਲਾਂ ਤਾਕਤ ਤੋਂ ਬਿਨਾ ਤਾਂ ਨੀ ਹੁੰਦੀਆਂ। ਕਹਿੰਦੇ ਭਾਖੜੇ ਡੈਮ ਦਾ ਸਾਰਾ ਪਾਣੀ ਰੋਕ ਕੇ, ਪਹਿਲਾਂ ਉਸ ਨੂੰ ਮਸ਼ੀਨਾਂ ਰਿੜਕਦੀਆਂ ਨੇ ਤਾਂ ਕਿਤੇ ਜਾ ਕੇ ਬਿਜਲੀ ਨਿੱਕਲਦੀ ਆਂ...। ਜਿਵੇ ਆਪਾਂ ਲੱਸੀ ਰਿੜਕ ਕੇ ਮੱਖਣ ਨੀ ਕੱਢਦੇ ? ਫੇਰ ਪਾਣੀ 'ਚ ਤਾਕਤ ਕਿੱਥੇ ਰੈਂਹਣੀ ਆ ? ਹੁਣ ਕਿੱਥੇ ਦੁੱਧ ਤੇ ਕਿੱਥੇ ਲੱਸੀ ? ਕਾਂਗਰਸ ਨੇ ਲੋਕ ਬੁੱਧੂ ਬਣਾ ਕੇ ਧਰ ਤੇ। ਹੁਣ ਏਹ ਫੋਕੇ ਪਾਣੀ ਨਾਲ ਫਸਲਾਂ ਕੀ ਹੋਣੀਆਂ ਨੇ ?" ਤਾਂ ਹੀ ਤਾਂ ਕਾਲੀ ਕਹਿੰਦੇ ਨੇ ਕੇ ਕਾਗਰਸ ਹਮੇਸ਼ਾ ਪੰਜਾਬ ਨਾਲ ਧੱਕਾ ਕਰਦੀ ਆ" ਸੰਤਾ ਸਿਉਂ ਨੇ ਫਿਕਰ ਜ਼ਾਹਰ ਕੀਤਾ।

"ਲੰਬੜਦਾਰਾ ਊਂ ਤੂੰ ਜੋ ਮਰਜੀ ਕਹਿ ਲਾ ਪਰ ਬਿਜਲੀ ਹੈ ਕਮਾਲ ਦੀ ਚੀਜ...। ਏਨਾਂ ਸਾਹਬ ਲੋਕਾਂ ਤੋਂ ਮੱਤ ਲਈ ਹੋਊ। ਆਪਣੇ ਧੋਤੀ ਪ੍ਰਸ਼ਾਦ ਲੀਡਰਾਂ ਨੂੰ ਐਨੀ ਅਕਲ ਕਿੱਥੇ ਆ" ਚੰਦ ਸਿੰਘ ਨੇ ਅੰਗਰੇਜਾਂ ਦੀ ਨੌਕਰੀ ਕੀਤੀ ਸੀ। ਉਹ ਉਨ੍ਹਾਂ ਨੂੰ ਬੇਹੱਦ ਅਕਲਮੰਦ ਕੌਮ ਸਮਝਦਾ ਸੀ ਅਤੇ ਹਮੇਸ਼ਾਂ ਗੋਰਿਆਂ ਨੂੰ ਸਾਹਿਬ ਕਹਿ ਕੇ ਗੱਲ ਕਰਦਾ। ਫੇਰ ਉਨ੍ਹਾਂ ਮਾਸਟਰ ਤਾਰਾ ਸਿੰਘ, ਊਧਮ ਸਿੰਘ ਨਾਗੋਕੇ, ਮੋਹਣ ਸਿੰਘ ਤੁੜ ਅਤੇ ਪ੍ਰਤਾਪ ਸਿੰਘ ਕੈਰੋਂ ਦੀਆਂ ਗੱਲਾਂ ਵੀ ਕੀਤੀਆਂ।

ਏਨੇ ਨੂੰ ਸੰਤਾ ਸਿੰਘ ਨੇ ਦੱਸਿਆ ਕਿ "ਕਈ ਵਰੇ ਪਹਿਲਾਂ ਮੈਂ ਕਿਤੇ ਵਿਆਹ ਗਿਆ ਤੀ, ਉੱਥੇ ਕੋਈ ਪੜ੍ਹਾਕੂ ਇਹ ਗੱਲਾਂ ਕਰਦਾ ਤੀ ਕਿ ਐਹ ਜਿਆ ਵੇਲਾ ਆਊ ਕੇ ਬਟਣ ਦੱਬੇ ਤੇ ਪਾਣੀ ਨਿੱਕਲੂ। ਲੋਕ ਕਹਿੰਦੇ ਤੀ ਇਹ ਸਹੁਰਾ ਬਾਜਾ ਹੋ ਗਿਆ ਏ। ਭੜ੍ਹਾਈ ਨੇ ਇਹਦਾ ਡਮਾਕ ਚੱਕਤਾ। ਲੈ ਓਹਦੀ ਉ ਗੱਲ ਸੱਚੀ ਹੋ ਗੀ"

"ਜ਼ਮਾਨਾ ਬਦਲ ਰਿਹੈ ਸੰਤਾ ਸਿਆਂ। ਹੁਣ ਆਪਾਂ ਪਾਈ ਤੀ ਕਦੇ ਪਤਲੂਣ ? ਸਾਹਬ ਲੋਕਾਂ ਦੀ ਰੀਸ ਕਰਕੇ ਹੁਣ ਆਪਣੇ ਵੀ ਪੌਣ ਲੱਗ ਪਏ ਨੇ ਪਤਲੂਣਾਂ। ਸਾਡੇ ਗਮਾਂਡੀਆ ਦਾ ਮੁੰਡਾ ਚਾਰ ਅੱਖਰ ਕੀ ਪੜ੍ਹ ਗਿਆ, ਉਹੀ ਨੀ ਮਾਨ। ਕੈਂਹਦਾ ਮੈਂ ਨੀ ਜਾਣਾ ਰਥਾਂ ਤੇ ਵਿਆਉਣ। ਮੇਰੀ ਜੰਨ ਤਾਂ ਲਾਰੀ 'ਚ ਜਾਊ। ਆਪਾਂ ਨੂੰ ਧੋਤੀ ਕੁੜਤਿਆਂ ਵਾਲਿਆਂ ਨੂੰ ਤਾਂ ਹੁਣ ਮਖੌਲ ਕਰਦੇ ਨੇ ਅੱਜ ਦੇ ਗਭਰੂ"

ਸੰਤਾਂ ਸਿੰਘ ਤੇ ਜ਼ੋਰ ਪਾਉਣ ਤੇ ਚੰਦ ਸਿੰਘ ਰਾਤ ਰਹਿਣਾ ਮੰਨ ਗਿਆ। ਫੇਰ ਉਹ ਖੇਤਾਂ ਵਲ ਘੁੰਮਣ ਚਲੇ ਗਏ। ਤੇ ਮੁੜ ਬਾਹਰਲੇ ਘਰ ਆ ਗਏ। ਕੁੱਝ ਦੇਰ ਚੰਦ ਸਿੰਘ ਅਰਾਮ ਕਰਦਾ ਰਿਹਾ ਤੇ ਬੱਸ ਏਸੇ ਤਰਾਂ ਬਾਕੀ ਦਿਨ ਵੀ ਬਤੀਤ ਹੋ ਗਿਆ।

ਮਾਰਚ ਦਾ ਮਹੀਨਾ ਬੀਤਣ ਨਾਲ, ਟਾਵਾਂ ਟਾਵਾਂ ਮੱਛਰ ਵੀ ਭੀਂ ਭੀਂ ਕਰਨ ਲੱਗਿਆ ਸੀ।

ਅੰਦਰ ਸੌਂਵੇਂ ਤਾਂ ਗਰਮੀ ਲੱਗਦੀ ਜੇ ਬਾਹਰ ਸੌਂਵੇਂ ਤਾਂ ਠੰਢ। ਉਹ ਸ਼ਾਮ ਨੂੰ ਚੁਬਾਰੇ ਅੱਗੇ ਬਣੇ ਬਰਾਂਡੇ ਵਿੱਚ ਮੰਜੇ ਡਾਂਹੀ ਗੱਲਾਂ ਮਾਰ ਰਹੇ ਸਨ। ਸਰਨੋ ਉਥੇ ਹੀ ਦੋ ਪੱਖੀਆਂ ਫੜਾ ਗਈ। ਉਹ ਪੱਖੀਆਂ ਦੀ ਝੱਲ ਮਾਰਦੇ ਗੱਲਾਂ ਵੀ ਕਰੀਂ ਜਾਂਦੇ ਸਨ।

ਪਿੰਡ ਵਿੱਚੋਂ ਟੋਕਾ ਕੁਤਰਨੀਆਂ ਮਸ਼ੀਨਾਂ ਦੀ ਟੱਕ ਟੱਕ ਸੁਣਾਈ ਦਿੰਦੀ ਰਹੀ। ਫੇਰ ਹਨੇਰਾ ਪਸਰਨਾ ਸ਼ੁਰੂ ਹੋ ਗਿਆ। ਕੱਚੇ ਘਰਾਂ 'ਚੋਂ ਦੀਵਿਆਂ ਦੀ ਲੋਅ ਉਭਰਨ ਲੱਗੀ। ਦੀਵੇ ਦੇ ਚਾਨਣ ਵਿੱਚ ਹੀ ਉਨ੍ਹਾਂ ਨੇ ਰੋਟੀ ਖਾਧੀ ਅਤੇ ਗਰਮ ਦੁੱਧ ਵੀ ਪੀਤਾ।

ਰੇਤਲੇ ਪਿੰਡਾ ਵਿੱਚ ਰਾਤ ਨੂੰ ਠੰਢ ਵਧੇਰੇ ਹੋ ਜਾਂਦੀ ਸੀ। ਟਿਕੀ ਰਾਤ ਵਿੱਚ ਗਿੱਦੜ ਹੁਆਂਕਦੇ ਰਹਿੰਦੇ ਅਤੇ ਉੱਲੂ ਬੋਲਦੇ ਰਹਿੰਦੇ। ਚੰਦ ਸਿੰਘ ਤਾਂ ਹੌਲੀ ਹੌਲੀ ਸੌਂ ਗਿਆ ਪਰ ਸੰਤਾ ਸਿੰਘ ਨੂੰ ਨੀਂਦ ਨਹੀਂ ਸੀ ਆ ਰਹੀ। ਉਹ ਤਾਂ ਆਪਣੇ ਆਪ ਨੂੰ ਬਹੁਤ ਗਿਆਨਵਾਨ ਸਮਝਦਾ ਸੀ ਪਰ ਅੱਜ ਚੰਦ ਸਿੰਘ ਨਾਲ ਕੀਤੀਆਂ ਗੱਲਾਂ ਤੋਂ ਬਾਅਦ ਉਸ ਨੂੰ ਲੱਗਦਾ ਸੀ ਕਿ ਉਹ ਤਾਂ ਕੋਰਾ ਅਨਪੜ੍ਹ ਹੈ, ਜੋ ਸਮੇਂ ਤੋਂ ਬਹੁਤ ਪਿੱਛੇ ਰਹਿ ਗਿਆ ਹੈ। ਜ਼ਮਾਨਾ ਬਹੁਤ ਅੱਗੇ ਨਿੱਕਲ ਗਿਆ ਸੀ। ਉਹ ਮੰਜੇ ਤੇ ਪਿਆ ਅਕਾਸ਼ ਵਲ ਦੇਖਦਾ ਰਿਹਾ। ਹੌਲੀ ਹੌਲੀ ਤਿੰਗੜ ਤਾਰੇ ਘੁੰਮ ਗਏ। ਖਿੱਤੀਆਂ ਵੀ ਢਲ਼ ਗਈਆਂ। ਪਰ ਨੀਂਦ ਅਜੇ ਵੀ ਨਹੀਂ ਸੀ ਆ ਰਹੀ। ਸੰਤਾ ਸਿੰਘ ਦੀ ਸੋਚ ਅਨੁਸਾਰ ਗੌਤਮ ਰਿਸ਼ੀ ਵਲੋਂ ਮਾਰੇ ਗਿੱਲੇ ਪਰਨੇ ਦਾ ਨਿਸ਼ਾਨ ਚੰਦ ਵਿੱਚ ਅਜੇ ਵੀ ਓਵੇਂ ਦਿਖਾਈ ਦੇ ਰਿਹਾ ਸੀ। "ਨਵੇਂ ਜ਼ਮਾਨੇ ਨੇ ਤਾਂ ਇਸ ਸਾਖੀ ਨੂੰ ਵੀ ਝੂਠ ਮੰਨਣ ਏ" ਏਸੇ ਬੇਚੈਨੀ ਵਿੱਚ ਡੁੱਬੇ ਸੰਤਾ ਸਿਉਂ ਨੂੰ ਪਤਾ ਨਹੀਂ ਕਦੋਂ ਨੀਂਦ ਨੇ ਘੇਰ ਲਿਆ

ਸਵੇਰੇ ਜਿਉਂ ਹੀ ਕੁੱਕੜ ਨੇ ਬਾਂਗ ਦਿੱਤੀ, ਸੰਤਾ ਸਿਉਂ ਦੀ ਅੱਖ ਖੁੱਲ ਗਈ। ਮੁਰਗ਼ੇ ਰੱਖਣੇ ਅਤੇ ਮੁਰਗ਼ਿਆਂ ਵਾਲਾ ਘਰ, ਸੰਤਾ ਸਿੰਘ ਨੂੰ ਕਦੇ ਵੀ ਚੰਗਾ ਨਹੀਂ ਸੀ ਲੱਗਾ। ਪਰ ਅਮ੍ਰਿਤ ਵੇਲੇ ਮੁਰਗ਼ਾ ਬੋਲਦਾ ਉਸ ਨੂੰ ਬੇਹੱਦ ਚੰਗਾ ਲੱਗਦਾ। ਜੋ ਲੋਕਾਂ ਨੂੰ ਦੱਸਦਾ ਸੀ ਕਿ ਭਾਈ ਅਮ੍ਰਿਤ ਵੇਲ਼ਾ ਹੋ ਗਿਆ, ਰੱਬ ਦਾ ਨਾਮ ਜਪੋ। ਉੱਠ ਕੇ ਆਪਣੇ ਕੰਮ ਧੰਦੇ ਲੱਗੋ। ਉਸ ਨੇ ਵੀ 'ਵਾਖਰੂ ਵਾਖਰੂ' ਕਹਿ ਕੇ ਅਸਮਾਨ ਵਲ ਨਿਗ੍ਹਾ ਮਾਰੀ। ਸਵੇਰ ਦਾ ਤਾਰਾ ਨਿੱਕਲ ਆਇਆ ਸੀ।

ਜਦ ਨੂੰ ਕੁੱਕੜ ਨੇ ਦੂਜੀ ਬਾਂਗ ਦਿੱਤੀ। ਨਾਲ ਹੀ ਗੁਰਦੁਆਰੇ ਦਾ ਘੜਿਆਲ ਵੀ ਵੱਜ ਪਿਆ। ਉਸਦੇ ਨਾਲ ਹੀ ਖੂਹੀ ਤੇ ਅਰਜਣ ਪੰਡਿਤ ਦਾ ਡੋਲ ਖੜਕਣਾ ਸ਼ੁਰੂ ਹੋ ਗਿਆ। ਤੜਕੇ ਨਹਾਉਣ ਵਾਲਿਆਂ ਵਿੱਚ ਪੰਡਿਤਾਂ ਦੇ ਅਰਜਣ ਤੇ ਸੁਰਜਣ ਸਭ ਤੋਂ ਮੋਹਰੀ ਹੁੰਦੇ।

ਸੰਤਾ ਸਿੰਘ ਨੇ ਚੰਦ ਸਿੰਘ ਨੂੰ 'ਵਾਜ ਮਾਰੀ ਤਾਂ ਉਹ ਵੀ ਜਾਗ ਪਿਆ। ਫੇਰ ਉਹ ਕੋਠੇ ਦੇ ਮੋਘੇ ਤੇ ਝੁਕਿਆ, ਤੇ ਥੱਲੇ ਹਾਕ ਮਾਰੀ "ਸਿਮਰੋ ਦੀ ਬੇਬੇ ਧਰੋ ਹੁਣ ਚਾਹ... ਪਹੁ ਫਟਣ ਵਾਲੀ ਆ" "ਚੰਗਾ ਜੀ" ਕਹਿ ਕੇ ਮਹਿਤਾਬ ਕੌਰ ਨੇ ਜਾਗਦੇ ਹੋਣ ਦਾ ਸਬੂਤ ਦਿੱਤਾ। ਕੁੱਝ ਹੀ ਪਲਾਂ ਵਿੱਚ ਚਾਟੀਆਂ 'ਚ ਮਧਾਣੀਆਂ ਘੁੰਮਣ ਲੱਗੀਆਂ। ਬਲਦਾਂ ਦੀਆਂ ਟੱਲੀਆਂ ਅਤੇ ਬੋਤਿਆਂ ਦੇ ਘੁੰਗਰਾਲ ਛਣਕ ਉੱਠੇ। ਸੰਤਾ ਸਿੰਘ ਤੇ ਚੰਦ ਸਿੰਘ ਨੇ ਹੱਥ ਮੂੰਹ ਧੋ ਕੇ ਪਾਠ ਕੀਤਾ। ਏਨੇ ਨੂੰ ਚਾਹ ਵੀ ਆ ਗਈ। ਚਾਹ ਪੀਂਦੇ ਉਹ ਫੇਰ ਗੱਲੀਂ ਜੁਟ ਪਏ।

ਚੰਦ ਸਿੰਘ ਦਾ ਕਹਿਣਾ ਸੀ ਕਿ "ਕਾਕਾ ਹਫਤੇ ਦਾ ਹੋ ਗਿਆ ਏ, ਅੱਜ ਮੇਰੇ ਹੁੰਦੇ ਹੁੰਦੇ ਇਸਦਾ ਨਾਂ ਕਢਾ ਕੇ ਰੱਖ ਲਈਏ। ਤਾਂ ਮੈਂ ਚਿੱਠੀ 'ਚ ਦਲੇਰ ਸਿੰਘ ਨੂੰ ਨਾਉਂ ਲਿਖ ਭੇਜਾਂ" ਸੰਤਾ ਸਿੰਘ ਨੂੰ ਵੀ ਇਹ ਗੱਲ ਜਚ ਗਈ। ਉਹਨੇ ਘਰੇ ਸਲਾਹ ਕੀਤੀ ਤਾਂ ਸਾਰੇ ਸਹਿਮਤ ਹੋ ਗਏ। ਫੇਰ ਬਚਨੋ ਨੇ ਉੱਠ ਕੇ ਇਸ਼ਨਾਨ ਕੀਤਾ। ਮਹਿਤਾਬ ਕੁਰ ਨੇ ਕਿਹਾ "ਭਾਈ ਬਾਹਰ ਤਾਂ ਸਵਾ ਮਹੀਨੇ ਦਾ ਹੀ ਵਧਾਵਾਂਗੇ ਅੱਜ ਸਿਰਫ ਨਾਂ ਕਢਾ ਲੈਂਦੇ ਆਂ।

ਫੇਰ ਢਾਈ ਸੇਰ ਆਟਾ ਅਤੇ ਢਾਈ ਸੇਰ ਗੁੜ ਮੁੰਡੇ ਤੋਂ ਵਾਰ ਮਹਿਤਾਬ ਕੌਰ, ਸੰਤਾ ਸਿੰਘ, ਚੰਦ ਸਿੰਘ, ਹਰਦੇਵ ਕੌਰ, ਸਿਮਰੋ ਅਤੇ ਸਰਨੋ ਗੁਰਦਵਾਰੇ ਚਲੇ ਗਏ। ਜਿਥੇ ਭਾਈ ਜੀ ਨੇ ਅਰਦਾਸ ਕਰਕੇ ਜਦੋਂ ਮੁੱਖ ਵਾਕ ਲਿਆ ਤਾਂ ਮਹਿਲਾ ਅੱਖਰ ਨਿੱਕਲਿਆ 'ਮ'।

ਫੇਰ ਅੱਧਾ ਦਿਨ ਏਸੇ ਅੱਖਰ ਵਾਲੇ ਨਾਵਾਂ ਤੇ ਵਿਚਾਰ ਹੁੰਦਾ ਰਿਹਾ। ਕੋਈ ਮੋਹਣ, ਕੋਈ ਮੋਦਨ ਕੋਈ ਮੱਖਣ ਕਹਿੰਦਾ ਰਿਹਾ। ਪਰ ਬਲਕਾਰ ਸਿੰਘ ਕਹਿੰਦਾ, "ਕੋਈ ਨਵੇਂ ਜ਼ਮਾਨੇ ਦਾ ਨਾਂ ਰੱਖੋ, ਜਿਵੇਂ ਮਨਦੀਪ, ਮਨਮੀਤ, ਮਨਜਿੰਦਰ ਤਾਂ ਮਹਿਤਾਬ ਕੁਰ ਬੋਲੀ ਚੱਲ ਭਾਈ ਆਹ ਮਨਦੀਪ ਈ ਠੀਕ ਆ। ਜਾਣੀ ਮਨ ਦਾ ਦੀਪ। ਸੰਤਾਂ ਸਿਉਂ ਨੇ ਕਿਹਾ ਜੇ ਬੰਦਾ ਗੁਰੂ ਦਾ ਹੋਵੇ ਤਾਂ ਮਨ ਦਾ ਦੀਪ ਵੀ ਆਪੇ ਜਗ ਪੈਂਦੈ'। ਪਰ ਨਿੱਕਲੇ ਅੱਖਰ ਨੂੰ ਚੰਦ ਸਿੰਘ ਵੀ ਨਾ ਟਾਲ਼ ਸਕਿਆ। ਆਖਰ ਏਸੇ ਨਾਂ ਤੇ ਸਾਰੇ ਸਹਿਮਤ ਹੋ ਗਏ ਕਿ ਕਾਕੇ ਦਾ ਨਾਂ ਮਨਦੀਪ ਸਿੰਘ ਰੱਖ ਲਿਆ ਜਾਵੇ। ਫੇਰ ਉਸੇ ਦੁਪਹਿਰੇ ਚੰਦ ਸਿੰਘ ਨੇ ਬੱਚੇ ਦਾ ਇਹ ਹੀ ਨਾ ਲਿਖ ਕੇ ਦਲੇਰ ਸਿੰਘ ਨੂੰ ਚਾਂਈ ਚਾਂਈ ਪੋਸਟ ਕਾਰਡ ਲਿਖਿਆ।

'ਲਿਖਤੁਮ ਚੰਦ ਸਿੰਘ ਪੜ੍ਹਤੁਮ ਦਲੇਰ ਸਿੰਘ ਅੱਗੇ ਸਭ ਰਾਜ਼ੀ ਖੁਸ਼ੀ ਤੋਂ ਬਾਅਦ ਸਮਾਚਾਰ ਇਹ ਹੈ ਕਿ ਤੇਰੇ ਕਾਕੇ ਦਾ ਨਾਂ ਮਨਦੀਪ ਸਿੰਘ ਰੱਖ ਦਿੱਤਾ ਗਿਆ ਹੈ'

ਫੇਰ ਇਹ ਨਾਂ ਦਾ ਸਭ ਨੂੰ ਪਤਾ ਲੱਗ ਗਿਆ। ਹੁਣ ਹਰ ਕੋਈ ਇਹ ਹੀ ਕਹਿ ਰਿਹਾ ਸੀ ਕਿ 'ਇਹ ਤਾਂ ਭਾਈ ਨਵੇਂ ਜ਼ਮਾਨੇ ਵਾਲਾ ਨਾਂ ਹੈ"।

●

ਭਾਗ 8

ਦਲੇਰ ਸਿੰਘ ਨੂੰ ਜਿਉਂ ਹੀ ਪੁੱਤਰ ਦੇ ਜਨਮ ਦੀ ਖ਼ਬਰ ਮਿਲੀ ਤਾਂ ਉਸ ਦੀ ਖੁਸ਼ੀ ਦਾ ਕੋਈ ਟਿਕਾਣਾ ਨਾ ਰਿਹਾ। ਭਾਰਤ ਚੀਨ ਸਰਹੱਦ ਤੇ ਕਸ਼ੀਦਗੀ ਲਗਾਤਾਰ ਵਧਦੀ ਹੀ ਜਾ ਰਹੀ ਸੀ। ਸੈਨਾ ਦੇ ਨਾਲ ਨਾਲ ਬਾਰਡਰ ਸਕਿਉਰਟੀ ਫੋਰਸ ਅਤੇ ਸੈਂਟਰਲ ਰੀਜ਼ਰਵ ਪੁਲੀਸ ਵੀ ਤਾਇਨਾਤ ਕਰ ਦਿੱਤੀ ਗਈ ਸੀ। ਲੜਾਈ ਕਿਸੇ ਵੇਲੇ ਵੀ ਛਿੜ ਸਕਦੀ ਸੀ। ਇਸ ਮੌਕੇ ਨਵ-ਵਿਆਹਿਆਂ ਦੇ ਮਨਾ ਵਿੱਚ ਉਦਾਸੀ ਦਾ ਮਾਰੂ ਰਾਗ ਵੱਜਣਾ ਕੁਦਰਤੀ ਹੀ ਸੀ। ਕਿਉਂਕਿ ਇਸੇ ਕਰਕੇ ਸਾਰਿਆਂ ਦੀਆਂ ਛੁੱਟੀਆਂ ਕੈਂਸਲ ਕਰ ਦਿੱਤੀਆਂ ਗਈਆਂ ਸਨ।

ਜਵਾਨ ਬਰਫਾਂ ਲੱਦੇ ਪਹਾੜਾਂ ਵਿੱਚ ਉਤਸ਼ਾਹ ਨਾਲ ਜੀਣ ਦਾ ਕੋਈ ਨਾ ਕੋਈ ਬਹਾਨਾਂ ਲੱਭੀਂ ਹੀ ਰੱਖਦੇ। ਹਫਤੇ ਬਾਅਦ ਮਿਲੀਆਂ ਚਿੱਠੀਆਂ ਦੁੱਖ ਅਤੇ ਸੁੱਖ ਦੇ ਸੁਨੇਹੇ ਲੈ ਕੇ ਆਉਂਦੀਆਂ। ਫੇਰ ਕਿਸੇ ਬਹਾਨੇ ਜਸ਼ਨ ਹੋ ਹੀ ਜਾਂਦਾ। ਜਿਸ ਦਿਨ ਮੁੰਡਾ ਜਨਮਣ ਦਾ ਕਾਰਡ ਮਿਲਿਆ, ਕਾਇਦੇ ਅਨੁਸਾਰ ਉਸ ਦਿਨ ਦਾ ਜਸ਼ਨ ਦਲੇਰ ਸਿੰਘ ਦੇ ਜ਼ਿੰਮੇ ਸੀ। ਸੀ ਓ ਤੋਂ ਲੈ ਕੇ ਬਰਗੇਡੀਅਰ ਤੱਕ ਸਭ ਇਸ ਖੁਸ਼ੀ ਵਿੱਚ ਸ਼ਾਮਲ ਹੋਏ। ਫੌਜੀ ਮੱਛਾਂ ਵਿੱਚ ਰੱਮ ਛਲਕਦੀ ਰਹੀ ਅਤੇ ਭੰਗੜਾ ਪੈਂਦਾ ਰਿਹਾ। ਦਲੇਰ ਸਿੰਘ ਨਾਲ ਖੁਸ਼ੀ ਵਿੱਚ ਝੂਮਦੇ ਜਵਾਨ ਥਾਲੀਆਂ ਦੇ ਕੱਪਾਂ ਨੂੰ ਹੀ ਮਿਊਜ਼ਕ ਇੰਨਸਟਰੂਮੈਂਟ ਸਮਝ ਕੇ ਵਜਾਉਣ ਲੱਗੇ।

ਨਾਇਕ ਦਲੇਰ ਸਿੰਘ ਉਸ ਦਿਨ ਵਾਕਿਆ ਹੀ ਹੀਰੋ ਸੀ। ਉਸਦਾ ਜੀ ਕਰਦਾ ਸੀ ਕੇ ਉਡ ਕੇ ਆਪਣੇ ਪਿੰਡ ਚਲਾ ਜਾਵੇ ਤੇ ਬੱਚੇ ਨੂੰ ਬਾਹਾਂ ਤੇ ਚੁੱਕ ਕਿਲਕਾਰੀਆਂ ਮਾਰੇ। ਬਚਨੋਂ ਨੂੰ ਬਾਹਾਂ ਵਿੱਚ ਘੁੱਟ ਕੇ ਏਹਨਾਂ ਸੋਹਣਾ ਬੱਚਾ ਦੇਣ ਲਈ ਉਸਦਾ ਧੰਨਵਾਦ ਕਰੇ। ਪਰ ਉਹ ਆਪਣੀ ਮਜ਼ਬੂਰੀ ਦਾ ਕੀ ਕਰਦਾ ? ਪਤਾ ਨਹੀ ਅਜੇ ਊਠ ਦਾ ਬੁੱਲ ਕਦੋਂ ਡਿੱਗਣਾ ਸੀ। ਉਹ ਤਾਂ ਸੋਚਦਾ ਸੀ ਕਿ ਨਿੱਤ ਨਿੱਤ ਦੀ ਘੈਂਸ ਘੈਂਸ ਨਾਲੋ ਇੱਕ ਦਿਨ ਕੱਟਾ ਕੱਟੀ ਹੋ ਹੀ ਜਾਵੇ। ਤੇ ਫੌਜੀ ਭਰਾਵਾਂ ਦੇ ਮਨ ਤੋਂ ਇਹ ਬੋਝ ਲਹੇ। ਪਰ ਪਤਾ ਨਹੀ ਅਜੇ ਕੀ ਹੋਣਾ ਸੀ ?

ਕਈਆਂ ਵਿਚਾਰਿਆਂ ਨੇ ਤਾਂ ਦੇਸ਼ ਦੀ ਭੇਂਟ ਚੜ ਜਾਣਾ ਸੀ। ਫੇਰ ਸਰਕਾਰ ਵਲੋਂ ਉਨ੍ਹਾਂ ਦੀਆਂ ਪਤਨੀਆਂ ਨੂੰ ਪਤੀਆਂ ਬਦਲੇ ਸਿਲਾਈ ਮਸ਼ੀਨਾਂ ਦੇ ਕੇ, ਉਨ੍ਹਾਂ ਦੇ ਅਥਰੂ ਪੂੰਝ ਦਿੱਤੇ ਜਾਣੇ ਸਨ। ਦਲੇਰ ਸਿੰਘ ਨੂੰ ਅੱਜ ਪਹਿਲੀ ਵਾਰ ਮਹਿਸੂਸ ਹੋਇਆ ਕਿ ਉਹਨੇ ਜ਼ਿੰਦਗੀ ਵਿੱਚ ਕਿੱਡਾ ਵੱਡਾ ਗਲਤ ਫੈਸਲਾ ਲੈ ਲਿਆ ਸੀ। ਇਹ 'ਡਸਿਪਲਨਡ ਲਾਈਫ' ਕਿੱਲੇ ਬੰਨੇ ਪਸ਼ੂ ਵਰਗੀ ਹੁੰਦੀ ਹੋਵੇਗੀ, ਇਹ ਤਾਂ ਉਸ ਨੇ ਪਹਿਲਾਂ ਕਦੀ ਸੋਚਿਆ ਹੀ ਨਹੀਂ ਸੀ। ਫੇਰ ਉਸ ਰਾਤ ਨੂੰ ਨਸ਼ੇ ਦੀ ਲੋਰ ਵਿੱਚ ਵੀ, ਉਸ ਨੂੰ ਨੀਂਦ ਨਹੀਂ ਸੀ ਪਈ। ਯਾਦਾਂ ਦੀ ਇੱਕ ਫਿਲਮ ਜਿਹੀ ਉਸਦੇ ਮਨ ਵਿੱਚ ਚੱਲਦੀ ਰਹੀ ਸੀ।

ਉਸਦਾ ਪਿਤਾ ਚੰਦ ਸਿੰਘ ਆਪ ਵੀ ਇੱਕ ਫੌਜੀ ਸੀ। ਘਰ ਦੀ ਥੋੜੀ ਜ਼ਮੀਨ ਕਾਰਨ ਹੀ ਤਾਂ ਉਹ ਫੌਜ ਵਿੱਚ ਭਰਤੀ ਹੋਇਆ ਸੀ। ਨੌਕਰੀ ਹੋਣ ਕਰਕੇ ਹੀ ਤਾਂ ਉਸਦਾ ਵਿਆਹ ਹੋਇਆ ਸੀ।

ਆਪਣੀ ਮਾਂ ਬੇਅੰਤ ਕੌਰ ਦੇ ਵਿਆਹ ਬਾਰੇ, ਖੁਦ ਉਸ ਵਲੋਂ ਬਾਰੇ ਸੁਣਾਈਆਂ ਗੱਲਾਂ ਕਰਕੇ ਉਸਦਾ ਹਾਸਾ ਵੀ ਨਿਕਲ ਗਿਆ। ਉਸ ਦੀ ਮਾਂ ਨੇ ਦੱਸਿਆ ਸੀ ਕਿ " ਕਿ ਮੇਰਾ ਬਾਪੂ ਉਦੋਂ

ਲਹੌਰ ਦੇ ਗੁਰਦੁਵਾਰੇ ਵਿੱਚ ਗਰੰਥੀ ਹੋਇਆ ਕਰਦਾ ਤੀ। ਤੇਰਾ ਬਾਪੂ ਚੰਦ ਸਿੰਘ ਹਰ ਐਤਵਾਰ ਨੂੰ, ਬਾਕੀ ਫੌਜੀਆਂ ਵਾਂਗ, ਗੁਰਦੁਵਾਰੇ ਮੱਥਾ ਟੇਕਣ ਆਉਂਦਾ ਸੀ। ਤੇ ਛੁੱਟੀ ਵਾਲੇ ਦਿਨ ਆਖੰਡਪਾਠ ਦੀ ਰੌਲ਼ ਵੀ ਲੁਆ ਦਿੰਦਾ। ਜੋ ਮੇਰੇ ਬਾਪੂ ਨੂੰ ਬੜਾ ਚੰਗਾ ਲੱਗਦਾ। ਉਦੋਂ ਤੇਰਾ ਬਾਪੂ ਕੋਈ ਵੀਹਾਂ ਕੁ ਵਰਿਆਂ ਦਾ ਹੋਊ। ਤੇ ਮੈਂ ਸਿਰਫ ਤੇਰਾ ਕੁ ਵਰਿਆਂ ਦੀ ਸੀ"।

ਦਲੇਰ ਸਿੰਘ ਦੀ ਬੇਬੇ ਦੱਸਿਆਂ ਕਰਦੀ ਸੀ "ਗੁਰਦੁਵਾਰੇ ਰਹਿ ਕੇ ਮੈਂ ਆਪਣੇ ਬਾਪੂ ਕੋਲੋਂ ਹੀ ਗੁਰਮੁਖੀ ਪੜ੍ਹਨੀ ਸਿੱਖ ਲਈ ਤੀ। ਪੰਜ ਗਰੰਥੀ ਦਾ ਪਾਠ ਵੀ ਕਰ ਲੈਂਦੀ ਤੀ। ਮੇਰੇ ਪਿਉ ਦਾ ਨਾਂ ਨਿਹਾਲ ਸਿਉਂ ਤੀ। ਇੱਕ ਦਿਨ ਉਹਨੇ ਵੱਡੇ ਸਾਹਬ ਨੂੰ ਆਖ ਦਿੱਤਾ ਕਿ ਚੰਦ ਸਿਉਂ ਨਾਲ ਮੈਂ ਆਪਣੀ ਧੀ ਦਾ ਰਿਸ਼ਤਾ ਕਰਨਾ ਚਾਹੁੰਦਾ ਹਾਂ ? ਉਸ ਨੇ ਤੇਰੇ ਬਾਪੂ ਨਾਲ ਗੱਲ ਤੋਰੀ ਤੇ ਮਨਾ ਵੀ ਲਿਆ। ਫੇਰ ਭਾਈ ਉਸੇ ਗੁਰਦੁਵਾਰੇ ਸਾਡੇ 'ਨੰਦ ਹੋ ਗੇ"।

ਦਲੇਰ ਸਿੰਘ ਨੂੰ ਫੇਰ ਇੱਕ ਹੋਰ ਯਾਦ ਆਈ ਸੀ। ਇਹ ਉਸਦੇ ਪਿਤਾ ਚੰਦ ਸਿੰਘ ਦੀ ਸੀ।

"ਉਦੋਂ ਮੈਂ ਸਿਗਨਲ ਕੋਰ ਵਿੱਚ ਤਾ। ਸਿਗਨਲ ਉਦੋਂ ਸ਼ੀਸ਼ੇ ਝੰਡੀ ਨਾਲ ਭੇਜੇ ਜਾਂਦੇ ਤੇ, ਸ਼ੀਸ਼ੇ ਦੀ ਲਿਸ਼ਕੋਰ ਰਾਹੀ ਸੁਨੇਹੇ ਭੇਜੇ ਜਾਂਦੇ ਤੇ। ਜੋ ਮੈਂ ਈਂ ਭੇਜਦਾ, ਸ਼ੀਸ਼ਾ ਝੰਡੀ ਰਾਂਹੀ। ਸਾਬ ਲੋਕ ਮੈਨੂੰ ਬਹੁਤ ਇੱਜਤ ਦਿੰਦੇ ਤੇ। ਗੋਰੇ ਸੈਕਿੰਡ ਵਰਲਡ ਵਾਰ 'ਚ ਮੈਨੂੰ ਸਿੰਘਾ ਪੁਰ ਮਲਾਇਆ ਲੈ ਗੇ ਤੇ। ਉਦੋਂ ਮੈਂ ਪੈਹਲੀ ਵੇਰ ਸਮੁੰਦਰੀ ਜਹਾਜ਼ ਚ ਚੜ੍ਹਿਆ।" ਉਹਦਾ ਬਾਪੂ ਤਾਂ ਇਹ ਵੀ ਦੱਸਦਾ ਸੀ ਕਿ "ਪਲੇਗ ਦੀ ਬਿਮਾਰੀ ਨੇ ਸਾਡਾ ਸਾਰਾ ਟੱਬਰ ਹੀ ਖਤਮ ਕਰ ਦਿੱਤਾ ਤੀ। ਮੈਂ ਤੇ ਗੁਲਾਬ ਹੀ ਬਚੇ ਰਹੇ। ਗੁਲਾਬ ਨੇ ਹੀ ਮੈਨੂੰ ਪਾਲਿਆ। ਉਹ ਮੇਰਾ ਭਰਾ ਵੀ ਹੈ ਅਤੇ ਬਾਪ ਵੀ। ਜ਼ਮੀਨ ਸਾਡੇ ਕੋਲ ਮੁੱਢੋਂ ਹੀ ਥੋੜੀ ਸੀ। ਮੈਂ ਤਾਂ ਕਾਜ਼ੀ ਨੂਰ ਮੁਹੰਮਦ ਤੋਂ ਗੁਰਮੁੱਖੀ ਸਿੱਖ ਹੀ ਲਈ ਪਰ ਗੁਲਾਬ ਨੇ ਉਹ ਵੀ ਨਾ ਸਿੱਖੀ। ਫੇਰ ਉਹ ਫੌਜ 'ਚ ਭਰਤੀ ਹੋ ਗਿਆ। ਤਾਂ ਗੁਲਾਬ ਬਿਨਾਂ ਘਰ ਭਾਂਅ ਭਾਂਅ ਕਰਨ ਲੱਗ ਪਿਆ। ਉਹਦੇ ਜਾਣ ਤੋਂ ਬਾਅਦ ਮੈਂ ਉੜਦੂ ਵੀ ਸਿੱਖ ਲਿਆ। ਤੇ ਸਾਰਾ ਪਿੰਡ ਚਿੱਠੀਆਂ ਪੜ੍ਹਾਉਣ ਮੇਰੇ ਕੋਲੇ ਔਂਦਾ ਤਾ"

ਫੇਰ ਇੱਕ ਦਿਨ ਚੰਦ ਸਿੰਘ, ਦਲੇਰ ਸਿੰਘ ਨੂੰ ਥਾਪੀ ਦੇ ਕੇ ਆਖਣ ਲੱਗਾ "ਪੁੱਤ ਏਨਾ ਕੁ ਪੜ੍ਹ ਜਾ ਕਿ ਆਪਣੀ ਚਿੱਠੀ ਆਪ ਲਿਖਣ ਪੜ੍ਹਨ ਜੋਗਾ ਹੋ ਜਾਮੇ। ਔਖਾ ਸੌਖਾ ਦਸਵੀਂ ਕਰ ਜਾ। ਫੇਰ ਮੈਂ ਤੈਨੂੰ ਫੌਜ 'ਚ ਭਰਤੀ ਕਰਵਾਦੂੰ। ਬੜਾ ਅਫਸਰ ਬਣੀਂ। ਮੇਰੇ ਮੰਗੂ ਸਿਪਾਹੀ ਪੈਨਸ਼ਨ ਨਾ ਆਈ" ਨੌਵੀਂ ਤੱਕ ਤਾਂ ਉਹ ਠੀਕ ਪੜ੍ਹਿਆਂ ਪਰ ਦਸਵੀਂ 'ਚੋ ਫੇਲ ਹੋ ਗਿਆ। ਫੇਰ ਦਲੇਰ ਸਿਉਂ ਨੂੰ ਆਪਣੇ ਪਿਉ ਦਾ ਸਾਹਮਣਾ ਕਰਨ ਦਾ ਹੌਸਲਾ ਨਾ ਪਿਆ। ਕਿਸੇ ਨੇ ਦੱਸਿਆ ਕਿ 'ਦੋਰਾਹੇ ਫੌਜ ਦੀ ਭਰਤੀ ਹੁੰਦੀ ਆ'। ਉਹ ਜਸਪਾਲੋਂ ਸਕੂਲ ਤੋਂ ਸਿੱਧਾ ਹੀ ਭਰਤੀ ਦੇਖਣ ਚਲਾ ਗਿਆ। ਤੇ ਕੁੱਝ ਹੀ ਟੈਸਟਾਂ ਤੋਂ ਬਾਅਦ ਉਸ ਨੂੰ ਸੀਲੈਕਟ ਕਰ ਲਿਆ ਗਿਆ ਸੀ। ਉਸ ਨੂੰ ਪਤਾ ਸੀ ਕਿ ਉਨ੍ਹਾ ਪਾਸ ਗੁਜਾਰੇ ਜੋਗੀ ਜ਼ਮੀਨ ਨਹੀਂ ਹੈ। ਤੇ ਜੱਟਾਂ ਦੇ ਵਿਆਹ ਮੁੰਡਿਆਂ ਨੂੰ ਨਹੀਂ, ਸਗੋਂ ਜ਼ਮੀਨਾਂ ਨੂੰ ਹੁੰਦੇ ਨੇ। ਬਚਨ ਕੌਰ ਨਾਲ ਵੀ ਤਾਂ ਉਸਦਾ ਵਿਆਹ ਇਸੇ ਨੌਕਰੀ ਕਰਕੇ ਹੀ ਹੋਇਆ ਸੀ ?

ਦਲੇਰ ਸਿੰਘ ਦਾ ਤਾਇਆ ਗੁਲਾਬ ਸਿਉਂ ਤਾਂ ਉਸਦੇ ਵਿਆਹ ਦੇ ਹੱਕ ਵਿੱਚ ਬਿਲਕੁੱਲ ਨਹੀਂ ਸੀ। ਉਹ ਤਾਂ ਇਸ ਧਾਰਨਾ ਦਾ ਹਾਮੀ ਸੀ ਕਿ ਜੱਟ ਦਾ ਇੱਕੋ ਪੁੱਤ ਵਿਆਹਿਆ ਜਾਣਾ ਚਾਹੀਦਾ ਹੈ, ਤਾਂ ਕਿ ਜ਼ਮੀਨ ਨਾਂ ਵੰਡੀ ਜਾਵੇ। ਇਸੇ ਕਰਕੇ ਤਾਂ ਉਸ ਨੇ ਆਪ ਵਿਆਹ ਕਰਵਾਉਣ ਦੀ ਬਜਾਏ, ਆਪਣੇ ਛੋਟੇ ਭਰਾ ਚੰਦ ਸਿੰਘ ਦਾ ਵਿਆਹ ਕਰ ਦਿੱਤਾ ਸੀ। ਭਾਰਤ ਵਿੱਚ ਬਹੁਕੰਤੀ ਰਿਵਾਜ਼, ਜੋ ਪੁਰਾਤਨ ਸਮਿਆਂ ਤੋਂ ਹੀ ਚਲਾ ਆ ਰਿਹਾ ਸੀ, ਅਜੇ ਵੀ ਪ੍ਰਚੱਲਤ ਸੀ। ਸਾਰੇ ਭਰਾਵਾਂ ਦੀ ਇੱਕ ਹੀ ਸਾਂਝੀ ਪਤਨੀ ਹੁੰਦੀ ਜਿਵੇਂ ਪਾਂਡੋਆਂ ਦੀ ਪੰਚਾਲੀ ਸੀ। ਨਿਆਣੇ ਭਾਵੇਂ ਕਿਸੇ ਦੇ ਵੀ

ਹੋਣ ਪਰ ਉਹ ਨਾਂ ਉਸੇ ਦੇ ਚੜਦੇ ਜਿਹੜਾ ਅਸਲ ਚ ਵਿਆਹ ਕਰਵਾਉਂਦਾ। ਨਿਆਣਿਆਂ ਦੀ ਮਾਂ ਨੂੰ ਖੁਦ ਵੀ ਪਤਾ ਨਹੀਂ ਸੀ ਹੁੰਦਾ ਕਿ ਕਿਹੜਾ ਜੁਆਕ ਕਿਸ ਦਾ ਹੈ। ਏਸੇ ਲਈ ਤਾਂ ਜੁਆਕ ਜੰਮਣ ਸਾਰ ਆਂਢਣਾਂ ਗੁਆਂਢਣਾ ਅੰਦਾਜ਼ਾ ਲਾਉਂਦੀਆਂ ਕਿ ਨਿਆਣੇ ਦਾ ਮੜੰਗਾ ਕੀਹਦੇ ਤੇ ਗਿਆ ਹੈ ? ਉਦੋਂ ਤਾਂ ਚਾਚੇ ਤਾਇਆਂ ਨੂੰ ਵੀ ਪਿਉ ਦੇ ਸਮਾਨ ਹੀ ਸਮਝਿਆ ਜਾਂਦਾ ਸੀ।

ਚਾਚੇ ਤਾਏ ਵੀ ਉਨ੍ਹਾਂ ਨਿਆਣਿਆਂ ਨੂੰ ਪੁੱਤ ਸਮਝ ਕੇ ਆਪਣੀ ਸਾਰੀ ਜਾਇਦਾਦ ਸੰਭਾਲ ਦਿੰਦੇ। ਗੁਲਾਬ ਸਿੰਘ ਉਨ੍ਹਾ ਦਾ ਪਿਉ ਵੀ ਸੀ ਤੇ ਤਾਇਆ ਵੀ। ਜਿਸ ਨੇ ਜ਼ਮੀਨ ਨਾਂ ਵੰਡਣ ਦੇ ਮਾਰੇ ਨੇ ਆਪਣੇ ਸੁਪਨਿਆਂ ਦੀ ਕੁਰਬਾਨੀ ਦੇ ਦਿੱਤੀ ਸੀ। ਬੇਅੰਤ ਕੌਰ ਲਈ ਉਹਦਾ ਦਰਜਾ ਚੰਦ ਸਿੰਘ ਦੇ ਬਰਾਬਰ ਹੀ ਸੀ। ਬਲ਼ਕਿ ਉਸ ਤੋਂ ਵੀ ਉੱਚਾ ਸੀ। ਉਹ ਬੱਚਿਆਂ ਨੂੰ ਹਰ ਗੱਲ 'ਚ ਆਖਦੀ ਥੋਡੇ ਤਾਇਆ ਜੀ ਕੀ ਕਹਿਣਗੇ ?

ਪਰ ਜਦੋਂ ਬੱਚੇ ਵੱਡੇ ਹੋ ਗਏ ਤਾਂ ਉਨ੍ਹਾਂ ਇਸ ਪਾਂਡੋ ਪ੍ਰਵਿਰਤੀ ਤੋਂ ਕਿਨਾਰਾ ਕਰ ਲਿਆ। ਸਾਰੇ ਪੰਜਾਬ ਵਿੱਚ ਹੀ ਇੱਕ ਮਰਦ ਤੇ ਇੱਕ ਔਰਤ ਦਾ ਰਿਸ਼ਤਾ ਪ੍ਰਚੱਲਤ ਹੋ ਰਿਹਾ ਸੀ। ਜੱਟ ਜ਼ਮੀਨ ਨੂੰ ਪਾਸੇ ਰੱਖ ਹੁਣ ਆਪਣੇ ਸਾਰੇ ਮੁੰਡੇ ਵਿਆਹੁਣ ਲੱਗੇ ਸਨ। ਤੇ ਏਸੇ ਤਰ੍ਹਾਂ ਦਲੇਰ ਸਿੰਘ ਵੀ ਵਿਆਹਿਆ ਗਿਆ। ਹੁਣ ਅੱਗੋਂ ਉਸ ਦੇ ਹਿੱਸੇ ਦੀ ਜ਼ਮੀਨ ਦਾ ਵੀ ਨਵਾਂ ਵਾਰਿਸ ਪੈਦਾ ਹੋ ਗਿਆ ਸੀ।

ਗੁਲਾਬ ਸਿੰਘ ਨੇ ਵੱਡੇ ਲੜਕੇ ਦਾ ਰਿਸ਼ਤਾ ਪੱਕਾ ਕਰਨ ਵੇਲੇ ਇਹ ਵਾਅਦਾ ਵੀ ਕੀਤਾ ਸੀ ਕਿ ਉਨ੍ਹਾਂ ਤਾਂ ਇੱਕੋ ਲੜਕਾ ਵਿਆਉਣਾ ਏਂ। ਬਾਕੀ ਦੀ ਜ਼ਮੀਨ ਵੀ ਉਸੇ ਦੇ ਨਿਆਣਿਆਂ ਨੂੰ ਹੀ ਜਾਊ। ਪਰ ਹੁਣ ਕਹਾਣੀ ਕਿਸੇ ਹੋਰ ਹੀ ਪਾਸੇ ਤੁਰ ਪਈ ਸੀ। ਵਿਆਹ ਤੇ ਆਏ ਵੱਡੇ ਭਰਾ ਦੇ ਸਹੁਰੇ ਨਰੈਣ ਸਿਉਂ ਨੇ ਇਸ ਗੱਲ ਤੇ ਗੁੱਸਾ ਵੀ ਜ਼ਾਹਰ ਕੀਤਾ ਸੀ ਕਿ "ਉਦੋਂ ਤਾਂ ਕੈਂਦੇ ਤੀ ਇੱਕੋ ਵਿਔਹਣਾ ਹੁਣ ਚਾਰ ਕਿੱਲੇ ਜਮੀਨ ਚੋਂ ਮੇਰੀ ਕੁੜੀ ਕੀ ਢੀਮਾਂ ਖਾਊ" ? ਫੇਰ ਜ਼ਮੀਨ ਨੂੰ ਲੈ ਕੇ ਦਲੇਰ ਸਿੰਘ ਨੂੰ ਸੁਣੀਆਂ ਸੁਣਾਈਆਂ ਹੋਰ ਕਿੰਨੀਆਂ ਹੀ ਗੱਲਾਂ ਯਾਦ ਆਉਣ ਲੱਗੀਆਂ।

•

ਭਾਗ 9

ਪਿੰਡ ਰਾਮਪੁਰਾ ਨਹਿਰ ਸਰਹਿੰਦ ਦੇ ਕੰਢੇ ਵਸਿਆ ਹੋਇਆ ਸੀ। ਇਸ ਪਿੰਡ ਦੀ 750 ਏਕੜ ਜ਼ਮੀਨ ਨਹਿਰ ਸਰਹਿੰਦ ਹੇਠਾਂ ਆ ਗਈ ਸੀ। ਤੇ ਅੱਠ ਕੁ ਸੌ ਏਕੜ ਜੋ ਬਚੀ ਸੀ, ਉਹ ਗਰਦਾਵਰੀ ਵੇਲੇ ਲੋਕਾਂ ਵਿੱਚ ਮੁੜ ਤੋਂ ਤਕਸੀਮ ਕਰ ਦਿੱਤੀ ਗਈ। ਇਸ ਕੰਮ ਲਈ ਪਾਲੇ ਪਟਵਾਰੀ ਨੇ ਪਿੰਡ ਵਿੱਚ ਹੀ ਡੇਰਾ ਲਾ ਲਿਆ ਸੀ। ਪੜ੍ਹਨ ਲਿਖਣ ਦਾ ਗਿਆਨ ਹੋਣ ਕਰਕੇ ਪਿੰਡ ਵਾਸੀਆਂ ਨੇ ਚੰਦ ਸਿੰਘ ਨੂੰ ਪਟਵਾਰੀ ਦੀ ਮੱਦਦ ਲਈ, ਉਸ ਨਾਲ ਲਾ ਦਿਤਾ। ਉਹ ਜ਼ਰੀਵ ਨਾਲ ਮਿਣਤੀਆਂ ਵੀ ਕਰਵਾਂਉਦਾ ਤੇ ਲਿਖਤ ਪੜ੍ਹਤ ਦਾ ਕੰਮ ਵੀ ਕਰਦਾ। ਇਸੇ ਕਰਕੇ ਪਟਵਾਰੀ ਦੇ ਉਹ ਬਹੁਤ ਨੇੜੇ ਹੋ ਗਿਆ। ਹੁਣ ਕਈ ਲੋਕ ਦੋ ਸੰਗਲੀਆਂ ਜ਼ਮੀਨ ਏਧਰ ਉਧਰ ਕਰਵਾਉਣ ਲਈ, ਪਟਵਾਰੀ ਦੇ ਨਾਲ ਨਾਲ ਉਸ ਦੀਆਂ ਵੀ ਮਿਨਤਾਂ ਕਰਦੇ।

ਚੰਦ ਸਿੰਘ ਨੇ ਪਟਵਾਰੀ ਨੂੰ ਆਪਣੇ ਵਿਹਲੇ ਪਏ ਘਰ ਵਿੱਚ ਹੀ ਰੱਖ ਲਿਆ। ਉਦੋਂ ਉਸ ਨੇ ਦੇਖਿਆ ਕਿ ਲੋਕ ਚੰਗੀ ਜ਼ਮੀਨ ਲੈਣ ਲਈ, ਪਟਵਾਰੀ ਦੇ ਰੋਟੀ ਪਾਣੀ ਤੋਂ ਲੈ ਕੇ ਹਰ ਤਰ੍ਹਾਂ ਦੀ ਸੇਵਾ ਕਰਦੇ ਸਨ। ਦਾਰੂ ਮੁਰਗ਼ੇ ਦਾ ਪ੍ਰਬੰਧ ਵੀ ਕਰੀ ਰੱਖਦੇ। ਉਸ ਨੇ ਜ਼ਮੀਨ ਦੇ ਲਾਲਚ ਵਿੱਚ ਕਈ ਲੋਕਾਂ ਨੂੰ ਬੇਹੱਦ ਡਿੱਗਦੇ ਹੋਏ ਵੀ ਦੇਖਿਆ ਸੀ। ਕਈ ਤਾਂ ਪਟਵਾਰੀ ਨੂੰ ਰੋਟੀ ਦੇਣ ਬਹਾਨੇ ਆਪਣੀਆਂ ਸੋਹਣੀਆਂ ਸੁਨੱਖੀਆਂ ਤੀਵੀਆਂ ਵੀ ਭੇਜ ਦਿੰਦੇ। ਜੱਟ ਜ਼ਮੀਨ ਲਈ ਕੁੱਝ ਵੀ ਕਰ ਸਕਦੇ ਸਨ। ਸ਼ਾਮ ਸਵੇਰੇ ਪਟਵਾਰੀ ਹਰਪਾਲ ਕੋਲ ਮੇਲਾ ਲੱਗਿਆ ਰਹਿੰਦਾ।

ਹੌਲ਼ੀ ਹੌਲ਼ੀ ਚੰਦ ਸਿੰਘ ਸਭ ਕਾਸੇ ਤੋਂ ਉਕਤਾਉਣ ਲੱਗਿਆ। ਪਾਲੇ ਪਟਵਾਰੀ ਨੂੰ ਛੇ ਮਹੀਨੇ ਉਸ ਨੇ ਆਪਣੇ ਘਰ ਹੀ ਰੱਖਿਆ ਸੀ। ਫੇਰ ਇੱਕ ਦਿਨ ਪਟਵਾਰੀ ਕਹਿਣ ਲੱਗਾ "ਬਈ ਚੰਦ ਸਿਆਂ ਤੇਰਾ ਫਾਇਦਾ ਮੈਂ ਜਰੂਰ ਕਰਨਾ ਏਂ। ਤੂੰ ਵੀ ਕੀ ਯਾਦ ਕਰੇਂਗਾ ? ਕਿ ਕੋਈ ਪਟਵਾਰੀ ਆਇਆ ਤੀ। ਬੋਲ ਕਿਹੜੀ ਜ਼ਮੀਨ ਤੇਰੇ ਨਾਂ ਚਾੜ ਦਿਆਂ ?" ਫੇਰ ਉਸ ਨੇ ਆਪ ਹੀ ਪਿੰਡ ਨਾਲ ਲੱਗਦੀ ਨਿਆਂਈ ਵਾਲੀ ਜ਼ਮੀਨ ਦੇ ਅੱਠ ਕਿੱਲੇ ਦੋਹਾਂ ਭਰਾਵਾਂ ਦੇ ਨਾਂ ਲਿਖ ਦਿੱਤੇ। ਤੇ ਕਿਹਾ ਸੀ ਕਿ "ਥੋਨੂ ਸਾਰੀ ਉਮਰ ਦਾ ਸੁੱਖ ਦੇ ਚੱਲਿਆ ਹਾਂ"

ਪਰ ਸ਼ਰੀਕਾਂ ਤੋਂ ਇਹ ਗੱਲ ਬ੍ਰਦਾਸ਼ਤ ਨਾਂ ਹੋਈ। ਉਨ੍ਹਾਂ ਆਨੀ ਬਹਾਨੀ ਚੰਦ ਸਿੰਘ ਨੂੰ ਤੰਗ ਕਰਨਾ ਸ਼ੁਰੂ ਕਰ ਦਿੱਤਾ। ਪਟਵਾਰੀ ਦੇ ਜਾਣ ਤੋਂ ਬਾਅਦ ਤਾਂ ਪਿੰਡ ਦੇ ਹਾਲਾਤ ਹੋਰ ਵੀ ਵਿਗੜ ਗਏ। ਉਹ ਆਪ ਹੀ ਰੋਟੀ ਬਣਾਉਂਦਾ। ਗੁਲਾਬ ਸਿੰਘ ਫੌਜ ਚੋਂ ਉਸ ਨੂੰ ਖਤ ਲਿਖਵਾ ਕੇ ਭੇਜਦਾ ਕਿ 'ਸ਼ਰੀਕਾਂ ਤੋਂ ਬਚ ਕੇ ਰਹੀਂ'। ਇਕ ਦਿਨ ਛੁੱਟੀ ਆਏ ਗੁਲਾਬ ਸਿੰਘ ਨੂੰ ਉਹ ਕਹਿਣ ਲੱਗਿਆ ਕਿ "ਏਹਦੇ ਨਾਲੋਂ ਤਾਂ ਤੂੰ ਮੈਨੂੰ ਵੀ ਭਰਤੀ ਕਰਾ ਦੇ। ਘੱਟੋ ਘੱਟ ਰੋਟੀ ਤਾਂ ਪੱਕੀ ਪਕਾਈ ਮਿਲੂ" ਬੱਸ ਫੇਰ ਉਹ ਵੀ ਫੋਜ ਵਿੱਚ ਭਰਤੀ ਹੋ ਗਿਆ।

ਫੌਜ ਵਲੋਂ ਉਨ੍ਹਾਂ ਨੂੰ ਬ੍ਰਿਟਿਸ਼ ਹਕੂਮਤ ਦੀ ਵਫਾਦਾਰੀ ਦਾ ਪਾਠ ਪੜ੍ਹਾਇਆ ਗਿਆ। ਦੁਨੀਆਂ ਤੇ ਹਕੂਮਤ ਕਰਨ ਵਾਲੀ ਮਹਾਂਸ਼ਕਤੀ ਦੇ ਚਿਰੰਜੀਵੀ ਹੋਣ ਸਬੰਧੀ ਅਰਦਾਸਾਂ ਕਰਵਾਈਆਂ ਜਾਂਦੀਆਂ। ਪਰ ਦੂਸਰੇ ਪਾਸੇ ਦੇਸ਼ ਭਗਤਾਂ ਦੀ ਸੋਚ ਇਹ ਸਭ ਕਾਸੇ ਨੂੰ ਨਕਾਰਦੀ ਸੀ ਅਤੇ ਆਜ਼ਾਦੀ ਦੀ ਮੰਗ ਕਰਦੀ ਸੀ। ਅਮਰੀਕਾ ਤੋਂ ਨਿੱਕਲਿਆ ਪਰਚਾ 'ਗ਼ਦਰ ਦੀ ਗੂੰਜ' ਲੁਕਵੇਂ

ਢੰਗ ਨਾਲ ਪਿੰਡਾਂ ਵਿੱਚ ਪਹੁੰਚਣ ਲੱਗਿਆ। ਤੇ ਨੌਜਵਾਨ ਵੀ ਇਸ ਲਹਿਰ ਵਿੱਚ ਸ਼ਾਮਲ ਹੋਣ ਲੱਗੇ। ਪਤਾ ਲੱਗਣ ਦੇ ਅੰਗਰੇਜ਼ ਸਰਕਾਰ ਇਨ੍ਹਾਂ ਨੌਜਵਾਨਾਂ ਨੂੰ ਫੜ ਕੇ ਜੇਲਾਂ ਵਿੱਚ ਸੁੱਟਣ ਲੱਗੀ।

1857 ਵਿੱਚ ਮਹਾਰਾਣੀ ਝਾਂਸੀ ਦੀ ਮੌਤ ਤੋਂ ਬਾਅਦ ਛਿੜੇ ਗ਼ਦਰ ਨੇ, ਇਹ ਚਿੰਗਾੜੀ ਸਾਰੇ ਹੀ ਹਿੰਦੋਸਤਾਨ ਵਿੱਚ ਸੁਲਗਣ ਲਾ ਦਿੱਤੀ। ਉਨ੍ਹਾਂ ਦੇ ਨਾਲ ਲੱਗਦੇ ਪਿੰਡ ਭੈਣੀ ਸਾਹਿਬ ਤੋਂ ਬਾਬਾ ਰਾਮ ਸਿੰਘ ਸਿੰਘ ਵਲੋਂ ਚਲਾਇਆ ਬਿਦੇਸ਼ੀ ਵਸਤਾਂ ਦੇ ਬਾਈਕਾਟ ਦਾ ਅੰਦੋਲਨ ਬੜਾ ਹੀ ਕਾਰਗਰ ਸਾਬਤ ਹੋਇਆ ਸੀ। ਹੋਰ ਤਾਂ ਹੋਰ ਉਨ੍ਹਾਂ ਨੇ ਤਾਂ ਡਾਕ ਵੀ ਆਪਣੀ ਚਲਾ ਦਿੱਤੀ ਸੀ। ਚੰਦ ਸਿੰਘ ਨੇ ਇਹ ਵੀ ਸੁਣਿਆ ਸੀ ਕਿ ਡਰੀ ਹੋਈ ਹਕੂਮਤ ਨੇ ਬਾਬਾ ਜੀ ਨੂੰ ਕਾਲ਼ੇ ਪਾਣੀ ਭੇਜ ਦਿੱਤਾ ਸੀ। ਭਾਵੇ ਬਾਬਾ ਜੀ ਅਕਾਲ ਚਲਾਣਾ ਕਰ ਗਏ ਪਰ ਉਨ੍ਹਾਂ ਦੀ ਚਲਾਈ ਲਹਿਰ ਨੂੰ ਗੋਰੀ ਹਕੂਮਤ ਦਬਾ ਨਾ ਸਕੀ ਤੇ ਇਹ ਚੰਦ ਸਿੰਘ ਦੇ ਸਮੇਂ ਤੱਕ ਭਾਂਬੜ ਬਣ ਗਈ।

ਸਰਾਭੇ ਪਿੰਡ ਦਾ ਮੁੱਛ ਫੁੱਟ ਗਭਰੂ ਕਰਤਾਰ ਸਿੰਘ ਜੋ ਅਮਰੀਕਾ ਦੇ ਸੁੱਖ ਨੂੰ ਤਿਆਗ ਕੇ ਵਤਨ ਲਈ ਫਾਂਸੀ ਚੜ ਗਿਆ ਸੀ, ਨੌਜਵਾਨਾ ਲਈ ਪ੍ਰੇਰਣਾ ਸਰੋਤ ਬਣ ਗਿਆ। ਤੇ ਫੇਰ ਕਿੰਨੀਆਂ ਹੀ ਹੋਰ ਲਹਿਰਾਂ ਦਾ ਜਨਮ ਹੋ ਗਿਆ। ਚੰਦ ਸਿੰਘ ਦੀ ਸੋਚ ਕਈ ਵਾਰ ਉਲਝ ਜਾਂਦੀ।

ਪੰਜਾਬ ਵਿੱਚ ਬਬਰ ਅਕਾਲੀ, ਸਿੰਘ ਸਭਾ ਲਹਿਰ, ਆਰੀਆ ਸਮਾਜੀ, ਇੰਡੀਅਨ ਨੈਸ਼ਨਲ ਕਾਂਗਰਸ ਅਤੇ ਭਾਰਤੀ ਨੌਜਵਾਨ ਸਭਾ ਵਰਗੀਆਂ ਅਨੇਕਾਂ ਜਥੇਬੰਦੀਆਂ ਇੱਕੋ ਕਾਜ ਲਈ ਲੜ ਰਹੀਆਂ ਸਨ। ਵੀਹਵੀ ਸਦੀ ਦੇ ਪਹਿਲੇ ਦੋ ਦਹਾਕਿਆਂ ਨੇ ਭਾਰਤ ਵਿੱਚ ਅੰਗਰੇਜ ਹਕੂਮਤ ਦੇ ਤਖਤ ਦੀਆਂ ਚੂਲ਼ਾਂ ਢਿੱਲੀਆਂ ਕਰ ਦਿੱਤੀਆਂ। ਅਕਤੂਬਰ 1917 ਵਿੱਚ ਵਾਪਰੀ ਰੂਸੀ ਕ੍ਰਾਂਤੀ ਨੇ ਪੂਰੇ ਵਿਸ਼ਵ ਵਿੱਚ ਇੱਕ ਨਵੀਂ ਰੂਹ ਫੂਕ ਦਿੱਤੀ। 1914 'ਚ ਛਿੜੀ ਪਹਿਲੀ ਸੰਸਾਰ ਜੰਗ ਨੇ ਹੀ ਬ੍ਰਿਟਿਸ਼ ਸਲਤਨਤ ਨੂੰ ਕਮਜ਼ੋਰ ਕਰ ਦਿੱਤਾ ਸੀ। ਇਸ ਤੋਂ ਬਾਅਦ ਤਾਂ ਵਿਸ਼ਵ ਦੋ ਧੜਿਆ ਵਿੱਚ ਵੰਡਿਆ ਗਿਆ। ਤੇ ਬਹੁਤੇ ਦੇਸ਼, ਸਾਮਰਾਜ ਦੇ ਜੂਲੇ ਨੂੰ ਉਤਾਰਨ ਲਈ ਮਰਨ ਮਾਰਨ ਤੇ ਉੱਤਰ ਆਏ।

ਅੰਗਰੇਜ਼ ਸਾਮਰਾਜੀ ਹੁਣ ਅੰਦਰੂਨੀ ਤੇ ਬਾਹਰੀ ਲੜਾਈ ਲੜ ਰਹੇ ਸਨ। ਪਰ ਚੰਦ ਸਿੰਘ ਮਜ਼ਬੂਰੀ ਵਸ ਉਸੇ ਹਕੂਮਤ ਦਾ ਸਿਪਾਹੀ ਬਣ ਗਿਆ ਜਿਸ ਨੇ ਉਸ ਦੇ ਦੇਸ਼ ਨੂੰ ਗ਼ੁਲਾਮ ਬਣਾ ਰੱਖਿਆ ਸੀ। ਉਹ ਏਸੇ ਅੰਗਰੇਜ਼ ਸਰਕਾਰ ਪ੍ਰਤੀ ਵਫਾਦਾਰ ਸੀ। ਤੇ ਇਹਨਾਂ ਸਾਹਬ ਲੋਕਾਂ ਲਈ ਕੁੱਝ ਵੀ ਕਰ ਸਕਦਾ ਸੀ।

ਅੰਗਰੇਜ਼ ਆਪਣੇ ਵਫਾਦਾਰਾਂ ਨੂੰ ਰਾਏ ਸਾਹਿਬ, ਰਾਏ ਬਹਾਦਰ, ਜ਼ੈਲਦਾਰ, ਜਗੀਰਦਾਰ ਵਰਗੇ ਮਾਣ ਦੇ ਕੇ ਸਨਮਾਨਦੇ। ਮਹਾਰਾਜਾ ਰਣਜੀਤ ਸਿੰਘ ਦੇ ਸਮੇ ਰਹਿ ਚੁੱਕੇ ਸਰਦਾਰਾਂ ਨੂੰ ਫਿਰ ਤੋਂ ਮਾਣ ਤਾਣ ਦੇ ਕੇ ਸਰਕਾਰ ਨੇ ਆਪਣੇ ਨਾਲ ਜੋੜ ਲਿਆ। ਇਸ ਸਰਕਾਰੀ ਪ੍ਰਤੀਨਿੱਧਤਾ ਦੀ ਇੱਕ ਨਿੱਕੀ ਜਿਹੀ ਇਕਾਈ ਪਿੰਡ ਦਾ ਲੰਬੜਦਾਰ ਵੀ ਸੀ। ਸੰਤਾ ਸਿੰਘ ਵੀ ਉਸੇ ਨਿੱਕੀ ਤੰਦ ਨਾਲ ਜੁੜਿਆ ਇੱਕ ਸਰਕਾਰੀ ਬੰਦਾ ਹੀ ਸੀ। ਜੋ ਸੂਹੀਆ ਹੋਣ ਦੇ ਨਾਲ ਨਾਲ ਸਰਕਾਰ ਲਈ ਮਾਮਲਾ ਵੀ ਉਗਰਾਹੁੰਦਾ। ਹੁਣ ਦੋਨੋ ਕੁੜਮ ਇਕੱਠੇ ਹੋ ਕੇ ਗੋਰਿਆਂ ਦਾ ਖ਼ੂਬ ਗੁਣ ਗਾਨ ਕਰਦੇ।

ਦਲੇਰ ਸਿੰਘ ਨੂੰ ਆਪਣੀ ਬੇਬੇ ਦੀ ਸੁਣਾਈ ਇੱਕ ਹੋਰ ਗੱਲ ਯਾਦ ਆਈ। ਜਦੋਂ ਲਹੌਰ ਵਿੱਚ ਉਸਦਾ ਚੰਦ ਸਿੰਘ ਨਾਲ ਵਿਆਹ ਹੋਇਆ ਸੀ, ਤਾਂ ਉਦੋਂ ਉਹ ਸਿਰਫ ਤੇਰਾਂ ਵਰਿਆਂ ਦੀ ਨਿਆਣੀ ਸੀ। ਜਿਸ ਨੂੰ ਵਿਆਹ ਦਾ ਕੁੱਝ ਵੀ ਪਤਾ ਨਹੀਂ ਸੀ। ਉਸ ਨੂੰ ਸਮਝ ਨਹੀਂ ਸੀ ਆ ਰਹੀ ਕਿ ਇੱਕ ਓਪਰੇ ਮੁੰਡੇ ਨਾਲ, ਉਸਦੇ ਬੇਬੇ ਬਾਪੂ ਕਿਉਂ ਤੋਰ ਰਹੇ ਨੇ ? ਉਹ ਇਸੇ ਕਰਕੇ ਬਹੁਤ ਰੋਂਦੀ

ਰਹੀ। ਫੇਰ ਉਹ ਮੁੰਡਾ ਉਸ ਨੂੰ ਤਾਂਗੇ ਵਿੱਚ ਬਿਠਾ ਕੇ ਰੇਲਵੇ ਸਟੇਸ਼ਨ ਤੇ ਲੈ ਆਇਆ। ਉਸਦੀ ਬੇਬੇ ਨੇ ਉਸ ਨੂੰ ਦੱਸਿਆ ਕਿ ਉਦੋਂ ਉਸ ਨੇ ਪਹਿਲੀ ਵਾਰੀ ਧੂੰਆਂ ਛੱਡਦੀ, ਕੂਕਾਂ ਮਾਰਦੀ ਤੇ ਸੱਪ ਵਾਂਗੂੰ ਮੇਹਲਦੀ, ਐਨੀ ਵੱਡੀ ਗੱਡੀ ਦੇਖੀ ਸੀ। ਜਿਸ ਵਿੱਚ ਉਸ ਨੂੰ ਗੁਲਾਬ ਸਿੰਘ ਤੇ ਚੰਦ ਸਿੰਘ ਨੇ ਰੋਂਦੀ ਨੂੰ ਧੂਅ ਕੇ ਹੀ ਬਿਠਾਇਆ ਸੀ। ਫੇਰ ਉਹ ਹੱਸ ਕੇ ਆਖਦੀ 'ਭਾਈ ਕਾਹਦਾ ਵਿਆਹ ਤੀ ? ਨਾਂ ਕੋਈ ਬਰਾਤ ਢੁੱਕੀ, ਨਾਂ ਹੀ ਅਸੀਂ ਕਿਸੇ ਰਥ 'ਚ ਬੈਠੇ'। ਦੋਰਾਹੇ ਤੋਂ ਪਿੰਡ ਤੱਕ ਜਦੋਂ ਉਸ ਤੋਂ ਤੁਰਿਆ ਨਾਂ ਗਿਆ ਤਾਂ ਗੁਲਾਬ ਸਿੰਘ ਉਸ ਨੂੰ ਆਪਣੇ ਮੋਢਿਆਂ ਤੇ ਬਿਠਾ ਕੇ ਪਿੰਡ ਲੈ ਆਇਆ। ਪਿੰਡ ਵਿੱਚ ਰੌਲਾ ਪੈ ਗਿਆ ਕਿ ਸੇਢਾ ਸਿੰਘ ਦਾ ਛੋਟਾ ਮੁੰਡਾ ਬਹੂ ਲੈ ਆਇਆ ਏ" ਦਲੇਰ ਸਿੰਘ ਆਪਣੇ ਪਰਿਵਾਰ ਦੇ ਇਤਿਹਾਸ ਨੂੰ ਚੇਤੇ ਕਰਦਾ ਰਿਹਾ।

ਉਸ ਦੀ ਬੇਬੇ ਬੇਅੰਤ ਕੁਰ ਤਾਂ ਇਹ ਵੀ ਦੱਸਦੀ ਸੀ ਕਿ 'ਜਦੋਂ ਪਿੰਡ ਦੀਆਂ ਤੀਵੀਆਂ ਉਸ ਨੂੰ ਦੇਖਣ ਆਈਆਂ ਤਾਂ ਉਹ ਬੈਠੀ ਗੀਟੀਆਂ ਖੇਡ ਰਹੀ ਤੀ' ਉਹ ਕਹਿੰਦੀ 'ਫੇਰ ਅਮਰੋ ਚਾਚੀ ਨੇ ਮੈਨੂੰ ਸੋਹਣੇ ਕੱਪੜੇ ਪੁਵਾ ਕੇ ਮੰਜੇ ਤੇ ਬੈਠਾ ਤਾ ਕਿ ਲੋਕਣੀਆਂ ਕੀ ਕਹਿਣਗੀਆਂ ? ਮੇਰੇ ਝੱਲਣ ਨੂੰ ਇੱਕ ਸ਼ੀਸ਼ਿਆਂ ਵਾਲੀ ਪੱਖੀ ਵੀ ਦੇ ਦਿੱਤੀ। ਪਰ ਮੈਨੂੰ ਨਿਆਣੀ ਨੂੰ ਕੀ ਮੱਤ ਤੀ ? ਮੈਂ ਬੈਠੀ ਬੈਠੀ ਨੇ ਉਸ ਪੱਖੀ ਦੇ ਸਾਰੇ ਸ਼ੀਸ਼ੇ ਤੋੜ ਕੇ ਖੀਸੇ ਵਿੱਚ ਪਾ ਲਏ'। ਉਸਦੀ ਬੇਬੇ ਇਹ ਗੱਲ ਸੁਣਾਉਂਦੀ ਆਪਣੀ ਨਿਆਣੀ ਮੱਤ ਤੇ ਅਕਸਰ ਸ਼ਰਮਸ਼ਾਰ ਹੋ ਜਾਂਦੀ।

ਹੁਣ ਉਹੋ ਬੇਬੇ ਬੇਅੰਤ ਕੁਰ ਇੱਕ ਨੰਨੇ ਜਿਹੇ ਪੋਤੇ ਦੀ ਦਾਦੀ ਬਣ ਗਈ ਸੀ। ਇਨ੍ਹਾਂ ਸੋਚਾਂ ਵਿੱਚ ਡੁੱਬੇ ਦਲੇਰ ਸਿੰਘ ਨੂੰ ਨੀਂਦ ਹੀ ਨਹੀਂ ਸੀ ਆ ਰਹੀ। ਲੱਗਦਾ ਸੀ ਜਿਵੇਂ ਫੌਜੀ ਬੈਰਕ ਕੋਈ ਪਿੰਜਰਾ ਹੋਵੇ, ਜਿਸ ਨੂੰ ਤੋੜ ਕੇ ਉਹ ਉੱਡ ਜਾਣਾ ਚਾਹੁੰਦਾ ਸੀ, ਆਪਣੇ ਪਿਆਰੇ ਪੰਜਾਬ। ਜਿੱਥੇ ਉਸ ਦੀ ਪਤਨੀ ਬਚਨੋ ਨੇ, ਉਸ ਦੇ ਪੁੱਤਰ ਨੂੰ ਜਨਮ ਦਿੱਤਾ ਸੀ। ਉਹ ਨੂੰ ਤਾਂ ਅਜੇ ਵੀ ਯਕੀਨ ਹੀ ਨਹੀਂ ਸੀ ਆ ਰਿਹਾ ਕਿ ਉਹ ਹੁਣ ਬਾਪ ਬਣ ਗਿਆ ਹੈ।

•

ਭਾਗ 10

ਹਿੰਦੀ ਚੀਨੀ ਭਾਈ ਭਾਈ ਦੇ ਸੰਕਲਪ ਨੂੰ ਤੋੜ ਕੇ, ਆਖਰ 20 ਅਕਤੂਬਰ 1962 ਨੂੰ, ਚੀਨ ਨੇ ਭਾਰਤ ਤੇ ਹਮਲਾ ਕਰ ਦਿੱਤਾ। ਹਿਮਾਲਾ ਪਰਬਤ ਦੀਆਂ ਚੋਟੀਆਂ ਤੇ ਉਦੋਂ ਭਾਰੀ ਬਰਫਬਾਰੀ ਦੇ ਨਾਲ ਨਾਲ, ਕੜਾਕੇਦਾਰ ਠੰਢ ਵੀ ਪੈ ਰਹੀ ਸੀ। ਦਲੇਰ ਸਿੰਘ ਸੋਚਦਾ, ਮਨਾਂ ਜੇ ਏਥੇ ਹੀ ਮੁੱਕ ਗਏ, ਤਾਂ ਬੱਚੇ ਦਾ ਮੂੰਹ ਵੀ ਨਹੀਂ ਦੇਖ ਹੋਣਾ। ਸਿਕਮ, ਭੂਟਾਨ, ਨੇਫਾ, ਲੇਹ ਲਦਾਖ, ਸਿਲੀਗੁੜੀ ਵਰਗੇ ਨਾਂ ਦਲੇਰ ਸਿੰਘ ਵਰਗੇ ਫੌਜੀਆਂ ਲਈ ਹੁਣ ਨਿੱਤ ਦੀ ਬੋਲਚਾਲ ਦਾ ਹਿੱਸਾ ਬਣ ਗਏ ਸਨ।

ਭਾਰਤੀ ਫੌਜ ਸਰਹੱਦ ਤੇ ਜਾਨ ਹੀਲ ਲੇ ਲੜ ਰਹੀ ਸੀ। ਦਲੇਰ ਸਿੰਘ ਦੀ ਰਜ਼ਮੈਂਟ ਨਦੀਆਂ ਨਾਲਿਆਂ ਤੇ ਵਕਤੀ ਪੁਲ਼ ਉਸਾਰਦੀ। ਜਿਸ ਕਰਕੇ ਉਨ੍ਹਾਂ ਨੂੰ ਲੜਾਕੂ ਸੈਨਾਂ ਤੋਂ ਵੀ ਅੱਗੇ ਰਹਿਣਾ ਪੈਂਦਾ। ਇੱਕ ਪਾਸੇ ਮਹਿਤਾਬ ਕੌਰ ਆਪਣੀ ਧੀ ਦੇ ਸੁਹਾਗ ਦੀਆਂ ਸੁੱਖਾਂ ਸੁੱਖਦੀ ਤੇ ਦੂਜੇ ਪਾਸੇ ਬੇਅੰਤ ਕੌਰ ਪੁੱਤ ਦੀ ਸਲਾਮਤੀ ਲਈ ਅਰਦਾਸਾਂ ਕਰਦੀ। ਦੋਹਾਂ ਦੇ ਕਾਲਜੇ ਵਿੱਚ ਹੌਲ ਜਿਹੇ ਪੈਂਦੇ। ਬੇਅੰਤ ਕੌਰ ਆਪਣਾ ਪਹਿਲਾ ਪੁੱਤ 1947 ਦੇ ਫਿਰਕੂ ਦੰਗਿਆਂ ਵਿੱਚ ਗੁਆ ਚੁੱਕੀ ਸੀ। ਚੰਦ ਸਿੰਘ ਦੇ ਮਨ ਤੇ ਇਸ ਲੜਾਈ ਦਾ ਏਨਾ ਅਸਰ ਪਿਆ ਕਿ ਉਹ ਕਿਸੇ ਨਾਲ ਵੀ ਨਾਂ ਬੋਲਦਾ। ਜੇ ਬੋਲਦਾ ਵੀ ਤਾਂ ਅਗਲੇ ਨੂੰ ਟੁੱਟ ਕੇ ਪੈਂਦਾ।

ਘਰ ਵਿੱਚ ਗੁਲਾਬ ਸਿੰਘ ਦੀ ਗੱਲ ਨੂੰ ਕੋਈ ਅਣਗੌਲਿਆਂ ਨਾ ਕਰਦਾ। ਬੇਅੰਤ ਕੌਰ ਇਹ ਗੱਲ ਸਮਝਦੀ ਸੀ ਕਿ ਭਰਾ ਦੇ ਜੁਆਕਾਂ ਲਈ ਹੀ ਉਸ ਨੇ ਆਪਣੇ ਜੀਵਨ ਦੀ ਕੁਰਬਾਨੀ ਦਿੱਤੀ ਹੈ, ਨਹੀਂ ਤਾਂ ਉਹ ਵੀ ਵਿਆਹ ਕਰਵਾ ਕੇ ਆਰਾਮ ਨਾਲ ਰਹਿ ਸਕਦਾ ਸੀ। ਉਸ ਨੂੰ ਕਈ ਸਾਕ ਵੀ ਆਏ, ਪਰ ਉਹ ਮੁਕਰਦਾ ਰਿਹਾ ਕਿ ਜੇ ਜ਼ਮੀਨ ਵੰਡੀ ਜਾਊ ਤੇ ਫੇਰ ਇਹ ਵੀ ਭੁੱਖੇ ਮਰਨਗੇ। ਛੋਟੇ ਭਰਾ ਨੂੰ ਛੜਾ ਰੱਖ ਕੇ ਉਹ ਸੁਆਰਥੀ ਹੋਣ ਦਾ ਕਲੰਕ, ਮੱਥੇ ਨਹੀਂ ਸੀ ਲਾਉਣਾ ਚਾਹੁੰਦਾ, ਕਿ ਕੱਲ ਨੂੰ ਲੋਕ ਇਹ ਗੱਲ ਕਹਿਣ ਕਿ ਵੱਡਾ ਪਿਉ ਵਰਗਾ ਸੀ ਉਸਨੇ ਛੋਟੇ ਦਾ ਨਾਂ ਸੋਚਿਆ। ਉਹ ਆਪਣੀ ਰੀਝ ਪੂਰੀ ਕਰਨ ਲਈ ਤਰ੍ਹਾਂ ਤਰ੍ਹਾਂ ਦੇ ਫਲ਼ਦਾਰ ਦਰਖਤ ਲਾਉਂਦਾ ਰਹਿੰਦਾ। ਬੱਸ ਏਹੋ ਵੇਲਾਂ ਬੂਟੇ ਉਸਦੇ ਧੀਆਂ ਪੁੱਤਰ ਸਨ।

ਬੂਟੇ ਵੀ ਵੱਡੇ ਹੋ ਰਹੇ ਸਨ ਤੇ ਜੁਆਕ ਵੀ। ਉਹ ਪਹਿਲੀ ਸੰਸਾਰ ਜੰਗ ਸਮੇਂ ਭਰਤੀ ਹੋਇਆ ਸੀ ਤੇ ਦੂਸਰੀ ਸੰਸਾਰ ਜੰਗ ਤੋਂ ਬਾਅਦ ਰਿਟਾਇਰ। ਜਪਾਨ ਦੇ ਖਿਲਾਫ ਲੜਦਿਆਂ ਇੱਕ ਤੋਪ ਦਾ ਗੋਲ਼ਾ ਫੜਣ ਨਾਲ ਉਸ ਦੇ ਸੱਜੇ ਹੱਥ ਦਾ ਅੰਗੂਠਾ ਉੱਡ ਗਿਆ ਸੀ। ਉਦੋਂ ਜੇ ਉਹ ਮੋਰਚੇ 'ਚ ਛਾਲ ਮਾਰ ਕੇ ਆਪਣੀ ਜਾਨ ਨਾਂ ਬਚਾਉਂਦਾ ਤਾਂ ਹੁਣ ਨੂੰ ਉਸਦੀ ਕਹਾਣੀ ਕਦੋਂ ਦੀ ਖਤਮ ਹੋ ਚੁੱਕੀ ਹੁੰਦੀ। ਉਦੋਂ ਤੋਂ ਹੀ ਉਸ ਦੀ ਰੀੜ ਦੀ ਹੱਡੀ ਵਿੱਚ ਵੀ ਕੋਈ ਨੁਕਸ ਪੈ ਗਿਆ ਸੀ, ਜਿਸ ਕਰਕੇ ਹੀ ਉਸ ਨੂੰ ਰਿਟਾਇਰ ਕਰ ਦਿੱਤਾ ਗਿਆ ਸੀ। ਪਰ ਗੁਲਾਬ ਸਿੰਘ ਨੂੰ ਲੱਕ ਦਾ ਦਰਦ ਹੁਣ ਵੀ ਹੁੰਦਾ ਰਹਿੰਦਾ। ਤੇ ਉਸ ਦੇ ਲੱਕ ਨੂੰ ਹਮੇਸ਼ਾਂ ਚਮੜੇ ਦੀ ਪੇਟੀ ਲੱਗੀ ਰਹਿੰਦੀ। ਫੇਰ ਵੀ ਉਹ ਕੰਮ ਕਰਦਾ ਰਹਿੰਦਾ।

ਉਹ ਜਦੋਂ ਫੌਜ ਵਿੱਚ ਸੀ ਤਾਂ ਭਗਵਾਨਪੁਰੇ ਵਾਲਾ ਛੁੰਮਣ ਸਿਉਂ ਆਪਣੀ ਕੁੜੀ ਦਾ ਸਾਕ ਲੈ ਕੇ ਆਇਆ ਸੀ। ਪਰ ਉਸ ਨੇ ਜਵਾਬ ਦੇ ਦਿੱਤਾ ਸੀ। ਬੇਅੰਤ ਕੁਰ ਇਸ ਗੱਲ ਨੂੰ ਵੀ ਜਾਣਦੀ ਸੀ। ਇਸ ਕਰਕੇ ਉਸ ਨੇ ਕਦੀ ਵੀ ਸ਼ਕਾਇਤ ਦਾ ਮੌਕਾ ਨਾਂ ਦਿੱਤਾ।

ਗੁਲਾਬ ਸਿੰਘ ਨੇ ਵੀ ਕਸਰ ਨਹੀਂ ਸੀ ਛੱਡੀ। ਚੰਦ ਸਿੰਘ ਦੇ ਪਰਿਵਾਰ ਨੂੰ ਆਪਣਾ ਸਮਝ ਕੇ ਪਾਲਿਆ। ਉਹ ਭਾਵੇਂ ਸਿਰਫ ਪੰਜ ਰੁਪਏ ਪੈਨਸਨ ਤੇ ਆਇਆ ਸੀ, ਪਰ ਖੇਤੀ ਦਾ ਕੰਮ ਵੀ ਡਟ ਕੇ ਕਰਦਾ ਰਿਹਾ। ਵਧੀਆ ਗੁਜ਼ਾਰਾ ਤੁਰੀ ਜਾਂਦਾ ਸੀ। ਨਾਲੇ ਪਰਿਵਾਰ ਕਿਹੜਾ ਛੋਟਾ ਸੀ ? ਛੇ ਮੁੰਡੇ ਤੇ ਚਾਰ ਕੁੜੀਆਂ। ਲੋਕ ਬੱਚਿਆਂ ਨੂੰ ਰੱਬ ਦੀ ਦੇਣ ਸਮਝਦੇ ਸਨ। ਤੇ ਆਖਦੇ ਜੋ ਆਇਆ ਹੈ ਆਪਣੇ ਭਾਗ ਲੈ ਕੇ ਆਇਆ ਹੈ।

ਉਨ੍ਹਾਂ ਦੇ ਦੋ ਬਾਗ ਸਨ ਇੱਕ ਖੇਤਾਂ ਵਿੱਚ ਸੀ ਅਤੇ ਦੂਸਰਾ ਉਹਦੇ ਘਰ ਦੇ ਨਾਲ ਲੱਗਦੇ ਦੋ ਵਿੱਘੇ ਥਾਂ ਵਿੱਚ। ਰਾਮਪੁਰੇ ਪਿੰਡ ਵਿੱਚ ਉਨ੍ਹਾਂ ਦੀ ਅੱਲ 'ਬਗੀਚੇ ਵਾਲੇ' ਹੀ ਪੈ ਗਈ ਸੀ। ਗੁਲਾਬ ਸਿੰਘ ਭਾਂਵੇ ਪਿੰਡ ਦੇ ਮੋੜਾਂ ਤੇ ਬੈਠਣਾ ਚੰਗਾ ਨਹੀਂ ਸੀ ਸਮਝਦਾ ਪਰ ਕਦੀ ਕਦਾਈ ਉਹ ਖੂਹ ਤੋਂ ਘਰ ਰੋਟੀ ਖਾਣ ਗਿਆ, ਸੱਥ ਵਿੱਚ ਕੇ ਸੰਸਾਰ ਜੰਗ ਦੀਆਂ ਵੀ ਗੱਲਾਂ ਕਰਦਾ। ਕਿ ਕਿਵੇਂ ਬਰਮਾਂ ਤੇ ਮਲਾਇਆ ਵਿੱਚ ਉਨ੍ਹਾਂ ਜਪਾਨ ਖਿਲਾਫ ਲੜਦਿਆਂ ਦਰਖਤਾਂ ਦੇ ਪੱਤੇ ਖਾਹ ਖਾਹ ਕੇ ਗੁਜ਼ਾਰਾ ਕੀਤਾ। ਉਹ ਬੜੀਆਂ ਦਿਲਚਸਪ ਗੱਲਾਂ ਸੁਣਾਉਂਦਾ, ਕਦੇ ਜਹਾਜ਼ਾਂ ਦੀਆਂ ਤੇ ਕਦੇ ਤੋਪਾਂ ਦੀਆਂ। ਅਨਪੜ੍ਹ ਪੇਂਡੂੰ ਲੋਕਾਂ ਦੇ ਇਹ ਗੱਲਾਂ ਸੁਣ ਕੇ ਮੂੰਹ ਅੱਡੇ ਹੀ ਰਹਿ ਜਾਂਦੇ। ਜਦੋਂ ਉਹ ਅਮਰੀਕਾਂ ਵਲੋਂ ਹੀਰੋਸੀਮਾਂ ਅਤੇ ਨਾਗਾਸਾਕੀ ਤੇ ਸੁੱਟੇ ਐਟਮ ਬੰਬਾਂ ਦੀ ਕਹਾਣੀ ਦੱਸਦਾ ਕਿ ਅਮਰੀਕੀ ਐਟਮ ਬੰਬਾਂ ਨੇ ਕਿਵੇਂ ਅੱਖ ਦੇ ਫੋਰ ਵਿੱਚ ਹੀ ਦੋਨੋ ਸ਼ਹਿਰ ਤਬਾਅ ਕਰ ਦਿੱਤੇ ਸਨ ਤੇ ਲੱਖਾਂ ਲੋਕ ਮਾਰੇ ਗਏ। ਤਾਂ ਇਹ ਸੁਣ ਕੇ ਲੋਕਾਂ ਨੂੰ ਸਮਝ ਨਾਂ ਪੈਂਦੀ ਕਿ ਭਲਾਂ ਕੋਈ ਐਡਾ ਬੰਬ ਕਿਵੇਂ ਹੋ ਸਕਦਾ ਹੈ ?

ਗੱਲ ਘੁੰਮਦੀ ਘੁੰਮਾਉਂਦੀ ਅੰਗਰੇਜ਼ਾਂ ਖਿਲਾਫ ਵਿੱਢੀ ਜੰਗ-ਏ-ਆਜ਼ਾਦੀ ਦੀ ਲੜਾਈ ਤੇ ਆ ਜਾਂਦੀ। ਗੁਲਾਬ ਸਿੰਘ ਇਸ ਨੂੰ ਬਗਾਵਤ ਕਹਿੰਦਾ। ਜਦੋਂ ਕਿ ਕੁੱਝ ਲੋਕ ਇਸ ਗੱਲ ਤੇ ਇਤਰਾਜ਼ ਕਰਦੇ, ਤਾਂ ਉਹ ਆਖਦਾ "ਸਾਬ ਲੋਕ ਬੜੀ ਸਿਆਣੀ ਕੌਮ ਆਂ, ਐਵੇਂ ਤਾਂ ਨੀ ਦੁਨੀਆਂ ਤੇ ਰਾਜ ਕਰਦੀ। ਉਹ ਇਸ ਮੁਸ਼ਕਲ ਦਾ ਵੀ ਹੱਲ ਕੱਢ ਲੈਣਗੇ। ਪਰ ਕਈ ਗਭਰੂ ਸਤੁੰਸ਼ਟ ਨਾ ਹੁੰਦੇ ਅਤੇ ਪਿੱਠ ਪਿੱਛੇ ਗੁਲਾਬ ਸਿੰਘ ਨੂੰ ਗੋਰੀ ਸਰਕਾਰ ਦਾ ਪਿੱਠੂ ਵੀ ਕਹਿੰਦੇ। ਕਦੇ ਗੁਲਾਬ ਸਿੰਘ ਇਸ ਬਹਿਸ ਤੋਂ ਤੋਬਾ ਕਰਦਾ ਕਿ ਮੁੜ ਕੇ ਨੀ ਸੱਥ 'ਚ ਬੈਠਣਾ। ਘਰ ਜਾਕੇ ਬੈਚੈਨ ਹੋ ਜਾਂਦਾ। ਫੇਰ ਉਹ ਆਪਣੇ ਮਨ ਨੂੰ ਪੁੱਛਦਾ ਕਿ ਜਲ੍ਹਿਆਂ ਵਾਲੇ ਬਾਗ ਦਾ ਸਾਕਾ ਭਲਾਂ ਸਰਕਾਰ ਦੀ ਕਿਧਰਲੀ ਅਕਲਮੰਦੀ ਸੀ ? ਫੇਰ ਉਸਦਾ ਮਨ ਦੋਚਿੱਤੀ ਵਿੱਚ ਪੈ ਜਾਂਦਾ।

ਉਹ ਸੋਚਦਾ ਕਿ ਅੰਗਰੇਜ਼ ਦੀ ਨੌਕਰੀ ਕਰਨੀ ਮੇਰੀ ਮਜ਼ਬੂਰੀ ਸੀ, ਪਰ ਇਸਦਾ ਇਹ ਮਤਲਬ ਤਾਂ ਨਹੀਂ ਕਿ ਬਈ ਮੈਂ ਗ਼ਦਾਰ ਹੋ ਗਿਆ ? ਜਾਂ ਗੋਰਿਆਂ ਦਾ ਪਿੱਠੂ ਹੋ ਗਿਆ ? ਜੇ ਮੈਂ ਗੋਰਿਆਂ ਦੀ ਸਿਫਤ ਕਰਦਾ ਹਾਂ ਤਾਂ ਉਨ੍ਹਾਂ ਨੇ ਚੰਗੀਆਂ ਗੱਲਾਂ ਵੀ ਤਾਂ ਕੀਤੀਆਂ ਨੇ ? ਇਹ ਨਹਿਰਾਂ, ਪੁਲ਼ ਰੇਲਵੇਂ ਲਾਈਨਾਂ, ਕਾਇਦਾ ਕਨੂੰਨ ਕਿਸ ਦੀ ਦੇਣ ਨੇ ?

ਮੁਗ਼ਲਾਂ ਨੇ ਕਿਹੜਾ ਥੋੜੀ ਅੱਤ ਚੱਕੀ ਹੋਈ ਤੀ। ਫੇਰ ਮਨ ਵਿੱਚ ਹੋਰ ਈ ਖਿਆਲ ਆਉਂਦੇ ਕਿ 'ਸਾਡੇ ਨਕੜਦਾਦੇ ਵੀ ਤਾਂ ਮੁਗ਼ਲ ਹਕੂਮਤ ਦੇ ਨੌਕਰ ਤੀ, ਤੇ ਹੁਣ ਅਸੀਂ ਸਿੱਖ ਹਾਂ, ਗੁਰੂ ਗਬਿੰਦ ਸਿੰਘ ਦੇ। ਇਹਦਾ ਮਤਲਬ ਹੋਇਆ ਕਿ ਅਸੀਂ ਗ਼ਦਾਰ ਹੋ ਗਏ ?

ਉਸ ਨੂੰ ਪੀੜ੍ਹੀ ਦਰ ਪੀੜ੍ਹੀ ਸੁਣੀ ਫੇਰ ਉਹ ਸਾਖੀ ਯਾਦ ਆ ਗਈ। ਜਦੋਂ ਉਨ੍ਹਾਂ ਦੇ ਕਿਸੇ ਬਜ਼ੁਰਗ ਨੇ ਮੁਰਿੰਡੇ ਥਾਣੇ ਵਿੱਚ ਨੌਕਰੀ ਕਰਦਿਆਂ ਗੁਰੂ ਕੇ ਲਾਲਾਂ ਦੇ ਦਰਸ਼ਣ ਕੀਤੇ ਸਨ। ਤੇ ਫੇਰ ਸਰਹਿੰਦ ਵਾਲੀ ਘਟਨਾਂ ਤੋਂ ਬਾਅਦ ਹਮੇਸ਼ਾਂ ਮੁਗ਼ਲ ਹਕੂਮਤ ਦੀ ਨੌਕਰੀ ਨੂੰ ਮੱਥਾ ਟੇਕ ਦਿੱਤਾ ਸੀ ਕਿ 'ਹੁਣ ਏਹਨਾਂ ਦੁਸ਼ਟਾਂ ਦੀ ਨੌਕਰੀ ਨੀ ਕਰਨੀ' ਜਿਨਾ ਮਾਸੂਮ ਬੱਚਿਆਂ ਤੇ ਜ਼ੁਲਮ ਢਾਹਿਆ ਹੈ। ਕੀ ਜ਼ਲਿਆਂ ਵਾਲੇ ਬਾਗ ਦੀ ਘਟਨਾਂ ਤੋਂ ਬਾਅਦ ਉਸ ਨੂੰ ਵੀ ਗੋਰੀ ਹਕੂਮਤ ਦੀ ਨੌਕਰੀ ਤਿਆਗ ਦੇਣੀ ਚਾਹੀਦੀ ਸੀ ਤੇ ਦੇਸ਼ ਭਗਤਾਂ ਨਾਲ ਰਲ਼ ਜਾਣਾ ਚਾਹੀਦਾ ਸੀ ? ਉਹ ਆਪਣੇ ਆਪ ਤੋਂ ਪੁੱਛਦਾ। ਤੇ ਫੇਰ ਸਾਰੀ ਰਾਤ ਉਸ ਨੂੰ ਨੀਂਦ ਨਾਂ ਪੈਂਦੀ।

ਕਦੀ ਕਦੀ ਗੁਲਾਬ ਸਿਉਂ ਮੰਜੇ ਤੇ ਪਿਆ ਅਜੀਬ ਜਿਹੀਆਂ ਸੋਚਾਂ ਵਿੱਚ ਉਲਝ ਜਾਂਦਾ। ਉਹ ਰੱਬ ਤੋਂ ਮੁਨਕਰ ਨਹੀਂ ਸੀ ਪਰ ਦਿਖਾਵੇ ਤੋਂ ਉਸ ਨੂੰ ਚਿੜ ਸੀ। ਜਦੋਂ ਕਦੀ ਮਨ ਜਿਆਦਾ ਬੇਚੈਨ ਹੋ ਜਾਂਦਾ ਤਾਂ ਉਹ ਤੜਕਿਉਂ ਉੱਠ, ਨਹਿਰ ਸਰਹਿੰਦ ਕੰਢੇ ਬਣੇ ਗੁਰਦੁਵਾਰਾ ਦੇਗ ਸਰ ਸਾਹਿਬ ਮੱਥਾ ਟੇਕਣ ਤੁਰ ਪੈਂਦਾ। ਜਿਸ ਦਿਨ ਚੀਨ ਨਾਲ ਲੜਾਈ ਲੱਗੀ ਸੀ, ਉਸ ਨੇ ਦਲੇਰ ਸਿੰਘ ਦੀ ਤੰਦਰੁਸਤੀ ਲਈ ਗੁਰਦੁਵਾਰੇ ਜਾ ਕੇ ਮੱਥਾ ਟੇਕਿਆ ਤੇ ਅਰਦਾਸ ਵੀ ਕੀਤੀ। ਇਸ ਇਤਿਹਾਸਕ ਸਥਾਨ ਤੇ ਉਸਦਾ ਬੇਹੱਦ ਵਿਸ਼ਵਾਸ ਸੀ।

ਗੁਰਦੁਆਰਾ ਦੇਗਸਰ ਸਾਹਿਬ ਦਾ ਇਤਿਹਾਸ ਵੀ ਉਸ ਨੂੰ ਯਾਦ ਸੀ, ਉਹ ਹਰ ਕਿਸੇ ਨੂੰ ਦੱਸਦਾ ਕਿ "ਇਸੇ ਸਥਾਨ ਤੇ 20 ਫੱਗਣ 1675 ਬਿਕਰਮੀ ਨੂੰ ਛੇਵੇਂ ਗੁਰੂ ਹਰਗੋਬਿੰਦ ਸਾਹਿਬ ਜੀ ਆਏ ਤੇ, ਮੀਰੀ ਪੀਰੀ ਦੇ ਮਾਲਿਕ। ਗੁਰੂ ਜੀ ਨਾਲ ਉਸ ਦਿਨ 1100 ਘੋੜ ਸਵਾਰ ਅਤੇ ਸੱਤ ਤੋਪਾਂ ਵੀ ਸਨ। ਉਸ ਦਿਨ ਉਨ੍ਹਾ ਦੀ ਕੈਦ ਵਿੱਚ ਸ੍ਰੀ ਗੁਰੂ ਅਰਜਣ ਦੇਵ ਜੀ ਨੂੰ ਸ਼ਹੀਦ ਕਰਵਾਉਣ ਵਾਲਾ ਚੰਦੂ ਪਾਪੀ ਵੀ ਸੀ। ਉਨ੍ਹਾਂ ਇਸੇ ਬੇਰੀ ਨਾਲ ਘੋੜਾ ਬੰਨ ਕੇ ਰਾਤ ਭਰ ਬਿਸ਼ਰਾਮ ਕੀਤਾ। ਇਹ ਬੇਰੀ ਬੜੀ ਸ਼ਕਤੀ ਵਾਲੀ ਆ"।

ਫੇਰ ਅੱਗੇ ਗੱਲ ਤੋਰਦਾ ਉਹ ਕਹਿੰਦਾ, "ਏਸੇ ਸਥਾਨ ਤੇ 11 ਪੋਹ 1761 ਬਿਕਰਮੀ ਨੂੰ ਸ੍ਰੀ ਗੁਰੂ ਗੋਬਿੰਦ ਸਿੰਘ ਜੀ ਆਪਣੇ ਚਹੁੰ ਪੁੱਤਰਾਂ ਦੀ ਕੁਰਬਾਨੀ ਦੇ ਕੇ ਮਾਛੀਵਾੜੇ ਦੇ ਸੰਘਣੇ ਜੰਗਲ ਪਾਰ ਕਰਦੇ ਪੁੱਜੇ ਤੀ, ਉੱਚ ਦੇ ਪੀਰ ਬਣਕੇ। ਉਨ੍ਹਾਂ ਨਾਲ ਭਾਈ ਗਨੀ ਖਾਂ ਅਤੇ ਨਬੀ ਖਾਂ ਵੀ ਤੇ। ਉਨ੍ਹਾਂ ਤੋਂ ਇਲਾਵਾ ਭਾਈ ਦਇਆ ਸਿੰਘ ਤੇ ਧਰਮ ਸਿੰਘ ਵੀ ਤੇ। ਇਸੇ ਬੇਰੀ ਹੇਠ ਗੁਰੂ ਸਾਹਿਬ ਉੱਚ ਦੇ ਪੀਰ ਬਣਕੇ ਪਲੰਘ ਤੇ ਬੈਠੇ ਤੇ। ਏਥੇ ਹੀ ਮੁਗ਼ਲਾਂ ਵਲੋਂ ਪਰਖ ਲਈ ਦਿੱਤੀ ਦੇਗ ਕਿਰਪਾਨ ਭੇਟ ਕਰਕੇ ਉਨ੍ਹਾਂ ਆਪਣੇ ਸੰਗੀਆਂ ਨੂੰ ਵਰਤਾਈ। ਇਸੇ ਕਰਕੇ ਗੁਰਦੁਵਾਰੇ ਦਾ ਨਾਂ ਦੇਗ ਸਰ ਸਾਹਿਬ ਪਿਆ ਏ। ਏਥੇਂ ਦੇਗ ਕਰਵਾਉਣ ਵਾਲੇ ਨੂੰ ਮੂੰਹੋਂ ਮੰਗੀਆਂ ਮੁਰਾਦਾਂ ਮਿਲਦੀਆਂ ਨੇ" ਕਦੇ ਕਦੇ ਗੁਲਾਬ ਸਿੰਘ ਖੁਦ ਵੀ ਦੇਗ ਕਰਵਾਉਂਦਾ। ਉਨ੍ਹੇ ਦਲੇਰ ਸਿੰਘ ਦੀ ਤੰਦਰੁਸਤੀ ਲਈ ਵੀ ਸਵਾ ਰੁਪਏ ਦੀ ਦੇਗ ਕਰਵਾਈ ਸੀ।

ਗੁਲਾਬ ਸਿੰਘ ਦੇ ਪਿਉ ਸੇਢਾ ਸਿਉਂ ਨੇ ਉਸ ਨੂੰ ਉਹ ਕਹਾਣੀ ਵੀ ਸੁਣਾਈ ਸੀ, ਜਿਸ ਨੂੰ ਅਜੇ ਵੀ ਬੋਰਡ ਤੇ ਲਿਖਿਆ ਹੋਇਆ ਸੀ। ਸਨ 1854 ਵਿੱਚ ਜਦੋਂ ਨਹਿਰ ਸਰਹਿੰਦ ਕੱਢੇ ਜਾਣ ਲਈ ਸਰਵੇਅ ਹੋਇਆ ਤਾਂ ਇਹ ਪਵਿੱਤਰ ਬੇਰੀ ਨਹਿਰ ਦੇ ਵਿਚਕਾਰ ਆ ਰਹੀ ਸੀ। ਜਿਸ ਨੂੰ ਕਟਵਾ ਕੇ ਗੁਰਦੁਵਾਰਾ ਥੋੜਾ ਹਟਵਾਂ ਬਣਾ ਕੇ ਇੰਜਨੀਅਰ 'ਮਿਸਟਰ ਸਮਿੱਥ' ਨਹਿਰ ਕੱਢਣੀ ਚਾਹੁੰਦਾ ਸੀ। ਪਰ ਲੋਕ ਕਹਿੰਦੇ ਕਿ ਜਦੋਂ ਉਹ ਬੇਰੀ ਵਢਵਾਉਣ ਲੱਗਿਆ ਤਾਂ ਉਹ ਅੰਨਾ ਹੋ ਗਿਆ। ਜਿਸ ਕਰਕੇ ਉਹ ਅਜਿਹਾ ਕਰ ਨਾ ਸਕਿਆ। ਉਸ ਵਲੋਂ ਸਿੱਖਾਂ ਨੂੰ ਬਣਾ ਕੇ ਦਿੱਤਾ ਛੋਟਾ

ਜਿਹਾ ਗੁਰਦੁਵਾਰਾ ਅਜੇ ਵੀ ਮੌਜੂਦ ਸੀ। ਫੇਰ ਉਸਨੇ ਮੁਆਫੀ ਮੰਗ ਕੇ ਦੇਗ ਕਰਵਾਈ। ਇਸੇ ਇਤਿਹਾਸਕ ਬੇਰੀ ਨੂੰ ਬਚਾਉਣ ਲਈ ਨਹਿਰ ਪਾਸੇ ਕਰਕੇ ਕੱਢਣੀ ਪਈ ਸੀ। ਉਹ ਸੋਚਦਾ ਸੀ ਕਿ ਅਜਿਹਾ ਇਸ ਸਥਾਨ ਦੀ ਸ਼ਕਤੀ ਕਰਕੇ ਹੀ ਤਾਂ ਹੋਇਆ। ਜਿੱਥੇ ਆ ਕੇ ਉਹ ਨਤਮਸਤਕ ਹੁੰਦਾ।

1947 ਦੇ ਦੰਗਿਆ ਵਿੱਚ ਹੋਏ ਵੱਡੇ ਭਤੀਜੇ ਦੇ ਕਤਲ ਕਾਰਨ, ਗੁਲਾਬ ਸਿੰਘ ਮਾਨਸਿਕ ਤੌਰ ਤੇ ਬਹੁਤ ਕਮਜ਼ੋਰ ਵੀ ਹੋ ਗਿਆ ਸੀ, ਅਤੇ ਧਾਰਮਕਿ ਵੀ। ਤੇ ਇਸ ਘਟਨਾਂ ਤੋਂ ਬਾਅਦ ਤਾਂ ਉਸ ਨੇ ਗੋਰਿਆਂ ਦੀ ਸਿਫਤ ਕਰਨੀ ਵੀ ਛੱਡ ਦਿੱਤੀ ਸੀ। ਫੌਜ ਵਿੱਚ ਉਸ ਨੂੰ ਹਕੂਮਤ ਦੀ ਵਫਦਾਰੀ ਦੇ ਹੀ ਕਿੱਸੇ ਪੜ੍ਹਾਏ ਗਏ ਸਨ। ਉਦੋਂ ਤਾਂ ਜ਼ਲਿਆਂ ਵਾਲੇ ਬਾਗ ਦੀ ਘਟਨਾਂ ਵੀ ਉਸ ਨੂੰ ਬਗਾਵਤ ਜਾਪਦੀ ਸੀ। ਪਰ ਹੁਣ ਉਹ, ਇਸ ਤੋਂ ਉਲਟ ਸੋਚਦਾ ਸੀ।

ਇਹ ਦੇਸ਼ ਅਸਲ ਵਿੱਚ ਗੋਰਿਆਂ ਦਾ ਨਹੀਂ ਭਾਰਤੀਆਂ ਦਾ ਹੈ। ਗੋਰਿਆਂ ਦੀਆਂ ਵਿਕਾਸ ਯੋਜਨਾਵਾਂ ਵੀ ਅਸਲ ਵਿੱਚ ਉਨ੍ਹਾਂ ਦੇ ਆਪਣੇ ਫਇਦੇ ਲਈ ਹੀ ਹਨ। ਇਹ ਰੇਲਵੇ ਲਾਈਨਾ, ਪੁਲ, ਬਿਜਲੀ, ਇਮਾਰਤਾਂ, ਬਾਗ ਸਭ ਉਨ੍ਹਾਂ ਦੀ ਲੁੱਟ ਵਿੱਚ ਹੀ ਸਹਾਈ ਹੋਏ ਨੇ। ਬਿਦੇਸ਼ੀਆਂ ਦੇ ਪੰਜੇ 'ਚੋਂ ਦੇਸ਼ ਛੁਡਾਉਣ ਲਈ ਹੀ ਤਾਂ ਦੇਸ਼ ਭਗਤ ਜਾਨਾਂ ਤਲੀ ਤੇ ਧਰੀ ਫਿਰਦੇ ਹਨ। ਨੇਤਾ ਜੀ ਸੁਭਾਸ਼ ਚੰਦਰ ਬੋਸ ਨੇ ਏਸੇ ਕਰਕੇ ਹੀ ਤਾਂ ਬਰਾਬਰ ਦੀ 'ਆਜ਼ਾਦ ਹਿੰਦ ਫੋਜ' ਖੜੀ ਕਰ ਲਈ। 13 ਅਪਰੈਲ 1919 ਨੂੰ ਜ਼ਲਿਆਂ ਵਾਲੇ ਬਾਗ 'ਚ ਵਾਪਰੀ ਘਟਨਾ ਦਾ ਬਦਲਾ ਫੇਰ 21 ਸਾਲਾਂ ਬਾਅਦ ਸ਼ਹੀਦ ਉਧਮ ਸਿੰਘ ਨੇ ਲੰਡਨ ਜਾ ਕੇ ਲਿਆ। ਅੱਜ ਉਸੇ ਭਾਰਤ ਦੀ ਆਨ ਸ਼ਾਨ ਨੂੰ ਬਚਾਉਣ ਲਈ ਉਸਦਾ ਭਤੀਜਾ ਦਲੇਰ ਸਿੰਘ ਬਾਰਡਰ ਤੇ ਤਾਇਨਾਤ ਸੀ।

ਫੇਰ ਇੱਕ ਹੋਰ ਦਿਨ ਗੁਲਾਬ ਸਿੰਘ ਅੰਬ ਥੱਲੇ ਮੰਜਾ ਡਾਹੀਂ ਬੈਠਾ ਸੀ। ਦੋ ਬੰਦੇ ਪਹੀਉ ਪਹੀ ਤੁਰੇ ਆ ਰਹੇ ਸਨ। ਉਸ ਨੇ ਸੋਚਿਆ ਕਿ ਸ਼ਾਇਦ ਨਵੀਂ ਲੱਗੀ ਮੋਟਰ ਵੇਖਣ ਆਂਉਦੇ ਹੋਣ। ਇਨ੍ਹਾਂ ਵਿੱਚ ਬਾਬਾ ਬਿਸ਼ਨਾ ਵੀ ਸੀ। ਨੇੜੇ ਆਕੇ ਉਨ੍ਹਾਂ ਗੁਲਾਬ ਸਿੰਘ ਨੂੰ ਮੋਟਰ ਚਲਾ ਕੇ ਦਿਖਾਉਣ ਲਈ ਕਿਹਾ। ਸਾਇੰਸ ਦਾ ਇਹ ਕਰਿਸ਼ਮਾਂ ਦੇਖ ਕੇ ਬਾਬੇ ਬਿਸ਼ਨੇ ਦੇ ਦੰਦ ਜੁੜ ਗਏ। ਉਹ ਹੈਰਾਨ ਹੋਈ ਜਾ ਰਿਹਾ ਸੀ ਤੇ ਕਹਿ ਰਿਹਾ ਸੀ " ਉਹ ਫੌਜੀਆ ਨਾ ਕੋਈ ਬੋਤਾ ਨਾ ਹਲਟ ਬਈ ਹੱਦ ਹੋਗੀ...। ਪਾਣੀ ਸਹੁਰਾ ਕਿੱਥੋਂ ਆਈ ਜਾਂਦੈ...। ਭਾਈ ਕਲਯੁੱਗ ਆ.."

ਜਦੋਂ ਬਾਬੇ ਬਿਸ਼ਨੇ ਨੇ ਛੁੱਟੀ ਆਏ ਚੰਦ ਸਿੰਘ ਨੂੰ ਪਹਿਲੀ ਵਾਰ ਸਾਈਕਲ ਚਲਾਉਂਦੇ ਨੂੰ ਵੇਖਿਆ ਸੀ ਤਾਂ ਉਦੋਂ ਵੀ ਉਹ ਕਹਿਣ ਲੱਗਿਆ ਸੀ, "ਜੇ ਤੇਰਾ ਇਹ ਘੋੜਾ ਕੁੱਛ ਖਾਂਦਾ ਪੀਂਦਾ ਨੀ ਫੇਰ ਇਹ ਭੱਜਦਾ ਕਿਮੇਂ ਆ ? ਅੱਛਾ ਤਾਂ ਹੁਣ ਇਹ ਲੋਹੇ ਦੇ ਘੋੜੇ ਆਇਆ ਕਰਨਗੇ। ਨਾਂ ਕੱਖ ਪੱਠੇ ਖਾਣ ਨਾਂ ਪਾਣੀ ਪੀਣ। ਬਈ ਇਹ ਤਾਂ ਕਮਾਲ ਹੋ ਗੀ"

ਬਦਲਦੇ ਜਾ ਰਹੇ ਜ਼ਮਾਨੇ ਨੂੰ ਵੇਖ ਕੇ ਹੁਣ ਵੀ ਬਿਸ਼ਨਾ ਬੌਂਦਲ ਗਿਆ ਸੀ। ਉਹ ਕਹਿਣ ਲੱਗਾ ਫੌਜੀਆਂ ਇਹ ਤੇਰੀ ਕੁਰਬਾਨੀ ਆਂ, ਜਿਹੜਾ ਉੱਪਰ ਵਾਲੇ ਨੇ ਤੈਨੂੰ ਇਹ ਬਿਨਾਂ ਬੌਲਦੋਂ ਹਲਟ ਦੇ ਦਿੱਤਾ। ਥੋਡੇ ਬਜ਼ੁਰਗ ਨੇ ਕਹਿੰਦੇ ਗੁਰੂ ਦੇ ਲਾਲਾ ਲਈ ਰੋਜ਼ੀ ਨੂ ਲੱਤ ਮਾਰੀ ਤੀ। ਬਈ ਦੱਸਦੇ ਨੇ ਗੁਰੂ ਦੇ ਸਹਿਬਜਾਦੇ ਉਨੇ ਅੱਖੀ ਦੇਖੇ ਤੀ। ਕਹਿੰਦੇ ਸੂਰਜ ਮੰਗੂ ਦਗਦੇ ਚਿਹਰਿਆਂ ਦੀ ਤਾਬ ਨੀ ਤੀ ਝੱਲੀ ਜਾਂਦੀ। ਕੈਂਹਦੇ ਉਸ ਬਜ਼ੁਰਗ ਨੇ ਤਾਂ, ਗੁਰੂ ਗੋਬਿੰਦ ਸਿੰਘ ਜੀ ਦੇ ਦਰਸ਼ਣ ਵੀ ਕੀਤੇ ਤੀ ਜਦੋਂ ਉਹ ਕਟਾਣਾ ਸਾਹਿਬ ਆਏ ਤੀ। ਜਦੋਂ ਗੁਰੂ ਜੀ ਨੂੰ ਲੱਲਾਂ ਪਿੰਡ ਦੇ ਕਿਸੇ ਸੇਵਕ ਨੇ ਘੋੜਾ ਦਿੱਤਾ ਤਾਂ ਉਸ ਘੋੜੇ ਦੀ ਕੱਖ ਪੱਠੇ ਨਾਲ ਸੇਵਾ ਵੀ ਤੁਹਾਡੇ ਉਸੇ ਬਜ਼ੁਰਗ ਨੇ ਹੀ ਕੀਤੀ ਤੀ।

ਕਹਿੰਦੇ ਫੇਰ ਥੋਡੀ ਅਗਲੀ ਪੀੜ੍ਹੀ ਦੇ ਬਜ਼ੁਰਗ ਮਾਅਰਾਜਾ ਰਣਜੀਤ ਸਿੰਘ ਸਿੰਘ ਦੀ ਫੌਜ 'ਚ ਵੀ ਰਹੇ। ਫੇਰ ਤੁਸੀਂ ਦੋਨੇ ਭਾਈ ਫੋਜ 'ਚ ਰਹੇ। ਤੇ ਹੁਣ ਅੱਗੇ ਦਲੇਰ ਸਿਉਂ ਵੀ ਦੇਸ਼ ਦੀ ਸੇਵਾ 'ਚ ਲੱਗ ਗਿਆ। ਮਖਾਂ ਥੋਡੇ ਟੱਬਰ ਨੇ ਕੁਰਬਾਨੀ ਵੀ ਕਿਤੇ ਥੋੜੀ ਕੀਤੀ ਆ। ਤਾਂ ਹੀ ਤਾਂ ਹੁਣ ਇਹ ਲੈਹਰਾਂ ਬੈਹਰਾਂ ਨੇ" ਉਸ ਨੇ ਖੜੀ ਫਸਲ ਵੱਲ ਹੱਥ ਘੁਮਾਇਆ ਤੇ ਦੂਰ ਤੱਕ ਦੇਖਦਾ ਰਿਹਾ।

ਸ਼ਾਮ ਦਾ ਵਕਤ ਹੋਣ ਕਾਰਨ, ਦਿਨ ਢਲਣ ਵਾਲਾ ਸੀ। ਟਾਵਾਂ ਟਾਵਾਂ ਗੱਡਾ ਪਹੇ ਤੇ ਪਿੰਡ ਵਲ ਨੂੰ ਜਾ ਰਿਹਾ ਸੀ। ਜਦੋਂ ਬਾਬਾ ਬਿਸ਼ਨਾ ਤੇ ਉਸਦਾ ਸਾਥੀ, ਕੇਹਰੂ ਪਿੰਡ ਨੂੰ ਜਾਣ ਲੱਗੇ ਤਾਂ ਗੁਲਾਬ ਸਿੰਘ ਨੇ ਕਿਹਾ "ਮੈਂ ਵੀ ਚੱਲਦਾ ਹਾਂ ਥੋਡੇ ਨਾਲ ਈ। ਘਰ ਰੋਟੀ ਖਾਣ ਜਾਣੈ"। ਉਸ ਨੇ ਮੋਦਨ ਮੋਚੀ ਵਲੋਂ ਬਣਾਈ ਧੌੜੀ ਦੀ ਜੁੱਤੀ ਪਾਈ ਤੇ ਸੰਮਾਂ ਵਾਲੀ ਡਾਂਗ ਚੁੱਕ ਲਈ। ਜਦੋਂ ਉਹ ਤੁਰਨ ਹੀ ਲੱਗੇ ਤਾਂ ਦੋ ਲੜਾਕੂ ਜਹਾਜ਼ ਕੰਨ ਪਾੜਵੀ ਆਵਾਜ਼ ਨਾਲ ਅਸਮਾਨ ਚੀਰਦੇ ਲੰਘ ਗਏ। ਗੁਲਾਬ ਸਿੰਘ ਦੇ ਮੂੰਹੋਂ ਆਪ ਮੁਹਾਰੇ ਹੀ ਨਿੱਕਲਆ "ਵਾਹਗਰੂ ਸੁੱਖ ਰੱਖੀਂ"।

•

ਭਾਗ 11

ਕੋਈ ਸਮਾਂ ਅਜਿਹਾ ਵੀ ਹੁੰਦਾ ਹੈ, ਜਦੋਂ ਤੁਹਾਨੂੰ ਚਿੱਠੀਆਂ ਤੋਂ ਵੀ ਭੈਅ ਆਉਣ ਲੱਗ ਜਾਂਦਾ ਹੈ। ਚੰਦ ਸਿੰਘ ਨੂੰ ਲੋਕਾਂ ਦੀਆਂ ਚਿੱਠੀਆਂ ਪੜ੍ਹਨ ਵਿੱਚ ਤਾਂ ਕੋਈ ਹਰਜ਼ ਨਹੀਂ ਸੀ, ਪਰ ਉਹ ਕਿਸੇ ਮਨਹੂਸ ਚਿੱਠੀ ਨੂੰ ਪੜ੍ਹਨ ਤੋਂ ਬਹੁਤ ਡਰਦਾ ਸੀ। ਕਈ ਵਾਰੀ ਤਾਂ ਉਸ ਨੂੰ ਹਰੀ ਸਿੰਘ ਡਾਕੀਏ ਤੋਂ ਵੀ ਭੈਅ ਆਉਣ ਲੱਗ ਪੈਂਦਾ। ਉਨ੍ਹਾਂ ਦਿਨਾਂ ਵਿੱਚ ਤਾਰ ਦਾ ਮਤਲਬ ਸੀ ਕੋਈ ਮਨਹੂਸ ਖ਼ਬਰ। ਰੱਬ ਦਾ ਸ਼ੁਕਰ ਸੀ ਕਿ ਪਿੰਡ ਦੇ ਅੱਠ ਦਸ ਫੌਜੀ ਭਾਵੇਂ ਲੜਾਈ ਵਿੱਚ ਸ਼ਾਮਲ ਸਨ ਪਰ ਕਿਸੇ ਦੇ ਵੀ ਘਰ ਕੋਈ ਐਸੀ ਵੈਸੀ ਤਾਰ ਨਹੀਂ ਸੀ ਆਈ। ਚੰਦ ਸਿੰਘ ਨੂੰ ਮਾਪਿਆਂ ਅੱਗੇ ਪੁੱਤਰਾਂ ਦੇ ਤੁਰ ਜਾਣ ਦੇ ਦਰਦ ਦਾ ਪਤਾ ਸੀ।

ਆਪਣੇ ਮਨ ਨੂੰ ਹੋਰ ਪਾਸੇ ਲਾਈ ਰੱਖਣ ਲਈ, ਕਦੇ ਉਹ ਗੁਰਦੁਵਾਰੇ ਜਾ ਕੇ ਗੁਰੂ ਗਰੰਥ ਸਾਹਿਬ ਦਾ ਪਾਠ ਕਰਨ ਲੱਗ ਪੈਂਦਾ ਅਤੇ ਕਦੇ ਕੁੱਝ ਹੋਰ। ਵਿਹਲੇ ਸਮੇਂ ਵਿੱਚ ਉਹ ਪੁਸਤਕਾਂ ਪੜ੍ਹਦਾ ਰਹਿੰਦਾ। ਘਰ ਵਿੱਚ 'ਪ੍ਰੀਤਲੜੀ' ਨਾਂ ਦਾ ਰਸਾਲਾ ਨਿਰੰਤਰ ਆ ਰਿਹਾ ਸੀ। ਇਸ ਦੇ ਨਾਲ ਨਾਲ ਉਹ ਜਨਮ ਸਾਖੀਆਂ, ਜੀਵਨ ਜਾਂਚ, ਬੈਰਾਗ਼ ਸ਼ਤਕ, ਗੁਰ ਬਿਲਾਸ ਪਾਤਸ਼ਾਹੀ ਦਸਵੀਂ, ਕਲਗੀਧਰ ਚਮਤਕਾਰ, ਗੁਰਪ੍ਰਤਾਪ ਸੂਰਜ ਗਰੰਥ। ਇਸੇ ਤਰ੍ਹਾਂ ਭਾਈ ਵੀਰ ਸਿੰਘ ਦੇ ਨਾਵਲ ਸੁੰਦਰੀ, ਭਾਈ ਨੌਧ ਸਿੰਘ, ਸਤਵੰਤ ਸਿੰਘ ਤੇ ਇਸਦੇ ਨਾਲ ਨਾਲ ਨਾਨਕ ਸਿੰਘ, ਪ੍ਰਿ: ਤੇਜਾ ਸਿੰਘ' ਪ੍ਰੋ: ਜੋਧ ਸਿੰਘ ਅਤੇ ਅਨੇਕਾਂ ਹੋਰ ਲੇਖਕਾਂ ਨੂੰ ਪੜ੍ਹਦਾ ਰਹਿੰਦਾ। ਹੱਲਿਆਂ ਵਿੱਚ ਮਾਰੇ ਗਏ ਪੁੱਤਰ ਦੀ ਮੌਤ ਤੋਂ ਬਾਅਦ ਉਸ ਨੇ ਆਪਣਾ ਰਿਸ਼ਤਾ ਪੁਸਤਕਾਂ ਨਾਲ ਜੋੜ ਲਿਆ ਸੀ। ਜਿਸ ਕਰਕੇ ਉਸ ਦੇ ਜੀਵਨ ਵਿੱਚ ਇੱਕ ਤਬਦੀਲੀ ਮਹਿਸੂਸ ਕੀਤੀ ਜਾ ਸਕਦੀ ਸੀ।

ਜਦੋਂ ਚੰਦ ਸਿੰਘ ਬਹੁਤ ਉਦਾਸ ਹੋ ਜਾਂਦਾ ਤਾਂ ਨਹਿਰ ਸਰਹਿੰਦ ਕੰਢੇ ਜਾ ਬੈਠਦਾ। ਨਹਿਰ ਦੇ ਸੰਘਣੇ ਝਾੜ ਬੂਟੇ, ਕੋਈ ਫੈਲਿਆ ਹੋਇਆ ਜੰਗਲ਼ ਜਾਪਦੇ। ਕੰਡਿਆਲੇ ਝਾੜ ਛਿੱਛਰ ਦੇ ਨਾਲ ਨਾਲ ਜੰਗਲਾਤ ਮਹਿਕਮੇਂ ਨੇ ਟਾਹਲੀਆਂ, ਤੂਤ, ਕਿੱਕਰਾਂ, ਫਲਾਹੀਆਂ ਅਤੇ ਜਾਮਣਾਂ ਦੇ ਰੁੱਖ ਵੀ ਲਗਵਾ ਦਿੱਤੇ ਸਨ। ਉਸ ਦਾ ਮੁੰਡਾ ਜਗਮੋਹਣ ਵੀ ਤਾਂ ਏਨ੍ਹਾਂ ਹਰੇ ਭਰੇ ਦਰਖਤਾਂ 'ਚ ਬੈਠ ਕੇ ਪੜ੍ਹਿਆ ਕਰਦਾ ਸੀ।

ਨਹਿਰ ਸਰਹਿੰਦ, ਜਿਸਦਾ ਪਾਣੀ ਅੱਜ ਸਾਫ ਨਿੱਤਰਿਆ ਵਗ ਰਿਹਾ ਸੀ। 1947 ਦੇ ਹੱਲਿਆਂ ਸਮੇਂ ਇਸਦਾ ਰੰਗ ਲਾਲ ਸੂਹਾ ਹੋ ਗਿਆ ਸੀ। ਜਦੋਂ ਫਸਾਦੀਆਂ ਨੇ ਇੱਕੋ ਫਿਰਕੇ ਦੇ ਮੁਸਾਫਰਾਂ ਦੀਆਂ ਭਰੀਆਂ ਹੋਈਆਂ ਰੇਲਾਂ ਵੱਢ ਸੁੱਟੀਆਂ। ਸਤਲੁਜ ਦੀ ਬੇਟੀ ਸਰਹਿੰਦ ਨੇ ਕਦੇ ਹਜ਼ਾਰਾਂ ਲਾਸ਼ਾਂ ਦਾ ਭਾਰ ਢੋਇਆ ਸੀ। ਪੰਜਾਬ ਦੀ ਉਹ ਧਰਤੀ ਜਿਸ ਤੇ ਵੇਦ ਰਚੇ ਗਏ, ਤੇ ਜੋ ਗੁਰੂਆਂ ਪੀਰਾਂ ਸੂਫੀਆਂ ਦੀ ਧਰਤੀ ਸੀ ਉਦੋਂ ਲਹੂ ਲੁਹਾਣ ਹੋ ਗਈ। ਏਹੋ ਖ਼ੂਨੀ ਹਨੇਰੀ, ਉਸ ਦੇ ਪੁੱਤ ਨੂੰ ਵੀ ਉਡਾ ਕੇ ਲੈ ਗਈ ਸੀ।

ਚੰਦ ਸਿੰਘ ਨੇ ਸੋਚਿਆ ਕਿ ਕਿਉਂ ਨਾ ਉਹ ਵੀ ਸਵੇਰੇ ਗੁਲਾਬ ਸਿੰਘ ਨੂੰ ਨਾਲ ਲੈ ਕੇ ਰਣੀਏ ਜਾ ਆਵੇ। ਨਾਲੇ ਲੰਬੜਦਾਰ ਸੰਤਾ ਸਿਉਂ ਨੂੰ ਮਿਲ ਆਉਣਗੇ। ਚੰਦ ਸਿੰਘ ਦੇ ਦਲੇਰ ਸਿੰਘ ਤੋਂ ਇਲਾਵਾ ਚਾਰ ਮੁੰਡੇ ਹੋਰ ਸਨ। ਵੱਡਾ ਸੂਰਤ ਖੇਤੀ ਕਰਵਾਉਂਦਾ ਸੀ। ਉਹ ਚੋਬਰਾਂ ਦੀ ਢਾਣੀ 'ਚ

ਬੈਠ ਕੇ ਦਾਰੂ ਪੀਣ ਦਾ ਵੀ ਸ਼ੁਕੀਨ ਸੀ। ਉਹ ਘਰ ਵੀ ਘੱਟ ਹੀ ਵੜਦਾ। ਉਸ ਤੋਂ ਛੋਟਾ ਦਲੇਰ ਸਿੰਘ ਸੀ। ਦਲੇਰ ਤੋਂ ਛੋਟਾ ਸੁਖਨੈਣ ਹੋਮ ਗਾਰਡ ਵਿੱਚ ਭਰਤੀ ਹੋ ਗਿਆ ਸੀ। ਉਸ ਤੋਂ ਛੋਟਾ ਗੇਲੂ ਸੀ। ਤੇ ਗੇਲੂ ਤੋਂ ਛੋਟਾ ਹਰਮੀਤ, ਜੋ ਕਿਸੇ ਨਾਲ ਟਰੱਕ ਦਾ ਕਲੀਨਰ ਲੱਗ ਗਿਆ ਸੀ। ਪਰ ਇਨ੍ਹਾਂ ਵਿੱਚੋਂ ਕੋਈ ਵੀ ਜਗਮੋਹਣ ਸਿੰਘ ਦੀ ਥਾਂ ਨਾਂ ਭਰ ਸਕਿਆ।

ਚੰਦ ਸਿੰਘ ਹਰ ਵੇਲੇ ਆਪਣੇ ਕਤਲ ਹੋਏ ਪੁੱਤ ਨੂੰ ਝੂਰਦਾ ਰਹਿੰਦਾ। ਬੇਅੰਤ ਕੌਰ ਨੇ ਕਿਸੇ ਦਾ ਮਿੰਨਤ ਤਰਲਾ ਕਰਕੇ ਵੱਡੇ ਮੁੰਡੇ ਲਈ ਸਾਕ ਲਿਆ ਸੀ ਕਿ ਸ਼ਾਇਦ ਸੁਧਰ ਜਾਊ। ਪਰ ਪਰਨਾਲਾ ਉੱਥੇ ਦਾ ਉੱਥੇ ਹੀ ਰਿਹਾ ਸੀ। ਤਾਂ ਹੀ ਤਾਂ ਗੁਰਬਚਨ ਕੌਰ ਪੇਕੇ ਰਹਿ ਰਹੀ ਸੀ। ਬੇਅੰਤ ਕੌਰ ਨੇ ਹੀ ਕਿਹਾ ਸੀ ਕਿ "ਇਹ ਤਾਂ ਨਿੱਤ ਦਾ ਸ਼ਰਾਬੀ ਹੈ ਐਵੇਂ ਬਹੂ ਨੂੰ ਕੁੱਝ ਬੋਲ ਦਿੱਤਾ ਤਾਂ ਮੈਂ ਦਲੇਰ ਸਿਉਂ ਨੂੰ ਕੀ ਜਵਾਬ ਦਊਂ ?" ਦਲੇਰ ਸਿੰਘ ਘਰ ਦੀ ਸਾਰੀ ਜਿੰਮੇਵਾਰੀ ਸਮਝਦਾ ਸੀ। ਉਹ ਬੇਹਦ ਸਾਊ ਵੀ ਸੀ। ਥੋੜੀ ਜ਼ਮੀਨ ਹੋਣ ਕਾਰਨ ਤੇ ਵੱਡੀ ਕਬੀਲਦਾਰੀ ਕਰਕੇ ਹੀ ਤਾਂ ਉਹ ਫੌਜ ਵਿੱਚ ਭਰਤੀ ਹੋਇਆ ਸੀ ਤਾਂ ਕਿ ਭੈਣਾਂ ਦੇ ਵਿਆਹ ਕਰ ਸਕੇ।

ਹੁਣ ਹਰ ਕੋਈ ਉਸ ਨੂੰ ਯਾਦ ਕਰਦਾ। ਜਦੋਂ ਉਸ ਦੀ ਚਿੱਠੀ ਆਉਂਦੀ ਤਾਂ ਸਾਰੇ ਟੱਬਰ ਨੂੰ ਚਾਅ ਚੜ ਜਾਂਦਾ। ਫੇਰ ਚੰਦ ਸਿੰਘ ਦੇ ਇੱਕ ਹੱਥ ਕੋਈ ਕਿਤਾਬ ਹੁੰਦੀ ਤੇ ਦੂਸਰੇ ਹੱਥ ਦਲੇਰ ਸਿੰਘ ਦੀ ਚਿੱਠੀ। ਉਹ ਜਿੱਥੇ ਕਿਸੇ ਦਰਖਤ ਥੱਲੇ ਦਿਲ ਕਰਦਾ ਹੱਥਲੀ ਕਿਤਾਬ ਜਾਂ ਚਿੱਠੀ ਪੜ੍ਹਨ ਬੈਠ ਜਾਂਦਾ। ਇਸ ਵਾਰੀ ਆਈ ਚਿੱਠੀ ਵਿੱਚ ਦਲੇਰ ਸਿੰਘ ਨੇ ਲਿਖਿਆ ਸੀ "ਬਾਪੂ ਜੀ ਤਾਇਆ ਜੀ ਨੂੰ ਨਾਲ ਲੈ ਕੇ ਰਣੀਏ ਗੇੜਾ ਮਾਰ ਆਇਉ। ਫੇਰ ਉਸ ਨੇ ਦੂਸਰੇ ਦਿਨ ਹੀ ਜਾਣ ਦਾ ਪੱਕਾ ਮਨ ਬਣਾ ਲਿਆ। ਉਹ ਸੋਚਦਾ ਕਿ ਫੇਰ ਤਾਂ ਵਾਢੀ ਪੈ ਜਾਣੀ ਹੈ। ਨਾਲੇ ਸੰਤਾ ਸਿਉਂ ਨੂੰ ਆਵਤ ਲਈ ਪੁੱਛ ਆਂਵਾਗੇ। ਤੇ ਬਹਾਨੇ ਨਾਲ ਗੱਲਾਂ ਬਾਤਾਂ ਵੀ ਹੋ ਜਾਣਗੀਆਂ।

ਦਿਨ ਦੇ ਚੜ੍ਹਾ ਨਾਲ ਚੰਦ ਸਿੰਘ ਅਤੇ ਗੁਲਾਬ ਸਿੰਘ ਕਿਸ਼ਤੀ ਰਾਹੀਂ, ਨਹਿਰ ਪਾਰ ਕਰਕੇ, ਉੱਚੇ ਟਿੱਬਿਆਂ 'ਚੋਂ ਹੁੰਦੇ ਹੋਏ ਰਣੀਏ ਦੀ ਜੂਹ 'ਚ ਜਾ ਪਹੁੰਚੇ। ਪਿੰਡ ਨੇੜੇ ਜਾ ਕੇ ਉਨ੍ਹਾਂ ਸੰਮਾਂ ਵਾਲੀਆਂ ਡਾਂਗਾ ਤੇ ਟੰਗੀਆਂ ਆਪਣੀਆਂ ਜੁੱਤੀਆਂ ਉਤਾਰ ਕੇ ਪਾਈਆਂ ਅਤੇ ਧੋਤੀਆਂ ਦੀ ਥਾਂ ਪਜਾਮੇ ਪਹਿਨੇ। ਪਿੰਡਾਂ ਵਿੱਚ ਪਜਾਮੇ ਅਜੇ ਕੁੱਝ ਲੋਕ ਹੀ ਪਹਿਨਦੇ ਸਨ ਜ਼ਿਆਦਾਤਰ ਲੋਕ ਤਾਂ ਖੱਦਰ ਤੇ ਕੁੜਤਿਆਂ ਨਾਲ ਲੱਠੇ ਦੀਆਂ ਧੋਤੀਆਂ ਹੀ ਪਹਿਨਦੇ ਸਨ। ਇਸ ਪਿੰਡ ਦੇ ਪਛੜੇਪਣ ਦਾ ਅੰਦਾਜ਼ਾ ਬੰਨਾ ਟੱਪਣ ਸਾਰ ਹੀ ਲੱਗ ਜਾਂਦਾ ਸੀ। ਲੋਕ ਹੁੱਕੇ ਗੁੜਗੁੜਾ ਰਹੇ ਸਨ ਤੇ ਕਈ ਲੰਗੋਟ ਲਾਈ ਖੇਤਾਂ ਵਿੱਚ ਕੰਮ ਕਰ ਰਹੇ ਸਨ। ਆਧੁਨਿਕ ਵਿਕਾਸ ਤੋਂ ਬੇਖ਼ਬਰ ਸਨ ਏਥੋਂ ਦੇ ਲੋਕ। ਹੁੱਕਾ ਪੀਣਾ ਇਸ ਪਿੰਡ ਦੇ ਮਰਦਾਂ ਦਾ ਸਭ ਤੋਂ ਵੱਡਾ ਮਨਪ੍ਰਚਾਵਾ ਸੀ।

ਮਨਪ੍ਰਚਾਵੇ ਦੇ ਸਾਧਨ ਹੋਰ ਵੀ ਹੋਣਗੇ ਜਿਵੇਂ ਰਾਸਧਾਰੀਆਂ ਦਾ ਰਾਸ ਪਾਉਣਾ, ਵਿਆਹ ਸ਼ਾਦੀਆਂ ਵਿੱਚ ਨੱਚਣਾ। ਪਰ ਰਾਸਧਾਰੀਏ ਢੋਲਕਾਂ ਵਾਜਿਆਂ ਨਾਲ ਗਾਉਂਦੇ। ਉਨ੍ਹਾਂ ਨਾਲ ਆਏ ਅਲੂੰਏ ਗਭਰੂ, ਨਚਾਰ ਬਣਕੇ ਔਰਤਾਂ ਦੇ ਭੇਸ ਵਿੱਚ ਨੱਚਦੇ। ਇਹ ਦਿਲਕਸ਼ ਅਦਾਵਾਂ ਨਾਲ ਲੋਕਾ ਦਾ ਮਨੋਰੰਜਨ ਵੀ ਕਰਦੇ। ਪਿੰਡ ਦੇ ਸਾਰੇ ਰਸਤੇ ਹੀ ਅਜੇ ਕੱਚੇ ਸ਼ਨ। ਗੱਡਿਆਂ ਤੋਂ ਬਿਨਾਂ ਆਵਾਜਾਈ ਦਾ ਹੋਰ ਕੋਈ ਸਾਧਨ ਨਹੀਂ ਸੀ। ਸਰਦੇ ਪੁੱਜਦੇ ਘਰ ਅਤੇ ਸ਼ੁਕੀਨ ਗਭਰੂ ਘੋੜੀਆਂ ਵੀ ਰੱਖਦੇ ਸਨ।

ਨਹਿਰ ਦੇ ਨਾਲ ਨਾਲ ਫੈਲੀ ਚਰਾਂਦ ਵਿੱਚ ਪਸ਼ੂਆਂ ਦੇ ਵੱਗ ਚਰ ਰਹੇ ਸਨ। ਮੁੰਡੇ ਪਸ਼ੂਆਂ ਨੂੰ ਹੋਕਰੇ ਮਾਰਦੇ ਹੋਏ ਪਿੰਡ ਵਲ ਜਾਂਦੇ ਦੋ ਓਪਰੇ ਮੁਸਾਫਰਾਂ ਨੂੰ ਵੀ ਤੱਕ ਰਹੇ ਸਨ। ਤੇ ਸੋਚਦੇ ਹੋਣਗੇ ਕਿ ਏਨੇ ਸਾਂਝਰੇ ਇਹ ਕਿਨ੍ਹਾਂ ਦੇ ਪ੍ਰਾਹੁਣੇ ਚੱਲੇ ਨੇ ? ਕਈ ਮੁੰਡੇ ਮੱਝਾਂ ਤੇ ਹੂਟੇ ਲੈ ਰਹੇ ਸਨ। ਪਿੰਡ ਦੇ ਬਾਹਰ ਬਿਜਲੀ ਦਾ ਕੋਈ ਵੀ ਖੰਭਾ ਉਨ੍ਹਾਂ ਨੂੰ ਨਜਰ ਨਾ ਆਇਆ। ਨਹਿਰ ਦੇ ਨਾਲ ਨਾਲ ਇੱਕ

ਕਤਾਰ ਖੰਭਿਆਂ ਦੀ ਜਰੂਰ ਸੀ, ਪਰ ਉਹ ਟੈਲੀਫ਼ੂਨ ਦੇ ਖੰਭੇ ਸਨ। ਅੰਗਰੇਜ਼ਾਂ ਸਮੇਂ ਦੀ ਹੀ ਇਹ ਟੈਲੀਫੋਨ ਲਾਈਨ ਸੀ।

ਕਈ ਮੁੰਡੇ ਖੰਭਿਆਂ ਤੇ ਚੜ੍ਹੇ ਤਾਰਾਂ ਨੂੰ ਕੰਨ ਲਾਈਂ ਬੈਠੇ ਵੀ ਦਿਖਾਈ ਦਿੱਤੇ ਜਿਵੇਂ ਉਹ ਕਿਸੇ ਦੀਆਂ ਗੱਲਾਂ ਸੁਣ ਰਹੇ ਹੋਣ। ਦੋਹਾਂ ਦਾ ਤ੍ਰੇਹ ਨੇ ਬੁਰਾ ਹਾਲ ਕੀਤਾ ਪਿਆ ਸੀ। ਉਹ ਸੋਚਦੇ ਸੀ ਕਿ ਕੁੜਮਾਂ ਦੇ ਘਰ ਜਾ ਕੇ ਠੰਢੇ ਸੱਤੂ ਜਾਂ ਸ਼ੱਕਰ ਵਾਲਾ ਸ਼ਰਬਤ ਪੀਣਗੇ। ਟਿੱਬਿਆਂ ਦੀ ਰੇਤ ਲਗਾਤਾਰ ਉਡ ਰਹੀ ਸੀ। ਦਿਨ ਦੇ ਚੜ੍ਹਾ ਨਾਲ ਗਰਮੀ ਵੀ ਵਧ ਰਹੀ ਸੀ। ਜੁੱਤੀਆਂ ਵਿੱਚ ਰੇਤਾ ਪੈਣ ਨਾਲ ਉਨਾਂ ਤੋਂ ਤੁਰਿਆ ਨਹੀਂ ਸੀ ਜਾ ਰਿਹਾ। ਦੋਬਾਰਾ ਫੇਰ ਉਨ੍ਹਾਂ ਜੁੱਤੀਆਂ ਖੋਹਲ ਕੇ ਪਰਨੇ ਦੇ ਲੜ ਬੰਨ ਲਈਆਂ। ਤੇ ਆਪਣੇ ਕਦਮਾਂ ਵਿੱਚ ਹੋਰ ਤੇਜ਼ੀ ਲੈ ਆਂਦੀ।

●

ਭਾਗ 12

ਇੱਕ ਦਿਨ ਉਹ ਵੀ ਆ ਗਿਆ ਜਦੋਂ ਦਲੇਰ ਸਿੰਘ ਦੇ ਕਦਮ ਪਿੰਡ ਰਣੀਏ ਵਲ ਵਧ ਰਹੇ ਸਨ। ਉਸ ਨੇ ਆਪਣੇ ਬੱਚੇ ਨੂੰ ਪਹਿਲੀ ਵਾਰ ਦੇਖਣਾ ਸੀ। ਜਦੋਂ ਉਹ ਜਾ ਕੇ ਸਹੁਰੇ ਘਰ ਵੜਿਆ ਤਾਂ ਹਰ ਇੱਕ ਨੂੰ ਖੁਸ਼ੀ ਚੜ੍ਹ ਗਈ। ਮਹਿਤਾਬ ਕੌਰ ਨੇ ਆਪਣੇ ਗੁਆਂਢੀ ਬੰਤੇ, ਨੂੰ ਖੇਤਾਂ 'ਚੋਂ ਸੰਤਾਂ ਸਿੰਘ ਨੂੰ ਬੁਲਾਉਣ ਲਈ ਭੇਜਿਆ। ਉਨ੍ਹਾਂ ਫਟਾ ਫਟ ਚੁਬਾਰੇ ਵਿੱਚ ਡਹੇ ਮੰਜੇ ਤੇ ਨਵੀਂ ਨਕੋਰ ਤੋਤਿਆਂ ਵਾਲੀ ਚਾਦਰ ਵਿਛਾ ਦਿੱਤੀ। ਬਚਨੋਂ ਤਾਂ ਘਰਵਾਲੇ ਦੇ ਸਾਹਮਣੇ ਆਉਣ ਦਾ ਸਾਹਸ ਹੀ ਨਹੀਂ ਸੀ ਕਰ ਰਹੀ। ਜੋ ਕੁੜੀਆਂ ਸੰਗਦੀਆਂ ਮਾਰੀਆਂ ਪੇਕੇ ਘਰ ਵਿੱਚ ਆਪਣੇ ਪਤੀ ਦੇ ਸਾਹਮਣੇ ਨਾਂ ਆਂਉਦੀਆਂ, ਬਚਨੋਂ ਵੀ ਉਨਾਂ ਵਿੱਚੋਂ ਇੱਕ ਸੀ। ਮਹਿਤਾਬ ਕੌਰ ਨੇ ਹੀ ਮਨਦੀਪ ਨੂੰ ਚੁੱਕ ਕੇ ਦਲੇਰ ਸਿੰਘ ਦੀ ਗੋਦ ਵਿੱਚ ਪਾਇਆ। ਦਲੇਰ ਸਿੰਘ ਨੂੰ ਆਪਣਾ ਗੋਲ ਮਟੋਲ ਜਿਹਾ ਬੱਚਾ ਦੇਖ ਕੇ ਬੇਹੱਦ ਖੁਸ਼ੀ ਹੋਈ।

ਮਹਿਤਾਬ ਕੌਰ ਨੇ ਬਹਾਨੇ ਨਾਲ, ਕਲੀ ਕਰਵਾਏ ਹੋਏ ਪਿੱਤਲ ਦੇ ਗਲਾਸ ਵਿੱਚ ਘੜੇ ਦਾ ਠੰਢਾ ਪਾਣੀ ਦੇ ਕੇ ਬਚਨੋਂ ਨੂੰ ਦਲੇਰ ਸਿੰਘ ਕੋਲ ਤੋਰਿਆ। ਹੁਣ ਉਹ ਪੁੱਛ ਰਹੀ ਸੀ "ਜੀ ਥੋਡੀ ਛੁੱਟੀ ਕਿੰਨਾ ਚਿਰ ਦੀ ਆ। ਥੋਡੇ ਆਉਣ ਦਾ ਪਤਾ ਹੀ ਨੀ ਲੱਗਿਆ। ਰਾਮਪੁਰੇ ਤੋਂ ਵੀ ਕੋਈ ਸੁਨੇਹਾ ਨੀ ਆਇਆਂ। ਤੁਸੀਂ ਤਾਂ ਚਿੱਠੀ ਵੀ ਨੀ ਪਾਈ"। ਦਲੇਰ ਸਿੰਘ ਨੇ ਦੱਸਿਆਂ ਕਿ ਉਹ ਰਾਤ ਹੀ ਦੋਰਾਹੇ ਗੱਡੀ ਉੱਤਰਿਆ ਸੀ ਤੇ ਸਵੇਰੇ ਹੀ ਏਧਰ ਨੂੰ ਆ ਗਿਆ।

ਫੇਰ ਏਹੋ ਜਿਹੇ ਸਵਾਲ ਹੀ ਮਹਿਤਾਬ ਕੌਰ ਨੇ ਪੁੱਛਣੇ ਸ਼ੁਰੂ ਕੀਤੇ, "ਭਾਈ ਦਲੇਰ ਸਿਆਂ ਏਨੀ ਸਮੋਂ ਪਿੱਛੋਂ ਛੁੱਟੀ ਆਇਆਂ ਏਂ, ਸੁੱਖ ਨਾਲ ਹੁਣ ਤਾਂ ਲੰਬਾ ਟੈਮ ਰੈਹ ਕੇ ਜਾਮੇਂਗਾ। ਭਾਈ ਜਦੋਂ ਕੋਈ ਜਹਾਜ ਲੰਘਣਾ, ਜਾਣੀ ਸਾਡੇ ਤਾਂ ਸੋਤਰ ਸੁੱਕ ਜਾਣੇ। ਜੇਖਾਣੀ ਲੜਾਈ ਲੰਮੀ ਉਂ ਲੰਮੀ ਹੁੰਦੀ ਚਲੀ ਗੀ ਫੇਰ...। ਖਬਰਾ ਏਨੀਆਂ ਲੜਾਈਆਂ ਭੜਾਈਆਂ ਕਰਕੇ ਕੀ ਮਿਲਦੈ...?" ਫੇਰ ਉਹ ਕੁੱਝ ਸੋਚ ਕੇ ਬੋਲੀ "ਕੁਛ ਤਾਂ ਮਿਲਦਾ ਈ ਹੋਊ। ਤੇਰੀ ਤਾਂ ਛੁੱਟੀ ਵੀ ਅਟਕਾ ਲੀ। ਨਾਲੇ ਭਾਈ ਤੂੰ ਹੁਣ 'ਰਾਮ ਨਾ ਕੁਰਸੀ ਤੇ ਬੈਹ ਜਾ। ਥੱਕਿਆ ਹੋਮੇਂਗਾ"

ਦਲੇਰ ਸਿੰਘ ਸੰਗਦਾ ਜਿਹਾ ਸੱਸ ਦੀਆਂ ਗੱਲਾਂ ਦੇ ਜਵਾਬ ਦਈ ਗਿਆ। ਬਚਨੋ ਦੀਆਂ ਭੈਣਾਂ ਵੀ ਸਤਿ ਸ੍ਰੀ ਅਕਾਲ ਕਹਿ ਗਈਆਂ ਸਨ। ਉਹ ਓਟੇ ਪਿੱਛੇ ਬੈਠੀਆਂ ਮੁਸ਼ਕਰਾਉਂਦੀਆਂ ਤੇ ਚੋਰ ਅੱਖ ਨਾਲ ਦੇਖਦੀਆਂ ਵੀ ਰਹੀਆਂ। ਤਾਜ਼ਾ ਲਿੱਪਿਆ ਘਰ ਅੰਦਰੋਂ ਭਾਵੇਂ ਠੰਢਾ ਸੀ ਪਰ ਤਾਂ ਵੀ ਮਹਿਤਾਬ ਕੌਰ ਨੇ ਜਵਾਈ ਨੂੰ ਝਾਲਰ ਵਾਲੀ ਪੱਖੀ ਲਿਆ ਦਿੱਤੀ ਅਤੇ ਆਪ ਵੀ ਪੀੜ੍ਹੀ ਤੇ ਬੈਠੀ ਪੱਖਾ ਝੱਲਦੀ ਗੱਲ ਅੱਗੇ ਤੋਰਦੀ ਰਹੀ ਤਾਂ ਕਿ ਪ੍ਰਾਹੁਣੇ ਨੂੰ ਇਹ ਨਾਂ ਮਹਿਸੂਸ ਹੋਵੇ ਕੇ ਬਈ ਕੋਈ ਕੋਲ਼ ਨੀ ਬੈਠਿਆ। ਉਸ ਨੇ ਫੇਰ ਗੱਲ ਤੋਰੀ, "ਬਾਹਰ ਤਾਂ ਭਾਈ ਹੁਣ ਸੇਕ ਮਾਰਨ ਲੱਗ ਪਿਐ। ਹਾੜ੍ਹੀ ਵੀ ਤਾਂ ਆ ਗਈ ਆ। ਤੇਰਾ ਬਾਪੂ ਤੇ ਮੁੰਡੇ ਸਭ ਅੱਜ ਬੇੜਾਂ ਵੱਟਣ ਲੱਗੇ ਹੋਏ ਨੇ। ਕਹਿੰਦੇ ਬਸਾਖੀ ਵਾਲੇ ਦਿਨ ਕਣਕ ਨੂੰ ਦਾਤੀ ਲੌਣੀ ਆਂ। ਨਾਲੇ ਮੀਂਹ ਕਣੀ ਤੋਂ ਅਗੇਤੀ ਚੱਕੀ ਜਾਊ"

ਦਲੇਰ ਸਿੰਘ ਨੇ ਵੀ ਰਸਤੇ ਵਿੱਚ ਲੋਕਾਂ ਨੂੰ ਬੇੜਾਂ ਵੱਟਦੇ ਹੋਏ ਦੇਖਿਆ ਸੀ। ਜਿਨ੍ਹਾਂ ਨਾਲ ਕਣਕ ਦੀਆਂ ਭਰੀਆਂ ਬੰਨੀਆਂ ਜਾਣੀਆਂ ਸਨ। ਇੱਕ ਜਾਣਾ ਡੰਡਾ ਜਿਹਾ ਘੁਮਾ ਕੇ ਵੱਟ ਚਾੜਦਾ ਤੇ ਇੱਕ ਸੜ੍ਹ ਲਾਂਉਦਾ। ਕਈ ਥਾਂ ਪਾਣੀ ਵਿੱਚ ਦਿੱਭ ਡੋਬੀ ਹੋਈ ਸੀ। ਜਿਸ ਨੂੰ ਵੇਖ ਕੇ ਉਸ ਨੂੰ ਆਪਣਾ ਬਚਪਨ ਵੀ ਯਾਦ ਆ ਗਿਆ। ਰਸਤੇ ਵਿੱਚ ਉਸ ਨੇ ਘੜਿਆਂ ਦੇ ਲੱਦੇ ਖੋਤੇ ਵੀ ਪਿੰਡ ਵਲ ਜਾਂਦੇ ਵੇਖੇ। ਘੁਮਿਆਰ ਹਾੜੀ ਦੇ ਮੌਸਮ ਵਿੱਚ ਪਾਣੀ ਠੰਢਾ ਰੱਖਣ ਲਈ ਘੜੇ ਵੇਚਣ ਆ ਰਹੇ ਸਨ। ਸਾਰਾ ਪੰਜਾਬ ਹੀ ਜਿਵੇਂ ਵਾਢੀ ਦੀ ਤਿਆਰੀ ਵਿੱਚ ਜੁਟਿਆ ਹੋਇਆ ਹੋਵੇ।

ਬੈਠੇ ਬੈਠੇ ਦਲੇਰ ਸਿੰਘ ਨੇ ਸਹੁਰੇ ਘਰ ਵਿੱਚ ਨਜ਼ਰ ਘੁਮਾਈ, "ਕੁੱਝ ਕੰਧਾਂ ਕੱਚੀਆਂ ਚੀਕੂ ਮਿੱਟੀ ਦੀਆਂ ਬਣੀਆਂ ਹੋਈਆਂ ਤੇ ਕੁੱਝ ਪੱਕੀਆਂ ਨਾਨਕ ਸ਼ਾਹੀ ਇੱਟਾਂ ਵਾਲੀਆਂ। ਕੜੀਆਂ ਸ਼ਤੀਰੀਆਂ ਤੇ ਸਰਕੜੇ ਵਾਲੀ ਛੱਤ। ਘਰ ਦੇ ਪੰਜਾਹ ਖਣ ਤਾਂ ਹੋਣੇ ਨੇ ਉਸ ਨੇ ਅੰਦਾਜ਼ਾ ਲਾਇਆ। ਫੇਰ ਉਸ ਨੂੰ ਖਿਆਲ ਆਇਆ ਕਿ ਫਲ਼ ਫਰੂਟ ਤਾਂ ਉਹ ਦੱਸਣਾ ਹੀ ਭੁੱਲ ਗਿਆ। ਉਸ ਨੇ ਸੱਸ ਨੂੰ ਕਿਹਾ, " ਬੇਬੇ ਸੈਂਕਲ ਦੇ ਹੈਂਡਲ ਨਾ ਝੋਲ਼ਾ ਬੰਨਿਆ ਹੋਇਆ ਏ ਖੋਹਲ ਲੋ। ਫਲ਼ ਫਰੂਟ ਨੇ"

"ਲੈ ਭਾਈ ਕਾਹਨੂ ਖੇਚਲ ਕਰਨੀ ਤੀ"

"ਲੈ ਬੇਬੇ ਖੇਚਲ ਨੂੰ ਕੀ ਆ, ਆਪਣਾ ਈ ਘਰ ਆ"

"ਜੀਂਦੇ ਵਸਦੇ ਰਹੋ ਭਾਈ ਰੱਬ ਬੌਹਤਾ ਦੇਵੇ। ਬਚਨੋ ਕੁੜੇ... ਸ਼ੈਂਕਲ ਤੋਂ ਝੋਲ਼ਾ ਲਾਹ ਭਾਈ"

ਫੇਰ ਮਹਿਤਾਬ ਕੁਰ ਨੇ ਖੁਦ ਉੱਠ ਕੇ ਵੇਖਿਆ। ਕੇਲੇ ਸੰਤਰੇ ਤੇ ਨਾਲੇਂ ਇੱਕ ਫਲ਼ ਹੋਰ ਈ ਸੀ। "ਇਹ ਕੀ ਹੋਇਆ ਅੱਗੇ ਤਾਂ ਕਦੇ ਜੈ ਖਾਣਾ ਦੇਖਿਆ ਨੀ" ਉਹ ਸੋਚੀਂ ਪੈ ਗਈ। ਅੰਬ 'ਮਰੂਦ ਤਾਂ ਬਥੇਰੇ ਖਾਧੇ ਨੇ ਏਹਦਾ ਨੀ ਪਤਾ ਲੱਗਦਾ ਕੀ ਆ। ਉਸ ਦੀ ਸੋਚ ਜਵਾਬ ਦੇ ਗਈ। ਚਲੋ ਭਲਾ ਪੁੱਛਦੀ ਆਂ"

ਦਲੇਰ ਸਿੰਘ ਨੇ ਦੱਸਿਆ ਕਿ ਇਹ ਫਲ਼ ਅਨਾਨਾਸ ਹੈ। ਇਸ ਤੋਂ ਇਲਾਵਾ ਬੱਚੇ ਲਈ ਕੁੱਝ ਖੇਡਾਂ ਸਨ। ਬਚਨੋਂ ਲਈ ਜੁੱਤੀ। ਮਹਿਤਾਬ ਕੌਰ ਨੇ ਫਰੂਟ ਥਾਲੀ ਵਿੱਚ ਕੱਢ ਦਿੱਤੇ ਤੇ ਬਾਕੀ ਸਮਾਨ ਬਚਨੋਂ ਦੇ ਹਵਾਲੇ ਕਰ ਦਿੱਤਾ। ਫੇਰ ਉਹ ਚਾਹ ਵਾਲੇ ਭਾਂਡੇ ਲੈ ਕੇ ਤੁਰ ਗਈ।

ਦਲੇਰ ਸਿੰਘ ਅਜੇ ਵੀ ਘਰ ਵੇਖਦਾ ਰਿਹਾ। ਨੀਲ ਪਾ ਕੇ ਪਾਂਡੂ ਫੇਰਿਆ ਹੋਇਆ ਘਰ, ਜਿਸ ਦੀਆਂ ਕੰਧਾਂ ਤੇ ਹਿਰਨ ਮੋਰ ਘੁੱਗੀਆਂ ਤੇ ਤੋਤੇ ਬਣੇ ਹੋਏ ਸਨ। ਘਰ 'ਚ ਬਣੇ ਹੋਏ ਤਿੰਨ ਪੀੜ੍ਹੇ। ਪਿੱਤਲ, ਕੈਂਹ ਅਤੇ ਤਾਂਬੇ ਦੇ ਬਰਤਣਾਂ ਨਾਲ ਭਰੇ ਹੋਏ ਸਨ। ਜਿੰਨਾ ਵਿੱਚ ਗਾਗਰਾਂ, ਬਲਟੋਹੀਆਂ, ਛੰਨੇ, ਪਰਾਤਾਂ ,ਥਾਲ, ਬਾਲਟੀਆਂ, ਕੌਲੀਆਂ ਗਲਾਸ ਪਤਾ ਨਹੀ ਹੋਰ ਕਿੰਨੇ ਕੁ ਭਾਂਡੇ ਸਨ। ਜਿੰਨਾ 'ਚ ਇੱਕ ਦੋ ਫੌਜੀ ਕੱਪ ਵੀ ਪਏ ਵੀ ਨਜ਼ਰ ਆਏ। ਕੱਚ ਦੇ ਅਤੇ ਸਟੀਲ ਦੇ ਬਰਤਣ ਅਜੇ ਏਸ ਪਿੰਡ ਵਿੱਚ ਵਰਤਣ ਦਾ ਰਿਵਾਜ਼ ਨਹੀਂ ਸੀ ਪਿਆ। ਆਏ ਮਹਿਮਾਨ ਨੂੰ ਪਿੱਤਲ ਦੇ ਕਲੀ ਕੀਤੇ ਬਰਤਣਾ ਵਿੱਚ ਹੀ ਖਾਣਾ ਦਿੱਤਾ ਜਾਂਦਾ। ਪਿੰਡਾਂ ਵਿੱਚ ਸ਼ਹਿਰੀ ਰਿਵਾਜ਼ਾ ਨੂੰ ਖੇਖਣ ਜਾਂ ਦਿਖਾਵਾਂ ਸਮਝਿਆਂ ਜਾਂਦਾ ਸੀ। ਪਰ ਦਲੇਰ ਸਿੰਘ ਲਈ ਇਹ ਕੁੱਝ ਵੀ ਓਪਰਾ ਨਹੀਂ ਸੀ।

ਏਨੇ ਨੂੰ ਮਹਿਤਾਬ ਕੌਰ ਦੀ ਵੱਡੀ ਨੂੰਹ ਹਰਦੇਵ ਕੌਰ ਵੀ ਖੇਤੋਂ ਰੋਟੀ ਦੇ ਕੇ ਮੁੜ ਆਈ। ਜਦੋਂ ਉਹ ਅੰਦਰ ਵੜੀ ਤਾਂ ਉਸ ਦੇ ਸਿਰ ਤੇ ਲੱਸੀ ਵਾਲੀ ਖਾਲੀ ਝੱਕਰੀ ਈਨੂੰ ਉੱਪਰ ਧਰੀ ਹੋਈ ਸੀ। ਤੇ ਝੱਕਰੀ ਉੱਪਰ ਪੋਣੇ ਦੇ ਲੜ ਬੰਨੇ ਖਾਲੀ ਭਾਂਡੇ ਵੀ ਸਨ। ਬਾਹਰ ਖੜਾ ਸਾਈਕਲ ਤਾਂ ਉਸ ਨੇ

ਵੇਖਿਆ ਹੀ ਨਹੀਂ ਸੀ। ਜਦੋਂ ਅੰਦਰ ਬੈਠੇ ਨਣਦੋਈਏ ਨੂੰ ਵੇਖਿਆ ਤਾਂ ਹੈਰਾਨ ਹੋ ਗਈ। ਇਸ ਪਿੰਡ ਵਿੱਚ ਔਰਤਾਂ ਬਾਹਰ ਜਾਣ ਵੇਲੇ ਅੱਧਾ ਘੁੰਡ ਕੱਢਦੀਆਂ ਸਨ। ਉਸ ਨੇ ਚੁੰਨੀ ਦਾ ਪੱਲਾ ਉੱਪਰ ਚੁੱਕ ਕੇ ਦਲੇਰ ਸਿੰਘ ਨੂੰ 'ਸਾਸਰੀ ਕਾਲ' ਕਿਹਾ। ਫੇਰ ਰਾਜੀ ਖੁਸ਼ੀ ਪੁੱਛ ਉਹ ਚੁੱਲੇ ਚੌਂਕੇ ਵਲ ਚਲੀ ਗਈ। ਬਾਹਰੋਂ ਆਏ ਕਿਸੇ ਵੀ ਮਰਦ ਨਾਲ ਦੋ ਟੁੱਕ ਗੱਲ ਕਰਨਾ ਹੀ ਇਸ ਘਰ ਵਿੱਚ ਔਰਤਾਂ ਦੀ ਮਰਿਯਾਦਾ ਸੀ।

ਚੁੱਲਾ ਚੌਂਕਾਂ ਘਰ ਦੇ ਅੰਦਰ ਹੀ ਇੱਕ ਨੁੱਕਰੇ ਬਣਿਆ ਹੋਇਆ ਸੀ। ਜਿਸ ਦੇ ਤਿੰਨ ਪਾਸੇ ਕੱਚੀ ਮਿੱਟੀ ਦਾ ਲਿਪਿਆ ਸਵਾਰਿਆ ਓਟਾ ਸੀ। ਓਟੇ ਤੇ ਪਿਆ ਦੀਵਾ। ਅੰਦਰ ਦੁੱਧ ਰਿੜਕਣ ਵਾਲੀ ਘੜੇਥਣੀ ਤੇ ਰੱਖਿਆ ਤੌਲਾ। ਰੋਟੀ ਵਾਲਾ ਛਾਬਾ, ਰੋਟੀ ਪਕਾਉਣ ਦਾ ਸਮਾਨ। ਚਿਮਟਾ ਭੂਕਨਾ ਖੁਰਚਣਾ ਚੱਕਲਾ ਵੇਲਣਾ ਤੇ ਹੋਰ ਭਾਂਡੇ ਟੀਂਡੇ। ਏਸੇ ਥਾਂ ਬਹਿ ਕੇ ਰੋਜ਼ ਮਹਿਤਾਬ ਕੌਰ ਦੁੱਧ ਰਿੜਕਦੀ ਅਤੇ ਜਪੁਜੀ ਸਾਹਿਬ ਦੀਆਂ ਪਹਿਲੀਆਂ ਪੰਜ ਪਾਉੜੀਆਂ ਦਾ ਪਾਠ ਵਾਰ ਵਾਰ ਦੁਹਰਾਉਂਦੀ। ਤੌਲੇ 'ਚੋਂ ਮੱਖਣ ਕੱਢਦੀ। ਸਾਰੇ ਟੱਬਰ ਨੂੰ ਰੋਟੀ ਵਰਤਾਉਂਦੀ। ਉਸ ਦੀ ਪੀੜ੍ਹੀ ਤੇ ਸਿਰਫ ਉਹ ਹੀ ਬੈਠਦੀ ਸੀ। ਜਿਸ ਦਾ ਮਤਲਬ ਸੀ ਘਰ ਦੀ ਮੁਹਰੈਲ। ਘਰਦੇ ਬਾਕੀ ਮੈਂਬਰਾਂ ਨੂੰ ਜੁੱਤੀ ਸਮੇਤ ਇਸ ਪਾਸੇ ਆਉਣ ਦੀ ਮਨਾਹੀ ਸੀ। ਰੋਟੀ ਖਾਣ ਵਾਲੇ ਚੌਂਕੜੀ ਮਾਰ, ਹੱਥ ਸੁੱਚੇ ਕਰ, ਤੇ ਵਾਹਿਗੁਰੂ ਦਾ ਨਾਂ ਲੈ ਵਿਛੀਆਂ ਬੋਰੀਆਂ ਤੇ ਬੈਠ ਕੇ ਰੋਟੀ ਖਾਂਦੇ। ਘਰ ਆਏ ਮਹਿਮਾਨ ਨੂੰ ਹੀ ਕੁਰਸੀ ਮੇਜ਼ ਤੇ ਬਿਠਾ ਕੇ ਰੋਟੀ ਦਿੱਤੀ ਜਾਂਦੀ। ਏਹੋ ਇਸ ਘਰ ਦਾ ਕਾਇਦਾ ਕਾਨੂੰਨ ਸੀ। ਜਿਸ ਨੂੰ ਤੋੜਨ ਦੀ ਹਿੰਮਤ ਕਿਸੇ ਵਿੱਚ ਵੀ ਨਹੀਂ ਸੀ।

ਮਹਿਮਾਨਾ ਲਈ ਸੌਣ ਦਾ ਕਮਰਾ ਘਰ ਉੱਪਰ ਬਣਿਆ ਚੁਬਾਰਾ ਸੀ। ਚਾਹ ਪਾਣੀ ਪੀਕੇ ਦਲੇਰ ਸਿੰਘ ਵੀ ਚੁਬਾਰੇ ਚੜ ਗਿਆ। ਜਿੱਥੇ ਮੰਜਿਆ ਤੇ ਨਵੇ ਨਕੋਰ ਬਿਸਤਰੇ ਵਿਛੇ ਪਏ ਸਨ। ਕੁੱਝ ਹੀ ਦੇਰ ਬਾਅਦ ਸੰਤਾ ਸਿੰਘ ਵੀ ਪ੍ਰਾਹੁਣੇ ਦਾ ਆਉਣਾ ਸੁਣ ਕੇ ਪੁੱਜ ਗਿਆ। ਉਹਨਾਂ ਖੂਬ ਗੱਲਾਂ ਕੀਤੀਆਂ। ਰੋਟੀ ਦੇ ਟਾਈਮ ਮਹਿਤਾਬ ਕੌਰ ਨੇ ਮਾਂਹ ਛਲਿਆਂ ਦੀ ਦਾਲ ਦੇ ਨਾਲ ਆਲੂ ਮਟਰਾਂ ਦੀ ਸਬਜ਼ੀ ਅਤੇ ਬੂਰਾ ਘਿਉ ਵਿਸ਼ੇਸ਼ ਤੌਰ ਤੇ ਪਰੋਸੇ। ਰੋਟੀ ਖਾਅ ਕੇ ਉਹ ਕੁੱਝ ਦੇਰ ਲਈ ਸੌਂ ਗਿਆ। ਤੇ ਫੇਰ ਮਹਿਤਾਬ ਕੌਰ ਨਿੱਕੇ ਨੂੰ ਉਸ ਦੀ ਗੋਦ 'ਚ ਲਿਟਾ ਗਈ। ਬੱਚਾ ਰੋਣ ਲੱਗ ਪਿਆ ਤਾਂ ਬਚਨ ਕੌਰ ਫੜ ਕੇ ਲੈ ਗਈ। 'ਇਹ ਨਿੱਕੇ ਨਿੱਕੇ ਬਹਾਨੇ ਵੀ ਇੱਕ ਆਪਣਾ ਅਰਥ ਰੱਖਦੇ ਨੇ' ਦਲੇਰ ਸਿੰਘ ਸੋਚਦਾ ਰਿਹਾ।

ਦਲੇਰ ਸਿੰਘ ਪਾਸ ਇੱਕ ਹੋਰ ਬੈਗ ਸੀ ਜੋ ਉਸ ਨੇ ਮੰਜੇ ਹੇਠ ਰੱਖਿਆ ਹੋਇਆ ਸੀ। ਇਸ ਵਿੱਚ ਉਸ ਦਾ ਕੁੜਤਾ ਪਜ਼ਾਮਾ, ਚੱਪਲਾਂ ਅਤੇ ਦਾੜੀ ਬੰਨਣ ਵਾਲੇ ਸਮਾਨ ਤੋਂ ਇਲਾਵਾ ਦੋ ਬੋਤਲਾਂ ਥ੍ਰੀ ਐਕਸ ਰੱਮ ਦੀਆਂ ਵੀ ਸਨ। ਜਿਨਾਂ ਵਿੱਚੋਂ ਇੱਕ ਉਸ ਨੇ ਸੰਤਾਂ ਸਿੰਘ ਨੂੰ ਫੜਾ ਦਿੱਤੀ ਅਤੇ ਦੂਸਰੀ ਆਪਣੇ ਸਾਲਿਆਂ ਲਈ ਰੱਖ ਲਈ।

ਸੂਰਜ ਢਲਣ ਨਾਲ ਹੀ ਸਿਰਕੇ ਵਾਲੇ ਗੰਢੇ ਤੇ ਦੋ ਕੱਚ ਦੇ ਗਲਾਸ ਆ ਗਏ। ਪ੍ਰਾਹੁਣੇ ਦੀ ਸੇਵਾ ਲਈ ਸੰਤਾ ਸਿੰਘ ਹਾਜ਼ਰ ਸੀ। ਫੇਰ ਉਨ੍ਹਾਂ ਲੜਾਈ ਦੀਆਂ, ਦੇਸ਼ ਦੀ ਤਰੱਕੀ ਦੀਆਂ ਅਤੇ ਫੌਜੀ ਜੀਵਨ ਦੀਆਂ ਬਹੁਤ ਸਾਰੀਆਂ ਗੱਲਾਂ ਕੀਤੀਆਂ।

ਸ਼ਾਮ ਉੱਤਰਦਿਆਂ ਹੀ ਪਿੰਡ ਵਿੱਚ ਢੱਡ ਸਾਰੰਗੀ ਬੁੜਕਣ ਲੱਗੀ। ਉਧਰ ਬਲਕਾਰ ਸਿੰਘ ਤੇ ਗੁਰਜੀਤ ਸਿੰਘ ਵੀ ਖੇਤਾਂ 'ਚੋਂ ਕੰਮ ਮੁਕਾ ਕੇ ਆ ਗਏ। ਨਹਾ ਧੋ ਕੇ ਉਹ ਵੀ ਚੁਬਾਰੇ 'ਚ ਆਣ ਬੈਠੇ। ਦੋ ਗਲਾਸ ਹੋਰ ਆ ਗਏ। ਹੁਣ ਸਾਰੇ ਹਵਾ ਪਿਆਜ਼ੀ ਹੋਣ ਲੱਗੇ। ਪਿੰਡ ਵਿੱਚ ਕੇਹਰੂ ਦੀ

ਕੁੜੀ ਜੀਤੋ ਦਾ ਵਿਆਹ ਸੀ। ਤੇ ਬਰਾਤ ਦੋ ਦਿਨ ਲਈ ਠਹਿਰੀ ਹੋਈ ਸੀ। ਅੱਜ ਗਾਉਣ ਬਜਾਉਣ ਦਾ ਅਖਾੜਾ ਲੱਗਣਾ ਸੀ। ਮਸ਼ਹੂਰ ਢਾਡੀ ਭਗਵਾਨ ਸਿੰਘ 'ਧੂੜਾਂਪੱਟ' ਆਪਣੇ ਪੂਰੇ ਜਥੇ ਨਾਲ ਪਹੁੰਚਿਆ ਹੋਇਆ ਸੀ। ਉਹਦੇ ਵਰਗਾ ਮਿਰਜ਼ਾ ਹੋਰ ਕੋਈ ਨਹੀਂ ਸੀ ਗਾ ਸਕਦਾ। ਫੇਰ ਉਹ ਤਿੰਨੇ ਅਖਾੜਾ ਦੇਖਣ ਤੁਰ ਪਏ।

ਅਲਗੋਜ਼ਿਆਂ ਤੇ ਦੁੱਲਾ ਭੱਟੀ, ਢੱਡ ਸਾਰੰਗੀ ਤੇ ਹੀਰ ਅਤੇ ਤੂੰਬੇ ਤੇ ਮਿਰਜ਼ਾ ਗਾਇਆ ਜਾ ਰਿਹਾ ਸੀ। ਸਾਰਾ ਪਿੰਡ ਹੀ ਝੂਮ ਰਿਹਾ ਸੀ। ਦਾਰੂ ਦੇ ਸ਼ੁਕੀਨ ਲਾਹਣ ਦੀਆਂ ਬੋਤਲਾਂ ਡੱਬਾਂ 'ਚ ਅੜਾਈ ਫਿਰਦੇ ਸਨ। ਸੰਤਰਾ ਅਤੇ ਰਸਭਰੀ ਵੀ ਜਨੇਤੀਆਂ ਨੂੰ ਵਰਤਾਈ ਜਾ ਰਹੀ ਸੀ। ਧੂਹਵੇਂ ਚਾਦਰੇ, ਸ਼ਮਲੇ ਵਾਲੀਆਂ ਪੱਗਾਂ, ਤੇ ਕੱਢਵੀਆਂ ਨੋਕਦਾਰ ਜੁੱਤੀਆਂ ਪਹਿਨੀ ਗਵਈਏ ਹੇਕਾਂ ਚੁੱਕਦੇ। ਗੈਸ ਲੈਂਪ ਦੇ ਚਾਨਣ ਵਿੱਚ ਬਹੁਤ ਵੱਡਾ ਇਕੱਠ ਨਜ਼ਰ ਆ ਰਿਹਾ ਸੀ। ਅਖਾੜਾ ਦੇਖਣ ਲੋਕ ਦੂਸਰੇ ਪਿੰਡਾਂ ਤੋਂ ਵੀ ਆਏ ਹੋਏ ਸਨ।

ਕਈ ਗਭਰੂ ਕੁਤਰੀਆਂ ਦਾੜੀਆਂ ਵਾਲੇ ਜਾਂ ਸੋਨੇ ਦੇ ਦੰਦ ਵਾਲੇ, ਮਸ਼ਾਲਚੀ ਬਣੇ ਗਾਇਕਾਂ ਦੇ ਨਾਲ ਨਾਲ ਘੁੰਮਦੇ। ਲੋਕ ਸੱਸੀ ਪੁਨੂੰ, ਸ਼ੀਰੀ ਫਰਿਆਦ, ਜੀਊਣਾ ਮੌੜ, ਸੋਹਣੀ ਮਹੀਂਵਾਲ ਅਤੇ ਪੂਰਨ ਭਗਤ ਦੀਆਂ ਫਰਮਾਇਸ਼ਾ ਕਰਦੇ ਤੇ ਨੋਟ ਵੀ ਵਾਰੀ ਜਾਂਦੇ। ਦੇਰ ਰਾਤ ਤੱਕ ਇਹ ਅਖਾੜਾ ਚੱਲਦਾ ਰਿਹਾ ਤੇ ਦਾਰੂ ਦੀ ਮੱਸ਼ਕ ਵੀ ਘੁੰਮਦੀ ਰਹੀ। ਉਨ੍ਹਾਂ ਵੀ ਇਸ ਅਖਾੜੇ ਦਾ ਖੂਬ ਆਨੰਦ ਮਾਣਿਆ। ਘਰ ਆਕੇ ਥੋੜਾ ਉਨ੍ਹਾਂ ਫੌਜੀ ਰੱਮ ਦੇ ਦੋ ਦੋ ਪੈੱਗ ਹੋਰ ਲਾਏ ਫੇਰ ਰੋਟੀ ਖਾਧੀ ਅਤੇ ਗੱਲਾਂ ਬਾਤਾਂ ਕਰਦੇ ਕਰਦੇ ਹੀ ਸੌਂ ਗਏ।

ਦਲੇਰ ਸਿੰਘ ਸੌਣ ਤੋਂ ਪਹਿਲਾਂ, ਭਾਵੇਂ ਆਪਣੀ ਪਤਨੀ ਤੇ ਬੱਚੇ ਨੂੰ ਮਿਲਣਾ ਚਾਹੁੰਦਾ ਸੀ। ਪਰ ਇਹ ਗੱਲ ਇਸ ਘਰ ਦੇ ਅਸੂਲਾਂ ਅਨੁਸਾਰ ਨਾ ਹੋਣ ਕਰਕੇ, ਉਹ ਮਨ ਮਾਰ ਕੇ ਹੀ ਸੌਂ ਗਿਆ। ਬਾਹਰ ਤਾਰਿਆਂ ਭਰਿਆ ਆਕਾਸ਼ ਅਤੇ ਠੰਢੀ ਪੌਣ ਰੁਮਕਦੀ ਰਹੀ। ਦਲੇਰ ਸਿੰਘ ਜਿਵੇਂ ਫੌਜ ਨੂੰ ਵੀ ਭੁੱਲ ਗਿਆ। ਬੇਫਿਕਰੀ ਵਿੱਚ ਤਾਂ ਨੀਂਦ ਵੀ ਬੜੀ ਜਲਦੀ ਹੀ ਆ ਜਾਂਦੀ ਆ। ਤੇ ਆਖਿਰ ਉਹ ਵੀ ਸੌਂ ਗਿਆ।

•

ਭਾਗ 13

ਸਮਾਂ ਆਪਣੀ ਤੋਰੇ ਤੁਰਦਾ ਜਾ ਰਿਹਾ ਸੀ। ਬਚਨੋ ਹੁਣ ਆਪਣੇ ਸਹੁਰੇ ਘਰ ਰਹਿ ਰਹੀ ਸੀ। ਦਲੇਰ ਸਿੰਘ ਦੀ ਛੁੱਟੀ ਪਲਕ ਝਪਕ ਵਿੱਚ ਹੀ ਖਤਮ ਹੋ ਗਈ। ਇਸ ਦਾ ਇੱਕ ਕਾਰਨ ਇਹ ਵੀ ਸੀ ਕਿ ਗੁਰਬਚਨ ਦੇ ਨਾਲ ਨਾਲ ਬੇਟਾ ਮਨਦੀਪ ਵੀ ਉਸ ਨੂੰ ਗੱਲਾਂ ਮਾਰਨ ਲਈ ਮਿਲ ਗਿਆ ਸੀ। ਉਸ ਨੇ ਸ਼ਹਿਰ ਜਾ ਕੇ ਆਪਣੇ ਨੰਨੇ ਮੁੰਨੇ ਦੀਆਂ ਫੋਟੋਆਂ ਖਿਚਵਾਈਆਂ। ਕਿੰਨੇ ਹੀ ਕੱਪੜੇ ਤੇ ਖਿਡੌਣੇ ਲੈ ਕੇ ਦਿੱਤੇ। ਪੂਰੀ ਛੁੱਟੀ ਘਰ ਵਿੱਚ ਵਿਆਹ ਵਰਗਾ ਮਹੌਲ ਬਣਿਆ ਰਿਹਾ। ਪਰ ਬਚਨੋਂ ਦੀ ਜਠਾਣੀ ਲਈ ਇਹ ਸਾੜੇ ਦਾ ਮਹੌਲ ਸੀ। ਉਸ ਦਾ ਪੁੱਤ ਜਦੋਂ ਖਿਡੌਣੇ ਵੇਖਦਾ ਤਾਂ ਚੀਕਦਾ ਤੇ ਖਰੂਦ ਪਾਉਂਦਾ।

ਦਲੇਰ ਸਿੰਘ ਆਪਣੇ ਨਵੇਂ ਕਢਵਾਏ ਐਟਲਸ ਸਾਈਕਲ ਤੇ ਇੱਕ ਟੋਕਰੀ ਵੀ ਜੜਾ ਲਿਆਇਆ। ਉਹ ਬੱਚੇ ਦਾ ਸਮਾਨ ਟੋਕਰੀ 'ਚ ਰੱਖ ਸ਼ਹਿਰ ਨੂੰ ਤੁਰੇ ਹੀ ਰਹਿੰਦੇ। ਪਿੰਡਾਂ ਵਿੱਚ ਹੁਣ ਘੋੜੀਆਂ ਦੀ ਥਾਂ ਸਾਈਕਲਾਂ ਨੇ ਲੈਣੀ ਸ਼ੁਰੂ ਕਰ ਦਿੱਤੀ ਸੀ। ਦਲੇਰ ਸਿੰਘ ਦੇ ਸਹੁਰਿਆਂ ਕੋਲ ਪਹਿਲਾਂ ਚਾਰ ਘੋੜੀਆਂ ਸਨ, ਹੁਣ ਉਨ੍ਹਾਂ ਕੋਲ ਵੀ ਇੱਕ ਹੀ ਰਹਿ ਗਈ ਸੀ। ਉਸ ਦੇ ਆਪਣੇ ਦਾਜ ਵਿੱਚ ਵੀ ਘੋੜੀ ਆਈ ਸੀ। ਪਹਿਲੀ ਵਾਰੀ ਉਹ ਬਚਨੋਂ ਨੂੰ ਏਸੇ ਘੋੜੀ ਤੇ ਬਿਠਾਕੇ ਸਹੁਰੀਂ ਲੈ ਕੇ ਗਿਆ ਸੀ। ਘੋੜ ਸਵਾਰਾਂ ਦੀ ਉਦੋਂ ਟੌਹਰ ਵੇਖਣ ਵਾਲੀ ਹੁੰਦੀ। ਚਾਦਰੇ ਕੁੜਤੇ ਦੇ ਨਾਲ, ਗਲ਼ ਪਾਇਆ ਸੋਨੇ ਦਾ 'ਕੰਠਾ' ਕਿੰਨਾ ਜਚਦਾ।

ਪਰ ਉਸਦੇ ਫੌਜ ਵਿੱਚ ਜਾਣ ਤੋਂ ਬਾਅਦ ਘੋੜੀ ਦੀ ਸਾਂਭ ਸੰਭਾਲ ਕੌਣ ਕਰਦਾ ? ਚੰਦ ਸਿੰਘ ਨੇ ਤਾਂ ਸਾਫ ਕਹਿ ਦਿੱਤਾ ਸੀ ਕਿ ਜੇ ਵੱਡੇ ਭਰਾ ਨੇ ਵੇਚ ਦਿੱਤੀ ਤਾਂ ਮੈਂ ਜਿੰਮੇਵਾਰ ਨੀ। ਏਹਦੇ ਨਾਲੋਂ ਤਾਂ ਖੁਦ ਹੀ ਵੇਚ ਜਾ। ਫੇਰ ਉਸ ਨੇ ਘੋੜੀ ਵੇਚ ਕੇ ਪੈਸੇ ਚੰਦ ਸਿਉਂ ਨੂੰ ਆਪਣੀ ਛੋਟੀ ਭੈਣ ਦੇ ਵਿਆਹ ਲਈ ਦੇ ਦਿੱਤੇ ਸਨ।

ਤੇ ਉਸ ਦੀ ਜਗਾ ਹੁਣ ਆ ਗਿਆ ਸੀ ਇਹ ਲੋਹੇ ਦਾ ਘੋੜਾ। ਨਾ ਕੱਖ ਖਾਂਦਾ ਨਾ ਪਾਣੀ ਪੀਂਦਾ ਤੇ ਨਾਂ ਹੀ ਕੋਈ ਸਾਂਭ ਸੰਭਾਲ। ਦਲੇਰ ਸਿੰਘ ਆਪਣੇ ਪਿਤਾ ਦੀ ਇਹ ਗੱਲਾਂ ਯਾਦ ਕਰਕੇ ਮੁਸਕਰਾ ਪੈਂਦਾ। ਦਲੇਰ ਸਿੰਘ ਨੇ ਵੀ ਸਾਈਕਲ ਚਲਾਉਣਾ ਫੌਜ ਵਿੱਚ ਹੀ ਸਿੱਖਿਆ ਸੀ। ਪੜ੍ਹਨ ਮੌਕੇ ਤਾਂ ਉਹ ਦਸ ਕਿਲੋਮੀਟਰ ਦਾ ਪੈਂਡਾ ਪੈਦਲ ਹੀ ਤੁਰ ਕੇ ਹੀ ਜਾਂਦਾ ਰਿਹਾ। ਸਾਰੇ ਇਲਾਕੇ ਵਿੱਚ ਇੱਕੋ ਹੀ ਸਕੂਲ ਸੀ ਸਰਕਾਰੀ ਹਾਈ ਸਕੂਲ ਜਸਪਾਲੋਂ। ਲੋਕਾਂ ਕੋਲ ਆਵਾਜਾਈ ਦੇ ਸਾਧਨ, ਜਾਂ ਘੋੜੀਆਂ ਸਨ ਜਾਂ ਰਥ ਅਤੇ ਜਾਂ ਫੇਰ ਗੱਡੇ। ਗੱਡਿਆਂ ਤੇ ਹੀ ਉਹ ਫਸਲਾਂ ਦੀ ਢੋਆ ਢੁਆਈ ਕਰਦੇ। ਫਸਲ ਵੇਚਣ ਅਤੇ ਖਰੀਦੋ ਫਰੋਖਤ ਕਰਨ ਵੀ ਸ਼ਹਿਰ ਗੱਡਿਆਂ ਤੇ ਹੀ ਜਾਂਦੇ। ਖਰੀਦੋ ਫਰੋਖਤ ਵੀ ਕਾਹਦੀ, ਮੱਝਾਂ ਲਈ ਖਲ਼ ਵੜੇਵੇਂ, ਸੰਗਲ਼, ਛਿਕਲੀਆਂ ਜਾਂ ਆਟਾ ਤੇ ਚੀਨੀ ਦੀ ਬੋਰੀ। ਟੱਬਰ ਲਈ ਕੱਪੜਿਆਂ ਦੇ ਥਾਨ। ਸ਼ਹਿਰਾਂ ਵਿੱਚ ਤਾਂਗੇ ਤਾਂ ਸਨ ਪਰ ਉਹ ਸੜਕਾਂ ਤੇ ਹੀ ਚੱਲਦੇ। ਪਿੰਡਾਂ ਦੇ ਊਬੜ ਖਾਬੜ ਰਸਤੇ ਤਾਂ ਗੱਡਿਆਂ ਨੂੰ ਹੀ ਰਾਸ ਆਉਂਦੇ।

ਛੁੱਟੀਆਂ ਦੌਰਾਨ ਦਲੇਰ ਸਿੰਘ ਨੇ ਧੱਕੇ ਨਾਲ ਹੀ ਆਪਣੇ ਵੱਡੇ ਭਾਈ ਸੂਰਤ ਨੂੰ ਵੀ ਸਾਈਕਲ ਸਿਖਾ ਦਿੱਤਾ। ਉਹ ਲੋਕਾਂ ਨੂੰ ਆਪਣੇ ਛਿੱਲੇ ਹੋਏ ਗੋਡੇ ਦਿਖਾਉਂਦਾ ਆਖਦਾ, 'ਯਾਰ

ਵੀਹ ਵਾਰੀ ਡਿੱਗ ਕੇ ਸੱਟਾਂ ਖਾਧੀਆਂ, ਆਹ ਦੇਖ ਰਗੜਾਂ ਲੱਗੀਆਂ ਪਈਆਂ ਨੇ, ਪਰ ਫੌਜੀ ਹਟਿਆ ਈ ਨੀ। ਅਖੇ ਮੈਂ ਤਾਂ ਛੁੱਟੀ ਕੱਟ ਕੇ ਮੁੜ ਜਾਣੈ ਬਾਅਦ 'ਚ ਸ਼ੈਂਕਲ ਤੂੰ ਚਲਾ ਲਿਆ ਕਰੀ। ਮੈਂ ਕਿਹਾ ਚੱਲ ਆਪਾਂ ਵੀ ਸ਼ੈਹਰ ਦਾ ਗੇੜਾ ਮਾਰ ਆਇਆ ਕਰਾਂਗੇ"

ਭਰਾ ਤੋਂ ਬਾਅਦ ਉਹ ਚੰਦ ਸਿੰਘ ਪਿੱਛੇ ਪੈ ਗਿਆ ਕਿ 'ਬਾਪੂ ਜੀ ਤੁਸੀਂ ਵੀ ਸਾਈਕਲ ਸਿੱਖੋ' ਆਪਣੀ ਪੈਨਸ਼ਨ ਸਾਈਕਲ ਤੇ ਜਾ ਕੇ ਲੈ ਕੇ ਆਇਆ ਕਰੋ। ਨਾਲੇ ਸਰੀਰ ਫਿੱਟ ਰਹਿੰਦੈ। ਉਸ ਦੀ ਜਿੱਦ ਅੱਗੇ ਚੰਦ ਸਿੰਘ ਕਿਸੇ ਦੀ ਖੁਰਲੀ ਤੇ ਪੈਰ ਧਰ ਕੇ ਸਾਈਕਲ ਤੇ ਚੜ੍ਹ ਤਾਂ ਗਿਆ ਪਰ ਮੁੜ ਕੇ ਉਸ ਨੂੰ ਉੱਤਰਨਾ ਨਾਂ ਆਵੇ। ਜਦੋਂ ਦਲੇਰ ਸਿੰਘ ਨੇ ਫੜਿਆ ਹੋਇਆ ਸਾਈਕਲ ਛੱਡ ਦਿੱਤਾ ਕਿ ਆਪ ਟ੍ਰਾਈ ਕਰੋ ਤਾਂ ਚੰਦ ਸਿੰਘ ਬਹੁਤ ਡਰ ਗਿਆ। ਉਹ ਪੈਡਲ ਵੀ ਮਾਰੀ ਜਾਵੇ ਤੇ ਸਾਈਕਲ ਵੀ ਭਜਾਈ ਜਾਵੇ। ਨਾਲੇ ਉਹ ਰੌਲਾ ਪਾਈ ਜਾਵੇ ਕਿ ਮੈਨੂੰ ਬਚਾ ਲੋ। ਉਸਦਾ ਸਾਈਕਲ ਸਿੱਧਾ ਜਾਕੇ ਟਾਹਲੀ 'ਚ ਵੱਜ ਕੇ ਡਿੱਗ ਪਿਆ। ਉਸ ਦੀ ਪਗੜੀ ਲੱਥ ਗਈ ਤੇ ਗੋਡੇ ਰਗੜੇ ਗਏ। ਜਦੋਂ ਲੋਕਾਂ ਹਾਸਾ ਚੁੱਕ ਦਿੱਤਾ ਤਾਂ ਚੰਦ ਸਿੰਘ ਆਪਣੇ ਆਪ ਨੂੰ ਹੀ ਗਾਲ੍ਹਾ ਕੱਢ ਰਿਹਾ ਸੀ। ਪਰ ਦਲੇਰ ਸਿੰਘ ਉਸ ਨੂੰ ਉਠਾਉਂਦਾ ਕਹਿ ਰਿਹਾ ਸੀ, "ਬਾਪੂ ਜੀ ਆਪ ਤੋ ਫੌਜੀ ਜਵਾਨ ਹੈਂ, ਐਸਾ ਹੋਤਾ ਹੀ ਹੈ। ਲੇਕਿਨ ਜਵਾਨ ਪਿੱਛੇ ਨਹੀਂ ਹਟਤਾ" ਚੰਦ ਸਿਉਂ ਬੋਲਿਆ "ਸਾਰੇ ਪਿੰਡ ਸਾਹਮਣੇ ਮੇਰੀ ਪੱਗ ਲੁਹਾ ਕੇ ਰੱਖਤੀ ਹੋਰ ਮੈਂ ਕੀ ਕਰਾਂ ?" ਮੁੰਡੀਹਰ ਦਾ ਹਾਸਾ ਨਾਂ ਰੁਕੇ। ਵਿੱਚੋਂ ਹੀ ਕਿਸੇ ਨੇ ਫੌਜੀ ਦੀ ਜਿੱਦ ਦੇਖ ਕੇ ਕਿਹਾ "ਐਵੇਂ ਤਾਂ ਨੀ ਫੌਜੀਆਂ ਨੂੰ ਕਮਲੇ ਕਹਿੰਦੇ"। ਕੋਈ ਹੋਰ ਬੋਲਿਆ "ਫੌਜੀ ਤਾਂ ਹੁਣ ਘਰ ਦੀਆਂ ਤੀਵੀਂਆਂ ਨੂੰ ਵੀ ਸਾਈਕਲ ਸਿਖਾ ਕੇ ਹਟੂ" ਕਈ ਟਕੋਰਾਂ ਵੀ ਮਾਰ ਦਿੰਦੇ "ਫੌਜੀਆਂ ਫੌਜਣ ਨੂੰ ਵੀ ਸਿਖਾ ਲੈ। ਖੇਤ 'ਚ ਸ਼ੈਕਲ ਤੇ ਰੋਟੀ ਲੈ ਕੇ ਆਇਆ ਕਰੂ"

ਛੁੱਟੀ ਆਇਆ ਦਲੇਰ ਸਿੰਘ ਜਿਵੇਂ ਖੇਤੀ ਦੇ ਕੰਮ ਨੂੰ ਕੰਮ ਨੂੰ ਵੈਰਾਗਿਆ ਪਿਆ ਸੀ। ਉਹ ਤੜਕੇ ਹੀ ਹਲ਼ ਵਾਹੁਣ ਜਾ ਲੱਗਦਾ। ਜਾਂ ਬੰਬੀ ਚਲਾ ਕੇ ਖੇਤ ਸਿੰਜਣ ਲੱਗ ਪੈਂਦਾ। ਫਸਲ ਚੋਂ ਘਾਹ ਪੁੱਟਦਾ ਰਹਿਦਾ। ਬੰਨੇ ਖੋਤਦਾ। ਉਹ ਧੁੱਪ 'ਚ ਵੀ ਟਿਕ ਕੇ ਨਾਂ ਬਹਿੰਦਾ। ਲੋਕ ਕਹਿੰਦੇ "ਫੌਜੀ ਨੇ ਹੁਣ ਬਲਦਾਂ ਨੂੰ ਵਕਤ ਪਾਈ ਰੱਖਣਾ ਹੈ। ਨਾਂ ਆਪ ਅਰਾਮ ਕਰਨੈ ਤੇ ਨਾਂ ਕਿਸੇ ਹੋਰ ਨੂੰ ਕਰਨ ਦੇਣਾ ਏ" ਪਰ ਉਹ ਕਿਸੇ ਦੀ ਨਾਂ ਸੁਣਦਾ।

ਮਨਦੀਪ ਦੀ ਆਮਦ ਨਾਲ ਜਿੱਥੇ ਘਰ ਵਿੱਚ ਖੁਸ਼ੀ ਦਾ ਮਹੌਲ ਸੀ, ਉੱਥੇ ਸਾੜਾ ਅਤੇ ਈਰਖਾ ਵੀ ਸੀ। ਗੁਲਾਬ ਸਿੰਘ ਨੂੰ ਫਿਕਰ ਸੀ ਕਿ ਜੇ ਉਸਦੇ ਹੋਰ ਮੁੰਡੇ ਹੋ ਗਏ, ਜ਼ਮੀਨ ਤਾਂ ਹੋਰ ਵੰਡੀ ਜਾਊ। ਫੇਰ ਤਾਂ ਪਿੱਛੇ ਕੁੱਝ ਵੀ ਨਹੀਂ ਰਹਿਣੀ। ਏਸੇ ਜ਼ਮੀਨ ਖਾਤਰ ਤਾਂ ਉਸ ਨੇ ਆਪ ਵਿਆਹ ਨਹੀਂ ਸੀ ਕਰਵਾਇਆ ਕਿ ਜ਼ਮੀਨ ਦੇ ਟੁਕੜੇ ਨਾਂ ਹੋਣ। ਉਹ ਆਖਦਾ "ਲੋਕ ਕਮਲ਼ੇ ਤਾਂ ਨੀ ਜਿਹੜੇ ਸਿਰਫ ਇੱਕ ਮੁੰਡੇ ਦਾ ਵਿਆਹ ਕਰਦੇ ਨੇ" ਅਜੇ ਵੀ ਜੱਟਾਂ ਦੇ ਪਰਿਵਾਰਾਂ ਵਿੱਚ ਇਹ ਰਿਵਾਜ਼ ਪ੍ਰਚੱਲਤ ਸੀ। ਪਰ ਨਵੀਂ ਪੀੜੀ ਆਖਦੀ ਕਿ ਇਹ ਮਹਾਂਭਾਰਤ ਦਾ ਸਮਾਂ ਨਹੀਂ ਕਿ ਪੰਜੇ ਪਾਂਡੋ ਤੇ ਇੱਕ ਦਰੋਪਤੀ ਵਾਲੀ ਗੱਲ ਹੋਵੇ। ਗੁਲਾਬ ਸਿੰਘ ਜ਼ਮਾਨੇ ਦੀ ਤੋਰ ਵੇਖ ਕੇ ਕੁੜਦਾ ਰਹਿੰਦਾ। ਚੰਦ ਸਿੰਘ ਨੂੰ ਇੱਕ ਦਿਨ ਸਾਈਕਲ ਚਲਾਉਂਦਾ ਦੇਖ ਉਸਦਾ ਸਬਰ ਜਵਾਬ ਦੇ ਗਿਆ "ਨਾਂ ਤੂੰ ਨਿਆਣਾ ਏਂ ਭਲਾਂ। ਧੌਲੀ ਦਾੜੀ ਲੈ ਕੇ ਸ਼ੈਕਲ ਤੇ ਚੜਿਆ ਪਿੰਡ 'ਚ ਲੱਤਾਂ ਹਿਲਾਉਂਦਾ ਫਿਰਦਾ ਇਉਂ ਚੰਗਾ ਲੱਗਦਾ ਏਂ ?" ਦਲੇਰ ਸਿੰਘ ਨੇ ਸਮਝਾਇਆ ਕਿ "ਤਾਇਆ ਜੀ ਹੁਣ ਜ਼ਮਾਨਾ ਬਦਲ ਗਿਆ ਹੈ" ਪਰ ਤਾਇਆ ਕਿਸੇ ਦੀ ਕਿੱਥੇ ਸੁਣਦਾ ਸੀ।

ਦਲੇਰ ਸਿੰਘ ਦੇ ਵੱਡੇ ਭਰਾ ਦੀ ਘਰ ਵਾਲੀ ਦਲੀਪ ਕੁਰ ਆਪਣੇ ਮੁੰਡੇ ਨੂੰ ਕੋਸਦੀ ਤੇ ਦਰਾਣੀ ਨੂੰ ਸੁਣਾਉਂਦੀ "ਏਥੇ ਬਹੁਤ ਮੁਰੱਬੇ ਧਰੇ ਪਏ ਨੇ...। ਤੇਰਾ ਖਰਚਾ ਕਿੱਥੋਂ ਫੂਕਾਂ...? ਤੇਰੇ ਪਿਉ ਨੂੰ ਕਿਹੜਾ ਤਨਖਾਹ ਮਿਲਦੀ ਆ। ਤੇਰੀ ਕੀ ਜ਼ਿੰਦਗੀ ਆ? ਕਿਸੇ ਨੇ ਵਿਆਹ ਵੀ ਨੀ ਕਰਨਾ" ਬੇਅੰਤ ਕੁਰ ਬਥੇਰਾ ਆਖਦੀ ਦਲੀਪ ਕੁਰੇ ਕਲੇਸ਼ ਨਾਂ ਕਰ। ਸਭ ਨੇ ਆਪਣੀ ਕਿਸਮਤ ਖਾਣੀ ਹੁੰਦੀ ਆ। ਪਰ ਉਹ ਅੰਦਰਲੇ ਕਮਰੇ ਵਿੱਚ ਸੁੰਨਵੱਟਾ ਜਿਹਾ ਬਣ ਚਾਦਰ ਲਪੇਟ ਕੇ ਪਈ ਹੂੰਗਰ ਮਾਰਦੀ ਰਹਿੰਦੀ। ਉਸ ਦੀ ਹੂੰਗਰ ਉਦੋਂ ਹੀ ਹਟਦੀ ਜਦੋਂ ਉਸਦਾ ਪਤੀ ਸੂਰਤਾ ਸ਼ਰਾਬ ਪੀ ਕੇ ਸਾਰੇ ਟੱਬਰ ਨੂੰ ਗਾਲ੍ਹਾ ਨਾ ਕੱਢਦਾ। ਦਲੇਰ ਸਿੰਘ ਅਜਿਹੇ ਮੌਕੇ ਚੁੱਪ ਹੀ ਰਹਿੰਦਾ। ਪਰ ਬਚਨੋਂ ਨੂੰ ਉਸ ਦੀ ਚੁੱਪ ਤੇ ਖਿੱਝ ਚੜ੍ਹਦੀ।

ਬਚਨੋਂ ਨੂੰ ਪੇਕਾ ਘਰ ਬਹੁਤ ਯਾਦ ਆਉਂਦਾ। ਜਿੱਥੇ ਉਸ ਦੇ ਆ ਜਾਣ ਤੋਂ ਬਾਅਦ ਹੁਣ ਉਦਾਸੀ ਛਾਈ ਹੋਊ। ਉਧਰ ਮਹਿਤਾਬ ਕੌਰ ਨੂੰ ਤਾਂ ਉਸ ਤੋਂ ਬਿਨਾਂ ਕੋਈ ਕੰਮ ਹੀ ਨਾਂ ਔੜਦਾ। ਮਨਦੀਪ ਦੀ ਯਾਦ ਉਸ ਨੂੰ ਵੀ ਖੋਹ ਪਾਉਂਦੀ। ਸੁੰਨੇ ਘਰ ਵਿੱਚ ਉਸ ਦੀਆਂ ਚਾਂਗਰਾਂ ਅਤੇ ਕਿਲਕਾਰੀਆਂ ਦੇ ਭੁਲੇਖੇ ਪੈਂਦੇ।

ਸੰਤਾਂ ਸਿੰਘ ਸਿੰਘ ਦੋਹਤੇ ਦੇ ਬਹਾਨੇ ਘੜੀ ਹੱਸ ਖੇਡ ਲੈਂਦਾ ਸੀ ਹੁਣ ਉਹ ਵੀ ਉਦਾਸ ਸੀ। ਮਨਦੀਪ ਜਿਵੇਂ ਸਾਰੇ ਟੱਬਰ ਲਈ ਇੱਕ ਖਿਡੌਣਾ ਸੀ। ਮਹਿਤਾਬ ਕੁਰ ਨੇ ਇੱਕ ਦਿਨ ਹਰਦੇਵ ਕੌਰ ਨੂੰ ਕਿਹਾ "ਐਤਕੀ ਤਾਂ ਦਲੇਰ ਸਿੰਘ ਦੀ ਛੁੱਟੀ ਬੜੀ ਲੰਬੀ ਤੀ...ਭਾਈ ਮੁੱਕਣ ਚੇ ਨੀਂ ਔਂਦੀ। ਕਿਸੇ ਹੱਥ ਦਵਾਦਾ ਭੇਜਦੇ ਆਂ ਨਿਆਣੇ ਨੂੰ ਈ ਮਿਲਾ ਕੇ ਲੈ ਜਾਣ। ਇਉਂ ਲੱਗਦੈ ਜਿਵੇਂ ਦੇਖੇ ਨੂੰ ਯੁੱਗੜੇ ਬੀਤ ਗਏ ਹੋਣ" ਫੇਰ ਉਹ ਜੋਗੀਆਂ ਦੇ ਘਰ ਵਲ ਸੁਨੇਹਾ ਦੇਣ ਤੁਰ ਪਈ। ਉਸ ਨੂੰ ਪਤਾ ਸੀ ਕਿ ਫਕੀਰਾ ਜੋਗੀ ਪਿੰਡ ਰਾਮਪੁਰੇ ਵੀ ਖੈਰ ਮੰਗਣ ਜਾਂਦਾ ਹੈ। ਹੁਣ ਤਾਂ ਰਣੀਏ ਤੋਂ ਰਾਮਪੁਰੇ ਤੱਕ ਦੀ ਸੱਤ ਕੋਹ ਵਾਟ ਹੀ ਜਿਵੇਂ ਪਰਦੇਸ ਬਣੀ ਪਈ ਸੀ। ਕੁੱਝ ਹੀ ਸਮੇਂ ਬਾਅਦ ਮਹਿਤਾਬ ਕੁਰ ਜੋਗੀਆਂ ਦੀ ਵੀਹੀ ਵਿੱਚ ਸਿਰ ਤੇ ਚੁੰਨੀ ਸੰਵਾਰਦੀ ਹੋਈ ਵਾਹੋ ਦਾਹ ਤੁਰੀ ਜਾ ਰਹੀ ਸੀ।

•

ਭਾਗ 14

ਵਕਤ ਬੀਤਦੇ ਦਾ ਪਤਾ ਹੀ ਨਹੀਂ ਲੱਗਦਾ। ਪਿਛਲੇ ਚਾਰ ਸਾਲ ਜਿਵੇਂ ਅੱਖ ਦੇ ਫੋਰ ਵਿੱਚ ਹੀ ਬੀਤ ਗਏ। ਇਨ੍ਹਾਂ ਚਾਰਾਂ ਸਾਲਾਂ ਵਿੱਚ ਵੀ ਬੜਾ ਕੁੱਝ ਬਦਲ ਗਿਆ ਸੀ। ਬਚਨੋਂ ਕਿਸੇ ਨੂੰ ਨਾਲ ਲੈ ਕੇ ਕਦੀ ਕਦਾਈਂ ਸਹੁਰੇ ਗੇੜਾ ਮਾਰ ਆਂਉਦੀ ਪਰ ਉਸਦੀ ਜਠਾਣੀ ਦਾ ਵਤੀਰਾ ਪਹਿਲਾਂ ਵਾਲਾ ਹੀ ਰਿਹਾ। ਦਿਓਰਾਂ ਜੇਠਾਂ ਦੀ ਉੱਠਣੀ ਬੈਠਣੀ ਉਸ ਨੂੰ ਰਾਸ ਨਹੀਂ ਸੀ ਆ ਰਹੀ। ਕਈ ਔਰਤਾਂ ਉਸ ਨੂੰ ਕਹਿੰਦੀਆਂ ਵੀ ਕਿ ਦਿਉਰਾਂ ਨੂੰ ਤੇ ਜੇਠ ਨੂੰ ਜਾਂ ਸੱਸ ਸਹੁਰੇ ਨੂੰ ਹੱਥ ਹੇਠ ਰੱਖ ਤੇ ਘਰ 'ਚ ਆਪਣੀ ਪੁਗਾ। ਪਰ ਉਸ ਦੀ ਰੂਹ ਨਾਂ ਮੰਨਦੀ ਤੇ ਨਾਂ ਹੀ ਲੋਕਣੀਆਂ ਵਾਂਗ ਉਹ ਕਿਸੇ ਦਿਉਰ ਜੇਠ ਨੂੰ ਆਪਣੇ ਹੱਥ ਹੇਠ ਕਰ ਕੇ ਉਸ ਦੀ ਜ਼ਮੀਨ ਹੜੱਪਣਾ ਚਾਹੁੰਦੀ ਸੀ।

ਜ਼ਮੀਨ ਤੇ ਟੁਕੜੇ ਹੁੰਦੇ ਨੇ ਤਾਂ ਹੋ ਜਾਣ ਪਰ ਉਹ ਆਪਣੀ ਰੂਹ ਦੇ ਟੁਕੜੇ ਨਹੀਂ ਸੀ ਹੋਣ ਦੇਣਾਂ ਚਾਹੁੰਦੀ। ਬੁੱਤਾ ਸਾਰ ਤੇ ਵੇਲਾ ਲੰਘਾ, ਵਰਗੀ ਨੀਤੀ ਉਸ ਨੂੰ ਪਸੰਦ ਨਹੀਂ ਸੀ। ਜਦ ਕਿ ਪਿੰਡਾਂ ਵਿੱਚ ਚੱਲਦਾ ਹੀ ਏਸੇ ਤਰਾਂ ਸੀ। ਜ਼ਮੀਨ ਦੇ ਲਾਲਚ ਵਿੱਚ ਜੱਟ ਆਪਣੀਆਂ ਪਤਨੀਆਂ ਅੱਖਾਂ ਸਾਹਮਣੇ ਹੀ ਹੋਰਾਂ ਨੂੰ ਸੌਂਪ ਦਿੰਦੇ ਤੇ ਘਰ ਦੀ ਗੱਲ ਘਰ ਵਿੱਚ, ਤੇ ਘਰ ਦੀ ਜ਼ਮੀਨ ਵੀ ਘਰ ਵਿੱਚ ਰੱਖਣ ਨੂੰ ਸਗੋਂ ਸਿਆਣਪ ਸਮਝਿਆ ਜਾਂਦਾ।

ਨਵੇਂ ਸਮੇਂ ਅਨੁਸਾਰ ਹਰ ਜੁਆਕ ਨੂੰ ਆਪਣੇ ਪਿਤਾ ਦਾ ਸਪਸ਼ਟ ਪਤਾ ਹੋਣਾ ਚਾਹੀਦਾ ਸੀ। ਬੇਰੜਾ ਜਾਂ ਹਰਾਮ ਦਾ ਗਾਲਾਂ ਵੀ ਤਾਂ ਹੁਣ ਬਹੁਤ ਪ੍ਰਚੱਲਤ ਹੋ ਗਈਆਂ ਸਨ। ਪਰ ਪੇਂਡੂ ਔਰਤਾਂ ਅਜੇ ਵੀ ਜੁਆਕ ਜੰਮਣ ਤੇ ਉਨ੍ਹਾਂ ਦੇ ਮੁੜੰਗੇ ਚਾਚੇ ਤਾਇਆਂ ਨਾਲ ਰਲਾਂ ਕੇ ਅਸਲ ਪਿਤਾ ਪਛਾਨਣ ਦੀ ਕੋਸ਼ਿਸ਼ ਕਰਦੀਆਂ। ਜੇ ਮੁੜੰਗਾ ਕਿਸੇ ਨਾਲ ਵੀ ਨਾਂ ਮਿਲਦਾ ਤਾਂ ਇਹ ਵੀ ਕਹਿੰਦੀਆਂ ਇਹ ਤਾਂ ਨਾਨਕਿਆਂ ਤੇ ਗਿਆ ਏ ? ਇਹ ਵੀ ਇੱਕ ਗੁੱਝਾ ਵਿਅੰਗ ਸੀ। ਬਹੁ ਕੰਤੀ ਪ੍ਰਥਾ ਅਧੀਨ ਔਰਤ ਨੂੰ ਖੁਦ ਹੀ ਪਤਾ ਨਹੀਂ ਸੀ ਲੱਗਦਾ ਕਿ ਉਸਦੇ ਬੱਚੇ ਦਾ ਅਸਲ ਬਾਪ ਸਾਰੇ ਭਰਾਵਾਂ 'ਚੋਂ ਕੌਣ ਹੈ।

ਬਹੁਤੇ ਲੋਕ ਅਜੇ ਵੀ ਜੰਮਦੀਆਂ ਕੁੜੀਆਂ ਨੂੰ ਮਾਰ ਦਿੰਦੇ ਤੇ ਕਈ ਉਨ੍ਹਾਂ ਨੂੰ ਆਪਣੀ ਕਾਮਯਾਬੀ ਲਈ ਸ਼ਤਰੰਜ ਦੇ ਮੋਹਰੇ ਬਣਾ ਕੇ ਵੀ ਵਰਤਦੇ।

ਬਾਬੇ ਦੀ ਬਾਣੀ ਸਿਰਫ ਗੁਰਦੁਵਾਰਿਆਂ ਤੱਕ ਹੀ ਸੀਮਤ ਸੀ। ਲੋਕ ਰੋਜ਼ ਬਾਣੀ ਰੱਟਦੇ, ਪਰ ਅਮਲ ਨਾਂ ਕਰਦੇ। ਬਚਨੋਂ ਵਰਗੀ ਮਨਮਰਜੀ ਦੀ ਮਾਲਿਕ ਤੇ ਤਾਂ ਕੋਈ ਵੀ ਦੂਸ਼ਣ ਲਾ ਦਿੰਦਾ। ਏਸੇ ਕਰਕੇ ਹੀ ਤਾਂ ਉਹ ਪੇਕੇ ਘਰ ਰਹਿ ਕੇ ਖੁਸ਼ ਸੀ। ਤੇ ਸੰਤਾ ਸਿੰਘ ਨੂੰ ਵੀ ਕੋਈ ਇਤਰਾਜ਼ ਨਹੀਂ ਸੀ। ਉਹ ਭਰਜਾਈਆਂ ਦੀਆਂ ਟਕੋਰਾਂ ਸਹਿੰਦੀ, ਗੋਹਾ ਕੂੜਾ ਕਰਦੀ, ਰੋਟੀਆਂ ਲਾਹੁੰਦੀ, ਭਾਂਡੇ ਮਾਂਜਦੀ ਆਪਣਾ ਸਮਾਂ ਬਤੀਤ ਕਰ ਰਹੀ ਸੀ।

ਪੰਜਾਬ ਦੇ ਪਿੰਡਾਂ ਵਿੱਚ ਅਜੇ ਵੀ ਮਨੋਰੰਜਨ ਦੇ ਹੋਰ ਕੋਈ ਖਾਸ ਸਾਧਨ ਨਹੀਂ ਸਨ। ਨੌਜਵਾਨ ਮੁੰਡੇ ਕੁੜੀਆਂ ਦਾ ਇੱਕ ਦੂਜੇ ਵਲ ਖਿੱਚਿਆ ਜਾਣਾ ਹੀ ਸਭ ਤੋਂ ਵੱਡੀ ਖੁਸ਼ੀ ਹੁੰਦੀ। ਉਹ ਆਨੀ ਬਹਾਨੀ ਇੱਕ ਦੂਸਰੇ ਨੂੰ ਵੇਖਦੇ ਤੇ ਖੁਸ਼ ਹੁੰਦੇ ਰਹਿੰਦੇ। ਵੇਖਣ ਦਾ ਸਬੱਬ ਖੇਤਾਂ 'ਚ ਚਾਹ ਰੋਟੀ ਦੇਣ ਜਾਣ ਸਮੇਂ, ਸਾਗ ਤੋੜਨ ਜਾਣ ਸਮੇਂ ਬਣ ਜਾਂਦਾ। ਕਿਸੇ ਦੀ ਬਰਾਤ ਚੜ੍ਹਦੀ ਜਾਂ

ਆਂਉਦੀ ਦੇਖਣ ਸਮੇਂ ਵੀ ਦਰਸ਼ਣ ਝਲਕਾਰਾ ਪੈ ਜਾਦਾ। ਸੰਗਰਾਂਦ ਵਾਲੇ ਦਿਨ ਗੁਰਦਵਾਰੇ ਜਾਂ ਮੱਟੀਆਂ ਤੇ ਮੱਥਾ ਟੇਕਣ ਸਮੇਂ ਵੀ ਇਹ ਆਸ ਬਣੀ ਰਹਿੰਦੀ।

ਵਿਆਹਾਂ 'ਚ ਬਰਾਤੀਆਂ ਨੂੰ ਭੰਗੜਾ ਪਾਉਂਦੇ ਵੇਖ ਵੇਖ ਲੋਕ ਖੁਸ਼ ਹੁੰਦੇ। ਪੀਪਨੀਆਂ ਵਾਲੇ ਵਾਜਿਆਂ ਨਾਲ ਕੁੜੀਆਂ ਦੇ ਵੇਸ ਵਿੱਚ ਨੱਚਦੇ ਨਚਾਰ ਰੰਗ ਬੰਨ ਦਿੰਦੇ। ਦਿਲ ਪ੍ਰਚਾਵੇ ਦੇ ਤਾਂ ਕੁੱਝ ਹੋਰ ਸਾਧਨ ਵੀ ਸਨ, ਜਿਵੇਂ ਕੁੜੀਆਂ ਦਾ ਪੀਂਘਾਂ ਝੂਟਣਾ ਜਾਂ ਮੇਲਿਆਂ ਤੇ ਜਾਣਾ ਬਗੈਰਾ। ਪਿੰਡਾਂ ਵਿੱਚ ਤਮਾਸ਼ਾਂ ਕਰਨ ਵਾਲੇ ਆਂਉਦੇ, ਬਾਂਦਰ ਬਾਦਰੀ ਦਾ, ਰਿੱਛ ਦਾ ਤਮਾਸ਼ਾ ਵੀ ਹੁੰਦਾ ਜਾ ਬਾਜੀਗਰ ਬਾਜੀ ਪਾਉਂਦੇ। ਜਾਦੂਗਰ ਵੀ ਆਉਂਦੇ, ਨਕਲੀਏ, ਭੰਡ ਕਵੀਸ਼ਰ ਤੇ ਡੁਗਡੁਗੀ ਵਜਾ ਕੇ ਸਮਾਨ ਵੇਚਣ ਵਾਲੇ ਰੌਣਲ ਲਾਈਂ ਰੱਖਦੇ। ਠੰਢੀ ਮਿੱਠੀ ਰੰਗਾਂ ਭਰਪੂਰ ਬਰਫ ਵੇਚਣ ਵਾਲੇ ਹੋਕਾ ਦਿੰਦੇ 'ਪੰਜੀ ਦਾ ਪੱਤਾ ਭਰਕੇ' ਤੇ ਨਿਆਣੇ ਉੱਧਰ ਹੀ ਸ਼ੂਟਾਂ ਵੱਟ ਦਿੰਦੇ। ਪਿੰਡ ਰਣੀਏ ਦੇ ਲੋਕਾਂ ਲਈ ਮਨੋਰੰਜਨ ਦਾ ਕੇਂਦਰ ਪਿੰਡ ਦਾ ਦਰਵਾਜ਼ਾ ਹੀ ਸੀ। ਜਿੱਥੇ ਬੈਠ ਕੇ ਉਹ ਗੱਲਾਂ ਕਰਦੇ, ਤਾਸ਼ ਖੇਡਦੇ। ਬੀਜਣ ਲਈ ਮੂੰਗਫਲੀ ਦੀਆਂ ਗਿਰੀਆਂ ਕੱਢਦੇ, ਰੱਸੇ ਵੱਟਦੇ ਅਤੇ ਕਈ ਅਰਾਮ ਨਾਲ ਬੈਠ ਹੁੱਕਾ ਵੀ ਗੁੜਗੜਾਂਉਦੇ।

ਇਸ ਦੇ ਨਾਲ ਨਾਲ ਮਾਲਵੇ ਦੇ ਪਿੰਡਾਂ ਵਿੱਚ ਰਾੜੇ ਵਾਲੇ ਸੰਤਾਂ ਦੇ ਦੀਵਾਨ ਵੀ ਮਸ਼ਹੂਰ ਹੋਣ ਲੱਗੇ। ਜਿੱਥੇ ਵੀ ਦੀਵਾਨ ਲੱਗਦਾ, ਮਰਦ ਔਰਤਾਂ ਰੇੜੀਆਂ ਜਾਂ ਗੱਡਿਆਂ ਤੇ ਬੈਠਕੇ ਹੁੰਮ ਹੁਮਾਂ ਕੇ ਪੁੱਜਦੇ। ਤੇ ਫੇਰ ਦੇਖਦੇ ਹੀ ਦੇਖਦੇ ਇਹ ਥਾਂ ਟਰੈਕਟਰਾਂ ਟਰਾਲੀਆਂ ਨੇ ਲੈ ਲਈ। ਸੰਤਾਂ ਦੀ ਜਾਦੂਮਈ ਸਖਸ਼ੀਅਤ ਦੇ ਉਨ੍ਹਾਂ ਦੇ ਧੂਹ ਪਾਉਂਦੇ ਹਰਮੋਨੀਅਮ ਦੀਆਂ ਸੁਰਾਂ ਲੋਕਾਂ ਨੂੰ ਕੀਲ ਲੈਂਦੀਆਂ। ਸੰਤਾਂ ਵਲੋਂ ਪੜੀਆਂ ਸਰਲ ਧਾਰਨਾਵਾਂ ਲੋਕਾਂ ਨੂੰ ਬੇਹੱਦ ਪ੍ਰਭਾਵਤ ਕਰਦੀਆਂ। ਵੱਡੀ ਤਦਾਦ ਵਿੱਚ ਮੁਟਿਆਰਾਂ ਕਾਗਜ਼ ਪੈਨਸਲਾਂ ਲੈ ਕੇ ਇਹ ਧਾਰਨਾਵਾਂ ਲਿਖਦੀਆਂ। ਜਿਨਾਂ ਨੂੰ ਇਸ਼ਕ ਹਕੀਕੀ ਅਤੇ ਇਸ਼ਕ ਮਜ਼ਾਜ਼ੀ ਦੋਵੇਂ ਪਾਸੇ ਵਰਤਿਆ ਜਾ ਸਕਦਾ ਸੀ ਜਿਵੇਂ :-

ਚੈਨ ਨਹੀਉਂ ਆਉਂਦਾ ਤੇਰੇ ਪਿਆਰ 'ਚ ਪਰੁਨਿੱਆਂ ਨੂੰ
ਜਾਂ
ਦਰਸ਼ਨ ਤੇਰਾ ਪਿਆਰੇ ਮੈਂ ਤਾਂ ਵੇਖ ਵੇਖ ਜੀਵਾਂ

ਕਦੀ ਕਦੀ ਉਹ ਧਾਰਾਂ ਕੱਢਦੀਆਂ, ਲੱਸੀ ਰਿੜਕਦੀਆਂ ਇਹ ਬੋਲ ਦੁਹਰਾਂਉਂਦੀਆਂ। ਪਤਾ ਨਹੀ ਉਹ ਰੱਬ ਨੂੰ ਯਾਦ ਕਰਦੀਆਂ ਜਾਂ ਆਪਣੇ ਕਿਸੇ ਪਿਆਰੇ ਨੂੰ। ਵੱਡੀਆਂ ਔਰਤਾਂ ਲਈ ਇਹ ਘਰੇਲੂ ਕੰਮਾਂ ਤੋਂ ਖਹਿੜਾ ਛੁਡਾ ਕੇ ਬਾਹਰ ਘੁੰਮ ਆਉਣ ਦਾ ਚੰਗਾ ਸਾਧਨ ਵੀ ਸੀ। ਫੇਰ ਦੇਖਾ ਦੇਖੀ ਹੋਰ ਸੰਤ ਵੀ ਦੀਵਾਨ ਲਾਉਣ ਲੱਗ ਪਏ ਅਤੇ ਪੰਜਾਬ ਵਿੱਚ ਡੇਰਾਵਾਦ ਦਾ ਬੀਜ ਪੁੰਗਰਨ ਲੱਗ ਪਿਆ। ਜਦੋਂ ਇਹੋ ਜਿਹੇ ਦੀਵਾਨ ਪਿੰਡ ਪਿੰਡ ਲੱਗਣ ਲੱਗ ਪਏ ਤਾਂ ਰਣੀਆ ਵੀ ਇਸਦੇ ਪ੍ਰਭਾਵ ਤੋਂ ਬਚ ਨਾ ਸਕਿਆ।

ਇਸ ਪਿੰਡ ਦਾ ਵੀ ਆਪਣਾ ਇੱਕ ਨਿਵੇਕਲਾ ਹੀ ਸੰਸਾਰ ਸੀ। ਹਰ ਹਫਤੇ ਔਰਤਾਂ ਕੋਈ ਨਾਂ ਕੋਈ ਨਵੀਂ ਗੱਲ ਕੱਢੀਂ ਹੀ ਰੱਖਦੀਆਂ। ਕਦੇ ਦਸਵੀਂ ਦਾ ਮੱਥਾ, ਕਦੇ ਭੈਰੋਂ ਦਾ ਰੋਟ, ਕਦੇ ਗੁੱਗੇ ਦੀ ਮਿੱਟੀ ਤੇ ਖ਼ੁਆਜ਼ੇ ਦੀ ਕੜਾਹੀ ਹੋਰ ਵੀ ਬੜਾ ਕੁੱਝ ਚੱਲਦਾ। ਹੋਰ ਨਹੀਂ ਤਾਂ ਉਹ ਸੱਤੀਆਂ ਨੂੰ ਹੀ ਦਹੀਂ ਨਾਲ ਨਹਾਉਣ ਤੁਰ ਪੈਂਦੀਆਂ। ਵੱਡੇ ਵਡੇਰਿਆਂ ਦੀ ਪੂਜਾ, ਪਿੱਪਲਾਂ ਬਰੋਟਿਆਂ ਤੇ ਪਾਣੀ ਜਾਂ ਫੇਰ ਕਿੱਕਰਾਂ ਨੂੰ ਸੰਧੂਰ ਲਾਕੇ, ਬੁੱਢ ਸੁਹਾਗਣ ਹੋਣ ਦੀ ਇੱਛਾ। ਹੋਰ ਪਤਾ ਨਹੀਂ ਉਹ ਕੀ ਕੀ ਰੁਝੇਵਾਂ ਖੜਾ ਕਰੀਂ ਰੱਖਦੀਆਂ। ਸ਼ਾਇਦ ਇਨ੍ਹਾਂ ਗੱਲਾਂ ਵਿੱਚ ਹੀ ਉਨ੍ਹਾਂ ਦੀ ਰੂਹ ਧੜਕਦੀ ਸੀ।

ਪਿੰਡ ਭਾਵੇਂ ਇੱਕ ਸੀ ਪਰ ਇਹ ਜਾਤਾ ਪਾਤਾਂ ਤੇ ਗਲੀਆਂ ਮੁਹੱਲਿਆਂ ਦਾ ਗੁਲਦਸਤਾ ਸੀ। ਨਾਈ, ਛੀਂਬੇ, ਲੁਹਾਰ, ਤਰਖਾਣ, ਝਿਓਰ, ਬ੍ਰਾਹਮਣ, ਚਹੂੜੇ, ਚਮਾਰ ਅਤੇ ਬਾਜ਼ੀਗਰ ਸਭ ਪਿੰਡ ਵਿੱਚ ਭਰਾਵਾਂ ਵਾਂਗ ਰਹਿੰਦੇ। ਇੱਕੋ ਖੂਹੀ ਦਾ ਪਾਣੀ ਪੀਂਦੇ, ਤੇ ਸੁੱਚ ਭਿੱਟ ਦਾ ਖਿਆਲ ਵੀ ਰੱਖਦੇ।

ਮਰਦ ਸਾਰੇ ਖੂਹਾਂ ਜਾਂ ਵਗਦੇ ਪਾਣੀਆਂ 'ਚ ਨਹਾਂਉਦੇ। ਔਰਤਾਂ ਘਰ ਦੀ ਕਿਸੇ ਵੀ ਨੁੱਕਰੇ, ਮੰਜਾ ਟੇਢਾ ਕਰਕੇ ਉੱਤੇ ਕੱਪੜਾ ਸੁੱਟ ਕੇ ਹੀ ਨਹਾ ਲੈਂਦੀਆਂ। ਪੰਜਾਬ ਵਿੱਚ ਗੁਸਲਖਾਨੇ ਦਾ ਨਾਂ ਜਰੂਰ ਸੀ ਪਰ ਘਰਾਂ ਵਿੱਚ ਇਹ ਬਹੁਤ ਘੱਟ ਹੀ ਸਨ। ਲੋਕ ਵੱਡੇ ਤੜਕੇ ਕੰਮ ਕਰਨ ਖੇਤਾਂ ਨੂੰ ਨਿੱਕਲ ਜਾਂਦੇ। ਵਾਹੀ ਸੇਂਜੀ ਗੋਡੀ ਤੇ ਹਲ਼ ਵਾਹੁਣ ਲਈ। ਔਰਤਾਂ ਉਨ੍ਹਾਂ ਲਈ ਰੋਟੀ ਤੇ ਚਾਹ ਪਾਣੀ ਲੈਕੇ ਜਾਂਦੀਆਂ। ਸਿਰ ਤੇ ਈਨੂੰ, ਈਨੂੰ ਤੇ ਲੱਸੀ ਵਾਲੀ ਝੱਕਰੀ, ਝੱਕਰੀ ਤੇ ਪੋਣੇ 'ਚ ਬੰਨੀਆਂ ਰੋਟੀਆਂ। ਹੱਥ 'ਚ ਚਾਹ ਦਾ ਗੜਬਾ ਜਾਂ ਡੋਲੂ। ਉਹ ਕੱਚੇ ਧੂੜ ਭਰੇ ਰਸਤਿਆਂ ਤੇ ਠੁਮਕ ਠੁਮਕ ਤੁਰਦੀਆਂ।

ਘਰਾਂ ਵਿੱਚ ਰਹਿੰਦੀਆਂ ਔਰਤਾਂ ਹਰ ਸਮੇਂ ਕਿਸੇ ਨਾਂ ਕਿਸੇ ਆਹਰ ਲੱਗੀਆਂ ਰਹਿੰਦੀਆਂ। ਰੋਟੀ ਟੁੱਕ ਕਰਦੀਆਂ, ਧਾਰਾਂ ਕੱਢਦੀਆਂ, ਸੰਨੀਆਂ ਰਲ਼ਾਉਂਦੀਆਂ ਤੇ ਗੋਹਾ ਕੂੜਾ ਕਰਦੀਆਂ। ਵਿਹਲੇ ਸਮੇਂ ਉਹ ਦਰੀਆਂ ਬੁਣਦੀਆਂ, ਚਾਦਰਾਂ ਕੱਢਦੀਆਂ, ਸਲਵਾਰਾਂ 'ਚ ਪਉਣ ਲਈ ਨਾਲ਼ੇ ਬੁਣਦੀਆਂ, ਸੂਤ ਅਟੇਰਦੀਆਂ ਚਰਖੇ ਕੱਤਦੀਆਂ ਅਤੇ ਆਪਣੀਆਂ ਧੀਆਂ ਭੈਣਾਂ ਦਾ ਦਾਜ ਤਿਆਰ ਕਰਨ ਲਈ ਲੱਗੀਆਂ ਰਹਿੰਦੀਆਂ।

ਔਰਤਾਂ ਦਾ ਪਹਿਰਾਵਾਂ ਸਲਵਾਰ ਕਮੀਜ਼ ਸੀ, ਜਿਸ ਉੱਪਰੋਂ ਉਹ ਘੱਗਰਾ ਵੀ ਪਹਿਨ ਲੈਂਦੀਆਂ। ਉਹ ਚਾਦਰ ਦੀ ਬੁੱਕਲ ਮਾਰ ਕੇ ਮੂੰਹ ਢਕ ਕੇ ਤੁਰਦੀਆਂ। ਏਸੇ ਵਿੱਚ ਉਨ੍ਹਾਂ ਸੀ ਸ਼ਾਨ ਸਮਝੀ ਜਾਂਦੀ। ਸਹੁਰੇ ਪਿੰਡ ਘੁੰਡ ਕੱਢਣਾ ਲਾਜ਼ਮੀ ਸੀ। ਨੰਗੇ ਮੂੰਹ ਫਿਰਨ ਵਾਲੀ ਔਰਤ ਨੂੰ ਬੇਸ਼ਰਮ ਸਮਝਿਆ ਜਾਂਦਾ। ਪਰ ਤਾਂ ਵੀ ਸ਼ੁਕੀਨ ਔਰਤਾਂ ਤਾਂ ਘੁੰਡ ਵਿੱਚੀਂ ਵੀ ਸ਼ਰਾਰਤ ਕਰ ਜਾਂਦੀਆਂ। ਜਿਵੇਂ 'ਘੁੰਡ ਕੱਢਣਾ ਤਵੀਤ ਨੰਗਾ ਰੱਖਣਾ' ਵਰਗੇ ਟੋਟਕੇ ਵੀ ਪ੍ਰਚੱਲਤ ਸਨ।

ਮਰਦਾਂ ਦਾ ਪਹਿਰਾਵਾ ਧੋਤੀ ਕੁੜਤਾ ਸੀ। ਕੁੱਝ ਪੜ੍ਹੇ ਲਿਖੇ ਕੁੜਤਾ ਪਜਾਮਾਂ ਵੀ ਪਹਿਨਦੇ। ਜ਼ਿਆਦਾ ਪੜ੍ਹਾਕੂ ਪਤਲੂਨ ਬੂਸ਼ਰਟ ਵੀ ਪਹਿਨ ਲੈਂਦੇ। ਘਰ ਦਾ ਸੌਦਾ ਪੱਤਾ ਲੈਣ ਲਈ ਸ਼ਹਿਰ ਸਿਰਫ ਲਾਣੇਦਾਰ ਹੀ ਜਾਂਦਾ। ਤੁਰ ਕੇ ਜਾਂ ਤਾਂਗੇ ਬੈਠ ਕੇ ਦਸ ਦਸ ਕਿਲੋਮੀਟਰ ਦਾ ਸਫਰ ਤਹਿ ਕਰਨਾ ਪੈਂਦਾ। ਵੱਡਾ ਸਮਾਨ ਜਿਵੇਂ ਖਲ਼ ਵੜੇਂਵੇਂ, ਚੀਨੀ ਦੀ ਬੋਰੀ, ਆਟਾ ਪਿਸਵਾਉਣਾ, ਸੂਟਾਂ ਦੇ ਥਾਨ ਜੁੱਤੀਆਂ ਵਰਗੇ ਕੰਮ ਫਸਲ ਵੇਚਣ ਸਮੇਂ ਹੀ ਕਰ ਲਏ ਜਾਂਦੇ। ਸੰਤਾਂ ਸਿੰਘ ਔਰਤਾਂ ਵਾਸਤੇ ਲ਼ੱਠੇ ਦਾ ਥਾਨ ਜਾਂ ਖੱਦਰ ਦਾ ਥਾਨ ਅਤੇ ਮਰਦਾ ਵਾਸਤੇ ਬੋਸ਼ਕੀ, ਮਲੇਸ਼ੀਆ ਜਾਂ ਮਲਮਲ ਦੇ ਥਾਨ ਖਰੀਦਦਾ। ਕਈ ਸ਼ੁਕੀਨ ਤਾਂ ਟੈਰਾਲੀਨ ਦੇ ਕੱਪੜੇ ਵੀ ਵਿਆਹਾਂ ਸ਼ਾਦੀਆਂ ਸਮੇਂ ਪਹਿਨਦੇ। ਔਰਤਾਂ ਤਾਂ ਸ਼ਹਿਰ ਨੂੰ ਧਾਰਮਿਕ ਦਿਨਾਂ ਤਿਉਹਾਰਾਂ ਤੇ ਹੀ ਜਾਂਦੀਆਂ। ਖਾਸ ਤੌਰ ਤੇ ਵਿਸਾਖੀ ਨੂੰ ਜਾਂ ਸਿੰਘ ਸਭਾ ਨੂੰ। ਖੇਤਾਂ ਵਿੱਚ ਲੰਗੋਟ ਪਹਿਨ ਕੇ ਕੰਮ ਕਰਦੇ ਮਰਦ ਪੁਰਾਤਨ ਸਮੇਂ ਦੇ ਰਿਸ਼ੀਆਂ ਮੁਨੀਆਂ ਵਾਂਗੂੰ ਜਾਪਦੇ।

ਫੇਰ ਹੌਲੀ ਹੌਲੀ ਇਨ੍ਹਾਂ ਨੂੰ ਵੀ ਜ਼ਮਾਨੇ ਦੀ ਹਵਾ ਲੱਗਣੀ ਸ਼ੁਰੂ ਹੋਈ। ਉਹ ਸੱਤੂ ਸ਼ਰਬਤ ਅਤੇ ਲੱਸੀ ਦੀ ਬਜਾਏ ਹੁਣ ਕੈੜੀ ਚਾਹ ਦੀ ਉਡੀਕ ਕਰਨ ਲੱਗੇ। ਤੰਬਾਕੂ, ਹੁੱਕੇ ਅਤੇ ਚਿਲਮ ਦੀ ਬਜਾਏ ਸਿਗਰਟਾਂ ਬੀੜੀਆਂ ਰਾਹੀਂ ਪੀਤਾ ਜਾਣ ਲੱਗਾ। ਲੈਂਪ ਤੇ ਫੋਰ ਸੁਕੇਅਰ ਸਿਗਰਟਾਂ ਪਿੰਡਾਂ ਵਿੱਚ ਮਸ਼ਹੂਰ ਹੋਣ ਲੱਗੀਆਂ। ਹੁੱਕਾ ਸਿਰਫ ਸੱਥਾਂ ਵਿੱਚ ਗੁੜਗੜਾਇਆ ਜਾਂਦਾ। ਸ਼ੁਕੀਨ ਲੋਕ

ਹੁੱਕੇ ਨੂੰ ਲਿਸ਼ਕਾ ਕੇ ਸ਼ਿੰਗਾਰ ਕੇ, ਫੁੰਮਣ ਬੰਨ ਕੇ ਰੱਖਦੇ। ਹੁੱਕੇ ਪਾਣੀ ਦੀ ਸਾਂਝ ਮਸ਼ਹੂਰ ਸੀ ਜੇ ਕੋਈ ਸਮਾਜਿਕ ਕਾਇਦਾ ਤੋੜਦਾ ਤਾਂ ਉਸਦਾ ਹੁੱਕਾ ਪਾਣੀ ਬੰਦ ਕਰ ਦਿੱਤਾ ਜਾਂਦਾ।

ਬ੍ਰਿਟਿਸ਼ ਰਾਜ ਦਾ ਪ੍ਰਭਾਵ ਅਜੇ ਵੀ ਕਾਇਮ ਸੀ। ਲੋਕ ਸੱਥਾਂ ਵਿੱਚ ਆਮ ਹੀ ਜੁੜਦੇ। ਸਾਰੇ ਅਹਿਮ ਫੈਸਲੇ ਵੀ ਸੱਥਾਂ ਵਿੱਚ ਹੀ ਲਏ ਜਾਂਦੇ ਤੇ ਇਹ ਹੀ ਪਿੰਡ ਦਾ ਸਭ ਤੋਂ ਵੱਡਾ ਸੂਚਨਾਂ ਕੇਂਦਰ ਵੀ ਸਨ। ਜਿਵੇਂ ਕੀਹਦੇ ਨਿਆਣਾ ਜੰਮਿਆ, ਕੀਹਦੇ ਵਿਆਹ ਧਰਿਆ, ਕੀਹਦਾ ਇਸ਼ਕ ਕੀਹਦੇ ਨਾਲ ਹੈ, ਕਿਹੜੇ ਨਿਆਣੇ ਦਾ ਅਸਲ ਬਾਪ ਕੌਣ ਹੈ ਤੇ ਕਿਹੜਾ ਬੰਦਾ ਕੀਹਦੇ ਘਰ ਜਾਂਦਾ ਹੈ, ਇਹ ਖਬਰਾਂ ਏਥੋਂ ਹੀ ਪਤਾ ਲੱਗਦੀਆਂ। ਪਰ ਏਥੇ ਹੁਣ ਸਿਆਸਤ ਦੀ ਗੱਲ ਵਧੇਰੇ ਚੱਲਣ ਲੱਗ ਪਈ ਸੀ। ਕਦੇ ਕਦੇ ਨਵੇਂ ਪੁਰਾਣੇ ਵਿਚਾਰਾਂ ਦਾ ਟਕਰਾ ਵੀ ਵੇਖਣ ਨੂੰ ਮਿਲਦਾ।

ਰਣੀਏ ਪਿੰਡ ਵਿੱਚ ਬਾਹਰੋਂ ਆਕੇ ਵਸੇ ਲੋਕਾਂ ਤੇ ਅਧਾਰਿਤ ਤਿੰਨ ਪੱਤੀਆਂ ਸਨ। ਜਿਨ੍ਹਾਂ ਦੇ ਤਿੰਨੋ ਗੋਤ ਸਨ ਕੂਨਰ ਭੰਡਾਲ ਤੇ ਪਨਾਗ ਜੋ ਆਪਸ ਵਿੱਚ ਮਿਲ ਕੇ ਰਹਿੰਦੇ। ਪਿੰਡ ਦੇ ਲੋਕਾਂ ਦਾ ਮੁੱਖ ਧੰਦਾ ਖੇਤੀਬਾੜੀ ਹੀ ਸੀ। ਕਿਸਾਨ ਮੂੰਗਫਲੀ, ਮੱਕੀ, ਗੁਆਰਾ, ਬਾਜਰਾ, ਕਣਕ, ਜੌਂ, ਛੋਲੇ, ਸਰੋਂ ਤਾਰਾਮੀਰਾ ਅਤੇ ਕਮਾਦ ਆਦਿ ਫਸਲਾਂ ਬੀਜਦੇ ਰਹਿੰਦੇ। ਜਿਆਦਾਤਰ ਫਸਲਾਂ ਮਾਰੂ ਹੀ ਹੁੰਦੀਆਂ। ਪਿੰਡ ਦੇ ਆਲੇ ਦੁਆਲੇ ਪਿੱਪਲ, ਬਰੋਟੇ, ਤੂਤ, ਟਾਹਲੀਆਂ, ਕਿੱਕਰਾਂ, ਬੇਰੀਆਂ, ਨਿੰਮਾਂ, ਫਲਾਹੀਆਂ ਆਦਿ ਦਰਖਤ ਸਨ। ਵਾੜਾਂ ਵਿੱਚ ਅੱਕ, ਅਰਿੰਡਾਂ, ਝਾੜੀਆਂ, ਧਤੂਰਾ, ਸੁੱਖਾ ਆਦਿ ਵੀ ਆਪਮੁਹਾਰੇ ਹੀ ਵੱਡੀ ਤਦਾਦ ਵਿੱਚ ਹੋ ਜਾਂਦੇ।

ਸਾਰਾ ਦਿਨ ਟਿੱਬਿਆਂ ਦੀ ਰੇਤ ਅਤੇ ਅੱਕ ਕੁੱਕੜੀ ਦੇ ਫੰਬੇ ਉਡਦੇ ਰਹਿੰਦੇ। ਪਿੰਡ ਵਿੱਚ ਟਾਵਾਂ ਟਾਵਾਂ ਖੂਹ ਤਾਂ ਸੀ ਹੀ ਹੁਣ ਇੱਕ ਦੋ ਟਰੈਕਟਰ ਵੀ ਆ ਗਏ ਸਨ। ਟਰੈਕਟਰ ਵਾਲੇ ਲਾਣਿਆਂ ਨੇ ਜਦੋਂ ਟਿੱਬੇ ਕਰਾਹੁਣੇ ਸ਼ੁਰੂ ਕੀਤੇ ਤਾਂ ਪਿੰਡ 'ਚ ਕਾਫੀ ਚਰਚਾ ਛਿੜੀ। ਪਰ ਅਜੇ ਵੀ ਪਿੰਡ ਵਿੱਚ ਬਲਦਾਂ ਦੀਆਂ ਟੱਲੀਆਂ ਦਾ ਸੰਗੀਤ, ਖੂਹ ਦੇ ਕੁੱਤੇ ਦੀ ਟਿੱਕ ਟ੍ਰਿੱਕ, ਪਾੜਛੇ 'ਚ ਡਿੱਗਦੇ ਪਾਣੀ ਦਾ ਜਲਤਰੰਗ, ਤੇ ਖੜਕਦੇ ਡੋਲ ਮੌਜੂਦ ਸਨ।

ਅਜੇ ਵੀ ਦਰਖਤਾਂ ਦੇ ਝੁੰਡ, ਸਰਕੜਾ, ਕਾਂਹੀ, ਕਸੁੱਸਰਾ ਅਤੇ ਉਨ੍ਹਾਂ ਦੇ ਵਿੱਚ ਬਣੀਆਂ ਸੱਪਾਂ ਦੀਆਂ ਬਿਰਮੀਆਂ ਤੇ ਉਨ੍ਹਾਂ ਦੀ ਉਤਾਰੀ ਕੁੰਜ ਆਮ ਹੀ ਵੇਖਣ ਨੂੰ ਮਿਲ ਜਾਂਦੇ। ਲੋਕ ਪਸ਼ੂਆਂ, ਪੰਛੀਆਂ, ਦਰਖਤਾਂ ਦੀ ਪੂਜਾ ਕਰਦੇ। ਕੁੱਤਿਆਂ ਤੱਕ ਨੂੰ ਦਰਵੇਸ਼ ਸਮਝਿਆ ਜਾਂਦਾ। ਗੂੰਗੇ ਮੁੱਖ ਦਾ ਅਤੇ ਨਿਮਾਣੇ, ਨਿਤਾਣੇ ਦਾ ਸਤਿਕਾਰ ਕੀਤਾ ਜਾਂਦਾ। ਪਰ ਸੰਤਾ ਸਿੰਘ ਨੂੰ ਇੱਕ ਗੱਲ ਸਮਝ ਨਹੀਂ ਸੀ ਆ ਰਹੀ ਕਿ ਪਸ਼ੂਆਂ ਪੰਛੀਆਂ ਸੱਪਾਂ ਤੱਕ ਦਾ ਸਤਿਕਾਰ ਕਰਨ ਵਾਲੇ ਲੋਕ ਹੱਲਿਆਂ ਵੇਲੇ ਐਡੇ ਕਸਾਈ ਕਿਵੇਂ ਬਣ ਗਏ ਸਨ? ਜਿੰਨਾਂ ਆਪਣੇ ਹੀ ਪੇਂਡੂਆਂ ਨੂੰ ਵੱਢ ਸੁੱਟਿਆ। ਮਹਿਤਾਬ ਕੌਰ ਤਾਂ ਉਹ ਦ੍ਰਿਸ਼ ਯਾਦ ਕਰਕੇ ਅਜੇ ਵੀ ਅੱਖਾਂ ਭਰ ਲੈਂਦੀ ਸੀ। ਕਦੇ ਕਦੇ ਉਹ ਆਖਦੀ:-

'ਜੈ ਖਾਣਿਆ ਨੇ ਕਿਵੇਂ ਲੁੱਟ ਕੇ ਘਰ ਭਰ ਲਏ ਤੀ। ਸਿੱਖਾਂ ਤੇ ਜੁਲਮ ਤਾਂ ਸਰਕਾਰ ਨੇ ਕੀਤੇ ਤੀ, ਪਰ ਇਨ੍ਹਾਂ ਬਚਾਰਿਆਂ ਆਮ ਮੁਸਲਮਾਨਾਂ ਦਾ ਕੀ ਕਸੂਰ ਤੀ? ਜਿਨਾਂ ਦੇ ਬੱਚੇ ਨੇਜਿਆਂ ਨਾਲ ਵਿੰਨ ਸੁੱਟੇ। ਅਖੇ ਅਸੀਂ ਸੈਹਬਜਾਦਿਆਂ ਦਾ ਬਦਲਾ ਲੈਨੇ ਆ। ਫੇਰ ਭਲਾਂ ਥੋਡੇ ਅਤੇ ਉਨਾਂ ਕਸਾਈਆਂ 'ਚ ਕੀ ਫਰਕ ਰਹਿ ਗਿਆ?" ਮਹਿਤਾਬ ਕੁਰ ਕਦੇ ਕਦੇ ਆਪਣੇ ਆਪ ਨਾਲ ਹੀ ਗੱਲਾਂ ਕਰਦੀ ਰਹਿੰਦੀ।

ਚੀਨ ਦੀ ਲੜਾਈ ਨੂੰ ਅਜੇ ਕੁੱਝ ਸਮਾਂ ਹੀ ਬੀਤਿਆ ਸੀ, ਨਹਿਰ ਸਰਹਿੰਦ ਤੇ ਫੇਰ ਮਿਲਟਰੀ ਉੱਤਰਨ ਲੱਗੀ। ਫੌਜੀਆਂ ਨੇ ਫੇਰ ਤੰਬੂ ਲਾ ਲਏ। ਉਹ ਰਣੀਏ ਪਿੰਡ ਦੇ ਖੇਤਾਂ ਵਿੱਚ ਜੰਗੀ ਮਸ਼ਕਾਂ

ਕਰਦੇ, ਟੈਂਕ ਭਜਾਈ ਫਿਰਦੇ। ਲੋਕ ਇਨ੍ਹਾਂ ਟੈਂਕਾਂ ਨੂੰ ਵੇਖਣ ਜਾਂਦੇ। ਤੇ ਫੌਜੀਆਂ ਨੂੰ ਲੱਸੀ ਪਾਣੀ ਵੀ ਦੇ ਆਂਉਦੇ। ਕਈ ਕਹਿੰਦੇ ਕਿ ਹੁਣ ਪਕਿਸਤਾਨ ਨਾਲ ਲੜਾਈ ਲੱਗਣ ਵਾਲੀ ਆ। ਫੇਰ ਇੱਕ ਦਿਨ ਦਲੇਰ ਸਿੰਘ ਦੀ ਚਿੱਠੀ ਆਈ ਕਿ ਉਸਦੀ ਛੁੱਟੀ ਅੱਗੇ ਪੈ ਗਈ ਹੈ। ਚੀਨ ਹੱਥੋਂ ਹੋਈ ਹਾਰ ਅਤੇ ਪੰਡਿਤ ਜਵਾਹਰ ਲਾਲ ਨਹਿਰੂ ਦੀ ਮੌਤ ਨੇ ਭਾਰਤ ਦਾ ਮਨੋ ਬਲ ਜਿਵੇਂ ਤੋੜ ਦਿੱਤਾ ਸੀ। ਨਵੇਂ ਪ੍ਰਧਾਨ ਮੰਤਰੀ ਲਾਲ ਬਹਾਦਰ ਸ਼ਾਸ਼ਤਰੀ ਨੇ ਜੈ ਜਵਾਨ ਜੈ ਕਿਸਾਨ ਦੇ ਨਾਹਰੇ ਨਾਲ ਲੋਕਾਂ ਵਿੱਚ ਫੇਰ ਤੋਂ ਹਿੰਮਤ ਭਰਨੀ ਸ਼ੁਰੂ ਕਰ ਦਿੱਤੀ ਸੀ।

ਜਿਸ ਦਿਨ ਦਲੇਰ ਸਿੰਘ ਦੀ ਚਿੱਠੀ ਆਈ, ਉਸੇ ਰਾਤ ਦੋ ਲੜਾਕੂ ਜਹਾਜ਼ ਸਾਰੇ ਪਿੰਡ ਦਾ ਸ਼ਾਂਤ ਵਾਤਾਵਰਨ ਚੀਰਦੇ ਹੋਏ ਲੰਘੇ। ਸੁੱਤਾ ਪਿਆ ਸਾਰਾ ਪਿੰਡ ਹੀ ਉੱਠ ਕੇ ਬੈਠ ਗਿਆ। ਦੂਸਰੇ ਦਿਨ ਪੰਡਿਤ ਅਰਜਣ ਰੇਡੀਉ ਤੋਂ ਸੁਣੀਆਂ ਖ਼ਬਰਾਂ ਲੋਕਾਂ ਨੂੰ ਦੱਸ ਰਿਹਾ ਸੀ, ਕਿ ਪਾਕਿਸਤਾਨ ਨਾਲ ਜੰਗ ਲੱਗਣ ਵਾਲੀ ਹੈ। ਫੇਰ ਦੂਸਰੇ ਦਿਨ ਹੀ ਸੱਜਣ ਚੌਂਕੀਦਾਰ ਨੇ ਰਾਤ ਨੂੰ ਦੀਵੇ ਬੱਤੀਆਂ ਬੰਦ ਰੱਖਣ ਦਾ ਸਰਕਾਰੀ ਐਲਾਨ ਸਾਰੇ ਪਿੰਡ ਵਿੱਚ ਕਰ ਦਿੱਤਾ। ਸਾਰੇ ਪੰਜਾਬ ਵਿੱਚ ਬਲੈਕ ਆਊਟ ਹੋ ਗਈ ਸੀ। ਮਹਿਤਾਬ ਕੌਰ ਪਾਠ ਤੋਂ ਬਾਅਦ 'ਹੇ ਰੱਬ ਸੱਚਿਆ ਸੁੱਖ ਰੱਖੀਂ' ਕਹਿੰਦੀ ਦਿਨ ਦੇ ਚਾਨਣ ਵਿੱਚ ਹੀ ਕੰਮ ਨਿਪਟਾਉਣ ਵਿੱਚ ਜੁਟ ਗਈ।

•

ਭਾਗ 15

ਭਾਰਤ ਅਤੇ ਪਾਕਿਸਤਾਨ ਵਿੱਚ ਯੁੱਧ ਛਿੜ ਚੁੱਕਾ ਸੀ। ਸੱਜਣ ਸਿੰਘ ਚੌਂਕੀਦਾਰ ਨੇ ਦਿਨ ਦੇ ਛੁਪਾ ਤੋਂ ਬਾਅਦ ਹਨੇਰਾ ਰੱਖਣ ਦਾ ਹੋਕਾ ਦੇ ਦਿੱਤਾ ਸੀ। ਲੰਬੜਦਾਰ ਸੰਤਾ ਸਿੰਘ ਸਾਰੇ ਪਿੰਡ ਦਾ ਗੇੜਾ ਕੱਢ ਕੇ ਬਲੈਕ ਆਊਟ ਦਾ ਜਾਇਜ਼ਾ ਲੈ ਰਿਹਾ ਸੀ। ਜੇ ਕਿਸੇ ਦੀ ਝੀਤ ਥਾਈਂ ਮਾੜਾ ਜਿਹਾ ਚਾਨਣ ਵੀ ਬਾਹਰ ਆਂਉਦਾ ਤਾਂ ਉਹ ਅਗਲੇ ਦਾ ਬੂਹਾ ਖੜਕਾ ਕੇ ਸਰਕਾਰੀ ਹੁਕਮ ਦੀ ਹਦਾਇਤ ਕਰਦਾ। ਉਧਰ ਮਹਿਤਾਬ ਕੌਰ ਲਈ ਇਹ ਬੜਾ ਹੀ ਕਠਿਨ ਸਮਾਂ ਸੀ। ਉਸਦੀ ਤੀਜੇ ਨੰਬਰ ਦੀ ਬੇਟੀ ਸਰਨੋ ਜਣੇਪਾ ਕੱਟਣ ਪੇਕੇ ਆਈ ਹੋਈ ਸੀ। ਜਿਸ ਦਾ ਅਜੇ ਸਾਲ ਕੁ ਪਹਿਲਾਂ ਹੀ ਵਿਆਹ ਕੀਤਾ ਸੀ। ਦੀਵਾ ਬਾਲ਼ੇ ਬਗੈਰ ਤਾਂ ਸਰਨਾ ਨਹੀਂ ਸੀ। ਚਾਨਣ ਫੇਰ ਵੀ ਕਿਸੇ ਝੀਥ ਥਾਂਈਂ ਬਾਹਰ ਨਿੱਕਲ ਹੀ ਜਾਂਦਾ। ਸਿਆਸਤਦਾਨਾਂ ਦੇ ਮਨਾਂ ਵਾਂਗੂੰ ਪਿੰਡ ਤੇ ਹੁਣ ਹਨੇਰੇ ਦਾ ਰਾਜ ਸੀ।

ਜੰਗ ਦਾ ਐਲਾਨ ਹੁੰਦਿਆਂ ਹੀ ਨਹਿਰ ਸਰਹਿੰਦ ਤੇ ਬੈਠੀ ਮਿਲਟਰੀ ਨੇ ਤੰਬੂ ਉਤਾਰਕੇ ਸਮਾਨ ਬੰਨਣਾ ਸ਼ੁਰੂ ਕਰ ਦਿੱਤਾ। ਰਣੀਏ ਪਿੰਡ ਦੇ ਦੁਆਲੇ ਕੀਤੇ ਜਾਂਦੇ ਜੰਗੀ ਅਭਿਆਸ ਰੁਕ ਗਏ। ਟੈਂਕਾ ਦੇ ਮੂੰਹ ਸਰਹੱਦ ਵਲ ਹੋਣ ਲੱਗੇ। ਕੱਚੇ ਰਸਤਿਆਂ ਤੋਂ ਮਿਲਟਰੀ ਦੀਆਂ ਗੱਡੀਆਂ ਕੂਚ ਕਰਨ ਲੱਗੀਆਂ। ਪਿੰਡ ਦੇ ਲੋਕ ਵਹੀਰਾਂ ਘੱਤ ਕੇ ਫੌਜੀਆਂ ਨੂੰ ਕੱਚੀ ਲੱਸੀ, ਮਿੱਸੀਆਂ ਰੋਟੀਆਂ, ਦਹੀਂ, ਮੱਖਣ, ਸਾਗ, ਸਬਜ਼ੀਆਂ ਤੇ ਹੋਰ ਭਾਂਤ ਸੁਭਾਂਤੇ ਖਾਣੇ ਖੁਆਉਣ ਜਾਂਦੇ। ਜੰਗ ਲਈ ਜਾਂਦੇ ਫੌਜੀਆਂ ਨੂੰ ਬਜ਼ੁਰਗ ਲੰਬੀ ਉਮਰ ਦੀ ਅਸੀਸ ਦਿੰਦੇ। ਮਾਤਾਵਾਂ ਸਿਰ ਪਲੋਸਦੀਆਂ ਜਿਵੇਂ ਉਹ ਉਨ੍ਹਾਂ ਦੇ ਆਪਣੇ ਹੀ ਪੁੱਤਰ ਹੋਣ। ਮਹਿਤਾਬ ਕੌਰ ਨੂੰ ਵੀ ਆਪਣਾ ਪੁੱਤ ਹਰਜੀਤ ਅਤੇ ਜਵਾਈ ਦਲੇਰ ਸਿੰਘ ਯਾਦ ਆ ਰਹੇ ਸਨ। ਬਸ਼ੀਰੇ ਤੇ ਰਹਿਮਤਾਂ ਵੀ ਯਾਦ ਆ ਰਹੀਆਂ ਸਨ, ਜਿਨਾਂ ਤੇ ਇਹ ਹਮਲਾ ਹੋਣਾ ਸੀ। ਅੱਜ ਉਹ ਉਨ੍ਹਾਂ ਦੇ ਘਰ ਦੇ ਹੀ ਮੋਘੇ ਢੱਕ ਕੇ, ਚਾਨਣ ਬਾਹਰ ਜਾਣੋ ਰੋਕ ਰਹੀ ਸੀ।

ਖਿੜਕੀਆਂ ਬੂਹੇ ਬੰਦ ਹੋਣ ਨਾਲ ਕੱਚਾ ਅੰਦਰ ਹੁੰਮਸ ਨਾਲ ਭਰ ਗਿਆ। ਦਿਨ ਦੇ ਛੁਪਾ ਨਾਲ ਹੀ ਟੱਬਰ ਦੇ ਬਾਕੀ ਜੀ ਰਾਤ ਦੀ ਰੋਟੀ ਖਾਅ ਕੋਠੇ ਤੇ ਜਾ ਚੜੇ। ਹਨੇਰੀ ਰਾਤ ਵਿੱਚ ਅਕਾਸ਼ ਮੋਤੀਆਂ ਦੇ ਥਾਲ਼ ਵਾਂਗ ਤਾਰਿਆਂ ਨਾਲ ਭਰਿਆ ਪਿਆ ਸੀ। ਲੋਕ ਅਕਾਸ਼ ਵੱਲ ਤੱਕਦੇ ਕਿ ਔਹ ਛੜਿਆਂ ਦਾ ਰਾਹ, ਔਹ ਤਿੰਗੜ ਤਾਰੇ, ਔਹ ਖਿੱਤੀਆਂ, ਸੱਤ ਰਿਸ਼ੀਆਂ ਦੀ ਮੰਜੀ ਅਤੇ ਕੋਈ ਤੁਰਿਆ ਜਾਂਦਾ ਰਾਕਟ ਵੀ ਲੱਭ ਲੈਂਦਾ। ਸੰਤਾ ਸਿੰਘ ਸਪਤ ਰਿਸ਼ੀਆਂ ਦੀ ਸਾਖੀ ਸੁਣਾਉਂਦਾ। ਫੇਰ ਧਰੂ ਤਾਰੇ ਦੀ ਕਿ ਕਿਵੇਂ ਰਾਜਾ ਉਤਾਨਉਪਾਦ ਦਾ ਬੇਟਾ ਧਰੂ ਭਗਤ ਕਠਿਨ ਪ੍ਰੀਖਿਆ ਵਿੱਚੋਂ ਲੰਘਦਾ ਇਸ ਮੁਕਾਮ ਤੇ ਪਹੁੰਚਿਆ ਸੀ। ਤੇ ਫੇਰ ਧਰੂ ਤਾਰੇ ਵਲ ਉਂਗਲ ਕਰਕੇ ਆਖਦਾ ਔਹ ਖੜਾ ਹੈ 'ਧਰੂ' ਜਿਸ ਦੇ ਦੁਆਲੇ ਸਾਰਾ ਬ੍ਰਹਿਮੰਡ ਘੁੰਮਦਾ ਹੈ। ਪੂਰਾ ਬ੍ਰਹਿਮੰਡ ਅਸਲ 'ਚ ਪ੍ਰਮਾਤਮਾ ਦੀ ਹੀ ਪ੍ਰਕਰਮਾ ਕਰਦਾ ਹੈ। ਜੇ ਸੰਤਾ ਸਿਉਂ ਕੋਈ ਤਾਰਾ ਟੁੱਟਦਾ ਵੇਖਦਾ ਤਾਂ ਉਹ ਵਾਖਰੂ ਆਖ ਦੁਨੀਆਂ ਦੀ ਖੈਰ ਸੁੱਖ ਮੰਗਦਾ।

ਬਚਨ ਕੌਰ ਵਰਗੀਆਂ ਪਤਾ ਨਹੀਂ ਕਿੰਨੀਆਂ ਕੁ ਔਰਤਾਂ ਹੋਰ ਹੋਣਗੀਆਂ ਜੋ ਜੰਗ 'ਚ ਗਏ ਪਤੀਆਂ ਦੀ ਉਡੀਕ ਵਿੱਚ ਤਾਰੇ ਗਿਣਦੀਆਂ। ਉਹ ਨਿੱਕੇ ਮਨਦੀਪ ਨਾਲ ਅਜੇ ਉਸ ਦੇ ਡੈਡੀ ਦੀਆਂ ਗੱਲਾਂ ਕਰ ਹੀ ਰਹੀਂ ਸੀ ਕਿ ਇੱਕ ਜੰਗੀ ਜਹਾਜ਼ ਪਿੰਡ ਦੀ ਫਿਜ਼ਾ ਨੂੰ ਚੀਰਦਾ ਹੋਇਆ ਲੰਘ ਗਿਆ। ਲੋਕਾਂ ਨੇ ਆਪ ਮੁਹਾਰੇ ਕੰਨਾਂ ਤੇ ਹੱਥ ਰੱਖ ਲਏ। ਬਾਅਦ ਵਿੱਚ ਇੱਕ ਹੋਰ ਜਹਾਜ਼ ਆਇਆ ਜੋ ਕਦੀ ਨੀਵਾਂ ਤੇ ਕਦੀ ਉੱਚਾ ਹੁੰਦਾ ਰਿਹਾ। ਬਾਅਦ ਵਿੱਚ ਪਤਾ ਲੱਗਾ ਕਿ ਉੱਥੇ ਰਾਤ ਨੂੰ ਕੋਈ ਟਿੱਬਾ ਕਰਾਹ ਰਿਹਾ ਸੀ। ਉਸ ਨੂੰ ਤਾਂ ਇਹ ਖਿਆਲ ਹੀ ਨਹੀਂ ਸੀ ਰਿਹਾ ਕਿ ਘਰਾਂ ਦੇ ਨਾਲ ਨਾਲ ਹੋਰ ਲਾਈਟਾਂ ਵੀ ਬੰਦ ਹੋਣੀਆਂ ਚਾਹੀਦੀਆਂ ਨੇ। ਫੇਰ ਹੋਰ ਕਈ ਜੰਗੀ ਜਹਾਜ਼ ਚੀਕਦੇ ਲੰਘੇ। ਜਿਵੇਂ ਇੱਕ ਦੂਜੇ ਦਾ ਪਿੱਛਾ ਕਰ ਰਹੇ ਹੋਣ। ਡਰ ਨਾਲ ਲੋਕਾਂ ਰੱਬ ਦਾ ਨਾਮ ਧਿਆਇਆ।

ਕੁੱਝ ਹੀ ਪਲਾਂ ਬਾਅਦ ਇੱਕ ਜ਼ੋਰਦਾਰ ਧਮਾਕਾ ਹੋਇਆ ਤੇ ਧਰਤੀ ਹਿੱਲ ਗਈ। ਸੰਤਾ ਸਿੰਘ ਉਭੜਵਾਹੇ ਉੱਠ ਬੈਠਾ, "ਲੈ ਕਿਤੇ ਵਰਤ ਗਿਐ ਭਾਣਾ" ਲੋਕਾਂ ਵਿੱਚ ਹਫੜਾ ਦਫੜੀ ਮੱਚ ਗਈ ਕਿ ਅਗਲੇ ਧਮਾਕੇ ਨਾਲ ਕਿਤੇ ਛੱਤਾਂ ਹੀ ਨਾ ਡਿੱਗ ਪੈਣ ਤੇ ਉਹ ਮਲ਼ਬੇ ਦੇ ਢੇਰ ਹੇਠ ਦੱਬੇ ਜਾਣ। ਉਹ ਕਾਹਲੀ ਨਾਲ ਕੋਠਿਆਂ ਤੋਂ ਉਤਰਨ ਲੱਗੇ। ਉਧਰ ਸਰਨੋਂ ਜਣੇਪੇ ਦੀ ਪੀੜ ਨਾਲ ਕਰਾਹ ਰਹੀ ਸੀ। ਤੇ ਏਧਰ ਸਾਰਾ ਪਿੰਡ ਕਿਸੇ ਅਗਿਆਤ ਭੈਅ ਨਾਲ। ਮਹਿਤਾਬ ਕੌਰ ਦੀਵਾ ਚੁੱਕੀਂ ਏਧਰ ਉੱਧਰ ਦੌੜਦੀ ਦਾਈ ਜੀਊਣੀ ਨੂੰ ਹਦਾਇਤਾ ਕਰ ਰਹੀ ਸੀ। ਫੇਰ ਦੋ ਤਿੰਨ ਧਮਾਕੇ ਹੋਰ ਹੋਏ ਤੇ ਸਾਰੇ ਘਰ ਦੀਆਂ ਕੰਧਾਂ ਹਿੱਲ ਗਈਆਂ। ਮਹਿਤਾਬ ਕੁਰ ਦੇ ਮੂੰਹੋਂ ਨਿਕਲਿਆ "ਹੇ ਰੱਬਾ ਸੁੱਖ ਰੱਖੀਂ"। ਇਸ ਕਹਿਰ ਭਰੀ ਰਾਤ ਦੇ ਹਨੇਰੇ ਵਿੱਚ ਹੀ ਸਰਨੋ ਨੇ ਇੱਕ ਪੁੱਤਰ ਨੂੰ ਜਨਮ ਦਿੱਤਾ।

ਬਚਨੋ ਅੱਜ ਪਈ ਸੋਚ ਰਹੀ ਸੀ, ਇਹ ਕੀਹ ਕਿਸਮਤ ਹੈ, ਜਦ ਮੇਰੇ ਬੱਚਾ ਹੋਇਆ ਉਦੋਂ ਚੀਨ ਦੀ ਲੜਾਈ ਲੱਗੀ ਹੋਈ ਸੀ ਹੁਣ ਮੇਰੀ ਭੈਣ ਦੇ ਬੱਚਾ ਹੋਇਆ ਹੈ ਤਾਂ ਪਾਕਿਸਤਾਨ ਨਾਲ ਲੜਾਈ ਲੱਗ ਗਈ। ਇਹ ਲੋਕ ਕਿਉਂ ਲੜਦੇ ਨੇ ? ਕਾਹਦੇ ਲਈ ?" ਉਸ ਨੂੰ ਸਮਝ ਨਹੀਂ ਸੀ ਆ ਰਿਹਾ। ਦੇਸ਼ ਨੂੰ ਲੀਡਰ ਬਦਲਣ ਨਾਲ ਵੀ ਕੋਈ ਫਰਕ ਨਹੀ ਸੀ ਪਿਆ। ਪੰਡਿਤ ਨਹਿਰੂ ਦੀ ਥਾਂ ਹੁਣ ਲਾਲ ਬਹਾਦਰ ਸ਼ਾਸ਼ਤਰੀ ਆ ਗਿਆ। ਲੜਾਈ ਤਾਂ ਫੇਰ ਲੱਗ ਗਈ ਸੀ।

ਬਚਨ ਕੌਰ ਹੁਣ ਫੇਰ ਗਰਭਵਤੀ ਸੀ। ਉਹ ਸੋਚਣ ਲੱਗੀ ਕਿ ਜੇ ਲੜਾਈ ਬੰਦ ਨਾ ਹੋਈ ਤਾਂ ਦਲੇਰ ਸਿੰਘ ਅਗਲੇ ਬੱਚੇ ਦੇ ਜਨਮ ਸਮੇਂ ਵੀ ਨਹੀਂ ਆ ਸਕੇਗਾ। ਧਮਾਕਿਆਂ ਨੇ ਉਸ ਦਾ ਵੀ ਸਾਹ ਸੱਤ ਚੂਸ ਲਿਆ ਲਿਆ ਸੀ। ਉਹ ਅੱਖਾਂ ਦੇ ਅਥਰੂ ਪੂੰਝਦੀ ਆਪਣੇ ਪਤੀ ਦੀ ਖੈਰ ਸੁੱਖ ਮੰਗਦੀ ਰਹੀ।

ਪਾਸੇ ਪਰਤਦਿਆਂ ਹੀ ਲੋਕਾਂ ਦੀ ਉਹ ਰਾਤ ਲੰਘੀ। ਦਿਨ ਚੜਦੇ ਨੂੰ ਖੁੰਡਾਂ ਦੇ ਰਾਤ ਦੇ ਧਮਾਕਿਆਂ ਦੀ ਖੂਬ ਚਰਚਾ ਸੀ। ਅਰਜਣ ਪੰਡਿਤ ਦੇ ਰੇਡੀਉ ਦੁਆਲੇ ਲੋਕਾਂ ਦੀ ਭੀੜ ਜੁੜੀ ਹੋਈ ਸੀ। ਫੇਰ ਇਹ ਵੀ ਪਤਾ ਲੱਗਾ ਕਿ ਰਾਤ ਦੁਸ਼ਮਣ ਦੇ ਜਹਾਜ਼ਾ ਨੇ ਦੋਰਾਹੇ ਰੇਲਵੇ ਪੁਲ ਨੂੰ ਨਿਸ਼ਾਨਾ ਬਣਾਇਆ ਸੀ, ਪਰ ਨਿਸ਼ਾਨਾ ਚੁੱਕ ਗਿਆ ਤੇ ਬੰਬ ਕੱਦੋਂ ਦੇ ਖੇਤਾਂ ਵਿੱਚ ਜਾ ਡਿੱਗਿਆ, ਪਰ ਉਹ ਫਟਿਆ ਨਹੀਂ। ਫੇਰ ਰੇਡੀਉ ਤੇ ਇਹ ਵੀ ਪਤਾ ਲੱਗਿਆ ਕਿ ਹਲਵਾਰੇ ਵਾਲੇ ਹਵਾਈ ਅੱਡੇ ਨੂੰ ਤੇ ਜਲੰਧਰ ਛਾਉਣੀ ਨੂੰ ਵੀ ਨਿਸ਼ਾਨਾ ਬਣਾਇਆ ਗਿਆ ਸੀ। ਉਸ ਰਾਤ ਪਕਿਸਤਾਨੀ ਜਹਾਜ਼ਾ ਨੇ ਸੱਤ ਬੰਬ ਸੁੱਟੇ ਪਰ ਕਿਤੇ ਕੋਈ ਵੀ ਨਾ ਚੱਲਿਆ।

ਜਿੰਨੀ ਦੇਰ ਲੜਾਈ ਚੱਲਦੀ ਰਹੀ, ਅਫਵਾਵਾਂ ਦਾ ਬਜ਼ਾਰ ਗਰਮ ਰਿਹਾ। ਕੋਈ ਕਹਿੰਦਾ ਦੁਸ਼ਮਣ ਭਾਖੜਾ ਡੈਮ ਨੂੰ ਨਿਸ਼ਾਨਾ ਬਣਾ ਕੇ ਪੰਜਾਬ 'ਚ ਪਾਨੀ ਹੀ ਪਾਨੀ ਕਰ ਦਵੇਗਾ। ਕੋਈ

ਕਹਿੰਦਾ ਜਦੋਂ ਦੁਸ਼ਮਣ ਦੇ ਜਹਾਜ਼ ਬੰਬ ਸੁੱਟਣ ਲੱਗਦੇ ਨੇ ਤਾਂ ਪੰਜਾਬ ਵਿੱਚ ਉਨ੍ਹਾਂ ਨੂੰ ਨੀਲੇ ਘੋੜੇ ਦਾ ਸਵਾਰ ਦਿਖਦਾ ਏ। ਤਾਂ ਹੀ ਉਹ ਆਪਣੇ ਇਰਾਦੇ 'ਚ ਕਾਮਯਾਬ ਨਹੀਂ ਹੁੰਦੇ। ਦੇਸ਼ ਦਾ ਪ੍ਰਧਾਨ ਮੰਤਰੀ ਕੌਮ ਦੇ ਨਾਂ ਪ੍ਰਸਾਰਣ ਵਿੱਚ ਦੇਸ਼ ਦੀ ਰੱਖਿਆ ਦੀ ਗੱਲ ਕਰਦਾ। ਅੰਤ ਤੇ ਜੈ ਜਵਾਨ ਜੈ ਕਿਸਾਨ ਦਾ ਨਾਹਰਾ ਵੀ ਲਾਉਂਦਾ।

ਦੇਸ਼ ਭਗਤੀ ਦੇ ਗੀਤ, ਦੁਸ਼ਮਣ ਤੇ ਵਿਅੰਗ ਅਜਿਹੇ ਪ੍ਰੋਗਰਾਮ ਅਰਜਣ ਦੇ ਰੇਡੀਉ ਤੇ ਸੁਣਨ ਨੂੰ ਮਿਲਦੇ। ਪੂਰਾ ਦੇਸ਼ ਹੀ ਜਿਵੇਂ ਯੁੱਧ ਲੜ ਰਿਹਾ ਹੋਵੇ। ਲੋਕਾਂ ਨੂੰ ਮਨੋਰੰਜਨ ਭੁੱਲ ਗਏ ਸਨ। ਹੁਣ ਮਰੇ, ਹੁਣ ਮਰੇ ਵਾਲਾ ਮਹੌਲ ਸੀ। ਫੌਜੀਆਂ ਦੇ ਘਰ ਤਾਰ ਆਉਣ ਦਾ ਡਰ ਸਿਰ ਤੇ ਲਟਕਦੀ ਤਲਵਾਰ ਵਾਂਗ ਸੀ। ਖਾਧਾ ਪੀਤਾ ਲਾਹੇ ਦਾ ਬਾਕੀ ਅਹਿਮਦ ਸ਼ਾਹੇ ਦਾ ਕਹਿ ਕਹਿ ਕੇ ਲੋਕ ਜੀਵਨ ਜੀ ਰਹੇ ਸਨ। ਪੰਜਾਬ ਦੇ ਜੰਮਿਆ ਨੂੰ ਨਿੱਤ ਮੁਹਿੰਮਾਂ ਕਹਿ ਕੰਮਾਂ ਕਾਜ਼ਾਂ ਵਾਲੇ ਲੋਕ ਕੰਮਾਂ ਕਾਜਾਂ ਵਿੱਚ ਵੀ ਵਿਅਸਤ ਸਨ। ਜਿਵੇਂ ਪੰਜਾਬ ਅਜਿਹੀਆਂ ਲੜਾਈਆਂ ਦਾ ਆਦੀ ਹੋ ਚੁੱਕਿਆ ਹੋਵੇ। ਪੰਜਾਬੀਆਂ ਲਈ ਇਹ ਕੋਈ ਨਵੀਂ ਗੱਲ ਨਹੀਂ ਸੀ। ਪੰਜਾਬ ਪੂਰੇ ਦੇਸ਼ ਦਾ ਸੁਰੱਖਿਆ ਦਰਵਾਜਾ ਸੀ। ਇਸੇ ਕਰਕੇ ਦੁਸ਼ਮਣ ਪਹਿਲਾਂ ਇਸੇ ਤੇ ਵਾਰ ਕਰਦਾ ਸੀ। ਇਹ ਸਦੀਆਂ ਤੋਂ ਚੱਲਿਆ ਆ ਰਿਹਾ ਸੀ।

ਹੁਣ ਵੀ ਪਿੰਡਾਂ ਸ਼ਹਿਰਾਂ ਵਿੱਚ ਜੰਮਣ ਮਰਨ ਦੇ ਪ੍ਰੋਗਰਾਮ ਉਸੇ ਤਰ੍ਹਾਂ ਚੱਲਦੇ ਰਹਿੰਦੇ। ਬਰਾਤਾਂ ਚੜਦੀਆਂ, ਬਬਾਨ ਕੱਢੇ ਜਾਂਦੇ, ਛਿਟੀਆਂ ਖੇਡੀਆਂ ਜਾਂਦੀਆ, ਕੁੜਮੱਤਾਂ ਹੁੰਦੀਆਂ ਤੇ ਮੇਲੇ ਵੀ ਲੱਗਦੇ।

ਫੇਰ ਇੱਕ ਵੱਡੇ ਦੇਸ਼ਾਂ ਨੇ ਵਿੱਚ ਪੈਕੇ ਇਹ ਲੜਾਈ ਬੰਦ ਕਰਵਾ ਦਿੱਤੀ। ਸੀਸ ਫਾਇਰ ਹੋ ਗਿਆ। ਭਾਰਤ ਅਤੇ ਪਕਿਸਤਾਨ ਦੇ ਆਗੂਆਂ ਨੇ ਤਾਸ਼ਕੰਦ ਵਿੱਚ ਇੱਕ ਲਿਖਤੀ ਸਮਝੌਤਾ ਕੀਤਾ। ਜਿਸ ਵਿੱਚ ਪਾਕਿਸਤਾਨ ਦਾ ਜਿੱਤਿਆ ਹੋਇਆ ਇਲਾਕਾ ਵਾਪਸ ਕਰਨਾ ਸੀ। ਏਸੇ ਸਮਝੌਤੇ ਸਮੇਂ ਪ੍ਰਧਾਨ ਮੰਤਰੀ ਲਾਲ ਬਹਾਦਰ ਸ਼ਾਸ਼ਤਰੀ ਨੂੰ ਦਿਲ ਦਾ ਦੌਰਾ ਪੈ ਗਿਆ ਤੇ ਉਨ੍ਹਾਂ ਦੀ ਮੌਤ ਗਈ।

ਇਹ ਵੀ ਅਫਵਾਵਾਂ ਸਨ ਕਿ ਉਨ੍ਹਾਂ ਨੂੰ ਖਾਣੇ ਵਿੱਚ ਜ਼ਹਿਰ ਦੇ ਦਿੱਤੀ ਗਈ ਹੋਊ। ਕਈ ਕਹਿੰਦੇ ਜਿੱਤਿਆ ਇਲਾਕਾ ਵਾਪਸ ਦੇ ਦਿੱਤਾ ਤਾਂ ਫੇਰ ਕਾਹਦੇ ਲਈ ਐਨੇ ਫੌਜੀ ਮਰਵਾਏ ? ਤਾਂ ਹੀ ਤਾਂ ਪ੍ਰਧਾਨ ਮੰਤਰੀ ਸਦਮਾਂ ਬ੍ਰਦਾਸ਼ਤ ਨਹੀਂ ਕਰ ਸਕਿਆ। ਜਿੰਨੇ ਮੂੰਹ ਉਨੀਆਂ ਗੱਲਾਂ।

ਲੋਕ ਉਸ ਨੂੰ ਇੱਕ ਇਮਾਨਦਾਰ ਪ੍ਰਧਾਨ ਮੰਤਰੀ ਸਮਝਦੇ ਸਨ ਜੋ ਹੁਣ ਨਹੀਂ ਸੀ ਰਿਹਾ। ਜੈ ਜਵਾਨ ਜੈ ਕਿਸਾਨ ਦਾ ਨਾਹਰਾ ਦੇਣ ਵਾਲਾ ਸਦਾ ਦੀ ਨੀਂਦ ਸੌਂ ਗਿਆ ਸੀ। ਉਸ ਤੋਂ ਤੁਰੰਤ ਬਾਅਦ ਪੰਡਿਤ ਨਹਿਰੂ ਦੀ ਤੇਜ਼ ਤਰਾਰ ਬੇਟੀ ਇੰਦਰਾ ਗਾਂਧੀ ਨੇ ਦੇਸ਼ ਦੀ ਵਾਗ ਡੋਰ ਸੰਭਾਲ ਲਈ। ਤੇ ਹੁਣ ਲੋਕ ਇਹ ਵੀ ਕਹਿ ਰਹੇ ਸਨ "ਲਉ ਜੀ ਹੁਣ ਤਾਂ ਤੀਵੀਆਂ ਦਾ ਰਾਜ ਆ ਗਿਆ" ਤੇ ਸ਼੍ਰੀਮਤੀ ਇੰਦਰਾ ਗਾਂਧੀ ਭਾਰਤ ਦੇ ਪਹਿਲੇ ਔਰਤ ਪ੍ਰਧਾਨ ਮੰਤਰੀ ਬਣੇ।

ਸੱਥ ਵਿੱਚ ਗੱਲਾਂ ਵੀ ਹੁੰਦੀਆਂ, "ਲੈ ਹੁਣ ਤੀਵੀਂ ਰਾਜ ਕਰੂ ? ਕੀ ਮਰਦ ਮੁੱਕ ਗਏ ਸਨ ?" ਮਰਦ ਪ੍ਰਧਾਨ ਸਮਾਜ, ਤੇ ਪੁਰਾਣੀ ਵਿਚਾਰਧਾਰਾ ਵਾਲੇ ਲੋਕਾਂ ਨੂੰ ਇਹ ਗੱਲ ਹਜ਼ਮ ਕਰਨੀ ਬਹੁਤ ਮੁਸ਼ਕਲ ਸੀ। ਉਹ ਕਹਿੰਦੇ ਇਹ ਪੈਂਟਾਂ ਸ਼ਰਟਾਂ ਪਹਿਨਦੀ ਹੈ, ਮਰਦਾਂ ਨਾਲ ਹੱਥ ਮਿਲਾਉਂਦੀ ਹੈ। ਇਸਦੇ ਪਤੀ ਦੀ ਮੌਤ ਵੀ ਸ਼ੱਕੀ ਸੀ। ਫਿਰੋਜ਼ ਗਾਂਧੀ ਇਸ ਨੂੰ ਕਈ ਗੱਲਾਂ ਤੋਂ ਰੋਕਦਾ ਸੀ ਤੇ ਇਹ ਉਸ ਨੂੰ ਆਪਣੀਆਂ ਲਾਲਸਾਵਾਂ ਦੇ ਰਾਹ ਵਿੱਚ ਰੋੜਾ ਸਮਝਣ ਲੱਗੀ ਸੀ। ਤਾਂ ਹੀ ਪਾਸੇ ਹਟਾ ਦਿੱਤਾ ਗਿਆ ਸੀ। ਇਸ ਦਾ ਦੇਸ਼ ਦੀਆਂ ਬਾਕੀ ਔਰਤਾਂ ਤੇ ਕੀ ਅਸਰ ਪਊ ?

ਜਾਂ ਫੇਰ ਔਰਤਾਂ ਤਾਂ ਸ਼ਰਮ ਹਿਯਾ ਦੀਆਂ ਪੁਤਲੀਆਂ ਹੁੰਦੀਆਂ ਨੇ ਬਗੈਰਾ ਬਗੈਰਾ। ਫੇਰ ਲੋਕ ਹਰ ਮੌਡਰਨ ਦਿਖਣ ਵਾਲੀ ਕੁੜੀ ਨੂੰ ਇੰਦਰਾ ਗਾਂਧੀ ਕਹਿਣ ਲੱਗ ਪਏ। ਕਰਨਲ ਘੁਮੰਡਾ ਸਿੰਘ ਦੀ ਪਤਨੀ ਜਿਸ ਨੇ ਵਾਲ ਕਟਵਾਏ ਹੋਏ ਸਨ ਤੇ ਐਨਕਾਂ ਵੀ ਲਾਉਂਦੀ ਸੀ, ਜਦੋਂ ਪਤੀ ਦੀ ਰਿਟਾਇਰਮੈਂਟ ਤੋਂ ਬਾਅਦ ਇਹ ਟੱਬਰ ਬੱਚਿਆਂ ਸਮੇਤ ਪਿੰਡ ਆਕੇ ਰਹਿਣ ਲੱਗਾ ਤਾਂ ਲੋਕਾਂ ਨੇ ਉਸ ਔਰਤ ਦਾ ਨਾਂ ਵੀ ਇੰਦਰਾ ਗਾਂਧੀ ਰੱਖ ਦਿੱਤਾ।

ਕਈ ਲੋਕ ਇੰਦਰਾ ਨੂੰ ਦੁਰਗਾ ਜਾਂ ਚੰਡੀ ਦਾ ਰੂਪ ਵੀ ਆਖਦੇ। ਜਿਸ ਨੇ ਆਉਣ ਸਾਰ ਗਰੀਬੀ ਹਟਾਉ ਦਾ ਨਾਹਰਾ ਦੇ ਦਿੱਤਾ ਸੀ। ਨਾਹਰਾ ਹੀ ਨਹੀਂ ਸੀ ਦਿੱਤਾ ਬਹੁਤ ਸਾਰੀਆਂ ਸਹੂਲਤਾਂ ਵੀ ਪਛੜੀਆਂ ਸ਼੍ਰੇਣੀਆਂ ਨੂੰ ਦਿੱਤੀਆਂ ਤੇ ਹਰ ਕੰਮ ਵਿੱਚ ਪਹਿਲ ਵੀ ਉਹਨਾਂ ਦੀ ਸੀ। ਨੌਕਰੀਆਂ ਵਿੱਚ ਕੋਟਾ ਨਿਸਚਿਤ ਕੀਤੇ ਜਾਣ ਨਾਲ ਉਹ, ਉਸ ਨੂੰ ਗਰੀਬਾਂ ਦੀ ਦੇਵੀ ਸਮਝਣ ਲੱਗੇ। ਕਾਂਗਰਸ ਦਾ ਚੋਣ ਨਿਸ਼ਾਨ ਗਾਂ ਵੱਛਾ ਹਿੰਦੂਆਂ ਵਿੱਚ ਗਊ ਮਾਤਾ ਕਹਿ ਕੇ ਅਤੇ ਗਰੀਬਾਂ ਵਿੱਚ 'ਗਊ ਗਰੀਬ' ਦੀ ਹਮਾਇਤਣ ਕਹਿ ਕੇ ਪ੍ਰਚਾਰਿਆ ਗਿਆ। ਫੇਰ ਦੇਸ਼ ਦੀ ਔਰਤ ਪ੍ਰਧਾਨ ਮੰਤਰੀ ਨੇ ਬੜੀ ਜਲਦੀ ਹੀ ਦੁਨੀਆਂ ਦੇ ਪੱਧਰ ਤੇ ਆਪਣੀ ਪਛਾਣ ਸਥਾਪਿਤ ਕਰ ਲਈ।

ਲੜਾਈ ਬੰਦ ਹੋਣ ਨਾਲ ਦੇਸ਼ ਦਾ ਮਹੌਲ ਮੁੜ ਤੋਂ ਸਾਵਾਂ ਹੋਣ ਲੱਗਿਆ। ਇੰਦਰਾ ਆਪ ਜਾਕੇ ਫੌਜੀਆਂ ਤੋਂ ਸਲਿਊਟ ਲੈਂਦੀ ਉਨ੍ਹਾਂ ਦੀ ਪ੍ਰਸ਼ੰਸ਼ਾ ਕਰਦੀ ਤੇ ਮੈਡਲ ਪਹਿਨਾਉਂਦੀ। ਜਿਵੇਂ ਉਹ ਹੀ ਭਾਰਤ ਮਾਤਾ ਦਾ ਰੂਪ ਹੋਵੇ। ਫੌਜੀਆਂ ਦੇ ਮਨੋਰੰਜਨ ਲਈ ਵਿਸ਼ੇਸ਼ ਪ੍ਰੋਗਰਾਮ ਉਲੀਕੇ ਗਏ। ਤਨਖਾਹ ਦੇ ਨਾਲ ਨਾਲ ਰੱਮ ਦਾ ਕੋਟਾ ਵੀ ਵਧਾਇਆ ਗਿਆ। ਹਫਤੇ 'ਚ ਦੋ ਵਾਰੀ ਫਿਲਮ ਦਿਖਾਈ ਜਾਂਦੀ। ਫੌਜੀਆਂ ਦੇ ਮਨੋਰੰਜਨ ਲਈ ਵਿਸ਼ੇਸ਼ ਗਾਇਕ ਜੋੜੀਆਂ ਵੀ ਪਹੁੰਚਦੀਆਂ। ਉਨ੍ਹਾਂ ਤੇ ਗੀਤ ਲਿਖੇ ਜਾਂਦੇ ਅਤੇ ਗਾਏ ਜਾਂਦੇ। ਸਿੱਖ ਰਜਮੈਂਟ ਵਿੱਚ ਹਰਚਰਨ ਗਰੇਵਾਲ ਤੇ ਸੀਮਾ ਦੀ ਜੋੜੀ ਬੇਹੱਦ ਪ੍ਰਸਿੱਧ ਹੋਈ। ਨਵੇਂ ਰੰਗਰੂਟ ਜਦੋਂ ਵਿਆਹ ਕਰਵਾਉਣ ਪਿੰਡਾਂ ਵਿੱਚ ਜਾਂਦੇ ਤਾਂ ਇਸੇ ਜੋੜੀ ਨੂੰ ਬੁੱਕ ਕਰਦੇ। ਪਿੰਡਾਂ ਦਾ ਮਹੌਲ ਬਦਲ ਰਿਹਾ ਸੀ ਭਾਂਵੇ ਸੰਤਾ ਸਿੰਘ ਵਰਗੇ ਲੋਕਾਂ ਲਈ ਇਹ ਗਾਉਣਾ ਬਜਾਉਣਾ ਇੱਕ ਕੰਜਰਖਾਨਾ ਹੀ ਸੀ। ਦਲੇਰ ਸਿੰਘ ਅਜਿਹੇ ਪ੍ਰੋਗਰਾਮਾਂ ਦੇ ਹੋਣ ਦੀ ਜਾਣਕਾਰੀ ਚਿੱਠੀਆਂ ਵਿੱਚ ਭੇਜਦਾ ਰਹਿੰਦਾ।

ਜਦੋਂ ਉਹ ਲੜਾਈ ਤੋਂ ਬਾਅਦ ਛੁੱਟੀ ਆਇਆ ਤਾਂ ਇਨ੍ਹਾਂ ਗਾਉਣ ਵਾਲਿਆਂ ਦੇ ਨਾਲ ਨਾਲ ਬਚਨ ਕੌਰ ਨਾਲ ਉਹ ਫਿਲਮਾਂ ਦੀਆਂ ਗੱਲਾਂ ਵੀ ਕਰਦਾ। ਨਰਗਿਸ, ਮੀਨਾਂ ਕੁਮਾਰੀ, ਮੁਮਤਾਜ, ਸਾਇਰਾ ਬਾਨੋ, ਦਲੀਪ ਕੁਮਾਰ, ਰਾਜ ਕਪੂਰ, ਹੇਮਾ ਮਾਲਿਨੀ ਧਰਮਿੰਦਰ ਬਗੈਰਾ ਬਗੈਰਾ। ਪਰ ਉਸ ਨੂੰ ਕੁੱਝ ਵੀ ਸਮਝ ਨਾ ਪੈਂਦੀ। ਦਲੇਰ ਸਿੰਘ ਦੀਆਂ ਗੱਲਾਂ ਸੁਣ ਸੁਣ ਸੰਤਾ ਸਿਉਂ ਆਖਦਾ "ਮੂਰਤਾਂ ਕਿਵੇਂ ਗੱਲਾਂ ਕਰਦੀਆਂ ਹੋਣਗੀਆਂ ਭਲਾਂ ?" ਉਸ ਨੇ ਆਪਣੀ ਜ਼ਿੰਦਗੀ ਵਿੱਚ ਕੋਈ ਵੀ ਫਿਲਮ ਨਹੀਂ ਸੀ ਵੇਖੀ। ਜਦੋਂ ਬਚਨੋਂ ਮਹੀਨਾ ਕੁ ਸਹੁਰੇ ਪਿੰਡ ਗਈ ਤਾਂ ਉਸ ਕੋਲ ਸਣਾਉਣ ਲਈ ਬਹੁਤ ਕੁੱਝ ਨਵਾਂ ਸੀ। ਜੋ ਅਜੇ ਰਣੀਏ ਪਿੰਡ ਦੀ ਫਿਜ਼ਾ ਲਈ ਓਪਰਾ ਸੀ।

ਰਣੀਏ ਪਿੰਡ ਦਾ ਇੱਕ ਫੌਜੀ ਮੁੰਡਾ ਸਿਕੰਦਰ, ਦਲੇਰ ਸਿੰਘ ਦੀ ਰਜ਼ਮੈਂਟ ਵਿੱਚ ਹੀ ਸੀ। ਦੋਨੋ ਪਹਿਲਾਂ ਹੈਦਰਾਬਾਦ ਇਕੱਠੇ ਹੁੰਦੇ ਸਨ। ਦਲੇਰ ਸਿੰਘ ਦੀ ਛੁੱਟੀ ਸਮੇਂ ਉਹ ਮੁੰਡਾ ਵੀ ਅਚਾਨਕ ਛੁੱਟੀ ਆ ਗਿਆ। ਇਸੇ ਛੁੱਟੀ ਵਿੱਚ ਸਿਕੰਦਰ ਸਿੰਘ ਦਾ ਵਿਆਹ ਸੀ। ਉਸ ਨੇ ਦਲੇਰ ਸਿੰਘ ਨੂੰ ਵੀ ਵਿਆਹ ਦੀ ਗੱਠ ਭੇਜੀ। ਉਸ ਨੇ ਵੀ ਆਪਣੇ ਵਿਆਹ ਤੇ ਸੀਮਾਂ ਗਰੇਵਾਲ ਦੀ ਜੋੜੀ ਬੁਲਾਈ ਸੀ। ਫੌਜ ਵਿੱਚ ਉਨੀ ਦਿਨੀਂ ਸੁਰਿੰਦਰ ਕੌਰ, ਆਸਾ ਸਿੰਘ ਮਸਤਾਨਾ, ਰੰਗੀਲਾ ਜੱਟ, ਨਰਿੰਦਰ

ਬੀਬਾ, ਚਾਂਦੀ ਰਾਮ ਤੇ ਹੋਰ ਕਈ ਗਾਇਕ ਮਸ਼ਹੂਰ ਸਨ। ਪਰ ਫੌਜੀਆਂ ਵਲੋਂ ਇਹ ਜੋੜੀ ਕੁੱਝ ਵਧੇਰੇ ਹੀ ਪਸੰਦ ਕੀਤੀ ਜਾਂਦੀ ਸੀ। ਵਿਆਹ ਤੋਂ ਇੱਕ ਦਿਨ ਪਹਿਲਾਂ ਮੇਲ਼ ਵਜੋਂ ਦਲੇਰ ਸਿੰਘ ਬਚਨੋ ਆਪਣੇ ਬੇਟੇ ਸਮੇਤ ਸਹੁਰੇ ਪਿੰਡ ਪਹੁੰਚ ਗਏ। ਪਰ ਸੰਤਾ ਸਿੰਘ ਨੂੰ ਇਹ ਗੱਲ ਪਸੰਦ ਨਹੀਂ ਸੀ ਕਿ ਜੁਆਈ ਸਾਡੇ ਸ਼ਰੀਕਾਂ ਦੇ ਘਰ ਸਾਡੀ ਕੁੜੀ ਨੂੰ ਲੈ ਕੇ ਜਾਵੇ। ਇਸ ਘਰ ਦੀਆਂ ਕੁੜੀਆਂ ਨੂੰ ਪਿੰਡ ਕਿਸੇ ਹੋਰ ਦੇ ਘਰ ਜਾਣ ਦੀ ਆਗਿਆ ਨਹੀਂ ਸੀ। ਸਾਰੇ ਘਰ ਤੇ ਸੰਤਾਂ ਸਿੰਘ ਦਾ ਆਪਣਾ ਹੀ ਕਾਇਦਾ ਕਨੂੰਨ ਲਾਗੂ ਰਹਿੰਦਾ ਸੀ।

ਵਿਆਹ ਤੋਂ ਇੱਕ ਦਿਨ ਪਹਿਲਾਂ ਅਖਾੜਾ ਲੱਗਿਆ, ਜੋ ਪਿੰਡ ਲਈ ਬਿਲਕੁੱਲ ਨਵੀਂ ਗੱਲ ਸੀ। ਇਹ ਕੋਈ ਕਵੀਸ਼ਰ ਨਹੀਂ ਸਨ, ਸਗੋਂ ਇੱਕ ਮਰਦ ਔਰਤ ਦੀ ਜੋੜੀ ਸੀ। ਜੋ ਗਾਉਣ ਦੇ ਨਾਲ ਨਾਲ ਬੇਸ਼ਰਮੀ ਭਰੀਆਂ ਹਰਕਤਾਂ ਵੀ ਕਰਦੇ। ਪਿੰਡੋਂ ਬਾਹਰ ਬਾਹਰ ਅੰਬਾਂ ਦੇ ਬਾਗ ਵਿੱਚ ਇਹ ਅਖਾੜਾ ਲੱਗਿਆ। ਜਿਸ ਨੂੰ ਦੇਖਣ ਦੂਰ ਦੂਰ ਦੇ ਪਿੰਡਾਂ ਤੋਂ ਲੋਕ ਆਏ। ਦੋ ਗੱਡੇ ਜੋੜ ਕੇ ਬਣਾਈ ਗਈ ਸਟੇਜ ਤੇ ਦੋਹਰੇ ਅਰਥਾਂ ਵਾਲੇ ਚੁਟਕਲੇ ਅਤੇ ਅਸ਼ਲੀਲ ਬੋਲ ਭਾਰੂ ਸਨ:-

ਖਰਬੂਜ਼ੇ ਵਰਗੀ ਜੱਟੀ ਖਾਅ ਲਈ ਵੇ ਕਾਲ਼ੇ ਨਾਗ ਨੇ

ਕਹਿੰਦਾ ਗਾਇਕ ਹਰਕਤਾਂ ਵੀ ਅਜਿਹੀਆਂ ਹੀ ਕਰਦਾ। ਜਿਵੇਂ ਸੱਚਮੁੱਚ ਗਾਇਕਾ ਨੂੰ ਡਕਾਰ ਜਾਣਾ ਚਾਹੁੰਦਾ ਹੋਵੇ। ਲੋਕ ਬੇਸ਼ਰਮੀ ਭਰਿਆ ਹਾਸਾ ਹਸ ਰਹੇ ਸਨ। ਖੇਤਾਂ ਵਿੱਚ ਬੈਠਾ ਸੰਤਾ ਸਿਉਂ ਪਿੰਡ ਦੇ ਭਵਿੱਖ ਬਾਰੇ ਸੋਚ ਰਿਹਾ ਸੀ ਕਿ "ਨੌਜਵਾਨ ਮੁੰਡੇ ਕੁੜੀਆਂ ਤੇ ਇਸਦਾ ਕੀ ਅਸਰ ਪਊ। ਜਦੋਂ ਏਦਾਂ ਦਾ ਕੰਜਰ ਖਾਨਾ ਜੋ ਪਹਿਲਾਂ ਵੇਸਵਾਵਾਂ ਦੇ ਕੋਠਿਆਂ ਦਾ ਸ਼ਿੰਗਾਰ ਹੁੰਦਾ ਤੀ ਹੁਣ ਪਿੰਡ ਵਿੱਚ ਵੀ ਆ ਗਿਆ ਤਾਂ ਮਹੌਲ ਤਾਂ ਗੰਧਲੇਗਾ ਹੀ"। ਇਸ ਵਿਆਹ ਵਿੱਚ ਇੱਕ ਹੋਰ ਗੱਲ ਨਵੀਂ ਹੋਈ ਕਿ ਲਾਊਡ ਸਪੀਕਰ ਨਾਲ ਗੰਦੇ ਬੋਲਾਂ ਦਾ ਛਿੜਕਾ ਸਾਰੇ ਪਿੰਡ ਤੇ ਕੀਤਾ ਗਿਆ। ਏਸੇ ਕਰਕੇ ਬੇਸ਼ਰਮੀ ਦਾ ਮਾਰਿਆ ਸੰਤਾ ਸਿਉਂ ਉਸ ਦਿਨ ਰੋਟੀ ਖਾਣ ਵੀ ਘਰ ਨਾ ਗਿਆ। ਤਾਂ ਕਿ ਧੀਆਂ ਨੂੰਹਾਂ ਦੇ ਸਾਹਮਣੇ ਉਹ ਏਦਾਂ ਦੇ ਬੋਲ ਕਿਵੇਂ ਸੁਣ ਸਕੇਗਾ।

ਏਸ ਵਿਆਹ ਤੋਂ ਬਾਅਦ ਪਿੰਡ ਵਿੱਚੋਂ ਜਿਵੇਂ ਸ਼ਰਮ ਹੀ ਚੁੱਕੀ ਗਈ। ਦਸਾਂ ਕੁ ਦਿਨਾਂ ਬਾਅਦ ਗੁਰਮੇਲ ਦੇ ਮੁੰਡੇ ਭਿੰਦਰ ਦਾ ਵਿਆਹ ਸੀ ਉਨ੍ਹਾਂ ਨੇ ਵੀ ਲਾਊਡ ਸਪੀਕਰ ਲਿਆਂਦਾ ਤੇ ਦੋ ਮੰਜੇ ਜੋੜ ਕਿ ਸੰਤਾ ਸਿੰਘ ਦੇ ਘਰ ਵਲ ਮੂੰਹ ਕਰਕੇ ਲਗਾ ਦਿੱਤਾ। ਸੰਤਾ ਸਿੰਘ ਨੇ ਪਿੰਡ ਦੀ ਪੰਚਾਇਤ ਸਾਹਮਣੇ ਕਿਹਾ ਵੀ ਕਿ ਆਪਾ ਧੀਆਂ ਭੈਣਾਂ ਵਾਲੇ ਹਾਂ ਇਹ ਇਸ਼ਕ ਮੁਸ਼ਕ ਦੇ ਗੀਤ ਪਿੰਡ ਦਾ ਮਹੌਲ਼ ਖਰਾਬ ਕਰਨਗੇ। ਪਰ ਉਸ ਦੀ ਕਿਸੇ ਨੇ ਵੀ ਨਾ ਸੁਣੀ।

ਉਸੇ ਸ਼ਾਮ ਨੂੰ ਸੰਤਾ ਸਿੰਘ ਆਪਣੇ ਚੁਬਾਰੇ ਅੱਗੇ ਬੈਠਾ ਰਹਿਰਾਸ ਦਾ ਪਾਠ ਕਰ ਰਿਹਾ ਸੀ ਤੇ ਕੰਨ ਪਾੜਵੀਂ ਸਪੀਕਰ ਦੀ ਆਵਾਜ ਆ ਰਹੀ ਸੀ:-

ਅੱਜ ਪਹਿਲੀ ਰਾਤ ਮੁਕਲਾਵਾ ਨੀ, ਅਸੀਂ ਛਕਿਆ ਫੀਮ ਦਾ ਮਾਵਾ ਨੀ

ਐਡੀ ਬੇਸ਼ਰਮੀ ਉਹ ਤਾਂ ਸੁਣ ਕੇ ਨਿੱਘਰਦਾ ਹੀ ਜਾ ਰਿਹਾ ਸੀ। ਧੀਆਂ ਭੈਣਾਂ ਦੇ ਕੰਨਾਂ ਵਿੱਚ ਉਹ ਕਿਹੜਾ ਸਿੱਕਾ ਢਾਲ ਕੇ ਪਾ ਦਿੰਦਾ। ਉਹ ਉੱਠ ਕੇ ਗੁਰਮੇਲ ਨੂੰ ਖੁਦ ਸਮਝਾਉਣ ਗਿਆ। ਉਸ ਨੇ ਦੇਖਿਆ ਮੁੰਡੀਹਰ ਇੱਕ ਮਸ਼ੀਨ ਜਿਹੀ ਦੇ ਦੁਆਲੇ ਝੁਰਮਟ ਪਾਈਂ ਬੈਠੀ ਸੀ ਤੇ ਉੱਤੇ ਇੱਕ ਕਾਲ਼ਾ ਜਿਹਾ ਤਵਾ ਘੁੰਮ ਰਿਹਾ ਸੀ। ਲੋਕ ਸ਼ਰਾਬ ਪੀ ਰਹੇ ਸਨ ਤੇ ਚੁਰਚੁਰੇ ਗੀਤਾਂ ਦੀ ਫਰਮਾਇਸ਼ ਕਰ ਰਹੇ ਸਨ। ਸੰਤਾਂ ਸਿੰਘ ਨੇ ਗੁੱਸੇ ਵਿੱਚ ਕਿਹਾ 'ਗੇਲਿਆ ਇਹ ਗੰਦੇ ਗੀਤ ਬੰਦ ਕਰਵਾਦੇ ਤੈਨੂੰ ਮੈਂ ਦੱਸਾ" ਪਰ ਗੁਰਮੇਲ ਨੇ ਇਹ ਕਹਿ ਕੇ ਅਣਗੌਲਿਆਂ ਕਰ ਦਿੱਤਾ ਕਿ "ਮੁੰਡੇ ਨੀ ਮੰਨਦੇ

ਲੰਬੜਦਾਰਾ...” ਮਸ਼ੀਨ ਵਾਲੇ ਨੇ ਫੇਰ ਚਾਬੀ ਭਰ ਦਿੱਤੀ। ਤੇ ਇੱਕ ਹੋਰ ਗੰਦਾ ਗੀਤ ਚੱਲ ਪਿਆ:-

ਰੰਨ ਬੋਤਲ ਵਰਗੀ ਚੱਕ ਲੋ ਬਾਖਰੂ ਕਹਿ ਕੇ

ਫੇਰ ਸੰਤਾਂ ਸਿੰਘ ਨੂੰ ਵੀ ਗੁੱਸਾ ਚੜ੍ਹ ਗਿਆ। ਉਸ ਰਾਤ ਉਸ ਨੇ ਸ਼ਰਾਬ ਵੀ ਪੀਤੀ ਅਤੇ ਹਵੇਲੀਉਂ ਸੱਮਾਂ ਵਾਲੀ ਡਾਂਗ ਚੁੱਕ ਕੇ ਗੁਰਮੇਲ ਦੇ ਕੋਠੇ ਤੇ ਜਾ ਚੜ੍ਹਿਆ। ਬੁਢਾਪੇ ਵਿੱਚ ਵੀ ਉਸ ਦੀ ਹਿੰਮਤ ਨੇ ਉਬਾਲਾ ਮਾਰਿਆ ਤੇ ਉਸ ਨੇ ਡਾਂਗ ਮਾਰ ਕੇ ਮੰਜੇ ਤੇ ਲੱਗਿਆ ਸਪੀਕਰ ਥੱਲੇ ਸੁੱਟ ਕੇ ਕੁੱਟਣਾ ਸ਼ੁਰੂ ਕਰ ਦਿੱਤਾ ਕਿ 'ਹੁਣ ਬੋਲ ਗੰਦ...' ਤੈਨੂੰ ਮੈਂ ਦੱਸਾਂ। ਲੋਕਾਂ ਨੇ ਉਸ ਨੂੰ ਮਸਾਂ ਕਾਬੂ ਕੀਤਾ। ਲੋਕ ਸਮਝਦੇ ਸਨ ਕਿ ਲੰਬੜਦਾਰ ਸ਼ਰਾਬੀ ਹੈ। ਉਸ ਨੇ ਗੇਲੇ ਨੂੰ ਵੀ ਗਾਲਾਂ ਕੱਢੀਆਂ ਤੇ ਬੁੜਬੁੜਾਂਉਦਾ ਰਿਹਾ "ਕਲਯੁੱਗ ਆ ਗਿਆ ਕਲਯੁੱਗ"।

ਏਹ ਕੇਹੋ ਜੇਹੇ ਯੁੱਗ ਦੀ ਸ਼ੁਰੂਆਤ ਸੀ ? ਪੰਜਾਬ ਦਾ ਅਮੀਰ ਵਿਰਸਾ, ਧਾਰਮਿਕ ਸਾਖੀਆਂ, ਘੋਲ਼, ਤ੍ਰਿੰਝਣ, ਸਿੱਖਿਆਵਾਂ ਦਮ ਤੋੜਨ ਲੱਗ ਪਈਆਂ ਸਨ। ਅਮਰ ਸਿੰਘ ਸ਼ੌਂਕੀ ਦਾ ਜਥਾ ਜਿਵੇਂ ਪੁਰਾਣੀ ਗੱਲ ਹੋ ਗਿਆ ਸੀ। ਲਾਊਡ ਸਪੀਕਰਾਂ ਅਤੇ ਅਸ਼ਲੀਲ ਗਾਉਣ ਵਾਲਿਆਂ ਨੇ ਪੰਜਾਬ ਦਾ ਪਿੜ ਮੱਲ ਲਿਆ। ਕਿੱਸੇ ਅਲੋਪ ਹੋਣ ਲੱਗੇ ਤੇ ਨਸ਼ੇ ਵਧਣ ਲੱਗੇ। ਫੇਰ ਧੀਆਂ ਭੈਣਾਂ ਸਾਰੇ ਪਿੰਡ ਦੀਆਂ ਸਾਂਝੀਆਂ ਕਿਵੇਂ ਹੋ ਸਕਦੀਆਂ ਸਨ ? ਪਰ ਇਸ ਨੂੰ ਲੋਕ ਨਵੇਂ ਸਮੇਂ ਦੀਆਂ ਗੱਲਾਂ ਆਖ ਰਹੇ ਸਨ। ਲੰਬੜਦਾਰ ਸੰਤਾ ਸਿਉਂ ਸੋਚਦਾ ਰਹਿੰਦਾ, ਜਿਵੇਂ ਜਿਸਮ ਦਾ ਕੋਈ ਹਿੱਸਾ ਉਸ ਤੋਂ ਵੱਖਰਾ ਹੁੰਦਾ ਜਾ ਰਿਹਾ ਹੋਵੇ। ਫੇਰ ਤਾਂ ਪੂਰੇ ਪੰਜਾਬ ਦਾ ਹੀ ਮਹੌਲ ਬਦਲਣਾ ਸ਼ੁਰੂ ਹੋ ਗਿਆ ਸੀ। ਇਕੱਲਾ ਸੰਤਾਂ ਸਿੰਘ ਭਲਾਂ, ਇਸ ਤੂਫਾਨ ਨੂੰ ਕਿਵੇਂ ਰੋਕ ਸਕਦਾ ਸੀ ?

•

ਭਾਗ 16

ਦਲੇਰ ਸਿੰਘ ਦੇ ਪਰਤ ਜਾਣ ਤੋਂ ਬਾਅਦ ਗੁਰਬਚਨ ਕੌਰ ਫੇਰ ਪੇਕੇ ਪਰਤ ਆਈ। ਹੁਣ ਉਸ ਕੋਲ ਗੱਲਾਂ ਦਾ ਭੰਡਾਰ ਸੀ। ਉਹ ਜਿੱਥੇ ਆਪਣੇ ਸੱਸ ਸਹੁਰਾ ਨਣਦਾਂ ਤੇ ਜੇਠ ਦਿਓਰਾਂ ਦੀਆਂ ਗੱਲਾਂ ਕਰਦੀ ਉੱਥੇ ਜਠਾਣੀ ਵਲੋਂ ਸਤਾਏ ਜਾਣ ਦੀਆਂ ਗੱਲਾਂ ਵੀ ਦੱਸਦੀ ਜਿਵੇਂ "ਸੱਸ ਤਾਂ ਮੇਰੀ ਬਹੁਤ ਚੰਗੀ ਆ ਪਰ ਜਠਾਣੀ ਕੁੱਤੇ ਦੀ ਵੱਢੀ ਹੋਈ ਆ। ਮੈਂ ਦਾਲ ਬਣਾ ਕੇ ਪਿੱਠ ਮੋੜਦੀ ਤੇ ਉਹ ਲਾਲ ਮਿਰਚਾਂ ਦੀ ਕੜਛੀ ਭਰ ਕੇ ਦਾਲ਼ 'ਚ ਪਾ ਦਿੰਦੀ। ਤੇ ਬਾਅਦ 'ਚ ਆਖਦੀ ਏਹਨੂੰ ਤਾਂ ਕਿਸੇ ਗੱਲ ਦਾ ਚੱਜ ਨੀ" ਏਹੋ ਹਾਲ ਜੇਠ ਦਾ ਸੀ ਉਹ ਜਠਾਣੀ ਦਾ ਚੁੱਕਿਆ ਸ਼ਰਾਬ ਪੀ ਕੇ ਦਲੇਰ ਸਿੰਘ ਨੂੰ ਗਾਲਾਂ ਕੱਢਦਾ ਕਿ ਜਾਂਦਾ ਹੋਇਆ ਕੋਈ ਪੈਸੇ ਨੀ ਦੇ ਕੇ ਗਿਆ। ਮੈਂ ਉਸ ਦਾ ਟੱਬਰ ਕਿਉਂ ਪਾਲ਼ਾਂ ? ਉਹ ਫੌਜ ਵਿੱਚ ਪੈਸੇ ਜੋੜ ਕੇ ਬੈਂਕਾਂ ਭਰੇ ਤੇ ਮੈਂ ਖੇਤਾਂ 'ਚ ਮਰਾਂ ? ਨਿੱਤ ਕਲੇਸ਼ ਕਰਦਾ"

ਉਹ ਅੱਗੇ ਗੱਲ ਤੋਰਦੀ "ਬੇਬੇ ਗੁੱਸੇ 'ਚ ਆਖਦੀ 'ਗੱਡ ਹੋਣਿਆ ਕਿਉਂ ਰੋਜ਼ ਸ਼ਰਾਬ ਝੁਲਸ ਕੇ ਝੱਜੂ ਪਾਉਨੈ ? ਬੇਗਾਨੀ ਧੀ ਕੀ ਸੋਚੂ ? ਤੂੰ ਕਿਹੜਾ ਫਸਲਾਂ ਵੇਚ ਕੇ ਘਰ ਰੋਕੜੇ ਦੇ ਤੇ... ?"

ਤਾਂ ਫੇਰ ਹੋਰ ਉਹ ਬੁੱਕਦਾ ਕਿ "ਆ ਕਦਰ ਕੀਤੀ ਆ ਤੁਸੀਂ ਮੇਰੀ ?"

ਉਸਦੀ ਘਰ ਵਾਲੀ ਦੁਹੱਥੜੀ ਪਿੱਟਦੀ ਕਿ "ਹੋਰ ਖਾ ਲੈ ਢੀਮਾਂ...ਲੈ ਲਿਆ ਦੱਖੂਦਾਣਾ ? ਉਹ ਮਹਾਰਾਣੀ ਨੂੰ ਕੋਈ ਕੁੱਝ ਨੀ ਕਹਿੰਦਾ। ਮੈਂ ਸਾਰਿਆਂ ਦਾ ਲੰਗਰ ਫੂਕਾਂ, ਓਹਨੂ ਚੱਜ ਨਾ ਅਚਾਰ ਮੇਰੇ ਸਿਰ ਤੇ ਲਿਆ ਬਿਠਾ ਤੀ..."

ਪਰ ਗੁਰਬਚਨ ਕੌਰ ਚੁੱਪ ਧਾਰ ਰੱਖਦੀ। ਬੇਅੰਤ ਕੌਰ ਕਹਿੰਦੀ "ਧੀਏਂ ਤੂੰ ਨਾਂ ਬੋਲੀਂ ਉਹ ਤਾਂ ਕਮਲ਼ੀ ਹੈ। ਘਰਾਣੇ ਘਰ ਦੀਆਂ ਤੀਵੀਆਂ ਇਉਂ ਨੀ ਜਲੂਸ ਕੱਢਦੀਆਂ"

ਚੰਦ ਸਿੰਘ ਤੇ ਗੁਲਾਬ ਸਿੰਘ ਦਾ ਵਰਤਾ ਵੀ ਚੰਗਾ ਸੀ। ਚੰਦ ਸਿੰਘ ਘਰ ਦੇ ਇੱਕ ਹਿੱਸੇ ਵਿੱਚ ਬਣੇ ਕਮਰੇ ਵਿਚ ਰਹਿੰਦਾ। ਜਿੱਥੇ ਉਸ ਦੇ ਦੋ ਫੌਜੀ ਟਰੰਕ ਸਨ, ਦਾੜ੍ਹੀ ਬੰਨਣ ਦਾ ਸਮਾਨ ਸੀ। ਦੋ ਬੋਤਲਾਂ ਉਹ ਰੰਮ ਦੀਆਂ ਜਮਾਂ ਰੱਖਦਾ। ਖਾਲਸਾ ਸਮਾਚਾਰ ਅਤੇ ਪ੍ਰੀਤ ਲੜੀ ਵਰਗੇ ਰਸਾਲੇ ਵੀ ਪੜ੍ਹਦਾ ਰਹਿੰਦਾ। ਆਪਣੇ ਵਿਛੜ ਚੁੱਕੇ ਪੁੱਤਰ ਦੀ ਪੁਸਤਕਾਂ ਨੂੰ ਰੋਜ਼ ਤੱਕਦਾ, ਜਿਵੇਂ ਉਸ ਨਾਲ ਗੱਲਾਂ ਕਰ ਰਿਹਾ ਹੋਵੇ। ਹੱਥੀਂ ਬਣਾ ਕੇ ਤੇਜ਼ ਪੱਤੀ ਵਾਲੀ ਚਾਅ ਪੀਂਦਾ। ਗੁਰਦੁਵਾਰੇ ਪਾਠ ਕਰਨ ਵੀ ਚਲਾ ਜਾਂਦਾ। ਤੇ ਜਾ ਫੇਰ ਖੇਤਾਂ 'ਚ ਕੰਮ ਕਰਨ ਜਾ ਲੱਗਦਾ।

ਗੁਲਾਬ ਸਿੰਘ ਤਾਂ ਪੱਕੇ ਤੌਰ ਤੇ ਹੀ ਖੂਹ ਵਾਲੇ ਕੋਠੇ 'ਚ ਰਹਿੰਦਾ। ਦਿਨ ਦੀ ਰੋਟੀ ਉਸ ਦੀ ਉੱਥੇ ਹੀ ਪੁੱਜਦੀ ਤੇ ਸ਼ਾਮ ਦੀ ਰੋਟੀ ਉਹ ਘਰ ਆ ਕੇ ਖਾਅ ਜਾਂਦਾ। ਉਸ ਨੂੰ ਜਿੱਥੇ ਬਾਗਬਾਨੀ ਦਾ ਬੇਹੱਦ ਸ਼ੌਂਕ ਸੀ। ਖੇਤਾਂ ਵਿੱਚ ਉਹਨੇ ਅੰਬ, ਅੰਗੂਰ, ਕੇਲੇ, ਨਾਸਪਾਤੀਆਂ, ਜਾਮਣਾਂ, ਸੰਤਰੇ ਤੇ ਹੋਰ ਬੂਟੇ ਲਗਾਏ ਹੋਏ ਸਨ।

ਉੱਥੇ ਹੀ ਧਨੀਆਂ, ਪਾਲਕ, ਪੁਦੀਨਾਂ, ਕੱਕੜੀਆਂ, ਖੀਰੇ, ਕੱਦੂ, ਬਤਾਊਂ, ਭਿੰਡੀਆਂ, ਕਰੇਲੇ, ਲਸਣ, ਪਿਆਜ ਤੇ ਹੋਰ ਵੀ ਬੜਾ ਕੁੱਝ ਉਹ ਬੀਜੀਂ ਰੱਖਦਾ। ਲੋਕ ਉਸਦਾ ਸ਼ੌਂਕ ਵੇਖ ਵੇਖ ਹੈਰਾਨ ਹੁੰਦੇ। ਉਹ ਗਲੀ ਗੁਆਂਢ ਨੂੰ ਵੀ ਏਨਾਂ ਚੀਜਾਂ ਨਾਲ ਰਜਾਈਂ ਰੱਖਦਾ। ਤੁਰਦਾ ਤਾਂ ਹੱਥ ਵਿੱਚ

ਹਮੇਸ਼ਾਂ ਖੂੰਡਾ ਰੱਖਦਾ। ਦਾੜ੍ਹੀ ਸਲੀਕੇ ਨਾਲ ਬੰਨੀ ਹੁੰਦੀ। ਚਿੱਟੇ ਖੱਦਰ ਦਾ ਕੁੜਤਾ ਪਜਾਮਾ ਪਹਿਨਦਾ। ਚੰਗਾ ਫੌਜੀ ਰੋਹਬ ਦਾਅਬ ਸੀ ਤੇ ਬੋਲਾਂ ਵਿੱਚ ਗੜਕਾ ਵੀ ਸੀ। ਕਿਸੇ ਨੂੰ ਭਾਂਵੇ ਗਾਲਾਂ ਵੀ ਕੱਢ ਲਵੇ ਤਾਂ ਵੀ ਪਿੰਡ 'ਚ ਕੋਈ ਉਸ ਦੇ ਸਾਹਮਣੇ ਨਾਂ ਕੁਸਕਦਾ।

ਲੋਕ ਉਸ ਨੂੰ ਤਾਇਆ ਹੌਲਦਾਰ ਕਹਿ ਕੇ ਬੁਲਾਉਂਦੇ। ਭਾਂਵੇ ਤਾਇਆ ਹੌਲਦਾਰ ਛੜਾ ਸੀ ਪਰ ਭਰਾ ਦੇ ਬੱਚਿਆਂ ਨੂੰ ਉਹ ਆਪਣੇ ਬੱਚਿਆਂ ਵਾਂਗ ਹੀ ਸਮਝਦਾ ਰਿਹਾ ਸੀ। ਅੱਗੋਂ ਉਨ੍ਹਾਂ ਦੇ ਬੱਚਿਆਂ ਨਾਲ ਖੇਡਦਾ ਤਾਂ ਉਹ ਮੋਮ ਵਾਂਗੂੰ ਢਲ ਜਾਂਦਾ। ਬੱਚਿਆਂ ਵਿੱਚ ਬੱਚਾ ਹੋਇਆ ਉਹ ਤੋਤਲੀਆਂ ਆਵਾਜ਼ਾਂ ਕੱਢਦਾ ਤੇ ਕਈ ਤਰ੍ਹਾਂ ਵਿੰਗੇ ਟੇਢੇ ਮੂੰਹ ਬਣਾ ਕੇ ਹਸਾਉਂਦਾ। ਨਿਆਣਿਆਂ ਨੂੰ ਪਿਆਰ ਨਾਲ 'ਡੱਡ' ਕਹਿੰਦਾ। ਬਚਨੋਂ ਨੂੰ ਵੀ ਤਾਇਆ ਜੀ ਦਾ ਸੁਭਾਅ ਬਹੁਤ ਚੰਗਾ ਲੱਗਦਾ।

ਬਾਕੀ ਤਾਂ ਸਾਰੇ ਘਰ ਦਾ ਮਹੌਲ ਓਪਰਾ ਸੀ। ਬੇਅੰਤ ਕੌਰ ਤੋਂ ਬਿਨਾਂ ਘਰ ਵਿੱਚ ਕੋਈ ਵੀ ਪਾਠ ਨਾਂ ਕਰਦਾ। ਬਚਨੋਂ ਦੇ ਸਹੁਰੇ ਘਰ 'ਚ ਅੰਡਾ ਮੀਟ ਸਭ ਕੁੱਝ ਬਣਦਾ। ਕੁੜੀਆਂ ਕੱਤਰੀਆਂ ਨੂੰ ਵੀ ਕਾਫੀ ਖੁੱਲ ਸੀ। ਸ਼ਾਮ ਨੂੰ ਰੇਡੀਉ ਤੇ ਮੁਹੱਬਤ ਭਰੇ ਗੀਤ ਵੀ ਸੁਣੇ ਜਾਂਦੇ। ਜਦ ਕੇ ਉਸਦੇ ਪੇਕੇ ਘਰ ਸਭ ਅਜਿਹਾ ਨਹੀਂ ਸੀ। ਬਚਨ ਕੌਰ ਨੂੰ ਪਹਿਲਾਂ ਪਹਿਲਾਂ ਜਾ ਕੇ ਬਹੁਤ ਓਪਰਾ ਲੱਗਦਾ। ਪਰ ਫੇਰ ਉਹ ਮਨ ਸਮਝਾ ਲੈਂਦੀ।

ਦਲੇਰ ਸਿੰਘ ਦੇ ਜਾਣ ਤੋਂ ਬਾਅਦ ਬਚਨੋਂ ਲਈ ਇਸ ਮਹੌਲ ਵਿੱਚ ਰਹਿਣਾ ਔਖਾ ਹੋ ਗਿਆ। ਖਾਸ ਕਰਕੇ ਜੇਠ ਜਠਾਣੀ ਦੇ ਰਵਈਏ ਕਰਕੇ। ਇੱਕ ਦਿਨ ਬੇਅੰਤ ਕੌਰ ਨੇ ਵਕਤ ਦੀ ਨਬਜ਼ ਪਛਾਣਦਿਆਂ ਆਖਿਆ, "ਕੱਲ ਨੂੰ ਸ਼ਰਾਬ ਪੀ ਕੇ ਕੋਈ ਪੁੱਠੀ ਸਿੱਧੀ ਗੱਲ ਕਹਿ ਦਿੱਤੀ ਫੇਰ ਰਿਸ਼ਤੇਦਾਰੀ 'ਚ ਵਿਗਾੜ ਪਊ। ਹੁਣ ਜਿੱਦਣ ਤੇਰਾ ਭਰਾ ਮਿਲਣ ਆਊ,ਤੂੰ ਅਜੇ ਪੇਕੇ ਹੀ ਚਲੀ ਜਾਂਈ। ਏਥੇ ਤਾਂ ਸਰੀ ਹੀ ਜਾਣਾ ਏ"ਫੇਰ ਇੱਕ ਦਿਨ ਬਲਕਾਰ ਸਿੰਘ ਬਚਨੋਂ ਨੂੰ ਮਿਲਣ ਗਿਆ ਨਾਲ ਹੀ ਲੈ ਆਇਆ। ਹੁਣ ਉਸ ਕੋਲ ਨਵੀਆਂ ਗੱਲਾਂ ਦਾ ਭੰਡਾਰ ਸੀ।

ਪੇਕੇ ਆ ਕੇ ਉਹ ਸਹੁਰਿਆਂ ਦੀਆਂ ਗੱਲਾਂ ਕਰਦੀ ਤੇ ਉਸ ਨੂੰ ਦਲੇਰ ਸਿੰਘ ਦੀਆਂ ਯਾਦਾਂ ਵੀ ਆਉਂਦੀਆਂ। ਛੁਟੀਆਂ ਦੌਰਾਨ ਉਹ ਬਹੁਤ ਘੁੰਮੇ ਫਿਰੇ ਸਨ। ਆਨੰਦਪੁਰ ਜਾਕੇ ਸਾਰੇ ਗੁਰਦੁਵਾਰਿਆਂ ਦੇ ਦਰਸ਼ਣ ਕੀਤੇ ਸਨ। ਤਖਤ ਸ੍ਰੀ ਕੇਸਗੜ ਸਾਹਿਬ ਉਨ੍ਹਾਂ ਗੁਰੂ ਜੀ ਦੇ ਸ਼ਾਸ਼ਤਰਾਂ ਦੇ ਦਰਸ਼ਣ ਵੀ ਕੀਤੇ। ਉਸੇ ਸਫਰ ਦੌਰਾਨ ਉਹ ਭਾਖੜਾ ਡੈਮ ਵੀ ਦੇਖਣ ਗਏ। ਗੋਬਿੰਦ ਸਾਗਰ ਝੀਲ 'ਚ ਭਰੇ ਪਾਣੀ ਦੇ ਨਾਲ ਨਾਲ ਉਹ ਇਹ ਗੱਲ ਵੀ ਸੁਣਾਉਂਦੀ ਕਿ ਉਹ ਇੱਕ ਅਜਿਹੇ ਕਮਰੇ 'ਚ ਚੜ੍ਹੇ ਜੋ ਉਨ੍ਹਾਂ ਨੂੰ ਲੈਕੇ ਧਰਤੀ 'ਚ ਹੀ ਨਿੱਘਰ ਗਿਆ। ਜਦੋਂ ਉਨ੍ਹਾਂ ਥੱਲੇ ਸਾਰਾ ਕੁੱਝ ਦੇਖ ਲਿਆ ਤੇ ਫੇਰ ਉਹੋ ਹੀ ਕਮਰਾ ਉਨ੍ਹਾਂ ਨੂੰ ਲੈ ਕੇ ਉੱਪਰ ਆ ਗਿਆ। ਜਿਸ ਨੂੰ ਦਲੇਰ ਸਿੰਘ ਲਿਫਟ ਦੱਸਦੀ ਸੀ।

ਸਮੇਂ ਦੇ ਨਾਲ ਨਾਲ ਮਨਦੀਪ ਵੀ ਵੱਡਾ ਹੋ ਰਿਹਾ ਸੀ। ਛੁੱਟੀ ਸਮੇਂ ਦਲੇਰ ਸਿੰਘ ਨੇ ਉਸ ਨੂੰ ਬਹੁਤ ਖਿਡੌਣੇ ਲੈ ਕੇ ਦਿੱਤੇ ਸਨ। ਤੁਰਨ ਵਾਲਾ ਗਡੀਰਾ, ਟਪੂਸੀ ਮਾਰ ਡੱਡੂ, ਚਕਰਚੂੰਡਾ, ਤਾਰ ਤੇ ਚੜ੍ਹਦਾ ਉੱਤਰਦਾ ਬਾਂਦਰ, ਟਰੈਕਟਰ, ਵਾਜਾ, ਨਾ ਢਹਿਣ ਵਾਲਾ ਮੱਲ ਤੇ ਹੋਰ ਬੜਾ ਕੁੱਝ। ਜੋ ਸਮਰਾਲੇ ਜਾ ਕੇ ਇੱਕ ਸਟੂਡੀਓ ਵਿੱਚ ਫੋਟੋ ਵੀ ਖਿਚਵਾਈ, ਉਹੋ ਫੋਟੋ ਜਿਸ ਦਿਨ ਵੱਡੀ ਬਣਾ ਕੇ ਚੁਬਾਰੇ ਵਿੱਚ ਲਾਈ ਸੀ ਉਸ ਦਿਨ ਵੀ ਘਰ ਵਿੱਚ ਕਿੰਨਾ ਕਲੇਸ਼ ਪਿਆ ਸੀ। ਉਸ ਦੀ ਜਠਾਣੀ ਤੋਂ ਇਹ ਜਰੀ ਨਹੀ ਸੀ ਗਈ। ਤੇ ਉਸ ਨੇ ਹਰਖ ਵਿੱਚ ਆਈ ਨੇ ਆਪਣਾ ਹੀ ਮੁੰਡਾ ਕੀ ਕੁੱਟ

ਸੁੱਟਿਆ ਸੀ। ਇਸੇ ਤਰ੍ਹਾਂ ਉਹ ਲੁਧਿਆਣੇ ਦੇ ਸਿਨਮਾਂ ਘਰ ਵਿੱਚ ਫਿਲਮ ਵੀ ਵੇਖ ਕੇ ਆਏ। ਜਿਸ ਦਾ ਨਾਂ ਸੀ 'ਨਾਨਕ ਨਾਮ ਜਹਾਜ਼ ਹੈ' ਬਚਨੋਂ ਉਸ ਦੀ ਸਾਰੀ ਕਹਾਣੀ ਵੀ ਸੁਣਾ ਦਿੰਦੀ। ਤੇ ਦੱਸਦੀ ਕਿ ਲੋਕ ਉਸ ਵਿੱਚ ਜਮਾਂ ਅਸਲੀ ਲੱਗਦੇ ਸੀ। ਉਵੇਂ ਹੀ ਬੋਲਦੇ ਤੇ ਤੁਰੇ ਫਿਰਦੇ। ਪੇਕੇ ਘਰ ਸਭ ਉਸ ਦੀਆਂ ਗੱਲਾਂ ਹੈਰਾਨ ਹੋ ਕੇ ਸੁਣਦੇ। ਜੋ ਉਨ੍ਹਾਂ ਲਈ ਨਵੀਆਂ ਸਨ।

ਜਦੋਂ ਮਹਿਤਾਬ ਕੌਰ ਨੂੰ ਵੀ ਪਤਾ ਲੱਗ ਗਿਆ ਕਿ ਕੁੜੀ ਦੇ ਪੈਰ ਭਾਰੇ ਹਨ ਤਾਂ ਉਹ ਉਸ ਨੂੰ ਕਿਸੇ ਭਾਰੇ ਕੰਮ ਲਈ ਨਾਂ ਕਹਿੰਦੀ। ਇਨ੍ਹਾਂ ਦਿਨਾਂ ਵਿੱਚ ਹੀ ਸੰਤਾ ਸਿੰਘ ਨੇ ਸਭ ਤੋਂ ਛੋਟੀ ਕੁੜੀ ਸਿਮਰੋ ਲਈ ਵੀ ਸਾਕ ਲੱਭਣਾ ਸ਼ੁਰੂ ਕੀਤਾ। ਆਖਰ ਮੁੰਡਾ ਲੱਭ ਹੀ ਗਿਆ। ਚੰਗੀ ਜ਼ਮੀਨ ਦੇ ਨਾਲ ਨਾਲ ਉਹ ਸਕੂਲ ਵਿੱਚ ਪੜ੍ਹਾਉਂਦਾ ਵੀ ਸੀ। ਹੋਰ ਕੀ ਚਾਹੀਦਾ ਸੀ ? ਲਾਗੀ ਹੱਥ ਰੁਪਈਆਂ ਤੋਰ ਦਿੱਤਾ ਗਿਆ। ਵਿਚੋਲਣ ਸਿਮਰੋ ਦੀ ਊਰਨੇ ਵਾਲੀ ਮਾਸੀ ਹੀ ਸੀ। ਹੁਣ ਅਗਲੇ ਹਾੜ ਦਾ ਵਿਆਹ ਕਰਨਾ ਸੀ।

ਦਿਨ ਲੰਘਦਿਆਂ ਦਾ ਪਤਾ ਹੀ ਨਾ ਲੱਗਾ। ਇੱਕ ਦਿਨ ਬਚਨੋਂ ਦੇ ਫੇਰ ਜੰਮਣ ਪੀੜ੍ਹਾਂ ਪੈਣ ਲੱਗ ਪਈਆਂ। ਦਾਈ ਜੀਊਣੀ ਨੂੰ ਫੇਰ ਬੁਲਾਇਆ ਗਿਆ। ਉਸ ਦੇ ਕਈ ਕਾੜ੍ਹੇ ਪਿਆਉਣ ਤੇ ਵੀ ਬੱਚੇ ਨੇ ਜਨਮ ਨਾ ਲਿਆ। ਉਧਰੋਂ ਦਲੇਰ ਸਿੰਘ ਦੀਆਂ ਹਦਾਇਤਾਂ ਭਰੀਆਂ ਚਿੱਠੀਆਂ ਆ ਰਹੀਆਂ ਸਨ ਕਿ ਅਗਰ ਔਖੀ ਘੜੀ ਆਈ ਤਾਂ ਸ਼ਹਿਰ ਦੇ ਹੱਸਪਤਾਲ ਲੈ ਜਾਇਉ। ਜਦੋਂ ਤਕਲੀਫ ਲੋੜੋਂ ਵੱਧ ਗਈ ਤਾਂ ਸੰਤਾਂ ਸਿੰਘ ਖੁਦ ਉਸ ਨੂੰ ਮਾਛੀਵਾੜੇ ਦੇ ਹਸਪਤਾਲ ਲੈ ਜਾਣ ਲਈ ਰਾਜ਼ੀ ਹੋ ਗਿਆ। ਨਾਲਦੇ ਪਿੰਡ ਦਾ ਕੋਈ ਬੰਦਾ ਕਿਰਾਏ ਤੇ ਕਾਰ ਚਲਾਉਂਦਾ ਸੀ, ਉਸਦੀ ਕਾਰ ਵਿੱਚ ਬੈਠ ਕੇ ਉਹ ਹਰਦੇਵ ਕੁਰ ਤੇ ਮਹਿਤਾਬ ਕੁਰ ਤੁਰ ਪਏ। ਸੰਤਾ ਸਿੰਘ ਨੂੰ ਭਾਵੇਂ ਰੱਬ ਤੇ ਪੂਰਾ ਵਿਸ਼ਵਾਸ ਸੀ ਪਰ ਤਾਂ ਵੀ ਉਹ ਪ੍ਰਾਹੁਣੇ ਦੀ ਗੱਲ ਟਾਲ ਨਹੀਂ ਸੀ ਸਕਦਾ।

ਸੰਤਾ ਸਿੰਘ ਲਈ ਅਤੇ ਮਹਿਤਾਬ ਕੌਰ ਲਈ, ਇਹ ਸਾਰੀਆਂ ਨਵੀਆਂ ਗੱਲਾਂ ਸਨ। ਕਿੱਥੇ ਜੀਊਣੀ ਦਾਈ ਤੇ ਕਿੱਥੇ ਹਸਪਤਾਲ ਦੀਆਂ ਨਰਸਾਂ। ਕਿੱਥੇ ਦੇਸੀ ਕਾੜ੍ਹੇ ਤੇ ਕਿੱਥੇ ਟੀਕੇ। ਮਹਿਤਾਬ ਕੌਰ ਟੀਕਿਆਂ ਨੂੰ ਸੂਏ ਕਹਿੰਦੀ ਤੇ ਡਾਕਟਰਾ ਨੂੰ ਡਾਕਦਾਰ। ਹਸਪਤਾਲ ਵਿੱਚ ਬਚਨੋਂ ਦੇ ਦੂਜਾ ਮੁੰਡਾ ਹੋਇਆ ਜਿਸ ਦਾ ਨਾਮ ਇੱਕ ਨਰਸ ਨੇ ਹੀ ਰਘਬੀਰ ਸਿੰਘ ਰੱਖ ਦਿੱਤਾ। ਤੇ ਗੁੜਤੀ ਵੀ ਉਸੇ ਨੇ ਦਿੱਤੀ।

ਬੱਚੇ ਦੇ ਜਨਮ ਤੋਂ ਕੁੱਝ ਦਿਨ ਬਾਅਦ, ਸਾਰੇ ਮੋਟਰ ਗੱਡੀ ਵਿੱਚ ਬੈਠ ਕੇ ਪਿੰਡ ਆ ਗਏ। ਗੱਡੀ ਦੁਆਲੇ ਲੋਕਾਂ ਦਾ ਤਾਂਤਾ ਲੱਗ ਗਿਆ ਸੀ। ਪਿੰਡ ਵਿੱਚ ਜਦੋਂ ਵੀ ਕੋਈ ਮੋਟਰ ਗੱਡੀ ਆਂਉਦੀ ਤਾਂ ਲੋਕ ਇਸੇ ਤਰ੍ਹਾਂ ਕਰਿਆ ਕਰਦੇ ਸਨ। ਨਿਆਣੇ ਗੱਡੀ ਨੂੰ ਹੱਥ ਲਾ ਲਾ ਦੇਖਦੇ। ਆਪਣੀਆਂ ਵੱਡੀਆਂ ਢਿਲਕਦੀਆਂ ਨਿੱਕਰਾਂ ਨੂੰ ਉੱਪਰ ਖਿੱਚਦੇ ਤੇ ਗੱਡੀ ਪਿਛੇ ਦੌੜਦੇ। ਜੋ ਮੁੜਕੇ ਟਿੱਬਿਆਂ ਦੀ ਧੂੜ 'ਚ ਗੁਆਚ ਜਾਂਦੀ।

ਹੁਣ ਪਿੰਡ ਆਕੇ ਮਹਿਤਾਬ ਕੌਰ ਕੋਲ ਵੀ ਕਰਨ ਲਈ ਵੀ ਬਹੁਤ ਗੱਲਾਂ ਸਨ। ਉਹ ਸੂਤ ਅਟੇਰਦੀ ਆਂਢਣਾ ਗੁਆਂਢਣਾ ਨੂੰ ਇਹ ਗੱਲਾਂ ਸੁਣਾਉਂਦੀ "ਭਾਈ ਜੈ ਖਾਣੀਆਂ ਨਰਸਾਂ ਤਾਂ ਸੂਆਂ ਖਭੋਣ ਲੱਗੀਆਂ ਭੋਰਾਂ ਕਿਰਕ ਨੀ ਕਰਦੀਆਂ। ਕੁੜੀ ਦੀ ਬਾਂਹ ਪਾੜੀ ਪਈ ਆ...। ਡਾਕਦਾਰ ਵੀ ਪਤਾ ਨੀ ਟੂਟੀਆਂ ਜੀਆਂ ਲਾਕੇ ਕੀ ਸੁਣਦੇ ਸੀ। ਸਾਨੂੰ ਅਨਪੜ੍ਹਾਂ ਨੂੰ ਕੀ ਪਤੈ ? ਨਾਲੇ ਭਾਈ ਉੱਥੇ ਜੋ ਖਾਣ ਨੂੰ ਡਬਲਰੋਟੀ ਮਿਲਦੀ ਤੀ ਉਹ ਤਾਂ ਬਾਹਲੀਉ ਪੋਲੀ ਪੋਲੀ ਜਿਹੀ ਤੀ। ਇੱਕ ਦਿਨ ਮੈਂ ਬੁਰਕੀ ਪਾ ਬੈਠੀ ਮੇਰੇ ਤਾਂ ਜਾਣੋਂ ਮੂੰਹ 'ਚ ਏ ਫੁੱਲ ਗੀ। ਬਿਮਾਰਾਂ ਦਾ ਖਾਜਾ,

ਭਾਈ ਆਪਣੇ ਤੋਂ ਕਿੱਥੇ ਖਾ ਹੁੰਦੈ ? ਉਸੇ ਨਾਲ ਤਾਂ ਕੁੜੀ ਲਿੱਸੀ ਹੋ ਗੀ। ਘਰ ਜਣੇਪਾ ਹੁੰਦਾ ਤਾਂ ਦੇਸੀ ਘਿਉ ਦੇ ਕਾੜ੍ਹੇ ਬਣਾ ਕੇ ਦਿੰਦੇ। ਸੌ ਹੋਰ ਔਹੜ ਪੌਹੜ ਕਰਦੇ। ਕਦੇ ਸੁਣੀਆਂ ਤੀ ਐਹਜੀਆਂ ਗੱਲਾਂ ? ਭਾਈ ਹੁਣ ਸਮੋਂ ਬਦਲਗੀ"

ਨਾਲ ਬੈਠੀਆਂ ਔਰਤਾਂ ਬਾਹਰਲੀ ਦੁਨੀਆਂ ਦੀਆਂ ਗੱਲਾਂ ਸੁਣ ਸੁਣ ਹੈਰਾਨ ਹੁੰਦੀਆਂ ਤੇ ਹੁੰਗਾਰੇ ਭਰਦੀਆਂ, "ਲੈ ਦੱਸ ਚਾਚੀ ਕੀ ਖਾਧੇ ਦਾ ਖਾਣ ਆ। ਆਪਣੀ ਜਿਊਣੀ ਸਭ ਕੁੱਝ ਤਾਂ ਜਾਣਦੀ ਆ। ਹੁਣ ਤੱਕ ਓਹੀ ਕਰਦੀ ਰਹੀ ਆ...। ਐਵੇਂ ਵਾਧੂ ਨਮੀਆਂ ਗੱਲਾਂ ਨੇ..."

ਪਰ ਹੁਣ ਸੰਤਾਂ ਸਿੰਘ ਦੇ ਘਰ ਵੀ ਨਵੇਂ ਯੁੱਗ ਦੀ ਹਵਾ ਦਸਤਕ ਦੇ ਰਹੀ ਸੀ।

•

ਭਾਗ 17

ਮਨਦੀਪ ਸਾਢੇ ਚਾਰ ਵਰਿਆਂ ਦਾ ਹੋ ਗਿਆ ਸੀ। ਉਹ ਤੋਤਲੀ ਜ਼ੁਬਾਨ ਵਿੱਚ ਗੱਲਾਂ ਕਰਦਾ। ਬਾਪੂ, ਬੀਬੀ, ਮਾਮਾ, ਨਾਨਾ ਕਹਿ ਲੈਂਦਾ। ਦਲੇਰ ਸਿੰਘ ਨੇ ਉਸ ਨੂੰ ਹੁਣੇ ਸਕੂਲ ਪਾਉਣ ਦੀਆਂ ਹਦਾਇਤਾਂ ਕਰਨੀਆਂ ਸ਼ੁਰੂ ਕਰ ਦਿੱਤੀਆਂ ਸਨ। ਸੰਤਾ ਸਿੰਘ ਕਹਿੰਦਾ ਕਿ ਪੰਜ ਸਾਲ ਦਾ ਹੋਣ ਤੇ ਮਨਦੀਪ ਨੂੰ ਪਿੰਡ ਦੇ ਮਦਰਸੇ ਦਾਖਲ ਕਰਵਾਕੇ ਆਵੇਗਾ। ਉਸ ਨੂੰ ਦੋਨੋ ਮਾਸਟਰ ਜਾਣਦੇ ਸਨ। ਉਹ ਸਕੂਲ ਨੂੰ ਹਮੇਸ਼ਾਂ ਮਦਰਸਾ ਹੀ ਕਹਿੰਦਾ। ਸੰਤਾ ਸਿੰਘ ਆਪ ਤਾਂ ਅਨਪੜ੍ਹ ਸੀ ਪਰ ਉਹ ਸਿਰਫ 'ਲੰਡੇ' ਜਾਣਦਾ ਸੀ। ਵਹੀਆਂ ਤੇ ਢਾਲ਼ ਦਾ ਹਿਸਾਬ ਕਿਤਾਬ ਰੱਖਣ ਲਈ ਲੰਡੇ ਹੀ ਲਿਖੇ ਜਾਂਦੇ ਸਨ। ਲੈਣ ਦੇਣ ਦਾ ਹਿਸਾਬ ਵੀ ਉਹ ਲੰਡਿਆ ਵਿੱਚ ਲਿਖ ਲੈਂਦਾ। ਪਿੰਡਾਂ ਸ਼ਹਿਰਾਂ ਵਿੱਚ ਏਹੋ ਹਿਸਾਬ ਕਿਤਾਬ ਦੀ ਭਾਸ਼ਾ ਸੀ। ਜਿਸ ਨੂੰ ਆਮ ਵਿਅੱਕਤੀ ਛੱਡਦੇ ਜਾ ਰਹੇ ਸਨ।

ਸੰਤਾ ਸਿੰਘ ਡੇਰਿਆਂ ਤੇ ਗਿਆਨਵਾਨ ਲੋਕਾਂ ਦੀ ਸੰਗਤ ਕਰਦਾ ਰਹਿੰਦਾ। ਉਸ ਨੂੰ ਬਹੁਤ ਸਾਰੀਆਂ ਧਾਰਮਿਕ ਸਾਖੀਆਂ ਇਤਿਹਾਸ, ਮਿਥਿਆਸ ਮੂੰਹ ਜ਼ੁਬਾਨੀ ਯਾਦ ਸਨ। ਉਹ ਸੰਤਾਂ ਮਹਾਤਮਾਵਾਂ ਦੀ ਕਥਾ ਸੁਣਦਾ ਤੇ ਉਸ ਨੂੰ ਕੰਠ ਕਰਦਾ। ਤੇ ਫੇਰ ਏਹੋ ਕਹਾਣੀਆਂ ਉਹ ਆਪਣੇ ਪਰਿਵਾਰ ਨੂੰ ਸੁਣਾਉਂਦਾ। ਉਦਾਹਰਣਾ ਦੇ ਦੇ ਕੇ ਦੱਸਦਾ। ਮਨਦੀਪ ਵੀ ਉਸ ਦੇ ਨਵੇਂ ਸਰੋਤਿਆਂ ਵਿੱਚ ਸ਼ਾਮਲ ਹੋ ਗਿਆ ਸੀ। ਉਹ ਤੋਤਲੀ ਜ਼ੁਬਾਨ ਨਾਲ ਹੁੰਗਾਰੇ ਭਰਦਾ। ਸੰਤਾਂ ਸਿੰਘ ਉਸਦੇ ਜੀਵਨ ਦੀਆਂ ਨੀਹਾਂ ਬੰਨ ਰਿਹਾ ਸੀ।

ਆਪਣੀ ਸਿੱਖਿਆਂ ਦੇ ਨਾਲ ਨਾਲ, ਸਕੂਲੀ ਸਿੱਖਿਆ ਦਵਾਉਣ ਲਈ ਉਹ ਇੱਕ ਦਿਨ ਮਨਦੀਪ ਅਤੇ ਧਰਮੂ ਨੂੰ ਸਕੂਲ ਦਾਖਲ ਕਰਵਾਉਣ ਲੈ ਤੁਰਿਆ। ਹਰਦੇਵ ਕੌਰ ਨੇ ਦੋਵੇ ਬੱਚੇ ਤਿਆਰ ਕਰ ਦਿੱਤੇ। ਮੀਡੀਆਂ ਗੁੰਦ ਕੇ ਜੂੜਿਆਂ ਤੇ ਚਿੱਟੇ ਰੁਮਾਲ ਬੰਨ ਦਿੱਤੇ। ਬੱਚੇ ਬੜੇ ਸੋਹਣੇ ਲੱਗ ਰਹੇ ਸਨ। ਦੇਖਣ ਸਾਰ ਪ੍ਰੀਤੀਪੁਰ ਵਾਲਾ ਮਾਸਟਰ ਬੋਲਿਆ "ਲੰਬੜਦਾਰਾ ਇਹ ਹੰਸਾ ਦੀ ਜੋੜੀ ਨੂੰ ਅੱਜੇ ਦਾਖਲ ਕਰ ਦਿੰਦੇ ਆਂ" ਦੋਹਾਂ ਦੀ ਜਨਮ ਤਰੀਖ ਦਾ ਸੰਤਾ ਸਿੰਘ ਨੂੰ ਪੱਕਾ ਤਾਂ ਯਾਦ ਨਹੀਂ ਸੀ। ਪਰ ਪ੍ਰੀਤੀ ਪੁਰੀਏ ਮਾਸਟਰ ਨੇ ਅੰਦਾਜ਼ੇ ਨਾਲ ਹੀ ਲਿਖ ਦਿੱਤੀ। ਇਸ ਤਰ੍ਹਾਂ ਬੜੇ ਨੂੰ ਛੋਟਾ ਤੇ ਛੋਟੇ ਨੂੰ ਬੜਾ ਬਣਾ ਦਿੱਤਾ ਗਿਆ।

ਹੁਣ ਲਿਖੀ ਤਾਰੀਕ ਅਨੁਸਾਰ ਮਨਦੀਪ ਧਰਮੂ ਤੋਂ ਛੇ ਮਹੀਨੇ ਵੱਡਾ ਸੀ। ਸਕੂਲਾਂ ਵਿੱਚ ਅਜਿਹਾ ਸਭ ਕੁੱਝ ਚੱਲਦਾ ਸੀ। ਕੋਈ ਨਹੀਂ ਸੀ ਪੁੱਛਦਾ। ਬਹੁਤੇ ਨਿਆਣੇ ਅੰਦਾਜਨ ਜਨਮ ਤਾਰੀਕਾਂ ਵਾਲੇ ਹੀ ਸਨ। ਫੇਰ ਮਾਸਟਰ ਜੀ ਨੇ ਦੱਸਿਆ ਕਿ ਬੱਚਿਆਂ ਨੂੰ ਕਾਇਦੇ ਲੈ ਦਿਉ ਤੇ ਫੱਟੀਆਂ ਲੈ ਦਿਉ। ਸਿਆਹੀ ਦੀਆਂ ਦਵਾਤਾਂ ਵੀ ਲੈ ਦਿਉ। ਇਹ ਬੱਚੇ ਕੱਲ ਤੋਂ ਸਕੂਲ ਆ ਜਾਇਆ ਕਰਨ।

ਬਚਨ ਕੌਰ ਨੂੰ ਆਪਣੇ ਮੁੰਡੇ ਦੇ ਸਕੂਲ ਜਾਣ ਦਾ ਬੇਹੱਦ ਚਾਅ ਸੀ। ਉਸ ਨੇ ਉਸਦਾ ਝੋਲਾ ਆਪ ਤਿਆਰ ਕੀਤਾ। ਉੱਪਰ ਉਸ ਦਾ ਸੂਈ ਧਾਗੇ ਨਾਲ ਨਾਉਂ ਕੱਢਿਆ। ਸੰਤਾ ਸਿੰਘ ਨੇ ਕੁੱਝ ਹੀ ਦਿਨਾਂ ਵਿੱਚ ਦੋਹਾਂ ਨੂੰ ਸਕੂਲ ਦਾ ਸਮਾਨ ਲਿਆ ਦਿੱਤਾ। ਦੋਹਾਂ ਨੇ ਸਮਾਨ ਬਸਤਿਆਂ ਵਿੱਚ

ਪਾਇਆ ਤੇ ਸਕੂਲ ਜਾਣ ਲੱਗ ਪਏ।

ਹਰਦੇਵ ਕੌਰ ਰੋਜ਼ ਦੋਹਾਂ ਦੇ ਜੂੜੇ ਗੁੰਦਦੀ, ਰੁਮਾਲ ਬੰਨਦੀ ਤੇ ਇੱਕੋ ਜਿਹੇ ਕੱਪੜੇ ਪਾ ਕੇ ਸਕੂਲ ਤੋਰ ਦਿੰਦੀ। ਪ੍ਰੀਤੀਪੁਰੀਆ ਉਨ੍ਹਾਂ ਨੂੰ ਹੰਸਾ ਦੀ ਜੋੜੀ ਹੀ ਕਹਿੰਦਾ ਤੇ ਸੀਲੋਂ ਵਾਲਾ ਮਾਸਟਰ ਜੌੜੇ ਕਹਿ ਕੇ ਬੁਲਾਉਂਦਾ। ਹੁਣ ਉਹ ਉੱਠਣਾ ਬੈਠਣਾ ਸਿੱਖਣ ਦੇ ਨਾਲ ਨਾਲ ਓ ਅ ਵੀ ਸਿੱਖ ਰਹੇ ਸਨ।

ਬੱਚੇ ਲਈ ਏਥੋਂ ਇੱਕ ਨਵਾਂ ਸੰਸਾਰ ਸ਼ੁਰੂ ਹੁੰਦਾ ਹੈ। ਜੋ ਤਾਰਾ ਬਣਕੇ ਉਸ ਦੇ ਪੂਰ ਜੀਵਨ ਵਿੱਚ ਟਿਮਟਮਾਉਂਦਾ ਰਹਿੰਦਾ ਹੈ। ਮਨਦੀਪ ਦੇ ਤੁਰਨ ਵਾਲਾ ਰੇੜ੍ਹਾ ਹੁਣ ਬਹੁਤ ਛੋਟਾ ਹੋ ਗਿਆ ਸੀ। ਜੋ ਰਘਵੀਰ ਦੇ ਕੰਮ ਆ ਰਿਹਾ ਸੀ। ਦਲੇਰ ਸਿੰਘ ਬੱਚੇ ਨੂੰ ਆਪਣੇ ਪਿੰਡ ਦੇ ਸਕੂਲ ਵਿੱਚ ਦਾਖਲ ਕਰਵਾਉਣਾ ਚਾਹੁੰਦਾ ਸੀ ਪਰ ਬਚਨੋਂ, ਜੇਠ ਜਠਾਣੀ ਦੇ ਕਲੇਸ਼ ਕਾਰਨ, ਉੱਥੇ ਰਹਿਣਾ ਨਹੀਂ ਸੀ ਮੰਨੀ। ਬੇਅੰਤ ਕੌਰ ਤੇ ਚੰਦ ਸਿੰਘ ਵੀ ਇਸ ਫੈਸਲੇ ਨਾਲ ਸਹਿਮਤ ਹੋ ਗਏ ਸਨ। ਫੇਰ ਮਨਦੀਪ ਦੇ ਕੱਪੜੇ ਵੀ ਛੋਟੇ ਹੋਣ ਲੱਗ ਪਏ ਤੇ ਜ਼ੁਬਾਨ ਸਾਫ ਹੋਣ ਲੱਗੀ। ਉਹ ਬੜਾ ਸੋਹਣਾ ਬੋਲਦਾ। ਫੱਟੀ ਸੁਕਾਉਂਦਾ ਪਿਤਲੀ ਜਿਹੀ ਆਵਾਜ਼ ਵਿੱਚ ਇਹ ਗੀਤ ਵੀ ਗਾਉਂਦਾ:-

ਸੁੱਕ ਸੁੱਕ ਫੱਟੀਏ
ਸੁਕਾਉਣ ਵੱਲੇ ਆਏ ਨੇ
ਡੰਡਾ ਲੈ ਕੇ ਆਏ ਨੇ
ਡੰਡਾ ਗਿਆ ਟੁੱਟ
ਫੱਟੀ ਗਈ ਸੁੱਕ
ਕਦੀ ਕਦੀ ਉਹ ਸੂਰਜ ਵਲ ਮੂੰਹ ਕਰਕੇ ਗਾਂਉਂਦਾ

ਸੂਰਜਾ ਸੂਰਜਾ ਫੱਟੀ ਸੁਕਾ
ਨਹੀਂ ਸੁਕਾਉਣੀ ਤਾਂ ਘਰ ਨੂੰ ਜਾਹ

ਇਹ ਗੀਤ ਉਸ ਨੇ ਆਪਣੇ ਨਾਲ ਦੇ ਸਕੂਲੀ ਮੁੰਡਿਆਂ ਤੋਂ ਸਿੱਖੇ ਸਨ। ਸਕੂਲ ਕੋਈ ਜਿਆਦ ਵੱਡਾ ਨਹੀਂ। ਦੋ ਕੁ ਸੌ ਬੱਚੇ ਜਿਨਾਂ ਵਿੱਚ ਸੱਠ ਦੇ ਕਰੀਬ ਕੁੜੀਆਂ ਸਨ। ਪਹਿਲਾਂ ਤਾਂ ਲੋਕ ਕੁੜੀਆਂ ਨੂੰ ਬਿਲਕੁੱਲ ਨਹੀਂ ਸਨ ਪੜ੍ਹਾਉਂਦੇ। ਹੁਣ ਐਨੀ ਕੁ ਜਾਗਰਤੀ ਆ ਗਈ ਸੀ ਕਿ ਸਿਲਾਈ ਕਢਾਈ ਦੇ ਨਾਲ ਨਾਲ ਲੋਕ ਇਹ ਵੀ ਚਾਹੁੰਦੇ ਸਨ ਕਿ ਕੁੜੀ ਚਿੱਠੀ ਪੱਤਰ ਪੜ੍ਹਨ ਜੋਗੀ ਹੋ ਜਾਏ।

ਇਹ ਪ੍ਰਾਇਮਰੀ ਸਕੂਲ ਸਰਪੰਚ ਦਿਆਲ ਸਿੰਘ ਨਾਲ ਰਲ਼ ਕੇ ਸੰਤਾਂ ਸਿਉਂ ਆਪ ਪਿੰਡ ਲੈ ਕੇ ਆਇਆ ਸੀ। ਪਿੰਡ ਦੇ ਲੋਕਾਂ ਨੇ ਹੰਭਲਾ ਮਾਰ ਕਿ ਇਹ ਇਮਾਰਤ ਉਸਾਰੀ ਸੀ। ਇੱਕ ਦਲਾਨ, ਉਸ ਦੇ ਮੂਹਰੇ ਬਰਾਂਡਾ ਤੇ ਦੋ ਕਮਰੇ। ਦਲਾਨ ਦੀਆਂ ਤਾਕੀਆਂ ਪਿਛਲੀ ਗਲੀ ਵੱਲ ਖੁੱਲਦੀਆਂ। ਵਿਹੜੇ ਵਿੱਚ ਇੱਕ ਸੰਘਣੀ ਛਾਂ ਦਾਰ ਟਾਹਲੀ ਸੀ, ਜਿਸ ਦੀ ਛਾਂ ਹੇਠ ਬੱਚੇ ਕਲਾਸਾਂ ਲਾਂਉਂਦੇ। ਸਕੂਲ ਦੇ ਮੱਥੇ ਤੇ ਸਕੂਲ ਦਾ ਨਾਂ ਸੀ, 'ਸਰਕਾਰੀ ਪ੍ਰਾਇਮਰੀ ਸਕੂਲ ਰਣੀਆ' ਕੰਧਾਂ ਤੇ ਇਹ ਸਤਰਾਂ ਲਿਖੀਆਂ ਹੋਈਆਂ ਸਨ, ਕਰ ਭਲਾ ਹੋ ਭਲਾ, ਵਿਦਿਆ ਵਿਚਾਰੀ ਤਾਂ ਪਰਉਪਕਾਰੀ। ਪੰਜਵੀ ਕਰਨ ਤੋਂ ਬਾਅਦ ਬੱਚਿਆਂ ਨੂੰ ਨਾਲ ਦੇ ਪਿੰਡਾ ਤੱਖਰ ਵਿੱਚ ਪੜ੍ਹਨ ਜਾਣਾ ਪੈਂਦਾ ਸੀ।

ਇਸ ਸਕੂਲ ਦੀਆਂ ਦੋ ਕਲਾਸਾਂ ਦਲਾਨ ਵਿੱਚ ਲੱਗਦੀਆਂ, ਦੋ ਵਿਹੜੇ ਵਿੱਚ ਅਤੇ ਇੱਕ ਟਾਹਲੀ ਹੇਠ ਲੱਗਦੀ। ਸਾਰੇ ਸਕੂਲ ਵਿੱਚ ਦੋ ਹੀ ਵੱਡੇ ਟਾਟ ਸਨ ਜੋ ਡੀ ਓ ਆਉਣ ਵੇਲੇ ਹੀ ਕੱਢੇ ਜਾਂਦੇ। ਦੋ ਬਲੈਕ ਬੋਰਡ ਅਤੇ ਚਾਰ ਕੁਰਸੀਆਂ ਸਨ। ਬਾਕੀ ਦਾ ਸਮਾਨ ਜਿਵੇਂ ਚਾਕਾਂ ਦੇ ਡੱਬੇ, ਪੋਸਟਰ, ਪੀ ਟੀ ਕਰਨ ਵਾਲੇ ਡੰਬਲ ਤੇ ਹੋਰ ਸਮਾਨ ਦੋ ਪੇਟੀਆਂ ਵਿੱਚ ਬੰਦ ਪਿਆ ਰਹਿੰਦਾ ਸੀ। ਇਹ ਪੇਟੀਆਂ ਗਰਮੀਆਂ ਦੇ ਦਿਨਾਂ ਵਿੱਚ ਅੱਧੀ ਛੁੱਟੀ ਵੇਲੇ ਮਾਸਟਰਾਂ ਦੇ ਸਾਉਣ ਦੇ ਕੰਮ ਆਉਂਦੀਆਂ। ਉਹ ਰੋਟੀ ਖਾਂ ਕੇ ਕੁੱਝ ਦੇਰ ਲਈ ਪੇਟੀਆਂ ਤੇ ਕੱਪੜਾ ਵਿਛਾ ਕੇ ਸੌਂ ਜਾਂਦੇ।

ਪ੍ਰੀਤੀ ਪੁਰੀਆ ਪਿਆਰਾ ਸਿਉਂ ਅਤੇ ਸੀਲੋਂ ਵਾਲਾ ਨੇਤਰ ਸਿਉਂ, ਰੋਟੀ ਤਾਂ ਭਾਂਵੇਂ ਘਰੋਂ ਲਿਆਂਦੀ ਹੋਈ ਖਾਂਦੇ ਪਰ ਲੱਸੀ ਦਾ ਡੋਲੂ ਨਾਹਰੇ ਦੇ ਘਰੋਂ ਹੀ ਜਾਂਦਾ। ਕਈ ਲੋਕ ਮਾਸਟਰਾਂ ਨੂੰ ਚਾਹ ਬਣਾ ਕੇ ਵੀ ਦੇ ਆਉਂਦੇ। ਤੇ ਕਈ ਸਾਗ ਜਾਂ ਦਾਲਾਂ ਸਬਜ਼ੀਆਂ ਵੀ। ਰੱਜ ਕੇ ਸੁੱਤੇ ਮਾਸਟਰਾਂ ਦੇ ਅੱਧੀ ਛੁੱਟੀ ਵੇਲੇ ਘੁਰਾੜੇ ਸੁਣ ਸੁਣ ਕੇ ਜੁਆਕ ਹੱਸਦੇ। ਬਹੁਤੇ ਤਾਂ ਰੋਟੀ ਖਾਣ ਘਰਾਂ ਨੂੰ ਹੀ ਚਲੇ ਜਾਂਦੇ । ਬੱਚੇ ਹਮੇਸ਼ਾਂ ਘਰੋਂ ਲਿਆਂਦੀਆਂ ਬੋਰੀਆਂ ਵਿਛਾ ਕੇ ਬੈਠਦੇ।

ਸਕੂਲ ਵਿੱਚ ਬੱਚਿਆਂ ਦੇ ਟੱਟੀ ਪਿਸ਼ਾਬ ਲਈ ਕੋਈ ਗ਼ੁਸਲਖਾਨਾ ਨਹੀਂ ਸੀ। ਬੱਚੇ ਸਕੂਲ ਸਾਹਮਣੇ ਬਣੀਆਂ ਰੂੜੀਆਂ ਵਲ ਹੀ ਹਾਜਤ ਲਈ ਦੌੜਦੇ। ਕੋਈ ਨਾਂ ਕੋਈ ਬੱਚਾਂ ਉਂਗਲ ਚੁੱਕ ਖੜਾ ਹੀ ਰਹਿੰਦਾ "ਮਾਸਟਰ ਜੀ ਇੱਕ ਨੰਬਰ ਜਾ ਆਵਾਂ ਜਾਂ ਮਾਸਟਰ ਜੀ ਦੋ ਨੰਬਰ ਜਾ ਆਵਾਂ। ਤੇ ਅੱਗੋਂ ਮਾਸਟਰ ਕਹਿੰਦਾ "ਜਾਂ ਭੱਜ ਜਾ ਥੋੜਾ ਖਾ ਪੀ ਲਿਆ ਕਰੋ" ਪਰ ਕਈ ਨਿਆਣੇ ਉੱਥੇ ਜਾ ਕੇ ਵੀ ਖੇਡੀਂ ਪੈ ਜਾਂਦੇ। ਸਕੂਲ ਦੇ ਟਾਟ, ਮਾਸਟਰ ਇਸ ਲਈ ਨਹੀਂ ਸਨ ਦਿੰਦੇ ਤਾਂ ਕਿ ਨਿਆਣੇ ਸ਼ਿਆਹੀ ਡੋਲ ਕੇ ਗੰਦੇ ਨਾ ਕਰ ਦੇਣ। ਬੋਰੀਆਂ ਉਨ੍ਹਾਂ ਦੀਆਂ ਆਪਣੀਆਂ ਸਨ, ਭਾਵੇਂ ਸ਼ਿਆਹੀ ਡੋਲਣ ਜਾਂ ਮੀਂਹ ਕਣੀ ਵਿੱਚ ਉੱਪਰ ਲੈ ਲੈਣ। ਜਿਸ ਦਿਨ ਜ਼ਿਆਦਾ ਮੀਂਹ ਪੈਣ ਲੱਗ ਜਾਂਦਾ ਤਾਂ ਸਕੂਲੋਂ ਛੁੱਟੀ ਹੋ ਜਾਂਦੀ। ਪੰਜ ਕਲਾਸਾਂ ਦਾ ਬਰਾਂਡੇ ਅਤੇ ਦਲਾਨ ਵਿੱਚ ਸਮਾਉਣਾਂ ਬਹੁਤ ਔਖਾ ਸੀ। ਕਈ ਵਾਰ ਕੋਸ਼ਿਸ਼ ਵੀ ਕੀਤੀ ਪਰ ਨਿਆਣਿਆਂ ਦੇ ਘੁਸੜ ਘੁਸੜ ਬੈਠਣ ਨਾਲ, ਸਕੂਲ ਮੁਰਗੀ ਖਾਨਾ ਬਣ ਜਾਂਦਾ। ਨਿਆਣੇ ਮੀਂਹ ਨੂੰ ਉਡੀਕਦੇ ਹੀ ਰਹਿੰਦੇ। ਜੇ ਕਦੇ ਇਹ ਸੁਭਾਗੀ ਘੜੀ ਆ ਜਾਂਦੀ ਤਾਂ ਉਨ੍ਹਾਂ ਤੋਂ ਖੁਸ਼ੀ ਨਾਂ ਸੰਭਾਲੀ ਜਾਂਦੀ। ਉਹ ਵੀਹੀਆਂ ਵਿੱਚ ਰੌਲਾਂ ਪਾਉਂਦੇ ਘਰਾਂ ਵਲ ਦੌੜਦੇ। ਤੇ ਮਾਸਟਰ ਗੱਲੀਂ ਰੁੱਝ ਜਾਂਦੇ। ਪਿੰਡ ਚੋਂ ਕੁੱਝ ਬੰਦੇ ਅਕਸਰ ਮਾਸਟਰਾਂ ਨਾਲ ਗੱਲੀਂ ਆ ਜੁਟਦੇ। ਤੇ ਕਦੇ ਨਿਆਣਿਆਂ ਨੂੰ ਮਾਸਟਰ ਪੈਂਤੀ ਜਾਂ ਪਹਾੜੇ ਚੇਤੇ ਕਰਨ ਲਾ ਦਿੰਦੇ। ਉਹ ਉੱਚੀ ਉੱਚੀ ਚੀਕਦੇ ਇੱਕ ਦੂਣੀ ਦੂਣੀ ਦੋ ਦੂਣੀ ਚਾਰ।

ਮੁੰਡੇ ਕੁੜੀਆਂ ਭਾਂਵੇ ਅੱਡ ਅੱਡ ਬੈਠਦੇ ਪਰ ਜੇ ਕੋਈ ਮੁੰਡਾ ਕਿਸੇ ਕੁੜੀ ਨੂੰ ਛੋਹ ਜਾਵੇ ਤਾਂ ਉਸਦੀ ਸ਼ਾਮਤ ਆ ਜਾਂਦੀ। ਉਂਝ ਵੀ ਬੱਚੇ ਕੋਈ ਨਾਂ ਕੋਈ ਸ਼ਕਾਇਤ ਲਈਂ, ਖੜੇ ਹੀ ਰਹਿੰਦੇ, "ਮਾਸਟਰ ਜੀ ਇਹ ਮੇਰੀ ਦਵਾਤ 'ਚੋਂ ਡੋਬਾ ਲੈ ਗਿਆ ਤੇ ਨਾਲੇ ਮੇਰੀ ਕਲਮ ਤੋੜ ਦਿੱਤੀ। ਕੋਈ ਕਹਿੰਦਾ ਜੀ ਏਹਨੇ ਮੇਰੀ ਫੱਟੀ ਤੇ ਪੈਰ ਰੱਖਤਾ ਤਾਂ ਅਗਲਾ ਜਵਾਕ ਕਹਿੰਦਾ ਜੀ ਇਹ ਮੇਰੇ ਬਾਪੂ ਦੀ ਗੇਸ ਲੌਂਦਾ ਤੀ ... ਬਗੈਰਾ ਬਗੈਰਾ...।

ਜਦੋਂ ਕੋਈ ਕਲਮ ਦੀ ਸ਼ਕਾਇਤ ਲੈ ਕੇ ਆਂਉਦਾ ਤਾਂ ਮਾਸਟਰ ਨੇਤਰ ਸਿਉਂ ਕਲਮ ਬਾਰੇ ਭਾਸ਼ਨ ਦੇਣਾ ਨਾਂ ਭੁੱਲਦਾ। ਕਲਮ ਕਾਨੇ ਦੀ ਨਹੀਂ ਨੜੇ ਦੀ ਹੋਣੀ ਚਾਹੀਦੀ ਹੈ। ਨਿੱਬ ਵਿੱਚ ਚੀਰਾ ਦੇਣਾ ਨਾਂ ਭੁੱਲੋ। ਨੜੇ ਪਿੰਡ ਦੇ ਬਾਹਰ ਬੂਝਿਆਂ ਵਿੱਚ ਮਿਲਦੇ ਸਨ। ਪਰ ਇਨ੍ਹਾਂ ਨਾਲ ਬੜੀ ਖੁਸ਼ਕੱਤ ਫੱਟੀ ਲਿਖ ਹੁੰਦੀ ਸੀ। ਕਈ ਨਿਆਣੇ ਬਲੇਡ ਨਾਲ ਕਲਮ ਤਿੱਖੀ ਕਰਦੇ ਕਰਦੇ ਆਪਣੀ ਉਂਗਲ ਵੀ ਵੱਢ ਲੈਂਦੇ। ਕਈਆਂ ਨੂੰ ਨੇਤਰ ਸਿਉਂ ਆਪ ਕਲਮਾਂ ਘੜ ਕੇ ਦਿੰਦਾ।

ਪ੍ਰੀਤੀ ਪੁਰੀਆਂ ਪਿਆਰਾ ਸਿਉਂ ਫੱਟੀ ਉਘਾੜਨ ਦੀਆਂ ਹਦਾਇਤਾ ਦਿੰਦਾ। ਪੈਨਸਲ ਨਾਲ ਲਿਖੇ ਅੱਖਰਾਂ ਤੇ ਅੱਖਰ ਲਿਖਣ ਨੂੰ ਕਹਿੰਦਾ। ਇਸ ਰੇਤਲੇ ਪਿੰਡ ਵਿੱਚ ਵਸੇ ਬੱਚਿਆ ਦਾ ਇੱਕ ਆਪਣਾ ਹੀ ਸੰਸਾਰ ਸੀ। ਮਨਦੀਪ ਵੀ ਇਸੇ ਦਾ ਇੱਕ ਹਿੱਸਾ ਸੀ। ਉਹ ਰੇਤੇ ਤੇ ਅੱਖਰ ਵਾਹੁੰਦਾ। ਘਰ ਗਇਆ ਨੂੰ ਹਰਦੇਵ ਕੌਰ ਕਦੀ ਚੁੱਲੇ ਦੀ ਕਾਲਖ ਤੋਂ ਸ਼ਿਆਹੀ ਬਣਾ ਕੇ ਦਿੰਦੀ ਤੇ ਕਦੇ ਸੁਆਹ ਵਿਛਾ ਕੇ ਲਿਖਣ ਲਈ ਆਖਦੀ।

ਮਨਦੀਪ ਦੀ ਆੜੀ ਮਾਨੂ ਨਾਲ ਪੈ ਗਈ। ਜੋ ਰੁਲਦੇ ਚੂੜੇ ਦਾ ਮੁੰਡਾ ਸੀ। ਉਹ ਸਕੂਲ ਵਿੱਚ ਉਸੇ ਨਾਲ ਬੈਠਦਾ ਉਸੇ ਨਾਲ ਫੱਟੀ ਧੋਂਦਾ ਤੇ ਸੁਕਾਉਂਦਾ। ਦੋਵੇਂ ਸਿਆਹੀ ਪੱਕੀ ਕਰਦੇ ਤੇ ਦਵਾਤਾਂ ਹਿਲਾਉਂਦੇ ਇੱਕੋ ਗੀਤ ਵੀ ਗਾਂਉਂਦੇ। ਮਾਨੂ ਚੰਗਾ ਗੀਤ ਵੀ ਗਾ ਲੈਂਦਾ ਸੀ। ਉਹ ਹਰ ਸ਼ਨਿੱਚਰਵਾਰ ਨੂੰ ਹੋਣ ਵਾਲੇ ਬਾਲ-ਦਰਬਾਰ ਵਿੱਚ ਮੂੰਹ ਨਾਲ ਤੁੰਬ ਲੁੰਬ, ਤੁੰਬ ਲੁੰਬ ਕਰਕੇ ਤੂੰਬੀ ਵੀ ਵਜਾਉਂਦਾ ਤੇ ਗੀਤ ਵੀ ਗਾਉਂਦਾ। ਉਸ ਨੇ ਏਹ ਚੇਟਕ ਮਨਦੀਪ ਨੂੰ ਵੀ ਲਾ ਦਿੱਤੀ ਸੀ। ਧਰਮੂ ਨੂੰ ਮਨਦੀਪ ਦਾ ਮਾਨੂ ਨਾਲ ਰਹਿਣਾ ਚੰਗਾ ਨਾ ਲੱਗਦਾ। ਉਹ ਹਰ ਰੋਜ਼ ਘਰ ਜਾਕੇ ਉਸਦੀ ਸ਼ਕਾਇਤ ਲਾਉਂਦਾ। ਪਿੰਡ ਵਿੱਚ ਸੁੱਚ ਭਿੱਟ ਦਾ ਵੀ ਅਜੇ ਬਹੁਤ ਰੁਝਾਨ ਸੀ। ਨੀਵੀਂ ਜਾਤ ਦੇ ਛੋਹ ਜਾਣ ਤੇ ਵੀ ਪਾਣੀ ਦੇ ਛਿੱਟੇ ਮਾਰ ਕੇ ਉਸ ਨੂੰ ਸੁੱਚਾ ਕੀਤਾ ਜਾਂਦਾ। ਮਹਿਤਾਬ ਕੌਰ ਸਕੂਲੋਂ, ਮਾਨੂ ਨਾਲ ਖੇਡ ਕੇ ਆਏ ਮਨਦੀਪ ਨੂੰ ਪਾਣੀ ਦੇ ਛਿੱਟੇ ਮਾਰ ਕੇ ਸੁੱਚਾ ਕਰਦੀ ਅਤੇ ਹਦਾਇਤ ਵੀ ਦਿੰਦੀ ਕਿ ਅੱਗੋਂ ਤੋਂ ਉਸ ਨਾਲ ਨਹੀਂ ਖੇਡਣਾ। ਪਰ ਮਨਦੀਪ ਦੇ ਬਾਲ ਮਨ ਨੂੰ ਇਹ ਗੱਲਾਂ ਸਮਝ ਨਾਂ ਆਂਉਦੀਆ। ਗੁਰਦੁਵਾਰੇ ਵੀ ਚੌਥੇ ਪੌੜੇ ਵਾਲੇ ਕਹਿ ਕੇ, ਚੂਹੜੇ ਚਮਾਰਾਂ ਨੂੰ ਬਾਹਰ ਵਿਹੜੇ ਵਿੱਚ ਅੱਡ ਹੀ ਬਿਠਾਇਆ ਜਾਂਦਾ। ਮਾਨੂ ਤਾਂ ਅੰਦਰ ਜਾ ਕੇ ਦੇਗ ਵੀ ਨਾ ਲੈ ਸਕਦਾ। ਪਿੰਡ 'ਚ ਕੋਈ ਜੱਗ ਹੋਣਾ ਤਾਂ ਵੀ ਉਨ੍ਹਾਂ ਦੀ ਲਾਈਨ ਵੱਖਰੀ ਹੋਣੀ। ਮਨਦੀਪ ਨੂੰ ਆਪਣੇ ਨਾਨੇ ਵਲੋਂ ਸੁਣਾਈਆਂ ਸਾਖੀਆਂ, ਸ਼ੱਕੀ ਸ਼ੱਕੀ ਜਿਹੀਆਂ ਜਾਪਦੀਆਂ। ਉਸ ਨੂੰ ਹੁਣ ਦੁਨੀਆਂ ਇੱਕੋ ਰੱਬ ਦਾ ਰੂਪ ਨਾ ਜਾਪਦੀ। ਪਰ ਜੇ ਉਹ ਕਦੀ ਸਵਾਲ ਕਰਦਾ ਤਾਂ ਸੰਤਾ ਸਿੰਘ ਆਖਦਾ "ਦੇਖ ਹੁਣੇ ਤੋਂ ਕਿਵੇਂ ਵਕੀਲਾਂ ਵਾਂਗੂੰ ਬਹਿਸਦੈ। ਅੱਜ ਕੱਲ ਦੇ ਨਿਆਣੇ ਵੱਡਿਆਂ ਅੱਗੇ ਕਿਵੇਂ ਬੋਲਦੇ ਨੇ..."

ਇੱਕ ਦਿਨ ਮਨਦੀਪ ਪਿੰਡ ਦੇ ਥੇਹ ਤੇ ਨਿਆਣਿਆਂ ਨਾਲ ਖੇਡਣ ਗਿਆ, ਮਾਨੂ ਦੇ ਘਰ ਵੀ ਚਲਾ ਗਿਆ। ਉਸ ਦਿਨ ਤਾਂ ਮਹਿਤਾਬ ਕੌਰ ਨੇ ਉਸ ਨੂੰ ਚੰਗਾ ਹਲੂਣ ਹਲੂਣ ਕੇ ਘੂਰਿਆ। ਪਰ ਬਾਅਦ ਵਿੱਚ ਉਹ ਖੁਦ ਹੀ ਕਹਿਣ ਲੱਗੀ "ਨਿਆਣਿਆਂ ਦੀ ਤਾਂ ਜੈ ਖਾਣੀ ਕੋਈ ਜਾਤ ਨੀ ਹੁੰਦੀ। ਸਾਰੇ ਇੱਕੋ ਰੱਬ ਦਾ ਰੂਪ ਹੁੰਦੇ ਨੇ। ਪਰ ਜਮਾਨੇ ਚੰਦਰੇ ਦਾ ਕੀ ਕਰੀਏ? ਲੋਕਾਂ ਨਾਲ ਹੀ ਜੀਣਾ ਏ"।

ਸੰਤਾਂ ਸਿੰਘ ਆਪ ਤਾਂ ਸਿੱਖ ਧਰਮ ਵਿੱਚ ਬਰਾਬਰੀ ਦੀਆਂ ਗੱਲਾਂ ਕਰਦਾ। ਗੁਰੂ ਗੋਬਿੰਦ ਸਿੰਘ ਵਲੋਂ ਜਾਤ ਪਾਤ ਮਿਟਾਏ ਜਾਣ ਦੀਆਂ ਕਹਾਣੀਆਂ ਵੀ ਸੁਣਾਉਂਦਾ, ਪਰ ਦਿਹਾੜੀ ਤੇ ਆਏ ਲੰਗੜੇ ਦੇਬੂ ਨੂੰ ਨੀਵੀਂ ਜਾਤ ਦਾ ਸਮਝਕੇ ਥੱਲੇ ਬਿਠਾ ਕੇ ਦੂਰੋਂ ਹੀ ਉਸਦੇ ਹੱਥ ਤੇ ਰੋਟੀ ਸੁੱਟੀ ਜਾਂਦੀ। ਬਾਅਦ ਵਿੱਚ ਉਸ ਵਲੋਂ ਵਰਤੇ ਭਾਂਡਿਆਂ ਵਿੱਚ ਅੱਗ ਪਾ ਕੇ ਪਵਿੱਤਰ ਕੀਤਾ ਜਾਂਦਾ। ਫੇਰ ਮਨਦੀਪ ਤੇ ਇਹ ਅਖੌਤੀ ਬਰਾਬਰੀ ਦੀਆਂ ਕਹਾਣੀਆਂ ਅਸਰ ਕਰਨੋਂ ਹਟ ਗਈਆਂ ਸਨ।

ਮਨਦੀਪ ਦੇ ਕੋਮਲ ਮਨ ਵਿੱਚ ਸ਼ੰਕੇ ਤਾਂ ਕਈ ਹੋਰ ਵੀ ਉਪਜ ਰਹੇ ਸਨ। ਨਾਨੀ ਕਹਿੰਦੀ ਉਸ ਨੇ 'ਸਤੀਆਂ' ਵਲ ਮੂੰਹ ਕਰਕੇ ਪਿਸ਼ਾਬ ਕੀਤਾ ਹੋਊ, ਤਾਂ ਬੁਖਾਰ ਚੜ੍ਹ ਗਿਆ। ਸ਼ਹੀਦਾ ਦੀਆਂ ਮਟੀਆਂ ਨੂੰ ਮੱਥਾ ਨਹੀਂ ਟੇਕਿਆ ਹੋਊ ਤਾਂ ਹੀ ਸਿਰ ਦੁਖਦਾ ਹੈ। ਅਜਿਹੀ ਹਾਲਤ ਵਿੱਚ ਪਿੰਡ ਦਾ ਫਕੀਰ ਸਿਉਂ ਹੱਥੌਲਾ ਕਰਦਾ। ਇੱਕ ਬਹੁਕਰ ਜਿਹੀ ਲੈ ਕੇ ਵਾਰ ਵਾਰ ਸਿਰ ਤੋਂ ਘੁਮਾਉਂਦਾ

ਤੇ ਮੂੰਹ ਵਿੱਚ ਬੁੜਬੁੜ ਜਿਹੀ ਕਰਦਾ ਜਿਵੇਂ ਕੋਈ ਮੰਤਰ ਪੜ੍ਹ ਰਿਹਾ ਹੋਵੇ। ਨਾਲ ਹੀ ਸਤੀਆਂ ਦੀ ਕਹਾਣੀ ਵੀ ਦੱਸਦਾ ਕਿ ਕਿਵੇਂ ਕੱਤੇ ਦੀ ਬਿਮਾਰੀ ਵੇਲੇ ਪਿੰਡ ਦੀਆਂ ਇਹ ਨਵ-ਵਿਆਹੀਆਂ ਨੂੰ ਉਨ੍ਹਾਂ ਦੇ ਪਤੀਆਂ ਨਾਲ ਜੀਂਦੇ ਜੀ ਹੀ ਚਿਖਾ ਵਿੱਚ ਸਾੜ ਦਿੱਤਾ ਗਿਆ ਸੀ। ਪੂਰੋ, ਧੰਨੋ, ਗੇਲੋ, ਭਿੰਦਰੋ ਨੂੰ ਹੁਣ ਲੋਕ ਪੂਜਦੇ ਸਨ ਜਿਨਾਂ ਆਪਣਾ ਪਤੀ ਬ੍ਰਤਾ ਧਰਮ ਨਿਭਾਇਆ ਸੀ। ਪਰ ਇਹ ਕਹਾਣੀ ਸੁਣ ਕੇ ਤਾਂ ਮਨਦੀਪ ਬੇਹੱਦ ਡਰ ਜਾਂਦਾ। ਕਿਵੇਂ ਕੋਈ ਜਿੰਦੇ ਇਨਸਾਨ ਨੂੰ ਸਾੜ ਸਕਦਾ ਹੈ ? ਤੇ ਕਿਵੇਂ ਉਹ ਘਾਹ ਫੂਸ ਵਾਂਗ ਮੱਚੀਆਂ ਹੋਣਗੀਆਂ ? ਕਿਸੇ ਨੇ ਰੋਕਿਆ ਨਹੀਂ ਹੋਊ ? ਨਾਨਾ ਜੀ ਨੇ ਵੀ ਨਹੀਂ ?" ਉਹ ਆਪਣੇ ਆਪ ਨੂੰ ਪੁੱਛਦਾ। "ਬਾਬੇ ਨਾਨਕ ਦੀ ਸਾਖੀ ਵਿੱਚ ਤਾਂ ਨਾਨਾ ਦੱਸਦਾ ਸੀ ਕਿ ਬਾਬਾ ਜੀ ਨੇ ਬੁਰਾਈਆਂ ਦਾ ਘੁੱਪ ਹਨੇਰਾ ਦੂਰ ਕੀਤਾ। ਤੇ ਔਰਤ ਨੂੰ ਉੱਚਾ ਚੁੱਕਿਆ। ਪਰ ਉਸ ਦੇ ਮੰਨਣ ਵਾਲੇ ਕੀ ਕਰ ਰਹੇ ਸਨ ?" ਜੇ ਉਹ ਕੁੱਝ ਪੁੱਛਦਾ ਤਾਂ ਸਾਰੇ ਕਹਿੰਦੇ 'ਨਿਆਣੇ ਸਵਾਲ ਜਵਾਬ ਨੀ ਕਰਦੇ ਹੁੰਦੇ'

ਉਹ ਨਾਨੀ ਨੂੰ ਪੁੱਛਦਾ "ਸਤੀਆਂ ਤਾਂ ਮਰ ਗੀਆਂ ਫੇਰ ਕਿਵੇਂ ਚੁੰਬੜ ਜਾਂਦੀਆਂ ਨੇ" ਤਾਂ ਮਹਿਤਾਬ ਕੁਰ ਕਹਿੰਦੀ "ਅਣਆਈ ਮੌਤ ਮਰਨ ਵਾਲਿਆ ਦੀ ਗਤੀ ਨਹੀਂ ਹੁੰਦੀ ਤੇ ਰੂਹਾਂ ਭਟਕਦੀਆਂ ਰਹਿੰਦੀਆਂ ਨੇ। ਅੱਗ 'ਚ ਸੜ ਕੇ ਮਰਨ ਵਾਲੇ ਦੀ ਤਾਂ ਜਮਾਂ ਈ ਗਤੀ ਨੀ ਹੁੰਦੀ। ਤਾਂ ਹੀ ਤਾਂ ਕੋਈ ਕੁੜੀ ਚਿੜੀ ਉਧਰੋਂ ਤਿਆਰ ਬਿਆਰ ਹੋਕੇ ਜਾਂ ਅਤਰ ਫੁਲੇਲ ਲਾ ਕੇ ਨੀ ਲੰਘਦੀ, ਕਿ ਕਿਤੇ ਸਤੀਆਂ ਨਾ ਚੁੰਬੜ ਨਾ ਜਾਣ"। ਮਨਦੀਪ ਅੱਗੋਂ ਪੁੱਛਦਾ "ਨਾਨੀ ਕੀ ਸਤੇ ਵੀ ਹੁੰਦੇ ਨੇ ? ਜਿਹੜੇ ਬੰਦੇ ਘਰਵਾਲੀਆਂ ਨਾਲ ਮਰੇ ਹੋਣਗੇ... ?"।

ਤਾਂ ਮਹਿਤਾਬ ਕੌਰ ਕਹਿੰਦੀ ਬਹੁਤਾ ਨੀ ਬੋਲੀ ਦਾ। ਸਿਆਣੇ ਜੋ ਕਹਿਣ ਸੁਣੀਦਾ ਏ। ਸਤੀਆ ਸਿਰਫ ਤੀਵੀਆਂ ਹੀ ਹੁੰਦੀਆ ਨੇ। ਵਿਚਾਰੀਆਂ ਦੀ ਜੂਨ ਬੁਰੀ...। ਜਾਂ ਜੰਮਦੀਆਂ ਨੂੰ ਮਾਰ ਦੋ ਜਾਂ ਸਤੀ ਕਰਕੇ ਮਾਰ ਦੋ। ਤੇਰੀਆਂ ਚਾਰ ਮਾਸੀਆਂ ਨੇ ਪਰ ਆਪਾਂ ਨੀ ਇਹ ਪਾਪ ਹੋਣ ਦਿੱਤਾ। ਤੂੰ ਵੀ ਮੇਰਾ ਪੁੱਤ ਵੱਡਾ ਹੋ ਕੇ ਚੰਗਾ ਬਣੀ। ਫੇਰ ਨਾਨੀ ਨੂੰ ਪਿਆਰ ਆ ਜਾਂਦਾ ਤੇ ਮਨਦੀਪ ਨੂੰ ਬੁੱਕਲ 'ਚ ਲੈ ਕੇ ਗਾਉਂਦੀ

'ਨੰਦ ਹੈ ਨੀ ਨੰਦ ਐ ਇਹ ਤਾਂ ਮੇਰ ਚੰਦ ਹੈ

ਹੁਣ ਮਨਦੀਪ ਦੇ ਮਨ ਤੇ ਹੋਰ ਬੋਝ ਪੈ ਗਿਆ ਕਿ ਜੰਮਦੀਆਂ ਕੁੜੀਆਂ ਨੂੰ ਕਿਉਂ ਮਾਰ ਦਿੰਦੇ ਸਨ ? ਉਹ ਅਜੇ ਸੋਚ ਹੀ ਰਿਹਾ ਸੀ ਤਾਂ ਇੱਕ ਰਾਤ ਰਜ਼ਾਈਆਂ 'ਚ ਬੈਠੀਆਂ ਉਸਦੀਆਂ ਮਾਮੀਆਂ ਮਾਸੀਆਂ ਉਸਨੇ ਗੱਲਾਂ ਕਰਦੀਆਂ ਸੁਣੀਆਂ। ਕਿਵੇਂ ਕਿਵੇਂ ਜੰਮਦੀਆਂ ਕੁੜੀਆਂ ਨੂੰ ਮਾਰ ਦਿੱਤਾ ਜਾਂਦਾ ਸੀ। ਹਰਦੇਵ ਕੁਰ ਨੇ ਆਪਣੇ ਭਰਾਵਾਂ ਦੀਆਂ ਦੋ ਕੁੜੀਆਂ ਨੂੰ ਗੱਡੀ ਚੜ੍ਹਾਇਆ ਸੀ। ਹੁਣ ਉਹ ਮਾਣ ਨਾਲ ਦੱਸਦੀ ਸੀ ਕਿ 'ਔਖਾ ਕੀ ਹੈ ? ਅੱਕ ਦੇ ਦੁੱਧ ਦੀ ਬੱਤੀ ਬੱਤੀ ਮੂੰਹ 'ਚ ਪਾਕੇ ਐਨਾ ਕਹਿਣਾ ਹੁੰਦਾ ਐ

'ਦੁੱਧੀਂ ਨਾਹਵੀ ਪੂਣੀ ਕੱਤੀਂ ਆਪ ਨਾ ਆਈ ਵੀਰਾ ਘੱਤੀਂ'

ਜੋਗਿੰਦਰੋ ਨੇ ਵੀ ਆਪਣੀ ਭੈਣ ਦੀ ਕੁੜੀ ਦੀ ਜੰਮਣ ਸਾਰ ਸੰਘੀ ਨੱਪੀ ਸੀ। ਇਹ ਕੰਮ ਤਾਂ ਦਾਈਆਂ ਆਪ ਹੀ ਕਰ ਦਿੰਦੀਆਂ ਸਨ ਜਾਂ ਕਿਸੇ ਤੋਂ ਕਰਵਾ ਦਿੰਦੀਆਂ ਸਨ। ਪਰ ਹੁਣ ਇਹ ਕੁਰੀਤੀ ਟਾਵੀਂ ਟਾਵੀਂ ਸੀ। ਇਨ੍ਹਾਂ ਗੱਲਾਂ ਨੇ ਮਨਦੀਪ ਦਾ ਮਨ ਵਲੂੰਧਰ ਧਰਿਆ। ਕਿੱਥੇ ਬਾਬੇ ਦੀ ਬਾਣੀ 'ਸੋ ਕਿਉ ਮੰਦਾ ਆਖੀਐ'। ਕਿੱਥੇ ਕੁੜੀ ਮਾਰਾਂ ਨਾਲ ਰੋਟੀ ਬੇਟੀ ਦੀ ਸਾਂਝ ਨਾ ਰੱਖਣ ਦੀਆਂ

ਸਾਖੀਆਂ ਤੇ ਕਿੱਥੇ ਸੰਤਾ ਸਿੰਘ ਦੇ ਆਪਣੇ ਹੀ ਘਰ ਕੁੜੀਆਂ ਦੀਆਂ ਕਾਤਲ ਨੂੰਹਾਂ। ਇਸ ਘਰ ਵਿੱਚ ਕੁੜੀਆਂ ਨੂੰ ਘਰੋਂ ਬਾਹਰ ਨਾਂ ਨਿੱਕਲਣ ਦੇਣਾ, ਜਾਂ ਪੜ੍ਹਨ ਨਾਂ ਦੇਣਾ, ਹੁਣ ਉਸ ਨੂੰ ਚੰਗਾ ਨਾ ਲੱਗਦਾ। ਉਸ ਦੀ ਛੋਟੀ ਮਾਸੀ ਤਾਂ ਹੀ ਸਿਰਫ ਪੰਜ ਪੜ੍ਹੀ ਸੀ।

ਪਰ ਪਿੰਡ ਵਿੱਚ ਹੁਣ ਫਰਕ ਪੈ ਰਿਹਾ ਸੀ ਸੱਠ ਦੇ ਕਰੀਬ ਕੁੜੀਆਂ ਸਕੂਲ ਜਾਂਦੀਆਂ ਸਨ। ਕੁੜੀਆਂ ਦੀ ਵਧ ਰਹੀ ਖੁੱਲ ਨੂੰ ਸੰਤਾ ਸਿਉਂ ਕਲਯੁੱਗ ਦਾ ਪਹਿਰਾ ਆਖਦਾ। ਪਰ ਉਹ ਕੁੜੀਆਂ ਮਾਰਨ ਦੇ ਹੱਕ ਵਿੱਚ ਨਹੀਂ ਸੀ।

ਸਕੂਲ ਵਿੱਚ ਕੁੜੀਆਂ ਵੱਖਰੀ ਲਾਈਨ ਵਿੱਚ ਬੈਠਦੀਆਂ। ਮੁੰਡੇ ਉਨ੍ਹਾਂ ਨਾਲ ਗੱਲ ਵੀ ਨਾਂ ਕਰ ਸਕਦੇ। ਪਰ ਉਹ ਇਕੱਠੇ ਪੈਂਤੀ ਪੜ੍ਹਦੇ। ਪਹਾੜੇ ਰਟਦੇ। ਕੁੜੀਆਂ ਅੱਧੀ ਛੁੱਟੀ ਵੇਲੇ ਖੱਡਾ ਖੇਡਦੀਆਂ, ਗੀਟੀਆਂ ਖੇਡਦੀਆਂ, ਮੁੰਡੇ ਕੋਟਲਾ ਛਪਾਕੀ ਜਾਂ ਬਾਂਦਰ ਕੀਲਾ ਖੇਡਦੇ। ਕਈ ਲੁਕਣ ਮੀਟੀ ਵੀ ਖੇਡਦੇ। ਹੁਣ ਤਾਂ ਮਨਦੀਪ ਆਪਣਾ ਨਾਂ ਵੀ ਲਿਖ ਲੈਂਦਾ। ਬਚਨ ਕੌਰ ਲਈ ਉਹ ਕਿੰਡਾ ਖੁਸ਼ੀ ਦਾ ਦਿਨ ਸੀ ਜਿਸ ਦਿਨ ਦਲੇਰ ਸਿੰਘ ਨੂੰ ਲਿਖੀ ਚਿੱਠੀ ਵਿੱਚ ਮਨਦੀਪ ਨੇ ਆਪਣਾ ਨਾਂ ਖੁਦ ਲਿਖਿਆ ਸੀ। ਉਸ ਦਾ ਪੁੱਤਰ ਵੱਡਾ ਹੋ ਰਿਹਾ ਸੀ...।

•

ਭਾਗ 18

ਸਿਮਰੋ ਦੇ ਵਿਆਹ ਦੇ ਦਿਨ ਨੇੜੇ ਆ ਰਹੇ ਸਨ। ਦੋ ਹਾੜ ਦਾ ਵਿਆਹ ਧਰ ਦਿੱਤਾ ਗਿਆ। ਮਿੱਠੂ ਨਾਈ ਕੋਲ ਵਿਆਹ ਦੀ ਚਿੱਠੀ ਤੋਰਨ ਤੋਂ ਬਾਅਦ ਹੀ ਘਰ ਵਿੱਚ ਮਹੌਲ ਬਦਲ ਗਿਆ। ਰਿਸ਼ਤੇਦਾਰਾਂ ਨੂੰ ਸਭ ਪਾਸੇ ਖ਼ਬਰ ਹੋ ਗਈ। ਰਾਮਪੁਰੇ ਤੋਂ ਚੰਦ ਸਿੰਘ ਅਤੇ ਗੁਲਾਬ ਸਿੰਘ ਦੇ ਯਤਨਾਂ ਨਾਲ ਕਣਕ ਦੀ ਵਾਢੀ ਲਈ ਆਵਤ ਆਈ। ਗਹਾਈ ਦਾ ਕੰਮ ਵੀ ਅੱਧੇ ਜੇਠ ਤੱਕ ਹੀ ਨਿਬੇੜ ਲਿਆ ਗਿਆ। ਕਣਕ ਦੀ ਸਾਂਭ ਸੰਭਾਲ ਮੁੱਕ ਗਈ। ਸੁਕ ਪਕੇ ਵਿੱਚ ਦਾਣਾ ਫੱਕਾ ਘਰ ਆ ਗਿਆ। ਫੇਰ ਸ਼ੁਰੂ ਹੋਈ ਵਿਆਹ ਦੀ ਖਰੀਦੋ ਫਰੋਖਤ। ਜਦ ਵੀ ਕਣਕ ਦਾ ਗੱਡਾ ਸ਼ਹਿਰ ਜਾਂਦਾ ਤਾਂ ਉਧਰੋਂ ਸਮਾਨ ਦਾ ਭਰ ਕੇ ਆਉਦਾ। ਚੀਨੀ, ਚਾਹ ਪੱਤੀ, ਆਲੂ ਪਿਆਜ਼, ਕੱਪੜੇ ਗਹਿਣੇ ਗੱਟੇ ਅਤੇ ਹੋਰ ਪਤਾ ਨਹੀਂ ਕੀ ਕੁੱਝ।

ਉਧਰ ਘਰ ਨੂੰ ਲਿੱਪਿਆ ਪੋਚਿਆ ਗਿਆ। ਪਾਂਡੂ ਮਿੱਟੀ ਨਾਲ ਕੰਧਾਂ ਲਿਸ਼ਕਾ ਦਿੱਤੀਆਂ ਗਈਆਂ। ਕੰਧਾਂ ਤੇ ਹਿਰਨੀਆਂ, ਪੈਲਾਂ ਪਾਂਉਂਦੇ ਮੋਰ, ਚੜਦਾ ਸੂਰਜ ਵੇਖਕੇ, ਮਨ ਅਸ਼ ਅਸ਼ ਕਰ ਉੱਠਦਾ। ਲਾਗੀਆਂ ਨੇ ਮਹੀਨਾਂ ਪਹਿਲਾਂ ਹੀ ਪੀੜ੍ਹੇ ਵਾਲਾ ਭਾਂਡੇ ਲਿਸ਼ਕਾ ਛੱਡੇ। ਔਰਤਾਂ ਰੋਜ਼ ਪੀਂਹਣ ਕਰਦੀਆਂ, ਦਾਲਾਂ ਛੱਟਦੀਆਂ। ਦਾਜ ਦੀਆਂ ਦਰੀਆਂ, ਚਾਦਰਾਂ ਨੂੰ ਆਖਰੀ ਛੋਂਹਾਂ ਦਿੱਤੀਆਂ ਗਈਆਂ। ਮਠਿਆਈ ਰੱਖਣ ਨੂੰ ਪਿਛਲਾ ਕਮਰਾ ਤਿਆਰ ਕਰ ਦਿੱਤਾ ਗਿਆ। ਫੇਰ ਦਾਜ ਵਾਲੀ ਪੇਟੀ ਕੁਰਸੀਆਂ ਮੇਜ, ਸੂਟਾਂ ਲਈ ਟਰੰਕ, ਸਭ ਕੁੱਝ ਆ ਗਿਆ। ਵਿਆਹ ਤੋਂ ਪੰਦਰਾਂ ਦਿਨ ਪਹਿਲਾਂ ਸੰਤਾਂ ਸਿਉਂ ਦਾ ਛੋਟਾ ਮੁੰਡਾ ਹਰਜੀਤ ਵੀ ਫੌਜ 'ਚੋਂ ਦੋ ਮਹੀਨੇ ਦੀ ਛੁੱਟੀ ਆ ਗਿਆ।

ਹਰਜੀਤ ਨੇ ਦੋ ਸਾਲ ਬਾਅਦ ਬਾਅਦ ਆ ਕੇ ਵੇਖਿਆ ਪਿੰਡ ਦੀ ਨੁਹਾਰ ਬਿਲਕੁੱਲ ਬਦਲ ਚੁੱਕੀ ਸੀ। ਸਕੂਲ ਤੋਂ ਇਲਾਵਾ ਪਿੰਡ ਦੇ ਹੋਰ ਕਈ ਘਰਾਂ ਵਿੱਚ ਨਲਕੇ ਲੱਗ ਚੁੱਕੇ ਸਨ। ਬਹੁਤੇ ਲੋਕ ਸਾਂਝੀ ਖੂਹੀ ਤੋਂ ਪਾਣੀ ਭਰਨੋਂ ਹਟ ਗਏ ਸਨ। ਇੱਕ ਫੱਤੂ ਨਘੋਚੀ ਹੀ ਸੀ ਜੋ ਇਸ ਕਰਕੇ ਨਲਕੇ ਦਾ ਪਾਣੀ ਨਹੀਂ ਸੀ ਪੀਂਦਾ ਕਿ ਇਸ ਵਿੱਚ ਚੱਮ ਦੀ ਬੋਕੀ ਹੈ। ਉਹ ਸੋਚਦਾ ਕਿ ਚੱਮ ਦੀ ਬੋਕੀ ਉਸਦਾ ਧਰਮ ਭਰਿਸ਼ਟ ਕਰ ਦੇਵੇਗੀ। ਪਰ ਜਿਸ ਦਿਨ ਸਾਂਝੀ ਖੂਹੀ ਵਿੱਚ ਇੱਕ ਬਿੱਲੀ ਡਿੱਗ ਕੇ ਮਰ ਗਈ ਤੇ ਉਸ ਦਿਨ ਤੋਂ ਉਸ ਨੇ ਵੀ ਨਲਕੇ ਦਾ ਪਾਣੀ ਪੀਣਾ ਸ਼ੁਰੂ ਕਰ ਦਿੱਤਾ। ਨੀਵੀਆਂ ਜਾਤਾਂ ਵਾਲੇ ਜਿਨਾਂ ਨੂੰ ਸਾਂਝੀ ਖੂਹੀ ਤੋਂ ਪਾਣੀ ਨਹੀਂ ਸੀ ਭਰਨ ਦਿੱਤਾ ਜਾਂਦਾ, ਹੁਣ ਉਹ ਵੀ ਆਪਣੇ ਨਲਕੇ ਲਵਾ ਰਹੇ ਸਨ। ਵਿਹੜੇ ਵਾਲਿਆ ਨੇ ਵੀ ਧਰਮਸ਼ਾਲਾ ਅੱਗੇ ਇੱਕ ਨਲਕਾ ਲਗਵਾ ਲਿਆ। ਪਰ ਕੋਈ ਦੱਸਦਾ ਸੀ ਕਿ ਕੂਕਿਆ ਦੇ ਟੱਬਰ ਅਜੇ ਵੀ ਖੂਹੀਆਂ ਦਾ ਪਾਣੀ ਪੀਂਦੇ ਨੇ। ਲੋਕੀ ਕਹਿੰਦੇ:-

ਕੂਕੇ ਬੜੇ ਕਸੂਤੇ, ਪਾਣੀ ਨਾਂ ਪੀਂਦੇ ਬੋਕੀ ਦਾ

ਸਰਦੇ ਪੁੱਜਦੇ ਘਰਾਂ ਨੇ ਤਾਂ ਖੇਤਾਂ ਵਿੱਚ ਬੋਰ ਕਰਵਾਉਣੇ ਸ਼ੁਰੂ ਕਰ ਦਿੱਤੇ ਸਨ। ਲਾਲੋ ਝਿਉਰੀ ਦਾ ਮੁੰਡਾ ਭਿੰਦਰ ਕਿਸੇ ਨਾਲ ਬੋਰਾਂ ਦਾ ਕੰਮ ਸਿੱਖਦਾ ਸਿੱਖਦਾ, ਆਪ ਹੀ ਬੋਰ ਲਾਉਣ

ਲੱਗ ਪਿਆ। ਉਸ ਨੇ ਬੋਰ ਲਾਉਣ ਦਾ ਸਾਰਾ ਸਮਾਨ ਵੀ ਲੈ ਲਿਆ। ਉਹ ਬੋਰ ਲਵਾਉਣ ਵਾਲੇ ਪਰਵਿਾਰ ਤੋਂ ਪਹਿਲਾਂ ਖੁਆਜ਼ਾ ਪੀਰ ਦੀ ਕੜਾਹੀ ਕਰਵਾਕੇ ਮੱਥਾ ਟੇਕਦਾ ਤੇ ਫੇਰ ਕੰਮ ਸ਼ੁਰੂ ਕਰਦਾ। ਫੇਰ ਅਗਲਾ ਰੇੜ੍ਹੀ ਤੇ ਬੋਰ ਦਾ ਸਮਾਨ ਲੱਦ ਕੇ ਲਿਆਉਂਦਾ। ਹਲਟ ਵਾਂਗੂ ਗਾਧੀ ਫਿੱਟ ਕਰਕੇ, ਭੌਣੀ ਲਾ ਦਿੱਤੀ ਜਾਂਦੀ। ਫੇਰ ਟੋਆ ਪੁੱਟ ਕੇ ਲੋਹੇ ਦੀਆਂ ਬੋਕੀਆਂ ਨਾਲ ਟੋਆ ਡੂੰਘਾ ਕੀਤਾ ਜਾਂਦਾ। ਫੇਰ ਉਹ ਹੋਰ ਪਾਈਪਾਂ ਉਤਾਰਦਾ ਜਾਂਦਾ। ਕਲੈਂਪ ਲਾਕੇ ਦੋ ਬੋਰੀਆਂ ਰੇਤੇ ਦੀਆਂ ਭਰ ਕੇ ਉੱਪਰ ਉਹ ਆਪ ਚੜ ਬੈਠਦਾ ਤਾਂ ਕੇ ਪਾਈਪ ਜਲਦੀ ਜਲਦੀ ਥੱਲੇ ਜਾਵੇ। ਕਲੈਂਪ ਉੱਪਰ ਬੈਠ ਕੇ ਉਹ ਗੀਤ ਗਾਂਉਂਦਾ ਤੇ ਬੋਕੀ ਲਾਉਣ ਵਾਲੇ ਤਿੰਨ ਚਾਰ ਬੰਦੇ, ਉਸਦੇ ਗੀਤ ਦੀ ਲੈਅ ਤੇ ਲੱਜ ਖਿੱਚ ਖਿੱਚ ਹਲੂਣੇ ਮਾਰਦੇ। ਜਿਸ ਦਾ ਇੱਕ ਨਮੂਨਾ ਹੈ:-

ਜੋਰ ਲਗਾ ਕੇ ਹਾਈਸ਼ਾ
ਚੱਕ ਦੇ ਸ਼ੇਰਾ ਹਾਈਸ਼ਾ

ਕਦੇ ਕਦੇ ਭਰੀਆਂ ਬੋਰੀਆਂ ਤੇ ਬੈਠਾ, ਲਾਊਡ ਸਪੀਕਰ ਤੋਂ ਸੁਣਿਆ ਉਹ ਕੋਈ ਗੀਤ ਗਾਉਣ ਲੱਗ ਪੈਂਦਾ

ਖਰਬੂਜੇ ਵਰਗੀ ਜੱਟੀ ਖਾਅ ਲੀ ਵੇ ਕਾਲੇ ਨਾਗ ਨੇ

ਬਲਕਾਰ ਸਿੰਘ ਜੋ ਧਾਰਮਿਕ ਖਿਆਲਾ ਦਾ ਸੀ, ਉਸ ਦੀਆਂ ਹਰਕਤਾਂ ਤੇ ਬਹੁਤ ਖਿਝਦਾ। ਜਿਸ ਦਿਨ ਉਹ ਉਨ੍ਹਾਂ ਦੇ ਖੇਤ ਵਿੱਚ ਬੋਰ ਲਾਉਣ ਆਇਆ ਸੀ ਉਸੇ ਦਿਨ ਤੋਂ ਹੀ ਉਨ੍ਹਾਂ ਦੀ ਚੁੰਝ ਚਰਚਾ ਚੱਲਦੀ ਰਹਿੰਦੀ। ਉਹ ਬਲਕਾਰ ਦਾ ਮਜ਼ਾਕ ਉਡਾਉਂਦਾ ਆਖਦਾ "ਯਾਰ ਗਿਆਨੀ ਤੂੰ ਤਾਂ ਦੁਨੀਆਂ ਤੇ ਜਿਹਾ ਆਇਆ, ਜਿਹਾ ਨਾਂ ਆਇਆ। ਪਰ ਸਾਨੂੰ ਤਾਂ ਦੁਨੀਆਂਦਾਰੀ ਦੀਆਂ ਗੱਲਾਂ ਕਰ ਲੈਣ ਦੇ ?" ਫੇਰ ਗਿਆਨੀ ਨੂੰ ਖਿਝਾਉਣ ਲਈ ਉਹ ਕੋਈ ਐਸਾ ਵੈਸਾ ਚੁਟਕਲਾ ਛੇੜ ਲੈਂਦਾ।

ਉਸਦਾ ਅਜੇ ਨਵਾਂ ਨਵਾਂ ਵਿਆਹ ਹੋਇਆ ਸੀ। ਉਸ ਦੀ ਘਰ ਵਾਲੀ ਦੇ ਹੁਸਨ ਦੇ ਚਰਚੇ ਅੱਗ ਵਾਂਗੂੰ ਸਾਰੇ ਪਿੰਡ ਵਿੱਚ ਫੈਲੇ ਹੋਏ ਸਨ। ਕਹਿੰਦੇ ਉਹ ਘੁੰਡ ਵਿੱਚੋਂ ਵੀ ਅੱਖਾਂ ਦੇ ਤੀਰ ਚਲਾਉਂਦੀ ਸੀ, ਤੇ ਉਡਦੇ ਪੰਛੀਆਂ ਨੂੰ ਫਾਹਉਂਦੀ ਸੀ। ਕਈ ਚੋਬਰ ਆਨੀ ਬਹਾਨੀ ਉਨ੍ਹਾਂ ਦੀ ਭੱਠੀ ਤੇ ਜਾ ਖੜਦੇ ਤੇ ਕਈ ਦਾਣੇ ਭਨਾਉਣ ਬਹਾਨੇ ਝਾਕਾ ਵੀ ਲੈ ਲੈਂਦੇ। ਕਈਆਂ ਨੂੰ ਜੇਕਰ ਵੀਹੀ ਸੁੰਭਰਦੀ ਦੇ ਦਰਸ਼ਣ ਹੋ ਜਾਦੇ ਤਾਂ ਉਹਨਾਂ ਨੂੰ ਸੌ ਮੱਕਿਆਂ ਦੇ ਹੱਜ ਵਰਗੀ ਗੱਲ ਜਾਪਦੀ। ਭਿੰਦਰ ਅਕਸਰ ਹੀ ਆਪਣੀ ਘਰ ਵਾਲੀ ਨਾਲ ਗੁਜ਼ਾਰੇ ਰੁਮਾਂਟਕ ਪਲਾਂ ਦੀ ਵਿਥਿਆ ਸੁਣਾਉਣ ਲੱਗ ਪੈਂਦਾ। ਤੇ ਅੰਤ ਤੇ ਆਖਦਾ, "ਵੀਰ ਮੇਰਿਆ ਸੋਹਣੀ ਜਨਾਨੀ ਨੂੰ ਸਾਂਭਣ ਦਾ ਏਹੋ ਤਰੀਕਾ ਏ" ਦਿਹਾੜੀਦਾਰ ਜਾਂ ਹੋਰ ਲੋਕ ਉਸਦੀਆਂ ਗੱਲਾਂ ਨੂੰ ਰਮਾਇਣ ਦੀ ਕਥਾ ਵਾਂਗ ਸੁਣਦੇ। ਫੇਰ ਬਲਕਾਰ ਪਤਾ ਨਹੀਂ ਕਿਉਂ ਉਸ ਦੀਆਂ ਗੱਲਾਂ ਤੇ ਖਿੱਝਦਾ ਸੀ ?

ਕਈਆਂ ਲੋਕਾਂ ਨੇ ਤਾਂ ਬਲਾਕਰ ਸਿੰਘ ਨੂੰ ਵੀ ਲਾਲੋ ਝਿਓਰੀ ਦੇ ਘਰ ਅੱਗਿਉ ਲੰਘਦਿਆ ਚੋਰੀ ਛਿੱਪੇ ਅੰਦਰ ਝਾਕਦਾ ਦੇਖਿਆ ਸੀ। ਕਈ ਤਾਂ ਗੱਲਾਂ ਵੀ ਬਣਾਉਂਦੇ ਕਿ 'ਗਿਆਨੀ ਵੀ ਭਿੰਦਰ ਦੀ ਘਰ ਵਾਲੀ ਪਰੀਤੋ ਦੇ ਘੁੰਡ ਚੋਂ ਚਲਾਏ ਤੀਰਾਂ ਦਾ ਸ਼ਿਕਾਰ ਹੋ ਗਿਆ ਏ' ਕਈਆਂ ਨੇ ਬਲਕਾਰ ਨੂੰ ਸੁਣਾਕੇ ਇਹ ਬੋਲ ਵੀ ਮਾਰੇ "ਬਈ ਹੋਰ ਤਾਂ ਹੋਰ ਗਿਆਨੀ ਵੀ ਪਰੀਤੋ ਤੇ ਡੋਲਿਆ ਫਿਰਦੈ। ਚੀਜ਼ ਹੀ ਐਸੀ ਆ ਯਾਰ...' ਕਈ ਮੁੰਡੇ ਖੁੰਡੇ ਜਾਣ ਬੁੱਝ ਕੇ ਵਿਆਹਾਂ ਸ਼ਾਦੀਆਂ ਵੇਲੇ

ਦਾਰੂ ਦਾ ਘੁੱਟ ਲਾ, ਇਹ ਗੀਤ ਵਾਰ ਵਾਰ ਲਗਵਾਂਉਦੇ ਕਿ 'ਨੈਣ ਪਰੀਤੋ ਦੇ ਬਹਿਜਾ ਬਹਿਜਾ ਕਰਦੇ'

ਪਰ ਭਿੰਦਰ ਨੂੰ ਇਨ੍ਹਾਂ ਗੱਲਾਂ ਦੀ ਕੋਈ ਪਰਵਾਹ ਨਹੀ ਸੀ। ਬਲਕਾਰ, ਜਿਸ ਨੇ ਤਾਂ ਬਚਪਨ ਵਿੱਚ ਹੀ ਅਮ੍ਰਿਤ ਛਕ ਕੇ ਗਾਤਰਾ ਪਾ ਲਿਆ ਸੀ। ਬਿਲਕੁੱਲ ਆਪਣੇ ਵੱਡੇ ਭਰਾ ਗੁਰਜੀਤ ਸਿੰਘ ਵਾਂਗੂੰ ਹੀ ਰਹਿੰਦਾ ਸੀ। ਪਿੰਡ ਦੇ ਲੋਕ ਉਦੋਂ ਤੋਂ ਹੀ ਬਲਕਾਰ ਸਿੰਘ ਨੂੰ ਗਿਆਨੀ ਕਹਿ ਕੇ ਬੁਲਾਉਂਦੇ ਸਨ। ਜਦੋਂ ਤੋਂ ਉਸ ਨੇ ਆਖੰਡਪਾਠਾਂ ਦੀ ਰਾਉਲ ਲਾਉਣੀ ਵੀ ਸ਼ੁਰੂ ਕਰ ਦਿੱਤੀ ਸੀ, ਫੇਰ ਤਾਂ ਲੋਕ ਜਿਵੇਂ ਉਸ ਦਾ ਅਸਲ ਨਾਂ ਭੁੱਲ ਹੀ ਗਏ ਹੋਣ।

ਉਸ ਦੀ ਧਾਰਮਕ ਬਿਰਤੀ ਹੋਣ ਤੇ ਵੀ ਸੰਤਾ ਸਿੰਘ ਨਾਲ ਬਹੁਤੀ ਨਹੀਂ ਸੀ ਬਣਦੀ। ਹੋਰ ਤਾਂ ਹੋਰ ਉਹ ਵਾਹ ਲੱਗਦੀ ਆਪਣੇ ਪਿਉਂ ਨੂੰ ਬਲਾਉਂਦਾ ਤੱਕ ਵੀ ਨਾਂ। ਇਸਦਾ ਕਾਰਨ ਇਹ ਸੀ ਕਿ ਸੰਤਾ ਸਿੰਘ ਨੇ ਆਪਣੇ ਕਿਸੇ ਵਾਕਿਫ ਨੂੰ ਖੁਸ਼ ਕਰਨ ਲਈ ਇੱਕ ਬਦਸੂਰਤ ਲੜਕੀ ਜੋਗਿੰਦਰੋ ਦਾ ਰਿਸ਼ਤਾ ਬਲਕਾਰ ਸਿੰਘ ਲਈ ਕਬੂਲ ਕਰ ਲਿਆ ਸੀ। ਇਸੇ ਦੁੱਖ ਵਿੱਚ ਅਮ੍ਰਿਤਧਾਰੀ ਬਲਕਾਰ ਸਿੰਘ ਨੇ ਆਪਣੇ ਵਿਆਹ ਵਿੱਚ ਹੀ ਸ਼ਰਾਬ ਪੀ ਕੇ ਮਨ ਦੀ ਭੜਾਸ ਕੱਢੀ ਸੀ। ਉਹ ਉਸੇ ਦਿਨ ਤੋਂ ਹੀ ਆਪਣੇ ਪਿਉਂ ਨਾਲ ਲੜਦਾ ਆ ਰਿਹਾ ਸੀ ਤੇ ਹੁਣ ਤਾਂ ਉਸ ਨੂੰ ਅੰਨਾ ਤੱਕ ਵੀ ਆਖ ਦਿੰਦਾ। ਜਿਸ ਨੂੰ ਉਦੋਂ ਕੁੱਝ ਵੀ ਨਜ਼ਰ ਨਹੀਂ ਸੀ ਆਇਆ। ਤੇ ਸੁਹਾਗ ਰਾਤ ਤੋਂ ਬਾਅਦ ਉਸ ਨੇ ਕਦੀ ਵੀ ਆਪਣੀ ਪਤਨੀ ਨਾਲ ਸਹਿਜ ਵਰਤਾਅ ਨਹੀਂ ਸੀ ਕੀਤਾ। ਉਸ ਦੇ ਮਨ ਵਿੱਚ ਸੋਹਣੀ ਔਰਤ ਦੇ ਸੰਗ ਦੀ ਲਾਲਸਾ ਧਰੀ ਧਰਾਈ ਹੀ ਰਹਿ ਗਈ ਸੀ। ਇਸ ਖੱਪੇ ਨੂੰ ਉਹ ਗੁਰਬਾਣੀ ਦੇ ਬੋਝ ਹੇਠਾਂ ਬਹੁਤ ਡੂੰਘਾ ਦੱਬ ਦੇਣਾ ਚਾਹੁੰਦਾ ਸੀ। ਭਿੰਦਰ ਵਰਗਾ ਬੰਦਾ ਜਦੋਂ ਉਸ ਦੀ ਬੁਝੀ ਹੋਈ ਅੱਗ ਨੂੰ ਫੂਕਾਂ ਮਾਰਦਾ ਤਾਂ ਉਹ ਉਸਨੂੰ ਵਿਹੁ ਦਿਖਾਈ ਦਿੰਦਾ।

ਸਮਾਜ ਵਿੱਚ ਆ ਰਹੀ ਨਵੀਂ ਤਬਦੀਲੀ ਭਿੰਦਰ ਝਿਊਰ ਨੂੰ ਬੜੀ ਰਾਸ ਆਈ। ਉਸ ਨੇ ਆਪਣਾ ਸਾਰਾ ਘਰ ਪੱਕਾ ਕਰ ਲਿਆ। ਇੱਕ ਕਾਰਖਾਨਾ ਵੀ ਲਗਾ ਲਿਆ। ਜਿੱਥੇ ਉਹ ਰੂੰਅ ਪਿੰਜਕੇ, ਰਜਾਈਆਂ ਭਰਦੇ ਅਤੇ ਕੋਹਲੂ ਨਾਲ ਤੇਲ ਕੱਢਦੇ। ਖਲ਼ ਵੜੇਵਿਆਂ ਦਾ ਕੰਮ ਵੀ ਤੋਰ ਲਿਆ। ਤੇ ਫੇਰ ਉਨ੍ਹਾਂ ਭੱਠੀ ਕਰਨੀ ਵੀ ਛੱਡ ਦਿੱਤੀ। ਘਰਾਂ ਵਿੱਚ ਨਲਕੇ ਤੇ ਖੇਤਾਂ ਵਿੱਚ ਬੋਰ ਹੁਣ ਇੱਕ ਆਮ ਜਿਹੀ ਗੱਲ ਬਣ ਗਈ ਸੀ। ਜਿਸ ਨਾਲ ਮਸ਼ਕਪਾਣੀ ਪਿਲਾਉਣ ਦਾ ਕੰਮ ਵੀ ਘਟਣ ਲੱਗ ਪਿਆ। ਕਈ ਲੋਕ ਆਪਣੇ ਕਿੱਤੇ ਬਦਲਣ ਲੱਗੇ।

ਬੋਰਾਂ ਦੇ ਨਾਲ ਨਾਲ ਪਿੰਡ ਵਿੱਚ ਪੀਟਰ ਇੰਜਣ ਵੀ ਆਉਣ ਲੱਗ ਪਏ। ਅਮਲੀ ਜਗਤਾਰ ਦਾ ਮੁੰਡਾ ਧੀਰਾ ਸਮਰਾਲੇ ਸ਼ਹਿਰ ਵਿੱਚ ਕਿਸੇ ਇੰਜਣ ਬੰਨਣ ਵਾਲੀ ਦੁਕਾਨ ਤੇ ਕੰਮ ਸਿੱਖਣ ਲੱਗ ਪਿਆ। ਛੇ ਕੁ ਮਹੀਨੇ ਕੰਮ ਕਰਕੇ ਉਸ ਨੇ ਕਲ਼ ਪੁਰਜੇ ਲਿਆ ਕੇ ਖੁਦ ਹੀ ਇੰਜਣ ਬੰਨਿਆ, ਤਾਂ ਸਾਰਾ ਪਿੰਡ ਹੀ ਹੈਰਾਨ ਰਹਿ ਗਿਆ। ਫੇਰ ਉਸ ਨੂੰ ਇੰਜਣ ਬੰਨਣ ਦੇ ਐਨੇ ਆਰਡਰ ਮਿਲੇ ਕਿ ਉਹ ਦਿਨਾਂ ਵਿੱਚ ਹੀ ਧੀਰੇ ਤੋਂ ਸਰਦਾਰ ਰਣਧੀਰ ਸਿੰਘ ਬਣ ਗਿਆ। ਤੇ ਸਮਰਾਲੇ ਸ਼ਹਿਰ ਖੰਨਾ ਰੋਡ ਤੇ ਉਸ ਨੇ, ਇੱਕ ਦਿਨ ਇੰਜਣਾਂ ਦੀ ਦੁਕਾਨ ਦਾ ਉਦਘਾਟਨ ਕਰ ਦਿੱਤਾ।

ਸੰਤਾ ਸਿੰਘ ਵਰਗੇ ਬੰਦੇ ਦੇਖ ਦੇਖ ਹੈਰਾਨ ਹੁੰਦੇ। ਨਾਂ ਬੋਤਾ ਹੱਕਣਾ ਪਏ ਨਾ ਕੁੱਝ ਹੋਰ ਪਰ ਪਾਣੀ ਦੀ ਧਾਰ ਡਿੱਗਦੀ ਸੀ ਫਰਨ ਫਰਨ। ਹੌਲੀ ਹੌਲੀ ਕੁੱਤਿਆਂ ਦੀ ਟਿੱਕ ਟਿੱਕ, ਮਾਹਲ ਦਾ ਖੜਕਣਾ, ਪਾੜਛੇ'ਚ ਡਿੱਗਦੇ ਪਾਣੀ ਦਾ ਸੰਗੀਤ ਗੁੰਮ ਹੋਣ ਲੱਗਿਆ ਤੇ ਇੰਜਣਾ ਦੀ ਫੱਟ ਫੱਟ ਵਧਣ ਲੱਗੀ।

ਕਿਸਾਨਾਂ ਦੀ ਬੋਲੀ ਵਿੱਚ ਬਹੁਤ ਸਾਰੇ ਨਵੇਂ ਸ਼ਬਦ ਆਉਣ ਲੱਗੇ। ਪਟਾ, ਪੱਖਾ, ਬਰੋਜ਼ਾ, ਸੁੰਬਾ, ਗਰੀਸ, ਪਿਸਟਨ ਸਲੀਵ ਤੇ ਕਈ ਹੋਰ। ਹੁਣ ਤਾਂ ਸ਼ਾਮ ਨੂੰ ਟੋਕਾ ਕੁਤਰਨੀਆਂ ਮਸ਼ੀਨਾਂ ਵੀ ਇੰਜਨਾਂ ਨਾਲ ਹੀ ਚਲਦੀਆਂ। ਵਾਗੀਆਂ ਦੇ ਹੋਕੇ ਇੰਜਣ ਦੀ ਫੱਟ ਫੱਟ ਹੇਠਾਂ ਦਮ ਤੋੜਨ ਲੱਗੇ। ਸਾਈਕਲ ਸਿੱਖੇ ਹੋਏ ਲੋਕ ਸ਼ਹਿਰੋਂ ਤੇਲ ਦੀ ਕੈਨਾਂ ਭਰਾ ਕੇ ਲਿਆਉਂਦੇ ਤੇ ਆਪਣੇ ਇੰਜਣ ਦਾ ਢਿੱਡ ਭਰਦੇ। ਪਰ ਸਮੇਂ ਦੀ ਤਬਦੀਲੀ ਹਰ ਕਿਸੇ ਨੂੰ ਨਾਲ ਲੈ ਕੇ ਨਹੀ ਸੀ ਤੁਰੀ।

ਭਿੰਦਰ ਝਿਉਰ ਦੇ ਚਾਚੇ ਦੇ ਮੁੰਡੇ ਅਜੇ ਵੀ ਟੋਕਰੇ ਛਾਬੇ ਬਣਾ ਕੇ ਹੀ ਗੁਜ਼ਾਰਾ ਕਰ ਰਹੇ ਸਨ। ਉਹ ਕਈਆਂ ਦੇ ਰੱਸੇ ਵੀ ਵੱਟ ਆਉਂਦੇ ਜਾਂ ਮੰਜਿਆਂ ਲਈ ਵਾਣ ਵੱਟਦੇ ਰਹਿੰਦੇ। ਕਿੰਦਰ ਤਰਖਾਣ ਦਾ ਇੱਕ ਮੁੰਡਾ ਅਜੇ ਵੀ ਆਪਣਾ ਖਾਨਦਾਨੀ ਪੇਸ਼ਾ ਦਾਤੀਆਂ ਦੇ ਦੰਦੇ ਕੱਢਣਾ, ਹਲਾਂ ਦੇ ਫਾਲ਼ੇ ਤਿੱਖੇ ਕਰਨਾ, ਖੁਰਪੇ ਚੰਡਣਾ ਤੇ ਮੰਜਿਆਂ ਪੀੜ੍ਹੀਆਂ ਦੀਆਂ ਚੂਲ਼ਾਂ ਠੋਕਣ ਦਾ ਕੰਮ ਕਰ ਰਿਹਾ ਸੀ। ਉਸੇ ਦੇ ਭਰਾ ਵੀਰੂ ਨੇ ਰਾਜ ਮਿਸਤਰੀ ਕੰਮ ਸਿੱਖ ਲਿਆ ਸੀ। ਪੱਕੇ ਘਰ ਬਣਾਉਣ ਵਾਲਿਆਂ ਦਾ ਵੀ ਜਿਵੇਂ ਹੜ ਹੀ ਆ ਗਿਆ ਸੀ। ਉਸ ਨੇ ਐਟਲਸ ਦਾ ਨਵਾਂ ਨਕੋਰ ਸਾਈਕਲ ਕਢਵਾਇਆ। ਉਹ ਉਸ ਤੇ ਗਜ਼ ਬੰਨ ਕੇ ਇੱਕ ਝੋਲ਼ਾ ਟੰਗਦਾ, ਜਿਸ ਵਿੱਚ ਤੇਸੀ, ਕਾਂਡੀ, ਸਾਹਲ ਮਝੋਲਾ ਤੇ ਲੇਬਲ ਪਾ ਕੇ ਉਹ ਤੁਰਦਾ। ਵੀਹ ਰੁਪਏ ਦਿਹਾੜੀ ਸੀ, ਨਾਲੇ ਅਗਲੇ ਸ਼ੱਕਰ ਘਿਉ ਨਾਲ ਰੋਟੀ ਦਿੰਦੇ ਤੇ ਮਿਸਤਰੀ ਜੀ ਮਿਸਤਰੀ ਜੀ ਕਰਦੇ। ਤੇ ਉਹ ਦੇਖਦੇ ਹੀ ਦੇਖਦੇ ਪਿੰਡ ਦਾ ਮਸ਼ਹੂਰ ਬੰਦਾ ਬਣ ਗਿਆ। ਸੰਤਾ ਸਿੰਘ ਦੇ ਇਹ ਤਬਦੀਲੀ ਜਿਵੇਂ ਹਜ਼ਮ ਨਹੀਂ ਸੀ ਆ ਰਹੀ। ਉਸ ਦੀ ਲੰਬੜਦਾਰੀ ਦਾ ਕੱਦ ਜਿਵੇਂ ਦਿਨੋਂ ਦਿਨ ਘਟਦਾ ਹੀ ਜਾ ਰਿਹਾ ਸੀ।

ਸ਼ਹਿਰਾਂ ਵਿੱਚ ਹੁਣ ਪੈਟਰੋਲ ਪੰਪ ਵਧਣ ਲੱਗੇ। ਮਿੱਟੀ ਦੇ ਤੇਲ ਦੀ ਥਾਂ ਡੀਜ਼ਲ ਦਾ ਬੋਲ ਬਾਲਾ ਹੋਣ ਲੱਗਿਆ। ਲੋਕ ਸਾਈਕਲਾਂ ਤੇ ਕੈਨਾਂ ਬੰਨੀ ਸ਼ਹਿਰ ਨੂੰ ਤੁਰੇ ਹੀ ਰਹਿੰਦੇ। ਕਦੇ ਪਟਾ ਲੈਣ, ਕਦੇ ਗਰੀਸ, ਬਰੋਜ਼ਾ ਜਾਂ ਫੇਰ ਇੰਜਨ ਦੇ ਸੰਦ। ਇੰਜਣ ਚੱਲਦਾ ਤਾਂ ਬੰਬੇ 'ਚੋਂ ਪਾਣੀ ਦੀ ਧਾਰ ਡਿੱਗਦੀ। ਇੰਜਣ ਠੰਢਾ ਰੱਖਣ ਲਈ ਇੱਕ ਠੰਢੇ ਪਾਣੀ ਦੀ ਪਾਈਪ ਇੰਜਣ 'ਚੋਂ ਹੋਕੇ ਲੰਘਦੀ। ਕਿਤੇ ਇਹ ਪਾਣੀ ਬੰਦ ਨਾਂ ਹੋ ਜਾਵੇ, ਇਸ ਦੀ ਰਾਖੀ ਲਈ ਕਿਸੇ ਨਿਆਣੇ ਨਿੱਕੇ ਨੂੰ ਬਿਠਾ ਦਿੱਤਾ ਜਾਂਦਾ। ਇਹ ਡਿਊਟੀ ਹੁਣ ਮਨਦੀਪ ਵੀ ਕਰਨ ਲੱਗ ਪਿਆ ਸੀ।

ਕਦੇ ਕਦੇ ਉਹ ਧਰਮੂ ਨਾਲ ਰਲਕੇ ਕੱਚੇ ਚੁਬੱਚੇ ਵਿੱਚ ਨਹਾਉਂਦਾ। ਬੰਬੀ ਨੂੰ ਮੂੰਹ ਲਾਕੇ ਪਾਣੀ ਪੀਂਦਾ। ਐਤਵਾਰ ਵਾਲੇ ਦਿਨ ਖੁਆਜ਼ੇ ਦੀ ਕੜਾਹੀ ਹੁੰਦੀ। ਖੇਤਾਂ 'ਚ ਬਹਿ ਕੇ ਚੌਲ ਖਾਣੇ ਉਨ੍ਹਾਂ ਨੂੰ ਚੰਗੇ ਲੱਗਦੇ। ਔਰਤਾਂ ਕੜਾਹੀ ਦੇ ਨਾਂ ਤੇ ਥਾਲ਼ੀ ਪੋਣੇ ਨਾਲ ਢਕ ਕੜਛੇ 'ਚ ਮਘਦੀ ਅੰਗਿਆਰੀ ਧਰਕੇ ਤੁਰੀਆ ਹੀ ਰਹਿੰਦੀਆਂ। ਕਿਸੇ ਦਾ ਪੱਖਾ ਪਾਣੀ ਛੱਡ ਜਾਵੇ, ਪਟਾ ਟੁੱਟ ਜਾਵੇ, ਜਾਂ ਇੰਜਣ ਖਰਾਬ ਹੋ ਜਾਵੇ ਤਾਂ ਖੁਆਜ਼ੇ ਨੂੰ ਕੜਾਹੀ ਕਰਕੇ ਧਿਆਇਆ ਜਾਂਦਾ। ਪਿੰਡਾਂ 'ਚ ਮੰਨੇ ਜਾਣ ਵਾਲੇ ਦੇਵਤਿਆਂ ਵਿੱਚੋਂ ਪਾਣੀ ਦਾ ਦੇਵਤਾ ਖੁਆਜ਼ਾ ਹੀ ਸਭ ਤੋਂ ਉੱਪਰ ਸੀ।

ਮਨਦੀਪ ਦੇ ਪੰਜਵੀਂ 'ਚ ਹੋਣ ਸਾਰ ਇਕ ਹੋਰ ਵੱਡੀ ਤਬਦੀਲੀ ਆਈ। ਸਾਰੇ ਪਿੰਡ ਦੇ ਖੇਤਾਂ ਵਿੱਚ ਬਿਜਲੀ ਦੇ ਖੰਭੇ ਸੁੱਟ ਦਿੱਤੇ ਗਏ। ਲੋਕਾਂ ਦੇ ਬੱਚੇ ਇਨ੍ਹਾਂ ਨੂੰ ਦਿਲਚਸਪੀ ਨਾਲ ਖੜ੍ਹੋ ਖੜ੍ਹੋ ਕੇ ਵੇਖਦੇ। ਫੇਰ ਇਹ ਖੰਭੇ ਗੱਡੇ ਗਏ। 'ਜੋਰ ਲਗਾ ਦੇ ਹਾਈਸ਼ਾ' ਕਿੰਨਾ ਚਿਰ ਪਿੰਡ ਦਾ ਆਲੇ ਦੁਆਲੇ ਗੂੰਜਦਾ ਰਿਹਾ। ਖੰਭਿਆਂ ਦੀ ਗੱਡ ਗਡਾਈ ਨੂੰ ਲੈ ਕੇ ਲੜਾਈਆਂ ਵੀ ਹੋਈਆਂ। ਆਖਰ ਨੂੰ ਸਾਰੇ ਪਿੰਡ ਨੂੰ ਬਿਜਲੀ ਦਾ ਕੁਨੈਕਸ਼ਨ ਮਿਲ ਗਿਆ।

ਬਿਜਲੀ ਨਾਲ ਪਿੰਡ ਜਿਵੇਂ ਜਗਮਗਾ ਉੱਠਿਆ। ਨਾਈਆਂ ਦਾ ਨਿੰਮਾਂ ਨਹੇਰਨੇ ਨਾਲ ਨਹੁੰ ਕੱਟਣੇ ਛੱਡ ਕੇ ਬਿਜਲੀ ਦਾ ਕੰਮ ਸਿੱਖਣ ਲੱਗ ਪਿਆ। ਬੱਸ ਫੇਰ ਉਸ ਨੂੰ ਰੋਜ਼ ਫਿੰਟਿੰਗ ਦੇ

ਆਰਡਰ ਮਿਲਨ ਲੱਗੇ। ਲੋਕਾਂ ਦੀ ਬੋਲੀ ਵਿੱਚ ਹੋਰ ਨਵੇਂ ਸ਼ਬਦ ਜੁੜ ਗਏ, ਜਿਵੇਂ ਬੱਲਵ, ਪਲੱਗ, ਤਾਰਾਂ, ਸਵਿੱਚਾਂ ਪਰ ਉਨਾਂ ਨੇ ਸ਼ਬਦਾਂ ਨੂੰ ਸੌਖੇ ਬਣਾ ਲਿਆ। ਉਹ ਬੱਲਵ ਨੂੰ ਆਂਡਾ ਜਾਂ ਲਾਟੂ, ਮੇਨ ਸਵਿੱਚ ਨੂੰ ਮੇਮ ਸੁੱਚ ਆਖਦੇ। ਬਜ਼ੁਰਗ ਹੈਰਾਨ ਹੋਏ ਪੁੱਛਦੇ ਨਾਂ "ਇਹ ਲਾਟੂ ਜਿਹੇ ਵਿੱਚ ਕੋਈ ਤੇਲ ਨੀ ਪੈਂਦਾ ? ਇੱਸ ਵਿੱਚ ਤਾਂ ਬੱਤੀ ਵੀ ਨੀ ਦੀਂਹਦੀ ਇਹ ਫੇਰ ਮੱਚਦਾ ਕਿਵੇਂ ਆ ?" ਪਰ ਉਨਾਂ ਬੱਤੀ ਸ਼ਬਦ ਦਾ ਖਹਿੜਾ ਨਾਂ ਛੱਡਿਆ, ਬਲਵਾਂ ਨੂੰ ਵੀ ਬੱਤੀ ਹੀ ਕਹਿੰਦੇ ਅਤੇ ਇਸੇ ਤਰ੍ਹਾਂ ਹਵਾ ਦੇਣ ਵਾਲਾ ਯੰਤਰ ਵੀ ਪੱਖਾ ਹੀ ਰਿਹਾ। ਬਿਜਲੀ ਦੇ ਇਸ ਦੌਰ ਵਿੱਚ ਨਲੀ ਚੋਚੋ ਨਿੰਮਾ ਜਿਵੇਂ ਨਾਇਕ ਬਣ ਗਿਆ। ਬੜੀ ਜਲਦੀ ਹੀ ਉਸ ਨੇ ਮਾਛੀਵਾੜੇ ਸ਼ਹਿਰ ਵਿੱਚ ਬਿਜਲੀ ਦੇ ਸਮਾਨ ਦੀ ਦੁਕਾਨ ਖੋਹਲ ਲਈ।

ਬਿਜਲੀ ਦੀਆਂ ਪਿੰਡ ਦੇ ਗੋਰੇ ਵਿੱਚ ਬਹਿ ਕੇ ਲੋਕ ਗੱਲਾਂ ਕਰਦੇ ਕਿ 'ਜੇ ਇਹ ਫੜ ਲਵੇ ਤਾਂ ਮਾਰ ਦਿੰਦੀ ਆ। ਸੁੱਕੀ ਲੱਕੜ ਤੋਂ ਬਹੁਤ ਡਰਦੀ ਆ'। ਲੋਕ ਇਹ ਵੀ ਦੱਸਦੇ ਸਨ ਕਿ ਇਹ ਤਾਰਾਂ ਰਾਹੀਂ ਭਾਖੜੇ ਤੋਂ ਆਂਉਦੀ ਆ ਜਿੱਥੇ ਬਹੁਤ ਪਾਣੀ ਰੋਕ ਕੇ, ਵੱਡੀਆਂ ਮਸ਼ੀਨਾਂ ਨਾਲ ਰਿੜਕਿਆ ਜਾਂਦਾ ਹੈ ਤੇ ਕਹਿੰਦੇ ਫੇਰ ਉਸੇ 'ਚੋਂ ਕੱਢਦੇ ਨੇ'। ਭਾਖੜੇ ਤੋਂ ਆਂਉਂਦੀ ਮੁਟਿਆਰ ਨੱਚਦੀ ਵਾਲਾ ਗੀਤ ਰੋਜ਼ ਰੇਡੀਓ ਤੋਂ ਚੱਲਦਾ।

ਲੰਬੜਦਾਰ ਸੰਤਾ ਸਿੰਘ ਦੇ ਘਰ ਜਦੋਂ ਬਿਜਲੀ ਲੱਗੀ ਤਾਂ ਉਸ ਨੇ ਹਰ ਸਵਿੱਚ ਹੇਠ ਇੱਕ ਲੱਕੜ ਦੀ ਫੱਟੀ ਲਿਆ ਰੱਖੀ ਤੇ ਨਾਲ ਹੀ ਮੇਖ ਗੱਡ ਕੇ ਇੱਕ ਲੱਕੜ ਦੀ ਕੀਲੀ ਵੀ ਟੰਗਵਾ ਦਿੱਤੀ। ਬੱਲਵ ਜਗਾਉਣ ਵਾਲੇ ਨੂੰ ਇਹ ਹਦਾਇਤ ਕੀਤੀ ਕਿ ਪਹਿਲਾਂ ਪਟੜੀ ਤੇ ਖੜ ਕੇ ਕੀਲੀ ਨਾਲ ਸਵਿੱਚ ਦੱਬੇ ਤਾਂ ਕਿ ਬਿਜਲੀ ਕਿਸੇ ਨੂੰ ਫੜ ਨਾ ਲਵੇ। ਹੌਲੀ ਹੌਲੀ ਹੱਥ ਵਾਲੇ ਪੱਖਿਆਂ ਦੀ ਥਾਂ ਬਿਜਲੀ ਦੇ ਪੱਖੇ ਲੈਣ ਲੱਗੇ। ਲੋਕ ਆਪਣੀਆਂ ਕੁੜੀਆਂ ਦੇ ਵਿਆਹਾਂ ਵਿੱਚ ਰੇਡੀਓ ਦੇ ਨਾਲ ਨਾਲ ਹੁਣ ਟੇਬਲ ਫੈਨ ਵੀ ਦੇਣ ਲੱਗ ਪਏ। ਬਰਾਤੀਆਂ ਨੂੰ ਵੱਡੇ ਪੱਖੇ ਝੱਲਣ ਦੀ ਥਾਂ ਹੁਣ ਬਿਜਲੀ ਵਾਲੇ ਪੱਖੇ ਲਗਾ ਦਿੱਤੇ ਜਾਂਦੇ। ਪਰ ਪੁਰਾਣੇ ਲੋਕ ਕਹਿੰਦੇ ਇਹ ਤਾਂ ਸੇਵਾ ਨਹੀਂ ਹੈ।

ਸੰਤਾ ਸਿੰਘ ਦਾ ਛੋਟਾ ਮੁੰਡਾ ਹਰਜੀਤ ਜਦੋਂ ਫੌਜ ਵਿੱਚੋਂ ਦੋ ਮਹੀਨੇ ਦੀ ਛੁੱਟੀ ਆਇਆ ਤਾਂ ਪਿੰਡ ਦੀ ਬਦਲੀ ਨੁਹਾਰ ਦੇਖ ਕੇ ਹੈਰਾਨ ਰਹਿ ਗਿਆ। ਇਸੇ ਛੁੱਟੀ ਵਿੱਚ ਉਸ ਦਾ ਵਿਆਹ ਵੀ ਰੱਖਣਾ ਸੀ। ਇੱਕ ਦਿਨ ਭਗਵਾਨ ਪੁਰੇ ਤੋਂ ਲਾਗੀ ਵਿਆਹ ਦੀ ਚਿੱਠੀ ਲੈ ਹੀ ਆਇਆ। ਸਵਾ ਰੁਪਿਆ ਚਾਂਦੀ ਦਾ ਤੇ ਗੁੜ ਦੀ ਰੋੜੀ ਦਾ ਸ਼ਗਨ ਦੇਕੇ ਮੁਹਤਬਰ ਬੰਦਿਆ ਵਿੱਚ ਵਿਆਹ ਦੀ ਚਿੱਠੀ ਪੜੀ ਗਈ ਤੇ ਤਿੰਨ ਹਾੜ ਦਾ ਵਿਆਹ ਰੱਖ ਦਿੱਤਾ ਗਿਆ। ਮੁੰਡਾ ਦੇਖਣ ਵੀ ਏਹੋ ਲਾਗੀ ਆਇਆ ਸੀ ਤੇ ਫੇਰ ਰੋਕ ਕਰਨ ਵੀ। ਸੰਤਾ ਸਿੰਘ ਨੇ ਇਸੇ ਤੇ ਯਕੀਨ ਕਰ ਲਿਆ ਕਿ ਕੁੜੀ ਸਿਲਾਈ ਕਢਾਈ ਤੇ ਘਰਦਾ ਸਾਰ ਕੰਮ ਜਾਣਦੀ ਆ। ਭਗਵਾਨਪੁਰੇ ਦਾ ਲਾਗੀ ਨੱਥਾ ਸਿੰਘ ਵੀ ਹੁਣ ਸਾਰੇ ਟੱਬਰ ਨੂੰ ਜਾਨਣ ਲੱਗ ਪਿਆ ਸੀ। ਘਰ ਵਿੱਚ ਰੱਖੇ ਦੋ ਵਿਆਹਾਂ ਨੇ ਜਿਵੇਂ ਭੁਚਾਲ ਹੀ ਪਾ ਦਿੱਤਾ ਸੀ।

ਔਰਤਾਂ ਰੋਜ਼ ਸ਼ਾਮ ਨੂੰ ਵਿਆਹ ਦੇ ਗੀਤ ਗਾਂਉਂਦੀਆਂ। ਤਾਰਿਆਂ ਭਰੇ ਆਕਾਸ਼ ਹੇਠ ਇਹ ਗੀਤ ਗਾਏ ਜਾਂਦੇ।

ਜਿਵੇਂ ਪੂਰਾ ਪਿੰਡ ਹੀ ਇਨ੍ਹਾਂ ਵਿਆਹਾਂ ਦੀਆਂ ਰਸਮਾਂ ਵਿੱਚ ਸ਼ਾਮਲ ਹੋਵੇ।

ਸਿਮਰੋ ਦਾ ਵਿਆਹ ਹਰਜੀਤ ਤੋਂ ਇੱਕ ਦਿਨ ਪਹਿਲਾਂ ਸੀ ਉਸੇ ਪ੍ਰਾਹੁਣੇ ਜਸਵਿੰਦਰ ਨੇ ਵੀ ਹਰਜੀਤ ਦੀ ਆਪਣੇ ਵਿਆਹ ਤੋਂ ਦੂਸਰੇ ਦਿਨ ਬਰਾਤ ਚੜ੍ਹਨਾ ਸੀ।

ਹਰਜੀਤ ਸਿੰਘ ਦੋ ਗੱਲਾਂ ਤੇ ਅੜਿਆ ਹੋਇਆ ਸੀ ਕਿ ਇੱਕ ਤਾਂ ਮੈਂ ਵਿਆਹ ਵਿੱਚ ਲਾਊਡ ਸਪੀਕਰ ਜਰੂਰ ਲਵਾਉਣਾ ਹੈ ਤੇ ਦੂਜਾ ਸ਼ਹਿਰ ਵਾਲਾ ਬੈਂਡ ਬਾਜਾ ਕਰਨਾ ਹੈ। ਪਹਿਲਾਂ ਤਾਂ ਸੰਤਾ ਸਿੰਘ ਮੰਨਦਾ ਨਹੀਂ ਸੀ ਪਰ ਜਦ ਮੁੰਡੇ ਨੇ ਆਪਣੀ ਤਨਖਾਹ ਦਾ ਦਸ ਹਜ਼ਾਰ ਉਸ ਦੀ ਤਲ਼ੀ ਤੇ ਰੱਖਿਆ ਤਾਂ ਉਹ ਉਸ ਨੂੰ ਨਰਾਜ਼ ਵੀ ਨਹੀਂ ਸੀ ਕਰ ਸਕਦਾ।

ਕੁੜੀਆਂ ਦੇਖ ਕੇ ਵਿਆਹ ਕਰਵਾਉਣ ਦਾ ਰਿਵਾਜ਼ ਨਾ ਹੋਣ ਕਾਰਨ ਹਰਜੀਤ ਆਪਣੀ ਘਰਵਾਲੀ ਵਾਰੇ ਸੋਚਦਾ ਰਹਿੰਦਾ ਕਿ ਕਿਹੋ ਜਿਹੀ ਹੋਵੇਗੀ। ਤੇ ਫੇਰ ਗੱਲ ਕਿਸਮਤ ਤੇ ਛੱਡ ਦਿੰਦਾ। ਪਰ ਸਿਮਰੋ ਤਾਂ ਕੁੱਝ ਵੀ ਨਹੀਂ ਸੀ ਕਰ ਸਕਦੀ। ਕਦੀ ਕਦੀ ਮਨ 'ਚ ਏਹ ਵੀ ਆਂਉਂਦਾ ਕਿ ਚੋਰੀ ਛਿੱਪੇ ਜਾ ਕੇ ਆਪਣੀ ਬਹੂ ਨੂੰ ਦੇਖ ਆਵੇ। ਉਹ ਫੌਜੀ ਸੀ ਕਈ ਢੰਗ ਤਰੀਕੇ ਵਰਤ ਸਕਦਾ ਸੀ। ਪਰ ਫੇਰ ਬਾਪੂ ਦੀ ਇੱਜ਼ਤ ਦਾ ਖਿਆਲ ਕਰਕੇ ਇਰਾਦਾ ਬਦਲ ਲੈਂਦਾ। ਬੰਨੇ ਹੋਏ ਦਿਨ,ਦੌੜਦੇ ਹੀ ਜਾ ਰਹੇ ਸਨ।

ਵਿਆਹਾਂ ਦੀਆਂ ਤਿਆਰੀਆਂ ਜੋਰਾਂ ਤੇ ਸਨ। ਲਾਊਡ ਸਪੀਕਰ ਤੇ ਬੈਂਡ ਬਾਜਾ ਕਰ ਲਿਆ ਗਿਆ ਸੀ। ਰਥਾਂ ਦਾ ਰਿਵਾਜ਼ ਹੁਣ ਨਾ ਹੋਣ ਕਾਰਨ ਦੋ ਮੋਟਰ ਗੱਡੀਆਂ ਤੇ ਇੱਕ ਲਾਰੀ ਕਰ ਲਈ ਗਈ। ਸਿਮਰੋ ਦੀ ਬਰਾਤ ਵੀ ਮੋਟਰ ਗੱਡੀਆਂ 'ਚ ਹੀ ਆਉਣੀ ਸੀ। ਪਿੰਡ ਵਿੱਚ ਇਹ ਨਵੀਨ ਕਿਸਮ ਦੇ ਵਿਆਹ ਸਨ।

ਚੂਹੜਿਆਂ ਦਾ ਸੀਤੂ ਲੰਬੜਦਾਰ ਨਾਲ ਗੁੱਸੇ ਹੁੰਦਾ ਬੋਲਿਆ ਸੀ "ਤਾਇਆ ਇਹ ਕੀ ਕੀਤਾ ਸੁਣਿਐ ਕਿ ਐਕਤੀ ਬੈਂਡ ਤੁਸੀਂ ਸ਼ਹਿਰੋਂ ਕੀਤੈ ? ਭਲਾਂ ਸਾਡੇ ਬੀਨਾਂ ਵਾਲੇ ਬਾਜੇ ਦਾ ਉਹ ਕੀ ਮੁਕਾਬਲਾ ਕਰੂ ? ਉਨ੍ਹਾਂ ਨੂੰ ਚਾਰ ਫਿਲਮੀਂ ਤਰਜ਼ਾਂ ਤੇ ਭੌਂ ਭੌਂ ਤੋਂ ਬਿਨਾਂ ਔਂਦਾ ਕੀ ਆ ? ਅਸੀਂ ਪੰਜਾਬੀ ਤਰਜ਼ਾਂ ਕੱਢਦੇ ਘੋੜੇ ਵਾਲਾਂ, ਤੇ ਨਚਾਰ ਵੀ ਲੈ ਕੇ ਆਂਉਂਦੇ। ਨਾਲੇ ਪੈਸੇ ਅੱਧੇ....। ਅਜੇ ਵੀ ਦੇਖ ਲੋ। ਮੈਂ ਸਾਈ ਫੜਾਂ ਆਂਉਦਾ ਆਂ" ਬਾਜੇ ਵਾਲਿਆਂ ਨਾਲ ਇਹ ਮੁਨਸ਼ੇ ਚੂੜੇ ਦਾ ਮੁੰਡਾ ਢੋਲ ਵਜਾਂਉਂਦਾ ਸੀ। ਪਰ ਸੰਤਾ ਸਿੰਘ ਨੇ ਆਪਣੀ ਮਜ਼ਬੂਰੂ ਜ਼ਾਹਰ ਕਰ ਦਿੱਤੀ। ਪਰ ਨਾਲ ਇਹ ਵੀ ਕਹਿ ਦਿੱਤਾ ਸੀ ਕਿ ਜੇ ਉਹ ਇੱਕ ਦਿਨ ਪਹਿਲਾਂ ਵਜਾਉਣਾ ਚਾਹੁਣ ਤਾਂ ਵਜਾ ਸਕਦੇ ਨੇ, ਤੇ ਬਣਦਾ ਲਾਗ ਵੀ ਮਿਲੇਗਾ। ਏਨੇ 'ਚ ਹੀ ਸੀਤੂ ਖੁਸ਼ ਹੋ ਗਿਆ ਕਿ ਚਲੋਂ ਵਾਜਾ ਬਜਾਉਣ ਦਾ ਕੁੱਝ ਤਾਂ ਬਣੂ।

•

ਭਾਗ 19

ਵਿਆਹ ਤੋਂ ਇੱਕ ਦਿਨ ਪਹਿਲਾਂ ਸੰਤਾਂ ਸਿੰਘ ਦੀ ਹਵੇਲੀ ਵਿੱਚ ਚੜੀ ਭੱਠੀ ਕਾਰਨ ਸਾਰੇ ਪਿੰਡ ਵਿੱਚ ਲੱਡੂਆਂ ਜਲੇਬੀਆਂ ਦੀ ਮਹਿਕ ਫੈਲੀ ਗਈ। ਨਾਨਕਾ ਮੇਲ਼ ਗੀਤਾਂ ਦੀ ਸ਼ਹਿਬਰ ਲਾਉਂਦਾ ਪਿੰਡ ਰਣੀਏ ਪਹੁੰਚ ਚੁੱਕਾ ਸੀ। ਏਧਰ ਪਿੰਡ ਵਲੋਂ ਦਾਦਕੀਆਂ ਵੀ ਨਾਨਕੀਆਂ ਦੇ ਗੀਤਾਂ ਦੇ ਜਵਾਬ ਗੀਤਾਂ ਨਾਲ ਹੀ ਮੋੜਦੀਆਂ:-

ਇਨ੍ਹਾਂ ਨਾਨਕੀਆਂ ਦੇ ਮੂੰਹ ਚੌੜੇ ਢਿੱਡ ਪੋਲੇ-ਜਿਹੀਆਂ ਬੋਲੀਆਂ ਪੈਅ ਰਹੀਆਂ ਸਨ:-

ਫੇਰ ਨਾਨਕੀਆਂ ਨੇ ਕੋਠੇ ਚੜ ਕੇ ਛੱਜ ਕੁੱਟਿਆ। ਦਾਦਕਿਆਂ ਨਾਲ ਮੇਹਣੋ ਮੇਹਣੀ ਹੋਣ ਵਾਲੀਆਂ ਨਾਨਕੀਆਂ ਸ਼ਾਮ ਤੱਕ ਵਿਆਹ ਵਾਲੇ ਪਰਿਵਾਰ ਦਾ ਮਹੱਤਵ ਪੂਰਨ ਹਿੱਸਾ ਬਣ ਗਈਆਂ। ਸਾਰੀਆਂ ਰਲਕੇ ਪਿੰਡ ਵਿੱਚ ਹਲਵਾ ਪੂੜੀਆਂ ਵੰਡਣ ਗਈਆਂ ਅਤੇ ਸ਼ਾਮ ਨੂੰ ਸ਼ਰੀਕੇ ਵਿੱਚੋਂ ਮੰਜੇ ਬਿਸਤਰੇ ਇਕੱਠੇ ਕਰਨ ਵੀ ਗਈਆਂ। ਸ਼ਾਮ ਢਲਦਿਆਂ ਹੀ ਸੀਤੂ ਆਪਣੇ ਵਾਜੇ ਵਾਲਿਆਂ ਨੂੰ ਲੈ ਕੇ ਆ ਗਿਆ। ਬੀਨਾਂ ਦੀ ਪੀਂ ਪੀਂ ਤੇ ਢੋਲ ਦੀ ਡੁੱਮ ਡੁੱਮ ਗੂੰਜਣ ਲੱਗੀ। ਫੇਰ ਲੈ ਤਾਲ ਵਿੱਚ ਵਾਜਾ ਵੱਜਣ ਲੱਗ ਪਿਆ।

ਉਨ੍ਹਾਂ ਨਾਲ ਇੱਕ ਅਲੂੰਆਂ ਜਿਹਾਂ ਮੁੰਡਾ, ਕੁੜੀਆਂ ਵਾਲੇ ਕੱਪੜੇ ਪਹਿਨ ਦੋ ਗੁੱਤਾ ਕਰਕੇ ਨਚਾਰ ਬਣਿਆ ਹੋਇਆ ਸੀ। ਪਿੰਡ ਦੇ ਕਈ ਮਨਚਲੇ ਉਸ ਦੁਆਲੇ ਹੀ ਮੱਖੀਆਂ ਵਾਂਗ ਮਡਰਾਉਂਦੇ ਰਹੇ। ਪਰ ਸੰਤਾਂ ਸਿੰਘ ਨੇ ਨਚਾਰ ਨੂੰ ਨੱਚਣ ਤੋਂ ਵਰਜ਼ ਦਿੱਤਾ। ਮੁੰਡੇ ਖੁੰਡੇ ਉਸ ਦੀਆਂ ਮਿੰਨਤਾ ਕਰਦੇ ਰਹੇ ਕਿ 'ਖੁਸ਼ੀ ਦਾ ਮੌਕਾ ਹੈ ਦੋ ਤਰਜ਼ਾਂ ਤੇ ਨੱਚ ਲੈਣ ਦੇ'। ਪਰ ਸੰਤਾਂ ਸਿੰਘ ਨਾ ਮੰਨਿਆ। ਬੜੀ ਮੁਸ਼ਕਲ ਨਾਲ ਉਸ ਨੇ ਸਿਰਫ ਘੋੜੇ ਵਾਲੇ ਨੂੰ ਹੀ ਨੱਚਣ ਦੀ ਇਜ਼ਾਜ਼ਤ ਦਿੱਤੀ। ਘੋੜੇ ਦੇ ਖੋਲ 'ਚ ਵੜਿਆ ਇਹ ਬੰਦਾ ਢੋਲ ਦੀ ਤਾਲ ਤੇ ਟਪੂਸੀਆਂ ਮਾਰਦਾ ਅੱਗੇ ਪਿੱਛੇ ਦੌੜਦਾ। ਜਿਵੇਂ ਉਹ ਸੱਚ ਮੁੱਚ ਦਾ ਹੀ ਘੋੜ ਸਵਾਰ ਹੋਵੇ। ਲੋਕ ਖੁਸ਼ ਹੁੰਦੇ ਉਸ ਤੋਂ ਹੀ ਪੈਸੇ ਵਾਰਦੇ ਰਹੇ। ਰਾਤ ਪੈਂਦਿਆਂ ਸਾਰ ਹੀ ਸੰਤਾਂ ਸਿੰਘ ਦੀ ਅਣਦੇਖੀ ਕਰਦਿਆਂ ਨਾਨਕੀਆਂ ਨੇ ਜਾਗੋ ਵੀ ਕੱਢੀ। ਤੇ ਸਾਰੀ ਰਾਤ ਪਿੰਡ ਵਿੱਚ ਪੂਰਾ ਖੁੜਦੁੱਮ ਪੈਂਦਾ ਰਿਹਾ।

ਕਈ ਮਰਦ ਰਿਸ਼ਤੇਦਾਰ ਹਵੇਲੀ ਵਿੱਚ ਮੰਜਿਆਂ ਤੇ ਬੈਠੇ ਸ਼ਰਾਬ ਪੀਂਦੇ ਰਹੇ। ਕਈ ਖਾਸ ਬੰਦਿਆਂ ਨੂੰ ਫੌਜੀ ਰੰਮ ਵੀ ਪਿਆਈ ਗਈ। ਸੰਤਾਂ ਸਿੰਘ ਵੀ ਰੱਮ ਦੇ ਦੋ ਤਿੰਨ ਹਾੜੇ ਲਾਅ, ਹਵਾ ਪਿਆਜ਼ੀ ਹੋਇਆ ਫਿਰਦਾ ਸੀ। ਮਨਦੀਪ ਨੇ ਵੀ ਇਸ ਸਾਰੇ ਕਾਸੇ ਨੂੰ ਨੇੜਿਉਂ ਵੇਖਿਆ। ਜੋ ਉਸ ਨੂੰ ਬੜਾ ਹੀ ਚੰਗਾ ਲੱਗਿਆ। ਵਿਆਹ ਵਾਲੇ ਦਿਨ ਪਹੁ ਫੁੱਟਣ ਸਾਰ ਬਾਲਟੀਆਂ ਪਤੀਲੇ ਖੜਕਣ ਲੱਗੇ। ਔਰਤਾਂ ਮਾੜੇ ਮੋਟੇ ਬਣਾਏ ਗੁਸਲਖਾਨੇ ਉੱਪਰ ਕਬਜ਼ਾ ਜਮਾਉਣ ਲਈ ਕਾਹਲੀਆਂ ਪੈ ਰਹੀਆਂ ਸਨ। ਮਰਦ ਪਰਨਾ ਤੇ ਸਾਬਣ ਤੇਲ ਲੈ ਕੇ ਖੂਹਾਂ, ਬੰਬਿਆਂ ਵਲ ਨਹਾਉਣ ਜਾ ਰਹੇ ਸਨ। ਕਈ ਤਾਂ ਹਵੇਲੀ ਵਾਲੇ ਨਲਕੇ ਥੱਲੇ ਹੀ ਵਾਹਿਗੁਰੂ ਕਹਿ ਬੈਠ ਗਏ। ਤੇ ਕਈ ਅਜੇ ਕਿੱਕਰਾਂ ਦੀਆਂ ਦਾਤਣਾਂ ਕਰਦੇ ਫਿਰ ਰਹੇ ਸਨ। ਸਿਮਰੋ ਦਾ ਵਿਆਹ ਇੱਕ ਦਿਨ ਪਹਿਲਾਂ ਹੋ ਚੁੱਕਾ ਸੀ ਤੇ ਅੱਜ ਸੰਤਾ ਸਿੰਘ ਨੇ ਛੋਟੇ ਮੁੰਡੇ ਹਰਜੀਤ ਨੂੰ ਵਿਆਹੁਣ ਜਾਣਾ ਸੀ।

ਹੁਣ ਬਰਾਤ ਚੜ੍ਹਨ ਦੀਆਂ ਤਿਆਰੀਆਂ ਹੋ ਰਹੀਆਂ ਸਨ। ਹਰ ਕਿਸੇ ਵਲੋਂ ਨਵੇਂ ਕੱਪੜੇ

ਪਹਿਨੇ ਜਾ ਰਹੇ ਸਨ ਤੇ ਪੱਗਾਂ ਬੰਨੀਆਂ ਜਾ ਰਹੀਆਂ ਸਨ। ਕੋਈ ਪੱਗ ਦੀ ਪੂਣੀ ਕਰਵਾ ਰਿਹਾ ਸੀ ਤੇ ਕਿਸੇ ਨੂੰ ਸ਼ੀਸ਼ਾ ਨਹੀਂ ਸੀ ਲੱਭ ਰਿਹਾ। ਔਰਤਾਂ ਗਹਿਣੇ ਗੱਟੇ ਪਾ, ਪਾਊਡਰ ਕਰੀਮਾਂ ਲਾ ਰਹੀਆਂ ਸਨ। ਕਈਆਂ ਨੇ ਦੰਦਾਸੇ ਮਲ਼ੇ ਤੇ ਕਈਆਂ ਨੇ ਲਿਪਸਟਿੱਕਾਂ ਵੀ ਲਾਈਆਂ। ਇੱਕ ਵੱਡੀ ਬੱਸ ਤੇ ਤੇ ਦੋ ਗੱਡੀਆਂ ਪਿੰਡ ਦੇ ਗੋਰੇ ਆ ਖੜੀਆਂ ਹੋਈਆਂ। ਸ਼ਹਿਰੀ ਬੈਂਡ ਦੀ ਭੌਂ ਭੌਂ ਤੇ ਡੱਮ ਡੱਮ ਵੀ ਸ਼ੁਰੂ ਹੋ ਗਈ ਸੀ। ਤੂੜੀ ਵਾਲੇ ਕੋਠੇ 'ਚ ਖੜੇ ਰਥ ਦੀ ਅੱਜ ਕਿਸੇ ਨੇ ਸਾਰ ਵੀ ਨਾਂ ਲਈ।

ਹਰਜੀਤ ਨੇ ਨਾਹੀ ਧੋਈ ਤੋਂ ਬਾਅਦ 'ਅਚਕਨ ਸੂਟ' ਦੀ ਬਜਾਏ ਪੈਂਟ ਸ਼ਰਟ ਪਹਿਨੇ ਸਨ। ਪਿੰਡ ਦੇ ਲੋਕਾਂ ਨੂੰ ਮੋਟਰਾਂ ਵਿੱਚ ਝਾਂਟੀ ਲੈਣ ਦਾ ਬੇਹੱਦ ਚਾਅ ਸੀ। ਸੰਤਾਂ ਸਿੰਘ ਨਵਾਂ ਕੁੜਤਾ ਪਜਾਮਾਂ ਪਹਿਨੀ ਹੋਰ ਜਲਦੀ ਕਰਨ ਦੇ ਹੁਕਮ ਦੇ ਰਿਹਾ ਸੀ। ਅੱਜ ਬਲਾਕਾਰ ਤੇ ਗੁਰਜੀਤ ਦੀ ਵੀ ਟੌਹਰ ਵੀ ਦੇਖਣ ਵਾਲੀ ਸੀ। ਫੇਰ ਵੱਡੇ ਵਡੇਰਿਆਂ ਦੇ ਨਾਲ ਨਾਲ ਗੁਰਦੁਵਾਰੇ ਵੀ ਮੱਥਾ ਟਿਕਾਇਆ ਗਿਆ। ਸਿਮਰੋ, ਸ਼ਰਨੋ, ਬਚਨੋ ਅਤੇ ਮੀਤੋ ਆਪਣੇ ਭਰਾ ਨੂੰ ਰਸਮ ਅਨੁਸਾਰ ਚੁੰਨੀ ਝੱਲ ਰਹੀਆਂ ਸਨ। ਹਰਦੇਵ ਕੌਰ ਤੇ ਜੋਗਿੰਦਰ ਕੌਰ ਨੇ ਰਲ ਕੇ ਦਿਉਰ ਦੇ ਸੁਰਮਾਂ ਪਾਇਆ। ਸਭ ਤੋਂ ਅਹਿਮ ਗੱਲ ਇਹ ਸੀ ਕਿ ਮਨਦੀਪ ਨੂੰ ਆਪਣੇ ਮਾਮੇ ਦਾ ਸਰਵਾਲਾ ਵੀ ਬਣਾਇਆ ਗਿਆ। ਮਹਿਤਾਬ ਕੌਰ ਦੇ ਅੱਜ ਚਾਅ ਨਹੀਂ ਸੀ ਚੁੱਕੇ ਜਾ ਰਹੇ। ਇਸ ਤਰ੍ਹਾਂ ਜੰਨ ਚੜਦੀ ਨੂੰ ਵੇਖਣ ਲਈ ਲੋਕਾਂ ਦਾ ਤਾਂਤਾ ਜੁੜ ਗਿਆ। ਜਿਉਂ ਹੀ ਲੰਬੜਦਾਰ ਸੰਤਾ ਸਿੰਘ ਨੇ ਹੀ ਗੱਡੀ ਉਤੋਂ ਪੈਸੇ ਸੁੱਟੇ ਤਾਂ ਨਿਆਣਿਆਂ ਦਾ ਪੈਸੇ ਚੁਗਣ ਲਈ ਘਮਸਾਣ ਮੱਚ ਗਿਆ। ਤੇ ਇਸਦੇ ਨਾਲ ਹੀ ਬਰਾਤ ਚੜ ਗਈ।

ਮਨਦੀਪ ਦੀ ਉਮਰ ਲੱਗਭਗ ਦਸ ਸਾਲ ਹੋ ਚੁੱਕੀ ਸੀ। ਅੱਜ ਉਹ ਪਹਿਲੀ ਵਾਰ ਕਿਸੇ ਦੀ ਬਰਾਤ ਚੜ੍ਹਿਆ। ਜਿਉਂ ਹੀ ਬਰਾਤ ਭਗਵਾਨਪੁਰੇ ਪਹੁੰਚੀ ਤਾਂ ਉਥੇ ਵੀ ਜੰਨ ਦੇਖਣ ਵਾਲਿਆ ਦਾ ਬਹੁਤ ਇਕੱਠ ਸੀ। ਕੱਚੇ ਰਸਤਿਆਂ ਦੇ ਉੱਡਦੀ ਧੂੜ ਵਿੱਚ ਵੱਜਦਾ ਢੋਲ। ਪਿੰਡ ਦੇ ਆਲੇ ਦੁਆਲੇ ਕਣਕਾਂ ਦੇ ਵੱਢ ਸਨ। ਕਿਤੇ ਕਿਤੇ ਅਜੇ ਗਹਾਈ ਵੀ ਚੱਲ ਰਹੀ ਸੀ। ਰਸਤੇ 'ਚ ਬਹੁਤ ਸਾਰੇ ਲੋਕ ਚਰੀ ਵੱਢਦੇ, ਹਲ਼ ਚਲਾਉਂਦੇ, ਤੇ ਗੱਡੇ ਹੱਕੀਂ ਜਾਂਦੇ ਦਿਸਦੇ ਸਨ। ਕਿਤੇ ਕਿਤੇ ਕੋਈ ਸਾਈਕਲ ਸਵਾਰ ਵੀ ਦਿਸ ਜਾਂਦਾ। ਲੋਕ ਹੈਰਾਨ ਹੋ ਹੋ ਵਾਜਾ ਅਤੇ ਗੱਡੀਆਂ ਵੇਖ ਰਹੇ ਸਨ। ਨਿਆਣੇ ਗੱਡੀਆਂ ਮਗਰ ਭੱਜਦੇ ਰਹੇ। ਕਈ ਨੰਗ ਧੜੰਗੇ, ਕਈ ਵੱਡੀਆਂ ਨਿੱਕਰਾਂ ਵਾਲੇ ਤੇ ਕਈ ਨਲ਼ੀ ਚੋਚੋ ਜਿਹੇ।

ਫੇਰ ਮਿਲਣੀ ਹੋਈ। ਮੋਹਤਬਰ ਬੰਦਿਆਂ ਨੂੰ ਖੇਸ ਤੇ ਰੁਪਈਆ ਦਿੱਤਾ ਗਿਆ। ਸਾਰੀ ਕਾਰਵਾਈ ਲਾਗੀ ਨਿਭਾਅ ਰਹੇ ਸਨ। ਬਰਾਤ ਢੁੱਕਣ ਸਾਰ ਹੀ ਚਾਹ ਪਾਣੀ ਦਾ ਸੱਦਾ ਆ ਗਿਆ। ਵਿਆਹ ਵਾਲ਼ੇ ਘਰ ਦੇ ਵਿਹੜੇ ਵਿੱਚ ਚਾਨਣੀਆਂ ਕਨਾਤਾਂ ਲੱਗੀਆਂ ਹੋਈਆਂ ਸਨ। ਕੁੱਝ ਵੱਡੇ ਮੇਜ ਸਜੇ ਹੋਏ ਸਨ। ਕੁੱਝ ਬਰਾਤੀ, ਵਿਛਾਏ ਹੋਏ ਫਰਸ਼ਾਂ ਅਤੇ ਦੋਲਿਆਂ ਤੇ ਬੈਠ ਗਏ। ਕਈ ਬਜ਼ੁਰਗ ਟੇਬਲਾਂ ਤੇ ਖਾਣ ਨੂੰ ਖੁਰਲੀਆਂ ਤੇ ਖਾਣਾ ਦੱਸ ਰਹੇ ਸਨ। ਪਿੰਡ ਦੇ ਮੁੰਡਿਆਂ ਨੇ ਹੀ ਬਰਾਤ ਨੂੰ ਚਾਹ ਪਾਣੀ ਪਿਆਇਆ। ਉਹ ਲੱਡੂ ਜਲੇਬੀਆਂ, ਬਰਫੀ ਪਕੌੜੇ ਵਰਤਾ ਰਹੇ ਸਨ। ਵਰਤਾਏ ਜਾਣ ਵਾਲੇ ਭਾਂਡਿਆਂ ਤੇ 'ਵੇਲ ਪਿੰਡ ਭਗਵਾਨ ਪੁਰਾ' ਲਿਖਿਆ ਹੋਇਆ ਸੀ। ਤੇ ਇਹ ਭਾਡੇ ਕਲੀ ਕੀਤੇ ਹੋਏ ਸਨ। ਚਾਹ ਪਾਣੀ ਤੋਂ ਬਾਅਦ ਬੈਂਡ ਵਾਜੇ ਨਾਲ ਹੀ ਬਰਾਤ ਧਰਮਸ਼ਾਲਾ ਵਿੱਚ ਡਹੇ ਮੰਜਿਆ ਤੇ ਜਾ ਬੈਠੀ।

ਕੁੱਝ ਬਰਾਤੀ ਆਦਤ ਅਨੁਸਾਰ ਪਿੰਡ ਦਾ ਗੇੜਾ ਲਾਉਣ ਨਿੱਕਲ ਪਏ ਅਤੇ ਕੁੱਝ ਨੇ ਤਾਸ਼ ਦੀ ਬਾਜ਼ੀ ਮਘਾ ਲਈ। ਸੰਤਾ ਸਿੰਘ ਨੇ ਗੱਡੀ 'ਚੋਂ ਰਸ ਭਰੀ ਦੀਆਂ ਚਾਰ ਪੇਟੀਆਂ ਕਢਵਾਈਆਂ ਤੇ ਲਾਗੀ ਨੂੰ ਕਿਹਾ "ਚਾਰ ਚਾਰ ਬੰਦਿਆਂ ਨੂੰ ਇੱਕ ਬੋਤਲ ਦੇ ਹਿਸਾਬ ਨਾਲ ਵੰਡ ਦਿਉ"। ਕੁੜੀ

ਵਾਲੇ ਪਾਸਿਉਂ ਜੱਗ ਗਲਾਸ ਪਕੌੜੀਆਂ ਅਤੇ ਪਤੌੜ ਪਹੁੰਚ ਗਏ ਸਨ। ਲੋਕ ਇੱਕੋ ਸਾਹੇ ਹਾੜ੍ਹਾ ਲਾਕੇ ਮੂੰਹ ਕਰਾਰਾ ਕਰਦੇ। ਕਈਆਂ ਦੇ ਤਾਂ ਜਲਦੀ ਹੀ ਮੁਫਤ ਦੀ ਪੀਣ ਨਾਲ ਪੈਰ ਹਿੱਲ ਗਏ। ਏਨੇ ਨੂੰ ਢੋਲ ਤੇ ਡੱਗਾ ਬੱਜਿਆ।

ਭਗਵਾਨਪੁਰ ਦੇ ਲਾਗੀ ਵਲੋਂ ਦੁਪਹਿਰ ਦੀ ਰੋਟੀ ਦਾ ਸੱਦਾ ਆ ਗਿਆ ਸੀ। ਅਨੰਦ ਕਾਰਜ ਤਾਂ ਅਜੇ ਦੂਸਰੇ ਦਿਨ ਸਵੇਰੇ ਹੋਣੇ ਸਨ। ਕਈਆਂ ਨੇ ਢੋਲ ਦੀ ਤਾਲ ਤੇ ਨੱਚਣਾ ਸ਼ੁਰੂ ਕਰ ਦਿੱਤਾ। ਰੋਟੀ ਖਾਣ ਜਾਂਦੀ ਬਰਾਤ ਨੂੰ ਦੇਖਣ ਲਈ ਕੋਠੇ ਤੀਵੀਆਂ ਨਾਲ ਭਰੇ ਪਏ ਸਨ। ਜੰਨ 'ਚ ਲਿਆਂਦੇ ਲਾਊਡ ਸਪੀਕਰ ਨੇ ਵੀ ਪੂਰੀ ਰੌਣਕ ਲਗਾਈ ਪਈ ਸੀ। ਪੰਜ ਦਸ ਦਿਨਾ ਦੀ ਰਹਾਇਸ਼ ਦੀ ਬਜਾਏ ਹੁਣ ਬਰਾਤ ਸਿਰਫ ਇੱਕ ਰਾਤ ਰੱਖਣ ਦਾ ਹੀ ਰਿਵਾਜ਼ ਪੈ ਗਿਆ ਸੀ। ਸਾਰੀ ਰਾਤ ਵਿਆਹ ਦਾ ਮਨੋਰੰਜਨ ਚੱਲਦਾ ਰਿਹਾ ਤੇ ਧੂਤਕੜਾ ਪੈਂਦਾ ਰਿਹਾ।

ਦੂਸਰੇ ਦਿਨ ਸਵੇਰੇ ਹੀ ਆਨੰਦ ਕਾਰਜ ਦਾ ਸੱਦਾ ਆ ਗਿਆ। ਬਰਾਤੀ ਘਰੋਂ ਲਿਆਂਦੇ ਕੱਪੜੇ ਪਹਿਨ ਤਿਆਰ ਬਰ ਤਿਆਰ ਹੋ ਕੇ ਬੈਠੇ ਗਏ। ਰਾਗੀਆਂ ਵਲੋਂ ਕੀਰਤਨ ਆਰੰਭ ਹੋ ਚੁੱਕਾ ਸੀ। ਫੇਰ ਪੰਡਾਲ ਅੰਦਰ, ਗੁਰੂ ਮਹਾਰਾਜ ਦੀ ਹਜ਼ੂਰੀ ਵਿੱਚ, ਗਦੈਲੇ ਤੇ ਚਿੱਟੀ ਚਾਦਰ ਵਿਛਾਈ ਗਈ। ਰਾਗੀ ਸਿੰਘ ਨੇ ਹਰਜੀਤ ਨੂੰ ਉਸ ਤੇ ਬੈਠਣ ਲਈ ਕਿਹਾ ਤੇ ਉਸ ਤੋਂ ਕੁੱਝ ਸਮਾਂ ਬਾਅਦ ਚਾਦਰ 'ਚ ਲਿਪਟੀ ਦੁਲਹਣ ਵੀ ਆ ਬੈਠੀ। ਫੇਰ ਰਾਗੀਆਂ ਵਲੋਂ ਲਾਵਾਂ ਦਾ ਪਾਠ ਸ਼ੁਰੂ ਕੀਤਾ ਗਿਆ। ਅੰਤ ਤੇ ਵਿਆਹ ਹੋਇਆ ਮੇਰੇ ਬਾਬਾਲਾ ਵਾਲਾ ਸ਼ਬਦ ਪੜ੍ਹਿਆ ਗਿਆ। ਫੇਰ ਤਿੰਨ ਕੁੜੀਆਂ ਨੇ ਰਲ਼ ਕੇ ਸਿੱਖਿਆ ਪੜ੍ਹੀ। ਤੇ ਲੋਕਾਂ ਪੈਸੇ ਦਿੱਤੇ। ਅਨੰਦਾਂ ਤੋਂ ਬਾਅਦ ਬਰਾਤ ਫੇਰ ਧਰਮਸ਼ਾਲਾ ਨੂੰ ਮੁੜ ਗਈ।

ਫੇਰ ਖੱਟ ਦਾ ਸੱਦਾ ਆ ਗਿਆ। ਤਕਰੀਬਨ ਸਾਰੇ ਬਰਾਤੀਆਂ ਦੀਆਂ ਮਿਲਣੀਆਂ ਕਰਵਾਈਆਂ ਗਈਆਂ। ਪਿੰਡ ਵਿੱਚ ਕੁੱਝ ਪੱਤਲਾਂ ਵੀ ਭੇਜੀਆਂ ਗਈਆਂ। ਤੇ ਖਾਸ਼ ਰਿਸ਼ਤੇਦਾਰਾਂ ਨੂੰ ਮੁੰਦੀਆਂ ਪਾਈਆਂ ਗਈਆਂ। ਕਿਸੇ ਪੜੇ ਲਿਖੇ ਸੱਜਣ ਨੇ ਦਿੱਤੇ ਦਾਜ ਦੀ ਲਿਸਟ ਪੜ੍ਹੀ। ਜੋ ਏਦਾਂ ਪੜ੍ਹਦਾ ਸੀ, "ਕੀੜੀ ਤੇ ਘਰ ਨਰਾਇਣ ਆਏ ਨੇ। ਸਭ ਨੂੰ ਜੀ ਆਇਆਂ। ਅਸੀਂ ਲੜਕੀ ਵਾਲੇ, ਦੇਣ ਦੇ ਤਾਂ ਕੁੱਝ ਯੋਗ ਨੀ" ਵਿੱਚੋਂ ਹੀ ਕੋਈ ਬੋਲਿਆ "ਨਾ ਭਾਈ ਨਾ ਜੀਹਨੇ ਧੀ ਦੇ ਦਿੱਤੀ ਉਹਨੇ ਰੱਖਿਆ ਕੀ?" ਬੰਦਾ ਫੇਰ ਸ਼ੁਰੂ ਹੋ ਗਿਆ, "ਲੜਕੀ ਲਈ ਇੱਕੀ ਸੂਟ। ਗਿਆਰਾਂ ਬਿਸਤਰੇ, ਇਕਵੰਜਾ ਭਾਂਡੇ, ਬਿਜਲੀ ਵਾਲਾ ਪੱਖਾ, ਰੇਡੀਉ, ਐਟਲਸ ਦਾ ਸਾਈਕਲ, ਛੇ ਕੁਰਸੀਆਂ ਤੇ ਮੇਜ। ਲੜਕੇ ਲਈ ਜੋੜਾ ਜਾਮਾ, ਕੜਾ, ਘੜੀ, ਤੇ ਕੰਠਾ। ਸੱਸ ਨੂੰ ਵਾਲੀਆਂ...." ਏਨੇ ਨੂ "ਬਸ ਜੀ ਬੱਸ ਐਨਾਂ ਨਾ ਕਰੋ ਦੀਆਂ ਆਵਾਜ਼ਾਂ ਗੂੰਜਣ ਲੱਗੀਆਂ। ਬਨੇਰਿਆਂ ਤੇ ਬੈਠੀਆਂ ਔਰਤਾਂ ਅਜੇ ਵੀ ਸਿੱਠਣੀਆਂ ਦੇ ਰਹੀਆਂ ਸਨ। ਖੱਟ ਖਤਮ ਹੋਣ ਤੇ ਬਰਾਤ ਫੇਰ ਭੰਗੜਾ ਪਾਉਂਦੀ ਡੇਰੇ ਨੂੰ ਮੁੜ ਗਈ ਅਤੇ ਪਿੰਡ ਦੇ ਲੋਕਾਂ ਨੂੰ ਦਾਜ ਦਿਖਾਵਾ ਦਿਖਾਉਣ ਲਈ ਸਮਾਨ ਮੰਜਿਆਂ ਤੇ ਸਜਾ ਦਿੱਤਾ ਗਿਆ। ਭਗਵਾਨਪੁਰੇ ਦੀ ਨੈਣ ਦਿਖਾਵਾ ਦੇਖਣ ਲਈ ਪਿੰਡ ਵਿੱਚ ਸੱਦਾ ਦੇਣ ਚਲੀ ਗਈ।

ਹੁਣ ਵਿਹੜੇ ਵਿੱਚ ਡਹੇ ਮੰਜੇ ਦਾਜ ਦੇ ਸਮਾਨ ਨਾਲ ਭਰੇ ਪਏ ਸਨ। ਔਰਤਾਂ ਇੱਕ ਇੱਕ ਚੀਜ਼ ਨੂੰ ਹੱਥ ਲਾ ਕੇ ਨੀਝ ਨਾਲ ਤੱਕਦੀਆਂ ਰਹੀਆਂ। ਉਹ ਸ਼ਗਨਾਂ ਦੇ ਸੂਟਾਂ ਨੂੰ ਹੱਥਾਂ ਨਾਲ ਮਲ਼ ਮਲ਼ ਕੇ ਵੇਖਦੀਆਂ। ਸਮਾਨ ਨੂੰ ਪਲੋਸੀਆਂ ਅਤੇ ਅਸੀਸਾਂ ਦਿੰਦੀਆਂ, "ਗੁਰੂ ਭਲਾ ਕਰੇ ਭਾਈ ਬਹੁਤ ਵਧੀਆਂ ਹੋ ਗਿਆ" ਕਈ ਕਹਿ ਰਹੀਆਂ ਸਨ "ਪਾਲੋ ਨੂੰ ਘਰ ਵੀ ਚੰਗਾ ਮਿਲਿਆ ਤੇ ਮੁੰਡਾ ਵੀ ਭਾਈ ਬਹੁਤ ਸਨੁੱਖਾ ਏ। ਕੈਂਹਦੇ ਫੌਜੀ ਆ...। ਚਲੋਂ ਭਾਈ ਬਹੁਤ ਵਧੀਆ ਹੋ ਗਿਆ। ਭਾਰ ਲਹਿ ਗਿਆ। ਸੁੱਖੀ ਸਾਂਦੀ ਕੁੜੀ ਆਪਣੇ ਘਰ ਜਾਊ"

ਫੇਰ ਉਸੇ ਸ਼ਾਮ ਬਰਾਤ ਵਿਦਾ ਹੋਈ। ਦਾਜ ਦਾ ਸਮਾਨ ਬੱਸ ਤੇ ਲੱਦਿਆ ਗਿਆ। ਲੜਕੀ ਨੂੰ ਰੋਂਦੀ ਨੂੰ ਡੋਲੀ ਵਿੱਚ ਬਠਾਇਆ ਗਿਆ। ਨੈਣ ਉਸਦੀ ਸਹਾਇਕ ਬਣਕੇ ਨਾਲ ਜਾ ਰਹੀ ਸੀ। ਦੁਲਹਣ ਅੱਜ ਵਿਅੱਕਤੀ ਵਿਸ਼ੇਸ਼ ਸੀ। ਹਰਜੀਤ ਅਗਲੀ ਸੀਟ ਤੇ ਬੈਠ ਗਿਆ ਤੇ ਦੁਲਹਣ ਨੈਣ ਨਾਲ ਪਿੱਛੇ ਬੈਠ ਗਈ। ਗੁਰਪਾਲ ਕੌਰ ਲੰਬਾ ਘੁੰਡ ਕੱਢੀਂ ਬੈਠੀ ਸੀ। ਨੈਣ ਹੀ ਹਰ ਚੀਜ਼ ਦਾ ਧਿਆਨ ਰੱਖ ਰਹੀ ਸੀ। ਸੰਤਾ ਸਿੰਘ ਨੇ ਡੋਲੀ ਤੋਂ ਪੈਸੇ ਸੁੱਟੇ। ਨਿਆਣਿਆਂ ਨੇ ਪੈਸੇ ਚੁਗੇ। ਤੇ ਫੇਰ ਢੋਲ ਢਮੱਕਿਆਂ ਦੀ ਗੂੰਜ ਵਿੱਚ ਗੱਡੀਆਂ ਧੂੜ ਵਿੱਚ ਗੁਆਚ ਗਈਆਂ। ਤੇ ਸਾਰੇ ਪਿੰਡ ਵਿੱਚ ਸੁੰਨ ਪਸਰ ਗਈ।

....

ਓਧਰ ਦੂਰੋਂ ਗੱਡੀਆਂ ਦੀ ਧੂੜ ਉੱਡਦੀ ਵੇਖ ਸਾਰੇ ਰਣੀਏ ਪਿੰਡ ਵਿੱਚ ਡੰਡ ਪੈ ਗੀ ਕਿ 'ਜੰਨ ਆ ਗੀ, ਜੰਨ ਆ ਗੀ'। ਔਰਤਾਂ ਨੇ ਗੀਤਾਂ ਦੀਆਂ ਹੇਕਾਂ ਚੁੱਕੀਆਂ। 'ਵੀਰਾ ਵਿਆਹ ਲਿਆਇਆ....' ਨਵੀ ਵਿਆਹੀ ਦੁਲਹਣ ਨੂੰ ਵੇਖਣ ਲਈ ਔਰਤਾਂ ਦਾ ਤਾਂਤਾ ਜਿਹਾ ਜੁੜ ਗਿਆ। ਗੱਡੀ ਵਾਲੇ ਡਰਾਈਵਰ ਨੇ ਬੂਹਾ ਖੁਲਵਾਈ ਦੀ ਬੋਤਲ ਤੇ ਗਿਆਰਾਂ ਰੁਪਏ ਲਏ ਤਾਂ ਹੀ ਦਰਵਾਜ਼ਾ ਖੋਹਲਣ ਦਿੱਤਾ। ਫੇਰ ਮਹਿਤਾਬ ਕੌਰ ਨੇ ਚੌਂਕੀ ਤੇ ਖੜੇ ਨੂੰਹ ਪੁੱਤ ਦੇ ਸਿਰ ਤੋਂ ਦੋ ਚੁੰਨੀਆਂ ਲੈਕੇ ਪਾਣੀ ਵਾਰ ਕੇ ਪੀਤਾ। ਆਖਰੀ ਘੁੱਟ ਵੇਲੇ ਮੇਲ਼ 'ਚੋਂ ਪਤਾ ਨਹੀਂ ਕੀਹਨੇ ਗੜਬੀ ਨੂੰ ਧੱਫਾ ਮਾਰ ਕੇ ਇੱਕ ਰਸਮ ਅਨੁਸਾਰ ਦੰਦ ਭੰਨਣ ਦੀ ਕੋਸਿਸ਼ ਕੀਤੀ। ਔਰਤਾਂ ਨੇ ਨਵੀਂ ਵਿਆਹੀ ਦੁਲਹਣ ਨੂੰ ਚੌਂਕੀ ਤੋਂ ਉਤਾਰਿਆ ਤੇ ਪਾਣੀ ਵਾਰਨ ਵਾਲੇ ਗੀਤ ਗਾਏ। ਕਈਆਂ ਨੇ ਕਿਹਾ ਭਾਈ ਬਹੂ ਤਾਂ ਬਹੁਤ ਸੋਹਣੀ ਹੈ। ਮਹਿਤਾਬ ਕੌਰ ਨੂੰ ਹਰ ਕੋਈ ਵਧਾਈਆਂ ਦੇ ਰਿਹਾ ਸੀ ਤੇ ਉਹ ਵੀ ਗੁਰੂ ਭਲਾ ਕਰੇ ਆਖੀ ਜਾ ਰਹੀ ਸੀ।

ਪਿੰਡ ਵਿੱਚ ਇਸ ਵਿਆਹ ਦੀ ਚਰਚਾ ਕਈ ਦਿਨ ਚੱਲਦੀ ਰਹੀ। ਲੋਕ ਕਹਿ ਰਹੇ ਸਨ ਕਿ "ਲੰਬੜਾਂ ਨੇ ਤਾਂ ਨਵੇਂ ਜ਼ਮਾਨੇ ਦਾ ਵਿਆਹ ਕੀਤਾ ਹੈ। ਕੀ ਰੇਡੂਆ ਤੇ ਕੀ ਬਾਜਾ ਉੱਤੋਂ ਮੋਟਰ ਗੱਡੀਆਂ...। ਅਰਜਣ ਪੰਡਿਤ ਕੋਲ਼ ਜਾਕੇ ਖਬਰਾਂ ਸੁਣਨ ਦੀ ਬਜਾਏ, ਸੰਤਾ ਸਿੰਘ ਹੁਣ ਘਰੇ ਰੇਡੀਓ ਤੇ ਖਬਰਾਂ ਸਣਿਆ ਕਰੂ"

ਫੇਰ ਦਾਜ ਵਿੱਚ ਆਏ ਰੇਡੀਓ ਤੇ ਗਰਦ ਮਿੱਟੀ ਦੇ ਬਚਾ ਲਈ ਕੱਪੜੇ ਦਾ ਕਵਰ ਚੜ੍ਹਾ ਦਿੱਤਾ ਗਿਆ। ਫੇਰ ਪਿੰਡ ਦੀਆਂ ਔਰਤਾਂ ਕਈ ਦਿਨ ਬਹੂ ਦੇਖਣ ਆਂਉਦੀਆਂ ਰਹੀਆਂ ਤੇ ਰੁਪਏ ਦਾ ਸ਼ਗਨ ਵੀ ਦਿੰਦੀਆਂ ਰਹੀਆਂ।

ਇਸ ਵਿਆਹ ਵਿੱਚ ਦਲੇਰ ਸਿੰਘ ਨੂੰ ਛੁੱਟੀ ਨਾ ਮਿਲਣਾ ਸਭ ਨੂੰ ਰੜਕਦਾ ਰਿਹਾ। ਲੰਬੜਾਂ ਦੀ ਨਵੀਂ ਬਹੂ ਹਮੇਸ਼ਾਂ ਲੰਬਾ ਘੁੰਡ ਕੱਢ ਕੇ ਰੱਖਦੀ। ਇੱਕ ਦੋ ਵਾਰ ਸਾਈਕਲ ਪਿੱਛੇ ਬਹਿ ਕੇ ਉਹ ਆਪਣੇ ਫੌਜੀ ਪਤੀ ਨਾਲ ਸ਼ਹਿਰ ਵੀ ਜਾ ਆਈ ਸੀ। ਹੁਣ ਸਭ ਤੋਂ ਵੱਧ ਹੈਰਾਨੀ ਸੰਤਾਂ ਸਿੰਘ ਨੂੰ ਰੇਡੀਓ ਸੁਣ ਸੁਣ ਕੇ ਹੁੰਦੀ ਕਿ ਕਿਵੇਂ ਜਲੰਧਰੋਂ ਬੈਠੇ ਬੰਦੇ ਦਾ ਬੋਲ ਹਵਾ ਤੇ ਚੜ ਕੇ ਉਸਦੇ ਰੇਡੀਓ ਤੇ ਪਹੁੰਚ ਜਾਂਦਾ ਹੈ। ਇਹ ਸੋਚ ਸੋਚ ਉਸਦਾ ਦਿਮਾਗ ਥੱਕ ਜਾਂਦਾ। ਫੇਰ ਉਹ ਸੋਚਦਾ "ਐਂ ਕਿਤੇ ਬੰਦਾ ਰੱਬ ਬਣ ਜਾਊ। ਉਹ ਵੀ ਤਾਂ ਬੜਾ ਬੇਅੰਤ ਹੈ" ਤੇ ਫੇਰ ਉਹ ਪਾਠ ਕਰਨ ਲੱਗ ਪੈਂਦਾ।

•

ਭਾਗ 20

ਇੱਕ ਦਿਨ ਮਨਦੀਪ ਅਤੇ ਧਰਮ ਨੇ ਘਰ ਆ ਕੇ ਦੱਸਿਆ ਕਿ "ਮਾਸਟਰ ਜੀ ਕਹਿੰਦੇ ਨੇ ਕਿ ਧਰਤੀ ਘੁੰਮਦੀਆ" ਸੁਣ ਕੇ ਸੰਤਾ ਸਿੰਘ ਨੂੰ ਗੁੱਸਾ ਚੜ ਗਿਆ। ਉਹ ਬੋਲਿਆ "ਇਹ ਕੋਈ ਆਟਾ ਪੀਹਣ ਵਾਲੀ ਚੱਕੀ ਆ ? ਜਾਂ ਕੋਈ ਭਮੀਰੀ ਆ ? ਬਈ ਘੁੰਮਦੀ ਆ। ਕਿੱਡਾ ਕੁਫਰ ਤੋਲਦੇ ਨੇ ਮਦਰਸੇ ਵਾਲੇ। ਉਏ ਫੇਰ ਇਹ ਆਪਣਾ ਪਿੰਡ ਕਿਉਂ ਨੀ ਘੁੰਮ ਜਾਂਦਾ ? ਜੇ ਧਰਤੀ ਘੁੰਮੇ ਤਾਂ ਐਡੇ ਐਡੇ ਸਮੁੰਦਰ ਨਾ ਛਲਕ ਜਾਣ ? ਪਹਾੜ ਨਾ ਡਿੱਗ ਪੈਣ ? ਫੇਰ ਉਹਨਾਂ ਤੋਂ ਇਹ ਵੀ ਪੁੱਛਣਾ ਤੀ ਕਿ ਫੇਰ ਏਡੀ ਵੱਡੀ ਧਰਤੀ ਨੂੰ ਘੁੰਮਾਉਂਦਾ ਕੌਣ ਆ... ?"

ਬੇਚੈਨੀ ਨਾਲ ਸੰਤਾ ਸਿੰਘ ਦੇ ਦਿਲ ਦੀ ਧੜਕਣ ਤੇਜ਼ ਹੋ ਗਈ। ਜਿਸ ਨੂੰ ਉਹ ਪੱਖਾ ਚੱਲਣਾ ਆਖਦਾ ਸੀ। ਮਹਿਤਾਬ ਕੌਰ ਸੰਤਾ ਸਿੰਘ ਨੂੰ ਇਉਂ ਚਾਦਰ ਲਪੇਟੀ ਬੈਠੇ ਨੂੰ, ਦੇਖ ਕੇ ਬੋਲ ਰਹੀ ਸੀ "ਚੁੱਪ ਰਹੋ ਕੋਈ ਰੌਲ਼ਾ ਨਾ ਪਾਓ, ਥੋਡੇ ਬਾਪੂ ਦਾ ਪੱਖਾ ਚੱਲਦੈ" ਉਸ ਰਾਤ ਸੰਤਾ ਸਿੰਘ ਨੂੰ ਨੀਂਦ ਨਹੀਂ ਨਾ ਆਈ। ਉਹ ਸਾਰੀ ਰਾਤ ਬੈਠਾ ਚੁਬਾਰੇ ਦਾ ਦਰਵਾਜ਼ਾ ਦੇਖਦਾ ਰਿਹਾ ਜੋ ਦੂਜੇ ਪਾਸੇ ਨੂੰ ਨਹੀਂ ਸੀ ਘੁੰਮਿਆ। ਦੂਸਰੇ ਦਿਨ ਉਹ ਸਕੂਲ ਖੁੱਲਣ ਸਾਰ ਮਾਸਟਰਾਂ ਦੇ ਗਲ਼ ਜਾ ਪਿਆ। ਕਿ "ਆ ਤੁਸੀਂ ਨਿਆਣਿਆਂ ਨੂੰ ਝੂਠ ਕਿਉਂ ਪੜ੍ਹਾਉਂਦੇ ਉਂ ?

ਤਾਂ ਅੱਗੋਂ ਪ੍ਰੀਤੀ ਪੁਰੀਆ ਮਾਸਟਰ ਪਿਆਰਾ ਸਿਉਂ ਬੋਲਿਆ "ਲੰਬੜਦਾਰ ਸਾਹਿਬ ਆਹ ਪਿਛਲੀ ਵੀਹ ਜੁਲਾਈ ਨੂੰ ਅਮਰੀਕਾ ਦਾ 'ਨੀਲ ਆਰਮ ਸਟਰੌਂਗ' ਚੰਦ ਤੇ ਜਾ ਉੱਤਰਿਆ ਏ। ਮੈਂ ਖੁਦ ਰੇਡੀਉ ਤੇ ਖ਼ਬਰਾਂ ਸੁਣੀਆਂ ਨੇ ਤੇ ਸਾਰੇ ਅਖਬਾਰਾਂ ਵਿੱਚ ਵੀ ਆਈਆ ਨੇ। ਕੀ ਇਹ ਵੀ ਝੂਠ ਆ ?"

ਸੰਤਾਂ ਸਿਉਂ ਉਸ ਨੂੰ ਕੁੱਦ ਕੇ ਪਿਆ "ਹੈਂ ਹੈਂ ਕੀ ਕਿਹਾ ? ਮੂਰਖੋ ਚੰਦ ਤਾਂ ਦੇਵਤਾ ਏ। ਵੇਦਾਂ ਗਰੰਥਾਂ ਵਿੱਚ ਇਸ ਦਾ ਸਾਰਾ ਜਿਕਰ ਆ। ਫੇਰ ਕੀ ਵੇਦ ਗਰੰਥ ਝੂਠੇ ਨੇ ? ਰਿਸ਼ੀ ਗੌਤਮ ਨੇ, ਜਦੋਂ ਕ੍ਰੋਧ 'ਚ ਆਕੇ ਚੰਦਰਮਾਂ ਦੇ ਗਿੱਲਾ ਪਰਨਾ ਮਾਰਿਆ ਤਾਂ ਹੀ ਤਾਂ ਉਹ ਦਾਗ ਪਿਆ ਤੀ ਜੋ ਅਜੇ ਤੱਕ ਦੀਂਹਦਾ ਆ। ਕੀ ਇਹ ਸਾਰੀਆਂ ਸਾਖੀਆਂ ਝੂਠੀਆਂ ਨੇ ਫੇਰ ?"

"ਉਹ ਤਾਂ ਚੰਦ ਤੋਂ ਮਿੱਟੀ ਵੀ ਲੈ ਕੇ ਆਏ ਨੇ" ਮਾਸਟਰ ਪਿਆਰਾ ਸਿੰਘ ਫੇਰ ਬੋਲਿਆ

"ਲੈ ਕਿਸੇ ਟਿੱਬੇ ਨੂੰ ਚੰਦ ਸਮਝ ਕੇ ਚੱਕ ਲਿਆਏ ਹੋਣੇ ਨੇ। ਨਾਲੇ ਮਿੱਟੀ ਦੱਸ ਭਲਾਂ ਕਿਵੇਂ ਚਮਕ ਪਊ ? ਚੰਦ ਦੀ ਐਨੀ ਚਾਨਣੀ 'ਚ ਆਪਾਂ ਹਲ਼ ਵਾਹੁਨੇ ਆਂ ਫੇਰ ਉਹ ਚਾਨਣਾ ਕਿਵੇਂ ਹੁੰਦੈ ? ਖੁਦ ਟਪਲਾ ਖਾਅ ਗਏ ਨੇ ਤੇ ਲੋਕਾਂ ਨੂੰ ਬੁੱਧੂ ਸਣਾਉਂਦੇ ਨੇ...। ਜੇ ਕਿਤੇ ਮੈਨੂੰ ਮਿਲਣ ਤਾਂ ਮੈਂ ਜੁੱਤੀਆਂ ਨਾਲ਼ ਇਨਾਂ ਦੇ ਭਾਗ ਲਾਹ ਦਿਆਂ" ਸੰਤਾ ਸਿੰਘ ਬੇਹੱਦ ਗੁੱਸੇ ਵਿੱਚ ਸੀ।

ਜਦੋਂ ਉਹ ਰੇਡੀਉ ਤੋਂ ਕੋਈ ਵੀ ਅਜਿਹੀ ਖ਼ਬਰ ਸੁਣਦਾ ਤਾਂ ਵੀ ਉਸ ਦਾ ਹੱਥ ਆਪ ਮੁਹਾਰੇ ਜੁੱਤੀ ਵਲ ਵਧ ਜਾਂਦਾ। ਮਨ ਬੇਚੈਨ ਹੋ ਜਾਂਦਾ। ਪਰ ਤਬਦੀਲੀ ਤਾਂ ਬੜੀ ਤੇਜ਼ੀ ਨਾਲ ਵਾਪਰ ਰਹੀ ਸੀ। ਉਸਦੇ ਆਪਣੇ ਅੰਦਰੋਂ ਹੀ ਆਵਾਜ਼ ਆਂਉਂਦੀ "ਹੁਣ ਤੂੰ ਕਿਸ ਕਿਸ ਮਗਰ ਜੁੱਤੀ ਲਾਹੀਂ ਫਿਰੇਂਗਾ ?"

ਇਸ ਤਰ੍ਹਾਂ ਦੀ ਤਬਦੀਲੀ ਦੀਆਂ ਗੱਲਾਂ ਜੋਗਿੰਦਰ ਕੌਰ ਤੇ ਹਰਦੇਵ ਕੌਰ ਵੀ ਕਰ ਰਹੀਆਂ ਸਨ। ਅੱਜ ਉਹ ਪਹਿਲੇ ਦਿਨ ਮੁਹਾਰਿਆਂ ਵਿੱਚ ਛੱਲੀਆਂ ਡੁੰਗਣ ਆਈਆਂ ਸਨ। ਸਾਉਣੀ ਦੀ

ਫਸਲ ਨੂੰ ਪਿੰਡਾਂ ਵਿੱਚ ਕਣਕ ਦੇ ਮੁਕਾਬਲੇ ਕੋਈ ਬਹੁਤਾ ਮਹੱਤਵ ਨਹੀਂ ਸੀ ਦਿੱਤਾ ਜਾਂਦਾ। ਸਿਰਫ ਮੱਕੀ ਦਾ ਆਟਾ ਪਿਸਾਉਣ ਲਈ ਹੀ ਮੱਕੀ ਬੀਜੀ ਜਾਂਦੀ। ਫਸਲ ਪੱਕਣ ਤੇ ਔਰਤਾਂ ਮਰਦ ਛੱਲੀਆਂ ਡੂੰਗਦੇ। ਫੇਰ ਇਹ ਛੱਲੀਆਂ ਸੁੱਕਣੀਆਂ ਪਾਈਆਂ ਜਾਂਦੀਆਂ ਤੇ ਮੁੜਕੇ ਡੰਡਿਆਂ ਸੋਟਿਆਂ ਨਾਲ ਇਨ੍ਹਾਂ ਦੇ ਦਾਣੇ ਝਾੜੇ ਜਾਂਦੇ। ਪਰ ਜੋਗਿੰਦਰ ਕੁਰ ਜੋ ਹੁਣੇ ਆਪਣੇ ਪੇਕਿਆਂ ਤੋਂ ਹੋ ਕੇ ਆਈ ਸੀ ਦੱਸ ਰਹੀ ਸੀ, "ਕੁੜੇ ਸਾਡੇ ਸਾਡੇ ਪਿੰਡ ਬਰਸਾਲੀਂ ਤਾਂ ਹੁਣ ਕੋਈ ਵੀ ਛੱਲੀਆਂ ਡੰਡਿਆਂ ਨਾਲ ਨਹੀਂ ਕੁੱਟਦਾ। ਡਰੱਮੀ ਨਾਲ ਹੀ ਦਾਣੇ ਕਢਵਾਉਂਦੇ ਨੇ ਸਾਰੇ। ਭੈਣੇ ਉਹ ਤਾਂ ਉਹ ਮਿੰਟੋ ਮਿੰਟੀ ਦਾਣੇ ਅੱਡ ਤੇ ਗੁੱਲੇ ਅੱਡ ਅੱਡ ਕਰ ਦਿੰਦੀ ਆ" ਹਰਦੇਵ ਕੌਰ ਸੁਣ ਸੁਣ ਹੈਰਾਨ ਹੋ ਰਹੀ ਸੀ।

ਫੇਰ ਦੇਬੂ ਲੰਗੜਾ ਜੋ ਅੱਜ ਦਿਹਾੜੀ ਤੇ ਸੀ, ਗੱਲ ਸੁਣ ਕੇ ਦੂਰ ਬੈਠਾ ਬੋਲਿਆ "ਲੈ ਦੂਰ ਕੀ ਜਾਣੈ ਆਪਣੇ ਤਾਰੇ ਕਾ ਟੱਬਰ ਨੀ, ਉਹਨੇ ਆਪਣੇ ਖੂਹ ਤੇ ਜਿੰਨੇ ਦਰਖਤ ਤੀ ਕਿੱਕਰਾਂ ਟਾਹਲੀਆਂ ਨਿੰਮਾਂ ਤੂਤ ਡਕੈਣਾਂ ਸਭ ਵੱਢਤੇ...। ਅਖੈ ਮੈਂ ਸਫੈਦੇ ਬੀਜਣੇ ਨੇ" ਸੰਤਾ ਸਿੰਘ ਸੁਣ ਕੇ ਬੋਲਿਆ "ਹੈਂ ਹੈਂ ਇਹ ਸਫੈਦਾ ਕੀ ਹੁੰਦਾ ਐ ? ਮੇਰੀ ਐਡੀ ਉਮਰ ਹੋ ਗੀ ਮੈਂ ਤਾਂ ਕਦੇ ਸੁਣਿਆਂ ਨੀ। ਉਹ ਨੂੰ ਮੂਰਖ ਨੂੰ ਪੁੱਛੇ ਕਿ ਟਾਹਲੀ ਵਰਗੀ ਲੱਕੜ ਭਲਾਂ ਕਿਤੋਂ ਲੱਭਣੀ ਆਂ। ਹੁਣ ਤੱਕ ਟਾਹਲੀ ਦੇ ਬਾਲੇ ਈ ਛੱਤਾਂ ਨੂੰ ਵਰਤਦੇ ਰਹੇ ਆਂ। ਨਿੰਮ ਦੇ ਸੰਦੂਕ, ਜਿਨਾਂ ਨੂੰ ਕਦੇ ਘੁਣ ਨੀ ਲੱਗਦੀ ਕਿੰਨੇ ਮਸ਼ਹੂਰ ਨੇ। ਨਿੰਮ ਦਾ ਘੋਟਣਾਂ ਐਵੇਂ ਨੀ ਲੋਕ ਬਣਾਉਂਦੇ ਸੌ ਬਿਮਾਰੀਆਂ ਦਾ ਇਲਾਜ ਆ। ਤੂਤ ਦੇ ਮੋਛੇ ਦੀ ਭਲਾਂ ਕੋਈ ਕੀ ਰੀਸ ਕਰ ਲੂ ? ਮਖਾਂ ਇਹ ਸਫੈਦਾ ਹੈ ਕੀ ਚੀਜ ਆ ?"

ਤਾਂ ਦੇਬੂ ਬੋਲਿਆ "ਚਾਚਾ ਦੇਖਿਆ ਤਾਂ ਮੈਂ ਵੀ ਨੀ। ਕਹਿੰਦੇ ਬਹੁਤ ਉੱਚਾ ਵਧਦੈ। ਪਰ ਏਹਨੂ ਫਲ਼ ਕੋਈ ਨੀ ਲੱਗਦਾ। ਏਹਦੀ ਲੱਕੜ ਕੰਮ ਆਂਉਂਦੀਐ ਜੋ ਕਹਿੰਦੇ ਬਹੁਤ ਮੈਂਹਗੀ ਵਿਕਦੀ ਆ। ਆਪਣੀ ਨਹਿਰ ਤੇ ਹੁਣ ਤੂਤ ਕਰੌਂਡੇ ਬੇਰੀਆਂ ਝਾੜੀਆਂ ਪੱਟ ਕੇ ਵੀ ਬੇਲਦਾਰ ਸਫੈਦੇ ਲੌਣ ਲੱਗ ਪਏ ਨੇ। ਮੈਨੂੰ ਪੀਤੂ ਚਾਚੇ ਦਾ ਮੁੰਡਾ ਕੰਤਾ ਦੱਸਦਾ ਤੀ, ਜਿਹੜਾ ਬੇਲਦਾਰੀ ਕਰਦੈ।

ਛੱਲੀਆਂ ਡੂੰਗਣ ਲਈ ਦੋ ਪਾਰਟੀਆਂ ਸਨ, ਇੱਕ ਔਰਤਾਂ ਦੀ ਤੇ ਦੂਜੀ ਮਰਦਾਂ ਦੀ। ਔਰਤਾਂ ਵਿੱਚ ਦੇਬੂ ਲੰਗੜੇ ਦੀ ਘਰ ਵਾਲੀ ਦਿਆਲੋ, ਪਿੰਦਰੋ ਚੂਹੜੀ, ਫੱਤੋ ਮਰਾਸਣ, ਹਰਦੇਵ ਕੁਰ ਅਤੇ ਜੋਗਿੰਦਰੋ ਸ਼ਾਮਲ ਸਨ। ਤੇ ਮਰਦਾ ਦੀ ਪਾਰਟੀ ਵਿੱਚ ਸੰਤਾ ਸਿਉਂ, ਦੇਬੂ ਲੰਗੜਾ, ਕਾਲੂ ਮਰਾਸੀ ਅਤੇ ਗੁਰਜੀਤ ਸਨ। ਮਹਿਤਾਬ ਕੁਰ ਅਤੇ ਛੋਟੀ ਨੂੰਹ ਪਾਲੋ ਰੋਟੀ ਟੁੱਕ ਦੇ ਆਹਰ ਲਈ ਘਰ ਵਿੱਚ ਹੀ ਸਨ।

ਦੇਬੂ ਨੇ ਫੇਰ ਪੁੱਛਿਆ ਸੀ "ਲੰਬੜਦਾਰਾ ਜੇ ਲੋਕ ਐਂ ਟਾਹਲੀਆਂ, ਕਿੱਕਰਾਂ, ਬੇਰੀਆਂ, ਤੂੰਤ ਤੇ ਨਿੰਮਾਂ ਵੱਢਣ ਲਗ ਪਏ ਤਾਂ ਫੇਰ ਕੀ ਬਣੂਗਾ ?" ਸੰਤਾ ਸਿੰਘ ਨੇ ਇੱਕੋ ਗੱਲ ਕਹੀ "ਬੱਸ ਇਹ ਕਲਯੁੱਗ ਆ ਤੇ ਮੇਰੀ ਸਮਝੋ ਬਾਹਰਾ ਏ। ਦੇਖ ਲੈ ਇੰਜਣ ਕਾਹਦੇ ਆ ਗਏ ਹੁਣ ਕਦੇ ਖੂਹੀ ਤੇ ਡੋਲ ਖੜਕਦਾ ਸੁਣਿਆ ਏ ? ਜਦੋਂ ਦੀ ਬਿਜਲੀ ਆਈ ਆ ਦੀਵੇ ਤਾਂ ਉਈਂ ਗੁੱਲ ਹੋ ਗਏ ਨੇ" ਉਸੇ ਵਕਤ ਸੰਤਾ ਸਿੰਘ ਨੂੰ ਰੇਡੀਉ ਤੋਂ ਆਉਂਦੇ ਦਿਹਾਤੀ ਪ੍ਰੋਗਰਾਮ ਦੀ ਯਾਦ ਆਈ। ਜੋ ਰੋਜ਼ ਹੋਰ ਈ ਤਰ੍ਹਾਂ ਤਰ੍ਹਾਂ ਦੀਆਂ ਗੱਲਾਂ ਕਰਦੇ ਸਨ। ਇਹ ਸਫੈਦਿਆਂ ਬਾਰੇ ਵੀ ਉਸਨੇ ਦਿਹਾਤੀ ਪ੍ਰੋਗਰਾਮ ਵਿੱਚ ਗੱਲਾਂ ਕਰਦਿਆਂ ਨੂੰ ਸੁਣਿਆ ਸੀ, ਪਰ ਉਸ ਨੂੰ ਪਤਾ ਨਹੀਂ ਸੀ ਕਿ ਇਹ ਕੀ ਸ਼ੈਅ ਹੈ। ਉਸ ਨੇ ਬਲਕਾਰ ਨੂੰ ਕਿਹਾ "ਜੇ ਘਰ ਗਿਆ ਤਾਂ ਘਰੋਂ ਰੇੜੂਆਂ ਚੱਕ ਲਿਆਂਈ ਦਿਹਾਤੀ ਪ੍ਰੋਗਰਾਮ ਅੱਜ ਐਥੇ ਸੁਣਲਾਂਗੇ"

ਜਿਉਂ ਹੀ ਰੇਡੀਉ ਨੂੰ ਲਾਇਆ ਤਾਂ ਦਿਹਾਤੀ ਪ੍ਰੋਗਰਾਮ ਅਜੇ ਸ਼ੁਰੂ ਹੀ ਹੋਇਆ ਸੀ। ਠੰਢੂ ਰਾਮ ਫੌਜਾ ਸਿੰਘ ਨੂੰ ਹਾਕਾਂ ਮਾਰ ਰਿਹਾ ਜੀ ਕਿ ਆ ਜਾ...ਲੰਘ ਆ... ਲੰਘ ਆ। ਤੇ ਉਸ ਦੇ ਦੱਸਣ ਅਨੁਸਾਰ ਭਾਈਆ ਜੀ ਵੀ ਛਤਰੀ ਲਈ ਕਿਣਮਣ ਤੋਂ ਬਚਦਾ ਲੰਘ ਆਇਆ ਸੀ।

ਹੁਣ ਲੰਬੜਦਾਰ ਨੂੰ ਫਿਕਰ ਵੀ ਹੋਣ ਲੱਗਾ ਕਿ ਜੇ ਜਲੰਧਰ ਵਿੱਚ ਮੀਂਹ ਕਣੀ ਹੈ ਤਾਂ ਛੱਲੀਆਂ ਅੱਜ ਬਾਹਰ ਸੁੱਕਣੀਆਂ ਨਹੀਂ ਪਾਉਣੀਆਂ ਚਾਹੀਦੀਆਂ। ਤਦੇ ਕਿਸਾਨਾਂ ਸਬੰਧੀ ਪ੍ਰੋਗਰਾਮ ਸ਼ੁਰੂ ਹੋ ਗਿਆ। ਜਿਸ ਵਿੱਚ ਦੱਸਿਆ ਜਾ ਰਿਹਾ ਸੀ ਕਿ ਪੰਜਾਬ ਦਾ ਕਿਸਾਨ ਹੁਣ ਮੱਕੀ ਨਰਮੇ ਦਾ ਖਹਿੜਾ ਛੱਡ ਕੇ ਝੋਨਾ ਬੀਜੇ। ਸੰਤਾ ਸਿਉਂ ਨੇ ਤਾਂ ਸਿਰਫ ਕੁਦਰਤੀ ਝੋਨਾ ਹੀ ਸੁਣੇ ਹੋਏ ਸਨ। ਇਹ ਨਵਾਂ ਝੋਨਾ ਕੀ ਬਲਾ ਹੈ, ਉਸ ਨੂੰ ਸਮਝ ਨਹੀਂ ਸੀ ਪਈ। ਪਰ ਬਲਕਾਰ ਸਿੰਘ ਜੋ ਸ਼ਹਿਰ ਜਾਂਦਾ ਰਹਿੰਦਾ ਸੀ, ਉਸ ਨੇ ਦੱਸਿਆ ਕਿ "ਝੋਨਾਂ ਚੌਲਾਂ ਦੀ ਫਸਲ ਨੂੰ ਕਹਿੰਦੇ ਨੇ"

ਫੇਰ ਉਸੇ ਸਾਲ ਬਾਹਰਲਿਆਂ ਦੇ ਟੱਬਰ ਨੇ ਕਰਾਹੇ ਹੋਏ ਖੇਤ ਵਿੱਚ ਝੋਨਾ ਲਗਾਇਆ। ਤਾਰੇ ਨੇ ਆਪਣੇ ਸਾਰੇ ਖੇਤਾਂ ਦੁਆਲੇ ਸਫੈਦੇ ਲਗਾ ਦਿੱਤੇ। ਮਿਸਤਰੀਆਂ ਦੇ ਕਿੰਦਰ ਨੇ ਛੱਲੀਆਂ ਕੱਢਣੀ ਡਰੱਮੀ ਵੀ ਲੈ ਲਈ। ਉਹ ਇੱਕ ਰੇੜ੍ਹੇ ਜਿਹੇ ਤੇ ਢੋਲੀ ਫਿੱਟ ਕਰਕੇ ਸਾਰੇ ਪਿੰਡ ਦੀਆਂ ਛੱਲੀਆਂ ਕੱਢਦਾ ਤੇ ਬਦਲੇ ਵਿੱਚ ਤੋਲ ਦੇ ਹਿਸਾਬ ਨਾਲ ਸੱਤਵਾਂ ਹਿੱਸਾ ਲੈਂਦਾ। ਦਿਨਾਂ ਵਿੱਚ ਹੀ ਉਸ ਦੀ ਡਰੱਮੀ ਦੂਜੇ ਪਿੰਡਾਂ ਵਿੱਚ ਵੀ ਜਾਣ ਲੱਗ ਪਈ।

ਰਣੀਏ ਪਿੰਡ ਵਿੱਚ ਟਿੱਬੇ ਤੇਜ਼ੀ ਨਾਲ ਕਰਾਹੇ ਜਾ ਰਹੇ ਸਨ। ਬਲਦਾਂ ਦੀਆਂ ਟੱਲੀਆਂ ਦੀ ਟੁਣਕਾਰ ਨੂੰ ਇੰਜਣਾਂ ਦੀ ਫਿੱਟ ਫਿੱਟ ਨੇ ਖਾਹ ਲਿਆ ਸੀ। ਪਰ ਸੰਤਾ ਸਿੰਘ ਦੇ ਘਰ ਅਜੇ ਵੀ ਚਾਰ ਬਲਦਾਂ ਦੀ ਖੇਤੀ ਸੀ। ਇੱਕ ਬਲਦ ਘਰ ਦਾ ਪਾਲਿਆ ਵੱਛਾ ਸੀ ਜੋ ਵੀਰੋ ਵਹਿੜੀ ਦੀ ਔਲਾਦ ਸੀ। ਵੀਰੋ ਗਊ ਦਾ ਏਸ ਟੱਬਰ ਨੇ ਹੁਣ ਤੱਕ ਦੁੱਧ ਪੀਤਾ ਸੀ। ਇੱਕ ਬੀਕਾਨੇਰ ਤੋਂ ਲਿਆਂਦਾ ਭੀਲ ਬਲਦ ਸੀ। ਜੋ ਭੀਲਾਂ ਵਾਂਗੂੰ ਮਸਤੀ ਨਾਲ ਤੁਰਦਾ ਤੇ ਉਸ ਦਾ ਨਾਂ ਭੀਲ ਹੀ ਪੈ ਗਿਆ। ਇੱਕ ਸਾਵਾ ਸੀ ਜੋ ਨਗੌਰ ਦੀ ਮੰਡੀ ਤੋਂ ਲਿਆਂਦਾ ਸੀ ਤੇ ਇੱਕ ਬੁੱਢਾ ਬਲਦ ਸੀ ਜੋ ਸਭ ਤੋਂ ਵੱਡਾ ਸੀ। ਇਸ ਦੇ ਨਾਲ ਨਾਲ ਇੱਕ ਊਠ ਵੀ ਸੀ ਜੋ ਹੁਣ ਵਿਹਲਾ ਹੀ ਰਹਿੰਦਾ। ਊਠ ਦਾ ਕੰਮ ਹੁਣ ਇੰਜਣ ਨੇ ਚੁੱਕ ਲਿਆ ਸੀ। ਟੋਕਾ ਕੁਤਰਨਾ ਤੇ ਪਾਣੀ ਦੇਣ ਦਾ ਕੰਮ ਇੰਜਣ ਕਰੀ ਜਾਂਦਾ। ਫੇਰ ਸਮਰਾਲੇ ਦੀ ਮੰਡੀ ਤੇ ਬੋਤਾ ਵੇਚਣ ਦੀ ਸਲਾਹ ਕਰ ਲਈ ਗਈ।

ਪਿੰਡ ਵਿੱਚ ਟਾਵੇਂ ਟਾਵੇਂ ਟਰੈਕਟਰ ਵੀ ਆ ਗਏ। ਲੋਕ ਵਾੜਾਂ ਬੰਨਿਆਂ ਤੇ ਖੜੇ ਦਰਖਤਾਂ ਨੂੰ ਪੁੱਟਣ ਲੱਗੇ। ਕੋਈ ਕਹਿੰਦਾ "ਯਾਰ ਇਹ ਤੂੰਤ ਸ਼ਾਉਰਾ ਕਰਦਾ ਤੀ, ਤੇ ਫਸਲ ਮਾਰਦਾ ਸੀ, ਤਾਂ ਵੱਢ ਦਿੱਤਾ" ਕਿੱਕਰਾਂ, ਬੇਰੀਆਂ, ਟਾਹਲੀਆਂ, ਨਿੰਮਾਂ ਘਟਣ ਲੱਗੀਆਂ। ਸੰਤਾਂ ਸਿੰਘ ਹੈਰਾਨ ਹੁੰਦਾ ਕਿ ਲੋਕ ਹੁਣ ਨਿੰਮ ਦੇ ਸੰਦੂਕ ਕਿਵੇਂ ਬਣਾਇਆ ਕਰਨਗੇ ? ਉਸਦਾ ਅਪਣਾ ਮੁੰਡਾ ਹਰਜੀਤ ਜਦੋਂ ਵਿਆਹ ਵੇਲੇ ਛੁੱਟੀ ਆਇਆ ਸੀ ਤਾਂ ਕਿੱਕਰ ਦੀ ਦਾਤਣ ਦੀ ਬਜਾਏ ਸਵੇਰੇ ਉੱਠ ਕੇ ਬੁਰਸ਼ ਕਰਦਾ। ਜਦੋਂ ਉਹ ਮੂੰਹ ਵਿੱਚੋਂ ਝੱਗ ਜਿਹੀ ਕੱਢਦਾ ਤਾਂ ਸੰਤਾਂ ਸਿਉਂ ਨੂੰ ਬੇਹੱਦ ਅਲਕਤ ਆਂਉਦੀ। ਫੇਰ ਉਸ ਨੇ ਇੱਕ ਦੋ ਬੰਦਿਆਂ ਨੂੰ ਹੋਰ ਵੀ ਬੁਰੱਸ਼ ਕਰਦੇ ਦੇਖਿਆ।

ਲੋਕ ਨੇਮ ਨਾਲ ਰੇਡੀਉ ਤੋਂ ਦਿਹਾਤੀ ਪ੍ਰੋਗਰਾਮ ਸੁਣਦੇ। ਤੇ ਹਰਾ ਇਨਕਲਾਬ ਲਿਆਉਣ ਦੀਆਂ ਗੱਲਾਂ ਬਾਤਾਂ ਤੋਂ ਨਵੀਂ ਖੇਤੀ ਦੇ ਤੌਰ ਤਰੀਕੇ ਸਿੱਖਦੇ। ਜਿਸ ਦਿਨ ਦੀ ਲੁਧਿਆਣੇ 'ਚ ਖੇਤੀਬਾੜੀ ਯੂਨੀਵਰਸਿਟੀ ਬਣ ਗਈ ਸੀ ਤਾਂ ਨਵੇਂ ਬੀਜ਼ ਤੇ ਨਵੀਆਂ ਖਾਦਾਂ ਦਾ ਵੀ ਰੌਲ਼ਾ ਪੈਣ ਲੱਗ ਪਿਆ।

ਬਾਹਰਲਿਆਂ ਦੇ ਟੱਬਰ ਨੇ ਵੱਧ ਝਾੜ ਲੈਣ ਲਈ ਪੋਨੇ ਕਮਾਦ ਦੀ ਥਾਂ ਛਿਆਲੀ ਲਿਆ ਬੀਜਿਆ। ਲੋਕਾਂ ਨੇ ਦੇਸੀ ਕਣਕ ਦੀ ਥਾਂ ਮੈਕਸੀਕਣ ਤੇ ਸੋਨਾਲੀਕਾ ਬੀਜਣੀ ਸ਼ੁਰੂ ਕਰ ਦਿੱਤੀ। ਜੋ ਵਾਕਿਆ ਹੀ ਵੱਧ ਝਾੜ ਦਿੰਦੀਆਂ ਸਨ। ਕਈ ਵਾਰੀ ਸੰਤਾ ਸਿੰਘ ਨੂੰ ਲੱਗਦਾ ਕਿ ਉਸਦਾ ਟੱਬਰ ਉਸਦੇ ਆਪਣੇ ਹਠ ਕਾਰਨ ਖੇਤੀਬਾੜੀ ਵਿੱਚ ਪਛੜਦਾ ਜਾ ਰਿਹਾ ਹੈ। ਉਹ ਤਾਂ ਅਜੇ ਤੱਕ ਖੇਤਾਂ ਵਿੱਚ ਰੂੜੀ ਦੀ ਖਾਦ ਹੀ ਪਾਂਉਦੇ ਸਨ। ਜਦੋਂ ਕਿ ਲੋਕ ਸ਼ਹਿਰੋਂ ਬੋਰੀਆਂ ਵਾਲੀ ਖਾਦ ਲਿਆ ਕੇ ਪਾਉਂਦੇ। ਹੁਣ ਤਾਂ ਬਲਕਾਰ ਸਿੰਘ ਵੀ ਖੇਤੀ ਦੇ ਨਵੇਂ ਢੰਗ ਨਾ ਅਪਣਾਉਣ ਕਰਕੇ ਆਪਣੇ ਪਿਉ ਨਾਲ ਖਹਿਬੜ ਪੈਂਦਾ। ਫੇਰ ਸੰਤਾ ਸਿੰਘ ਦੇ ਖੇਤਾਂ ਵਿੱਚ ਰੂੜੀ ਦਾ ਨਾਲ ਨਾਲ ਯੂਰੀਆਂ, ਡਾਈ, ਅਮੋਨੀਆਂ ਤੇ ਹੋਰ ਖਾਦਾਂ ਪੈਣ ਲੱਗੀਆਂ। ਇੱਕ ਦਿਨ ਗਰਾਮ ਸੇਵਕ ਦੇ ਨਾਲ ਬਲਾਕ ਅਫਸਰ ਵੀ ਪਿੰਡ ਦੇ ਦੌਰੇ ਤੇ ਆਇਆ। ਤੇ ਉਹ ਲੋਕਾਂ ਨੂੰ ਸਮਝਾ ਕੇ ਪਿੰਡ ਨੂੰ ਸੁਸਾਇਟੀ ਦੇਣ ਦਾ ਐਲਾਨ ਕਰ ਗਿਆ। ਵੇਦ ਪ੍ਰਕਾਸ਼ ਪੰਡਿਤ ਨੂੰ ਸੁਸਾਇਟੀ ਦਾ ਸੈਕਟਰੀ ਬਣਾ ਦਿੱਤਾ ਗਿਆ। ਤੇ ਫੇਰ ਇਹ ਖਾਦਾਂ ਚੀਨੀ ਪਿੰਡ ਹੀ ਰਾਸ਼ਣ ਕਾਰਡ ਤੇ ਮਿਲਣੇ ਸ਼ੁਰੂ ਹੋ ਗਏ।

1962 ਵਿੱਚ ਸ਼ੁਰੂ ਹੋਈ ਲੁਧਿਆਣੇ ਦੀ ਖੇਤੀਬਾੜੀ ਯੂਨੀਵਰਸਿਟੀ ਅਤੇ ਵੀਹ ਨਵੰਬਰ 1963 ਨੂੰ ਸ਼ੁਰੂ ਹੋਏ ਭਾਖੜਾ ਡੈਮ ਬਿਜਲੀ ਪ੍ਰਜੈਕਟ ਨੇ ਸੱਤਰਵਿਆਂ ਤੱਕ ਪੁੱਜਦੇ ਪੁੱਜਦੇ ਸਾਰੇ ਪੰਜਾਬ ਦੀ ਕਾਇਆਂ ਕਲਪ ਕਰ ਦਿੱਤੀ। ਜਿਸ ਨੂੰ ਰੇਡੀਉ ਵਾਲੇ ਹਰਾ ਇਨਕਲਾਬ ਕਹਿ ਰਹੇ ਸਨ।

ਲੰਬੜਦਾਰ ਸੰਤਾ ਸਿੰਘ ਕੋਲ 25 ਏਕੜ ਜ਼ਮੀਨ ਸੀ। ਪਿੰਡ ਦੇ ਨਾਲ ਲੱਗਦੀ ਚਾਰ ਏਕੜ ਨਿਆਂਈ ਵਾਲੀ ਜ਼ਮੀਨ ਸਭ ਤੋਂ ਤਕੜੀ ਅਤੇ ਕੀਮਤੀ ਸੀ। ਜਿਸ ਨੂੰ ਬੜੀ ਮਿਹਨਤ ਨਾਲ ਹੁਣ ਟਿੱਬੇ ਕਰਾਹ ਕੇ ਪੱਧਰ ਕਰ ਲਿਆ ਗਿਆ ਸੀ। ਏਥੇ ਖੜੇ ਝਾੜ ਬੂਟੇ, ਬਰੂ, ਸਰਕੜਾ ਤੇ ਕੰਡਿਆਲੀਆਂ ਝਾੜੀਆਂ, ਸਾਫ ਕਰ ਦਿੱਤੀਆਂ ਗਈਆਂ। ਹੁਣ ਕਿਤੇ ਵੀ ਸੱਪ ਦੀ ਕੋਈ ਬਿਰਮੀਂ ਜਾਂ ਚੂਹੇ ਦੀ ਖੁੱਡ ਨਜ਼ਰ ਨਹੀਂ ਸੀ ਆਉਂਦੀ।

ਪਿੰਡ ਦੇ ਨੇੜੇ ਹੋਣ ਕਾਰਨ ਏਥੇ ਜ਼ਿਆਦਾ ਤਰ ਬਰਸੀਮ, ਚਰੀ, ਟਾਂਡੀ ਜਾਂ ਪਸ਼ੂਆਂ ਲਈ ਹਰਾ ਚਾਰਾ ਬੀਜਿਆ ਜਾਂਦਾ। ਏਥੇ ਕਣਕ ਕਮਾਦ ਅਤੇ ਮੱਕੀ ਵੀ ਬਹੁਤ ਝਾੜ ਦਿੰਦੇ ਸਨ। ਲੋਕ ਇਸ ਨੂੰ ਝੋਟੇ ਦੇ ਸਿਰ ਵਰਗੀ ਤਕੜੀ ਜ਼ਮੀਨ ਆਖਦੇ। ਪਹਿਲਾਂ ਏਥੇ ਜਦੋਂ ਖੂਹ ਲੱਗਿਆ ਸੀ ਤਾਂ ਇਸ ਟੱਕ ਦਾ ਨਾ ਨਵਾਂ ਖੂਹ ਪੈ ਗਿਆ ਸੀ। ਉਦੋਂ 25 ਏਕੜਾਂ ਵਿੱਚੋਂ ਸਿਰਫ ਏਹੋ ਸੇਂਜੂ ਜ਼ਮੀਨ ਸੀ। ਪਰ ਮੋਟਰ ਲੱਗਣ ਨਾਲ ਇਸ ਦੀ ਅਹਿਮੀਅਤ ਹੁਣ ਹੋਰ ਵੀ ਵੱਧ ਗਈ ਸੀ। ਹੁਣ ਖੂਹ ਦੇ ਨਾਲ ਹੀ ਮੋਟਰ ਵਾਲਾ ਕੋਠਾ ਪੈ ਗਿਆ। ਪਾਣੀ ਵਾਲਾ ਚੁਬੱਚਾ ਬਣ ਗਿਆ। ਸਰਦੀਆਂ ਵਿੱਚ ਏਥੇ ਦੋ ਦੋ ਮਹੀਨੇ ਘੁਲਾੜੀ ਵੀ ਚੱਲਦੀ ਰਹਿੰਦੀ।

ਦੂਸਰਾ ਟੱਕ ਜਿਸ ਨੂੰ ਮਘਿਆਣੀ ਵਾਲਾ ਕਿਹਾ ਜਾਂਦਾ। ਪਰ ਇਹ ਨਾਉਂ ਕਿਵੇਂ ਪਿਆ ਕੋਈ ਨਹੀਂ ਸੀ ਜਾਣਦਾ। ਇਸ ਛੇ ਜਾਂ ਸੱਤ ਏਕੜ ਵਿੱਚ ਸਾਰੀ ਹੀ ਜ਼ਮੀਨ ਰੇਤਲੀ ਸੀ। ਏਥੇ ਮਾਰੂ ਕਣਕ, ਮੂੰਗਫਲੀ' ਜੌਂ, ਛੋਲੇ ਜਾਂ ਗੁਆਰਾ ਬਾਜਰਾ ਬੀਜੇ ਜਾਂਦੇ। ਹੁਣ ਤਾਂ ਏਥੇ ਵੀ ਬੋਰ ਕਰਵਾ ਦਿੱਤਾ ਗਿਆ ਸੀ। ਪਾਣੀ ਮਿਲਣ ਕਾਰਨ ਏਥੇ ਵੀ ਫਸਲ ਦਾ ਝਾੜ ਵਧ ਗਿਆ। ਇਹ ਜ਼ਮੀਨ ਤੱਖਰ ਪਿੰਡ ਦੇ ਨਾਲ ਜਾ ਲੱਗਦੀ ਸੀ। ਮਾਰੂ ਤੋਂ ਸੇਜੂੰ ਬਣਨ ਤੇ, ਤੱਖਰ ਦੇ ਕਈ ਗਾਹਕ ਇਸ ਨੂੰ ਖਰੀਦਣ ਲਈ ਨੋਟਾਂ ਦੇ ਥੱਬੇ ਚੁੱਕੀਂ ਫਿਰਦੇ ਸਨ। ਪਰ ਸੰਤਾਂ ਸਿਉਂ ਆਖਦਾ "ਜਿਹਨੇ ਆਪਣੀ ਜ਼ਮੀਨ ਵੇਚ ਤੀ ਉਹਨੇ ਮਾਂ ਵੇਚ ਤੀ। ਜ਼ਮੀਨ ਤਾਂ ਜੱਟ ਦੀ ਮਾਂ ਹੁੰਦੀ ਆ"

ਤੀਸਰਾ ਟੱਕ ਵਿਰਕ ਵਾਲਾ ਸੀ। ਜੋ ਲਬੂੰਤਰਾ ਜਿਹਾ ਕਿਤੋਂ ਤੰਗ ਤੇ ਕਿਤੋਂ ਚੌੜਾ ਸੀ। ਕਿਤੋਂ ਰੇਤਲਾ ਤੇ ਕਿਤੋਂ ਡਾਕਰ। ਏਥੇ ਤਾਂ ਦੋ ਦੋ ਏਕੜ ਨੂੰ ਕਈ ਵਾਰ ਸੰਨਮਾਂ ਵੀ ਛੱਡ ਦਿੱਤਾ

ਜਾਂਦਾ ਤਾਂ ਕਿ ਅਗਲੀ ਵਾਰ ਫਸਲ ਤਕੜੀ ਹੋ ਜਾਵੇ। ਏਥੇ ਵੀ ਮੂੰਗਫਲੀ ਤੇ ਕਣਕ ਮੱਕੀ ਤੇ ਜੌਂ ਛੋਲੇ ਹੀ ਬੀਜੇ ਜਾਂਦੇ। ਫਸਲ ਦੇ ਨਾਲ ਨਾਲ ਏਥੇ ਚਿੱਬੜ, ਤਰਬੂਜ਼ ਅਤੇ ਕੌੜ ਤੁੰਮੇ ਵੀ ਬਹੁਤ ਹੁੰਦੇ। ਗੁਰਜੀਤ ਸਿੰਘ ਤੜਕੇ ਹਲ਼ ਵਾਹੁਣ ਲਈ ਇਸ ਨੂੰ ਆਪਣੇ ਹਿੱਸੇ ਲੈਂਦਾ। ਜਦ ਤੋਂ ਏਥੇ ਵੀ ਬੋਰ ਕਰ ਦਿੱਤਾ ਗਿਆ ਤਾਂ ਬੰਬੇ ਦਾ ਪਾਣੀ ਹੀ ਇਸ ਨੂੰ ਸਿੰਜਦਾ। ਡੰਡੇ ਕੱਢਕੇ ਜਾਂ ਕਿਆਰੇ ਭਰਕੇ ਪਾਣੀ ਦੇ ਕੇ ਜ਼ਮੀਨ ਦੀ ਪਿਆਸ ਬੁਝਾਈ ਜਾਂਦੀ।

ਚੌਥਾ ਟੱਕ ਸੇਮ ਵਾਲੀ ਜ਼ਮੀਨ ਸੀ, ਜੋ ਨਹਿਰ ਕਿਨਾਰੇ ਹੋਣ ਕਾਰਨ ਸੇਮ ਦੀ ਮਾਰ ਹੇਠ ਹੀ ਰਹਿੰਦੀ। ਇਸ ਦੇ ਨਾਲ ਬਹੁਤ ਵੱਡੀ ਚਰਾਂਦ ਪਈ ਸੀ। ਜਿੱਥੇ ਪਿੰਡ ਦੇ ਪਸ਼ੂਆਂ ਦੇ ਵੱਗ ਚਰਦੇ ਰਹਿੰਦੇ। ਏਥੇ ਖਜੂਰਾ ਦੇ ਦਰਖਤ ਵੀ ਬਹੁਤ ਖੜੇ ਸਨ। ਜਿਨਾਂ ਦੇ ਤਣਿਆਂ ਨਾਲ ਮੁੰਡੇ ਖਿੱਦੋ ਖੂੰਡੀ ਖੇਡਦੇ ਰਹਿੰਦੇ। ਇੱਥੇ ਪਾਣੀ ਦਾ ਤਲ ਇਨ੍ਹਾਂ ਉੱਚਾ ਸੀ ਕਿ ਟੋਆ ਪੁੱਟਿਆਂ ਪਾਣੀ ਨਿੱਕਲ ਪੈਂਦਾ। ਪਾਣੀ ਦੇ ਨਿੱਕੇ ਨਿੱਕੇ ਸੂਏ ਵਗਦੇ ਰਹਿੰਦੇ। ਇੱਕ ਪਾਸੇ ਟਿੱਬੇ ਤੇ ਦੂਜੇ ਪਾਸੇ ਸੇਮ। ਇੱਥੇ ਜੋ ਖੂਹ ਲਗਾਇਆ ਗਿਆ ਸੀ ਉਸਦੀ ਮੌਣ ਤੇ ਬਹਿ ਕੇ, ਪੈਰ ਪਾਣੀ ਨੂੰ ਛੁਹਾਏ ਜਾ ਸਕਦੇ ਸਨ।

ਨਹਿਰ ਨਾਲ ਹੋਣ ਕਰਕੇ ਪਿੰਡ ਦੇ ਸਾਰੇ ਮੁੰਡੇ ਹੀ ਤੈਰਾਕ ਸਨ, ਜੋ ਖੂਹ ਵਿੱਚ ਛਾਲਾਂ ਮਾਰ ਕੇ ਵੀ ਨਹਾ ਲੈਂਦੇ। ਇਸ ਇਲਾਕੇ ਵਿੱਚ ਸੱਪ ਆਮ ਹੀ ਨਜ਼ਰ ਪੈ ਜਾਂਦੇ। ਸੰਘਣੇ ਦਰਖਤਾਂ ਦੇ ਝੁੰਡਾਂ ਕਾਰਨ ਏਥੇ ਰੋਜ਼, ਹਿਰਨ ਤੇ ਬਾਰਾਂ ਸਿੰਗੇ ਵੀ ਝੁੰਡ ਬਣਾ ਕੇ ਘੁੰਮਦੇ ਰਹਿੰਦੇ। ਰਾਤ ਨੂੰ ਗਿੱਦੜ ਹੁਆਂਕਦੇ। ਜੇ ਫਸਲ ਹੋ ਵੀ ਜਾਂਦੀ ਤਾਂ ਇਹ ਜਾਨਵਰ ਨਾਂ ਛੱਡਦੇ। ਦਿਨ ਵੇਲੇ ਲੋਕ ਖੇਤਾਂ ਵਿੱਚ ਦਰਖਤਾਂ ਤੇ ਮਨ੍ਹੇ ਬਣਾ ਕੇ ਬੈਠਦੇ। ਜਾਨਵਰਾਂ ਤੋਂ ਫਸਲਾਂ ਦੇ ਬਚਾ ਲਈ ਪੀਪੇ ਖੜਕਾਉਂਦੇ। ਗੁਲੇਲਾਂ ਨਾਲ ਪੰਛੀ ਉਡਾਂਉਂਦੇ।

ਇਸ ਜ਼ਮੀਨ ਦਾ ਮੁੱਲ ਬਹੁਤ ਘੱਟ ਸੀ। ਏਥੇ ਸਿਰਫ ਤਾਰਾਮੀਰਾ, ਛੋਲੇ, ਜੌਂ ਤੇ ਕਮਾਦ ਹੀ ਬੀਜੇ ਜਾਂਦੇ। ਖੇਤ ਦੇ ਇੱਕ ਸਿਰੇ ਦਰਖਤਾਂ ਦਾ ਝੁੰਡ ਸੀ। ਜਿੱਥੇ ਭੈਰੋਂ ਦੀ ਸਮਾਧ ਸੀ। ਐਤਵਾਰ ਵਾਲੇ ਦਿਨ ਔਰਤਾਂ ਭੈਰੋਂ ਦਾ ਚੂਰਮਾਂ ਲੈਕੇ ਆਂਉਦੀਆਂ। ਰੋਟ ਵੀ ਪਕਾਇਆ ਜਾਂਦਾ। ਭੈਰੋਂ ਦੀ ਸਮਾਧ ਕਾਰਨ ਇਸ ਖੇਤ ਨੂੰ ਭੈਰੋਂ ਵਾਲਾ ਖੂਹ ਵੀ ਕਿਹਾ ਜਾਂਦਾ। ਜਿਸ ਤੱਕ ਜਾਣ ਲਈ ਰੇਤਲਾ ਪਹਿਆ ਸੀ।

ਗੱਡਾ ਸਿਰਫ ਪਹਿਲਾਂ ਬਣਾਈਆਂ ਲੀਹਾਂ ਵਿੱਚ ਹੀ ਚੱਲ ਸਕਦਾ। ਜੇ ਬਲਦ ਲੀਹ ਭੰਨ ਦੇਣ ਤਾਂ ਗੱਡਾ ਗੋਡੇ ਗੋਡੇ ਰੇਤੇ ਵਿੱਚ ਫਸ ਜਾਂਦਾ। ਐਨਾਂ ਰੇਤ ਕਿੱਥੋਂ ਆਇਆ ? ਕੋਈ ਨਹੀਂ ਸੀ ਜਾਣਦਾ। ਇਹ ਕਿਸੇ ਸਮੁੰਦਰ ਦਾ ਤਲ ਸੀ, ਜਾਂ ਦਰਿਆ ਦਾ ਵਹਿਣ ਕਿਸੇ ਨੇ ਵੀ ਖੋਜ਼ ਨਹੀਂ ਸੀ ਕੀਤੀ। ਏਥੋਂ ਵੀ ਬੱਚਿਆਂ ਨੂੰ ਰੇਤ ਵਿੱਚੋਂ ਸੰਖ ਘੋਗੇ ਤੇ ਸਿੱਪੀਆਂ ਆਮ ਹੀ ਲੱਭ ਜਾਂਦੇ।

ਲੇਕਿਨ ਹਰੇ ਇਨਕਲਾਬ ਨੇ ਇਹ ਸਭ ਕਾਸੇ ਨੂੰ ਨਿਘਲਣਾ ਸ਼ੁਰੂ ਕਰ ਦਿੱਤਾ। ਸਾਰੇ ਖੇਤਾਂ ਵਿੱਚ ਇੱਕ ਇਨਕਲਾਬੀ ਤਬਦੀਲੀ ਆਉਂਣੀ ਸ਼ੁਰੂ ਹੋ ਗਈ। ਫੇਰ ਸੰਤਾਂ ਸਿੰਘ ਦੇ ਪਰਿਵਾਰ ਨੇ ਬੋਤਾ ਵੀ ਵੇਚ ਦਿੱਤਾ। ਬੱਸ ਉਸ ਬੋਤੇ ਦੀ ਯਾਦ ਵਿੱਚ ਰਹਿ ਗਿਆ ਲੱਕੜ ਦਾ ਚਰਨਾ ਤੇ ਕੁੱਝ ਸਮਾਨ...। ਇੱਕ ਸਿੱਧ ਪੱਧਰੇ ਯੁੱਗ ਨੂੰ ਜਿਵੇਂ ਕੋਈ ਮਹਾਂ ਤਾਕਤ ਨਿੱਗਲਦੀ ਜਾ ਰਹੀ ਹੋਵੇ।

•

ਭਾਗ 21

ਐਤਵਾਰ ਦੀ ਦੁਪਹਿਰ। ਗੁਰਦੁਵਾਰੇ ਵਾਲੇ ਬਰੋਟੇ ਤੇ ਬੋਲਦੀ ਟਟੀਹਰੀ ਤੇ ਘੁੱਗੀਆਂ ਦੀ ਘੂੰ ਘੂੰ। ਪਿੰਡ ਦੀ ਫਿਜ਼ਾ ਨੂੰ ਸਰਕਾਰੀ ਜੀਪ ਦੇ ਹਾਰਨ ਨੇ ਤੋੜਿਆ। ਗੁਰਦੁਵਾਰੇ ਕੋਲ ਜੀਪ ਰੁਕੀ ਸਿਪਾਹੀ ਬੈਂਤ ਘੁਮਾਉਂਦਾ ਰਾਂਹ ਜਾਂਦੇ ਦਲੀਪੇ ਨੂੰ ਕਹਿ ਰਿਹਾ ਸੀ ਜਾ ਚੌਕੀਦਾਰ ਨੂੰ ਬੁਲਾ ਕੇ ਲਿਆ। "ਚੰਗਾ ਮਾਈ ਬਾਪ ਕਹਿੰਦਾ ਦਲੀਪਾ ਸੱਜਣ ਚੌਂਕੀਦਾਰ ਦੇ ਘਰ ਵਲ ਦੌੜ ਪਿਆ ਕਿ 'ਸ਼ਾਇਦ ਅਮਲੀਆਂ ਦੇ ਘਰ ਫੇਰ ਛਾਪਾ ਪਊ ਜਾਂ ਕਿਸੇ ਨੇ ਕੋਈ ਸ਼ਰਾਬ ਦੀ ਭੱਠੀ ਦੀ ਮੁਖਬਰੀ ਕੀਤੀ ਹੋਊ'। ਸੱਜਣ ਸਿੰਘ ਆਇਆ ਤਾਂ ਇੱਕ ਸਿਪਾਹੀ ਬੋਲਿਆ, "ਜਾਂ ਚੌਕੀਦਾਰਾ ਸਰਪੰਚ ਲੰਬੜਦਾਰ ਤੇ ਪੰਚੈਤ ਮੈਂਬਰਾ ਨੂੰ ਵੀ ਬਲਾ ਕੇ ਲੈ ਆ। ਔਂਦਾ ਹੋਇਆ ਦੋ ਚਾਰ ਕੁਰਸੀਆਂ ਫੜੀ ਆਂਈ। ਤੇ ਸਾਹਿਬ ਚਾਹ ਵੀ ਪੀਣਗੇ"

ਸੰਤਾਂ ਸਿੰਘ ਚਾਹ ਦੇ ਗੜਬੇ ਨਾਲ ਦੋ ਮੰਜੇ ਵੀ ਚੁੱਕਵਾ ਲਿਆਇਆ। ਦਰਵਾਜ਼ੇ ਅੱਗੇ ਜੁੜ ਬੈਠੀ ਪੰਚਾਇਤ ਨੂੰ ਅਜੇ ਤੱਕ ਕਿਸੇ ਗੱਲ ਦੀ ਸਮਝ ਨਹੀਂ ਸੀ ਆ ਰਹੀ। ਤਾਂ ਥਾਣੇਦਾਰ ਪੈਰ ਨਾਲ ਧਰਤੀ ਖੁਰਚਦਾ ਬੋਲਿਆ "ਮੈਨੂੰ ਧਾਡੇ ਪਿੰਡ ਦੇ ਕਾਲਜ ਜਾਂਦੇ ਮੁੰਡਿਆ ਦਾ ਵੇਰਵਾ ਚਾਹੀਦੈ। ਸ਼ਹਿਰ ਵਿੱਚ ਨਕਸਲੀਆਂ ਨੇ ਅੱਤ ਚੁੱਕੀ ਹੋਈ ਆ। ਕੱਲ ਸਮਰਾਲਾ ਕਾਲਜ ਅੱਗੇ ਮੁੰਡਿਆਂ ਨੇ ਬੱਸਾਂ ਫੂਕ ਦਿੱਤੀਆਂ। ਠਾਣੇ ਤੇ ਹਮਲਾ ਬੋਲ ਦਿੱਤਾ...। ਸਰਕਾਰ ਦਾ ਹੁਕਮ ਐ ਕੇ ਪੰਚਾਇਤਾਂ ਦੇ ਸਹਯੋਗ ਨਾਲ ਮੁੰਡਿਆਂ ਦੇ ਵੇਰਵੇ ਦਿਉ। ਅਗਰ ਕੋਈ ਪਿੰਡ ਵਿੱਚ ਨਸਲਵਾੜੀਆਂ ਦਾ ਪੋਹਟਰ ਲੱਗੇ ਤਾਂ ਤੁਰੰਤ ਰਿਪੋਰਟ ਦੇਣੀ ਆ। ਕਿਉਂਕਿ ਕਈ ਪੰਚਾਂ ਸਰਪੰਚਾਂ ਦੇ ਕਤਲ ਵੀ ਹੋਏ ਨੇ। ਔਰ ਪਿੰਡ ਵਿੱਚ ਰਾਤ ਨੂੰ ਪਹਿਰਾ ਲੱਗਣੇ ਚਾਹੀਦੈ" ਫੇਰ ਧੀਮੀ ਸੁਰ ਕਰਦਾ ਬੋਲਿਆ "ਭਲਾਂ ਕਿਸੇ ਜਰਨੈਲ ਦਾ ਮੁੰਡਾ ਧੀਰਾ ਵੀ ਕਾਲਜ ਜਾਂਦੈ ? ਮੈਨੂੰ ਉਸ ਦਾ ਵੀ ਹੁਲੀਆਂ ਚਾਹੀਦੈ। ਸਮਝੇ..."

ਦੂਸਰੇ ਦਿਨ ਜਦੋਂ ਔਰਤਾਂ ਗੋਹਾ ਕੂੜਾ ਸੁੱਟਣ ਘਰਾਂ ਤੋਂ ਨਿੱਕਲੀਆਂ ਤੇ ਮਰਦ ਖੇਤਾਂ ਨੂੰ ਜਾਣ ਲੱਗੇ ਤਾਂ ਇੱਕ ਲਾਲ ਰੰਗ ਦਾ ਪਰਚਾ ਉਨ੍ਹਾਂ ਪਿੰਡ ਦੇ ਦਰਵਾਜੇ ਤੇ ਲੱਗਿਆ ਵੇਖਿਆ। ਜਿਸ ਵਿੱਚ ਲਿਖਿਆਂ ਸੀ ਕਿ 'ਕਿਸਾਨ ਆਪਣੀ ਲਹੂ ਪਸੀਨੇ ਦੀ ਕਮਾਈ ਸਰਕਾਰੀ ਢਾਲ਼ ਦੇ ਰੂਪ ਵਿੱਚ ਨਾਂ ਦੇਣ। ਤੇ ਨਾਂ ਹੀ ਮਜ਼ਦੂਰਾਂ ਨੂੰ ਚੁੱਲਾ ਟੈਕਸ ਦੇਣਾ ਚਾਹੀਦਾ ਹੈ। ਜੋ ਆਕੇ ਮੰਗਣ ਉਨ੍ਹਾਂ ਦੇ ਬੁਥਾੜੇ ਭੰਨ ਦਿਉ। ਅਸੀਂ ਰਲ਼ ਕੇ ਹੀ ਜ਼ੋਰ ਜਬਰ ਦਾ ਮੂੰਹ ਭੰਨ ਸਕਦੇ ਹਾਂ। ਨਾਲ ਇਹ ਵੀ ਲਿਖਿਆ ਸੀ ਕਿ ਜੋ ਪਿੰਡ ਦੀ ਮੁਖਬਰੀ ਕਰੇਗਾ ਬਖਸ਼ਿਆ ਨਹੀਂ ਜਾਵੇਗਾ। ਕਿਉਂਕਿ ਇਨਕਲਾਬ ਬੰਦੂਕ ਦੀ ਨਾਲੀ ਵਿੱਚੋਂ ਨਿੱਕਲਦਾ ਹੈ'।

ਲੋਕ ਤਾਂ ਸੋਚਦੇ ਸਨ ਕਿ ਇਹ ਕੋਈ ਦੀਵਾਨਾਂ ਦੀ ਜਾਣਕਾਰੀ, ਕੋਈ ਸੇਲ ਜਾਂ ਕਿਸੇ ਟੂਰਨਾਮਿੰਟ ਦਾ ਇਸ਼ਤਿਹਾਰ ਹੋਵੇਗਾ ਪਰ ਇਸ ਉੱਪਰ ਤਾਂ ਬੜੀਆਂ ਅਜੀਬੋ ਗਰੀਬ ਗੱਲਾਂ ਸਨ। ਜਿਸ ਪਿੰਡ ਵਿੱਚ ਲੋਕ ਕੁੱਤੇ ਨੂੰ ਸੋਟੀ ਮਾਰਨ ਲੱਗੇ ਵੀ ਸੌ ਵਾਰ ਸੋਚਦੇ ਸਨ ਉੱਥੇ ਬੰਦੇ ਮਾਰਨ ਦੀ ਗੱਲ ਹੋ ਰਹੀ ਸੀ। ਸੰਤਾ ਸਿੰਘ ਵੀ ਬੇਹੱਦ ਬੇਚੈਨ ਹੋ ਗਿਆ।

ਇੱਕ ਦਿਨ ਤੜਕੇ ਹੀ ਪਿੰਡ ਤੇ ਛਾਪਾ ਪਿਆ, ਪੁਲੀਸ ਜੈਲੇ ਦੇ ਮੁੰਡੇ ਧੀਰੇ ਨੂੰ ਚੁੱਕ ਕੇ ਲੈ ਗਈ। ਜੈਲੇ ਕੇ ਟੱਬਰ ਨਾਲ਼ ਸੰਤਾ ਸਿੰਘ ਦੇ ਟੱਬਰ ਦਾ ਖਾਲ਼ ਦਾ ਰੌਲਾ ਸੀ। ਸਰਕਾਰੀ ਟਿਊਬੈਲ ਦਾ

ਖਾਲ਼ਾ ਜੋ ਜੈਲੇ ਦੇ ਖੇਤਾਂ 'ਚੋਂ ਹੋ ਕੇ ਸੰਤਾਂ ਸਿੰਘ ਦੇ ਖੇਤਾਂ ਤੱਕ ਪਹੁੰਚਦਾ ਸੀ ਪਰ ਉਹ ਉਸ ਨੂੰ ਲੰਘਣ ਨਹੀਂ ਸਨ ਦੇਣਾ ਚਾਹੁੰਦੇ। ਹੌਲੀ ਹੌਲੀ ਵੱਧਦਾ ਝਗੜਾ ਦੁਸ਼ਮਣੀ ਵਿੱਚ ਬਦਲ ਗਿਆ। ਹੁਣ ਉਹ ਸੋਚਦੇ ਸਨ ਕਿ ਇਹ ਕੰਮ ਸੰਤਾ ਸਿੰਘ ਨੇ ਹੀ ਕਰਵਾਇਆ ਹੈ। ਉਨ੍ਹਾਂ ਲੋਕਾਂ ਵਿੱਚ ਕਹਿਣਾ ਸ਼ੁਰੂ ਕਰ ਦਿੱਤਾ ਕਿ ਲੰਬੜਦਾਰ ਸੰਤਾ ਸਿਉਂ ਪੁਲੀਸ ਦਾ ਟਾਊਟ ਹੈ।

ਇਕ ਦਿਨ ਸਵੇਰੇ ਸਵੇਰੇ ਦੋ ਸਾਧਾ ਨੇ ਸੰਤਾ ਸਿੰਘ ਦੇ ਘਰ ਅੱਗੇ ਆ ਅਲਖ ਜਗਾਈ। ਮਹਿਤਾਬ ਕੌਰ ਨੇ ਸੋਚਿਆ ਕਿ ਸ਼ਾਇਦ ਪ੍ਰਭਾਤ ਫੇਰੀ ਵਾਲੇ ਗਜ਼ਾ ਕਰਨ ਆਏ ਨੇ। ਹੱਥ ਵਿੱਚ ਕਾਸਾ ਵੀ ਫੜਿਆ ਹੋਇਆ ਸੀ। ਜਦੋਂ ਮਹਿਤਾਬ ਕੌਰ ਖੈਰ ਪਾਉਣ ਲੱਗੀ ਤਾਂ ਉਸ ਵਿੱਚ ਰੱਖੇ ਪਿਸਤੌਲ ਨੂੰ ਵੇਖ ਕੇ ਹੈਰਾਨ ਰਹਿ ਗਈ। ਉਸ ਨੇ ਜਵਾਨ ਸਾਧਾ ਵਲ ਵੇਖਿਆ ਤਾਂ ਉਨ੍ਹਾਂ ਦੀਆਂ ਅੱਖਾਂ 'ਚ ਜਿਵੇਂ ਅੰਗਿਆਰ ਦਗਦੇ ਹੋਣ। ਉਨ੍ਹਾਂ ਵਿੱਚੋਂ ਇੱਕ ਗੁੱਸੇ ਨਾਲ ਬੋਲਿਆ।"ਮਾਤਾ ਅਸੀਂ ਸਾਧ ਸੂਧ ਕੋਈ ਨੀ ਸਿਰਫ ਵਾਰਨਿੰਗ ਦੇਣ ਆਏ ਆਂ ਕੇ ਲੰਬੜ ਨੇ ਮੁਖਬਰੀ ਕਰਕੇ ਧੀਰੇ ਨੂੰ ਫੜਵਾਇਆ ਹੈ। ਜੇ ਅੱਗੇ ਤੋਂ ਬਾਜ ਨਾ ਆਇਆ ਤਾਂ ਫੇਰ ਅਸੀਂ ਅਗਲੀ ਕਾਰਵਾਈ ਕਰਾਂਗੇ" ਇਹ ਧਮਕੀ ਸੁਣ ਕੇ ਮਹਿਤਾਬ ਕੌਰ ਦੇ ਪੈਰਾਂ ਹੇਠੋਂ ਜ਼ਮੀਨ ਨਿੱਕਲ ਗਈ। ਅਜਿਹੀਆਂ ਗੱਲਾਂ ਤਾਂ ਉਸ ਨੇ ਪਹਿਲਾਂ ਕਦੇ ਨਹੀਂ ਸੀ ਸੁਣੀਆਂ। ਬਾਅਦ ਚ ਕਿਸੇ ਨੇ ਦੱਸਿਆ ਕਿ ਇਹ ਹੀ ਨਸਲਵਾੜੀਏ ਨੇ। ਜੋ ਬੰਦਾ ਮਾਰਨ ਲੱਗੇ ਭੋਰਾ ਕਿਰਕ ਨੀ ਕਰਦੇ। ਮਹਿਤਾਬ ਕੌਰ ਤਾਂ ਬੇਹੱਦ ਡਰ ਗਈ। ਉਸ ਨੇ ਸੰਤਾ ਸਿੰਘ ਨੂੰ ਸਮਝਾਇਆ, "ਮੁਡਿੰਆਂ ਦੇ ਬਾਪੂ ਤੂੰ ਕੀ ਚੌਧਰ ਚੱਟਣੀ ਆਂ...। ਐਵੇਂ ਕੋਈ ਜਾ ਜਾਂਹੀ ਕਰ ਦਊ...ਫੇਰ ਕੀ ਕਰਲਾਂਗੇ। ਤੇਰੀ ਛੇਕੜਲੀ ਉਮਰ ਐ ਚੁੱਪ ਕਰ ਕੇ ਰੱਬ ਦਾ ਨਾ ਲੈ।"

ਹੁਣ ਸੰਤਾ ਸਿਉਂ ਪਿੰਡ ਦੀਆਂ ਗੱਲਾਂ ਵਿੱਚ ਕੋਈ ਜਿਆਦਾ ਦਖਲ ਨਾਂ ਦਿੰਦਾ। ਪਿੰਡ 'ਚ ਨੌਜਵਾਨ ਸਭਾ ਬਣੀ ਪਰ ਉਹ ਚੁੱਪ ਹੀ ਰਿਹਾ। ਬੱਸ ਗੁਰਦੁਵਾਰੇ ਜਾਂਦਾ ਤੇ ਖੇਤਾਂ 'ਚ ਚਾਹ ਰੋਟੀ ਫੜਾ ਆਂਉਦਾ ਜਾਂ ਫੇਰ ਪਾਠ ਕਰ ਲੈਂਦਾ। ਉਸ ਦੀ ਨਿਗਾਹ ਵੀ ਕਾਫੀ ਘਟ ਗਈ ਸੀ। ਨੌਜਵਾਨ ਸਭਾ ਨੇ ਪੰਜ ਰੁਪਏ ਪ੍ਰਤੀ ਘਰ ਉਗਰਾਹੀ ਕਰਕੇ ਗੁਰਦੁਵਾਰੇ ਲਈ ਲਾਊਡ ਸਪੀਕਰ ਵੀ ਲੈ ਆਂਦਾ ਸੀ। ਹੁਣ ਸ਼ਾਮ ਸਵੇਰ ਜਪੁਜੀ ਸਾਹਿਬ, ਆਸਾ ਜੀ ਦੀ ਵਾਰ, ਰਹਿਰਾਸ ਤੇ ਕੀਰਤਣ ਸੋਹਿਲੇ ਦੇ ਪਾਠ ਦਾ ਸਪੀਕਰ ਤੇ ਤਵਾ ਲਾਇਆ ਜਾਂਦਾ। ਗੁਰਦੁਵਾਰੇ ਵਾਲੇ ਬਾਬੇ ਦਾ ਕੰਮ ਸਿਰਫ ਸਪੀਕਰ ਲਾਉਣਾ ਅਤੇ ਘੜਿਆਲ ਵਜਾਉਣਾ ਰਹਿ ਗਿਆ ਸੀ।

ਨੌਜਵਾਨ ਸਭਾ ਨੇ ਇਹ ਸਪੀਕਰ ਪੈਸੇ ਇਕੱਠੇ ਕਰ ਕੇ ਲਿਆਂਦਾ ਸੀ। ਹੁਣ ਉਹ ਇਸ ਨੂੰ ਆਪਣੇ ਪ੍ਰਚਾਰ ਲਈ ਵੀ ਵਰਤਦੇ। ਕੋਈ ਕਾਲਜ ਪੜਦਾ ਮੁੰਡਾ ਅੱਜ ਅਨਾਊਸਮੈਂਟ ਕਰ ਰਿਹਾ ਸੀ, "ਵੈਹਗਰੂ ਜੀ ਖਾਲਸਾ ਵੈਹਗਰੂ ਜੀ ਕੀ ਫਤੇਹ ਨਗਰ ਨਿਵਾਸੀ ਭੈਣੋ ਭਰਾਵੋ ਪਿੰਡ ਦੀ ਨੌਜਵਾਨ ਸਭਾ ਨੇ ਪਿੰਡ ਵਿੱਚ ਟੂਰਨਾਮੈਂਟ ਕਰਾਉਣ ਦੀ ਸੋਚੀ ਆ। ਗੁਰਦੁਵਾਰਾ ਸਾਹਿਬ ਅੱਗੇ ਦੋ ਵਜੇ 'ਕੱਠ ਰੱਖਿਆ ਗਿਆ ਹੈ। ਇਹ ਕੰਮ ਸਾਰੇ ਨਗਰ ਦਾ ਹੈ। ਹੁੰਮ ਹੁਮਾ ਕੇ ਪੁੱਜੋ ਤਾਂ ਕਿ ਸਲਾਹ ਮਸ਼ਵਰਾ ਹੋ ਸਕੇ। ਵੈਹਗਰੂ ਜੀ ਕਾ ਖਾਲਸਾ ਵੈਹਗਰੂ ਜੀ ਕੀ ਫਤੇਹ"

ਦੂਜੇ ਦਿਨ ਪਿੰਡ ਦੇ ਸਧਾਰਨ ਲੋਕ ਗੱਲਾਂ ਕਰਦੇ ਰਹੇ ਕਿ ਇਹ ਟੂਕਨਾਮਿੰਟ ਕੀ ਹੁੰਦਾ ਏ ? ਕੌਡੀ, ਘੋਲ਼, ਗੁੱਲੀ ਡੰਡਾ, ਡੰਡ ਪਟਾਕਣਾ, ਬਾਂਦਰ ਕੀਲਾ ਤਾਂ ਸੁਣਿਆ ਸੀ ਪਰ ਇਹ ਮੁੰਡੇ ਨਿੱਤ ਨਮੀਉਂ ਗੱਲ ਕੱਢ ਮਾਰਦੇ ਨੇ" ਖੈਰ ਟੂਰਨਾਮੈਂਟ ਕਰਾਉਣ ਦਾ ਮਤਾ ਰੌਲੇ ਰੱਪੇ ਵਿੱਚ ਪਾਸ ਹੋ ਹੀ ਗਿਆ। ਕਈ ਲੋਕਾਂ ਨੂ ਇਤਰਾਜ਼ ਸੀ ਕਿ ਬਾਹਰਲੇ ਲੋਕ ਪਿੰਡ ਵਿੱਚ ਆਂਉਣਗੇ ਐਂਵੇ ਕੋਈ ਲੜਾਈ ਝਗੜਾ ਹੋ ਜਾਊ। ਪਰ ਜ਼ੋਰ ਪਾਉਣ ਤੇ ਉਹ ਵੀ ਮੰਨ ਗਏ। ਤੇ ਪਿੰਡ ਵਿੱਚ ਇੱਕ ਨਵਾ ਮਹੌਲ ਉਸਰਨ ਲੱਗਾ।

ਮਨਦੀਪ ਤੇ ਧਰਮਾਂ ਜੋ ਪਿੰਡ ਦੀਆਂ ਗਲੀਆਂ ਵਿੱਚ ਅਕਸਰ ਰੇੜ੍ਹੇ ਭਜਾਈ ਫਿਰਦੇ ਰਹਿੰਦੇ। ਇਹ ਰੇੜੇ ਲੋਹੇ ਦੇ ਰਿੰਗ ਜਿਹੇ ਸਨ ਜੋ ਇੱਕ ਖੂੰਡੀ ਜਿਹੀ ਨਾਲ ਚਲਦੇ। ਇਹ ਖੂੰਡੀਆਂ ਉਨਾਂ ਨੂੰ ਲੁਹਾਰਾਂ ਦੇ ਕਿੰਦਰ ਨੇ ਸੰਤਾ ਸਿਉਂ ਦੇ ਕਹਿਣ ਤੇ ਬਣਾ ਕੇ ਦਿੱਤੀਆਂ ਸਨ।

ਕਦੀ ਕਦੀ ਹੱਥ ਦਾ ਧੱਫਾ ਜਿਹਾ ਮਾਰਕੇ ਉਹ ਸਾਈਕਲਾਂ ਦੇ ਕੱਢੇ ਹੋਏ ਟਾਇਰ ਵੀ ਭਜਾਈ ਫਿਰਦੇ। ਲੁਕਣ ਮੀਟੀ ਜਾਂ ਖਿੱਦੋ ਖੂੰਡੀ ਵੀ ਖੇਡਦੇ ਰਹਿੰਦੇ। ਹੁਣ ਨੌਜਵਾਨ ਸਭਾ ਨੇ ਉਨ੍ਹਾਂ ਨੂੰ ਕਬੱਡੀ ਖੇਡਣ ਲਈ ਕਿਹਾ। ਤੇ ਉਹ ਪਿੰਡ ਦੀ ਪੈਂਤੀ ਕਿੱਲੋ ਵਾਲੀ ਟੀਮ ਵਿੱਚ ਸ਼ਾਮਲ ਹੋ ਗਏ। ਹੁਣ ਵਾਹੇ ਹੋਏ ਖੇਤਾਂ ਵਿੱਚ ਪਾੜੇ ਬਣਾ ਕੇ ਪਿੰਡ ਦੇ ਛੋਟੇ ਵੱਡੇ ਮੁੰਡੇ ਰੋਜ਼ ਕਬੱਡੀ ਖੇਡਦੇ। ਸਿਰ 'ਚ ਰੇਤਾ ਪੈ ਜਾਂਦਾ। ਘਰੋ ਨਿੱਤ ਗਾਲ੍ਹਾ ਵੀ ਪੈਂਦੀਆਂ। ਪਰ ਜੱਟਾਂ ਦੇ ਘਰਾਂ ਵਿੱਚ ਮੁੰਡਿਆ ਨੂੰ ਵਾਲ ਕਟਾਉਣ ਦੀ ਮਨਾਹੀ ਸੀ। ਹੁਣ ਪਿੰਡ ਦੀ ਸੱਥ ਵਿੱਚ ਟੂਰਨਾਮੈਂਟ ਦੀਆਂ ਗੱਲਾਂ ਹੋਣ ਲੱਗੀਆਂ। ਇਸ ਗੱਲਬਾਤ ਨੇ ਪਿੰਡ ਨੂੰ ਦੋ ਧੜਿਆਂ ਵਿੱਚ ਵੰਡ ਦਿੱਤਾ। ਕਈ ਲੋਕ ਕਹਿੰਦੇ ਕਿ 'ਮੁੰਡੀਹਰ ਸਿਰ ਚੜ੍ਹਾ ਲਈ ਆ'। ਪੁਰਾਣੇ ਬੰਦੇ ਕਹਿੰਦੇ ਕਿ ਉਨ੍ਹਾਂ ਦੀ ਤਾਂ ਹੁਣ ਪਿੰਡ ਵਿੱਚ ਪੁੱਛ ਹੀ ਕੋਈ ਨਹੀਂ।

ਮੁੱਢ ਤੋਂ ਇਹ ਪਿੰਡ ਘੋਲਾਂ ਨਾਲ ਹੀ ਜੁੜਿਆ ਆਇਆ ਸੀ। ਇਸ ਦਾ ਇੱਕ ਕਾਰਨ ਨਾਲ ਦੇ ਪਿੰਡ ਤੱਖਰ ਵਿੱਚ ਬਾਬਾ ਸੁੰਦਰ ਦਾਸ ਦੀ ਯਾਦ ਵਿੱਚ ਪੈਂਦੀ ਛਿੰਜ ਸੀ। ਜਿਸ ਨੂੰ ਸਾਰਾ ਪਿੰਡ ਹੁਮ ਹੁਮਾ ਕੇ ਵੇਖਣ ਜਾਂਦਾ। ਹੁਣ ਇੱਕ ਦੋ ਵਰੇ ਤੋਂ ਮਨਦੀਪ ਤੇ ਧਰਮੂ ਵੀ ਸੰਤਾ ਸਿਉਂ ਦੀ ਉਂਗਲ ਫੜ ਕੇ ਜਾਂਦੇ। ਇਹ ਮੇਲਾ ਉਨ੍ਹਾਂ ਨੂੰ ਬੜਾ ਹੀ ਚੰਗਾ ਲੱਗਦਾ। ਇਸ ਮੇਲੇ ਤੇ ਖਰਚਣ ਲਈ ਵੱਡਿਆਂ ਨੂੰ ਦੋ ਦੋ ਰੁਪਈਏ ਮਿਲਦੇ ਤੇ ਨਿਆਣਿਆ ਚਵਾਨੀਆਂ ਅੱਠਿਆਨੀਆਂ। ਇਸ ਦਿਨ ਲੋਕ ਸਵੇਰੇ ਪਸ਼ੂਆਂ ਲਈ ਚਾਰ੍ਹੇ ਦਾ ਪ੍ਰਬੰਧ ਕਰਕੇ ਤਿਆਰ ਹੋ ਕੇ ਨਿੱਕਲ ਪੈਂਦੇ। ਇਹ ਮੇਲਾ ਭਾਦਰੋਂ ਦੇ ਪਹਿਲੇ ਪੱਖ ਕ੍ਰਿਸ਼ਨ ਜਨਮ ਅਸ਼ਟਮੀ ਤੋਂ ਦੂਸਰੇ ਦਿਨ ਨੌਵੀਂ ਨੂੰ ਸ਼ੁਰੂ ਹੁੰਦਾ, ਜੋ ਲਗਾਤਾਰ ਤਿੰਨ ਦਿਨ ਚੱਲਦਾ। ਭਾਦੋਂ ਦਾ ਵੱਟ, ਵੱਟ ਕੱਢੀ ਜਾਂਦਾ। ਕਦੇ ਕਦੇ ਮੀਂਹ ਦੀ ਫੁਹਾਰ ਵੀ ਆ ਜਾਂਦੀ। ਲੋਕ ਤੇੜ ਬੰਨੇ ਚਾਦਰੇ ਸਿਰਾਂ ਤੇ ਤਾਣ ਲੈਂਦੇ। ਖੇਤਾਂ ਵਿੱਚ ਮੱਕੀ ਦੀ ਨਵੀਂ ਬੀਜੀ ਫਸਲ ਲਹਿਲਹਾ ਰਹੀ ਹੁੰਦੀ। ਨਰਮੇ ਦੇ ਖੇਤ ਵੀ ਹਰੀ ਭਾਅ ਮਾਰਦੇ ਅਤੇ ਮੂੰਗਫਲੀ ਦੇ ਬੂਟੇ ਵੀ ਬੂਝਾ ਮਾਰ ਰਹੇ ਹੁੰਦੇ। ਮੇਲੇ ਵਾਲੇ ਦਿਨ ਲੋਕ ਬੱਟਾਂ ਡੰਡੀਆਂ ਪਹੀਆਂ ਰਸਤਿਆਂ ਰਾਹੀਂ ਵਹੀਰਾਂ ਘੱਤਕੇ ਪੁੰਹਚਦੇ।

ਮੇਲੇ ਦਾ ਮਹੌਲ ਬਹੁਤ ਦਿਲ ਕੀਲਵਾਂ ਹੁੰਦਾ। ਦੁਕਾਨਾਂ ਪਹਿਲੇ ਦਿਨ ਤੋਂ ਹੀ ਕੱਚੇ ਰਸਤਿਆਂ ਦੇ ਕਿਨਾਰੇ ਸਜ ਜਾਂਦੀਆਂ। ਜਿਨਾਂ ਵਿੱਚ ਅਮਰੂਦ ਵੇਚਣ ਵਾਲੇ, ਪੱਟਾਂ ਤੇ ਮੋਰਨੀਆਂ ਤੇ ਹੱਥਾਂ ਤੇ ੧ਓ ਖੋਦਣ ਵਾਲੇ। ਪਤੌੜ, ਜਲੇਬੀਆਂ ਵੇਚਣ ਵਾਲੇ, ਲਾਟਰੀਆਂ ਤੇ ਕਠਪੁਤਲੀਆਂ ਵਾਲੇ। ਵੰਗਾਂ ਤੇ ਭੁਕਾਨੇ ਵੇਚਣ ਵਾਲੇ ਹੋਕਰੇ ਮਾਰਦੇ। ਮਨਦੀਪ ਰਗੜੀ ਬਰਫ ਦਾ ਰੰਗ ਬਿਰੰਗਾ ਪੱਤਾ ਖਾਕੇ ਖੁਸ਼ ਹੁੰਦਾ। ਇੱਕ ਪਾਸੇ ਬਾਬਾ ਜੀ ਯਾਦ ਵਿੱਚ ਧਾਰਮਿਕ ਗੀਤਾਂ ਦਾ ਪਰਵਾਹ ਚੱਲਦਾ ਤੇ ਮੇਲੇ ਦੇ ਦੂਸਰੇ ਪਾਸੇ ਖੁੱਲੀ ਕਵੀਸ਼ਰੀ ਦਾ ਅਖਾੜਾ ਲੱਗਦਾ। ਜਿੱਥੇ ਰੋਡਿਆਂ ਵਾਲੇ ਕਵੀਸ਼ਰ ਚਿੱਟੇ ਕੁੜਤੇ ਚਾਦਰੇ ਪਹਿਨ ਪੱਗਾ ਦੇ ਤੁਰਲੇ ਛੱਡ ਸਾਰੰਗੀ, ਤੂੰਬੇ ਅਤੇ ਢੱਡਾਂ ਨਾਲ ਕੋਈ ਕਿੱਸਾ ਛੇੜਦੇ। ਜਿਸ ਵਿੱਚ ਪੂਰਨ ਭਗਤ, ਰਾਜਾ ਰਸਾਲੂ, ਜਿਊਣਾ ਮੌੜ, ਹੀਰ ਰਾਂਝਾ, ਮਿਰਜ਼ਾ ਸਾਹਿਬਾਂ ਤੇ ਦੁਲਾ ਭੱਟੀ ਦੇ ਕਿੱਸੇ ਗਾਏ ਜਾਂਦੇ। ਇਹ ਪੰਡਾਲ ਦਾ ਗੇੜਾ ਕੱਢ ਬਾਹਾਂ ਚੁੱਕ ਚੁੱਕ ਗਾਉਂਦੇ। ਲੋਕ ਡੱਬਾਂ 'ਚੋਂ ਬੋਤਲਾਂ ਕੱਢ ਚੋਰੀ ਛੁੱਪੇ ਪੀਂਦੇ। ਕਵੀਸ਼ਰਾਂ ਤੋਂ ਨੋਟ ਵਾਰਦੇ। ਉਹ ਵੀ 'ਫਲਾਣੇ ਪਿੰਡ ਵਾਲਾ ਸਰਦਾਰ' ਕਹਿ ਕਹਿ ਵੇਲਾਂ ਵਧਾਂਉਦੇ। ਸੰਤਾ ਸਿੰਘ ਏਥੇ ਤਾਂ ਕੁੱਝ ਦੇਰ ਹੀ ਬੈਠਦਾ

ਫੇਰ ਧਾਰਮਿਕ ਦੀਵਾਨ ਵਿੱਚ ਚਲਾ ਜਾਂਦਾ।

ਰਸਤੇ ਵਿੱਚ ਉਸ ਨੂੰ ਗੋਲ ਗੱਪਿਆਂ ਵਾਲੇ ਘੇਰ ਲੈਂਦੇ। ਮਿੱਠੇ ਪਾਣੀ ਦੀਆਂ ਛਬੀਲਾਂ ਵਾਲੇ ਹਾਕਾਂ ਮਾਰਦੇ। ਮਨਦੀਪ ਬਾਰਾਂ ਮਣ ਦੀ ਧੋਬਣ ਵਲ ਖਿੱਚਿਆ ਜਾਂਦਾ। ਜਿੱਥੇ ਇੱਕ ਬੰਦਾ ਮਸ਼ੀਨ ਜਿਹੀ ਲਈਂ ਬੈਠਾ ਹੁੰਦਾ, ਜਿਸ ਤੇ ਇੱਕ ਤਵਾ ਜਿਹਾ ਚੱਲ ਰਿਹਾ ਹੁੰਦਾ। ਫੇਰ ਮੋਰੀਆਂ ਵਿੱਚੀ ਨਿਆਣੇ ਸਿਰ ਲਾਕੇ ਅੰਦਰ ਵੇਖਦੇ ਤਾਂ ਧੋਬਣ ਵਾਲਾ ਬੋਲਦਾ ਜਾਂਦਾ 'ਆਗਰੇ ਕਾ ਤਾਜ ਮਹਿਲ ਦੇਖੋ, ਦਿੱਲੀ ਕੀ ਕੁਤਬ ਮੀਨਾਰ ਦੇਖੋ ਅਤੇ ਹੇਮਾਂ ਤੇ ਧਰਮਿੰਦਰ ਕੀ ਜੋੜੀ ਦੇਖੋ'। ਮਨਦੀਪ ਨੂੰ ਇਹ ਦੇਖਣੀ ਬਹੁਤ ਚੰਗੀ ਲੱਗਦੀ। ਇੱਕ ਥਾਂ ਤੂੰਬੀ ਵਾਲਾ ਗੀਤ ਗਾ ਗਾ ਕਰਨੈਲ ਕਵੀਸ਼ਰ ਅਤੇ ਰਣਜੀਤ ਸਿੰਘ ਸਿੱਧਵਾਂ ਦੇ ਕਿੱਸੇ ਵੇਚ ਰਿਹਾ ਹੁੰਦਾ। ਮੇਲੇ ਦੀ ਸ਼ਿਖਰ ਭਲਵਾਨਾਂ ਦੇ ਘੋਲ ਹੁੰਦੇ।

ਕਮਾਏ ਹੋਏ ਜੁੱਸਿਆਂ ਵਾਲੇ ਪਹਿਲਵਾਨ ਅਖਾੜੇ 'ਚ ਡੰਡ ਬੈਠਕਾਂ ਮਾਰਦੇ। ਕਈ ਜਿੱਤਦੇ ਅਤੇ ਕਈ ਹਾਰਦੇ। ਲੋਕ ਸਭਨਾਂ ਨੂੰ ਖੁਸ਼ ਹੋਕੇ ਪੈਸੇ ਦਿੰਦੇ। ਪਹਿਲਵਾਨ ਫੱਤਾ, ਕਿੱਕਰ ਸਿਉਂ ਅਤੇ ਬੀਕਾਨੇਰੀਆਂ ਮਿਹਰਦੀਨ ਬਹੁਤ ਮਸ਼ਹੂਰ ਸਨ। ਜਦੋਂ ਇਹ ਮੇਲੇ ਵਿੱਚ ਨਾਂ ਪਹੁੰਚਦੇ ਤਾਂ ਮੇਲਾ ਜਿਵੇਂ ਫਿੱਕਾ ਰਹਿੰਦਾ। ਝੰਡੀ ਦਾ ਘੋਲ਼ ਹਰ ਵਾਰੀ ਬੀਕਾਨੇਰੀਆ ਮਿਹਰਦੀਨ ਲੈ ਜਾਂਦਾ। ਜਿਸਦਾ ਮੁਕਾਬਲਾ ਫੱਤੇ ਭਲਵਾਨ ਨਾਲ ਹੁੰਦਾ। ਦੋਹਾਂ ਨੂੰ ਹਰ ਵਾਰੀ ਪੀਪਾ ਪੀਪਾ ਦੇਸੀ ਘਿਉ ਤੇ ਨਕਦ ਰਾਸ਼ੀ ਦਿੱਤੀ ਜਾਂਦੀ। ਉਨ੍ਹਾਂ ਦੇ ਦਾਅ ਪੇਚ, ਜਿਨਾਂ ਵਿੱਚ ਧੋਬੀ ਪਟਕਾ, ਰੋਪੜੀਆਂ ਜਿੰਦਾ ਲੋਕਾਂ ਵਿੱਚ ਚਰਚਾ ਦਾ ਵਿਸ਼ਾ ਬਣੇ ਰਹਿੰਦੇ। ਤੇ ਇਹ ਗੱਲਾਂ ਫੇਰ ਅਗਲੇ ਸਾਲ ਤੱਕ ਚੱਲਦੀਆਂ ਰਹਿੰਦੀਆਂ। ਪਰ ਹੁਣ ਤਾਂ ਲੋਕਾਂ ਦਾ ਰੁਝਾਨ ਟੂਰਨਾਮੈਂਟ ਤੇ ਕਬੱਡੀ ਵਾਲੇ ਪਾਸੇ ਨੂੰ ਹੋ ਰਿਹਾ ਸੀ। ਰਣੀਏ ਪਿੰਡ ਵਿੱਚ ਵੀ ਰੋਜ਼ ਕਬੱਡੀ ਖੇਡੀ ਜਾਣ ਲੱਗੀ।

ਪਿੰਡ ਵਿੱਚ ਪੜ੍ਹਾਕੂ ਮੁੰਡਿਆਂ ਦਾ ਭਾਰੂ ਹੋਣਾ ਬਜ਼ੁਰਗਾਂ ਨੂੰ ਚੁਭਦਾ ਰਹਿੰਦਾ। ਉਹ ਕਹਿੰਦੇ ਟੂਟਣੇ ਦਾ ਉਦੋਂ ਪਤਾ ਲੱਗੂ, ਜਦੋਂ ਟੂਕਣਾ ਤੁੜਾ ਕੇ ਬਹਿ ਗਏ। ਉਹ ਟੂਰਨਾਮੈਂਟ ਨੂੰ ਵੀ ਟੂਟਣਾਮਿੰਟ ਹੀ ਆਖਦੇ। ਕੋਈ ਪੁੱਛਦਾ "ਭਾਈ ਗੱਡੇ ਦਾ ਟੂਟਣਾ ਤਾਂ ਸੁਣਿਆ ਸੀ ਇਹ ਟੂਟਣਾਮਿੰਟ ਕੀ ਹੋਇਆ ?" ਤਾਂ ਅਗਲਾ ਦੱਸਦਾ "ਬਾਬਾ ਖੇਲਾਂ ਹੁੰਦੀਆਂ ਨੇ" ਬਾਬਾ ਨਿਰਾਸ਼ ਹੋਇਆ ਕਹਿੰਦਾ ਚੰਡੋਲ ਝੂਟਣੇ, ਪੀਂਘਾ ਪੈਣੀਆਂ ਵੀ ਤਾਂ ਖੇਡਾਂ ਈ ਨੇ। ਇਹ ਨੰਗੇ ਪਿੰਡੇ ਕਰਕੇ ਖੇਤਾਂ ਵਿੱਚ ਖੁੜਦੁੱਮ ਪਾਉਂਦੇ ਰਹਿੰਦੇ ਨੇ। ਧੀਆਂ ਭੈਣਾ ਨੇ ਬਾਹਰ ਅੰਦਰ ਜਾਣਾ ਹੁੰਦੈ, ਪਰ ਇਹ ਤਾਂ ਸਾਊਆ ਚੰਗੀ ਗੱਲ ਨੀ। ਜੇ ਸ਼ਰਮ ਹਿਯਾ ਈ ਮੁੱਕਗੀ ਤਾਂ ਪਿੰਡ ਦਾ ਕੀ ਬਣੂ ?" ਬਜ਼ੁਰਗ ਫਿਕਰਮੰਦ ਹੋ ਗਿਆ।

ਟੂਰਨਾਮੈਂਟ ਵਿੱਚ ਰੁਕਾਵਟ ਪਾਉਣ ਵਾਲਿਆਂ ਵਿੱਚ ਸੰਤਾ ਸਿੰਘ ਵੀ ਸੀ, ਜੋ ਆਪਣੇ ਆਪ ਨੂੰ ਨਵੇਂ ਸਮੇਂ ਅਨੁਸਾਰ ਬਦਲ ਨਹੀਂ ਸੀ ਰਿਹਾ। ਇੱਕ ਦਿਨ ਤਾਂ ਉਸ ਨੇ ਭਰੀ ਪੰਚਾਇਤ ਵਿੱਚ ਹੀ ਆਖ ਦਿੱਤਾ ਕਿ 'ਉਹ ਛੋਕਰਵਾਧੇ ਨੂੰ ਪਿੰਡ ਦਾ ਮਹੌਲ ਵਿਗਾੜਨ ਦੀ ਆਗਿਆ ਨਹੀਂ ਦੇਣਗੇ'। ਦੂਸਰੇ ਦਿਨ ਹੀ ਲੰਬੜਦਾਰ ਦੀ ਹਵੇਲੀ ਤੇ ਨਕਸਲਵਾੜੀਆਂ ਦਾ ਹੱਥ ਲਿਖਤ ਪੋਸਟਰ ਲੱਗ ਗਿਆ ਸੀ ਕਿ ਉਹ ਪੁਲੀਸ ਦਾ ਟਾਊਟ ਹੈ ਤੇ ਆਪਣੀਆਂ ਹਰਕਤਾਂ ਤੋਂ ਬਾਜ ਆ ਜਾਵੇ। ਫੇਰ ਪਿੰਡ ਦੇ ਕਾਲਜ ਪੜਦੇ ਮੁਡਿੰਆਂ ਕੋਲ ਬਾਹਰਲੇ ਮੁੰਡੇ ਆਉਣ ਲੱਗੇ। ਪਤਾ ਇਹ ਵੀ ਲੱਗਿਆ ਕਿ ਸ਼ਹਿਰ ਸਮਰਾਲੇ ਦੇ ਕਾਲਜ ਵਿੱਚ ਕਈ ਵਾਰੀ ਗੋਲੀ ਚੱਕ ਚੁੱਕੀ ਸੀ। ਕਿਹੜੇ ਮੁੰਡੇ ਦੇ ਡੱਬ ਵਿੱਚ ਦੇਸੀ ਪਿਸਤੌਲ ਹੋਵੇ, ਕੋਈ ਨਹੀਂ ਸੀ ਜਾਣਦਾ। ਆਲ਼ੇ ਦੁਆਲ਼ੇ ਦੇ ਪਿੰਡਾਂ ਵਿੱਚ ਕਈ ਪੰਚ ਸਰਪੰਚ ਮਾਰ ਦਿੱਤੇ ਗਏ ਸਨ। ਤੇ ਪੁਲਿਸ ਵੀ ਫੜਕੇ ਮੁੰਡਿਆਂ ਨੂੰ ਮਾਰ ਰਹੀ ਸੀ। ਸੰਤਾਂ ਸਿੰਘ ਦੇ ਮੁੰਡੇ ਉਸ ਨਾਲ ਲੜ ਰਹੇ ਸਨ ਕਿ ਉਸ ਨੇ ਪਿੰਡ ਦੀਆਂ ਗੱਲਾਂ ਤੋਂ ਕੀ ਲੈਣਾ ਹੈ ? ਫੇਰ

ਲੰਬੜਦਾਰ ਜ਼ਿਆਦਾ ਚੁੱਪ ਹੀ ਰਹਿਣ ਲੱਗਿਆ। ਤੇ ਹੌਲੀ ਹੌਲੀ ਨੌਜਵਾਨ ਸਭਾ ਵਾਲੇ ਮੁੰਡਿਆਂ ਨੇ ਪੰਚਾਇਤ ਤੋਂ ਸਾਰਾ ਪ੍ਰਬੰਧਕੀ ਕੰਮ ਖੋਹ ਲਿਆ।

ਟੂਰਨਾਮੈਂਟ ਦੀ ਤਾਰੀਕ ਪੱਕੀ ਕਰਕੇ ਇਹ ਫੈਸਲਾ ਲੈ ਲਿਆ ਗਿਆ ਕਿ ਪਿੰਡ ਵਿੱਚ ਕੋਈ ਗਰਾਊਂਡ ਤਾਂ ਹੈ ਨੀ ਖੇਡਾਂ ਪਿੰਡ ਦੀ ਥੇਅ ਤੇ ਕਰਵਾਈਆਂ ਜਾਣਗੀਆਂ। ਇਹ ਥੇਹ ਕਾਫੀ ਰੇਤਲੀ ਤੇ ਆਮ ਪਿੰਡ ਨਾਲੋਂ ਉੱਚੀ ਜਗਾ ਸੀ। ਜਿੱਥੋਂ ਥਾਂ ਪੁੱਟਿਆਂ ਪੁਰਾਣੇ ਠੀਕਰ ਤੇ ਹੋਰ ਵਸਤਾਂ ਮਿਲਦੀਆਂ ਸਨ। ਲੋਕ ਕਹਿੰਦੇ ਸਨ ਕਿ ਹਜ਼ਾਰਾਂ ਸਾਲ ਪਹਿਲਾਂ ਏਥੇ ਕੋਈ ਘੁੱਗ ਵਸਦਾ ਪਿੰਡ ਸੀ, ਜੋ ਕਿਸੇ ਆਫਤ ਕਾਰਨ ਥੇਅ ਬਣ ਗਿਆ। ਕਦੋਂ ਤੇ ਕਿਵੇਂ ਇਹ ਗੱਲ ਹੋਈ ਹੁਣ ਕੋਈ ਨਹੀਂ ਸੀ ਜਾਣਦਾ। ਉਨ੍ਹਾਂ ਲੋਕਾਂ ਦੀ ਯਾਦ ਵਿੱਚ ਪਿੰਡ ਵਾਸੀਆਂ ਵਲੋਂ ਦੋ ਮੋੜੀਆਂ ਗੱਡੀਆਂ ਹੋਈਆਂ ਸਨ। ਇਹ ਮੁੰਨਿਆਂ ਨੂੰ ਲੋਕ ਵੱਡੇ ਵਡੇਰੇ ਕਹਿ ਕੇ ਸਤਿਕਾਰ ਕਰਦੇ। ਹਰ ਵਿਆਹ ਸ਼ਾਂਦੀ ਦੀ ਰਸਮ ਸਮੇਂ ਪਹਿਲਾਂ ਏਥੇ ਮੱਥਾ ਟਿਕਾਉਂਦੇ ਅਤੇ ਭੋਗ ਲਵਾਉਂਦੇ। ਦੀਵਾਲੀ ਨੂੰ ਇਨ੍ਹਾਂ ਦੀ ਯਾਦ ਵਿੱਚ ਸਭ ਤੋਂ ਪਹਿਲਾਂ ਦੀਵੇ ਏਥੇ ਹੀ ਬਾਲ਼ਦੇ। ਜਦੋਂ ਫੇਰ ਨਵਾਂ ਪਿੰਡ ਵਸਿਆ ਤਾਂ ਨਵੀਆਂ ਮੋੜੀਆਂ ਵੀ ਗੱਡੀਆਂ ਗਈਆਂ ਜੋ ਸਾਂਝੀ ਖੂਹੀ ਦੇ ਨਾਲ ਹੀ ਸਨ। ਉਥੇ ਵੀ ਪੂਜਾ ਵਾਲੀਆਂ ਸਭ ਇਹ ਹੀ ਗੱਲਾਂ ਦੁਹਰਾਈਆਂ ਜਾਂਦੀਆਂ। ਬਾਕੀ ਦਿਨਾਂ ਵਿੱਚ ਨਿਆਣੇ ਇਨ੍ਹਾਂ ਤੇ ਚੜ ਚੜ ਖੇਡਦੇ ਰਹਿੰਦੇ। ਤੇ ਅਵਾਰਾ ਕੁੱਤੇ ਟੰਗ ਚੁੱਕ ਪਿਸ਼ਾਬ ਵੀ ਕਰ ਜਾਂਦੇ। ਹੁਣ ਤਾਂ ਕਈ ਲੋਕ ਇਨ੍ਹਾਂ ਮੁੰਨਿਆਂ ਨਾਲ ਪਸ਼ੂ ਵੀ ਬੰਨ ਦਿੰਦੇ ਸਨ।

ਟੂਰਨਾਮੈਂਟ ਦੀ ਤਿਆਰੀ ਜੋਰਾਂ ਸ਼ੋਰਾਂ ਨਾਲ ਚੱਲ ਰਹੀ ਸੀ। ਕਰਾਹੇ ਹੋਏ ਟਿੱਬਿਆਂ ਤੇ ਰੋਜ਼ ਕੌਡੀਆਂ ਪੈਂਦੀਆਂ। ਫੇਰ ਪੈਂਤੀ ਕਿਲੋ ਵਾਲੀ ਟੀਮ ਤੋਂ ਬਾਅਦ ਸੱਠ ਕਿੱਲੋ ਵਾਲੀ ਅਤੇ ਇੱਕ ਪਿੰਡ ਦਾ ਓਪਨ ਕਲੱਬ ਵੀ ਬਣ ਗਿਆ। ਜਿਸਦੇ ਵਿੱਚ ਕਈ ਅਨਪੜ ਦੇਸੀ ਖੇਤੀ ਕਰਨ ਵਾਲੇ ਵੀ ਸਨ। ਜਿਨਾਂ ਦੇ ਹੱਥ ਕਠੋਰ ਸਨ, ਜੇ ਕਿਸੇ ਨੂੰ ਪੈ ਜਾਂਦੇ ਬੱਸ ਜਾਮ ਹੀ ਕਰ ਦਿੰਦੇ। ਖਿਡਾਰੀ ਕੈਂਚੀ ਮਾਰਨੀ, ਗੁੱਟ ਫੜਨਾਂ, ਰੋਪੜੀਆ ਜਿੰਦਾ ਲਾਉਣਾ, ਹਰਕਿਆਈ ਦੇ ਭੱਜਣਾ ਸਭ ਦਾਅ ਪੇਚ ਸਿੱਖ ਰਹੇ ਸਨ। ਆਲੇ ਦੁਆਲੇ ਦੇ ਪਿੰਡਾਂ ਵਿੱਚ ਟੂਰਨਾਮੈਂਟ ਦੇ ਇਸ਼ਤਿਹਾਰ ਵੀ ਲੱਗ ਗਏ। ਜਿਨਾਂ ਤੇ ਨੌਜਵਾਨ ਸਭਾ ਤੇ ਗ੍ਰਾਮ ਪੰਚਾਇਤ ਰਣੀਏ ਦਾ ਪੂਰਾ ਵੇਰਵਾ ਸੀ।

ਆਖਰ ਟੂਰਨਾਮੈਂਟ ਦਾ ਦਿਨ ਆ ਹੀ ਗਿਆ। ਇੱਕ ਦਿਨ ਪਹਿਲਾਂ ਟਾਈਆਂ ਪਾਈਆਂ ਗਈਆਂ। ਫੇਰ ਦੂਜੇ ਦਿਨ ਪਿੰਡ ਦੀ ਥੇਹ ਤੇ ਲਾਊਡ ਸਪੀਕਰ ਖੜਕ ਰਿਹਾ ਸੀ। ਦੂਜੇ ਪਿੰਡਾਂ ਦੇ ਲੋਕ ਵਹੀਰਾਂ ਘੱਤ ਕੇ ਆ ਰਹੇ ਸਨ। ਅਨਾਊਸਮੈਂਟਾਂ ਸ਼ੁਰੂ ਹੋਈਆਂ। ਤੇ ਮਨਦੀਪ ਦੀ ਟੀਮ ਨੂੰ ਵਾਜਾਂ ਪੈ ਰਹੀਆਂ ਸਨ ਕਿ:

ਵਜ਼ਨ ਕਰਵਾ ਕੇ ਜਲਦੀ ਪਾੜੇ 'ਚ ਆਉਣ।

ਪਹਿਲਾ ਮੈਚ ਇਹ ਹੀ ਸੀ। ਸੰਤਾ ਸਿੰਘ ਆਪਣੇ ਦੋਹਤੇ ਅਤੇ ਪੋਤੇ ਨੂੰ ਇਸ ਟੀਮ ਵਿੱਚ ਖੇਡਦਾ ਦੇਖ ਕੇ ਐਨਾ ਖੁਸ਼ ਹੋਇਆ ਕਿ ਜਦੋਂ ਉਹ ਮੈਚ ਜਿੱਤੇ ਤਾਂ ਪਾੜੇ ਵਿੱਚ ਜਾ ਕੇ ਹੀ ਪੰਜ ਪੰਜ ਰੁਪਈਏ ਉਨ੍ਹਾਂ ਤੋਂ ਵਾਰ ਅਇਆ। ਅੰਤ ਨੂੰ ਇਹ ਟੀਮ ਦੂਜੇ ਨੰਬਰ ਤੇ ਆਈ। ਜਿਸ ਨੂੰ ਇਨਾਮਾਂ ਦੀ ਵੰਡ ਵੇਲੇ, ਸਟੀਲ ਦੀਆਂ ਕੌਲੀਆਂ ਅਤੇ ਗਲਾਸ ਮਿਲੇ। ਇਨਾਮ ਵੰਡਣ ਲਈ ਕਾਂਗਰਸੀ ਅਤੇ ਅਕਾਲੀ ਲੀਡਰ ਦੋਵੇਂ ਆਏ। ਉਹ ਖੇਡਾਂ ਨਾਲੋਂ ਜ਼ਿਆਦਾ ਵੋਟਾਂ ਦੀ ਦੁਹਾਈ ਦਿੰਦੇ ਰਹੇ ਸਨ, ਜੋ ਹੁਣ ਨੇੜੇ ਆ ਰਹੀਆਂ ਸਨ। ਉਸ ਰਾਤ ਪਿੰਡ ਵਿੱਚ ਕਾਮਰੇਡਾਂ ਦੇ ਡਰਾਮੇ ਵੀ ਹੋਏ। ਜੋ ਦੋਹਾਂ ਪਾਰਟੀਆਂ ਨੂੰ ਲੁਟੇਰੇ ਦੱਸ ਰਹੇ ਸਨ ਅਤੇ ਦਾਤੀ ਹਥੌੜੇ ਨੂੰ ਵੋਟ ਪਾਉਣ ਲਈ ਆਖ ਰਹੇ ਸਨ। ਇਸ ਡਰਾਮੇ ਵਿੱਚ ਸੁਣਿਆ ਗੀਤ ਕਿੰਨੀ ਹੀ ਦੇਰ ਮਨਦੀਪ ਦੇ ਕੰਨਾਂ ਵਿੱਚ ਗੂੰਜਦਾ ਰਿਹਾ:

'ਵੋਟ ਪਾਉਣੀ ਵੇ ਨਣਦ ਦਿਆ ਵੀਰਾ ਦਾਤੀ ਥੌੜੇ ਨੂੰ'।

ਤੇ ਇਹ ਬੋਲ ਪਿੰਡ ਦੇ ਨਿਆਣੇ ਕਿੰਨੇ ਹੀ ਦਿਨ ਗਲੀਆਂ ਵਿੱਚ ਦੌੜਦੇ ਗਾਂਉਦੇ ਰਹੇ।

ਸੰਤਾ ਸਿੰਘ ਗੁੱਸੇ ਹੁੰਦਾ ਕਿ ਕੌਮਨਸ਼ਟਾਂ ਦਾ ਗੀਤ ਅਕਾਲੀਆਂ ਦੇ ਘਰ ਕਿਉਂ ਗਾਇਆ ਜਾਂਦਾ ਹੈ ? ਉਸ ਨੇ ਤਾਂ ਬਨੇਰੇ ਤੇ ਉੱਚੀ ਕਰਕੇ ਤੱਕੜੀ ਵਾਲੀ ਪੀਲੀ ਝੰਡੀ ਲਾਈ ਹੋਈ ਸੀ। ਕਦੇ ਕਦੇ ਕੁੜਤੇ ਤੇ ਤੱਕੜੀ ਦਾ ਬਿੱਲਾ ਲਾਂਉਦਾ ਉਹ ਆਖਦਾ 'ਆਪਾ ਬੰਦੇ ਨੂੰ ਥੋੜੋ ਪੰਥ ਨੂੰ ਵੋਟ ਪਾਉਣੀ ਆ। ਨਾਲੇ ਇਹ ਤੱਕੜੀ ਤਾਂ ਬਾਬੇ ਨਾਨਕ ਦੀ ਹੈ ਜੋ ਤੇਰਾਂ ਤੇਰਾਂ ਤੋਲਦੀ ਹੈ'। ਇਹ ਗੱਲਾਂ ਅਕਾਲੀਆਂ ਨੇ ਅਮ ਲੋਕਾਂ ਦੇ ਮਨਾਂ ਵਿਚ ਭਰ ਦਿੱਤੀਆਂ ਸਨ। ਕਿ ਧਾਰਮਿਕ ਪਾਰਟੀ ਤੋਂ ਮੁੱਖ ਮੋੜਨਾ ਧਰਮ ਤੋਂ ਮੁੱਖ ਮੋੜਨਾ ਹੈ।

ਕਾਂਗਰਸ ਦਾ ਗਾਂ ਵੱਛਾ ਉਸ ਨੂੰ ਚੰਗਾ ਨਾ ਲੱਗਦਾ। ਜਿਸ ਦਿਨ ਪੰਜਾਬ ਵਿੱਚ ਅਕਾਲੀ ਜਿੱਤੇ ਤਾਂ ਸੰਤਾ ਸਿੰਘ ਦੀ ਖੁਸ਼ੀ ਵੇਖਣ ਵਾਲੀ ਸੀ। ਉਹ ਨਿਆਣਿਆਂ ਦੇ ਝੁੰਡ ਵਿੱਚ ਆਪ ਗਾਂਉਦਾ ਫਿਰ ਰਿਹਾ ਸੀ 'ਜਿੱਤ ਗਿਆ ਬਈ ਜਿੱਤ ਗਿਆ ਤੱਕੜੀ ਵਾਲਾ ਜਿੱਤ ਗਿਆ'। ਤੇ ਫਿਰ ਪ੍ਰਕਾਸ਼ ਸਿੰਘ ਬਾਦਲ ਸੂਬੇ ਦਾ ਅਗਲਾ ਮੁੱਖ ਮੰਤਰੀ ਬਣ ਗਿਆ।

ਉਸ ਨੇ ਪੰਥਕ ਲੋਕਾਂ ਦੇ ਜ਼ੋਰ ਪਾਉਣ ਤੇ ਆਉਣ ਸਾਰ ਨਕਸਲਵਾੜੀਆਂ ਤੇ ਸ਼ਿਕੰਜਾ ਕਸ ਦਿੱਤਾ। ਪੁਲੀਸ ਨੇ ਰਾਤੋ ਰਾਤ ਝੂਠੇ ਪਲਿਸ ਮੁਕਾਬਲੇ ਬਣਾਕੇ ਸੈਂਕੜੇ ਨਕਸਲਵਾਦੀ ਮੁੰਡੇ ਮਾਰ ਮੁਕਾਏ। ਜੋ ਉਨਾਂ ਦੇ ਆਪਣੇ ਹੀ ਸਨ। ਮੋਗੇ ਦੇ ਰੀਗਲ ਸਿਨਮੇ ਵਿੱਚ ਮਾਰੇ ਗਏ ਮੁੰਡਿਆਂ ਦਾ ਵੀ ਬੇਹੱਦ ਰੌਲਾ ਪਿਆ। ਫੇਰ ਸਾੜਫੂਕ ਵੀ ਵਧੀ ਅਤੇ ਪੁਲਿਸ ਤਸ਼ੱਦਤ ਵੀ। ਪਿੰਡਾਂ ਵਿੱਚ ਛਾਪੇ ਪੈਂਦੇ ਨਕਸਲੀ ਕਹਿ ਕੇ ਮੁੰਡੇ ਚੁੱਕ ਲਏ ਜਾਂਦੇ। ਤੇ ਫੇਰ ਉਨ੍ਹਾਂ ਦੀਆਂ ਲਾਸ਼ਾ ਨਹਿਰਾਂ ਡਰੇਨਾਂ 'ਚੋਂ ਮਿਲਦੀਆਂ ਰਹਿੰਦੀਆਂ। ਡਰਦੇ ਬਹੁਤ ਸਾਰੇ ਮੁੰਡੇ ਰੂਹ ਪੋਸ਼ ਹੋ ਗਏ ਜਾਂ ਘਰਾਂ ਤੋਂ ਦੌੜ ਗਏ। ਸੰਤਾਂ ਸਿੰਘ ਦੀ ਨਜ਼ਰ ਵਿੱਚ ਤਾਂ ਉਹ ਖਰੂਦੀ ਮੁੰਡੇ ਹੀ ਰਹੇ। ਧਾਰਮਿਕ ਸਾਖੀਆਂ ਵਿੱਚ ਜ਼ਬਰ ਦੀ ਗੱਲ ਕਰਨ ਵਾਲਾ ਸੰਤਾ ਸਿੰਘ ਏਸ ਮੁੰਡਿਆਂ ਦੇ ਦਰਦ ਤੋਂ ਅਣਭਿੱਜ ਹੀ ਰਿਹਾ।

ਰਣੀਏ ਪਿੰਡ ਦਾ ਮਹੌਲ ਤੇਜ਼ੀ ਨਾਲ ਬਦਲ ਰਿਹਾ ਸੀ। ਤੇ ਇਸ ਬਦਲਦੇ ਹੋਏ ਮਹੌਲ ਵਿੱਚ ਮਨਦੀਪ ਵੀ ਵੱਡਾ ਹੋ ਰਿਹਾ ਸੀ। ਹੁਣ ਉਸ ਦਾ ਦਾਖਲਾ ਮਿਡਲ ਸਕਲੂ ਪੱਟੀਆਂ ਵਿੱਚ ਹੋ ਗਿਆ। ਉਹ ਰੇਤਲੇ ਰਾਹਾਂ ਵਿੱਚ ਮੁੰਡਿਆਂ ਨਾਲ ਪੰਜ ਕਿਲੋਮੀਟਰ ਤੁਰ ਕੇ ਜਾਂਦਾ। ਟੀਚਰ ਵੀ ਨਵੇਂ ਤੇ ਉਨ੍ਹਾਂ ਦੇ ਵਿਚਾਰ ਵੀ ਨਵੇਂ। ਹੁਣ ਜਿਵੇਂ ਉਸਦੀ ਸੋਚ ਵਿੱਚ ਨਵੀਆਂ ਕਿਰਨਾਂ ਪ੍ਰਵੇਸ਼ ਕਰ ਰਹੀਆਂ ਹੋਣ। ਤੇ ਉਸਦੇ ਸਵਾਲ ਜਵਾਬ ਹੋਰ ਗੰਭੀਰ ਹੋ ਗਏ।

●

ਭਾਗ 22

ਮਨਦੀਪ ਅਗਲੀ ਕਲਾਸ ਵਿੱਚ, ਸਰਕਾਰੀ ਮਿਡਲ ਸਕੂਲ ਪੱਟੀਆਂ, ਆਪਣੇ ਮਾਮੇ ਦੇ ਪੁੱਤ ਧਰਮ ਸਿੰਘ ਨਾਲ ਜਾਣ ਲੱਗ ਪਿਆ। ਰਣੀਏ ਤੋਂ ਪੱਟੀਆਂ ਤੱਕ ਪੰਜ ਕਿਲੋ ਮੀਟਰ ਦਾ ਊਬੜ ਖਾਬੜ, ਟਿੱਬਿਆਂ 'ਚੋਂ ਗੁਜ਼ਰਦਾ ਰਸਤਾ। ਗਰਮੀਆਂ ਵਿੱਚ ਇਹ ਰੇਤਾ ਬੇਹੱਦ ਗਰਮ ਹੋ ਜਾਂਦਾ। ਜੁੱਤੀਆਂ ਵਿੱਚ ਵੀ ਪੈਰ ਮੱਚਦੇ। ਤੇਜ਼ ਹਵਾਵਾ ਨਾਲ ਰੇਤਾ ਉੱਡਦਾ ਰਹਿੰਦਾ। ਸਰਦੀਆਂ ਵਿੱਚ ਏਥੇ ਬੇਹੱਦ ਧੁੰਦ ਪੈਂਦੀ ਤੇ ਰੇਤਾ ਠੰਢਾ ਹੋ ਜਾਂਦਾ।

ਸਕੂਲ ਦੇ ਨਿਆਣੇ ਜ਼ਿਆਦਾ ਤਰ ਕੁੜਤੇ ਪਜਾਮੇ ਪਹਿਨਦੇ ਅਤੇ ਧੌੜੀ ਦੀਆਂ ਜੁੱਤੀਆਂ। ਮਨਦੀਪ ਦੇ ਸਿਰ ਤੇ ਆਪਣੇ ਕਿਸੇ ਮਾਮੇ ਦੀ ਅੱਧੀ ਕੀਤੀ ਪੱਗ ਬੰਨੀ ਹੁੰਦੀ। ਪੱਗ ਬੰਨਣੀ ਉਸ ਨੇ ਨਵੇਂ ਸਕੂਲ ਆਕੇ ਹੀ ਸ਼ੁਰੂ ਕੀਤੀ ਸੀ। ਪ੍ਰਾਇਮਰੀ ਸਕੂਲ ਵਿੱਚ ਤਾਂ ਉਹ ਜੂੜੇ ਉੱਤੇ ਰੁਮਾਲ ਬੰਨ ਕੇ ਜਾਂਦਾ ਸੀ।

ਸਕੂਲ ਜਾਂਦੇ ਕੱਚੇ ਰਸਤੇ ਦੇ ਦੁਆਲੇ ਕੰਡਿਆਲੀਆਂ ਵਾੜਾਂ, ਕਈ ਥਾਂ ਝਾੜੀਆਂ ਅਤੇ ਉਨ੍ਹਾਂ ਵਿੱਚ ਬਣੀਆਂ ਸੱਪਾਂ ਦੀਆਂ ਬਿਰਮੀਆਂ ਵੀ ਸਨ। ਰਸਤੇ ਵਿੱਚ ਇੱਕ ਦੋ ਬੇਰੀਆਂ ਦੇ ਝੁੰਡ ਵੀ ਸਨ, ਜਿੱਥੋਂ ਉਹ ਬੇਰ ਤੋੜ ਕੇ ਖਾਂਦੇ। ਨਹੀਂ ਤਾਂ ਟਿੱਬੇ ਹੀ ਟਿੱਬੇ।

ਮਾਸਟਰ ਸੱਤਪਾਲ ਤਾਂ ਕਹਿੰਦਾ ਸੀ ਕਿ ਇਹ ਪੁਰਾਤਨ ਰਿਸ਼ੀਆਂ ਮੁਨੀਆਂ ਦਾ ਇਲਾਕਾ ਹੈ । ਹੋ ਸਕਦਾ ਹੈ ਕਦੇ ਵੇਦ ਸ਼ਾਸ਼ਤਰ ਇਸੇ ਧਰਤੀ ਤੇ ਰਚੇ ਗਏ ਹੋਣ। ਦੂਸਰੇ ਮਾਸਟਰ ਉਸ ਦਾ ਮਖੌਲ ਉਡਾਉਂਦੇ ਰਹਿੰਦੇ। ਪਰ ਮਨਦੀਪ ਨੂੰ ਉਸ ਦੀਆਂ ਗੱਲਾਂ ਵਿੱਚ ਬਹੁਤ ਦਿਲਚਸਪੀ ਲੈਂਦਾ। ਇੱਕ ਦਿਨ ਮਾਸਟਰ ਸੱਤਪਾਲ ਨੇ ਮਨਦੀਪ ਨੂੰ ਪੁੱਛਿਆ "ਤੂੰ ਰੂਪ ਬਸੰਤ ਦੀ ਬਾਤ ਸੁਣੀ ਆ, ਉਨਾਂ ਦਾ ਸ਼ਹਿਰ ਸੰਗਲਾਦੀਪ ਵੀ ਏਥੋਂ ਕੋਈ ਬਹੁਤੀ ਦੂਰ ਨਹੀਂ ਸੀ। ਜਿਸ ਨੂੰ ਹੁਣ ਅਸੀਂ ਸੰਘੋਲ਼ ਕਹਿੰਦੇ ਆ। ਸੰਘੋਲ ਦੇ ਪੂਰਬ ਵਲ ਕਦੇ ਸਰਸਵਤੀ ਵਗਿਆ ਕਰਦੀ ਸੀ ਤੇ ਪੱਛਮ ਵਲ ਸ਼ਤਦੂਰ ਜਿਸ ਦਾ ਨਾਂ ਹੁਣ ਸਤਲੁਜ ਹੈ। ਤੇ ਫੇਰ ਸਰਸਵਤੀ ਦਾ ਛੋਟਾ ਨਾਂ ਸਰਸਾ ਪੈ ਗਿਆ ਤੇ ਸਿਰਸਾ ਸ਼ਹਿਰ ਵੀ ਏਸੇ ਨਦੀ ਕਿਨਾਰੇ ਵਸਿਆ ਹੋਇਆ ਸੀ"

ਇੱਕ ਦਿਨ ਹੈੱਡਮਾਸਟਰ ਨੇ ਮਾਸਟਰ ਸੱਤਪਾਲ ਨੂੰ ਦਫਤਰ ਬੁਲਾ ਕੇ ਨਿਆਣਿਆਂ ਨੂੰ ਊਟ ਪਟਾਂਗ ਗੱਲਾਂ ਸੁਣਾਉਣ ਤੋਂ ਵਰਜਿਆ ਸੀ। ਤੇ ਉਸ ਬਾਅਦ ਮਾਸਟਰ ਸੱਤਪਾਲ ਨੇ ਕਿਤੇ ਹੋਰ ਦੀ ਬਦਲੀ ਕਰਵਾ ਲਈ ਸੀ।

ਸੱਤਪਾਲ ਸਿੰਘ ਦੀ ਥਾਂ ਮਾਸਟਰ ਸੁਜ਼ਾਨ ਸਿੰਘ ਆ ਗਿਆ। ਜੋ ਹਰ ਸ਼ਨਿੱਚਰਵਾਰ ਨੂੰ ਅੱਧੀ ਛੁੱਟੀ ਤੋਂ ਬਾਅਦ ਬਾਲ-ਦਰਬਾਰ ਕਰਵਾਉਂਦਾ। ਜਿਸ ਵਿੱਚ ਬੱਚੇ ਨਕਲਾਂ ਉਤਾਰਦੇ ਅਤੇ ਗੀਤ ਸੁਣਾਉਂਦੇ। ਇਨ੍ਹਾਂ 'ਚੋਂ ਕੁੱਝ ਬੱਚੇ ਚੁਣ ਕੇ, ਮਾਸਟਰ ਸੁਜ਼ਾਨ ਸਿੰਘ ਛੋਟੀਆਂ ਛੋਟੀਆਂ ਸਕਿੱਟਾਂ ਤਿਆਰ ਕਰਵਾਉਂਦਾ। ਉਹ ਬੱਚਿਆਂ ਨੂੰ ਇਹ ਵੀ ਦੱਸਦਾ ਕਿ ਉਹ ਰੇਡੀਉ ਤੇ ਜਲੰਧਰ ਤੋਂ ਪ੍ਰਸਾਰਥ ਹੁੰਦਾ ਦਿਹਾਤੀ ਪ੍ਰੋਗਰਾਮ ਜਰੂਰ ਸੁਣਿਆ ਕਰਨ।

ਮਨਦੀਪ ਨੇ ਅਗਲੇ ਬਾਲ ਦਰਬਾਰ ਵਿੱਚ ਦਿਹਾਤੀ ਪ੍ਰੋਗਰਾਮ ਦੀ ਨਕਲ ਪੇਸ਼ ਕਰਨੀ ਸੀ। ਉਸ ਨਾਲ ਦੋ ਮੁੰਡੇ ਹੋਰ ਦਿੱਤੇ ਗਏ। ਮਾਣੂ ਨੇ ਠੰਢੂ ਰਾਮ ਬਣਨਾ ਸੀ ਤੇ ਘੋਲੇ ਨੇ ਠੁਣੀਆ ਰਾਮ।

ਮਨਦੀਪ ਨੂੰ ਫੌਜਾ ਸਿੰਘ ਦਾ ਰੋਲ ਕਰਨ ਲਈ ਦਿੱਤਾ ਗਿਆ ਤੇ ਸੁਜ਼ਾਨ ਸਿੰਘ ਖੁਦ ਭਾਈਆ ਜੀ ਬਣਿਆ। ਪੂਰੇ ਬਾਲ ਦਰਬਾਰ ਵਿੱਚ ਦਿਹਾਤੀ ਪ੍ਰੋਗਰਾਮ ਬਣਾਕੇ ਏਨੇ ਵਧੀਆ ਤਰੀਕੇ ਨਾਲ ਪੇਸ਼ ਕੀਤਾ ਗਿਆ ਮਾਸਟਰਾਂ ਸਮੇਤ ਨਿਆਣਿਆਂ ਦੀਆਂ ਵੀ ਹੱਸ ਹੱਸ ਕੇ ਵੱਖੀਆਂ ਟੁੱਟ ਗਈਆਂ। ਮਨਦੀਪ ਦਾ ਰੋਲ ਐਨਾ ਵਧੀਆ ਸੀ ਕਿ ਸਾਰਾ ਸਕੂਲ ਹੀ ਉਸ ਨੂੰ ਫੌਜਾ ਸਿੰਘ ਕਹਿਣ ਲੱਗ ਪਿਆ। ਹੁਣ ਉਹ ਰੋਜ਼ ਦਿਹਾਤੀ ਪ੍ਰੋਗਰਾਮ ਸੁਣਨ ਲੱਗਿਆ।

ਇੱਕ ਦਿਨ ਉਸਦਾ ਜੀ ਕੀਤਾ ਕਿ ਅਸਲ ਫੌਜਾ ਸਿੰਘ ਨੂੰ ਚਿੱਠੀ ਲਿਖ ਕੇ ਪਾਵੇ। ਉਹਦੇ ਤੋਂ ਰਿਹਾ ਨਾ ਗਿਆ ਬਾਕੀ ਸਰੋਤਿਆਂ ਦੀ ਤਰ੍ਹਾਂ ਉਸ ਨੇ ਵੀ ਦਿਹਾਤੀ ਪਰੋਗਰਾਮ ਨੂੰ ਖ਼ਤ ਲਿਖ ਦਿੱਤਾ। ਜਿਸ ਦਾ ਜਵਾਬ ਅਜੇ ਅਗਲੇ ਸ਼ੁੱਕਰਵਾਰ ਨੂੰ ਮਿਲਣਾ ਸੀ। ਉਸਨੇ ਆਪਣੇ ਫੌਜੀ ਮਾਮੇ ਦਾ ਟਿਕਟ ਲੱਗਿਆ ਇੱਕ ਲਫਾਫਾ ਚੁਰਾਇਆ ਤੇ ਚਿੱਠੀ ਉਸ ਵਿੱਚ ਬੰਦ ਕਰ ਦਿੱਤੀ। ਉਹ ਪਿੰਡ ਦੇ ਦਰਵਾਜ਼ੇ ਸਾਹਮਣੇ ਲੱਗੇ ਲਾਲ ਡਾਕ ਬਕਸੇ ਵਿੱਚ ਚਿੱਠੀ ਪਾਉਣ ਹੀ ਲੱਗਾ ਸੀ ਕਿ ਉੱਧਰੋਂ ਉਸ ਦਾ ਹਰਜੀਤ ਮਾਮਾ ਸਾਈਕਲ ਤੇ ਆ ਗਿਆ। ਤੇ ਉਸ ਦੀ ਚੋਰੀ ਫੜੀ ਗਈ। ਮਾਮਾ ਇਸ ਨਵੀਂ ਇੱਲਤ ਕਰਕੇ ਉਸ ਨੂੰ ਕੰਨੋਂ ਫੜ ਕੇ ਘਰ ਲੈ ਆਇਆ। ਸਾਰੇ ਟੱਬਰ ਨੂੰ ਇਕੱਠਾ ਕਰਕੇ ਉਸ ਨੇ ਚਿੱਠੀ ਪੜ੍ਹ ਕੇ ਸੁਣਾਈ। ਜਿਸ ਵਿੱਚ ਇੱਕ ਗੀਤ ਦੀ ਵੀ ਫਰਮਾਇਸ਼ ਕੀਤੀ ਗਈ ਸੀ, "ਮੈਨੂੰ ਹੀਰੇ ਹੀਰੇ ਆਖੇ ਹਾਏ ਨੀ ਮੁੰਡਾ ਲੰਬੜਾ ਦਾ" ਜਿਸ ਨੂੰ ਸੁਣ ਕੇ ਲੰਬੜਦਾਰ ਸੰਤਾ ਸਿਉਂ ਤੈਸ਼ ਵਿੱਚ ਆਂਉਦਾ ਬੋਲਿਆ, "ਕਰਾਲੋ ਪੜ੍ਹਾਈਆਂ ਅਜੇ ਜੰਮੇ ਹੈ ਨੀ ਗੱਲਾਂ ਕਰਦੇ ਨੇ ਹੀਰਾਂ ਦੀਆਂ...ਏਹਦੇ ਪਿਉ ਨੂੰ ਦੱਸੋ ਏਹਦੀ ਕਰਤੂਤ"

ਮਨਦੀਪ ਤਾਂ ਜਿਵੇਂ ਸ਼ਰਮ ਦਾ ਮਾਰਿਆ ਧਰਤੀ ਵਿੱਚ ਨਿੱਘਰਦਾ ਜਾ ਰਿਹਾ ਹੋਵੇ। ਫੇਰ ਉਸ ਦੇ ਮਾਮੇ ਨੇ ਏਸੇ ਗਲਤੀ ਪਿੱਛੇ ਉਸ ਦੇ ਲੱਤਾਂ ਹੇਠੋਂ ਕੰਨ ਫੜਾ ਕੇ ਮੁਰਗ਼ਾ ਬਣਾਇਆ ਸੀ ਤੇ ਤੀਹ ਡੰਡ ਬੈਠਕਾਂ ਕਢਵਾਈਆਂ ਸਨ। ਜਿਵੇਂ ਮਨ ਵਿੱਚ ਫੁੱਟੀ ਇੱਕ ਕਰੂਬਲ ਨੂੰ ਮਸਲ ਦਿੱਤਾ ਗਿਆ ਹੋਵੇ।

ਮਨਦੀਪ ਦੀ ਉਦਾਸੀ ਉਦੋਂ ਦੂਰ ਹੋਈ ਜਦੋਂ ਸ਼ਾਮ ਨੂੰ ਉਸ ਦਾ ਦਾਦਾ ਚੰਦ ਸਿੰਘ ਉਸ ਲੈਣ ਆ ਗਿਆ। ਦੂਸਰੇ ਦਿਨ ਗਰਮੀਆਂ ਦੀਆਂ ਛੁੱਟੀਆਂ ਹੋਣੀਆਂ ਸਨ। ਰਾਤ ਨੂੰ ਚੰਦ ਸਿਉਂ ਰਣੀਏ ਹੀ ਰਿਹਾ। ਮਨਦੀਪ ਦੇ ਮਨ ਵਿੱਚ ਏਹੋ ਡਰ ਬਣਿਆ ਰਿਹਾ ਕਿ ਉਸਦਾ ਨਾਨਾ ਜਾਂ ਮਾਮਾ ਉਸਦੇ ਦਾਦੇ ਕੋਲ ਚਿੱਠੀ ਵਾਲੀ ਸ਼ਕਾਇਤ ਲਗਾਏਗਾ। ਪਰ ਅਜਿਹਾ ਹੋਇਆ ਨਹੀਂ।

ਉਸਦਾ ਬਾਬਾ ਚੰਦ ਸਿਉਂ ਜਦੋਂ ਵੀ ਪਿੰਡ ਆਂਉਦਾ ਤਾਂ ਉਸਦੇ ਪਰਨੇ ਦੇ ਲੜ ਇੱਕ ਪੁਸਤਕ ਬੰਨੀ ਹੁਦੀ। ਇਹ ਕਵਿਤਾਵਾਂ ਦੀ ਪੁਸਤਕ ਸੀ ਜੋ ਉਸਦੇ ਪੁੱਤਰ ਨੇ ਕਦੇ ਲਿਖੀਆਂ ਸਨ। ਜਿਸਦਾ 1947 ਦੇ ਦੰਗਿਆਂ ਵਿੱਚ ਕਤਲ ਹੋ ਗਿਆ ਸੀ। ਇਸ ਕਤਲ ਨੇ ਚੰਦ ਸਿੰਘ ਨੂੰ ਜਿਵੇਂ ਕਮਲਾ ਕਰ ਕੇ ਰੱਖ ਦਿੱਤਾ ਸੀ। ਉਹ ਜਿੱਥੇ ਵੀ ਬੈਠਦਾ ਆਪਣੇ ਪੁੱਤਰ ਜਗਮੋਹਣ ਦੀ ਗੱਲ ਛੇੜ ਲੈਂਦਾ ਤੇ ਫੇਰ ਉਹ ਪੁਸਤਕ ਦਿਖਾਉਣ ਲੱਗ ਪੈਂਦਾ। ਪੁਤਕ ਦਾ ਨਾਂ ਸੀ 'ਸਰਹਿੰਦ ਕਿਨਾਰੇ' ਜਿਸ ਦੀਆਂ ਸਾਰੀਆਂ ਕਵਿਤਾਵਾਂ ਨਹਰਿ ਸਰਹਿੰਦ ਕਿਨਾਰੇ ਬੈਠ ਕੇ ਲਿਖੀਆਂ ਗਈਆਂ ਸਨ। ਮਨਦੀਪ ਨੇ ਪਹਿਲੀ ਵਾਰੀ ਇਸ ਪੁਸਤਕ ਨੂੰ ਹੱਥ ਲਾ ਕੇ ਤੱਕਿਆ। ਉਸਦੀ ਦਾਦੀ ਬੇਅੰਤ ਕੌਰ ਵੀ ਪੁਤਕ ਦੇ ਪਹਿਲੇ ਪੇਜ਼ ਤੇ ਬਣੀ ਆਪਣੇ ਪੁੱਤਰ ਦੀ ਫੋਟੋ ਵੇਖ ਕੇ ਰੋਂਦੀ ਰਹਿੰਦੀ। ਪਰ ਸੰਤਾ ਸਿੰਘ ਦੇ ਟੱਬਰ ਵਿੱਚ ਇਹ ਕਵਿਤਾਵਾਂ ਸਿਰਫ ਵਾਧੂ ਦੀਆਂ ਦੁਨਿਆਵੀ ਗੱਲਾਂ ਸਨ। ਉਨ੍ਹਾਂ ਲਈ ਤਾਂ ਗੁਰਬਾਣੀ ਹੀ ਸਭ ਕੁੱਝ ਸੀ। ਉਹ ਤਾਂ ਸਗੋਂ ਚੰਦ ਸਿੰਘ ਦੀਆਂ ਗੱਲਾਂ ਦਾ ਵੀ ਮਖੌਲ ਉਡਾਉਂਦੇ।

ਦੰਗਿਆਂ ਦਾ ਦਰਦ ਤਾਂ ਭਾਵੇਂ ਸੰਤਾ ਸਿੰਘ ਨੇ ਵੀ ਹੰਢਾਇਆ ਸੀ। ਉਹ ਇਹ ਵੀ ਜਾਣਦਾ

ਸੀ ਕਿ ਕਿਵੇਂ ਲੋਕਾਂ ਦੇ ਪੁੱਤਾਂ ਨੂੰ ਨੇਜ਼ਿਆਂ ਨਾਲ ਕੋਹ ਕੋਹ ਕੇ ਮਾਰਿਆ ਗਿਆ ਸੀ। ਨਹਿਰ ਸਰਹਿੰਦ ਵਿੱਚ ਉਦੋਂ ਲਾਸ਼ਾਂ ਹੀ ਲਾਸ਼ਾਂ ਤੈਰਦੀਆਂ ਉਸ ਨੇ ਤੱਕੀਆਂ ਸਨ। ਮੁਸਾਫਰਾਂ ਦੀਆਂ ਭਰੀਆਂ ਰੇਲਾਂ ਵੱਢੀਆਂ ਗਈਆਂ ਸਨ। ਉਹ ਕਿੰਨੇ ਹੀ ਮੁਸਲਮਾਨ ਪਰਿਵਾਰਾਂ ਨੂੰ ਬਚਾ ਕੇ ਕੈਂਪਾਂ ਤੱਕ ਛੱਡ ਕੇ ਆਇਆ ਸੀ। ਹੁਣ ਵਕਤ ਨੇ ਜ਼ਖਮਾਂ ਦਾ ਦਰਦ ਘਟਾ ਦਿੱਤਾ ਸੀ। ਪਰ ਚੰਦ ਸਿੰਘ ਦੇ ਤਾਂ ਇਹ ਜ਼ਖਮ ਅਜੇ ਵੀ ਰਿਸਦੇ ਸਨ। ਆਪਣੇ ਪੁੱਤਰ ਦੀ ਹਿੱਕ 'ਚ ਗੱਡਿਆ ਨੇਜ਼ਾ ਅਜੇ ਵੀ ਉਸ ਨੂੰ ਆਪਣੇ ਜਿਸਮ ਵਿੱਚ ਖੁੱਭਿਆ ਮਹਿਸੂਸ ਹੁੰਦਾ ਸੀ।

ਮਨਦੀਪ ਜਦੋਂ ਆਪਣੇ ਦਾਦੇ ਦੇ ਸਾਈਕਲ ਨੂੰ ਲੱਗੇ ਕੈਰੀਅਰ ਤੇ ਬੈਠਾ ਨਹਿਰੋ ਨਹਿਰ ਪਿੰਡ ਵਲ ਜਾ ਰਿਹਾ ਸੀ ਤਾਂ ਪਹਿਲੀ ਵਾਰੀ ਉਸਨੇ ਆਪਣੇ ਬਾਬਾ ਜੀ ਤੋਂ ਤਾਇਆ ਜਗਮੋਹਨ ਸਿੰਘ ਅਤੇ ਉਸਦੀ ਪੁਸਤਕ ਬਾਰੇ ਸਵਾਲ ਵੀ ਪੁੱਛੇ । ਉਸ ਨੇ ਵੀ ਵੱਡਾ ਹੋਕੇ ਕਵਿਤਾ ਲਿਖਣ ਦੀ ਸੋਚੀ। ਪਰ ਕੱਲ ਲਿਖੀ ਚਿੱਠੀ ਨੇ ਜੋ ਉਸ ਦੀ ਬੇਇਜ਼ਤੀ ਕਰਵਾਈ ਸੀ ਉਸ ਨੂੰ ਯਾਦ ਕਰਕੇ ਲੱਗਿਆ ਜਿਵੇ ਸੁਆਦਲੇ ਖਾਣੇ ਵਿੱਚ ਕੋਈ ਰੋੜ ਆ ਗਿਆ ਹੋਵੇ। ਪਰ ਉਸ ਨੂੰ ਤੋਰਨ ਵੇਲੇ ਜਿਸ ਤਰ੍ਹਾਂ ਨਾਨੀ ਨੇ ਉਸ ਦੀਆਂ ਮੀਢੀਆਂ ਗੁੰਦ ਕੇ ਰੁਮਾਲ ਬੰਨਿਆ ਸੀ। ਨਾਨਾ ਸੰਤਾ ਸਿਉਂ ਨੇ ਸਿਰ ਪਲੋਸ ਕੇ ਹੱਥ ਰੁਪਈਆ ਫੜਾਇਆ ਸੀ। ਉਹ ਇਸ ਅਪਣੱਤ ਨਾਲ ਸਾਰਾ ਕੁੱਝ ਭੁੱਲ ਗਿਆ। ਉਸੇ ਵਕਤ ਨੀਂਦ ਨੇ ਝੂਟਾ ਮਾਰਿਆ ਤੇ ਉਹ ਪਿੱਛੇ ਨੂੰ ਉੱਲਰ ਗਿਆ ਤੇ ਨਾਲ ਹੀ ਸਾਈਕਲ ਵੀ ਉੱਲਰ ਕੇ ਡਿੱਗ ਗਿਆ। ਚੰਦ ਸਿਉਂ ਪਿਆਰ ਨਾਲ ਆਖ ਰਿਹਾ ਸੀ 'ਉੱਠ ਮੇਰੀ ਡੱਡ ਕੀੜੀ ਦਾ ਆਟਾ ਡੁੱਲ ਗਿਆ' ਜੇ ਫੇਰ ਨੀਂਦ ਆ ਗਈ ਤਾਂ ਸਾਈਕਲ ਦੇ ਗਜ਼ਾਂ 'ਚ ਪੈਰ ਆਜੂ ਆ ਜਾ ਡੰਡੇ ਤੇ ਹੈਂਡਲ਼ ਫੜ ਕੇ ਬੈਠ ਜਾਂ। ਮੈਂ ਚੁਭਣ ਤੋਂ ਡੰਡੇ ਤੇ ਪਰਨਾ ਬੰਨ ਦਿੰਦਾ ਆ" ਤੇ ਉਹ ਫੇਰ ਅੱਗੇ ਚੱਲ ਪਏ। ਕੱਚੇ ਰਸਤੇ 'ਚ ਸਾਈਕਲ ਰੋਹੜ ਪਿਆ ਜਾ ਰਿਹਾ ਸੀ।

ਅੱਗੇ ਉਨ੍ਹਾਂ ਨਹਿਰ ਸਰਹਿੰਦ ਕਿਸ਼ਤੀ ਰਾਹੀ ਪਾਰ ਕਰਨੀ ਸੀ ਚੰਦ ਸਿੰਘ ਨੇ ਪਹਿਲਾਂ ਮਨਦੀਪ ਨੂੰ ਤੇ ਫੇਰ ਆਪਣੇ ਸਾਈਕਲ ਨੂੰ ਕਿਸ਼ਤੀ ਤੇ ਚੜ੍ਹਾ ਲਿਆ। ਸੰਗਲ ਕਸ ਕੇ ਜਦੋਂ ਕਿਸ਼ਤੀ ਨੂੰ ਹੋੜਾ ਲਾਇਆ ਤਾਂ ਕਿਸ਼ਤੀ ਪਾਣੀ ਦੇ ਦੂਸਰੇ ਕਿਨਾਰੇ ਨੂੰ ਤੈਰਨ ਲੱਗੀ। ਮਨਦੀਪ ਹੈਰਾਨ਼ ਹੋ ਕੇ ਵਗਦੇ ਪਾਣੀ ਨੂੰ ਦੇਖ ਰਿਹਾ ਸੀ। ਚੰਦ ਸਿੰਘ ਆਖ ਰਿਹਾ ਸੀ, "ਕਾਕਾ ਇਹ ਤਾਂ ਕੀ ਪਾਣੀ ਹੈ ਮੈਂ ਤਾਂ ਸੈਕਿੰਡ ਵਰਲਡ ਵਾਰ ਵਿੱਚ ਸਮੁੰਦਰ ਦਾ ਸਫਰ ਵੀ ਕੀਤਾ ਤੀ। ਸਮੁੰਦਰ ਜਿਹਦਾ ਕੋਈ ਕੰਢਾ ਹੀ ਨੀ ਦੀਂਹਦਾ। ਇਹ ਸਾਰੀਆਂ ਨਹਿਰਾਂ ਵੀ ਤਾਂ ਸਮੁੰਦਰ 'ਚ ਜਾ ਕੇ ਹੀ ਡਿੱਗਦੀਆਂ ਨੇ। ਸਹੁਰੀ ਦੇ ਲੋਕ ਤਾਂ ਇਸੇ ਨਹਿਰ ਨੂੰ ਦੇਖ ਦੇਖ ਹੈਰਾਨ ਹੋਈ ਜਾਂਦੇ ਨੇ"

ਫੇਰ ਉਹ ਦੂਜੀ ਘਾਟ ਤੇ ਪਹੁੰਚ ਸਾਈਕਲ ਉਤਾਰ ਰਹੇ ਸਨ। ਮਨਦੀਪ ਨੂੰ ਚੰਦ ਸਿੰਘ ਨੇ ਬਾਂਹ ਫੜ ਕੇ ਉਤਾਰਿਆ। ਕਿਸ਼ਤੀ ਫੇਰ ਕਾਲੇ ਘੱਗਰਿਆਂ ਵਾਲੀਆਂ ਬੁੱਢੀਆਂ ਨਾਲ ਭਰ ਗਈ ਜੋ ਕਿਤੇ ਮਕਾਣ ਜਾ ਕੇ ਆਈਆਂ ਸਨ। ਇੱਕ ਨਵ ਵਿਆਹੀ ਜੋੜੀ ਵੀ ਦਾਜ 'ਚ਼ ਮਿਲਿਆ ਨਵਾ ਸਾਈਕਲ ਵੀ ਕਿਸ਼ਤੀ ਤੇ ਚੜ੍ਹਾ ਰਹੀ ਸੀ। ਔਰਤ ਨੇ ਹੁਣ ਸਹੁਰਿਆਂ ਦੀ ਜੂਹ ਵਿੱਚ ਆ ਕੇ ਘੁੰਡ ਕੱਢ ਲਿਆ ਸੀ। ਇੱਕ ਹੋਰ ਬੰਦ ਆਖ ਰਿਹਾ ਸੀ "ਬਈ ਜਲਦੀ ਸੰਗਲ ਛੱਡ ਮੈਂ ਤਾਂ ਲੇਟ ਹੁੰਨੈ। ਕਿਸ਼ਤੀ ਹੁਣ ਦੂਜੇ ਪਾਸੇ ਨੂੰ ਨਹਿਰ ਚੀਰਦੀ ਜਾ ਰਹੀ ਸੀ। ਦਾਦਾ ਪੋਤਾ ਸਾਈਕਲ ਤੇ ਆਪਣੀ ਮੰਜ਼ਿਲ ਵਲ ਨੂੰ ਵਧ ਰਹੇ ਸਨ। ਰਸਤੇ ਵਿੱਚ ਚੰਦ ਸਿਉਂ ਨੇ ਬਹੁਤ ਗੱਲਾਂ ਸੁਣਾਈਆਂ, ਚੜ੍ਹੇ ਹੋਏ ਪਾਣੀ ਦੀਆਂ, ਗੰਧਲੇ ਹੋਏ ਪਾਣੀ ਦੀਆਂ। ਆਪਣੇ ਸਮੁੰਦਰੀ ਸਫਰ ਦੀਆਂ, ਸਾਈਕਲ ਸਿੱਖਣ ਦੀਆਂ ਤੇ ਜਗਮੋਹਣ ਸਿਉਂ ਦੀਆਂ।

ਰਸਤੇ ਵਿੱਚ ਚਿੜੀਆਂ ਘੁਟਾਰਾਂ ਘੁੱਗੀਆਂ ਤੇ ਮੋਰ ਬੋਲ ਰਹੇ ਸਨ। ਉਹ ਦਰਖਤਾ ਦੀ ਛਾਵੇਂ ਦਮ ਲੈ ਕੇ ਫੇਰ ਅੱਗੇ ਚੱਲ ਪੈਂਦੇ। ਮਨਦੀਪ ਗੱਲਾਂ ਦਾ ਹੁੰਗਾਰਾ ਭਰਦਾ ਜਾ ਰਿਹਾ ਸੀ। ਫੇਰ ਸਾਈਕਲ ਨਹਿਰ ਤੋਂ ਉੱਤਰ ਕੱਚੇ ਰਸਤੇ ਪੈ ਗਿਆ ਤਾਂ ਚੰਦ ਸਿਉਂ ਬਲਿਆ "ਲੈ ਆ ਗਿਆ ਆਪਣਾ ਪਿੰਡ, ਸਹੁਰੀ ਦਿਆ ਕਿਤੇ ਥੱਕ ਤਾਂ ਨੀ ਗਿਆ..." ਪਰ ਮਨਦੀਪ ਤਾਂ ਅਜੇ ਵੀ ਉਸ ਸਮੁੰਦਰ ਬਾਰੇ ਹੀ ਸੋਚ ਰਿਹਾ ਸੀ ਜਿਸ ਵਿੱਚ ਹਜ਼ਾਰਾਂ ਨਦੀਆਂ ਸਮਾ ਜਾਂਦੀਆਂ ਨੇ। ਜਿਸ ਦਾ ਕੰਢਾ ਕਿਤੇ ਵੀ ਨਜ਼ਰ ਨਹੀਂ ਆਂਉਦਾ। ਉਸ ਦਾ ਸਮੁੰਦਰ ਦੇਖਣ ਨੂੰ ਮਨ ਉੱਠਿਆ ਪਿਆ ਸੀ। ਸਾਈਕਲ ਦੀ ਟੱਲੀ ਨੇ ਉਸ ਦੀ ਬਿਰਤੀ ਤੋੜੀ। ਉਹ ਆਪਣੇ ਘਰ ਦੇ ਸਾਹਮਣੇ ਖੜੇ ਸਨ, ਤੇ ਚੰਦ ਸਿੰਘ ਉਸ ਨੂੰ ਸਾਈਕਲ ਤੋਂ ਉਤਰਨ ਲਈ ਆਖ ਰਿਹਾ ਸੀ।

•

ਭਾਗ 23

ਆਪਣੇ ਦਾਦਕੇ ਪਿੰਡ ਆ ਕੇ ਮਨਦੀਪ ਨੂੰ ਬੜਾ ਕੁੱਝ ਓਪਰਾ ਜਿਹਾ ਲੱਗਾ। ਕਈ ਗੱਲਾਂ ਤਾਂ ਅਜੀਬ ਸਨ। ਨਾਨਕੇ ਪਿੰਡ ਤੋਂ ਬਿਲਕੁੱਲ ਵੱਖ। ਪਿੰਡ ਵਿੱਚ ਜ਼ਿਆਦਾਤਰ ਘਰ ਪੱਕੇ ਸਨ। ਤਕਰੀਬਨ ਹਰ ਘਰ ਵਿੱਚ ਰਾਤ ਨੂੰ ਬਿਜਲੀ ਦੇ ਲਾਟੂ ਜਗਦੇ। ਪਿੰਡ ਦੀਆਂ ਗਲੀਆਂ ਨਾਲੀਆਂ ਵੀ ਪੱਕੀਆਂ ਸਨ। ਘਰ ਦਾ ਮਹੌਲ ਤਾਂ ਬਿਲਕੁੱਲ ਹੀ ਵੱਖਰਾ ਸੀ। ਰਣੀਏ ਘਰ ਵਿੱਚ ਸ਼ਰੇਆਮ ਰੇਡੀਉ ਸੁਣਨ ਦੀ ਮਨਾਹੀ ਸੀ ਪਰ ਏਥੇ ਰੇਡੀਉ ਕੰਧ ਵਿੱਚ ਬਣੇ ਵੱਡੇ ਸਾਰੇ ਆਲ਼ੇ ਜਿਹੇ ਵਿੱਚ ਰੱਖਿਆ ਹੋਇਆ ਸੀ ਜਿਸ ਨੂੰ ਸਭ ਸੁਣਦੇ ਤੇ ਠਹਾਕੇ ਲਗਾ ਕੇ ਹੱਸਦੇ। ਬਾਕੀਆਂ ਦੇ ਨਾਲ ਮਨਦੀਪ ਵੀ ਦਿਹਾਤੀ ਪ੍ਰੋਗਰਾਮ ਸੁਣਦਾ ਤੇ ਖਤਾਂ ਦੇ ਜਵਾਬ ਵੀ ਸੁਣਦਾ।

ਉਸ ਨੂੰ ਆਪਣੀ ਪਾੜੀ ਗਈ ਚਿੱਠੀ ਦਾ ਦਰਦ ਅਜੇ ਵੀ ਮਹਿਸੂਸ ਹੁੰਦਾ। ਫੌਜਾ ਸਿੰਘ ਉਸ ਨੂੰ ਬੋਲਦਾ ਬੜਾ ਸੋਹਣਾ ਲੱਗਦਾ। ਉਸ ਨੇ ਪਿੰਡ ਰਾਮਪੁਰੇ ਆ ਕੇ ਬੜਾ ਕੁੱਝ ਨਵਾਂ ਸਿੱਖਿਆ। ਕਈ ਲਫਜ ਨਵੇਂ ਸਿੱਖੇ। ਸ਼ਤੀਰ ਦੀ ਜਗਾ ਗਾਡਰ, ਕੜੀਆਂ ਦੀ ਜਗਾ ਬਾਲੇ। ਏਥੇ ਲੋਕਾਂ ਦੇ ਘਰਾਂ ਵਿੱਚ ਗ਼ੁਸਲਖਾਨੇ ਵੀ ਸਨ। ਮਨਦੀਪ ਵੀ ਹਰ ਰੋਜ ਗ਼ੁਸਲਖਾਨੇ ਵਿੱਚ ਨਹਾਉਂਦਾ। ਸ਼ਾਇਦ ਹੀ ਪਿੰਡ ਵਿੱਚ ਕੋਈ ਅਜਿਹਾ ਘਰ ਹੋਵੇ ਜਿੱਥੇ ਔਰਤਾਂ ਮੰਜੇ ਟੇਢੇ ਕਰ, ਉੱਤੇ ਕੱਪੜਾ ਪਾ ਨਹਾਉਂਦੀਆਂ ਹੋਣ। ਖੂਹਾਂ ਦੀ ਥਾਂ ਮੋਟਰਾਂ, ਬੰਬੇ ਵੱਧ ਸਨ। ਔਰਤਾਂ ਮੋਟਰਾਂ ਤੇ ਕੱਪੜੇ ਧੋਣ ਜਾਂਦੀਆਂ। ਪਿੰਡ ਵਿੱਚ ਵੱਡਾ ਛੱਪੜ ਵੀ ਸੀ ਪਰ ਪਸ਼ੂ ਨਹਾਉਣ ਲਈ।

ਇੱਕ ਦਿਨ ਬਾਬਾ ਚੰਦ ਸਿੰਘ ਨੇ ਉਸ ਨੂੰ ਪਿੰਡ ਦੇ ਬੰਨਣ ਤੋਂ ਲੈ ਕੇ ਸਾਰਾ ਇਤਿਹਾਸ ਦੱਸਿਆ। ਉਸ ਨੇ ਇਹ ਵੀ ਦੱਸਿਆ ਕਿ "ਹਜ਼ਾਰਾਂ ਸਾਲ ਪਹਿਲਾਂ ਆਪਣੇ ਗੋਤੀ ਕਬੀਲੇ ਦੇ ਰੂਪ ਵਿੱਚ ਅਫਗਾਨਸਤਾਨ ਵਾਲੇ ਪਾਸਿਉ ਪੰਜਾਬ ਆ ਕੇ ਵਸੇ ਸਨ। ਕਿਉਂਕਿ ਪੰਜਾਬ ਦਾ ਤਾਪਮਾਨ ਬਹੁਤ ਚੰਗਾ ਸੀ ਨਾ ਜਿਆਦਾ ਗਰਮੀ ਤੇ ਨਾਂ ਸਰਦੀ। ਦਰਿਆ ਵੱਗਦੇ ਸਨ ਤੇ ਫਸਲਾਂ ਉੱਗਦੀਆਂ ਸਨ। ਜਿੱਥੋਂ ਤੱਕ ਆਪਣੇ ਪਿੰਡ ਦਾ ਸਵਾਲ ਹੈ ਇਹ ਰਾਜੇ ਸਲਵਾਨ ਦੇ ਪੁੱਤਰ ਕਾਲੇ ਦੀ ਕੁੱਲ 'ਚੋਂ ਬਾਬੇ ਰਾਮ ਨੇ ਵਸਾਇਆ ਸੀ। ਉਸ ਵਕਤ ਤਾਂ ਸਾਰਾ ਇਲਾਕਾ ਜੰਗਲ ਹੀ ਜੰਗਲ ਸੀ ਤੇ ਉਹ ਏਥੇ ਛੰਨ ਬਣਾ ਕੇ ਰਹਿੰਦਾ ਸੀ। ਲੋਕ ਉਸ ਨੂੰ ਰਾਮਾ ਕਹਿੰਦੇ ਸਨ। ਤੇ ਫੇਰ ਉਸੀ ਛੰਨ ਨਾਲ ਹੋਰ ਘਰ ਜੁੜਦੇ ਗਏ ਤੇ ਇਹ ਪਿੰਡ ਵਸ ਗਿਆ ਰਾਮਪੁਰਾ। ਇਹ ਨਹਿਰ ਤਾਂ ਅਜੇ ਪਿੱਛੇ ਜਿਹੇ ਈ ਨਿਕਲੀ ਆ"

"ਆਪਣੇ ਪਿੰਡ ਦੇ ਗੁਰਦੁਵਾਰੇ ਦਾ ਨਾਂ ਦਮਦਮਾ ਇਸ ਕਰ ਕੇ ਪਿਆ ਕਿਉਂਕਿ ਗੁਰੂ ਗੋਬਿੰਦ ਸਿੰਘ ਨਾਲਦੇ ਪਿੰਡ ਤੋਂ ਘੋੜਾ ਪ੍ਰਾਪਤ ਕਰਕੇ, ਆਪਣੇ ਪਿੰਡ ਕੁੱਝ ਦੇਰ ਦਮ ਲੈ ਕੇ ਫੇਰ ਦੇਗਸਰ ਸਾਹਿਬ ਪਹੁੰਚੇ ਤੀ। ਗੁਰੂ ਸਾਹਿਬ ਦੀ ਚਰਨ ਛੋਹ ਆਪਣੇ ਪਿੰਡ ਨੂੰ ਪ੍ਰਾਪਤ ਹੈ। ਉਨਾਂ ਦੀ ਹੀ ਕਿਰਪਾ ਹੈ ਤਾਂ ਹੀ ਤਾਂ ਆਪਣਾ ਪਿੰਡ ਏਨੀ ਤਰੱਕੀ ਤੇ ਆ। ਮਨਦੀਪ ਨੂੰ ਏਥੇ ਆਕੇ ਜਿੱਥੇ ਮਾਂ ਦਾ ਪਿਆਰ ਮਿਲਿਆ ਉਥੇ ਉਸਦੇ ਵੱਡੇ ਬਾਬਾ ਗੁਲਾਬ ਸਿੰਘ ਦੇ ਪਿਆਰ ਨੇ ਤਾਂ ਜਿਵੇਂ ਉਸ ਨੂੰ ਕੀਲ ਹੀ ਲਿਆ ਸੀ"

ਇਸ ਪਿੰਡ ਵਿੱਚ ਛੜਿਆਂ ਦੀ ਬਹੁਤਾਤ ਸੀ। ਜਿਨ੍ਹਾਂ ਜ਼ਮੀਨ ਦੀ ਵੰਡ ਬਚਾਉਣ ਲਈ ਆਪਣੇ ਜੀਵਨ ਦੀ ਆਹੂਤੀ ਦੇ ਦਿੱਤੀ ਸੀ। ਉਹ ਭਰਾ ਦੀ ਪਤਨੀ ਨੂੰ ਵੀ ਆਪਣੀ ਪਤਨੀ ਹੀ ਸਮਝਦੇ ਸਨ। ਪਰ ਉਹ ਕਾਗਜਾਂ 'ਚ ਪਿਉ ਨਾ ਬਣ ਸਕਦੇ। ਵਿਆਹ ਵੇਲੇ ਧੀ ਦਾ ਪੱਲਾ ਨਾਂ ਫੜਾ ਸਕਦੇ। ਛੜਿਆਂ ਦੇ ਦੁਖਾਂਤ ਤੇ ਬਣੇ ਅਨੇਕਾਂ ਗੀਤ ਪੰਜਾਬ ਵਿੱਚ ਚੱਲਦੇ ਸਨ। ਉਨ੍ਹਾਂ ਦੀ ਜ਼ਮੀਨ ਹਥਿਆ ਕੇ ਮੁੜ ਕੇ ਉਨ੍ਹਾਂ ਨੂੰ ਕੋਈ ਨਾ ਪੁੱਛਦਾ। ਉਹ ਰੋਟੀ ਲਈ ਵੀ ਕਈ ਵਾਰ ਖੁਦ ਹੀ ਹੱਥ ਸਾੜਦੇ। ਕਿਸੇ ਨੂੰ ਆਪਣੀ ਪਤਨੀ ਤੇ ਆਪਣੇ ਬੱਚੇ ਕਹਿਣ ਲਈ ਤਰਸਦੇ। ਕਈ ਤਾਂ ਬੁਢਾਪੇ ਵਿੱਚ ਕੋਈ ਜਾਨਵਰ ਪਾਲ਼ ਕੇ ਉਸ ਨਾਲ ਧੀਆਂ ਪੁੱਤਰਾਂ ਵਰਗਾ ਮੋਹ ਕਰਦੇ ਰਹਿੰਦੇ ਤੇ ਕਈ ਕਿਸੇ ਸਾਧ ਦੇ ਡੇਰੇ ਜਾ ਬੈਠਦੇ।

ਗੁਲਾਬ ਸਿੰਘ ਨੇ ਵੀ ਆਪਣਾ ਬਾਗ ਲਾਇਆ ਹੋਇਆ ਸੀ। ਉਹ ਬੂਟਿਆਂ ਨੂੰ ਪੁੱਤਾਂ ਵਾਂਗ ਪਾਲਦਾ। ਹੁਣ ਏਹੋ ਉਸਦਾ ਸੰਸਾਰ ਸੀ। ਉਹ ਉਨ੍ਹਾਂ ਨੂੰ ਵਕਤ ਸਿਰ ਪਾਣੀ ਦਿੰਦਾ, ਵਾੜਾਂ ਕਰਦਾ ਆਸਰੇ ਗੱਡਦਾ। ਅਵਾਰਾ ਪਸ਼ੂਆਂ ਤੋਂ ਰਾਖੀ ਕਰਦਾ। ਬਾਗ ਦੇ ਵਿਚਕਾਰ ਉਸ ਨੇ ਅੰਬ ਦੇ ਬੂਟੇ ਤੇ ਮਨ੍ਹਾ ਬਣਾਇਆ ਹੋਇਆ ਸੀ। ਉਹ ਕਾਵਾਂ ਤੋਤਿਆਂ ਤੇ ਹੋਰ ਜਨੌਰਾਂ ਨੂੰ ਦਬੱਲੀਂ ਰੱਖਦਾ। ਲੱਕੜ ਦੀ ਪੌੜੀ ਰਾਹੀਂ ਉਹ ਮਨਦੀਪ ਨੂੰ ਵੀ ਮਨ੍ਹੇ ਤੇ ਚੜ੍ਹਾ ਲੈਂਦਾ ਟਿੰਡ ਜਾਂ ਪੀਪਾ ਬਜਾਉਣ ਲਈ ਕਹਿੰਦਾ ਤੇ ਪੱਕੇ ਫਲ਼ ਖਾਣ ਨੂੰ ਦਿੰਦਾ।

ਬਾਗ ਵਿੱਚ ਕੋਇਲਾਂ ਗੀਤ ਗਾਉਂਦੀਆਂ। ਘੁੱਗੀਆਂ ਦਾਤਾ ਤੂੰ, ਦਾਤਾ ਤੂੰ ਕਰਦੀਆਂ ਤੇ ਮੋਰ ਪੈਲਾਂ ਪਾਉਂਦੇ। ਗੁਲਾਬ ਸਿੰਘ ਜਿਵੇਂ ਕਿਤੇ ਬਹਿਸ਼ਤ ਵਿੱਚ ਰਹਿੰਦਾ ਹੋਵੇ। ਮਨਦੀਪ ਦਾ ਉੱਥੋਂ ਘਰ ਆਉਣ ਨੂੰ ਦਿਲ ਨਾ ਕਰਦਾ।

ਦਾਦੀ ਬੇਅੰਤ ਕੌਰ ਦਾ ਵੀ ਇੱਕ ਵੱਖਰਾ ਹੀ ਸੰਸਾਰ ਸੀ। ਉਹ ਸਵੇਰੇ ਦੁੱਧ ਰਿੜਕਦੀ ਮਧਾਣੀ ਦੀ ਘੂੰ ਘੂੰ ਨਾਲ ਜਪੁਜੀ ਸਾਹਿਬ ਦਾ ਪਾਠ ਵੀ ਕਰਦੀ। ਮੱਖਣ ਧਰ ਕੇ ਪ੍ਰਾਂਉਠੇ ਖਾਣ ਨੂੰ ਦਿੰਦੀ। ਕਿਸੇ ਨੂੰ ਵੀ ਕੌੜਾ ਨਾਂ ਬੋਲਦੀ। ਨੂੰਹਾਂ ਨੂੰ ਧੀਆਂ ਨਾਲੋਂ ਵੀ ਵੱਧ ਸਮਝਦੀ। ਦੁੱਖ ਸਿਰਫ ਇੱਕੋ ਗੱਲ ਦਾ ਸੀ ਕਿ ਮਨਦੀਪ ਦੀ ਤਾਈ ਉਸ ਨੂੰ ਪਸੰਦ ਨਹੀਂ ਸੀ ਕਰਦੀ। ਉਸਦਾ ਸ਼ਿਕਵਾ ਇਹ ਸੀ ਕਿ ਮੇਰੇ ਮੁੰਡੇ ਨੂੰ ਤਾਂ ਕੋਈ ਪੁੱਛਦਾ ਨਹੀਂ, ਤੇ ਦਰਾਣੀ ਦੇ ਮੁੰਡੇ ਨੂੰ ਹਰ ਕੋਈ ਪੂਚ ਪੂਚ ਕਰਦਾ ਏ। ਉਹ ਨਿੱਕੀ ਨਿੱਕੀ ਗੱਲ ਤੋਂ ਭਾਂਡੇ ਭੰਨਦੀ ਰਹਿੰਦੀ। ਇੱਕ ਦਿਨ ਜਦ ਚੰਦ ਸਿਉਂ ਦੇ ਮੂੰਹੋਂ ਨਿੱਕਲ ਗਿਆ ਕਿ ਦਲਜੀਤ ਤਾਂ ਬਹੁਤ ਇਲਤੀ ਆ ਤੇ, ਮਨਦੀਪ ਕਿੰਨਾ ਸਾਊ ਏ। ਤਾਂ ਘਰ ਵਿੱਚ ਏਸੇ ਗੱਲ ਨੂੰ ਲੈ ਕੇ ਬੇਹੱਦ ਕਲੇਸ਼ ਪੈ ਗਿਆ।

ਦਲੇਰ ਸਿੰਘ ਜਦੋਂ ਵੀ ਆਉਂਦਾ ਤਾਂ ਨਿੱਤ ਹੀ ਕੋਈ ਫੌਜ 'ਚੋਂ ਲਿਆਂਦੀ ਨਵੀਂ ਚੀਜ ਆਪਣੇ ਪੁੱਤ ਨੂੰ ਦਿੰਦਾ। ਤਾਂ ਵੀ ਘਰੇ ਕਲੇਸ਼ ਪੈਂਦਾ। ਵੱਡਾ ਭਰਾ ਆਖਦਾ ਕਿ ਫੌਜੀ ਮੇਰੇ ਮੁੰਡੇ ਨਾਲ ਦੂਸਰ ਕਰਦਾ ਹੈ। ਆਪਣੇ ਪੁੱਤ ਨੂੰ ਕਦੇ ਫਲ ਫਰੂਟ ਕਦੇ ਨਵੇਂ ਕੱਪੜੇ ਤੇ ਜੁੱਤੀਆਂ ਲੈ ਕੇ ਦਿੰਦਾ ਏ ਤੇ ਮੈਂ ਵੀ ਇਸੇ ਘਰ 'ਚ ਮਰਦਾ ਆਂ ਤੇ ਸਾਰਿਆਂ ਲਈ ਕੰਮ ਕਰਦੈਂ ?" ਉਹ ਦਲੇਰ ਸਿੰਘ ਦੇ ਮੋਢੇ ਟੰਗੀ ਬੰਦੂਕ ਤੇ ਹੱਥ 'ਚ ਫੜੇ ਰੇਡੀਉ ਨੂੰ ਵੇਖ ਕੇ ਕਹਿੰਦਾ "ਫੌਜੀਆਂ ਦਾ ਅਕਲ ਨਾਲ ਕੀ ਸਬੰਧ ?"

ਕਦੇ ਕਦੇ ਉਹ ਦਾਰੂ ਦੇ ਨਸ਼ੇ ਦੀ ਲੋਰ ਵਿੱਚ ਛੋਟੇ ਭਰਾ ਨੂੰ ਸਰਕਸ ਦਾ ਜੋਕਰ ਵੀ ਕਹਿ ਦਿੰਦਾ। ਜੋ ਪਜ਼ਾਮੇ ਦੀ ਇੱਕ ਮੂਹਰੀ ਉਤਾਂਹ ਚੜ੍ਹਾ ਕੇ ਪਿੰਡ ਵਿੱਚ ਸਾਈਕਲ ਭਜਾਈਂ ਫਿਰਦਾ ਸੀ। ਇਸੇ ਸਾਈਕਲ ਤੇ ਬਿਠਾ ਉਹ ਆਪਣੀ ਪਤਨੀ ਤੇ ਪੁੱਤਰ ਸ਼ਹਿਰ ਲੈ ਤੁਰਦਾ। ਇੱਕ ਦਿਨ ਉਨ੍ਹਾਂ ਸ਼ਹਿਰ ਦੇ ਇੱਕ ਢਾਬੇ 'ਚ ਬਹਿ ਕੇ ਬਰਫੀ ਸਮੋਸੇ ਵੀ ਖਾਧੇ। ਇੱਕ ਦੋ ਵਾਰ ਉਹ ਲੁਧਿਆਣੇ

ਫਿਲਮ ਦੇਖਣ ਵੀ ਗਏ। ਇਸੇ ਛੁੱਟੀ ਦੌਰਾਨ ਮਨਦੀਪ ਨੂੰ ਰੰਗ ਬਿਰੰਗੀ ਸਾਈਕਲੀ ਵੀ ਲੈ ਕੇ ਦਿੱਤੀ ਗਈ। ਤੇ ਫਿਰ ਇੱਕ ਦਿਨ ਜਦੋਂ ਦਲੇਰ ਸਿੰਘ ਦੀ ਛੁੱਟੀ ਖਤਮ ਹੋ ਗਈ ਤੇ ਉਹ ਭਰੇ ਮਨ ਨਾਲ ਹੁਬਕੀ ਹੁਬਕੀ ਰੋਂਦਾ ਫੇਰ ਆਪਣੀ ਫੌਜ ਵਿੱਚ ਪਰਤ ਗਿਆ।

ਬਚਨ ਕੌਰ ਫੇਰ ਮਨਦੀਪ ਨੂੰ ਲੈ ਕੇ ਆਪਣੇ ਪੇਕੇ ਪਰਤ ਆਈ। ਪਤੀ ਨਾਲ ਬੱਸਾਂ 'ਚ ਕੀਤੇ ਸਫਰ ਨੂੰ ਉਹ ਯਾਦ ਕਰਦੀ ਰਹਿੰਦੀ।

ਮਨਦੀਪ ਨਾਲ ਦੇ ਨਿਆਣਿਆਂ ਨੂੰ ਕਈ ਦਿਲਚਸਪ ਗੱਲਾਂ ਸੁਣਾਉਂਦਾ ਰਹਿੰਦਾ ਕਿ ਕਿਵੇਂ ਉਸਦਾ ਦਾਦਾ ਉਸ ਨੂੰ ਦਰਖਤਾਂ ਤੇ ਬਣੇ ਮਨੇ ਤੇ ਬਿਠਾ ਕੇ ਟਿੰਡ ਕੁੱਟਣ ਲਈ ਆਖਦਾ, ਜਿਸ ਨਾਲ ਕਾਂ ਤੋਤੇ ਚਿੜੀਆਂ ਜਨੌਰ ਸਭ ਭੱਜ ਜਾਂਦੇ। ਤੇ ਕਿਵੇਂ ਉਸ ਨੂੰ ਪੱਕੇ ਅੰਬ ਤੇ ਜਾਮਣਾਂ ਖਾਣ ਨੂੰ ਮਿਲਦੀਆਂ। ਉਹ ਕਦੇ ਕਿਸੇ ਦੇਖੀ ਫਿਲਮ ਦੀਆਂ ਗੱਲਾਂ ਵੀ ਰੌਚਿਕ ਤਰੀਕੇ ਨਾਲ ਦੱਸਦਾ। ਪਿਛਲੀ ਵਾਰ ਦਲੇਰ ਸਿੰਘ ਵਲੋਂ ਜਾਣ ਲੱਗਿਆਂ ਲੈ ਕੇ ਦਿੱਤੇ ਦੋ ਪੈੱਨ, ਸ਼ਿਆਹੀ ਚੂਸ, ਪੈਨਸਲਾਂ ਸਲੇਟੀਆਂ ਨੇ ਸਕੂਲ ਵਿੱਚ ਉਸਦੀ ਟੌਹਰ ਬਣਾ ਦਿੱਤੀ ਸੀ। ਉਸਦੀ ਹਰ ਕਾਪੀ ਤੇ ਉਸਦੇ ਪਿਤਾ ਜੀ ਨੇ ਮਨਦੀਪ ਸਿੰਘ ਲਿਖਿਆ ਹੋਇਆ ਸੀ।

ਧਰਮਾਂ ਵੀ ਛੁੱਟੀਆਂ ਵਿੱਚ ਅਪਣੇ ਨਾਨਕੇ ਪਿੰਡ ਜਾ ਕੇ ਆਇਆ ਸੀ। ਉਸ ਨੇ ਉੱਥੇ ਜਾ ਕੇ ਸਿਰਫ ਹਰਮੋਨੀਅਮ ਵਜਾਇਆ ਸੀ ਤੇ ਜਾਂ ਇੱਕ ਦੋ ਨਵੇਂ ਮੁਹਾਵਰੇ ਸਿੱਖੇ ਸਨ। ਹੋਰ ਉਸ ਕੋਲ ਦੱਸਣ ਲਈ ਕੁੱਝ ਵੀ ਨਹੀਂ ਸੀ। ਉਹ ਮਨਦੀਪ ਨਾਲ ਸਾੜਾ ਕਰਨ ਲੱਗਿਆ। ਉਸ ਦੀਆਂ ਪੈਨਸਲਾ ਸਲੇਟੀਆਂ ਚੁਰਾ ਲੈਂਦਾ ਜਾਂ ਤੋੜ ਦਿੰਦਾ। ਜਾਂ ਕਾਪੀਆਂ ਤੇ ਸਿਆਹੀ ਡੋਲ ਦਿੰਦਾ। ਬਿਨਾਂ ਗੱਲ ਤੋਂ ਲੜ ਪੈਂਦਾ ਤੇ ਕਦੇ ਕੁੱਟ ਵੀ ਸੁੱਟਦਾ।

ਮਹਿਤਾਬ ਕੌਰ ਨੂੰ ਇਸ ਤਰ੍ਹਾਂ ਕਰਦਾ ਉਹ ਚੰਗਾ ਨਾ ਲੱਗਦਾ। ਜੇ ਉਹ ਘੂਰਦੀ ਤਾਂ ਹਰਦੇਵ ਕੌਰ ਮੂੰਹ ਸੁਜਾ ਲੈਂਦੀ। ਨਾਨੀ ਆਪਣੇ ਦੋਹਤੇ ਦਾ ਬੇਹੱਦ ਪਿਆਰ ਕਰਦੀ ਕਿਉਂਕਿ ਉਸ ਨੇ ਹੀ ਮਨਦੀਪ ਨੂੰ ਪਾਲਿਆ ਸੀ। ਉਹ ਜਦ ਚਿੜੀਆਂ ਨੂੰ ਚੋਗਾ ਪਾਉਂਦੀ ਤਾਂ ਮਨਦੀਪ ਨੂੰ ਕੋਲ ਬੁਲਾ ਲੈਂਦੀ ਤੇ ਨਾਲੇ ਸਮਝਾਉਂਦੀ "ਦੇਖ ਮੇਰਾ ਪੁੱਤ ਕਦੇ ਕਿਸੇ ਗੂੰਗੇ ਮੁੱਖ ਤੇ ਗੁਲੇਲ ਨਾ ਚਲਾਈਂ। ਮਾੜੇ ਦੀ ਰੱਖਿਆ ਕਰਨੀ ਚਾਹੀਦੀ ਐ" ਜਦ ਕਿ ਧਰਮਾਂ ਸਾਰਾ ਦਿਨ ਗੁਲੇਲ ਚੁੱਕੀ ਫਿਰਦਾ ਰਹਿੰਦਾ ਤੇ ਜਾਨਵਰਾਂ ਨੂੰ ਨਿਸ਼ਾਨੇ ਮਾਰਦਾ।

ਇੱਕ ਦਿਨ ਸੰਤਾ ਸਿੰਘ ਫੇਰ ਸਮਝਾ ਰਿਹਾ ਸੀ ਕਿ ਆਪਾਂ ਪੁਰਾਤਨ ਨਾਗ ਕਬੀਲੇ 'ਚੋਂ ਹਾਂ। ਜੋ ਸ਼ਿਵਜੀ ਦੇ ਗਲ ਵਿਚਲੇ ਨਾਗ ਤੋਂ ਪਿਆ ਹੈ। ਓਦੋਂ ਕਬੀਲਿਆਂ ਦੇ ਨਾਂ ਜਾਨਵਰਾਂ ਜਾਂ ਸੱਪਾਂ ਦੇ ਨਾਂ ਤੇ ਹੁੰਦੇ ਤੀ। ਜਦੋਂ ਧਰਮੇ ਨੇ ਇਹੋ ਗੱਲ ਸਕੂਲ ਜਾਕੇ ਦੱਸੀ ਤਾਂ ਉਸ ਦੀ ਲੜਾਕੂ ਬ੍ਰਿਤੀ ਕਰਕੇ ਨਿਆਣਿਆਂ ਨੇ ਉਸ ਦਾ ਨਾਂ ਹੀ ਨਾਗ ਰੱਖ ਲਿਆ। ਉਹ ਹੋਰ ਵੀ ਬਦਲੇ ਖੋਰ, ਲੜਾਕਾ, ਤੇ ਪੰਗੇ ਲੈਣ ਵਾਲਾ ਬਣ ਗਿਆ। ਹੁਣ ਹਰ ਰੋਜ਼ ਉਸ ਦੇ ਉਲਾਂਭੇ ਆਂਉਦੇ। ਜਦੋਂ ਕੋਈ ਮਨਦੀਪ ਨੂੰ ਸਾਊ ਤੇ ਉਸ ਨੂੰ ਸ਼ਰਾਰਤੀ ਆਖਦਾ ਤਾਂ ਉਹ ਖਿੱਝ ਕੇ ਮਨਦੀਪ ਨੂੰ ਨੀਵਾਂ ਦਿਖਾਉਂਦਾ। ਉਸ ਤੋਂ ਹਰ ਚੀਜ਼ ਹਥਿਆਉਣ ਦੀ ਕੋਸ਼ਿਸ਼ ਕਰਦਾ। ਦੋਹਾਂ ਵਿਚਕਾਰ ਇੱਕ ਠੰਢੀ ਜੰਗ ਲੁਕਵੇਂ ਰੂਪ ਵਿੱਚ ਸ਼ੁਰੂ ਹੋ ਗਈ ਸੀ।

•

ਭਾਗ 24

ਮਨਦੀਪ ਦੇ ਮਾਮੇ ਬਲਕਾਰ ਸਿੰਘ ਦੀ ਉਮਰ ਕੋਈ ਅਠੱਤੀ ਕੁ ਸਾਲ ਦੇ ਕਰੀਬ ਹੋਵੇਗੀ। ਉਹ ਧਾਰਮਿਕ ਗਰੰਥ ਅਤੇ ਪੁਸਤਕਾਂ ਪੜ੍ਹਨ ਦਾ ਬੜਾ ਸ਼ੁਕੀਨ ਸੀ। ਸਭ ਤੋਂ ਵੱਡਾ ਗੁਰਜੀਤ ਸਿੰਘ ਤਾਂ ਹੈ ਹੀ ਬਹੁਤ ਧਾਰਮਿਕ ਬਿਰਤੀ ਵਾਲਾ ਵਿਅੱਕਤੀ ਸੀ ਅਤੇ ਉਹ ਕੰਮ ਵੀ ਬਹੁਤ ਕਰਦਾ। ਸਵੇਰੇ ਉੱਠ ਕੇ ਮੱਝਾਂ ਦੀਆਂ ਧਾਰਾਂ ਕੱਢਦਾ। ਫੇਰ ਇਸ਼ਨਾਨ ਕਰਕੇ ਪੰਜ ਬਾਣੀਆਂ ਦਾ ਪਾਠ ਕਰਦਾ। ਪਾਠ ਦੇ ਨਾਲ ਨਾਲ ਹਲ਼ ਵਾਹੁਣ ਚਲਾ ਜਾਂਦਾ ਜਾਂ ਖੂਹ ਜੋੜ ਲੈਂਦਾ। ਉਹ ਸਿਰਫ ਪੰਜਵੀਂ ਜਮਾਤ ਤੱਕ ਪੜ੍ਹਿਆ ਹੋਇਆ ਸੀ ਜਦ ਕਿ ਬਲਕਾਰ ਸਿੰਘ ਨੇ ਦਸ ਜਮਾਤਾਂ ਪਾਸ ਕੀਤੀਆਂ ਹੋਈਆਂ ਸਨ।

ਘਰ ਦਾ ਮਹੌਲ ਧਾਰਮਿਕ ਹੋਣ ਕਾਰਨ ਦੋਹਾਂ ਨੇ ਬਚਪਨ ਵਿੱਚ ਹੀ ਅਮ੍ਰਿਤ ਛਕ ਲਿਆ ਸੀ। ਦੋਨੋਂ ਕਲੀਆਂ ਵਾਲੇ ਗੋਡਿਉਂ ਨੀਵੇਂ ਕੁੜਤੇ ਪਹਿਨਦੇ ਅਤੇ ਕਛਹਿਰੇ ਪਾਉਂਦੇ। ਕੁੜਤਿਆਂ ਦੇ ਹੇਠਾਂ ਗਾਤਰੇ ਪਾਏ ਹੁੰਦੇ। ਸ਼ਹਿਰ ਜਾਣ ਲੱਗੇ ਉਹ ਪਜ਼ਾਮਾ ਵੀ ਪਹਿਨ ਲੈਂਦੇ। ਹਮੇਸ਼ਾਂ ਸਿਰਾਂ ਤੇ ਕੇਸਕੀ ਜਾਂ ਪੱਗ ਬੰਨਦੇ।

ਬਲਕਾਰ ਸਿੰਘ ਪੜ੍ਹੀਆਂ ਪੁਸਤਕਾਂ ਦੀ ਗੱਲ ਸੱਤਵੀ 'ਚ ਪੜ੍ਹਦੇ ਮਨਦੀਪ ਨਾਲ ਅਕਸਰ ਕਰਦਾ। ਸਾਹਿਬਜਾਦਿਆਂ ਦੀ ਸ਼ਹੀਦੀ, ਭਾਈ ਤਾਰੂ ਸਿੰਘ ਦਾ ਖੋਪੜੀ ਲਹਾਉਣਾ, ਮਤੀ ਦਾਸ ਦਾ ਆਰੇ ਨਾਲ ਚੀਰਿਆ ਜਾਣਾ ਤੇ ਮਨੀ ਮਨੀ ਸਿੰਘ ਦਾ ਬੰਦ ਬੰਦ ਕੱਟਿਆ ਜਾਣਾ, ਮਨਦੀਪ ਦਿਲਚਸਪੀ ਨਾਲ ਸੁਣਦਾ। ਉਹ ਇਹ ਕਹਾਣੀਆਂ ਆਪ ਵੀ ਪੜ੍ਹਨੀਆਂ ਚਾਹੁੰਦਾ ਸੀ। ਉਹ ਆਪਣੇ ਮਾਮੇ ਤੋਂ ਇਨ੍ਹਾਂ ਬਾਰੇ ਹੋਰ ਵਿਸਥਾਰ ਨਾਲ ਜਾਨਣਾ ਚਾਹੁੰਦਾ ਤੇ ਸਵਾਲ ਕਰਦਾ ਰਹਿੰਦਾ।

ਕਦੇ ਕਦੇ ਤੈਸ਼ ਵਿੱਚ ਆਇਆ ਉਸਦਾ ਮਾਮਾ ਬਲਕਾਰ ਇਹ ਵੀ ਕਹਿ ਉੱਠਦਾ, "ਬਾਪੂ ਨੇ ਮੇਰਾ ਵਿਆਹ ਕਰਕੇ ਮੇਰੀ ਜ਼ਿੰਦਗੀ ਖਰਾਬ ਕਰ ਦਿੱਤੀ" ਭਾਂਵੇਂ ਉਸਦੇ ਤਿੰਨ ਬੱਚੇ ਵੀ ਹੋ ਗਏ ਸਨ ਪਰ ਉਸ ਨੇ ਅਜੇ ਵੀ ਜੋਗਿੰਦਰੋ ਨੂੰ ਪਤਨੀ ਦੇ ਤੌਰ ਤੇ ਸਵੀਕਾਰ ਨਹੀਂ ਸੀ ਕੀਤਾ। ਉਹ ਤਾਂ ਉਸ ਨੂੰ ਬੁਲਾਉਂਦਾ ਹੀ ਨਾਂ। ਘਰ ਉਹ ਸਿਰਫ ਰੋਟੀ ਖਾ ਕੇ ਬਾਹਰ ਹਵੇਲੀ ਵਿੱਚ ਚਲਾ ਜਾਂਦਾ। ਬੱਸ ਕੰਮ ਕਰਦਾ ਤੇ ਪੁਸਤਕਾਂ ਪੜ੍ਹਦਾ ਰਹਿੰਦਾ। ਰੋਟੀ ਉਹ ਸਿਰਫ ਬੇਬੇ ਮਹਿਤਾਬ ਕੁਰ ਤੋਂ ਹੀ ਮੰਗਦਾ। ਤੇ ਜੋਗਿੰਦਰ ਕੌਰ ਦੇਖਦੀ ਹੀ ਰਹਿ ਜਾਂਦੀ। ਉਹ ਔਹ ਗਿਆ ਤੇ ਔਹ ਗਿਆ।

ਹਵੇਲੀ ਵਿੱਚ ਇੱਕ ਪੱਕੀ ਬੈਠਕ ਸੀ ਜਿਸ ਵਿੱਚ ਉਸਦੀਆਂ ਪੁਸਤਕਾਂ ਅਤੇ ਧਾਰਮਿਕ ਗਰੰਥ ਪਏ ਸਨ। ਉਥੇ ਇੱਕ ਹਰਮੋਨੀਅਮ ਵੀ ਪਿਆ ਸੀ, ਜਿਸ ਨੂੰ ਉਹ ਬਚਪਨ ਤੋਂ ਹੀ ਸਿੱਖਣ ਦੀ ਕੋਸ਼ਿਸ਼ ਕਰ ਰਿਹਾ ਸੀ, ਪਰ ਉਸ ਨੂੰ ਆਇਆ ਕਦੇ ਵੀ ਨਹੀਂ ਸੀ। ਕਦੀ ਕਦੀ ਲੋਰ ਵਿੱਚ ਅਇਆ ਉਹ ਇੱਕੋ ਸੁਰ ਤੇ ਉਂਗਲ ਰੱਖ ਕੇ ਸ਼ਬਦ ਪੜ੍ਹਨ ਲੱਗ ਪੈਂਦਾ ਤੇ ਕੋਲ ਬੈਠੇ ਮਨਦੀਪ ਨੂੰ ਕੋਈ ਡੋਲੂ ਜਾਂ ਥਾਲੀ ਦੀ ਢੋਲਕੀ ਵਜਾਉਣ ਲਈ ਆਖਦਾ।

ਉਸ ਨੇ ਆਪਣੇ ਕਮਰੇ ਵਿੱਚ ਕੁੱਝ ਸਤਰਾਂ ਗੁਰਬਾਣੀ ਵਿੱਚੋਂ ਫਰੇਮ ਕਰਵਾਕੇ ਲਾਈਆਂ ਹੋਈਆਂ ਸਨ ਜਿਵੇਂ:-

ਮਰਨਾ ਸੱਚ ਤੇ ਜੀਣਾ ਝੂਠ ਜਾਂ ਮਨ ਜੀਤੇ ਜੱਗ ਜੀਤ

ਪਰ ਉਹ ਤਾਂ ਆਪਣਾ ਮਨ ਨਹੀਂ ਸੀ ਜਿੱਤ ਸਕਿਆ। ਉਸ ਨੂੰ ਅਜੇ ਵੀ ਕਿਸੇ ਸੋਹਣੀ ਕੁੜੀ ਦੀ ਲਾਲਸਾ ਸੀ। ਉਹ ਰੋਜ਼ ਕੋਈ ਨਵੀਂ ਮੰਗ ਰੱਖਕੇ ਕਲੇਸ਼ ਖੜਾ ਕਰੀ ਰੱਖਦਾ। ਸੰਤਾ ਸਿੰਘ ਆਖਦਾ ਕਿ 'ਪੁਸਤਕਾਂ ਨੇ ਉਹਦਾ 'ਡਮਾਕ ਚੱਕ ਦਿੱਤੈ'। ਕਦੇ ਕਦੇ ਉਹ ਦੁਖੀ ਹੋ ਕੇ ਕਹਿ ਉੱਠਦਾ "ਬਲਕਾਰਿਆ ਜਿਵੇਂ ਤੂੰ ਮੈਨੂੰ ਭੁੰਨਦਾ ਏਂ ਕਿਸੇ ਦਿਨ ਤੂੰ ਵੀ ਏਵੇਂ ਭੁੱਜੇਗਾਂ। ਸਾਰਾ ਕੁੱਝ ਏਥੇ ਹੀ ਰਹਿ ਜਾਣੈ। ਕਾਹਦੀਆਂ ਮੇਰਾਂ ਤੇਰਾਂ ਕਰੀ ਜਾਨੈ" ਪਰ ਉਹ ਫੇਰ ਨਾ ਹੱਟਦਾ। ਮਰਨਾ ਸੱਚ ਤੇ ਜੀਊਣਾਂ ਝੂਠ ਵਰਗੀਆਂ ਪੰਕਤੀਆਂ ਜਿਵੇਂ ਉਸੇ ਦਾ ਮੂੰਹ ਚਿੜਾ ਰਹੀਆਂ ਲੱਗਦੀਆਂ।

ਮਨਦੀਪ ਨਾਲ ਉਹ ਕਦੇ ਕਦੇ ਬਹੁਤ ਹੱਸਦਾ। ਪੁੱਠੇ ਸਿੱਧੇ ਮੂੰਹ ਬਣਾ ਬਣਾ ਉਸ ਨੂੰ ਡਰਾਉਂਦਾ। ਕਦੇ ਕੁੱਤੇ ਬਿੱਲੀਆਂ ਦੀਆਂ ਆਵਾਜ਼ਾਂ ਕੱਢ ਕੱਢ ਹਸਾਉਂਦਾ। ਪਰ ਜ਼ਿਆਦਾ ਖੁਸ਼ ਉਹ ਆਪਣੇ ਦੋਸਤ ਸ਼ਿਆਮ ਸਿੰਘ ਨਾਲ ਰਹਿੰਦਾ। ਦੋਵੇਂ ਬਦਲ ਬਦਲ ਪੁਸਤਕਾਂ ਪੜ੍ਹਦੇ। ਰਲਕੇ ਹਰਮੋਨੀਅਮ ਸਿੱਖਦੇ। ਆਖੰਡਪਾਠ ਦੀਆਂ ਰੌਲਾਂ ਲਾਉਂਦੇ। ਇੱਕ ਹੋਰ ਉਸਦਾ ਦੋਸਤ ਸੀ ਕੂਕਾ ਸੁਰਜੀਤ ਸਿੰਘ। ਜੋ ਸੰਤਾ ਸਿੰਘ ਦੇ ਤੱਖਰ ਵਾਲੇ ਦੋਸਤ ਗੁਲਸ਼ਨ ਸਿੰਘ ਦਾ ਮੁੰਡਾ ਸੀ। ਸੁਰਜੀਤ ਸਿੰਘ ਦਾ ਪਿਉ ਨਾਮਧਾਰੀ ਸੀ ਤੇ ਉਹ ਆਪ ਨਕਸਲੀ ਲਹਿਰ ਵੱਲ ਝੁਕ ਗਿਆ। ਧਾਰਮਿਕ ਸਵਾਲ ਲੈ ਕੇ ਉਹ ਜਦ ਵੀ ਆਂਉਦਾ ਤਾਂ ਬਲਕਾਰ ਸਿੰਘ ਨਾਲ ਆਢਾ ਲਾਅ ਕੇ ਬਹਿ ਜਾਂਦਾ। ਦੋਵੇਂ ਲੜਦੇ ਤੇ ਬਹਿਸਦੇ ਰਹਿੰਦੇ। ਮਨਦੀਪ ਉਹਨਾਂ ਨੂੰ ਦੇਖਦਾ ਤੇ ਸੁਣਦਾ ਰਹਿੰਦਾ। ਭਾਵੇਂ ਸੁਰਜੀਤ ਸਿੰਘ ਗੁੱਸੇ ਹੋ ਕੇ ਭੱਜ ਜਾਂਦਾ ਪਰ ਚਾਰ ਪੰਜ ਦਿਨਾਂ ਬਾਅਦ ਫੇਰ ਆ ਕੇ ਕੋਈ ਨਵੀਂ ਬਹਿਸ ਛੇੜ ਲੈਂਦਾ। ਉਹ ਨੂੰ ਬਹਿਸਣ ਲਈ ਮਸੀਂ ਹੀ ਕੋਈ ਬੰਦਾ ਮਿਲਦਾ। ਲੋਕ ਉਸ ਨੂੰ ਕੂਕਾ ਦੀ ਥਾਂ ਕਸੂਤਾ ਸੁਰਜੀਤ ਕਹਿ ਕੇ ਬੁਲਾਉਂਦੇ ਪਰ ਉਹ ਆਪਣੇ ਆਪ ਨੂੰ ਕਾਮਰੇਡ ਅਖਵਾ ਕੇ ਖੁਸ਼ ਹੁੰਦਾ।

ਮਨਦੀਪ ਦਾ ਕੰਮ ਉਨ੍ਹਾਂ ਲਈ ਘਰੋਂ ਚਾਹ ਬਣਵਾ ਕੇ ਲਿਆਉਣ ਦਾ ਹੁੰਦਾ। ਕਿਉਂਕਿ ਉਸ ਨੇ ਖਾਲੀ ਭਾਂਡੇ ਮੋੜਕੇ ਲਿਜਾਣੇ ਹੁੰਦੇ ਅਤੇ ਉਸ ਨੂੰ ਬਹਿਸ ਸੁਣਨ ਦਾ ਮੌਕਾ ਵੀ ਮਿਲ ਜਾਂਦਾ। ਉਹ ਬਹਿਸਦੇ ਪਸੀਨੋ ਪਸੀਨੀ ਹੋ ਜਾਂਦੇ ਪਰ ਦੋਨੋ ਹੀ ਨਾਂ ਮੁਚਦੇ। ਮਹਿਤਾਬ ਕੌਰ ਵਲੋਂ ਬਣਾ ਕੇ ਭੇਜੀ ਕੈੜੀ ਇਲਾਚੀਆਂ ਵਾਲੀ ਚਾਅ ਜੋ ਕਲੀ ਕੀਤੇ ਗਲਾਸਾਂ ਵਿੱਚ ਪਈ ਠੰਢੀ ਹੁੰਦੀ ਰਹਿੰਦੀ, ਉਸ ਵਲ ਵੀ ਉਨ੍ਹਾਂ ਦਾ ਧਿਆਨ ਨਾਂ ਜਾਂਦਾ। ਉਨ੍ਹਾਂ ਦੀ ਦੋਸਤੀ ਫੇਰ ਵੀ ਸਦਾ ਕਾਇਮ ਸੀ, ਭਾਂਵੇ ਉਹ ਦਰਿਆ ਦੇ ਦੋ ਉਲਟ ਕੰਢਿਆਂ ਵਾਂਗ ਸਨ, ਜਿਨਾਂ ਵਿਚਕਾਰ ਵਿਰੋਧੀ ਵਿਚਾਰਾਂ ਦਾ ਪਾਣੀ ਵਗਦਾ ਰਹਿੰਦਾ।

ਇੱਕ ਦਿਨ ਉਹ ਬਹਿਸ ਰਹੇ ਸਨ ਕਿ ਆਪਾਂ ਕਿੱਥੋਂ ਤੇ ਕਿਵੇਂ ਆਏ ਹਾਂ। ਬਲਕਾਰ ਇਸ ਨੂੰ ਰੱਬ ਦੀ ਦੇਣ ਦੱਸਦਾ ਤੇ ਸੁਰਜੀਤ ਪੜ੍ਹਾ ਦਰ ਪੜ੍ਹਾ ਹੋਏ ਮਨੁੱਖੀ ਵਿਕਾਸ ਦੀ। ਉਹ ਕਿਸੇ ਡਾਰਵਿਨ ਦੀ ਥਿਊਰੀ ਦੀ ਗੱਲ ਵੀ ਕਰਦਾ। ਫੇਰ ਉਹ ਪੰਜਾਬ ਆ ਕੇ ਵਸੇ ਆਰੀਅਨ ਕਬੀਲਿਆਂ ਦੀ ਗੱਲ ਕਰਨ ਲੱਗ ਪਿਆ। ਫੇਰ ਰਣੀਏ ਪਿੰਡ ਦੇ ਵਸਣ ਦਾ ਕਿੱਸਾ ਸਣਾਉਣ ਲੱਗ ਪੈਂਦਾ। ਸੁਰਜੀਤ ਇਸਦਾ ਪਿਛੋਕੜ ਖੋਜਦਾ ਮਹਾਂਭਾਰਤ ਰਮਾਇਣ ਵਿੱਚੋਂ ਹੁੰਦਾ ਹੋਇਆ ਜੰਗਲ ਯੁੱਗ ਵਿੱਚ ਜਾ ਪਹੁੰਚਦਾ ਜਿੱਥੇ ਜੰਗਲੀ ਜਾਨਵਰ ਮਨੁੱਖ ਦੇ ਦੋਸਤ ਸਨ। ਸ਼ਿਵਜੀ ਦੇ ਗੱਲ ਪਾਇਆ ਸੱਪ, ਤੇ ਫੇਰ ਸੱਪਾਂ ਦੇ ਨਾਵਾਂ ਤੇ ਬਣੇ ਕਬੀਲੇ ਜਿਨਾਂ ਵਿੱਚ ਨਾਗ ਕਬੀਲਾ ਵੀ ਪ੍ਰਸਿੱਧ ਸੀ, ਬਾਰੇ ਉਹ ਦੱਸਦਾ।

ਉਸ ਅਨੁਸਾਰ ਇਹ ਸਾਰੇ ਆਰੀਅਨ ਕਬੀਲੇ ਸਨ, ਜੋ ਦਰਿਆ ਸਿੰਧ ਦੇ ਕਿਨਾਰੇ ਵਸ ਗਏ। ਫੇਰ ਉਹ ਇਲਾਕਾ ਹੀ ਇੰਡਸ ਵੈਲੀ ਬਣ ਗਿਆ। ਤੇ ਏਥੋਂ ਦੇ ਵਸਿੰਦੇ ਸਿੰਧੂ ਤੇ ਬਾਅਦ

ਵਿੱਚ ਹਿੰਦੂ ਅਖਵਾਏ। ਕਦੇ ਇਸੇ ਸਰਜ਼ਮੀਨ ਦਾ ਨਾਮ ਸਪਤ ਸਿੰਧੂ ਹੋਇਆ ਕਰਦਾ ਸੀ। ਇੰਡੂ ਜਾਂ ਇੰਡਸ ਤੋਂ ਹੀ ਇੰਡੀਆ ਬਣਿਆ ਤੇ ਹਿੰਦੂ ਵਸੋਂ ਤੋਂ ਹਿੰਦੋਸਤਾਨ।

ਏਥੇ ਪਹਿਲਾਂ ਸੱਤ ਦਰਿਆ ਵਗਿਆ ਸਨ। ਸੁਰਜੀਤ ਨੇ ਇਹ ਵੀ ਦੱਸਿਆ ਕਿ ਪਹਿਲਾਂ ਆਪਾਂ ਸਾਰੇ ਹੀ ਹਿੰਦੂ ਸਾਂ। ਮੁਸਲਮਾਨ ਤੇ ਸਿੱਖ ਤਾਂ ਬਹੁਤ ਬਾਅਦ ਦੀਆਂ ਗੱਲਾਂ ਨੇ। ਪਰ ਬਲਕਾਰ ਇਸ ਥਿਊਰੀ ਨੂੰ ਕਦੇ ਵੀ ਨਾਂ ਮੰਨਦਾ। ਉਹ ਆਪਣੇ ਆਪ ਨੂੰ ਸਿਰਫ ਤੇ ਸਿਰਫ ਸਿੱਖ ਮੰਨਦਾ। ਉਹ ਆਖਦਾ ਸਿੱਖਾਂ ਨੂੰ ਹਿੰਦੂਆਂ ਨਾਲ ਰਲਗੱਡ ਨਾ ਕਰ, ਸਿੱਖ ਇੱਕ ਵੱਖਰੀ ਕੌਮ ਏ ਤੇ ਵੱਖਰਾ ਧਰਮ ਹੈ। ਫੇਰ ਉਹ ਕਿਸੇ ਪੁਸਤਕ ਵਿੱਚੋਂ ਭਾਈ ਰਣਧੀਰ ਸਿੰਘ ਦਾ ਇਸ ਬਾਰੇ ਲਿਖਿਆ ਕੋਈ ਲੇਖ ਦਖਾਉਣ ਲੱਗ ਪੈਂਦਾ ਜਾਂ ਭਾਈ ਕਾਹਨ ਸਿੰਘ ਨਾਭਾ ਦੁਆਰਾ ਲਿਖੀ ਪੁਸਤਕ 'ਹਮ ਹਿੰਦੂ ਨਹੀਂ' ਅੱਗੇ ਕਰ ਦਿੰਦਾ, ਪਰ ਸੁਰਜੀਤ ਤਾਂ ਪੈਰਾਂ ਤੇ ਪਾਣੀ ਨਾ ਪੈਣ ਦਿੰਦਾ।

ਬਲਕਾਰ ਸਿੰਘ ਇਨ੍ਹਾਂ ਨੂੰ ਮਨਘੜੰਤ ਗੱਲਾਂ ਦੱਸਦਾ। ਉਸ ਦੇ ਲਈ ਤਾਂ ਸਿੱਖ ਧਰਮ ਹੀ ਸਭ ਕੁੱਝ ਸੀ ਤੇ ਸਭ ਤੋਂ ਉੱਪਰ ਸੀ। ਹਿੰਦੂ ਧਰਮ ਦੀ ਤਾਂ ਉਹ ਗੱਲ ਹੀ ਸੁਣਨਾ ਨਹੀਂ ਚਾਹੁੰਦਾ ਸੀ। ਤੇ ਮੁਸਲਮਾਨ ਉਸ ਨੂੰ ਨਿਰਦਈ ਅਤੇ ਜ਼ਾਲਮ ਜਾਪਦੇ ਸਨ। ਪਰ ਸੰਤਾ ਸਿੰਘ ਉਸ ਦੇ ਉਲਟ ਸੀ। ਉਹ ਸ਼ਿਵਜੀ, ਬਰਮਾਂ, ਵਿਸ਼ਨੂ, ਮਹੇਸ਼, ਰਾਮ ਚੰਦਰ, ਕ੍ਰਿਸ਼ਨ ਸਭ ਨੂੰ ਧਿਆਂਉਦਾ। ਅਰਦਾਸ ਵਿੱਚ ਸਾਰਿਆਂ ਦੇ ਨਾਂ ਲੈਂਦਾ। ਮਹਿਤਾਬ ਕੌਰ ਵੀ ਰਾਮ ਰਾਮ ਕਹਿ ਕੇ ਹੀ ਰੱਬ ਦਾ ਨਾਂ ਲੈਂਦੀ ਅਤੇ ਬਲਕਾਰ ਉਸ ਨੂੰ ਕਹਿੰਦਾ "ਮਾਈ ਰਾਮ ਰਾਮ ਕਰਨ ਨਾਲ ਤੂੰ ਹਿੰਦੂ ਲੱਗਦੀ ਆਂ ਸਤਨਾਮ ਵਾਹਿਗੁਰੂ ਕਿਹਾ ਕਰ"। ਪਰ ਮਹਿਤਾਬ ਕਰ ਹੱਸ ਕੇ ਆਖਦੀ "ਕੋਈ ਨੀ ਭਾਈ ਕੁੱਛ ਕਹਿ ਲੈ ਰੱਬ ਤਾਂ ਇੱਕੋ ਆ"

ਇਹੋ ਗੱਲ ਸੁਰਜੀਤ ਆਖਦਾ ਸੀ ਕਿ ਸਾਰੇ ਇਨਸਾਨ ਇੱਕੋ ਜਿਹੇ ਨੇ। ਪੰਜ ਛੇ ਹਜ਼ਾਰ ਸਾਲ ਪਹਿਲਾਂ ਇਨ੍ਹਾਂ ਵਿੱਚੋਂ ਕੋਈ ਵੀ ਧਰਮ ਦੁਨੀਆਂ ਤੇ ਨਹੀਂ ਸੀ ਹੁੰਦਾ। ਧਰਮ ਮਨੁੱਖ ਨੇ ਆਪ ਹੀ ਆਪਣੀ ਬਿਹਤਰੀ ਲਈ ਬਣਾਏ ਨੇ। ਧਰਮ ਮਨੁੱਖ ਲਈ ਬਣਾਏ ਗਏ ਸੀ, ਪਰ ਅੱਜ ਦਾ ਮਨੁੱਖ ਧਰਮ ਲਈ ਬਣ ਗਿਆ। ਧਰਮ ਲਈ ਮਰ ਵੀ ਸਕਦਾ ਹੈ ਤੇ ਕਿਸੇ ਨੂੰ ਮਾਰ ਵੀ ਸਕਦਾ ਹੈ।

ਬਲਕਾਰ ਕਹਿੰਦਾ ਹਾਂ ਏਹ ਗੱਲ ਸਹੀ ਹੈ ਏਹੋ ਤਾਂ ਕੁਰਬਾਨੀ ਹੈ। ਪਰ ਸੁਰਜੀਤ ਕਹਿੰਦਾ ਇਹ ਕੁਰਬਾਨੀ ਨਹੀਂ ਨਾਦਾਨੀ ਹੈ। ਜੋਸ਼ ਤੋਂ ਨਹੀ ਹੋਸ਼ ਤੋਂ ਕੰਮ ਲੈਣਾ ਚਾਹੀਦਾ ਹੈ। ਸੰਤਾ ਸਿੰਘ ਉਨ੍ਹਾਂ ਨੂੰ ਉਲਝੇ ਵੇਖ ਕਹਿੰਦਾ ਕੇ ਇਹ ਨਿੱਤ ਹੀ ਪਾਣੀ 'ਚ ਮਧਾਣੀ ਪਾ ਕੇ ਬੈਠ ਜਾਂਦੇ ਨੇ। ਇਨ੍ਹਾਂ ਦੀ ਬਹਿਸ ਹਨੂਮਾਨ ਦੀ ਪੂੰਛ ਵਾਂਗ ਹਮੇਸ਼ਾਂ ਵਧਦੀ ਹੀ ਚਲੀ ਜਾਂਦੀ ਆ" ਫੇਰ ਉਹ ਕਹਿੰਦਾ "ਅਗਰ ਤੁਹਾਡੀ ਕੋਈ ਨਾ ਮੰਨੇ ਤਾਂ ਚੁੱਪ ਕਰ ਰਹੋ' ਕਹਿੰਦੇ 'ਮੂਰਖ ਨਾਲ ਨਾ ਲੂਝੀਏ ਪੜ੍ਹ ਅੱਖਰ ਏਹੋ ਬੂਝੀਏ' ਪਰ ਬਲਕਾਰ ਕਾਹਦਾ ਪੜ੍ਹਿਆ ਲਿਖਿਐ ਜੀਹਨੂੰ ਐਨੀ ਗੱਲ ਵੀ ਸਮਝ ਨਹੀ ਆਂਉਦੀ..."। ਪਰ ਹਟਦੇ ਉਹ ਫੇਰ ਵੀ ਨਾ। ਮਨਦੀਪ ਸਿਰਫ ਸੁਣਦਾ ਤੇ ਸੋਚਦਾ ਰਹਿੰਦਾ।

•

ਭਾਗ 25

ਭਾਂਦਰੋਂ ਦਾ ਮਹੀਨਾ ਚੜ ਚੁੱਕਾ ਸੀ। ਸਾਉਣ ਦੇ ਛਰਾਟੇ ਪੈਣੇ ਬੰਦ ਹੋ ਚੁੱਕੇ ਸਨ। ਜਦੋਂ ਅੰਬਾਂ ਦੇ ਬਾਗ ਵਿੱਚ ਕੋਇਲ ਕੂਕਦੀ ਤਾਂ ਦਿਲ ਨੂੰ ਜਿਵੇਂ ਧੂਹ ਜਿਹੀ ਪੈਂਦੀ। ਖੇਤਾਂ ਵਿੱਚ ਮੱਕੀ ਦੀ ਫਸਲ ਨੂੰ ਪਹਿਲੀ ਗੋਡੀ ਪੈ ਚੁੱਕੀ ਸੀ। ਗੁਡਾਵਿਆਂ ਦੀ ਚਾਹ ਲੈ ਕੇ ਕਦੇ ਕਦੇ ਮਨਦੀਪ ਵੀ ਜਾਂਦਾ। ਰਸਤੇ ਵਿੱਚ ਕਿੱਕਰਾਂ, ਟਾਹਲੀਆਂ, ਬੇਰੀਆਂ ਤੇ ਤੂਤ ਆਂਉਦੇ। ਦਰਖਤਾਂ ਤੇ ਬੈਠੀਆਂ ਚਿੜੀਆਂ ਗੁਟਾਰਾਂ ਘੁੱਗੀਆਂ ਗੀਤ ਅਲਾਪਦੀਆਂ, ਮਨ ਮੋਹਦੀਆਂ। ਧਰਮਾਂ ਏਨ੍ਹਾਂ ਨੂੰ ਗੁਲੇਲ ਨਾਲ ਨਿਸ਼ਾਨਾਂ ਬਣਾ ਕੇ ਖੁਸ਼ ਹੁੰਦਾ ਤੇ ਮਨਦੀਪ ਏਹਨਾਂ ਨੂੰ ਦੇਖ ਦੇਖ ਕੇ। ਧਰਮੇ ਨੇ ਗੁਲੇਲ ਦਾ ਨਵਾਂ ਚਮੋਟਾ ਪਾਕੇ ਉਸਦੀ ਹੱਥੀ ਨਾਲ ਮਜਬੂਤ ਰਬੜਾਂ ਨੱਥੀਆਂ ਸਨ। ਉਹ ਸੱਜੀ ਅੱਖ ਕੋਲ ਗੁਲੇਲ ਕਰਕੇ ਕੰਨ ਤੱਕ ਖਿਚਦਾ ਤੇ ਚਮੋਟੇ 'ਚ ਪਾਈ ਰੋੜੀ ਪੰਛੀ ਦੇ ਪੋਟੇ 'ਚ ਜਾ ਵੱਜਦੀ। ਪੰਛੀ ਫੁੜਕ ਕੇ ਡਿੱਗਦਾ ਤਾਂ ਧਰਮਾਂ ਹੱਸਦਾ। ਪਰ ਮਨਦੀਪ ਦੇ ਕਾਲਜੇ 'ਚੋਂ ਰੁੱਗ ਭਰਿਆ ਜਾਂਦਾ। ਉਹ ਨਹੀਂ ਸੀ ਚਾਹੁੰਦਾ ਕਿ ਧਰਮਾ ਉਸ ਦੇ ਨਾਲ ਰਹੇ।

ਮਨਦੀਪ ਮੰਤਰ ਮੁਗਧ ਹੋ ਜਾਂਦਾ ਜਦੋਂ ਕਾਟੋਆਂ ਭੱਜ ਭੱਜਕੇ ਦਰਖਤਾਂ ਤੇ ਚੜ੍ਹਦੀਆਂ। ਕਦੇ ਕਦੇ ਉਸ ਨੂੰ ਸੱਪ ਤੇ ਨਿਓਲੇ ਦੀ ਲੜਾਈ ਵੀ ਵੇਖਣ ਨੂੰ ਮਿਲ ਜਾਂਦੀ। ਇਸ ਕੱਚੇ ਰਸਤੇ ਦੁਆਲੇ ਝਾੜ ਛਿੱਛਰ ਵੀ ਬਹੁਤ ਸਨ। ਨਿਆਂਈ ਵਾਲੇ ਖੂਹ ਤੱਕ ਤਾਂ ਠੀਕ ਸੀ ਪਰ ਉਸ ਤੋਂ ਅੱਗੇ ਜੇ ਮਘਿਆਣੀ ਵਾਲੇ ਖੇਤ ਨੂੰ ਜਾਣਾ ਹੁੰਦਾ ਤਾਂ ਪਿੰਡ ਦੀਆਂ ਮੜੀਆਂ ਕੋਲੋ ਲੰਘ ਕੇ ਜਾਣਾ ਪੈਂਦਾ। ਜਿੱਥੇ ਮੁਰਦਿਆਂ ਦੇ ਮੱਚੇ ਹੋਏ ਸਿਵੇ ਤੇ ਸੁਆਹ ਦੀਆਂ ਧੜਾਂ ਉਸ ਨੂੰ ਕੰਬਣੀ ਛੇੜ ਦਿੰਦੀਆਂ। ਪਿੰਡ ਵਿੱਚ ਕੋਈ ਨਾ ਕੋਈ ਮਰਦਾ ਹੀ ਰਹਿੰਦਾ ਸੀ। ਉਸ ਨੂੰ ਫੂਕਣ ਤੋਂ ਪਹਿਲਾਂ ਏਸੇ ਰਸਤੇ ਵਿੱਚ ਘੜਾ ਭੰਨਿਆ ਜਾਂਦਾ। ਫੁੱਟੇ ਹੋਏ ਘੜੇ ਤੋਂ ਲੰਘਣਾ ਮਨ੍ਹਾ ਸੀ। ਇਸਦੇ ਠੀਕਰਾਂ ਵੇਖ ਕੇ ਹੀ ਡਰ ਲੱਗਣ ਲੱਗ ਜਾਂਦਾ। ਡਰ ਤਾਂ ਮਨਦੀਪ ਨੂੰ ਭੂਤਾਂ ਪ੍ਰੇਤਾਂ ਤੋਂ ਵੀ ਬਹੁਤ ਲੱਗਦਾ। ਮੜੀਆਂ 'ਚ ਖੜੇ ਦਰਖਤਾਂ ਵਿੱਚੋਂ ਉਸ ਅਕਸਰ ਹੀ ਭੂਤਾਂ ਚੁੜੇਲਾਂ ਦੇ ਭੁਲੇਖੇ ਪੈਂਦੇ। ਉਹ ਹਮੇਸ਼ਾਂ ਏਥੋਂ ਵਾਹਿਗੁਰੂ ਵਾਹਿਗੁਰੂ ਕਰਕੇ ਹੀ ਲੰਘਦਾ।

ਪਰ ਇੱਕ ਦਿਨ ਉਸਦੇ ਮਾਮੇ ਦਾ ਦੋਸਤ ਸੁਰਜੀਤ ਦੱਸਦਾ ਸੀ "ਭੂਤ ਪ੍ਰੇਤ ਕੁੱਝ ਨਹੀਂ ਹੁੰਦੇ ਮਨ ਦਾ ਵਹਿਮ ਹੀ ਹੁੰਦਾ ਏ। ਹਾਂ ਸੱਪ ਸਲੂੰਡੀ ਤੋਂ ਜਰੂਰ ਬਚਕੇ ਰਹਿਣਾ ਚਾਹੀਦਾ ਹੈ। ਭਾਦੋਂ ਦੀ ਭੜਦਾਹ ਨਾਲ ਕਹਿੰਦੇ ਸੱਪ ਵੀ ਨਿੱਕਲ ਆਂਉਦੇ ਨੇ" ਰਸਤੇ 'ਚ ਕੋਈ ਨਾ ਕੋਈ ਸੱਪ ਦਿਸ ਹੀ ਜਾਂਦਾ। ਨਿੱਕੇ ਨਿੱਕੇ ਸਪੋਲੀਏ ਕਈ ਵਾਰ ਘਰਾਂ ਵਿੱਚ ਵੀ ਜਾ ਵੜਦੇ।

ਇੱਕ ਦਿਨ ਸਪੋਲੀਆਂ ਪਤਾ ਨਹੀ ਕਿਵੇਂ ਹੱਥ ਮੂੰਹ ਹੱਥ ਧੋਣ ਲਈ ਰੱਖੀ ਬਾਲਟੀ 'ਚ ਵੜ ਗਿਆ। ਜੋ ਮਹਿਤਾਬ ਕੌਰ ਨੇ ਦੇਖ ਲਿਆ, ਨਹੀ ਤਾਂ ਪਤਾ ਨਹੀ ਕੀ ਹੁੰਦਾ। ਇੱਕ ਦਿਨ ਸੰਤਾ ਸਿੰਘ ਕੋਠੇ ਤੇ ਡਹੇ ਮੰਜੇ ਉੱਪਰ ਪਾਠ ਕਰ ਰਿਹਾ ਸੀ ਤੇ ਸੱਪ ਪਤਾ ਨਹੀਂ ਕਿਵੇਂ ਮੰਜੇ ਤੇ ਚੜ ਆਇਆ ਤੇ ਉਹ ਮਸਾਂ ਹੀ ਡੰਗ ਖਾਣੋਂ ਬਚਿਆ। ਪਿੰਡ ਦੇ ਲੋਕ ਆਪਣੇ ਆਪ ਨੂੰ ਨਾਗਾਂ ਦੀ ਵੰਸ਼ ਵਿੱਚੋਂ ਸਮਝਦੇ ਤੇ ਸੱਪਾਂ ਨੂੰ ਆਪਣੇ ਵਡੇਰੇ ਸਮਝਦੇ ਸਨ। ਸੱਪ ਨੂੰ ਬਾਬਾ ਕਹਿਕੇ ਸਤਿਕਾਰ ਕਰਦੇ ਤੇ ਉਸ ਨੂੰ ਪੂਜਦੇ। ਪਿੰਡ ਵਿੱਚ ਇੱਕ ਗੁੱਗਾ ਮਾੜੀ ਸੀ, ਜਿੱਥੇ ਸੱਪਾਂ ਦੀ ਪੂਜਾ ਹੁੰਦੀ ਤੇ ਮਾੜੀ ਦਾ

ਮੇਲਾ ਵੀ ਲੱਗਦਾ। ਮਨਦੀਪ ਨੂੰ ਜਦ ਇਸ ਮੇਲੇ ਦਾ ਖਿਆਲ ਆਇਆ ਤਾਂ ਉਸ ਦਾ ਮਨ ਨੱਚ ਉੱਠਿਆ।

ਫੇਰ ਨੌਂ ਭਾਦਰੋਂ ਨੂੰ ਲੋਕ ਚਰੀ ਪੱਠੇ ਵੱਢ ਕੇ ਮਾੜੀ ਦੇ ਮੇਲੇ ਦੀਆਂ ਤਿਆਰੀਆਂ ਵਿੱਚ ਰੁੱਝ ਗਏ। ਪਿੰਡ ਦੇ ਬਾਹਰ ਬਾਹਰ ਪਤਾਸੇ ਹਲਵਾਈ ਨੇ ਸਵੇਰ ਤੋਂ ਹੀ ਭੱਠੀ ਮਘਾਈ ਹੋਈ ਸੀ। ਉਸਦੇ ਚਿੱਟੇ ਗੋਰੇ ਰੰਗ ਕਰਕੇ ਲੋਕ ਉਸ ਨੂੰ ਪਤਾਸਾ ਹੀ ਕਹਿੰਦੇ ਸਨ, ਉਸ ਦਾ ਅਸਲ ਨਾਂ ਕੀ ਸੀ ਕਿਸੇ ਨੂੰ ਵੀ ਨਹੀਂ ਪਤਾ। ਜਲੇਬੀਆਂ ਅਤੇ ਪਤੌੜਾਂ ਦੀ ਖੁਸ਼ਬੂ ਹਰ ਪਾਸੇ ਫੈਲ ਗਈ ਸੀ। ਕਾਲੂ ਮਰਾਸੀ ਦਾ ਢੋਲ ਸਾਰੇ ਪਿੰਡ ਵਿੱਚ ਸੁਣਾਈ ਦੇ ਰਿਹਾ ਸੀ। ਹਰ ਸਾਲ ਦੀ ਤਰਾਂ ਲਾਲ ਮੂੰਹੇ ਅਮਰੂ ਨੇ ਵੰਗਾਂ ਖਿਡੌਣਿਆਂ ਦੀ ਦੁਕਾਨ ਲਾ ਲਈ ਸੀ। ਅੰਬਾਂ ਵਾਲੇ ਬਾਗ ਵਿੱਚੋਂ ਢੋਲ ਦੀ ਡੱਗ ਡੱਗ ਡੈਂ ਡੈਂ ਨਾਲ ਸਾਰੀਆਂ ਕੋਇਲਾਂ ਤੇ ਤੋਤੇ ਉੱਡ ਚੁੱਕੇ ਸਨ।

ਰੌਣਕੀ ਪੰਡਤ ਦੇ ਘਰ ਤਾਂ ਰੌਣਕਾਂ ਲੱਗੀਆਂ ਪਈਆਂ ਸਨ। ਗੁੱਗੇ ਦੀ ਚਿਰਾਗੀ ਪਾਈ ਜਾ ਰਹੀ ਸੀ ਤੇ ਬਾਲਾਂ ਦੀ ਤੜਾਗੀ ਬੰਨੀ ਜਾ ਰਹੀ ਸੀ। ਤੜਾਗੀ ਵਾਲਾ ਝੰਡਾ ਤਿਆਰ ਬਰ ਤਿਆਰ ਖੜਾ ਸੀ। ਜਿਨਾਂ ਦੇ ਘਰ ਪੁੱਤਰ ਜੰਮਿਆ ਹੁੰਦਾ ਉਹ ਅੱਜ ਦੇ ਦਿਨ ਝੰਡੇ ਤੇ ਨਿੱਕੀ ਜਿਹੀ ਇੱਕ ਬਾਲ, ਤੇ ਆਪਣੇ ਬੱਚੇ ਦੀ ਤੰਦਰੁਸਤੀ ਲਈ ਚਾਂਦੀ ਦੇ ਘੁੰਗਰੂ ਵਾਲੀ ਨਿੱਕੀ ਜਿਹੀ ਤੜਾਗੀ ਬੰਨ ਕੇ ਚਿਰਾਗੀ ਪਾਉਂਦੇ। ਚਿਰਾਗੀ ਵਿੱਚ ਦੇਸੀ ਘਿਉ, ਸੇਵੀਆਂ ਸੀਧਾ ਤੇ ਸ਼ਰਧਾ ਅਨੁਸਾਰ ਮੱਥਾ ਟੇਕਿਆ ਜਾਂਦਾ।

ਗੋਹੇ ਮਿੱਟੀ ਨਾਲ ਪਵਿੱਤਰ ਕੀਤੀ ਜਗਾ ਤੇ ਚਿਰਾਗੀ ਪਵਾਉਣ ਲਈ ਭਗਤ ਸੁਖੀਆ ਬੈਠਾ ਹੁੰਦਾ। ਜੋ ਗੁੱਗੇ ਦੀ ਮਿਹਰ ਸਦਕਾ ਹਰ ਵਰੇ ਸਿਰ ਘੁਮਾ ਘੁਮਾ ਖੇਡਦਾ। ਮਾੜੀ ਤੇ ਲੋਕ ਗੁੱਗਾ ਜ਼ਾਹਰ ਪੀਰ ਦੀ ਮਿੱਟੀ ਵੀ ਕੱਢਦੇ। ਅੱਜ ਪਿੰਡ ਵਿੱਚ ਇੱਕ ਰਲੀ ਮਿਲੀ ਮਹਿਕ ਅਤੇ ਖੁਸ਼ੀਆਂ ਭਰਿਆ ਮਹੌਲ ਸੀ। ਹਰ ਪਾਸੇ ਨਿਆਣਿਆਂ ਤੇ ਸਿਆਣਿਆਂ ਦੀ ਭੀੜ ਸੀ। ਮਨਦੀਪ ਵੀ ਤਾਂ ਏਸੇ ਭੀੜ ਦਾ ਹਿੱਸਾ ਸੀ।

ਕੁੱਝ ਹੀ ਦੇਰ ਬਾਅਦ ਗੁੱਗੇ ਦਾ ਚਾਲਾ ਸ਼ੁਰੂ ਹੋ ਗਿਆ ਸੀ। ਭਗਤ ਸੁੱਖੀਆ ਵਿੱਚ ਮੇਹਰ ਆਉਂਣ ਦੀ ਉਡੀਕ ਹੋ ਰਹੀ ਸੀ। ਭਾਂਦੋਂ ਦੇ ਮੰਗਤੇ ਗੁੱਗੇ ਦੀ ਵਾਰ ਗਾ ਰਹੇ ਸਨ। ਹਰਮੋਨੀਅਮ ਦੇ ਨਾਲ ਦੋ ਢੱਡਾਂ ਤੇ ਬੋਰੀਆਂ ਸੀਣ ਵਾਲੇ ਸੂਏ ਨਾਲ ਗਵੰਤਰੀ ਇੱਕ ਕੌਲੀ ਵੀ ਵਜਾ ਰਹੇ ਸਨ। ਫੇਰ ਭਗਤ ਸੁਖੀਆ ਨੇ ਅਨੇਕਾਂ ਸੰਗਲੀਆਂ ਵਾਲੀ ਲੋਹੇ ਦੀ ਇੱਕ ਛੜੀ ਨੂੰ ਹੱਥ ਪਾਇਆ। ਉਹ ਸੱਪ ਵਾਂਗ ਸ਼ੂਕ ਰਿਹਾ ਸੀ। ਤੇ ਲੋਕ ਗੁੱਗੇ ਦੀ ਜੈ ਕਰ ਰਹੇ ਸਨ। ਜੋ ਹੁਣ ਆਪਣੇ ਭਗਤ ਤੇ ਮਿਹਰ ਕਰਕੇ ਉਸ ਰਾਹੀਂ ਪ੍ਰਗਟ ਹੋ ਰਿਹਾ ਸੀ।

ਭਗਤ ਸੁੱਖੀਆ ਨੇ ਖੇਡਣਾ ਸ਼ੁਰੂ ਕੀਤਾ। ਉਹ ਵਾਰ ਵਾਰ ਲੋਹੇ ਦੀ ਛੜੀ ਘੁਮਾ ਕੇ ਆਪਣੀ ਨੰਗੀ ਪਿੱਠ ਤੇ ਮਾਰਦਾ। ਉਸਦੇ ਪਿੰਡੇ ਵਿੱਚੋਂ ਲਹੂ ਸਿੰਮ ਰਿਹਾ ਸੀ। ਤੇ ਲੋਕ ਲੋਕ ਜੈ ਜੈ ਕਾਰ ਕਰ ਰਹੇ ਸਨ। ਚੜ੍ਹਾਵਾ ਵੀ ਬਹੁਤ ਚੜ ਰਿਹਾ ਸੀ। ਗੁੱਗੇ ਦੀ ਮਿਹਰ ਹੋ ਰਹੀ ਸੀ। ਇੱਸ ਵਿੱਚ ਅੱਧਾ ਹਿੱਸਾ ਰੌਣਕੀ ਰਾਮ ਨੂੰ ਤੇ ਅੱਧਾ ਹਿੱਸਾ ਭਗਤ ਸੁੱਖੀਆ ਨੂੰ ਜਾਣਾ ਸੀ।

ਰੌਣਕੀ ਪਿੰਡ ਦਾ ਪ੍ਰੋਹਿਤ ਵੀ ਸੀ ਤੇ ਸੁੱਖੀਆ ਲਾਗੀ ਝੀਰ। ਉਹ ਲੋਕਾਂ ਦੇ ਟੋਕਰੇ ਬਣਾਉਂਦਾ, ਲਾਗ ਕਰਦਾ, ਹਾੜੀ ਵਿੱਚ ਮਸ਼ਕ ਨਾਲ ਵਾਢੀਆਂ ਨੂੰ ਪਾਣੀ ਪਿਆਂਉਦਾ। ਨਵੇਂ ਕੱਪੜੇ ਉਹ ਸਿਰਫ ਅੱਜ ਦੇ ਦਿਨ ਹੀ ਪਹਿਨਦਾ। ਇਸ ਚੜ੍ਹਾਵੇ ਸਦਕਾ ਗੁੱਗੇ ਦੀ ਮਿਹਰ ਨਾਲ ਉਸਦਾ ਸਾਲ ਲੰਘ ਜਾਂਦਾ।

ਭਗਤ ਸੁੱਖੀਆ ਭੀੜ ਦੇ ਅੱਗੇ ਅੱਗੇ ਸਿਰ ਘੁਮਾਉਂਦਾ ਤੇ ਛੜੀਆਂ ਖੇਡਦਾ ਜਾ ਰਿਹਾ ਸੀ।

ਉਹ ਸੱਪ ਵਾਂਗ ਸ਼ੂਕ ਵੀ ਰਿਹਾ ਸੀ। ਇਹ ਹਜ਼ੂਮ ਪਿੰਡ ਪਾਰ ਕਰਦਾ ਗੁੱਗਾ ਮਾੜੀ ਤੱਕ ਜਾ ਪਹੁੰਚਿਆ। ਉੱਥੇ ਜਾ ਕੇ ਸੁੱਖੀਆ ਰਾਮ ਬਹੁਤ ਖੇਡਿਆ। ਲੋਕਾਂ ਅਨਾਜ ਦੇ ਢੇਰ ਲਗਾ ਦਿੱਤੇ। ਦੁੱਧ ਦੀਆਂ ਬਾਲਟੀਆਂ ਭਰ ਗਈਆਂ। ਇੱਕ ਬੰਗਾਂਲਾ ਬੀਨ ਦੀਆਂ ਧੁਨਾਂ ਕੱਢਦਾ ਸੱਚੀ ਮੁੱਚੀ ਦਾ ਨਾਗ ਦਿਖਾ ਰਿਹਾ ਸੀ। ਲੋਕ ਇਸ ਨੂੰ ਵੀ ਮੱਥਾ ਟੇਕ ਰਹੇ ਸਨ। ਚੁੱਕਿਆ ਝੰਡਾ ਮਾੜੀ ਨਾਲ ਖੜਾ ਕਰ ਦਿੱਤਾ ਗਿਆ। ਲੋਕ ਅਜੇ ਵੀ ਚੜ੍ਹਾਵਾ ਚੜਾ ਰਹੇ ਸਨ। ਭਗਤ ਸੁੱਖੀਆ ਨੇ ਹੁਣ ਕਿੰਨੇ ਹੀ ਦਿਨ ਮੰਜੇ ਤੋਂ ਨਹੀਂ ਸੀ ਉੱਠ ਸਕਣਾ। ਰੋਜ਼ ਉਸਦੀ ਪਤਨੀ ਬੀਬੋ ਨੇ ਕੋਸੇ ਤੇਲ ਨਾਲ ਉਸ ਦੀਆਂ ਮਾਲਸ਼ਾ ਕਰਨੀਆਂ ਸਨ। ਇਹ ਉਨ੍ਹਾਂ ਲਈ ਇੱਕ ਦਿਨ ਦੀ ਔਖ ਤੇ ਸਾਲ ਦੀ ਸੌਖ ਵਾਲੀ ਗੱਲ ਸੀ।

ਇਹ ਮੇਲਾ ਗੇਲਾ ਦੇਖਣ ਅੱਜ ਸੁਰਜੀਤ ਵੀ ਆ ਗਿਆ ਸੀ। ਜੋ ਆਪਣਾ ਸਾਈਕਲ ਲਈਂ, ਹਵਾ ਪਿਆਜ਼ੀ ਹੋਇਆ ਖੜਾ ਸੀ। ਉਸ ਦਾ ਵਿਚਾਰ ਸੀ ਕਿ ਪੈੱਗ ਲਾਏ ਮਗੈਰ ਮੇਲਾ ਦੇਖਣ ਦਾ ਕੀ ਨਜ਼ਾਰਾ...? ਉਹ ਕਿਸੇ ਨੂੰ ਦੱਸ ਰਿਹਾ ਸੀ ਕਿ ਗਿਆਰਵੀ ਸਦੀ ਵਿੱਚ ਜੱਗਦਿਉ ਪਰਮਾਰ ਦੇ ਸਮੇਂ ਗੁੱਗਾ ਹੋਇਆ ਸੀ ਜੋ ਇੱਕ ਰਾਜਪੂਤ ਚੌਹਾਨ ਸੀ। ਇੱਕ ਬਾਸ਼ਕ ਨਾਂ ਦੀ ਔਰਤ ਦੇ ਉਲਾਦ ਨਹੀਂ ਸੀ ਹੁੰਦੀ। ਉਸ ਨੇ ਗੋਰਖ ਦੇ ਟਿੱਲੇ ਤੋਂ ਗੁੱਗਲ ਲਿਆ ਕੇ ਪੁੱਤਰ ਦੀ ਦਾਤ ਮੰਗੀ ਸੀ। ਗੁੱਗਲ ਕਰਕੇ ਪੈਦਾ ਹੋਏ ਸਮਝੇ ਜਾਂਦੇ ਪੁੱਤਰ ਦਾ ਨਾਂ ਗੁੱਗਾ ਪਿਆ। ਉਹ ਸੱਪ ਦੇ ਕੱਟਿਆਂ ਦਾ ਇਲਾਜ ਵੀ ਕਰਦਾ ਰਿਹਾ। ਲੋਕ ਉਸ ਨੂੰ ਨਾਗ ਦਾ ਅਵਤਾਰ ਮੰਨਦੇ ਸਨ। ਦੁਨੀਆਂ ਦੂਰ ਦੂਰ ਤੋਂ ਉਸ ਕੋਲ ਆਂਉਦੀ ਸੀ। ਰਾਜਾ ਜੱਗਦਿਉ ਵੀ ਉਸ ਨੂੰ ਮੰਨਦਾ ਸੀ। ਉਸ ਨੇ ਹੀ ਸਾਰੇ ਪੰਜਾਬ ਵਿੱਚ ਗੁੱਗਾ ਮਾੜੀਆਂ ਬਣਵਾਈਆਂ। ਗਵਈਏ ਉਸੇ ਨੂੰ ਗੁੱਗਾ ਜ਼ਾਹਰਾ ਪੀਰ ਕਹਿ ਕਹਿ ਕੇ ਵਡਿਆਂਉਂਦੇ ਨੇ।

ਮਾੜੀ ਤੇ ਕਈ ਲੋਕ ਚਾਂਦੀ ਦੇ ਸੱਪ ਬਣਾ ਕੇ ਵੀ ਚੜਾਂਉਂਦੇ। ਤਾਂ ਕਿ ਉਨ੍ਹਾਂ ਦਾ ਪਰਿਵਾਰ ਅਤੇ ਡੰਗਰ ਪਸ਼ੂ ਸੱਪ ਦੀ ਕਰੋਪੀ ਤੋਂ ਬਚੇ ਰਹਿਣ। ਮੇਲੇ ਤੇ ਲੋਕ ਪਤਾਸੇ ਹਲਵਾਈ ਦੀ ਦੁਕਾਨ ਤੋਂ ਪਤੌੜ ਅਤੇ ਲੂਣ ਲੱਗੇ ਅਮਰੂਦ ਲੈ ਕੇ ਖਾਅ ਰਹੇ ਸਨ। ਕੁੜੀਆਂ ਵੰਗਾਂ ਚੜਾ ਰਹੀਆਂ ਸਨ। ਇੱਕ ਭਾਈ ਸਾਈਕਲ ਤੇ ਲੱਗੇ ਰੰਦੇ ਤੇ ਰਗੜ ਕੇ ਰੰਗ ਬਿਰੰਗੀ ਬਰਫ ਦੇ ਪੱਤੇ ਵੇਚ ਰਿਹਾ ਸੀ ਤੇ ਆਖ ਰਿਹਾ ਸੀ ਪੰਜੀ ਦਾ ਪੱਤਾ ਭਰਕੇ...। ਨਿਆਣੇ ਉਸ ਨੂੰ ਘੇਰਾ ਪਾਈ ਖੜੇ ਸਨ। ਮਨਦੀਪ ਨੇ ਵੀ ਆਪਣੀ ਨਾਨੀ ਨਾਲ ਗੁੱਗੇ ਦੀ ਮਿੱਟੀ ਕੱਢੀ। ਸੁਰਜੀਤ ਦਾ ਸਾਈਕਲ ਉਨ੍ਹਾਂ ਦੇ ਘਰ ਵਲ ਨੂੰ ਮੁੜ ਗਿਆ। ਮਾੜੀ ਤੋਂ ਗਵੰਤਰੀਆਂ ਦੀਆਂ ਆਵਾਜ਼ਾਂ ਅਜੇ ਵੀ ਆ ਰਹੀਆਂ ਸਨ:-

ਜੋ ਗੁੱਗੇ ਪੀਰ ਨੂੰ ਧਿਆਵੇ, ਨਾਲੇ ਮਨ ਨੂੰ ਟਿਕਾਵੇ
ਜਿਹੜਾ ਉਹਦੇ ਦਰ ਆਵੇ, ਮੂੰਹੋ ਮੰਗਿਆ ਉਹ ਪਾਵੇ,
ਹਾਂ ਜੀ, ਹਾਂ ਜੀ......।

•

ਭਾਗ 26

ਇੱਕ ਦਿਨ ਇੱਕ ਕਾਰ ਪਿੰਡ ਦੀ ਫਿਰਨੀ ਤੇ ਆਕੇ ਰੁਕੀ। ਜਿਸ ਤੇ ਬੰਨੇ ਲਾਊਡ ਸਪੀਕਰਾਂ ਵਿੱਚ ਕੋਈ ਉੱਚੀ ਉੱਚੀ ਬੋਲ ਰਿਹਾ ਸੀ। ਕਦੇ ਕੋਈ ਰਿਕਾਰਡ ਚੱਲ ਪੈਂਦਾ ਤੇ ਕਦੇ ਬੰਦਾ ਬੋਲਣ ਲੱਗ ਪੈਂਦਾ। ਕਿ 'ਇਸ ਵਾਰ ਅਪਣਾ ਵੋਟ ਕਾਂਗਰਸ ਨੂੰ ਪਾਉ। ਗਾਂ ਵੱਛਾ ਚੋਣ ਨਿਸ਼ਾਨ ਤੇ ਮੋਹਰ ਲਾ ਕੇ ਸਰਦਾਰ ਅਜਮੇਰ ਸਿੰਘ ਨੂੰ ਕਾਮਯਾਬ ਕਰੋ। ਕਾਰ ਤੋਂ ਬੋਲ ਸੁਣ ਕਿ ਨਿਆਣੇ ਉੱਧਰ ਨੂੰ ਭੱਜ ਉੱਠੇ। ਕਾਰ ਵਿੱਚੋਂ ਕੋਈ ਰੰਬ ਬਿਰੰਗੇ ਇਸ਼ਤਿਹਾਰ ਵੀ ਬਾਹਰ ਸੁੱਟ ਰਿਹਾ ਸੀ, ਜਿਨਾਂ ਉੱਪਰ ਗਊ ਵੱਛਾ ਬਣਿਆ ਹੋਇਆ ਸੀ।

ਕਈ ਲੋਕਾਂ ਨੂੰ ਉਨਾਂ ਨੇ ਕੁੜਤਿਆਂ ਤੇ ਲਾਉਣ ਲਈ 'ਬਿੱਲੇ' ਵੀ ਦਿੱਤੇ। ਜਿਸ ਉੱਪਰ ਪ੍ਰਧਾਨ ਮੰਤਰੀ ਸ੍ਰੀਮਤੀ ਇੰਦਰਾ ਗਾਂਧੀ ਦੀ ਫੋਟੋ ਬਣੀ ਹੋਈ ਸੀ। ਇਸ਼ਤਿਹਾਰ ਉੱਪਰ ਕਾਂਗਰਸ ਦਾ ਉਮੀਦਵਾਰ ਸ਼੍ਰੀਮਤੀ ਇੰਦਰਾ ਗਾਂਧੀ ਅਤੇ ਗਿਆਨੀ ਜ਼ੈਲ ਸਿੰਘ ਦੇ ਵਿਚਕਾਰ ਬੈਠਾ ਸੀ। ਗਊ ਵੱਛੇ ਦੇ ਨਿਸ਼ਾਨ ਵਾਲੀਆਂ ਤਿਰੰਗੀਆਂ ਝੰਡੀਆਂ ਵੀ ਵੰਡੀਆਂ ਜਾ ਰਹੀਆਂ ਸਨ। ਤੇ ਇਹ ਵੀ ਦੱਸਿਆ ਜਾ ਰਿਹਾ ਸੀ ਕਿ ਸਰਦਾਰ ਅਜਮੇਰ ਸਿੰਘ ਅਗਲੇ ਐਤਵਾਰ ਖੁਦ ਉਨ੍ਹਾਂ ਦੇ ਨਗਰ ਪਧਾਰਨਗੇ।

ਸੰਤਾ ਸਿੰਘ ਜਿਸ ਨੇ ਹੁਣ ਹਮੇਸ਼ਾਂ ਨਿਗਾਹ ਘੱਟ ਜਾਣ ਕਾਰਨ ਖੂੰਡੀ ਨਾਲ ਤੁਰਨਾ ਸ਼ੁਰੂ ਕਰ ਦਿੱਤਾ ਸੀ, ਅੱਖਾਂ ਤੇ ਹੱਥ ਦਾ ਛੱਪਰ ਜਿਹਾ ਬਣਾ ਦੇਖਦਾ ਰਿਹਾ। ਉਸ ਨੂੰ ਝਾਉਲਾ ਜਿਹਾ ਪਿਆ ਜਿਵੇਂ ਕਾਰ ਵਿੱਚੋਂ ਵਿਹੜੇ ਵਾਲਾ ਦੇਬੂ ਨਿੱਕਲਿਆ ਹੋਵੇ। ਹੁਣ ਉਹ ਨਿਆਣਿਆਂ ਨੂੰ ਝੰਡੀਆਂ ਪਰਚੇ ਅਤੇ ਬਿੱਲੇ ਵੰਡ ਰਿਹਾ ਸੀ।

'ਅੱਛਾ ਤਾਂ ਕਾਂਗਰਸ ਦੀ ਮੱਦਦ ਕਰਦੇ ਨੇ ਵਿਹੜੇ ਵਾਲੇ ? ਐਤਕੀ ਕਾਂਗਰਸੀ ਫੇਰ ਵੋਟਾਂ ਖਰੀਦ ਲੈਣਗੇ। ਗਰੀਬੀ ਹਟਾਉ ਦਾ ਨਾਹਰਾ ਲਾ ਕੇ ਕਿਤੇ ਇਹ ਐਵੇਂ ਤਾਂ ਨੀ ਲੋਕਾਂ ਨੂੰ ਬੁੱਧੂ ਬਣਾਈ ਜਾਂਦੇ ? ਹਰੀਜਨ ਤਾਂ ਹੁਣ ਸੋਚਦੇ ਨੇ ਬੱਸ ਇੰਦਰਾ ਹੀ ਉਨ੍ਹਾਂ ਦੀ ਮਾਂ ਹੈ। ਚੱਲ ਮੈਨੂੰ ਕੀ ? ਆਪਾਂ ਤਾਂ ਮੁੱਢ ਤੋਂ ਪੰਥਕ ਰਹੇ ਹਾਂ ਤੇ ਵੋਟ ਵੀ ਪੰਥ ਨੂੰ ਹੀ ਪਾਉਣੀ ਹੈ ਚਾਹੇ ਅਗਲੇ ਗਧਾ ਖੜਾ ਦੇਣ। ਤੇਰਾਂ ਤੇਰਾਂ ਤੋਲਣ ਵਾਲੀ ਬਾਬੇ ਦੀ ਤੱਕੜੀ ਤੋਂ ਥੋੜੋ ਮੁਨਕਰ ਹੋ ਸਕਦੇ ਹਾਂ'। ਸੰਤਾ ਸਿੰਘ ਸੋਚ ਰਿਹਾ ਸੀ।

ਕਾਂਗਰਸ ਦੀ ਕਾਰ ਅਜੇ ਪਿੰਡੋਂ ਨਿੱਕਲੀ ਹੀ ਸੀ ਤਾਂ ਅਕਾਲੀ ਪਾਰਟੀ ਦੀ ਕਾਰ ਆ ਗਈ। ਲਾਊਡ ਸਪੀਕਰ ਗੂੰਜ ਰਿਹਾ ਸੀ ਕਿ ਪੰਥ ਦੇ ਉਮੀਦਵਾਰ ਸਰਦਾਰ ਪ੍ਰਹਿਲਾਦ ਸਿੰਘ ਨੂੰ ਤੱਕੜੀ ਤੇ ਮੋਹਰ ਲਾਕੇ ਕਾਮਯਾਬ ਕਰੋ। ਸੰਤਾ ਸਿੰਘ ਦੇ ਜਿਵੇਂ ਮਨ ਦੀ ਗੱਲ ਹੋ ਗਈ ਸੀ। ਉਸਦੇ ਪੈਰ ਆਪ ਮੁਹਾਰੇ ਕਾਰ ਵਲ ਉੱਠ ਪਏ। ਪਾਰਟੀ ਦੇ ਬੰਦਿਆਂ ਨੂੰ ਉਨ੍ਹੇ ਘਰੋਂ ਚਾਹ ਬਣਾ ਕੇ ਲਿਆਉਣ ਦੀ ਸੁਲਾ ਮਾਰੀ। ਉਨ੍ਹਾਂ ਤੋਂ ਆਪੇ ਚੁਬਾਰੇ ਤੇ ਲਾਉਣ ਲਈ ਕੇਸਰੀ ਰੰਗ ਦਾ ਤੱਕੜੀ ਵਾਲਾ ਝੰਡਾ ਵੀ ਲਿਆ। ਤਾਂ ਕਿ ਸਭ ਨੂੰ ਪਤਾ ਲੱਗੇ ਕਿ ਉਨ੍ਹਾ ਦਾ ਪਰਿਵਾਰ ਪੰਥਕ ਹੈ।

ਉਨ੍ਹਾ ਨੇ ਆਂਢ ਗੁਆਢ ਦੇ ਨਿਆਣਿਆਂ ਨੂੰ ਵੀ ਤੱਕੜੀ ਦੇ ਬੈਜ, ਝੰਡੀਆਂ ਤੇ ਇਸ਼ਤਿਹਾਰ ਦੁਆਏ। ਇਹ ਵੀ ਕਿਹਾ ਕਿ ਜੇ ਨਿਆਣੇ ਇਕੱਠੇ ਹੋ ਕੇ ਤੱਕੜੀ ਦੇ ਹੱਕ ਵਿੱਚ ਨਾਹਰੇ ਮਾਰਨਗੇ

ਤਾਂ ਉਹ ਰਾਮ ਲਾਲ ਦੀ ਹੱਟੀ ਤੋਂ ਉਨ੍ਹਾਂ ਨੂੰ ਮਿੱਠੀਆਂ ਗੋਲੀਆਂ ਤੇ ਮਰੂੰਡਾ ਲੈ ਕੇ ਦਊ। ਨਿਆਣੇ ਪਿੰਡ ਦੀ ਫਿਰਨੀ ਤੇ ਨਾਹਰੇ ਮਾਰਦੇ ਜਾਂਦੇ ਉਸ ਨੂੰ ਬਹੁਤ ਚੰਗੇ ਲੱਗ ਰਹੇ ਸਨ। ਜਿਵੇਂ ਹੁਣ ਉਸ ਨੇ ਕਾਂਗਰਸ ਵਲੋਂ ਦੇਬੂ ਨੂੰ ਨਾਲ ਲੈਕੇ ਪਾਏ ਚੋਣ ਪ੍ਰਭਾਵ ਨੂੰ ਧੋਅ ਸੁੱਟਿਆ ਹੋਵੇ। ਪੰਥ ਦੀ ਸੇਵਾ ਕਰਕੇ ਉਸ ਨੂੰ ਅਨੂਠੀ ਖੁਸ਼ੀ ਮਿਲ ਰਹੀ ਸੀ।

21 ਫਰਵਰੀ ਦੇ ਦਿਨ ਐਤਵਾਰ ਨੂੰ ਰਣੀਏ ਵਿੱਚ ਕਾਂਗਰਸ ਪਾਰਟੀ ਦਾ ਇਕੱਠ ਸੀ। ਪਰ ਸੰਤਾ ਸਿੰਘ ਨੇ ਜ਼ੋਰ ਪਾ ਕੇ ਵੀਹ ਫਰਵਰੀ ਵਾਲੇ ਦਿਨ ਸ਼ਨਿੱਚਰਵਾਰ ਨੂੰ ਪਿੰਡ ਦੇ ਗੁਰਦੁਵਾਰੇ ਵਿੱਚ ਅਕਾਲੀਆਂ ਦਾ ਇਕੱਠ ਰਖਵਾ ਦਿੱਤਾ। ਇੱਕਠ ਵੇਲੇ ਪੰਥਕ ਲੀਡਰ ਸ: ਪ੍ਰਹਿਲਾਦ ਸਿੰਘ ਨੇ ਵਾਹਦਿਆਂ ਦੀਆਂ ਝੜੀਆਂ ਲਗਾ ਦਿੱਤੀਆਂ। ਕਿ ਚੁਣੇ ਜਾਣ ਤੇ ਪਿੰਡ ਦੀਆਂ ਸਾਰੀਆਂ ਗਲ਼ੀਆਂ ਨਾਲੀਆਂ ਪੱਕੀਆਂ ਹੋਣਗੀਆਂ। ਸੜਕਾਂ ਬਣਵਾਈਆਂ ਜਾਣਗੀਆਂ ਅਤੇ ਨਹਿਰ ਸਰਹਿੰਦ ਉੱਪਰ ਕਿਸ਼ਤੀ ਦੀ ਜਗਾ ਪੁਲ਼ ਲਗਵਾਇਆ ਜਾਵੇਗਾ। ਏਹੋ ਗੱਲਾਂ ਤਾਂ ਦੂਸਰੇ ਦਿਨ ਕਾਂਗਰਸ ਨੇ ਕਹਿਣੀਆਂ ਸਨ। ਪਰ ਸੰਤਾ ਸਿੰਘ ਨੇ ਪਹਿਲ ਕਰਕੇ ਸਾਰਾ ਪਿੰਡ ਅਕਾਲੀਆਂ ਦੇ ਹੱਕ ਵਿੱਚ ਕਰਵਾ ਕੇ ਬਾਜੀ ਮਾਰ ਲਈ ਸੀ। ਫੇਰ ਪਿੰਡ ਵਿੱਚ ਵੋਟਾਂ ਵਾਲਿਆਂ ਦਾ ਇਹ ਘੜਮੱਸ ਮਹੀਨਾ ਭਰ ਪੈਂਦਾ ਰਿਹਾ। ਤੇ ਆਖਰ ਇੱਕ ਦਿਨ ਗਿਆਰਾਂ ਮਾਰਚ ਨੂੰ ਵੋਟਾਂ ਵੀ ਪੈ ਹੀ ਗਈਆਂ। ਸੰਤਾ ਸਿੰਘ ਦਾ ਟੱਬਰ ਆਪਣੇ ਗੱਡੇ ਤੇ ਲੱਦ ਬੁੱਢੇ ਠੇਰਿਆਂ ਤੋਂ ਵੀ ਵੋਟਾਂ ਪਵਾਉਂਦਾ ਰਿਹਾ।

ਪਿੰਡ ਵਿੱਚ ਸਿਆਸੀ ਪਾਰਟੀਆਂ ਦੇ ਜਿੱਤਣ ਅਤੇ ਹਾਰਨ ਬਾਰੇ ਰੋਜ਼ ਖੁੰਡ ਚਰਚਾ ਹੁੰਦੀ ਰਹੀ। ਕੋਈ ਕਹਿੰਦਾ ਅਕਾਲੀ ਜਿੱਤਣਗੇ ਤੇ ਕੋਈ ਕਹਿੰਦਾ ਕਾਂਗਰਸ ਜਿੱਤੇਗੀ। ਕਮਿਊਨਿਸਟਾਂ ਦਾ ਪਿੰਡ ਵਿੱਚ ਕੋਈ ਬਹੁਤ ਪ੍ਰਭਾਵ ਨਹੀਂ ਸੀ। ਕਮਿਊਨਿਸਟ ਜਗਜੀਤ ਸਿੰਘ ਬਾਗੀ ਜਿਨਾਂ ਦਾ ਚੋਣ ਨਿਸ਼ਾਨ ਦਾਤੀ ਹਥੌੜਾ ਸੀ, ਦਾ ਪਿੰਡ ਵਿੱਚ ਇੱਕ ਵੀ ਝੰਡਾ ਨਹੀਂ ਸੀ। ਪੰਜਾਬ ਦੇ ਨਕਸਲੀਏ ਵੋਟਾਂ ਦੇ ਵਿਰੁੱਧ ਸਨ ਤੇ ਸਾਰਿਆਂ ਨੂੰ ਹੀ ਲੋਟੂ ਟੋਲੇ ਦੱਸ ਰਹੇ ਸਨ। ਆਖਰ ਚੋਣ ਨਤੀਜਿਆਂ ਦਾ ਦਿਨ ਵੀ ਆ ਹੀ ਗਿਆ।

ਲੋਕ ਅਰਜਣ ਅਤੇ ਸੁਰਜਣ ਦੇ ਰੇਡੀਉ ਨਾਲ ਕੰਨ ਲਾਈਂ ਬੈਠੇ ਸਨ। ਪੰਜਾਬ ਵਿੱਚ ਕਾਂਗਰਸ ਦਾ ਹੱਥ ਉੱਪਰ ਦੱਸਿਆ ਜਾ ਰਿਹਾ ਸੀ। ਸਮਰਾਲਾ ਹਲਕੇ ਤੋਂ ਅਕਾਲੀ ਉਮੀਦਵਾਰ ਪ੍ਰਹਿਲਾਦ ਸਿੰਘ ਚੋਣ ਜਿੱਤ ਗਿਆ ਸੀ। ਪਰ ਬਾਕੀ ਪੰਜਾਬ ਵਿੱਚ ਕਾਂਗਰਸ ਦੇ ਜਿੱਤ ਜਾਣ ਕਰਕੇ ਜਥੇਦਾਰ ਗੁਰਚਰਨ ਸਿੰਘ ਟੌਹੜਾ ਅਤੇ ਪ੍ਰਕਾਸ਼ ਸਿੰਘ ਬਾਦਲ ਦੀ ਜੋੜੀ ਨੂੰ ਭਾਰੀ ਧੱਕਾ ਵੱਜਾ। ਭਾਂਵੇਂ ਉਨ੍ਹਾਂ ਪੰਜਾਬੀ ਸੂਬੇ ਦਾ ਮੋਰਚਾ, ਜੇਲਾ ਕੱਟਣ ਦੀ ਗੱਲ, ਕੁਰਬਾਨੀਆਂ, ਚੰਡੀਗੜ ਪੰਜਾਬ ਨੂੰ ਲੈ ਕੇ ਦੇਣ ਦੇ ਮੁੱਦੇ ਉਠਾਏ ਸਨ। ਪਰ ਉਹ ਪੰਜਾਬ ਵਿੱਚ ਫੇਰ ਵੀ ਚੋਣ ਹਾਰ ਗਏ ਅਤੇ ਕਾਂਗਰਸ ਨੂੰ ਸਪਸ਼ਟ ਬਹੁਮੱਤ ਮਿਲ ਗਿਆ। ਹੁਣ ਗਿਆਨੀ ਜ਼ੈਲ ਸਿੰਘ ਨੇ ਪੰਜਾਬ ਦੇ ਅਗਲੇ ਮੁੱਖ ਮੰਤਰੀ ਹੋਣਾ ਸੀ।

17 ਮਾਰਚ 1972 ਪੰਜਾਬ ਵਿੱਚ ਕਾਂਗਰਸ ਲਈ ਖੁਸ਼ੀਆਂ ਭਰਿਆ ਦਿਨ ਸੀ। ਪਿੰਡ ਦੇ ਕਾਂਗਰਸੀ ਤੇ ਵਿਹੜੇ ਵਾਲੇ ਪੂਰੇ ਖੁਸ਼ ਸਨ। ਉਹ ਦੱਬੀ ਆਵਾਜ਼ ਵਿੱਚ ਪਾਰਟੀ ਪਾਲਿਸੀਆਂ ਦਾ ਗੁਣ ਗਾਨ ਕਰ ਰਹੇ ਸਨ। ਕੈਪਟਨ ਦਰਬਾਰਾ ਸਿੰਘ ਲੋਕਾਂ ਨੂੰ ਦੱਸਦਾ ਕਿ "ਕਾਲੀ ਤਾਂ ਸੁਆਰਥੀ ਹਨ ਜਿਨਾਂ ਬਹੁਮੱਤ ਹਾਸਲ ਕਰਨ ਲਈ ਹਿੰਦੀ ਭਾਸ਼ੀ ਇਲਾਕੇ ਪੰਜਾਬ 'ਚੋਂ ਕਢਵਾ ਕੇ ਅਤੇ ਪੰਜਾਬੀ ਸੂਬੀ ਜਿਹੀ ਬਣਵਾਕੇ ਅਸਲ ਪੰਜਾਬ ਛਾਂਗ ਕੇ ਰੱਖ ਦਿੱਤਾ"

ਉਹ ਕਹਿੰਦਾ ਇੱਕ ਨਵੰਬਰ 1966 ਪੰਜਾਬ ਲਈ ਮਨਹੂਸ ਦਿਨ ਸੀ ਜਿਸ ਦਿਨ ਪੰਜਾਬ ਦੇ ਗੋਡੇ ਗਿੱਟੇ ਵੱਢੇ ਗਏ। ਠੀਕ ਹੈ ਏਸੇ ਗੱਲ ਨੂੰ ਮੁੱਖ ਰੱਖ ਕੇ 1967 ਵਿੱਚ ਅਕਾਲੀ ਜਿੱਤ ਵੀ

ਗਏ ਸਨ ਤੇ ਇਨ੍ਹਾ ਦਾ ਜਸਟਿਸ ਗੁਰਨਾਮ ਸਿੰਘ ਮੁੱਖ ਮੰਤਰੀ ਵੀ ਬਣ ਗਿਆ ਸੀ ਪਰ ਕਾਠ ਦੀ ਹਾਂਢੀ ਨਿੱਤ ਨਿੱਤ ਤਾਂ ਨੀ ਚੜ੍ਹਦੀ। ਹੁਣ ਤਾਂ ਲੋਕ ਵੀ ਸਮਝਦਾਰ ਹੋ ਗਏ ਨੇ। ਨਾਲੇ ਰਾਜ ਸੰਭਾਲਣਾ ਵੀ ਹਰ ਕਿਸੇ ਦੇ ਵਸ ਦੀ ਬਾਤ ਨਹੀ ਹੁਦੀ" ਫੇਰ ਉਹ ਅੱਗੇ ਕੋਈ ਹੋਰ ਕਹਾਣੀ ਸੁਣਾਉਣ ਲੱਗ ਪੈਂਦਾ।ਜਿਵੇਂ:-

"ਉਦੋਂ ਗੁਰਨਾਮ ਸਿੰਘ ਦੀ ਸਰਕਾਰ ਪੂਰਾ ਸਾਲ ਵੀ ਨਹੀਂ ਸੀ ਚੱਲੀ। ਉਸ ਨੂੰ ਅਹੁਦੇ ਤੋਂ ਲਾਹ ਦਿੱਤਾ ਗਿਆ। ਤੇ ਫੇਰ 25 ਨਵੰਬਰ 1967 ਨੂੰ ਲਛਮਣ ਸਿੰਘ ਗਿੱਲ ਨੇ ਕਾਂਗਰਸ ਨਾਲ ਮਿਲਕੇ ਸਰਕਾਰ ਬਣਾ ਲਈ ਤੇ ਉਹ ਮੁੱਖ ਮੰਤਰੀ ਵੀ ਬਣ ਗਏ। ਉਨ੍ਹ ਦੀ ਅਕਾਲੀ ਦਲ ਦੇ ਪ੍ਰਧਾਨ ਸੰਤ ਫਤਹਿ ਸਿੰਘ ਨਾਲ ਵਿਗੜ ਗਈ। ਅਕਾਲੀਆਂ ਨੇ ਕਾਂਗਰਸ ਨੂੰ ਸਿੱਖ ਵਿਰੋਧੀ ਪਾਰਟੀ ਕਹਿਣਾ ਸ਼ੁਰੂ ਕਰ ਦਿੱਤਾ। "ਪਤਾ ਨਹੀਂ ਉਹ ਕਿਉਂ ਸਮਝਦੇ ਨੇ ਕਿ ਪੰਜਾਬ ਵਿੱਚ ਸਿਰਫ ਅਕਾਲਿ ਹੀ ਸਿੱਖ ਹਨ ਅਸੀਂ ਕਾਂਗਰਸੀ ਵੀ ਤਾਂ ਸਿੱਖ ਹਾਂ"

ਉਹ ਕੁੱਝ ਦੇਰ ਦੀ ਚੁੱਪ ਤੋਂ ਬਾਅਦ ਫੇਰ ਬੋਲਿਆ:-

"ਉਨ੍ਹਾਂ ਦਾ ਜਾਦੂ ਇੱਕ ਵਾਰ ਫੇਰ ਚੱਲ ਨਿੱਕਲਿਆ। ਜਿਸ ਸਦਕਾ 25 ਮਾਰਚ 1970 ਨੂੰ ਹੋਈਆਂ ਚੋਣਾ ਦੇ ਨਤੀਜੇ ਜਦੋਂ 27 ਮਾਰਚ ਨੂੰ ਨਿੱਕਲੇ ਤਾਂ ਅਕਾਲੀ ਫੇਰ ਜਿੱਤ ਗਏ। ਉਦੋਂ ਹੀ ਪਹਿਲੀ ਵਾਰ ਧਨਾਢ ਜਿਮੀਦਾਰ ਪ੍ਰਕਾਸ਼ ਸਿੰਘ ਬਾਦਲ ਪੰਜਾਬ ਦੇ ਮੁੱਖ ਮੰਤਰੀ ਬਣਿਆ"

ਏਸੇ ਪ੍ਰਕਾਸ਼ ਸਿੰਘ ਬਾਦਲ ਨੇ ਮੁੱਖ ਮੰਤਰੀ ਬਣਨ ਸਾਰ ਨਕਸਲਵਾੜੀ ਲਹਿਰ ਨੂੰ ਜੜ੍ਹੋਂ ਪੁੱਟਣ ਦਾ ਕੰਮ ਵਿੱਢਿਆ। ਪੰਜਾਬ ਪੁਲਿਸ ਨੇ ਝੂਠੇ ਮੁਕਾਬੇ ਬਣਾ ਬਣਾ ਸੈਂਕੜੇ ਮੁੰਡੇ ਮਾਰ ਦਿੱਤੇ। ਕਿਉਂਕਿ ਸਰਕਾਰ ਨਕਸਲੀਆਂ ਨੂੰ ਧਰਮ ਵਿਰੋਧੀ, ਅਮੀਰ ਵਿਰੋਧੀ, ਸੱਤਾ ਵਿਰੋਧੀ ਸਮਝਦੇ ਹੋਏ ਸਭ ਤੋਂ ਵੱਡੀ ਰੁਕਾਵਟ ਮੰਨਦੀ ਸੀ।

ਨਕਸਲੀਆਂ ਦਾ ਪ੍ਰਭਾਵ ਛੋਟੀਆਂ ਜਾਤਾਂ ਜਾਂ ਦਲਿਤਾਂ ਵਿੱਚ ਵਧੇਰੇ ਸੀ। ਜੋ ਕਾਂਗਰਸ ਲਈ ਵੀ ਖੋਰਾ ਸਾਬਤ ਹੋ ਰਹੇ ਸਨ। ਉਨ੍ਹਾਂ ਬਾਦਲ ਨੂੰ ਇਹ ਕੰਮ ਬਿਨਾ ਰੋਕ ਟੋਕ ਕਰਨ ਦਿੱਤਾ। ਜਦੋਂ ਕੰਮ ਹੋ ਗਿਆ ਤਾਂ ਛੇ ਮਹੀਨੇ ਬਾਅਦ ਹੀ ਪਲਟੀ ਮਾਰ ਕੇ ਉਸ ਦੀ ਸਰਕਾਰ ਟੇਢੀ ਕਰ ਦਿੱਤੀ ਸੀ।

13 ਜੂਨ 1971 ਨੂੰ ਜਦੋਂ ਬਾਦਲ ਦੀ ਸਰਕਾਰ ਡਿੱਗੀ ਸੀ ਤਾਂ ਪੰਜਾਬ ਦੇ ਸਾਰੇ ਸਰਕਾਰੀ ਅਧਿਆਪਕਾਂ ਨੇ ਸੁੱਖ ਦਾ ਸਾਹ ਲਿਆ ਸੀ, ਜਿਨਾਂ ਨੂੰ ਪਿੰਡਾਂ ਤੋਂ ਵੀਹ ਵੀਹ ਮੀਲ ਦੀ ਦੂਰੀ ਤੇ ਬਦਲ ਦਿੱਤਾ ਗਿਆ ਸੀ। ਕਈਆਂ ਨੂੰ ਤਾਂ ਸੈਕੜੇਂ ਮੀਲਾਂ ਦੀ ਦੂਰੀ ਤੇ ਲਿਜਾ ਸੁੱਟਿਆ, ਜਿਸ ਨਾਲ ਉਨ੍ਹਾਂ ਦਾ ਪਰਿਵਾਰਕ ਜੀਵਨ ਬੇਹੱਦ ਪ੍ਰਭਾਵਤ ਹੋਇਆ। 11 ਮਾਰਚ 1972 ਦੀਆਂ ਚੋਣਾਂ ਵਿੱਚ ਇਨ੍ਹਾਂ ਟੀਚਰਾਂ ਨੇ ਅਕਾਲੀਆਂ ਦਾ ਦੱਬ ਕੇ ਵਿਰੋਧ ਕੀਤਾ ਅਤੇ ਪੋਲਿੰਗ ਸਟੇਸ਼ਨਾਂ ਤੇ ਅਜਿਹਾ ਕੰਮ ਕੀਤਾ ਕਿ ਅਕਾਲੀ ਸਰਕਾਰ ਪੰਜਾਬ ਵਿੱਚ ਮੂਧੇ ਮੂੰਹ ਡਿੱਗ ਪਈ। 17 ਮਾਰਚ 1972 ਨੂੰ ਪੰਜਾਬ ਦੇ ਰਾਜਪਾਲ ਡੀ ਸੀ ਪਾਵਟੇ ਨੇ ਗਿਆਨੀ ਜ਼ੈਲ ਸਿੰਘ ਨੂੰ ਪੰਜਾਬ ਦੇ ਅਗਲੇ ਮੁੱਖ ਮੰਤਰੀ ਵਜੋਂ ਸੌਂਹ ਚੁਕਾ ਦਿੱਤੀ।

ਨਕਸਲਵਾਦੀ ਲਹਿਰ ਤੇ ਉਤਰਾ ਨਾਲ ਪੰਜਾਬ ਵਿੱਚ ਸੋਸ਼ਲ ਸਰਗਰਮੀਆਂ ਤੇਜ਼ ਹੋ ਗਈਆਂ। ਲੋਕ ਸੰਪਰਕ ਵਿਭਾਗ ਨੇ ਗਾਣੇ, ਦੋਗਾਣੇ ਅਤੇ ਨਾਟਕਾਂ ਦਾ ਸਿਲਸਿਲਾ ਫੇਰ ਤੋਂ ਵਿੱਢਿਆ। ਗਾਇਕਾਂ ਨੂੰ ਸਰਕਾਰੀ ਸ਼ੈਅ ਮਿਲ ਗਈ। ਹੁਣ ਉਹ ਸਰਕਾਰੀ ਸਮਾਗਮਾਂ ਵਿੱਚ ਵੱਧ ਚੜ੍ਹ ਕੇ ਭਾਗ ਲੈਂਦੇ। ਕਿੰਨੇ ਹੀ ਅਸ਼ਲੀਲ ਗਾਉਣ ਵਾਲੇ ਉੱਠ ਖੜੇ ਹੋਏ। ਪੰਜਾਬ ਵਿੱਚ ਸ਼ਰਾਬ ਅਫੀਮ, ਭੁੱਕੀ ਦੇ ਤਸਕਰ ਵੀ ਸਰਗਰਮ ਹੋ ਗਏ। ਪੁਲੀਸ ਪੈਸੇ ਵਾਲਿਆਂ ਨਾਲ ਰਲ਼ ਕੇ ਕੰਮ

ਕਰਨ ਲੱਗੀ। ਪਿੰਡਾਂ ਵਿੱਚ ਮੁੜ ਤੋਂ ਧੜੇਬੰਦੀਆਂ ਬਣਨ ਲੱਗੀਆਂ।

ਸੂਬੇ ਦੀ ਸਿਆਸਤ ਪਿੰਡਾ ਵਿੱਚ ਵੀ ਪ੍ਰਵੇਸ਼ ਕਰ ਗਈ। ਇੱਕ ਪਾਸੇ ਇੰਦਰਾ ਗਾਂਧੀ ਵਲੋਂ ਦਿੱਤਾ ਨਾਹਰਾ ਪਿੰਡਾਂ ਦੀਆਂ ਕੰਧਾਂ ਤੇ ਲਿਖਿਆ ਆਮ ਨਜ਼ਰ ਆਉਣ ਲੱਗਿਆ ਤੇ ਦੂਜੇ ਪਾਸੇ ਗਰੀਬੀ ਹਟਾਉ ਨਾਹਰੇ ਹੇਠ ਦਲਿਤਾਂ ਨੂੰ ਦਿੱਤੀ ਜਾਣ ਵਾਲੀ ਰੈਜ਼ਰਵੇਸ਼ਨ ਦਾ ਵੀ ਵਿਰੋਧ ਹੋਣ ਲੱਗਿਆ। ਕਾਂਗਰਸ ਸਰਕਾਰ ਨੇ ਅਨੁਸੂਚਿਤ ਜਾਤੀਆਂ ਲਈ ਹਰ ਥਾਂ ਸੀਟਾਂ ਰਾਖਵੀਆਂ ਕਰ ਦਿੱਤੀਆਂ। ਨੌਕਰੀਆਂ ਅਤੇ ਦਾਖਲਿਆਂ ਵਿੱਚ ਪੰਜਾਬ ਦੇ ਜੱਟ ਜਿਮੀਦਾਰ ਪਛੜਨ ਲੱਗੇ। ਅਕਾਲੀਆਂ ਦੀ ਵੋਟ ਬੈਂਕ ਤੋਂ ਇਹ ਅਨੋਖਾ ਬਦਲਾ ਲਿਆ ਜਾ ਰਿਹਾ ਸੀ। ਜੱਟ, ਬ੍ਰਾਹਮਣ ਤੇ ਉੱਚੀਆਂ ਜਾਤਾਂ ਪਛੜੀਆਂ ਸ਼੍ਰੇਣੀਆਂ ਨੂੰ ਆਪਣੇ ਹੱਕਾਂ ਤੇ ਡਾਕਾ ਮਾਰਨ ਕਾਰਨ, ਹੋਰ ਨਫਰਤ ਕਰਨ ਲੱਗੀਆਂ।

ਸੁੱਚ ਭਿੱਟ ਤਾਂ ਪੰਜਾਬ ਵਿੱਚ ਪਹਿਲਾਂ ਹੀ ਬਹੁਤ ਸੀ ਹੁਣ ਹਰੀਜਨਾਂ ਨੂੰ ਗੁਦੁਵਾਰਿਆਂ ਵਿੱਚੋਂ ਵੀ ਦੁਰਕਾਰਿਆ ਜਾਣ ਲੱਗਾ। ਹਰੀਜਨ ਜਾਤੀ ਦੇ ਬੰਦਿਆਂ ਨੂੰ ਸਤਿਕਾਰ ਦੀ ਨਜ਼ਰ ਨਾਲ ਨਾਂ ਵੇਖਿਆ ਜਾਂਦਾ ਤੇ ਨਾਂ ਹੀ ਉਨ੍ਹਾਂ ਦੇ ਭਗਤਾਂ ਦੇ ਦਿਨ ਮਨਾਏ ਜਾਂਦੇ। ਆਖਿਰ ਦਲਿਤ ਅਪਣੇ ਗੁਰਦੁਵਾਰੇ ਅਲੱਗ ਬਣਾਕੇ ਉਨ੍ਹਾਂ ਭਗਤਾਂ ਦੇ ਦਿਨ ਮਨਾਉਣ ਲੱਗੇ। ਜੱਟਾਂ ਨੇ ਉਨ੍ਹਾਂ ਨੂੰ ਦਿਹਾੜੀ ਤੇ ਲਿਜਾਣਾ ਵੀ ਘੱਟ ਕਰ ਦਿੱਤਾ। ਕਾਂਗਰਸ ਨੇ ਇਸ ਮੌਕੇ ਦਾ ਫਾਇਦਾ, ਉਠਾ ਉਨ੍ਹਾਂ ਨੂੰ ਨਿੱਕੀਆਂ ਮੋਟੀਆਂ ਨੌਕਰੀਆਂ ਦੇ ਕੇ ਆਪਣੇ ਵੋਟ ਬੈਂਕ ਨੂੰ ਹੋਰ ਪੱਕਾ ਕਰ ਲਿਆ।

ਇੱਕ ਦਿਨ ਜਾਗਰ ਜੱਟ ਸੰਤਾ ਸਿਉਂ ਨੂੰ ਕਹਿ ਰਿਹਾ ਸੀ। "ਜਾਂ ਤਾਂ ਹੁਣ ਕਾਂਗਰਸ ਏਨਾਂ ਨੂੰ ਜੰਗਲ ਪਾਣੀ ਜਾਣ ਲਈ ਵੀ ਥਾਂ ਦੇਵੇ। ਜੱਟ ਵਿਹੜੇ ਵਾਲਿਆਂ ਨੂੰ ਆਪਣੇ ਖੇਤਾਂ ਵਿੱਚ ਬਿਲਕੁੱਲ ਨਾ ਵੜਨ ਦੇਣ। ਨਾਲੇ ਮੈਂ ਸੁਣਿਐ ਹੈ ਕਿ ਹੁਣ ਮਜਦੂਰੀ ਕਰਨ ਯੂ ਪੀ ਦੇ ਭਈਏ ਵੀ ਪਿੰਡਾਂ ਵਿੱਚ ਆਉਣ ਲੱਗ ਪਏ ਨੇ। ਸਾਨੂ ਇਨਾਂ ਤੋਂ ਦਿਹਾੜੀ ਜੋਤੇ ਦੀ ਵੀ ਲੋੜ ਨੀ ਪੈਣੀ। ਮੈਂ ਤਾਂ ਕੱਲ ਭੰਤੂ ਚਮਾਰ ਦੇ ਮੁੰਡੇ ਨੂੰ ਵੀ ਕਹਿ ਦਿੱਤਾ ਕਿ ਸਾਡੇ ਨਲਕੇ ਨੂੰ ਹੱਥ ਨਾਂ ਲਾਵੀ। ਜਿਸ ਪਾਰਟੀ ਦੀ ਮੱਦਦ ਕਰਕੇ ਤੁਸੀਂ ਜਤਾਇਆ ਹੁਣ ਉਸੇ ਤੋਂ ਖਾਣ ਪੀਣ ਨੂੰ ਮੰਗੋ। ਦੇਖਾਂ ਭਲਾਂ ਫੇਰ ਕਿਵੇਂ ਗੁਜਾਰਾ ਕਰਦੇ ਨੇ ? ਜੇ ਸਾਰੇ ਜੱਟ ਏਕਾ ਕਰ ਲੈਣਾ ਤਾਂ ਉਨ੍ਹਾਂ ਦੀ ਤਾਂ ਭੂਤਨੀ ਭੁਲਾ ਦੇਣਗੇ"। ਉਹ ਲੱਤਾਂ ਖੁਰਚਦਾ ਆਖ ਰਿਹਾ ਸੀ।

ਫੇਰ ਰਣੀਏ ਪਿੰਡ ਵਿੱਚ ਇਹ ਵੀ ਹਵਾ ਚੱਲੀ। ਇਸ ਵਾਰ ਵਿਹੜੇ ਵਾਲਿਆਂ ਰਵੀਦਾਸ ਭਗਤ ਦਾ ਜਨਮ ਦਿਨ ਆਪਣੀ ਧਰਮਸ਼ਾਲਾ ਵਿੱਚ ਮਨਾਇਆ। ਉਹ ਜੱਟਾਂ ਦੇ ਗੁਰਦੁਵਾਰੇ ਜਾਣੋਂ ਵੀ ਹਟ ਗਏ। ਜਦੋਂ ਉਨ੍ਹਾਂ ਦੇ ਦਿਹਾੜੀ ਜੋਤੇ ਬੰਦੇ ਹੋਏ ਤਾਂ ਉਨ੍ਹਾਂ 'ਚੋਂ ਕਈ ਸਕੂਲਾਂ ਵਿੱਚ ਸਫਾਈ ਸੇਵਕ, ਕਈ ਬੇਲਦਾਰ ਅਤੇ ਹੋਰ ਨਿੱਕੇ ਮੋਟੇ ਕੰਮਾਂ ਤੇ ਜਾ ਲੱਗੇ। ਕਈਆਂ ਸੂਰ ਪਾਲਣੇ ਤੇ ਮੁਰਗੀਆਂ ਦਾ ਧੰਦਾ ਸ਼ੁਰੂ ਕਰ ਲਿਆ। ਕਈ ਸੜਕਾਂ ਤੇ ਮਜਦੂਰੀ ਕਰਨ ਲੱਗ ਪਏ। ਕਈ ਮਿਸਤਰੀ ਪੁਣਾ ਸਿੱਖਣ ਲੱਗੇ ਅਤੇ ਕਈਆਂ ਨੇ ਸ਼ਹਿਰਾਂ ਦੇ ਕਾਰਖਾਨਿਆਂ ਦਾ ਰੁੱਖ ਅਖਤਿਆਰ ਕਰ ਲਿਆ।

ਦੇਬੂ ਚਮਾਰ ਨੇ ਕਿਸ਼ਤੀ ਕੋਲ ਨਹਿਰ ਦੇ ਕੰਢੇ ਸਾਈਕਲਾਂ ਨੂੰ ਪੈਂਚਰ ਲਾਉਣ ਦੀ ਦੁਕਾਨ ਖੋਹਲ ਲਈ। ਹਰਨਾਮੇ ਨੇ ਆਪਣੇ ਮੁੰਡੇ ਨੂੰ ਬੈਂਕ ਤੋ ਕਰਜਾ ਲੈ ਕੇ ਸਵਾਰੀਆਂ ਢੋਣ ਵਾਲਾ ਟੈਂਪੂ ਲੈ ਦਿੱਤਾ। ਦੀਸ਼ੇ ਕਾ ਟੱਬਰ ਵਿਆਹਾਂ ਸ਼ਾਦੀਆਂ ਤੇ ਵਾਜੇ ਵਾਲਿਆਂ ਨਾਲ ਜਾਣ ਲੱਗ ਪਿਆ। ਜਾਗਰ ਇੱਕ ਦਿਨ ਫੇਰ ਕਹਿ ਰਿਹਾ ਸੀ "ਸਾਲੀ ਚਮਾੜੀ ਦੀ ਹਵਾ ਖਰਾਬ ਹੋ ਗੀ... ਦੇਖੋ ਦਿਹਾੜੀ ਜੋਤਾ ਕਰਕੇ ਤਾਂ ਰਾਜੀ ਹੀ ਨੀ ? ਕਿਵੇਂ ਪੈਂਟਾ ਪਾਕੇ ਸ਼ਹਿਰਾਂ ਦੇ ਗੇੜੇ ਕੱਢਦੇ ਨੇ"। ਪਿੰਡੋਂ

ਬਾਹਰ ਨਿੱਕਲਣ ਨਾਲ ਦਲਿਤਾ ਦੇ ਗਿਆਨ ਅਤੇ ਸ਼ਾਨ ਦੋਹਾਂ ਵਿੱਚ ਵਾਧਾ ਹੋਇਆ।

ਹਾੜੀ ਦੀ ਫਸਲ ਸਿਰ ਤੇ ਸੀ ਪਰ ਪਿੰਡ ਵਿੱਚੋਂ ਨਾਂ ਤਾਂ ਕੋਈ ਕਣਕ ਵੱਢਣ ਦਾ ਠੇਕਾ ਲੈ ਰਿਹਾ ਸੀ ਤੇ ਨਾਂ ਹੀ ਦਿਹਾੜੀ ਤੇ ਜਾਣ ਨੂੰ ਤਿਆਰ ਸੀ। ਇੱਕ ਦਿਨ ਸੰਤਾ ਸਿੰਘ ਦਾ ਮੁੰਡਾ ਬਲਕਾਰ ਅਤੇ ਜਾਗਰ ਲੁਧਿਆਣੇ ਦੇ ਰੇਲਵੇ ਸਟੇਸ਼ਨ ਗਏ ਤੇ ਸੱਤ ਅੱਠ ਭਈਏ ਗੱਡੀਉਂ ਉੱਤਰਦੇ ਸਾਰ ਪਿੰਡ ਨੂੰ ਲੈ ਆਏ। ਜਿਉਂ ਹੀ ਭਈਏ ਸੰਤਾ ਸਿਉਂ ਦੀ ਹਵੇਲੀ ਆਏ ਤਾਂ ਪਿੰਡ ਦੇ ਕਿੰਨੇ ਹੀ ਲੋਕ ਉਨ੍ਹਾਂ ਨੂੰ ਦੇਖਣ ਆਏ। ਕਈ ਲੋਕ ਤਾਂ ਉਨ੍ਹਾਂ ਦੀ ਬੋਲੀ ਸੁਣ ਸੁਣ ਹੱਸਦੇ, ਪਰ ਕੈਪਟਨ ਦਰਬਾਰਾ ਸਿਉਂ ਉਨ੍ਹਾਂ ਨਾਲ ਹਿੰਦੀ 'ਚ ਗੱਲਾਂ ਕਰਕੇ ਆਪਣੀ ਟੌਹਰ ਬਣਾ ਰਿਹਾ ਸੀ।

ਭਈਆਂ ਦੇ ਬੋਦੀਆਂ ਅਤੇ ਲਾਂਗੜ ਵਾਲੀਆਂ ਧੋਤੀਆਂ ਬੜੀਆਂ ਅਜੀਬ ਜਿਹੀਆਂ ਲੱਗਦੀਆਂ। ਉਨ੍ਹਾਂ 'ਚੋਂ ਕਿਸੇ ਦਾ ਨਾਂ ਰਾਮੂ ਕਿਸੇ ਦਾ ਰਾਘਵ ਤੇ ਕਿਸੇ ਦਾ ਹਰੀਆ ਸੀ। ਇਹ ਨਾਂ ਅਜੇ ਲੋਕਾਂ ਨੂੰ ਲੈਣੇ ਮੁਸ਼ਕਲ ਜਾਪ ਰਹੇ ਸਨ। ਲੋਕ ਉਨ੍ਹਾਂ ਕੋਲ ਕਿੰਨੀ ਕਿੰਨੀ ਦੇਰ ਹੀ ਬੈਠੇ ਰਹਿੰਦੇ।

ਪਿੰਡ ਵਿੱਚ ਖੁੰਡ ਚਰਚਾ ਦਾ ਵਿਸ਼ਾਂ ਹੁਣ ਭਈਆਂ ਬਾਰੇ ਹੁੰਦਾ। ਕਿ 'ਇਹ ਤਾਂ ਪੰਦਰਾਂ ਪੰਦਰਾਂ ਰੋਟੀਆਂ ਖਾ ਜਾਂਦੇ ਨੇ। ਹੱਥਾਂ ਨਾਲ ਦਾਲ਼ ਚੌਲ਼ ਖਾਧੇ ਬਿਨਾਂ ਉਨ੍ਹਾਂ ਨੂੰ ਸਬਰ ਹੀ ਨੀ ਆਂਉਦਾ। ਉਹ ਰੋਜ਼ ਢੋਲਕੀ ਵਜਾ ਵਜਾ ਕੇ ਭਜਨ ਗਾਂਉਂਦੇ ਨੇ'

ਪਰ ਸਸਤੇ ਭਾਅ ਤੇ ਸਖਤ ਕੰਮ, ਜੱਟਾਂ ਨੂੰ ਕੀ ਮਾੜਾ ਸੀ ? ਫੇਰ ਦੇਖਾ ਦੇਖੀ ਸਾਰੇ ਘਰ ਹੀ ਭਈਏ ਲਿਆਉਣ ਲੱਗੇ। ਇਕਲੇ ਰਣੀਏ ਵਿੱਚ ਹੀ ਨਹੀਂ ਹੋਰ ਪਿੰਡਾਂ ਵਿੱਚ ਵੀ ਭਈਆਂ ਦੀ ਭਰਮਾਰ ਵਧ ਗਈ। ਜੱਟ ਇਸ ਤਬਦੀਲੀ ਨੂੰ ਦੇਖ ਦੇਖ ਖੁਸ਼ ਹੁੰਦੇ ਕਿ ਹੁਣ ਵਿਹੜੇ ਵਾਲਿਆਂ ਨੂੰ ਪਤਾ ਲੱਗੂ। ਕਈ ਕਹਿੰਦੇ "ਦੇਖਦੇ ਹਾਂ ਉਨ੍ਹਾਂ ਦੀ ਮਾਂ ਕਾਂਗਰਸ ਉਨ੍ਹਾਂ ਨੂੰ ਕਿਵੇਂ ਬਚਾਉਂਦੀ ਹੈ ?" ਪਰ ਕਾਂਗਰਸ ਤਾਂ ਪਰਵਾਸੀ ਮਜ਼ਦੂਰਾਂ ਨੂੰ ਪੰਜਾਬ ਵਿੱਚ ਲਿਆਕੇ ਤੇ ਉਨ੍ਹਾਂ ਦੀਆਂ ਵੋਟਾਂ ਬਣਾਕੇ ਇੱਕ ਹੋਰ ਨਵਾਂ ਪੱਤਾ ਖੇਡ ਚੁੱਕੀ ਸੀ। ਫੇਰ ਪੰਜਾਬ ਵਿੱਚ ਇੱਕ ਹੋਰ ਤਬਦੀਲੀ ਦਾ ਮੁੱਢ ਬੱਝਣ ਲੱਗਾ। ਜੋ ਕਿ ਸੰਤਾ ਸਿੰਘ ਦੀ ਸਮਝ ਤੋਂ ਵੀ ਬਾਹਰ ਸੀ।

•

ਭਾਗ 27

ਸੰਤਾ ਸਿੰਘ ਦੇ ਪਰਿਵਾਰ ਦੀ ਪੱਚੀ ਏਕੜ ਜ਼ਮੀਨ ਵਿੱਚੋਂ ਚੌਦਾਂ ਏਕੜ ਵਿੱਚ ਕਣਕ ਸੀ। ਜਿਸ ਵਿੱਚੋਂ ਪੰਜ ਏਕੜ ਉਨ੍ਹਾਂ ਆਪ ਵੱਢਣੀ ਸੀ ਤੇ ਨੌਂ ਏਕੜ ਠੇਕੇ ਤੇ ਵਢਵਾਉਣੀ ਸੀ। ਪਰ ਵਿਹੜੇ ਵਾਲੇ ਤਾਂ ਨੱਕ ਤੇ ਮੱਖੀ ਨਹੀਂ ਸੀ ਬੈਠਣ ਦਿੰਦੇ। ਕਹਿੰਦੇ "ਹੁਣ ਪਤਾ ਲੱਗੂ ਜੱਟਾਂ ਨੂੰ। ਦੇਣ ਹੁਣ ਠੇਕਾ ਆਪਣੇ ਪਤੰਦਰ ਭਈਆਂ ਨੂੰ ਜੇ ਅੱਧੋ ਡੂਢ ਨਾਂ ਕਰਨ ਤਾਂ" ਬੰਤਾ ਮਜ਼ਬੀ ਬੋਲਿਆ।

"ਅਗਲੇ ਵੀਹ ਵੀਹ ਰੋਟੀਆਂ ਖਾਂਦੇ ਨੇ ਕਿਹੜਾ ਟੱਬਰ ਰਜਾ ਦੂ ਏਨਾਂ ਨੂੰ" ਨਾਮੇ ਨੇ ਬੁੱਲਾਂ 'ਚੋਂ ਜ਼ਰਦਾ ਕੱਢਦੇ ਨੇ ਆਖਿਆ। ਸੰਤਾ ਸਿੰਘ ਨੇ ਭਈਆਂ ਨਾਲ ਗੱਲ ਵੀ ਕੀਤੀ, ਪਰ ਉਹ ਅੱਗੋ ਬੋਲੇ, "ਵੱਡੇ ਸ਼ਰਦਾਰ ਜੀ ਹਮ ਠੇਕਾ ਬੇਕਾ ਨਹੀਂ ਲੈਵਤ ਹੈ। ਰੋਜ਼ਾਨਾ ਹੀ ਮਜ਼ਦੂਰੀ ਕਰੇਗਾ। ਵੋਹ ਵੀ ਖਾਨੇ ਕੇ ਸੰਗ" ਸੰਤਾ ਸਿੰਘ ਸੋਚ ਰਿਹਾ ਸੀ ਕਿ ਜੇ ਵਾਢੀ ਸਮੇਂ ਸਿਰ ਨਾ ਹੋਈ ਤਾਂ ਕਣਕ ਦੀ ਗਹਾਈ ਦਾ ਕੀ ਬਣੇਗਾ ?

ਪਿਛਲੇ ਇੱਕ ਮਹੀਨੇ ਤੋਂ ਉਹ ਹਾੜੀ ਸਾਂਭਣ ਦੀਆਂ ਤਿਆਰੀਆਂ ਵਿੱਚ ਜੁੱਟੇ ਹੋਏ ਸਨ। ਬੇਟ ਦੇ ਬੁੱਢੇ ਦਰਿਆ 'ਚੋਂ ਗੱਡਾ ਭਰ ਦਿੱਭ ਲਿਆ ਉਨ੍ਹਾਂ ਭਰੀਆਂ ਬੰਨਣ ਲਈ ਬੇੜਾਂ ਵੀ ਵੱਟੀਆਂ। ਡੁੱਬਦੀ ਜਾਂਦੀ ਨਿਗਾਹ ਨਾਲ ਹੀ ਸੰਤਾ ਸਿੰਘ ਸੜ ਲਾਉਂਦਾ ਰਿਹਾ ਤੇ ਬਾਕੀ ਛੋਟੇ ਵੱਡੇ ਡੰਡਿਆਂ ਨਾਲ ਬੇੜਾਂ ਨੂੰ ਵੱਟ ਚਾੜਦੇ ਜਾਂ ਚਰਖੜੀਆਂ ਘੁਮਾਉਂਦੇ ਰਹੇ। ਇਹ ਚਰਖੜੀਆਂ ਤਾਂ ਅਜੇ ਨਵੀਆਂ ਨਵੀਆਂ ਹੀ ਆਈਆਂ ਸਨ। ਸੰਤਾ ਸਿੰਘ ਨੂੰ ਚਰਖੜੀ ਨਾਲ ਵੱਟੀ ਬੇੜ ਨਕਲੀ ਜਿਹੀ ਜਾਪਦੀ ।ਉਹ ਕਹਿੰਦਾ "ਜਿਹਨੇ ਮੇਰੇ ਨਾਲ ਲੱਗਣਾ ਏ ਉਹ ਡੰਡੇ ਨਾਲ ਵੱਟ ਚਾੜੇ"। ਹਮੇਸ਼ਾਂ ਉਹਦੀ ਤੇ ਮਨਦੀਪ ਦੀ ਜੋੜੀ ਬਣਦੀ। ਤਾਂ ਸੰਤਾ ਸਿੰਘ ਆਖਦਾ "ਬੁੱਢਾ ਬੌਲਦ ਤੇ ਨਗੌਰੀ ਵੱਛਾ, ਹੁਣ ਕੰਮ ਹੋਊਗਾ ਅੱਛਾ"।

ਉਨ੍ਹਾਂ ਕੋਲ ਗਹਾਈ ਲਈ ਚਾਰ ਬਲਦ ਸਨ। ਜਿਨਾਂ ਨੂੰ ਰੋਜ਼ ਤਾਰੇ ਮੀਰੇ ਅਤੇ ਬੇਸਣ ਵਾਲੇ ਪੇੜੇ ਖੁਆਏ ਜਾਂਦੇ। ਬਲਦਾਂ ਵਿੱਚ ਬੁੱਢਾ ਬਲਦ, ਸ਼ਾਵਾ, ਭੀਲ ਤੇ ਬੱਗਾ ਨਗੌਰੀਆ ਸਨ। ਜਿਨਾਂ 'ਚੋਂ ਬੁੱਢਾ ਬਲਦ ਘਰ ਦਾ ਪਾਲਿਆ ਵੱਛਾ ਸੀ। ਜਿਸ ਦੀ ਪੁੱਛ ਗਿੱਛ ਵੀ ਸਭ ਤੋਂ ਵੱਧ ਸੀ। ਉਸ ਨੂੰ ਗਊ ਦਾ ਜਾਇਆ ਆਖਕੇ ਵੀ ਥਾਪੀਆਂ ਦੇ ਦੇ ਪੇੜੇ ਖੁਆਏ ਜਾਂਦੇ। ਨਗੌਰੀਆ ਚਾਲ ਵਿੱਚ ਸਭ ਤੋਂ ਤੇਜ਼ ਸੀ ਪਰ ਭਾਰੇ ਕੰਮ ਲਈ ਲਿਫਦਾ ਸੀ। ਜਦ ਕਿ ਭੀਲ ਸੁਸਤ ਤੇ ਮਸਤਾਨੀ ਚਾਲ ਵਾਲਾ ਮਰਜ਼ੀ ਦਾ ਮਾਲਿਕ ਸੀ। ਪਰ ਉਹ ਜ਼ੋਰ ਦੇ ਕੰਮ ਦੀ ਪਰਵਾਹ ਨਹੀਂ ਸੀ ਕਰਦਾ। ਸੰਤਾ ਸਿੰਘ ਹਰ ਸੁਸਤ ਕੰਮ ਕਰਨ ਵਾਲੇ ਨੂੰ ਭੀਲ ਕਹਿ ਦਿੰਦਾ। ਇਸ ਵਾਰੀ ਉਨ੍ਹਾਂ ਨੂੰ ਕਣਕ ਕੁੱਝ ਠੇਕੇ ਤੇ, ਕੁੱਝ ਭਈਆਂ ਪਾਸੋਂ, ਤੇ ਕੁੱਝ ਆਪ ਹੀ ਵੱਢਣੀ ਪਈ। ਹੁਣ ਪੰਗਾ ਸੀ ਕਣਕ ਕੱਢਣ ਦਾ।

ਆਲੇ ਦੁਆਲੇ ਦੇ ਪਿੰਡਾਂ ਵਿੱਚ ਤਾਂ ਹੁਣ ਕਣਕ ਕੱਢਣ ਵਿੱਚ ਵੀ ਤਬਦੀਲੀ ਆ ਗਈ ਸੀ। ਜਾਗਰ ਦੇ ਟੱਬਰ ਨੇ, ਨਾਲ ਦੇ ਪਿੰਡੋਂ ਡਰੱਮੀ ਲਿਆ ਕੇ ਸਭ ਤੋਂ ਪਹਿਲਾਂ ਕਣਕ ਕੱਢਣ ਦੀ ਸਕੀਮ ਬਣਾ ਲਈ। ਲੰਬੜਦਾਰਾਂ ਨੇ ਅਜੇ ਗਹਾਈ ਹੀ ਸ਼ੁਰੂ ਕੀਤੀ ਤੇ ਜਾਗਰ ਦੇ ਟੱਬਰ ਨੇ ਦੋ ਦਿਨਾਂ ਵਿੱਚ ਕਣਕ ਕੱਢ ਕੇ ਔਹ ਮਾਰੀ। ਉਸੇ ਹਫਤੇ ਜ਼ੋਰਦਾਰ ਮੀਂਹ ਪੈ ਗਿਆ। ਕਣਕਾਂ ਤੇ

ਗਹਾਈ ਲਈ ਫਲ੍ਹਾ ਨਾ ਚੱਲੇ। ਗਿੱਲੀ ਕਣਕ ਨੂੰ ਰੋਜ਼ ਫਰੋਲਿਆ ਜਾਵੇ ਤੇ ਉੱਤੋਂ ਫੇਰ ਕਣੀਆਂ ਪੈ ਕੇ ਉਹ ਸਲਾਭੀ ਜਾਵੇ। ਤੇ ਮੁੜ ਫੇਰ ਕੰਮ ਖੜ ਜਾਵੇ। ਪਿੜ ਵਿੱਚ ਕਣਕ ਪੁੰਗਰਨੀ ਸ਼ੁਰੂ ਹੋ ਗਈ। ਸਿਲ੍ਹਾ ਧੁਆਂਖਿਆ ਗਿਆ। ਇਸ ਕੁੱਤ ਖਾਨੇ ਤੋਂ ਸਾਰਾ ਟੱਬਰ ਏਨਾਂ ਦੁਖੀ ਹੋਇਆ ਕਿ ਉਨ੍ਹਾਂ ਵੀ ਅਗਲੇ ਸਾਲ ਡਰੱਮੀ ਲੈਣ ਦੀ ਠਾਣ ਲਈ।

ਕਣਕ ਦੀ ਵਾਢੀ ਲਈ ਜੋ ਭਈਏ ਉਹ ਖੰਨੇ ਤੋਂ ਲੈ ਕੇ ਆਏ ਸਨ, ਉਨ੍ਹਾਂ ਦੀ ਠਾਹਰ ਹੁਣ ਹਵੇਲੀ ਵਿੱਚ ਹੀ ਸੀ। ਸੰਤਾ ਸਿੰਘ ਦੇ ਘਰ, ਹੁਣ ਲੰਬਾ ਸਮਾਂ ਰੋਟੀਆਂ ਪੱਕਦੀਆਂ ਰਹਿੰਦੀਆਂ। ਮਹਿਤਾਕ ਕੌਰ ਕਦੇ ਝੋਕਾ ਲਾਉਂਦੀ ਅਤੇ ਕਦੇ ਰੋਟੀਆਂ ਰਾੜ੍ਹਦੀ। ਸਵੇਰੇ ਉੱਠ ਕੇ ਦੁੱਧ ਤਾਂ ਉਸ ਨੇ ਰਿੜਕਣਾ ਹੀ ਹੁੰਦਾ ਸੀ। ਹੁਣ ਉਹ ਰੋਟੀਆਂ ਚੋਪੜਦੀ ਅਤੇ ਇਹਨਾਂ ਨੂੰ ਗਿਣਦੀ ਵੀ ਥੱਕ ਜਾਂਦੀ। ਦੋ ਦੀਆਂ, ਚੌਹ ਦੀਆਂ, ਅੱਠ ਦੀਆਂ ਪੰਜ ਪੰਜ ਰੋਟੀਆਂ ਪੂਰੀਆਂ ਕਰਦੀ ਦੀ ਉਸ ਦੀ ਸੁਰਤ ਬੌਂਦਲ ਜਾਂਦੀ। ਕਦੇ ਹਾਜ਼ਰੀ ਕਦੇ ਦੁਪਹਿਰਾ ਤੇ ਫੇਰ ਰਾਤ ਦੀ ਰੋਟੀ। ਉਸ ਨੂੰ ਪਾਠ ਕਰਨ ਨੂੰ ਵੀ ਵਕਤ ਨਾਂ ਮਿਲਦਾ। ਉਹ ਪੋਣਿਆਂ ਵਿੱਚ ਰੋਟੀ ਬੰਨ, ਲੱਸੀ ਦੀ ਤੌੜੀ ਭਰ ਤੇ ਦਾਲ ਦੀ ਬਾਲਟੀ ਭਰ ਖੇਤਾਂ ਨੂੰ ਭੇਜਦੀ। ਪਰ ਰੋਟੀ ਫੇਰ ਵੀ ਪੂਰੀ ਨਾ ਹੁੰਦੀ। ਕਦੀ ਕਦੀ ਉਹ ਅੱਕ ਕੇ ਆਖਦੀ ਇਹ "ਭਈਆਂ ਦੇ ਢਿੱਡ ਨੇ ਕੇ ਟੋਏ ? ਜੋ ਭਰਦੇ ਈ ਨੀ"

ਭਈਆਂ ਦੀਆਂ ਗੱਲਾਂ ਯਾਦ ਕਰ ਕਦੀ ਉਸ ਨੂੰ ਹਾਸਾ ਵੀ ਆ ਜਾਂਦਾ। ਜਦੋਂ ਉਹ ਕਣਕ ਦੀ ਗੋਡੀ ਲਈ ਪਹਿਲੀ ਵਾਰੀ ਭਈਏ ਲੈ ਕੇ ਆਏ ਸਨ ਤਾਂ ਉਨ੍ਹਾਂ ਕਿੰਨੀ ਮਿਹਨਤ ਨਾਲ ਉਨ੍ਹਾਂ ਨੂੰ ਸਾਗ ਤੇ ਮੱਕੀ ਦੀਆਂ ਰੋਟੀਆਂ ਬਣਾ ਕੇ ਭੇਜੀਆਂ। ਜਦੋਂ ਸਾਗ ਰੋਟੀਆਂ ਤੇ ਪਾ ਕੇ ਦਿੱਤਾ ਜਾਣ ਲੱਗਾ ਤਾਂ ਇੱਕ ਭਈਆਂ ਬੋਲਿਆ "ਸ਼ਰਦਾਰਨੀ ਜੀ ਹਮ ਗੋਬਰ ਨਹੀ ਖਾਤੇ ਹੈਂ, ਹਮ ਕੋ ਤੋਂ ਚਾਵਲ ਚਾਹੀਏ। ਚਾਹੇ ਫੀਕਾ ਹੋ।...ਚੱਲੇਗਾ" ਉਨ੍ਹਾਂ ਤੇ ਗੁੱਸਾ ਵੀ ਆਵੇ ਤੇ ਹਾਸਾ ਵੀ ਨਿੱਕਲੇ। ਇਹ ਗੱਲ ਯਾਦ ਕਰਕੇ ਮਹਿਤਾਬ ਕੌਰ ਹੁਣ ਵੀ ਮੁਸਕਰਾ ਕੇ ਆਖਦੀ "ਏਨਾਂ ਜੈ ਖਾਣਿਆਂ ਨੂੰ ਖਾਣ ਪੀਣ ਦਾ ਕੀ ਚੱਜ ਆ ?"

ਮੁੰਡਿਆਂ ਦੇ ਜ਼ੋਰ ਪਾਉਣ ਤੇ ਇੱਕ ਦਿਨ ਸੰਤਾ ਸਿੰਘ ਆਪਣੇ ਹੀ ਪਿੰਡ ਦੇ ਮਿਸਤਰੀਆਂ ਦੇ ਮੁੰਡੇ ਵਲੋਂ ਸਮਰਾਲੇ ਖੋਹਲੀ ਦੁਕਾਨ ਤੇ ਗਿਆ। ਉਸ ਨੇ ਕਿੰਦਰ ਦੇ ਪਿਤਾ ਹਾਕਮ ਮਿਸਤਰੀ ਤੋਂ ਡਰੰਮੀ ਬਾਰੇ ਸਾਰਾ ਪਤਾ ਲੈ ਲਿਆ ਸੀ। ਜਿੱਥੇ ਉਹ ਕਲਸੀ ਐਂਡ ਸਨਜ਼ ਦੇ ਨਾਂ ਤੇ ਡਰੰਮੀਆਂ ਬਣਾਉਣ ਤੇ ਇੰਜਣ ਬੰਨਣ ਦਾ ਕੰਮ ਕਰਦਾ ਸੀ। ਮੁੰਡਾ ਸੰਤਾ ਸਿੰਘ ਨੂੰ ਵੇਖ ਕੇ ਖੁਸ਼ ਹੋ ਗਿਆ। ਉਸ ਨੇ ਚੰਗੀ ਆਉ ਭਗਤ ਵੀ ਕੀਤੀ ਅਤੇ ਠੰਢਾ ਮਿੱਠਾ ਵੀ ਮੰਗਵਾਇਆ। ਸੰਤਾ ਸਿੰਘ ਨੇ ਪਹਿਲੀ ਵਾਰ ਗੋਲੀ ਵਾਲਾ ਬੱਤਾ ਪੀਤਾ। ਜੋ ਉਸ ਨੂੰ ਪੀਣਾਂ ਬਹੁਤ ਮੁਸ਼ਕਲ ਲੱਗਿਆ। ਉਹ ਵਾਰ ਵਾਰ ਕਹਿ ਰਿਹਾ ਸੀ "ਕਿੰਦਰਾ ਇਹ ਤਾਂ ਸਹੁਰੀ ਦਾ ਇਉਂ ਲੱਗਦੈ ਜਿਉਂ ਨੱਕ ਥਾਣੀ ਬਾਹਰ ਨੂੰ ਆਉਂਦੈ। ਇਹ ਨੂੰ ਤਾਂ ਲਾਲੇ ਪੀਂਦੇ ਹੋਣਗੇ। ਸਾਨੂੰ ਜੱਟ ਬੂਟਾਂ ਨੂੰ ਤਾਂ ਪਾਣੀ ਹੀ ਠੀਕ ਰਹਿੰਦੈ"

ਜਦੋਂ ਕਿੰਦਰ ਨੇ ਪੁੱਛਿਆ ਚਾਚਾ ਕਿਵੇਂ ਆਉਂਣੇ ਹੋਏ...? ਤਾਂ ਸੰਤਾ ਸਿੰਘ ਬੋਲਿਆ "ਭਾਈ ਨਵੀਂ ਸਮੇਂ ਦੀਆਂ ਗੱਲਾਂ ਨੇ ਲੈ ਆਂਦਾ। ਮੁੰਡੇ ਕਹਿੰਦੇ ਅਸੀਂ ਵੀ ਈਂਜਣ ਤੇ ਡੰਮੀ...ਕੀ ਕਹਿੰਦੇ ਨੇ ਮੈਨੂੰ ਤਾਂ ਉਹਦਾ ਨਾਂਓ ਵੀ ਨੀ ਲੈਣਾ ਆਂਉਦਾ ਲੈ। ਮੈਂ ਕਿਹਾ ਚੱਲ ਤੇਰੀ ਸਲਾਹ ਪੁੱਛ ਕੇ ਵੇਖਾਂ ?"

ਕਿੰਦਰ ਬੋਲਿਆ "ਚਾਚਾ ਥੋਡੇ ਨਾਲ ਕਿਹੜਾ ਦੁਕਾਨਦਾਰੀ ਕਰਨੀ ਐ। ਮੈਂ ਲਾਗਤ ਰੇਟ ਤੇ ਬਣਾ ਦੇਵਾਂਗਾ" ਸੰਤਾ ਸਿੰਘ ਖੁਸ਼ ਹੋ ਗਿਆ। ਤੇ ਅੱਗੇ ਬੋਲਿਆ "ਆ ਜਿਹੜੇ ਰੇਡੂਏ ਆਲੇ

ਰੋਜ਼ ਦੱਸਦੇ ਨੇ ਬਈ ਹਰਾ ਨਕਲਾਬ ਲਿਆਊ ਭਲਾਂ ਇਹ ਕੀ ਸ਼ੈਅ ਹੋਈ ? ਕੀ ਇਹ ਵੀ ਕਿਸੇ ਦੁਕਾਨ ਤੋਂ ਮਿਲਦੈ ?"

ਕਿੰਦਰ ਜੋਰ ਨਾਲ ਹੱਸਿਆ "ਚਾਚਾ ਮਸ਼ੀਨਾਂ ਨਾਲ ਖੇਤੀ ਕਰਨ ਨੂੰ ਹੀ ਹਰਾ ਇਨਕਲਾਬ ਕਹਿੰਦੇ ਨੇ। ਜਦ ਇੰਜਣ ਦੇ ਪਾਣੀ ਨੇ ਫਰਾਟੇ ਮਾਰੇ ਤੇ ਬੰਜਰ ਜ਼ਮੀਨਾਂ ਵੀ ਹਰੀਆਂ ਹੋ ਗਈ ਸਮਝ ਲੈ ਹਰਾ ਇਨਕਲਾਬ ਆ ਗਿਆ" "ਅੱਛਾ ਤਾਂ ਇਹ ਗੱਲ ਆ। ਸਾਨੂੰ ਅਨਪੜਾ ਨੂੰ ਕੀ ਪਤੈ ਭਾਈ ?"

"ਆਪਣੇ ਲਾਣੇ ਵਲੋਂ ਦੋਨੋਂ ਚੀਜਾਂ ਖਰੀਦਣ ਦਾ ਮਨ ਹੈ...। ਕਿੰਨਾ ਕੁ ਖਰਚਾ ਆਊ ?" ਸੰਤਾ ਸਿੰਘ ਨੇ ਅਗਲਾ ਸਵਾਲ ਕੀਤਾ।"ਤਿੰਨ ਹਜ਼ਾਰ ਈਂਜਣ ਤੇ ਪੰਦਰਾਂ ਕੁ ਸੌ ਡਰੰਮੀ ਤੇ ਕੁੱਲ ਸਾਢੇ ਕੁ ਚਾਰ ਹਜ਼ਾਰ ਦਾ ਖਰਚਾ ਐ" ਕਿੰਦਰ ਨੇ ਉਂਗਲਾਂ ਤੇ ਗਿਣ ਕੇ ਦੱਸਿਆ।"ਸਾਊਆ ਏਹ ਤਾਂ ਖਾਸੀ ਰਕਮ ਆ..." ਲੰਬੜਦਾਰ ਸੰਤਾ ਸਿਉਂ ਸ਼ਸ਼ੋਪੰਜ ਵਿੱਚ ਪੈ ਗਿਆ।

ਕਿੰਦਰ ਗਾਹਕ ਹੱਥੋਂ ਜਾਂਦਾ ਵੇਖ ਦੁਕਾਨਦਾਰੀ ਵਾਲੇ ਦਾਅ ਪੇਚਾਂ ਤੇ ਉੱਤਰ ਆਇਆ, "ਚਾਚਾ ਥੋਡਾ ਲਾਣਾ ਸਾਰੇ ਪਿੰਡ ਵਿੱਚੋਂ ਨੰਬਰ ਇੱਕ ਆ। ਹਰ ਗੱਲ 'ਚ ਤੁਸੀਂ ਮੋਹਰੀ ਰਹੇਂ ਓਂ। ਹੁਣ ਥੋਨੂੰ ਪੈਰ ਪਿੱਛੇ ਨੀ ਧਰਨ ਦੇਣਾ। ਆ ਲੱਕੜ ਮੱਥੇ ਲੱਗਦੀ ਐ, ਮੈਂ ਤਾਂ ਏਹਦੇ 'ਚੋਂ ਕੁੱਝ ਵੀ ਨੀ ਵੱਟਣਾ। ਹੁਣ ਤੱਕ ਸਾਡੇ ਬਜ਼ੁਰਗ ਥੋਡੀਆਂ ਮੰਜੀਆਂ ਪੀੜ੍ਹੀਆਂ ਠੋਕਦੇ ਰਹੇ ਨੇ। ਹੁਣ ਉਨ੍ਹਾਂ ਦੀ 'ਲਾਦ ਨੂੰ ਵੀ ਸੇਵਾ ਦਾ ਮੌਕਾ ਦੇ ਕੇ ਦੇਖੋ। ਜੇ ਰਕਮ ਘਟਦੀ ਆ ਤਾਂ ਮੈਂ ਗੁਪਾਲ ਆੜਤੀਏ ਨੂੰ ਕਹਿ ਦਊਂ। ਉਹ ਸਾਰੇ ਆਪਣੇ ਵਾਕਫ ਨੇ"

ਉਸ ਨੇ ਕੰਮ ਕਰਦੇ ਮੁੰਡੇ ਨੂੰ ਹਾਕ ਮਾਰ ਕੇ ਕਿਹਾ "ਜਾ ਉਏ ਮੰਡੀਂ ਚੋਂ ਗੁਪਾਲ ਆੜਤੀਏ ਨੂੰ ਬੁਲਾ ਕੇ ਲਿਆ। ਉਹ ਸੰਤਾ ਸਿੰਘ ਨੂੰ ਗੱਲੀਂ ਬਾਤੀਂ ਪੂਰੀ ਤਰਾਂ ਘੇਰ ਚੁੱਕਾ ਸੀ। ਸੌਦੇ ਲਈ ਉਸ ਨੇ ਸੰਤਾ ਸਿੰਘ ਨੂੰ ਖੁਰਪੇ ਵਾਂਗ ਚੰਡ ਕੇ ਰੱਖ ਦਿੱਤਾ। ਸੰਤਾ ਸਿੰਘ ਨੇ ਬਥੇਰੀ ਨਾਂਹ ਨੁੱਕਰ ਕੀਤੀ, ਪਰ ਉਸ ਨੇ ਦੋ ਸੌ ਰੁਪਏ ਦੀ ਸਾਈ ਲੈ ਕੇ ਹੀ ਖਹਿੜਾ ਛੱਡਿਆ। ਤੇ ਦੂਜੇ ਦਿਨ ਸੰਤਾ ਸਿੰਘ ਨੂੰ ਫੇਰ ਤਾਂਗਾ ਫੜਕੇ ਸ਼ਹਿਰ ਆਉਣ ਦੀ ਸੁਲਾਹ ਦਿੱਤੀ।

ਦੂਸਰੇ ਦਿਨ ਸੰਤਾ ਸਿਉਂ ਬਲਕਾਰ ਸਿੰਘ ਨੂੰ ਨਾਲ ਲੈ ਕੇ ਕਲਸੀ ਐਂਡ ਸਨਜ਼ ਦੇ ਕਾਰਖਾਨੇ ਪਹੁੰਚ ਗਿਆ। ਸਮਰਾਲੇ ਦਾ ਅੱਜ ਕੱਲ ਇਹ ਹੀ ਮਸ਼ਹੂਰ ਕਾਰਖਾਨਾ ਸੀ। ਅੱਗੋਂ ਕਿੰਦਰ ਉਨ੍ਹਾਂ ਨੂੰ ਹੀ ਉਡੀਕ ਰਿਹਾ ਸੀ। ਉਸ ਨੇ ਪਹਿਲਾਂ ਦੋਹਾਂ ਨੂੰ ਗੋਲ਼ੀ ਵੱਲੇ ਬੱਤੇ ਪਿਆਏ। ਫੇਰ ਇੰਜਣ ਤੇ ਡਰੰਮੀਆਂ ਦਿਖਾਉਣ ਲੱਗ ਪਿਆ। ਉਨ੍ਹਾਂ ਦੀਆਂ ਕਿਸਮਾਂ ਤੇ ਕੰਮ ਵੀ ਦੱਸਦਾ ਰਿਹਾ। ਦੋਨੋ ਇਸ ਪੱਖੋਂ ਅਣਜਾਣ ਹੋਣ ਕਾਰਨ ਕਿੰਦਰ ਨੇ ਹੀ ਸਲਾਹਾਂ ਦੇ ਕੇ ਉਨ੍ਹਾਂ ਨੂੰ ਪੀਟਰ ਇੰਜਣ ਅਤੇ ਬਿਨਾਂ ਪੱਖੇ ਵਾਲੀ ਡਰੰਮੀ ਜੋ ਸਿਰਫ ਕੁਤਰਾ ਕਰਦੀ ਸੀ ਲੈਣ ਦੀ ਸਲਾਹ ਦਿੱਤੀ। ਤੂੜੀ ਚੋਂ ਦਾਣੇ ਵੱਖ ਕਰਨ ਲਈ ਧੜ ਉਡਾਉਣੀ ਪਿਆ ਕਰਨੀ ਸੀ। ਪਰ ਇਹ ਮਹੀਨਾ ਭਰ ਕਣਕ ਦਾ ਗਾਹ ਪਾਈ ਰੱਖਣ ਨਾਲੋਂ ਤਾਂ ਕਿਤੇ ਚੰਗੀ ਸੀ। ਇਸ ਨਾਲ ਹਰੇ ਪੱਠੇ ਦਾ ਕੁਤਰਾ ਵੀ ਕੀਤਾ ਜਾ ਸਕਦਾ ਸੀ ਜੋ ਕਿ ਪਹਿਲਾਂ ਉਹ ਬੋਤੇ ਵਾਲੀ ਮਸ਼ੀਨ ਨਾਲ ਕਰਦੇ ਸਨ। ਸੰਤਾ ਸਿੰਘ ਨੇ ਇੰਜਣ ਬੰਨਣ ਦੇ ਸਮਾਨ ਲਈ ਅੱਧੇ ਪੈਸੇ ਆੜਤੀਏ ਤੋਂ ਫੜ ਕੇ ਦੇ ਦਿੱਤੇ। ਜਿਸ ਨੇ ਲਾਲ ਵਹੀ ਤੇ ਲੰਡਿਆਂ ਵਿੱਚ ਲਿਖਿਆ ਕਿ 'ਸੰਤਾ ਸਿੰਘ ਵਲਦ ਬੇਲਾ ਸਿੰਘ ਰਣੀਆ ਨਿਵਾਸੀ ਨੇ ਤਿੰਨ ਹਜ਼ਾਰ ਨਕਦ ਪੰਜ ਪ੍ਰਤੀਸ਼ਤ ਵਿਆਜ ਤੇ ਵਸੂਲ ਪਾਏ'। ਰਕਮ ਪੰਜ ਪਾਵਰ ਦਾ ਪੀਟਰ ਇੰਜਣ ਅਤੇ ਕਣਕ ਕੱਢਣੀ ਡਰੰਮੀ ਲਈ ਵਸੂਲੀ ਗਈ। ਜਿਸ ਦੇ ਥੱਲੇ ਸੰਤਾ ਸਿੰਘ ਨੇ ਆਪਣੇ ਸੱਜੇ ਹੱਥ ਦਾ ਅੰਗੂਠਾ ਲਾ ਦਿੱਤਾ।

ਨਵੀਂ ਖੇਤੀ ਦੀ ਸ਼ੁਰੂਆਤ ਲਈ ਕਿੰਦਰ ਨੇ ਸਾਰਾ ਕੁੱਝ ਆਪ ਫਿੱਟ ਕਰਵਾ ਕੇ ਦਿੱਤਾ। ਗੱਲ ਸਾਢੇ ਚਾਰ ਹਜ਼ਾਰ ਤੇ ਨਹੀਂ ਖੜੀ ਬਲਕਿ ਖਰਚਾ ਤਾਂ ਹਨੂਮਾਨ ਦੀ ਪੂਛ ਵਾਂਗ ਵਧਦਾ ਹੀ ਚਲਾ ਗਿਆ ਸੀ। ਇੰਜਣ ਤੇ ਡਰੱਮੀ ਲਈ ਫਾਊਂਡੇਸ਼ਨਾਂ ਵੀ ਬਨਵਾਇਆਂ ਗਈਆਂ। ਇੱਕ ਪਾਣੀ ਵਾਲਾ ਪੱਖਾ ਵੀ ਖੜੇ ਪੈਰ ਲੈਣਾ ਪਿਆ। ਪਟੇ, ਬਰੋਜਾ, ਗਰੀਸ, ਤੇਲ, ਪਾਣੀ ਵਾਲੀਆਂ ਪਾਈਪਾਂ ਤੇ ਹੋਰ ਕਿੰਨਾਂ ਹੀ ਨਿੱਕੜ ਸੁੱਕੜ। ਖਰਚਾ ਤਾਂ ਅੱਠ ਹਜ਼ਾਰ ਨੂੰ ਛੋਹ ਗਿਆ ਸੀ। ਸੰਤਾ ਸਿੰਘ ਕਿੰਦਰ ਨਾਲ ਰੋਜ਼ ਲੜਦਾ ਕਿ "ਤੂੰ ਮੈਨੂੰ ਪਹਿਲਾਂ ਕਿਉਂ ਨਹੀਂ ਦੱਸਿਆ ?" ਪਰ ਕਿੰਦਰ ਆਖਦਾ "ਚਾਚਾ ਤੂੰ ਸਿਆਣਾ ਹੈ ਕਿ ਇੰਜਣ ਚਲਾਉਣਾ ਕੀਹਦੇ ਨਾਲ ਹੈ ? ਹੈਂਡਲ ਵੀ ਚਾਹੀਦਾ। ਪੱਖਾ ਘੁਮਾਉਣ ਨੂੰ ਪਟਾ ਵੀ ਚਾਹੀਦੈ। ਹੁਣ ਇਹ ਸਭ ਲੈਣਾ ਤਾਂ ਪੈਣਾ ਹੀ ਹੈ। ਫੇਰ ਜੇ ਚੰਗਾ ਗੁਡੀਅਰ ਦਾ ਪਟਾ ਲੈ ਲਵੋਂਗੇ ਤਾਂ ਵੱਧ ਚੱਲੂ"

ਫੇਰ ਕਿੰਦਰ ਇੱਕ ਦਿਨ ਆਕੇ ਖੁਰਚੇ ਹੋਏ ਪਿੜ ਵਿੱਚ ਇੰਜਣ ਤੇ ਡਰੱਮੀ ਫਿੱਟ ਕਰਵਾ ਗਿਆ। ਮਨਦੀਪ ਤੇ ਧਰਮੇ ਨੂੰ ਇਹ ਸਾਰਾ ਕੁੱਝ ਅਸਚਰਜਤਾ ਵਾਲਾ ਲੱਗਦਾ ਸੀ। ਉਹ ਨਿੱਕੇ ਮੋਟੇ ਕੰਮ ਕਰਵਾਉਂਦੇ, ਸੰਦ ਭਾਂਡੇ ਫੜਾਉਂਦੇ ਸਾਰਾ ਕੁੱਝ ਦਿਲਚਸਪੀ ਨਾਲ ਵੇਖਦੇ ਰਹੇ।

ਜਿਸ ਦਿਨ ਡਰੱਮੀ ਜੋੜਨੀ ਸੀ ਮਹਿਤਾਬ ਕੌਰ ਨੇ ਮਿੱਠੇ ਚੌਲ਼ ਅਤੇ ਦੇਸੀ ਘਿਉ ਦਾ ਕੜਾਹ ਮੱਥਾ ਟੇਕਣ ਲਈ ਹਰਦੇਵ ਕੌਰ ਪਾਸ ਭੇਜੇ। ਅੱਗ ਦੀ ਅੰਗਿਆਰੀ ਤੇ ਹਵਨ ਪਾ, 'ਹੇ ਰੱਬ ਸੱਚਿਆ ਆਖਕੇ' ਇਝਣ ਨੂੰ ਹੈਂਡਲ ਮਾਰ ਦਿੱਤਾ ਗਿਆ। ਇਸ ਸ਼ੁਭ ਕੰਮ ਲਈ ਪੈੜਾ ਧਰਮੇ ਦਾ ਲਿਆ ਗਿਆ। ਕਿਉਂਕਿ ਉਹ ਚੁਸਤ ਚਲਾਕ ਮੰਨਿਆ ਜਾਂਦਾ ਸੀ ਤੇ ਮਨਦੀਪ ਸੁਸਤ ਤੇ ਠੰਢੇ ਸੁਭਾਅ ਵਾਲਾ, ਤਾਂ ਕਿ ਕੰਮ ਫੁਰਤੀ ਨਾਲ ਮੁੱਕ ਜਾਵੇ। ਸੰਤਾ ਸਿੰਘ ਦਾ ਟੱਬਰ ਸਿੱਖ ਪਰਿਵਾਰ ਹੁੰਦਾ ਹੋਇਆ ਵੀ ਹਿੰਦੂ ਧਰਮ ਦੇ ਬਹੁਤ ਸਾਰੇ ਰੀਤੀ ਰਿਵਾਜ਼ਾਂ ਤੋਂ ਵੀ ਖਹਿੜਾ ਨਹੀਂ ਸੀ ਛੁਡਾ ਸਕਿਆ। ਜਿੱਥੇ ਗੁਰੂਆਂ ਵਾਂਗ ਹੀ ਰਾਮ, ਕ੍ਰਿਸ਼ਨ, ਬਰਮਾਂ ਵਿਸ਼ਨੂ ਸ਼ਿਵਜੀ ਵੀ ਪੂਜੇ ਜਾਂਦੇ ਸਨ। ਅਗਨੀ ਤੇ ਹਵਨ ਵੀ ਕੀਤੇ ਜਾਂਦੇ। ਚੰਗੇ ਬੁਰੇ ਦਿਨਾਂ ਦਾ ਖਿਆਲ ਵੀ ਰੱਖਿਆ ਜਾਂਦਾ ਸੀ।

ਇੰਜਣ ਦੀ ਠੱਕ ਠੱਕ ਤੇ ਡਰੱਮੀ ਦੀ ਗੂੰਜ ਪੈਂਣ ਲੱਗੀ। ਡਰੱਮੀ ਨੂੰ ਰੁੱਗ ਲਾਉਣ ਵਾਲੇ ਬਦਲਦੇ ਰਹੇ। ਤੇ ਭਰੀਆਂ ਦੇ ਢੇਰ ਮੁੱਕਦੇ ਰਹੇ। ਜਦੋਂ ਤੇਜ਼ ਹਵਾ ਚੱਲਦੀ ਤਾਂ ਸਾਰੇ ਤੰਗਲੀਆਂ ਨਾਲ ਧੜ ਉਡਾਉਣ ਲੱਗ ਪੈਂਦੇ। ਮਸ਼ੀਨ ਜੋ ਘੁੰਡੀਆਂ ਛੱਡਦੀ ਸੀ ਉਸ ਦਾ ਵੀ ਇੱਕ ਢੇਰ ਉਸਰ ਗਿਆ। ਜਿਸ ਨੂੰ ਦੁਬਾਰਾਂ ਤੋਂ ਮਸ਼ੀਨ ਰਾਹੀ ਕੱਢਣਾ ਪੈਣਾ ਸੀ।

ਬੰਤਾ ਝਿਊਰ ਆਪਣੀ ਮਸ਼ਕ ਨਾਲ ਏਥੇ ਹੀ ਲਾਣੇ ਨੂੰ ਪਾਣੀ ਪਿਆ ਜਾਂਦਾ। ਕੁੱਝ ਖ਼ਬਰਾ ਵੀ ਸੁਣਾ ਜਾਂਦਾ ਤੇ ਕੁੱਝ ਨਵੀਆਂ ਲੈ ਜਾਂਦਾ। ਉਹ ਰਣੀਏ ਪਿਡ ਦਾ ਚੱਲਦਾ ਫਿਰਦਾ ਮੀਡੀਆ ਸੀ। ਖੇਤਾਂ ਦੀਆਂ ਖ਼ਬਰਾਂ ਉਸ ਰਾਹੀਂ ਹੀ ਸਾਰੇ ਪਾਸੇ ਫੈਲਦੀਆਂ। ਕਿ ਕਿਹੜਾ ਲਾਣਾ ਕੀ ਕਰਦਾ ਹੈ ? ਤੇ ਕਿਹੜਾ ਕੀ ?

ਛੱਜ ਅਤੇ ਤੰਗਲੀਆਂ ਵੇਚਣ ਵਾਲੇ ਵੀ ਖੇਤਾਂ ਵਿੱਚ ਹੀ ਢੁੱਕ ਜਾਂਦੇ । ਬੰਤੇ ਝਿਊਰ ਨੂੰ ਪਾਣੀ ਦੀ ਸੇਵਾ ਬਦਲੇ ਹਰ ਪਰਿਵਾਰ ਨੇ ਦਾਨਿਆਂ ਦੀ ਇੱਕ ਬੋਰੀ ਲਾਗ ਵਜੋਂ ਦੇਣੀ ਸੀ ਤੇ ਇੱਕ ਬੋਰੀ ਤਰਖਾਣਾਂ ਨੂੰ ਉਨ੍ਹਾਂ ਦੀਆਂ ਸੇਵਾਂਵਾਂ ਬਦਲੇ । ਇਹ ਰਿਵਾਜ਼ ਪੁਰਾਣਾ ਚਲਿਆ ਆ ਰਿਹਾ ਸੀ। ਪਰ ਬੰਤਾ ਝਿਊਰ ਅੱਜ ਨਵੀਂ ਹੀ ਭਸੂੜੀ ਪਾ ਗਿਆ ਸੀ ਕਿ ਮੈਂ ਭਈਆਂ ਨੂੰ ਪਾਣੀ ਕਿਉਂ ਪਿਲਾਵਾਂ ? ਉਨ੍ਹਾਂ ਤੋਂ ਕਿਹੜਾ ਮੈਂ ਲਾਗ ਲੈਣਾ ਏ ?" ਪਰ ਸੰਤਾ ਸਿੰਘ ਕਹਿੰਦਾ "ਪਿਆਸੇ ਨੂੰ ਪਾਣੀ ਪਿਆਉਣ ਵਰਗਾ ਹੋਰ ਕੋਈ ਪੁੰਨ ਨਹੀ ਹੁੰਦਾ। ਉਸਦੀ ਜਾਤ ਦੇਖ ਕੇ ਪਾਣੀ ਪਿਲਾਉਣ ਵਾਲੇ ਦਾ ਪੁੰਨ ਨਹੀਂ ਲੱਗਦਾ"

ਸੰਤਾ ਸਿੰਘ ਬੰਤੇ ਝਿਊਰ ਨੂੰ ਸੂਹੀਆ ਸਮਝ ਕੇ ਉਸ ਨਾਲ ਵਿਗਾੜਨੀ ਵੀ ਨਹੀਂ ਸੀ ਚਾਹੁੰਦਾ ਪਰ 'ਮਾਨਸ ਕੀ ਜਾਤ ਸਭੈ ਏਕੋ ਪਹਿਚਾਨਵੋ' ਦਾ ਧਾਰਨੀ ਹੋਣਾ ਉਸ ਦੇ ਮਨ ਵਿੱਚ ਬੇਚੈਨੀ ਪੈਦਾ ਕਰ ਰਿਹਾ ਸੀ। ਇਸ ਵਾਰੀ ਇੱਕ ਨਵੀਂ ਚਰਚਾ ਛੇੜ ਕੇ ਇਹ ਹਾੜੀ ਦਾ ਇਹ ਸਮਾਂ ਵੀ ਬੀਤ ਗਿਆ। ਤੇ ਅਗਲੇ ਸਾਲ ਬੰਤਾ ਝਿਊਰ ਵੀ ਮਾਸ਼ਕੀ ਦੇ ਕੰਮ ਤੋਂ ਵਿਹਲਾ ਹੋ ਘਰ ਬੈਠ ਗਿਆ।

ਭਈਆਂ ਨੂੰ ਪਾਣੀ ਪਿਲਾਉਣਾ ਉਸ ਨੂੰ ਆਪਣੀ ਹੇਠੀ ਜਾਪਿਆ ਸੀ। ਤਾਂ ਹੀ ਉਸ ਨੇ ਇਹ ਕੰਮ ਛੱਡਣ ਦਾ ਮਨ ਬਣਾਇਆ। ਸੋਚ ਸੋਚ ਕੇ ਉਸ ਨੇ ਇੱਕ ਵਾਣ ਬੱਟਣੀ ਅਤੇ ਰੂੰਅ ਪਿੰਜਣੀ ਮਸ਼ੀਨ ਬਾਹਰਲੇ ਘਰ ਲਵਾ ਲਈਆਂ ਸਨ। ਜਿਸ ਲਈ ਕੁੱਝ ਪੈਸੇ ਉਸ ਨੇ ਸੇਪੀ ਇਕੱਠੀ ਕਰ ਕੇ ਜੋੜ ਲਏ ਸਨ ਤੇ ਕੁੱਝ ਜੱਟਾਂ ਜਿਮੀਦਾਰਾਂ ਤੋਂ ਉਧਾਰ ਫੜ ਲਏ। ਏਥੇ ਹੀ ਉਸ ਨੇ ਇੱਕ ਕੰਮ ਹੋਰ ਕੀਤਾ ਕਿ ਪੰਜ ਹਜ਼ਾਰ ਰੁਪਈਆਂ ਛੋਟੇ ਕਿੱਤੇ ਲਈ ਸਹਿਕਾਰੀ ਬੈਂਕ ਤੋਂ ਲੋਨ ਲੈ ਲਿਆ। ਸੰਤਾ ਸਿੰਘ ਨੇ ਜਦ ਸੁਣਿਆ ਤਾਂ ਬੋਲਿਆ, "ਮਹਿਰੇ ਦੀ ਮੱਤ ਮਾਰੀ ਗਈ ਆ...। ਕਰਜਾ ਚੱਕ ਕੇ ਮਸ਼ੀਨਾਂ ਲੈਣੀਆਂ, ਭਲਾਂ ਕਿਥੇ ਦੀ ਸਿਆਣਪ ਆ?" ਪਰ ਨੇੜੇ ਖੜੇ ਗਿੰਦਰ ਪੜਾਕੂ ਨੇ ਕਿਹਾ ਏਹਦਾ ਸ਼ਰੀਕ ਲਾਲੋ ਦਾ ਭਿੰਦਰ ਵੀ ਤਾਂ ਕਰਜ਼ਾ ਚੱਕ ਕੇ ਹੀ ਬੋਰਾਂ ਦਾ ਸਮਾਨ ਲਿਆਇਆ ਸੀ? ਹੁਣ ਖੇਲਦਾ ਹੈ ਹਜ਼ਾਰਾਂ 'ਚ ਕਿ ਨਹੀਂ...?" ਇਸਦਾ ਸੰਤਾ ਸਿੰਘ ਨੂੰ ਕੋਈ ਜਵਾਬ ਨਾ ਆਉੜਿਆ। ਉਹ ਫੇਰ ਬਲਿਆ "ਉਹਦੇ ਮੰਗੂ ਕਮਾ ਕਮਾ ਕੇ ਇਹ ਵੀ ਕਰਜਾ 'ਤਾਰ ਦੂ"

ਪਰ ਸੰਤਾ ਸਿਉਂ ਨੇ ਕਿਹੜਾ ਇੰਜਣ ਡਰੰਮੀ ਸਾਰਾ ਕੁੱਝ ਪੱਲਿਉਂ ਲਿਆ ਸੀ। ਉਹ ਸੋਚਣ ਲੱਗਾ "ਇਹ ਬੈਂਕਾ ਹੁਣ ਏਨਾਂ ਕਮੀਣ ਕਾਂਦੂਆਂ ਦੀਆਂ ਆੜਤਣੀਆਂ ਬਣਨਗੀਆਂ ਫੇਰ? ਨਾਲੇ ਸਰਕਾਰ ਵੀ ਏਨਾਂ ਦਾ ਐਨਾ ਕਰਦੀ ਆ" ਉਹ ਕੁੱਝ ਦੇਰ ਰੁੱਕ ਕੇ ਫੇਰ ਬੋਲਿਆ "ਟਟੀਰੀ ਦੇ ਟੰਗਾਂ ਚੁੱਕਣ ਨਾਲ ਕਿਹੜਾ ਡਿੱਗਦਾ ਅਸਮਾਨ ਰੁੱਕ ਜਾਣੈ। ਜੇ ਉਹ ਐਵੇਂ ਰੱਬ ਨੂੰ ਥੰਮਣ ਦਾ ਭਰਮ ਪਾਲ਼ਦੀ ਫਿਰੇ ਤਾਂ ਪਈ ਫਿਰੇ। ਐਂ ਕਰਕੇ ਕਿਤੇ ਇਹ ਕਮੀਣ ਕਾਂਦੂ ਜੱਟਾਂ ਦੀ ਬਰਾਬਰੀ ਤਾਂ ਨੀ ਕਰ ਸਕਦੇ। ਹੁਣ ਜੇ ਸੋਚੋਂ ਭਲਾਂ ਜੇ ਇਹ ਲੋਕ ਪਾਣੀ ਪਿਲਾਉਣ ਦਾ ਜੱਦੀ ਪੁਸ਼ਤੀ ਕੰਮ ਛੱਡਕੇ ਆਪਣੇ ਹੋਰ ਕੰਮ ਤੋਰ ਕੇ ਬਹਿ ਗਏ, ਫੇਰ ਇਹਨਾਂ ਵਾਲਾ ਕੰਮ ਕੌਣ ਕਰੂ?"

ਪਰ ਬੰਤਾ ਹੋਰ ਵਿਚਾਰ ਰੱਖਦਾ ਸੀ। ਜਦੋਂ ਉਸ ਨੂੰ ਕੋਈ 'ਵਾਣ ਵੱਟ' ਕਹਿੰਦਾ ਤਾਂ ਉਸ ਨੂੰ ਬੜਾ ਵੱਟ ਚੜ੍ਹਦਾ। ਉਹ ਕਹਿੰਦਾ "ਮੈਂ ਆਪਣੀ 'ਲਾਦ ਨੂੰ ਨੀ ਏਸ ਕੁੱਤੇ ਕੰਮ 'ਚ ਪੈਣ ਦਿੰਦਾ। ਮਸ਼ੀਨਾ ਮੈਂ ਤਾਂ ਹੀ ਲਾਈਆਂ ਨੇ ਕਿ ਪੈਸੇ ਬਣਾ ਕੇ ਉਨ੍ਹਾਂ ਨੂੰ ਚੰਗਾ ਪੜ੍ਹਾਵਾਂ ਲਿਖਾਵਾਂ ਤਾਂ ਹੀ ਚੰਗੇ ਕੰਮ ਮਿਲਣਗੇ। ਫੇਰ ਸ਼ਹਿਰਾਂ 'ਚ ਨੌਕਰੀਆਂ ਕਰਨਗੇ। ਸਾਡੇ ਮੰਗੂ ਜੱਟਾਂ ਤੋਂ ਘੀਸੀ ਤਾਂ ਨੀ ਕਰਵਾਉਣਗੇ। ਊਂ ਅਸੀ ਗੁਰੂ ਦੇ ਸਿੱਖ ਪਰ ਦੂਜੀਆਂ ਜਾਤਾਂ ਨੂੰ ਪੈਰਾਂ ਹੇਠ ਮਧੋਲਕੇ ਰੱਖਦੇ ਨੇ ਇਹ ਜੱਟ। ਜਾਤ ਪਾਤ ਤਾਂ ਗੁਰੂਆਂ ਨੇ ਖਤਮ ਕੀਤੀ ਤੀ, ਪਰ ਕੋਈ ਮੰਨਦੈ ਹੈ ਗੁਰੂਆਂ ਦੀ ਗੱਲ? ਪੰਜ ਪਿਆਰੇ ਚੁਣਨ ਵੇਲੇ ਸਾਨੂੰ ਵੀ ਗੁਰੂ ਨੇ ਬਰਾਬਰ ਰੱਖਿਆ। ਸਾਡੇ ਬਜੁਰਗ ਮੋਤੀ ਮਹਿਰੇ ਨੇ ਠੰਢੇ ਬੁਰਜ ਵਿੱਚ ਗੁਰੂ ਦੇ ਪਰਿਵਾਰ ਦੀ ਕਿੰਨੀ ਸੇਵਾ ਕੀਤੀ? ਪਰ ਜੱਟ ਤਾਂ ਸਾਨੂੰ ਸਿਆਣਦੇ ਈ ਨਹੀਂ। ਹੁਣ ਅਸੀਂ ਰੁਜਗਾਰ ਕੀ ਤੋਰਿਆ, ਤਾਂ ਸਾਰਿਆਂ ਦਾ ਢਿੱਡ ਦੁਖਦੈ?"

ਰਣੀਏ ਪਿੰਡ ਦੇ ਜੱਟ ਖੇਤਾਂ 'ਚ ਪਏ ਕਣਕ ਦੇ ਬੋਹਲ਼ ਗੱਡੇ ਭਰ ਭਰ ਸ਼ਹਿਰ ਵੇਚਣ ਜਾਂਦੇ। ਹਾੜ ਚੜਨ ਤੋਂ ਪਹਿਲਾਂ ਪਹਿਲਾਂ ਹਰ ਘਰ ਵਿੱਚ ਖੁਸ਼ਹਾਲੀ ਸੀ। ਸਾਲ ਭਰ ਲਈ ਖਰੀਦੋ ਫਰੋਖਤ ਕਰ ਲਈ ਗਈ ਸੀ। ਟੱਬਰ ਨੂੰ ਜੁੱਤੀਆਂ ਕੱਪੜੇ ਲੀੜੇ ਲੈ ਦਿੱਤੇ ਗਏ ਸਨ। ਲੰਬੜਦਾਰ ਸੰਤਾ ਸਿੰਘ ਵੀ ਆੜਤੀਏ ਦੇ ਪੈਸੇ ਉਤਾਰ ਹੁਣ ਚੋਖੀ ਰਕਮ ਜੋੜ ਚੁੱਕਾ ਸੀ। ਉਹ ਮਾਛੀਵਾੜੇ ਤੋਂ ਦੋ

ਤਿੰਨ ਗੱਡੇ ਘਰ ਦੇ ਸਮਾਨ ਦੇ ਭਰ ਲਿਆਇਆ। ਉਨ੍ਹਾਂ ਵਿੱਚ ਖੱਦਰ ਦੇ ਥਾਨ, ਧੌੜੀ ਦੀਆਂ ਜੁੱਤੀਆਂ ਜਾਂ ਮੌਜੇ। ਦਾਲ਼ਾਂ, ਖਲ਼, ਚੀਨੀ, ਲੂਣ ਤੇਲ ਸਭ ਕੁੱਝ ਹੀ ਲੈ ਆਂਦਾ ਸੀ। ਇਸ ਵਾਰ ਤਾਂ ਇੰਜਣ ਲਈ ਦੋ ਢੋਲ ਤੇਲ ਦੇ ਵੀ ਭਰਵਾ ਕੇ ਰੱਖ ਲਏ ਸਨ।

ਫੇਰ ਸਾਰੇ ਕੰਮ ਨਿਬੇੜਕੇ ਉਹ ਆਪਣੀ ਦੋਹਤੀ ਦੀ ਨਾਨਕ ਸ਼ੱਕ ਪੂਰਨ ਲਈ ਰੁੱਝ ਗਏ। ਮੀਤੋ ਦੀ ਧੀ ਗੁੱਡੀ ਦੇ ਵਿਆਹ ਵਿੱਚ ਥੋੜੇ ਦਿਨ ਬਾਕੀ ਰਹਿ ਗਏ ਸਨ। ਮਹਿਤਾਬ ਕੌਰ ਉਂਗਲਾ ਤੇ ਦਿਨ ਗਿਣਦੀ ਆਖਦੀ "ਲੈ ਇੱਕੀ ਹਾੜ ਤਾਂ ਆਇਆ। ਬੰਨੇ ਦਿਨ ਤਾਂ ਝੱਟ ਬੀਤ ਜਾਂਦੇ ਨੇ। ਸੁੱਖ ਨਾਲ ਗੱਠ ਆਈ ਨੂੰ ਵੀ ਦੋ ਸੱਤਵਾਰ ਬੀਤ ਗੇ" ਉਨ੍ਹਾਂ ਨਾਨਕ ਸ਼ੱਕ ਹੀ ਨਹੀਂ ਸੀ ਪੂਰਨੀ ਸਗੋਂ ਵਿਧਵਾ ਧੀ ਦੀ, ਧੀ ਦਾ ਸਾਰਾ ਵਿਆਹ ਆਪ ਹੀ ਕਰਨਾ ਸੀ। ਸੰਤਾ ਸਿੰਘ ਦਾ ਵੱਡਾ ਮੁੰਡਾ ਗੁਰਜੀਤ ਹਾੜੀ ਦਾ ਕੰਮ ਕਰਵਾਕੇ ਤੁਰੰਤ ਭੈਣ ਕੋਲ ਚਲਾ ਗਿਆ ਸੀ।

ਕੁੜੀ ਨੇ ਭਾਵੇਂ ਦਾਜ ਬਣਾਇਆ ਹੋਇਆ ਸੀ ਪਰ ਤਾਂ ਵੀ ਸੰਤਾ ਸਿਉਂ ਨੇ ਦਾਜ ਵਿੱਚ ਦੇਣ ਵਾਲੀਆਂ ਕੁਰਸੀਆਂ, ਮੇਜ, ਪੇਟੀ,ਪੱਖਾ, ਸਾਈਕਲ ਸਭ ਸਮਰਾਲੇ ਤੋਂ ਖਰੀਦ ਦਿੱਤੇ ਸਨ। ਘੜੀ, ਮੁੰਦੀਆਂ ਤੇ ਹੋਰ ਸਮਾਨ ਵੀ ਲੈ ਲਿਆ ਗਿਆ ਤੇ ਕੱਪੜੇ ਲੀੜੇ ਵੀ। ਇੱਕ ਦਿਨ ਤੱਖਰ ਵਾਲਾ ਸੁਰਜੀਤ ਹਵੇਲੀ ਆ ਵੜਿਆ ਤਾਂ ਸੰਤਾ ਸਿੰਘ ਉਸ ਨਾਲ ਗੱਲੀਂ ਜੁੱਟ ਪਿਆ। ਕਦੇ ਝਿਉਰਾਂ ਦੇ ਬੰਤ ਵਲੋਂ ਲਾਈਆਂ ਮਸ਼ੀਨਾਂ ਦੀ ਗੱਲ ਕਰਦਾ ਤੇ ਕਦੇ ਗੁੱਡੀ ਦੇ ਬਣਾਏ ਦਾਜ ਦੀਆਂ। ਹਰ ਗੱਲ ਪਿੱਛੋਂ ਆਖ ਛੱਡਦਾ ਭਾਈ ਕਲਯੁੱਗ ਆ ਕਲਯੁੱਗ।

ਸੁਰਜੀਤ ਬੋਲਿਆ "ਚਾਚਾ ਤੂੰ ਵੀ ਤਾਂ ਹੁਣ ਕਲਯੁੱਗੀ ਬਣ ਗਿਆ" ਸੰਤਾ ਸਿੰਘ ਨੂੰ ਵੱਟ ਚੜਿਆ, "ਉਹ ਕਿਵੇਂ... ?" ਕਲਯੁੱਗ ਦਾ ਮਤਲਬ ਐ ਮਸ਼ੀਨੀ ਯੁੱਗ। ਆਪਾਂ ਕਲ਼ ਪੁਰਜੇ ਨਹੀਂ ਕਹਿੰਦੇ ਕਲ਼ ਭਾਵ ਮਸ਼ੀਨ। ਆਹ ਤੇਰੇ ਵਿਹੜੇ ਵਿੱਚ ਇੰਜਣ ਚੱਲਦੈ, ਕਣਕ ਤੂੰ ਡਰੰਮੀ ਨਾਲ ਕੱਢੀ ਆ। ਬਿਜਲੀ ਦਾ ਪੱਖਾ ਲਾਕੇ ਤੂੰ ਸੌਂਨਾ ਏ। ਬੱਲਵਾਂ ਦੀ ਰੋਸ਼ਨੀ ਹੁੰਦੀ ਆ ਤੇ ਰੇਡੀਉ ਤੇ ਰੋਜ਼ ਖਬਰਾ ਸੁਣਦੈ। ਇਹ ਸਭ ਮਸ਼ੀਨਾਂ ਹੀ ਤਾਂ ਨੇ ? ਜੇ ਮਸ਼ੀਨ ਦਾ ਮਤਲਬ ਹੈ ਕਲ਼ ਫੇਰ ਤੂੰ ਕਲਯੁੱਗੀ ਨਾ ਬਣ ਗਿਆ ? ਚਾਚਾ ਇਹ ਮਸ਼ੀਨਾਂ ਦਾ ਯੁੱਗ ਹੈ" ਸੰਤਾ ਸਿੰਘ ਨੂੰ ਇਸ ਗੱਲ ਦਾ ਕੋਈ ਜਵਾਬ ਨਾ ਲੱਭਿਆ। ਤੇ ਉਹ ਸੋਚੀਂ ਪੈ ਗਿਆ।

ਸਾਰੇ ਪਿੰਡ ਵਿੱਚੋਂ ਇੰਜਣਾਂ ਤੇ ਟੋਕਾ ਕੁਤਰਨੀਆਂ ਮਸ਼ੀਨਾਂ ਦੀ ਅਵਾਜ਼ ਆ ਰਹੀ ਸੀ। ਸ਼ਾਮ ਦਾ ਸੂਰਜ ਪੱਛਮ ਵਿੱਚ ਅਸਤ ਹੋ ਰਿਹਾ ਸੀ। ਗੁਰਦੁਵਾਰੇ ਦੀ ਘੜਿਆਲ ਵੱਜੀ ਪਰ ਟਨ ਟਨ ਇੰਜਨਾਂ ਦੀ ਫੱਟ ਫੱਟ ਵਿੱਚ ਹੀ ਦਮ ਤੋੜ ਗਈ। ਸ਼ਾਮ ਦੇ ਦੋ ਵੇਲੇ ਮਿਲ ਰਹੇ ਸਨ। ਸੰਤਾ ਸਿੰਘ ਨੇ ਵਾਹਿਗੁਰੂ ਕਿਹਾ। ਹੁਣ ਗੁਰਦੁਵਾਰੇ ਵਾਲੇ ਭਾਈ ਨੇ ਮਸ਼ੀਨ ਤੇ ਰਹਿਰਾਸ ਦਾ ਤਵਾ ਧਰ ਦਿੱਤਾ। ਮਸ਼ੀਨਾਂ ਤਾਂ ਪੂਰੇ ਪਿੰਡ ਤੇ ਹੀ ਭਾਰੂ ਹੋ ਗਈਆਂ ਸਨ। ਸੰਤਾਂ ਸਿੰਘ ਨੇ ਮਨ 'ਚ ਹੀ ਬਦਲਦੇ ਹਾਲਾਤਾ ਨੂੰ ਦੇਖ ਕੇ ਫੇਰ ਕਿਹਾ "ਇਹ ਤਾਂ ਕਲਯੁੱਗ ਦਾ ਹੀ ਫਿਰਕਾ ਪਹਿਰਾ ਏ" ਤੇ ਉਹ ਆਪ ਵੀ ਰਹਿਰਾਸ ਦਾ ਪਾਠ ਕਰਨ ਲੱਗ ਪਿਆ।

•

ਭਾਗ 28

ਆਖਰ ਹਾੜ ਦਾ ਮਹੀਨਾ ਵੀ ਆ ਹੀ ਗਿਆ। ਸੰਤਾਂ ਸਿੰਘ ਦਾ ਪਰਿਵਾਰ ਨਾਨਕ ਸ਼ੱਕ ਜਾਣ ਦੀ ਪੂਰੀ ਤਿਆਰੀ ਵਿੱਚ ਸੀ। ਬਲਦਾਂ ਅਤੇ ਰੇੜ੍ਹੀ ਨੂੰ ਚੰਗੀ ਤਰ੍ਹਾਂ ਸ਼ਿੰਗਾਰ ਲਿਆ ਗਿਆ। ਬਲਦਾਂ ਦੇ ਸਿੰਗਾਂ ਨੂੰ ਸਰੋਂ ਦੇ ਤੇਲ ਨਾਲ ਵੀ ਲਿਸ਼ਕਾ ਲਿਆ ਗਿਆ। ਦੋ ਦਿਨ ਪਹਿਲਾਂ ਹੀ ਰੇੜ੍ਹੀ ਨੂੰ ਵਿੱਢ ਲਾ ਦਿੱਤਾ ਗਿਆ ਸੀ। ਮਹਿਤਾਬ ਕੌਰ ਨੇ ਸੂਫ ਦਾ ਘੱਗਰਾ ਪਰੈੱਸ ਕਰਵਾ ਲਿਆ ਸੀ। ਪਿੰਡ ਵਿੱਚੋਂ ਜਿਹੜੇ ਦੋ ਲਾਗੀ ਨਾਲ ਲੈ ਕੇ ਜਾਣੇ ਸਨ ਉਨ੍ਹਾਂ ਦੀ ਵੀ ਤਿਆਰੀ ਕਰਵਾ ਦਿੱਤੀ ਗਈ। ਫੇਰ ਕਾਰ ਵਿਹਾਰ ਦਾ ਸਾਰਾ ਸਮਾਨ ਰੇੜ੍ਹੀ ਤੇ ਲੱਦਿਆ ਜਾਣ ਲੱਗਾ। ਛੱਜ ਕੁੱਟਣ ਦੀ ਰਸਮ ਵਾਲਾ ਵੀ ਸਾਰਾ ਸਮਾਨ ਰੱਖ ਲਿਆ ਗਿਆ। ਵਿਆਹ ਤੋਂ ਦੋ ਦਿਨ ਪਹਿਲਾਂ ਹੀ ਉਹ ਸ਼ਗਨਾ ਦੇ ਗੀਤ ਗਾਂਉਦੇ, ਘਰ ਦੇਬੂ ਹਵਾਲੇ ਕਰ ਰਾਜੇਵਾਲ ਨੂੰ ਤੁਰ ਪਏ।

ਨਿਆਣਿਆਂ ਸਿਆਣਿਆਂ ਵਿੱਚ ਵਿਆਹ ਦਾ ਬੇਹੱਦ ਚਾਅ ਸੀ। ਬਲਕਾਰ ਸਿੰਘ ਨੇ ਰੇੜ੍ਹੀ ਹੱਕਣੀ ਸੀ। ਉਨੇਂ ਤੜਕੇ ਉੱਠ ਕੇ ਬਲਦਾਂ ਨੂੰ ਨੁਹਾਇਆ। ਨੱਥਾਂ ਠੀਕ ਕੀਤੀਆਂ। ਪੇੜੇ ਖੁਆਏ। ਬਲਦਾਂ ਦੀ ਖੁਰਾਕ ਪੇੜਿਆਂ ਲਈ ਜੌਂ ਛੋਲਿਆਂ ਦੇ ਆਟੇ ਦੀ ਬੋਰੀ ਵੀ ਰੇੜ੍ਹੀ ਤੇ ਧਰ ਲਈ। ਹਰਦੇਵ ਕੌਰ ਦਾ ਪੰਜ ਕਲਿਆਣੀ ਮੱਝ ਤੋਂ ਵਿਛੜਨ ਨੂੰ ਦਿਲ ਨਹੀਂ ਸੀ ਕਰਦਾ, ਜੋ ਉਸਦੇ ਹੱਥ ਪਈ ਹੋਈ ਸੀ। ਅੱਜ ਦੀ ਧਾਰ ਤਾਂ ਕੱਢ ਲਈ ਸੀ ਦੂਜੇ ਦਿਨ ਲਈ ਉਸ ਨੂੰ ਫੇਰ ਆਂਉਣਾ ਪੈਣਾ ਸੀ। ਪਰ ਉਸ ਨੇ ਉਰਨੇ ਵਾਲੀ ਮਾਸੀ ਨੂੰ ਤੇ ਗੁਰਜੀਤ ਨੂੰ ਨਾਲ ਲੈਕੇ, ਸਮਰਾਲੇ ਤੋਂ ਸਵੇਰ ਦਾ ਭੂੰਡ ਫੜਕੇ ਆ ਜਾਣਾ ਸੀ। ਤਿੰਨ ਪਹੀਏ ਟੈਂਪੂ ਨੂੰ ਹਰਦੇਵ ਕੌਰ ਭੂੰਡ ਹੀ ਕਹਿੰਦੀ ਸੀ ਜੋ ਉਨ੍ਹਾਂ ਦੇ ਪਿੰਡ ਦਾ ਮੁੰਡਾ ਜੀਤਾ ਹੀ ਚਲਾਉਂਦਾ ਸੀ।

ਬਲਦਾਂ ਨੂੰ ਥਾਪੀਆਂ ਦੇ ਕੇ ਬਲਕਾਰ ਸਿੰਘ ਨੇ ਵਹਿਗੁਰੂ ਕਹਿ ਕੇ ਗੱਡਾ ਹੱਕਿਆ। ਮਨਦੀਪ ਨੂੰ ਬਲਦਾਂ ਲਈ ਵਰਤੇ ਮਾਮੇ ਦੇ ਬੋਲ, ਮਾਖਿਉਂ ਮਿੱਠੇ ਜਾਪ ਰਹੇ ਸਨ। ਜਿਵੇਂ ਉਹ ਬਲਦ ਹੱਕਦਾ ਕਹਿ ਰਿਹਾ ਸੀ:-

"ਉਹ ਚੱਲ ਬੱਗਿਆ ਸ਼ੇਰਾ। ਤੱਤਾ ਤੱਤਾ ਤੱਤਾ। ਉਹ ਜੀਂਦਾ ਰਹਿ। ਹੱਟ ਹੱਟ ਹੱਟ। ਪੁੱਚ ਪੁੱਚ ਪੁੱਚ। ਠਾਹਾਂ ਠਹਾਂ ਠਾਹਾਂ। ਤਾਂਹਾ ਤਾਂਹਾ ਤਾਂਹਾ। ਕਦੇ ਉਹ ਖੱਬਾ ਰੱਸਾ ਖਿੱਚਦਾ ਤੇ ਕਦੇ ਸੱਜਾ। ਰੇੜ੍ਹੀ ਰਫਤਾਰ ਨਾਲ ਤੁਰੀ ਜਾ ਰਹੀ ਸੀ। ਭਾਂਵੇਂ ਉਹ ਸੁਵੱਖਤੇ ਤੁਰੇ, ਪਰ ਧੁੱਪ ਫੇਰ ਵੀ ਸੂਲਾਂ ਵਾਂਗ ਚੁਭ ਰਹੀ ਸੀ।

ਬਲਕਾਰ ਸਿੰਘ ਨੇ ਬੈਂਤ ਲੱਗੀ ਨਵੀਂ ਪਰੈਣ ਹੱਥ 'ਚ ਫੜੀ ਹੋਈ ਸੀ। ਪਰ ਉਹ ਬਲਦਾ ਦੇ ਮਾਰਦਾ ਬਹੁਤ ਘੱਟ ਸੀ। ਉਹ ਪਰੈਣ ਵਿੱਚ ਆਰ ਲਵਾਣ ਦੇ ਵੀ ਸਖਤ ਖਿਲਾਫ ਸੀ। ਤੇ ਇਸ ਨੂੰ ਪਸ਼ੂਆਂ ਤੇ ਜ਼ੁਲਮ ਸਮਝਦਾ ਸੀ। ਉਹ ਅਜਿਹਾ ਕਰਨ ਵਾਲੇ ਲੋਕਾਂ ਨੂੰ ਹੁਣ ਵੀ ਪਾਪੀ ਦੱਸ ਰਿਹਾ ਸੀ। ਉਸਦੀ ਗੱਲ ਸੁਣ ਕੇ ਰੁਲਦਾ ਲਾਗੀ ਬੋਲਿਆ "ਲੰਬੜਦਾਰਾ ਮੈਂ ਸੁਣਿਆਂ ਕਿ ਮੈਹਸਾਂ ਦੇ ਲੌਣ ਵਾਲਾ ਇੱਕ ਨਵਾਂ ਟੀਕਾ ਆਇਐ। ਕਹਿੰਦੇ ਉਹ ਲਾਉ ਤਾਂ ਮੈਹਸ ਦੁੱਧ 'ਤਾਰ ਲੈਂਦੀ ਆ। ਕੀ ਇਹ ਗੱਲ ਠੀਕ ਆ?"

ਸੰਤਾ ਸਿੰਘ ਬਲਿਆ "ਪਸੂ ਦੇ ਸੂਆ ਮਾਰਨਾ ਪਾਪ ਆ। ਨਾਲੇ ਖਬਰਾ ਉਸ ਸੂਏ 'ਚ ਕੀ ਹੁੰਦਾ ਹੋਊ। ਉਹੋ ਦੁੱਧ ਆਪਾ ਪੀਣੈ" ਸੰਤਾ ਸਿੰਘ ਉਸ ਦੀ ਗੱਲ ਸੁਣ ਕੇ ਬੇਚੈਨ ਹੋ ਗਿਆ ਸੀ॥

ਕੁੱਝ ਦੇਰ ਚੁੱਪ ਰਹਿਣ ਤੋਂ ਬਾਅਦ ਉਹ ਬੋਲਿਆ 'ਸਹੁਰੀ ਦੀਆਂ ਨਮੀਆਂ ਨਮੀਆਂ ਗੱਲਾਂ ਸੁਣਨ ਨੂੰ ਮਿਲਦੀਆਂ ਨੇ। ਆਹ ਰੇੜ੍ਹਏ ਵਾਲੇ ਠੰਢੂ ਰਾਮ ਉਨੀ ਵੀ ਐਵੇਂ ਦੀਆਂ ਗੱਲਾਂ ਕਰੀ ਜਾਣਗੇ। ਰੋਜ਼ ਅਖੇ ਹਰਾ ਅਨਕਲਾਬ ਆ ਰਿਹਾ। ਸਾਨੂੰ ਤਾਂ ਹਰਾ ਨੀਲਾ, ਲਾਲ ਪੀਲਾ ਕੁੱਝ ਵੀ ਨੀ ਦੀਂਹਦਾ। ਅਖੇ ਫਸਲਾਂ ਤੇ ਆਹ ਸਪਰੇਅ ਕਰੋ ਜਾਂ ਔਹ ਫਲਾਣੀ ਸਪਰੇਅ ਕਰੋ, ਨਾ ਮਖਾਂ ਲੋਕ ਕਮਲ਼ੇ ਈ ਤੀ 'ਜੋ ਹੁਣ ਤੱਕ ਫਸਲਾਂ ਨੂੰ ਗੁੱਡਦੇ ਰਹੇ। ਦੇਖੀ ਇਹ ਦਵਾਈਆਂ ਕਦੇ ਲੋਕਾਂ ਨੂੰ ਜਰੂਰ ਮਾਰਨਗੀਆਂ। ਫਸਲਾਂ ਤੇ ਏਨਾਂ ਦਾ ਕੁੱਛ ਤਾਂ ਅਸਰ ਹੋਊ ? ਨਾਲੇ ਹੁਣ ਬੰਬੇ ਲੱਗ ਗੇ, ਲੋਕ ਦਵਾਈਆਂ ਛਿੜਕਣਗੇ, ਕਣਕਾਂ ਕੱਢਣੀਆਂ ਡਰੱਮੀਆਂ ਆ ਗਈਆਂ। ਲੋਕ ਤਾਂ ਇਉਂ ਵਿਹਲੇ ਹੋ ਜਾਣਗੇ। ਜੇ ਉਨ੍ਹਾਂ ਦੇ ਕਰਨ ਲਈ ਹੀ ਕੁੱਝ ਨਾ ਰਿਹਾ ਫੇਰ ਬਿਮਾਰੀਆਂ ਨਾਲ ਤਾਂ ਮਰਨਗੇ ਹੀ"

ਉਹ ਫਿਕਰਮੰਦ ਹੋਇਆ ਪਿਆ ਸੀ। ਮੱਝਾਂ ਦੇ ਸੂਏ, ਭਈਆਂ ਦੀ ਡਾਰਾਂ, ਫਸਲਾਂ ਤੇ ਛਿੜਕੀ ਜਾ ਰਹੀ ਦਵਾਈ ਜਿਵੇਂ ਸਾਰਾ ਕੁੱਝ ਉਸ ਦੇ ਦਿਮਾਗ ਨੂੰ ਬੁਖਾਰ ਵਾਂਗ ਚੜ੍ਹ ਰਿਹਾ ਸੀ। ਉਸ ਨੇ ਕਿਹਾ "ਮੈਨੂੰ ਤਾਂ ਇਉਂ ਲੱਗਦੈ ਜਿਵੇਂ ਕੋਈ ਜਾਣ ਬੁੱਝ ਕੇ ਸਾਡੇ ਨਾਲ ਨੌਸਰ ਕਰ ਰਿਹਾ ਹੋਵੇ"

ਗੱਡੇ ਤੇ ਬੈਠੀਆਂ ਔਰਤਾਂ ਸੂਟਾਂ ਗਹਿਣਿਆਂ ਦੀ ਚਰਚਾ ਵਿੱਚ ਰੁੱਝੀਆਂ ਹੋਈਆਂ ਸਨ। ਗੱਡਾ ਨਹਿਰੋ ਨਹਿਰ, ਕੱਚੇ ਰਸਤੇ ਗੜ੍ਹੀ ਦੇ ਪੁਲ਼ ਵਲ ਨੂੰ ਜਾ ਰਿਹਾ ਸੀ, ਜਿੱਥੋਂ ਅੱਗੇ ਪੱਕੀ ਸੜਕ ਮਿਲਣੀ ਸੀ। ਹੁਣ ਨਹਿਰ ਤੇ ਸੰਘਣੇ ਦਰਖਤ ਸ਼ੁਰੂ ਹੋ ਗਏ। ਕਿੱਕਰਾਂ, ਬੇਰੀਆਂ, ਟਾਹਲੀਆਂ, ਤੂਤ ਤੇ ਹੋਰ ਝਾੜ ਛਿੱਛਰ। ਸਾਰੇ ਦਰਖਤਾਂ ਤੇ ਜਗਲਾਤ ਮਹਿਕਮੇਂ ਦੇ ਨੰਬਰ ਲੱਗੇ ਹੋਏ ਸਨ। ਕਿਤੇ ਕਿਤੇ ਪਸ਼ੂਆਂ ਦੇ ਵੱਗ ਵੀ ਚਰ ਰਹੇ ਸਨ। ਰਸਤੇ ਵਿੱਚ ਇੱਕ ਦੋ ਥਾਵਾਂ ਤੇ ਉਨ੍ਹਾਂ ਅੱਗਿਉਂ ਹਿਰਨਾਂ ਦੀ ਡਾਰ ਵੀ ਲੰਘੀ ਤੇ ਇੱਕ ਥਾਂ ਨਹਿਰ ਵਿੱਚੋਂ ਉਨ੍ਹਾਂ ਨੇ ਰੋਜ਼ ਤੇ ਬਾਰਾਂ ਸਿੰਗੇ ਪਾਣੀ ਪੀਂਦੇ ਵੇਖੇ। ਇੱਕ ਥਾਂ ਬਹੁਤ ਸਾਰੇ ਦਰਖਤ ਵੱਢੇ ਪਏ ਸਨ ਤੇ ਮਜ਼ਦੂਰ ਨਵੇਂ ਦਰਖਤਾਂ ਲਈ ਟੋਏ ਪੁੱਟ ਰਹੇ ਸਨ। ਜਿਨਾਂ ਨੂੰ ਵੇਖ ਰੁਲਦਾ ਫੇਰ ਬੋਲ ਪਿਆ "ਤਾਇਆ ਜਗਤੇ ਕਾ ਭੋਲੂ ਦੱਸਦਾ ਤੀ ਬਈ ਓਧਰ ਸੀਲੋਂ ਦੇ ਪੁਲ਼ ਵਲ ਵੀ ਪੁਰਾਣੇ ਦਰਖਤ ਵੱਢ ਵੱਢ ਕੇ ਸਫੈਦੇ ਲਾਈ ਜਾਂਦੇ ਨੇ। ਕਹਿੰਦੇ ਸਫੈਦਾ ਬਹੁਤ ਉੱਚਾ ਜਾਂਦੈ ਤੇ ਲੱਕੜ ਵੀ ਮਹਿੰਗੀ ਵਿਕਦੀ ਆ। ਤੇ ਉਹ ਜਗਾ ਵੀ ਘੱਟ ਲੈਂਦਾ ਏ। ਫੇਰ ਸਰਕਾਰ ਬੀਜ ਬੀਜ ਵੇਚ ਦੂ ਤੇ ਬਣਾਊ ਪੈਸੇ। ਕੀ ਕਹਿੰਦਾ ?"

ਸੰਤਾ ਸਿਉਂ ਬੋਲਿਆ "ਫੇਰ ਉਹਦੀ ਛਾਂ ਤਾਂ ਨੀ ਹੋਣੀ ਤੇ ਫਲ਼ ਵੀ ਨੀ ਲੱਗਦੇ ਹੋਣੇ। ਰਾਹੀਆਂ ਨੂੰ ਉਹਦਾ ਕੀ ਫੈਦਾ ਹੋਊ ? ਨਾਲੇ ਬਾਣੀ ਤਾਂ ਕਹਿੰਦੀ ਆ ਫਲ਼ ਨੀਵਿਆਂ ਰੁੱਖਾਂ ਨੂੰ ਲੱਗਦੇ ਸਿੰਬਲਾ ਗੁਮਾਨ ਨਾ ਕਰੀ। ਇਹ ਸਫੈਦਾ ਵੀ ਸਿੰਬਲ ਦਾ ਹੀ ਕੋਈ ਭਾਈ ਹੋਣੈ" ਇੰਨੇ ਨੂੰ ਇੱਕ ਮੁੰਡਾ ਰੌਲਾ ਪੌਂਦਾ ਦੌੜ ਰਿਹਾ ਸੀ। ਜਗਲਾਤੀਆ ਆ ਗਿਆ, ਜਗਲਾਤੀਆਂ ਆ ਗਿਆ। ਤੇ ਬਾਕੀ ਮੁੰਡਿਆਂ ਨੇ ਪਸ਼ੂ ਕੁੱਟ ਕੁੱਟ ਕੇ ਦਰਖਤਾਂ ਵਿੱਚੋਂ ਭਜਾਉਣੇ ਸ਼ੁਰੂ ਕਰ ਦਿੱਤੇ। ਜਿਨਾਂ ਨੂੰ ਵੇਖ ਰੇੜ੍ਹੀ ਜੁੜੇ ਬਲਦ ਵੀ ਡਰ ਗਏ।

ਜਗਲਾਤੀਆਂ, ਜੰਗਤਾਲ ਮਹਿਕਮੇ ਵਲੋਂ ਦਰਖਤਾਂ ਦੀ ਸਾਂਭ ਸੰਭਾਲ ਲਈ ਰੱਖਿਆ ਹੋਇਆ ਮੁਲਾਜ਼ਮ ਸੀ। ਜੋ ਪਸ਼ੂਆਂ ਨੂੰ ਦਰਖਤਾਂ 'ਚ ਚਰਦੇ ਪਕੜ ਕੇ ਭਾਰੀ ਜੁਰਮਾਨਾ ਠੋਕਦਾ। ਦਾਣਿਆਂ ਦੀ ਅੱਧੀ ਬੋਰੀ ਜਾ ਨਕਦ ਪੈਸੇ ਲੈ ਕੇ ਹੀ ਪਸ਼ੂ ਛੱਡਦਾ।

ਪੁਲ ਤੋਂ ਪਹਿਲਾਂ ਬਲਕਾਰ ਸਿੰਘ ਨੇ ਇੱਕ ਸੰਘਣੀ ਛਾਂ ਵਾਲੇ ਦਰਖਤ ਹੇਠ ਰੇੜ੍ਹੀ ਰੋਕੀ। ਬਲਦਾ ਨੂੰ ਪਾਣੀ ਪਿਆਇਆ। ਸਵਾਰੀਆਂ ਵੀ ਹਾਜ਼ਤ ਨਵਿਰਤੀ ਲਈ ਝਾੜਾਂ ਪਿੱਛੇ ਜਾ ਵੜੀਆਂ। ਫੇਰ ਰੇੜ੍ਹੀ ਦੀ ਭੰਡਾਰੀ ਵਿੱਚੋਂ ਪੋਣੇ 'ਚ ਬੰਨੀਆਂ ਰੋਟੀਆਂ, ਸਬਜੀ ਆਚਾਰ ਤੇ ਗੁੜ ਕੱਢੇ ਗਏ। ਸਾਰਿਆਂ ਨੇ ਦੋ ਦੋ ਰੋਟੀਆਂ ਖਾਧੀਆਂ ਪਾਣੀ ਪੀਤਾ ਤੇ ਅਗਲੇ ਸਫਰ ਲਈ ਤੁਰ ਪਏ।

ਸੜਕ ਤੇ ਜਾ ਕੇ ਗੱਡੇ ਦੀ ਸਪੀਡ ਤੇਜ਼ ਹੋ ਗਈ। ਜਿੱਥੇ ਟਾਵੀਂ ਟਾਵੀਂ ਕਾਰ ਵੀ ਗੁਜਰਦੀ, ਜਿਸ ਨੂੰ ਵੇਖ ਧਰਮਾਂ ਤੇ ਮਨਦੀਪ ਖੁਸ਼ ਹੋ ਜਾਂਦੇ। ਕਦੀ ਕਦੀ ਬੱਸ ਅਤੇ ਟਰੱਕ ਵੀ ਲੰਘਦੇ। ਜਿਨਾਂ ਦਾ ਰੌਲਾ ਸੁਣ ਬਲਦ ਡਰਦੇ ਸਨ। ਤਿੰਨ ਪਈਏ ਭੂੰਡ ਸਵਾਰੀਆਂ ਨਾਲ ਤੁੰਨੇ ਹੋਏ ਲੰਘਦੇ। ਤੇਜ਼ ਸਪੀਡ ਗੱਡੀਆਂ ਅੱਗੇ ਤਾਂ ਗੱਡਾ ਕੀੜੀ ਦੀ ਤੋਰ ਤੁਰ ਰਿਹਾ ਮਹਿਸੂਸ ਹੁੰਦਾ। ਸੰਤਾ ਸਿਉਂ ਕਹਿ ਰਿਹਾ ਸੀ "ਗੱਡਾ ਤਾਂ ਵਿਚਾਰਾ ਮੇਰੇ ਵਰਗਾ ਹੈ। ਹੁਣ ਤਾਂ ਇਸ ਦਾ ਸਮਾਂ ਬੀਤ ਗਿਆ ਲੱਗਦੈ। ਹੁਣ ਸਹੁਰਾ ਧੀਰਜ ਭਾਅ ਦਾ ਨਹੀਂ ਕਾਹਲੀ ਦਾ ਵੇਲਾ ਆ ਗਿਆ"

ਢਲਦੀ ਦੁਪਹਿਰ ਤੱਕ ਉਹ ਸਮਰਾਲੇ ਦੀ ਜੂਹ ਵਿੱਚ ਜਾ ਵੜੇ। ਸ਼ਹਿਰ ਵਿੱਚ ਚਹਿਲ ਪਹਿਲ ਸ਼ੁਰੂ ਹੋ ਗਈ ਸੀ। ਉਨ੍ਹਾਂ ਸ਼ਹਿਰ ਵੜਨ ਤੋਂ ਪਹਿਲਾਂ, ਇੱਕ ਨਲਕੇ ਤੇ ਗੱਡਾ ਰੋਕ ਕੇ ਪਾਣੀ ਪੀਤਾ। ਸੰਤਾ ਸਿੰਘ ਕਹਿ ਰਿਹਾ ਸੀ "ਸ਼ਹਿਰ 'ਚ ਤਾਂ ਸਹੁਰਾ ਪਾਣੀ ਵੀ ਮੁੱਲ ਵਿਕਦੈ, ਏਥੇ ਹੀ ਪੀ ਲਵੋ ਹੁਣ ਪਾਣੀ। ਕਦੇ ਸਮਾਂ ਆਊ ਪਿੰਡਾਂ ਦੇ ਲੋਕ ਵੀ ਮੁੱਲ ਦਾ ਪਾਣੀ ਪੀਆ ਕਰਨਗੇ। ਫੇਰ ਇੱਕ ਦੋ ਪੈਟਰੋਲ ਪੰਪ ਵੀ ਆਏ। ਤਾਂ ਦਾਣਾ ਮੰਡੀ ਸ਼ੁਰੂ ਹੋ ਗਈ। ਦੂਜੇ ਪਾਸੇ ਪਸ਼ੂਆਂ ਦੀ ਮੰਡੀ ਲੱਗੀ ਹੋਈ ਸੀ। ਸ਼ਹਿਰ ਕਾਫੀ ਸਾਰੇ ਟਰੈਕਟਰ ਵੀ ਮਿਲੇ। ਹੁਣ ਦੁਕਾਨਾਂ ਹੀ ਦੁਕਾਨਾਂ ਆ ਰਹੀਆਂ ਸਨ। ਕਿਤਾਬਾਂ ਦੀਆਂ, ਚਾਹ ਦੀਆਂ, ਖਲ ਵੜਵਿਆਂ ਅਤੇ ਸੰਗਲਾਂ ਦੀਆਂ। ਕੱਪੜੇ ਦੀਆਂ ਦੁਕਾਨਾ, ਸਬਜ਼ੀ ਵਾਲੀਆਂ ਰੇੜ੍ਹੀਆਂ। ਸਾਰੇ ਸ਼ਹਿਰ ਵਲ ਨੂੰ ਅੱਖਾਂ ਪਾੜ ਪਾੜ ਝਾਕ ਰਹੇ ਸਨ। ਇੱਕ ਦੁਕਾਨ ਤੇ ਗੱਡਾ ਰੋਕ ਕੇ ਉਨ੍ਹਾਂ ਇੱਕ ਟਰੰਕ ਤੇ ਕੁਝ ਨਿੱਕੜ ਸੁੱਕੜ ਹੋਰ ਲਿਆ। ਉਨ੍ਹਾ ਦੇ ਪਿੰਡ ਵਾਲੇ ਕਿੰਦਰ ਮਿਸਤਰੀ ਦੀ ਦੁਕਾਨ ਅੱਗੋਂ ਵੀ ਉਹ ਲੰਘੇ। ਜੋ ਸੰਤਾ ਸਿੰਘ ਨੇ ਸਭ ਨੂੰ ਦਿਖਾਈ।

ਸ਼ਹਿਰ ਤੋਂ ਤਿੰਨ ਕੁ ਕਿਲੋਮੀਟਰ ਅੱਗੇ ਜਾ ਕੇ ਹੀ ਪਿੰਡ ਰਾਜੇਵਾਲ ਆ ਗਿਆ। ਗੱਡਾ ਪਿੰਡ ਦੀ ਜੂਹ ਵੜਿਆ ਹੀ ਸੀ ਕਿ ਨਿਆਣਿਆਂ ਰੌਲਾ ਚੁੱਕ ਦਿੱਤਾ ਨਾਨਕਾ ਮੇਲ਼ ਆ ਗਿਆ, ਨਾਨਕਾ ਮੇਲ਼ ਆ ਗਿਆ। ਫੇਰ ਸ਼ਗਨਾਂ ਦੇ ਗੀਤ ਸ਼ੁਰੂ ਹੋ ਗਏ। ਉਧਰੋਂ ਸਿੱਠਣੀਆਂ ਦਿੰਦੀਆਂ ਦਾਦਕੀਆਂ ਉਨ੍ਹਾਂ ਨੂੰ ਅੱਗੇ ਲੈਣ ਆਈਆਂ। ਫੇਰ ਬੋਲੀਆਂ ਦਾ ਗਹਿ ਗੱਚ ਮੁਕਾਬਲਾ ਹੋਇਆ। ਵਧਾਈਆਂ ਮੰਗਣ ਵਾਲੇ ਮੇਲੀਆਂ ਦੇ ਕੱਪੜੇ ਖਿੱਚਦੇ ਰਹੇ। ਜ਼ੈਲਦਾਰ ਦੀ ਪੋਤੀ ਤੇ ਲੰਬੜਦਾਰ ਸੰਤਾ ਸਿੰਘ ਦੀ ਦੋਹਤੀ ਦੇ ਸ਼ਗਨਾਂ ਵਿੱਚ ਜਿਵੇਂ ਸਾਰਾ ਪਿੰਡ ਹੀ ਰੰਗਿਆ ਗਿਆ ਸੀ। ਹਰ ਇੱਕ ਦਾ ਚਿਹਰਾ ਖੁਸ਼ੀ ਨਾਲ ਖਿੜਿਆ ਪਿਆ ਸੀ।

•

ਭਾਗ 29

ਪਿੰਡ ਰਾਜੇਵਾਲ ਵਿੱਚ ਰੌਣਕ ਲੱਗੀ ਪਈ ਸੀ। ਜ਼ੈਲਦਾਰ ਘੁਮੰਡਾ ਸਿੰਘ ਦੇ ਜਵਾਨ ਪੁੱਤਰ ਮੋਦਨ ਸਿੰਘ ਨੂੰ ਮਰਿਆਂ ਤਕਰੀਬਨ ਅਠਾਰਾਂ ਵਰੇ ਬੀਤ ਗਏ ਸਨ। ਉਸ ਤੋਂ ਬਾਅਦ ਖੁਸ਼ੀ ਨੇ ਪਹਿਲੀ ਵਾਰ ਇਸ ਘਰ ਵਿੱਚ ਪੈਰ ਪਾਏ ਸਨ। ਗੁਰਜੀਤ ਨੂੰ ਤਾਂ ਪਤਾ ਹੀ ਨਹੀਂ ਸੀ ਲੱਗਦਾ ਕਿ ਕੀ ਕਰੇ ਤੇ ਕੀ ਨਾ ਕਰੇ। ਸਾਰਾ ਕੰਮ ਹੀ ਨਾਨਕਾ ਮੇਲ਼ ਨੇ ਆਉਣ ਸਾਰ ਸੰਭਾਲ ਲਿਆ ਸੀ। ਮੀਤੋ ਦਾ ਵੱਡੇ ਤੋਂ ਛੋਟਾ ਮੁੰਡਾ ਰਣਬੀਰ ਜੋ ਕਿਸੇ ਵੱਡੇ ਸ਼ਹਿਰ ਵਿੱਚ ਵਿੱਚ ਪੜ੍ਹਦਾ ਸੀ, ਆਪਣਾ ਸ਼ਹਿਰੀ ਰੰਗ ਵਿਖਾਉਂਦਾ ਫਿਰ ਰਿਹਾ ਸੀ। ਉਸਦੀ ਬੋਲ ਚਾਲ, ਕੱਪੜਾ ਲੀੜਾ ਤੇ ਬੈਠਣ ਉੱਠਣ ਦਾ ਤਰੀਕਾ ਸਭ ਨਾਲੋਂ ਅਲੱਗ ਹੋਣ ਕਾਰਨ ਉਹ ਕਿਸੇ ਵਿੱਚ ਵੀ ਨਹੀਂ ਸੀ ਰਲ਼ਦਾ। ਉਸਦੇ ਤੌਰ ਤਰੀਕੇ ਵੇਖ ਕੇ ਸੰਤਾ ਸਿੰਘ ਉਸ ਨੂੰ ਲਾਲਾ ਭਗਤ ਰਾਮ ਕਹਿ ਕੇ ਬੁਲਾ ਰਿਹਾ ਸੀ।

ਹਲਵਾਈ ਆਪਣੇ ਕੰਮ ਵਿੱਚ ਜੁੱਟੇ ਹੋਏ ਸਨ। ਲੱਡੂ ਵੱਟੇ ਜਾ ਰਹੇ ਸਨ ਅਤੇ ਜਲੇਬੀਆਂ ਕੱਢੀਆਂ ਜਾ ਰਹੀਆਂ ਸਨ। ਸੰਤਾ ਸਿੰਘ ਹਲਵਾਈ ਨੂੰ ਪਕੌੜੇ ਕੱਢਣ ਲਈ ਪੁੱਛ ਰਿਹਾ ਸੀ, ਪਰ ਹਲਵਾਈ ਕਹਿ ਰਿਹਾ ਸੀ ਕਿ ਸਵੇਰੇ ਕੱਢਾਂਗੇ ਬਰਾਤ ਆਉਂਣ ਤੋਂ ਪਹਿਲਾਂ। ਤਾਜ਼ੇ ਤਾਜ਼ੇ ਖਾਣ ਨੂੰ ਸਵਾਦ ਲੱਗਣਗੇ। ਪਰ ਸੰਤਾ ਸਿਉਂ ਕਹਿ ਰਿਹਾ ਸੀ ਕਿ ਮੈਂ ਪਤੌੜਾਂ ਦੀ ਨੀ ਪਕੌੜਿਆਂ ਦੀ ਗੱਲ ਕਰਦਾ ਹਾਂ ਜੋ ਭਾਜੀ 'ਚ ਮੇਲ਼ ਨੂੰ ਵਿਦਾ ਕਰਨ ਵੇਲੇ ਦਈਦੇ ਨੇ। ਹਲਵਾਈ ਬੋਲਿਆ "ਬਜ਼ੁਰਗੋ ਹੁਣ ਪਤੌੜ ਪਤੂੜ ਕੋਈ ਨੀ ਕਹਿੰਦਾ ਏਨਾਂ ਨੂੰ ਵੀ ਪਕੌੜੇ ਈ ਕਹਿੰਦੇ ਨੇ" ਸੰਤਾਂ ਸਿੰਘ ਨੂੰ ਲੱਗਿਆ ਜਿਵੇਂ ਹਰ ਕੋਈ ਉਸ ਨਾਲ ਝੇਡਾਂ ਜਿਹੀਆਂ ਕਰ ਰਿਹਾ ਹੋਵੇ।

ਸ਼ਾਮ ਨੂੰ ਚਾਰ ਕੁ ਵਜੇ, ਵਿਆਹ ਵਾਲੇ ਸਮਾਨ ਦੀ ਭਰੀ ਹੋਈ ਟਰਾਲੀ ਆ ਗਈ। ਨਾਲ ਪੰਜ ਸੱਤ ਬੰਦੇ ਵੀ ਸਨ, ਜਿਨਾਂ ਸਮਾਨ ਉਤਾਰਨਾ ਸ਼ੁਰੂ ਕਰ ਦਿੱਤਾ। ਪਰ ਪਿੰਡ ਵਿੱਚ ਚਾਨਣੀਆਂ ਕਾਇਨਾਤਾ ਲਾਉਣ ਦਾ ਸੱਦਾ ਤਾਂ ਦਿੱਤਾ ਹੀ ਨਹੀਂ ਸੀ ਗਿਆ। ਸੰਤਾ ਸਿੰਘ ਨੇ ਆਪਣੀ ਕੁੜੀ ਮੀਤੋ ਨੂੰ ਬੁਲਾ ਕੇ ਸ਼ਰੀਕੇ ਨਾਲੋਂ ਟੁੱਟ ਪੈਣ ਦੀ ਚਿਤਾਵਨੀ ਦਿੱਤੀ। ਪਰ ਮੀਤੋ ਇਹ ਕਹਿ ਰਹੀ ਸੀ ਕਿ "ਟੈਂਟ ਵਾਲੇ ਕੀਤੇ ਹੋਏ ਨੇ ਬਾਪੂ ਤੂੰ ਐਵੇਂ ਨਾਂ ਫਿਕਰ ਕਰੀ ਜਾ"

ਕਈ ਚਾਨਣੀਆਂ ਕਨਾਤਾਂ ਨੂੰ ਸ਼ਮਿਆਨਾ ਕਹਿ ਰਹੇ ਸਨ, ਜੋ ਸੰਤਾ ਸਿੰਘ ਨੂੰ ਬੜਾ ਓਪਰਾ ਜਿਹਾ ਲੱਗਿਆ। ਫੁੱਲਾਂ ਬੂਟਿਆ ਵਾਲਾ ਇਹ ਤੰਬੂ ਜਦੋਂ ਲੱਗ ਗਿਆ ਤਾਂ ਬਹੁਤ ਵੱਖਰਾ ਤੇ ਨਵੀਂ ਕਿਸਮ ਦਾ ਲੱਗਦਾ ਸੀ। ਇੱਕ ਹੋਰ ਬਜ਼ੁਰਗ ਤਾਂ ਦੇਖ ਕੇ ਹੈਰਾਨ ਹੀ ਹੋ ਗਿਆ ਉਹ ਕਹੀ ਜਾਵੇ "ਆ ਰਾਤੋ ਰਾਤ ਮਹਿਲ ਕੀਹਨੇ ਉਸਾਰਤੇ ? ਰਾਤ ਤਾਂ ਸਹੁਰੀ ਦਾ ਏਥੇ ਕੁਛ ਵੀ ਨਹੀਂ ਤੀ"

ਸੰਤਾ ਸਿੰਘ ਦੀ ਅਕਲ ਤੋਂ ਸਭ ਕੁੱਝ ਬਾਹਰ ਹੋਣ ਕਾਰਨ, ਉਹ ਅਜੇ ਵੀ ਬੁੜ ਬੁੜ ਕਰੀ ਜਾ ਰਿਹਾ ਸੀ। ਪਰ ਬਲਕਾਰ ਸਿਉਂ ਕਹਿ ਰਿਹਾ ਸੀ "ਬਾਪੂ ਤੈਨੂੰ ਕੀ ਜੋ ਕਰਦੇ ਨੇ ਕਰੀ ਜਾਣ। ਜੇ ਤੂੰ ਕੋਲ਼ ਖੜਕੇ ਕੰਮ ਕਰਵਾ ਸਕਦਾ ਏਂ ਤਾਂ ਕਰਵਾ ਦੇ ਨਹੀਂ ਤਾਂ ਚੁੱਪ ਰਹਿ" ਫੇਰ ਸੰਤਾ ਸਿਉਂ ਨੇ ਵੀ ਸੋਚ ਲਿਆ ਸੀ ਕਿ ਹੁਣ ਕਿਸੇ ਨੂੰ ਨਹੀਂ ਟੋਕਣਾ।

ਦੂਸਰਾ ਦਿਨ ਚੜ੍ਹਿਆ ਤਾਂ ਨਾਨਕੇ ਤੜਕੇ ਹੀ ਉੱਠ ਪਏ। ਲਾਗੀਆਂ ਨੂੰ ਹੁਕਮ ਚਾੜ੍ਹੇ ਜਾ ਰਹੇ ਸਨ, ਭਾਂਡੇ ਧੋਵੋ, ਸੱਦਾ ਦਵੋ ਆਹ ਕਰੋ ਤੇ ਔਹ ਕਰੋ। ਨਾਨਕਾ ਮੇਲ਼ ਦੇ ਨਾਲ ਆਏ ਲਾਗੀ

ਵੀ ਹੁਣ ਤਾਂ ਏਥੇ ਰਚ ਮਿਚ ਗਏ ਸਨ। ਸੰਤਾ ਸਿੰਘ ਨੇ ਉੱਠ ਕੇ ਫੇਰ ਚਾਨਣੀਆਂ ਕਨਾਤਾਂ ਵੱਲ ਗੇੜਾ ਕੱਢਿਆ, ਜਿੱਥੇ ਬਰਾਤ ਢੁੱਕਣ ਸਾਰ ਚਾਰ ਪਿਆਈ ਜਾਣੀ ਸੀ। ਹੁਣ ਇਸ ਬੰਦ ਛੱਤੇ ਮਕਾਨ ਵਿੱਚ ਬਿਜਲੀ ਦੇ ਲਾਟੂ ਵੀ ਜਗ ਰਹੇ ਸਨ ਤੇ ਬਿਜਲੀ ਵਾਲੇ ਕਿੰਨੇ ਹੀ ਪੱਖੇ ਫਰਨ ਫਰਨ ਚੱਲ ਰਹੇ ਸਨ। ਹੱਥ ਧੋਣ ਲਈ ਪਾਣੀ ਵਾਲੀ ਟੈਂਕੀ ਫਿੱਟ ਕੀਤੀ ਪਈ ਸੀ। ਸੰਤਾ ਸਿਉਂ ਹੈਰਾਨ ਸੀ ਕਿ 'ਜੇ ਕਿਸੇ ਲਾਗੀ ਨੇ ਖੁਦ ਜੱਗ ਫੜਕੇ ਬਰਾਤੀਆਂ ਦੇ ਹੱਥ ਨਾ ਧੁਆਏ ਜਾਂ ਹੱਥ ਵਾਲੇ ਵੱਡੇ ਪੱਖੇ ਆਪ ਨਾ ਝੱਲੇ ਤਾਂ ਫੇਰ ਸੇਵਾ ਕਾਹਦੀ ਹੋਈ ?' ਇਹ ਤਾਂ ਨਿਰਾ ਮਸ਼ੀਨੀ ਕੰਮ ਹੋਇਆ ਪਿਆ ਏ।

ਉਨ੍ਹੇ ਇੱਕ ਬੰਦੇ ਨੂੰ ਪੁੱਛਿਆ, "ਜੰਨ ਨੂੰ ਚਾਹ ਪਾਣੀ ਵਰਤਾਉਣ ਲਈ ਸ਼ਰੀਕੇ ਨੂੰ ਕੋਈ ਸੱਦਾ ਸੁੱਦਾ ਭੇਜ ਦਿੱਤਾ ਕੇ ਨਹੀਂ ?" ਤਾਂ ਉਹ ਬੰਦਾ ਬੋਲਿਆ "ਬਜੁਰਗੋ ਆਪੇ ਵਹਿਰੇ ਵਰਤਾਉਣਗੇ" "ਕੇਹੜੇ ਬਹਿੜੇ" ਸੰਤਾ ਸਿੰਘ ਨੂੰ ਗੱਲ ਸਮਝ ਨਾ ਆਈ। ਏਨੇ ਨੂੰ ਸੰਤਾ ਸਿੰਘ ਦਾ ਦੋਹਤਾ ਆ ਗਿਆ, "ਨਾਨਾ ਜੀ ਸਾਰਾ ਪ੍ਰਬੰਧ ਹੋਇਆ ਹੋਇਆ ਹੈ, ਤੁਸੀਂ ਕੋਈ ਫਿਕਰ ਨਾ ਕਰੋ" ਸੰਤਾ ਸਿੰਘ "ਚੰਗਾ ਭਾਈ" ਕਹਿ ਮੰਜੇ ਤੇ ਜਾ ਬੈਠਾ।

ਹੁਣ ਬੈਠਾ ਉਹ ਸੋਚ ਰਿਹਾ ਸੀ ਕਿ ਕਿਵੇਂ ਸਾਡੇ ਵੇਲੇ ਆਈ ਬਰਾਤ ਦੀ ਸੇਵਾ ਕੋਰਿਆਂ ਤੇ ਬਿਠਾ ਮਿੱਠੇ ਚੌਲ਼ਾਂ ਨਾਲ ਕੀਤੀ ਜਾਂਦੀ ਸੀ। ਦੁੱਧ, ਖੀਰ ਸੂਜੀ ਦਾ ਕੜਾਹ ਤੇ ਮੰਡੇ ਪਿੰਡ ਦੇ ਮੁੰਡੇ ਹੀ ਤਾਂ ਵਰਤਾਉਂਦੇ ਤੀ। ਸੰਤਾ ਸਿਉਂ ਨੂੰ ਆਪਣਾ ਵਿਆਹ ਯਾਦ ਆ ਗਿਆ। ਤੇ ਫੇਰ ਕਈ ਹੋਰ। ਕਿਵੇਂ ਰਥਾਂ ਅਤੇ ਘੋੜਿਆਂ ਨੂੰ ਸਜਾਇਆ ਜਾਂਦਾ ਤੀ। ਦਸ ਦਸ ਦਿਨ ਬਰਾਤ ਰਹਿੰਦੀ ਤੀ। ਤੇ ਮਹੀਨਾ ਮਹੀਨਾ ਵਿਆਹ ਚੱਲਦਾ ਤੀ। ਬਰਾਤੀ ਆਪਣੇ ਬਿਸਤਰੇ ਵੀ ਗੱਡਿਆਂ ਤੇ ਰੱਖ ਕੇ ਨਾਲ ਹੀ ਲੈ ਜਾਂਦੇ ਤੀ। ਦੂਜੇ ਪਿੰਡ ਦੇ ਲੋਕਾਂ ਨਾਲ ਘੋਲ ਕਰਦੇ ਕੌਡੀ ਖੇਲਦੇ। ਬੋਲੀਆਂ ਪਾਉਂਦੇ ਅਤੇ ਕਲੀਆਂ ਲਾਉਣ ਦਾ ਮੁਕਾਬਲਾ ਕਰਦੇ। ਹੁਣ ਤਾਂ ਜੰਨ ਸਵੇਰੇ ਆਂਉਦੀਆ ਤੇ ਆਥਣ ਨੂੰ ਮੁੜ ਜਾਂਦੀ ਆ। ਝੱਟ ਰੋਟੀਆਂ ਤੇ ਪਟੱਕ ਦਾਲ਼। ਵਿਆਹ ਜਿਵੇਂ ਕੋਈ ਖੇਡ ਜਿਹੀ ਬਣ ਗਿਆ ਹੋਵੇ।"

"ਹੁਣ ਇਹ ਵਰਤਾਉਣ ਵਾਲੇ ਬਹਿੜੇ ਪਤਾ ਨੀ ਕਿੱਥੋਂ ਆ ਗਏ। ਅਸੀਂ ਵੱਛਿਆਂ ਨੂੰ ਵਹਿੜੇ ਕਹਿੰਦੇ ਆਂ ਤੇ ਇਹ ਭੱਜ ਭੱਜ ਕੇ ਵਰਤਾਉਣ ਵਾਲਿਆ ਨੂੰ। ਨਾਲੇ ਪਤਾ ਨਹੀ ਇਹ ਕਿਸ ਜਾਤ ਦੇ ਹੋਣਗੇ। ਸਿਗਟਾਂ ਬੀੜੀਆਂ ਪੀਣ ਵਾਲੇ ਹੋਣਗੇ। ਮੈਂ ਤਾਂ ਨੀ ਉਨ੍ਹਾਂ ਦੇ ਹੱਥ ਦਾ ਕਦੇ ਖਾਂਦਾ। ਮੈਂ ਤਾਂ ਸਾਰੀ ਉਮਰ ਸੁੱਚੇ ਹੱਥ ਦੀ ਈ ਰੋਟੀ ਖਾਧੀ ਆ। ਹੁਣ ਏਨਾਂ ਭੜਾਕੂਆਂ ਨੂੰ ਪਿੱਛੇ ਮੈਂ ਆਪਣਾ ਧਰਮ ਭ੍ਰਸ਼ਟ ਕਰ ਲਵਾਂ ? ਅਖੇ ਵਹਿੜੇ ਵਰਤਾਉਣਗੇ ... ਹੂੰ...ਤਾਂ ਅਸੀਂ ਕੱਛਾਂ 'ਚ ਹੱਥ ਦਈਂ ਖੜੇ ਹੋਮਾਂਗੇ, ਸ਼ਰਮ ਨਾ ਆਊ ? ਲੋਕ ਕੀ ਕਹਿਣਗੇ ? ਕੇ ਉਹ ਤਾਂ ਪਿਉ ਵਾਹਰੇ ਮੁੰਡੇ ਖੁੰਡੇ ਤੀ 'ਲਾਕੇ ਦੇ ਮੰਨੇ ਤੰਨੇ ਲੰਬੜਦਾਰ ਸੰਤਾ ਸਿਉਂ ਦੀ ਵੀ ਮੱਤ ਮਾਰੀ ਗਈ" ਫੇਰ ਉਹ ਬੁੜਬੜਾਇਆ "ਚੱਲ ਆਪਾਂ ਨੂੰ ਕੀ। ਪਾਲ਼ਤੇ ਪਨਾਸਤੇ ਹੁਣ ਜੋ ਮਰਜੀ ਕਰੀ ਜਾਣ"

ਬਰਾਤ ਦੀ ਲਾਗੀ ਪਹੁੰਚ ਗਈ ਸੀ, ਨਾਲ ਤਿੰਨ ਕਾਰਾਂ ਵੀ ਸਨ। ਵਿਆਹੰਦੜ ਘੋੜੀ ਤੇ ਨਹੀਂ ਕਾਰ 'ਚ ਹੀ ਬੈਠਾ ਸੀ। ਬੈਂਡ ਬਾਜੇ ਵਾਲੇ ਵੀ ਵਰਦੀਆਂ ਵਾਲੇ ਸਨ। 'ਪੀਪਨੀਆਂ ਨਹੀ ਇਹ ਤਾਂ ਪਿਤਲੀਆ ਬੈਂਡ ਲੱਗਦੈ'। ਸੰਤਾ ਸਿੰਘ ਅੱਖਾਂ ਤੇ ਹੱਥ ਦਾ ਛੱਪਰ ਜਿਹਾ ਬਣਾਈ ਖੜਾ ਸੋਚ ਰਿਹਾ ਸੀ। ਪਿੱਤਲ ਦੇ ਬੜੇ ਬੜੇ ਵਾਜੇ ਭੌਂ ਭੌਂ ਕਰਨ ਲੱਗੇ ਤੇ ਡੱਗ ਡੱਗ ਡਊਂ ਡਊਂ ਹੋਣ ਨਾਲ ਸਾਰੇ ਪਾਸੇ ਰੌਲ਼ਾ ਪੈ ਗਿਆ ਕਿ ਜੰਨ ਆ ਗੀ, ਜੰਨ ਆ ਗੀ। ਕੁੜੀਆਂ ਬੁੜੀਆਂ ਪ੍ਰਾਹੁਣਾ ਵੇਖਣ ਲਈ ਕੋਠਿਆਂ ਦੇ ਬਨੇਰਿਆਂ ਤੇ ਜਾ ਖੜੀਆਂ ਹੋਈਆਂ। ਫੇਰ ਬਰਾਤ ਵਾਜੇ ਦੇ ਪਿੱਛੇ ਅੱਗੇ ਵਧਣ ਲੱਗੀ। ਲਾਗੀ ਨੇ ਮਿਲਣੀ ਕਰਨ ਲਈ ਕਿਹਾ। ਸੰਤਾ ਸਿੰਘ ਦੀ ਵੀ ਮਿਲਣੀ ਕਰਵਾਈ ਗਈ। ਫੋਟੋਗ੍ਰਾਫਰ ਨੇ ਫੋਟੋਆਂ ਖਿੱਚੀਆਂ। ਇਹ ਸੰਤਾਂ ਸਿੰਘ ਦੇ ਜੀਵਨ ਦੀ ਸਭ ਤੋਂ ਪਹਿਲੀ ਫੋਟੋ

ਸੀ। ਤੇ ਫੇਰ ਬਰਾਤ ਨੂੰ ਚਾਹ ਲਈ ਲਿਜਾਇਆ ਗਿਆ।

ਮੇਜਾਂ ਤੇ ਵਿਛੇ ਦੁੱਧ ਚਿੱਟੇ ਮੇਜਪੋਸ਼। ਪਤੌੜ, ਬਰਫੀਆਂ, ਰਸਗੁੱਲੇ, ਗੁਲਾਬ ਜਾਮਣਾ ਤੇ ਚਟਣੀ ਦੀਆਂ ਬੋਤਲਾਂ। ਸੰਤਾਂ ਸਿੰਘ ਸਿੰਘ ਵਰਦੀਧਾਰੀ ਵਹਿੜਿਆਂ ਨੂੰ ਏਧਰ ਉਧਰ ਦੌੜਦੇ ਦੇਖਦਾ ਰਿਹਾ ਤੇ ਹੈਰਾਨ ਹੁੰਦਾ ਰਿਹਾ। ਬਰਾਤ ਨੇ ਖਾਅ ਪੀਕੇ ਪਾਣੀ ਵਾਲੀ ਟੈਂਕੀ ਤੋਂ ਆਪ ਹੀ ਹੱਥ ਧੋਤੇ ਤੇ ਤੌਲ਼ੀਏ ਨਾਲ ਹੱਥ ਪੂੰਝੇ। ਕਈ ਖਾਣੇ ਤਾਂ ਸੰਤਾਂ ਸਿਉਂ ਨੂੰ ਪਤਾ ਹੀ ਨਾ ਲੱਗੇ ਕਿ ਕੀ ਹਨ। ਜਦੋਂ ਉਸ ਨੂੰ ਕਿਸੇ ਨੇ ਦੱਸਿਆਂ ਕਿ ਆਂਡਿਆ ਦੇ ਆਮਲੇਟ ਵੀ ਹਨ ਤਾਂ ਵੈਸ਼ਨੂੰ ਸੰਤਾ ਨੇ ਹੋਰ ਕੁੱਝ ਵੀ ਖਾਣ ਤੋਂ ਇਨਕਾਰ ਕਰ ਦਿੱਤਾ।

ਬਰਾਤ ਵਾਲਿਆਂ ਨੇ ਜੰਨ ਘਰ ਦੀ ਛੱਤ ਤੇ ਦੋ ਮੰਜੇ ਜੋੜ ਲਾਊਡ ਸਪੀਕਰ ਲਾ ਦਿੱਤਾ ਸੀ। ਵਿਹੜੇ ਵਿੱਚ ਕੁੜੀਆਂ ਦਾ ਗਿੱਧਾ ਪੈ ਰਿਹਾ ਸੀ। ਏਧਰ ਆਨੰਦਕਾਰਜ ਲਈ ਲਈ ਰਾਗੀ ਸਿੰਘਾਂ ਨੇ ਸ਼ਬਦ ਕੀਰਤਣ ਸ਼ੁਰੂ ਕਰ ਦਿੱਤਾ। ਜਿੱਥੇ ਕੁੱਝ ਚਿਰ ਪਹਿਲਾਂ ਆਮਲੇਟ ਵਰਤਾਏ ਜਾ ਰਹੇ ਸਨ, ਹੁਣ ਉਸੇ ਥਾਂ ਮਹਾਰਾਜ ਦੀ ਬੀੜ ਪ੍ਰਕਾਸ਼ ਸੀ। ਬਲਕਾਰ ਸਿਉਂ ਜੋ ਮੋਟਰ ਤੇ ਨਹਾਉਣ ਗਿਆ ਸੀ ਉਸ ਨੇ ਘਰ ਆ ਕੇ ਦੱਸਿਆ ਕਿ ਬਰਾਤ ਨੂੰ ਮੀਟ ਖੁਆਉਣ ਲਈ ਦੋ ਬੱਕਰੇ ਵੀ ਵੱਢੇ ਗਏ ਸਨ। ਕਸਾਈਆਂ ਨੇ ਬੱਕਿਰਿਆਂ ਨੂੰ ਕਰਲਾਉਂਦਿਆ ਹੀ ਲੱਤਾਂ ਤੋਂ ਫੜ ਕੇ ਤਲਵਾਰਾਂ ਨਾਲ ਵੱਢ ਸੁੱਟਿਆ ਸੀ। ਫੇਰ ਆਨੰਦਕਾਰਜ ਵੇਲੇ ਇੱਕ ਪਾਸੇ ਦੇਗ ਬਣ ਰਹੀ ਸੀ ਤੇ ਦੂਸਰੇ ਪਾਸੇ ਹਲਵਾਈ ਮੀਟ ਰਿੰਨ ਰਹੇ ਸਨ। ਬਲਕਾਰ ਸਿੰਘ ਨੇ ਸੰਤਾ ਸਿਉਂ ਨੂੰ ਕਿਹਾ ਸੀ "ਛੱਡ ਬਾਪੂ ਵਿਆਹ ਨੂੰ। ਚੱਲੋ ਟੱਬਰ ਲੈ ਕੇ ਪਿੰਡ ਨੂੰ। ਆਪਾਂ ਕਿਉਂ ਪਾਪਾਂ ਦੇ ਭਾਗੀ ਬਣੀਏ ?" ਪਰ ਸੰਤਾ ਸਿੰਘ ਵਿਧਵਾ ਧੀ ਦੀ ਪਹਿਲੀ ਕੁੜੀ ਦੇ ਵਿਆਹ ਤੇ ਕਿਵੇਂ ਐਡਾ ਫੈਸਲਾ ਲੈ ਲੈਂਦਾ ? ਉਸ ਨੇ ਮੀਤੋ ਨੂੰ ਕੋਲ ਸੱਦ ਕੇ ਕੁਪੱਤ ਤਾਂ ਬਹੁਤ ਕੀਤੀ। ਪਰ ਉਹ ਕਹਿੰਦੀ "ਬਾਪੂ ਹੁਣ ਮੁੰਡਿਆ ਦਾ ਰਾਜ ਹੈ ਮੇਰਾ ਨੀ...। ਜੋ ਕਰਦੇ ਨੇ ਕਰੀ ਜਾਣਦੇ ਤੈਨੂੰ ਕੀ ?"

ਪਰ ਸੰਤਾਂ ਸਿਉਂ ਨੇ ਕਿਹਾ "ਕੁੜੀਏ ਤੂੰ ਤਾਂ ਜਾਣਦੀ ਆਂ ਕਿ ਆਪਣੇ ਘਰ ਕਦੇ ਮੀਟ ਨੀ ਵੜਿਆ ਤੇ ਹੁਣ ਲੋਕ ਮੇਰਾ ਮੂੰਹ ਕਾਲ਼ਾ ਨੀ ਕਰਨਗੇ ਜਦੋਂ ਇਹ ਪਤਾ ਲੱਗੂ ?"

ਦੁਪਹਿਰ ਦੀ ਰੋਟੀ ਵੇਲੇ ਸ਼ਰਾਬੀ ਹੋਏ ਬਰਾਤੀਆਂ ਨੇ ਖੂਬ ਭੰਗੜਾ ਪਾਇਆ। ਉਹ ਬੈਂਡ ਤੇ ਨੱਚ ਰਹੇ ਸਨ, ਪਰ ਇਸ ਬਰਾਤ ਨਾਲ ਨਚਾਰ ਨਹੀਂ ਸਨ ਆਏ। ਇੱਕ ਦੋ ਰਫਲਾਂ ਵਾਲੇ ਹਵਾਈ ਫਾਇਰ ਵੀ ਕਰੀ ਜਾ ਰਹੇ ਸਨ। ਕੁੜੀਆਂ ਬੁੜੀਆਂ ਕੋਠਿਆਂ ਤੇ ਚੜ ਕੇ ਬਰਾਤ ਦਾ ਧਮੱਚੜ ਪੈਂਦਾ ਵੇਖ ਰਹੀਆਂ ਸਨ।

ਸੰਤਾ ਸਿੰਘ ਤਾਂ ਖੱਟ ਤੇ ਵੀ ਨਾ ਬੈਠਿਆ। ਖੱਟ ਦੇ ਸਮਾਨ ਦੀ ਲਿਸਟ ਪੜ੍ਹੀ ਗਈ ਜਿਸ ਨੂੰ ਮਨਦੀਪ ਵੀ ਸੁਣ ਰਿਹਾ ਸੀ, ਕਿ ਇਕਵੰਜਾ ਭਾਂਡੇ, ਮੁੰਡੇ ਨੂੰ ਸਕੂਟਰ, ਰੇਡੀਉ, ਬਿਜਲੀ ਵਾਲਾ ਪੱਖਾ ਤੇ ਘੜੀ। ਸੋਨੇ ਦਾ ਕੜਾ ਤੇ ਹੱਥ ਨੂੰ ਛਾਪ। ਲੜਕੀ ਨੂੰ ਇੱਕੀ ਬਿਸਤਰੇ, ਗਿਆਰਾਂ ਸੂਟ, ਸਿਲਾਈ ਮਸ਼ੀਨ ਬਗੈਰਾ ਬਗੈਰਾ। ਪਰ ਸੰਤਾ ਸਿਉਂ ਦੇ ਨੱਕ ਵਿੱਚ ਤਾਂ ਮੀਟ ਦੀ ਦੁਰਗੰਧ ਹੀ ਤਰਥੱਲੀ ਮਚਾਉਂਦੀ ਰਹੀ। ਮਹਿਤਾਬ ਕੌਰ ਨੇ ਵੀ ਦਾਜ ਦਾ ਦਿਖਾਵਾ ਦਖਾਉਣ ਸਮੇ ਖੁਸ਼ੀ ਜਾਹਰ ਨਾਂ ਕੀਤੀ। ਕਿਉਂਕਿ ਲੰਬੜਦਾਰ ਨੇ ਮੀਤੋ ਨੂੰ ਕਿਹਾ ਸੀ ਕਿ 'ਕੁੜੀਏ ਸੱਦ ਆਪਣੀ ਬੇਬੇ ਨੂੰ' ਤੇ ਮੁੜ ਸਾਰਾ ਗੁੱਸਾ ਉਸ ਤੇ ਹੀ ਉਤਾਰ ਦਿੱਤਾ ਸੀ।

ਖੱਟ ਸਮੇਂ ਧੱਕੇ ਨਾਲ ਪਿਲਾਇਆ ਕੋਕਾ ਕੋਲਾ ਸੰਤਾ ਸਿੰਘ ਦੇ ਨੱਕ 'ਚੋਂ ਜਿਵੇਂ ਅਜੇ ਵੀ ਬਾਹਰ ਨਿੱਕਲਣ ਨੂੰ ਫਿਰਦਾ ਹੋਵੇ। ਉਸ ਨੂੰ ਇਸ ਗੱਲ ਦਾ ਵੀ ਗੁੱਸਾ ਸੀ ਕਿ ਸਾਰੀ ਬਰਾਤ ਸਾਹਮਣੇ ਲੜਕੀ ਸੁਖਪਾਲ ਨੰਗੇ ਮੂੰਹ ਹੀ 'ਨੰਦਾਂ ਤੇ ਕਿਉਂ ਆ ਬੈਠੀ। ਉਸ ਦੀ ਬੇਬੇ ਤਾਂ ਸਿਆਣੀ

ਸੀ ਉਹ ਹੀ ਸਮਝਾਂ ਦਿੰਦੀ, ਕਿ ਸਾਡੇ ਖਾਨਦਾਨ 'ਚ ਤਾਂ ਕੁੜੀਆਂ ਕੱਪੜੇ ਵਿੱਚ ਲਿਪਟ ਕੇ ਹੀ ਬੈਠਦੀਆਂ ਨੇ' ਪਰ ਏਥੇ ਤਾਂ ਹਰ ਮਰਿਯਾਦਾ ਨੂੰ ਭੰਗ ਕੀਤਾ ਜਾ ਰਿਹਾ ਸੀ।

ਸ਼ਾਮ ਨੂੰ ਦਾਜ ਦਾ ਸਮਾਨ ਲਾਰੀ ਤੇ ਲੱਦਿਆ ਗਿਆ। ਪੇਟੀ ਕੁਰਸੀਆਂ ਮੇਜ ਤੇ ਹੋਰ ਸਮਾਨ ਵੀ। ਸ਼ਾਮ ਨੂੰ ਬਰਾਤ ਵਿਦਾ ਹੋ ਗਈ। ਮੁੰਡੇ ਵਾਲੇ ਪੈਸਿਆਂ ਦੀ ਛੋਟ ਕਰ ਰਹੇ ਸਨ। ਮਾਂ ਦੇ ਗਲ਼ ਲੱਗ ਰੋਂਦੀ ਸੁਖਪਾਲ ਨੂੰ ਵੇਖ ਸੰਤਾ ਸਿਉਂ ਦਾ ਵੀ ਗੱਚ ਭਰ ਆਇਆ। ਮਾਮੇ ਬਲਕਾਰ ਨੇ ਭਾਣਜੀ ਨੂੰ ਕਾਰ 'ਚ ਬਿਠਾ ਡੋਲ਼ੀ ਵਿਦਾ ਕੀਤੀ। ਸੰਤਾਂ ਸਿੰਘ ਨੇ ਸਭ ਕੁੱਝ ਭੁੱਲ ਭਲਾ ਕੇ ਦੋਹਤੀ ਨੂੰ ਪਿਆਰ ਦਿੱਤਾ। ਰਾਤ ਨੂੰ ਮੰਜੇ ਤੇ ਪਿਆ ਉਹ ਸੋਚ ਰਿਹਾ ਸੀ ਕਿ ਹੁਣ ਵਾਕਿਆ ਹੀ ਉਹ ਬੁੱਢਾ ਹੋ ਗਿਆ ਹੈ ਤੇ ਹੁਣ ਜ਼ਮਾਨਾ ਬਹੁਤ ਅੱਗੇ ਲੰਘ ਗਿਆ ਹੈ। ਬੱਸ ਹੁਣ ਤਾਂ ਸਭ ਕੁੱਝ ਛੱਡ ਛਡਾ ਕੇ ਉਸ ਨੂੰ ਮਾਲ਼ਾ ਫੇਰਨੀ ਚਾਹੀਦੀ ਆ।

ਤਿੰਨ ਦਿਨ ਦੀ ਨਾਨਕ-ਛੱਕ ਭੁਗਤਾਕੇ ਉਹ ਗੱਡੇ ਤੇ ਬੈਠ, ਫੇਰ ਪਿੰਡ ਨੂੰ ਮੁੜ ਆਏ। ਇਸ ਵਿਆਹ ਤੋਂ ਬਾਅਦ ਉਨ੍ਹਾਂ ਦੇ ਮਨ ਵਿੱਚ ਹੋਰ ਬਹੁਤ ਕੁੱਝ ਨਵਾਂ ਭਰ ਗਿਆ। ਜੋ ਕਿਸੇ ਬਦਲ ਰਹੇ ਵਕਤ ਦਾ ਹੀ ਸੰਕੇਤ ਸੀ।

•

ਭਾਗ 30

ਸਵੇਰ ਦਾ ਵਕਤ ਸੀ। ਅਜੇ ਨੌਂ ਹੀ ਵੱਜੇ ਹੋਣਗੇ। ਕਿਸੇ ਓਪਰੇ ਵਿਅੱਕਤੀ ਨੇ ਵੀਹੀ ਵਿੱਚ ਸਾਈਕਲ ਰੋਕ ਕੇ ਲੰਬੜਦਾਰ ਸੰਤਾ ਸਿਉਂ ਦਾ ਘਰ ਪੁੱਛਿਆ। ਉਸ ਵਕਤ ਮਹਿਤਾਬ ਕੌਰ ਚਿੜੀਆਂ ਨੂੰ ਰੋਟੀ ਪਾ ਰਹੀ ਸੀ। ਉਹ ਬੋਲੀ "ਹਾਂ ਭਾਈ ਏਹ ਹੀ ਘਰ ਆ ਕੋਈ ਕੰਮ ਤੀ ?" ਤਾਂ ਅੱਗੋਂ ਬੰਦਾ ਬੋਲਿਆ "ਜੀ ਮੈਂ ਰਤਨ ਸਿੰਘ ਹਾਂ। ਰਾਮਪੁਰੇ ਤੋਂ ਆਇਆ ਹਾਂ। ਕਾਕੇ ਮਨਦੀਪ ਸਿਉਂ ਬੜਾ ਦਾਦਾ ਸ: ਗੁਲਾਬ ਸਿਉਂ ਰਾਤ ਚੜ੍ਹਾਈ ਕਰ ਗਿਆ"

ਮਹਿਤਾਬ ਕੌਰ ਤਾਂ ਜਿਵੇਂ ਸੁੰਨ ਜਿਹੀ ਹੋ ਗਈ ਤੇ ਉਸ ਨੇ ਰੋਟੀ ਭੋਰਨੀ ਉੱਥੇ ਹੀ ਬੰਦ ਕਰ ਦਿੱਤੀ, "ਹੈਂ ਹੈਂ ਵੇ ਭਾਈ ਉਹ ਤਾਂ ਚੰਗੇ ਭਲੇ ਤੀ... ? ਬਿਮਾਰ ਠਮਾਰ ਤਾਂ ਸੁਣੇ ਨੀ। ਇਹ ਕੀ ਭਾਣਾ ਵਰਤ ਗਿਆ ?" ਰਤਨ ਸਿੰਘ ਬੋਲਿਆ "ਜੀ ਰੱਬ ਦੇ ਘਰੋਂ ਸੱਦਾ ਆਉਣ ਨੂੰ ਕੇਹੜਾ ਡੇਰ ਲੱਗਦੀ ਆ ? ਸਾਰੀ ਰਾਤ ਘੁਲਾੜੀ ਵਿੱਚ ਗੰਨੇ ਲਾਉਂਦਾ ਰਿਹੈ। ਵੱਡੇ ਤੜਕੇ ਚੰਗੀ ਭਲੀ ਚਾਹ ਪੀਤੀ ਆ। ਬੱਸ ਬੈਠਾ ਬੈਠਾ ਹੀ ਲੁੜਕ ਗਿਆ। ਨਾਂ ਕੋਈ ਹਾਕ ਮਾਰੀ, ਨਾਂ ਤਕਲੀਫ ਹੋਈ। ਜੋ ਉੱਪਰ ਵਾਲੇ ਨੂੰ ਮਨਜ਼ੂਰ ਆ, ਉਹ ਹੀ ਹੋਣੈ"

ਸਿਰ ਦੀ ਚੁੰਨੀ ਸੰਵਾਰਦੀ ਮਹਿਤਾਬ ਕੁਰ ਨੇ ਕਿਹਾ, "ਭਾਈ ਬੜੀ ਮਾੜੀ ਗੱਲ ਹੋਈ ਆ। ਏਨਾਂ ਦੇ ਬਾਪੂ ਨੂੰ ਬੁਲਾ ਕੇ ਲਿਆਉਨੇ ਆ। ਆ ਭਾਈ ਤੂੰ ਅੰਦਰ ਬੈਠ। ਚਾਹ ਪਾਣੀ ਪੀ। ਸਵੇਰ ਦਾ ਭੁੱਖਾ ਤਿਹਾਇਆ ਹੋਵੇਂਗਾ। ਹਾਜ਼ਰੀ ਦੀ ਰੋਟੀ ਬਣਦੀ ਆ। ਲੱਸੀ ਪੀ ਕੇ ਪ੍ਰਸ਼ਾਦਾ ਛਕ। ਜਦ ਨੂ ਆ ਜਾਣਗੇ"

ਰਤਨ ਸਿੰਘ ਬੋਲਿਆ "ਕਿੱਥੇ ਮਾਸੀ ਮੈਂ ਤਾਂ ਮਨਦੀਪ ਨੂੰ ਲੈ ਕੇ ਜਾਣੈ। ਜਾਂਦੀ ਵਾਰ ਦਾਦੇ ਦਾ ਮੂੰਹ ਦੇਖ ਲੂ। ਤੁਸੀਂ ਦਾਗ ਵੇਲੇ ਨੂੰ ਬਾਅਦ 'ਚ ਆ ਜਾਇਉ। ਸ਼ਾਮ ਨੂੰ ਤਿੰਨ ਕੁ ਵਜੇ ਦਾਗ ਦੇਣਾ ਏਂ। ਅਜੇ ਕੁੜੀਆਂ ਨੇ ਵੀ ਆਂਉਣੈ। ਉਧਰ ਵੀ ਬੰਦਾ ਭੇਜਿਆ ਹੋਇਆ। ਤੁਸੀਂ ਮੁੰਡੇ ਨੂੰ ਤਿਆਰ ਕਰ ਦਉ, ਜਾਂਦੀ ਵਾਰ ਵਿਚਾਰਾ ਵੱਡੇ ਦਾਦੇ ਦਾ ਮੂੰਹ ਦੇਖ ਲੂ"

ਐਤਵਾਰ ਹੋਣ ਕਰਕੇ ਮਨਦੀਪ ਸਕੂਲ ਨਹੀਂ ਸੀ ਗਿਆ। ਵਿਹੜੇ ਵਿੱਚ ਹੀ ਧਰਮੂ ਨਾਲ ਬੰਟੇ ਖੇਡ ਰਿਹਾ ਸੀ। ਛੁੱਟੀ ਵਾਲੇ ਦਿਨ ਉਹ ਏਸੇ ਤਰਾਂ ਕਦੇ ਵੀਹੀਆਂ ਵਿੱਚ ਰੇਹੜੇ ਭਜਾਈਂ ਫਿਰਦੇ ਤੇ ਕਦੀ ਬੰਟੇ ਖੇਡਦੇ ਰਹਿੰਦੇ। ਜਾਂ ਫੇਰ ਕਦੀ ਤਾਂਸ਼ ਖੇਡਦਿਆਂ ਕੋਲ, ਦਰਵਾਜ਼ੇ ਜਾ ਬੈਠਦੇ। ਹੁਣ ਵੀ ਉਹ ਪਿੱਲ ਚੋਟ ਖੇਡ ਰਹੇ ਸਨ ਕਿ ਮਤਿਾਬ ਕੌਰ ਨੇ ਆਕੇ ਘੇਰ ਲਏ " ਨਾ ਐਧਰ ਤੁਸੀਂ ਬੰਟੇ ਖੇਡਦੇ ਓਂ, ਔਧਰ ਤੇਰੇ ਦਾਦਕਿਆਂ ਤੋਂ ਬੰਦਾ ਆਇਆ ਬੈਠੈ...। ਵੇ ਤੇਰਾ ਵੱਡਾ ਬਾਬਾ ਚੜ੍ਹਾਈ ਕਰ ਗਿਆ...। ਬੰਦਾ ਤੈਨੂੰ ਲੈਣ ਆਇਆ...। ਚੱਲ ਮੇਰਾ ਪੁੱਤ ਜਾ ਕੇ ਤਿਆਰ ਹੋ ਛੇਤੀ..." ਉਸ ਨੇ ਮਨਦੀਪ ਨੂੰ ਬੁੱਕਲ ਵਿੱਚ ਲੈਂਦਿਆਂ ਕਿਹਾ।

ਫੇਰ ਮਹਿਤਾਬ ਕੌਰ ਨੇ ਵੀਹੀ ਵਿੱਚ ਲੰਘੇ ਜਾਂਦੇ ਪੰਡਿਤਾਂ ਦੇ ਮੰਗਤੂ ਨੂੰ ਹਾਕ ਮਾਰ ਕੇ ਕਿਹਾ, "ਮੰਗਤ ਰਾਮਾਂ ਦੇਖੀਂ ਪੁੱਤ ਐਥੇ ਤੇਰਾ ਤਾਇਆ ਕਿਤੇ ਗੋਰੇ ਜਾ ਗੁਰਦੁਵਾਰੇ ਮੂਹਰੇ ਬੈਠਾ ਹੋਊ, ਉਹਨੂੰ ਕਹੀਂ ਕੇ ਵਾਂਡੇ ਤੋਂ ਕੋਈ ਬੰਦਾ ਜਰੂਰੀ ਦਵਾਦਾ ਲੈ ਕੇ ਆਇਐ। ਸੁਣਦੀ ਸਾਰ ਘਰ ਨੂੰ ਆ ਜਾਵੇ" ਮੰਗਤੂ "ਅੱਛਾ ਤਾਈ" ਕਹਿ ਅੱਗੇ ਲੰਘ ਗਿਆ।

ਫੇਰ ਸਾਰੇ ਟੱਬਰ ਨੇ ਮਨਦੀਪ ਨੂੰ ਫਟਾ ਫਟ ਤਿਆਰ ਕੀਤਾ। ਹਰਦੇਵ ਕੌਰ ਜੋ ਹਵੇਲੀ 'ਚ ਪਸ਼ੂਆਂ ਦੀਆਂ ਧਾਰਾਂ ਕੱਢਣ ਗਈ ਸੀ, ਉਸ ਨੇ ਆ ਕੇ ਰੋਣਾ ਸ਼ੁਰੂ ਕਰ ਦਿੱਤਾ। ਏਨੀ ਦੇਰ ਨੂੰ ਸੰਤਾ ਸਿਉਂ ਵੀ ਘਰ ਆ ਗਿਆ। ਰਤਨ ਸਿਉਂ ਰੋਂਦਿਆਂ ਨੂੰ ਸਮਝਾ ਰਿਹਾ ਸੀ "ਕਿ ਚਲੋ ਭਾਈ ਕੁਦਰਤ ਦਾ ਭਾਣਾ ਹੈ, ਜੋ ਮੰਨਣਾ ਹੀ ਪੈਣਾ ਏਂ। ਨਾਲੇ ਬਜੁਰਗ ਨੇ ਉਮਰ ਭੋਗੀ ਹੋਈ ਤੀ। ਇੱਕ ਨਾ ਇੱਕ ਦਿਨ ਤਾਂ ਸਭਨਾ ਨੇ ਹੀ ਜਾਣਾ ਏ" ਸੰਤਾ ਸਿੰਘ ਉਸ ਨੂੰ ਸਤਿ ਸ੍ਰੀ ਅਕਾਲ ਬੁਲਾਉਂਦਾ ਫੇਰ ਪੁੱਛਣ ਲੱਗਾ, "ਇਹ ਭਾਣਾ ਵਰਤਿਆ ਕਿਵੇਂ ?" ਰਤਨ ਸਿਉਂ ਬੋਲਿਆ "ਤਾਇਆ ਹੌਲਦਾਰ ਚੰਗਾ ਭਲਾ ਸੀ। ਕੱਲ ਸਾਰਾ ਦਿਨ ਘੁਲਾੜੀ 'ਚ ਗੰਨੇ ਲਾਉਂਦਾ ਰਿਹਾ, ਰੱਜ ਕੇ ਰੋਟੀ ਵੀ ਖਾਧੀ। ਕੋਈ ਬਿਮਾਰ ਨਾ ਠੁਮਾਰ। ਸਵੇਰੇ ਉੱਠ ਕੇ ਚਾਹ ਪੀਣ ਤੋਂ ਪਹਿਲਾਂ ਜਦ ਪਿਸ਼ਾਬ ਕਰਨ ਬੈਠਿਆ ਬੱਸ ਉਥੇ ਹੀ ਲੁੜਕ ਗਿਆ। ਮੈਨੂੰ ਤਾਂ ਲੱਗਦੈ ਬਈ ਉਹਦਾ ਹਲਟ ਫੇਲ ਹੋ ਗਿਆ। ਨਾਲੇ ਬੰਦੇ 'ਚ ਹੈ ਕੀ ? ਸਭ ਉੱਪਰ ਵਾਲੇ ਦੇ ਹੱਥ ਆ..." ਫੇਰ ਉਹ ਕੁੱਝ ਦੇਰ ਹੋਰ ਗੱਲਾਂ ਕਰਕੇ ਮਨਦੀਪ ਲੈ ਤੁਰਿਆ।

ਹੁਣ ਦਾਗ ਤੇ ਵੀ ਜਾਣਾ ਪੈਣਾ ਸੀ। ਸੰਤਾ ਸਿੰਘ ਨੇ ਖੇਤ ਸੁਨੇਹਾ ਭੇਜ ਕੇ ਬਲਕਾਰ ਤੇ ਗੁਰਜੀਤ ਨੂੰ ਵੀ ਬੁਲਾ ਲਿਆ। ਘਰੇ ਲਾਗਣ ਨੂੰ ਬੁਲਾ ਕੇ ਪਿੰਡ ਵਿੱਚ ਸ਼ਰੀਕੇ ਦੀਆਂ ਚੁਣਵੀਆਂ ਬੁੜੀਆਂ ਨੂੰ ਦਾਗ ਲਵਾਉਣ ਜਾਣ ਦਾ ਸੱਦਾ ਭੇਜ ਦਿੱਤਾ। ਹੌਲੀ ਹੌਲੀ ਸਾਰੇ ਪਿੰਡ ਵਿੱਚ ਪਤਾ ਲੱਗ ਗਿਆ ਕਿ ਲੰਬੜਾ ਦੀ ਬਚਨੋ ਦਾ ਪਤਿਉਰਾ ਚੜ੍ਹਾਈ ਕਰ ਗਿਆ ਹੈ।

ਔਰਤਾਂ ਇਕੱਠੀਆਂ ਹੋਣ ਲੱਗੀਆਂ। ਕਾਲੇ ਸੂਫ ਦੇ ਘੱਗਰੇ ਮਹੌਲ ਨੂੰ ਉਦਾਸੀ ਭਰਪੂਰ ਬਣਾ ਰਹੇ ਸਨ। ਪਿੰਡ ਦੀ ਡੂਮਣੀ ਨੂੰ ਕੀਰਨੇ ਪਾਉਣ ਲਈ ਵਿਸ਼ੇਸ਼ ਤੌਰ ਤੇ ਨਾਲ ਲਿਆ ਗਿਆ। ਮਕਾਣ ਦਾ ਭਰਿਆ ਗੱਡਾ ਹੁਣ ਰਾਮਪੁਰੇ ਵਲ ਨੂੰ ਜਾ ਰਿਹਾ ਸੀ। ਗੱਡੇ ਤੇ ਬੈਠੇ ਔਰਤਾਂ ਮਰਦ ਆਪਣੇ ਵਿੱਛੜ ਗਏ ਰਿਸ਼ਤੇਦਾਰਾਂ ਦੀਆਂ ਗੱਲਾਂ ਵੀ ਕਰੀ ਜਾ ਰਹੇ ਸਨ। ਪਿੰਡ ਦੀ ਸ਼ਾਮਲਾਟ ਲੰਘਕੇ, ਉਹ ਨਹਿਰ ਦੀ ਪਟੜੀ ਤੇ ਪੈ ਗਏ। ਟਾਹਲੀਆਂ, ਤੂਤਾਂ ਤੇ ਜਾਮਣ ਦੇ ਦਰਖਤਾਂ ਦੀ ਛਾਵੇਂ ਚੱਲਦਿਆ ਦੋ ਘੰਟੇ 'ਚ ਮਸਾਂ ਹੀ ਵਾਟ ਨਿੱਬੜੀ।

ਪਿੰਡ ਰਾਮਪੁਰੇ ਵੜਨ ਸਾਰ ਡੂਮਣੀ ਨੇ ਗੱਡੇ ਤੋਂ ਉੱਤਰਕੇ ਕੀਰਨਾ ਪਾਇਆ ਤੇ ਔਰਤਾਂ ਨੇ ਪਿੱਟਣਾ ਤੇ ਰੋਣਾ ਸ਼ੁਰੂ ਕੀਤਾ। ਹੋਰ ਮਕਾਣਾਂ ਵੀ ਸਿਆਪਾ ਕਰਦੀਆਂ ਆ ਰਹੀਆਂ ਸਨ। ਅੱਗੇ ਘਰ ਮਕਾਣਾਂ ਨਾਲ ਭਰਿਆ ਪਿਆ ਸੀ। ਉਹ ਔਰਤਾਂ ਜਿਨਾਂ ਕਦੇ ਗੁਲਾਬ ਸਿੰਘ ਨੂੰ ਵੇਖਿਆ ਵੀ ਨਹੀਂ ਸੀ, ਉਸ ਨੂੰ ਯਾਦ ਕਰ ਕਰ, ਇੱਕ ਦੂਜੀ ਦੇ ਗਲੇ ਮਿਲ ਮਿਲਕੇ ਕੀਰਨੇ ਪਾ ਰਹੀਆਂ ਸਨ।

ਫੇਰ ਡੂਮਣੀ ਨੇ ਲਾਈਨ ਵਿੱਚ ਖੜਾ ਕੇ ਸਿਆਪਾ ਸ਼ੁਰੂ ਕੀਤਾ ਜਿਵੇਂ ਫੌਜੀ ਪਰੇਡ ਕਰਵਾਉਂਦੇ ਹਨ। ਜੋ ਕਿਤੋਂ ਕੋਈ ਔਰਤ ਉੱਕਦੀ ਤਾਂ ਉਹ ਟੁੱਟ ਕੇ ਪੈਂਦੀ। ਔਰਤਾਂ ਬੋਲ ਚੁੱਕਦੀਆਂ 'ਰੰਗਲਾ ਜਹਾਨ ਛੱਡ ਕਿੱਥੇ ਤੁਰ ਗਿਆ ਵੇ ਬਾਗਾਂ ਦਿਆ ਮਾਲੀਆ....। ਬਾਕੀ ਦੀਆਂ ਭਿਣਕਦੀਆਂ ਮੱਖੀਆਂ ਵਾਂਗੂੰ ਭੀਂ ਭੀਂ ਕਰਦੀਆਂ ਤੇ ਪੱਟਾਂ ਤੇ ਦੋਹੱਥੜ ਮਾਰਦੀਆਂ। ਅਜਿਹੇ ਮਹੌਲ 'ਚ ਕੰਧਾ ਵੀ ਰੋਅ ਉੱਠਦੀਆਂ ਨੇ ਪਰ ਸੰਤਾ ਸਿੰਘ ਬੈਠਾ ਸੋਚ ਰਿਹਾ ਸੀ ਕਿ 'ਸਾਡਾ ਮਰਨਾ ਵੀ ਇੱਕ ਡਰਾਮਾ ਹੀ ਬਣ ਗਿਆ ਹੈ, ਤੇ ਮਸੋਸ ਇੱਕ ਦਿਖਾਵਾ।'

ਗੁਲਾਬ ਸਿੰਘ ਦੀ ਮ੍ਰਿਤਕ ਦੇਹ ਨੂੰ ਨੁਹਾਉਣ ਦੀ ਤਿਆਰੀ ਕੀਤੀ ਜਾ ਰਹੀ ਸੀ। ਮੰਜੇ ਤੇ ਚਿੱਟੀ ਚਾਦਰ ਹੇਠ ਪਏ ਗੁਲਾਬ ਸਿੰਘ ਦੇ, ਮਨਦੀਪ ਸਮੇਤ ਸਾਰਿਆਂ ਨੇ ਆਖਰੀ ਦਰਸ਼ਣ ਕੀਤੇ। ਬੇਅੰਤ ਕੌਰ ਅਤੇ ਸਾਰਾ ਪਰਿਵਾਰ ਹੀ ਰੋਅ ਰਿਹਾ ਸੀ। ਉਹ ਘਰ ਦਾ ਮੁੱਖ ਪ੍ਰਬੰਧਕ ਸੀ ਜਾਂ ਧੁਰਾ ਸੀ। ਸਾਰਾ ਪਿੰਡ ਉਸ ਨੂੰ ਹੌਲਦਾਰ ਗੁਲੋਬ ਸਿੰਘ ਕਰਕੇ ਜਾਣਦਾ ਸੀ। ਕਈਆਂ ਨੇ ਦਲੇਰ ਸਿੰਘ

ਨੂੰ ਯਾਦ ਕੀਤਾ, ਜੋ ਅੱਜ ਆਪਣੇ ਤਾਇਆ ਜੀ ਦਾ ਜਾਂਦੀ ਵਾਰ ਵੀ ਮੂੰਹ ਨਹੀਂ ਸੀ ਦੇਖ ਸਕਿਆ। ਉਹ ਪਿੰਡ ਦਾ ਇੱਕ ਥੰਮ ਸੀ ਜੋ ਡਿੱਗ ਪਿਆ ਸੀ। ਉਸਦੀ ਅੰਤਮ ਯਾਤਰਾ ਵਿੱਚ ਸ਼ਾਮਲ ਹੋਣ ਲਈ ਸਾਰਾ ਹੀ ਪਿੰਡ ਢੁੱਕਿਆ ਸੀ।

ਪਰ ਉਸ ਵਕਤ ਤਾਂ ਕਮਾਲ ਹੀ ਹੋ ਗਈ ਜਦੋਂ ਗੁਲਾਬ ਸਿੰਘ ਨੂੰ ਨੁਹਾਇਆ ਜਾ ਰਿਹਾ ਸੀ ਤਾਂ ਦਲੇਰ ਸਿੰਘ ਅਚਾਨਕ ਹੀ ਛੁੱਟੀ ਆ ਗਿਆ। ਆਪਣੇ ਪਿੰਡ ਦੀ ਜੂਹ ਵੜਨ ਸਾਰ ਹੀ ਉਸ ਨੂੰ ਤਾਇਆ ਜੀ ਦੀ ਮੌਤ ਦੀ ਮਨਹੂਸ ਖ਼ਬਰ ਮਿਲ ਗਈ ਸੀ। ਹੁਣ ਉਸ ਦਾ ਰੋਣ ਠੱਲਿਆ ਨਹੀਂ ਸੀ ਜਾ ਰਿਹਾ।

ਦਲੇਰ ਸਿੰਘ ਦੇ ਆਉਣ ਨੂੰ ਲੋਕ ਕੁਦਰਤ ਦਾ ਕ੍ਰਿਸ਼ਮਾ ਕਹਿ ਰਹੇ ਸਨ। ਜਿਸ ਨੇ ਅਰਥੀ ਨੂੰ ਐਨ ਮੌਕੇ ਤੇ ਆਕੇ ਮੋਢਾ ਦਿੱਤਾ। ਰਸਤੇ 'ਚ ਘੜਾ ਭੰਨਿਆ ਗਿਆ। ਘੜਾ ਜੋ ਨਾਸ਼ਵਾਨ ਜੀਵਨ ਦਾ ਸੂਚਕ ਸੀ। ਜਿਸ 'ਚੋ ਜੀਵਨ ਰੂਪੀ ਪਾਣੀ ਮੁੱਕ ਚੁੱਕਾ ਸੀ। ਤੇ ਇੱਕ ਸੁਨਹਿਰਾ ਯੁੱਗ ਜਿਵੇਂ ਖਤਮ ਹੋ ਗਿਆ।

ਚਿਤਾ ਨੂੰ ਅਗਨੀ ਦਿਖਾ, ਲੋਕ ਡੱਕੇ ਤੋੜ ਘਰ ਵਲ ਮੁੜ ਪਏ। ਪਰ ਯਾਦਾਂ ਕਦੋਂ ਟੁੱਟਦੀਆਂ ਨੇ। ਮਰਨ ਵਾਲਿਆ ਨਾਲ ਰਿਸ਼ਤੇ ਐਨੀ ਥੋੜੀ ਦੇਰ 'ਚ ਕਿੱਥੇ ਮਰਦੇ ਨੇ ? ਉਹ ਇਨਸਾਨ ਜਿਸ ਨੇ ਵਿਆਹ ਨਾ ਕਰਵਾਇਆ ਤੇ ਆਪਣੇ ਭਰਾ ਦੇ ਪਰਿਵਾਰ ਲਈ ਜੀਵਿਆ। ਜਿਸ ਦੇ ਮਰਨ ਨਾਲ ਉਸਦੀ ਹੋਂਦ ਦਾ ਬੂਟਾ ਵੀ ਸੁੱਕ ਜਾਣਾ ਸੀ। ਦਲੇਰ ਸਿੰਘ ਇਹ ਸੋਚ ਸੋਚ ਕਿੰਨੀਆਂ ਹੀ ਰਾਤਾਂ ਉਦਾਸ ਰਿਹਾ, ਤੇ ਸੌਂ ਨਾ ਸਕਿਆ।

ਇਸ ਵਾਰ ਦਲੇਰ ਸਿੰਘ ਦਾ ਬਚਨੋਂ ਨੂੰ ਤੇ ਬੱਚਿਆਂ ਨੂੰ ਮਿਲਣ ਦਾ ਚਾਅ ਵੀ ਵਿੱਚੇ ਹੀ ਦਮ ਤੋੜ ਗਿਆ। ਉਹ ਤਾਂ ਕਿੰਨੀਆਂ ਸਧਰਾਂ ਲੈ ਕੇ ਛੁੱਟੀ ਆਇਆ ਸੀ। ਪਰ ਹੁਣ ਕੀਰਤਪੁਰ ਫੁੱਲ ਪਾਉਣ, ਮਕਾਣਾਂ ਸਾਂਭਣ ਤੇ ਭੋਗ ਦੇ ਕੰਮਾਂ ਵਿੱਚ ਹੀ ਉਸਦੀ ਛੁੱਟੀ ਬੀਤ ਜਾਣੀ ਸੀ। ਲੋਕ ਹੁਣ ਹਰਦੁਵਾਰ ਗੰਗਾ ਤੇ ਜਾ ਕੇ ਫੁੱਲ ਪਾਉਣ ਦੀ ਬਜਾਏ ਪਤਾਲਪੁਰੀ (ਕੀਰਤਪੁਰ ਸਾਹਿਬ) ਹੀ ਜਾਣ ਲੱਗ ਪਏ ਸਨ। ਖਾਸ ਤੌਰ ਤੇ ਸਿੱਖ ਪਰਿਵਾਰ।

ਏਸੇ ਭੱਜ ਨੱਸ ਵਿੱਚ ਦਲੇਰ ਸਿੰਘ ਦਾ ਮਹੀਨਾ ਬੀਤ ਗਿਆ। ਜਾਣ ਤੋਂ ਪਹਿਲਾਂ ਉਹ ਮਨਦੀਪ ਨੂੰ ਨਾਨਕੇ ਪਿੰਡ ਛੱਡ ਆਇਆ। ਮੁੜ ਜਾਣ ਸਮੇਂ ਉਸ ਨੇ ਬਚਨੋਂ ਨੂੰ ਖੁਸ਼ਖਬਰੀ ਦਿੰਦਿਆਂ ਦੱਸਿਆ ਸੀ ਕਿ ਉਸ ਦਾ ਫੌਜੀ ਕੁਆਟਰ ਵੀ ਮਨਜੂਰ ਹੋ ਗਿਆ ਹੈ। ਤੇ ਉਸਦੀ ਬਦਲੀ ਹੁਣ ਰੁੜਕੀ ਦੀ ਹੋ ਗਈ ਹੈ। ਉਹਨੇ ਦੱਸਿਆ ਕਿ ਚਹੁੰ ਕੁ ਮਹੀਨਿਆ ਤੱਕ ਬਚਨੋ ਤੇ ਪਰਿਵਾਰ ਨੂੰ ਉਹ ਨਾਲ ਹੀ ਫੌਜ ਵਿੱਚ ਲੈ ਜਾਵੇਗਾ। ਰਘਵੀਰ ਅਤੇ ਰਵਿੰਦਰ ਅਜੇ ਛੋਟੇ ਸਨ ਪਰ ਮਨਦੀਪ ਸਭ ਕੁੱਝ ਸਮਝਣ ਲੱਗ ਪਿਆ ਸੀ। ਹੁਣ ਤਾਂ ਮਾਂ ਪਿਉ ਤੋਂ ਵਿਛੜਨਾ ਉਸ ਨੂੰ ਵੀ ਔਖਾ ਲੱਗਦਾ ਸੀ।

ਫੌਜ ਚ ਨਾਲ ਜਾਣ ਦੀ ਗੱਲ ਸੁਣ ਬਚਨੋਂ ਨਵੇਂ ਸੁਪਨਿਆਂ ਨਾਲ ਜੁੜ ਗਈ। ਹੁਣ ਉਹ ਬੱਚਿਆਂ ਬਾਰੇ ਅਤੇ ਪਤੀ ਬਾਰੇ ਸੋਚਦੀ ਰਹਿੰਦੀ। ਮਨਦੀਪ ਨੇ ਵੀ ਗਰਮੀ ਦੀਆਂ ਛੁੱਟੀਆਂ ਵਿੱਚ ਉਨ੍ਹਾਂ ਦੇ ਨਾਲ ਜਾਣਾ ਸੀ। ਦਲੇਰ ਸਿੰਘ ਤਾਂ ਛੁੱਟੀ ਕੱਟ ਕੇ ਮੁੜ ਗਿਆ। ਪਰ ਅਗਲੇ ਚਾਰ ਮਹੀਨੇ ਨਵੀਆਂ ਸੋਚਾਂ ਨਾਲ ਵਿਚਰਦਿਆਂ ਬਚਨੋਂ ਨੇ ਬੜੀ ਮੁਸ਼ਕਲ ਨਾਲ ਬਿਤਾਏ। ਸਮਾਂ ਸੀ ਕਿ ਬੱਸ ਨਿੱਕਲ ਹੀ ਗਿਆ।

•

ਭਾਗ 31

ਰੁੜਕੀ ਦੀ ਬਦਲੀ ਹੋਣ ਉਪਰੰਤ ਦਲੇਰ ਸਿੰਘ ਨੂੰ ਉਥੇ ਹੀ ਫੌਜੀ ਕੁਆਟਰ ਮਿਲ਼ ਗਿਆ ਤੇ ਨਾਲ ਹੀ ਉਹ ਨਾਇਕ ਤੋਂ ਹੌਲਦਾਰ ਬਣ ਗਿਆ। ਮੋਢੇ ਤੇ ਤਿੰਨ ਫੀਤੀਆਂ ਲੱਗਣ ਦੇ ਨਾਲ ਨਾਲ ਪਰਿਵਾਰ ਦਾ ਆਊਂਣਾ ਉਸ ਲਈ ਬੇਹੱਦ ਖੁਸ਼ੀ ਦੇ ਸਬੱਬ ਸਨ। ਨਵੀਂ ਜਗਾ ਉਸਦਾ ਕੰਮ ਨਵੇਂ ਭਰਤੀ ਹੋਏ ਰੰਗਰੂਟਾਂ ਨੂੰ ਟ੍ਰੇਨਿੰਗ ਦੇਣਾ ਸੀ। ਉਹ ਸਾਰਾ ਦਿਨ ਲੈਫਟ ਰਾਈਟ, ਲੈਫਟ ਰਾਈਟ ਕਰਵਾਂਉਂਦਾ ਰਹਿੰਦਾ। ਪਰੇਡ ਥੰਮ ਸੰਘ ਪਾੜਵੀ ਆਵਾਜ਼ ਵਿੱਚ ਕਹਿੰਦੇ ਦਾ ਉਸਦਾ ਗਲ਼ਾ ਬੈਠ ਜਾਂਦਾ। ਭਰਤੀ ਹੋਕੇ ਆਈ ਨਵੀਂ ਮੁੰਡੀਹਰ ਨੂੰ ਕਾਬੂ ਕਰਨਾ ਕਿਹੜਾ ਸੌਖਾ ਸੀ ? ਰੰਗਰੂਟਾਂ ਵਿੱਚੋਂ ਕਿਸੇ ਦਾ ਹਾਸਾ ਤੇ ਕਿਸੇ ਦਾ ਰੋਣਾ ਆਮ ਹੀ ਕਾਬੂ ਤੋਂ ਬਾਹਰ ਹੋ ਜਾਂਦੇ। ਕੋਈ ਮਾਂ ਪਿਉ ਨੂੰ ਯਾਦ ਕਰਦਾ ਤੇ ਕੋਈ ਕਿਸੇ ਸਜ ਵਿਆਹੀ ਨੂੰ ਯਾਦ ਕਰਕੇ ਰੋਂਦਾ। ਕਿਸੇ ਦਾ ਪਹਿਲਾ ਪਹਿਲਾ ਪਿਆਰ ਪਿੱਛੇ ਰਹਿ ਗਿਆ ਹੁੰਦਾ ਤੇ ਉਹ ਉਸ ਨੂੰ ਯਾਦ ਕਰਦਾ। ਨਵੇਂ ਮੁੰਡਿਆਂ ਤੇ ਪੰਜਾਲ਼ੀ ਪਾਉਣੀ ਬੜਾ ਔਖਾ ਕੰਮ ਸੀ।

ਜਦੋਂ ਕਈਆਂ ਦੀਆਂ ਚਿੱਠੀਆਂ ਲੇਟ ਹੋ ਜਾਂਦੀਆਂ ਤਾਂ ਉਨ੍ਹਾਂ ਦਾ ਮਨ ਟ੍ਰੇਨਿੰਗ ਵਿੱਚ ਨਾ ਲੱਗਦਾ। ਇਹ ਦਿਨ ਕਦੇ ਦਲੇਰ ਸਿੰਘ ਨੇ ਖੁਦ ਵੀ ਹੰਢਾਏ ਸਨ। ਫੌਜ ਵਿੱਚ ਆਕੇ ਬੰਦਾ ਦੇਸ਼ ਦਾ ਹੀ ਹੋ ਜਾਂਦਾ ਤੇ ਬਾਕੀ ਸਭ ਕੁੱਝ ਪਿੱਛੇ ਰਹਿ ਜਾਂਦਾ ਹੈ। ਫੌਜੀ ਤਾਂ ਵਿਆਹ ਕਰਵਾਕੇ ਵੀ ਛੜੇ ਸਨ। ਤੇ ਬੱਚਿਆਂ ਦੇ ਹੁੰਦੇ ਹੋਏ ਵੀ ਬੇਉਲਾਦਿਆਂ ਵਰਗੇ। ਕੈਸਾ ਜੀਵਨ ਸੀ ਇਹ ? ਇੱਕ ਤਰਾਂ ਦੀ ਕੈਦ ਜਾਂ ਬੇਲੋੜਾ ਡਸਿਪਲਨ, ਆਪਣਾ ਤਾਂ ਕੁੱਝ ਵੀ ਨਹੀਂ ਸੀ। ਦਲੇਰ ਸਿੰਘ ਨੇ ਵੀ ਆਪਣਾ ਸਾਰਾ ਜੀਵਨ ਸਰਹੱਦਾਂ ਤੇ ਹੀ ਝੋਕ ਦਿੱਤਾ ਸੀ ਤਾਂ ਕਿ ਦੇਸ਼ ਦੇ ਲੋਕ ਅਪਣੇ ਪਰਿਵਾਰਾ ਨਾਲ ਸੁਰੱਖਿਅਤ ਰਹਿ ਸਕਣ। ਢਲਦੀ ਉਮਰ ਵਿੱਚ ਇਹ ਫੌਜੀ ਕੁਆਟਰ ਜੀਵਨ ਦੀ ਕੁਰਬਾਨੀ ਲਈ ਸੈਨਾ ਵਲੋਂ ਦਿੱਤਾ ਨਿੱਕਾ ਜਿਹਾ ਤੋਹਫਾ ਸੀ। ਜਿਵੇਂ ਕਿਸੇ ਜਵਾਕ ਨੂੰ ਮਿੱਠੀ ਗੋਲੀ ਦੇ ਕੇ ਚੁੱਪ ਕਰਾਈਦਾ ਹੈ। ਪਰ ਦਲੇਰ ਸਿੰਘ ਇਸ ਨਾਲ ਵੀ ਬੜਾ ਖੁਸ਼ ਸੀ।

ਕੁਆਟਰ ਮਿਲਣ ਸਾਰ ਸੀਨੀਅਰ ਕਮਾਂਡਰ ਬਲਵੀਰ ਸਿੰਘ ਨੇ ਉਸ ਦੀ ਸਹਾਇਤਾ ਲਈ ਦੋ ਜਵਾਨ ਭੇਜੇ ਸਨ। ਜੋ ਕੁਆਟਰ ਦੀ ਸਾਫ ਸਫਾਈ ਕਰਵਾ, ਜਰੂਰੀ ਸਮਾਨ ਰਖਵਾ ਗਏ ਸਨ। ਮੰਜੇ ਬਿਸਤਰੇ, ਕੁਰਸੀਆਂ ਮੇਜ, ਸਟੋਵ, ਪਤੀਲੇ ਕੜਛੀਆਂ ਪਤਾ ਨਹੀਂ ਉਸ ਨੂੰ ਕੀ ਕੀ ਲੈਣਾ ਪਿਆ ਸੀ। ਉਸ ਨੇ ਮਨੋਰੰਜਨ ਲਈ ਇੱਕ ਨਵਾਂ ਟ੍ਰਾਂਜਿਸਟਰ ਅਤੇ ਸਾਈਕਲ ਵੀ ਲੈ ਲਏ। ਉਸ ਦੇ ਫੌਜੀ ਸਾਥੀ ਪਾਰਟੀਆਂ ਮੰਗਦੇ ਰਹਿੰਦੇ ਤੇ ਕਹਿੰਦੇ "ਸੁਣਿਆਂ ਬਈ ਦਲੇਰ ਸਿਆਂ ਤੇਰੀ ਫੈਮਲੀ ਆ ਰਹੀ ਆ, ਕਰ ਫੇਰ ਪਾਰਟੀ। ਕਦੇ ਕਦੇ ਉਹ ਫੌਜੀ ਕੱਪਾਂ ਵਿੱਚ ਰੰਮ ਦੀਆਂ ਘੁੱਟਾਂ ਭਰਦੇ ਤੇ ਫੈਮਲੀ ਦੀਆਂ ਗੱਲਾਂ ਕਰਦੇ। ਔਰਤ ਦੀ ਘਾਟ ਫੌਜੀਆਂ ਲਈ ਬਹੁਤ ਵੱਡਾ ਮਾਨਸਿਕ ਰੋਗ ਬਣ ਜਾਂਦੀ ਆ। ਕਈਆਂ ਨੂੰ ਤਾਂ ਝਾੜਾਂ ਤੇ ਸੁੱਕਣੇ ਪਾਏ ਰੰਗ ਬਿਰੰਗੇ ਕੱਪੜੇ ਵੀ ਔਰਤਾਂ ਹੀ ਨਜ਼ਰ ਆਉਂਣ ਲੱਗ ਪੈਂਦੀਆਂ ਨੇ। ਸ਼ਾਇਦ ਏਸੇ ਕਰਕੇ ਫੌਜੀ ਛਾਉਣੀ ਦੇ ਨਾਲ ਲੱਗਦੀ ਮਾਰਕੀਟ ਦਾ ਨਾਂ 'ਲਾਲ ਕੁੜਤੀ' ਰੱਖਿਆ ਗਿਆ ਸੀ। ਜਿਥੇ ਐਤਵਾਰ ਦੀ ਛੁੱਟੀ ਵਾਲੇ ਦਿਨ ਕੁਆਟਰਾਂ ਵਿੱਚ ਰਹਿ ਰਹੇ ਫੌਜੀਆਂ ਦੇ ਪਰਿਵਾਰ ਖਰੀਦੋ ਫਰੋਖ਼ਤ ਕਰਨ ਆਂਉਦੇ। ਤੇ ਕਈ ਫੌਜੀ ਸਿਵਲੀਅਨ

ਕੱਪੜਿਆਂ ਵਿੱਚ ਦੂਜੇ ਫੌਜੀਆਂ ਦੀਆਂ ਤੀਵੀਂਆਂ ਦਾ ਝਾਕਾ ਲੈਣ ਲਈ ਹੀ ਆਉਂਦੇ। ਦਲੇਰ ਸਿੰਘ ਕਲਪਣਾ ਵਿੱਚ ਆਪਣੇ ਪਰਿਵਾਰ ਨੂੰ ਵੀ ਲਾਲ ਕੁੜਤੀ ਵਿੱਚ ਘੁੰਮਦਿਆਂ ਖਿਆਲ ਕਰ ਕੇ ਮੰਤਰ ਮੁਗਧ ਹੁੰਦਾ ਰਹਿੰਦਾ

ਜੋ ਫੌਜੀ ਆਪਣੀਆਂ ਤੀਵੀਆਂ ਪਿੱਛੇ ਛੱਡ ਆਏ ਸਨ ਅਕਸਰ ਉਨ੍ਹਾਂ ਨੂੰ ਯਾਦ ਕਰ ਕਰ ਝੂਰਦੇ। ਅੰਦਰੋਂ ਉਨ੍ਹਾਂ ਦਾ ਮਨ ਡਰਦਾ ਕਿ ਸੁੰਨੀ ਤੀਵੀਂ ਨੂੰ ਲੁੱਟ ਦਾ ਮਾਲ ਸਮਝ, ਹਰ ਕੋਈ ਕਾਬੂ ਕਰਨਾ ਚਾਹੁੰਦਾ ਹੈ। ਦਿਉਰ, ਜੇਠ, ਰਿਸ਼ਤੇਦਾਰ, ਆਂਢੀ ਗੁਆਂਢੀ ਹਰ ਕੋਈ ਉਸ ਤੇ ਕਾਠੀ ਪਾਉਣ ਦੀ ਕੋਸ਼ਿਸ਼ ਕਰਦਾ ਹੈ। ਉੱਤੋਂ ਸੱਸਾਂ ਨਣਾਨਾ ਅੱਡ ਤੰਗ ਕਰਦੀਆਂ ਨੇ ਦਰਾਣੀਆਂ ਜਠਾਣੀਆਂ ਤਾਂ ਪੈਰ ਹੀ ਨਹੀਂ ਲੱਗਣ ਦਿੰਦੀਆਂ। ਫੇਰ ਸਕੇ ਭਰਾ ਹੀ ਫੌਜੀ ਦੀ ਜ਼ਮੀਨ ਹਿੱਸਾ ਵੀ ਖਾਈ ਜਾਂਦੇ ਨੇ ਤੇ ਉਸਦਾ ਟੱਬਰ ਪਾਲਣ ਦੇ ਤਾਹਨੇ ਵੀ ਦਈ ਜਾਂਦੇ ਨੇ। ਚਿੱਠੀ ਵਿੱਚ ਤਾਂ ਉਹ ਸਾਰੇ ਦੁੱਖ ਸਾਂਝੇ ਕਰ ਵੀ ਨਹੀਂ ਕਰ ਸਕਦੀਆਂ। ਖੁੱਲ੍ਹਾ ਕਾਰਡ ਤਾਂ ਨਾਲੇ ਹਰ ਕੋਈ ਪੜ੍ਹ ਸਕਦਾ ਸੀ। ਕਈ ਵਿਚਾਰੀਆਂ ਅਨਪੜ੍ਹਾਂ ਨੂੰ ਤਾਂ ਚਿੱਠੀਆਂ ਲਿਖਣੀਆਂ ਵੀ ਨਹੀਂ ਸਨ ਆਉਂਦੀਆਂ ਸਨ। ਉਨ੍ਹਾਂ ਵਿੱਚੋਂ ਹੀ ਬਚਨ ਕੌਰ ਵੀ ਇੱਕ ਸੀ। ਹੌਲੀ ਹੌਲੀ ਬੰਦ ਚਿੱਠੀਆਂ ਦਾ ਰਿਵਾਜ਼ ਚੱਲ ਪਿਆ, ਜੋ ਪੰਦਰਾ ਪੈਸੇ ਦੀ ਬਜਾਏ ਪੰਜਾਹ ਪੈਸੇ ਦੀਆਂ ਸਨ। ਪਰ ਫੌਜੀ ਖੁਸ਼ ਸਨ ਕਿ ਚਲੋ ਕੋਈ ਗੱਲ ਪਰਦੇ ਨਾਲ ਤਾਂ ਲਿਖੀ ਜਾ ਸਕਦੀ ਹੈ। ਪਰਦੇ ਵਾਲੀਆਂ ਗੱਲਾਂ ਪੜ੍ਹਨ ਲਈ ਉਹ ਚਿੱਠੀ ਲੈ ਕੇ ਦੂਰ ਜਾ ਬੈਠਦੇ, ਤਾਂ ਦੂਜੇ ਫੌਜੀ ਸਾਥੀ ਉਨ੍ਹਾਂ ਨੂੰ ਗੁੱਝੀਆਂ ਟਕੋਰਾਂ ਕਰਦੇ।

ਦਲੇਰ ਸਿੰਘ ਦਾ ਵੱਡਾ ਮੁੰਡਾ ਮਨਦੀਪ ਤਾਂ ਨਾਨਕੇ ਪਿੰਡ ਪੜ੍ਹਦਾ ਸੀ। ਵਿਚਕਾਰਲਾ ਦੂਜੀ ਵਿੱਚ ਪਿੰਡ ਹੀ ਪੜ੍ਹਦਾ ਸੀ ਪਰ ਸਭ ਤੋਂ ਛੋਟਾ ਅਜੇ ਸਕੂਲ ਜਾਣ ਨਹੀਂ ਸੀ ਲੱਗਿਆ। ਉਸ ਨੇ ਹੀ ਬਚਨ ਕੌਰ ਦੇ ਨਾਲ ਆਉਂਣਾ ਸੀ। ਉਹ ਜਾਣਦਾ ਸੀ ਕਿ ਵਿਚਕਾਰਲਾ ਰਘਵੀਰ ਆਉਂਣ ਵਕਤ, ਨਾਲ ਜਾਣ ਦੀ ਜਿੱਦ ਕਰੇਗਾ ਅਤੇ ਖਰੂਦ ਪਾਵੇਗਾ। ਪਰ ਦਲੇਰ ਸਿੰਘ ਉਸਦੀ ਕਲਾਸ ਨਹੀਂ ਸੀ ਮਾਰਨੀ ਚਾਹੁੰਦਾ। ਬਚਨ ਕੌਰ ਨੇ ਤਾਂ ਰੁੜਕੀ ਜਾਣ ਦੀ ਤਿਆਰੀ ਆਰੰਭ ਦਿੱਤੀ ਸੀ। ਉਸ ਨੇ ਉਹ ਸਾਰਾ ਸਮਾਨ ਇਕੱਠਾ ਕਰ ਲਿਆ, ਜੋ ਨਾਲ ਲੈਕੇ ਜਾਣਾ ਸੀ।

ਉਨ੍ਹਾਂ ਦਿਨਾਂ ਵਿੱਚ ਹੀ ਬਚਨੋਂ ਦੀ ਨਣਾਨ ਮੇਲੋ ਆਪਣੇ ਪਤੀ ਪਿਆਰਾ ਸਿੰਘ ਨਾਲ ਕਿਸੇ ਗੱਲੋਂ ਝਗੜ ਕੇ ਪਿੰਡ ਆ ਗਈ । ਉਸ ਦੇ ਆਉਣ ਵੇਲੇ ਤੱਕ ਨਿੱਕੀ ਜਿਹੀ ਬਾਤ ਦਾ ਬਤੰਗੜ ਬਣ ਗਿਆ ਤੇ ਦੋਵੇਂ ਧਿਰਾਂ ਅੜ ਗਈਆਂ ਸਨ। ਮੇਲੋ ਕਹਿ ਰਹੀ ਸੀ ਕਿ ਸਹੁਰਿਆਂ ਤੋਂ ਕੁੱਟ ਮਾਰ ਖਾਅ ਕੇ ਉਹ ਜ਼ਿੰਦਗੀ ਨਹੀਂ ਕੱਟ ਸਕਦੀ। ਉਧਰ ਪਿਆਰਾ ਸਿੰਘ ਕਹਿ ਰਿਹਾ ਸੀ ਕਿ ਉਸ ਨੂੰ ਬੋਲਣ ਦੀ ਅਕਲ ਨਹੀਂ ਅਤੇ ਉਹ ਘਰ ਦਾ ਕੰਮ ਵੀ ਚੱਜ ਨਾਲ ਨਹੀਂ ਕਰਦੀ। ਚੰਦ ਸਿੰਘ, ਫੌਜੀ ਲਹਿਜ਼ੇ ਵਿੱਚ ਕਹਿ ਬੈਠਾ ਸੀ ਕਿ ਉਹ ਆਪਣੀ ਕੁੜੀ ਨੂੰ ਅਜੇ ਰੋਟੀ ਦੇ ਸਕਣ ਦੇ ਸਮਰੱਥ ਹੈ। ਪਰ ਉਹ ਧੀ ਦਾ ਦੁੱਖ ਬ੍ਰਦਾਸ਼ਤ ਨਹੀਂ ਕਰੇਗਾ। ਇਸੇ ਕਰਕੇ ਗੇਲੋ ਪਿੰਡ ਰਹਿਣ ਲੱਗ ਪਈ ਜੋ ਬਚਨੋਂ ਲਈ ਸਮੱਸਿਆ ਬਣ ਗਈ। ਉਹ ਅਕਸਰ ਬਚਨੋਂ ਨੂੰ ਕਹਿੰਦੀ "ਤੂੰ ਭਲਾਂ ਫੌਜ ਜਾ ਕੇ ਕੀ ਕਰਨਾ ਹੈ ? ਪਿੰਡ ਤੂੰ ਅੱਜ ਤੱਕ ਚੱਜ ਨਾਲ ਰਹੀ ਨੀ ਹੁਣ ਵੀਰ ਕੋਲ ਜਾ ਕੇ ਕੀ ਰਹੇਂਗੀ ? ਨਾਲੇ ਵੀਰ ਦੀ ਫੈਮਲੀ ਪਹਿਲਾਂ ਅਸੀਂ ਆਂ। ਜੇ ਉਸ ਨੂੰ ਕੋਈ ਰੋਟੀ ਪਾਣੀ ਦਾ ਔਖਾ ਹੈ ਤਾਂ ਮੇਰੇ ਜਾਂ ਬੇਬੇ 'ਚੋਂ ਕੋਈ ਚਲੀ ਜਾਵੇਗੀ। ਮਾਂ ਪੁੱਤ ਕਦੋਂ ਦੇ ਵਿਛੜੇ ਨੇ ਤੇਰਾ ਉੱਥੇ ਕੀ ਕੰਮ ? ਨਾਲੇ ਬੇਬੇ ਕਿਹੜੇ ਬਾਹਰ ਘੁੰਮ ਫਿਰ ਆਊਗੀ" ਉਹ ਰੋਜ਼ ਕਹਿੰਦੀ "ਲਿਖਦੀ ਆਂ ਵੀਰ ਨੂੰ ਚਿੱਠੀ ਤੂੰ ਭਲਾ ਭਾਬੀ ਤੋਂ ਕੀ ਕਰਉਣੈ ? ਨਾਲੇ ਵਾਧੂ ਦਾ ਖਰਚਾ, ਉਹੀ ਚਾਰ ਪੈਸੇ ਬਾਪੂ ਨੂੰ ਭੇਜ, ਤਾਂ ਚਾਰ ਖਣ ਹੋਰ ਪੱਕੇ ਹੋ ਜਾਣਗੇ। "

ਪਰ ਬੇਅੰਤ ਕੌਰ ਤਾਂ ਅਜਿਹੀ ਨਹੀਂ ਸੀ। ਉਹ ਤਾਂ ਗੇਲੋ ਨੂੰ ਏਦਾਂ ਬੋਲਣ ਤੋਂ ਹਮੇਸ਼ਾਂ ਟੋਕਦੀ ਰਹਿੰਦੀ। ਇੱਕ ਵਾਰ ਤਾਂ ਗੇਲੋ ਨੇ ਦਲੇਰ ਸਿੰਘ ਨੂੰ ਘਰ ਵਾਲੀ ਨੂੰ, ਨਾ ਸੱਦਣ ਵਾਰੇ ਚਿੱਠੀ ਵੀ ਲਿਖ ਦਿੱਤੀ ਸੀ ਅਤੇ ਘਰ ਦੀਆਂ ਹੋਰ ਸੈਂਕੜੇ ਸਮੱਸਿਆਵਾਂ ਵੀ ਲਿਖ ਦਿੱਤੀਆਂ ਸਨ। ਪਰ ਅੱਗੋਂ ਦਲੇਰ ਸਿੰਘ ਵੀ ਫੌਜੀਆਂ ਵਾਲੀ ਨਾਂ ਤੇ ਅੜ ਗਿਆ ਕਿ ਬਚਨੋ ਤਾਂ ਆਏਗੀ ਹੀ ਆਏਗੀ। ਮੁੜਕੇ ਉਹ ਕਹਿਣ ਲੱਗ ਪਈ "ਪਤਾ ਨਹੀਂ ਇਹਨੇ ਵੀਰੇ ਦੇ ਸਿਰ ਕੀ ਪਾ ਦਿੱਤਾ ਏ, ਜੋ ਘਰ ਵਾਲੀ ਮਗਰ ਲੱਗਿਆ ਫਿਰਦਾ ਏ। ਬਚਨੋ ਜਿਹੜਾ ਜਵਾਕ ਐਥੇ ਛੱਡ ਕੇ ਜਾਊ, ਭਲਾਂ ਉਸ ਨੂੰ ਕੌਣ ਨੁਹਾਊ ਧੁਆਊ...? ਆਪਾਂ ਤਾਂ ਨੀ ਕਰਦੇ...। ਮੈਂ ਤਾਂ ਆਪ ਸਹੁਰਿਆਂ ਤੋਂ ਧੱਕੀ ਬੈਠੀ ਆਂ। ਪਰ ਏਥੇ ਤਾਂ ਸਾਰਿਆਂ ਆਪੋ ਆਪਣੀ ਪਈ ਆ...। ਵੀਰਾ ਵੀ ਮੇਰੇ ਦੁੱਖ ਨੂੰ ਭੁੱਲ ਗਿਆ"

ਬਚਨੋ ਦੇ ਜਾਣ ਦੀ ਗੱਲ ਸੁਣ ਉਸਦੀ ਜਠਾਣੀ ਵੀ ਤਾਂ ਅੱਗ ਤੇ ਲਿਟਦੀ ਫਿਰ ਰਹੀ ਸੀ' "ਮੈਂ ਹੀ ਰਹਿ ਗਈ ਘਰ ਦਾ ਕੰਮ ਫੂਕਣ ਨੂੰ? ਇਹ ਮਹਾਰਾਣੀ ਪਹਿਲਾਂ ਪੇਕੇ ਡੇਰਾ ਲਾਕੇ ਬੈਠੀ ਰਹੀ ਤੇ ਹੁਣ ਅਖੇ ਫੌਜ 'ਚ ਜਾਊ। ਫੇਰ ਘਰਦੇ ਕੰਮ ਕੌਣ ਕਰੂ?" ਉਸ ਨੇ ਗੇਲੋ ਨਾਲ ਧਿਰ ਬਣਾ ਲਈ ਸੀ । ਬਚਨ ਕੌਰ ਰੋਜ਼ ਖਿਝਦੀ ਤੜਫਦੀ ਰਹਿੰਦੀ ਪਰ ਦਲੇਰ ਸਿੰਘ ਤੱਕ ਆਪਣਾ ਦੁੱਖ ਪਹੁੰਚਾਣ ਦਾ ਉਸ ਕੋਲ ਕੋਈ ਵੀ ਵਸੀਲਾ ਨਹੀਂ ਸੀ।

ਫਰਵਰੀ ਦੇ ਆਖਰੀ ਹਫਤੇ ਦਲੇਰ ਸਿੰਘ ਬਚਨ ਕੌਰ ਨੂੰ ਲੈਣ ਆ ਪਹੁੰਚਿਆ। ਘਰ ਵਿੱਚ ਕਸ਼ੀਦਗੀ ਵਾਲਾ ਮਹੌਲ ਸੀ ਪਰ ਤਾਂ ਵੀ ਸਮਾਨ ਬੰਨਿਆ ਜਾ ਰਿਹਾ ਸੀ। ਆਟਾ, ਦਾਲਾਂ, ਤਵਾ, ਪਰਾਂਤ, ਚੱਕਲਾ ਵੇਲਣਾ ਸਭ ਕੁੱਝ ਬੰਨ ਲਿਆ ਗਿਆ। ਕੰਬਲ ਚਾਦਰਾਂ ਤੇ ਹੋਰ ਜਰੂਰਤ ਦਾ ਸਮਾਨ ਵੀ ਪਾ ਲਿਆ ਗਿਆ। ਮਨਦੀਪ ਨੂੰ ਵੀ ਨਾਨਕਿਆਂ ਤੋਂ ਕੁੱਝ ਦਿਨ ਵਾਸਤੇ ਲੈ ਆਂਦਾ। ਪਰ ਰਘਵੀਰ ਨੂੰ ਅਜੇ ਦੱਸਿਆ ਹੀ ਨਹੀਂ ਸੀ ਗਿਆ ਕਿ ਉਹ ਨਾਲ ਨਹੀਂ ਜਾ ਰਿਹਾ। ਉਸ ਨੂੰ ਨਵੇਂ ਕੱਪੜੇ ਲੀੜੇ ਅਤੇ ਨਿੱਕੀਆਂ ਮੋਟੀਆਂ ਖੇਡਾਂ ਲੈ ਕੇ ਦਿੱਤੀਆਂ ਜਾ ਰਹੀਆਂ ਸਨ। ਰਵਿੰਦਰ ਤਾਂ ਨਾਲ ਜਾ ਹੀ ਰਿਹਾ ਸੀ। ਜਿਸ ਦਿਨ ਉਹ ਰੁੜਕੀ ਨੂੰ ਜਾਣ ਲਈ ਘਰੋਂ ਤੁਰੇ ਤਾਂ ਬਚਨ ਕੌਰ ਲਈ ਇਹ ਬੇਹੱਦ ਕਠਨ ਸਮਾਂ ਸੀ। ਆਪਣੇ ਦੋ ਬੱਚਿਆਂ ਨੂੰ ਪਿੱਛੇ ਛੱਡ ਕੇ ਜਾਣਾ ਕੋਈ ਸੌਖਾ ਕੰਮ ਨਹੀਂ ਸੀ।

ਉਧਰ ਦਲੇਰ ਸਿੰਘ ਦੇ ਭਰਾ ਤਾਂ ਪਹਿਲਾਂ ਹੀ ਮੂੰਹ ਵੱਟੀਂ ਫਿਰਦੇ ਸਨ। ਉਨ੍ਹਾਂ ਦੇ ਤੁਰਨ ਸਮੇਂ ਉਹ ਸਭ ਬਹਾਨੇ ਨਾਲ ਘਰੋਂ ਖਿਸਕ ਗਏ। ਦਲੇਰ ਦੇ ਬਚਪਨ ਦਾ ਦੋਸਤ ਬਾਘਾ ਹੀ ਉਸਦੇ ਕੰਮ ਆਇਆ ਜੋ ਉਨ੍ਹਾਂ ਨੂੰ ਦੋਰਾਹੇ ਤੱਕ ਛੱਡਣ ਲਈ ਗੱਡਾ ਲੈ ਆਇਆ ਸੀ। ਰਸਤੇ 'ਚ ਉਹ ਪੁੱਛਦਾ ਜਾ ਰਿਹਾ ਸੀ "ਭਲਾਂ ਫੌਜੀਆ ਫੌਜਣ ਉਥੇ ਕੀ ਕਰੂ? ਹੋਰ ਲੈਫਟ ਰੈਟ ਈ ਨਾਂ ਕਰਾਈ ਜਾਵੀਂ। ਚਲੋ ਫੌਜਣ ਕਿਸਮਤ ਵਾਲੀ ਆ ਬਈ ਬਾਹਰਲਾ ਮੁਲਕ ਦੇਖ ਆਊ। ਅਸੀ ਤਾਂ ਕਦੇ ਲੁਦੇਹਾਣਾ ਟੱਪ ਕੇ ਨੀ ਦੇਖਿਆ। ਨਾਲੇ ਤੂੰ ਵੀ ਕਿਸਮਤ ਵਾਲਾਂ ਏ ਫੌਜੀਆ...ਮੇਰੇ ਵਲ ਦੇਖ ਜੇਹੜੀ ਪੰਜ ਸੌ 'ਚ ਬਿਹਾਰਨ ਲੈ ਕੇ ਆਇਆ ਸੀ, ਉਹ ਵੀ ਛੱਡ ਕੇ ਭੱਜ ਗੀ। ਬੱਸ ਹੁਣ ਤੂੰ ਹੀ ਮੇਰਾ ਇੱਕ ਦੋਸਤ ਏਂ। ਤੈਨੂੰ ਛੱਡਣ ਜਾਣ 'ਚ ਮੇਰੀ ਬਹੁਤ ਖੁਸ਼ੀ ਆ। ਨਾਲੇ ਦੋਰਾਹੇ ਤੋਂ ਪਸ਼ੂਆਂ ਲਈ ਖਲ ਵੜੇਵੇਂ ਲੈ ਆਊਂ। ਫੌਜੀਆਂ ਜਦੋਂ ਫੇਰ ਆਵੇਂ ਮੇਰੇ ਲਈ ਦੋ ਰੰਬ ਦੀ ਬੋਤਲਾਂ ਲਿਆਂਈ ਫੇਰ 'ਕੱਠੇ ਬਹਿ ਕੇ ਪੀਵਾਂਗੇ। ਤੈਨੂੰ ਤੇ ਫੌਜਣ ਨੂੰ ਫੇਰ ਮੈਂ ਹੀ ਲੈਣ ਆਊਂ। ਬੱਸ ਕੇਰਾਂ ਸਨੇਹਾ ਭੇਜ ਦੀ" ਬਾਘਾ ਗੱਲਾਂ ਦੀ ਲੜੀ ਹੀ ਨਹੀਂ ਸੀ ਟੁੱਟਣ ਦੇ ਰਿਹਾ।

ਰੇਲ ਗੱਡੀ ਚੜਨਾ ਬਚਨ ਕੌਰ ਲਈ ਬਿਲਕੁੱਲ ਨਵੀਂ ਗੱਲ ਸੀ। ਦੋਰਾਹੇ ਦਾ ਰੇਲਵੇ ਸਟੇਸ਼ਨ ਬਹੁਤਾ ਵੱਡ ਨਾ ਹੋਣ ਕਰਕੇ ਕੋਈ ਬਹੁਤਾ ਭੀੜ ਭੜੱਕਾ ਵੀ ਨਹੀਂ ਸੀ। ਫੇਰ ਵੀ ਬਚਨੋਂ

ਨੇ ਨਿੱਕੇ ਰਵਿੰਦਰ ਦੀ ਉਂਗਲੀ ਘੁੱਟ ਕੇ ਫੜੀ ਹੋਈ ਸੀ ਤਾਂ ਕਿ ਕਿਤੇ ਗੁਆਚ ਨਾ ਜਾਏ। ਦਲੇਰ ਸਿੰਘ ਨੇ ਸਹਾਰਨਪੁਰ ਜਾਣ ਵਾਲੀ ਹਾਵੜਾ ਐਕਸਪ੍ਰੈੱਸ ਦੀਆਂ ਤਿੰਨ ਟਿਕਟਾਂ ਲਈਆਂ। ਉਹ ਸਮਾਨ ਰੱਖ ਕੇ ਬੈਂਚ ਤੇ ਬੈਠ ਗਏ। ਤਿੰਨ ਟਰੰਕ, ਫੋਲਡਿੰਗ ਬੈੱਡ ਤੇ ਇੱਕ ਪੀਪਾ। ਤੇ ਇਸਦੇ ਨਾਲ ਹੀ ਇੱਕ ਫੌਜੀ ਬਿਸਤਰਾ ਬੰਧ। ਇਹ ਸਾਰਾ ਸਮਾਨ ਭਰੀ ਹੋਈ ਗੱਡੀ ਵਿੱਚ ਦਲੇਰ ਸਿੰਘ ਨੇ ਇਕੱਲੇ ਨੇ ਹੀ ਚੜਾਂਉਣਾ ਸੀ। ਬਚਨ ਕੌਰ ਦਾ ਸੋਚ ਸੋਚ ਦਿਲ ਘਾਂਊ ਮਾਊਂ ਹੋ ਰਿਹਾ ਸੀ।

ਕੁੱਝ ਹੀ ਦੇਰ ਬਾਅਦ ਦਲੇਰ ਸਿੰਘ ਨੇ ਕਿਹਾ " ਲਉ ਸਿਗਨਲ ਡਾਊਨ ਹੋ ਗਿਆ ਏ। ਔਹ ਗੱਡੀ ਵੀ ਆ ਰਹੀ ਹੈ ਉਠੋ" ਤਦੇ ਦੂਰ ਤੋਂ ਤੇਜ਼ ਰੌਸ਼ਨੀ ਆਂਉਦੀ ਦਿਖਾਈ ਦਿੱਤੀ। ਬਚਨ ਕੌਰ ਭੈਭੀਤ ਸੀ ਕਿ ਜੇ ਲੋਹੇ ਤੇ ਗਾਡਰਾਂ ਤੋਂ ਐਨੀ ਭਾਰੀ ਗੱਡੀ ਤਿਲਕ ਗਈ, ਤਾਂ ਕੀ ਬਣੂ ? ਪਰ ਹੁਣ ਸੋਚਣ ਦਾ ਵਕਤ ਹੀ ਕਿੱਥੇ ਸੀ। ਗੱਡੀ ਤਾਂ ਕੂਕਾਂ ਮਾਰਦੀ ਛੱਕ ਛੱਕ ਛੁੱਕ, ਛੁੱਕ ਕਰਦੀ ਧੂੜਾਂ ਉਡਾਂਉਦੀ ਆ ਰਹੀ ਸੀ। ਜਿਉਂ ਹੀ ਗੱਡੀ ਪਲੇਟ ਫਾਰਮ ਤੇ ਰੁਕੀ ਦਲੇਰ ਸਿੰਘ ਨੇ ਫੌਜੀਆਂ ਵਾਲੀ ਫੁਰਤੀ ਦਿਖਾਈ। ਤੇ ਦੋ ਮਿੰਟਾਂ ਵਿੱਚ ਹੀ ਸਾਰਾ ਸਮਾਨ ਗੱਡੀ ਤੇ ਚੜ੍ਹਾ ਦਿੱਤਾ। ਬਚਨ ਕੌਰ ਅਤੇ ਰਵਿੰਦਰ ਵੀ ਗੱਡੀ ਚੜ੍ਹ ਗਏ। ਰੇਲ ਗੱਡੀ ਇੱਕ ਲੰਬੀ ਕੂਕ ਮਾਰ ਕੇ ਤੁਰ ਪਈ।

ਬਾਹਰੋਂ ਕੋਇਲੇ ਦੀ ਗੰਧ ਆ ਰਹੀ ਸੀ। ਬੜੀ ਮੁਸ਼ਕਲ ਨਾਲ ਬਚਨੋ ਨੂੰ ਸੀਟ ਮਿਲੀ। ਲਾਈਟਾਂ ਦਰਖਤ ਅਤੇ ਇਮਾਰਤਾਂ ਪਿੱਛੇ ਵਲ ਦੌੜ ਰਹੇ ਸਨ। ਕਈ ਲੋਕ ਸਭ ਕਾਸੇ ਤੋਂ ਬੇਖ਼ਬਰ, ਪੈਰ ਪਸਾਰੀਂ ਸੁੱਤੇ ਪਏ ਸਨ। ਬਚਨ ਕੌਰ ਨੂੰ ਆਪਣੇ ਪਿੱਛੇ ਰਹਿ ਗਏ ਦੋ ਬੇਟੇ ਬਹੁਤ ਯਾਦ ਆ ਰਹੇ ਸਨ। ਉਹ ਆਪਣੇ ਬੇਬੇ ਬਾਪੂ ਅਤੇ ਹੋਰ ਭੈਣਾਂ ਭਰਾਵਾਂ ਨੂੰ ਵੀ ਚੇਤੇ ਕਰਦੀ ਜਾ ਰਹੀ ਸੀ।

ਉਹ ਪਹਿਲੀ ਵਾਰ ਪੰਜਾਬ ਤੋਂ ਬਾਹਰ ਕਿਤੇ ਦੂਰ ਦੁਰਾਡੇ ਚੱਲੀ ਸੀ। ਦੋਰਾਹੇ ਤੋਂ ਬਾਅਦ ਗੱਡੀ ਅੰਬਾਲੇ ਜਾ ਕੇ ਰੁਕੀ। ਬਹੁਤ ਸਾਰੇ ਲੋਕ ਚੜ੍ਹੇ ਅਤੇ ਬਹੁਤ ਸਾਰੇ ਉੱਤਰੇ। ਲੋਕਾਂ ਦਾ ਬੋਲੀ ਅਤੇ ਪਹਿਰਾਵਾ ਵੀ ਬਦਲ ਗਏ। ਸਟੇਸ਼ਨ ਤੇ ਸਮਾਨ ਵੇਚਣ ਵਾਲੇ ਵੀ ਹਿੰਦੀ ਵਿੱਚ ਹੋਕਰੇ ਲਾ ਰਹੇ ਸਨ। ਦਲੇਰ ਸਿੰਘ ਨੇ ਏਥੋਂ ਚਾਹ ਦੇ ਨਾਲ ਨਾਲ ਖੋਪੇ ਦੀਆਂ ਗਿਰੀਆਂ ਵੀ ਲਈਆਂ ਅਤੇ ਰਸਤੇ ਵਿੱਚ ਖਾਣ ਲਈ ਮੂੰਗਫਲੀ ਦੇ ਲਫਾਫੇ ਵੀ ਲਏ। ਪਰ ਬਚਨ ਕੌਰ ਨੂੰ ਇਹ ਚਾਹ ਭੋਰਾ ਸੁਆਦ ਨਾ ਲੱਗੀ। ਜਿਵੇਂ ਉਬਲਿਆ ਹੋਇਆ ਪਾਣੀ ਜਿਹਾ ਹੋਵੇ।

ਗੱਡੀ ਫੇਰ ਤੁਰ ਪਈ ਪਰ ਚਾਹ ਵੇਚਣ ਵਾਲੇ ਅਜੇ ਵੀ ਗਲਾਸ ਅਤੇ ਪੈਸੇ ਇਕੱਠੇ ਕਰ ਰਹੇ ਸਨ। ਜੋ ਬਾਅਦ ਵਿੱਚ ਚੱਲਦੀ ਗੱਡੀ ਵਿੱਚੋਂ ਹੀ ਛਾਲ ਮਾਰ ਉੱਤਰ ਗਏ। ਬਚਨ ਕੌਰ ਵੇਖ ਵੇਖ ਹੈਰਾਨ ਹੋ ਰਹੀ ਸੀ, ਕਿ ਏਹਨਾਂ ਨੂੰ ਡਰ ਨਹੀਂ ਲੱਗਦਾ ? ਪਰ ਦਲੇਰ ਸਿੰਘ ਕਹਿ ਰਿਹਾ ਸੀ 'ਏਨਾਂ ਦਾ ਤਾਂ ਇਹ ਰੋਜ਼ ਦਾ ਕੰਮ ਆ'।

ਫੇਰ ਸਹਾਰਨਪੁਰ ਤੋਂ ਹਰਦਵਾਰ ਜਾਣ ਵਾਲੀ ਗੱਡੀ ਜਨਤਾ ਐਕਸਪ੍ਰੈੱਸ ਪਕੜਨੀ ਸੀ। ਸਾਰਾ ਸਮਾਨ ਇੱਕ ਵਾਰ ਉਤਾਰਿਆ ਅਤੇ ਚੜ੍ਹਾਇਆ ਗਿਆ। ਕੁੱਝ ਹੀ ਘੰਟਿਆਂ ਬਾਅਦ ਉਹ ਰੁੜਕੀ ਦੇ ਨਾਲ ਲੱਗਦੇ ਇੱਕ ਨਿੱਕੇ ਜਿਹੇ ਸਟੇਸ਼ਨ ਲਢੌਰੇ ਤੇ ਜਾ ਉੱਤਰੇ। ਉਦੋਂ ਤੜਕੇ ਦੇ ਚਾਰ ਵੱਜਣ ਵਾਲੇ ਸਨ।

ਸਟੇਸ਼ਨ ਤੋਂ ਦਲੇਰ ਸਿੰਘ ਨੇ ਦੋ ਰਿਕਸ਼ੇ ਕਰਕੇ, ਸਮਾਨ ਲਦਵਾਇਆ। ਇੱਕ ਰਿਕਸ਼ੇ ਤੇ ਉਹ ਆਪ ਬੈਠ ਗਏ ਤੇ ਦੂਸਰੇ ਤੇ ਸਮਾਨ। ਬਚਨ ਕੌਰ ਨੂੰ ਇਹ ਅਜੀਬ ਜਿਹਾ ਤੇ ਓਪਰਾ ਜਿਹਾ ਇਲਾਕਾ ਜਾਪ ਰਿਹਾ ਸੀ। ਉੱਪਰੋਂ ਸਰਦੀ ਵੀ ਲੱਗ ਰਹੀ ਸੀ। ਫੇਰ ਦਲੇਰ ਸਿੰਘ ਨੇ ਰਿਕਸ਼ੇ ਵਾਲਿਆਂ ਨੂੰ ਸਮਝਾਉਂਦੇ ਹੋਏ ਕਿਹਾ "ਆਹ ਫੌਜੀ ਕੁਆਟਰ ਸ਼ੁਰੂ ਹੋ ਗਏ ਨੇ ਬੱਸ ਹੁਣ ਪਹੁੰਚਗੇ ਸਮਝੋ। "

ਫੇਰ ਰਿਕਸ਼ੇ ਇੱਕ ਕੁਆਟਰ ਅੱਗੇ ਰੁਕੇ। ਦਲੇਰ ਸਿੰਘ ਨੇ ਰਿਕਸ਼ੇ ਵਾਲਿਆਂ ਨੂੰ ਪੈਸੇ ਦਿੱਤੇ ਅਤੇ ਕੁਆਟਰ ਦੇ ਦਰਵਾਜੇ ਅੱਗੇ ਸਮਾਨ ਰਖਵਾ ਲਿਆ। ਤਾਲਾ ਖੋਹਲ ਉਹ ਕੁਆਟਰ ਅੰਦਰ ਪ੍ਰਵੇਸ਼ ਕਰ ਗਏ। ਜਿੱਥੇ ਉਨ੍ਹਾਂ ਆਪ ਹੀ ਪਕਾਣਾ ਸੀ ਅਤੇ ਖਾਣਾ ਸੀ। ਹਾਲ ਦੀ ਘੜੀ ਤਾਂ ਉਹ ਬਹੁਤ ਥੁੱਕੇ ਹੋਏ ਸਨ। ਬਿਸਤਰਾ ਬੰਧ ਖੋਹਲਕੇ ਉਹ ਉੱਥੇ ਹੀ ਪੈ ਗਏ। ਤੇ ਥੱਕਿਆਂ ਹੋਇਆਂ ਨੂੰ ਝੱਟ ਹੀ ਨੀਂਦ ਨੇ ਘੇਰ ਲਿਆ।

●

ਭਾਗ 32

ਰੁੜਕੀ ਆਉਣ ਨਾਲ ਬਚਨ ਕੌਰ ਦਾ ਜਿਵੇਂ ਨਵਾਂ ਜੀਵਨ ਸ਼ੁਰੂ ਹੋ ਗਿਆ। ਚੁਰ, ਚੁੱਲਿਆਂ ਅਤੇ ਚਿਮਟੇ ਫੂਕਨਿਆਂ ਦਾ ਖਹਿੜਾ ਛੱਡ, ਉਹ ਸਟੋਵ ਨਾਲ ਜੁੜਨ ਲੱਗੀ। ਮਿੱਟੀ ਦੇ ਤੇਲ ਨਾਲ ਭਰੇ ਸਟੋਵ ਨੂੰ ਚਾਰ ਪੰਜ ਪੰਪ ਮਾਰ ਉਹ ਜਦੋਂ ਤੀਲੀ ਛੁਹਾਉਂਦੀ ਤਾਂ ਅੱਗ ਦੀ ਨੀਲੀ ਜਿਹੀ ਲਾਟ ਨਿੱਕਲਦੀ। ਫੇਰ ਬੱਸ ਤਵਾ ਧਰੋ ਤੇ ਰੋਟੀ ਤਿਆਰ। ਸਲਾਭੀਆਂ ਪਾਥੀਆਂ ਨੂੰ ਫੂਕਾਂ ਮਾਰ ਮਾਰ, ਸਿਰ ਖਪਾਉਣ ਦਾ ਟੰਟਾ ਜਿਹਾ ਮੁੱਕ ਗਿਆ ਸੀ। ਪਰ ਦਲੇਰ ਸਿੰਘ ਕਹਿੰਦਾ ਕਿ ਜਿਆਦਾ ਫੂਕ ਭਰਨ ਨਾਲ ਸਟੋਵ ਫਟ ਵੀ ਜਾਂਦਾ ਹੈ। ਪੰਜਾਬ ਤੋਂ ਅਜਿਹੀਆਂ ਸਟੋਵ ਫਟਣ ਦੀਆਂ ਖ਼ਬਰਾਂ ਵੀ ਤਾਂ ਅਕਸਰ ਹੀ ਅਖ਼ਬਾਰਾਂ ਵਿੱਚ ਲੱਗਦੀਆਂ ਰਹਿੰਦੀਆਂ ਸੀ। ਪਰ ਇਨਾਂ ਵਿੱਚ ਨੂੰਹਾਂ ਹੀ ਸੜਦੀਆਂ। ਕਦੇ ਕਦੇ ਉਹ ਸੋਚਦੀ ਕਿ ਸਟੋਵ ਨਣਾਨਾ ਜਾਂ ਸੱਸਾਂ ਨੂੰ ਕੁਝ ਕਿਉਂ ਨਹੀਂ ਸਾੜਦਾ ? ਤੇ ਇਹ ਸਟੋਵ ਹਮੇਸ਼ਾਂ ਦਾਜ ਦੇ ਲੋਭੀਆਂ ਦੇ ਘਰਾਂ ਵਿੱਚ ਹੀ ਫਟਦੇ। ਸਟੋਵ ਨੂੰ ਪਿੰਨ ਮਾਰਦੀ ਅਕਸਰ ਉਹ ਅਜਿਹੀਆਂ ਗੱਲਾਂ ਸੋਚਣ ਲੱਗ ਪੈਂਦੀ।

ਦਲੇਰ ਸਿੰਘ ਨੇ ਕੁਆਟਰ ਦੇ ਕੋਨੇ 'ਚ ਬਣੀ ਨਿੱਕੀ ਜਿਹੀ ਰਸੋਈ ਵਿੱਚ ਇੱਕ ਟ੍ਰਾਂਜਿਸਟਰ ਰੇਡੀਉ ਵੀ ਪੱਕਾ ਹੀ ਲਗਾ ਦਿੱਤਾ, ਜਿਸ ਤੇ ਅਕਸਰ ਫਿਲਮੀਂ ਗੀਤ ਚੱਲਦੇ ਰਹਿੰਦੇ। ਹੁਣ ਤਾਂ ਬਚਨ ਕੌਰ ਨੂੰ ਖ਼ਬਰਾਂ ਵਿੱਚ ਵੀ ਦਿਲਚਸਪੀ ਹੋ ਗਈ ਸੀ। ਚੁੱਲੇ ਚੌਂਕੇ ਤੇ ਵੀ ਹੁਣ ਉਹ ਚੱਪਲਾਂ ਪਾ ਕੇ ਹੀ ਤੁਰੀ ਫਿਰਦੀ। ਬਲਕਿ ਏਥੇ ਤਾਂ ਨੰਗੇ ਪੈਰੀਂ ਤੁਰੇ ਫਿਰਨਾਂ ਦਲੇਰ ਸਿੰਘ ਨੂੰ ਚੰਗਾ ਨਹੀਂ ਸੀ ਲੱਗਦਾ। ਉਹ ਖੁਦ ਵੀ ਹਮੇਸ਼ਾਂ ਡਿਊਟੀ ਤੋਂ ਆਉਣ ਸਾਰ ਪਗੜੀ ਉਤਾਰ ਦਿੰਦਾ ਅਤੇ ਨੰਗੇ ਸਿਰ ਬੈਠ ਕੇ ਹੀ ਰੋਟੀ ਖਾਂਦਾ ਜੋ ਕੇ ਸੰਤਾ ਸਿੰਘ ਦੇ ਅਸੂਲਾਂ ਦੇ ਐਨ ਉਲਟ ਸੀ, ਜਿੱਥੇ ਨੰਗੇ ਸਿਰ ਰੋਟੀ ਖਾਣ ਦੀ ਮਨਾਹੀ ਸੀ। ਬਚਨ ਕੌਰ ਦਾ ਜੀਵਨ ਢੰਗ ਬਦਲ ਰਿਹਾ ਸੀ।

ਹੁਣ ਤਾਂ ਉਹ ਫਿਲਮੀਂ ਗੀਤ ਵੀ ਸੁਣਦੀ ਰਹਿੰਦੀ। ਕਈਆਂ ਗੀਤਾਂ ਦੇ ਤਾਂ ਉਸ ਨੂੰ ਮੁੱਖੜੇ ਵੀ ਯਾਦ ਹੋ ਗਏ। ਹੁਣ ਤਾਂ ਉਹ ਹਫਤੇ ਵਿੱਚ ਦੋ ਵਾਰ ਸੈਨਿਕ ਸਿਨਮੇ ਵਿੱਚ ਜਾਕੇ ਫਿਲਮ ਵੀ ਦੇਖ ਆਉਂਦੇ। ਜੋ ਫੌਜੀਆਂ ਦੇ ਪਰਿਵਾਰਾਂ ਲਈ ਮਨੋਰੰਜਨ ਵਾਸਤੇ ਮੁਫਤ ਹੀ ਦਿਖਾਈ ਜਾਂਦੀ ਸੀ। ਬਚਨ ਕੌਰ ਨੂੰ ਫਿਲਮਾਂ ਦੇ ਨਾਂ ਯਾਦ ਹੋਣ ਲੱਗੇ। ਕਈ ਐਕਟਰਾਂ ਦੀ ਪਛਾਣ ਆਉਣ ਲੱਗੀ। ਫਿਲਮ ਵਾਲਾ ਦਿਨ ਸਗੋਂ ਉਸ ਨੂੰ ਬਹੁਤ ਚੰਗਾ ਲੱਗਦਾ। ਉਹ ਸੁਵੱਖਤੇ ਉੱਠ ਪ੍ਰਾਉਂਠੇ ਬਣਾਉਂਦੀ। ਰਵਿੰਦਰ ਨੂੰ ਨੁਹਾ ਧੁਆ ਕੇ, ਜੂੜਾ ਕਰਦੀ, ਉਨ੍ਹਾਂ ਦੇ ਸਿਰਾਂ ਤੇ ਚਿੱਟਾ ਰੁਮਾਲ ਬੰਨਦੀ। ਦਲੇਰ ਸਿੰਘ ਦੇ ਆਉਣ ਤੇ ਉਹ ਰਿਕਸ਼ੇ ਵਿੱਚ ਬਹਿ 'ਸੰਗਮ' ਸਿਨਮੇਂ ਨੂੰ ਤੁਰ ਜਾਂਦੇ।

ਰਸਤੇ ਵਿੱਚ ਉਹ ਜਾਨਣਾ ਚਾਹੁੰਦੀ ਕਿ ਇਸ ਫਿਲਮ ਦੇ ਸਿਤਾਰੇ ਕੌਣ ਕੌਣ ਨੇ। ਉਸ ਨੂੰ ਧਰਮਿੰਦਰ, ਰਾਜੇਸ਼ ਖੰਨਾ, ਜਤਿੰਦਰ, ਵਿਨੋਦ ਖੰਨਾ, ਰਾਜਿੰਦਰ ਕੁਮਾਰ, ਹੇਮਾ ਮਾਲਿਨੀ, ਮੀਨਾ ਕੁਮਾਰੀ ਵਗੈਰਾ ਚੰਗੇ ਲੱਗਦੇ। ਉਸ ਨੂੰ ਦੇਖ ਕੇ ਹੀ ਸਾਰੀ ਫਿਲਮੀਂ ਕਹਾਣੀ ਯਾਦ ਹੋ ਜਾਂਦੀ। ਜਦੋਂ ਕਦੇ ਉਨ੍ਹਾਂ ਦੀ ਦੇਖੀ ਹੋਈ ਫਿਲਮ ਦਾ ਗੀਤ ਰੇਡੀਉ ਤੇ ਆ ਜਾਂਦਾ ਤਾਂ ਉਸ ਨੂੰ ਬਹੁਤ ਹੀ ਚੰਗਾ ਲੱਗਦਾ। ਹਕੀਕਤ, ਪਾਕੀਜ਼ਾ, ਗੀਤ, ਦੋ ਬਦਨ, ਮੇਰਾ ਗਾਉਂ ਮੇਰਾ ਦੇਸ਼, ਏਕ ਫੂਲ ਦੋ ਮਾਲੀ,

ਪ੍ਰਤਿੱਗਿਆ ਉਸ ਦੀਆਂ ਮਨ ਪਸੰਦ ਫਿਲਮਾਂ ਬਣ ਗਈਆਂ। ਹੁਣ ਤਾਂ ਉਹ ਮਾੜੀ ਮੋਟੀ ਹਿੰਦੀ ਵੀ ਬੋਲਣ ਲੱਗ ਪਈ ਸੀ।

ਸਾੜੀਆਂ ਵਾਲੀਆਂ ਮਦਰਾਸਣਾਂ, ਬੰਗਾਲਣਾਂ, ਬਿਹਾਰਨਾਂ, ਗੁਜਰਾਤਣਾਂ ਉਸ ਨਾਲ ਗੱਲੀਂ ਆ ਜੁਟਦੀਆਂ। ਉਹ ਇੱਕ ਦੂਜੀ ਨੂੰ ਆਪਣੇ ਖਾਣਿਆਂ ਸਬੰਧੀ ਜਾਣਕਾਰੀ ਦਿੰਦੀਆਂ। ਬਚਨੋਂ ਆਪਣੇ ਪੰਜਾਬ ਦੀਆਂ ਗੱਲਾਂ ਸੁਣਾਉਂਦੀ। ਹੁਣ ਉਸ ਨੂੰ ਉਨ੍ਹਾਂ ਦੀ 'ਧਾਰੇ ਮਾਰੇ' ਸਮਝ ਆਉਣ ਲੱਗ ਪਏ ਸੀ। ਦਲੇਰ ਸਿੰਘ ਉਸ ਦੀ ਗੁਲਾਬੀ ਹਿੰਦੀ ਸੁਣ ਸੁਣਕੇ, ਹੱਸ ਹੱਸ ਲੋਟ ਪੋਟ ਹੁੰਦਾ। ਉਸ ਦੇ ਸ਼ਾਗਿਰਦ ਵੀ ਅਸਾਮ ਉੜੀਸਾ ਵਾਲੇ ਜਦੋਂ ਕਦੇ ਘਰ ਆਉਂਦੇ, ਬਚਨ ਕੌਰ ਉਨ੍ਹਾਂ ਨਾਲ ਵੀ ਓਸੇ ਲਹਿਜੇ ਵਿੱਚ ਗੱਲਬਾਤ ਕਰਦੀ। ਹੁਣ ਉਸ ਦੀ ਜ਼ਿੰਦਗੀ ਵਿੱਚ ਇੱਕ ਨਵਾਂ ਰੰਗ ਭਰ ਰਿਹਾ ਸੀ। ਜਿਸ ਨੂੰ ਦਲੇਰ ਸਿੰਘ ਹੋਰ ਗੂੜਾ ਕਰਨ ਦੀ ਕੋਸ਼ਿਸ਼ ਕਰਦਾ।

ਹਰ ਐਤਵਾਰ ਉਹ ਸਵੇਰੇ, ਖਾਣਾ ਖਾਅ 'ਲਾਲ ਕੁੜਤੀ' ਮਾਰਕੀਟ ਘੁੰਮਣ ਚਲੇ ਜਾਂਦੇ। ਕਈ ਵਾਰ ਉਹ ਫੌਜੀਆਂ ਦੇ ਪ੍ਰੋਗਰਾਮ ਜਾਂ ਖੇਡਾਂ ਦੇਖਣ ਵੀ ਚਲੇ ਜਾਂਦੇ। ਬਚਨ ਕੌਰ ਨੂੰ ਕਦੇ ਕਦੇ ਪਿੱਛੇ ਰਹਿ ਗਏ ਮਨਦੀਪ ਅਤੇ ਰਘਵੀਰ ਦੀ ਵੀ ਬਹੁਤ ਯਾਦ ਆਂਉਦੀ। ਉਸ ਸੋਚਦੀ ਜੇ ਕਿਤੇ ਉਹ ਵੀ ਨਾਲ ਹੁੰਦੇ ਤਾਂ ਕਿੰਨਾ ਚੰਗਾ ਹੁੰਦਾ। ਕਈ ਵਾਰ ਉਹ ਦਲੇਰ ਸਿੰਘ ਨੂੰ ਕਹਿੰਦੀ "ਜਾਉ ਜਾਕੇ ਬੱਚਿਆਂ ਨੂੰ ਲੈ ਆਓ"। ਪਰ ਅੱਗੋਂ ਦਲੇਰ ਸਿੰਘ ਕਹਿੰਦਾ ਕਿ "ਉਨ੍ਹਾਂ ਦੀ ਪੜ੍ਹਾਈ ਖਰਾਬ ਹੋਵੇਗੀ। ਜਦੋਂ ਦੋ ਮਹੀਨੇ ਦੀਆਂ ਛੁੱਟੀਆਂ 'ਚ ਸਕੂਲ ਬੰਦ ਹੋਣਗੇ ਉਦੋਂ ਲੈ ਆਵਾਗਾ"

ਏਹੋ ਸਮਾਂ ਸੀ ਜਦੋਂ ਉਨ੍ਹਾਂ ਦੇ ਪਰਿਵਾਰ ਵਿੱਚ ਇੱਕ ਬਾਰੀਕ ਜਿਹੀ ਤ੍ਰੇੜ ਪੈ ਗਈ। ਮਨਦੀਪ ਵੀ ਸੋਚਦਾ ਹੋਊ ਕਿ ਮੈਂ ਆਪਣੇ ਮਾਂ ਬਾਪ ਨਾਲ ਕਿਉਂ ਨਹੀਂ ਜਾ ਸਕਿਆ ? ਉਧਰ ਰਘਵੀਰ ਨੂੰ ਚਾਚੀਆਂ ਤਾਈਆਂ ਬੋਲਦੀਆਂ ਰਹਿੰਦੀਆਂ ਕਿ "ਤੇਰੇ ਮਾਂ ਬਾਪ ਤੈਨੂੰ ਸਾਡੇ ਗਲ਼ ਪਾ ਗੇ। ਹੁਣ ਕੌਣ ਤੈਨੂੰ ਨੁਹਾਏ ਧੁਆਏ ?" ਉਸ ਤੋਂ ਡੰਗਰਾਂ ਨੂੰ ਪਾਣੀ ਪਿਆਉਣ ਤੋਂ ਲੈ ਕੇ ਸਾਰੇ ਕੰਮ ਕਰਵਾਏ ਜਾਂਦੇ ਤੇ ਆਖੇ ਨਾਂ ਲੱਗਣ ਤੇ ਚੁਪੇੜਾਂ ਵੀ ਮਾਰੀਆਂ ਜਾਂਦੀਆਂ। ਪਰ ਉਹ ਆਪਣੀ ਮਾਂ ਤੋਂ ਬਗੈਰ ਹੋਰ ਕਿਸ ਕੋਲ ਸ਼ਕਾਇਤ ਕਰ ਸਕਦਾ ਸੀ ? ਦਾਦੀ ਬੇਅੰਤ ਕੌਰ ਦਾ ਸੁਭਾਅ ਚੰਗਾ ਸੀ ਪਰ ਉਸ ਨੂੰ ਤਾਂ ਹੁਣ ਘਰ ਵਿੱਚ ਪੁੱਛਦਾ ਹੀ ਕੋਈ ਨਹੀਂ ਸੀ।

ਜਦੋਂ ਸਕੂਲਾਂ ਨੂੰ ਛੁੱਟੀਆਂ ਹੋਈਆਂ ਤਾਂ ਦਲੇਰ ਸਿੰਘ ਦੋਹਾਂ ਬੱਚਿਆਂ ਨੂੰ ਜਾ ਕੇ ਲੈ ਆਇਆ। ਬੱਚੇ ਰੇਲ ਵਿੱਚ ਬੈਠ ਕੇ ਬਹੁਤ ਖੁਸ਼ ਹੋਏ। ਛੁੱਟੀਆਂ ਦੌਰਾਨ ਖੂਬ ਘੁੰਮੇ ਫਿਰੇ। ਰਿਸ਼ੀਕੇਸ ਅਤੇ ਹਰਦੁਆਰ ਵੀ ਗਏ। ਬਹੁਤ ਸਾਰੇ ਮੰਦਿਰ ਦੇਖੇ। ਗੰਗਾ ਵਿੱਚ ਇਸ਼ਨਾਨ ਕੀਤਾ। ਇਕੱਠਿਆਂ ਫੋਟੋਆਂ ਖਿਚਵਾਈਆਂ ਅਤੇ ਬਹੁਤ ਸਾਰੀਆਂ ਫਿਲਮਾਂ ਵੀ ਵੇਖੀਆਂ। ਉਦੋਂ ਤੱਕ ਗੰਗਾ ਹਿੰਦੂਆਂ ਸਿੱਖਾਂ ਦੀ ਸਾਂਝੀ ਅਤੇ ਪਵਿੱਤਰ ਨਦੀ ਮੰਨੀ ਜਾਂਦੀ ਸੀ। ਦੋਨੋ ਫਿਰਕੇ ਹੁਣ ਤੱਕ ਗੰਗਾ ਵਿੱਚ ਹੀ ਅਸਤ ਪ੍ਰਵਾਹ ਕਰਦੇ ਸਨ।

ਦਲੇਰ ਸਿੰਘ ਸਿੰਘ ਗੰਗਾ ਇਸ਼ਨਾਨ ਕਰਦਾ ਸੋਚੀਂ ਪੈ ਗਿਆ ਕਿ ਪਤਾ ਨਹੀਂ ਸਾਡੇ ਖਾਨਦਾਨ ਦੇ ਕਿੰਨੇ ਕੁ ਬਜੁਰਗ ਏਥੇ ਸਮਾਏ ਹੋਣਗੇ। ਉਸਦੇ ਤਾਇਆ ਗੁਲਾਬ ਸਿੰਘ ਦੇ ਫੁੱਲ ਪਾਉਣ ਸਮੇਂ ਲੋਕ ਨੇ ਕਹਿਣਾ ਸ਼ੁਰੂ ਕੀਤਾ ਕਿ 'ਗੰਗਾ ਤਾਂ ਹਿੰਦੂਆਂ ਦਾ ਤੀਰਥ ਅਸਥਾਨ ਹੈ ਤੇ ਕੀਰਤਪੁਰ ਸਾਹਿਬ ਆਪਣਾ। ਫੁੱਲ ਹੁਣ ਉੱਥੇ ਪਾਉਣੇ ਚਾਹੀਦੇ ਹਨ'। ਪਰ ਉਸ ਦਾ ਪਿਉ ਚੰਦ ਸਿੰਘ ਹਮੇਸ਼ਾਂ ਕਹਿੰਦਾ ਕਿ ਉਸਦੇ ਫੁੱਲ ਨਹਿਰ ਸਰਹਿੰਦ ਵਿੱਚ ਗੁਰਦੁਵਾਰਾ ਦੇਗਸਰ ਦੇ ਨੇੜੇ ਤੇੜੇ ਹੀ ਪਾ ਦੇਣੇ। ਪਰ ਸੁਣਨ ਵਾਲੇ ਉਸ ਨੂੰ ਮਖੌਲਾਂ ਕਰਦੇ ਕਿ 'ਬਜ਼ੁਰਗ ਤਾਂ ਪਿੰਡ ਦੇ ਨੇੜੇ ਤੇੜੇ

ਰਹਿਣਾ ਚਾਹੁੰਦਾ ਹੈ'। ਦਲੇਰ ਸਿੰਘ ਨੇ ਹਰਦੁਆਰ ਦੀ ਫੇਰੀ ਸਮੇਂ ਆਪਣੇ ਪਰਿਵਾਰਕ ਪ੍ਰੋਹਤ ਨੂੰ ਲੱਭ ਕੇ ਕੁਰਸੀਨਾਮਾ ਵੀ ਕਢਵਾਇਆ ਤੇ ਜਿਸ ਨੂੰ ਮਨਦੀਪ ਤੱਕ ਅੱਗੇ ਲਿਖਵਾ ਦਿੱਤਾ ਗਿਆ।

ਗੁਰਬਚਨ ਕੌਰ ਲਈ ਇੱਹ ਬਿਲਕੁੱਲ ਨਵੀਂ ਦੁਨੀਆਂ ਸੀ। ਜਿਸ ਬਾਰੇ ਉਸ ਨੇ ਪਿੰਡ ਜਾ ਕੇ ਅਪਣੀ ਮਾਂ ਮਹਿਤਾਬ ਕੌਰ ਅਤੇ ਭੈਣਾਂ ਭਰਾਵਾਂ ਨਾਲ ਬੇਹੱਦ ਗੱਲਾਂ ਸਾਂਝੀਆਂ ਕਰਨੀਆਂ ਸਨ। ਇੱਕ ਦਿਨ ਰਾਮਪੁਰੇ ਤੋਂ ਚੰਦ ਸਿੰਘ ਦਾ ਲਿਖਿਆ ਪੋਸਟ ਕਾਰਡ ਆਇਆ ਕਿ ਉਹ ਉਨ੍ਹਾਂ ਨੂੰ ਮਿਲਣ ਲਈ ਰੁੜਕੀ ਆ ਰਿਹਾ ਹੈ। ਪਰ ਜਦੋਂ ਦਲੇਰ ਸਿੰਘ ਨੇ ਆਉਣ ਦੀ ਤਰੀਕ ਪੜ੍ਹੀ ਤਾਂ ਉਹ ਦੂਸਰੇ ਦਿਨ ਦੀ ਹੀ ਸੀ। ਚੰਦ ਸਿੰਘ ਨੇ ਲਿਖਿਆ ਸੀ ਉਹ ਜਨਤਾ ਮੇਲ ਰਾਹੀ ਲਢੌਰੇ ਪਹੁੰਚੇਗਾ ਅਤੇ ਉਥੋਂ ਰਿਕਸ਼ਾ ਲੈ ਕੇ ਫੌਜੀ ਕੁਆਟਰਾਂ ਤੱਕ ਆ ਜਾਵੇਗਾ। ਉਸ ਨੇ ਦਲੇਰ ਸਿੰਘ ਨੂੰ ਇਹ ਵੀ ਲਿਖਿਆ ਸੀ ਕਿ ਤੇਰੀ ਬੇਬੇ ਵਲੋਂ ਭੇਜਿਆ ਖੋਆ ਵੀ ਲੈ ਕੇ ਆਵੇਗਾ। ਫੇਰ ਦੂਸਰੇ ਦਿਨ ਚੰਦ ਸਿੰਘ ਸੱਚ ਮੁੱਚ ਹੀ ਖੋਏ ਦੇ ਪੀਪੇ ਸਮੇਤ ਫੌਜੀ ਕੁਆਟਰਾਂ ਅੱਗੇ ਆ ਉੱਤਰਿਆ।

ਉਹ ਦੋ ਕੁ ਹਫਤੇ ਰੁੜਕੀ ਰਿਹਾ। ਘਰ ਦੀਆਂ ਬਹੁਤ ਸਾਰੀਆਂ ਗੱਲਾਂ ਸਾਂਝੀਆਂ ਕੀਤੀਆਂ। ਬਚਨ ਕੌਰ ਨੇ ਆਪਣੇ ਵਿਆਹ ਦੇ ਚੌਦਾਂ ਸਾਲਾਂ ਦੇ ਸਮੇਂ ਦੌਰਾਨ ਆਪਣੇ ਸਹੁਰੇ ਚੰਦ ਸਿੰਘ ਨੂੰ ਏਸ ਤਰ੍ਹਾਂ ਘਰ ਦੀਆਂ ਗੱਲਾ ਕਰਦੇ ਪਹਿਲੀ ਵਾਰ ਸੁਣਿਆ। ਏਨਾਂ ਨੇੜੇ ਹੋਣ ਕਰਕੇ, ਚੰਦ ਸਿੰਘ ਦੀਆਂ ਬਹੁਤ ਸਾਰੀਆਂ ਖਾਣ ਪੀਣ ਦੀਆਂ ਆਦਤਾਂ ਦਾ ਵੀ ਬਚਨੋ ਨੂੰ ਪਤਾ ਲੱਗ ਗਿਆ। ਉਹ ਵੀ ਇੱਕ ਰਿਟਾਇਰ ਫੌਜੀ ਹੀ ਤਾਂ ਸੀ। ਰੁੜਕੀ ਛਾਉਣੀ ਵਿੱਚ ਆ ਕੇ ਉਸ ਨੂੰ ਆਪਣੇ ਫੌਜ ਵੇਲੇ ਦੇ ਦਿਨ ਯਾਦ ਆ ਗਏ। ਉਹ ਉਨ੍ਹਾਂ ਦਿਨਾਂ ਦੀ ਕੋਈ ਨਾ ਕੋਈ ਕਹਾਣੀ ਬੱਚਿਆਂ ਨੂੰ ਸੁਣਾਉਂਦਾ ਰਹਿੰਦਾ।

ਤੇ ਨਿਆਣੇ ਵੀ ਆਪਣੇ ਦਾਦੇ ਨਾਲ ਪਰਚੇ ਰਹਿੰਦੇ। ਕਦੀ ਉਸ ਨੂੰ ਲੈ ਕੇ ਪਾਰਕ ਵਲ ਤੁਰ ਪੈਂਦੇ ਤੇ ਕਦੀ ਸਿਨਮੇ ਵਲ। ਕਦੀ ਕਦੀ ਉਹ ਰਿਕਸ਼ਾ ਲੈ ਗੁਰਦੁਵਾਰੇ ਵੀ ਚਲੇ ਜਾਂਦੇ। ਚੰਦ ਸਿੰਘ ਹਮੇਸ਼ਾਂ ਆਪਣੀ ਚਾਹ ਆਪ ਬਣਾ ਕੇ ਪੀਂਦਾ। ਕੱਛ ਵਿੱਚ ਰੇਡੀਓ ਰੱਖਦਾ ਇੱਕ ਝੋਲਾ ਨਾਲ ਰੱਖਦਾ ਜਿਸ ਵਿੱਚ ਇੱਕ ਪੈੱਨ ਸ਼ੀਸ਼ਾ ਤੇ ਖਾਣ ਪੀਣ ਦਾ ਸਮਾਨ ਹੁੰਦਾ। ਉਹ ਵਾਰ ਵਾਰ ਸ਼ੀਸ਼ਾ ਕੱਢਕੇ ਆਪਣਾ ਮੂੰਹ ਦੇਖਦਾ ਅਤੇ ਦਾੜ੍ਹੀ ਠੀਕ ਕਰਦਾ ਰਹਿੰਦਾ। ਰੇਡੀਓ ਤਾਂ ਆਪਣਾ ਉਹ ਪਿੰਡੋਂ ਹੀ ਲੈ ਕੇ ਆਇਆ ਸੀ ਜਿਸ ਤੇ ਅਕਸਰ ਉਹ ਖ਼ਬਰਾਂ ਸੁਣਦਾ ਰਹਿੰਦਾ।

ਇਹ ਇੱਕਠਿਆਂ ਹੋ ਕੇ ਲੰਘਾਏ ਦਿਨ, ਸਭ ਲਈ ਯਾਦਗਾਰੀ ਬਣ ਗਏ। ਮਹੀਨਾ ਕਿਵੇਂ ਲੰਘ ਗਿਆ ਪਤਾ ਹੀ ਨਾ ਲੱਗਿਆ। ਹੁਣ ਬੱਚਿਆਂ ਦੇ ਪਿੰਡ ਪਰਤਣ ਦਾ ਸਮਾਂ ਆ ਚੁੱਕਾ ਸੀ। ਚੰਦ ਸਿੰਘ ਨੂੰ ਤੇ ਬੱਚਿਆਂ ਨੂੰ ਵਾਪਸ ਛੱਡਕੇ, ਦਲੇਰ ਸਿੰਘ ਨੇ ਤੀਸਰੇ ਹੀ ਦਿਨ ਹੀ ਵਾਪਸ ਪਰਤ ਆਉਣਾ ਸੀ।

ਜਦੋਂ ਮਨਦੀਪ ਅਤੇ ਰਘਵੀਰ ਨੂੰ ਤਿਆਰ ਕਰਕੇ ਬਚਨੋ ਤੋਰਨ ਲੱਗੀ ਤਾਂ ਉਸਦਾ ਰੋਣ ਨਿੱਕਲ ਗਿਆ। ਬੱਚੇ ਵੀ ਤਾਂ ਰੋਣਹਾਕੇ ਹੋਏ ਪਏ ਸਨ। ਉਨ੍ਹਾਂ ਦਾ ਵਾਪਿਸ ਜਾਣ ਨੂੰ ਬਿੱਲਕੁੱਲ ਦਿਲ ਨਹੀਂ ਸੀ ਕਰਦਾ। ਲੇਕਿਨ ਭਰੇ ਮਨ ਨਾਲ ਸਭ ਨੂੰ ਇਹ ਫੈਸਲਾ ਲੈਣਾ ਹੀ ਪਿਆ।

•

ਭਾਗ 33

ਰੁੜਕੀ ਤੋਂ ਆ ਕੇ ਰਘਵੀਰ ਨੂੰ ਰਾਮਪੁਰੇ ਅਤੇ ਮਨਦੀਪ ਨੂੰ ਰਣੀਏ ਛੱਡ ਦਿੱਤਾ ਗਿਆ। ਰਘਵੀਰ ਦੇ ਪਿੰਡ ਆਉਣ ਨਾਲ ਦਾਦੀ ਬੇਅੰਤ ਕੌਰ ਤਾਂ ਖੁਸ਼ ਹੋਈ, ਪਰ ਬਾਕੀ ਟੱਬਰ ਨੂੰ ਜਿਵੇਂ ਸੱਪ ਸੁੰਘ ਗਿਆ। ਉਹ ਰਘਵੀਰ ਵਲੋਂ ਲਿਆਦੀਆਂ ਖੇਡਾਂ, ਕੱਪੜੇ ਅਤੇ ਹੋਰ ਚੀਜ਼ਾਂ ਵੇਖ ਵੇਖ ਸੜਦੇ ਰਹਿੰਦੇ। ਕਦੇ ਦਲੇਰ ਸਿੰਘ ਨੂੰ ਪਿੱਠ ਪਿੱਛੇ ਬੁਰਾ ਭਲਾ ਬੋਲਦੇ ਕਿ "ਦੇਖ ਕਿਵੇਂ ਜਵਾਕ ਸਿਰ ਚੜਾਏ ਨੇ, ਕਿਨਾਂ ਵਾਧੂ ਖਰਚਾ ਕੀਤਾ ਏ। ਇਸਦੀ ਕੀ ਲੋੜ ਸੀ ? ਬਾਕੀ ਟੱਬਰ ਨੂੰ ਤਾਂ ਕਦੇ ਕੁੱਝ ਲੈ ਕੇ ਨਹੀਂ ਭੇਜਿਆ। ਆਪਣੇ ਜਵਾਕਾਂ ਦਾ ਤਾਂ ਬਥੇਰਾ ਕਰਦੇ। ਤੀਵੀਂ ਨੂੰ ਵੀ ਉੱਥੇ ਬਠਾਈਂ ਬੈਠਾ। ਸਿਰ ਚੜ੍ਹਾ ਲਈ" ਬਗੈਰਾ ਬਗੈਰਾ। ਪਰ ਰਘਵੀਰ ਨੂੰ ਉਹ ਲਿਆਂਦੀਆਂ ਚੀਜਾਂ ਵਰਤਣ ਨਾ ਦਿੰਦੇ। ਬੇਅੰਤ ਕੌਰ ਨੂੰ ਤਾਹਨੇ ਦਿੰਦੇ ਰਹਿੰਦੇ ਕਿ 'ਤੂੰ ਖੋਏ ਦੀਆਂ ਪਿੰਨੀਆਂ ਬਣਾ ਕੇ ਭੇਜੀਆਂ ਤੀ, ਹੁਣ ਉਹਨੇ ਤੈਨੂੰ ਕੀ ਭੇਜਤਾ ?' ਰਘਵੀਰ ਲਈ ਪੂਰਾ ਸਾਲ ਹੀ ਮੁਸ਼ਕਲਾਂ ਭਰਿਆ ਰਿਹਾ।

ਰਣੀਏ ਆਕੇ ਮਨਦੀਪ ਪੜ੍ਹਾਈ ਵਿੱਚ ਰੁੱਝ ਗਿਆ। ਫੇਰ ਉਸਨੇ ਸੱਤਵੀ ਜਮਾਤ ਵੀ ਪਾਸ ਕਰ ਲਈ। ਅੱਠਵੀਂ ਦੀ ਫੀਸ ਭਰਉਣ ਲਈ ਅਤੇ ਕੱਪੜੇ ਲੈਣ ਲਈ ਦਲੇਰ ਸਿੰਘ ਨੇ ਪੰਜ ਸੌ ਰੁਪਏ ਦਾ ਮਨੀਆਰਡਰ ਭੇਜ ਦਿੱਤਾ। ਹੁਣ ਤਾਂ ਮਨਦੀਪ ਖੁਦ ਵੀ ਮਾੜੀ ਮੋਟੀ ਚਿੱਠੀ ਲਿਖਣ ਲੱਗ ਪਿਆ ਸੀ। ਦਲੇਰ ਸਿੰਘ ਹਰ ਚਿੱਠੀ ਵਿੱਚ ਇੱਕ ਹਿੱਸਾ ਮਨਦੀਪ ਲਈ ਵੀ ਲਿਖਦਾ ਕਿ "ਇਸ ਸਾਲ ਬੋਰਡ ਦਾ ਇਮਤਿਹਾਨ ਆ ਚੰਗੀ ਤਰ੍ਹਾਂ ਪੜ੍ਹੀ। ਅਗਲੇ ਸਾਲ ਤੇਰੇ ਬੀਬੀ ਜੀ ਵੀ ਪਿੰਡ ਆ ਜਾਣਗੇ, ਫੇਰ ਤੈਨੂੰ ਰਾਮਪੁਰੇ ਨੌਵੀਂ ਵਿੱਚ ਦਾਖਲ ਕਰਵਾਂਵਾਂਗੇ। ਨਾਲੇ ਆਪਣੇ ਏਥੇ ਹਾਈ ਸਕੂਲ ਹੈ। ਮੈਨੂੰ ਵੀ ਜਲਦੀ ਹੀ ਪੈਨਸ਼ਨ ਮਿਲਣ ਦੀ ਉਮੀਦ ਹੈ। ਫੇਰ ਆਪਾਂ ਸਾਰੇ ਇਕੱਠੇ ਰਹਾਂਗੇ। ਬੱਸ ਚਿੱਤ ਲਾਕੇ ਪੜ੍ਹਾਈ ਕਰਦਾ ਰਹੀਂ"

ਰੁੜਕੀ ਤੋਂ ਆ ਕੇ ਸਾਲ ਭਰ ਮਨਦੀਪ ਦਾ ਚੰਗੀ ਤਰ੍ਹਾਂ ਮਨ ਨਹੀਂ ਸੀ ਲੱਗਿਆ। ਉਸ ਕੋਲ ਕਲਾਸ ਵਿੱਚ ਸਾਥੀਆਂ ਨੂੰ ਫਿਲਮਾਂ ਦੀਆਂ ਅਤੇ ਰੁੜਕੀ ਦੀਆਂ ਗੱਲਾਂ ਸੁਣਾਉਣ ਲਈ ਭਰਪੂਰ ਖਜ਼ਾਨਾ ਸੀ। ਲੰਬੜਦਾਰ ਸੰਤਾ ਸਿੰਘ ਨੂੰ ਮਨਦੀਪ ਦੀਆਂ ਗੱਲਾਂ ਓਪਰੀਆਂ ਓਪਰੀਆਂ ਲੱਗਦੀਆਂ।

ਸੰਤਾ ਸਿੰਘ ਨੂੰ ਰਮਾਇਣ ਅਤੇ ਮਹਾਂਭਾਰਤ ਵਿੱਚਲੀਆਂ ਸਾਖੀਆਂ ਜੁਬਾਨੀ ਯਾਦ ਸਨ। ਬਚਪਨ ਤੋਂ ਜੁਆਨੀ ਤੱਕ ਉਹ ਬਾਬਾ ਸੁੰਦਰ ਦਾਸ ਨਾਲ ਸਾਧੂਆਂ ਦੀ ਸੰਗਤ ਕਰਦਾ ਰਿਹਾ ਸੀ। ਵੇਦ, ਪੁਰਾਣ, ਉਪਨਿਸ਼ਦ ਉਸ ਨੇ ਸੁਣੇ ਹੋਏ ਸਨ। ਉਹ ਗੰਗਾ ਨੂੰ ਮਾਤਾ ਕਹਿੰਦਾ ਜੋ ਸ਼ਿਵਜੀ ਦੇ ਕੇਸਾਂ ਚੋਂ ਨਿੱਕਲਦੀ ਦੱਸੀ ਗਈ ਸੀ। ਉਹ ਆਪ ਜਾ ਕੇ ਉਸ ਵਿੱਚ ਇਸ਼ਨਾਨ ਕਰਨਾ ਚਾਹੁੰਦਾ ਸੀ। ਪਰ ਸਬੱਬ ਹੀ ਨਹੀਂ ਸੀ ਬਣਿਆ। ਕਿਉਂਕਿ ਹੁਣ ਤਾਂ ਸਿੱਖ ਪਰਿਵਾਰਾਂ ਨੇ ਗੰਗਾ ਦੀ ਬਜਾਏ ਕੀਰਤਪੁਰ ਸਾਹਿਬ ਅਸਤ ਪਾਉਣੇ ਸ਼ੁਰੂ ਕਰ ਦਿੱਤੇ ਸਨ। ਸੰਤਾ ਸਿੰਘ ਵੀ ਅਸਤ ਪਾਉਣ ਜਿੰਨੀ ਵਾਰੀ ਵੀ ਗਿਆ ਬੱਸ ਕੀਰਤਪੁਰ ਸਾਹਿਬ ਹੀ ਗਿਆ। ਜਦੋਂ ਉਹ ਮਨਦੀਪ ਤੋਂ ਗੰਗਾ ਵਿੱਚ ਇਸ਼ਨਾਨ ਕਰਨ ਦੀ ਗੱਲ ਸੁਣਦਾ ਤਾਂ ਆਖਦਾ "ਦੋਹਤਿਆ ਮੇਰੇ ਕਰਮਾਂ ਦਾ ਫਲ਼ ਤੈਨੂੰ ਮਿਲ ਗਿਆ"

ਇੱਕ ਦਿਨ ਕਿਸੇ ਨੇ ਆ ਕੇ ਦੱਸਿਆ ਕਿ ਜਾਗਰ ਦਾ ਮੁੰਡਾ ਜੋਰਾ ਟੈਲੀਵੀਜ਼ਨ ਲੈ ਕੇ ਆਇਆ ਹੈ। ਕੋਠੇ ਤੇ ਢਾਂਗਾ ਜਿਹਾ ਵੀ ਲਾਇਆ ਜਿਵੇਂ ਦੀ ਕਬੂਤਰਾਂ ਦੀ ਛਤਰੀ ਹੁੰਦੀ ਆ। ਕਹਿੰਦੇ ਉਸ ਵਿੱਚ ਜਲੰਧਰ ਤੋਂ ਮੂਰਤਾਂ ਬੋਲਦੀਆਂ, ਨੱਚਦੀਆਂ ਤੇ ਗਾਉਂਦੀਆਂ ਦਿਸਦੀਆਂ ਨੇ। ਉਸ ਵਿੱਚ ਖ਼ਬਰਾ ਸੁਣਦੀਆਂ ਹੀ ਨਹੀਂ, ਸਗੋਂ ਵਾਪਰਦੀਆਂ ਵੀ ਦਿਸਦੀਆਂ ਨੇ" ਊਧੇ ਕਾ ਪ੍ਰਤਾਪ ਜਦੋਂ ਇਹ ਗੱਲਾਂ ਸੰਤਾਂ ਸਿੰਘ ਨੂੰ ਦੱਸ ਰਿਹਾ ਸੀ ਤਾਂ ਸੰਤਾ ਸਿੰਘ ਉਸਦਾ ਮਖੌਲ ਉਡਾਉਂਦਾ ਬੋਲਿਆ " ਪ੍ਰਤਾਪਿਆ ਕਿਉਂ ਜੱਕੜ ਛੱਡੀ ਜਾਨੈ, ਉਹ ਕੋਈ ਰੱਬ ਥੋੜੋ ਨੇ ਬਈ ਬੋਲਣ ਵਾਲੇ ਹਵਾ 'ਚ ਉੱਡ ਕੇ ਉਹਦੀ ਪੇਟੀ ਜਹੀ 'ਚ ਆ ਜਾਂਦੇ ਹੋਣਗੇ"

ਫੇਰ ਉਹ ਸਾਖੀ ਸ਼ੁਰੂ ਕਰ ਲੈਂਦਾ ਕਿ "ਉਹ ਸ੍ਰੀ ਕ੍ਰਿਸ਼ਨ ਭਗਵਾਨ ਹੀ ਤੀ ਜਿਨੇ ਅਰਜਣ ਨੂੰ ਮਹਾਂਭਾਰਤ ਦੀ ਲੜਾਈ ਵੇਲੇ ਤ੍ਰਿਲੋਕੀ ਦੇ ਦਰਸ਼ਣ ਕਰਾ ਦਿੱਤੇ ਤੀ। ਤਾਂ ਪ੍ਰਤਾਪ ਬੋਲਿਆ ਹਾਂ ਹਾਂ ਚਾਚਾ ਉਹ ਨੂੰ ਦੂਰੋਂ ਦਰਸ਼ਣ ਵੀ ਕਹਿੰਦੇ ਨੇ। ਮੂਰਤਾਂ ਦੂਰੋਂ ਆਂਉਦੀਆਂ ਨੇ, ਤਾਂ ਕਰਕੇ। ਸੰਤਾ ਸਿੰਘ ਫੇਰ ਬੋਲਿਆ "ਐਵੇਂ ਉੱਘ ਦੀਆਂ ਪਤਾਲ਼ ਛੱਡੀ ਜਾਨੈ... । ਕਿਤੇ ਜ਼ਿਆਦਾ ਮਾਵਾ ਤਾਂ ਨੀ ਛੱਕ ਲਿਆ ? ਭਲਾਂ ਐ ਕਿਵੇਂ ਹੋ ਜਾਊ ?"

ਜਦੋਂ ਇਸ ਗੱਲ ਦੀ ਪ੍ਰੋੜਤਾ ਦਰਸ਼ਣ ਸਿਉਂ ਪੰਚ ਨੇ ਵੀ ਕਰ ਦਿੱਤੀ ਤਾਂ ਸੰਤਾ ਸਿੰਘ ਬੇਚੈਨ ਹੋ ਗਿਆ। ਕਿ ਇਹ ਤਾਂ ਫੇਰ ਪੂਰਾ ਕਲਯੁੱਗ ਆ ਗਿਆ। ਹੁਣ ਬੰਦੇ ਰੱਬ ਦਾ ਮੁਕਾਬਲਾ ਕਰਨਗੇ। ਬੱਸ ਹੁਣ ਪਰਲੋਂ ਆਈ ਹੀ ਲਉ। ਜਦੋਂ ਇਹ ਮੂਰਤਾਂ ਵਾਲੀਆਂ ਪੇਟੀਆਂ ਹੋਰ ਘਰਾਂ ਵਿੱਚ ਵੀ ਆ ਗਈਆਂ ਤੀਵੀਂਆਂ ਤਾਂ ਫੇਰ ਇਹ ਹੀ ਦੇਖਦੀਆਂ ਰਹਿਣਗੀਆਂ ? ਬੱਸ ਫੇਰ ਹੋ ਗਏ ਘਰਦੇ ਕੰਮ। ਖਾਹ ਲਿਉ ਤੱਤੀਆਂ ਰੋਟੀਆਂ ਜਿੱਥੋਂ ਖਾਣੀਆਂ ਨੇ। ਨਿਆਣੇ ਵੀ ਬਿਗੜ ਜਾਣਗੇ" ਉਹ ਪਰਨਾ ਝਾੜਦਾ ਬੁੜ ਬੁੜ ਕਰਦਾ ਘਰ ਵਲ ਨੂੰ ਤੁਰ ਪਿਆ। ਉਸ ਦਾ ਜੀ ਕਰਦਾ ਸੀ ਕਿ ਜੋਰੇ ਨੂੰ ਜਾ ਕੇ ਕਹੇ 'ਪਿੰਡ 'ਚ ਇਹ ਨਵੀਂ ਛਿੰਗੜੀ ਨਾ ਛੇੜ'

ਫੇਰ ਪਿੰਡ 'ਚ ਅਜਿਹੀ ਹਵਾ ਵਗਣ ਲੱਗੀ ਕਿ ਦੇਖਾ ਦੇਖੀ ਪੰਜ ਛੇ ਘਰਾਂ ਤੇ ਹੋਰ ਛਤਰੀਆਂ ਲੱਗ ਗਈਆਂ। ਜਿਸ ਦਿਨ ਫਿਲਮ ਆਂਉਣੀ ਹੁੰਦੀ ਆਂਢੀਆਂ ਗੁਆਂਢੀਆਂ ਦੇ ਨਿਆਣਿਆਂ ਨਾਲ ਜੋਰੇ ਦਾ ਘਰ ਭਰ ਜਾਂਦਾ। ਏਹੋ ਹਾਲ ਬਾਕੀ ਘਰਾਂ ਵਿੱਚ ਵੀ ਸੀ। ਨਿਆਣੇ ਨਿੱਕੇ ਰੋਟੀ ਪਾਣੀ ਖਾਅ ਕੇ ਟੀ ਵੀ ਮੂਹਰੇ ਜਾ ਬੈਠਦੇ। ਕਈਆਂ ਦੀਆਂ ਕੰਧਾਂ ਵੱਡਿਆਂ ਛੋਟਿਆਂ ਨਾਲ ਭਰ ਜਾਂਦੀਆਂ। ਕਈ ਵਿਹੜੇ ਵਿੱਚ ਟੈਲੀਵੀਯਨ ਲਾ ਕੇ ਪੱਲੀਆਂ ਤੇ ਦੋਲੇ ਵਿਛਾਕੇ ਦੇਖਣ ਵਾਲਿਆਂ ਨੂੰ ਉਨ੍ਹਾਂ ਤੇ ਬੈਠਣ ਲਈ ਕਹਿੰਦੇ। ਪਰ ਕਈ ਅਜਿਹੇ ਵੀ ਸਨ ਜਿਹੜੇ ਅੰਦਰੋਂ ਦਰਵਾਜ਼ਾ ਬੰਦ ਕਰ ਆਖ ਦਿੰਦੇ, "ਇਹ ਥੋਡੇ ਲਈ ਨਹੀਂ ਲੁਆਇਆ" ਅੱਧੀ ਰਾਤ ਤੱਕ ਗਲੀਆਂ ਵਿੱਚ ਘਮਸਾਣ ਪੈਂਦਾ ਰਹਿੰਦਾ।

ਲੋਕ ਚੱਲ ਰਹੀ ਫਿਲਮ ਵੇਖ ਵੇਖ ਰੌਲਾ ਇਵੇਂ ਪਾਉਂਦੇ, "ਚੱਕ ਦੇ, ਮਾਰ ਘਸੁੰਨ, ਭੱਜ ਲੈ, ਲੈ ਔਹ ਸਿੱਟਤਾ" ਜਿਵੇਂ ਉਹ ਆਪ ਚੱਲ ਰਹੀ ਕਹਾਣੀ ਦਾ ਹਿਸਾ ਹੋਣ। ਕਈ ਤਾਂ ਹੱਸ ਹੱਸ ਲੋਟ ਪੋਟ ਹੋ ਜਾਂਦੇ। ਕਈਆਂ ਨੇ ਪਿੰਡ ਵਿੱਚ ਲੋਕਾਂ ਨੇ ਨਾਂ ਫਿਲਮੀਂ ਕਿਰਦਾਰਾਂ ਵਾਲੇ ਰੱਖ ਦਿੱਤੇ। ਕਾਲਜੀਏਟ ਮੁੰਡੇ ਫਿਲਮਾਂ ਦੇ ਨਾਇਕਾਂ ਵਾਂਗੂੰ, ਬੈੱਲ ਬੌਟਮਾਂ ਪਾਉਣ ਲੱਗੇ। ਔਰਤਾਂ ਬਣਨ ਸੰਵਰਨ ਲੱਗੀਆਂ। ਜਦੋਂ ਕੋਈ ਪਿੱਡ ਦੀ ਬਹੂ ਨੰਗੇ ਮੂੰਹ ਵਿਚਰਦੀ ਭਾਵ ਘੁੰਡ ਨਾ ਕੱਢਦੀ ਤਾਂ ਸੰਤਾ ਸਿੰਘ ਆਖਦਾ "ਇਹ ਸਹੁਰੀ ਦਾ ਟੈਲੀਬੀਨ ਪਤਾ ਨਹੀ ਅਜੇ ਕੀ ਕੀ ਚੰਦ ਝੜ੍ਹਾਊ"

ਸਾਰੇ ਪੰਜਾਬ ਵਿੱਚ ਹਿੰਦੂ ਸਿੱਖ ਭਰਾਵਾਂ ਵਾਂਗ ਮਿਲ ਜੁਲ ਕੇ ਰਹਿ ਰਹੇ ਸਨ। ਕੋਈ ਵਿਤਕਰਾ

ਨਹੀਂ ਸੀ। ਸਾਰੇ ਬਗੈਰ ਕਿਸੇ ਡਰ ਭੈਅ ਦੇ ਇੱਕਠੇ ਬਹਿ ਟੈਲੀਵੀਯਨ ਦੇਖਦੇ। ਕਈਆਂ ਨੂੰ ਫਿਲਮਾਂ ਵਿੱਚਲੀਆਂ ਪਿਆਰ ਕਹਾਣੀਆਂ ਤੇ ਚੋਹਲ ਮੋਹਲ ਚੰਗੇ ਵੀ ਨਾ ਲੱਗਦੇ। ਜਦੋਂ ਪਿੰਡ ਦੇ ਕਿਸੇ ਕੁੜੀ ਮੁੰਡੇ ਦੀ ਪ੍ਰੇਮ ਕਹਾਣੀ ਬਾਹਰ ਆਉਂਦੀ ਤਾਂ ਕਈ ਲੋਕ ਇਸ ਨੂੰ ਫਿਲਮਾਂ ਦਾ ਮਾੜਾ ਅਸਰ ਦੱਸਦੇ। ਬਦਲੇ ਹੋਏ ਮਹੌਲ ਨੂੰ ਵੇਖ ਕੇ ਸੰਤਾ ਸਿੰਘ ਨੂੰ ਲੱਗਦਾ ਕਿ ਪਿੰਡ ਵਿੱਚ ਕੋਈ ਓਪਰੀ ਜਿਹੀ ਹਵਾ ਵੱਗ ਰਹੀ ਹੈ।

ਟੈਲੀਵੀਯਨ ਦਾ ਚਸਕਾ ਮਨਦੀਪ ਅਤੇ ਧਰਮੇ ਨੂੰ ਵੀ ਪਿਆ। ਉਹ ਘਰੋਂ ਖੇਡਣ ਬਹਾਨੇ ਜੱਗੂ ਦੇ ਘਰ ਜਾ ਬੈਠਦੇ। ਪਤਾ ਲੱਗਣ ਤੇ ਘਰੋਂ ਝਿੜਕਾਂ ਵੀ ਪਈਆਂ। ਸੰਤਾ ਸਿੰਘ ਜੋ ਮੇਲੇ ਤੇ ਆਪ ਚੁਆਨੀ ਦੇਕੇ ਉਨ੍ਹਾਂ ਨੂੰ ਬਾਰਾਂ ਮਣ ਦੀ ਧੋਬਣ ਦੇਖਣ ਲਈ ਆਖਦਾ ਹੁੰਦਾ ਸੀ ਹੁਣ ਫਿਲਮਾਂ ਵੇਖਣੋਂ ਮਨ੍ਹਾ ਕਰ ਰਿਹਾ ਸੀ। ਬਲਕਾਰ ਸਿੰਘ ਉਨ੍ਹਾਂ ਨੂੰ ਅੰਗਰੇਜੀ ਪੜ੍ਹਨ ਤੇ ਜ਼ੋਰ ਦਿੰਦਾ ਕਿ ਐਤਕੀ ਬੋਡੇ ਬੋਰਡ ਦੇ ਇਮਤਿਹਾਨ ਨੇ ਤੁਸੀਂ ਪਾਸ ਹੋਣਾ ਹੈ। ਉਹ ਮਨਦੀਪ ਨੂੰ ਇਹ ਵੀ ਕਹਿੰਦਾ ਕਿ "ਨਹੀਂ ਤਾਂ ਤੇਰੇ ਪਿਉ ਨੇ ਕਹਿਣਾ ਹੈ ਪਤਾ ਨਹੀਂ ਮੇਰੇ ਮੁੰਡੇ ਤੋਂ ਨਾਨਕੇ ਕੰਮ ਹੀ ਕਰਵਾਈ ਗਏ ਨੇ। ਦੇਖੀਂ ਕਿਤੇ ਫੇਲ ਹੋ ਕੇ ਨਾਨਕਿਆਂ ਦਾ ਨੱਕ ਨਾਂ ਵਢਵਾ ਦਈਂ"। ਸੰਤਾ ਸਿਉਂ ਤਾਂ ਅਜੇ ਵੀ ਟੈਲੀਵੀਯਨ ਤੇ ਆਉਣ ਵਾਲੀ ਫਿਲਮ ਨੂੰ ਬਾਰਾਂ ਮਣ ਦੀ ਧੋਬਣ ਹੀ ਦੱਸਦਾ।

ਅੱਠਵੀ ਵਿੱਚ ਮਨਦੀਪ ਅਤੇ ਧਰਮੂ ਦੇ ਮੂੰਹ ਤੇ ਮੁੱਛਾਂ ਫੁੱਟਣ ਲੱਗੀਆਂ। ਉਹ ਜਵਾਨ ਹੋ ਰਹੇ ਸਨ। ਹਮਉਮਰ ਕੁੜੀਆਂ ਉਨ੍ਹਾਂ ਵਲ ਨੀਝ ਨਾਲ ਤੱਕਦੀਆਂ ਤੇ ਦੇਖ ਦੇਖ ਮੁਸ਼ਕਰਾਂਉਦੀਆਂ। ਉਨ੍ਹਾਂ 'ਚੋਂ ਹੀ ਇੱਕ ਕੁੜੀ ਰੋਜ਼ ਸ਼ਾਮ ਨੂੰ ਕੋਠੇ ਚੜਦੀ, ਉਸ ਵਕਤ ਜਦੋਂ ਉਹ ਕੋਠੇ ਤੇ ਖੇਡ ਰਹੇ ਹੁੰਦੇ ਜਾਂ ਪੜ੍ਹ ਰਹੇ ਹੁੰਦੇ। ਕਦੀ ਕਦੀ ਮਨਦੀਪ ਨੂੰ ਇਸ਼ਾਰੇ ਵੀ ਕਰਦੀ। ਇਹ ਉਹ ਹੀ ਕੁੜੀ ਸੀ, ਜੋ ਪੰਜਵੀਂ ਤੱਕ ਉਨ੍ਹਾਂ ਦੇ ਨਾਲ ਪੜ੍ਹਦੀ ਰਹੀ ਸੀ ਤੇ ਦੋ ਚਾਰ ਘਰ ਛੱਡ ਕੇ ਹੀ ਰਹਿੰਦੀ ਸੀ। ਉਸ ਦੇ ਘਰ ਅੱਗੇ ਬਹੁਤ ਵੱਡਾ ਅਤੇ ਪੁਰਾਣਾ ਬਰੋਟਾ ਸੀ। ਜਿਸ ਦੀ ਛਾਵੇਂ ਬੈਠ, ਉਹ ਗਰਮੀਆਂ ਦੇ ਦਿਨਾਂ ਵਿੱਚ ਪੜ੍ਹਦੀ। ਤੇ ਏਸੇ ਬਰੋਟੇ ਤੇ ਛੁੱਟੀ ਵਾਲੇ ਦਿਨ ਬਾਕੀ ਕੁੜੀਆਂ ਨਾਲ ਰਲ਼ ਕੇ ਪੀਂਘ ਵੀ ਝੂਟਦੀ। ਉਹ ਛੋਟੇ ਹੁੰਦੇ ਇਸ ਬਰੋਟੇ ਦੇ ਪੱਤਿਆਂ ਦੀਆਂ ਭੰਬੀਰੀਆਂ ਬਣਾਕੇ, ਤਿੱਖੀ ਸੂਲ਼ ਨਾਲ ਵਿੰਨ, ਉਸ ਨੂੰ ਕਾਨਿਆਂ 'ਚ ਗੱਡ ਕੇ ਗਲ਼ੀਆਂ 'ਚ ਦੌੜੇ ਫਿਰਦੇ ਤੇ ਇਸ ਦੀਆਂ ਗੋਲ੍ਹਾਂ ਨਾਲ ਵੀ ਖੇਡਦੇ ਰਹਿੰਦੇ ਸੀ।

ਸ਼ਾਮ ਨੂੰ ਏਸੇ ਬਰੋਟੇ ਕੋਲ ਲਾਲੋ ਝਿਉਰੀ ਭੱਠੀ ਮਘਾਉਂਦੀ ਹੁੰਦੀ ਸੀ। ਖਿੱਲਾਂ, ਮੂੰਗਫਲੀ ਅਤੇ ਛੋਲੇ ਵੀ ਭੁੰਨਦੀ। ਤਾਂ ਉਸਦੀ ਮਹਿਕ ਸਾਰੇ ਪਿੰਡ ਵਿੱਚ ਫੈਲ ਜਾਂਦੀ ਸੀ। ਡਿੱਗੇ ਹੋਏ ਦਾਣਿਆਂ ਨੂੰ ਚੁਗਣ ਚਿੜੀਆਂ, ਘੁੱਗੀਆਂ, ਗੁਟਾਰਾਂ ਗੀਤ ਗਾਉਂਦੀਆਂ ਰਹਿੰਦੀਆਂ।

ਇਸੇ ਤਰ੍ਹਾਂ ਗੁੱਗਾ ਮਾੜੀ ਅੱਗੇ ਲੱਗੇ ਅੰਬਾਂ ਦੇ ਬਾਗ 'ਚੋਂ ਕੋਇਲਾਂ ਦੀਆਂ ਆਵਾਜ਼ਾਂ ਆਂਉਂਦੀਆਂ। ਅਸਮਾਨ ਵਿੱਚ ਪੰਛੀਆਂ ਦੀਆਂ 'ਡਾਰਾਂ ਲਾਈਨਾਂ ਬਣਾ ਬਣਾ ਉਡਦੀਆਂ। ਮਨਦੀਪ ਨੂੰ ਉਸ ਕੁੜੀ ਬਿੰਦਰ ਵਾਂਗ ਸਾਰੀ ਦੁਨੀਆਂ ਹੀ ਬੇਹੱਦ ਸੋਹਣੀ ਜਾਪਣ ਲੱਗ ਪਈ ਸੀ। ਹੁਣ ਤਾਂ ਆਪਣੇ ਨਾਨਕੇ ਪਿੰਡ ਦਾ ਸਵਰਗ ਛੱਡ ਕੇ ਉਸ ਦਾ ਕਿਤੇ ਵੀ ਜਾਣ ਨੂੰ ਦਿਲ ਨਹੀਂ ਸੀ ਕਰਦਾ।

ਮਨਦੀਪ ਦਾ ਵਾਰ ਵਾਰ ਕੋਠੇ ਚੜ੍ਹਨਾ ਮਹਿਤਾਬ ਕੌਰ ਨੂੰ ਚੁਭਦਾ। ਉਹ ਵਾਰ ਵਾਰ ਤਾਕੀਦ ਕਰਦੀ "ਕੋਈ ਉਲਾਂਭਾ ਨਹੀਂ ਆਉਣਾ ਚਾਹੀਦਾ" ਇੱਕ ਦਿਨ ਉਹ ਚੁੱਪ ਚੁਪੀਤੇ ਹੀ ਕੋਠੇ ਚੜ੍ਹੀ, ਪੌੜੀਆਂ 'ਚ ਖਲੋ ਲੁਕ ਕੇ ਵੇਖਿਆ। ਗੁਰਬਖਸ਼ੇ ਦੀ ਬਿੰਦੀ ਮਨਦੀਪ ਨੂੰ ਕੋਈ ਕਾਗਜ਼ ਦਿਖਾ ਦਿਖਾ ਇਸ਼ਾਰੇ ਕਰ ਰਹੀ ਸੀ। ਹੁਣ ਉਸ ਨੂੰ ਮਨਦੀਪ ਦੇ ਵਾਰ ਵਾਰ ਕੋਠੇ ਤੇ ਚੜ੍ਹਨ ਦਾ ਭੇਦ

ਲੱਗਿਆ। ਉਹ ਲੋਹੀ ਲਾਖੀ ਹੋ ਗਈ। ਜਾ ਕੇ ਉਸ ਨੂੰ ਜੂੜੇ ਤੋਂ ਫੜ ਝਜੋੜਦੀ ਬੋਲੀ, "ਜਿਹੜੀਆਂ ਤੇਰੇ ਨੌਹਾਂ ਤੇ ਨੇ ਨਾਂ ਮੇਰੇ ਹੱਥਾਂ ਤੇ ਨੇ। ਤੂੰ ਕੀ ਸਮਝਦੈ ਕਿ ਕਿਸੇਂ ਨੂੰ ਪਤਾ ਨਹੀਂ ਲੱਗਣਾ। ਤੈਨੂੰ ਕੋਈ ਅਲੈਹਦਾ ਜਵਾਨੀ ਚੜ੍ਹੀ ਆ। ਦੱਸੂਗੀ ਤੇਰੇ ਪਿਉਂ ਨੂੰ ਕਿ ਏਹਦਾ ਫਾਹਾ ਵੱਢੋ ਤੇ ਵਿਆਹ ਕਰਦੋ। ਜੇ ਕਿਸੇ ਨੇ ਕੁੜੀ ਨੂੰ ਸੈਨਤਾਂ ਕਰਦਾ ਵੇਖ ਲਿਆ, ਤਾਂ ਸਾਡੀ ਪਿੰਡ ਚ ਕੀ ਰਹੂ ? ਤੇਰੇ ਨਾਨੇ ਦੀ ਤਾਂ ਪੱਗ ਰੁਲਜੂਗੀ। ਆਉਣ ਦੇ ਉਹਨੂੰ ਘਰ... । ਕਹਿੰਦੀ ਆ ਤੈਨੂੰ ਹੁਣੇ ਪਿੰਡ ਭੇਜੇ। ਜੇ ਅਗਾਂਹ ਤੋਂ ਮੈਂ ਕੋਠੇ ਚੜ੍ਹਦਾ ਦੇਖ ਲਿਆ ਤਾਂ ਆਪਣਾ ਬੁਰਾ ਭਲਾਂ ਆਪ ਜਾਣੀ" ਮਹਿਤਾਬ ਕੌਰ ਗੁੱਸੇ ਨਾਲ ਕੰਬ ਰਹੀ ਸੀ ਤੇ ਮਨਦੀਪ ਡਰ ਨਾਲ।

ਉਹ ਉਸ ਦੇ ਮੌਰਾਂ 'ਚ ਦੁਹੱਥੜ ਮਾਰਦੀ ਥੱਲੇ ਲੈ ਤੁਰੀ। ਮਨਦੀਪ ਬਹੁਤ ਡਰ ਗਿਆ। ਜਿਵੇਂ ਕੋਈ ਚੋਰ ਚੋਰੀ ਕਰਦਾ ਰੰਗੇ ਹੱਥੀ ਫੜਿਆ ਜਾਵੇ। ਉਸ ਨੂੰ ਲੱਗਦਾ ਸੀ ਕਿ ਨਾਨੀ ਉਸ ਦੇ ਨਾਨੇ ਅਤੇ ਮਾਮਿਆਂ ਸਾਹਮਣੇ ਇਹ ਸ਼ਕਾਇਤ ਜਰੂਰ ਲਾਵੇਗੀ। ਤਾਂ ਉਹ ਤਾਂ ਸ਼ਰਮ ਨਾਲ ਹੀ ਮਰ ਜਾਵੇਗਾ। ਉਸ ਤੋਂ ਨਾਨਕੇ ਪਿੰਡ ਰਹਿੰਦਿਆਂ ਇਹ ਦੂਸਰੀ ਵੱਡੀ ਗਲਤੀ ਹੋ ਗਈ ਸੀ। ਪਹਿਲੀ ਰੇਡੀਉ ਨੂੰ ਚਿੱਠੀ ਲਿਖਣ ਦੀ ਤੇ ਦੂਸਰੀ ਕਿਸੇ ਕੁੜੀ ਨੂੰ ਇਸ਼ਾਰੇ ਕਰਨ ਦੀ। ਉਸ ਦਿਨ ਉਸ ਨੇ ਰੋਟੀ ਵੀ ਨਾਂ ਖਾਧੀ ਤੇ ਨਾ ਹੀ ਉਹ ਕਿਸੇ ਦੇ ਮੱਥੇ ਲੱਗਿਆ। ਦੂਸਰੇ ਦਿਨ ਉਸ ਦਾ ਸਕੂਲ ਜਾਕੇ ਵੀ ਦਿਲ ਨਾ ਲੱਗਿਆ। ਜਿਵੇਂ ਉਸ ਦੇ ਦਿਲ ਤੇ ਕੋਈ ਚਾਕੂ ਫੇਰ ਰਿਹਾ ਹੋਵੇ। ਬਿੰਦਰ ਦਾ ਚਿਹਰਾ ਵਾਰ ਵਾਰ ਉਸ ਦੀਆਂ ਅੱਖਾਂ ਅੱਗੇ ਘੁੰਮਦਾ ਰਿਹਾ। ਪਰ ਮਹਿਤਾਬ ਕੌਰ ਨੇ ਇਹ ਕਿੱਸਾ ਕਿਸੇ ਨੂੰ ਨਾ ਦੱਸਿਆ।

ਮਨਦੀਪ ਨੂੰ ਹੁਣ ਲੱਗਦਾ ਕਿ ਉਸਦਾ ਕੁੱਝ ਗੁਆਚ ਗਿਆ ਹੈ। ਉਸਦੇ ਕੋਠੇ ਚੜ੍ਹਨ ਤੇ ਪਾਬੰਦੀ ਲੱਗ ਗਈ ਸੀ। ਬਿੰਦਰ ਕਿਧਰੇ ਵੀ ਨਜ਼ਰ ਨਹੀਂ ਸੀ ਆ ਰਹੀ। ਉਹ ਵੀਹੀ ਵਿੱਚ ਉਸਦੇ ਦਰਵਾਜ਼ੇ ਅੱਗੋਂ ਲੰਘਦਾ ਤਾਂ ਦਿਲ ਜ਼ੋਰ ਜ਼ੋਰ ਨਾਲ ਧੜਕਦਾ। ਪਰ ਉਹ ਆਪ ਦਰਵਾਜ਼ਾ ਖੋਹਲ ਕੇ ਗਲ਼ੀ ਵਿੱਚ ਤਾਂ ਆ ਨਹੀਂ ਸੀ ਸਕਦੀ। ਉਹ ਸੋਚਦਾ ਪਤਾ ਨਹੀਂ ਉਹ ਮੇਰੇ ਬਾਰੇ ਕੀ ਸੋਚਦੀ ਹੋਵੇਗੀ ? ਫੇਰ ਕਿੰਨੇ ਹੀ ਦਿਨਾਂ ਬਾਅਦ ਉਹ ਆਪਣੀ ਚਾਚੀ ਨਾਲ ਖੇਤ ਨੂੰ ਰੋਟੀ ਦੇਣ ਜਾਂਦੀ ਰਸਤੇ ਵਿੱਚ ਦਿਸ ਪਈ। ਬੜੀ ਨੀਝ ਨਾਲ ਉਸ ਨੇ ਮਨਦੀਪ ਨੂੰ ਤੱਕਿਆ। ਉਹ ਬਹੁਤ ਉਦਾਸ ਲੱਗ ਰਹੀ ਸੀ। ਦੋ ਤਿੰਨ ਵਾਰ ਉਸ ਨੇ ਪਿੱਛੇ ਮੁੜ ਮੁੜ ਵੀ ਤੱਕਿਆ। ਮਨਦੀਪ ਸੋਚਦਾ ਰਿਹਾ, ਸ਼ਾਇਦ ਇਹ ਹੀ ਪਿਆਰ ਹੈ, ਜਿਸ ਦਾ ਜਿਕਰ ਗੀਤਾਂ ਵਿੱਚ ਹੁੰਦਾ ਹੈ। ਮੈਨੂੰ ਵੀ ਬਿੰਦਰ ਨਾਲ ਪਿਆਰ ਹੋ ਗਿਆ ਹੈ। ਫੇਰ ਜਿੱਥੇ ਵੀ ਕਿਤੇ ਉਹ ਮਿਲਦੀ ਅੱਖਾਂ ਵਿੱਚ ਅੱਖਾਂ ਪਾ ਮੁਸਕਰਾਂਉਂਦੀ ਲੰਘ ਜਾਂਦੀ। ਏਸੇ ਦੇਖ ਦਖਾਈ 'ਚ ਪਤਾ ਹੀ ਨਾ ਚੱਲਿਆ ਕਿ ਇਹ ਸਾਲ ਕਦੋਂ ਬੀਤ ਗਿਆ। ਤੇ ਫਿਰ ਇੱਕ ਦਿਨ ਪੱਕੇ ਪੇਪਰਾਂ ਦੀ ਡੇਟ ਸ਼ੀਟ ਵੀ ਆ ਗਈ।

ਹੁਣ ਪੇਪਰਾਂ ਦੀ ਤਿਆਰੀ ਸ਼ੁਰੂ ਹੋ ਗਈ ਸੀ। ਮਨਦੀਪ ਤੇ ਧਰਮਾਂ ਨਿੱਠ ਕੇ ਪੜ੍ਹਨ ਲੱਗੇ। ਸਕੂਲੋਂ ਕਹਿਣ ਤੇ ਉਨ੍ਹਾਂ ਸੰਤਾ ਸਿੰਘ ਨੂੰ ਕਹਿਕੇ ਸ਼ਹਿਰ ਤੋਂ ਸਫਲਤਾ ਦੀ ਕੁੰਜੀ ਵੀ ਮੰਗਵਾ ਲਈ। ਜਿਸ ਵਿੱਚ ਇਮਿਤਿਹਾਨ 'ਚ ਆਉਣ ਵਾਲੇ ਸਵਾਲਾਂ ਦੇ ਗੈੱਸ ਲਾ ਕੇ ਉਨ੍ਹਾਂ ਨੂੰ ਹੱਲ ਵੀ ਕੀਤਾ ਹੋਇਆ ਸੀ। ਸੰਤਾ ਸਿੰਘ ਭਾਂਵੇ ਇਸ ਤਰਾਂ ਦੀ ਤਿਆਰੀ ਦੇ ਹੱਕ ਵਿੱਚ ਨਹੀਂ ਸੀ, ਪਰ ਉਹ ਇਹ ਵੀ ਨਹੀਂ ਸੀ ਚਾਹੁੰਦਾ ਕੇ ਬੱਚੇ ਫੇਲ ਹੋ ਜਾਣ। ਉਹ ਆਖਦਾ ਕਿ ਇਸ ਵਾਰ ਤਾ ਲੈ ਤੀ ਹੁਣ ਅੱਗੇ ਤੋਂ ਮੈਂ ਨੀ ਲੈ ਕੇ ਦਿੰਦਾ ਇਹ 'ਸਫਲਾ ਦੀ ਕੁੰਜੀ'। ਜਦੋਂ ਥੋਨੂੰ ਕੁੰਜੀ ਹੀ ਕਿਸੇ ਹੋਰ ਨੇ ਫੜਾ ਤੀ ਫੇਰ ਥੋਡੀ ਮਿਹਨਤ ਸੁਆਹ ਹੋਈ। ਅੱਗੇ ਜਾ ਕੇ ਕੀ ਲੱਲਰ ਲਾਂਉਗੇ ? ਕਿਹੜੇ ਗਿਆਨ ਦੇ ਦਰਵਾਜ਼ੇ ਖੋਹਲ ਲਮੋਂਗੇ ?"

ਇੱਕ ਦਿਨ ਉਨ੍ਹਾਂ ਨੇ ਸਵੇਰੇ ਨਹਾ ਧੋਅ ਕੇ ਗੁਰੁਦਵਾਰੇ ਮੱਥਾ ਟੇਕਿਆ। ਮਹਿਤਾਬ ਕੌਰ ਨੇ ਤੁਰਨ ਲੱਗਿਆਂ ਨੂੰ ਮਿੱਠਾ ਦਹੀਂ ਖੁਆ ਕੇ, ਅਸੀਸ ਦਿੱਤੀ। ਘਰੋਂ ਨਿੱਕਲਣ ਤੋਂ ਪਹਿਲਾਂ ਅੱਗੇ ਹੋ ਕੇ ਦੇਖਿਆ ਕਿ ਕੋਈ ਬਦਸ਼ਗਨੀ ਨਾ ਹੋਵੇ। ਕਿਉਂਕਿ ਅੱਜ ਉਨ੍ਹਾਂ ਦਾ ਮਾਛੀਵਾੜੇ ਦੇ ਹਾਇਰ ਸੈਕੰਡਰੀ ਸਕੂਲ ਵਿੱਚ ਬੋਰਡ ਦਾ ਪਹਿਲਾ ਪੇਪਰ ਸੀ। ਜਿੱਥੇ ਉਨ੍ਹਾਂ ਬਾਕੀ ਮੁੰਡਿਆ ਨਾਲ ਸਾਈਕਲਾਂ ਤੇ ਚੜ੍ਹ ਕੇ ਜਾਣਾ ਸੀ।

ਮਹਿਤਾਬ ਕੌਰ ਨੇ ਕੋਠੇ ਵਾਲੀ ਗਲਤੀ ਤੋਂ ਬਾਅਦ ਪਹਿਲੀ ਵਾਰ ਮਨਦੀਪ ਦਾ ਮੱਥਾ ਚੁੰਮਿਆ। ਇਹ ਵੀ ਸਬੱਬ ਹੀ ਸਮਝ ਲਉ ਕਿ ਵੀਹੀ ਦਾ ਮੋੜ ਮੁੜਦਿਆਂ ਹੀ ਆਪਣੇ ਬਾਹਰਲੇ ਘਰ ਨੂੰ ਜਾਂਦੀ ਬਿੰਦਰ ਮਿਲ ਗਈ। ਜਿਸ ਦੀ ਮੁਸ਼ਕਰਾਹਟ ਸ਼ੁਭ ਸ਼ਗਨ ਦੀ ਨਿਸ਼ਾਨੀ ਸੀ। ਮਨਦੀਪ ਦਾ ਮਨ ਬਾਗੋ ਬਾਗ ਹੋ ਗਿਆ। ਪਰ ਇੱਕ ਟੀਸ ਜਿਹੀ ਵੀ ਮਨ ਚੋਂ ਉੱਠਣ ਲੱਗੀ ਕਿ ਜਿਸ ਦਿਨ ਅੱਠਵੀਂ ਦੇ ਪੇਪਰ ਖਤਮ ਹੋ ਗਏ ਉਹ ਰਣੀਆ ਛੱਡ ਕੇ ਪੱਕੇ ਤੌਰ ਤੇ ਹੀ ਆਪਣੇ ਪਿੰਡ ਰਾਮਪੁਰੇ ਚਲਾ ਜਾਵੇਗਾ। ਫੇਰ ਬਿੰਦਰ ਤਾਂ ਉਸ ਨੂੰ ਕਿਧਰੇ ਵੀ ਨਹੀਂ ਦਿਸੇਗੀ। ਕਿਵੇਂ ਲੱਗੇਗਾ ਉਥੇ ਉਸ ਦਾ ਦਿਲ ? ਸਾਈਕਲ ਦੇ ਪਹੀਆਂ ਨਾਲ ਜਿਵੇਂ ਉਸ ਦਾ ਦਿਮਾਗ ਵੀ ਘੁੰਮ ਰਿਹਾ ਸੀ।

•

ਭਾਗ 34

ਜਿਉਂ ਜਿਉਂ ਨਾਨਕਾ ਪਿੰਡ ਛੱਡਕੇ ਜਾਣ ਦੇ ਦਿਨ ਨੇੜੇ ਆਉਣ ਲੱਗੇ ਤਾਂ ਮਨਦੀਪ ਦੇ ਮਨ ਨੂੰ ਡੋਬੂ ਜਿਹੇ ਪੈਣ ਲੱਗੇ। ਪਿੰਡ ਰਣੀਏ ਦੇ ਕਣ ਕਣ ਨਾਲ ਉਸ ਦੀ ਸਾਂਝ ਸੀ। ਜੋ ਉਸ ਨੂੰ ਹੁਣ ਛੱਡਣਾ ਹੀ ਪੈਣਾ ਸੀ। ਇਸ ਪਿੰਡ ਦੇ ਰੇਤੇ ਵਿੱਚ ਉਸਦਾ ਬਚਪਨ ਗੁਆਚ ਗਿਆ ਸੀ। ਇਸੇ ਹੀ ਰੇਤੇ ਨਾਲ ਸਿਰ ਭਰ ਜਾਣ ਤੇ ਉਸ ਨੇ ਅਨੇਕਾਂ ਵਾਰ ਨਾਨੀ ਦੀਆਂ ਝਿੜਕਾਂ ਵੀ ਖਾਧੀਆਂ। ਏਸੇ ਰੇਤ ਤੇ ਉਹ ਮਿੱਟੀ ਦੇ ਘਰ ਬਣਾ ਬਣਾ ਖੇਡਦੇ ਰਹੇ ਅਤੇ ਫਰਜ਼ੀ ਕਿਆਰੇ ਬਣਾ ਬਣਾ ਖੇਤਾਂ ਨੂੰ ਸਿੰਜਦੇ ਰਹੇ। ਰੇਤੇ ਤੇ ਹੀ ਘੁਲਦੇ ਅਤੇ ਕਬੱਡੀਆਂ ਖੇਡਦੇ ਰਹੇ। ਮਨਦੀਪ ਨੂੰ ਹੁਣ ਇਸ ਪਿੰਡ ਦਾ ਬੇਹੱਦ ਮੋਹ ਆ ਰਿਹਾ ਸੀ। ਉਹ ਹਰ ਚੀਜ਼ ਨੂੰ ਛੂਹ ਛੂਹ ਵੇਖਦਾ। ਇੱਕ ਇੱਕ ਚੀਜ਼ ਉਸਦੇ ਰੋਮ ਰੋਮ ਵਿੱਚ ਰਚੀ ਪਈ ਸੀ।

ਇੱਥੇ ਉਹ ਨਿੱਕਾ ਹੁੰਦਾ ਲੁਕਣਮੀਟੀ ਖੇਡਦਾ ਰਿਹਾ। ਰੇੜ੍ਹੇ ਚਲਾਉਂਦਾ ਰਿਹਾ। ਤੇ ਸਾਈਕਲ ਭਜਾਂਈ ਫਿਰਦਾ ਰਿਹਾ। ਇਹ ਰੇੜ੍ਹੇ ਉਸ ਦੇ ਹੁਣ ਵੀ ਸੰਭਾਲੇ ਪਏ ਸਨ, ਜਿਨਾਂ ਵਿੱਚ ਖੂੰਟੀ ਪਾਕੇ ਚਲਾਉਣ ਵਾਲੇ, ਸਾਈਕਲ ਦੇ ਟਾਇਰਾਂ ਦੇ ਬਣਾਏ ਹੋਏ, ਸਾਈਕਲਾਂ ਦੇ ਰਿੰਮ ਤੋਂ ਗਜ਼ ਉਤਾਰ ਸਪੈਸ਼ਨ ਲੁਹਾਰ ਤੋਂ ਬਣਾਏ ਰੇੜ੍ਹੇ ਵੀ ਸਨ। ਇਸੇ ਪਿੰਡ ਵਿੱਚ ਉਸ ਨੇ ਅਨੇਕਾਂ ਹੋਲੀਆਂ, ਦਿਵਾਲੀਆਂ ਵਿਸਾਖੀਆਂ ਅਤੇ ਲੋਹੜੀਆਂ ਮਨਾਈਆਂ। ਉਸ ਦੀ ਨਾਨੀ ਮਹਿਤਾਬ ਕੌਰ ਵੀ ਦਲੇਰ ਸਿੰਘ ਵਲੋਂ ਆਪਣੇ ਪੁੱਤਰ ਨੂੰ ਪਿੰਡ ਲੈ ਕੇ ਜਾਣ ਦੇ ਫੈਸਲੇ ਨਾਲ ਉਦਾਸ ਹੋ ਗਈ। ਮਨਦੀਪ ਨੂੰ ਰਾਮਪੁਰਾ ਜਿਵੇਂ ਕੋਈ ਓਪਰਾ ਜਿਹਾ ਪਿੰਡ ਜਾਪਦਾ। ਜਿਥੇ ਰਹਿਣ ਬਾਰੇ ਸੋਚ ਕੇ ਉਸ ਨੂੰ ਹੌਲ ਪੈਂਦੇ।

ਮਹਿਤਾਬ ਕੌਰ ਚੁੱਪ ਤੇ ਉਦਾਸ ਰਹਿਣ ਲੱਗੀ। ਉਸਦਾ ਪਾਲਿਆ ਪਿਆਰਾ ਦੋਹਤਾ ਉਸ ਤੋਂ ਵਿੱਛੜ ਰਿਹਾ ਸੀ। ਹੁਣ ਉਹ ਜਦੋਂ ਉਸ ਦਾ ਜੂੜਾ ਗੁੰਦਦੀ ਤਾਂ ਉਸ ਦੀਆਂ ਅੱਖਾਂ ਭਰ ਆਂਉਦੀਆਂ। ਰੋਟੀ ਪਾ ਕੇ ਦਿੰਦੀ, ਉਹ ਮੱਲੋ ਮੱਲੀ ਮਨਦੀਪ ਦੀ ਰੋਟੀ ਤੇ ਮੱਖਣ ਪੇੜਾ ਰੱਖ ਦਿੰਦੀ ਤੇ ਘਿਉ ਸ਼ੱਕਰ ਵੀ ਰਲ਼ਾ ਦਿੰਦੀ। ਜਿਵੇਂ ਬੱਸ ਮਨਦੀਪ ਹੁਣ ਕੁੱਝ ਦਿਨਾਂ ਦਾ ਹੀ ਮਹਿਮਾਨ ਹੋਵੇ।

ਫੇਰ ਪਤਾ ਵੀ ਨਾ ਲੱਗਿਆ ਜਦੋਂ ਅੱਠਵੀ ਦੇ ਪੇਪਰ ਮੁੱਕ ਗਏ। ਉਸ ਤੋਂ ਬਾਅਦ ਸਕੂਲ ਵੀ ਬੰਦ ਹੋ ਗਏ। ਇਹ ਸਾਲ 1973 ਮਾਰਚ ਮਹੀਨੇ ਦੀ ਸ਼ੁਰੂਆਤ ਸੀ। ਸਿਆਲ ਬੀਤ ਚੁੱਕਾ ਸੀ, ਬਸ ਸੁਭਾ ਸ਼ਾਮ ਹਲਕੀ ਹਲਕੀ ਠੰਢ ਰਹਿ ਗਈ ਸੀ। ਖੇਤਾਂ ਵਿੱਚ ਕਣਕ ਦੀਆਂ ਹਰੀਆਂ ਕਚੂਰ ਬੱਲੀਆਂ ਝੂਲਦੀਆਂ। ਸਰੋਂ ਦੇ ਪੀਲ਼ੇ ਪੀਲ਼ੇ ਫੁੱਲ ਮਨ ਨੂੰ ਖਿੱਚਾਂ ਪਾਉਂਦੇ। ਲੋਕ ਮਿੱਠੇ ਗੰਨੇ ਚੂਪਦੇ, ਘੁਲਾੜੀਆਂ ਚੱਲਦੀਆਂ। ਕਦੇ ਉਹ ਚੱਲ ਰਹੀ ਘੁਲਾੜੀ ਕੋਲ ਖੇਤ ਵਿੱਚ ਚਲਾ ਜਾਂਦਾ ਜਿੱਥੇ ਔਰਤਾਂ ਮਰਦ ਗੰਨੇ ਘੜ ਰਹੇ ਹੁੰਦੇ। ਲੂੰਬੇ ਚੋਂ ਧੂਆਂ ਨਿੱਕਲਦਾ। ਵਹਿਣੀ ਤੇ ਪਿਆ ਰਸ ਦਾ ਕੜਾਹਾ ਸੂੰ ਸੂੰ ਕਰਦਾ। ਪਰ ਹੁਣ ਗੰਡ 'ਚ ਪਿਆ ਤਾਜ਼ਾ ਗਰਮ ਗੁੜ ਵੀ ਉਸ ਨੂੰ ਚੰਗਾ ਨਾ ਲੱਗਦਾ। ਉਹ ਬਲਦਾ ਨੂੰ ਥਾਪੀਆਂ ਦਿੰਦਾ। ਸੁਹਾਗੇ ਤੇ ਚੜ੍ਹ ਕੇ ਲਏ ਝੂਟੇ ਯਾਦ ਆਉਂਦੇ ਤੇ ਬਿੰਦੀ ਵੀ ਬਹੁਤ ਯਾਦ ਆਉਦੀ। ਜੋ ਕਦੇ ਕਦੇ ਖੇਤਾਂ ਨੂੰ ਚਾਹ ਪਾਣੀ ਲਈਂ ਦਿਸ ਜਾਂਦੀ। ਬਿੰਦਰ ਦੀ ਮੁਸਕਰਾਹਟ ਮਨਦੀਪ ਲਈ ਸੋਨੇ ਤੇ ਸੁਹਾਗੇ ਵਾਲਾ ਕੰਮ ਵੀ ਕਰਦੀ। ਇਸ ਵਾਰ ਸਾਰੇ ਪਿੰਡ ਨੇ

ਰਲਕੇ ਹੋਲੀ ਮਨਾਈ। ਇੱਕ ਦੂਜੇ ਤੇ ਪਾਣੀ ਦੀਆਂ ਬਾਲਟੀਆਂ ਭਰ ਭਰ ਸੁੱਟੀਆਂ।ਪਰ ਮਨਦੀਪ ਨੂੰ ਇਹ ਸਭ ਰੰਗ ਫਿੱਕੇ ਪੈਂਦੇ ਜਾਪੇ।

ਇਸੇ ਮਹੀਨੇ ਪਿੰਡ ਵਿਚ ਇੱਕ ਮਾਤਾ ਰਾਣੀ ਦਾ ਮੇਲਾ ਲੱਗਦਾ ਸੀ ਤਾਂ ਕਿ ਕਿਸੇ ਨੂੰ ਚੇਚਕ ਨਾ ਹੋਵੇ। ਇਹ ਰਵਾਇਤ ਬਹੁਤ ਪੁਰਾਣੀ ਚਲੀ ਆ ਰਹੀ ਸੀ। ਲੋਕ ਗੁਲ਼ਗਲੇ ਕਚੌਰੀਆਂ ਬਣਾ ਕੇ ਮਾਤਾਂ ਦੇ ਸਥਾਨ, ਮਮਟੀਆਂ ਤੇ ਮੱਥਾ ਟੇਕਣ ਜਾਂਦੇ, ਜੋ ਕਿ ਪਿੰਡ ਦੀਆਂ ਮੜੀਆਂ ਵਿੱਚ ਬਣੀਆਂ ਹੋਈਆਂ ਸਨ। ਇਨ੍ਹਾਂ ਹੀ ਮੜੀਆਂ ਕੋਲੋ ਔਰਤਾਂ ਕਦੇ ਡਰਦੀਆਂ ਲੰਘਦੀਆਂ ਵੀ ਨਹੀਂ ਸਨ। ਪਰ ਇਸ ਦਿਨ ਤੇ ਤਿਆਰ ਬਿਆਰ ਹੋ ਕੇ ਮੱਥਾ ਟੇਕਣ ਆਂਉਦੀਆਂ। ਲੋਕ ਮਾਤਾ ਰਾਣੀ ਨੂੰ ਮੌਤ ਦੀ ਦੇਵੀ ਸਮਝ ਕੇ ਪੂਜਦੇ ਅਤੇ ਡਰਦੇ ਕਿ ਕਿਤੇ ਉਹ ਕਰੋਪ ਨਾ ਹੋ ਜਾਵੇ। ਸ਼ੂਦਰਾਂ ਨੂੰ ਵੀ ਲੋਕ ਮਾਤਾ ਰਾਣੀ ਦੇ ਪ੍ਰਤੀਨਿੱਧ ਹੀ ਸਮਝਦੇ, ਜੋ ਮਾਤਾ ਦੀ ਕਰੋਪੀ ਘਟਾਉਣ ਵਿੱਚ ਸਹਾਈ ਹੋ ਸਕਦੇ ਸਨ। ਸ਼ਿੰਦਰੋ ਚੂਹੜੀ ਬਹਿੜਿਆਂ ਵਾਲੇ ਦਿਨ ਮਾਤਾ ਦੀਆਂ ਮੱਮਟੀਆਂ ਪਾਸ ਖੜੇ ਬੋਹੜ ਕੋਲ ਆਪਣਾ ਅੱਡਾ ਬਣਾਕੇ ਬੈਠਦੀ। ਉਹ ਮੱਥਾ ਟੇਕਣ ਆਇਆ ਦੇ ਸਿਰਾਂ ਤੇ ਮੁਰ਼ਗਾ ਛੁਹਾਉਂਦੀ। ਲੋਕ ਸਮਝਦੇ ਕਿ ਇਸ ਨਾਲ ਸ਼ੀਤਲਾ ਮਾਤਾ ਦੀ ਕਰੋਪੀ ਲਹਿ ਜਾਂਦੀ ਹੈ। ਉਹ ਦਾਣਿਆਂ ਨਾਲ ਭਰ ਕੇ ਲਿਆਂਦੇ ਥਾਲ਼ ਅਤੇ ਹੋਰ ਵਸਤਾਂ ਸ਼ਿੰਦਰੋਂ ਦੀ ਵਿਛਾਈ ਹੋਈ ਚਾਦਰ ਤੇ ਮੱਥਾ ਟੇਕ ਜਾਂਦੇ। ਇਸ ਵਾਰ ਮਹਿਤਾਬ ਕੌਰ ਨੇ ਵੀ ਮਨਦੀਪ ਦੇ ਸਿਰ ਤੋਂ ਮੁਰ਼ਗਾ ਛੁਹਾਇਆ। ਇਹ ਰਣੀਏ ਪਿੰਡ ਵਿੱਚ ਉਸਦਾ ਆਖਰੀ ਤਿਉਹਾਰ ਸੀ। ਰਣੀਏ ਪਿੰਡ ਦੇ ਲੋਕਾਂ ਦੇ ਦਿਲ ਪਾਣੀ ਵਾਂਗ ਸਾਫ ਅਤੇ ਪਵਿੱਤਰ ਸਨ। ਉਨ੍ਹਾਂ ਨੂੰ ਆਪਸੀ ਰਿਸ਼ਤਿਆਂ ਦੀ ਬੇਹੱਦ ਕਦਰ ਸੀ।

ਉਸੇ ਦਿਨ ਆਪਣੇ ਨਾਨਾ ਸੰਤਾ ਸਿੰਘ ਪਾਸੋਂ ਉਸ ਨੂੰ ਪਤਾ ਲੱਗਿਆ ਕਿ ਪਹਿਲੀ ਚੇਤ ਨੂੰ ਤਾਂ ਅਜੇ ਕਿਸ਼ਤੀ ਦਾ ਮੇਲਾ ਵੀ ਹੈ। ਕਿਸ਼ਤੀ ਜੋ ਨਹਿਰ ਸਰਹਿੰਦ ਬਣਨ ਤੋਂ ਬਾਅਦ ਇੱਕ ਚੇਤ ਨੂੰ ਲਗਾਈ ਗਈ ਸੀ, ਕਿਹੜੇ ਸਨ ਵਿੱਚ, ਇਹ ਕੋਈ ਵੀ ਨਹੀਂ ਸੀ ਜਾਣਦਾ।

ਰਣੀਏ ਪਿੰਡ ਦੀ ਜ਼ਮੀਨ ਤੇ ਨਹਿਰ ਨਿੱਕਲਣ ਨਾਲ ਭਾਂਵੇਂ ਕੋਈ ਅਸਰ ਨਹੀਂ ਸੀ ਪਿਆ, ਪਰ ਝਾਂਡੇ ਪਿੰਡ ਵਾਲਿਆਂ ਦੀਆਂ ਜ਼ਮੀਨਾਂ ਦੇ ਕੁੱਝ ਹਿੱਸੇ ਰਣੀਏ ਵਾਲੇ ਪਾਸੇ ਰਹਿ ਗਏ ਸਨ। ਕਿਸ਼ਤੀ ਲੱਗਣ ਨਾਲ ਮੁੜ ਤੋਂ ਉਨ੍ਹਾਂ ਦਾ ਆਪਣੀਆਂ ਪਾਰ ਰਹਿ ਗਈਆਂ ਜ਼ਮੀਨਾਂ ਨਾਲ ਨਾਤਾ ਜੁੜ ਗਿਆ। ਉਹ ਹਲ਼ ਪੰਜਾਲੀਆਂ ਬਲਦ ਸਭ ਕੁੱਝ ਹੀ ਕਿਸ਼ਤੀ ਤੇ ਚੜ੍ਹਾ ਲੈਂਦੇ। ਆਲੇ ਦੁਆਲੇ ਦੇ ਪਿੰਡਾਂ ਤੇ ਸ਼ਹਿਰਾਂ ਨੂੰ ਜਾਣ ਵਾਲੇ ਲੋਕ ਵੀ ਕਿਸ਼ਤੀ ਰਾਹੀਂ ਹੀ ਨਹਿਰ ਪਾਰ ਕਰਦੇ। ਲੋਕਾਂ ਨੂੰ ਡਰ ਵੀ ਰਹਿੰਦਾ ਕਿ ਕਿਤੇ ਕਿਸ਼ਤੀ ਡੁੱਬ ਹੀ ਨਾ ਜਾਵੇ। ਉਹ ਡਰਦੇ ਖੁਆਜ਼ਾ ਦੀ ਅਰਾਧਨਾ ਕਰਦੇ। ਜਿਸ ਨੂੰ ਪੰਜਾਬ ਵਿੱਚ ਪਾਣੀ ਦਾ ਦੇਵਤਾ ਮੰਨਿਆ ਜਾਂਦਾ ਸੀ। ਔਰਤਾਂ ਖੁਆਜ਼ੇ ਦੀ ਕੜ੍ਹਾਹੀ ਕਰਕੇ ਚੌਲਾਂ ਦਾ ਮੱਥਾ ਟੇਕਣ ਅਤੇ ਦੇਸੀ ਘਿਉ ਦਾ ਹਵਨ ਕਰਨ ਨਹਿਰ ਦੇ ਘਾਟ ਤੇ ਅਕਸਰ ਆਉਂਦੀਆ। ਇਸੇ ਗੱਲ ਨੂੰ ਲੈ ਕੇ ਹਰ ਸਾਲ ਇੱਕ ਚੇਤਰ ਨੂੰ ਏਥੇ ਨਿੱਕਾ ਜਿਹਾ ਮੇਲਾ ਲੱਗਦਾ ਅਤੇ ਦੁਕਾਨਾਂ ਵੀ ਸਜਦੀਆਂ।

ਆਖਿਰ ਇੱਕ ਚੇਤ ਵੀ ਆ ਗਿਆ। ਮੇਲੇ ਵਾਲੇ ਦਿਨ ਸੰਤਾ ਸਿੰਘ, ਮਨਦੀਪ ਅਤੇ ਧਰਮਾ ਕਿਸ਼ਤੀ ਦਾ ਮੇਲਾ ਵੇਖਣ ਗਏ। ਅੱਜ ਉਨ੍ਹਾਂ ਦੇ ਨਾਲ ਬਲਕਾਰ ਸਿੰਘ ਵੀ ਸੀ। ਸੰਤਾ ਸਿੰਘ ਨੇ ਜਿੱਥੇ ਰਸਤੇ ਵਿੱਚ ਖੁਆਜ਼ਾ ਦੀ ਮੰਨਤ ਬਾਰੇ ਦੱਸਿਆ ਉੱਥੇ ਬਲਕਾਰ ਸਿੰਘ ਨੇ ਨਹਿਰ ਸਰਹਿੰਦ ਬਾਰੇ ਕਿਸੇ ਪੁਸਤਕ ਵਿੱਚੋਂ ਪੜ੍ਹੀ ਜਾਣਕਾਰੀ ਵੀ ਸਾਂਝੀ ਕੀਤੀ। ਜਦੋਂ ਉਹ ਦੱਸ ਰਿਹਾ ਸੀ ਤਾਂ ਮਨਦੀਪ ਬੜੇ ਧਿਆਨ ਨਾਲ ਸੁਣਦਾ ਰਿਹਾ ਕਿ "1854 ਵਿੱਚ ਅੰਗਰੇਜ਼ਾਂ ਨੇ ਮਾਰੂ ਜ਼ਮੀਨ ਨੂੰ ਸੇਂਜੂ ਵਿੱਚ ਬਦਲਣ ਲਈ ਇਸ ਨਹਿਰ ਦਾ ਸਰਵੇਅ ਕਰਵਾਇਆ। ਪਰ 1857 ਦੇ ਪਹਿਲੇ

ਗ਼ਦਰ ਕਾਰਨ ਇਹ ਪ੍ਰੋਜੈਕਟ ਵਿੱਚੇ ਲਟਕ ਗਿਆ। 1876 ਵਿੱਚ ਲਾਰਡ ਰਿਪਨ ਦੇ ਵਕਤ ਇਹ ਫੇਰ ਸ਼ੁਰੂ ਕੀਤਾ ਗਿਆ। ਨਹਿਰ ਦੀ ਖੁਦਾਈ ਤੇ ਉਸ ਵਕਤ ਚਾਰ ਕਰੋੜ ਸੱਤ ਲੱਖ ਰੁਪਏ ਖਰਚ ਹੋਏ ਸਨ। ਜਿਸ ਦੇ ਨਿਕਲਣ ਨਾਲ ਮਾਲਵੇ ਦੀ ਕਾਇਆਂ ਹੀ ਪਲਟ ਗਈ।

ਫਸਲੀ ਸਿੰਜਾਈ ਦੇ ਨਾਲ ਨਾਲ ਹੜ੍ਹਾਂ ਦੀ ਰੋਕ ਥਾਮ ਵੀ ਹੋ ਗਈ। ਬੰਜ਼ਰ ਅਤੇ ਰੇਤਲੀਆਂ ਜ਼ਮੀਨਾਂ ਵਿੱਚ ਹਾੜੀ ਸਾਉਣੀ ਦੀ ਭਰਪੂਰ ਫਸਲ ਹੋਣ ਲੱਗੀ। ਇਸ ਦੇ ਨਾਲ ਨਾਲ ਕੁੱਝ ਮੁਸ਼ਕਲਾਂ ਵੀ ਆਈਆਂ। ਪਿੰਡ ਰਣੀਆ, ਨਾਲ ਲੱਗਦੇ ਸ਼ਹਿਰਾਂ ਜਿਵੇਂ ਮਾਛੀਵਾੜਾ ਅਤੇ ਸਮਰਾਲੇ ਤੋਂ ਕੱਟਿਆ ਗਿਆ। ਲੋਕਾਂ ਨੂੰ ਸੌਦੇ ਪੱਤੇ ਲਿਆਉਣੇ ਅਤੇ ਫਸਲਾਂ ਵੇਚਣੀਆਂ ਮੁਸ਼ਕਲ ਹੋ ਗਈਆਂ। ਨਾਲਦੇ ਪਿੰਡਾਂ ਵਿੱਚ ਵੀ ਹਾਹਾਕਾਰ ਮੱਚ ਗਈ। ਜਿਸ ਨੂੰ ਮੱਦੇ ਨਜ਼ਰ ਰੱਖਦਿਆਂ ਸਰਕਾਰ ਨੇ ਇਹ ਕਿਸ਼ਤੀ ਦੀ ਸਹੂਲਤ ਦਿੱਤੀ ਸੀ। ਗੜ੍ਹੀ ਅਤੇ ਨੀਲੋਂ ਪਿੰਡਾਂ ਕੋਲ ਆਵਾਜਾਈ ਲਈ ਪੁਲ਼ ਬਣਵਾਏ। ਉਦੋਂ ਤੋਂ ਹੀ ਕਿਸੇ ਨਾ ਕਿਸੇ ਰੂਪ ਵਿੱਚ ਇਹ ਕਿਸ਼ਤੀ ਦਾ ਮੇਲਾ ਲੱਗਦਾ ਆ ਰਿਹਾ ਸੀ। ਮਨਦੀਪ ਜਦ ਵੀ ਆਪਣੇ ਪਿੰਡ ਰਾਮਪੁਰੇ ਨੂੰ ਜਾਂਦਾ ਤਾਂ ਇਸੇ ਕਿਸ਼ਤੀ ਤੋਂ ਲੰਘ ਕੇ ਜਾਣਾ ਪੈਂਦਾ ਸੀ।

ਗੱਲਾਂ ਕਰਦੇ ਕਰਦੇ, ਉਹ ਨਹਿਰ ਦੇ ਘਾਟ ਤੇ ਜਾ ਪਹੁੰਚੇ। ਦੇਖਾ ਦੇਖੀ ਕਈ ਪਿੰਡਾਂ ਦਾ ਇਕੱਠ ਜੁੜਨਾ ਸ਼ੁਰੂ ਹੋ ਗਿਆ ਸੀ। ਅੱਜ ਵੀ ਏਥੇ ਬਹੁਤ ਸਾਰੀਆਂ ਦੁਕਾਨਾਂ ਲੱਗੀਆਂ ਹੋਈਆਂ ਸਨ। ਕੇਲੇ ਸੇਬ ਸੰਤਰੇ ਵੇਚਣ ਵਾਲੇ, ਪਕੌੜੇ ਤੇ ਵੰਗਾਂ ਵੇਚਣ ਵਾਲੇ, ਲੋਕਾਂ ਨੂੰ ਹੋਕਰੇ ਮਾਰ ਮਾਰ ਬੁਲਾ ਰਹੇ ਸਨ। ਇੱਕ ਪਾਸੇ ਘੂੰ ਘੂੰ ਕਰਦੀ ਮਸ਼ੀਨ ਤੋਂ ਮੁੰਡੇ ਪੱਟਾਂ ਤੇ ਮੋਰਨੀਆਂ ਪਵਾ ਰਹੇ ਸਨ ਤੇ ਕੋਈ ਫੁੱਲ ਖੁਦਵਾ ਰਿਹਾ ਸੀ। ਇੱਕ ਪਾਸੇ ਕੁਲਫੀਆਂ ਤੇ ਰਗੜੀ ਹੋਈ ਬਰਫ ਵੇਚੀ ਜਾ ਰਹੀ ਸੀ। ਸੰਤਾ ਸਿੰਘ ਨੇ ਗਰਮ ਗਰਮ ਪਕੌੜੇ ਸਭ ਨੂੰ ਖੁਆਏ ਤੇ ਖੀਸੇ ਵਿੱਚੋਂ ਪੈਸੇ ਕੱਢਕੇ ਸਭ ਨੂੰ ਦਿੰਦਾ ਬੋਲਿਆ ਲਉ ਦੇਖੋ ਮੇਲਾ।

ਮਨਦੀਪ ਨੂੰ ਆਪਣੇ ਪਿੰਡ ਜਾਣ ਦੇ ਖਿਆਲ ਨੇ ਮੇਲਾ ਵੀ ਫਿੱਕਾ ਲੱਗਣ ਲਾ ਦਿੱਤਾ ਸੀ। ਉਹ ਸੋਚਦਾ ਸੀ ਕਿ ਜੇ ਮੈਨੂੰ ਕੋਈ ਮੁੜਕੇ ਰਣੀਏ ਲੈ ਕੇ ਹੀ ਨਾ ਆਇਆ? ਫੇਰ ਉਹ ਸੋਚਦਾ ਤਾਂ ਮੈਂ ਆਪੇ ਹੀ ਸਾਈਕਲ ਚਲਾ ਕੇ ਆ ਜਾਇਆ ਕਰਾਂਗਾ। ਕਦੇ ਉਹ ਸੋਚਦਾ ਕਿ ਜੇ ਉਸ ਵਕਤ ਕੋਈ ਕਿਸ਼ਤੀ ਪਾਉਣ ਵਾਲਾ ਏਥੇ ਨਾ ਹੋਇਆ ਤਾਂ ਫੇਰ ਮੈਂ ਕੀ ਕਰਾਂਗਾ? ਤੇ ਫੇਰ ਆਪ ਹੀ ਅੰਦਰੋ ਜਵਾਬ ਆਉਂਦਾ ਖੁਦ ਹੀ ਪਾ ਲਿਆ ਕਰਾਂਗਾ। ਪਰ ਮਨ ਕਹਿੰਦਾ ਤੈਨੂੰ ਤਾਂ ਇਹ ਪਾਉਣੀ ਹੀ ਨਹੀ ਆਉਂਦੀ? ਅੰਦਰੋਂ ਜਵਾਬ ਆਂਉਦਾ 'ਹੁਣੇ ਸਿੱਖ ਲੈ'।

ਮੇਲਾ ਦੋਹੀਂ ਪਾਸੀਂ ਲੱਗਿਆ ਹੋਇਆ ਸੀ। ਜਦੋਂ ਉਹ ਪਰਲੇ ਪਾਰ ਵਾਲਾ ਮੇਲਾ ਵੇਖਣ ਗਏ ਤਾਂ ਮਨਦੀਪ ਬਹੁਤ ਧਿਆਨ ਨਾਲ ਦੇਖਦਾ ਰਿਹਾ ਕਿ ਕਿਵੇਂ ਕੀਤੂ ਮਲ੍ਹਾਹ ਨੇ ਪਹਿਲਾਂ ਹੋੜਾ ਲਾ ਕਿਸ਼ਤੀ ਥੋੜੀ ਅਗਾਂਹ ਕੀਤੀ, ਫੇਰ ਸੰਗਲ ਕਸ ਕੇ ਉਸਦੀ ਹੁੱਕ ਜਿਹੀ ਜੰਗਲੇ ਵਿੱਚ ਫਸਾਈ। ਤਾਂ ਤਾਰ ਤੇ ਭੌਣੀ ਆਪੇ ਰਿੜਨੀ ਸ਼ੁਰੂ ਹੋ ਗਈ ਤੇ ਕਿਸ਼ਤੀ ਚੱਲਣ ਲੱਗੀ। ਉਹ ਦੂਸਰੇ ਪਾਰ ਜਾ ਉੱਤਰੇ। ਮੁੜਦਿਆਂ ਹੋਇਆ ਨੂੰ ਕਿਸ਼ਤੀ ਨੂੰ ਹੋੜਾ ਲਾ ਕੇ ਕੀਤੂ ਮਲ੍ਹਾਹ ਸੰਗਲ ਦੀ ਹੁੱਕ ਕੱਢ ਦਿੱਤੀ ਤੇ ਹੁਣ ਉਹ ਦੂਸਰੇ ਪਾਸੇ ਵਲ ਨੂੰ ਦੌੜੀ ਜਾ ਰਹੀ ਸੀ। ਮਨਦੀਪ ਨੇ ਸੋਚਿਆ ਇਹ ਕੰਮ ਤਾਂ ਸੌਖਾ ਹੀ ਹੈ। ਫੇਰ ਮੁੜਕੇ ਉਹ ਸਾਰਾ ਸਮਾਂ ਇਸ ਵਾਰੇ ਹੀ ਸੋਚਦਾ ਰਿਹਾ।

ਉਸ ਨੇ ਆਪਣੀ ਇਹ ਸਮੱਸਿਆ ਘਰ ਜਾ ਕੇ ਨਾਨੀ ਨਾਲ ਵੀ ਸਾਂਝੀ ਕੀਤੀ ਤਾਂ ਉਹ ਬੋਲੀ ਇੱਕ ਵਾਰ ਆਪਣੇ ਮਾਮੇ ਨਾਲ ਜਾ ਕੇ ਚੰਗੀ ਤਰ੍ਹਾਂ ਦੇਖ ਆਵੀਂ। ਤੇਰੀ ਬੀਬੀ ਨੇ ਰੁੜਕੀ ਤੋਂ ਪੰਦਰਾਂ ਕੁ ਦਿਨਾਂ ਨੂੰ ਆ ਹੀ ਜਾਣਾ ਹੈ। ਨਾਲੇ ਮਿਲ ਆਇਉ ਨਾਲੇ ਕਿਸ਼ਤੀ ਦੇਖ ਆਇਉ।

31 ਮਾਰਚ ਨੂੰ ਅੱਠਵੀਂ ਦਾ ਨਤੀਜਾ ਨਿੱਕਲਿਆ ਤਾਂ ਮਨਦੀਪ ਅਤੇ ਧਰਮੂ ਦੋਨੋਂ ਪਾਸ ਹੋ ਗਏ। ਰਿਜ਼ਲਟ ਨਿੱਕਲਣ ਤੋਂ ਕੁੱਝ ਦਿਨ ਪਹਿਲਾਂ ਪੰਜਾਬ ਵਿੱਚ ਭਾਰੀ ਮੀਂਹ ਪੈਣ ਦੇ ਨਾਲ ਨਾਲ ਇੱਕ ਜਬਰਦਸਤ ਝੱਖੜ ਵੀ ਝੁੱਲਿਆ। ਮਕਸੂਦੜੇ ਪਿੰਡ ਕੋਲੋਂ ਇੱਕ ਵਾਵਰੋਲਾ ਤਬਾਹੀ ਮਚਾਂਉਦਾ ਉੱਠਿਆ ਜਿਸ ਨੇ ਵੱਡੇ ਵੱਡੇ ਦਰਖਤ ਜੜ੍ਹੋਂ ਹੀ ਪੁੱਟ ਦਿੱਤੇ। ਇਹ ਤੂਫਾਨ ਘਰਾਂ ਦੀਆਂ ਛੱਤਾਂ ਉਡਾ ਕੇ ਲੈ ਗਿਆ। ਗਾਰਡਰ ਤੱਕ ਦੂਹਰੇ ਕਰ ਦਿੱਤੇ। ਮਸ਼ਿਨਰੀ, ਟਰਾਲੀਆਂ ਗੱਡੀਆਂ ਸਭ ਮੂਧੀਆਂ ਮਾਰ ਦਿੱਤੀਆਂ। ਬਹੁਤ ਸਾਰੀਆਂ ਕੰਧਾਂ ਡਿੱਗ ਪਈਆਂ। ਪਿੰਡ ਜਟਾਣਾ ਤਾਂ ਪੂਰਾ ਢਹਿ ਢੇਰੀ ਹੋ ਗਿਆ। ਪੰਦਰਾਂ ਦੇ ਕਰੀਬ ਮੌਤਾਂ ਇਸੇ ਪਿੰਡ ਵਿੱਚ ਹੋਈਆ।

ਰਾਮਪੁਰੇ ਪਿੰਡ ਦਾ ਇੱਕ ਪਾਸਾ ਵੀ ਇਸ ਝੱਖੜ ਦਾ ਸ਼ਿਕਾਰ ਹੋ ਗਿਆ। ਜਟਾਣੇ ਪਿੰਡ ਹੋਈ ਤਬਾਹੀ ਨੂੰ ਲੋਕ ਦੂਰੋਂ ਦੂਰੋਂ ਦੇਖਣ ਆ ਰਹੇ ਸਨ। ਕੋਈ ਇਸ ਨੂੰ ਅਸਮਾਨੀ ਬਿਜਲੀ ਦੀ ਕਰੋਪੀ ਦੱਸਦਾ, ਕੋਈ ਭੂਤਾਂ ਦਾ ਨਾਚ ਤੇ ਕੋਈ ਕਹਿੰਦਾ ਕਿ ਕਿਸੇ ਨੇ ਮਕਸੂਦੜੇ ਦੀ ਢੱਕੀ ਵਿੱਚ ਗਊ ਨੂੰ ਮਾਰਿਆ ਗਿਆ ਸੀ ਤਾਂ ਕਿਸੇ ਸਾਧ ਨੇ ਸਰਾਪ ਦੇ ਦਿੱਤਾ। ਲੋਕ ਪਿੰਡਾਂ ਦੀਆਂ ਸੱਥਾਂ ਵਿੱਚ ਬਹਿ ਬਹਿਕੇ ਅਜਿਹੀਆਂ ਗੱਲਾਂ ਕਰਦੇ। ਇਕ ਦਿਨ ਬਲਕਾਰ ਕਹਿੰਦਾ ਚੱਲ ਭਾਣਜਿਆ ਨਾਲੇ ਤੈਨੂੰ ਤੇਰੇ ਪਿੰਡ ਮਿਲਾ ਲਿਆਂਉਦਾ ਹਾਂ ਚੱਲ ਨਾਲੇ ਆਪਾਂ ਵੀ ਜਟਾਣਾ ਵੇਖ ਆਉਂਦੇ ਹਾਂ। ਤੇ ਦੂਸਰੇ ਦਿਨ ਉਹ ਦੋ ਸਾਈਕਲ ਲੈ ਕੇ ਘਰੋਂ ਨਿੱਕਲ ਪਏ।

ਰਸਤੇ ਵਿੱਚ ਉਨ੍ਹਾਂ ਨਵੀਆਂ ਨਕੋਰ ਬੁਰਜ਼ੀਆਂ ਦੇਖੀਆਂ ਜਿਨਾਂ ਤੇ 'ਗੁਰੂ ਗੋਬਿੰਦ ਸਿੰਘ ਮਾਰਗ' ਲਿਖਿਆ ਹੋਇਆ ਸੀ। ਬੇਲਦਾਰ ਥਾਂ ਥਾਂ ਝਾੜੀਆਂ ਕੱਟ ਰਹੇ ਸਨ ਤੇ ਸੜਕ ਨੂੰ ਸੁੰਦਰ ਬਣਾਇਆ ਜਾ ਰਿਹਾ ਸੀ। ਦਰਖਤਾਂ ਨੂੰ ਕਲੀ ਕੀਤੀ ਜਾ ਰਹੀ ਸੀ। ਕਈ ਥਾਂ ਪੱਕੀਆਂ ਪੰਧੀਆਂ ਤੇ ਵੱਡੇ ਵੱਡੇ ਇਸ਼ਤਿਹਾਰ ਲੱਗੇ ਹੋਏ ਸਨ। ਜਿਨ੍ਹਾਂ ਤੇ ਲਿਖਿਆਂ ਹੋਇਆ ਸੀ ਕਿ ਗੁਰੂ ਗੋਬਿੰਦ ਸਿੰਘ ਮਾਰਗ ਦੇ ਉਦਘਾਟਨ ਸਮੇਂ 10 ਅਪਰੈਲ ਤੋਂ 13 ਅਪਰੈਲ ਤੱਕ ਇੱਕ ਮਹਾਨ ਨਗਰ ਕੀਰਤਣ ਕੱਢਿਆ ਜਾ ਰਿਹਾ ਹੈ ਜਿਸ ਅਗਵਾਈ ਮੁੱਖ ਮੰਤਰੀ ਪੰਜਾਬ ਗਿਆਨੀ ਜ਼ੈਲ ਸਿੰਘ ਕਰਨਗੇ।

ਪੰਜਾਬ ਵਿੱਚ ਹਰੇ ਇਨਕਲਾਬ ਦੇ ਬੋਲ ਬਾਲੇ ਨੇ ਲੋਕਾਂ ਨੂੰ ਸਫੈਦੇ ਲਾਉਣ ਲਈ ਪ੍ਰੇਰਿਆ ਸੀ। ਬੇਲਦਾਰ ਟੋਏ ਕੱਢ ਕੇ ਨਹਿਰ ਤੇ ਧੜਾ ਧੜ ਸਫੈਦੇ ਲਾ ਰਹੇ ਸਨ। ਲੋਕਾਂ ਵਿੱਚ ਵੀ ਖੇਤਾਂ ਦਿਆਂ ਵੱਟਾਂ ਬੰਨਿਆਂ ਤੇ ਸਫੈਦੇ ਲਾਉਣ ਦਾ ਰੁਝਾਨ ਬਹੁਤ ਵਧਿਆ ਹੋਇਆ ਸੀ। ਗੁਰੂ ਗੋਬਿੰਦ ਸਿੰਘ ਮਾਰਗ਼ ਦਾ ਸੁਪਨਾ, ਪੰਜਾਬ ਦੇ ਮੁੱਖ ਮੰਤਰੀ ਨੇ ਲਿਆ ਸੀ। ਜੋ ਮਾਰਗ ਗੁਰੂ ਜੀ ਨਾਲ ਸਬੰਧਤ ਸਾਰੇ ਅਸਥਾਨਾ ਨੂੰ ਇੱਕ ਸ਼ਾਨਦਾਰ ਸੜਕ ਨਾਲ ਜੋੜੇ। ਹੁਣ ਉਸਦਾ ਇਹ ਸੁਪਨਾ ਪੂਰਾ ਹੋਣ ਜਾ ਰਿਹਾ ਸੀ। ਜਿਸ ਦਾ ਉਦਘਾਟਨ ਇੱਕ ਵਿਸ਼ਾਲ ਨਗਰ ਕੀਰਤਣ ਨਾਲ ਹੋਣ ਜਾ ਰਿਹਾ ਸੀ।

ਬਲਕਾਰ ਸਿੰਘ ਤੇ ਮਨਦੀਪ ਰਾਮਪੁਰੇ ਪਰਿਵਾਰ ਨੂੰ ਮਿਲਣ ਤੋਂ ਬਾਅਦ ਜਟਾਣੇ ਦੀ ਬਰਬਾਦੀ ਖੁਦ ਅੱਖੀਂ ਦੇਖ ਕੇ ਦੰਗ ਰਹਿ ਗਏ। ਪੰਜਾਬ ਵਿੱਚ ਅਜਿਹਾ ਪਹਿਲੀ ਵਾਰ ਵਾਪਰਿਆ ਸੀ। ਹਰ ਜਗਾ ਬੱਸ ਦੋ ਹੀ ਗੱਲਾਂ ਚਰਚਾ ਵਿੱਚ ਸਨ, ਜਟਾਣਿਆਂ ਦੀ ਬਰਬਾਦੀ ਅਤੇ ਅਤੇ ਗੁਰੂ ਗੋਬਿੰਦ ਸਿੰਘ ਮਾਰਗ ਤੇ ਨਿੱਕਲਣ ਵਾਲਾ ਵਿਸ਼ਾਲ ਨਗਰ ਕੀਰਤਣ। ਜਿਸ ਨੇ ਰਾਮਪੁਰੇ ਦੀ ਘਾਟ ਤੇ ਰੁਕ ਕੇ ਲੰਗਰ ਛਕਣਾ ਸੀ ਅਤੇ ਫੇਰ ਗੁਰਦੁਵਾਰਾ ਦੇਗਸਰ ਸਾਹਿਬ ਜਾ ਕੇ ਇੱਕ ਵਿਸ਼ਾਲ ਪੰਡਾਲ ਸਜਣਾ ਸੀ। ਇਸ ਨਗਰ ਕੀਰਤਨ ਨੂੰ ਦੇਖਣ ਦੀ ਉਨ੍ਹਾਂ ਵਿੱਚ ਉਤਸੁਕਤਾ ਵਧ ਗਈ। ਬਲਕਾਰ ਸਿੰਘ ਨੇ ਕਿਹਾ ਕਿ ਉਹ ਵੀ ਨਹਿਰ ਕੰਢੇ ਕਿਸ਼ਤੀ ਕੋਲ ਖੜੋ ਕੇ ਇਸਦਾ ਅਦਭੁਤ ਨਜ਼ਾਰਾ ਵੇਖਣਗੇ।

ਦਸ ਅਪਰੈਲ 1973 ਨੂੰ ਇਹ ਨਗਰ ਕੀਰਤਣ ਹਜ਼ਾਰਾ ਗੱਡੀਆਂ ਮੋਟਰਾਂ ਦੇ ਕਾਫਲੇ ਨਾਲ ਤਖਤ ਸ੍ਰੀ ਕੇਸਗੜ੍ਹ ਆਨੰਦਪੁਰ ਸਾਹਿਬ ਤੋਂ ਰਵਾਨਾ ਹੋਇਆ। ਸ਼ੀਸਿਆਂ ਵਾਲੀਆਂ ਗੱਡੀਆਂ ਵਿੱਚ ਗੁਰੂ ਸਾਹਿਬ ਦੇ ਸ਼ਾਸ਼ਤਰ ਸਜਾਏ ਗਏ। ਇੱਕ ਗੱਡੀ ਵਿੱਚ ਗੁਰੂ ਜੀ ਦੇ ਨੀਲੇ ਘੋੜੇ ਦੀ ਦੁਰਲੱਭ ਨਸਲ ਵਿੱਚੋਂ, ਨਾਦੇੜ ਸਾਹਿਬ ਤੋਂ ਦੋ ਘੋੜੇ ਲਿਆ ਕੇ ਸ਼ਾਮਲ ਕੀਤੇ ਗਏ। ਜੋ ਸ਼ਰਧਾਲੂਆਂ ਲਈ ਵਿਸ਼ੇਸ਼ ਖਿੱਚ ਦਾ ਕਾਰਨ ਬਣੇ ਹੋਏ ਸਨ। ਇਹ ਨਗਰ ਕੀਰਤਣ ਭੱਠਾ ਸਾਹਿਬ, ਚਮਕੌਰ ਸਾਹਿਬ, ਝਾੜ ਸਾਹਿਬ ਅਤੇ ਮਾਛੀਵਾੜੇ ਤੋਂ ਹੁੰਦਾ ਹੋਇਆ ਨਹਿਰੋ ਨਹਿਰ ਅਗਲੇ ਪੜਾਵਾਂ ਵਲ ਜਾ ਰਿਹਾ ਸੀ। ਜਿਸ ਨੇ 13 ਅਪਰੈਲ ਵਿਸਾਖੀ ਵਾਲੇ ਦਿਨ ਤਖਤ ਸ਼੍ਰੀ ਦਮਦਮਾ ਸਾਹਿਬ ਤਲਵੰਡੀ ਸਾਬੋ ਵਿਖੇ ਜਾਕੇ ਸਮਾਪਤ ਹੋਣਾ ਸੀ।

ਨਗਰ ਕੀਰਤਨ ਵਾਲੇ ਦਿਨ ਸੰਤਾ ਸਿੰਘ ਅਤੇ ਬਲਕਾਰ ਸਿੰਘ ਪਿੰਡੋਂ ਰੇੜ੍ਹੀ ਜੋੜਕੇ, ਸਾਰੇ ਟੱਬਰ ਨੂੰ ਇਹ ਨਗਰ ਕੀਰਤਣ ਦਿਖਾਉਣ ਲਈ ਲਿਆਏ, ਜੋ ਕਿ ਇੱਕੀ ਕਿਲੋਮੀਟਰ ਤੱਕ ਲੰਬਾ ਸੀ। ਸ਼ਾਇਦ ਪੰਜਾਬ ਵਿੱਚ ਐਨਾ ਵੱਡਾ ਨਗਰ ਕੀਰਤਣ ਕਦੀ ਵੀ ਨਾ ਨਿਕਲਿਆ ਹੋਵੇ। ਕੇਸਰੀ ਦਸਤਾਰਾਂ ਤੇ ਦੁੱਪਟਿਆਂ ਦਾ ਹੜ੍ਹ ਆਇਆ ਪਿਆ ਸੀ ਅਤੇ ਜੋ ਬੋਲੇ ਸੋ ਨਿਹਾਲ ਦੇ ਜੈਕਾਰੇ ਗੂੰਜ ਰਹੇ ਸਨ। ਲਾਗਲੇ ਪਿੰਡਾਂ ਵਲੋਂ ਨਹਿਰ ਸਰਹਿੰਦ ਤੇ ਥਾਂ ਥਾਂ ਲੰਗਰ ਲਗਾਏ ਗਏ ਸਨ। ਟੈਲੀਵਯਨ ਕੈਮਿਰਿਆਂ ਵਾਲੇ ਤੇ ਅਖ਼ਬਰਾਂ ਵਾਲੇ ਇਸ ਨੂੰ ਕਵਰ ਕਰ ਰਹੇ। ਜਦੋਂ ਸੰਤਾ ਸਿੰਘ ਨੂੰ ਪਤਾ ਲੱਗਾ ਕਿ ਇਹ ਅੱਜ ਸ਼ਾਮ ਨੂੰ ਟੈਲੀਵੀਯਨ ਤੇ ਖ਼ਬਰਾਂ ਵਿੱਚ ਵੀ ਦਿਖਾਇਆ ਜਾਣਾ ਹੈ ਤਾਂ ਉਹ ਵੀ ਪਹਿਲੀ ਵਾਰ ਕਿਸੇ ਦੇ ਘਰ ਜਾ ਕੇ ਟੈਲੀਵੀਯਨ ਦੇਖਣ ਲਈ ਰਾਜ਼ੀ ਹੋ ਗਿਆ।

ਸ਼ਾਮ ਨੂੰ ਟੈਲੀਵੀਯਨ ਤੇ ਖਬਰਾਂ ਵਿੱਚ ਨਗਰ ਕੀਰਤਣ ਦੀਆਂ ਝਲਕੀਆਂ ਵੇਖਕੇ ਸੰਤਾ ਸਿੰਘ ਹੈਰਾਨ ਰਹਿ ਗਿਆ। ਉਸ ਦਾ ਦਿਲ ਕੀਤਾ ਕਿ ਇਹ ਤਾਂ ਬੜੇ ਕੰਮ ਦੀ ਚੀਜ਼ ਹੈ, ਇਸ ਨੂੰ ਘਰ ਲਵਾ ਲੈਣਾ ਚਾਹੀਦਾ ਹੈ। ਪਰ ਫੇਰ ਉਹ ਸੋਚਦਾ ਕਿ ਅਗਰ ਉਹ ਹੀ ਡੋਲ ਗਿਆ ਤਾਂ ਬਾਕੀ ਟੱਬਰ ਤਾਂ ਹੋਰ ਵੀ ਆਜ਼ਾਦੀ ਭਾਲੇਗਾ? ਪਰ ਇਸੇ ਸਾਲ ਉਸ ਦੀਆਂ ਅੱਖਾਂ ਵਿੱਚ ਕਾਲਾ ਮੋਤੀਆਂ ਉੱਤਰ ਆਇਆ। ਉਹ ਮੱਥੇ ਤੇ ਹੱਥ ਧਰਕੇ ਬੜੀ ਮੁਸ਼ਕਲ ਨਾਲ ਬੰਦਾ ਪਛਾਨਣ ਲੱਗਿਆ। ਮਸਾਂ ਅਗਲੇ ਦੀ ਆਵਾਜ਼ ਸੁਣ ਕੇ ਹੀ ਅੰਦਾਜ਼ਾ ਲਾਉਂਦਾ ਕਿ ਬੋਲਣ ਵਾਲਾ ਕੌਣ ਹੈ।

ਅਜੇ ਪਿੰਡਾਂ ਵਿੱਚ ਵਿਰਲੇ ਟਾਵੇਂ ਹੀ ਅੱਖਾਂ ਦੇ ਕੈਂਪ ਵੀ ਲੱਗਦੇ ਸਨ। ਬਥੇਰੇ ਲੋਕਾਂ ਨੇ ਕਿਹਾ ਕਿ ਲੰਬੜਦਾਰਾ ਅਪਰੇਸ਼ਨ ਕਰਵਾ ਲੈ। ਪਰ ਉਸ ਨੂੰ ਤਾਂ ਅਪਰੇਸ਼ਨ ਦੇ ਨਾਂ ਤੋਂ ਹੀ ਭੈਅ ਆਂਉਦਾ । ਤੇ ਅੱਖ ਅੱਗੇ ਹਰੀ ਜਿਹੀ ਪੱਟੀ ਲਟਕਾ ਕੇ ਰੱਖਣੀ ਤਾਂ ਉਸ ਤੋਂ ਵੀ ਮੁਸ਼ਕਲ ਜਾਪਦੀ ਸੀ। ਉਹ ਟਾਲ਼ ਮਟੋਲ਼ ਹੀ ਕਰਦਾ ਰਿਹਾ। ਕਹਿੰਦਾ ਰਹਿੰਦਾ 'ਤੇਰਾ ਭਾਣਾ ਮੀਠਾ ਲਾਗੇ' ਜੋ ਰੱਬ ਨੂੰ ਮਨਜ਼ੂਰ ਹੈ, ਬੱਸ ਮੈਂ ਤਾਂ ਉਸੇ ਦੀ ਰਜ਼ਾ ਵਿੱਚ ਰਹਿਣਾ ਹੈ। ਇੱਕ ਅੱਖ ਥੋੜੀ ਜਿਹੀ ਠੀਕ ਸੀ। ਫੇਰ ਬਹੁਤਾ ਕਹਿਣ ਤੇ ਉਸ ਨੇ ਐਨਕਾਂ ਲਗਵਾ ਲਈਆਂ। ਹੁਣ ਤਾਂ ਉਸ ਦੇ ਹੱਥ ਖੂੰਡੀ ਵੀ ਆ ਗਈ। ਅਸਲ ਵਿੱਚ ਉਹ ਬੁੱਢਾ ਹੋ ਗਿਆ ਸੀ। ਹੁਣ ਉਹ ਆਪਣੀਆਂ ਐਨਕਾਂ ਅਤੇ ਖੂੰਡੀ ਦਾ ਰਤਾ ਵੀ ਵਿਸਾਹ ਨਾ ਕਰਦਾ।

ਉਸ ਨੇ ਸੌਦੇ ਪੱਤੇ ਲਿਆਉਣੇ ਵੀ ਛੱਡ ਦਿੱਤੇ ਅਤੇ ਸ਼ਹਿਰ ਵੀ ਨਾ ਜਾਂਦਾ। ਇਸ ਵਰੇ ਤਾਂ ਉਹ ਦੀਵਾਲੀ ਦਾ ਸਮਾਨ ਬੰਬ ਪਟਾਕੇ ਤੇ ਮਠਿਆਈਆਂ ਲੈਣ ਵੀ ਨਾ ਗਿਆ, ਜਿਸ ਦਾ ਉਸ ਨੂੰ ਬਹੁਤ ਚਾਅ ਹੋਇਆ ਕਰਦਾ ਸੀ। ਉਸਦੀ ਲਾਣੇਦਾਰੀ ਖੁੱਸ ਰਹੀ ਸੀ। ਲਾਣੇਦਾਰੀ ਕੌਣ ਸੰਭਾਲੇ? ਕੌਣ ਬਣੇ ਉਸ ਦਾ ਵਾਰਿਸ ਅਤੇ ਟੱਬਰ ਦਾ ਸਰਵਰਾਹ, ਕੋਈ ਸਮਝ ਨਹੀਂ ਸੀ ਆ ਰਿਹਾ। ਉਹ ਕਦੇ ਵੀ ਅੱਖਾਂ ਮੀਟ ਸਕਦਾ ਸੀ। ਹਰਜੀਤ ਸਿੰਘ ਅਤੇ ਬਲਕਾਰ ਨੇ ਪ੍ਰਸ਼ਨ ਉਠਾਇਆ ਕਿ "ਬਾਪੂ ਆਪਣੇ ਬੈਠੇ ਬੈਠੇ ਵੰਡੀਆਂ ਪਾ ਦੇ ਨਹੀਂ ਤਾਂ ਬਾਅਦ 'ਚ ਰੌਲੇ ਪੈਂਦੇ ਫਿਰਨਗੇ। ਅਸੀਂ

ਵੀ ਆਪਣੇ ਘਰਾਂ ਦੀ ਲਾਣੇਦਾਰੀ ਕਰ ਕੇ ਵੇਖ ਲਵਾਂਗੇ, ਤੂੰ ਤਾਂ ਇਹ ਜੀਂਦੇ ਜੀ ਛੱਡਣੀ ਨਹੀਂ"

ਅਜਿਹੀਆਂ ਗੱਲਾਂ ਸੁਣ ਉਸਦਾ ਕਾਲਜਾ ਵਿੰਨਿਆ ਜਾਂਦਾ। ਗੁਰਜੀਤ ਵੱਡਾ ਸੀ ਲੰਬੜਦਾਰੀ ਤੇ ਲਾਣੇਦਾਰੀ ਉਸ ਨੂੰ ਹੀ ਮਿਲਣੀ ਚਾਹੀਦੀ ਸੀ। ਪਰ ਉਹ ਸੰਤ ਸੁਭਾ ਹੋਣ ਕਾਰਨ, ਕੰਨਾ ਨਹੀਂ ਸੀ ਧਰਵਾਂਉਦਾ। ਉਸ ਤੋਂ ਬਾਅਦ ਬਲਕਾਰ ਸਿੰਘ ਦਾ ਨੰਬਰ ਸੀ ਪਰ ਬਲਕਾਰ ਤੇ ਹਰਜੀਤ ਨੂੰ ਮੁਖੀਆ ਬਣਾਉਣ ਦੇ ਉਹ ਹੱਕ ਵਿੱਚ ਨਹੀਂ ਸੀ। ਭਰਾਵਾਂ ਵਿੱਚ ਕਲੇਸ਼ ਵਧਣ ਲੱਗਿਆ। ਉੱਚੇ ਬੋਲ ਕੰਧਾਂ ਤੋਂ ਪਾਰ ਜਾਣ ਲੱਗੇ। ਤੇ ਫਿਰ ਇੱਕ ਸਮਾਂ ਇਹ ਵੀ ਆ ਗਿਆ ਜਦੋਂ ਉਨ੍ਹਾਂ ਦਾ ਸਯੁੰਕਤ ਪਰਿਵਾਰ ਟੁੱਟਣ ਕਿਨਾਰੇ ਆ ਖੜਾ ਹੋਇਆ।

ਤੇ ਫੇਰ ਪਰਿਵਾਰਕ ਕਲੇਸ਼ ਵਧਦਾ ਹੀ ਚਲਾ ਗਿਆ। ਲੋਕ ਭਾਂਵੇ ਅੱਡ ਹੋਣ ਵਾਲਿਆਂ ਨੂੰ ਬਹੁਤਾ ਸਤਿਕਾਰ ਦੀ ਨਜ਼ਰ ਨਾਲ ਨਹੀਂ ਸਨ ਵੇਖਦੇ। ਪਰ ਸੰਤਾ ਸਿੰਘ ਕੋਲ ਹੋਰ ਹੱਲ ਵੀ ਤਾਂ ਕੋਈ ਨਹੀਂ ਸੀ ਰਿਹਾ। ਹੁਣ ਉਹ ਅਕਸਰ ਉਦਾਸੀ 'ਚ ਡੁੱਬ ਜਾਂਦਾ ਤੇ ਦਿਲ ਦੀ ਧੜਕਣ ਤੇਜ਼ ਹੋ ਜਾਂਦੀ। ਜਿਸ ਨੂੰ ਉਹ ਆਖਦਾ ਕਿ 'ਹੁਣ ਨਾ ਮੈਨੂੰ ਬੁਲਾਇਉ ਮੇਰਾ ਪੱਖਾ ਚੱਲ ਪਿਆ ਹੈ'।

ਹਰਜੀਤ ਜੇ ਛੁੱਟੀ ਆਇਆ ਹੁੰਦਾ ਤਾਂ ਆਖਦਾ 'ਲੈ ਬਾਪੂ ਦਵਾਈ ਪੀ ਲੈ ਤੇ ਅਰਾਮ ਕਰ' ਉਹ ਰੱਮ ਦਾ ਪੈੱਗ ਉਸ ਨੂੰ ਕੋਸੇ ਪਾਣੀ ਵਿੱਚ ਪਾ ਕੇ ਦਿੰਦਾ। ਕਈ ਵਾਰ ਸ਼ਾਮ ਨੂੰ ਉਹ ਪੈੱਗ ਲੱਗੇ ਹੋਏ ਵਿੱਚ ਹੀ ਰਹਿਰਾਸ ਦਾ ਪਾਠ ਵੀ ਕਰ ਲੈਂਦਾ ਤੇ ਆਖਦਾ ਹੁਣ ਮੇਰੇ ਅੰਦਰ ਦੋ ਨਸ਼ੇ ਇਕੱਠੇ ਹੋ ਗਏ ਨੇ। ਨਾਮ ਖੁਮਾਰੀ ਨੂੰ ਵੀ ਉਹ ਨਸ਼ਾ ਹੀ ਦੱਸਦਾ।

ਫੇਰ ਉਸਦਾ ਪੱਖਾ ਹਰ ਦੂਜੇ ਤੀਜੇ ਦਿਨ ਚੱਲਣ ਲੱਗ ਪਿਆ। ਪਿੰਡ ਦੇ ਇੱਕ ਡਾਕਟਰ ਨੇ ਦੱਸਿਆ ਕਿ ਉਸਦਾ ਬਲੱਡ ਪ੍ਰੈੱਸ਼ਰ ਬਹੁਤ ਵਧ ਜਾਂਦਾ ਹੈ। ਉਹ ਆਖਦਾ ਇਨ੍ਹਾਂ ਮੁੰਡਿਆਂ ਨੇ ਤਾਂ ਮੇਰਾ ਲਹੂ ਸੁਕਾ ਦਿੱਤਾ ਹੈ। ਇਹ ਘਰ ਨੂੰ 'ਅਠੀਖੰਡ' ਕਰਨ ਤੇ ਤੁਲੇ ਹੋਏ ਨੇ। ਬਲੈਂਡ ਨੀ ਮੇਰੀ ਚਿੰਤਾ ਵਧੀ ਹੋਈ ਆ। ਕਹਿੰਦੇ ਨੇ ਚਿੰਤਾ ਚਿਖਾ ਸਮਾਨ ਹੈ। ਇਨ੍ਹੀ ਹੀ ਦਿਨੀ ਹਰਜੀਤ ਫੌਜ ਵਿੱਚੋਂ ਅਰਲੀ ਰੀਟਾਇਰਮੈਂਟ ਲੈ ਕੇ ਆ ਗਿਆ। ਉਹ ਆਖਦਾ ਮੈਂ ਪੰਜ ਸਾਲ ਲਈ ਰਿਜ਼ਰਵ ਆਇਆ ਹਾਂ ਜੇ ਬਹੁਤ ਲੋੜ ਪਈ ਤਾਂ ਉਹ ਮੈਨੂੰ ਫੇਰ ਬੁਲਾ ਲੈਣਗੇ ਪਰ ਪੱਕੀ ਪੈਨਸ਼ਨ ਪੰਜ ਸਾਲ ਤੱਕ ਹੀ ਮਿਲੂ। ਹੁਣ ਸੰਤਾਂ ਸਿੰਘ ਦਾ ਰੋਜ਼ ਦਾ ਪੈੱਗ ਪੱਕਾ ਹੋ ਗਿਆ। ਤੇ ਉਹ ਛੋਟੇ ਮੁੰਡੇ ਹਰਜੀਤ ਵਲ ਨੂੰ ਝੁਕਣ ਲੱਗਿਆ।

ਜ਼ਮੀਨ ਦੀ ਵੰਡ ਵੇਲੇ ਉਸ ਨੇ ਪਿੰਡ ਦੇ ਨਾਲ ਲੱਗਦੀ ਨਿਆਂਈ ਵਾਲੀ ਜ਼ਮੀਨ ਦੇ ਹਿੱਸੇ ਬਹਿੰਦੇ ਚਾਰ ਕਿੱਲੇ ਇਹ ਕਹਿ ਕੇ ਹਰਜੀਤ ਦੇ ਗੁਣੇ ਪਾ ਦਿੱਤੇ ਕਿ ਵੱਡਿਆਂ ਦੇ ਨਿਆਣੇ ਸਾਂਝੇ ਪਰਿਵਾਰ ਵਿੱਚ ਪਲ਼ੇ ਨੇ ਉਸ ਨੇ ਤਾਂ ਅਜੇ ਨਿਆਣੇ ਪਾਲਣੇ ਨੇ। ਵੱਡਿਆਂ ਨੇ ਛੱਤੇ ਛਤਾਏ ਘਰਾਂ ਵਿੱਚੋਂ ਹਿੱਸਾ ਲੈ ਲਿਆ ਪਰ ਛੋਟਾ ਚੁੱਪ ਰਿਹਾ। ਪਤਾ ਉਦੋਂ ਹੀ ਲੱਗਿਆ ਜਦੋਂ ਸੰਤਾ ਸਿੰਘ ਨੇ ਕਿਹਾ ਕਿ ਹਵੇਲੀ ਦੇ ਅੱਧੇ ਪਏ ਖਾਲੀ ਹਿੱਸੇ ਵਿੱਚ ਉਹ ਹਰਜੀਤ ਨੂੰ ਨਵਾਂ ਅਤੇ ਪੱਕਾ ਘਰ ਬਣਾ ਕੇ ਦੇਵੇਗਾ। ਇਸ ਨਾਲ ਕਲੇਸ਼ ਹੋਰ ਵਧ ਗਿਆ।

ਦੂਸਰੇ ਕਹਿ ਰਹੇ ਸਨ ਕਿ ਛੋਟੇ ਨੇ ਸ਼ਰਾਬ ਪਿਲਾ ਪਿਲਾ ਕੇ ਬਾਪੂ ਨੂੰ ਹੱਥ ਹੇਠ ਕਰ ਲਿਆ ਹੈ। ਫੇਰ ਇੱਕ ਦਿਨ ਪਸ਼ੂ, ਭਾਂਡੇ ਟੀਂਡੇ, ਦਾਣਾ ਫੱਕਾ ਤੇ ਹੋਰ ਸਮਾਨ ਸਾਰਾ ਕੁੱਝ ਹੀ ਵੰਡ ਲਿਆ ਗਿਆ। ਹਰਜੀਤ ਨੇ ਕਿਹਾ ਕਿ "ਬਾਪੂ ਮੇਰੇ ਨਾਲ ਰਹੇਗਾ ਤੇ ਬਾਪੂ ਦਾ ਹਿੱਸਾ ਵੀ ਵੰਡੋ"

ਬਲਕਾਰ ਬੋਲਿਆ "ਜੇ ਤੇਰੇ ਨਾਲ ਬਾਪੂ ਰਹੂ ਤਾਂ ਮੈਂ ਬੇਬੇ ਨੂੰ ਰੱਖਦਾ ਹਾਂ। ਬਾਪੂ ਦੇ ਬਰਾਬਰ ਦਾ ਹਿੱਸਾ ਬੇਬੇ ਦਾ ਵੀ ਆ ਉਹ ਨੂੰ ਵੀ ਵੰਡੋ ?" ਸੋ ਬੇਬੇ ਬਾਪੂ ਵੀ ਵੰਡ ਲਏ ਗਏ। ਜਿਸ ਨੇ ਮਹਿਤਾਬ ਕੌਰ ਨੂੰ ਧੁਰ ਅੰਦਰ ਤੱਕ ਝੰਜੋੜ ਸੁੱਟਿਆ।

ਪਰ ਮਨਦੀਪ ਤਾਂ ਸਭ ਦੀ ਸਾਂਝੀ ਬਿੱਲੀ ਸੀ। ਉਸ ਦਾ ਗੁਣਾ ਪਾਉਣ ਦੀ ਏਸ ਕਰਕੇ ਜਰੂਰਤ ਹੀ ਨਹੀਂ ਸੀ ਸਮਝੀ ਗਈ ਕਿ ਉਸ ਨੇ ਤਾਂ ਆਪਣੇ ਪਿੰਡ ਹੀ ਚਲੇ ਹੀ ਜਾਣਾ ਹੈ। ਪਰ ਇਸ ਵੰਡੀ ਨੇ ਉਸ ਨੂੰ ਕਈ ਵਾਰ ਰੋਣ ਤੇ ਮਜਬੂਰ ਕਰ ਦਿੱਤਾ। ਜੇ ਉਹ ਕਿਸੇ ਇੱਕ ਮਾਮੇ ਦਾ ਵੱਧ ਕਰਦਾ ਤਾਂ ਦੂਸਰਾ ਮੂੰਹ ਵੱਟ ਲੈਂਦਾ। ਹੁਣ ਉਸਦਾ ਵੀ ਏਥੋਂ ਭੱਜ ਜਾਣ ਲਈ ਦਿਲ ਕਰਦਾ ਸੀ। ਅਖਿਰ ਭਰਾਵਾਂ ਨੇ ਮਿਲਣ ਵਰਤਣ ਲਈ ਚਾਰੇ ਭੈਣਾਂ ਵੀ ਵੰਡ ਲਈਆਂ। ਬਚਨੋ ਬਲਕਾਰ ਸਿੰਘ ਦੇ ਹਿੱਸੇ ਆ ਗਈ। ਉਸ ਦੀਆਂ ਨਾਨਕਸ਼ੱਕਾਂ, ਸੰਧਾਰੇ ਅਤੇ ਦੇਣ ਲੈਣ ਹੁਣ ਉਸਦੇ ਜਿੰਮੇ ਸਨ। ਅਸਲ ਵਿੱਚ ਮਨਦੀਪ ਵੀ ਹੁਣ ਉਸੇ ਦੇ ਹਿੱਸੇ ਵਿੱਚ ਸੀ।

ਫਿਰ ਉਸੇ ਹਾੜੀ ਦੀ ਫਸਲ ਤੋਂ ਬਾਅਦ ਜ਼ਮੀਨਾਂ ਤੇ ਘਰ ਵੰਡ ਲਏ ਗਏ। ਸਮਾਨ ਏਧਰ ਉਧਰ ਢੋਏ ਜਾਣ ਲੱਗੇ। ਮਹਿਤਾਬ ਕੌਰ ਨੂੰ ਇੱਕ ਵਾਰ ਫੇਰ 1947 ਦੇ ਹੱਲੇ ਗੁੱਲੇ ਯਾਦ ਆ ਗਏ। ਉਹ ਅੱਖਾਂ ਭਰ ਲੈਂਦੀ ਪਰ ਮੂੰਹੋਂ ਕੁੱਝ ਨਾ ਬੋਲਦੀ। ਜਿਸ ਦਿਨ ਮਨਦੀਪ ਅੱਠਵੀਂ ਦਾ ਸਰਟੀਫਿਕੇਟ ਲੈ ਕੇ ਆਪਣੇ ਪਿਤਾ ਦਲੇਰ ਸਿੰਘ ਨਾਲ ਜਾਣ ਲੱਗਿਆ ਤਾਂ ਮਹਿਤਾਬ ਕੌਰ ਦੀਆਂ ਧਾਹਾਂ ਨਿੱਕਲ ਗਈਆਂ। ਜਿਵੇਂ ਉਸਦਾ ਕਾਲਜਾ ਪਾਟ ਗਿਆ ਹੋਵੇ। ਉਸ ਨੂੰ ਲੱਗਦਾ ਹੀ ਨਹੀਂ ਸੀ ਸੰਤਾ ਸਿੰਘ ਉਸਦੀ ਏਸ ਤਰ੍ਹਾਂ ਵੰਡੀ ਪਾਵੇਗਾ। ਪਰ ਵੰਡੀ ਤਾਂ ਪੈ ਗਈ ਸੀ। ਉਸ ਦੀ ਰੂਹ ਦੋਫਾੜ ਹੋ ਗਈ। ਉਹ ਮਾਲ਼ਾ ਫੇਰਦੀ ਆਖਦੀ 'ਹੇ ਰੱਬ ਸੱਚਿਆ ਹੁਣ ਤਾਂ ਮੈਨੂੰ ਚੱਕ ਹੀ ਲੈ...ਜੀਣ ਦਾ ਕੀ ਹੱਜ ਰਹਿ ਗਿਆ? ਮਨਦੀਪ ਲਈ ਜਿਵੇਂ ਇੱਕ ਯੁੱਗ ਦਾ ਅੰਤ ਹੋ ਗਿਆ ਸੀ। ਤੇ ਉਹ ਟੁੱਟੇ ਪਰਿਵਾਰ ਨੂੰ ਛੱਡ ਆਪਣੇ ਪਿੰਡ ਲਈ ਰਵਾਨਾ ਹੋ ਗਿਆ।

•

ਭਾਗ 35

ਆਖਿਰ ਉਹ ਦਿਨ ਵੀ ਆ ਗਿਆ ਜਿਸ ਦਿਨ ਮਨਦੀਪ ਨੇ ਨਾਨਕੇ ਛੱਡ ਆਪਣੇ ਪਿੰਡ ਰਾਮਪੁਰੇ ਨੂੰ ਜਾਣਾ ਸੀ। ਜਿੱਥੇ ਗੁਰਬਚਨ ਕੌਰ ਰੁੜਕੀ ਤੋਂ ਆਕੇ, ਹੁਣ ਆਪਣੇ ਦੂਜੇ ਦੋ ਪੁੱਤਰਾਂ ਨਾਲ ਰਹਿ ਰਹੀ ਸੀ ਅਤੇ ਤੀਜੇ ਨੂੰ ਵੀ ਬੜੀ ਸ਼ਿੱਦਤ ਨਾਲ ਉਡੀਕ ਰਹੀ ਸੀ। ਧਰਮਾਂ ਅਤੇ ਮਨਦੀਪ ਸਰਕਾਰੀ ਮਿਡਲ ਸਕੂਲ ਪੱਟੀਆਂ ਤੋਂ ਆਪਣਾ ਅੱਠਵੀਂ ਦਾ ਸਰਟੀਫੀਕੇਟ ਅਤੇ ਕਰੈਕਟਰ ਸਰਟੀਫੀਕੇਟ ਲੈ ਆਏ ਸਨ। ਉਸ ਦਿਨ ਅੱਖੜ ਸਮਝਿਆ ਜਾਂਦਾ ਹਿਸਾਬੀਆ ਅਤੇ ਡਰਾਂਇਗੀਆ ਮਾਸਟਰ ਰਾਮ ਪ੍ਰਤਾਪ ਜਿਸ ਨੂੰ ਦੋ ਉੱਚੇ ਦੰਦਾਂ ਕਾਰਨ ਨਿਆਣੇ ਦੁੱਗੜ ਕਹਿੰਦੇ ਸੀ ਉਹ ਵੀ ਉਨਾਂ ਨੂੰ ਬੜੇ ਪਿਆਰ ਨਾਲ ਮਿਲਿਆ ਸੀ। ਉਹ ਮਾੜੀ ਜਿਹੀ ਗਲਤੀ ਪਿੱਛੇ ਹੀ ਵਿਦਿਆਰਥੀਆਂ ਨੂੰ ਬੇਕਿਰਕ ਹੋ ਕੇ ਕੁਟਾਪਾ ਚਾੜਦਾ ਅਤੇ ਸੀ। ਕਈ ਤਾਂ ਉਸ ਨੂੰ ਜਮਦੂਤ ਵੀ ਕਹਿੰਦੇ ਸਨ।

ਰਾਪ ਪ੍ਰਤਾਪ ਨੇ ਉੱਚੇ ਦੰਦਾ ਵਿੱਚ ਮੁਸਕ੍ਰਾਉਦੇ ਆਖਿਆ ਸੀ 'ਵਿੱਛੜ ਚੱਲੀ ਫੇਰ ਹੰਸਾ ਦੀ ਜੋੜੀ' ਪਰ ਆਦਤ ਅਨੁਸਾਰ ਅੱਜ ਉਸ ਨੇ ਇਹ ਨਹੀਂ ਸੀ ਕਿਹਾ 'ਕੀਹਦੇ ਪੇ ਨੂੰ ਪੁੱਛ ਕੇ ਚੱਲੇ ਓਂ ?' ਹਰ ਗੱਲ ਨਾਲ ਪੇ ਕਹਿਣਾ ਉਸਦਾ ਤਕੀਆ ਕਲਾਮ ਸੀ। ਉਹ ਨਿਆਣਿਆਂ ਨੂੰ ਅਕਸਰ ਆਖਦਾ "ਥਾਡੇ ਪੇ ਨੇ ਜੰਮਕੇ ਮੇਰੇ ਗਲ਼ ਪਾ ਤੇ' ਹੁਣ ਪੇ ਤੋਂ ਪੁੱਛੋ, ਜਾ ਕੇ ਇਹ ਨੰਬਰੀ ਦੇ ਸੁਆਲ ? ਹਰਾਮਜਾਦੇ ਨਾ ਹੋਣ ਕਿਸੇ ਥਾਂ ਦੇ... ਅਲਜ਼ਬਰਾ ਤਾਂ ਕੀ ਆਉਣਾ ਹੈ ਅਜੇ ਤੱਕ ਲਘੁੱਤਮ ਕੱਢਣਾ ਨੀ ਔਂਦਾ" ਉਹ ਕਲਾਸ ਵਿੱਚ ਰੂਲ (ਕੁਟਾਪੇ ਵਾਲਾ ਡੰਡਾ) ਫੜਕੇ ਹੀ ਵੜਦਾ ਜਿਵੇਂ ਕੋਈ ਜਲਾਦ ਹੋਵੇ। ਕਈਆਂ ਦੇ ਤਾਂ ਦੇਖ ਹੀ ਪਜਾਮੇ ਭਿੱਜ ਜਾਂਦੇ। ਗਿੱਲਾ ਪਜਾਮਾ ਦੇਖ ਕੇ ਤਾਂ ਉਹ ਦੰਦ ਕਰੀਚਣ ਲੱਗ ਪੈਂਦਾ।

ਮਾਸਟਰ ਰਾਮ ਸਰੂਪ ਉਸ ਦੇ ਬਿਲਕੁੱਲ ਉਲਟ ਜੀ। ਜੋ ਹਿੰਦੀ ਵਾਲੀ ਮਾਸਟਰਨੀ ਨਾਲ ਇਸ਼ਕ ਲੜਾਉਂਦਾ ਰਹਿੰਦਾ। ਮੁੰਡਿਆ ਤੋਂ ਗੀਤ ਸੁਣਦਾ ਤੇ ਚੁਟਕਲੇ ਸੁਣਾਉਂਦਾ ਰਹਿੰਦਾ। ਆਪਣੇ ਕਈ ਚਹੇਤਿਆ ਤੋਂ ਸਾਗ ਛੱਲੀਆਂ ਅਤੇ ਗੰਨੇ ਵੀ ਮੰਗਵਾਂਉਦਾ ਰਹਿੰਦਾ। ਅੱਜ ਵੀ ਉਸ ਨੇ ਕਿਹਾ ਸੀ ਜੋੜੀਏ ਪਾਸ ਕੇ ਚੱਲੇ ਓਂ ਕੋਈ ਤੱਤਾ ਤੱਤਾ ਗੁੜ, ਗੰਨੇ ਜਾਂ ਵੇਲਣੇ ਤੋਂ ਤਾਜਾ ਰਸ ਹੀ ਲੈ ਆਂਉਦੇ।

ਮਨਦੀਪ ਦੇ ਧਰਮਾਂ ਦੋ ਵਾਰ ਉਸ ਨੂੰ ਛੱਲੀਆਂ ਤੇ ਸਾਗ, ਮਾਛੀਵਾੜੇ ਉਸ ਦੇ ਘਰ ਸਾਈਕਲ ਤੇ ਲਟਾਪੀਂਘ ਹੁੰਦੇ ਜਾਕੇ ਦੇ ਆਏ ਸਨ। ਪਰ ਫੇਰ ਵੀ ਉਸ ਦੀ ਰੂਹ ਨਹੀਂ ਸੀ ਰੱਜਦੀ।

ਇਸੇ ਸਕੂਲ ਵਿੱਚ ਮਾਸਟਰ ਸੁਜਾਨ ਸਿੰਘ ਅਤੇ ਧਰਮਪਾਲ ਵੀ ਸਨ। ਮਾਸਟਰ ਧਰਮਪਾਲ ਨੇ ਇੱਕ ਵਾਰ ਮਨਦੀਪ ਨੂੰ ਥਾਪੜਾ ਦਿੰਦੇ ਹੋਏ ਹੋਏ ਕਿਹਾ ਸੀ 'ਆਪਣੇ ਅੰਦਰਲੇ ਕਲਾਕਾਰ ਨੂੰ ਮਰਨ ਨਾ ਦੇਵੀਂ ਤੂੰ ਜਰੂਰ ਕੁੱਝ ਬਣੇਗਾ' ਤੇ ਉਸ ਨੇ ਹੀ ਮਨਦੀਪ ਨੂੰ ਹਰ ਸ਼ਨਿੱਚਰਵਾਰ ਨੂੰ ਹੋਣ ਵਾਲੇ ਬਾਲ-ਦਰਬਾਰ ਵਿੱਚ ਬੋਲਣ ਲਾਇਆ ਸੀ। ਹੁਣ ਤਾਂ ਉਹ ਗਾ ਵੀ ਲੈਂਦਾ ਸੀ ਤੇ ਆਪਣੀ ਲਿਖੀ ਸਕਿੱਟ ਵੀ ਖੇਡਦਾ। ਇਸ ਲੜੀਵਾਰ ਸਕਿੱਟ ਵਿੱਚ ਉਹ ਫੌਜਾ ਸਿਉਂ ਦਾ ਰੋਲ ਕਰਦਾ। ਜਿਸ ਕਰਕੇ ਨਾਲ ਦੇ ਮੁੰਡੇ ਉਸ ਨੂੰ ਫੌਜਾ ਸਿੰਘ ਹੀ ਕਹਿਣ ਲੱਗ ਪਏ ਸਨ।

ਇਸ ਸਕੂਲ ਵਿੱਚ ਕੁੜੀਆਂ ਵੀ ਪੜ੍ਹਦੀਆਂ ਸਨ ਪਰ ਉਹ ਕਦੇ ਕਿਸੇ ਮੁੰਡੇ ਨਾਲ ਗੱਲ ਨਾ ਕਰਦੀਆਂ। ਜੇ ਕੋਈ ਗੱਲ ਕਰਦੀ ਵੀ ਲੋਕ ਉਂਜ ਹੀ ਉਸਦੀਆਂ ਗੱਲਾਂ ਬਣਾ ਦਿੰਦੇ। ਉਹ ਤਾਂ ਬੱਸ ਮੁੰਡਿਆਂ ਦੀਆਂ ਸ਼ਕਾਇਤਾਂ ਹੀ ਲਾਉਂਦੀਆਂ ਰਹਿੰਦੀਆਂ। ਮਨਦੀਪ ਆਖਰੀ ਵਾਰ ਮਿਲਣਾ ਚਾਹੁੰਦਾ ਹੋਇਆ ਵੀ ਕਿਸੇ ਕੁੜੀ ਨੂੰ ਮਿਲ ਨਾ ਸਕਿਆ। ਇਹ ਰਿਵਾਜ਼ ਹੀ ਨਹੀਂ ਸੀ।

ਆਖਰੀ ਦਿਨ ਮਨਦੀਪ ਬਿੰਦੀ ਨੂੰ ਮਿਲਣ ਬਾਰੇ ਸੋਚਣ ਲੱਗਿਆ। ਪਰ ਕੋਈ ਵੀ ਸਬੱਬ ਨਹੀਂ ਸੀ ਬਣ ਰਿਹਾ। ਉਹ ਉਸ ਨਾਲ ਜੀ ਭਰਕੇ ਗੱਲਾਂ ਕਰਨੀਆਂ ਚਾਹੁੰਦਾ ਸੀ। ਆਖਿਰ ਐਤਵਾਰ ਵਾਲੇ ਦਿਨ ਉਸਦਾ ਪਿਤਾ ਦਲੇਰ ਸਿੰਘ ਉਸ ਨੂੰ ਲੈਣ ਆ ਹੀ ਪਹੁੰਚਾ। ਉਸ ਦਿਨ ਪਿੰਡ ਵਿੱਚ ਭੈਰੋਂ ਦਾ ਰੋਟ ਲੱਗਣਾ ਸੀ। ਪਿੰਡ ਦੀਆਂ ਔਰਤਾਂ ਅਤੇ ਕੁੜੀਆਂ ਚਿੜੀਆਂ ਨੇ ਭੈਰੋਂ ਦਾ ਚੂਰਮਾਂ ਲੈ ਸਮਾਧਾਂ ਤੇ ਜਾਣਾ ਸੀ। ਮਨਦੀਪ ਨੂੰ ਪੂਰੀ ਆਸ ਸੀ ਕਿ ਅੱਜ ਬਿੰਦੀ ਉਸ ਨੂੰ ਉਥੇ ਜਰੂਰ ਦਿਸੇਗੀ। ਪਰ ਆਪਣੇ ਪਿਤਾ ਨੂੰ ਵੇਖ ਕੇ ਉਸਦਾ ਦਿਲ ਟੁੱਟ ਗਿਆ। ਉਸ ਨੂੰ ਤਾਂ ਲੱਗਦਾ ਸੀ ਕਿ ਦੋ ਚਾਰ ਦਿਨਾਂ ਤੱਕ ਉਸਦਾ ਮਾਮਾ ਛੱਡ ਕੇ ਆਊ, ਪਰ ਅਚਾਨਕ ਇਹ ਕੀ ਹੋ ਗਿਆ ਸੀ। ਉਸ ਨੇ ਆਨੀ ਬਹਾਨੀ ਕਈ ਗੇੜੇ ਵੀਹੀ ਵਿੱਚ ਵੀ ਲਾਏ ਪਰ ਬਿੰਦੀ ਬਾਹਰ ਹੀ ਨਾ ਨਿੱਕਲੀ। ਜਿਉਂ ਜਿਉਂ ਮਹਿਤਾਬ ਕੌਰ ਉਸਦੇ ਕੱਪੜੇ ਝੋਲਿਆਂ ਵਿੱਚ ਪਾ ਰਹੀ ਸੀ ਤਾਂ ਉਸ ਦਾ ਰੋਣ ਨਿੱਕਲ ਰਿਹਾ ਸੀ।

ਏਨੇ ਨੂੰ ਬਲਕਾਰ ਸਿੰਘ ਘਰ ਆ ਗਿਆ। ਉਸ ਨੇ ਕਿਹਾ ਕਿ ਦਿਨ ਢਲੇ ਚਲੇ ਜਾਇਓ। ਆਓ ਅਜੇ ਬਾਹਰ ਘੁੰਮਣ ਚੱਲਦੇ ਹਾਂ ਨਾਲੇ ਧਰਮੇ ਨੇ ਵੀ ਤਾਂ ਤਿਆਰੀ ਕਰਨੀ ਹੈ। ਦਲੇਰ ਸਿੰਘ ਨੇ ਮਨਦੀਪ ਨੂੰ ਨਾਲ ਹੀ ਚੱਲਣ ਨੂੰ ਕਿਹਾ। ਰਸਤੇ ਵਿੱਚ ਦੇਖਿਆਂ ਕੁੜੀਆਂ ਬਰੋਟੇ ਤੇ ਪੀਂਘ ਝੂਟ ਰਹੀਆਂ ਸਨ ਪਰ ਬਿੰਦੀ ਨਹੀਂ ਸੀ। ਸਾਂਝੀ ਖੂਹੀ ਅੱਗੇ ਬਣੇ ਚਬੂਤਰੇ ਤੇ ਸੁੱਖ ਰਾਮ ਮਹਿਰਾ ਭੈਰੋਂ ਦਾ ਰੋਟ ਪਕਾ ਰਿਹਾ ਸੀ। ਬਲਕਾਰ ਸਿੰਘ ਆਪਣੀ ਆਦਤ ਮੁਤਾਬਕ ਵਿਸਥਾਰ ਵਿੱਚ ਦੱਸ ਰਿਹਾ ਸੀ, ਕਿ ਅੱਜ ਸਾਡੇ ਪਿੰਡ ਭੈਰੋਂ ਦਾ ਰੋਟ ਹੈ। ਔਰਤਾਂ ਭੈਰੋਂ ਦਾ ਚੂਰਮਾ ਲੈ ਕੇ ਸਮਾਧਾਂ ਤੇ ਮੱਥਾ ਟੇਕਣ ਜਾਂਦੀਆਂ ਨੇ। ਗੋਰਖ ਨਾਥ ਵਾਂਗ ਭੈਰੋਂ ਨਾਥ ਵੀ ਬੜਾ ਪ੍ਰਸਿੱਧ ਜੋਗੀ ਹੋਇਆ ਹੈ।

ਸਾਹਨੇਵਾਲ ਕੋਲ ਵਸਿਆ ਪਿੰਡ ਭੈਰੋਂ ਮੁੰਨਾ ਇਸੇ ਜੋਗੀ ਦੇ ਨਾਂ ਤੇ ਹੈ। ਜਿੱਥੇ ਕਦੇ ਇਸਦਾ ਟਿੱਲਾ ਹੋਇਆ ਕਰਦਾ ਸੀ। ਸਾਡੇ ਇਲਾਕੇ ਵਿੱਚ ਇਸਦਾ ਬੜਾ ਪ੍ਰਭਾਵ ਰਿਹਾ ਹੈ। ਹੁਣ ਵੀ ਇਸਦੇ ਚੇਲੇ ਭੈਰੋਂ ਭਰੀ ਕਹਾਉਂਦੇ ਨੇ ਤੇ ਅਕਸਰ ਗਜ਼ਾ ਕਰਨ ਆਂਉਦੇ ਰਹਿੰਦੇ ਨੇ। ਇਹ ਮੂੰਹੋ ਬੋਲਕੇ ਖੈਰ ਨਹੀਂ ਮੰਗਦੇ ਬੱਸ ਟੱਲ ਖੜਕਾਉਂਦੇ ਅੱਗੇ ਪਿੱਛੇ ਹੋਈ ਜਾਂਦੇ ਨੇ, ਤੇ ਕਦੇ ਟਿਕ ਕੇ ਨਹੀਂ ਖੜ੍ਹਦੇ।

ਫੇਰ ਮਾਮਾ ਬਲਕਾਰ ਸਿੰਘ ਨੇ ਦੱਸਿਆ ਕਿ ਉਸ ਦੀ ਮੰਨਤਾ ਬਹੁਤ ਸੀ। ਉਸਦੀ ਮੌਤ ਪਿੱਛੋਂ ਲੋਕਾਂ ਨੇ ਉਸ ਦੀ ਯਾਦ ਵਿੱਚ ਅਸਥਨ ਬਣਾ ਲਏ ਅਤੇ ਪੂਜਾ ਕਰਨ ਲੱਗ ਪਏ। ਦਲੇਰ ਸਿੰਘ ਨੇ ਪੁੱਛਿਆ ਇਹ ਚੂਰਮਾ ਕੀ ਹੁੰਦਾ ਹੈ ? ਤਾਂ ਬਲਕਾਰ ਸਿੰਘ ਨੇ ਦੱਸਿਆ ਕਿ 'ਚੂਰੀ...' ਮੱਕੀ ਦੀਆਂ ਰੋਟੀਆਂ ਨੂੰ ਘਿਉ ਸ਼ੱਕਰ ਵਿੱਚ ਗੁੰਨ ਕੇ ਉਸ ਦੇ ਪਿੰਨੇ ਕੀਤੇ ਜਾਂਦੇ ਨੇ। ਕਹਿੰਦੇ ਨੇ ਭੈਰੋਂ ਨਾਥ ਨੂੰ ਇਹ ਚੂਰੀ ਬਹੁਤ ਪਸੰਦ ਸੀ। ਉਸ ਦੇ ਸ਼ਰਧਾਲੂ ਉਦੋਂ ਵੀ ਉਸ ਨੂੰ ਚੂਰੀ ਲੈ ਕੇ ਜਾਂਦੇ ਸਨ। ਤੇ ਇਸੇ ਕਰਕੇ ਇਹ ਹੁਣ ਵੀ ਚੂਰਮਾਂ ਚੜ੍ਹਾਇਆ ਜਾਂਦਾ ਹੈ। ਫੇਰ ਮੱਥਾ ਟੇਕ ਕੇ, ਬਾਕੀ ਲੋਕਾਂ ਵਿੱਚ ਵੰਡ ਦਿੱਤਾ ਜਾਂਦਾ ਹੈ।

ਬਲਕਾਰ ਸਿੰਘ ਨੇ ਕਿਹਾ ਇਹ ਮੇਲੇ ਦਾ ਤਾਂ ਮਨਦੀਪ ਨੂੰ ਬਹੁਤ ਚਾਅ ਹੁੰਦਾ ਹੈ। ਮੇਰੀ ਮੰਨੋ ਅੱਜ ਮੇਲਾ ਦੇਖੋ ਨਾਲੇ ਰਾਤ ਨੂੰ ਗੱਲਾਂ ਮਾਰਾਂਗੇ। ਸਵੇਰੇ ਹੀ ਚਲੇ ਜਾਇਓ।

ਆਖਿਰ ਉਸ ਨੇ ਦਲੇਰ ਸਿੰਘ ਨੂੰ ਰਾਤ ਰਹਿਣ ਲਈ ਮਨਾ ਹੀ ਲਿਆ। ਮਨਦੀਪ ਨੂੰ ਤਾਂ ਜਿਵੇਂ ਚਾਅ ਹੀ ਚੜ੍ਹ ਗਿਆ। ਉਹ ਅੰਦਰਲੇ ਘਰ ਨੂੰ ਦੌੜਿਆ ਤਾਂ ਕਿ ਮਾਮੀ ਹਰਦੇਵ ਕੌਰ ਨਾਲ ਭੈਰੋਂ ਦੀ ਸਮਾਧ ਤੇ ਮੱਥਾ ਟੇਕਣ ਜਾ ਸਕੇ। ਉਧਰ ਮਾਮਾ ਪਸ਼ੂਆਂ ਨੂੰ ਝਿੜਕ ਰਿਹਾ ਸੀ ਕਿ ਦੇਖ ਕਿਵੇਂ ਭੈਰਵੀ ਲੱਗੀ ਹੈ। ਮਨਦੀਪ ਆਪੇ ਸਮਝ ਗਿਆ ਕਿ ਇਸ ਗੱਲ ਦੇ ਤਾਰ ਵੀ ਭੈਰੋਂ ਨਾਥ ਨਾਲ ਜਾਂ ਭੈਰੋਂ ਭਰੀ ਸਾਧਾਂ ਨਾਲ ਹੀ ਜੁੜੇ ਹੋਣਗੇ। ਮੁੜਕੇ ਆਉਂਦੇ ਨੂੰ ਅਚਾਨਕ ਬਿੰਦੀ ਦਿਖ ਗਈ ਜੋ ਆਪਣੀ ਵੱਡੀ ਭਾਬੀ ਨਾਲ ਮੱਥਾ ਟੇਕਣ ਜਾ ਰਹੀ ਸੀ। ਭਾਬੀ ਦੇ ਹੱਥ ਢਕੀ ਹੋਈ ਥਾਲੀ ਸੀ ਤੇ ਬਿੰਦੀ ਕੋਲ ਅੱਗ ਦੀ ਡੋਈ ਜਿਸ ਵਿੱਚੋਂ ਧੂੰਆਂ ਨਿੱਕਲ ਰਿਹਾ ਸੀ। ਜਦ ਉਹ ਮੁਸਕਰਾਈ ਤਾਂ ਮਨਦੀਪ ਨੂੰ ਉਸ ਦਾ ਚਿਹਰਾ ਅੰਗਿਆਰ ਵਾਂਗੂੰ ਦਗਦਾ ਲੱਗਿਆ। ਪਰ ਉਸਦੇ ਦੇ ਮਨ ਅੰਦਰੋ ਨਿੱਕਲਦਾ ਉਦਾਸੀ ਦਾ ਧੂੰਆਂ, ਤਾਂ ਕਿਸੇ ਨੂੰ ਵੀ ਨਜ਼ਰ ਨਹੀਂ ਸੀ ਆਉਂਣਾ।

ਦੂਸਰੇ ਦਿਨ ਦੀ ਸਵੇਰ ਹੋਈ। ਮਨਦੀਪ ਰਣੀਆ ਆਂ ਛੱਡਕੇ ਰਾਮਪੁਰੇ ਨੂੰ ਤੁਰ ਰਿਹਾ ਸੀ। ਜਿਵੇਂ ਕਿਸੇ ਨੂੰ ਫਾਂਸੀ ਲੱਗਣੀ ਹੋਵੇ। ਘੋਰ ਉਦਾਸੀ 'ਚ ਡੁੱਬੇ ਨੂੰ ਜਾਪਿਆ ਜਿਵੇਂ ਨਾਨੀ ਮਹਿਤਾਬ ਕੌਰ ਰੋਅ ਰਹੀ ਸੀ। ਚਿੜੀਆਂ, ਜਨੌਰ, ਪਸ਼ੂ ਪੰਛੀ ਜਿਵੇਂ ਸਭ ਰੋਅ ਰਹੇ ਸਨ। ਕਾਲੂ ਅਤੇ ਭੂਰੂ ਨਾਂ ਦੇ ਕੁੱਤੇ ਅੱਜ ਵੀ ਉਸ ਤੋਂ ਕੁੱਝ ਖਾਣ ਲਈ ਮੰਗ ਰਹੇ ਸਨ। ਸੁੰਘ ਸੁੰਘ ਕੇ ਚੂੰ ਚੂੰ ਕਰਦੇ ਉਸਦੇ ਆਲੇ ਦੁਆਲੇ ਘੁੰਮ ਰਹੇ ਸਨ। ਉਧਰ ਮਾੜੀ ਵਾਲੇ ਅੰਬਾਂ ਨੂੰ ਬੂਰ ਪੈ ਗਿਆ ਸੀ। ਜਲਦੀ ਹੀ ਅੰਬੀਆਂ ਵੀ ਲੱਗ ਜਾਣੀਆਂ ਸਨ। ਕੋਇਲਾਂ ਵੀ ਉਸੇ ਤਰ੍ਹਾਂ ਕੂਕਣੀਆਂ ਸਨ। ਰੂੜੀਆਂ ਅਤੇ ਵਾੜਾਂ ਵਿੱਚ ਕੂਲੇ ਪੱਤਿਆਂ ਵਾਲੇ ਅੰਬ ਦੇ ਬੂਟੇ ਵੀ ਉਸੇ ਤਰ੍ਹਾਂ ਉੱਗਣੇ ਸਨ। ਪਰ ਮਨਦੀਪ ਨੇ ਨਹੀਂ ਸੀ ਹੋਣਾ। ਅੱਕ ਕੱਕੜੀ ਦੇ ਫੰਬਿਆਂ ਵਾਂਗ ਉਸ ਨੂੰ ਤਾਂ ਹਾਲਾਤ ਦੀ ਹਨੇਰੀ ਉਡਾਕੇ ਲੈ ਚੱਲੀ ਸੀ। ਕੱਲ ਨੂੰ ਕਿਸੇ ਬਹਾਨੇ ਜਦੋਂ ਬਿੰਦੀ ਨੇ ਕੋਠੇ ਚੜ੍ਹ ਕੇ ਲੰਬੜਾਂ ਦੇ ਘਰ ਵਲ ਤੱਕਣਾ ਸੀ ਤਾਂ ਉਸ ਨੂੰ ਕੁੱਝ ਵੀ ਨਜ਼ਰ ਨਹੀਂ ਸੀ ਆਉਣਾ। ਮਨਦੀਪ ਦੇ ਆਪ ਮੁਹਾਰੇ ਨਿੱਕਲ ਗਏ ਅਥਰੂ ਨਿੱਕਲ ਗਏ ਜੋ ਉਸ ਨੇ ਬਾਂਹ ਨਾਲ ਹੀ ਪੂੰਝ ਸੁੱਟੇ।

ਅੱਜ ਉਸਦਾ ਭਾਵੁਕ ਮਨ ਕਿਸੇ ਪਿੰਜਣੀ ਵਿੱਚ ਪਿੰਜਿਆ ਜਾ ਰਿਹਾ ਸੀ। ਉਸ ਦੇ ਦੋਸਤ ਵੀ ਜਾਣ ਦਾ ਪਤਾ ਲੱਗਣ ਤੇ ਮਿਲਣ ਆਏ। ਮਾਣੂ, ਤੋਤਾ, ਸ਼ਿੰਦਾ ਤੇ ਕੇਸੂ ਵੀ ਬਹੁਤ ਉਦਾਸ ਸਨ। ਭੂਰੀ ਕੱਟੀ ਅਤੇ ਪੰਜ ਕਲਿਆਣੀ ਮੱਝ ਮੂੰਹ ਚੁੱਕ ਚੁੱਕ ਅੜਿੰਗ ਰਹੀਆਂ ਸਨ। ਉਨ੍ਹਾਂ ਨੂੰ ਪਾਣੀ ਅੱਜ ਪਤਾ ਨਹੀਂ ਕਿਸ ਨੇ ਪਿਆਉਣਾ ਸੀ। ਪਾਣੀ ਪਿਆਉਣ ਦਾ ਟਾਈਮ ਤਾਂ ਹੋ ਚੁੱਕਿਆ ਸੀ। ਅੱਜ ਤਾਂ ਉਸ ਨੂੰ ਕਿਸੇ ਨੇ ਕਹਿਣਾ ਵੀ ਨਹੀਂ ਸੀ, ਕਿਉਂਕਿ ਉਹ ਹੁਣ, ਇਸ ਘਰ ਦਾ ਹਿੱਸਾ ਨਹੀਂ ਸੀ ਰਿਹਾ।

ਅੱਜ ਜਦੋਂ ਉਹ ਨਹਾ ਕੇ ਹਟਿਆਂ ਤਾਂ ਮਹਿਤਾਬ ਕੌਰ ਨੇ ਹਮੇਸ਼ਾਂ ਦੀ ਤਰ੍ਹਾਂ ਜੂੜਾ ਗੁੰਦ ਕੇ ਸਿਰ ਤੇ ਰੁਮਾਲ ਬੰਨ ਦਿੱਤਾ ਨਾਲੇ ਕਿਹਾ ਕੇ 'ਹੁਣ ਉੱਥੇ ਜਾਕੇ ਸਾਫਾ ਬੰਨਿਆ ਕਰੀ ਸੁੱਖ ਨਾਲ ਤੂੰ ਜਵਾਨ ਹੋ ਗਿਆ ਏਂ'।

ਤੁਰਨ ਲੱਗੇ ਮਨਦੀਪ ਨੂੰ ਸਾਰੇ ਜੱਫੀ ਪਾ ਕੇ ਮਿਲੇ। ਪਰ ਮਹਿਤਾਬ ਕੌਰ ਦੇ ਡੱਕੇ ਅਥਰੂਆਂ ਦਾ ਬੰਨ ਉਛਾਲਾ ਮਾਰ ਗਿਆ। ਉਹ ਤਾਂ ਅੱਜ ਇਹ ਵੀ ਨਾ ਕਹਿ ਸਕੀ, 'ਨੰਦ ਆ ਨੀ ਨੰਦ ਆ ਇਹ ਤਾਂ ਮੇਰਾ ਚੰਦ ਆ' ਬੱਸ ਚੁੱਪ ਚੁਪੀਤੀ ਨੇ ਪੰਜ ਰੁਪਈਏ ਉਸ ਦੀ ਜੇਬ ਵਿੱਚ ਤੁੰਨ ਦਿੱਤੇ। ਮਾਮੀਆਂ, ਹਰਦੇਵ ਕੌਰ ਅਤੇ ਜੁਗਿੰਦਰ ਕੌਰ ਵੀ ਚੁੰਨੀਆਂ ਨਾਲ ਅੱਖਾਂ ਪੂੰਝਦੀਆਂ ਰਹੀਆਂ।

ਧਰਮਾਂ ਭੱਜ ਕੇ ਸੰਤਾ ਸਿਉਂ ਨੂੰ ਹਵੇਲੀ ਵਿੱਚੋਂ ਮਿਲਣ ਲਈ ਬੁਲਾ ਲਿਆਇਆ। ਸਖਤ ਸੁਭਾ ਮੰਨਿਆ ਜਾਣ ਵਾਲਾ ਸੰਤਾ ਸਿੰਘ ਵੀ ਅੱਜ ਉਦਾਸ ਹੋ ਗਿਆ। ਉਸ ਨੇ ਅੱਖਾਂ ਭਰਦਿਆਂ

ਮਨਦੀਪ ਦਾ ਸਿਰ ਪਲੋਸਿਆ ਅਤੇ ਜੇਬ 'ਚੋਂ ਕੱਢ ਕੇ ਪੰਜਾਂ ਦਾ ਨੋਟ ਵੀ ਫੜਾਇਆ। ਮਾਮੇ ਬਲਕਾਰ ਸਿੰਘ ਸਮੇਤ ਸਭ ਨੇ ਭਾਣਜੇ ਨੂੰ ਹੌਸਲਾ ਦਿੱਤਾ।

ਗੁਰਜੀਤ ਮਾਮਾ ਹਸਦਾ ਬੋਲਿਆ 'ਤੁਸੀਂ ਤਾਂ ਇਉਂ ਕਰਦੇ ਹੋ ਜਿਵੇਂ ਕੁੜੀ ਸਹੁਰੀਂ ਤੋਰੀ ਦੀ ਆ' ਨਾਨੇ ਨੇ ਬੱਸ ਏਨਾ ਕਿਹਾ 'ਜਹਾਂ ਦਾਣੇ ਤਹਾਂ ਖਾਣੇ' ਫੇਰ ਦਲੇਰ ਸਿੰਘ ਨੇ ਕਿਹਾ ਸੀ "ਚਲੋ ਤੁਰੋ ਧੁੱਪ ਤੋਂ ਪਹਿਲਾਂ ਪਹਿਲਾਂ" ਅਥਰੂ ਸੰਭਾਲਦਾ ਮਨਦੀਪ ਸਾਈਕਲ ਦੇ ਪਿੱਛੇ ਪਿੱਛੇ ਤੁਰ ਪਿਆ ਸੀ।

ਜਦੋਂ ਉਹ ਬਿੰਦੀ ਦੇ ਘਰ ਅੱਗਿਉ ਲੰਘਿਆ ਉਹ ਫੇਰ ਨਾ ਦਿਸੀ, ਬੱਸ ਮਨੋਂ ਹੀ ਫਤੇਹਿ ਬੁਲਾ ਦਿੱਤੀ। ਥੇਹ ਤੇ ਨਿਆਣੇ ਖੇਲ ਰਹੇ ਸਨ। ਬਰੋਟੇ ਤੇ ਕੁੜੀਆਂ ਦੀ ਪੀਂਘ ਲਟਕਦੀ ਸੀ। ਫੇਰ ਸੇਘਲ ਵੀ ਲੰਘ ਗਈ ਤੇ ਸਾਹਮਣੇ ਕਿਸ਼ਤੀ ਦਿਖਾਈ ਦੇ ਰਹੀ ਸੀ। ਜਿਸ ਦਾ ਖੜਕਦਾ ਸੰਗਲ ਅੱਜ ਉਸਦੇ ਦਿਲ ਤੇ ਵੱਜਿਆ। ਪਰ ਦਿਲ ਤਾਂ ਕਿਤੇ ਪਿੱਛੇ ਰਹਿ ਗਿਆ ਸੀ।

ਉਹ ਨਹਿਰ ਤੋਂ ਪਾਰ ਜਾ ਉੱਤਰੇ। ਇਹ ਨਹਿਰ ਜਿਵੇਂ ਰਣੀਏ ਤੇ ਰਾਮਪੁਰੇ ਵਿਚਕਾਰ ਸਰਹੱਦ ਬਣ ਗਈ ਹੋਵੇ। ਉਸ ਦੇ ਅੰਦਰ ਵੀ ਤਾਂ ਇੱਕ ਲਕੀਰ ਗੂੜ੍ਹੀ ਹੋਣ ਲੱਗੀ ਸੀ। ਉਹ ਸੋਚਣ ਲੱਗਿਆ ਮੈਂ ਕੌਣ ਹਾਂ ? ਮੇਰੇ ਨਾਲ ਅਜਿਹਾ ਕਿਉਂ ਹੋਇਆ ਏ ? ਪਹਿਲਾਂ ਮੈਨੂੰ ਮਾਪਿਆਂ ਨਾਲੋਂ ਤੋੜ ਦਿੱਤਾ ਗਿਆ ਤੇ ਹੁਣ ਉਸ ਧਰਤੀ ਨਾਲੋਂ ਜਿਸ ਨੂੰ ਮੈਂ ਆਪਣਾ ਸਮਝ ਬੈਠਾ ਸੀ। ਆਖਿਰ ਇਹ ਸਜ਼ਾ ਕਿਸ ਵਾਸਤੇ ? ਸਾਈਕਲ ਦੇ ਕੈਰੀਅਰ ਤੇ ਬੈਠਾ ਉਹ ਸੋਚਾਂ ਵਿੱਚ ਡੁੱਬਿਆ ਪਿਆ ਸੀ। ਪਿਤਾ ਜੀ ਦੀਆਂ ਗੱਲਾਂ ਦਾ ਜਵਾਬ ਵੀ ਹਾਂ ਹੂੰ ਕਰਕੇ ਦਈ ਜਾ ਰਿਹਾ ਸੀ।

•

ਭਾਗ 36

ਨਹਿਰ ਸਰਹਿੰਦ ਕੰਢੇ ਵਸਿਆ ਪਿੰਡ ਰਾਮਪੁਰਾ, ਰੇਤਲੀ ਨਹੀਂ ਬਲਕਿ ਡਾਕਰ ਜ਼ਮੀਨ। ਲੋਕਾਂ ਦਾ ਮੁੱਖ ਧੰਦਾ ਖੇਤੀਬਾੜੀ। ਪਿੰਡ ਦੀ ਬਹੁਤੀ ਭੋਇੰ ਨਹਿਰ ਸਰਹਿੰਦ ਹੇਠ ਆ ਜਾਣ ਕਾਰਨ ਲੋਕਾਂ ਕੋਲ ਜ਼ਮੀਨਾਂ ਘੱਟ। ਏਸੇ ਕਰਕੇ ਬਹੁਤ ਸਾਰੇ ਲੋਕ ਖੇਤੀਬਾੜੀ ਛੱਡ ਹੋਰ ਧੰਦਿਆ ਵਲ ਰੁਚਿਤ ਹੋ ਗਏ ਸਨ। ਬਹੁਤ ਸਾਰੇ ਡਰਾਇਵਰੀ ਕਰਦੇ ਅਤੇ ਬਹੁਤ ਸਾਰੇ ਫੌਜ ਵਿੱਚ ਭਰਤੀ ਹੋਏ। ਕਈ ਹੋਰ ਨੌਕਰੀਆਂ ਵੀ ਕਰਦੇ ਸਨ। ਰਣੀਏ ਦੀ ਬਜਾਏ ਏਥੇ ਲੋਕ ਵੱਧ ਜਾਗਰਿਤ ਸਨ ਅਤੇ ਸਹੂਲਤਾਂ ਵੀ ਵਧੇਰੇ ਸਨ। ਪਿੰਡ ਵਿੱਚ ਅੱਧੇ ਨਾਲੋਂ ਵੱਧ ਪੱਕੇ ਘਰ। ਗਲੀਆਂ ਨਾਲੀਆਂ ਵੀ ਪੱਕੀਆਂ। ਪਿੰਡ ਵਿੱਚ ਹੀ ਦਸਵੀਂ ਦਾ ਸਕੂਲ, ਸਿਲਾਈ ਸੈਂਟਰ, ਪਸ਼ੂਆਂ ਦਾ ਹੱਸਪਤਾਲ ਅਤੇ ਦੋ ਚਾਰ ਡਾਕਟਰੀ ਦੀਆਂ ਦੁਕਾਨਾਂ ਵੀ। ਤਕਰੀਬਨ ਹਰ ਘਰ ਵਿੱਚ ਰੇਡੀਉ ਅਤੇ ਸਾਈਕਲ। ਕਈਆਂ ਘਰਾਂ ਵਿੱਚ ਟੈਲੀਵੀਜਨ ਵੀ ਸੀ। ਸਾਰੇ ਘਰਾਂ ਵਿੱਚ ਹੀ ਤਕਰੀਬਨ ਬਿਜਲੀ ਦੇ ਬੱਲਵ ਜਗਮਗ ਕਰਦੇ।

ਮਨਦੀਪ ਦੇ ਦਾਦਕਿਆਂ ਦਾ ਘਰ ਐਨ ਪਿੰਡ ਦੇ ਵਿਚਕਾਰ ਸੀ। ਘਰ ਤੱਕ ਪਹੁੰਚਦੀਆਂ ਤੰਗ ਭੀੜੀਆਂ ਗਲੀਆਂ। ਖੇਤਾਂ ਨੂੰ ਜਾਣ ਲਈ ਅੱਧਾ ਪਿੰਡ ਗਾਹੁਣਾ ਪੈਂਦਾ। ਜਿਸ ਬਾਰੇ ਸੋਚ ਸੋਚ ਮਨਦੀਪ ਦਾ ਦਮ ਘੁੱਟਦਾ। ਉਹ ਅੰਦਰੋਂ ਉਦਾਸ ਸੀ। ਪਰ ਬੇਅੰਤ ਕੌਰ ਅਤੇ ਗੁਰਬਚਨ ਕੌਰ ਉਸਦੇ ਆਉਣ ਤੇ ਪੂਰੀਆਂ ਖੁਸ਼ ਸਨ। ਪਰ ਉਸ ਦੇ ਤਾਈ ਤਾਇਆ ਦਾ ਮੂੰਹ ਵੱਟਿਆ ਗਿਆ ਸੀ। ਸ਼ਾਇਦ ਏਸ ਕਰਕੇ ਕੇ ਸ਼ਾਇਦ ਹੁਣ ਉਨ੍ਹਾਂ ਦੇ ਪੁੱਤ ਦੀ ਉਨੀ ਕਦਰ ਨਹੀਂ ਰਹਿਣੀ। ਉਸ ਦੇ ਬਰਾਬਰ ਦੀਆਂ ਚੀਜ਼ਾਂ ਮਨਦੀਪ ਨੂੰ ਵੀ ਦੇਣੀਆਂ ਪੈਣਗੀਆਂ। ਸੂਰਤ ਸਿੰਘ ਨੇ ਤਾਂ ਪਹਿਲੇ ਦਿਨ ਹੀ ਕਹਿ ਦਿੱਤਾ ਕਿ ਅਸੀਂ ਨਹੀਂ ਕਿਸੇ ਦੇ ਜਵਾਕਾਂ ਦੇ ਜਿੰਮੇਦਾਰ ...। ਜਾਂ ਤਾਂ ਦਲੇਰ ਸਿੰਘ ਆਪਣੀ ਤਨਖਾਹ 'ਚੋਂ ਅੱਧੇ ਪੈਸੇ ਘਰ ਭੇਜੇ। ਫੇਰ ਇਹ ਚਿੰਗਾੜੀ ਹੌਲੀ ਹੌਲੀ ਹੋਰ ਵੀ ਸੁਲਗਣ ਲੱਗ ਪਈ ਸੀ।

ਇੱਕ ਦਿਨ ਦਲੇਰ ਸਿੰਘ ਦੀ ਛੋਟੀ ਭੈਣ ਗਿੰਦਰ ਜੋ ਪੇਕੇ ਆਈ ਹੋਈ ਸੀ ਉਸ ਨੇ ਇਹ ਕਲੇਸ਼ ਦੇਖ ਕੇ ਆਪਣੇ ਭਾਈ ਨੂੰ ਚਿੱਠੀ ਲਿਖੀ ਕਿ 'ਤੇਰੇ ਟੱਬਰ ਦਾ ਏਥੇ ਰਹਿਣ ਦਾ ਕੋਈ ਹੱਜ ਨਹੀਂ। ਜਾਂ ਤਾਂ ਆਪ ਪਿੰਡ ਆਕੇ ਕੋਈ ਨਬੇੜਾ ਕਰ ਜਾਂ ਫੇਰ ਏਨਾਂ ਨੂੰ ਅੱਡ ਕਰਵਾ ਜਾ' ਗਿੰਦਰ ਆਪਣੀ ਭੈਣ ਗੇਲੋ ਨਾਲੋਂ ਵੱਖਰੀ ਸੋਚ ਦੀ ਸੀ।

ਦਲੇਰ ਸਿੰਘ ਚਿੱਠੀ ਪੜ੍ਹਨ ਸਾਰ ਹੀ ਇੱਕ ਮਹੀਨੇ ਦੀ ਛੁੱਟੀ ਲੈ ਕੇ ਆ ਗਿਆ। ਉਸ ਦੇ ਆਉਣ ਤੇ ਵੀ ਇਹ ਝੱਜੂ ਨਿੱਤ ਹੀ ਪੈਂਦਾ ਰਿਹਾ। ਸੂਰਤਾ ਕਹਿੰਦਾ ਜਾਂ ਤਾਂ ਮੈਂ ਅੱਡ ਹੋ ਜਾਂਦਾ ਹਾਂ ਜਾਂ ਦਲੇਰ ਦਾ ਟੱਬਰ ਅੱਡ ਹੋ ਜਾਵੇ। ਜਦੋਂ ਚੰਦ ਸਿੰਘ ਪਿੰਡ ਦੀ ਪੰਚਾਇਤ ਸਾਹਮਣੇ ਵੰਡੀ ਪਾਉਣ ਲੱਗਾ ਤਾਂ ਸੂਰਤੇ ਨੇ ਸਭ ਤੋਂ ਚੰਗੀ ਜ਼ਮੀਨ, ਛੱਤਿਆ ਹੋਇਆ ਘਰ ਅਤੇ ਖੇਤੀ ਦਾ ਸਾਰਾ ਸਮਾਨ ਮੰਗਿਆ। ਪੰਚਾਂ ਨਾਲ ਉਸਦਾ ਬੈਠਣ ਉੱਠਣ ਸੀ। ਉਨ੍ਹਾਂ ਵੀ ਕਿਹਾ ਕਿ ਦਲੇਰ ਸਿੰਘ ਤਾਂ ਬਾਹਰ ਨੌਕਰੀ ਕਰਦਾ ਹੈ। ਸੂਰਤਾ ਹੁਣ ਤੱਕ ਖੇਤੀ ਕਰਕੇ ਸਾਰਿਆਂ ਦੇ ਟੱਬਰ ਪਾਲਦਾ ਰਿਹਾ ਹੈ। ਇਹ ਜੋ ਕਹਿੰਦਾ ਹੈ ਇਸ ਨੂੰ ਦੇ ਦਿੱਤਾ ਜਾਵੇ।

ਦਲੇਰ ਸਿੰਘ ਨੇ ਤਾਂ ਕੁੱਝ ਵੀ ਨਾ ਮੰਗਿਆ। ਉਸ ਨੂੰ ਰੜੇ ਮੈਦਾਨ ਵਿੱਚ, ਪਿੰਡ ਦੇ ਬਾਹਰ ਪਈ ਆਬਾਦੀ ਵਿੱਚ ਘਰ ਪਾਉਣ ਲਈ ਥਾਂ ਦੇ ਦਿੱਤਾ ਗਿਆ। ਸਭ ਤੋਂ ਮਾੜੀ ਤੇ ਦੂਰ ਵਾਲੀ ਜ਼ਮੀਨ ਦੇ ਦਿੱਤੀ ਗਈ। ਜਿੱਥੇ ਉਸ ਨੇ ਛੁੱਟੀ ਦੌਰਾਨ ਦਿਨ ਰਾਤ ਇੱਕ ਕਰਕੇ ਚਾਰ ਖਣ ਦੱਬ ਲਏ। ਮਾੜਾ ਮੋਟਾ ਸਮਾਨ ਵੀ ਲੈ ਲਿਆ। ਪਰ ਉਸ ਨੇ ਟੱਬਰ ਨੂੰ ਇਸ ਕਲੇਸ਼ ਵਿੱਚੋਂ ਜਰੂਰ ਕੱਢ ਲਿਆ।

ਦਲੇਰ ਸਿੰਘ ਤਾਂ ਛੁੱਟੀ ਕੱਟ ਕੇ ਮੁੜ ਗਿਆ ਹੁਣ ਮੁਸ਼ਕਲਾਂ ਦੇ ਪਹਾੜ ਪੈ ਗਏ ਬਚਨੋਂ ਦੇ ਸਿਰ। ਚਾਰ ਖਣਾਂ ਦੇ ਕਮਰੇ ਨੂੰ ਨਾ ਕੋਈ ਟੀਪ ਬੱਤੀ ਤੇ ਨਾਂ ਹੀ ਬਿਜਲੀ। ਰੋਸ਼ਨਦਾਨਾਂ ਵਿੱਚ ਬੋਰੀਆਂ ਤੁੰਨ ਕੇ ਮੀਂਹ ਕਣੀ ਤੋਂ ਬਚਾਅ ਕਰਦੇ। ਬੱਸ ਬਚਨੋਂ ਦੇ ਵਿਆਹ ਵੇਲੇ ਦੀ ਇੱਕ ਪੇਟੀ ਤੇ ਦੋ ਬਾਣ ਦੇ ਮੰਜੇ ਹੀ ਉਨ੍ਹਾਂ ਦੀ ਜਾਇਦਾਦ ਸਨ। ਬਚਨੋਂ ਨੇ ਬਾਹਰ ਚੁੱਲਾ ਚੌਂਕਾ ਬਣਾ ਲਿਆ। ਨਲਕਾ ਦਲੇਰ ਸਿੰਘ ਲਗਵਾ ਗਿਆ ਸੀ। ਚਾਰ ਦੀਵਾਰੀ ਅਜੇ ਹੋਈ ਨਹੀਂ ਸੀ। ਪਿੰਡ ਦੇ ਬਾਹਰ ਬਾਹਰ ਰਾਤ ਨੂੰ ਭੈਅ ਆਉਂਦਾ।

ਕਦੇ ਕਦੇ ਬੇਅੰਤ ਕੌਰ ਰਾਤ ਨੂੰ ਬਚਨੋਂ ਕੋਲ ਆ ਵੀ ਜਾਂਦੀ। ਦੋਵੇਂ ਬੈਠ ਕੇ ਗੱਲਾਂ ਕਰਦੀਆਂ ਤੇ ਰੋਂਦੀਆਂ। ਬੇਅੰਤ ਕੌਰ ਆਪਣੇ ਪੁੱਤ ਸੂਰਤੇ ਵਲੋਂ ਕੀਤੇ ਧੱਕੇ ਨੂੰ ਕੋਸਦੀ। ਉਸ ਨੂੰ ਗੱਲੀਂਬਾਤੀ ਸਰਾਪ ਵੀ ਦਿੰਦੀ। ਨਿਆਣੇ ਇਹ ਸਭ ਕੁੱਝ ਦੇਖਦੇ। ਮਨਦੀਪ ਦਾ ਰੋਣ ਨਿੱਕਲ ਜਾਂਦਾ, ਪਰ ਉਹ ਚੁੱਪ ਹੀ ਰਹਿੰਦਾ। ਜਿਵੇਂ ਕੋਈ ਉਦਾਸੀ ਉਸਦੇ ਧੁਰ ਅੰਦਰ ਕੁੰਡਲੀ ਮਾਰ ਕੇ ਬੈਠ ਗਈ ਹੋਵੇ।

ਉਹ ਆਪਣੀ ਨਾਨੀ ਮਹਿਤਾਬ ਕੌਰ ਨੂੰ ਯਾਦ ਕਰਦਾ। ਰਣੀਏ ਦੀਆਂ ਗਲੀਆਂ ਵੀ ਯਾਦ ਆਉਂਦੀਆ। ਬੱਸ ਫੇਰ ਸਕੂਲ ਸ਼ੁਰੂ ਹੋ ਗਏ। ਇਹ ਸਕੂਲ ਬਹੁਤ ਵੱਡਾ ਸੀ ਤੇ ਬਹੁਤ ਸਾਰੇ ਕਮਰੇ ਸਨ। ਸਵੇਰੇ ਪ੍ਰਾਥਨਾ ਵਿੱਚ ਸ਼ਾਮਲ ਹੋਣਾ ਅਤੇ ਪੀ ਟੀ ਕਰਨੀ ਹਰ ਵਿਦਿਆਰਥੀ ਲਈ ਜਰੂਰੂ ਸੀ। ਮਨਦੀਪ ਨੂੰ ਸਮਝ ਨਹੀਂ ਸੀ ਆ ਰਹੀ ਕਿ ਇਸ ਨਵੇਂ ਮਹੌਲ ਵਿੱਚ ਉਹ ਕਿਵੇਂ ਐਡਜਸਟ ਕਰੇਗਾ।

ਕਮਰੇ ਵਿੱਚ ਡੈਸਕ ਲੱਗੇ ਹੋਏ ਸਨ। ਕਮਰੇ ਦੀ ਇੱਕ ਖਿੜਕੀ ਸੜਕ ਵਲ ਤੇ ਦੂਸਰੀ ਪਸ਼ੂਆਂ ਦੇ ਹਸਪਤਾਲ ਵਲ ਖੁੱਲਦੀ ਸੀ। ਉਹ ਘਰ ਆ ਕੇ ਵੀ ਸੋਚਾਂ ਵਿੱਚ ਡੁੱਬਿਆ ਰਿਹਾ। ਬਲਕਾਰ ਸਿੰਘ ਉਸ ਨੂੰ ਦਾਖਲ ਕਰਵਾ ਕੇ ਮੁੜ ਗਿਆ। ਉਸ ਨੇ ਬਚਨੋ ਦੀ ਸਾਰੀ ਹਾਲਤ ਪਿੰਡ ਜਾ ਕੇ ਦੱਸੀ। ਦੂਸਰੇ ਦਿਨ ਹੀ ਸੰਤਾ ਸਿੰਘ ਨੇ ਇੱਕ ਸੱਜਰ ਸੂਈ ਗਾਂ, ਆਟੇ ਦੀ ਬੋਰੀ, ਗੁੜ ਦਾ ਥੈਲਾ ਅਤੇ ਕੁੱਝ ਹੋਰ ਜਰੂਰੀ ਸਮਾਨ ਭਿਜਵਾ ਦਿੱਤਾ। ਹੁਣ ਬਚਨੋਂ ਨੂੰ ਗਾਂ ਲਈ ਚਾਰੇ ਦਾ ਫਿਕਰ ਪੈ ਗਿਆ। ਪਰ ਉਨ੍ਹਾਂ ਦੇ ਘਰਾਂ ਵਿੱਚੋਂ ਹੀ ਦੋ ਕਿਆਰੇ ਚਾਰੇ ਦੇ ਮਿਲ ਗਏ। ਲੋੜ ਪੈਣ ਤੇ ਹੋਰ ਸਮਾਨ ਵੀ ਇਕੱਠਾ ਹੋ ਹੀ ਜਾਂਦਾ। ਹੁਣ ਤਿੰਨੇ ਭਰਾ ਰਲਕੇ ਚਾਰਾ ਵੀ ਲੈ ਆਂਉਦੇ, ਬਚਨੋਂ ਨਾਲ ਬਾਕੀ ਕੰਮ ਵੀ ਕਰਵਾ ਦਿੰਦੇ। ਤੇ ਰੋਜ਼ ਉੱਠਕੇ ਸਕੂਲ ਵੀ ਜਾਂਦੇ। ਜੀਵਨ ਦੀ ਗੱਡੀ ਹੌਲੀ ਹੌਲੀ ਰਿੜਨ ਲੱਗੀ।

ਮਨਦੀਪ ਸਕੂਲ ਨੂੰ ਹੋਰ ਜਾਨਣ ਲੱਗਿਆ। ਏਥੇ ਬਾਹਰੋਂ ਕਈ ਪਿੰਡਾਂ ਦੇ ਬੱਚੇ ਪੜ੍ਹਨ ਆਉਦੇ ਸਨ। ਸਵੇਰੇ ਸ਼ਾਮ ਖਾਕੀ ਤੇ ਨੀਲੀਆਂ ਵਰਦੀਆਂ ਨਾਲ ਰਸਤੇ ਭਰੇ ਪਏ ਹੁੰਦੇ। ਮੁੰਡੇ ਕੁੜੀਆਂ ਤੁਰ ਕੇ ਜਾਂ ਸਾਈਕਲਾਂ ਤੇ ਆਉਂਦੇ। ਉਨ੍ਹਾਂ ਕੋਲ ਪੁਸਤਕਾਂ ਵਾਲੇ ਥੈਲੇ ਹੁੰਦੇ ਜਾਂ ਉਹ ਪੁਸਤਕਾਂ ਬਾਹਾਂ ਤੇ ਰੱਖਕੇ ਚੱਲਦੇ। ਇਹ ਤੌਰ ਤਰੀਕੇ ਹੌਲੀ ਹੌਲੀ ਮਨਦੀਪ ਨੇ ਵੀ ਸਿੱਖ ਲਏ। ਉਸ ਨੇ ਨੋਟ ਕੀਤਾ ਕਿ ਏਥੇ ਮੁੰਡੇ ਕੁੜੀਆਂ ਆਪਣੇ ਕੱਪੜਿਆਂ ਅਤੇ ਫੈਸ਼ਨ ਦਾ ਵੀ ਧਿਆਨ ਰੱਖਦੇ ਨੇ। ਮਨਦੀਪ ਨੇ ਵੀ ਮਾਂ ਨੂੰ ਕਹਿ ਦੋ ਪੈਂਟਾ ਸਿਲਵਾ ਲਈਆਂ।

ਰਣੀਏ ਤਾਂ ਪੈਂਟ ਪਾਉਣ ਦਾ ਰਿਵਾਜ਼ ਹੀ ਨਹੀਂ ਸੀ। ਉਸਦਾ ਘਰ ਸਕੂਲ ਤੋਂ ਥੋੜੀ ਵਿੱਥ ਤੇ ਹੀ ਸੀ। ਉਹ ਅੱਧੀ ਛੁੱਟੀ ਨੂੰ ਘਰ ਰੋਟੀ ਖਾਣ ਆਉਂਦੇ। ਬਚਨੋ ਤਾਜ਼ੇ ਫੁਲਕੇ ਲਾਹ ਕੇ ਰੱਖਦੀ। ਕਈ ਵਾਰੀ ਛੱਲੀਆਂ ਭੁੰਨ ਕੇ ਰੱਖਦੀ। ਮਨਦੀਪ ਨੂੰ ਆਪਣੇ ਝੌਂਪੜ ਨੁਮਾ ਘਰ ਤੋਂ ਸਾਥੀਆਂ ਸਾਹਮਣੇ ਸ਼ਰਮ ਆਂਉਦੀ। ਕਈ ਕੁੜੀਆਂ ਉਸ ਵਲ ਦੇਖਦੀਆਂ ਹੱਸਦੀਆਂ ਪਰ ਉਸ ਨੂੰ ਕੁੱਝ ਚੰਗਾ ਨਾ ਲੱਗਦਾ।

ਨੌਵੀਂ ਜਮਾਤ ਵਿੱਚ ਪੰਜਾਬੀ ਦਾ ਪੀਰੀਅਡ ਉਸ ਦਾ ਦਿਲ ਲਗਾਉਂਦਾ, ਕਿਉਂਕਿ ਇਸ ਵਿੱਚ ਪੜ੍ਹਾਇਆ ਜਾਂਦਾ ਨ੍ਹਾਨਕ ਸਿੰਘ ਦਾ ਨਾਵਲ 'ਚਿੱਟਾ ਲਹੂ' ਉਸ ਨੂੰ ਬੇਹੱਦ ਪ੍ਰਭਾਵਤ ਕਰਦਾ। ਉਸ ਨੂੰ ਇਹ ਨਾਵਲ ਸੁਣ ਕੇ ਲੱਗਦਾ ਕਿ ਕੋਈ ਨਵੇਂ ਅੰਕੁਰ ਉਸ ਦੇ ਮਨ ਵਿੱਚ ਫੁੱਟ ਰਹੇ ਹੋਣ। ਫੇਰ ਉਸ ਨੂੰ ਸ਼ਿਵ ਕੁਮਾਰ ਬਟਾਲਵੀ, ਅਮ੍ਰਿਤਾ ਪ੍ਰੀਤਮ ਅਤੇ ਪ੍ਰੋ: ਮੋਹਣ ਸਿੰਘ ਦੀਆਂ ਰਚਨਾਵਾਂ ਵੀ ਚੰਗੀਆਂ ਲੱਗਣ ਲੱਗ ਪਈਆਂ। ਇਨ੍ਹਾਂ ਦੇ ਪ੍ਰਭਾਵ ਸਦਕਾ ਹੀ ਉਸ ਨੇ ਰਣੀਏ ਦੇ ਵਿਯੋਗ ਵਿੱਚ ਕੁੱਝ ਗੀਤ ਵਰਗਾ ਲਿਖਿਆ। ਫੇਰ ਇੱਕ ਦਿਨ ਉਸ ਨੇ ਵਿਛੜ ਚੁੱਕੀ ਬਿੰਦੀ ਦੀ ਯਾਦ ਵਿੱਚ ਸ਼ਿਵ ਕੁਮਾਰ ਦੀ ਤਰਜ ਤੇ ਇੱਕ ਹੋਰ ਗੀਤ ਲਿਖਿਆ।

ਇੱਕ ਦਿਨ ਤਾਂ ਹੱਦ ਹੀ ਹੋ ਗਈ ਜਦੋਂ ਉਸ ਦੇ ਵਿਯੋਗ ਵਿੱਚ ਬੱਧਾ ਉਸਦਾ ਇੱਕ ਦੋਸਤ ਸ਼ਿੰਦਾ ਸਾਈਕਲ ਦੇ ਉਸ ਨੂੰ ਪਿੰਡ ਮਿਲਣ ਆ ਪਹੁੰਚਾ। ਮਨਦੀਪ ਨੂੰ ਯਕੀਨ ਹੀ ਨਹੀਂ ਸੀ ਆ ਰਿਹਾ। ਉਸ ਨੂੰ ਤਾਂ ਜਾਪਿਆ ਜਿਵੇਂ ਸਾਰਾ ਨਾਨਕਾ ਪਿੰਡ ਹੀ ਉਸ ਦੀ ਝੋਲੀ ਵਿੱਚ ਪੈ ਗਿਆ ਹੋਵੇ। ਸੁਦਾਮੇ ਦੀ ਦੋਸਤੀ ਵਾਂਗੂ ਉਸ ਨੂੰ ਵੀ ਪਤਾ ਨਹੀਂ ਸੀ ਲੱਗਦਾ ਕਿ ਚਾਰ ਖਣਾਂ ਦੇ ਕਮਰੇ ਵਿੱਚ ਉਹ ਦੋਸਤ ਨੂੰ ਕਿੱਥੇ ਬਿਠਾਵੇ ਅਤੇ ਕੀ ਖੁਆਵੇ ਪਿਆਵੇ। ਬਚਨ ਕੌਰ ਵੀ ਪੇਕਿਆ ਦੇ ਪਿੰਡ ਤੋਂ ਆਏ ਮਨਦੀਪ ਦੇ ਦੋਸਤ ਨੂੰ ਵੇਖ ਗੱਦ ਗੱਦ ਹੋ ਰਹੀ ਸੀ। ਉਸ ਨੇ ਰਵਿੰਦਰ ਨੂੰ ਭੇਜ ਕੇ ਪਿੰਡ ਵਿੱਚੋਂ ਆਂਡੇ ਮੰਗਵਾਏ, ਭੁਰਜੀ ਬਣਾਈ, ਖੀਰ ਬਣਾਈ ਤੇ ਰੋਟੀ ਖੁਆਈ। ਸ਼ਿੰਦੇ ਲਈ ਇਹ ਹੀ ਬਹੁਤ ਵੱਡੀ ਸੇਵਾ ਸੀ। ਸ਼ਿੰਦੇ ਨੇ ਹੀ ਉਸਦਾ ਨਾਂ ਫੌਜਾ ਸਿੰਘ ਪਕਾਇਆ ਹੋਇਆ ਸੀ।

ਸ਼ਾਮ ਨੂੰ ਸ਼ਿੰਦਾ ਜਦੋਂ ਰਣੀਏ ਨੂੰ ਮੁੜਨ ਲੱਗਿਆ ਤਾਂ ਮਨਦੀਪ ਉਸ ਨੂੰ ਨਹਿਰ ਤੱਕ ਛੱਡਣ ਗਿਆ। ਉਨ੍ਹਾਂ ਪਿੰਡ ਦੀਆਂ, ਅਤੇ ਦੋਸਤਾਂ ਦੀਆਂ ਗੱਲਾਂ ਕੀਤੀਆਂ। ਉਸੇ ਵਕਤ ਜਕਦੇ ਜਕਦੇ ਮਨਦੀਪ ਨੇ ਉਹ ਗੀਤ ਵੀ ਆਪਣੇ ਦੋਸਤ ਸ਼ਿੰਦੇ ਨੂੰ ਸੁਣਾ ਦਿੱਤਾ। ਸ਼ਿੰਦਾ ਤਾਂ ਸੁਣ ਕੇ ਹੈਰਾਨ ਹੀ ਰਹਿ ਗਿਆ, ਤੇ ਬੋਲਿਆ "ਯਾਰ ਤੂੰ ਤਾਂ ਗੀਤਕਾਰ ਬਣ ਗਿਆ। ਐਨਾ ਪਿਆਰ ਕਰਦਾ ਏਂ ਤੂੰ ਸਾਨੂੰ ?" ਮੈਂ ਪਿੰਡ ਜਾਕੇ ਸਾਰਿਆਂ ਨੂੰ ਦੱਸਾਂਗਾ। ਫੌਜਾ ਸਿਆਂ ਯਾਰਾਂ ਤੂੰ ਹੋਰ ਗੀਤ ਲਿਖ। ਮੈਂ ਤਾਂ ਤੇਰੇ ਲਿਖੇ ਗੀਤ ਦਿਹਾਤੀ ਪ੍ਰੋਗਰਾਮ ਵਿੱਚ ਸੁਣਨਾ ਚਾਹੁੰਦਾ ਹਾਂ। ਮਨਦੀਪ ਦੇ ਮਨ ਅੰਦਰ ਜਿਵੇਂ ਕਈ ਗੁਲਾਬ ਦੇ ਫੁੱਲ ਖਿੜ ਪਏ ਹੋਣ।

ਫੇਰ ਉਸੇ ਵਰੇ ਚੰਦ ਸਿੰਘ ਨੇ 1947 ਦੇ ਦੰਗਿਆਂ ਵਿੱਚ ਕਤਲ ਹੋ ਗਏ ਆਪਣੇ ਸ਼ਾਇਰ ਪੁੱਤਰ ਦੀ ਯਾਦ ਵਿੱਚ ਇੱਕ ਸਮਾਗਮ ਕਰਵਾਉਣ ਦੀ ਸੋਚੀ। ਇਹ ਸਲਾਹ ਉਸ ਨੂੰ ਪਿੰਡ ਦੇ ਸਕੂਲ ਵਿੱਚ ਪੜ੍ਹਾਉਦੇਂ ਹਿਸਾਬ ਵਾਲੇ ਅਧਿਆਪਕ ਕਿਰਪਾਲ ਸਿੰਘ ਨੇ ਦਿੱਤੀ ਸੀ, ਜੋ ਕਿ ਆਪ ਵੀ ਇੱਕ ਲੇਖਕ ਸੀ। ਇਸ ਸਮਾਗਮ ਵਿੱਚ ਸ਼ਾਇਰ ਜਗਮੋਹਣ ਸਿੰਘ ਦੇ ਬਚਪਨ ਦਾ ਮਿੱਤਰ ਗਮਪੁਰੀ ਵੀ ਪੇਸ਼ ਹੋਇਆ। ਪੰਜਾਬ ਦੇ ਕੋਨੇ ਕੋਨੇ ਤੋਂ ਪਹੁੰਚੇ ਲੇਖਕਾਂ ਨੇ ਆਪਣੇ ਕਲਾਮ ਪੇਸ਼ ਕੀਤੇ। ਇਸ ਮੌਕੇ ਮਨਦੀਪ ਨੇ ਵੀ ਆਪਣਾ ਗੀਤ ਸੁਣਾਇਆ। ਸਾਰੇ ਅਸ਼ ਅਸ਼ ਕਰ ਉੱਠੇ। ਕਿਸੇ ਨੇ ਚੰਦ ਸਿੰਘ ਨੂੰ ਕਿਹਾ ਠੀਕ ਹੈ ਇੱਕ ਫੁੱਲ ਖਿੜਨੋ ਪਹਿਲਾਂ ਹੀ ਮੁਰਝਾ ਗਿਆ ਸੀ। ਤੇ ਅੱਜ ਉਸੇ ਬਗੀਚੀ ਵਿੱਚ ਇੱਕ ਹੋਰ ਫੁੱਲ ਖਿੜ ਪਿਆ ਹੈ। ਉਸ ਦਿਨ ਤੋਂ ਮਾਸਟਰ ਕਿਰਪਾਲ ਸਿੰਘ ਨੇ

ਸਾਹਿਤਕ ਖੇਤਰ ਵਿੱਚ ਮਨਦੀਪ ਦੀ ਬਾਂਹ ਫੜ ਲਈ। ਉਹ ਉਸ ਨੂੰ ਸਾਹਿਤ ਸਭਾ ਦੀ ਮੀਟਿੰਗ ਵਿੱਚ ਵੀ ਲੈ ਗਿਆ। ਗੁਰਸ਼ਰਨ ਸਿੰਘ ਦੇ ਨਾਟਕ ਦਿਖਾਏ। ਸੰਤ ਰਾਮ ਉਦਾਸੀ ਨੂੰ ਗਾਉਂਦੇ ਹੋਏ ਸੁਣਾਇਆ ਤੇ ਉਸ ਨਾਲ ਮਿਲਵਾਇਆ ਵੀ।

ਛੇ ਮਹੀਨੇ ਬਾਅਦ ਦਲੇਰ ਸਿੰਘ ਫੇਰ ਛੁੱਟੀ ਆ ਗਿਆ। ਉਸ ਨੇ ਆਉਣ ਸਾਰ ਹੋਰ ਘਰ ਬਣਾਉਣਾ ਅਤੇ ਸਮਾਨ ਇਕੱਠਾ ਕਰਨਾ ਸ਼ੁਰੂ ਕਰ ਦਿੱਤਾ। ਇੱਟਾ ਸੀਮਿੰਟ ਗਾਡਰ ਸਰੀਏ ਆ ਗਏ। ਮਿਸਤਰੀ ਅਤੇ ਮਜ਼ਦੂਰ ਲੱਗ ਗਏ। ਰਣੀਏ ਤੋਂ ਦੋ ਮਜਦੂਰ ਬਲਕਾਰ ਸਿੰਘ ਲੈ ਕੇ ਰੋਜ਼ ਪਹੁੰਚ ਜਾਂਦਾ। ਦੋ ਮਹੀਨੇ ਚੱਲ ਸੋ ਚੱਲ। ਇੱਕ ਰਸੋਈ ਅਤੇ ਤਿੰਨ ਕਮਰੇ ਬਣਨ ਨਾਲ ਘਰ ਦਾ ਮੂੰਹ ਮੱਥਾ ਨਿੱਕਲ ਆਇਆ ਸੀ। ਜਿਨਾਂ ਵਿੱਚ ਇੱਕ ਕਮਰਾ ਬੈਠਕ ਲਈ ਸੀ। ਜੋ ਬਿਲਕੁੱਲ ਸੜਕ ਦੇ ਨਾਲ ਲੱਗਦਾ ਸੀ। ਦਲੇਰ ਸਿੰਘ ਸਾਰਾ ਦਿਨ ਕੰਮ ਕਰਨ ਲੱਗਿਆ ਰਹਿੰਦਾ। ਇੱਟਾਂ ਫੜਾਉਂਦਾ, ਸੀਮਿੰਟ ਰਲਾਉਂਦਾ, ਘਾਣੀ ਕਰਦਾ ਕਦੇ ਪੈੜਾਂ ਗੱਡਦਾ। ਬਚਨ ਕੌਰ ਮਿਸਤਰੀਆਂ ਮਜ਼ਦੂਰਾਂ ਲਈ ਚਾਹ ਰੋਟੀ ਦੇ ਆਹਰ ਜੁਟੀ ਰਹਿੰਦੀ। ਤਿੰਨੋਂ ਬੱਚੇ ਸਕੂਲੋਂ ਆਕੇ ਕਦੇ ਇੱਟਾਂ ਢੋਂਹਦੇ ਕਦੇ ਉਨ੍ਹਾਂ ਨੂੰ ਤਰ ਕਰਦੇ। ਮਿਸਤਰੀ ਇੱਟਾਂ ਫੜਨ ਦੇ ਨਾਲ ਨਾਲ ਕਦੇ ਤੇਸੀ, ਕਦੇਂ ਕਰਾਂਡੀ,ਕਦੇ ਮਝੋਲਾ ਜਾਂ ਸਾਹਲ ਅਤੇ ਕਦੀ ਗਜ਼ ਮੰਗਦਾ। ਤੇ ਉਹ ਦੌੜ ਦੌੜ ਚੀਜਾਂ ਫੜਾਉਂਦੇ।

ਦਲੇਰ ਸਿੰਘ ਤਾਂ ਘਰ ਬਣਾ ਮੁੜ ਗਿਆ ਪਰ ਕਈਆਂ ਤੋਂ ਇਹ ਬ੍ਰਦਾਸ਼ਤ ਨਹੀਂ ਸੀ ਹੋ ਰਿਹਾ, ਕਿ ਕਿਸੇ ਹੋਰ ਟੱਬਰ ਦੇ ਪੈਰ ਲੱਗ ਜਾਣ। ਉਹ ਆਨੀ ਬਹਾਨੀਂ ਬਚਨ ਕੌਰ ਨੂੰ ਤੰਗ ਕਰਨ ਲੱਗੇ। ਕਦੀ ਆਖਦੇ ਰਾਤ ਇਨ੍ਹਾ ਦੇ ਘਰ ਕੋਲ ਕੋਈ ਚੋਰ ਤੁਰਿਆ ਫਿਰਦਾ ਸੀ। ਕਦੀ ਕਹਿਣ ਕੱਲ ਕੌਡੀਆਂ ਵਾਲਾ ਸੱਪ ਇਨ੍ਹਾਂ ਦੇ ਅੰਦਰ ਵੜਦਾ ਅਸੀਂ ਖੁਦ ਦੇਖਿਆ ਹੈ। ਬਚਨ ਕੌਰ ਤ੍ਰਾਹ ਤ੍ਰਾਹ ਕਰਕੇ ਦਿਨ ਕੱਢ ਰਹੀ ਸੀ। ਉਹ ਸਾਰੀ ਰਾਤ ਬੱਚਿਆਂ ਦੇ ਸਿਰਾਹਣੇ ਬੈਠੀ ਰਹਿੰਦੀ। ਜਦੋਂ ਉਸ ਦੀ ਸੱਸ ਬੇਅੰਤ ਕੌਰ ਆ ਜਾਂਦੀ ਤਾਂ ਹੀ ਉਸਦੇ ਸਾਹ ਵਿੱਚ ਸਾਹ ਆਂਉਦਾ।

ਬਿਜਲੀ ਦੀ ਸਕਿਉਰਟੀ ਦਲੇਰ ਸਿੰਘ ਭਰ ਗਿਆ ਸੀ ਪਰ ਮੀਟਰ ਅਜੇ ਨਹੀਂ ਸੀ ਲੱਗਿਆ। ਪਰ ਸੂਬਾ ਸਿਉਂ ਕੇ ਟੱਬਰ ਨੇ ਅੱਧਾ ਬਿੱਲ ਦੇਣ ਦੀ ਸ਼ਰਤ ਤੇ ਉਨ੍ਹਾਂ ਨੂੰ ਬਿਜਲੀ ਦੀ ਤਾਰ ਦੇ ਦਿੱਤੀ। ਜਿਸ ਨਾਲ ਦੋ ਬੱਲਵ ਜਗਦੇ ਜਾਂ ਇੱਕ ਪੱਖਾ ਚੱਲਦਾ। ਬਚਨੋਂ ਦੇ ਦਿਉਰ ਜੇਠ ਤਾਂ ਤਮਾਸ਼ਾ ਹੀ ਵੇਖ ਰਹੇ ਸਨ ਕਿ ਦੇਖੀਏ ਹੁਣ ਕਿਵੇਂ ਜੁਆਕ ਪਾਲਦੀ ਹੈ ? ਬਚਨੋ ਵੀ ਤਾਂ ਇੱਕ ਯੁੱਧ ਲੜ ਰਹੀ ਸੀ, ਜੀਵਨ ਜੀਣ ਦਾ ਯੁੱਧ।

ਕਦੀ ਕਦੀ ਮਹਿਤਾਬ ਕੌਰ ਰਣੀਏ ਤੋਂ ਆਕੇ ਪੰਦਰਾਂ ਵੀਹ ਦਿਨ ਰਹਿ ਜਾਂਦੀ। ਬਾਕੀ ਰਿਸ਼ਤੇਦਾਰ ਤਾਂ ਕਦੇ ਬੱਤੀ ਵੀ ਨਾ ਵਾਹੁੰਦੇ ਕਿ ਖਬਰਾਂ ਬਚਨੋ ਕਿਹੜੀ ਮੱਦਦ ਮੰਗ ਲਵੇ। ਉਸਦੀ ਸਕੀ ਭੈਣ ਮੀਤੋ ਦੇ ਮੁੰਡੇ ਤਾਂ ਸਕੂਟਰ ਕਾਰ ਲੈ ਕੇ ਉਸ ਦੇ ਦਰਵਾਜ਼ੇ ਅੱਗਿਉਂ ਹੀ ਫੁਰਰ ਕਰਦੇ ਲੰਘ ਜਾਂਦੇ। ਉਨ੍ਹਾਂ ਨੂੰ ਤਾਂ ਆਪਣੀ ਗਰੀਬੜੀ ਮਾਸੀ ਦੇ ਘਰ ਵੜਦਿਆਂ ਹੀ ਸ਼ਰਮ ਆਂਉਦੀ ਸੀ। ਏਸੇ ਧੂ ਘੜੀਸ ਵਿੱਚ ਇੱਕ ਸਾਲ ਹੋਰ ਨਿਕਲ ਗਿਆ। ਸਿਰਫ ਰਣੀਏ ਵਾਲੇ ਹੀ ਮੱਦਦ ਕਰਦੇ ਰਹੇ। ਸੰਤਾ ਸਿੰਘ ਆਪ ਗੱਡੇ ਤੇ ਬੈਠ ਗੁੜ ਆਟਾ ਦਾਲਾਂ ਤੇ ਜਰੂਰਤ ਦਾ ਸਮਾਨ ਛਡਵਾ ਜਾਂਦਾ। ਮੱਦਦ ਤਾਂ ਚੰਦ ਸਿੰਘ ਤੇ ਬੇਅੰਤ ਕੌਰ ਵੀ ਕਰਨੀ ਚਾਹੁੰਦੇ ਸਨ ਪਰ ਉਨ੍ਹਾਂ ਦੇ ਹੱਥ ਘਰ ਦਾ ਕੰਟਰੋਲ ਹੀ ਨਹੀਂ ਸੀ ਰਿਹਾ। ਵੱਡੇ ਮੁੰਡੇ ਦਾ ਹੀ ਫਿਰਕਾ ਪਹਿਰਾ ਸੀ।

ਦਲੇਰ ਸਿੰਘ ਦੀ ਜਦ ਵੀ ਚਿੱਠੀ ਆਂਉਦੀ ਉਹ ਲਿਖਦਾ ਕਿ ਬੱਚਿਆਂ ਦੀ ਪੜ੍ਹਾਈ ਦਾ ਧਿਆਨ ਰੱਖਣਾ। ਕਿਸੇ ਅੱਗੇ ਹੱਥ ਨਹੀਂ ਅੱਡਣਾ। ਸਾਂਝੀਆਂ ਚੀਜਾਂ 'ਚੋਂ ਕੁਛ ਨਾ ਮੰਗਣਾ। ਬੱਸ ਮੈਂ ਜਲਦੀ ਹੀ ਪੈਨਸ਼ਨ ਆ ਜਾਣਾ ਹੈ। ਮਨਦੀਪ ਹੀ ਚਿੱਠੀ ਪੜ੍ਹ ਕੇ ਸੁਣਾਉਂਦਾ ਅਤੇ ਉਹ ਹੀ

ਜਵਾਬ ਲਿਖਦਾ। ਨਾਲ ਦੀ ਨਾਲ ਇੱਕ ਇਬਾਰਤ ਉਸ ਦੇ ਮਨ ਉੱਤੇ ਵੀ ਉੱਕਰੀ ਜਾ ਰਹੀ ਸੀ। ਹੌਲੀ ਹੌਲੀ ਉਹ ਘਰ ਦਾ ਕੰਮ ਸੰਭਾਲਣ ਲੱਗਿਆ। ਗਾਂ ਲਈ ਪੱਠੇ ਲੈ ਆਂਉਦਾ। ਕੁਤਰਾ ਕਰਦਾ। ਆਟਾ ਵੀ ਪਿਸਵਾ ਲਿਆਂਉਦਾ। ਬੂਟਿਆਂ ਨੂੰ ਪਾਣੀ ਲਾਂਉਦਾ। ਦੁਕਾਨ ਤੋਂ ਸੌਦੇ ਪੱਤੇ ਲੈ ਆਉਂਦਾ। ਉਸ ਕੋਲ ਪਾਉਣ ਲਈ ਕੋਈ ਬਹੁਤੇ ਕੱਪੜੇ ਨਹੀਂ ਸਨ। ਪਰ ਉਹ ਆਪਣੇ ਘਰ ਦੀਆਂ ਤੰਗੀਆਂ ਤੁਰਸ਼ੀਆਂ ਨੂੰ ਜਾਣਦਾ ਸੀ। ਜਿਨਾਂ ਨੇ ਉਸ ਨੂੰ ਬਹੁਤ ਕੁੱਝ ਸਿਖਾਇਆ ਸੀ।

ਉਨ੍ਹਾਂ ਨੂੰ ਹਿੱਸੇ ਬਹਿੰਦੀ ਬੱਸ ਦੋ ਏਕੜ ਜ਼ਮੀਨ ਹੀ ਆਉਦੀ ਸੀ। ਪੰਜਾਬ ਵਿੱਚ ਬਹੁਤੇ ਰਿਸ਼ਤੇ ਤਾਂ ਜ਼ਮੀਨਾ ਨੂੰ ਹੀ ਹੁੰਦੇ ਨੇ। ਮਹਿਤਾਬ ਕੌਰ ਜਦ ਵੀ ਆਉਂਦੀ ਉਸ ਦਾ ਏਹੋ ਫਿਕਰ ਹੁੰਦਾ "ਕੁੜੇ ਬਚਨੋਂ ਨਾ ਭਾਈ ਸੁੱਖ ਨਾਲ ਆਪਣਾ ਮੰਦੀਪਾ ਗਭਰੂ ਹੋ ਗਿਆ ਐ, ਸਾਲ ਖੰਡ ਨੂੰ ਏਨੇ ਵਿਆਹੁਣ ਜੋਗਾ ਹੋ ਜਾਣੈ। ਅਜੇ ਘਰ ਵੀ ਨੀ ਬਣਿਆ ਤੇ ਜ਼ਮੀਨ ਵੀ ਥੋੜੀ ਆ। ਰਿਸ਼ਤਾ ਤਾਂ ਬਹੁਤ ਔਖਾ ਹੀ ਜੁੜੂ ? ਨਾ ਭਾਈ, ਮੈਨੂੰ ਤਾਂ ਜਾਣੋ ਸਾਰੀ ਸਾਰੀ ਰਾਤ ਨੀਂਦ ਨੀ ਆਂਉਦੀ। ਪੜ ਕੇ ਜੈ ਖਾਣੀਆਂ ਕਿਹੜਾ ਨੌਕਰੀਆਂ ਮਿਲ ਜਾਣੀਆਂ ਨੇ। ਬਥੇਰੇ ਮੁੰਡੇ ਪੜ ਲਿਖ ਕੇ ਡੰਡੇ ਵਜਾਉਂਦੇ ਫਿਰਦੇ ਨੇ। ਨਾਂ ਭਾਈ ਮੈਂ ਤਾਂ ਏਹੀ ਹਰਦਾਸ ਕਰਦੀ ਆਂ ਬਈ ਨੀਲੀ ਛੱਤ ਵਾਲਿਆ ਮੇਹਰ ਰੱਖੀਂ" ਬੱਚਿਆਂ ਦੇ ਭਵਿੱਖ ਦਾ ਫਿਕਰ ਬਚਨੋਂ ਨੂੰ ਵੀ ਵੱਢ ਵੱਢ ਖਾਂਦਾ ਪਰ ਉਹ ਤਾਂ ਅਜੇ ਵਰਤਮਾਨ ਨਾਲ ਜੂਝ ਰਹੀ ਸੀ।

ਕਦੀ ਕਦੀ ਰਘਵੀਰ ਤੇ ਰਵਿੰਦਰ ਗਾਂ ਚਾਰਨ ਚਲੇ ਜਾਂਦੇ ਤੇ ਉਸ ਨੂੰ ਨਹਿਰ ਵਿੱਚ ਵੀ ਨੁਹਾ ਲਿਆਂਉਦੇ। ਬਚਨੋ ਰਸਤੇ ਤੇ ਖੜੀ ਉਨਾਂ ਚਿਰ ਵੇਖਦੀ ਰਹਿੰਦੀ, ਜਿਨਾਂ ਚਿਰ ਤੱਕ ਉਹ ਵਾਪਸ ਨਾ ਮੁੜ ਆਂਉਦੇ। ਉਸਦਾ ਫਿਕਰ ਸੀ ਕਿ ਬੱਚੇ ਕਿਤੇ ਨਹਿਰ ਵਿੱਚ ਨਾ ਤਿਲਕ ਜਾਣ। ਉਹ ਇੱਕ ਵਾਰ ਇਹ ਅਮਾਨਤ ਦਲੇਰ ਸਿੰਘ ਨੂੰ ਸੰਭਾਲਣਾ ਚਾਹੁੰਦੀ ਸੀ। ਫੇਰ ਇੱਕ ਦਿਨ ਦਲੇਰ ਸਿੰਘ ਦੀ ਚਿੱਠੀ ਆਈ ਕਿ ਉਹ ਉਹ ਰਿਟਾਇਰਮੈਂਟ ਲੈ ਰਿਹਾ ਹੈ। ਤੇ ਉਸ ਦੀ ਅਰਜੀ ਮਨਜੂਰ ਹੋ ਗਈ ਸੀ।

ਵੀਹ ਸਾਲ ਦੀ ਸਰਵਿਸ ਪੂਰੀ ਹੋਣ ਤੇ ਉਹ ਹੌਲਦਾਰ ਤੋਂ ਸੂਬੇਦਾਰ ਬਣ ਗਿਆ। ਏਹੋ ਉਸਦੇ ਤਾਏ ਗੁਲਾਬ ਸਿੰਘ ਦਾ ਕਹਿਣਾ ਸੀ ਕਿ ਪੁੱਤਰਾ ਜਦੋਂ ਪੈਨਸ਼ਨ ਆਵੇ ਤਾਂ ਮੇਰੇ ਤੋਂ ਇੱਕ ਕਦਮ ਅੱਗੇ ਹੋਵੇ। ਸਾਰਾ ਪਿੰਡ ਗੁਲਾਬ ਸਿੰਘ ਨੂੰ ਤਾਇਆ ਹੌਲਦਾਰ ਕਹਿ ਕੇ ਬੁਲਾਉਂਦਾ ਸੀ। ਤੇ ਹੁਣ ਉਨ੍ਹਾਂ ਦੇ ਟੱਬਰ ਨੂੰ ਸੂਬੇਦਾਰੀ ਦੀ ਫੀਤੀ ਲੱਗ ਗਈ ਸੀ। ਹੁਣ ਲੋਕਾਂ ਨੇ ਦਲੇਰ ਸਿੰਘ ਨੂੰ ਸੂਬੇਦਾਰ ਕਿਹਾ ਕਰਨਾ ਸੀ। ਪੈਨਸ਼ਨ ਸਮੇਂ ਦਲੇਰ ਸਿੰਘ ਅਸਾਮ ਵਿੱਚ ਸੀ, ਜਿਸ ਨੇ ਚਿੱਠੀ ਲਿਖ ਕੇ ਦੱਸਿਆ ਕਿ ਦਸ ਅਪਰੈਲ ਨੂੰ ਉਹ ਛੁੱਟੀ ਆ ਰਿਹਾ ਹੈ।

ਬਚਨ ਕੌਰ ਦੀਆਂ ਖੁਸ਼ੀਆਂ ਦਾ ਕੋਈ ਠਿਕਾਣਾ ਨਾ ਰਿਹਾ। ਉਹ ਗਿਣ ਗਿਣ ਕੇ ਦਿਨ ਕੱਟਣ ਲੱਗੀ। ਰੋਜ਼ ਮਿੱਟੀ ਤੇ ਰਾਹ ਕੱਢਦੀ ਅਤੇ ਨਿਣਾਇਆ ਨੂੰ ਦੱਸਦੀ ਕਿ ਥੋਡੇ ਬਾਪੂ ਨੇ ਆ ਜਾਣਾ ਹੈ, ਬੱਸ ਮੇਰੀਆਂ ਜਿੰਮੇਵਾਰੀਆਂ ਖਤਮ। ਆਖਰ ਦਸ ਅਪਰੈਲ ਦਾ ਦਿਨ ਵੀ ਆ ਗਿਆ। ਉਸ ਨੇ ਸਾਰਾ ਘਰ ਸਜਾਇਆ। ਤਰਾਂ ਤਰਾਂ ਦੇ ਖਾਣੇ ਬਣਾਏ। ਉਡੀਕਦੀ ਦੀਆਂ ਅੱਖਾਂ ਪੱਕ ਗਈਆਂ ਪਰ ਦਲੇਰ ਸਿੰਘ ਨਾ ਆਇਆ।

ਏਸੇ ਤਰ੍ਹਾਂ ਗਿਆਰਾਂ ਅਪਰੈਲ ਦਾ ਦਿਨ ਵੀ ਲੰਘ ਗਿਆ। ਤੇਰਾਂ ਅਪਰੈਲ ਨੂੰ ਵਿਸਾਖੀ ਸੀ। ਉਨ੍ਹਾਂ ਨੂੰ ਚਾਅ ਸੀ ਕਿ ਇਸ ਵਾਰ ਉਹ ਆਨੰਦਪੁਰ ਸਾਹਿਬ ਜਾਂ ਮਾਛੀਵਾੜੇ ਮਿਲਕੇ ਵਿਸਾਖੀ ਦੇਖਣ ਜਾਣਗੇ। ਜੇ ਹੋਰ ਕਿਤੇ ਨਾ ਸਈ ਤਾਂ ਦੇਗ ਸਰ ਕਟਾਣਾ ਸਾਹਿਬ ਵਿਖੇ ਹੀ ਜਾ ਆਉਣਗੇ। ਆਖਰ ਵਿਸਾਖੀ ਵਾਲਾ ਦਿਨ ਵੀ ਲੰਘ ਗਿਆ ਪਰ ਦਲੇਰ ਸਿੰਘ ਫੇਰ ਵੀ ਨਾ ਆਇਆ।

ਹੁਣ ਬਚਨ ਕੌਰ ਨੂੰ ਠੰਡੀਆਂ ਤੌਣੀਆਂ ਆ ਰਹੀਆਂ ਸਨ। ਪੇਟ ਦਰਦ ਕਰ ਰਿਹਾ ਸੀ। ਮਾੜੇ ਮਾੜੇ ਵਿਚਾਰ ਆ ਰਹੇ ਸਨ। ਨਾ ਜਾਣੇ ਕੋਈ ਹਾਦਸਾ ਵਾਪਰ ਗਿਆ ਹੋਵੇ। ਰੇਲ ਗੱਡੀਆਂ ਦਾ ਕੀ ਭਰੋਸਾ ਹੈ। ਪਰ ਜਾਣਕਾਰੀ ਦਾ ਕੋਈ ਸਾਧਨ ਵੀ ਤਾਂ ਨਹੀਂ ਸੀ। ਉਹ ਅੰਦਰ ਹੀ ਅੰਦਰ ਖਪਦੀ ਰਹੀ। ਉਸ ਦੇ ਫਿਕਰ ਨੇ ਬੱਚਿਆਂ ਨੂੰ ਵੀ ਫਿਕਰ ਵਿੱਚ ਪਾ ਦਿੱਤਾ। ਬੇਅੰਤ ਕੌਰ ਦਾ ਵੀ ਫਿਕਰ ਨਾਲ ਬੁਰਾ ਹਾਲ ਸੀ।

ਦਲੇਰ ਸਿੰਘ ਆਪਣੇ ਆਉਣ ਬਾਰੇ ਇਸ ਤਰ੍ਹਾਂ ਝੂਠ ਤਾਂ ਨਹੀਂ ਸੀ ਬੋਲ ਸੀ ਸਕਦਾ। ਫੇਰ ਰਸਤੇ ਵਿੱਚ ਅਜਿਹਾ ਕੀ ਵਾਪਰ ਗਿਆ ਸੀ ? ਉਸ ਨੇ ਮਨਦੀਪ ਨੂੰ ਆਪਣੇ ਨਾਨਕੇ ਭੇਜਿਆ ਕਿ ਕਹੀਂ 'ਬੀਬੀ ਫਿਕਰ ਨਾਲ ਬਿਮਾਰ ਹੈ ਬੇਬੇ ਮਹਿਤਾਬ ਕੌਰ ਆ ਜਾਵੇ' ਆਪਣੀ ਮਾਂ ਦੇ ਆਉਣ ਨਾਲ ਉਹ ਕੁੱਝ ਠੀਕ ਹੋਈ। ਮਹਿਤਾਬ ਕੌਰ ਨੇ ਹੌਸਲਾ ਦਿੱਤਾ ਕਿ "ਨੀਲੀ ਛੱਤ ਵਾਲੇ ਤੇ ਭਰੋਸਾ ਰੱਖ...ਉਸਦੇ ਹੁਕਮ ਬਿਨਾਂ ਪੱਤਾ ਨਹੀਂ ਝੁੱਲਦਾ। ਜੋ ਹੋਣਾ ਹੈ ਉਹ ਹੋ ਕੇ ਹੀ ਰਹਿਣਾ ਹੈ। ਰੱਬ ਭਲਾ ਹੀ ਕਰੇਗਾ" ਪਰ ਮਨ ਸੀ ਕਿ ਫੇਰ ਵੀ ਨਾ ਟਿਕਦਾ। ਬਚਨ ਕੌਰ ਦੇ ਨਾਲ ਨਾਲ ਮਹਿਤਾਬ ਕੌਰ ਵੀ ਦਲੇਰ ਸਿੰਘ ਦੇ ਸੁੱਖੀ ਸਾਂਦੀ ਘਰ ਪਹੁੰਚਣ ਦੀਆਂ ਅਰਦਾਸਾਂ ਕਰਦੀ ਰਹੀ।

ਤੜਕੇ ਦਾ ਵੇਲਾ ਸੀ। ਬੱਸ ਪਹੁ ਫੁੱਟਣ ਹੀ ਵਾਲੀ ਸੀ। ਗੁਰਦੁਵਾਰੇ ਤੋਂ ਘੜਿਆਲ ਵੱਜ ਚੁੱਕਾ ਸੀ। ਮੁਰਗ਼ੇ ਵੀ ਬਾਂਗਾਂ ਦੇ ਹਟੇ ਸਨ। ਮਹਿਤਾਬ ਕੌਰ ਅਮ੍ਰਿਤ ਵੇਲੇ ਦਾ ਪਾਠ ਕਰਦੀ ਮਾਲ਼ਾ ਫੇਰ ਰਹੀ ਸੀ। ਬਚਨੋਂ ਨੇ ਚਾਹ ਧਰਨ ਲਈ ਪਤੀਲਾ ਚੁੱਕਣ ਦੀ ਅਜੇ ਸੋਚੀ ਹੀ ਸੀ ਕਿ ਬਾਹਰ ਆਰਜ਼ੀ ਤੌਰ ਤੇ ਲਾਇਆ ਦਰਵਾਜ਼ਾ ਖੜਕਿਆ ਤੇ ਦਲੇਰ ਸਿੰਘ ਦੀ ਆਵਾਜ਼ ਆਈ ਕਿ 'ਬੂਹਾ ਖੋਹਲੋ'

ਬਚਨ ਕੌਰ ਨੂੰ ਜਿਵੇਂ ਇਸ ਆਵਾਜ਼ ਤੇ ਯਕੀਨ ਹੀ ਨਾ ਆਇਆ। ਉਹ ਬੂਹੇ ਵਲ ਦੌੜੀ ਤਾਂ ਵੇਖਿਆ ਕਿ ਦਲੇਰ ਸਿੰਘ ਦੇ ਪਿੱਛੇ ਅਟੈਚੀਆਂ ਨਾਲ ਭਰਿਆ ਇੱਕ ਰਿਕਸ਼ਾ ਵੀ ਖੜਾ ਸੀ। ਉਸ ਦੀ ਖੁਸ਼ੀ ਦੀ ਕੋਈ ਹੱਦ ਨਾ ਰਹੀ। ਉਧਰ ਮਹਿਤਾਬ ਕੌਰ ਵਾਹਿਗੁਰੂ ਦੇ ਸ਼ੁਕਰਾਨੇ ਲਈ ਧਰਤੀ ਨਮਸਕਾਰ ਰਹੀ ਸੀ ਕਿ 'ਹੇ ਰੱਬ ਸੱਚਿਆ ਤੂੰ ਸਾਡੀ ਸੁਣ ਲਈ'। ਬੱਚੇ ਉੱਠ ਕੇ ਆਪਣੇ ਪਿਉ ਨੂੰ ਚੁੰਬੜ ਗਏ। ਬਚਨੋਂ ਦਾ ਤਾਂ ਖੁਸ਼ੀ ਵਿੱਚ ਰੋਣ ਹੀ ਨਿੱਕਲ ਗਿਆ। ਫੇਰ ਉਹ ਕਿੰਨੀ ਹੀ ਦੇਰ ਗੱਲਾਂ ਕਰਦੇ ਰਹੇ।

ਦਲੇਰ ਸਿੰਘ ਨੇ ਦੱਸਿਆ ਕਿ ਸੈਨਿਕਾਂ ਨੂੰ ਲੈ ਕੇ ਆ ਰਹੀ ਬੱਸ ਅਸਾਮ ਦੀਆਂ ਪਹਾੜੀਆਂ ਚ ਉਲਟ ਕਿ ਕਿਸੇ ਖੱਡ ਵਿੱਚ ਜਾ ਡਿਗੀ ਸੀ। ਕਈਆਂ ਦੀਆਂ ਲੱਤਾਂ ਬਾਹਾਂ ਟੁੱਟੀਆਂ ਕਈਆਂ ਦੇ ਸਿਰ ਪਾਟੇ। ਦੋ ਜਵਾਨ ਮਾਰੇ ਵੀ ਗਏ। ਪਰ ਉਸ ਨੂੰ ਪ੍ਰਮਾਤਮਾਂ ਨੇ ਹੱਥ ਦੇ ਕੇ ਰੱਖ ਲਿਆ। ਮਾਮੂਲੀ ਸੱਟਾਂ ਸਨ ਜਿਨਾਂ ਕਰਕੇ ਉਸ ਨੂੰ ਦੋ ਦਿਨ ਹਸਪਤਾਲ ਰਹਿਣਾ ਪਿਆ। ਸਮਾਨ ਵੀ ਕੁੱਝ ਖਿਲਰ ਗਿਆ ਸੀ। ਜੋ ਦੁਬਾਰਾ ਤੋਂ ਲੈ ਕੇ ਪੈਕ ਕੀਤਾ। ਉਹ ਵਾਪਿਸ ਆਪਣੀ ਯੂਨਿਟ ਵਿੱਚ ਪਰਤ ਗਿਆ ਸੀ। ਇਸ ਕਰਕੇ ਹਫਤਾ ਲੇਟ ਹੋ ਗਿਆ।

ਗੱਲਾਂ ਕਰਦਿਆਂ ਅਤੇ ਚਾਹ ਪਾਣੀ ਪੀਂਦਿਆਂ ਨੂੰ ਬਾਹਰ ਚਾਨਣ ਹੋ ਗਿਆ। ਬਾਹਰ ਸਵੇਰ ਦਾ ਨਵਾਂ ਸੂਰਜ ਦਲੇਰ ਸਿੰਘ ਲਈ ਨਵਾਂ ਜੀਵਨ ਲੈ ਕੇ ਆਇਆ ਸੀ। ਦਿਨ ਚੜ੍ਹਨ ਸਾਰ ਹੀ ਸਾਰੇ ਪਿੰਡ ਵਿੱਚ ਪਤਾ ਚੱਲ ਗਿਆ ਕਿ ਬਗੀਚੇ ਵਾਲਿਆਂ ਦਾ ਦਲੇਰ ਸਿੰਘ ਪੈਨਸ਼ਨ ਆ ਗਿਆ ਹੈ।

ਸਵੇਰ ਤੋਂ ਕਿੰਨੇ ਹੀ ਲੋਕ ਮਿਲਣ ਆ ਰਹੇ ਸਨ। ਪਤਾ ਤਾਂ ਉਸ ਦੇ ਭਰਾਵਾਂ ਨੂੰ ਵੀ ਲੱਗ ਗਿਆ ਹੋਊ, ਪਰ ਉਨ੍ਹਾਂ ਵਿੱਚੋਂ ਕੋਈ ਵੀ ਮਿਲਣ ਨਹੀਂ ਸੀ ਆਇਆ। ਜਦੋਂ ਉਨ੍ਹਾਂ ਨੂੰ ਕੋਈ ਚਾਅ ਹੀ ਨਹੀਂ ਸੀ ਫੇਰ ਮਿਲਣ ਵੀ ਕੀ ਆਂਉਣਾ ਸੀ ? ਉਨ੍ਹਾਂ ਨੇ ਹੀ ਤਾਂ ਉਸਦੀ ਗੈਰ ਹਾਜ਼ਰੀ ਵਿੱਚ

ਉਸ ਦੇ ਟੱਬਰ ਨੂੰ ਰੜੇ ਮੈਦਾਨ ਕੱਢ ਕੇ ਬਿਠਾਇਆ ਸੀ ਤੇ ਅਜੇ ਤੱਕ ਵੀ ਤੰਗ ਕਰ ਰਹੇ ਸਨ।

ਅੱਜ ਤਾਂ ਉਨ੍ਹਾਂ ਨੇ ਬੇਬੇ ਬੇਅੰਤ ਕੌਰ ਨੂੰ ਵੀ ਨਹੀਂ ਸੀ ਆਉਣ ਦਿੱਤਾ। ਕਿ 'ਤੂੰ ਵੱਡੀ ਏਂ ਕਿ ਉਹ ? ਆਪੇ ਤੈਨੂੰ ਘਰੇ ਮਿਲਣ ਆਊ। ਚੁੱਪ ਕਰਕੇ ਬੈਠੀ ਰਹਿ'। ਮਨਦੀਪ ਤਾਂ ਖੁਸ਼ੀ ਵਿੱਚ ਖੀਵਾ ਹੋਇਆ ਫਿਰਦਾ ਸੀ। ਉਸ ਨੂੰ ਤਾਂ ਲੱਗਦਾ ਸੀ ਜਿਵੇਂ ਮੀਂਹ ਕਣੀ ਤੋਂ ਬਚਣ ਲਈ ਕਿਸੇ ਛਤਰੀ ਨੇ ਉਨਾਂ ਦਾ ਸਿਰ ਢਕ ਲਿਆ ਹੋਵੇ। ਦਲੇਰ ਸਿੰਘ ਦੀ ਛਤਰ ਛਾਇਆ ਹੇਠ ਹੁਣ ਉਹ ਬੇਫਿਕਰੀ ਨਾਲ ਰਹਿ ਸਕਦੇ ਸਨ।

●

ਭਾਗ 37

ਪਿੰਡ ਆ ਕੇ ਦਲੇਰ ਸਿੰਘ ਦਾ ਜਿਵੇਂ ਸੰਸਾਰ ਹੀ ਬਦਲ ਗਿਆ। ਮਿਲਟਰੀ ਵਿੱਚ ਪਿਛਲੇ ਅਠਾਰਾਂ ਵੀਹ ਸਾਲ ਤੋਂ ਤੜਕੇ ਉੱਠਣਾ ਤੇ ਕਸਰਤ ਕਰਨੀ ਉਸਦਾ ਸੁਭਾਅ ਸੀ। ਪਰ ਹੁਣ ਤਾਂ ਡਿਊਟੀ ਹੀ ਕੋਈ ਨਹੀਂ ਸੀ। ਉਸ ਲਈ ਵਿਹਲਾ ਰਹਿਣਾ ਬੜਾ ਮੁਸ਼ਕਲ ਹੋ ਗਿਆ। ਵਕਤ ਜਿਵੇਂ ਕੀੜੀ ਦੀ ਤੋਰ ਤੁਰ ਰਿਹਾ ਹੋਵੇ। ਹੁਣ ਉਹ ਤੜਕੇ ਹੀ, ਕਹੀ ਪਕੜ ਕੇ ਖੇਤਾਂ ਨੂੰ ਤੁਰ ਜਾਂਦਾ ਅਤੇ ਬਿਨਾਂ ਮਤਲਬ ਹੀ ਵੱਟਾਂ ਬੰਨੇ ਠੀਕ ਕਰਦਾ ਰਹਿੰਦਾ। ਇੱਕ ਉਸਦੇ ਹਿੱਸੇ ਆਇਆ ਖੇਤ ਵੀ ਜ਼ਮੀਨ ਦਾ ਸਭ ਤੋਂ ਘਟੀਆ ਭਾਗ ਸੀ।

ਰਿਟਾਇਰਮੈਂਟ ਵਕਤ ਉਸ ਨੂੰ ਜੋ ਇੱਕ ਲੱਖ ਰੁਪਿਆ ਇਕੱਠਾ ਮਿਲਿਆ, ਉਸ ਨਾਲ ਉਸ ਨੇ ਘਰ ਦਾ ਕੰਮ ਸ਼ੁਰੂ ਕਰਵਾ ਲਿਆ। ਇੱਕ ਰਸੋਈ, ਬੈਠਕ ਅਤੇ ਬਰਾਂਡਾ ਪਾਉਣ ਦੇ ਨਾਲ ਨਾਲ ਉਸ ਨੇ ਘਰ ਦਾ ਬਾਗਲਾ ਵੀ ਉੱਚਾ ਕਰਵਾ ਦਿੱਤਾ। ਬਾਗਲੇ ਨੂੰ ਲੱਗੇ ਨਵੇਂ ਗੇਟ ਕਾਰਨ ਘਰ ਸਜਣ ਲੱਗ ਪਿਆ ਸੀ। ਲੱਖ ਰੁਪਿਆ ਕਦੋਂ ਖੱਡੀਂ ਵੜ ਗਿਆ ਉਸ ਨੂੰ ਪਤਾ ਵੀ ਨਾ ਲੱਗਾ। ਫੌਜ ਵਿੱਚ ਤਾਂ ਸਰਕਾਰੀ ਖਾਣਾ, ਸਰਕਾਰੀ ਰਹਾਇਸ਼ ਅਤੇ ਸਰਕਾਰੀ ਵਰਦੀ ਮਿਲਦੇ ਸਨ, ਕਦੇ ਮਹਿੰਗਾਈ ਦਾ ਪਤਾ ਹੀ ਨਹੀਂ ਸੀ ਲੱਗਿਆ। ਪਰ ਹੁਣ ਪਿੰਡ ਆਕੇ ਤਾਂ ਖਰਚੇ ਹੀ ਖਰਚੇ ਮੂੰਹ ਅੱਡੀਂ ਖੜ੍ਹੇ ਸਨ। ਘਰ ਦੇ ਸਾਰੇ ਸੌਦੇ ਪੱਤੇ, ਕੱਪੜੇ ਲੀੜੇ ਅਤੇ ਖਲ਼ ਵੜੇਵੇਂ ਹੀ ਚੈਨ ਨਹੀਂ ਸੀ ਲੈਣ ਦਿੰਦੇ। ਦੇਸ਼ ਦੀਆਂ ਜੰਗਾਂ ਤੋਂ ਬਾਅਦ ਜਿਵੇਂ ਉਹ ਹੁਣ ਇੱਕ ਪਰਿਵਾਰਕ ਜੰਗ ਲੜ ਰਿਹਾ ਹੋਵੇ।

ਮਨਦੀਪ ਦਸਵੀਂ ਵਿੱਚ ਹੋ ਗਿਆ ਸੀ। ਰਘਵੀਰ ਅਤੇ ਰਵਿੰਦਰ ਸੱਤਵੀ ਅਤੇ ਪੰਜਵੀਂ ਵਿੱਚ ਸਨ। ਉਨ੍ਹਾਂ ਦੀਆਂ ਫੀਸਾਂ ਹਰ ਮਹੀਨੇ ਆਈਆਂ ਹੀ ਰਹਿੰਦੀਆਂ। ਕਿਸੇ ਨੂੰ ਕਾਪੀਆਂ ਕਿਤਾਬਾਂ ਅਤੇ ਕਿਸੇ ਨੂੰ ਪੈੱਨ ਪੈਨਸਲਾਂ ਚਾਹੀਦੀਆਂ ਹੁੰਦੀਆਂ। ਹੁਣ ਉਹ ਆਪਣੇ ਜਾਂ ਦੇਸ਼ ਲਈ ਨਹੀਂ ਪਰਿਵਾਰ ਲਈ ਜੀ ਰਿਹਾ ਸੀ। ਹੌਲੀ ਹੌਲੀ ਉਸਦੀ ਕਸਵੀਂ ਬੰਨੀ ਪੱਗ ਦੇ ਗਿਣਵੇਂ ਪੇਚ ਢਿੱਲੇ ਪੈਣ ਲੱਗੇ। ਫਿਕਸੋ ਲਾ ਕੇ ਅਤੇ ਰੱਸੀ ਪਾਕੇ ਬੰਨੀ ਦਾੜ੍ਹੀ ਨੂੰ ਵੀ ਬਹੁਤ ਵਕਤ ਹੋ ਗਿਆ ਸੀ। ਕਈ ਵਾਰ ਉਹ ਦਾੜ੍ਹੀ ਗੁੱਟੀ ਜਿਹੀ ਕਰਕੇ ਤੁੰਨ ਲੈਂਦਾ ਜਿਸ ਨਾਲ ਉਹ ਅਘੜੀ ਦੁੱਗੜੀ ਜਿਹੀ ਜਾਪਦੀ। ਪ੍ਰੈੱਸ ਕੀਤੀ ਵਰਦੀ ਪਾਉਣ ਵਾਲਾ ਦਲੇਰ ਸਿੰਘ ਹੁਣ ਜੁੱਤੀ ਲਿਸ਼ਕਾਉਣੀ ਵੀ ਭੁੱਲ ਜਾਂਦਾ। ਕਈ ਵਾਰ ਉਹ ਬਿਨਾਂ ਪ੍ਰੈੱਸ ਕੀਤੇ ਕੱਪੜੇ ਹੀ ਪਹਿਨ ਸ਼ਹਿਰ ਨੂੰ ਸਾਈਕਲ ਚੁੱਕ ਕੇ ਤੁਰ ਪੈਂਦਾ। ਉਸਦੇ ਖਾਣ ਪਹਿਨਣ ਦਾ ਜਿਵੇਂ ਸਲੀਕਾ ਹੀ ਗੁਆਚ ਗਿਆ ਸੀ। ਕਈ ਵਾਰ ਲੱਗਦਾ ਕਿ ਉਸ ਨੇ ਆਪਣੀ ਜ਼ਿੰਦਗੀ ਐਵੇਂ ਹੀ ਕਿਤੇ ਗੁਆ ਲਈ ਹੈ।

ਬਚਨ ਕੌਰ ਦੀਆਂ ਵੀ ਨਿੱਤ ਨਵੀਆਂ ਮੰਗਾਂ ਹੁੰਦੀਆਂ। ਕਿਸੇ ਦੇ ਵਿਆਹ ਜਾਣਾ ਹੈ ਤੇ ਕਿਸੇ ਦੇ ਕੁੜਮੱਤ। ਕਿਸੇ ਨੂੰ ਕੱਪੜੇ ਲੈ ਕੇ ਦੇਣੇ ਨੇ ਤੇ ਕਿਸੇ ਨੂੰ ਕੁੱਝ ਹੋਰ। ਦਲੇਰ ਸਿੰਘ ਦੇ ਰਿਟਾਇਰਮੈਂਟ ਤੋ ਬਾਅਦ ਲਏ ਸੁਪਨੇ ਇੱਕ ਇੱਕ ਕਰਕੇ ਖੁਰਨ ਲੱਗੇ। ਉਸ ਦਾ ਇੱਕ ਸੁਪਨਾ ਇਹ ਵੀ ਸੀ ਕਿ ਰਿਟਾਇਰ ਹੋ ਕੇ ਇੱਕ ਨਿੱਕਾ ਜਿਹਾ ਖੂਬਸੂਰਤ ਘਰ ਬਣ ਕੇ ਰਹੇਗਾ। ਜਿਸ ਕੋਲ ਇੱਕ ਸ਼ਾਨਦਾਰ ਬਗੀਚਾ ਹੋਵੇਗਾ। ਉਹ ਫੁੱਲਾਂ ਬੂਟਿਆਂ ਨੂੰ ਪਾਣੀ ਦਿਆ ਕਰੇਗਾ। ਇੱਕ ਵੈਸਪਾ ਸਕੂਟਰ ਰੱਖ ਲਵੇਗਾ। ਤੇ ਸ਼ੌਕ ਨਾਲ ਘੁੰਮਿਆ ਫਿਰਿਆ ਕਰੇਗਾ।

ਪਰ ਏਥੇ ਤਾਂ ਗੱਲ ਹੀ ਕੁੱਝ ਹੋਰ ਸੀ। ਫੌਜ ਵਿੱਚ ਸਾਰੀ ਉਮਰ ਹੱਡ ਤੁੜਵਾ ਕੇ ਵੀ ਹੁਣ ਟੇਕ ਨਹੀਂ ਸੀ ਮਿਲਦੀ। ਸਕੂਟਰ ਦੀ ਬਜਾਏ ਸਾਈਕਲ ਨਾਲ ਹੀ ਸਬਰ ਕਰਨਾ ਪੈ ਰਿਹਾ ਸੀ। ਉਸ ਦੇ ਆਉਣ ਨਾਲ ਤਾਂ ਭੈਣ ਭਰਾ ਵੀ ਸਗੋਂ ਸ਼ਰੀਕ ਬਣ ਗਏ ਸਨ। ਉਹ ਤਾਂ ਮਾੜਾ ਮੋਟਾ ਬੋਲਣੋਂ ਵਰਤਣੋਂ ਵੀ ਜਾਂਦੇ ਰਹੇ। ਹੋਰ ਤਾਂ ਹੋਰ ਉਸ ਦੇ ਤਾਂ ਬੇਬੇ ਬਾਪੂ ਵੀ ਵੰਡੇ ਗਏ ਸਨ। ਭਰਾ ਉਨਾਂ ਨੂੰ ਵੀ ਨਾ ਮਿਲਣ ਦਿੰਦੇ।

ਘਰ ਦੀ ਮੰਦਾਹਾਲੀ ਵਧਦੀ ਹੀ ਜਾ ਰਹੀ ਸੀ। ਖਰਚੇ ਪੂਰੇ ਨਹੀਂ ਸਨ ਹੋ ਰਹੇ ਅਤੇ ਪੈਨਸ਼ਨ ਵੀ ਬਹੁਤ ਥੋੜੀ ਸੀ। ਇੱਕ ਦਿਨ ਜਦੋਂ ਉਹ ਰੱਮ ਦਾ ਕੋਟਾ ਲੈਣ ਫੌਜੀ ਦਫਤਰ ਗਿਆ ਤਾਂ ਉਸ ਨੇ ਆਪਣਾ ਦੁੱਖ ਕਿਸੇ ਹੋਰ ਸਾਬਕਾ ਫੌਜੀ ਨੂੰ ਦੱਸਿਆ। ਤਾਂ ਉਸੇ ਨੇ ਸਲਾਹ ਦਿੱਤੀ ਕਿ 'ਫੌਜੀਆਂ ਲਈ ਰਿਜ਼ਰਵ ਕੋਟੇ ਵਿੱਚ ਬਹੁਤ ਨੌਕਰੀਆਂ ਹਨ। ਉਹ ਕਿਤੇ ਵੀ ਅਪਲਾਈ ਕਰ ਦੇਵੇ। ਉਹ ਸੋਚਣ ਲੱਗਿਆ ਕਿਤੇ ਬੈਂਕ ਸਕਿਉਰਟੀ ਗਾਰਡ, ਸਕੂਲ ਚਪੜਾਸੀ, ਡਰਾਈਵਰ ਜਾਂ ਚੌਂਕੀਦਾਰਾ ਕਰਨ ਦੀ ਨੌਕਰੀ ਹੀ ਮਿਲ ਜਾਵੇ। ਜੇ ਪੜ੍ਹਾਈ ਚੰਗੀ ਹੰਦੀ ਤਾਂ ਕਿਤੇ ਕਲਰਕੀ ਵੀ ਮਿਲ ਜਾਂਦੀ ਪਰ ਹੁਣ ਤਾਂ ਉਹ ਵੀ ਸੰਭਵ ਨਹੀਂ ਸੀ।

ਉਸ ਰਾਤ ਦਲੇਰ ਸਿੰਘ ਨੂੰ ਨੀਂਦ ਨਾ ਪਈ। ਉਹ ਸਾਰੀ ਰਾਤ ਸੋਚਦਾ ਰਿਹਾ, ਕਿ "ਕੀ ਹੈ ਇੱਕ ਫੌਜੀ ਦਾ ਜੀਵਨ ? ਰੱਮ ਤਾਂ ਇਉਂ ਦਿੰਦੇ ਨੇ ਜਿਵੇਂ ਵਿਹਲੇ ਬਹਿਕੇ ਸਿਰਫ ਪੀਣੀ ਹੀ ਹੋਵੇ" ਪਰ ਹਾਲਾਤ ਤਾਂ ਇਹ ਬਣ ਗਏ ਸੀ ਕਿ ਉਹ ਬੱਸ ਦੇ ਟਿਕਟ ਦਾ ਖਰਚਾ ਬਚਾਉਣ ਲਈ ਦੂਰ ਦੁਰੇਡੇ ਸਾਈਕਲ ਤੇ ਹੀ ਚੱਲ ਪੈਂਦਾ। ਸਸਤੇ ਭਾਅ ਤੇ ਕੋਟੇ ਦੇ ਰੂਪ ਵਿੱਚ ਮਿਲੀ ਰੱਮ ਨੂੰ ਵੀ ਪਿੰਡ ਲਿਆ ਕੇ ਮਹਿੰਗੇ ਭਾਅ ਤੇ ਵੇਚ ਦਿੰਦਾ। ਮਾਸਟਰ, ਡਾਕਟਰ ਤੇ ਹੋਰ ਲੋਕ ਅਕਸਰ ਰੱਮ ਦੀ ਬੋਤਲ ਪੁੱਛਦੇ ਹੀ ਰਹਿੰਦੇ ਪਰ ਗੁਜ਼ਾਰਾ ਫਿਰ ਵੀ ਨਹੀਂ ਸੀ ਚੱਲ ਰਿਹਾ। ਅੱਗੇ ਚੱਲ ਕੇ ਬੱਚਿਆਂ ਦੇ ਖਰਚੇ ਤਾਂ ਅਜੇ ਹੋਰ ਵੀ ਵਧਣੇ ਸਨ।

ਅਗਲੇ ਹਫਤੇ ਅਖ਼ਬਾਰ ਵਿੱਚ ਇੱਕ ਸਾਬਕਾ ਫੌਜੀਆਂ ਲਈ ਆਈ ਅਸਾਮੀ ਵੇਖਕੇ ਦਲੇਰ ਸਿੰਘ ਨੇ ਵੀ ਅਰਜ਼ੀ ਭਰ ਦਿੱਤੀ। ਦੋ ਹਫਤੇ ਅੰਦਰ ਹੀ ਉਸ ਨੂੰ ਸਕੂਲ ਚਪੜਾਸੀ ਦੀ ਅਸਾਮੀ ਲਈ ਬੁਲਾ ਲਿਆ ਗਿਆ। ਮਰਦਾ ਤਾਂ ਕੀ ਨਾ ਕਰਦਾ, ਅਨੁਸਾਰ ਉਸ ਨੇ ਪਿੰਡ ਤੋਂ ਵੀਹ ਕੁ ਕਿਲੋਮੀਟਰ ਦੀ ਦੂਰੀ ਤੇ ਪਿੰਡ ਵਿੱਚ ਬਣੇ ਇੱਕ ਮਿਡਲ ਸਕੂਲ ਵਿੱਚ ਨੌਕਰੀ ਜੁਆਇਨ ਕਰ ਲਈ। ਫੌਜ ਵਿੱਚ ਸਾਹਿਬ ਦੇ ਹੁਕਮਾਂ ਤੇ ਚੱਲਣ ਵਾਲਾ ਹੁਣ ਬੇਅਸੂਲੇ ਅਧਿਆਪਕਾਂ ਦੇ ਹੁਕਮਾਂ ਤੇ ਕਠਪੁਤਲੀ ਵਾਂਗ ਭੱਜਦਾ ਨੱਸਦਾ ਫਿਰਦਾ। ਕਿਸੇ ਨੂੰ ਚਾਹ, ਕਿਸੇ ਨੂੰ ਪਾਣੀ, ਕਿਸੇ ਦਾ ਸਕੂਟਰ ਸਾਫ ਕਰਦਾ ਤੇ ਕਦੀ ਕਿਆਰੀਆਂ ਸਿੰਜਦਾ। ਸਾਫ ਸਫਾਈ ਦੇ ਨਾਲ ਨਾਲ ਘੰਟੀ ਵਜਾਉਣਾ ਵੀ ਉਸਦੀ ਡਿਊਟੀ ਸੀ, ਪਰ ਅਧਿਆਪਕ ਤਾਂ ਉਸ ਨੂੰ ਘਰ ਦਾ ਕੰਮ ਕਰਵਾਉਣ ਲਈ ਵੀ ਲੈ ਜਾਂਦੇ। ਦੇਸ਼ ਦੇ ਰਖਵਾਲੇ ਦਾ ਸਵੈਮਾਨ ਲੁੱਟਿਆ ਜਾ ਰਿਹਾ ਸੀ ਪਰ ਮਜ਼ਬੂਰਨ ਉਹ ਕਰ ਕੁੱਝ ਵੀ ਨਹੀਂ ਸੀ ਸਕਦਾ।

ਮਾਸਟਰ ਸਕੂਲੇ ਸ਼ਰਾਬ ਪੀਂਦੇ, ਝੂਮਦੇ ਤੇ ਕਈ ਵਾਰੀ ਡਿੱਗਦੇ ਵੀ। ਉਸ ਨੂੰ ਮੀਟ ਲਿਆਉਣ ਲਈ ਤੇ ਫੇਰ ਬਣਾਉਣ ਲਈ ਆਖਦੇ। ਮਾਸਟਰਨੀਆਂ ਅਤੇ ਵਿਦਿਆਰਥਣਾ ਬਾਰੇ ਦਾਰੂ ਪੀ ਕੇ ਅਸ਼ਲੀਲ ਗੱਲਾ ਕਰਦੇ। ਉਸ ਨੂੰ ਸਾਰੇ ਭੇਦ ਗੁਪਤ ਰੱਖਣ ਲਈ ਆਖਦੇ। ਉਸਦੇ ਅੰਦਰਲਾ ਫੌਜੀ ਉਸ ਨੂੰ ਲਾਹਣਤਾਂ ਪਾਉਂਦਾ। ਬੱਚੇ ਪਾਸ ਕਰਵਾਉਣ ਲਈ ਮਾਸਟਰਾਂ ਨੂੰ ਪੈਸੇ ਤੇ ਪਾਰਟੀਆਂ ਦਿੱਤੀਆਂ ਜਾਂਦੀਆ। ਉਸ ਸੋਚਦਾ "ਅਸੀਂ ਐਵੇਂ ਸਰਹੱਦਾਂ ਤੇ ਲੜਦੇ ਰਹੇ, ਦੇਸ਼ ਦੇ ਦੁਸ਼ਮਣ ਤਾਂ ਦੇਸ਼ ਅੰਦਰ ਹੀ ਬਥੇਰੇ ਨੇ"

ਜਿਆਦਾ ਤਰ ਮਾਸਟਰ ਫਰਲੋ ਤੇ ਹੀ ਰਹਿੰਦੇ। ਸਰਕਾਰੀ ਸਕੂਲਾਂ ਦੇ ਡਿੱਗ ਰਹੇ ਮਿਆਰ ਕਾਰਨ ਚੰਗੇ ਪਰਿਵਾਰ ਨਿਆਣਿਆ ਨੂੰ ਪ੍ਰਾਈਵੇਟ ਸਕੂਲਾਂ 'ਚ ਪੜ੍ਹਾਉਣ ਨੂੰ ਤਰਜੀਹ ਦੇਣ ਲੱਗੇ। ਇੱਕ ਦਿਨ ਤਾਂ ਹੱਦ ਹੀ ਹੋ ਗਈ ਜਦੋਂ ਨਵਾਂ ਆਇਆ ਪੀ ਟੀ ਮਾਸਟਰ ਇੱਕ ਅੱਠਵੀਂ ਜਮਾਤ ਦੀ ਵਿਦਿਆਰਥਣ ਨੂੰ ਬੁੱਕਲ ਵਿੱਚ ਲਈਂ ਬੈਠਾ ਸੀ। ਜਿਸ ਨੂੰ ਉਹ ਟਿਊਸ਼ਨ ਵੀ ਪੜ੍ਹਾਉਂਦਾ ਸੀ। ਦਲੇਰ ਸਿੰਘ ਨੂੰ ਅਚਾਨਕ ਆਇਆ ਦੇਖਕੇ, ਉਹ ਉਸੇ ਤੇ ਵਰ ਪਿਆ। ਆਖਰ ਉਸ ਦੇ ਫੌਜੀ ਖੂਨ ਨੇ ਉਬਾਲਾ ਖਾਧਾ ਉਸ ਨੇ ਅਧਿਆਪਕ ਦੀ ਖੂਬ ਲਾਹ ਪਾਹ ਕੀਤੀ। ਤੇ ਹੈੱਡਮਾਸਟਰ ਕੋਲ ਵੀ ਸ਼ਕਾਇਤ ਕੀਤੀ। ਪਰ ਜਦੋਂ ਉਸ ਨੇ ਵੀ ਗੱਲ ਨਾ ਸੁਣੀ ਤਾਂ ਉਹ ਨੌਕਰੀ ਤੋਂ ਅਸਤੀਫਾ ਲਿਖ ਕੇ ਆ ਗਿਆ। ਹੌਲਦਾਰ ਤੋਂ ਚਪੜਾਸੀ ਬਣ ਕੇ ਜੀਣਾ ਉਂਝ ਵੀ ਉਸ ਦੇ ਮਨ ਤੇ ਬੋਝ ਸੀ। ਤੇ ਫੇਰ ਉਸ ਦਿਨ ਉਹ ਬਹੁਤ ਉਦਾਸ ਰਿਹਾ।

ਦਲੇਰ ਸਿੰਘ ਦੇ ਘਰ ਬੈਠਣ ਨਾਲ ਖਰਚੇ ਦੀ ਹੋਰ ਵੀ ਤੰਗੀ ਹੋ ਗਈ। ਬਚਨ ਕੌਰ ਵੀ ਖਿੱਝੀ ਖਿੱਝੀ ਰਹਿਣ ਲੱਗੀ। ਦਲੇਰ ਸਿੰਘ ਵੀ ਕੁੜਦਾ ਰਹਿੰਦਾ। ਫਸਲ ਤਾਂ ਛੇ ਮਹੀਨੇ ਬਾਅਦ ਆਉਣੀ ਸੀ ਪਰੰਤੂ ਰੋਜ਼ ਦੇ ਖਰਚੇ ਉਹ ਕਿੱਥੋਂ ਤੋਰਦਾ? ਲੋੜਾਂ ਤਾਂ ਹਨੂਮਾਨ ਦੀ ਪੂੰਛ ਵਾਂਗ ਵਧਦੀਆਂ ਹੀ ਜਾਂਦੀਆਂ। ਮਹੀਨਾ ਕੁ ਘਰ ਬੈਠ ਕੇ ਉਸ ਨੇ ਫੇਰ ਨੌਕਰੀ ਲਈ ਹੱਥ ਪੈਰ ਮਾਰਨੇ ਸ਼ੁਰੂ ਕਰ ਦਿੱਤੇ।

ਸੈਂਕੜੇ ਅਰਜੀਆਂ ਭਰਨ ਤੋਂ ਬਾਅਦ ਉਸ ਨੂੰ ਅਨਾਜ ਦੇ ਗੁਦਾਮਾਂ ਵਿੱਚ ਚੌਂਕੀਦਾਰਾ ਮਿਲ ਗਿਆ। ਉਹ ਅਨਾਜ ਨਾਲ ਭਰੀਆਂ ਹਜ਼ਾਰਾਂ ਬੋਰੀਆਂ ਤੇ ਪਹਿਰਾ ਦਿੰਦਾ। ਇਹ ਕੰਮ ਤਾਂ ਸਕੂਲ ਤੋਂ ਵੀ ਭੈੜਾ ਸੀ। ਗਰੀਬ ਗੁਰਬੇ, ਪੱਲੇਦਾਰ ਜਾਂ ਕੁੰਡੀ ਲਾਉਣ ਵਾਲੇ ਕਈ ਹੋਰ। ਪਤਾ ਹੀ ਨਾ ਲੱਗਦਾ ਕਦੋਂ ਸੂਆ ਕੇ ਮਾਰ ਦੋ ਤਿੰਨ ਤਿੰਨ ਕਿੱਲੋ ਕਣਕ ਕੱਢ ਕੇ ਲੈ ਜਾਂਦਾ। ਚੋਰੀ ਦਾ ਪਤਾ ਲੱਗਣ ਤੇ ਝਾੜ ਝੰਬ ਵੀ ਤਾਂ ਉਸੇ ਦੀ ਹੁੰਦੀ। ਵੱਡੇ ਫੂਡ ਇਨਸੰਪੈਕਟਰ ਤਾਂ ਬੋਰੀਆਂ ਦੀਆਂ ਬੋਰੀਆਂ ਹੀ ਗਾਇਬ ਕਰ ਦਿੰਦੇ। ਕੰਡਾ ਲਾਉਣ ਵਾਲੇ ਵੀ ਵਜ਼ਨ ਘਟਾ ਕੇ ਤੋਲ ਲਾਈ ਜਾਂਦੇ। ਵਜ਼ਨ ਪੂਰਾ ਕਰਨ ਲਈ ਕਈ ਵਾਰੀ ਤਾਂ ਰੇਤਾ ਵੀ ਮਿਲਾ ਦਿੱਤਾ ਜਾਂਦਾ। ਏਨਾਂ ਵੱਡੇ ਚੂਹਿਆਂ ਦਾ ਉਹ ਕੀ ਕਰਦਾ? ਜਿਸ ਵਿੱਚ ਮਾਰਕਫੈੱਡ ਦੇ ਚੇਅਰਮੈਨ ਤੋਂ ਲੈ ਕੇ ਆਮ ਮੁਲਾਜਮਾਂ ਤੱਕ ਸ਼ਾਮਲ ਸਨ। ਏਥੇ ਤਾਂ ਇਉ ਲੱਗਦਾ ਸੀ ਜਿਵੇਂ ਕਿ ਉਸ ਨੇ ਚੋਰਾਂ ਦਾ ਚੌਂਕੀਦਾਰਾ ਹੀ ਕਰਨਾ ਹੋਵੇ ਤਾਂ ਕਿ ਉਹ ਅਨਾਜ਼ ਕੱਢਦੇ ਫੜੇ ਨਾ ਜਾਣ। ਜੇ ਉਹ ਇਸ ਤਰ੍ਹਾਂ ਨਾਂ ਕਰਦਾ ਤਾਂ ਉਹ ਉਸ ਨੂੰ ਨੌਕਰੀ ਤੋਂ ਕਢਵਾ ਸਕਦੇ ਸਨ, ਜੋ ਕਿ ਹੁਣ ਮਸਾਂ ਹੀ ਮਿਲੀ ਸੀ। ਸੋ ਹੌਲੀ ਹੌਲੀ ਉਸ ਨੇ ਇਹ ਅੱਕ ਚੱਬਣਾ ਵੀ ਸਿੱਖ ਲਿਆ।

ਏਥੇ ਵੀ ਦਲੇਰ ਸਿੰਘ ਚੇਅਰਮੈਨਾਂ, ਇੰਨਸਪਕੈਟਰਾਂ ਜਾਂ ਸ਼ਹਿਰ ਦੀਆਂ ਵੱਡੀਆਂ ਹਸਤੀਆਂ ਦੀ ਸੇਵਾ ਵਿੱਚ ਜੁੱਟਿਆ ਰਹਿੰਦਾ। ਕਦੇ ਚਾਹ ਬਣਾਉਂਦਾ, ਉਨ੍ਹਾਂ ਲਈ ਦਾਲਾਂ ਸਬਜ਼ੀਆਂ ਤੇ ਰੋਟੀਆਂ ਗਰਮ ਕਰਦਾ। ਕਦੇ ਉਹ ਉਸ ਨੂੰ ਦਾਰੂ ਦੀ ਬੋਤਲ ਜਾਂ ਆਂਡੇ ਮੀਟ ਮੰਗਵਾਉਣ ਲਈ ਭਜਾਂਈ ਰੱਖਦੇ। ਜਿਸ ਦੇਸ਼ ਦੀ ਰੱਖਿਆ ਲਈ ਉਸ ਨੂੰ ਜਾਨ ਵਾਰਨ ਦੇ ਪਾਠ ਪੜ੍ਹਾਏ ਗਏ ਸਨ, ਉਸੇ ਦੇਸ਼ ਦਾ ਤਾਂ ਏਥੇ ਬੇੜਾ ਹੀ ਗਰਕ ਹੋਇਆ ਪਿਆ ਸੀ। ਕਿਹੜੀ ਕਿਹੜੀ ਚੀਜ਼ ਉਹ ਦੇਖ ਕੇ ਅਣਡਿੱਠ ਕਰੀ ਜਾਂਦਾ? ਕਈ ਵਾਰ ਉਸ ਨੂੰ ਸ਼ਰਮ ਆਂਉਦੀ ਕਿ ਉਹ ਦੇਸ਼ ਨੂੰ ਬਚਾਉਣ ਖਾਤਰ ਨਹੀਂ ਲੁਟਾਉਣ ਖਾਤਰ ਪਹਿਰਾ ਦੇ ਰਿਹਾ ਸੀ। ਪਰ ਉਹ ਤਾਂ ਆਪਣਾ ਪਰਿਵਾਰ, ਰਿਸ਼ਤੇ ਅਤੇ ਆਰਥਿਕਤਾ ਬਚਾਉਣ ਲਈ ਲੜ ਰਿਹਾ ਸੀ। ਉਸ ਦਾ ਨਿੱਕਾ ਜਿਹਾ ਘਰ ਹੀ ਹੁਣ ਉਸ ਲਈ ਦੇਸ਼ ਸੀ।

ਉਸ ਨੂੰ ਬਰਫਾਂ ਬਾਰਡਰਾਂ ਦੇ ਤਾਇਨਾਤ ਆਪਣੇ ਫੌਜੀ ਸਾਥੀ ਯਾਦ ਆਂਉਦੇ। ਜੋ ਭਰਿਸ਼ਟ ਮੰਤਰੀਆਂ, ਬੇਈਮਾਨ ਲੀਡਰਾਂ ਅਤੇ ਡਕੈਤਾ ਨੂੰ ਬਚਾਉਣ ਲਈ ਪਹਿਰਾ ਦੇ ਰਹੇ ਸਨ। ਰਿਸ਼ਵਤਖੋਰ ਸ਼ਹਿਰ 'ਚ ਕਰੋੜਾਂ ਰੁਪਇਆਂ ਦੀਆਂ ਕੋਠੀਆਂ ਉਸਾਰ ਕੇ ਰਹਿ ਰਹੇ ਸਨ। ਜੋ ਪਹਿਲਾਂ ਸਮੱਗਲਰ ਹੁੰਦਾ ਬਾਅਦ 'ਚ ਮੰਤਰੀ ਬਣ ਜਾਂਦਾ। ਗੁੰਡੇ, ਬਲਾਤਕਾਰੀ, ਧਾਰਮਿਕ ਲੀਡਰ, ਚੋਣਾਂ ਜਿੱਤਣ ਵਾਲੇ ਸਭ ਘਿਉ ਖਿਚੜੀ ਸਨ। ਕਨੂੰਨ ਪੈਸੇ ਨਾਲ ਚੱਲਦਾ ਸੀ। ਜਿਸ ਦੀ ਲਾਠੀ ਉਸੇ ਦੀ ਭੈਂਸ ਵਾਲਾ ਕੰਮ ਸੀ। ਜਦ ਕਿ ਉਸ ਵਰਗੇ ਦੇਸ਼ ਭਗਤ ਕੋਟੇ 'ਚ ਮਿਲੀ ਰੱਮ ਵੇਚ ਵੇਚ ਕੇ ਆਪਣੇ ਨਿਆਣਿਆਂ ਦੀਆਂ ਫੀਸਾਂ ਭਰ ਰਹੇ ਸਨ।

ਲੋਕ ਉਨ੍ਹਾਂ ਦੀ ਦੇਸ਼ ਭਗਤੀ ਦਾ ਸਤਿਕਾਰ ਕਰਨ ਦੀ ਥਾਂ ਉਨ੍ਹਾਂ ਨੂੰ ਕਮਲ਼ਾ ਫੌਜੀ...ਵਰਗੇ ਘਟੀਆ ਸ਼ਬਦਾਂ ਨਾਲ ਨਿਵਾਜ਼ਦੇ। ਏਹੋ ਹਾਲ ਆਜ਼ਾਦੀ ਘੁਲਾਟੀਆਂ ਦਾ ਵੀ ਸੀ, ਜੋ ਸਾਰੀ ਉਮਰ ਖੱਦਰ ਪਹਿਨਦੇ ਰਹੇ ਤੇ ਹੁਣ ਭੁੱਖੇ ਮਰ ਰਹੇ ਸਨ। ਜਦੋਂ ਕਿ ਲੀਡਰਾਂ ਦੇ ਨਿਆਣੇ ਅੰਗਰੇਜ਼ੀ ਸਕੂਲਾਂ 'ਚ ਪੜ੍ਹਦੇ, ਤੇ ਉਹ ਸਾਰੇ ਅਸੂਲਾਂ ਨੂੰ ਛਿੱਕੇ ਟੰਗ ਕਾਲੇ ਅੰਗਰੇਜ਼ ਬਣ, ਆਜ਼ਾਦੀ ਦਾ ਆਨੰਦ ਮਾਣ ਰਹੇ ਸਨ।

ਇੱਕ ਦਿਨ ਉਸ ਦੇ ਸਕੂਲ ਦਾ ਹੈੱਡਮਾਸਟਰ ਕਹਿਣ ਲੱਗਿਆ ਕਿ ਮੈਨੂੰ ਮਹੀਨੇ ਬਾਅਦ ਦੋ ਬੋਤਲਾਂ ਰੱਮ ਦੀਆਂ ਦੇ ਦਿਆ ਕਰ ਮੈਂ ਤੇਰੇ ਨਿਆਣਿਆਂ ਦੀ ਫੀਸ ਮੁਆਫ ਕਰਵਾ ਦਿੰਦਾ ਹਾਂ। ਉਸ ਨੇ ਤਾਂ ਇਹ ਵੀ ਕਿਹਾ "ਇਸ ਮੁਲਕ ਵਿੱਚ ਅਸਲੀ ਕੁੱਝ ਵੀ ਨਹੀਂ ਮਿਲਦਾ, ਹਰ ਚੀਜ਼ ਵਿੱਚ ਹੀ ਮਿਲਾਵਟ ਹੈ। ਪਰ ਲੱਗਦਾ ਹੈ ਕਿ ਫੌਜੀ ਰੱਮ ਤਾਂ ਅਜੇ ਬਚੀ ਹੋਊ ?" ਉਹ ਕਹਿਣਾਂ ਤਾਂ ਚਾਹੁੰਦਾ ਸੀ ਕਿ ਫੌਜੀ ਅਜੇ ਵੀ ਇਸ ਗੰਧਲ ਚੌਂਦੇ ਤੋਂ ਬਚੇ ਹੋਏ ਆ, ਪਰ ਕਹਿ ਨਾ ਸਕਿਆ। ਉਸ ਦੀ ਰੱਮ ਦੇ ਖਰੀਦਦਾਰ ਕਈ ਸਕੂਲ ਮਾਸਟਰ ਹੀ ਸਨ। ਜੋ ਪਹਿਲੀ ਤਰੀਕ ਨੂੰ ਉਸ ਨੂੰ ਯਾਦ ਕਰਨਾ ਨਾ ਭੁੱਲਦੇ। ਕਈ ਵਾਰ ਉਹ ਸੋਚਦਾ ਜੇ ਕੁੱਤੀ ਵੀ ਚੋਰਾਂ ਨਾਲ ਰਲ਼ ਗਈ ਤਾਂ ਮੁਲਕ ਦੀ ਰਾਖੀ ਕੌਣ ਕਣ ਕਰੂ ? ਪਰ ਬਚਨ ਕੌਰ ਕਹਿੰਦੀ ਹੁਣ ਉਹ ਦੇਸ਼ ਦਾ ਰਖਵਾਲਾ ਨਹੀ, ਇੱਕ ਆਮ ਪੇਂਡੂ ਬੰਦਾ ਹੈ। ਉਹ ਸਧਾਰਨ ਬੰਦਿਆਂ ਵਾਂਗ ਜੀਣਾ ਸਿੱਖੇ। ਉਹ ਤਾਂ ਇਹ ਵੀ ਕਹਿ ਦਿੰਦੀ ਕਿ 'ਨਾਲੇ ਟਟੀਰੀ ਨੇ ਕਿਹੜਾ ਟੰਗਾਂ ਤੇ ਡਿੱਗਦਾ ਅਸਮਾਨ ਰੋਕ ਲੈਣਾ ਏ' ਏਥੇ ਤਾਂ ਸਾਰਾ ਆਵਾ ਹੀ ਊਤਿਆ ਹੋਇਆ ਹੈ।

ਹੌਲੀ ਹੌਲੀ ਮਨਦੀਪ ਦੀ ਮਾਨਸਿਕਤਾ ਵੀ ਘਰ ਦੀ ਗਰੀਬੀ ਦਾ ਹਿੱਸਾ ਬਣ ਗਈ। ਸਕੂਲ ਜਾਣ ਲਈ ਉਸ ਕੋਲ ਖਾਕੀ ਪੈਂਟ ਕਮੀਜ਼ ਵਾਲੀ ਇੱਕੋ ਵਰਦੀ ਸੀ। ਜਿਸ ਨੂੰ ਹਫਤੇ ਬਾਅਦ ਉਹ ਫੇਰ ਧੋ ਕੇ ਪਾ ਲੈਂਦਾ। ਆਪਣੇ ਪਿਉ ਨੂੰ ਬੇਵਸੀ ਦੌਰਾਨ ਉਹ ਖਿਝਦੇ, ਕਲਪਦੇ ਅਤੇ ਸਾਈਕਲ ਦੇ ਪੈਡਲ ਮਾਰਦਿਆਂ ਦੇਖ ਦੇਖ ਪਰੇਸ਼ਾਨ ਹੋ ਜਾਂਦਾ। ਦਲੇਰ ਸਿੰਘ ਤਾਂ ਆਪ ਭੁੱਖਾ ਤ੍ਰਿਹਾਇਆ ਰਹਿ ਕੇ ਵੀ ਪਰਿਵਾਰ ਦਾ ਪੇਟ ਪਾਲ ਰਿਹਾ ਸੀ। ਆਪ ਉਹ ਕਦੇ ਸ਼ਹਿਰੋਂ ਚਾਹ ਦਾ ਕੱਪ ਵੀ ਨਾ ਪੀਂਦਾ। ਬਿਮਾਰ ਹੋਵੇਂ, ਬਾਹਰ ਬਾਰਿਸ਼ ਪੈ ਰਹੀ ਹੋਵੇ, ਭਾਵੇ ਹਨੇਰੀ ਵਗ ਰਹੀ ਹੋਵੇ, ਉਹ ਹੂੰਗਦਾ ਤਾਂ ਰਹਿੰਦਾ ਪਰ ਕੰਮ ਤੋਂ ਛੁੱਟੀ ਨਾ ਕਰਦਾ। ਫੇਰ ਆਉਣ ਸਾਰ ਖੇਤ ਨੂੰ ਤੁਰ ਜਾਂਦਾ।

ਲੋਕ ਉਸ ਨੂੰ ਬਥੇਰਾ ਕਹਿੰਦੇ ਕਿ ਉਹ ਇਸ ਤਰ੍ਹਾਂ ਨਾ ਕਰੇ। ਪਰ ਉਹ ਇਸ ਕਰਕੇ ਨਾ ਮੰਨਦਾ ਕਿ 'ਫੇਰ ਇਹ ਹੋਰ ਕੌਣ ਕਰੂ ?' ਨਿਆਣਿਆਂ ਨੂੰ ਲਾਊਂ ਤਾਂ ਪੜ੍ਹਾਈ ਵਿੱਚ ਪਛੜ ਜਾਣਗੇ" ਮਨਦੀਪ ਦਾ ਮਨ ਇਹ ਘਟਨਾਕ੍ਰਮ ਵੇਖ ਕੇ ਵਲੂੰਧਰਿਆ ਜਾਂਦਾ। ਮਨਦੀਪ ਉਂਝ ਵੀ ਹੁਣ ਬਹੁਤ ਇਕੱਲਾ ਮਹਿਸੂਸ ਕਰਦਾ ਸੀ। ਛੋਟੇ ਭਰਾ ਆਪਣੀਆਂ ਖੇਡਾਂ ਵਿੱਚ ਹੀ ਮਸਤ ਰਹਿੰਦੇ।

ਉਸ ਵਕਤ ਭਾਰਤ ਤੇ ਇੰਦਰਾ ਗਾਂਧੀ ਦਾ ਰਾਜ ਸੀ। ਹਰ ਥਾਂ ਬੋਰਡ ਲੱਗੇ ਹੋਏ ਸਨ ਕਿ

'ਗਰੀਬੀ ਹਟਾਉ ਦੇਸ਼ ਬਚਾਉ' ਬੱਸ ਗਰੀਬ ਤਾਂ ਅਜਿਹੇ ਬੋਰਡਾਂ ਨੂੰ ਸਿਰਫ ਦੇਖਦੇ ਹੀ ਰਹਿੰਦੇ। ਦੇਸ਼ ਦਾ ਗਰੀਬ ਲੁੱਟੇ ਜਾਣ ਕਾਰਨ ਸਗੋਂ ਹੋਰ ਵੀ ਗਰੀਬ ਹੋ ਰਿਹਾ ਸੀ। ਲਾਲ ਬਹਾਦਰ ਸ਼ਾਸ਼ਤਰੀ ਨੇ ਜੋ 'ਜੈ ਜਵਾਨ ਜੈ ਕਿਸਾਨ' ਦਾ ਨਾਹਰਾ ਦਿੱਤਾ ਸੀ ਉਸ ਨੂੰ ਵੀ ਮਿੱਟੀ ਵਿੱਚ ਰੋਲ਼ ਦਿੱਤਾ ਗਿਆ। ਪੰਜਾਬ ਦੀ ਤਾਂ ਜਵਾਨੀ ਵੀ ਰੁਲ਼ ਰਹੀ ਤੇ ਕਿਸਾਨੀ ਵੀ। ਮਹਿੰਗਾਈ ਨੇ ਲੋਕਾਂ ਦਾ ਲੱਕ ਤੋੜ ਕੇ ਰੱਖ ਦਿੱਤਾ ਸੀ।

ਪੰਜਾਬ ਵਿੱਚ ਨਕਸਲੀ ਲਹਿਰ ਦਾ ਪ੍ਰਭਾਵ ਅਜੇ ਵੀ ਮੌਜੂਦ ਸੀ। ਪੂਰੇ ਦੇਸ਼ ਵਿੱਚ ਇੱਕ ਹੋਰ ਬਗਾਵਤ ਜਨਮ ਲੈ ਰਹੀ ਸੀ। ਵਿਰੋਧੀ ਧਿਰ ਸਰਕਾਰ ਨੂੰ ਜਨਤਕ ਮਸਲਿਆਂ ਤੇ ਘੇਰਨ ਦਾ ਦੀ ਕੋਸ਼ਿਸ਼ ਕਰ ਰਹੀ ਸੀ। ਪਰ ਸਰਕਾਰ ਕਹਿ ਰਹੀ ਕਿ ਇਹ ਉਸਦਾ ਦੋਸ਼ ਨਹੀਂ ਸਗੋਂ ਵਧ ਰਹੀ ਆਬਾਦੀ ਦਾ ਦੋਸ਼ ਹੈ। ਸਰਕਾਰ ਵਿਰੋਧੀ ਧਿਰ ਦਾ ਮੂੰਹ ਬੰਦ ਕਰਨ ਲਈ ਪਰਿਵਾਰ ਨਿਯੋਜਨ ਦੀ ਸਕੀਮ ਲੈ ਆਈ। ਹੁਣ ਗਰੀਬੀ ਹਟਾਉ ਦੇਸ਼ ਬਚਾਉ ਦੇ ਨਾਲ ਨਾਲ 'ਦੋ ਹੀ ਕਾਫੀ ਹੋਰ ਤੋਂ ਮੁਆਫੀ' ਜਾਂ 'ਦੋ ਜਾ ਤਿੰਨ ਬੱਚੇ ਹੋਤੇ ਹੈ ਮੇਂ ਅੱਛੇ' ਦੇ ਬੋਰਡ ਵੀ ਲੱਗ ਗਏ।

ਪਰਿਵਾਰ ਨਿਯੋਜਨ ਨੂੰ ਲਾਗੂ ਕਰਨ ਦਾ ਕੰਮ ਪਧਾਨ ਮੰਤਰੀ ਦੇ ਛੋਟੇ ਬੇਟੇ ਸੰਜੇ ਗਾਂਧੀ ਨੇ ਆਪਣੇ ਹੱਥ ਲੈ ਲਿਆ। ਜੋ ਆਪਣੇ ਧੱਕੜ ਸੁਭਾਅ ਕਰਕੇ ਜਾਣਿਆ ਜਾਂਦਾ ਸੀ। ਉਸ ਨੇ ਨਸਬੰਦੀ ਕਰਵਾਉਣ ਲਈ ਲਈ ਸਰਕਾਰੀ ਮੁਲਾਜਮਾਂ ਦੀਆਂ ਜ਼ਬਰੀ ਡਿਊਟੀਆਂ ਲਗਾ ਦਿੱਤੀਆਂ। ਮਾਸਟਰ ਡਾਕਟਰ ਪੱਲਿਉ ਪੈਸੇ ਖਰਚ ਕੇ ਗਰੀਬਾਂ ਨੂੰ ਅਜਿਹੇ ਕੰਮ ਲਈ ਤਿਆਰ ਕਰਦੇ ਤਾਂ ਵੀ ਕੋਟਾ ਪੂਰਾ ਨਾ ਹੁੰਦਾ। ਕਈ ਗਰੀਬ ਤਾਂ ਕੁੱਝ ਭਾਂਡਿਆਂ ਖਾਤਰ ਜਾਂ ਸੌਦਾ ਪੱਤਾ ਲੈਣ ਲਈ ਹੀ ਨਸਬੰਦੀ ਕਰਵਾਉਣ ਲੱਗ ਪਏ।

ਪੰਜਾਬ ਦਾ ਸਾਬਕਾ ਮੁੱਖ ਮੰਤਰੀ ਗਿਆਨੀ ਜ਼ੈਲ ਸਿੰਘ ਸੰਜੇ ਗਾਂਧੀ ਦਾ ਇਸ ਕੰਮ ਲਈ ਹਮਾਇਤੀ ਸੀ। ਇਸ ਧੱਕੜ ਸ਼ਾਹੀ ਕਾਰਨ ਪੂਰੇ ਦੇਸ਼ ਵਿੱਚ ਹਾਹਾਕਾਰ ਮੱਚ ਗਈ। ਜੋ ਕਦੇ ਵੀ ਖਾਨਾਜੰਗੀ ਵਿੱਚ ਬਦਲ ਸਕਦੀ ਸੀ। ਵਿਰੋਧੀ ਪਾਰਟੀਆਂ ਇਸ ਧੱਕੇ ਖਿਲਾਫ ਇੱਕ ਰਾਜਨੀਤਕ ਮੰਚ ਤੇ ਇਕੱਠੀਆਂ ਹੋਣ ਲੱਗੀਆਂ ਤੇ ਉਨ੍ਹਾਂ ਜੈ ਪ੍ਰਕਾਸ਼ ਨਰਾਇਣ ਨੂੰ ਆਪਣਾ ਨੇਤਾ ਚੁਣ ਲਿਆ। ਸਰਕਾਰ ਨੇ ਵਿਗੜਦੇ ਹਾਲਾਤ ਦੇਖ ਕੇ ਪੂਰੇ ਭਾਰਤ ਵਿੱਚ ਹੀ ਐਮਰਜੈਂਸੀ ਲਗਾ ਦਿੱਤੀ। ਜੋ ਸਵਿਧਾਨ ਦੀ ਧਾਰਾ 325 ਅਧੀਨ 25 ਜੂਨ 1975 ਤੋਂ 21 ਮਾਰਚ 1977 ਤੱਕ ਜਾਰੀ ਰਹੀ।

ਪਰਿਵਾਰ ਨਿਯੋਜਨ ਦੇ ਨਾਲ ਨਾਲ ਗਰੀਬੀ ਹਟਾਉਣ ਦਾ ਝੱਲ ਵੀ ਰਾਜ ਕੁਮਾਰ ਨੂੰ ਅਜਿਹਾ ਚੜ੍ਹਿਆ, ਕਿ ਉਹ ਰਾਜਧਾਨੀ ਵਿੱਚ ਕਿਤੇ ਵੀ ਝੁੱਗੀਆਂ ਝੌਂਪੜੀਆਂ ਨਹੀਂ ਸੀ ਦੇਖਣੀਆਂ ਚਾਹੁੰਦਾ। ਗਰੀਬਾਂ ਨੂੰ ਜ਼ਬਰੀ ਹਟਾ ਕਿ ਝੁੱਗੀਆਂ ਝੌਂਪੜੀਆਂ ਤੇ ਬੁਲਡੋਜ਼ਰ ਫੇਰੇ ਜਾਣ ਲੱਗੇ। ਇਹ ਕੇਹੀ ਸੁੰਦਰਤਾ ਦੀ ਤਸਵੀਰ ਸੀ। ਵਿਰੋਧੀ ਧਿਰਾਂ ਤਾਂ ਇਹ ਵੀ ਕਹਿ ਰਹੀਆਂ ਰਹੀਆਂ ਕਿ 'ਸਰਕਾਰ ਗਰੀਬੀ ਨਹੀਂ ਗਰੀਬਾਂ ਨੂੰ ਹਟਾਉਣਾ ਚਾਹੁੰਦੀ ਹੈ' ਸਰਕਾਰ ਨੇ ਵਿਰੋਧੀਆਂ ਦਾ ਮੂੰਹ ਬੰਦ ਕਰਨ ਲਈ ਇੱਕ 'ਮੀਸਾ' ਨਾਂ ਦਾ ਐਕਟ ਬਣਾ ਦਿੱਤਾ। ਜਿਸ ਅਨੁਸਾਰ ਕਿਸੇ ਨੂੰ ਵੀ ਚੁੱਕ ਕੇ ਜੇਲ ਵਿੱਚ ਸੁੱਟਿਆ ਜਾ ਸਕਦਾ ਸੀ। ਧੜਾ ਧੜ ਮੀਸਾ ਅਧੀਨ ਭਾਰਤ ਦੀਆਂ ਜੇਲਾਂ ਭਰਨ ਲੱਗੀਆਂ।

ਪੂਰੇ ਦੇਸ਼ ਵਿੱਚ ਦਫਾ 44 ਲਾ ਦਿੱਤੀ ਗਈ। ਪੰਜ ਬੰਦੇ ਕਿਸੇ ਵੀ ਥਾਂ ਤੇ ਇੱਕਠੇ ਨਹੀਂ ਸੀ ਹੋ ਸਕਦੇ। ਸਾਰੇ ਜਲਸੇ ਜਲੂਸਾਂ ਤੇ ਪਾਬੰਦੀ ਲੱਗ ਗਈ। ਪਰ ਲੋਕਾਂ ਦੀ ਜ਼ੁਬਾਨ ਤੋਂ ਨਾਹਰੇ ਗੂੰਜਦੇ ਕਿ 'ਧੱਕੇਸ਼ਾਹੀ ਨਹੀਂ ਚੱਲੇਗੀ' ਦੇਸ਼ ਦੇ ਲੋਕ ਤੰਤਰ ਨੂੰ ਇੱਕ ਵੱਡਾ ਖਤਰਾ ਪੈਦਾ ਹੋ ਗਿਆ॥

ਉਸ ਵਕਤ ਤਾਂ ਧੱਕੇਸ਼ਾਹੀ ਦੀ ਹੱਦ ਹੀ ਹੋ ਗਈ ਜਦੋਂ ਕੇਂਦਰ ਸਰਕਾਰ ਨੇ ਪ੍ਰਧਾਨ ਮੰਤਰੀ ਦੀ ਸ਼ਹਿ ਤੇ ਇੱਕ ਇੱਕ ਕਰਕੇ ਗੈਰ ਕਾਂਗਰਸੀ ਸਰਕਾਰਾਂ ਤੋੜਨੀਆਂ ਸ਼ੁਰੂ ਕਰ ਦਿੱਤੀਆਂ। ਹੌਲੀ

ਇਹ ਖੇਤਰੀ ਪਾਰਟੀਆਂ ਵੀ ਜੈ ਪ੍ਰਕਾਸ਼ ਨਰਾਇਣ ਦੀ ਅਗਵਾਈ ਵਾਲੀ ਜਨਤਾ ਪਾਰਟੀ ਨਾਲ ਜੁੜਨ ਲੱਗੀਆਂ। ਪੰਜਾਬ ਵਿੱਚ ਏਸੇ ਮੁਹਿੰਮ ਤਹਿਤ ਸ਼੍ਰੋਮਣੀ ਅਕਾਲੀ ਦਲ ਨੇ ਵੀ ਐਮਰਜੈਂਸੀ ਦੇ ਖਿਲਾਫ ਮੋਰਚਾ ਲਾ ਦਿੱਤਾ।

ਪਿੰਡਾਂ ਸ਼ਹਿਰਾਂ ਵਿੱਚੋਂ ਲੋਕ ਟਰੱਕ ਅਤੇ ਟਰੈਕਟਰ ਟਰਾਲੀਆਂ ਭਰਕੇ ਗ੍ਰਿਫਤਾਰੀ ਦੇਣ ਜਾਂਦੇ। ਸਾਰੀਆਂ ਜੇਲਾਂ ਭਰ ਗਈਆਂ। ਦੇਸ਼ ਵਿੱਚ ਅਫਰਾ ਤਫਰੀ ਦਾ ਮਹੌਲ ਪੈਦਾ ਹੋ ਗਿਆ। ਅਜਿਹੀ ਸਥਿਤੀ ਵਿੱਚ ਕੋਈ ਦੂਸਰਾ ਮੁਲਕ ਵੀ ਹਮਲਾ ਕਰ ਸਕਦਾ ਸੀ। ਪੂਰੇ ਵਿਸ਼ਵ ਵਿੱਚ ਲੋਕਵਿਰੋਧੀ ਨੀਤੀਆਂ ਦੀ ਸਖਤ ਅਲੋਚਨਾ ਹੋਣ ਲੱਗੀ। ਵਧ ਰਹੇ ਦਬਾਅ ਕਾਰਨ ਸਰਕਾਰ ਨੇ ਆਪਣੀ ਦੇਖ ਰੇਖ ਹੇਠ ਚੋਣਾਂ ਕਰਵਾਉਣ ਦਾ ਫੈਸਲਾ ਕੀਤਾ। ਚਾਪਲੂਸ ਲੀਡਰਾਂ ਦੀ ਖੁਸ਼ਾਮਦ ਇਸ ਹੱਦ ਤੱਕ ਸੀ ਕਿ ਉਨ੍ਹਾਂ ਐਮਰਜੈਂਸੀ ਨੂੰ ਇੱਕ ਬਹੁਤ ਵੱਡਾ ਵਰਦਾਨ ਦੱਸਿਆ ਤੇ ਇਹ ਵੀ ਕਿਹਾ ਕਿ ਕਾਂਗਰਸ ਹੀ ਹਰ ਹਾਲਤ ਵਿੱਚ ਜਿੱਤੇਗੀ।

ਜੈ ਪ੍ਰਕਾਸ਼ ਨਰਾਇਣ ਕੌਮੀ ਲੀਡਰ ਵਜੋਂ ਪੂਰੇ ਦੇਸ਼ ਵਿੱਚ ਛਾ ਗਏ। ਪਿੰਡਾਂ ਦੀਆਂ ਸੱਥਾਂ ਵਿੱਚ ਹੁਣ ਰਾਜਨੀਤਕ ਗੱਲਾਂ ਹੀ ਚੱਲਦੀਆਂ। ਤੇ ਜਾਂ ਫੇਰ ਸਰਕਾਰੀ ਧੱਕੇਸ਼ਾਹੀ ਦੀਆਂ। ਵਿਗੜੇ ਹਾਲਾਤ ਦੇਖ ਅਖਬਾਰਾਂ ਤੇ ਸੈਂਸਰ, ਫਿਲਮਾਂ ਤੇ ਸੈਂਸਰ, ਲੇਖਕਾਂ ਤੇ ਸੈਂਸਰ ਲੱਗ ਗਏ ਸੀ। ਸਰਕਾਰ ਦੀ ਕੈਂਚੀ ਆਏ ਦਿਨ ਹੋਰ ਤਿੱਖੀ ਹੁੰਦੀ ਜਾ ਰਹੀ ਸੀ। ਪਰ ਸ਼ਾਇਰ ਕਦੋਂ ਚੁੱਪ ਰਹਿੰਦੇ ਨੇ। ਸੁਰਜੀਤ ਪਾਤਰ ਲਿਖ ਰਿਹਾ ਸੀ :-

ਕੁਛ ਕਿਹਾ ਤਾਂ ਹਨੇਰਾ ਜਰੇਗਾ ਕਿਵੇਂ
ਚੁੱਪ ਰਿਹਾ ਤਾਂ ਸ਼ਮਾਦਾਨ ਕੀ ਕਹਿਣਗੇ

ਉਸਦੀਆਂ ਇਹ ਸਤਰਾਂ ਲੋਕਾਂ ਦੇ ਸਿਰ ਚੜ ਕੇ ਬੋਲਣ ਲੱਗੀਆਂ। ਪੰਜਾਬ ਵਿੱਚ ਵੀ ਲਾਲ ਸਿੰਘ ਦਿਲ, ਪਾਸ਼, ਦਰਸ਼ਣ ਖਟਕੜ, ਦਰਸ਼ਣ ਸਿੰਘ ਅਵਾਰਾ ਤੇ ਹੋਰ ਸ਼ਾਇਰ ਲਿਖ ਰਹੇ ਸਨ। ਬਹੁਤ ਸਾਰੇ ਲੀਡਰ ਰੂਹ ਪੋਸ਼ ਹੋ ਗਏ। ਕਾਲਜਾਂ ਦੇ ਪ੍ਰੋਫੈਸਰ ਪਕੜੇ ਜਾਣ ਲੱਗੇ। ਮਨਦੀਪ ਦੇ ਆਲੇ ਦੁਆਲੇ ਇਹ ਸਾਰਾ ਕੁੱਝ ਵਾਪਰ ਰਿਹਾ ਸੀ। ਜੋ ਉਸ ਦੀ ਰੂਹ ਤੇ ਅਸਰ ਅੰਦਾਜ਼ ਹੋ ਰਿਹਾ ਸੀ।

ਬਹੁਤੇ ਮਾਸਟਰ ਫੜੇ ਜਾਣ ਦਾ ਡਰ ਜ਼ਾਹਰ ਕਰਦੇ ਰਹਿੰਦੇ, ਜਾਂ ਨਸਬੰਦੀ ਦਾ ਕੋਟਾ ਪੂਰਾ ਕਰਨ ਲਈ ਹੀ ਫਿਕਰਮੰਦ ਹੋਏ ਰਹਿੰਦੇ। ਦਸਵੀਂ ਜਮਾਤ ਦੇ ਪੇਪਰ ਬੋਰਡ ਦੇ ਪੇਪਰ ਸਨ ਪਰ ਪੜ੍ਹਾਈ ਚੰਗੀ ਤਰ੍ਹਾਂ ਹੋ ਨਹੀਂ ਸੀ ਰਹੀ।

21 ਮਾਰਚ ਨੂੰ ਪੰਜਾਬ ਵਿੱਚ ਵੋਟਾਂ ਦਾ ਐਲਾਨ ਹੋ ਗਿਆ। ਫੇਰ ਸਾਰੇ ਪਾਸੇ ਹੀ ਵੋਟਾਂ ਦਾ ਹੱਲਾ ਗੁੱਲਾ ਸ਼ੁਰੂ ਹੋ ਗਿਆ। ਤੇ ਆਖਿਰ ਵੋਟਾਂ ਵੀ ਪੈ ਗਈਆਂ।

ਜਦੋਂ 23 ਮਾਰਚ 1977 ਨੂੰ ਵੋਟਾਂ ਦੀ ਗਿਣਤੀ ਹੋਈ ਤਾਂ ਕਾਂਗਰਸ ਆਪਣੀਆਂ ਲੋਕ ਵਿਰੋਧੀ ਕਰਤੂਤਾਂ ਕਾਰਨ ਮੂਧੇ ਮੂੰਹ ਜਾ ਡਿੱਗੀ। ਜਨਤਾ ਪਾਰਟੀ ਦੇ ਪੱਖ ਵਿੱਚ ਵਗੀ ਹਵਾ ਸਦਕਾ ਉਹ ਲੋਕ ਸਭਾ ਦੀਆਂ 542 ਸੀਟਾਂ ਵਿੱਚੋਂ 295 ਸੀਟਾਂ ਲੈ ਕੇ ਬਹੁਮੱਤ ਵਾਲੀ ਸਰਕਾਰ ਬਣਾਉਣ ਵਿੱਚ ਕਾਮਯਾਬ ਹੋ ਗਈ। ਦੇਸ਼ ਵਿੱਚ ਇੱਕ ਨਵਾਂ ਅਧਿਆਇ ਸ਼ੁਰੂ ਹੋ ਗਿਆ। ਜਿਸ ਨੇ ਆਮ ਲੋਕਾਂ ਤੇ ਵੀ ਅਸਰ ਅੰਦਾਜ਼ ਹੋਣਾ ਸੀ।

•

ਭਾਗ 38

ਬੋਰਡ ਦੇ ਪੇਪਰ ਹੋਣ ਕਾਰਨ ਮਾਸਟਰ ਕੁੱਝ ਜ਼ਿਆਦਾ ਹੀ ਡਰਾਵਾ ਦਿੰਦੇ ਸਨ। ਇੰਗਲਿਸ਼ ਵਾਲੇ ਅਧਿਆਪਕ ਜਿਸ ਨੂੰ ਸਾਰੇ ਪੰਡਿਤ ਜੀ ਕਹਿੰਦੇ ਸਨ, ਪਿਛਲੇ ਛੇ ਮਹੀਨਿਆਂ ਤੋਂ ਜੋਰ ਸ਼ੋਰ ਨਾਲ ਟਿਊਸ਼ਨ ਪੜ੍ਹਾ ਰਹੇ ਸਨ। ਪੰਡਿਤ ਕਿਸ਼ੋਰੀ ਲਾਲ ਨੇ ਬੱਚਿਆਂ ਲਈ ਕਿੰਨੇ ਹੀ ਗੈੱਸ ਪੇਪਰ ਅਤੇ ਗਾਈਡਾਂ ਵੀ ਲਿਖਾ ਛੱਡੀਆਂ ਸਨ। ਉਨ੍ਹਾਂ ਦੀ ਰੀਸ ਬਾਕੀ ਅਧਿਆਪਕਾਂ ਨੇ ਵੀ ਬੱਚਿਆਂ ਨੂੰ ਆਪੋ ਆਪਣੇ ਸਬਜੈਕਟਾਂ ਦੀਆਂ ਐੱਮ ਬੀ ਡੀਜ਼ ਲੈਣ ਲਈ ਕਿਹਾ। ਮਾਸਟਰਾਂ ਲਈ ਪ੍ਰਸ਼ਨ ਉੱਤਰ ਏਨਾਂ 'ਚੋਂ ਬਣੇ ਬਣਾਏ ਮਿਲਣ ਕਰਕੇ ਕੰਮ ਅਸਾਨ ਹੋ ਜਾਂਦਾ। ਪਰ ਸਿਆਣੇ ਅਤੇ ਸੁਲਝੇ ਹੋਏ ਲੋਕ ਪੜ੍ਹਾਈ ਦੇ ਇਸ ਤਰੀਕੇ ਨੂੰ ਬਹੁਤਾ ਸਤਿਕਾਰ ਦੀ ਨਜ਼ਰ ਨਾਲ ਨਹੀਂ ਸਨ ਦੇਖਦੇ। ਉਹ ਕਹਿੰਦੇ ਕਿ ਇਸੇ ਕਰਕੇ ਪੁਰਾਣਾ ਅੱਠ ਪੜ੍ਹਿਆ ਹੁਣ ਦੇ ਬਾਰਾਂ ਪੜ੍ਹੇ ਦੇ ਬਰਾਬਰ ਹੈ, ਕਿਉਂਕਿ ਉਦੋਂ ਲੋਕ ਖੁਦ ਮਿਹਨਤ ਕਰਦੇ ਸਨ। ਚੰਦ ਸਿੰਘ ਇਸ ਸਬੰਧੀ ਰੋਜ਼ ਮਾਸਟਰਾਂ ਨਾਲ ਜਾ ਕੇ ਬਹਿਸਦਾ। ਉਹ ਰੱਟਾ ਲੁਆ ਕੇ ਪੜ੍ਹਾਈ ਕਰਾਉਣ ਦੇ ਖਿਲਾਫ ਸੀ। ਪਰ ਹੁਣ ਤਾਂ ਮਨਦੀਪ ਵੀ ਇਨ੍ਹਾਂ ਗੈੱਸ ਪੇਪਰਾਂ ਦਾ ਹੀ ਸਹਾਰਾ ਲੈ ਰਿਹਾ ਸੀ।

ਦਲੇਰ ਸਿੰਘ ਵੀ ਅਜਿਹੇ ਗੈੱਸ ਪੇਪਰ ਤੇ ਗਾਈਡਾਂ ਲਿਆ ਲਿਆ ਥੱਕ ਗਿਆ ਸੀ। ਉੱਤੋਂ ਹਰ ਮਹੀਨੇ ਟਿਊਸ਼ਨ ਦੇ ਪੈਸੇ ਦੇਣੇ ਪੈਂਦੇ। ਕਿਸੇ ਨੇ ਤਾਂ ਇਹ ਵੀ ਦੱਸਿਆ ਸੀ ਕਿ ਮਾਸਟਰ ਜ਼ਿਆਦਾ ਵਿੱਕਰੀ ਕਰਵਾਉਣ ਲਈ ਕਿਤਾਬਾਂ ਦੀ ਦੁਕਾਨ ਵਾਲੇ ਨਾਲ ਆਪਣਾ ਕਮਿਸ਼ਨ ਵੀ ਕਰ ਲੈਂਦੇ ਨੇ ਤੇ ਏਸੇ ਕਰਕੇ ਹੀ ਕਹਿੰਦੇ ਕਿ ਉੱਥੇ ਜਾ ਕੇ ਮੇਰਾ ਅਤੇ ਸਕੂਲ ਦਾ ਨਾਂ ਲੈਣਾ। ਦਲੇਰ ਸਿੰਘ ਨੂੰ ਸੀ ਕਿ ਉਸਦਾ ਬੇਟਾ ਚੰਗੇ ਨੰਬਰ ਲੈ ਕੇ ਪਾਸ ਹੋ ਜਾਵੇ ਤਾਂ ਕਿ ਕਿਸੇ ਚੰਗੇ ਕੋਰਸ ਵਿੱਚ ਦਾਖਲਾ ਮਿਲ ਜਾਵੇ। ਜਿਸ ਨਾਲ ਕੋਈ ਚੰਗੀ ਨੌਕਰੀ ਮਿਲ ਜਾਵੇਗੀ।

ਪੰਜਾਬੀ ਵਾਲੀ ਵਾਲੀ ਮਾਸਟਰਨੀ ਨਿਰਜੀਤ ਕੌਰ ਤਾਂ ਵਿਦਿਆਰਥੀਆਂ ਨੂੰ ਗਾਈਡ ਪੜ੍ਹਨ ਲਈ ਕਹਿ ਕੇ ਸਾਰਾ ਦਿਨ ਸਵੈਟਰ ਹੀ ਬੁਣਦੀ ਰਹਿੰਦੀ। ਦੱਸਣ ਵਾਲੇ ਤਾਂ ਇਹ ਵੀ ਦੱਸਦੇ ਸਨ ਕਿ ਐਮ ਐੱਲ ਏ ਦੀ ਰਿਸ਼ਤੇਦਾਰ ਹੋਣ ਕਾਰਨ, ਉਸਦੀ ਸਿਫਾਰਸ਼ੀ ਨਿਯੁਕਤੀ ਹੋਈ ਸੀ। ਹਿਸਾਬ ਵਾਲਾ ਹਰਦਿਆਲ ਸਿਉਂ ਸਾਰੀ ਨੰਬਰੀ ਵਿੱਚੋਂ ਬਲੈਕ ਬੋਰਡ ਤੇ ਇੱਕ ਹੀ ਸਵਾਲ ਸਮਝਾਉਂਦਾ ਜਿਸ ਦਾ ਉਸ ਨੇ ਰੱਟਾ ਲਾਇਆ ਹੁੰਦਾ ਤੇ ਆਖਦਾ " ਜੇ ਜਲੇਬੀ ਦੀ ਇੱਕ ਭੂਕ ਖਾਕੇ, ਸਾਰਾ ਸੁਆਦ ਪਤਾ ਲੱਗ ਜਾਵੇ ਤਾਂ ਕਵਿੰਟਲ ਜਲੇਬੀਆਂ ਖਾਣ ਦੀ ਕੀ ਲੋੜ ਹੈ ? ਬੱਸ ਏਹੋ ਹੀ ਫਾਰਮੂਲਾ ਲੱਗਣਾ ਹੈ ਬਾਕੀ ਸਾਰੀ ਨੰਬਰੀ ਆਪੇ ਘਰ ਜਾ ਕੇ ਹੱਲ ਕਰ ਲਇਉ। ਹੁਣ ਬੈਠ ਕੇ ਅਗਲੇ ਸਵਾਲ ਕੱਢੋ" ਤੇ ਇਸ ਤੋਂ ਬਾਅਦ ਉਹ ਕੁਰਸੀ ਤੇ ਬੈਠਾ ਬੈਠਾ ਸੌਂ ਜਾਂਦਾ। ਕਈ ਨਿਆਣੇ ਉਸ ਦੇ ਘੁਰਾੜੇ ਸੁਣ ਸੁਣ ਕੇ ਹੱਸਦੇ ਅਤੇ ਕਈ ਪੇਪਰਾਂ ਦੇ ਜਹਾਜ਼ ਬਣਾ ਕੇ ਉਡਾਉਂਦੇ ਰਹਿੰਦੇ।

ਇੱਕ ਖਿੜਕੀ ਦੇ ਕੁੱਝ ਸਰੀਏ ਟੁੱਟੇ ਹੋਣ ਕਾਰਨ ਸੁੱਤੇ ਪਏ ਮਾਸਟਰ ਦਾ ਫਾਇਦਾ ਉਠਾ ਕਈ ਮੁੰਡੇ ਕਲਾਸ ਵਿੱਚੋਂ ਖਿਸਕ ਵੀ ਜਾਂਦੇ। ਪਰ ਹਰਦਿਆਲ ਸਿਉਂ ਦੀ ਅੱਖ ਉਦੋਂ ਖੁੱਲਦੀ ਜਦੋਂ ਅਗਲੇ ਪੀਰੀਅਡ ਦੀ ਘੰਟੀ ਵੱਜਦੀ।

ਸਕੂਲ ਵਿੱਚ ਮਾਸਟਰ ਮਾਸਟਰਨੀਆਂ ਦੇ ਦੋ ਤਿੰਨ ਗਰੁੱਪ ਸਨ। ਸ਼ਹਿਰੀ ਮਾਸਟਰ ਅੱਡ ਬੈਠਦੇ ਤੇ ਪੇਂਡੂ ਅੱਡ। ਇੱਕ ਹੈੱਡਮਾਸਟਰ ਦੇ ਹੱਕ ਵਾਲਾ ਗਰੁੱਪ ਸੀ ਤੇ ਦੂਸਰਾ ਵਿਰੋਧ ਵਾਲਾ। ਸਾਇੰਸ ਮਾਸਟਰ ਕੀਰਤ ਸਿੰਘ ਜਿਸ ਨੂੰ ਜਾਲੀ ਪਾ ਕੇ ਪੁਠੀ ਦਾੜ੍ਹੀ ਬੰਨੀ ਹੋਣ ਕਾਰਨ ਸਾਰੇ ਭਾਪਾ ਕਹਿੰਦੇ ਸਨ, ਹਰ ਵਕਤ ਖਿਝਿਆ ਰਹਿੰਦਾ। ਉਸ ਦੀ ਸ਼ਹਿਰੀ ਸ਼ਬਦਾਵਲੀ ਅਤੇ ਉਚਾਰਣ ਬੜਾ ਹਾਸੋਹੀਣਾ ਹੋਣ ਕਰਕੇ, ਨਿਆਣੇ ਮੂੰਹ ਤੇ ਹੱਥ ਰੱਖ ਰੱਖ ਕੇ ਹਸਦੇ ਰਹਿੰਦੇ। ਉਹ ਹੱਸਦੇ ਜੁਆਕਾਂ ਨੂੰ ਸੂਰ ਦੇ ਪੁੱਤ ਕਹਿ ਕੇ ਸੰਬੋਧਨ ਕਰਦਾ। ਸੜ ਬਲ਼ ਕੇ ਕੋਲੇ ਹੋ ਜਾਂਦਾ। ਕਈਆਂ ਨੂੰ ਕੁੱਟ ਸੁੱਟਦਾ ਪਰ ਨਿਆਣੇ ਫੇਰ ਵੀ ਹੱਸਦੇ ਰਹਿੰਦੇ।

ਸਮਾਜਿਕ ਸਿੱਖਿਆ ਵਾਲੇ ਗੁਰਨੇਕ ਸਿੰਘ ਅਤੇ ਫਿਜ਼ੀਕਲ ਐਜੂਕੇਸ਼ਨ ਵਾਲੇ ਪੀ ਟੀ ਮਾਸਟਰ ਧਰਮਜੀਤ ਸਿੰਘ ਦੀ ਆਪਸ ਵਿੱਚ ਪੂਰੀ ਬਣਦੀ ਸੀ, ਇਨ੍ਹਾਂ ਨਾਲ ਡਰਾਇੰਗ ਮਾਸਟਰ ਰਾਮ ਜੀ ਪ੍ਰਕਾਸ਼ ਵੀ ਰਲ਼ ਗਿਆ। ਤਿੰਨੋਂ ਖਾਣ ਪੀਣ ਵਾਲੇ ਬੰਦੇ ਸਨ। ਸਕੂਲ ਤੋਂ ਬਾਅਦ ਇਹ ਰੋਜ਼ ਮਹਿਫਲ ਜਮਾਉਂਦੇ। ਕਦੀ ਕਦੀ ਮੀਟ ਦਾ ਪਤੀਲਾ ਵੀ ਚਾੜ ਲੈਂਦੇ। ਚਪੜਾਸੀ ਹਰਚਰਨ ਸਿੰਘ ਨੂੰ ਇਨ੍ਹਾਂ ਹੱਥ ਹੇਠ ਕਰ ਲਿਆ ਸੀ। ਜੋ ਠੇਕੇ ਤੋਂ ਬੋਤਲ ਵੀ ਲੈ ਆਂਉਦਾ ਅਤੇ ਮੀਟ ਵੀ ਬਣਾ ਦਿੰਦਾ। ਇਹ ਛੁੱਟੀ ਮਿਲਣ ਤੋਂ ਬਾਅਦ ਵੀ ਸਕੂਲ ਵਿੱਚ ਬੈਠੇ ਰਹਿੰਦੇ। ਬਹੁਤ ਸਾਰੇ ਲੋਕਾਂ ਨੇ ਇਨ੍ਹਾਂ ਨੂੰ ਸਕੂਲ ਵਿੱਚੋਂ ਦਾਰੂ ਦੇ ਨਸ਼ੇ 'ਚ ਟੁੰਨ ਹੋਏ, ਹਸਦੇ ਝੂਮਦੇ ਕਈ ਵਾਰ ਨਿੱਕਲਦਿਆਂ ਵੇਖਿਆ ਸੀ। ਇੱਕ ਦੋ ਵਾਰ ਤਾਂ ਕਹਿੰਦੇ ਵੱਧ ਹੋਏ ਹੋਏ ਇਹ ਚਪੜਾਸੀ ਦੇ ਕੁਆਟਰ ਵਿੱਚ ਹੀ ਸੌਂ ਗਏ ਜਿੱਥੇ ਉਹ ਇਕੱਲਾ ਰਹਿੰਦਾ ਸੀ।

ਪੀ ਟੀ ਮਾਸਟਰ ਧਰਮਜੀਤ ਅਜੇ ਤੀਹਾਂ ਕੁ ਸਾਲਾਂ ਦਾ ਸੀ। ਜੋ ਦਸਵੀਂ ਜਮਾਤ ਦੀਆਂ ਦੋ ਕੁ ਕੁੜੀਆਂ ਵਿੱਚ ਲੋੜੋਂ ਵੱਧ ਦਿਲਚਸਪੀ ਲੈਂਦਾ ਸੀ। ਕਈ ਵਾਰ ਆਪਣੇ ਪੀਰੀਅਡ ਵਿੱਚ ਉਹ ਉਨ੍ਹਾਂ ਨੂੰ ਚਾਹ ਬਣਾਉਣ ਹੀ ਲਾਈਂ ਰੱਖਦਾ। ਹੈੱਡਮਾਸਟਰ ਦਾ ਰਿਸ਼ਤੇਦਾਰ ਹੋਣ ਕਾਰਨ ਕੋਈ ਉਸ ਨੂੰ ਕੁਛ ਨਹੀਂ ਸੀ ਕਹਿੰਦਾ। ਇੱਕ ਵਾਰ ਤਾਂ ਸ਼ਰਾਰਤੀ ਮੁੰਡਿਆਂ ਨੇ ਸਕੂਲ ਦੀਆਂ ਕੰਧਾਂ ਤੇ ਇਨ੍ਹਾਂ ਕੁੜੀਆਂ ਦਾ ਨਾਂ ਪੀ ਟੀ ਮਾਸਟਰ ਨਾਲ ਜੋੜ ਕੇ ਲਿਖ ਦਿੱਤਾ। ਹੈੱਡਮਾਸਟਰ ਹਰਦਿਆਲ ਸਿੰਘ ਦੀ ਤਾਂ ਆਪ ਸ਼ੀਲਾ ਨਾਂ ਦੀ ਅਧਿਆਪਕਾ ਵਿੱਚ ਬਹੁਤ ਦਿਲਚਸਪੀ ਸੀ ਜਿਸ ਨੂੰ ਉਹ ਰੋਜ਼ ਆਪਣੇ ਸਕੂਟਰ ਤੇ ਲੁਧਿਆਣੇ ਵਾਲੀ ਬੱਸ ਚੜ੍ਹਾ ਕੇ ਆਂਉਦਾ। ਤੇ ਫੇਰ ਘੰਟਾ ਘੰਟਾ ਨਾ ਮੁੜਦਾ। ਉਦੋਂ ਨਿਆਣਿਆਂ ਅਤੇ ਬਾਕੀ ਮਾਸਟਰਾਂ ਨੂੰ ਮੌਜਾਂ ਲੱਗ ਜਾਂਦੀਆ।

ਰਸੋਈ ਸਿੱਖਿਆ ਵਾਲੀ ਇਹ ਅਧਿਆਪਕਾ ਦੋ ਵਜੇ ਹੀ ਆਪਣੇ ਪੀਰੀਅਡ ਖਤਮ ਕਰ ਲੈਂਦੀ ਸੀ ਜਦ ਕਿ ਬਾਕੀ ਸਕੂਲ ਨੂੰ ਸਾਢੇ ਤਿੰਨ ਵਜੇ ਛੁੱਟੀ ਹੁੰਦੀ। ਕਈ ਵਾਰ ਸ਼ੀਲਾ ਭੈਣ ਜੀ ਨੂੰ ਹੈੱਡ ਮਾਸਟਰ ਦੇ ਦਫਤਰ 'ਚ ਬੈਠਿਆਂ ਵੇਖ ਨਿਆਣੇ ਹੱਸਦੇ। ਸਕੂਲ ਦੇ ਰੰਗੀਨ ਮਹੌਲ ਨੇ ਕਈ ਵਿਦਿਆਰਥੀਆਂ ਤੇ ਵੀ ਇਸ਼ਕ ਮੁਸ਼ਕ ਦਾ ਰੰਗ ਚਾੜ ਦਿੱਤਾ ਸੀ। ਕਈ ਜੋੜੀਆਂ ਚਰਚਾ ਵਿੱਚ ਸਨ। ਮਨਦੀਪ ਵਿੱਚ ਵੀ ਇੱਕ ਸਤਿੰਦਰ ਨਾਂ ਦੀ ਕੁੜੀ ਲੋੜ ਤੋਂ ਵੱਧ ਦਿਲਚਸਪੀ ਲੈਣ ਲੱਗੀ। ਜੋ ਹਮੇਸ਼ਾਂ ਪਿਛਲੇ ਡੈਸਕ ਤੇ ਉਸਦੇ ਬਰਾਬਰ ਬੈਠਦੀ ਸੀ ਅਤੇ ਉਸ ਵਲ ਦੇਖ ਦੇਖ ਮੁਸਕ੍ਰਾਉਂਦੀ ਰਹਿੰਦੀ ਸੀ।

ਮਨਦੀਪ ਦੇ ਨਾਲ ਦੀ ਸੀਟ ਤੇ ਬੈਠਾ ਜਗਦੀਪ ਉਸ ਨੂੰ ਹੁੱਜ ਮਾਰਕੇ ਕਹਿੰਦਾ "ਦੀਪ ਅੱਜ ਤਾਂ ਗੋਲ ਤੇ ਗੋਲ ਹੋਈ ਜਾਂਦੇ ਨੇ" ਹੌਲੀ ਹੌਲੀ ਮਨਦੀਪ ਦੀ ਵੀ ਦਿਲਚਸਪੀ ਸਤਿੰਦਰ ਵਿੱਚ ਵਧਣ ਲੱਗੀ। ਦੋਨੋ ਇੱਕ ਦੂਜੇ ਵਲ ਵੇਖਦੇ ਅਤੇ ਮੁਸਕਰਾਂਉਦੇ। ਅੱਖਾਂ ਨਾਲ ਸ਼ੁਰੂ ਹੋਇਆਂ ਇਹ ਰਿਸ਼ਤਾ, ਦਿਲ ਦੀਆਂ ਡੂੰਘਾਣਾਂ ਵਿੱਚ ਲੱਥਣ ਲੱਗਾ। ਮਨਦੀਪ ਬਚਪਨ ਦੀਆਂ ਇੱਕ ਦੋ ਨਿੱਕੀਆਂ

ਮੋਟੀਆਂ ਘਟਨਵਾਂ ਨੂੰ ਛੱਡ ਕੇ, ਇਸ ਨੂੰ ਜੀਵਨ ਦਾ ਪਹਿਲਾ ਪਿਆਰ ਸਮਝਣ ਲੱਗਾ। ਉਹ ਹਰ ਸਮੇਂ ਸਤਿੰਦਰ ਬਾਰੇ ਹੀ ਸੋਚਦਾ ਰਹਿੰਦਾ। ਸ਼ਾਮ ਨੂੰ ਦੋਨੋ ਦੋਸਤ ਅਕਸਰ ਮਿਲਦੇ ਤਾਂ ਗੱਲਾਂ ਦਾ ਵਿਸ਼ਾ ਸਤਿੰਦਰ ਹੀ ਹੁੰਦੀ। ਜਗਦੀਪ ਦਾ ਘਰ ਤਾਂ ਮਨਦੀਪ ਤੋਂ ਕੋਈ ਬਹੁਤੀ ਦੂਰ ਨਹੀਂ ਸੀ। ਪਰ ਸਤਿੰਦਰ ਨਾਲ ਦੇ ਕਿਸੇ ਹੋਰ ਪਿੰਡ ਤੋਂ ਪੜ੍ਹਨ ਆਂਉਦੀ ਸੀ। ਸਕੂਲ ਵਿੱਚ ਹੌਲੀ ਹੌਲੀ ਮਨਦੀਪ ਦਾ ਨਾਂ ਸਤਿੰਦਰ ਨਾਲ ਜੁੜਨ ਲੱਗਾ। ਪਰ ਇਹ ਰਿਸ਼ਤਾ ਦੇਖ ਦਿਖਾਈ ਤੋਂ ਅੱਗੇ ਤੁਰਿਆ ਹੀ ਨਹੀਂ ਸੀ ਕਿ ਜਦ ਨੂੰ ਪੇਪਰਾਂ ਦੀ ਡੇਟ ਸ਼ੀਟ ਆ ਗਈ।

ਸਾਰੇ ਵਿਦਿਆਰਥੀ ਪੇਪਰਾਂ ਦੀ ਤਿਆਰੀ ਵਿੱਚ ਰੁੱਝ ਗਏ। ਫੇਰ ਪੇਪਰਾਂ ਤੋਂ ਕੋਈ ਵੀਹ ਕੁ ਦਿਨ ਪਹਿਲਾਂ ਘਰ ਰਹਿ ਕੇ ਤਿਆਰੀ ਕਰਨ ਲਈ, ਸਭ ਨੂੰ ਫਰੀ ਕਰ ਦਿੱਤਾ ਗਿਆ। ਇਸ ਵਕਤ ਇਹ ਵੀ ਦੱਸਿਆ ਗਿਆ ਕਿ ਅਗਲੇ ਸ਼ਨਿੱਚਰਵਾਰ ਨੌਵੀਂ ਜਮਾਤ ਦੇ ਵਿਦਿਆਰਥੀਆਂ ਵਲੋਂ ਦਸਵੀਂ ਜਮਾਤ ਨੂੰ ਵਿਦਾਇਗੀ ਪਾਰਟੀ ਦਿੱਤੀ ਜਾਵੇਗੀ ਅਤੇ ਕਲਾਸ ਦੀ ਫੋਟੋ ਵੀ ਹੋਵੇਗੀ। ਤਾਂ ਕਿ ਸਾਰੇ ਜਾਣੇ ਆਮ ਕੱਪੜਿਆਂ ਵਿੱਚ ਚੰਗੀ ਤਰ੍ਹਾਂ ਤਿਆਰ ਹੋਕੇ ਆਉਣ।

ਮਨਦੀਪ ਨੇ ਇਹ ਹਫਤਾ ਮਸਾਂ ਲੰਘਾਇਆ। ਆਖਰੀ ਦਿਨ ਸਤਿੰਦਰ ਕਿੰਨੀ ਹੀ ਦੂਰ ਤੱਕ ਉਸ ਨੂੰ ਪਿੱਛੇ ਮੁੜ ਮੁੜ ਦੇਖਦੀ ਗਈ। ਤੇ ਫੇਰ ਹੱਥ ਹਿਲਾ ਕੇ ਉਸ ਨੂੰ ਬਾਏ ਬਾਏ ਵੀ ਕਹਿ ਗਈ ਸੀ, ਜੋ ਮਨਦੀਪ ਲਈ ਬਹੁਤ ਵੱਡੀ ਗੱਲ ਸੀ। ਆਖਿਰ ਪਾਰਟੀ ਦਾ ਦਿਨ ਵੀ ਆ ਗਿਆ। ਸਾਰੇ ਵਿਦਿਆਰਥੀ ਸਜ ਧਜ ਕੇ ਸਕੂਲ ਪਹੁੰਚੇ। ਸਤਿੰਦਰ ਨੂੰ ਦੇਖ ਕੇ ਤਾਂ ਮਨਦੀਪ ਹੈਰਾਨ ਹੀ ਰਹਿ ਗਿਆ। ਉਹ ਤਾਂ ਸੋਹਣੇ ਕੱਪੜਿਆਂ ਵਿੱਚ ਸਜੀ ਬਹੁਤ ਹੀ ਖੂਬਸੂਰਤ ਲੱਗ ਰਹੀ ਸੀ। ਜਿਵੇਂ ਕੋਈ ਚੰਨ ਅਸਮਾਨ ਵਿੱਚੋਂ ਉੱਤਰ ਆਇਆ ਹੋਵੇ। ਉਹ ਕੁੱਝ ਵੱਡੀ, ਗੁੰਦਵੇਂ ਜਿਸਮ ਵਾਲੀ ਬਹੁਤ ਹੀ ਸੁੰਦਰ ਮੁਟਿਆਰ ਜਾਪ ਰਹੀ ਸੀ।

ਅੱਜ ਵੀ ਉਹ ਮੁਸਕ੍ਰਾਂਉਦੀ ਅਤੇ ਮਨਦੀਪ ਨੂੰ ਨੀਝ ਨਾਲ ਦੇਖਦੀ ਰਹੀ। ਪਹਿਲਾਂ ਕਲਾਸ ਦੀ ਫੋਟੋ ਹੋਈ ਅਤੇ ਫੇਰ ਵਿਦਾਇਗੀ ਪਾਰਟੀ। ਮਾਸਟਰਾਂ ਨੇ ਵਿਛੜਨ ਦੇ ਭਾਸ਼ਨ ਦਿੱਤੇ। ਕਈ ਮੁੰਡੇ ਕੁੜੀਆਂ ਨੇ ਗੀਤ ਵੀ ਸੁਣਾਏ। ਗਾ ਤਾਂ ਮਨਦੀਪ ਵੀ ਲੈਂਦਾ ਸੀ, ਜੋ ਸਿਰਫ ਉਸਦੇ ਦੋਸਤ ਜਗਦੀਪ ਨੂੰ ਪਤਾ ਸੀ ਉਸ ਨੇ ਗੁਰਨੇਕ ਮਾਸਟਰ ਦੇ ਕੰਨ ਵਿੱਚ ਮਨਦੀਪ ਦਾ ਨਾਂ ਵੀ ਲਿਆ। ਬੱਸ ਫੇਰ ਕੀ ਸੀ ਉਸ ਨੇ ਗੀਤ ਸੁਣ ਕੇ ਹੀ ਖਹਿੜਾ ਛੱਡਿਆ। ਗੀਤ ਦੇ ਬੋਲ ਸਨ:-

ਨਹੀਉਂ ਭੁੱਲਣਾ ਵਿਛੋੜਾ ਮੈਨੂੰ ਤੇਰਾ ਸਾਰੇ ਦੁੱਖ ਭੁੱਲ ਜਾਣਗੇ

ਉਸ ਨੇ ਇਸ ਗੀਤ ਤੋਂ ਬਾਅਦ ਸਤਿੰਦਰ ਨੂੰ ਚੁੰਨੀ ਨਾਲ ਅੱਖਾਂ ਪੂੰਝਦਿਆ ਵੀ ਤੱਕ ਲਿਆ ਸੀ। ਉਹ ਜਾਣਦੀ ਸੀ ਕਿ ਇਹ ਗੀਤ ਉਸੇ ਲਈ ਹੈ। ਉਸ ਨੇ ਕਲਾਸ ਵਿੱਚ ਵੜਦੀ ਨੇ ਇੱਕ ਪੇਪਰ ਦੇ ਟੁੱਕੜੇ ਤੇ ਕੁੱਝ ਲਿਖਦਿਆਂ ਆਪਣੇ ਡੈਸਕ ਵਿੱਚ ਰੱਖਕੇ ਮਨਦੀਪ ਨੂੰ ਚੁੱਕਣ ਦਾ ਇਸ਼ਾਰਾ ਕੀਤਾ। ਮਨਦੀਪ ਨੇ ਅੱਖ ਬਚਾ ਕੇ ਜਦ ਪੇਪਰ ਚੁੱਕਿਆ ਤਾਂ ਲਿਖਿਆ ਸੀ 'ਜੇ ਰੱਬ ਨੇ ਚਾਹਿਆ ਤਾਂ ਫੇਰ ਮਿਲਾਂਗੇ, ਭੁੱਲਣਾ ਨਹੀਂ, ਮੈਂ ਵੀ ਹਮੇਸ਼ਾਂ ਯਾਦ ਕਰਾਂਗੀ'

ਮਨਦੀਪ ਦੇ ਹੱਥ ਜਿਵੇਂ ਕਾਰੂ ਦਾ ਖਜ਼ਾਨਾ ਲੱਗ ਗਿਆ ਹੋਵੇ। ਬੱਸ ਉਸ ਦਿਨ ਤੋਂ ਬਾਅਦ ਉਸ ਦਾ ਮਨ ਕਿਸੇ ਦੀ ਯਾਦ ਵਿੱਚ ਖੋਇਆ ਖੋਇਆ ਰਹਿਣ ਲੱਗਾ। ਪੜ੍ਹਾਈ ਵਿੱਚ ਵੀ ਦਿਲ ਨਾ ਲੱਗਦਾ। ਅੱਖਾਂ ਮੂਹਰੇ ਸਤਿੰਦਰ ਦੀ ਤਸਵੀਰ ਆ ਜਾਂਦੀ। ਰਾਤ ਨੂੰ ਵੀ ਉਸੇ ਦੇ ਸੁਪਨੇ ਆਂਉਦੇ। ਪਰ ਉਹ ਮਨ ਮਾਰ ਕੇ ਪੜ੍ਹਨ ਦਾ ਪੂਰਾ ਯਤਨ ਵੀ ਕਰ ਰਿਹਾ ਸੀ।

ਇੱਕ ਦਿਨ ਮਨਦੀਪ ਦੀ ਜੱਸੋਵਾਲ ਵਾਲੀ ਭੂਆ ਆਈ ਉਸ ਨੇ ਦੱਸਿਆ ਕਿ "ਪੇਪਰਾਂ ਵਿੱਚ ਇਸ ਵਾਰੀ ਮਨਦੀਪ ਦੇ ਫੁੱਫੜ ਦੀ ਡਿਊਟੀ ਸਮਰਾਲੇ ਲੱਗੀ ਹੈ। ਉਸ ਨੂੰ ਰੋਜ਼ ਸਮਰਾਲੇ,

ਜੱਸੋਵਾਲ ਤੋਂ ਆਉਣਾ ਤਾਂ ਔਖਾਂ ਹੋਵੇਗਾ ਜੇ ਉਹ ਰਾਮਪੁਰੇ ਹੀ ਰਹਿ ਲਿਆ ਕਰੇ”

ਦਲੇਰ ਸਿੰਘ ਭਲਾਂ ਭਣੋਈਏ ਨੂੰ ਕਿਵੇਂ ਜਵਾਬ ਦੇ ਸਕਦਾ ਸੀ। ਨਾਲੇ ਮਨਦੀਪ ਦੇ ਪੇਪਰ ਵੀ ਤਾਂ ਉਸੇ ਸਕੂਲ ਵਿੱਚ ਹੋਣੇ ਸਨ। ਕਿਸੇ ਮੱਦਦ ਦੀ ਲੋੜ ਵੀ ਪੈ ਸਕਦੀ ਸੀ। ਬਚਨ ਕੌਰ ਨੇ ਵੀ ਕਿਹਾ “ਲੈ ਅਸੀਂ ਵੀਰ ਜੀ ਵਾਸਤੇ ਬੈਠਕ ਤਿਆਰ ਕਰਵਾ ਦਿੰਦੇ ਆਂ, ਜਿਵੇਂ ਮਰਜੀ ਰਹਿਣ ਸਾਨੂੰ ਤਾਂ ਬਹੁਤ ਖੁਸ਼ੀ ਆ” ਫੇਰ ਇੱਕ ਮਹੀਨੇ ਲਈ ਮਨਦੀਪ ਦਾ ਬਿਸਤਰਾ ਇਸ ਬੈਠਕ ਵਿੱਚੋਂ ਗੋਲ ਹੋ ਗਿਆ। ਉਸ ਨੂੰ ਔਖਾ ਤਾਂ ਬਹੁਤ ਲੱਗਿਆ, ਪਰ ਵੱਡਿਆਂ ਦੀ ਗੱਲ ਵੀ ਉਹ ਮੋੜ ਨਾ ਸਕਿਆ।

ਫੇਰ ਜਿਸ ਦਿਨ ਤੋਂ ਮਨਦੀਪ ਦਾ ਫੁੱਫੜ ਆ ਕੇ ਰਹਿਣ ਲੱਗਾ ਤਾਂ ਘਰ ਜਿਵੇਂ ਸਰਾਂ ਦਾ ਰੂਪ ਹੀ ਧਾਰ ਗਿਆ। ਕਿਉਂਕਿ ਉਹ ਸੁਪਰਡੈਂਟ ਬਣਕੇ ਆਇਆ ਸੀ। ਉਸਨੂੰ ਮਿਲਣ ਵਾਲੇ ਲੋਕ, ਪਤਾ ਕਰ ਕਰ, ਆਉਣ ਲੱਗੇ। ਕੋਈ ਪੈਸੇ ਚੁੱਕੀ ਫਿਰਦਾ ਤੇ ਕੋਈ ਦਾਰੂ ਦੀਆਂ ਬੋਤਲਾਂ। ਕੋਈ ਮੀਟ ਮੁਰਗੇ ਨਾਲ ਸੇਵਾ ਕਰਨੀ ਚਾਹੁੰਦਾ ਤੇ ਕੋਈ ਕਿਸੇ ਹੋਰ ਤਰੀਕੇ ਨਾਲ। ਲੋਕ ਆਪਣੇ ਮੁੰਡੇ ਕੁੜੀਆਂ ਨੂੰ ਪਾਸ ਕਰਵਾਉਣ ਜਾਂ ਚੰਗੇ ਨੰਬਰ ਦਿਵਾਉਣ ਲਈ ਕੁੱਝ ਵੀ ਕਰ ਸਕਦੇ ਸਨ। ਪਰ ਦਲੇਰ ਸਿੰਘ ਨੇ ਆਪਣੇ ਫੌਜੀ ਅਸੂਲ ਵਰਤਦੇ ਹੋਏ ਨੇ ਕਿਹਾ ਸੀ “ਮੇਰੇ ਮੁੰਡੇ ਵਿੱਚ ਜਿੰਨੀ ਕੁ ਸਮਰੱਥਾ ਹੈ ਉਸੇ ਹਿਸਾਬ ਨਾਲ ਨੰਬਰ ਲਵੇਗਾ। ਇਸ ਨੂੰ ਕਿਸੇ ਨਕਲ ਪਰਚੀ ਦੀ ਮੱਦਦ ਬਿਲਕੁੱਲ ਨਹੀਂ ਚਾਹੀਦੀ। ਪਰ ਪਿਆਰਾ ਸਿੰਘ ਵੀ ਛੇਤੀ ਕੀਤੇ ਕਿਸੇ ਨੂੰ ਨੇੜੇ ਨਾ ਫਟਕਣ ਦਿੰਦਾ।

ਪਰ ਸਾਰੇ ਮਾਸਟਰ ਪਿਆਰਾ ਸਿੰਘ ਵਰਗੇ ਇਮਾਨਦਾਰ ਤਾਂ ਨਹੀਂ ਸਨ। ਜੋ ਮਾਸਟਰ ਸੁਪਵਾਈਜਰ ਜਾਂ ਸੁਪਰਡੈਂਟ ਲੱਗ ਜਾਣ ਇਨ੍ਹਾਂ ਦਿਨਾਂ ਵਿੱਚ ਉਨ੍ਹਾਂ ਦਾ ਪੂਰਾ ਸੀਜ਼ਨ ਲੱਗਦਾ। ਜਿਵੇਂ ਉਨ੍ਹਾਂ ਦੀ ਕੋਈ ਲਾਟਰੀ ਨਿਕਲ ਆਈ ਹੋਵੇ। ਉਹ ਹਜ਼ਾਰਾਂ ਰੁਪਏ ਬਣਾਉਣ ਦੇ ਨਾਲ ਨਾਲ ਮੁਫਤ ਦੇ ਮੀਟ ਸ਼ਰਾਬਾਂ ਵੀ ਖਾਂਦੇ ਪੀਂਦੇ। ਕਈ ਵਾਰ ਤਾਂ ਫਲਾਈਂਗ ਸੁਕੈਅਡ ਵਾਲੇ ਵੀ ਉਨ੍ਹਾਂ ਨਾਲ ਹੀ ਰਲ਼ ਜਾਂਦੇ।

ਪਿਆਰਾ ਸਿੰਘ ਨੇ ਭਾਵੇਂ ਬਹੁਤ ਕੋਸ਼ਿਸ਼ ਕੀਤੀ। ਪਰ ਵੱਡੇ ਅਫਸਰਾਂ, ਮੰਤਰੀਆਂ ਅਤੇ ਪੁਲਿਸ ਵਾਲਿਆਂ ਦੀਆਂ ਚਿੱਠੀਆਂ ਅਤੇ ਸਿਫਾਰਸ਼ਾਂ ਨੇ ਉਸ ਦੀ ਕੋਈ ਵਾਹ ਨਾ ਜਾਣ ਦਿੱਤੀ। ਸੈਂਟਰ ਵਿੱਚ ਸ਼ਰੇਅਮ ਪਰਚੀਆਂ ਚੱਲਦੀਆਂ। ਨਾਲਾਇਕ, ਅਮੀਰ ਘਰਾਂ ਦੇ ਮੁੰਡੇ ਕਿਸੇ ਹੋਰ ਦੀ ਮੱਦਦ ਨਾਲ ਪੇਪਰ ਦਿੰਦੇ ਰਹੇ। ਪਰ ਮਨਦੀਪ ਅਜਿਹਾ ਕੁੱਝ ਨਾ ਕਰ ਸਕਿਆ। ਉਥੇ ਸਤਿੰਦਰ ਵੀ ਪੇਪਰ ਦੇਣ ਆਂਉਦੀ ਸੀ। ਉਹ ਆਪਣੇ ਵੱਡੇ ਭਰਾ ਨਾਲ ਜਾਂ ਆਪਣੇ ਪਾਪਾ ਨਾਲ ਸਕੂਟਰ ਤੇ ਆਂਉਦੀ। ਦਿਖਦੀ ਤਾਂ ਜਰੂਰ, ਪਰ ਮਿਲਣ ਦਾ ਕੋਈ ਸਬੱਬ ਨਹੀਂ ਸੀ ਬਣਿਆ। ਫੇਰ ਇੱਕ ਇੱਕ ਕਰਕੇ ਸਾਰੇ ਪੇਪਰ ਮੁੱਕ ਗਏ। ਪਿਆਰਾ ਸਿੰਘ ਆਪਣੇ ਪਿੰਡ ਜੱਸੋਵਾਲ ਨੂੰ ਪਰਤ ਗਿਆ। ਮਨਦੀਪ ਨੂੰ ਫੇਰ ਆਪਣੀ ਬੈਠਕ ਮਿਲ ਗਈ ਜਿੱਥੇ ਬਹਿ ਕੇ ਉਹ ਰੇਡੀਉ ਸੁਣਦਾ ਜਾ ਆਪਣੇ ਦੋਸਤ ਜਗਦੀਪ ਨਾਲ ਗੱਲਾਂ ਮਾਰਦਾ।

ਇੱਕ ਮਹੀਨਾ ਉਡੀਕਣ ਤੋਂ ਬਾਅਦ ਆਖਿਰ ਦਸਵੀਂ ਦਾ ਰੀਜ਼ਲਟ ਆ ਹੀ ਗਿਆ। ਮਨਦੀਪ ਨੇ ਡਰਦੇ ਡਰਦੇ ਨੇ ਸ਼ਹਿਰ ਵਿੱਚ ਮੋਦਨ ਕਿਤਾਬਾਂ ਵਾਲੇ ਦੀ ਦੁਕਾਨ ਤੇ ਜਾ ਕੇ ਗ਼ਜ਼ਟ ਵੇਖਿਆ। ਉਸ ਦਿਨ ਉਸਦਾ ਬਾਪੂ ਦਲੇਰ ਸਿੰਘ ਵੀ ਉਸਦੇ ਨਾਲ ਸੀ, ਉਹ ਪਾਸ ਹੋ ਗਿਆ ਸੀ। ਪਰ ਸੈਕਿੰਡ ਡਿਵੀਜ਼ਨ ਵਿੱਚ। ਉਸਦੇ 52% ਨੰਬਰ ਆਏ ਸਨ। ਉਨ੍ਹਾਂ ਘਰ ਲਈ ਲੱਡੂਆਂ ਦਾ ਡੱਬਾ ਲਿਆ। ਅੱਜ ਮਨਦੀਪ ਦੀ ਖੁਸ਼ੀ ਦਾ ਕੋਈ ਟਿਕਾਣਾ ਨਹੀਂ ਸੀ। ਪਿੰਡ ਜਾਕੇ ਉਸ ਨੂੰ ਪਤਾ ਲੱਗਿਆ ਕਿ ਆੜਤੀਆਂ ਦਾ ਭੋਲਾਂ ਜੋ ਪੜ੍ਹਨ ਨੂੰ ਬਿਲਕੁੱਲ ਨਾਲਾਇਕ ਸੀ ਅੱਜ ਫਸਟ ਡਿਵੀਜ਼ਨ

ਵਿੱਚ ਪਾਸ ਹੋ ਗਿਆ ਹੈ। ਮਨਦੀਪ ਤੋਂ ਕਮਜ਼ੋਰ ਕਈ ਮੁੰਡੇ ਵੀ ਉਸ ਤੋਂ ਕਿਤੇ ਵੱਧ ਨੰਬਰ ਲੈ ਕੇ ਪਾਸ ਹੋ ਗਏ ਸਨ। ਜਿਉਂ ਜਿਉਂ ਉਨ੍ਹਾਂ ਨੂੰ ਪਤਾ ਲੱਗਦਾ ਪਿਉ ਪੁੱਤ ਦੋਨੋ ਉਦਾਸ ਹੋ ਜਾਂਦੇ।

ਇਹ ਸਾਰੇ ਨਕਲ ਦੇ ਕਾਰਨਾਮੇ ਸਨ। ਬਚਨ ਕੌਰ ਦਲੇਰ ਸਿੰਘ ਨੂੰ ਕਹਿੰਦੀ "ਥੋਨੂੰ ਵੀਰ ਜੀ ਨੇ ਕਿਹਾ ਸੀ ਕਿ ਮੱਦਦ ਕਰ ਦਿੰਦਾ ਹਾਂ। ਪਰ ਤੁਸੀਂ ਨਹੀਂ ਮੰਨੇ। ਬਾਕੀ ਲੋਕ ਵੀ ਤਾਂ ਨਕਲ ਮਾਰਦੇ ਹੀ ਨੇ ਪਰ ਤੁਸੀ ਆਪਣੇ ਫੌਜੀ ਅਸੂਲਾਂ ਤੇ ਅੜੇ ਰਹੇ। ਏਥੇ ਅਸੂਲਾਂ ਉਸਾਲਾਂ ਨੂੰ ਕੌਣ ਪੁੱਛਦਾ ਹੈ?"

ਜਦੋਂ ਸਾਰੇ ਸਰਟੀਫੀਕੇਟ ਅਤੇ ਸੱਨਦਾਂ ਮਿਲ ਗਈਆਂ ਤਾਂ ਦਲੇਰ ਸ਼ਹਿਰ ਜਾਕੇ ਸਾਰਿਆਂ ਦੀਆਂ ਕਈ ਕਈ ਫੋਟੋ ਕਾਪੀਆਂ ਕਰਵਾ ਲਿਆਇਆ। ਤਾਂ ਕਿ ਪੁੱਤ ਨੂੰ ਕਿਸੇ ਚੰਗੇ ਕੋਰਸ ਵਿੱਚ ਦਾਖਲਾ ਦੁਆ ਸਕੇ। ਬੱਸ ਫੇਰ ਇੱਕ ਹੋਰ ਨਵੇਂ ਸੰਘਰਸ਼ ਦੀ ਸ਼ੁਰੂਆਤ ਹੋ ਗਈ।

ਦਲੇਰ ਸਿੰਘ ਨੂੰ ਝੋਰਾ ਹੋਣ ਲੱਗਾ ਕਿ ਉਸ ਦੇ ਪੁੱਤਰ ਦੀ ਫਸਟ ਡਿਵੀਜ਼ਨ ਕਿਉਂ ਨਹੀਂ ਆਈ। ਉਹ ਤਾਂ ਉਸ ਨੂੰ ਡਾਕਟਰ ਜਾਂ ਇੰਜਨੀਅਰ ਬਣਾਉਣ ਦੇ ਸੁਪਨੇ ਦੇਖਦਾ ਸੀ। ਜਿੱਥੇ ਸੈਕਿੰਡ ਡਿਵੀਜਨ ਨਾਲ ਦਾਖਲਾ ਲੈਣ ਦੀ ਸੋਚੀ ਵੀ ਨਹੀਂ ਸੀ ਜਾ ਸਕਦੀ। ਉਹ ਲਧਿਆਣੇ ਗੁਰੂ ਨਾਨਕ ਇੰਜੀਅਰ ਕਾਲਜ, ਪਾਲੇਟਿਕਨਿਕ ਕਾਲਜ, ਗੌਰਮਿੰਟ ਕਾਲਜ ਸਭ ਤੋਂ ਪ੍ਰਾਸਪੈਕਟ ਇਕੱਠੇ ਕਰੀਂ ਬੈਠਾ ਸੀ। ਪਰ ਸਾਰਿਆਂ ਦੀ ਸ਼ਰਤ ਫਸਟ ਡਿਵੀਜ਼ਨ ਦੀ ਹੀ ਸੀ। ਉਸ ਨੂੰ ਕਈ ਵਾਰ ਲੱਗਦਾ ਕਿ ਉਹ ਜੀਵਨ ਦੀ ਮੁਢਲੀ ਲੜਾਈ ਹਾਰ ਗਿਆ ਹੈ।

ਏਥੇ ਉਸਦੇ ਸਾਹਮਣੇ ਕੋਈ ਦੁਸ਼ਮਣ ਨਹੀਂ ਬਲਕਿ ਇੱਕ ਭਰਿਸ਼ਟ ਸਿਸਟਮ ਸੀ। ਫੇਰ ਉਨ੍ਹਾਂ ਪਟਿਆਲੇ ਦੇ ਕਈ ਕਾਲਜ ਪਤਾ ਕੀਤੇ, ਪਰ ਸਾਰੇ ਪਾਸੇ ਤੋਂ ਨਿਰਾਸ਼ਾ ਹੀ ਪੱਲੇ ਪਈ। ਹੋਰ ਤਾਂ ਹੋਰ ਮਨਦੀਪ ਨੂੰ 52% ਨੰਬਰਾਂ ਨਾਲ, ਕੋਈ ਸਧਾਰਨ ਕੋਰਸ ਵਿੱਚ ਵੀ ਦਾਖਲਾ ਦੇਣ ਨੂੰ ਤਿਆਰ ਨਹੀਂ ਸੀ। ਉਨਾਂ ਫਰਮਾਅਸਿਸਟੈਂਟ, ਲੈਬ ਟੈਕਨੀਸ਼ਨ, ਰੇਡੀਆਲੋਜਿਸਟ ਵਰਗੇ ਕੋਰਸਾਂ ਵਿੱਚ ਕੋਸ਼ਿਸ਼ ਕੀਤੀ ਪਰ ਸਭ ਬੇਕਾਰ ਰਿਹਾ।

ਉਧਰ ਦੋ ਏਕੜ ਨਾਲ ਤਾਂ ਗੁਜ਼ਾਰਾ ਨਹੀਂ ਸੀ ਹੋ ਸਕਣਾ। ਜੇ ਚੰਗੀ ਨੌਕਰੀ ਨਾ ਮਿਲੀ ਤਾਂ ਮਨਦੀਪ ਦੇ ਭਵਿੱਖ ਦਾ ਕੀ ਬਣੇਗਾ? ਦਲੇਰ ਸਿੰਘ ਨੂੰ ਫਿਕਰ ਸਤਾਉਣ ਲੱਗਾ।

ਸਾਰੇ ਪੰਜਾਬੀ ਤਾਂ ਹਜ਼ਾਰਾਂ ਰੁਪਏ ਖਰਚ ਕੇ ਆਪਣੀ ਔਲਾਦ ਨੂੰ ਫਸਟ ਡਿਵੀਜ਼ਨਾਂ ਦੁਆ ਨਹੀ ਸੀ ਸਕਦੇ। ਜੇ ਦੁਆ ਵੀ ਲੈਂਦੇ ਤਾਂ ਅੱਗੇ ਮੰਤਰੀਆਂ ਦੀਆਂ ਸਿਪਾਰਸ਼ਾਂ ਨਾ ਹੁੰਦੀਆਂ। ਪੜ੍ਹ ਲਿਖ ਕੇ, ਲੱਖਾ ਮੁੰਡੇ ਬੇਰੁਜ਼ਗਾਰ ਸੜਕਾਂ ਤੇ ਹਰਲ ਹਰਲ ਕਰਦੇ ਫਿਰ ਰਹੇ ਸਨ। ਖੇਤੀ ਉਹ ਕਰ ਨਾ ਸਕਦੇ ਤੇ ਨੌਕਰੀ ਮਿਲਦੀ ਨਾ। ਘਰੋਂ ਅੱਡ ਬੋਲ ਕਬੋਲ ਸੁਣਨ ਨੂੰ ਮਿਲਦੇ। ਨੌਜਵਾਨਾਂ ਦੀ ਅਜਾਂਈ ਜਾ ਰਹੀ ਤਾਕਤ ਦਾ ਸਰਕਾਰ ਨੂੰ ਕੋਈ ਫਿਕਰ ਨਹੀਂ ਸੀ। ਬੇਚੈਨੀ ਫੇਰ ਕੋਈ ਨਵਾਂ ਸੰਘਰਸ਼ ਪੈਦਾ ਕਰ ਸਕਦੀ ਸੀ। ਜਿਵੇਂ ਨਕਸਲਬਾੜੀ ਦੌਰ ਵੇਲੇ ਹੋਇਆ ਸੀ।

ਸਰਕਾਰ ਮੁੰਡਿਆਂ ਨੂੰ ਸੈੱਟ ਕਰਨ ਦੀ ਥਾਂ ਫੇਰ ਵੱਡੀ ਪੱਧਰ ਤੇ ਮਾਰ ਸਕਦੀ ਸੀ। ਜੇ ਨੌਜਵਾਨ ਮੁੰਡੇ ਹੀ ਨਾ ਰਹੇ ਤਾਂ ਨੌਕਰੀਆਂ ਕਿਨੇ ਮੰਗਣੀਆਂ ਸਨ? ਕੁੜੀਆਂ ਤਾਂ ਵਿਚਾਰੀਆਂ ਘਰੋਂ ਬਾਹਰ ਨਿੱਕਲਦੀਆਂ ਹੀ ਨਹੀਂ। ਤੇ ਸਰਕਾਰ ਨੂੰ ਉਨ੍ਹਾਂ ਤੋਂ ਡਰ ਵੀ ਕੋਈ ਨਹੀਂ ਸੀ।

ਆਖਿਰ ਦਲੇਰ ਸਿੰਘ ਨੂੰ ਆਪਣਾ ਪੁੱਤਰ ਉਸੇ ਕਾਲਜ ਵਿੱਚ ਦਾਖਲ ਕਰਵਾਉਣਾ ਪਿਆ ਜੋ ਨਕਸਲਵਾਦੀ ਮਹੌਲ ਵਿੱਚ ਬਹੁਤ ਬਦਨਾਮ ਹੋਣ ਕਾਰਨ, ਅਜੇ ਵੀ ਸਰਕਾਰ ਦੀ ਕਾਲੀ ਸੂਚੀ ਵਿੱਚ ਸੀ। ਜਿੱਥੋਂ ਦੇ ਪੜ੍ਹੇ ਹੋਏ ਨੂੰ ਕਹਿੰਦੇ ਕੋਈ ਵੀ ਅਦਾਰਾ ਨੌਕਰੀ ਦੇਣ ਲਈ ਤਿਆਰ ਨਾ ਹੁੰਦਾ। ਬੱਸਾਂ ਰੋਕ ਕੇ ਫੂਕਣੀਆਂ, ਪਥਰਾਉ ਕਰਨਾ, ਗੋਲੀ ਚੱਲਣੀ ਇਸ ਕਾਲਜ ਵਿੱਚ ਆਮ

ਜਿਹੀਆਂ ਘਟਨਾਵਾਂ ਸਨ। ਦਲੇਰ ਸਿੰਘ ਨੂੰ ਜੀਵਨ ਦੀ ਇਹ ਲੜਾਈ 1961, 65 ਅਤੇ 71 ਦੀਆਂ ਲੜਾਈਆਂ ਤੋਂ ਵੀ ਖਤਰਨਾਕ ਲੱਗੀ। ਜਿੱਥੇ ਦੁਸ਼ਮਣ ਨਜ਼ਰ ਹੀ ਨਹੀਂ ਸੀ ਆ ਰਿਹਾ। ਉਸ ਵਰਗੇ ਸਧਾਰਨ ਸਾਬਕਾ ਫੌਜੀ ਨੂੰ ਭਲਾਂ ਏਥੇ ਪੁੱਛਦਾ ਕੌਣ ਸੀ ?

ਦਲੇਰ ਸਿੰਘ ਨੇ ਆਪਣੇ ਪੁੱਤ ਨੂੰ ਪੁੱਛੇ ਬਗੈਰ ਹੀ ਉਸ ਨੂੰ ਸਮਰਾਲਾ ਦੇ ਕਾਲਜ ਨਾਨ-ਮੈਡੀਕਲ ਵਿੱਚ ਵਿੱਚ ਦਾਖਲ ਕਰਵਾ ਦਿੱਤਾ। ਇੱਕ ਨਿੱਕੀ ਜਿਹੀ ਆਸ ਦੀ ਕਿਰਨ ਸ਼ਾਇਦ ਅਜੇ ਵੀ ਕਿਤੇ ਸੁਲਗਦੀ ਸੀ। ਫੌਜ ਵਿੱਚੋਂ ਮਿਲੇ ਤਮਗੇ ਹੁਣ ਉਸ ਨੂੰ ਜਿਵੇਂ ਬੋਝ ਲੱਗਣ ਲੱਗ ਪਏ। ਆਪਣੇ ਆਪ ਤੇ ਇੱਕ ਗਿਲਾਨੀ ਜਿਹੀ ਆਉਣ ਲੱਗੀ। ਉਸ ਨੂੰ ਪਤਾ ਸੀ ਕਿ ਜੇ ਪੜ੍ਹ ਕੇ ਵੀ ਮਨਦੀਪ ਨੂੰ ਨੌਕਰੀ ਨਾ ਮਿਲੀ ਤਾਂ ਇਹ ਸਰਟੀਫੀਕੇਟ ਵੀ ਕਾਗ਼ਜ਼ਾਂ ਦੇ ਟੁਕੜਿਆਂ ਤੋਂ ਸਿਵਾਏ ਕੁੱਝ ਨਹੀਂ ਹੋਣਗੇ। ਤੇ ਉਸਦਾ ਪੁੱਤ ਵੀ ਬਾਕੀ ਪੰਜਾਬੀ ਨੌਜਵਾਨਾਂ ਵਾਂਗ ਵੀਰਾਨ ਸੜਕਾਂ ਤੇ ਰੁਲਦਾ ਰੁਲਦਾ ਇੱਕ ਦਿਨ ਖਤਮ ਹੋ ਜਾਵੇਗਾ। ਪਰ ਹੁਣ ਹੋਰ ਕੀਤਾ ਵੀ ਕੀ ਜਾ ਸਕਦਾ ਸੀ ?

•

ਭਾਗ 39

ਮਨਦੀਪ ਅਤੇ ਉਸਦੇ ਪਿਤਾ ਨੇ ਕੋਈ ਵੀ ਚੰਗਾ ਕਾਲਜ ਨਹੀਂ ਸੀ ਛੱਡਿਆ, ਜਿੱਥੇ ਦਾਖਲਾ ਫਾਰਮ ਨਹੀਂ ਭਰੇ ਸਨ। ਪਰ ਹਰ ਥਾਂ ਤੋਂ ਨਿਰਾਸ਼ਾਂ ਹੀ ਪੱਲੇ ਪਈ ਸੀ। ਹੁਣ ਇਸੇ ਕਾਲਜ ਨੂੰ ਮਨਦੀਪ ਨੇ ਆਪਣੀ ਹੋਣੀ ਮੰਨ ਲਿਆ। ਉਹ ਜਿਵੇਂ ਪਟਾਕ ਕਰਦਾ ਸੁਪਨਿਆਂ ਦੇ ਅਸਮਾਨ ਤੋਂ ਜ਼ਮੀਨ ਤੇ ਆ ਡਿੱਗਿਆ ਹੋਵੇ। ਦਲੇਰ ਸਿੰਘ ਨੇ ਵੀ ਹਾਰੇ ਹੋਏ ਜੁਆਰੀਏ ਵਾਂਗ ਕਿਸਮਤ ਅੱਗੇ ਗੋਡੇ ਟੇਕ ਦਿੱਤੇ ਸਨ। ਕਾਲਜ ਦੀ ਫੀਸ ਭਰਕੇ, ਦੋ ਤਿੰਨ ਪੈਂਟਾਂ ਸ਼ਰਟਾਂ ਵਾਲੇ ਸੂਟ ਵੀ ਸਿਲਵਾ ਦਿੱਤੇ ਅਤੇ ਦੋ ਨਵੀਆਂ ਪੱਗਾਂ ਲੈ ਦਿੱਤੀਆਂ। ਬੱਸ ਏਥੋਂ ਸ਼ੁਰੂ ਹੋ ਗਿਆ ਸੀ ਮਨਦੀਪ ਦਾ ਨਵਾਂ ਜੀਵਨ।

ਦਲੇਰ ਸਿੰਘ ਨੂੰ ਹੁਣ ਐਨਾ ਹੀ ਹੌਸਲਾ ਸੀ ਕਿ ਉਸਦਾ ਪੁੱਤਰ ਨਾਨ-ਮੈਡੀਕਲ ਵਿੱਚ ਦਾਖਲ ਹੋ ਗਿਆ ਹੈ। ਕਾਲਜ ਦਾ ਪਛਾਣ-ਪੱਤਰ ਬਣ ਗਿਆ। ਕਲਾਸਾਂ ਕਿੱਥੇ ਕਿੱਥੇ ਲੱਗਣੀਆਂ ਸਨ, ਦੇ ਪਤੇ ਨਾਲ ਟਾਈਮ ਟੇਬਲ ਵੀ ਮਿਲ ਗਿਆ। ਫੇਰ ਹੋ ਗਈ ਸੀ ਸਾਇੰਸ ਦੀ ਪੜ੍ਹਾਈ ਸ਼ੁਰੂ। ਮਨਦੀਪ ਨੂੰ ਮੈਥ ਅਤੇ ਸਾਇੰਸ ਦਾ ਕੁੱਝ ਵੀ ਸਮਝ ਨਹੀਂ ਸੀ ਆ ਰਿਹਾ। ਅਜੇ ਤਿੰਨ ਚਾਰ ਦਿਨ ਹੀ ਕਾਲਜ ਖੁੱਲੇ ਨੂੰ ਹੋਏ ਹੋਣੇ ਨੇ ਕਿ ਇੱਕ ਦਿਨ ਬਾਹਰ ਕਾਲਜ ਦੇ ਲਾਅਨ ਵਿੱਚ ਨਾਹਰੇ ਵੱਜਣੇ ਸ਼ੁਰੂ ਹੋ ਗਏ ਕਿ 'ਸਾਡੇ ਹੱਕ ਏਥੇ ਰੱਖ' ਇਨਕਲਾਬ ਜਿੰਦਾਬਾਦ। ਲੋਟੂ ਟੋਲੇ ਮੁਰਦਾਬਾਦ।

ਪ੍ਰੋ:ਫਰਮਾਹਾਂ ਨੇ ਪੜ੍ਹਾਉਣਾ ਉੱਤੇ ਹੀ ਛੱਡ ਕੇ ਕਿਹਾ "ਜਾਉ ਸਟਰਾਈਕ ਹੋ ਗਈ ਏ" ਤੇ ਵਿਦਿਆਰਥੀ ਕਲਾਸ 'ਚੋਂ ਬਾਹਰ ਨਿੱਕਲ ਆਏ। ਬਾਕੀ ਕਲਾਸਾਂ ਵੀ ਕਮਰਿਆਂ ਤੋਂ ਬਾਹਰ ਨਿੱਕਲ ਰਹੀਆਂ ਸਨ। ਸਾਹਮਣੇ ਲਾਅਨ ਵਿੱਚ ਬਹੁਤ ਵੱਡਾ ਇਕੱਠ ਸੀ। ਇੱਕ ਮੁੰਡਾ ਬਾਹਾਂ ਕੱਢ ਕੱਢ ਭਾਸ਼ਨ ਕਰ ਰਿਹਾ ਸੀ। ਜਿਸ ਦਾ ਵਿਸ਼ਾ ਸੀ ਕਿ ਵਿਦਿਆਰਥੀਆਂ ਦਾ ਬੱਸ ਕਿਰਾਇਆ ਮੁਆਫ ਹੋਵੇ ਨਹੀਂ ਤਾਂ ਉਹ ਘੋਲ ਆਰੰਭ ਕਰ ਦੇਣਗੇ। ਫੇਰ ਉਸ ਨੇ ਕਾਲਜ ਦੇ ਕੁੱਝ ਵਰਤੇ ਜਾਂਦੇ ਫੰਡਾਂ ਦੀ ਦੁਰਵਰਤੋਂ ਬਾਰੇ ਗੱਲ ਕੀਤੀ। ਫੇਰ ਉਸਨੇ ਰੂਸੀ ਇਨਕਲਾਬ ਅਤੇ ਮਾਉ ਦੀ ਗੱਲ ਤੋਰ ਲਈ। ਇਸ ਰੈਲੀ ਵਿੱਚ ਇੱਕ ਮੁੰਡੇ ਨੇ ਸੰਤ ਰਾਮ ਉਦਾਸੀ ਦਾ ਗੀਤ ਵੀ ਗਾਇਆ।

ਫੇਰ ਵੀਤਨਾਮ, ਨਿਕਾਰਾਗੂਆ, ਲੈਨਨ, ਹੋਚੀਮਿੰਨ, ਸਰਮਾਏਦਾਰੀ, ਮੋਗਾ ਕਾਂਡ, ਰੰਧਾਵੇ ਦਾ ਕਤਲ, ਕਾਤਲਾਂ ਨੂੰ ਫਾਂਸੀ ਲਾਉ ਲਾਉ ਵਰਗੇ ਵਿਸ਼ਿਆਂ ਤੇ ਭਾਸ਼ਨ ਹੋਏ। ਅੰਤ ਨੂੰ ਪੰਜਾਬ ਸਰਕਾਰ ਮੁਰਦਾਬਾਦ ਦੇ ਨਾਹਰਿਆਂ ਦੇ ਨਾਲ ਰੈਲੀ ਖਤਮ ਹੋ ਗਈ ਅਤੇ ਇਹ ਵੀ ਦੱਸਿਆ ਗਿਆ ਕਿ ਅੱਜ ਸਾਰਾ ਦਿਨ ਕਾਲਜ ਬੰਦ ਰਹੇਗਾ। ਮਨਦੀਪ ਨੂੰ ਇਸ ਭਾਸ਼ਨਬਾਜੀ ਦਾ ਕੁੱਝ ਵੀ ਸਮਝ ਨਾ ਪਿਆ। ਬਹੁਤੀਆਂ ਗੱਲਾਂ ਤਾਂ ਉਨ੍ਹਾਂ ਦੇ ਕਾਲਜ ਨਾਲ ਸਬੰਧਿਤ ਹੀ ਨਹੀਂ ਸਨ। ਮਨਦੀਪ ਉਸ ਦਿਨ ਵੱਗ ਚੋਂ ਵਿਛੜੀ ਗਾਂ ਵਾਂਗ ਕਾਲਜ ਵਿੱਚ ਫਿਰਦਾ ਰਿਹਾ। ਉਸ ਦੇ ਇੱਕ, ਦੋ ਦੋਸਤ ਹੋਰ ਵੀ ਬਣ ਗਏ। ਕੈਨਟੀਨ ਵਿੱਚ ਚਾਹ ਬਗੈਰਾ ਪੀ ਕੇ ਸਭ ਘਰਾਂ ਨੂੰ ਮੁੜ ਗਏ।

ਮਨਦੀਪ ਘਰ ਜਾਕੇ ਵੀ ਸੋਚਦਾ ਰਿਹਾ ਕਿ ਇਹ ਲੈਨਿਨ ਕੌਣ ਹੋਇਆ ? ਮਾਉ ਕੌਣ ਹੋਊ" ਤਿੰਗਲਾਨਾ ਕਿੱਥੇ ਹੈ ? ਡੀਗੋਗਾਰਸ਼ੀਆ ਜਾਂ ਵੀਤਨਾਮ ਕਿੱਥੇ ਹੋਣਗੇ ? ਜਿਨਾਂ ਦੀਆਂ ਗੱਲਾਂ ਇਹ ਮੁੰਡੇ ਅੱਡੀਆਂ ਚੁੱਕ ਚੁੱਕ ਤੇ ਬਾਹਾਂ ਉਲਾਰ ਉਲਾਰ ਕਰਦੇ ਸੀ। ਬਾਅਦ ਵਿੱਚ ਇਹ ਵੀ ਪਤਾ

ਲੱਗਿਆ ਸੀ ਕਿ ਹੜਤਾਲ ਕਰਵਾਉਣ ਵਾਲੇ ਮੁੰਡੇ ਵੀ ਕਿਸੇ ਬਾਹਰਲੇ ਕਾਲਜ ਵਿੱਚੋਂ ਆਏ ਸਨ। ਕੋਈ ਕਹਿੰਦਾ ਸੀ ਕਿ ਇਹ ਪੰਜਾਬ ਸਟੂਡੈਂਟ ਯੂਨੀਅਨ ਦੇ ਮੁੰਡੇ ਹਨ। ਪਤਾ ਲੱਗਿਆ ਕਿ ਇੱਕ ਕੋਈ ਸਟੂਡੈਂਟ ਫੈਡਰੇਸ਼ਨ ਵੀ ਹੈ।

ਪਰ ਮਨਦੀਪ ਲਈ ਤਾਂ ਹਾਲੇ ਇਹ ਸਾਰਾ ਕੁੱਝ ਨਵਾਂ ਹੀ ਸੀ। ਪਰ ਉਹ ਤਾਂ ਸੋਚਦਾ ਸੀ ਕਿ ਐਨੀ ਫੀਸ ਵੀ ਭਰੀ ਤੇ ਕਿੰਨੀ ਪੜ੍ਹਾਈ ਖਰਾਬ ਹੋਈ। ਉਸ ਦਿਨ ਕਈ ਮੁੰਡੇ ਖੰਨੇ ਫਿਲਮ ਵੇਖਣ ਤੁਰ ਗਏ। ਕਈ ਆਸ਼ਕੀ ਮਸ਼ੂਕੀ ਵਿੱਚ ਰੁੱਝੇ ਰਹੇ। ਮਨਦੀਪ ਸੋਚਦਾ ਰਿਹਾ ਕਿ ਅੰਤ ਨੂੰ ਉਨ੍ਹਾਂ ਮੁੰਡਿਆਂ ਦਾ ਕੀ ਬਣੂ ? ਉਸ ਨੂੰ ਵੀ ਕੋਈ ਮੁੰਡਾ ਧੱਕੇ ਨਾਲ ਹੀ ਪੰਜ ਰੁਪਏ ਵਿੱਚ ਪ੍ਰਿਥੀਪਾਲ ਰੰਧਾਵਾ ਦਾ ਪੋਸਟਰ ਵੇਚ ਗਿਆ। ਜਿਸ ਨੂੰ ਕੁੱਝ ਸਮਾਂ ਪਹਿਲਾਂ ਲੁਧਿਆਣੇ ਦੀ ਖੇਤੀਬਾੜੀ ਯੂਨੀਵਰਸਿਟੀ ਵਿੱਚ ਕਤਲ ਕਰ ਦਿੱਤਾ ਸੀ। ਕਹਿੰਦੇ ਉਹ ਵੀ ਪੰਜਾਬ ਸਟੂਡੈਂਟ ਯੂਨੀਅਨ ਦਾ ਹੀ ਨੁਮਾਇੰਦਾ ਸੀ। ਘਰ ਆਕੇ ਉਸ ਨੇ ਇਸ ਸਬੰਧੀ ਕੋਈ ਗੱਲ ਨਾ ਕੀਤੀ।

ਦੂਜੇ ਦਿਨ ਉਹ ਫੇਰ ਕਾਲਜ ਗਿਆ। ਕਲਾਸਾਂ ਲਾਈਆਂ ਪਰ ਨੌਨ ਮੈਡੀਕਲ ਦਾ, ਉਸ ਨੂੰ ਫੇਰ ਕੁੱਝ ਵੀ ਸਮਝ ਨਹੀਂ ਸੀ ਪੈ ਰਿਹਾ। ਏਸੇ ਤਰ੍ਹਾਂ ਦਸ ਬਾਰਾਂ ਦਿਨ ਲੰਘ ਗਏ। ਉਹ ਕਲਾਸ ਵਿੱਚ ਕਿਸੇ ਵੀ ਗੱਲ ਦਾ ਜਵਾਬ ਨਾ ਦੇ ਸਕਦਾ। ਉਸ ਨੂੰ ਫਜ਼ਿਕਸ, ਕਮਿਸਟਰੀ ਅਤੇ ਮੈਥ ਬਿਲਕੁੱਲ ਪੱਲੇ ਨਹੀਂ ਸੀ ਪੈ ਰਹੇ। ਦੂਸਰੇ ਕਮਰੇ ਵਿੱਚ ਪ੍ਰੋ:ਮਹਿੰਦਰ ਸਿੰਘ ਪੰਜਾਬੀ ਅਧਿਆਪਕ ਜਦੋਂ ਹੀਰ ਵਾਰਿਸ਼ ਸ਼ਾਹ ਪੜ੍ਹਾਉਂਦਾ ਤਾਂ ਉਸਦਾ ਧਿਆਨ ਤਾਂ ਸਗੋਂ ਉੱਥੇ ਜਾ ਜੁੜਦਾ। ਇੱਕ ਦਿਨ ਪ੍ਰੋ: ਫਰਵਾਹਾ ਕਹਿਣ ਲੱਗਿਆ "ਮਨਦੀਪ ਜੇ ਤੇਰਾ ਇਨਟਰਸਟ ਕਿਸੇ ਹੋਰ ਚੀਜ਼ ਵਿੱਚ ਹੈ ਤਾਂ ਉੱਧਰ ਜਾ...। ਅਜਿਹਾ ਨਾ ਹੋਵੇ ਕਿ ਏਧਰੋਂ ਵੀ ਫੇਲ ਹੋ ਜਾਵੇਂ ਤੇ ਉਧਰ ਵੀ ਤੇਰਾ ਕੁੱਝ ਨਾ ਬਣੇ। ਤੇਰੇ ਕੋਲ ਸਿਰਫ ਦੋ ਦਿਨ ਹੋਰ ਨੇ ਸਬਜੈਕਟ ਬਦਲਣ ਲਈ।"

ਮਨਦੀਪ ਦੀ ਇਹ ਹਿੰਮਤ ਨਾ ਪਈ ਕਿ ਸਬਜੈਕਟ ਬਦਲਣ ਦੀ ਗੱਲ ਆਪਣੇ ਪਿਉ ਨਾਲ ਸਾਂਝੀ ਕਰ ਸਕੇ। ਦੂਸਰੇ ਦਿਨ ਜਾ ਕੇ ਉਸ ਨੇ ਖੁਦ ਹੀ ਸਬਜੈਕਟ ਬਦਲ ਲਏ। ਉਸ ਨੂੰ ਪਤਾ ਸੀ ਕਿ ਇਸ ਗੱਲ ਦਾ ਬਾਪੂ ਨੂੰ ਬਹੁਤ ਦੁੱਖ ਹੋਵੇਗਾ। ਤੇ ਉਹਦੇ ਰਹਿੰਦੇ ਖੂੰਹਦੇ ਸੁਪਨੇ ਵੀ ਟੁੱਟ ਜਾਣਗੇ। ਪਰ ਉਸ ਕੋਲ ਹੋਰ ਚਾਰਾ ਵੀ ਕੋਈ ਨਹੀਂ ਸੀ। ਇਹ ਉਸ ਦੀ ਪਿਉ ਦੇ ਖਿਲਾਫ ਪਹਿਲੀ ਬਗਾਵਤ ਸੀ। ਜਿਸ ਤੋਂ ਬਾਅਦ ਉਸਦੇ ਪਿਉ ਨੇ ਮਨਦੀਪ ਵਿੱਚ ਦਿਲਚਸਪੀ ਹੀ ਲੈਣੀ ਛੱਡ ਦਿੱਤੀ। ਬਹੁਤ ਲੋੜ ਹੋਵੇ ਤਾਂ ਬੁਲਾ ਲੈਂਦਾ ਜੇ ਨਾ ਲੋੜ ਹੋਵੇ ਤਾਂ ਨਾਂ ਸਹੀ। ਦਲੇਰ ਸਿੰਘ ਨੇ ਅੱਕ ਕੇ ਕਿਹਾ ਸੀ 'ਹੁਣ ਜੋ ਮਰਜੀ ਕਰ' ਮਨਦੀਪ ਹੁਣ ਆਰਟ ਦੇ ਸਬਜੈਕਟ ਪੜ੍ਹਨ ਲੱਗਿਆ। ਜਿਵੇਂ ਉਜਾੜ ਬੀਆਬਾਨਾਂ ਵਿੱਚੋਂ ਉਹ ਹਰੀਆਂ ਕਚੂਰ ਵਾਦੀਆਂ ਵਿੱਚ ਆ ਗਿਆ ਹੋਵੇ। ਹੁਣ ਕਾਲਜ ਵਿੱਚ ਉਸਦਾ ਦਿਲ ਵੀ ਲੱਗਣ ਲੱਗਿਆ।

21 ਮਾਰਚ 1977 ਦੇ ਦਿਨ ਭਾਰਤ ਵਿੱਚੋਂ ਐਮਰਜੈਂਸੀ ਹਟਣ ਨਾਲ, ਸਾਰੀਆਂ ਰਾਜਨੀਤਕ ਪਾਰਟੀਆਂ ਵਿੱਚ ਹੀ ਰੈਲੀਆਂ ਕਰਨ ਦਾ ਜਿਵੇਂ ਹੜ ਜਿਹਾ ਆ ਗਿਆ। ਨਕਸਲਵਾੜੀ ਮੂਵਮੈਂਟ ਦੌਰਾਨ ਜਿਹੜੀ ਅਕਾਲੀ ਸਰਕਾਰ ਨੌਜਵਾਨ ਨਕਸਲੀ ਮੁੰਡਿਆਂ ਨੂੰ ਝੂਠੇ ਪੁਲਿਸ ਮੁਕਾਬਲਿਆਂ ਵਿੱਚ ਮਾਰਨ ਲਈ ਬਦਨਾਮ ਹੋਕੇ, ਲੋਕਾਂ ਨਾਲੋਂ ਟੁੱਟ ਗਈ ਸੀ। ਹੁਣ ਉਸਦੇ ਕਾਰਕੁੰਨ, ਐਮਰਜੈਂਸੀ ਸਮੇਂ ਦਿੱਤੀਆਂ ਗ੍ਰਿਫਤਾਰੀਆਂ ਅਤੇ ਲਾਏ ਗਏ ਮੋਰਚੇ ਕਾਰਨ, ਆਪਣੇ ਆਪ ਨੂੰ ਦੁੱਧ ਧੋਤੇ ਅਤੇ ਲੋਕ ਪੱਖੀ ਸਮਝਣ ਲੱਗੇ।

ਉਨ੍ਹਾਂ ਦੀਆਂ ਜਨਤਾ ਪਾਰਟੀ ਨਾਲ ਰਲ ਕੇ ਚੋਣ ਜਿੱਤਣ ਲਈ ਸਰਗਰਮੀਆਂ ਤੇਜ਼ ਹੋ ਗਈਆਂ। ਹੌਲੀ ਹੌਲੀ ਨਕਸਲਵਾਦੀ ਵਿਚਾਰਧਾਰਾ ਵੀ ਜਿਵੇਂ ਨਿੱਸਲ ਹੋਣ ਲੱਗੀ ਸੀ। ਇੱਕ

ਖਲਾਅ ਜਿਹਾ ਪੈਦਾ ਹੁੰਦਿਆਂ ਹੀ ਸਿੱਖ ਸਟੂਡੈਂਟ ਫੈਡਰੇਸ਼ਨ ਦੇ ਨੁਮਾਇੰਦੇ ਵੀ ਕਾਲਜ ਵਿੱਚ ਆ ਕੇ ਅਪਣਾ ਵਿੰਗ ਕਾਇਮ ਕਰ ਗਏ। ਫੈਡਰੇਸ਼ਨ ਦਾ ਮੁੱਖ ਲੀਡਰ ਕਾਲਜ ਵਿੱਚ ਪੜ੍ਹਾਉਂਦੀ ਇੱਕ ਪ੍ਰੋਫੈਸਰ ਦਾ ਦੇਵਰ ਹੋਣ ਕਾਰਨ, ਅਕਸਰ ਕਾਲਜ ਵਿੱਚ ਆਉਂਦਾ ਜਾਂਦਾ ਸੀ। ਇਸ ਲਡਿਰ ਦੀ ਕਈ ਪ੍ਰੋਫੈਸਰਾਂ ਅਤੇ ਪ੍ਰਿੰਸੀਪਲ ਨਾਲ ਵੀ ਕਾਫੀ ਨੇੜਤਾ ਸੀ। ਕਾਲਜ ਦੇ ਪ੍ਰਧਾਨ ਅਤੇ ਮਨੇਜਮੈਂਟ ਨੂੰ ਮਨਾ ਕੇ ਇਸ ਲੀਡਰ ਨੇ ਗੁਰੂ ਨਾਨਕ ਦੇਵ ਜੀ ਦੇ ਗੁਰਪੁਰਬ ਨੂੰ ਮੱਦੇਨਜ਼ਰ ਰੱਖਦਿਆਂ ਕਾਲਜ ਵਿੱਚ ਇੱਕ ਕੀਰਤਣ ਦਰਬਾਰ ਵੀ ਰਖਵਾ ਦਿੱਤਾ।

ਮਿੱਥੀ ਤਾਰੀਕ ਤੇ ਸੁਭਾ ਕਾਲਜ ਵਿੱਚ ਗੁਰੂ ਗ੍ਰੰਥ ਸਾਹਿਬ ਦਾ ਪ੍ਰਕਾਸ਼ ਹੋਇਆ ਅਤੇ ਕੀਰਤਣ ਦਰਬਾਰ ਆਰੰਭ ਹੋ ਗਿਆ। ਉਸ ਦਿਨ ਅਤੁੱਟ ਲੰਗਰ ਵੀ ਵਰਤ ਰਹੇ ਸਨ। ਬਹੁਤ ਸਾਰੇ ਮੁੰਡੇ ਕੁੜੀਆਂ ਸੇਵਾ ਵਿੱਚ ਜੁਟੇ ਹੋਏ ਸਨ। ਕੁੱਝ ਦੋਸਤ ਮਨਦੀਪ ਨੂੰ ਆਖ ਰਹੇ ਸਨ ਕਿ ਆਪਾਂ ਨੂੰ ਵੀ ਆਪਣੇ ਧਰਮ ਨਾਲ ਜੁੜਨਾ ਚਾਹੀਦਾ ਹੈ। ਆਖਰੀ ਦਿਨ ਲੀਡਰਾਂ ਦੇ ਭਾਸ਼ਨ ਹੋਏ। ਇੱਕ ਲੀਡਰ ਗੁਰੂ ਗੋਬਿੰਦ ਸਿੰਘ ਸਟੱਡੀ ਸਰਕਲ ਦਾ ਵੀ ਸੀ, ਜਿਸ ਦੇ ਜ਼ੋਰਦਾਰ ਭਾਸ਼ਨ ਨੇ ਮਨਦੀਪ ਵਰਗੇ ਕਈ ਮੁੰਡਿਆਂ ਦੇ ਮਨ ਬਦਲ ਦਿੱਤੇ। ਤੇ ਇੱਕ ਦਿਨ ਉਹ ਵੀ ਗੁਰੂ ਗੋਬਿੰਦ ਸਿੰਘ ਸਟੱਡੀ ਸਰਕਲ ਦੇ ਮੈਂਬਰ ਬਣ ਗਏ। ਮਨਦੀਪ ਨੂੰ ਇਸ ਦਾ ਜਨਰਲ ਸਕੱਤਰ ਥਾਪ ਦਿੱਤਾ ਗਿਆ। ਕੁੱਝ ਦਿਨਾ ਬਾਅਦ ਹੀ ਸਟੱਡੀ ਸਰਕਲ ਦਾ ਨੁਮਾਇੰਦਾ ਆ ਕੇ ਦੱਸ ਗਿਆ ਸੀ ਕਿ ਗੁਰੂ ਗੋਬਿੰਦ ਸਿੰਘ ਸਟੱਡੀ ਸਰਕਲ ਦਾ ਕੈਂਪ ਫਤਹਿ ਗੜ੍ਹ ਗੁਰੂਦੁਵਾਰਾ ਸਾਹਿਬ ਵਿਖੇ ਲੱਗ ਰਿਹਾ ਹੈ, ਉੱਥੇ ਸਾਰੇ ਨੁਮਾਇੰਦਿਆਂ ਦਾ ਜਾਣਾ ਜਰੂਰੀ ਹੈ।

ਮਨਦੀਪ ਨੇ ਘਰ ਆ ਕੇ ਆਪਣੀ ਮਾਂ ਨਾਲ ਗੱਲ ਕੀਤੀ। ਬਚਨ ਕੌਰ ਦੇ ਸਹਿਮਤ ਹੋਣ ਤੇ ਉਹ ਕੈਂਪ ਤੇ ਜਾਣ ਲਈ ਤਿਆਰ ਹੋ ਗਿਆ। ਇਹ ਸਿਰਫ ਚਾਰ ਦਿਨਾਂ ਦਾ ਕੈਂਪ ਸੀ। ਇਸ ਕੈਂਪ ਵਿੱਚ ਭੁਪਿੰਦਰ ਅਤੇ ਜੱਸਾ ਵੀ ਉਸਦੇ ਨਾਲ ਸਨ। ਜੱਸੇ ਦਾ ਚਾਚਾ ਪੁਰਾਣਾ ਕਾਮਰੇਡ ਹੋਣ ਕਾਰਨ ਜੱਸੇ ਤੇ ਦੋਨਾਂ ਵਿਚਾਰਧਾਰਾਵਾਂ ਪ੍ਰਭਾਵ ਸੀ। ਉਹ ਗਾਅ ਵੀ ਬਹੁਤ ਅੱਛਾ ਲੈਂਦਾ ਸੀ। ਆਪਣੇ ਨਾਲ ਵਕਤ ਪਾਸ ਕਰਨ ਲਈ ਉਹ ਜਸਵੰਤ ਕੰਵਲ ਦੇ ਦੋ ਨਾਵਲ ਵੀ ਲੈ ਕੇ ਗਿਆ ਸੀ 'ਰਾਤ ਬਾਕੀ ਹੈ'ਅਤੇ 'ਮਿੱਤਰ ਪਿਆਰੇ ਨੂੰ'

ਫਤਿਹ ਗੜ੍ਹ ਸਾਹਿਬ ਉਹ ਕੁੱਝ ਬੱਸ ਦਾ ਅਤੇ ਕੁੱਝ ਰੇਲ ਦਾ ਸਫਰ ਤਹਿ ਕਰਦੇ ਹੋਏ ਪਹੁੰਚ ਗਏ। ਫੇਰ ਰਿਕਸ਼ਾ ਲੈ ਕੇ ਜੋਤੀ ਸਰੂਪ ਗੁਰੁਦਵਾਰਾ ਸਾਹਿਬ ਪਹੁੰਚੇ, ਜਿੱਥੇ ਇਹ ਕੈਂਪ ਲੱਗਣਾ ਸੀ। ਪਹਿਲੇ ਦਿਨ ਛੋਟੇ ਸਾਹਿਜ਼ਾਦਿਆਂ ਦੇ ਸ਼ਹੀਦੀ ਅਸਥਾਨ ਦੇ ਦਰਸ਼ਣ ਕਰਵਾਏ ਗਏ। ਮੁਗਲਾਂ ਦੇ ਜ਼ੁਲਮਾਂ ਦੀਆਂ ਕਹਾਣੀਆਂ ਸੁਣਾਈਆਂ ਗਈਆਂ ਅਤੇ ਸੱਚੇ ਸਿੱਖ ਬਣਨ ਦੀ ਅਰਦਾਸ ਕਰਵਾ ਕੇ ਕੈਂਪ ਸ਼ੁਰੂ ਕੀਤਾ ਗਿਆ। ਜਿਸ ਵਿੱਚ ਪਹਿਲਾਂ ਹਥਿਆਰਾਂ ਨੂੰ ਪੀਰ ਮੰਨ ਕੇ ਪੂਜਾ ਕਰਨ ਲਈ ਆਖਿਆ ਗਿਆ। ਫੇਰ ਲੈਕਚਰ ਹੋਏ ਕਿ 'ਹਮ ਹਿੰਦੂ ਨਹੀਂ' ਜਾਂ 'ਸਿੱਖ ਇੱਕ ਵੱਖਰੀ ਕੌਮ ਹੈ'। ਵੱਖਰੀ ਕੌਮ ਦਾ ਇੱਕ ਵੱਖਰਾ ਮੁਲਕ ਹੁੰਦਾ ਹੈ। ਤੇ ਸਾਡਾ ਮੁਲਕ ਹੈ 'ਖਾਲਿਸਤਾਨ'

ਫੇਰ ਖਾਲਿਸਤਾਨ ਜ਼ਿੰਦਾਬਾਦ ਦੇ ਨਾਹਰੇ ਲਗਵਾਏ ਗਏ। ਦੂਸਰੇ ਦਿਨ ਕੇਸਰੀ ਦਸਤਾਰਾਂ ਪਹਿਨਣ ਦੀ ਗੱਲ ਕੀਤੀ। ਕੌਮਨਿਸ਼ਟਾਂ ਨੂੰ ਅਤੇ ਲੈਨਿਨ ਨੂੰ ਰੱਜ ਕੇ ਭੰਡਿਆ ਗਿਆ। ਕੀਰਤਣ ਵੀ ਹੋਇਆ ਜਿਸ ਵਿੱਚ ਜੱਸੇ ਨੇ ਵੀ ਭਾਗ ਲਿਆ। ਇਹ ਚਾਰ ਦਿਨਾਂ ਕੈਂਪ ਤੋਂ ਬਾਅਦ ਮਨਦੀਪ ਨੂੰ ਆਪਣਾ ਆਪਾ ਸਿੱਖ ਜਾਪਣ ਲੱਗਿਆ। ਸਿੱਖ ਕੌਮ ਜਿਸ ਦੀ ਇੱਕ ਵੱਖਰੀ ਪਹਿਚਾਣ ਸੀ। ਕੌੜੀਆਂ ਮਿੱਠੀਆਂ ਯਾਦਾਂ ਨਾਲ ਉਹ ਕੈਂਪ 'ਚੋਂ ਪਰਤੇ ਪਰ ਜੱਸਾ ਆਪਣੇ ਦੋਨੋ ਨਾਵਲ ਮਨਦੀਪ ਨੂੰ ਦੇ ਗਿਆ ਤੇ ਕਹਿ ਗਿਆ ਕਿ ਘਰ ਜਾ ਕੇ ਜਰੂਰ ਪੜ੍ਹੀਂ।

ਮਨਦੀਪ ਨੇ ਘਰ ਆਕੇ ਦੋਨੋ ਨਾਵਲ ਪੜ੍ਹੇ। ਬਹੁਤ ਵਧੀਆ ਕਹਾਣੀ ਰਸ ਸੀ। ਤੇ ਉਹ ਛੱਡ ਹੀ ਨਾ ਸਕਿਆ। ਉਨ੍ਹਾਂ ਨੂੰ ਮੁਕਾ ਕੇ ਹੀ ਦਮ ਲਿਆ। ਬੱਸ ਫੇਰ ਤਾਂ ਉਹ ਜਸਵੰਤ ਕੰਵਲ ਦੀ ਲਿਖਤ ਦਾ ਦੀਵਾਨਾ ਹੀ ਹੋ ਗਿਆ। ਕੌਮੇਨਿਜ਼ਮ ਵਿਚਾਰਧਾਰਾ ਉਸ ਨੂੰ ਚੰਗੀ ਲੱਗਣ ਲੱਗੀ। ਉਸ ਨੇ ਲੱਭ ਲੱਭ ਕੇ ਜਸਵੰਤ ਕੰਵਲ ਦੇ ਸਾਰੇ ਨਾਵਲ ਪੜ੍ਹ ਛੱਡੇ, ਲਹੂ ਦੀ ਲੋਅ ਤੱਕ ਉਸ ਨੇ ਜਿੰਨੇ ਵੀ ਲਿਖੇ ਸਨ। ਕੰਵਲ ਦਾ ਇੱਕ ਇੱਕ ਲਫਜ ਉਸ ਨੂੰ ਪੂਜਾ ਸਮਾਨ ਜਾਪਣ ਲੱਗਿਆ।

ਫੇਰ ਸਟੱਡੀ ਸਰਕਲ ਵਾਲਿਆਂ ਦੀ ਇੱਕ ਵਿਸ਼ਾਲ ਕਾਨਫਰੰਸ ਜਦੋਂ ਲੁਧਿਆਣੇ, ਖਾਲਸਾ ਕਾਲਜ ਵਿੱਚ ਹੋਈ ਜਿਸ ਵਿੱਚ ਜਿਸ ਵਿੱਚ ਮਨਦੀਪ ਵੀ ਗਿਆ ਤਾਂ ਸਰਕਲ ਦੇ ਕੌਮੀ ਪ੍ਰਧਾਨ ਨੇ ਜਸਵੰਤ ਕੰਵਲ ਨਾਵਲਕਾਰ ਦੀਆਂ ਲਿਖਤਾਂ ਨੂੰ ਸਿੱਖੀ ਨੂੰ ਲੱਗਿਆ ਘੁਣ ਆਖਿਆ। ਉਸ ਦੀ ਦਾੜੀ ਨੂੰ ਦਾੜੀ ਨਹੀਂ ਕੰਡਿਆਲੀ ਝਾੜੀ ਆਖਿਆ। ਕਮਿਊਨਿਜ਼ਮ ਖਿਲਾਫ ਗਾਲਾਂ ਵਰਗੀ ਭਾਸ਼ਾ ਵਰਤੀ ਅਤੇ ਅੰਤ ਤੇ ਖਲਿਸਤਾਨ ਜ਼ਿੰਦਾਬਾਦ ਦੇ ਨਾਹਰੇ ਲਾਏ।

ਮਨਦੀਪ ਆਪਣੇ ਚਹੇਤੇ ਲੇਖਕ ਦੀ ਬੇਇੱਜ਼ਤੀ ਬ੍ਰਦਾਸ਼ਤ ਨਾ ਕਰ ਸਕਿਆ ਤੇ ਕਾਨਫਰੰਸ ਵਿੱਚੇ ਛੱਡ ਕੇ ਬਾਹਰ ਆ ਗਿਆ। ਕਾਲਜ ਆਕੇ ਉਸ ਨੇ ਇਸ ਸੰਸਥਾ ਤੋਂ ਅਸਤੀਫਾ ਦੇ ਦਿੱਤਾ। ਗੁਰੂ ਗੋਬਿੰਦ ਸਿੰਘ ਸਟੱਡੀ ਸਰਕਲ ਦੇ ਅਹੁਦੇਦਾਰਾਂ ਨੇ ਉਸ ਨੂੰ ਬਹੁਤ ਮਨਾਇਆ ਪਰ ਉਹ ਨਾ ਹੀ ਮੰਨਿਆ।

•

ਭਾਗ 40

ਪੰਜਾਬ ਵਿੱਚ ਹਾਲਾਤ ਤੇਜ਼ੀ ਨਾਲ ਬਦਲਣ ਲੱਗੇ। ਐਮਰਜੈਂਸੀ ਤੋਂ ਬਾਅਦ ਸਤਾਏ ਹੋਏ ਲੋਕ ਹੁਣ ਕਾਂਗਰਸ ਨੂੰ ਸਬਕ ਸਿਖਾਉਣ ਤੇ ਉੱਤਰੇ ਹੋਏ ਸਨ। ਮਨਦੀਪ ਵੀ ਇਨ੍ਹਾਂ ਦਿਨਾਂ ਵਿੱਚ ਗੀਤ ਲਿਖਦਾ ਰਿਹਾ। ਬਹੁਤ ਸਾਰੇ ਗੀਤ ਉਸ ਨੇ ਸਤਿੰਦਰ ਦੀ ਯਾਦ ਵਿੱਚ ਲਿਖੇ, ਜੋ ਕਿਸੇ ਹੋਰ ਕਾਲਜ ਜਾ ਦਾਖਲ ਹੋਈ ਸੀ ਅਤੇ ਉਥੇ ਹੋਸਟਲ ਵਿੱਚ ਹੀ ਰਹਿੰਦੀ ਸੀ। ਕਦੀ ਕਦਾਈ ਜਦੋਂ ਉਹ ਪਿੰਡ ਆਂਉਦੀ ਅਤੇ ਸ਼ਹਿਰ ਦੇ ਬੱਸ ਸਟੈਂਡ ਤੇ ਖੜੀ ਵਿਖਾਈ ਦੇ ਜਾਂਦੀ। ਉਹ ਵੀ ਤਾਂ ਬਹੁਤ ਬਦਲ ਗਈ ਸੀ ਜੋ ਹੁਣ ਕੋਈ ਸ਼ਹਿਰੀ ਕੁੜੀ ਜਾਪਦੀ ਸੀ।

ਹੌਲੀ ਹੌਲੀ ਉਸ ਦੀ ਦਿਲਚਸਪੀ ਮਨਦੀਪ ਵਿੱਚ ਘਟਣ ਲੱਗੀ। ਲੋਕ ਕਹਿੰਦੇ ਸਨ ਕਿ ਉਹ ਕਿਸੇ ਮੁੰਡੇ ਨੂੰ ਪਿਆਰ ਕਰਨ ਲੱਗ ਪਈ ਹੈ। ਪਰ ਮਨਦੀਪ ਦੇ ਮਨ ਨੂੰ ਇਹ ਗੱਲ ਸੁਣ ਕੇ ਜਿਵੇਂ ਡੋਬੂ ਜਿਹੇ ਪੈਂਦੇ। ਉਹ ਬਹੁਤ ਤੜਫਦਾ ਅਤੇ ਗੀਤ ਲਿਖਦਾ ਰਹਿੰਦਾ।

ਹੌਲੀ ਹੌਲੀ ਮੋਟਰ ਸਾਈਕਲ ਵਾਲਾ ਉਹ ਮੁੰਡਾ ਜੋ ਪੇਚਦਾਰ ਪਗੜੀ ਚਿਣ ਚਿਣ ਕੇ ਬੰਨਦਾ ਸੀ, ਬੱਸ ਅੱਡੇ ਤੱਕ ਵੀ ਉਸਦੇ ਪਿੱਛੇ ਆਉਣ ਲੱਗ ਪਿਆ। ਕਈ ਵਾਰੀ ਤਾਂ ਉਹ ਕਿਸੇ ਕੰਧ ਉਹਲੇ ਛਿਪ ਕੇ ਗੱਲਾਂ ਕਰਦੇ ਮਨਦੀਪ ਨੇ ਖੁਦ ਵੀ ਵੇਖੇ। ਏਸੇ ਦੁੱਖ ਵਿੱਚ ਮਨਦੀਪ ਨੇ ਆਪਣੇ ਇੱਕ ਦੋਸਤ ਗੁਰਮੰਤ ਨਾਲ ਬੈਠ ਕੇ ਉਸਦੀਆਂ ਗੱਲਾਂ ਕਰਦਿਆਂ ਸ਼ਰਾਬ ਵੀ ਪੀਤੀ। ਫੇਰ ਇੱਕ ਦਿਨ ਕਿਸੇ ਨੇ ਦੱਸਿਆ ਕਿ ਸਤਿੰਦਰ ਏਥੋਂ ਬੱਸ ਚੜੀ ਸੀ ਤੇ ਰਾਮਗੜ ਜਾ ਕੇ ਉੱਤਰ ਗਈ। ਉਥੋਂ ਉਹ ਮੋਟਰਸਾਈਕਲ ਵਾਲਾ ਮੁੰਡਾ ਉਸ ਨੂੰ ਬਿਠਾ ਕੇ ਲੈ ਗਿਆ।

ਬ੍ਰਿਹਾ ਮਾਰੇ ਮਨਦੀਪ ਨੂੰ ਹੁਣ ਸ਼ਿਵ ਕੁਮਾਰ ਬਟਾਲਵੀ ਦੀ ਸ਼ਾਇਰੀ ਬਹੁਤ ਚੰਗੀ ਲੱਗਦੀ। ਹੁਣ ਉਹ ਦੋਸਤਾਂ ਨਾਲ ਬੈਠ ਕੇ ਪੈੱਗ ਵੀ ਲਾਂਉਂਦਾ ਅਤੇ ਦਰਦ ਭਿੱਜੇ ਗੀਤ ਵੀ ਗਾਉਂਦਾ। ਜੋ ਕਿ ਉਸਨੇ ਖੁਦ ਹੀ ਲਿਖੇ ਹੁੰਦੇ। ਕਾਲਜ ਦੇ ਵਿਦਿਆਰਥੀ ਮੁੰਡੇ ਕੁੜੀਆਂ, ਕਲੋਲਾਂ ਕਰਦੇ, ਫੁੱਲਾਂ ਵਾਂਗੂੰ ਟਹਿਕਦੇ, ਪਰ ਮਨਦੀਪ ਬਹੁਤ ਹੀ ਮੁਰਝਾਇਆ ਹੋਇਆ ਅਤੇ ਉਦਾਸ ਰਹਿੰਦਾ। ਇੱਕ ਦਿਨ ਪੰਜਾਬੀ ਦੀ ਕਲਾਸ ਚੱਲ ਰਹੀ ਸੀ ਤਾਂ ਗਾਉਣ ਬਜਾਉਣ ਦਾ ਮਹੌਲ ਬਣ ਗਿਆ। ਪ੍ਰੋ: ਹਰਮਿੰਦਰ ਸਿੰਘ ਕਹਿਣ ਲੱਗਿਆ ਕਿ ਅੱਜ ਕੁੱਝ ਨਾ ਕੁੱਝ ਜਰੂਰ ਸੁਣਾਉ। ਤਾਂ ਕਿਸੇ ਦੋਸਤ ਨੇ ਮਨਦੀਪ ਦਾ ਵੀ ਨਾਂ ਲੈ ਦਿੱਤਾ। ਉਸਨੇ ਪ੍ਰੋ: ਸਾਹਿਬ ਦੇ ਜੋਰ ਦੇਣ ਤੇ ਡੈਸਕ ਦੀ ਢੋਲਕੀ ਵਜਾਕੇ ਗਾਉਣਾ ਸ਼ੁਰੂ ਕੀਤਾ। ਇਸ ਦਰਦ ਭਰੇ ਗੀਤ ਨੂੰ ਸੁਣ ਕੇ ਸਾਰੀ ਕਲਾਸ ਹੀ ਜਿਵੇਂ ਸੁੰਨ ਹੋ ਗਈ।

ਪ੍ਰੋ: ਹਰਮਿੰਦਰ ਸਿੰਘ ਕਹਿਣ ਲੱਗਿਆ ਕਿ "ਕੋਈ ਗਹਿਰੀ ਸੱਟ ਵੱਜੀ ਲੱਗਦੀ ਆ" ਜਦ ਉਸ ਨੂੰ ਇਹ ਵੀ ਪਤਾ ਲੱਗਿਆ ਕਿ ਮਨਦੀਪ ਤਾਂ ਲਿਖਦਾ ਵੀ ਆਪ ਹੈ, ਤਾਂ ਉਸ ਨੇ ਮਨਦੀਪ ਨੂੰ ਕਾਲਜ ਦੀ ਸਾਹਿਤ ਸਭਾ ਵਿੱਚ ਸ਼ਾਮਲ ਕਰ ਲਿਆ ਅਤੇ ਕਾਲਜ ਦੇ ਸਲਾਨਾ ਮੈਗਜ਼ੀਨ ਲਈ ਵੀ ਕੁੱਝ ਗੀਤ ਲਿਖ ਕੇ ਦੇਣ ਲਈ ਕਿਹਾ। ਬੱਸ ਫੇਰ ਕੀ ਸੀ ਉਹ ਕਾਲਜ ਦੀਆਂ ਸੰਸਥਾਵਾਂ, ਸਟੇਜਾਂ ਅਤੇ ਸਭ ਕਾਸੇ ਵਿੱਚ ਅੱਗੇ ਆਉਣ ਲੱਗਿਆ। ਸਾਰੇ ਵਿਦਿਆਰਥੀ ਉਸ ਨੂੰ ਜਾਨਣ ਲੱਗ ਪਏ। ਪਰ ਦਲੇਰ ਸਿੰਘ ਨੂੰ ਹੁਣ ਉਸ ਦੀ ਕਿਸੇ ਵੀ ਗੱਲ ਵਿੱਚ ਕੋਈ ਦਿਲਚਸਪੀ ਨਹੀਂ ਸੀ।

ਚੋਣਾਂ ਤੋਂ ਬਾਅਦ ਭਾਰਤ ਵਿੱਚ ਕਾਂਗਰਸ ਬੁਰੀ ਤਰ੍ਹਾਂ ਹਾਰ ਗਈ ਅਤੇ ਜਨਤਾ ਪਾਰਟੀ ਦਾ

ਰਾਜ ਹੋ ਗਿਆ। ਮੁਰਾਰ ਜੀ ਦਿਸਾਈ ਭਾਰਤ ਦੇ ਪਹਿਲੇ ਗੈਰ ਕਾਂਗਰਸੀ ਪ੍ਰਧਾਨ ਮੰਤਰੀ ਬਣ ਗਏ। ਜੈ ਪ੍ਰਕਾਸ਼ ਨਰਾਇਣ ਇਸ ਰਾਜ ਪਲਟੇ ਲਈ ਦੂਸਰੇ ਮਹਾਤਮਾਂ ਗਾਂਧੀ ਵਜੋਂ ਉਭਰਿਆ। ਪੰਜਾਬ ਵਿੱਚ ਵੀ ਵਿਧਾਨ ਸਭਾ ਦੀਆਂ ਚੋਣਾਂ ਦਾ ਐਲਾਨ ਹੋ ਗਿਆ। ਸਿੱਖ ਸਟੂਡੈਂਟ ਫੈਡਰੇਸ਼ਨ ਦਾ ਉਹ ਲੀਡਰ ਜੋ ਕਾਲਜ ਆਇਆ ਕਰਦਾ ਸੀ ਮੈਂਬਰ ਪਾਰਲੀਮੈਂਟ ਬਣਨ ਲਈ ਤਰਲੋਮੱਛੀ ਹੋਣ ਲੱਗਿਆ। ਜਦੋਂ ਪਾਰਟੀ ਪ੍ਰਧਾਨ ਨੇ ਟਿਕਟਾਂ ਵੰਡਣੀਆਂ ਸਨ ਤਾਂ ਉਹ ਕਈ ਵਾਰੀ ਕਾਲਜਾਂ ‘ਚੋਂ ਮੁੰਡਿਆਂ ਦੇ ਟਰੱਕ ਭਰਕੇ ਪ੍ਰਧਾਨ ਦੀ ਕੋਠੀ ਗਿਆ ਕਿ ਨੌਜਵਾਨ ਮੁੰਡੇ ਹਜ਼ਾਰਾਂ ਦੀ ਗਿਣਤੀ ਵਿੱਚ ਉਸਦੇ ਪਿੱਛੇ ਹਨ, ਤੇ ਉਸ ਨੂੰ ਟਿਕਟ ਜਰੂਰ ਦਿੱਤੀ ਜਾਵੇ। ਤੇ ਫੇਰ ਉਹ ਕਾਮਯਾਬ ਵੀ ਹੋ ਗਿਆ।

ਜਦੋਂ ਵੋਟਾਂ ਪਈਆਂ ਤਾਂ ਪੰਜਾਬ ਵਿੱਚ ਵੀ ਅਕਾਲੀ ਸਰਕਾਰ ਬਣ ਗਈ। ਉੱਧਰ ਕੇਂਦਰ ਵਿੱਚ ਸ਼੍ਰੀ ਮਤੀ ਇੰਦਰਾ ਗਾਂਧੀ ਨੂੰ ਕੁੱਝ ਸਮੇਂ ਲਈ ਜੇਲ ਭੇਜ ਦਿੱਤਾ ਗਿਆ ਤੇ ਇਧਰ ਪੰਜਾਬ ਵਿੱਚ ਗਿਆਨੀ ਜ਼ੈਲ ਸਿੰਘ ਗੁੱਠੇ ਲੱਗ ਗਏ। ਸਮੁੱਚੀ ਕਾਂਗਰਸ ਅੱਗ ਤੇ ਲਿੱਟ ਰਹੀ ਸੀ ਕਿ ਇਸ ਹਾਰ ਦਾ ਬਦਲਾ ਅਕਾਲੀਆਂ ਤੋਂ ਕਿਸ ਤਰ੍ਹਾਂ ਲਿਆ ਜਾਵੇ। ਬੱਸ ਦੇਖਦਿਆਂ ਕਰਦਿਆਂ ਹੀ ਸਨ 1978 ਚੜ੍ਹ ਪਿਆ।

ਇਹ 1978 ਦੀ ਵਿਸਾਖੀ ਦਾ ਦਿਹਾੜਾ ਸੀ ਜਦੋਂ ਰਾਮਪੁਰੇ ਦੇ ਗੁਰਦੁਵਾਰੇ ਵਿੱਚੋਂ ਅਨਾਊਂਸਮੈਂਟ ਹੋਈ ਕਿ “ਸਾਧ ਸੰਗਤ ਜੀ ਵਿਸਾਖੀ ਦੇ ਸ਼ੁੱਭ ਦਿਹਾੜੇ ਤੇ ਭਾਈ ਜਸਵੀਰ ਸਿੰਘ ਦਾ ਟਰੱਕ ਅਮ੍ਰਿਤਸਰ ਦੀ ਯਾਤਰਾ ਕਰਵਾਉਣ ਜਾ ਰਿਹਾ ਹੈ। ਜਿਸ ਵੀ ਮਾਈ ਭਾਈ ਨੇ ਜਾਣਾ ਹੋਵੇ, ਕੱਲ ਨੂੰ ਸਵੇਰੇ ਅੱਠ ਵਜੇ ਗੁਰਦੁਵਾਰਾ ਸਾਹਿਬ ਦੇ ਸਾਹਮਣੇ ਆ ਜਾਵੇ। ਮਨਦੀਪ ਦੀ ਮਾਂ ਨੇ ਹੀ ਕਿਹਾ ਸੀ “ਮਨਦੀਪ ਤੇਰੀ ਗੁਆਂਢਣ ਤਾਈ ਵੀ ਚੱਲੀ ਹੈ ਜਾ ਪੁੱਤ ਬਹਾਨੇ ਨਾਲ ਤੂੰ ਵੀ ਦਰਸ਼ਣ ਕਰ ਆ ਤੇ ਛੋਟੇ ਬਿੰਦਰ ਨੂੰ ਵੀ ਲੈ ਜਾ। ਮੇਰੇ ਤਾਂ ਮੱਝ ਹੱਥ ਪਈ ਹੋਈ ਹੈ ਨਹੀਂ ਮੈਂ ਵੀ ਚੱਲਦੀ” ਦਲੇਰ ਨੂੰ ਪੁੱਛਿਆ ਤਾਂ ਉਸ ਨੇ ਵੀ ਝੱਟ ਕੱਢਕੇ ਪੰਜਾਹ ਰੁਪਏ ਫੜਾ ਦਿੱਤੇ ਕਿ ਜਾ ਆਉਣ। ਮਨਦੀਪ ਦੇ ਪੱਕੇ ਪੇਪਰਾਂ ‘ਚ ਅਜੇ ਅਠਾਰਾਂ ਦਿਨ ਪਏ ਸਨ ਤੇ ਕਾਲਜ ਬੰਦ ਸੀ ਉਸ ਨੇ ਜਾਣ ਦੀ ਤਿਆਰੀ ਕਰ ਲਈ। ਦੂਸਰੇ ਦਿਨ ਦੋਨੋ ਭਰਾ ਤਿਆਰ ਹੋਕੇ ਸਵੇਰੇ ਅੱਠ ਵਜੇ ਗੁਰਦੁਆਰਾ ਸਾਹਿਬ ਦੇ ਸਾਹਮਣੇ ਪਹੁੰਚ ਗਏ।

ਜਲਦੀ ਹੀ ਟਰੱਕ ਲੋਕਾਂ ਨਾਲ ਭਰ ਗਿਆ। ਬੋਲੇ ਸੋ ਨਿਹਾਲ ਦੇ ਜੈਕਾਰਿਆਂ ਦੀ ਗੂੰਜ ਵਿੱਚ ਟਰੱਕ ਅਮ੍ਰਿਤਸਰ ਲਈ ਰਵਾਨਾ ਹੋਇਆ। ਜਿਸ ਵਿੱਚ ਮਰਦ ਔਰਤਾਂ, ਬੁੱਢੇ ਬੱਚੇ, ਨੌਜਵਾਨ ਲੜਕੇ ਲੜਕੀਆਂ ਸਭ ਸਵਾਰ ਸਨ। ਸਭ ਜਾਤਾਂ ਮਜ਼ਹਬਾਂ ਦੇ ਲੋਕ ਸ਼ਾਮਲ ਸਨ। ਭਗਵਾਨ ਦਾਸ ਅਤੇ ਹਰੀ ਰਾਮ ਬ੍ਰਾਹਮਣ ਅਤੇ ਉਨ੍ਹਾਂ ਦੀਆਂ ਘਰ ਵਾਲੀਆਂ ਵੀ ਸਨ। ਲੋਕ ਉਨ੍ਹਾਂ ਤੋਂ ਪੁੱਛ ਰਹੇ ਸਨ ਕਿ ਤੁਸੀਂ ਕਿਉਂ ਚੱਲੇ ਹੋਂ ? ਸਭ ਕਹਿ ਰਹੇ ਸਨ ‘ਬਾਬਾ ਉਨ੍ਹਾਂ ਦਾ ਵੀ ਉਨ੍ਹਾਂ ਹੀ ਹੈ। ਉਹ ਵੀ ਬਹਾਨੇ ਨਾਲ ਦਰਬਾਰ ਸਾਹਿਬ ਦੇ ਦਰਸ਼ਣ ਕਰ ਆਉਂਣਗੇ’

ਰਸਤੇ ‘ਚ ਖਾਂਦੇ ਪੀਂਦ ਤੇ ਜੈਕਾਰੇ ਗਜਾਉਂਦੇ ਉਹ ਸ਼ਾਮ ਢਲਦੀ ਨੂੰ ਦਰਬਾਰ ਸਾਹਿਬ ਜਾ ਪਹੁੰਚੇ। ਉਨ੍ਹਾਂ ਇਸ਼ਨਾਨ ਕੀਤਾ ਅਤੇ ਸੁਨਹਿਰੀ ਮੰਦਿਰ ਦੇ ਦਰਸ਼ਣ ਕਰਕੇ ਨਿਹਾਲ ਹੋਏ। ਦੇਗਾਂ ਕਰਵਾਈਆਂ, ਲੰਗਰ ਛਕੇ ਅਤੇ ਕੀਰਤਣ ਵੀ ਸੁਣਿਆ। ਰਾਤ ਨੂੰ ਗੁਰੂ ਰਾਮਦਾਸ ਸਰਾਂ ਵਿੱਚ ਠਹਿਰੇ। ਦੂਸਰੇ ਦਿਨ ਵਿਸਾਖੀ ਸੀ। ਉਨ੍ਹਾਂ ਦਾ ਮਨ ਸੀ ਕਿ ਸਵੇਰੇ ਇਸ਼ਨਾਨ ਕਰ, ਮੱਥਾ ਟੇਕਣ ਅਤੇ ਫੇਰ ਹੋਰ ਦੇਖਣਯੋਗ ਥਾਵਾਂ ਦੇਖਦੇ ਪਿੰਡ ਨੂੰ ਪਰਤ ਜਾਣਗੇ। ਉਨ੍ਹਾਂ ਕੀਤਾ ਵੀ ਏਸੇ ਤਰ੍ਹਾਂ ਹੀ। ਸ਼ਾਮ ਨੂੰ ਮੁੜ ਉਹ ਵਾਪਿਸ ਪਿੰਡ ਪਰਤ ਗਏ। ਇਹ ਖਬਰ ਤਾਂ ਉਨ੍ਹਾਂ ‘ਚੋਂ ਕਈਆਂ ਨੇ ਪਿੰਡ

ਜਾ ਕੇ ਹੀ ਰੇਡੀਉ ਤੇ ਸੁਣੀ, 'ਕੱਲ ਵਿਸਾਖੀ ਮੌਕੇ ਨਿਰੰਕਾਰੀਆਂ ਵਲੋਂ ਚਲਾਏ ਜਾ ਰਹੇ ਇੱਕ ਸਮਾਗਮ ਨੂੰ ਜਦੋਂ ਕੁੱਝ ਸਿੰਘਾਂ ਨੇ ਜਬਰਦਸਤੀ ਰੋਕਣਾ ਚਾਹਿਆ ਤਾਂ ਗੋਲੀ ਚੱਲ ਗਈ। ਜਿਸ ਵਿੱਚ 13 ਸਿੰਘ ਮਾਰੇ ਗਏ'। ਬਚਨ ਕੌਰ ਸੁੱਖ ਮਨਾ ਰਹੀ ਸੀ ਕਿ ਚਲੋ ਸੁੱਖੀ ਸਾਂਦੀ ਉਸ ਦੇ ਪੁੱਤਰ ਘਰ ਪਰਤ ਆਏ। ਆਕੇ ਮਨਦੀਪ ਫੇਰ ਆਪਣੇ ਪੱਕੇ ਪੇਪਰਾਂ ਦੀ ਤਿਆਰੀ ਵਿੱਚ ਰੁੱਝ ਗਿਆ।

ਨਵੀ ਸਰਕਾਰ ਬਣਨ ਨਾਲ ਪੰਜਾਬ ਦੇ ਹਾਲਾਤ ਬੜੀ ਤੇਜ਼ੀ ਨਾਲ ਬਦਲ ਰਹੇ ਸਨ। ਪਰ ਬੇਰੁਜ਼ਗਾਰੀ ਦਾ ਪਰਨਾਲਾ ਉੱਥੇ ਦਾ ਉੱਥੇ ਹੀ ਸੀ। ਅਧਿਆਪਕ, ਬਿਜਲੀ ਮੁਲਾਜਮ, ਮਜ਼ਦੂਰ, ਡਾਕਟਰ ਸਭ ਆਪਣੀਆਂ ਮੰਗਾ ਨੂੰ ਲੈ ਕੇ ਆਏ ਦਿਨ ਮੁਜ਼ਾਹਰੇ ਕਰਦੇ। ਪੰਜਾਬ ਦੇ ਬਹੁਤੇ ਲੋਕ ਬੇਰੁਜ਼ਗਾਰੀ ਦੇ ਸਤਾਏ ਹੋਏ, ਜ਼ਮੀਨਾਂ ਗਹਿਣੇ ਧਰ ਬਾਹਰਲੇ ਮੁਲਕਾਂ ਨੂੰ ਜਾ ਰਹੇ ਸਨ। ਦਲੇਰ ਸਿੰਘ ਦਾ ਸਭ ਤੋਂ ਛੋਟਾ ਭਰਾ ਮੀਤਾ ਵੀ ਕਿਸੇ ਤੋਂ ਚੌਵੀ ਹਜ਼ਾਰ ਰੁਪਈਆ ਵਿਆਜ਼ ਤੇ ਲੈ ਕੇ ਲਿਬੀਆ ਚਲਾ ਗਿਆ। ਏਥੇ ਉਹ ਕਿਸੇ ਨਾਲ ਟਰੱਕ ਚਲਾਉਂਦਾ ਸੀ ਉੱਥੇ ਜਾ ਕੇ ਵੀ ਕਿਸੇ ਕੰਪਨੀ ਵਿੱਚ ਟਰੱਕ ਡਰਾਈਵਰ ਲੱਗ ਗਿਆ। ਉਧਰਲੇ ਦੀਨਾਰ ਜਦੋਂ ਰੁਪਈਆਂ 'ਚ ਵਟਦੇ ਤਾਂ ਨੋਟਾਂ ਦਾ ਰੁੱਗ ਭਰ ਜਾਂਦਾ। ਉਸ ਨੇ ਦੋ ਸਾਲ ਵਿੱਚ ਹੀ ਵਿਆਜੂ ਪੈਸੇ ਮੋੜ ਕੇ ਦੋ ਤਿੰਨ ਲੱਖ ਰੁਪਿਆ ਹੋਰ ਵੀ ਕਮਾ ਲਿਆ।

1981 ਦੇ ਨਵੰਬਰ ਦਾ ਮਹੀਨਾ ਸੀ ਜਦੋਂ ਉਹ ਲਿਬੀਆ ਤੋਂ ਪਹਿਲੀ ਵਾਰ ਛੁੱਟੀ ਆਇਆ। ਮਨਦੀਪ ਉੱਦੋਂ ਤੱਕ ਬੀ ਏ ਪਾਰਟ ਦੂਜਾ ਵਿੱਚ ਸੀ। ਉਸਦੇ ਚਾਚੇ ਦੀ ਟੌਹਰ ਵੇਖਣ ਵਾਲੀ ਸੀ। ਬਾਹਰਲਾ ਸਮਾਨ, ਮਹਿਕਾਂ ਛੱਡਦੇ ਪ੍ਰੋਫਿਊਮ, ਵੱਡੀ ਸਾਰੀ ਟੇਪਰਿਕਾਰਡ ਅਤੇ ਆਉਣ ਸਾਰ ਉਸ ਨੇ ਬਜਾਜ਼ ਚੇਤਕ ਸਕੂਟਰ ਵੀ ਕਢਾ ਲਿਆ। ਰੋਜ਼ ਸ਼ਾਮ ਨੂੰ ਪੈੱਗ ਲਾਉਂਦਾ। ਪਹਿਲਾਂ ਜੋ ਉਸ ਨੂੰ ਕਦੇ ਪੁੱਛਦੇ ਨਹੀਂ ਸੀ ਹੁਣ ਉਸ ਦੇ ਆਲੇ ਦੁਆਲੇ ਭਾਉਂਦੇ ਰਹਿੰਦੇ। ਹੋਰ ਤਾਂ ਹੋਰ ਉਸਦਾ ਰਿਸ਼ਤਾ ਵੀ ਪੱਕਾ ਹੋ ਗਿਆ। ਮੀਤੇ ਦਾ ਵਿਆਹ ਦਲੇਰ ਸਿੰਘ ਦੇ ਘਰ ਹੀ ਹੋਇਆ ਅਤੇ ਵਿਆਹ ਤੋਂ ਬਾਅਦ ਤਕਰੀਬਨ ਸਾਰੀ ਛੁੱਟੀ ਦੌਰਾਨ ਉਹ ਮਨਦੀਪ ਉਨ੍ਹਾਂ ਕੋਲ ਹੀ ਰਿਹਾ।

ਆਪਣੇ ਚਾਚੇ ਦੇ ਹੁੰਦਿਆਂ ਹੀ ਮਨਦੀਪ ਕਾਲਜ ਦੇ ਟੂਰ ਤੇ ਗਿਆ ਤਾਂ ਚਾਚੇ ਨੇ ਮੱਲੋ ਮੱਲੀ ਉਸਦੇ ਜੇਬ, ਵਿਚ ਹਜ਼ਾਰ ਰੁਪਿਆ ਪਾ ਦਿੱਤਾ ਤੇ ਕਿਹਾ ਕਿ ਖੁੱਲ ਕੇ ਖਰਚ ਕਰੀਂ। ਫੇਰ ਉਹ ਦਿੱਲੀ, ਹਰਦੁਆਰ, ਰਿਸ਼ੀ ਕੇਸ, ਦੇਹਰਾਦੂਨ ਹੁੰਦੇ ਹੋਏ ਆਗਰਾ, ਗਵਾਲੀਅਰ ਅਤੇ ਹੋਰ ਕਿੰਨੀਆਂ ਹੀ ਥਾਵਾਂ ਤੇ ਘੁੰਮ ਆਏ। ਵਾਪਸ ਆਏ ਨੂੰ ਚਾਚੇ ਨੇ ਕਿਹਾ ਸੀ ਆਪਣਾ ਪਾਸਪੋਰਟ ਬਣਵਾ ਲੈ ਆਹ ਲੈ ਫੜ ਪੈਸੇ। ਮੈਂ ਤੈਨੂੰ ਲਿਬੀਆ ਹੀ ਲੈ ਜਾਣੈ। ਏਥੇ ਕਿਹੜਾ ਤੈਨੂੰ ਨੌਕਰੀ ਮਿਲਣੀ ਹੈ। ਤੇ ਫੇਰ ਇੱਕ ਦਿਨ ਚਾਚੇ ਮੀਤੇ ਦੀ ਕੋਸ਼ਿਸ ਨਾਲ ਮਨਦੀਪ ਦਾ ਪਾਸਪੋਰਟ ਵੀ ਬਣ ਗਿਆ। ਜਦੋਂ ਚਾਚੇ ਦਾ ਵਿਆਹ ਹੋਇਆ ਤਾਂ ਜੋ ਨਵੀਂ ਚਾਚੀ ਆਈ ਉਸ ਦਾ ਟੱਬਰ ਰਾਧਾ ਸੁਆਮੀ ਸੀ। ਉਹ ਚਾਚੇ ਨੂੰ ਰੋਜ਼ ਸ਼ਾਮ ਨੂੰ ਪੈੱਗ ਲਾਉਣ ਤੋਂ ਰੋਕਦੀ ਅਤੇ ਕਈ ਵਾਰ ਉਨ੍ਹਾਂ ਦਾ ਤਕਰਾਰ ਵੀ ਹੋ ਜਾਂਦਾ।

ਜਦੋਂ ਕਦੇ ਚਾਚਾ ਬਾਹਰੋਂ ਪੀ ਆਂਉਦਾ ਤੇ ਚਾਚੀ ਨਾਲ ਲੜਦਾ "ਮੈਨੂੰ ਤੂੰ ਕਿਵੇਂ ਰਾਧਾ ਸੁਆਮੀ ਬਣਾ ਲਵੇਂਗੀ ਭਲਾਂ ਬਣਾ ਕੇ ਤਾਂ ਦੇਖ ? ਮੈਂ ਤਾਂ ਸਿੰਘ ਹਾਂ ਪੱਕਾ ਸਿੰਘ ਭਿੰਡਰਾਂਵਾਲੇ ਵਾਲੇ ਦਾ ਚੇਲਾ ਬਣੂੰ। ਤੂੰ ਮੈਨੂੰ ਕਿਵੇਂ ਰੋਕ ਲਏਂਗੀ ?" ਫੇਰ ਉਹ ਕਹਿੰਦਾ ਪਤਾ ਨਹੀ ਇਹ ਕਿੱਥੋਂ ਆ ਗਏ ਰਾਧਾ ਸੁਆਮੀ ਅਤੇ ਨਰਕਧਾਰੀਏ ਜਿਨਾਂ ਸਾਡੇ 13 ਸਿੰਘ ਸ਼ਹੀਦ ਕੀਤੇ ਨੇ। ਇੱਕ ਦਿਨ ਸਾਲ਼ੇ ਸਭ ਖਤਮ ਕਰ ਦੇਣੇ ਨੇ। ਪੰਜਾਬ ਤਾਂ ਹੈ ਹੀ ਸਿੱਖਾਂ ਦਾ। ਏਥੇ ਖਾਲਿਸਤਾਨ ਬਣੇਗਾ। ਫੇਰ ਉਹ ਚਾਚੀ ਨਵਨੀਤ ਨੂੰ ਕਹਿੰਦਾ "ਕਦੇ ਸੁਣ ਕੇ ਵੇਖੀ ਭਿੰਡਰਾਂ ਵਾਲੇ ਸੰਤਾਂ ਦੀ ਟੇਪ ? ਮੈਂ ਲਿਬੀਆਂ ਤੋਂ ਟੇਪਾਂ ਲੈ ਕੇ ਆਇਆ ਹਾਂ। ਹੁਣੇ ਲਾ ਕੇ ਸੁਣਾਉਂਦਾ ਹਾਂ"

ਫੇਰ ਉਹ ਨਾਲੇ ਪੈਗ ਬਣਾਉਂਦਾ ਤੇ ਨਾਲੇ ਭਿੰਡਰਾਂ ਵਾਲੇ ਸੰਤਾਂ ਦੀ ਟੇਪ ਉੱਚੀ ਕਰਕੇ ਲਾ ਦਿੰਦਾ। ਜਦੋਂ ਨਸ਼ਾ ਥੋੜਾ ਜਿਹਾ ਉਬਾਲਾ ਮਾਰਦਾ ਤਾਂ ਉਹ ਪਹਿਲੀ ਟੇਪ ਕੱਢ ਕੇ ਸੁਰਿੰਦਰ ਸ਼ਿੰਦੇ ਦਾ ਜਿਊਣਾ ਮੋੜ ਲਾ ਦਿੰਦਾ। ਫੇਰ ਗੂੰਜਣ ਲੱਗਦਾ 'ਉੱਡਗੀ ਵਿੱਚ ਹਵਾ ਦੇ ਯਾਰੋ ਘੋੜੀ ਜੀਊਣੇ ਮੋੜ ਦੀ' ਤੇ ਨਵਨੀਤ ਚਾਚੀ ਚੁੱਪ ਹੋ ਜਾਂਦੀ। ਮਨਦੀਪ ਨੇ ਆਪਣੇ ਚਾਚੇ ਪਾਸੋਂ ਹੀ ਪਹਿਲੀ ਵਾਰੀ ਸੰਤ ਜਰਨੈਲ ਸਿੰਘ ਭਿੰਡਰਾਂ ਵਾਲਿਆਂ ਦਾ ਨਾ ਸੁਣਿਆ ਸੀ।

ਫੇਰ ਹੌਲੀ ਹੌਲੀ ਇਸ ਨਾਂ ਦਾ ਚਰਚਾ ਵਧਣ ਲੱਗਿਆ। ਕਿਸੇ ਜਗਾ ਬੀੜਾਂ ਦੀ ਬੇਅਦਬੀ ਨੂੰ ਲੈ ਕੇ ਤਿੰਨ ਬੰਦੇ ਕਤਲ ਕਰ ਦਿੱਤੇ ਗਏ। ਜਿਸ ਲਈ ਉਨ੍ਹਾਂ ਸੰਤਾਂ ਨੂੰ ਫੜਿਆ ਗਿਆ। ਉਨ੍ਹਾਂ ਦੀ ਗ੍ਰਿਫਤਾਰੀ ਦੀ ਵੀ ਬੇਹੱਦ ਚਰਚਾ ਹੋਈ। ਉਨ੍ਹਾਂ ਨੂੰ ਕੋਰਟ 'ਚ ਪੇਸ਼ ਕਰਨ ਦੀ ਬਜਾਏ ਮਾਛੀਵਾੜੇ ਪਾਸ ਪਿੰਡ ਨਾਲ ਲੱਗਦੇ ਗੜ੍ਹੀ ਦੇ ਇੱਕ ਰੈਸਟ ਹਾਊਸ ਵਿੱਚ ਰੱਖਿਆ ਗਿਆ ਤੇ ਜੱਜ ਨੇ ਉੱਥੇ ਆਕੇ ਹੀ ਉਨ੍ਹਾਂ ਦੇ ਬਿਆਨ ਲਏ। ਲੋਕ ਸੁਆਲ ਕਰ ਰਹੇ ਸਨ ਕਿ ਅਗਰ ਉਹ ਮੁਜ਼ਰਮ ਹੈ ਤਾਂ ਇਹ ਸਪੈਸ਼ਲ ਟਰੀਟਮੈਂਟ ਕਿਉਂ ਦੇ ਰਹੇ ਨੇ ?" ਪੁਰਾਣੇ ਕਾਮਰੇਡ ਅਤੇ ਪੰਜਾਬ ਸਟੂਡੈਂਟ ਯੂਨੀਅਨ ਵਾਲੇ ਆਖ ਰਹੇ ਸਨ ਕਿ ਇਹ ਤਾਂ ਅਕਾਲੀਆਂ ਨੂੰ ਸਬਕ ਸਿਖਾਉਣ ਲਈ ਕਾਗਰਸ ਵਲੋਂ ਕੀਤਾ ਜਾ ਰਿਹਾ ਡਰਾਮਾ ਹੈ। ਤਾਂ ਕਿ ਸੰਤਾਂ ਨੂੰ ਬਹੁਤ ਵੱਡਾ ਨਾਇਕ ਬਣਾ ਕੇ ਅਕਾਲੀ ਲੀਡਰਸ਼ਿੱਪ ਨੂੰ ਜ਼ੀਰੋ ਕੀਤਾ ਜਾ ਸਕੇ।

ਇਹ ਕੋਸ਼ਿਸ ਕਾਂਗਰਸ ਨੇ ਦਿੱਲੀ ਗੁਰਦੁਵਾਰਾ ਪ੍ਰਬੰਧਕ ਕਮੇਟੀ ਬਣਾ ਕੇ ਵੀ ਕੀਤੀ ਸੀ। ਕਾਂਗਰਸ ਸਮਝਦੀ ਸੀ ਕਿ ਸ਼ਰੋਮਣੀ ਗੁਰਦੁਵਾਰਾ ਪ੍ਰਬੰਧਕ ਕਮੇਟੀ ਦੀ ਮਾਇਆ ਹੀ ਅਕਾਲੀਆਂ ਲਈ ਰੀੜ ਦੀ ਹੱਡੀ ਹੈ। ਉਹ ਇਸ ਨੂੰ ਟੁਕੜੇ ਟੁਕੜੇ ਕਰ ਦੇਣਾ ਚਾਹੁੰਦੀ ਸੀ। ਜਥੇਦਾਰ ਸੰਤੋਖ ਨੂੰ ਖੜਾ ਕਰਕੇ ਕਾਂਗਰਸ ਨੇ ਇਹ ਕੰਮ ਕਰਵਾਇਆ ਸੀ। ਕਈ ਤਾਂ ਇਹ ਵੀ ਕਹਿੰਦੇ ਸਨ ਕਿ ਜਦੋਂ ਸੰਤੋਖ ਸਿੰਘ ਦੀ ਮੌਤ ਹੋ ਗਈ ਤਾਂ ਕਾਂਗਰਸ ਨੇ ਅਕਾਲੀਆਂ ਨੂੰ ਟੱਕਰ ਦੇਣ ਵਾਲੇ ਇੱਕ ਹੋਰ ਲੀਡਰ ਦੀ ਤਲਾਸ਼ ਆਰੰਭੀ ਸੀ।

ਜਥੇਦਾਰ ਦੇ ਭੋਗ ਤੇ ਇੰਦਰਾ ਗਾਂਧੀ ਅਤੇ ਗਿਆਨੀ ਜ਼ੈਲ ਸਿੰਘ ਵੀ ਪਹੁੰਚੇ ਸਨ। ਉੱਥੇ ਉਨ੍ਹਾਂ ਸੰਤ ਭਿੰਡਰਾਂਵਾਲਿਆ ਦਾ ਭਾਸ਼ਣ ਸੁਣ ਕੇ ਇਹ ਫੇਸਲਾ ਕਰ ਲਿਆ ਸੀ ਕਿ ਏਹੋ ਹੈ ਅਕਾਲੀਆਂ ਨੂੰ ਟੱਕਰ ਦੇਣ ਵਾਲਾ ਲੀਡਰ। ਸੰਤ ਭਿੰਡਰਾਂਵਾਲਿਆ ਨਾਲ ਬੱਸ ਉੱਥੇ ਹੀ ਕੋਈ ਗੁਪਤ ਸਮਝੌਤਾ ਹੋਇਆ ਸੀ। ਫੇਰ ਉਸ ਨੂੰ ਜਾਣ ਬੁੱਝ ਕੇ ਹੀਰੋ ਬਣਾਇਆ ਗਿਆ। ਉਸ ਦੇ ਸਿੰਘਾਂ ਨੂੰ ਵੱਡੇ ਤੋਂ ਵੱਡੇ ਹਥਿਆਰਾਂ ਦੇ ਲਾਈਸੰਸ ਦੇ ਦਿੱਤੇ ਗਏ।

ਇਸ ਕੇਸ ਤੋਂ ਵਰੀ ਹੋ ਕੇ ਸੰਤ ਮਹਿਤਾ ਚੌਂਕ ਪਹੁੰਚ ਗਏ। ਹੁਣ ਪੰਜਾਬ ਵਿੱਚ ਉਨ੍ਹਾਂ ਦੇ ਨਾਂ ਤੇ ਵੱਡੀਆਂ ਵੱਡੀਆਂ ਕਾਨਫਰੰਸਾਂ ਹੋਣ ਲੱਗੀਆਂ। ਸਮਰਾਲੇ ਵੀ ਇੱਕ ਅਜਿਹੀ ਹੀ ਕਾਨਫਰੰਸ ਵਿੱਚ ਹਜ਼ਾਰਾਂ ਲੋਕਾਂ ਦਾ ਇਕੱਠ ਜੁੜਿਆ। ਮਨਦੀਪ ਵੀ ਇਸ ਕਾਨਫਰੰਸ ਵਿੱਚ ਸ਼ਾਮਲ ਸੀ। ਨੌਜਵਾਨ ਮੁੰਡਿਆਂ ਨਾਲ ਭਰੇ ਟਰੱਕ ਅਤੇ ਟਰੱਕਾਂ ਤੇ ਬੀੜੀਆਂ ਹੋਈਆਂ ਅਸਾਲਟਾਂ। ਜਿਵੇਂ ਕੋਈ ਯੁੱਧ ਲੱਗਿਆ ਹੋਵੇ।

ਹਰ ਪਾਸੇ ਹਥਿਆਰ ਹੀ ਹਥਿਆਰ ਕੀ ਇਹ ਕੋਈ ਸਰਕਾਰੀ ਚਾਲ ਸੀ ? ਜਿਸ ਵਿੱਚ ਪੰਜਾਬ ਨੂੰ ਫਸਾਇਆ ਜਾ ਰਿਹਾ ਸੀ। ਫੇਰ ਪੰਜਾਬ ਵਿੱਚ ਅਮਨ ਕਾਨੂੰਨ ਦੀ ਹਾਲਤ ਵਿਗੜਨ ਲੱਗੀ। ਅਕਾਲੀ ਸਰਕਾਰ ਨੂੰ ਭੰਗ ਕਰ ਦਿੱਤਾ ਗਿਆ। ਕਈ ਹੋਰ ਧਾਰਮਿਕ ਲਹਿਰਾਂ ਪੰਜਾਬ ਵਿੱਚ ਪੈਰ ਪਸਾਰਨ ਲੱਗੀਆਂ। ਜਲੰਧਰ ਦੀਆਂ ਅਖਬਾਰਾਂ ਨੇ ਫਿਰਕੂ ਰੰਗਣ ਅਖਤਿਆਰ ਕਰ ਲਈ। ਹਿੰਦੂ ਸਿੱਖਾਂ ਵਿੱਚ ਪਾੜਾ ਵਧਣ ਲੱਗਿਆ। ਗੁਰਦੁਵਾਰਿਆਂ ਵਿੱਚ ਸਿਗਰਟਾਂ ਅਤੇ ਮੰਦਿਰਾਂ

ਵਿੱਚ ਗਊਆਂ ਦੀਆਂ ਪੂਛਾਂ ਸੁੱਟੀਆਂ ਜਾਣ ਲੱਗੀਆਂ।

ਪੰਜਾਬ ਵਿੱਚ ਹੋਈ ਮਰਦਮਸ਼ੁਮਾਰੀ ਵੇਲੇ ਜਦੋਂ ਪੰਜਾਬ ਦੇ ਹਿੰਦੂਆਂ ਨੇ ਆਪਣੀ ਮਾਤ ਭਾਸ਼ਾ ਹਿੰਦੀ ਲਿਖਵਾਈ ਤਾਂ ਸਿੱਖਾਂ ਨੇ ਪ੍ਰਚਾਰ ਸ਼ੁਰੂ ਕੀਤਾ ਕਿ ਹਿੰਦੂ ਪੰਜਾਬ ਨੂੰ ਆਪਣਾ ਸੂਬਾ ਹੀ ਨਹੀਂ ਸਮਝਦੇ ਤੇ ਏਥੇ ਰਹਿਣ ਦਾ ਵੀ ਉਨਾਂ ਨੂੰ ਕੋਈ ਹੱਕ ਨਹੀਂ। ਨਿਰੰਕਾਰੀਆਂ ਤੋਂ ਸ਼ੁਰੂ ਹੋਈ ਲੜਾਈ ਹਿੰਦੂ ਸਿੱਖਾਂ ਦੀ ਲੜਾਈ ਬਣ ਗਈ ਜਾਂ ਜਾਣ ਬੁੱਝ ਕੇ ਬਣਾ ਦਿੱਤੀ ਗਈ।

ਇੱਕ ਧਿਰ ਸਰਕਾਰੀ ਬਣ ਗਈ ਤੇ ਦੂਸਰੀ ਧਿਰ ਸੰਤ ਜਰਨੈਲ ਸਿੰਘ ਦੀ ਅਗਵਾਈ ਹੇਠ ਖਾੜਕੂ ਧੜੇ। ਉਧਰ ਜਿੱਥੇ ਹਿੰਦੂ ਸ਼ਿਵ ਸੈਨਾ, ਬਜਰੰਗ ਦਲ, ਰਾਸ਼ਟਰੀ ਸੋਇਮ ਸੰਗ ਵਰਗੀਆਂ ਜਥੇਬੰਦੀਆਂ ਤ੍ਰਿਸ਼ੂਲਾਂ ਨਾਲ ਮੁਜ਼ਾਹਰੇ ਕਰਦੀਆਂ ਅਤੇ ਨਾਹਰੇ ਲਾਉਂਦੀਆਂ ਕਿ 'ਕੰਘਾ ਕੜਾ ਕੱਛਾ ਕਿਰਪਾਨ ਧੱਕ ਦਿਆਂਗੇ ਪਾਕਿਸਤਾਨ'। ਉਹ ਨਿੱਕਰਾ ਪਾ ਪਾ ਜੰਗੀ ਮਸ਼ਕਾਂ ਕਰਦੇ। ਦੂਸਰੇ ਪਾਸੇ 'ਖਾਲਿਸਤਾਨ ਜ਼ਿੰਦਾਬਾਦ' ਦੇ ਨਾਹਰੇ ਗੂੰਜਦੇ ਤੇ 'ਧੋਤੀ ਟੋਪੀ ਯਮਨਾ' ਪਾਰ ਵੀ ਗੂੰਜਦਾ। ਗਰਮ ਲੀਡਰਾਂ ਵਲੋਂ ਇਹ ਵੀ ਆਖਿਆ ਜਾਂਦਾ ਕਿ 'ਸਾਨੂੰ ਤਾਂ ਸੱਤ ਸੱਤ ਹਿੰਦੂ ਆਂਉਦੇ ਨੇ'

ਗਿਆਨੀ ਜ਼ੈਲ ਸਿੰਘ ਸਾਬਕਾ ਮੁੱਖ ਮੰਤਰੀ ਪੰਜਾਬ ਦੀ ਰਹਿਨੁਮਾਈ ਹੇਠ ਬਣੀਆਂ ਕੁੱਝ ਜਥੇਬੰਦੀਆਂ ਵੀ ਖਾਲਿਸਤਾਨ ਦੇ ਨਾਹਰੇ ਲਾਉਣ ਲੱਗੀਆਂ। ਕਈ ਲੋਕ ਇਸ ਨੂੰ ਸਰਕਾਰੀ ਚਾਲ ਸਮਝਦੇ। ਉੱਧਰ ਬੱਬਰ ਖਾਲਸਾ, ਖਾਲਿਸਤਾਨ ਕਮਾਂਡੋ ਫੋਰਸ, ਖਾਲਿਸਤਾਨ ਲਿਬਰੇਸ਼ਨ ਆਰਮੀ ਵਰਗੀਆਂ ਅਨੇਕਾਂ ਜਥੇਬੰਦੀਆਂ ਦੇ ਆਪੂੰ ਬਣੇ ਜਰਨੈਲਾਂ ਨੇ ਪੰਜਾਬ ਵਿੱਚ ਕਤਲੋ ਗਾਰਤ ਸ਼ੁਰੂ ਕਰ ਦਿੱਤੀ। ਮੋਟਰ ਸਾਈਕਲ ਸਵਾਰ ਵਾਰਦਾਤਾਂ ਕਰਦੇ ਅਤੇ ਅਲੋਪ ਹੋ ਜਾਂਦੇ। ਇਨਾਂ ਨੇ ਜੱਗਬਾਣੀ ਦੇ ਸੰਪਾਦਕ ਲਾਲਾ ਜਗਤ ਨਰਾਇਣ ਨੂੰ ਗੋਲੀ ਮਾਰ ਕੇ ਬਲਦੀ ਤੇ ਤੇਲ ਪਾ ਦਿੱਤਾ। ਫੇਰ ਆਏ ਦਿਨ ਪੰਜਾਬ ਵਿੱਚ ਹੋਰ ਲੀਡਰ ਅਤੇ ਨਾਮਵਰ ਬੰਦੇ ਮਾਰੇ ਜਾਣ ਲੱਗੇ। ਜਿਹੜਾ ਵੀ ਜ਼ੁਬਾਨ ਖੋਹਲਦਾ ਉਹ ਸੋਧ ਦਿੱਤਾ ਜਾਂਦਾ। ਪੰਜਾਬ ਵਿੱਚ ਬੱਸ ਹੁਣ ਬਦੂੰਕਾਂ ਰਾਜ ਕਰ ਰਹੀਆਂ ਸਨ।

ਸ਼ਹਿਰਾਂ 'ਚ ਬੰਬ ਫਟਣ ਲੱਗੇ। ਬੱਸਾਂ 'ਚੋਂ ਕੱਢ ਕੱਢ ਕੇ ਇੱਕ ਫਿਰਕੇ ਦੇ ਲੋਕਾਂ ਨੂੰ ਮਾਰਿਆ ਜਾ ਰਿਹਾ ਸੀ। ਦੂਜੇ ਪਾਸੇ ਪੁਲੀਸ ਤਸ਼ੱਦਤ ਵੀ ਸਾਰੇ ਹੱਦਾਂ ਬੰਨੇ ਟੱਪਣ ਲੱਗਿਆ। ਆਏ ਦਿਨ ਝੂਠੇ ਮੁਕਾਬਲੇ ਬਣਾਏ ਜਾਣ ਲੱਗੇ। ਕਈ ਲੋਕ ਇਸ ਨੂੰ ਦਰਬਾਰਾ ਸਿੰਘ ਅਤੇ ਗਿਆਨੀ ਜ਼ੈਲ ਸਿੰਘ ਦੀ ਲੜਾਈ ਆਖ ਰਹੇ ਸਨ। ਦੁਬਾਰਾ ਹੋਈਆਂ ਚੋਣਾਂ ਵਿੱਚ ਦਰਬਾਰਾ ਸਿੰਘ ਮੁੱਖ ਮੰਤਰੀ ਬਣ ਗਏ ਜੋ ਗਿਆਨੀ ਹੁਣ ਜ਼ੈਲ ਸਿੰਘ ਨੂੰ ਬ੍ਰਦਾਸ਼ਤ ਨਹੀਂ ਸੀ ਹੋ ਰਿਹਾ। ਅੱਤਵਾਦ ਦੀ ਆੜ ਹੇਠ ਹੁਣ ਬਦਲਾਖੋਰੀ ਦੀ ਲੜਾਈ ਵੀ ਲੜੀ ਜਾ ਰਹੀ ਸੀ।

ਮਨਦੀਪ ਇਸ ਦਹਿਸ਼ਤ ਭਰੇ ਮਹੌਲ ਵਿੱਚ ਹੋਰ ਲੋਕਾਂ ਦੀ ਤਰ੍ਹਾਂ ਹੀ ਰੋਜ਼ ਜਾਨ ਹਥੇਲੀ ਤੇ ਰੱਖ ਘਰੋਂ ਨਿੱਕਲਦਾ। ਹਰ ਰੋਜ਼ ਸ਼ਹਿਰਾਂ ਵਿੱਚ ਕਰਫਿਊ ਲੱਗਦਾ। ਆਨੰਦਪੁਰ ਮਤਾ ਮਨਵਾਉਣ ਲਈ ਅਕਾਲੀਆਂ ਵਲੋਂ ਵੀ ਮੋਰਚਾ ਲਾ ਦਿੱਤਾ ਗਿਆ। ਚੰਡੀਗੜ੍ਹ ਪੰਜਾਬ ਨੂੰ ਦਿਉ, ਪਾਣੀਆਂ ਦਾ ਮਸਲਾ ਹੱਲ ਕਰੋ ਅਤੇ ਪੰਜਾਬੀ ਬੋਲਦੇ ਇਲਾਕੇ ਪੰਜਾਬ ਨੂੰ ਦਿੱਤੇ ਜਾਣ ਵਰਗੀਆਂ ਮੰਗਾਂ ਨੂੰ ਮਨਵਉਣ ਲਈ ਗ੍ਰਿਫਤਾਰੀਆਂ ਵੀ ਦਿੱਤੀਆਂ ਜਾਣ ਲੱਗੀਆਂ। ਕਮਿਊਨਿਸਟ ਲਹਿਰਾਂ ਪ੍ਰਭਾਵਹੀਣ ਹੋਕੇ ਕੇ ਰਹਿ ਗਈਆਂ। ਹਰ ਪਾਸੇ ਭਿੰਡਰਾਂ ਵਾਲੇ ਸੰਤਾਂ ਦੇ ਉੱਚੀ ਸੁਰ ਵਾਲੇ ਭਾਸ਼ਨ ਗੂੰਜ ਰਹੇ ਸਨ। ਫੇਰ ਇੱਕ ਦਿਨ ਸੰਤ ਭਿੰਡਰਾਂ ਵਾਲੇ ਮਹਿਤਾ ਚੌਂਕ ਤੋਂ ਗੁਰੂ ਨਾਨਕ ਨਿਵਾਸ ਅਮ੍ਰਿਤਸਰ ਜਾ ਬੈਠੇ ਅਤੇ ਇਹ ਲੜਾਈ ਹੋਰ ਤੇਜ਼ ਹੋ ਗਈ। ਮੋਟਰ ਸਾਈਕਲ ਸਵਾਰ ਵੀ ਹੁਣ ਵਾਰਦਾਤ ਕਰਕੇ ਏਥੇ ਹੀ ਪਨਾਹ ਲੈਣ ਲੱਗੇ।

ਉਧਰ ਮਨਦੀਪ ਦੇ ਦੋਸਤਾਂ ਦਾ ਝੁਕਾਅ ਵੀ ਨਵੀਂ ਪ੍ਰਚੰਡ ਹੋਈ ਲਹਿਰ ਵਲ ਹੋ ਗਿਆ।

ਕਈਆਂ ਨੇ ਦਾਹੜੀਆਂ ਰੱਖ ਲਈਆਂ ਤੇ ਕੇਸਰੀ ਪੱਗਾਂ ਬੰਨਣ ਲੱਗੇ। ਅਕਾਲੀ ਸਿਆਸਤ ਸਿੱਥਲ ਹੋ ਕੇ ਰਹਿ ਗਈ ਸੀ। ਛੇ ਵੱਜਦੇ ਨੂੰ ਸਾਰੇ ਬਜ਼ਾਰ ਖਾਲੀ ਹੋ ਜਾਂਦੇ ਅਤੇ ਬੱਸਾਂ ਬੰਦ ਹੋ ਜਾਂਦੀਆਂ। ਅਖ਼ਬਾਰਾਂ ਦੀਆਂ ਸੁਰਖੀਆਂ ਸਿਰਫ ਕਤਲ ਹੀ ਕਤਲ ਦੱਸਦੀਆਂ ਤੇ ਲਹੂ ਭਿੱਜੀਆਂ ਜਾਪਦੀਆਂ। ਮਾਸੂਮ ਬੱਚੇ ਵੀ ਬੇਦਰਦੀ ਨਾਲ ਮਾਰ ਦਿੱਤੇ ਜਾਂਦੇ। ਜਿੱਥੇ ਬੇਰੁਜ਼ਗਾਰ ਜਵਾਨੀ ਦਾ ਲੋਹਾ ਪੂਰੀ ਤਰ੍ਹਾਂ ਗਰਮ ਸੀ ਉੱਥੇ ਪੰਜਾਬ ਦਾ ਗੁੱਸਾ ਧਾਰਮਿਕ ਜਨੂਨ ਬਣਕੇ ਉਬਾਲੇ ਖਾ ਰਿਹਾ ਸੀ। ਪੰਜਾਬ ਦਾ ਜਨ ਸਧਾਰਨ ਵਾਸੀ ਘਰਾਂ ਅੰਦਰ ਦੁਬਕ ਗਿਆ ਅਤੇ ਦੋ ਪੁੜਾ ਵਿਚਾਲੇ ਪਿਸਣ ਲੱਗਿਆ। ਏਹੋ ਜਿਹੇ ਹਾਲਾਤਾਂ ਵਿੱਚ ਭਲਾ ਮਨਦੀਪ ਵਰਗੇ ਮੁੰਡਿਆਂ ਦਾ ਭਵਿੱਖ ਕੀ ਹੋ ਸਕਦਾ ਸੀ ? ਤੇ ਉਹ ਬੇਹੱਦ ਬੇਚੈਨ ਰਹਿਣ ਲੱਗਿਆ।

●

ਭਾਗ 41

ਮਨਦੀਪ ਹੁਣ ਭਰ ਜਵਾਨ ਗਭਰੂ ਸੀ। ਦਾੜ੍ਹੀ ਮੁੱਛਾ ਨਾਲ ਉਸਦਾ ਗੋਰਾ ਰੰਗ ਅਤੇ ਲੰਬਾ ਕੱਦ, ਸਖਸ਼ੀਅਤ ਨੂੰ ਚਾਰ ਚੰਨ ਲਾ ਰਹੇ ਸਨ। ਜਿੱਥੇ ਉਸ ਤੇ ਵਕਤੀ ਲਹਿਰਾਂ ਦਾ ਪ੍ਰਭਾਵ ਸੀ ਉੱਥੇ ਅਜੇ ਵੀ ਨਾਨੀ ਮਹਿਤਾਬ ਕੌਰ ਵਲੋਂ ਦਿੱਤੇ ਸੰਸਕਾਰ ਉਸ ਦੇ ਨਾਲ ਨਾਲ ਤੁਰ ਰਹੇ ਸਨ। ਆਪਣੇ ਨਾਨਾ ਸੰਤਾ ਸਿੰਘ ਦੇ ਸੁਨਿਹਰੀ ਅਸੂਲਾਂ ਨੂੰ ਯਾਦ ਕਰਦਾ ਉਹ ਕਦੇ ਵੀ ਧਰਮ ਪ੍ਰਤੀ ਉਲਾਰ ਨਾ ਹੁੰਦਾ ਬਲਕਿ ਅਸੂਲਾਂ ਨੂੰ ਪਹਿਲ ਦਿੰਦਾ। ਵਕਤ ਦੀਆਂ ਵਗ ਰਹੀਆਂ ਤੱਤੀਆਂ ਹਵਾਵਾਂ ਵਿੱਚ ਉਸ ਨੂੰ ਰਣੀਏ ਗੁਜ਼ਾਰੇ ਪਲਾਂ ਦੀ ਯਾਦ ਠੰਢੇ ਝੋਂਕੇ ਦਿੰਦੀ। ਜਿੱਥੇ ਉਸ ਦਾ ਬਚਪਨ ਬੀਤਿਆ ਸੀ, ਬੰਟੇ ਜਾਂ ਗੁੱਲੀ ਡੰਡਾ ਖੇਡਦਿਆਂ ਜਾਂ ਗਲੀਆਂ ਵਿੱਚ ਸਾਈਕਲਾਂ ਦੇ ਪੁਰਾਣੇ ਟਾਇਰ ਦੁੜਾਉਂਦਿਆਂ। ਕੋਠਿਆਂ ਤੇ ਖੁੱਤੀਆਂ ਪੁੱਟਦਿਆਂ ਜਾਂ ਲੁਕਣਮੀਟੀ ਖੇਡਦਿਆਂ। ਏਥੇ ਹੀ ਉਸ ਨੇ ਕਿਸੇ ਨੂੰ ਪਿਆਰ ਨਾਲ ਪਹਿਲੀ ਵਾਰੀ ਤੱਕਿਆ ਸੀ। ਉਹ ਪਿਆਰ ਵੀ ਕਿਸੇ ਹੋਰ ਦਾ ਹੋ ਗਿਆ। ਫੇਰ ਸਤਿੰਦਰ ਆਈ ਉਹ ਵੀ ਕਿਸੇ ਹੋਰ ਦੀ ਹੋ ਗਈ। ਛੋਟਾ ਹੁੰਦਾ ਉਹ ਵਿਆਹਾਂ ਵਿੱਚ ਚੱਲਦੇ ਲਾਊਡ ਸਪੀਕਰਾਂ ਤੋਂ ਗੀਤ ਸੁਣ ਸੁਣ ਖੁਸ਼ ਹੁੰਦਾ। ਹੁਣ ਤਾਂ ਆਪ ਹੀ ਗੀਤ ਲਿਖਣ ਲੱਗ ਪਿਆ ਸੀ। ਪਰ ਇਸ ਨਵੀਂ ਚੱਲੀ ਲਹਿਰ ਨੇ ਮਹੌਲ ਨੂੰ ਧਾਰਮਿਕ ਨਹੀਂ ਸਗੋਂ ਕੱਟੜਤਾ ਦੇ ਰੰਗ ਵਿੱਚ ਤਬਦੀਲ ਕਰ ਦਿੱਤਾ। ਇਸ ਅਫਰਾ ਤਫਰੀ ਵਿੱਚ ਕਈ ਵਾਰੀ ਤਾਂ ਇਉਂ ਲੱਗਦਾ ਜਿਵੇਂ ਮਨਦੀਪ ਵਰਗੇ ਮੁੰਡਿਆਂ ਤੇ ਜਵਾਨੀ ਆਈ ਹੀ ਨਹੀਂ।

ਆਪਣੇ ਦਿਲ ਦੀਆਂ ਗੱਲਾਂ ਉਹ ਆਪਣੇ ਮਿੱਤਰ ਜਗਦੀਪ ਨਾਲ ਸਾਂਝੀਆਂ ਕਰਦਾ। ਦੋਨੋ ਸ਼ਾਮ ਨੂੰ ਇਕੱਠੇ ਸੈਰ ਕਰਨ ਜਾਂਦੇ। ਪਰ ਜਿਉਂ ਜਿਉਂ ਪੰਜਾਬ ਦੇ ਹਾਲਾਤ ਵਿਗੜ ਰਹੇ ਸਨ ਦੋਨਾਂ ਦੇ ਘਰ ਵਾਲਿਆਂ ਨੇ ਉਨ੍ਹਾਂ ਨੂੰ ਸ਼ਾਮ ਦੀ ਸੈਰ ਤੋਂ ਰੋਕਣਾ ਚਾਹਿਆ ਸੀ। ਗੀਤ ਸੁਣਨੇ ਉਸ ਨੂੰ ਹੁਣ ਵੀ ਚੰਗੇ ਲੱਗਦੇ ਸਨ। ਉਹ ਦੋਨੋ ਦੋਸਤ ਮੁਹੰਮਦ ਸਦੀਕ ਅਤੇ ਰਣਜੀਤ ਕੌਰ ਦੇ ਅਖਾੜੇ ਸੁਣਨ ਹਰ ਜਗਾ ਹੀ ਤੁਰ ਜਾਂਦੇ। ਕੁਲਦੀਪ ਮਾਣਕ ਅਤੇ ਸੁਰਿੰਦਰ ਛਿੰਦੇ ਦੀਆਂ ਕਲੀਆਂ ਵੀ ਖੂਬ ਸੁਣਦੇ। ਪਰ ਬਾਅਦ ਵਿੱਚ ਅਮਰ ਸਿੰਘ ਚਮਕੀਲੇ ਦੇ ਗੀਤਾਂ ਦੀ ਗਰਮ ਸ਼ਬਦਾਵਲੀ ਤੋਂ ਮਨਦੀਪ ਨੂੰ ਉਕਤਾਹਟ ਵੀ ਹੋਣ ਲੱਗੀ।

ਉੱਧਰ ਖਾੜਕੂਆਂ ਨੇ ਵੀ ਪਿੰਡਾਂ ਵਿੱਚੋਂ ਸਪੀਕਰ ਅਤੇ ਅਸ਼ਲੀਲ ਗੀਤ ਧੱਕੇ ਨਾਲ ਬੰਦ ਕਰਵਾਉਣੇ ਸ਼ੁਰੂ ਕਰ ਦਿੱਤੇ। ਬਰਾਤਾਂ ਤੇ ਪਾਬੰਦੀਆਂ ਲੱਗਣ ਲੱਗੀਆਂ। ਲੋਕਾਂ ਦਾ ਕਹਿਣਾ ਸੀ ਕਿ ਹਾਲਾਤ ਜ਼ਿਆਦਾ ਖਰਾਬ ਹੋਣ ਦਾ ਕਾਰਨ 1982 ਵਿੱਚ ਹੋਈਆਂ ਏਸ਼ੀਅਨ ਖੇਡਾਂ ਸਮੇਂ ਹਰਿਆਣਾ ਦੇ ਮੁੱਖ ਮੰਤਰੀ ਭਜਨ ਲਾਲ ਅਤੇ ਉਸਦੀ ਸਰਕਾਰ ਵਲੋਂ ਸਿੱਖਾਂ ਨੂੰ ਦਿੱਲੀ ਜਾਣ ਤੋਂ ਰੋਕਣ ਲਈ ਕੀਤੀ ਗਈ ਵਧੀਕੀ ਹੈ। ਪਰ ਅਜੇ ਵੀ ਲੋਕ ਉੱਚੀ ਉੱਚੀ ਟੇਪਰਿਕਾਰਡਾਂ ਲਾਕੇ ਗੀਤ ਸੁਣਦੇ। ਨਵੇਂ ਆਏ ਗੀਤ ਬੜੇ ਚਾਅ ਨਾਲ ਭਰਵਾਉਂਦੇ ਅਤੇ ਅਖਾੜੇ ਮਾਣਦੇ।

ਹੌਲੀ ਹੌਲੀ ਧਾਰਮਿਕ ਜਨੂੰਨ ਹੇਠ ਸਾਰਾ ਕੁੱਝ ਦਬਣ ਲੱਗਾ। ਕੇ ਦੀਪ ਜਗਮੋਹਣ ਕੌਰ, ਦੀਦਾਰ ਸੰਧੂ ਸਨੇਹ ਲਤਾ ਵਰਗੀਆਂ ਜੋੜੀਆਂ ਵੀ ਵਿਹਲੀਆਂ ਹੋ ਗਈਆਂ। ਲੋਕ ਘਰਾਂ ਅੰਦਰ ਬੈਠ ਕੇ ਹੀ ਟੈਲੀਵੀਯਨ ਦੇਖਦੇ। ਸੰਤਾਂ ਸਿੰਘ ਵੀ ਨਜ਼ਰ ਘੱਟ ਜਾਣ ਨਾਲ ਤੇ ਬੁਢਾਪੇ ਕਾਰਨ

ਮੰਜਾ ਮੱਲ ਚੁੱਕਾ ਸੀ। ਸਿੱਖੀ ਦੀ ਨਵੀਂ ਹੀ ਸਿੱਖਿਆ ਦਿੱਤੀ ਜਾ ਰਹੀ ਸੀ। ਸੰਤਾ ਸਿੰਘ ਤਾਂ ਸਿੱਖ ਗੁਰੂਆਂ ਦੇ ਨਾਲ ਹਿੰਦੂ ਦੇਵੀ ਦੇਵਤਿਆਂ ਨੂੰ ਵੀ ਆਪਣੀ ਅਰਦਾਸ ਵਿੱਚ ਯਾਦ ਕਰਦਾ ਰਿਹਾ ਸੀ। ਉਹ ਤਾਂ ਹਿੰਦੂ ਗਰੰਥਾਂ ਗੀਤਾ, ਰਮਾਇਣ ਅਤੇ ਮਹਾਂਭਾਰਤ ਦਾ ਸਤਿਕਾਰ ਕਰਨ ਦੇ ਨਾਲ ਨਾਲ ਉਨ੍ਹਾਂ 'ਚੋਂ ਮਨਦੀਪ ਨੂੰ ਸਾਖੀਆਂ ਵੀ ਸੁਣਾਉਂਦਾ ਰਿਹਾ ਸੀ। ਪਰ ਹੁਣ ਦੋਹਾਂ ਧਰਮਾਂ ਨੂੰ ਪਾੜਨ ਦੇ ਯਤਨ ਹੋ ਰਹੇ ਸਨ। ਜੋ ਮਨਦੀਪ ਦੀ ਸਮਝ ਤੋਂ ਬਾਹਰ ਸਨ। ਉਹ ਸੋਚਦਾ ਸੀ ਕਿ ਧਰਮ ਤਾਂ ਸਾਰੇ ਹੀ ਮਨੁੱਖਾ ਲਈ ਚਾਨਣ ਮੁਨਾਰੇ ਹਨ ਪਰ ਹੁਣ ਦੇ ਧਰਮ ਤਾਂ ਇੱਕ ਦੂਸਰੇ ਦੇ ਲਹੂ ਦੇ ਪਿਆਸੇ ਹੋਏ ਫਿਰਦੇ ਸੀ।

ਮਨਦੀਪ ਜਦੋਂ ਵੀ ਨਾਨਕੀਂ ਜਾਂਦਾ ਸੰਤਾਂ ਸਿੰਘ ਪਹਿਲਾਂ ਉਸ ਤੋਂ ਅਖ਼ਬਾਰੀ ਖ਼ਬਰਾਂ ਸੁਣਦਾ ਤੇ ਫੇਰ ਲੰਬੀ ਚੌੜੀ ਬਹਿਸ ਲੈ ਕੇ ਬੈਠ ਜਾਂਦਾ। ਮਹਿਤਾਬ ਕੌਰ ਰੋਜ਼ ਮਰਨ ਵਾਲਿਆਂ ਦੀਆਂ ਗੱਲਾਂ ਸੁਣ ਸੁਣ ਕੰਨਾਂ ਨੂੰ ਹੱਥ ਲਾਉਂਦੀ ਆਖਦੀ "ਅਸੀਂ ਤਾਂ ਭਾਈ ਕੁੱਤੇ ਦੇ ਵੀ ਸੋਟੀ ਨੀ ਮਾਰੀ ਦੀ ਕਿ ਵਿਚਾਰਾ ਦਰਵੇਸ਼ ਐ, ਇਹ ਜੈ ਖਾਣੇ ਰੰਘੜ ਬੇਦੋਸੇ ਲੋਕਾਂ ਨੂੰ ਵੀ ਬੱਸਾਂ 'ਚੋਂ ਧੂ ਧੂ ਕਿਵੇਂ ਮਾਰਦੇ ਨੇ, ਫੇਰ ਬੰਬ ਚਲਾਉਂਦੇ ਨੇ ਤੇ ਨਿਆਣਿਆ ਦਾ ਵੀ ਤਰਸ ਨੀ ਕਰਦੇ। ਇਹ ਕਾਹਦਾ ਧਰਮ ਹੋਇਆ... ?" ਫੇਰ ਉਹ ਸਿਰ ਮਾਰਦੀ ਮਾਲ਼ਾ ਫੇਰਨ ਲੱਗ ਜਾਂਦੀ। ਪਿੰਡਾਂ ਵਿੱਚ ਹੌਲੀ ਹੌਲੀ ਟੀ ਵੀ ਪ੍ਰੋਗਰਾਮਾਂ ਦੀ ਚਰਚਾ ਵਧਣ ਲੱਗੀ।

ਲੋਕ ਗੁਰਦਾਸ ਮਾਨ ਨੂੰ ਬੜੀ ਨੀਝ ਨਾਲ ਵੇਖਦੇ ਅਤੇ ਸੁਣਦੇ ਜੋ ਗਾਇਕੀ ਵਿੱਚ ਇੱਕ ਨਵਾਂ ਰੰਗ ਲੈ ਕੇ ਹਨੇਰੀ ਵਾਂਗ ਆਇਆ ਤੇ ਮੱਧ ਵਰਗੀ ਲੋਕਾਂ ਦਾ ਚਹੇਤਾ ਬਣ ਗਿਆ। ਉਸਦੇ ਪ੍ਰਗਰਾਮ ਕਾਲਜਾਂ ਵਿੱਚ ਵੀ ਹੁੰਦੇ। ਪਰ ਇਸ ਦੇ ਨਾਲ ਨਾਲ ਸਮੁੱਚੇ ਪੰਜਾਬ ਵਿੱਚ ਜਨੂੰਨ ਦੇ ਬੱਦਲ ਵੀ ਸੰਘਣੇ ਹੁੰਦੇ ਜਾ ਰਹੇ ਸਨ।

ਪੰਜਾਬ ਦੇ ਹਿੰਦੂਆਂ ਨੂੰ ਹੁਣ ਗੰਗੂ ਬ੍ਰਾਹਮਣ ਨਾਲ ਤੋਲਿਆ ਜਾ ਰਿਹਾ ਸੀ। ਬਹੁਤ ਸਾਰੇ ਹਿੰਦੂ ਪਰਿਵਾਰ ਹਿਜ਼ਰਤ ਕਰਕੇ ਪੰਜਾਬ ਤੋਂ ਬਾਹਰ ਜਾਣੇ ਆਰੰਭ ਹੋ ਗਏ। ਲੋਕ ਭੁੱਲ ਗਏ ਸਨ ਕਿ ਪੰਜਾਬੀ ਲਿਖਣ ਵਾਲੇ ਪੰਡਿਤ ਸ਼ਰਧਾ ਰਾਮ ਫਿਲੌਰੀ, ਲਾਲਾ ਧਨੀ ਰਾਮ ਚਾਤ੍ਰਿਕ, ਕਿਰਮਾ ਰਾਮ ਸਾਗਰ ਅਤੇ ਸ਼ਿਵ ਕੁਮਾਰ ਬਟਾਲਵੀ ਜਿਨਾਂ ਦੀ ਪੰਜਾਬੀ ਨੂੰ ਏਨੀ ਵੱਡੀ ਦੇਣ ਸੀ, ਉਹ ਸਭ ਵੀ ਤਾਂ ਹਿੰਦੂ ਹੀ ਸਨ।

1947 ਤੋਂ ਬਾਅਦ ਅਸਲ ਵਿੱਚ ਆਜ਼ਾਦ ਭਾਰਤ ਨੌਜਵਾਨਾਂ ਨੂੰ ਰੁਜਗਾਰ ਦੇਣ ਵਿੱਚ ਅਸਮਰੱਥ ਰਿਹਾ ਸੀ। ਨੌਜਵਾਨਾ ਦੀ ਇਸ ਬੇਚੈਨੀ ਦਾ ਲਾਹਾ ਸਿਆਸੀ ਲੀਡਰ ਲੈ ਰਹੇ ਸਨ। ਸਰਕਾਰ ਸਮਝਦੀ ਸੀ ਕਿ ਉਸ ਨੇ ਜਨਤਾ ਦਾ ਧਿਆਨ ਅਸਲ ਸਮੱਸਿਆਵਾਂ ਤੋਂ ਹਟਾ ਦਿੱਤਾ ਹੈ। ਹੁਣ ਹੋ ਵੀ ਤਾਂ ਏਸੇ ਤਰ੍ਹਾਂ ਰਿਹਾ ਸੀ। ਸਾਰੇ ਸਿੱਖਾਂ ਦੀ ਪੂਰੇ ਭਾਰਤ ਵਿੱਚ ਮੀਡੀਏ ਵਲੋਂ ਪਛਾਣ ਅੱਤਵਾਦੀਆਂ ਵਜੋਂ ਬਣਾਈ ਜਾ ਰਹੀ ਸੀ। ਹਰ ਅੱਤਵਾਦੀ ਨੂੰ ਸਿੱਖ ਅੱਤਵਾਦੀ ਜਾਣ ਬੁੱਝ ਕੇ ਲਿਖਿਆਂ ਜਾਂਦਾ। ਇੱਕ ਅਜਿਹਾ ਲਾਵਾ ਤਿਆਰ ਕਰ ਦਿੱਤਾ ਸੀ ਜੋ ਹੁਣ ਕਦੀ ਵੀ ਫਟ ਸਕਦਾ ਸੀ। ਕੀ ਰਾਜਨੀਤਕ ਲੋਕ ਹੁਣ ਇਹ ਹੀ ਪੈਂਤੜਾ ਵਰਤ ਕੇ ਅਗਲੀਆਂ ਵੋਟਾਂ ਜਿੱਤਣੀਆਂ ਚਾਹੁੰਦੇ ਸਨ ? ਇਕ ਸਵਾਲ ਉੱਠਦਾ।

ਪਰ ਕੁੱਝ ਸਿਰੜੀ ਲੋਕ ਇਨ੍ਹਾਂ ਹਨੇਰਿਆਂ ਨੂੰ ਚੀਰ ਕੇ ਅਜੇ ਵੀ ਰੋਸ਼ਨੀ ਬਿਖੇਰ ਰਹੇ ਸਨ। ਨਾਟਕਕਾਰ ਗੁਰਸ਼ਰਨ ਸਿੰਘ ਪਿੰਡ ਪਿੰਡ ਜਾ ਕੇ ਬਗੈਰ ਕਿਸੇ ਡਰ ਜਾਂ ਸੁਰੱਖਿਆ ਦੇ ਨਾਟਕ ਖੇਡ ਰਹੇ ਸਨ। ਸੰਤ ਰਾਮ ਉਦਾਸੀ, ਲਾਲ ਸਿੰਘ ਦਿਲ ਅਤੇ ਪਾਸ਼ ਨੂੰ ਲੋਕ ਅਜੇ ਵੀ ਪੜ੍ਹਦੇ ਅਤੇ ਗਾਉਂਦੇ ਸਨ। ਪ੍ਰਗਤੀਵਾਦ ਸੁਸਤ ਜਰੂਰ ਹੋਇਆ ਸੀ ਪਰ ਸਮਾਪਤ ਨਹੀਂ ਸੀ ਹੋਇਆ।

ਦੂਸਰੇ ਪਾਸੇ ਬਹੁਤ ਸਾਰੇ ਅਖੌਤੀ ਪ੍ਰਗਤੀਵਾਦੀ ਕਲਾਬਾਜ਼ੀਆਂ ਲਾਉਣ ਲੱਗੇ। ਕਈਆਂ ਨੇ ਤਾਂ ਬੇਹੱਦ ਜਨੂੰਨੀ ਰੁੱਖ ਅਖਤਿਆਰ ਕਰ ਲਿਆ। ਹੋਰ ਤਾਂ ਹਰ ਮਨਦੀਪ ਦਾ ਮਨਪਸੰਦ ਨਾਵਲਕਾਰ ਵੀ ਉਨ੍ਹਾਂ ਹੀ ਲੋਕਾਂ ਦੀ ਝੋਲੀ ਵਿੱਚ ਪੈ ਗਿਆ ਤੇ ਉਨ੍ਹਾਂ ਦੀ ਬੋਲੀ ਬੋਲਣ ਲੱਗਿਆ। ਜਿਹੜੇ ਉਸ ਨੂੰ ਗਾਲਾਂ ਵਰਗੀ ਭਾਸ਼ਾ ਵਿੱਚ ਸਿੱਖੀ ਨੂੰ ਲੱਗਿਆ ਘੁਣ ਆਖ ਰਹੇ ਸਨ ਹੁਣ ਉਸੇ ਨਾਵਲਕਾਰ ਨੂੰ ਬਾਪੂ ਤੇ ਵੱਡਾ ਲੇਖਕ ਆਖਣ ਲੱਗੇ।

ਗਿਆਰਵੀਆਂ ਏਸ਼ੀਅਨ ਖੇਡਾਂ ਤਾਂ ਦਿੱਲੀ ਦੇ ਤਾਲਕਟੋਰਾ ਸਟੇਡੀਅਮ ਵਿੱਚ ਸਮਾਪਤ ਹੋ ਗਈਆਂ ਪਰੰਤੂ ਪੰਜਾਬ ਵਿੱਚ ਇੱਕ ਖਤਰਨਾਕ ਖੂਨੀ ਖੇਡ ਸ਼ੁਰੂ ਹੋ ਗਈ।

ਕੱਟੜ ਸਿੱਖ ਇਸ ਵਿਤਕਰੇ ਕਾਰਨ ਭਾਰਤ ਤੋਂ ਅੱਡ ਹੋਣ ਦੀਆਂ ਗੱਲਾਂ ਕਰਨ ਲੱਗੇ। ਕੁੱਝ ਸਿੱਖ ਨੌਜਵਾਨ ਇਸ ਸੁਪਨੇ ਨੂੰ ਪੂਰਾ ਕਰਨ ਲਈ ਦੁਸ਼ਮਣ ਦੇਸ਼ ਦੀਆਂ ਖੁਫੀਆ ਏਜੰਸੀਆਂ ਦੇ ਕੰਧਾੜੇ ਜਾ ਚੜ੍ਹੇ। ਉਹ ਪਾਕਿਸਤਾਨ ਦੀ ਸਰਹੱਦ ਪਾਰ ਕਰਕੇ ਅੱਤਵਾਦੀ ਟ੍ਰੇਨਿੰਗ ਕੈਂਪਾਂ ਵਿੱਚ ਜਾਂਦੇ ਤੇ ਵਾਪਸ ਆ ਹਥਿਆਰਾਂ ਨਾਲ ਲੈੱਸ ਹੋ ਪੰਜਾਬ 'ਚ ਆ ਖੂਨ ਦੀ ਹੋਲੀ ਖੇਡਦੇ। ਸਾਰੇ ਪਾਸੇ ਲਾਸ਼ਾ ਹੀ ਲਾਸ਼ਾ ਦਿਸਣ ਲੱਗੀਆਂ।

ਸੀ ਆਰ ਪੀ ਦੀਆਂ ਕੇਂਦਰ ਵਲੋਂ ਭੇਜੀਆਂ ਧਾੜਾਂ, ਬਖਤਰਬੰਦ ਗੱਡੀਆਂ ਤੇ ਸਟੇਨਗੱਨਾਂ ਬੀੜੀ ਪੰਜਾਬ ਦੀਆਂ ਸੜਕਾਂ ਤੇ ਰਾਜ ਕਰਨ ਲੱਗੀਆਂ। ਕਿਸੇ ਸਮੇਂ ਕਿਸੇ ਵੀ ਥਾਂ ਹੁਣ ਕੁੱਝ ਵੀ ਹੋ ਸਕਦਾ ਸੀ। ਕੋਈ ਵੀ ਬੰਦਾ ਸੁਰੱਖਿਅਤ ਨਹੀਂ ਸੀ। ਹੋਰ ਤਾਂ ਹੋਰ ਮੁੱਖ ਮੰਤਰੀ ਦਰਬਾਰਾਂ ਸਿੰਘ ਤੇ ਵੀ ਜਾਨੋ ਮਾਰਨ ਲਈ ਬੰਬ ਸੁੱਟੇ ਗਏ। ਪੁਲੀਸ ਥਾਣਿਆਂ ਨੂੰ ਵੀ ਬੰਬਾਂ ਨਾਲ ਉਡਾਇਆ ਜਾਣ ਲੱਗਾ।

ਜਿਹੜੇ ਮੁੰਡੇ ਪੜ੍ਹ ਕੇ ਕੁੱਝ ਬਣਨਾ ਚਾਹੁੰਦੇ ਸਨ ਉਹ ਸੋਚਣ ਲੱਗੇ ਕਿ ਇਸ ਮੁਲਕ ਵਿੱਚ ਰਹਿਣ ਦਾ ਹੁਣ ਤਾਂ ਕੋਈ ਹੱਜ ਹੀ ਨਹੀਂ। ਲਹੂ ਦੀਆਂ ਘਰਾਲਾਂ ਹਰ ਘਰ ਪੈਣ ਲੱਗੀਆਂ। ਰਾਮਪੁਰੇ ਦੇ ਨਜ਼ਦੀਕ ਹੋਏ ਦਹਿੜੂ ਕਾਂਡ ਨੇ ਇਸ ਦਹਿਸ਼ਤ ਦੀ ਹਨੇਰੀ ਨੂੰ ਹੋਰ ਵੀ ਪ੍ਰਚੰਡ ਕਰ ਦਿੱਤਾ। ਮਨਦੀਪ ਵਰਗੇ ਹਜ਼ਾਰਾਂ ਨੌਜਵਾਨਾ ਦੇ ਭਵਿੱਖ ਅੱਗੇ ਇੱਕ ਸਵਾਲੀਆ ਚਿੰਨ ਲੱਗ ਗਿਆ ਤੇ ਫੇਰ ਇਹ ਹਨੇਰੀ ਹੋਰ ਤੇਜ਼ ਹੋਣ ਲੱਗੀ।

•

ਭਾਗ 42

ਪੰਜਾਬ ਦੇ ਹਾਲਾਤ ਬੜੀ ਤੇਜ਼ੀ ਨਾਲ ਵਿਗੜਨ ਲੱਗੇ। ਅਮਨ ਕਾਨੂੰਨ ਦੀ ਸਥਿਤੀ ਦਿਨੋ ਦਿਨ ਸਰਕਾਰ ਦੇ ਹੱਥਾਂ ਵਿੱਚੋਂ ਨਿੱਕਲਦੀ ਜਾ ਰਹੀ ਸੀ। ਆਨੰਦਪੁਰ ਸਾਹਿਬ ਦਾ ਮਤਾ ਲਾਗੂ ਕਰਵਾਉਣ ਲਈ, ਲੱਗੇ ਮੋਰਚੇ ਵਿੱਚ, ਅਕਾਲੀ ਪਾਰਟੀ ਵਲੋਂ ਗ੍ਰਿਫਤਾਰੀ ਲਈ, ਹਰ ਰੋਜ਼ ਜਥੇ ਭੇਜੇ ਜਾਂਦੇ। ਸੰਤ ਹਰਚੰਦ ਸਿੰਘ ਲੌਂਗੋਵਾਲ ਨੂੰ, ਮੋਰਚਾ ਡਿਕਟੇਟਰ ਥਾਪ ਦਿੱਤਾ ਗਿਆ। ਪਰ ਪੰਜਾਬ ਦੀਆਂ ਫਿਜ਼ਾਵਾਂ ਵਿੱਚ ਚਰਚਾ ਤਾਂ ਸੰਤ ਜਰਨੈਲ ਸਿੰਘ ਭਿੰਡਰਾਂਵਾਲਿਆਂ ਦੀ ਹੋ ਰਹੀ ਸੀ। ਮੋਟਰਸਾਈਕਲ ਸਵਾਰ ਸਾਰੇ ਪੰਜਾਬ ਵਿੱਚ ਹੀ ਸਰਗਰਮ ਹੋ ਗਏ। ਬੇਰੁਜ਼ਗਾਰ ਨੌਜਵਾਨਾਂ ਦਾ ਝੁਕਾਅ ਵੀ ਇਸ ਨਵੀਂ ਉੱਠੀ ਲਹਿਰ ਵਲ ਨੂੰ ਹੋਣ ਲੱਗਾ। ਪਿੰਡਾਂ ਸ਼ਹਿਰਾਂ ਵਿੱਚ ਕੇਸਰੀ ਪੱਗਾਂ ਦੀ ਤਦਾਦ ਵਧਣ ਲੱਗੀ। ਪਰ ਇੱਕ ਸਧਾਰਨ ਮਨੁੱਖ ਦੀ ਸਥਿਤੀ ਤਾਂ ਪਹਿਲਾਂ ਵਰਗੀ ਹੀ ਸੀ।

ਮਨਦੀਪ ਕਈ ਵਾਰੀ ਆਪਣੀ ਆਰਥਿਕਤਾ ਅਤੇ ਆਏ ਦਿਨ, ਕਾਲਜ ਬੰਦ ਹੋਣ ਦੀ ਗੱਲ ਨੂੰ ਲੈ ਕੇ ਬਹੁਤ ਉਦਾਸ ਹੋ ਜਾਂਦਾ। ਅਚਾਨਕ ਪਏ ਖਰਚਿਆਂ ਨੇ ਦਲੇਰ ਸਿੰਘ ਨੂੰ ਇੱਕ ਮੱਝ ਵੇਚਣ ਲਈ ਮਜ਼ਬੂਰ ਕਰ ਦਿੱਤਾ। ਜਿਸ ਨਾਲ ਮਨਦੀਪ ਦਾ ਦਿਲੀ ਮੋਹ ਸੀ। ਉਹ ਉਸ ਨੂੰ ਪੱਠੇ ਪਾਉਂਦਾ, ਪਾਣੀ ਪਿਆਂਉਦਾ ਅਤੇ ਨਹਾਉਂਦਾ ਰਿਹਾ ਸੀ। ਮੱਝ ਦੇ ਚਲੇ ਜਾਣ ਨਾਲ ਉਸ ਨੂੰ ਉਦਾਸੀ ਨੇ ਹੋਰ ਵੀ ਘੇਰ ਲਿਆ।

ਉਧਰ ਬਚਨ ਕੌਰ ਦਾ ਵੀ ਮੱਝ ਦੇ ਵਿਕ ਜਾਣ ਕਾਰਨ ਦਿਲ ਘਾਂਊਂ ਮਾਊਂ ਹੋ ਰਿਹਾ ਸੀ। ਉਸ ਨੂੰ ਪਹਿਲਾਂ ਪਤਾ ਸੀ ਕਿ ਰਣੀਏ ਅੱਜ ਤੋਂ ਫੂਲੋਂ ਵਾਲੇ ਸੰਤਾਂ ਦੇ ਦਿਵਾਨ ਹਨ। ਉਸ ਨੇ ਮਨਦੀਪ ਨੂੰ ਕਿਹਾ ਕੇ ਮੈਨੂੰ ਸਾਈਕਲ ਤੇ ਬਿਠਾ ਕੇ ਲੈ ਚੱਲ, ਮੇਰਾ ਮਨ ਹੋਰ ਪਾਸੇ ਲੱਗ ਜਾਊ। ਚੱਲ ਰਣੀਏ ਦੀਵਾਨ ਹੀ ਸੁਣ ਆਂਉਦੇ ਹਾਂ। ਮਨਦੀਪ ਨੂੰ ਗੱਲ ਚੰਗੀ ਲੱਗੀ, ਕਿ ਚਲੋਂ ਇਸੇ ਬਹਾਨੇ ਵਕਤ ਵੀ ਪਾਸ ਹੋ ਜਾਊ।

ਉਹ ਤਿਆਰ ਹੋ ਕੇ ਰਣੀਏ ਨੂੰ ਚੱਲ ਪਏ। ਬਿੰਦਰ ਅਤੇ ਰਘਵੀਰ ਆਪਣੀ ਦਾਦੀ ਬੇਅੰਤ ਕੌਰ ਦੇ ਘਰ ਚਲੇ ਗਏ। ਜਾ ਕੇ ਦੇਖਿਆ ਕਿ ਰਣੀਏ ਦੀ ਥੇਅ ਤੇ ਬਹੁਤ ਵੱਡਾ ਪੰਡਾਲ ਲੱਗਾ ਹੋਇਆ ਹੈ। ਕੇਸਰੀ ਪੱਗਾਂ ਵੱਡੀ ਤਦਾਦ ਵਿੱਚ ਚਮਕ ਰਹੀਆਂ ਹਨ। ਇੱਕ ਪਾਸੇ ਲੰਗਰ ਵਰਤਾਇਆ ਜਾ ਰਿਹਾ ਸੀ। ਬਚਨ ਕੌਰ ਨੇ ਪਹਿਲਾਂ ਆਪਣੇ ਪੇਕੇ ਘਰ ਜਾਣ ਦੀ ਗੱਲ ਕੀਤੀ। ਉਹ ਆਪਣੀ ਮਾਂ ਮਹਿਤਾਬ ਕੌਰ ਅਤੇ ਪਿਉ ਸੰਤਾ ਸਿੰਘ ਦਾ ਹਾਲ ਚਾਲ ਪੁੱਛ, ਉੱਥੇ ਹੀ ਸਾਈਕਲ ਖੜ੍ਹਾ ਕਰ ਬਾਕੀ ਟੱਬਰ ਸੰਗ, ਫੇਰ ਦਿਵਾਨ ਤੇ ਆ ਗਏ।

ਪੂਰੇ ਦੋ ਵਜੇ ਸੰਤ ਸੁਖਦੇਵ ਸਿੰਘ ਫੂਲੋਂ ਵਾਲੇ ਲੰਬੀ ਚਿੱਟੀ ਕਾਰ 'ਚੋਂ ਉੱਤਰੇ। ਚਿੱਟਾ ਬਾਣਾ ਅਤੇ ਚਿੱਟੀ ਕਾਲੀ ਦਾੜ੍ਹੀ ਜੋ ਗੁੱਟੀ ਬਣਾ ਕੇ ਬੰਨੀ ਅਤੇ ਤੁੰਨੀ ਹੋਈ ਸੀ। ਕਈ ਲੋਕ ਕਹਿ ਰਹੇ ਸਨ ਕਿ 'ਤੁੰਨੀ ਮੁੰਨੀ ਇੱਕ ਬਰਾਬਰ'। ਮਨਦੀਪ ਨੇ ਅੱਜ ਤੱਕ ਜਿੰਨੇ ਸੰਤ ਵੇਖੇ ਸਨ ਸਭ ਨੇ ਦਾੜ੍ਹਾ ਪ੍ਰਕਾਸ਼ ਕੀਤਾ ਹੁੰਦਾ ਸੀ। ਕਈ ਕਹਿੰਦੇ ਇਹ ਨੂੰ ਅਜੇ ਸਿੰਘ ਨਹੀਂ ਟੱਕਰੇ ਹੋਣੇ। ਜਿੰਨੇ ਮੂੰਹ ਉਨੀਆਂ ਗੱਲਾਂ। ਗਾੜ੍ਹੇ ਵਾਲੇ ਸੰਤਾਂ ਵਕਤ ਜੋ ਸੰਤਾਂ ਦੇ ਪੈਰਾਂ ਹੇਠ ਕੱਪੜਾ ਵਿਛਾ ਕੇ ਉਨ੍ਹਾਂ ਦਾ

ਸੁਆਗਤ ਕੀਤਾ ਜਾਂਦਾ ਸੀ, ਹੁਣ ਨਵੀਂ ਉੱਠੀ ਲਹਿਰ ਦੇ ਸਿੰਘਾਂ ਨੇ ਗੁਰੂ ਗਰੰਥ ਸਾਹਿਬ ਦੀ ਬੇਅਦਬੀ ਕਹਿ ਕੇ ਇਹ ਬੰਦ ਕਰਵਾ ਦਿੱਤਾ ਸੀ।

ਸੰਤ ਸਫੈਦ ਚੋਲਿਆਂ ਵਾਲੇ ਜਥੇ ਵਿੱਚ ਘਿਰੇ ਪੰਡਾਲ 'ਚ ਪ੍ਰਵੇਸ਼ ਕਰ ਰਹੇ ਸਨ। ਸੰਤਾਂ ਸਮੇਤ ਸਭ ਦੇ ਹੱਥ ਵੱਡੀਆਂ ਕ੍ਰਿਪਾਨਾਂ ਸਨ। ਕੀਰਤਣ ਆਰੰਭ ਹੋਇਆ। ਵਾਜੇ ਨੂੰ ਬੀਨ ਦੀ ਤਰਜ਼ ਤੇ ਵਜਾਇਆ ਜਾ ਰਿਹਾ ਸੀ। ਢੋਲਕੀਆਂ ਦੀ ਤਾਲ ਵਿੱਚ ਤੇਜ਼ੀ ਆ ਗਈ। ਸੰਗਤਾਂ ਦੇ ਸਿਰ ਝੂਮਣ ਲੱਗੇ। ਸੰਤਾਂ ਨੇ ਸਭ ਤੋਂ ਪਹਿਲਾਂ ਹਥਿਆਰਾਂ ਦੀ ਮਹੱਤਤਾ ਸਮਝਾਉਦਿਆਂ ਆਪਣਾ ਵਖਿਆਨ ਆਰੰਭਿਆ।

ਪਹਿਲਾਂ ਆਨੰਦਪੁਰ ਸਾਹਿਬ ਦਾ ਮਤਾ ਬਿਆਨ ਕੀਤਾ। ਫੇਰ ਚੰਡੀਗੜ੍ਹ ਪੰਜਾਬ ਨੂੰ, ਪਾਣੀਆਂ ਦੀ ਵੰਡ, ਪੰਜਾਬੀ ਬੋਲਦੇ ਇਲਾਕੇ ਪੰਜਾਬ ਨੂੰ ਦੇਣ ਦੀ ਗੱਲ ਦੇ ਨਾਲ ਨਾਲ, ਭਾਰਤੀ ਸਵਿਧਾਨ ਦੀ ਧਾਰਾ 25 ਅਤੇ ਸਿੱਖਾਂ ਨਾਲ ਹੋ ਰਹੇ ਹੋ ਧੱਕਿਆ ਦੀ ਗੱਲ ਕਰਦੇ ਹੋਏ ਉਹ ਹਕੂਮਤ ਨੂੰ ਭੰਡਣ ਲੱਗੇ। ਫੇਰ ਗੁਰੂ ਵਾਲੇ ਹੋਣ, ਅਮ੍ਰਿਤ ਛਕਣ ਅਤੇ ਹਥਿਆਰਬੰਦ ਹੋਣ ਦੇ ਨਾਲ ਨਾਲ ਸਿੱਖ ਵਿਰੋਧੀ ਦੁਸ਼ਟਾਂ ਨੂੰ ਵੀ ਸੋਧ ਦੇਣ ਦੀਆਂ ਗੱਲਾਂ ਕੀਤੀਆਂ ਗਈਆਂ। ਕਈ ਲੋਕ ਕਹਿ ਰਹੇ ਸਨ ਕਿ ਸੰਤ ਬਹੁਤ ਪੜ੍ਹਿਆ ਲਿਖਿਆਂ ਹੈ ਤੇ ਸੰਤ ਭਿੰਡਰਾਂਵਾਲਿਆਂ ਦੇ ਵੀ ਬਹੁਤ ਨੇੜੇ ਹੈ। ਕਈ ਕਹਿ ਰਹੇ ਸਨ ਕਿ ਇਸ ਨੇ ਡੇਰੇ ਤੇ ਦੋ ਤੀਵੀਆਂ ਧੱਕੇ ਨਾਲ ਹੀ ਰੱਖੀਆਂ ਹੋਈਆਂ ਨੇ। ਤੇ ਕੋਈ ਹੋਰ ਦੱਸ ਰਿਹਾ ਸੀ ਕਿ ਇਸ ਨੇ ਗਰੀਬ ਲੋਕਾਂ ਦੀਆਂ ਜ਼ਮੀਨਾ ਹੜੱਪ ਕੇ ਡੇਰਾ ਬਣਾਇਆ ਹੈ। ਇਸ ਦੀਵਾਨ ਵਿੱਚ ਗੁਰਬਾਣੀ ਦੀ ਤਾਂ ਕੋਈ ਗੱਲ ਹੀ ਨਾ ਹੋਈ, ਸਗੋਂ ਮਾਰ ਧਾੜ ਦੀਆਂ ਗੱਲਾਂ ਹੀ ਹੁੰਦੀਆਂ ਰਹੀਆਂ। ਜਿਵੇ ਪੰਜਾਬ ਕੋਈ ਯੁੱਧ ਦਾ ਮੈਦਾਨ ਹੋਵੇ। ਏਥੇ ਆ ਕੇ ਤਾਂ ਮਨਦੀਪ ਦੀ ਬੇਚੈਨੀ ਸਗੋਂ ਹੋਰ ਵੀ ਵਧ ਗਈ ਸੀ।

ਜਦੋਂ ਉਹ ਵਾਪਸ ਰਾਮਪੁਰੇ ਨੂੰ ਜਾ ਰਹੇ ਸਨ ਤਾਂ ਮਨਦੀਪ ਦੀਆਂ ਸਾਈਕਲ ਚਲਾਉਂਦਿਆਂ ਲੱਤਾਂ ਫੁੱਲ ਰਹੀਆਂ ਸਨ। ਉਹ ਆਪਣੀ ਮਾਂ ਬਚਨ ਕੌਰ ਦੀਆਂ ਗੱਲਾਂ ਨੂੰ ਵੀ ਅਣਗੌਲਿਆ ਕਰਦਾ ਰਿਹਾ। ਇੱਕ ਪਾਸੇ ਤਾਂ ਉਸ ਨੂੰ ਜੱਸੇ ਵਿਉਪਾਰੀ ਵਲੋਂ ਪੈਰ ਅੜਾ ਅੜਾਕੇ, ਅੜਿੰਗਦੀ ਮੱਝ ਦਾ, ਪਿੱਛੇ ਪਿੱਛੇ ਮੁੜ ਦੇਖਣਾ, ਅਤੇ ਲਿਜਾਣ ਵਾਲਿਆ ਦਾ ਡੰਡੇ ਮਾਰ ਮਾਰ ਮੱਝ ਨੂੰ ਟਰੱਕ 'ਚ ਚੜ੍ਹਾਉਣਾ ਯਾਦ ਆ ਰਿਹਾ ਸੀ ਤੇ ਦੂਸਰੇ ਪਾਸੇ ਫੂਲੋਂ ਵਾਲੇ ਸੰਤ ਕਹਿ ਰਹੇ ਸਨ ਕਿ "ਸਾਰੇ ਬੋਦੀਆਂ ਵਾਲੇ ਜਿਨਾਂ ਨੇ ਆਪਣੀ ਮਾਤ ਭਾਸ਼ਾ ਪੰਜਾਬੀ ਨਾ ਲਿਖਾ ਕੇ ਪੰਜਾਬ ਨਾਲ ਧਰੋਹ ਕਮਾਇਆ ਹੈ ਪੰਜਾਬ 'ਚੋਂ ਕੱਢ ਦੇਣੇ ਚਾਹੀਦੇ ਨੇ। ਹਰ ਨੌਜਵਾਨ ਹੁਣ ਹਥਿਆਰ ਰੱਖੇ ਅਤੇ ਦੁਸ਼ਮਣ ਨੂੰ ਸੋਧਾ ਲਾਵੇ" ਕਿੱਥੇ ਨਫਰਤ ਭਰੀ ਤਕਰੀਰ ਅਤੇ ਕਿਥੇ ਬਾਬੇ ਦਾ ਸੱਭੇ ਸਾਂਝੀਵਾਲ ਦਾ ਸੰਦੇਸ਼। ਮਨਦੀਪ ਦਾ ਮਨ ਤਾਂ ਬੇਹੱਦ ਦੁਖੀ ਹੋਇਆ ਪਿਆ ਸੀ। ਪਰ ਉਹ ਸਾਈਕਲ ਦੇ ਪੈਡਲ ਮਾਰਦਾ ਰਿਹਾ।

ਰਾਮਪੁਰੇ ਆਪਣੇ ਘਰ ਉਹ ਸ਼ਾਮ ਦੇ ਛੇ ਕੁ ਵਜੇ, ਅਜੇ ਪਹੁੰਚੇ ਹੀ ਸਨ ਕਿ ਕਾਲਜ ਪੜ੍ਹਦੇ ਉਸਦੇ ਸਾਥੀਆਂ ਕੈਲੇ ਅਤੇ ਬਾਰੇ ਨੇ ਆ ਬੂਹਾ ਖੜਕਾਇਆ। ਦੂਸਰੇ ਦਿਨ ਛੱਬੀ ਜਨਵਰੀ ਸੀ ਉਨ੍ਹਾਂ ਤਿੰਨਾਂ ਨੇ ਆਪਣੇ ਕਾਲਜ ਵਲੋਂ ਖਾਲਸਾ ਹਾਈ ਸਕੂਲ ਵਿੱਚ ਹੋਣ ਵਾਲੀ ਐਨ ਸੀ ਸੀ ਦੀ ਪ੍ਰੇਡ ਵਿੱਚ ਭਾਗ ਲੈਣਾ ਸੀ। ਚਾਹ ਪਾਣੀ ਪੀਣ ਉਪਰੰਤ ਉਹ ਮੋਟਰ ਵਲ ਘੁੰਮਣ ਚਲੇ ਗਏ। ਸ਼ਰੀਕੇ ਕਬੀਲੇ ਦੇ ਲੋਕ ਉਨ੍ਹਾਂ ਵਲ ਕੁਨੱਖੀਆਂ ਜਿਹੀਆਂ ਨਜ਼ਰਾਂ ਨਾਲ ਝਾਕਦੇ ਰਹੇ ਕਿ ਇਹ ਓਪਰੇ ਮੁੰਡੇ ਕੌਣ ਹੋਏ ?

ਪੁਲੀਸ ਦੇ ਮੁਖਬਰ ਤਾਂ ਅੱਜ ਕੱਲ ਪਿੰਡਾਂ ਵਿੱਚ ਠਹਿਰਨ ਵਾਲੇ ਓਪਰੇ ਮੁੰਡਿਆਂ ਦੀਆਂ ਪੈੜਾਂ ਆਮ ਹੀ ਸੁੰਘਦੇ ਫਿਰਦੇ ਸਨ। ਬਚਨ ਕੌਰ ਮਨਦੀਪ ਨੂੰ ਕਹਿਣਾਂ ਤਾਂ ਚਾਹੁੰਦੀ ਸੀ ਕਿ "ਪੁੱਤ ਸਮਾਂ ਠੀਕ ਨਹੀਂ। ਨਾਲੇ ਲੋਕ ਅੰਦਰੋਂ ਸਾਡੇ ਨਾਲ ਖਾਰ ਖਾਂਦੇ ਆ। ਬਾਹਰਲੇ ਮੁੰਡਿਆਂ ਕਰਕੇ ਕਿਤੇ ਕੋਈ ਤੈਨੂੰ ਵੀ ਨਾ ਫਸਾ ਦਵੇ"। ਪਰ ਕਹਿ ਨਾ ਸਕੀ। ਉਸ ਨੇ ਨਾਲ ਹੀ ਗੁਆਂਢ ਤੋਂ ਅੱਧੀ ਦਰਜਣ ਆਂਡੇ ਲਿਆ ਕੇ ਭੁਰਜ਼ੀ ਬਣਾ ਦਿੱਤੀ ਤੇ ਮੁੰਡਿਆਂ ਨੂੰ ਖਾਣਾ ਖੁਆ ਦਿੱਤਾ। ਕਰਨੈਲ ਜੋ ਗਾਉਣ ਦਾ ਸ਼ੌਕੀਨ ਸੀ ਉਸ ਨੇ ਉਸ ਰਾਤ ਕਈ ਗੀਤ ਵੀ ਸੁਣਾਏ।

ਦੂਸਰੇ ਦਿਨ ਉਹ ਸਮਰਾਲੇ ਗਣਤੰਤਰ ਦਿਵਸ ਪਰੇਡ ਤੇ ਪਹੁੰਚੇ। ਪ੍ਰੋ: ਹਰਜੀਤਪਾਲ ਅਤੇ ਹੌਲਦਾਰ ਪੂਰਨ ਸਿੰਘ ਉਥੇ ਪਹਿਲਾਂ ਹੀ ਮੌਜੂਦ ਸਨ। ਉਨ੍ਹਾਂ ਪ੍ਰੈੱਸ ਕੀਤੀਆਂ ਖਾਕੀ ਵਰਦੀਆਂ ਪਹਿਨੀਆਂ। ਲਿਸ਼ਕਦੇ ਬੂਟ ਪਾਏ। ਪੱਗਾਂ ਤੇ ਹੈਕਲ ਲਗਾਏ। ਸ਼ਹਿਰ ਦੇ ਐੱਮ ਐੱਲ ਏ ਸ: ਅਮਰਜੀਤ ਸਿੰਘ ਨੇ ਪ੍ਰੇਡ ਤੋਂ ਸਲਾਮੀ ਲਈ। ਇਸ ਵਾਰੀ ਪੁਲੀਸ ਵਲੋਂ ਬਹੁਤ ਸੁਰੱਖਿਆ ਪ੍ਰਬੰਧ ਕੀਤੇ ਗਏ ਸਨ। ਖਾੜਕੂਆਂ ਨੇ ਤਿਰੰਗੇ ਨੂੰ ਸਲਾਮੀ ਦੇਣ ਵਾਲੇ ਸਿੱਖਾਂ ਨੂੰ ਸੋਧਣ ਦਾ ਐਲਾਨ ਜੋ ਕੀਤਾ ਹੋਇਆ ਸੀ। ਸੀ ਆਰ ਪੀ ਦੇ ਜਵਾਨ ਆਪਣੀਆਂ ਸਟੇਨ ਗੱਨਾਂ ਨਾਲ ਸਕੂਲ ਦੀ ਛੱਤ ਤੇ ਪੁਜ਼ੀਸ਼ਨਾਂ ਲਈਂ ਬੈਠੇ ਸਨ। ਕਈ ਗੱਡੀਆਂ ਤੇ ਵੀ ਅਜਿਹੀਆਂ ਹੀ ਗੱਨਾਂ ਬੀੜੀਆਂ ਹੋਈਆਂ ਸਨ। ਪਰ ਇਹ ਗਣਤੰਤਰ ਦਿਵਸ ਸਖਤ ਸੁਰੱਖਿਆਂ ਪ੍ਰਬੰਧਾ ਹੇਠਾਂ ਅਮਨ ਅਮਾਨ ਨਾਲ ਬੀਤ ਗਿਆ। ਤਿੰਨਾਂ ਦੋਸਤਾਂ ਨੇ ਰਲ਼ ਕੇ ਫੋਟੋ ਖਿਚਵਾਈ, ਇਕੱਠਿਆਂ ਰਿਫਰੈਸ਼ਮਿੰਟ ਲਈ ਅਤੇ ਆਪੋ ਆਪਣੇ ਘਰਾਂ ਨੂੰ ਰਵਾਨਾ ਹੋ ਗਏ।

ਪੰਜਾਬ ਵਿੱਚ ਭਾਵੇਂ ਦੁਖਦ ਘਟਨਾਵਾਂ ਵਧਦੀਆਂ ਹੀ ਜਾ ਰਹੀਆਂ ਸਨ ਪਰ ਫੇਰ ਵੀ ਪਿੰਡਾਂ ਸ਼ਹਿਰਾਂ ਵਿੱਚ ਅਜੇ ਜੀਵਨ ਪੂਰੀ ਤਰ੍ਹਾਂ ਧੜਕ ਰਿਹਾ ਸੀ। ਕਾਲਜਾਂ ਵਿੱਚ ਫੰਕਸ਼ਨ ਅਤੇ ਯੂਥਫੈਸਟੀਵਲ ਹੋ ਰਹੇ ਸਨ। ਲੋਕ ਟੂਰਨਾਮੈਂਟ ਵੇਖਣ ਲਈ ਵੱਡੀਆਂ ਭੀੜਾਂ ਦੇ ਰੂਪ ਵਿੱਚ ਜਾ ਪਹੁੰਚਦੇ। ਅਜੇ ਵੀ ਕੁਲਦੀਪ ਮਾਣਕ, ਸੁਰਿੰਦਰ ਛਿੰਦਾ, ਦੀਦਾਰ ਸੰਧੂ ਤੇ ਮੁਹੰਮਦ ਸਦੀਕ ਦੇ ਅਖਾੜੇ ਲੱਗਦੇ ਤੇ ਲੋਕ ਵਹੀਰਾਂ ਘੱਤ ਕੇ ਸੁਣਨ ਜਾਂਦੇ।

ਆਪਣੇ ਪੰਜਾਬੀ ਵਾਲੇ ਪ੍ਰੋ: ਸਤਵਿੰਦਰ ਸਪਰਾ ਦੇ ਜ਼ੋਰ ਪਾਉਣ ਤੇ ਮਨਦੀਪ ਨੇ ਵੀ ਇਸ ਵਾਰ ਕਵਿਤਾ ਉਚਾਰਨ ਅਤੇ ਗੀਤ ਗਾਇਨ ਮੁਕਾਬਲੇ ਵਿੱਚ ਭਾਗ ਲਿਆ। ਪਰ ਇਹ ਵੱਖਰੀ ਗੱਲ ਸੀ ਕਿ ਇਸੇ ਕਾਲਜ ਵਿੱਚ ਇਤਿਹਾਸ ਦਾ ਪ੍ਰੋ: ਹਰਮੋਹਣ ਸਿੰਘ, ਜੋ ਅਜੇ ਪਿਛਲੇ ਦਿਨੀ ਹੀ ਨਵਾਂ ਸਿੰਘ ਸਜਿਆ ਸੀ, ਉਸ ਨੂੰ ਪਾਸੇ ਲਿਜਾ ਕੇ ਕਹਿਣ ਲੱਗਾ ਸੀ ਕਿ "ਕੀ ਰੋਂਦੀ ਭੌਂਦੂ ਜਿਹੀਆਂ ਕਿਵਤਾਵਾਂ ਲੈ ਕੇ ਬਹਿ ਜਾਨਿਉ ...। ਉਹ ਵੀ ਸ਼ਿਵ ਕੁਮਾਰ ਵਰਗੇ ਹਿੰਦੂ ਪੋਇਟ ਦੀਆਂ ਜਿਨਾਂ ਨੇ ਪੰਜਾਬੀ ਨੂੰ ਕਦੇ ਆਪਣੀ ਮਾਂ ਹੀ ਨੀ ਸਮਝਿਆ ? ਸਾਰੇ ਪੰਜਾਬ ਦੇ ਹਿੰਦੂਆਂ ਨੇ ਮਾਂ ਬੋਲੀ ਹਿੰਦੀ ਲਿਖਾਕੇ ਪੰਜਾਬੀ ਦੀ ਪਿੱਠ 'ਚ ਛੁਰਾ ਮਾਰਿਆ ਏ। ਤੇ ਇਨ੍ਹਾਂ ਦਾ ਇਹ ਸ਼ਾਇਰ ਵੀ ਤਾਂ ਕਿਸੇ ਗਿਣੀਮਿਥੀ ਸਾਜਿਸ਼ ਹੇਠ ਸ਼ਰਾਬ ਪੀ ਪੀਕੇ, ਇਹ ਇਸ਼ਕ ਮੁਸ਼ਕ ਦੀਆਂ ਰੋਂਦੂ ਜਿਹੀਆਂ ਕਵਿਤਾਵਾਂ ਲਿਖ ਲਿਖ ਪੰਜਾਬ ਦੀ ਜਵਾਨੀ ਨੂੰ ਪੈਸਿਵ ਕਰਨ ਤੇ ਤੁਲਿਆ ਰਿਹਾ ਏ। ਕਿਉਂਕਿ ਹਿੰਦੂ ਸਾਡੇ 'ਚ ਅਣਖ ਤੇ ਗੈਰਤ ਨਹੀਂ ਦੇਖਣਾ ਚਾਹੁੰਦੇ"

"ਅੱਗੇ ਵਾਸਤੇ ਕੋਈ ਵੀਰ-ਰਸ ਦੀ ਕਵਿਤਾ ਪੜ੍ਹੀ। ਸਿੰਘਾਂ ਦੀ ਚੜ੍ਹਦੀ ਕਲਾ ਵਾਲੀ। ਜੋ ਬੱਲੇ ਬੱਲੇ ਕਰਵਾ ਦਵੇ। ਸਮਝਿਆ..."

ਨਾਲੇ ਇੱਕ ਗੱਲ ਹੋਰ ਇਹ 'ਮਨਦੀਪ ਮਾਨਵ' ਕੀ ਹੋਇਆ ? ਆਪਣੇ ਨਾਲ ਸਿੰਘ ਲਿਖਿਆ ਕਰ। ਗੁਰੂ ਨੇ ਸਾਨੂੰ ਸਧਾਰਨ ਮਾਨਵ ਤੋਂ ਸਿੰਘ ਸਜਾਇਆ ਹੈ" ਫੇਰ ਉਹ ਮਨਦੀਪ ਦੇ ਕੰਨ ਕੋਲ

ਮੂੰਹ ਕਰਕੇ ਬੋਲਿਆ "ਇਹ ਭਾਪੇ ਬੜੇ ਖਰਾਬ ਨੇ। ਇਹ ਸਾਰੇ ਦਾੜ੍ਹੀਆਂ ਵਾਲੇ ਹਿੰਦੂ ਨੇ। ਇਹ ਸਪਰਾ ਤਾਂ ਅੰਦਰੋਂ ਪੱਕਾ ਕਾਂਗਰਸੀ ਆ। ਕਹਿੰਦੇ ਇੱਕ ਭਾਪਾ ਸੌ ਸਿਆਪਾ" ਉਹ ਹੱਸਿਆ।

"ਕਾਂਗਰਸੀ ਸਵਿਧਾਨ ਦੀ ਧਾਰਾ 25 ਵਿੱਚ ਸਾਨੂੰ ਸਿੱਖਾਂ ਨੂੰ ਹਿੰਦੂ ਦੱਸਣ... ਤੇ ਇਹ ਸਪਰਾ ਹਿੰਦੂ ਸ਼ਾਇਰਾਂ ਦੀਆਂ ਕਿਵਤਾਵਾਂ ਸਿੱਖ ਮੁੰਡਿਆਂ ਕੋਲੋ ਪੜਵਾਏ? ਮੈਂ ਤਾਂ ਅਜੇ ਸਿੰਘਾਂ ਨਾਲ ਏਹਦੀ ਗੱਲ ਨੀ ਤੋਰੀ ਜੇ ਤੋਰ ਤੀ ਤਾਂ ਅਗਲੇ ਤਾਂ ਇਹਨੂੰ ਪ੍ਰਿੰਸੀਪਲੀ ਉਸੇ ਵਕਤ ਦੇ ਜਾਣਗੇ... ਜਿਸ ਦੇ ਇਹ ਸੁਪਨੇ ਦੇਖਦਾ ਆ"

ਮਨਦੀਪ ਦਾ ਜੀ ਕੀਤਾ ਸੀ ਕਿ ਇਸ ਘਟੀਆਂ ਪ੍ਰੋਫੈਸਰ ਦੀ ਲਾਹ ਪਾਹ ਕਰ ਦਵੇ। ਪਰ ਉਸ ਨੇ ਚੁੱਪ ਰਹਿਣਾ ਹੀ ਠੀਕ ਸਮਝਿਆ। ਦੂਸਰੇ ਦਿਨ ਬਹੁਤ ਸਾਰੇ ਪ੍ਰੋਫੈਸਰਾਂ ਅਤੇ ਮੁੰਡਿਆਂ ਦੇ ਉਸਦੀ ਪ੍ਰੋਫੌਰਮੈਂਸ ਨੂੰ ਬਹੁਤ ਸਲਾਹਿਆ।

ਫੇਰ ਅੱਤਵਾਦ ਦਾ ਗ੍ਰਹਿਣ ਪੰਜਾਬ ਅੰਦਰ ਕਲਾ ਦੇ ਸੂਰਜ ਨੂੰ ਢਕਣ ਲੱਗਾ। ਫਰਵਰੀ ਮਹੀਨੇ ਵਿੱਚ ਅਜਿਹੀਆਂ ਦੋ ਘਟਨਾਵਾਂ ਵੇਖਣ ਸੁਣਨ ਨੂੰ ਮਿਲੀਆਂ। ਨਾਲਦੇ ਪਿੰਡ ਕਟਾਣੀ ਵਿੱਚ ਜਦੋਂ ਇਕ ਗਾਇਕ ਜੋੜੀ ਵਿਆਹ ਤੇ ਗੀਤ ਗਾਅ ਰਹੀ ਸੀ ਤਾਂ ਦੋ ਕੇਸਰੀ ਪੱਗਾਂ ਵਾਲੇ ਜਿਨਾਂ ਕੰਬਲਾਂ ਦੀਆਂ ਬੁੱਲਕਾਂ ਮਾਰੀਆਂ ਹੋਈਆਂ ਸਨ, ਸਟੇਨ ਗੱਨਾਂ ਦਿਖਾ ਕੇ ਅਖਾੜਾ ਵਿਚਕਾਰ ਹੀ ਬੰਦ ਕਰਵਾ ਗਏ।

ਇਹ ਘਟਨਾ ਅਜੇ ਅੱਠ ਫਰਵਰੀ ਦੀ ਸੀ ਤਾਂ ਚੌਦਾਂ ਵਰਵਰੀ ਨੂੰ ਇੱਕ ਹੋਰ ਨਾਮਵਰ ਗਾਇਕ ਜੋੜੀ ਨੂੰ ਪਿੰਡ ਬਿਜਲੀਪੁਰ ਵਿੱਚ ਮੋਟਰ ਸਾਈਕਲ ਸਵਾਰ ਖਾੜਕੂਆਂ ਨੇ ਅਖਾੜਾ ਵਿਚਕਾਰ ਹੀ ਬੰਦ ਕਰਵਾਕੇ, ਅੱਗੇ ਤੋਂ ਪ੍ਰੋਗਰਾਮ ਨਾ ਕਰਨ ਦੀ ਚਿਤਾਵਨੀ ਦਿੱਤੀ ਫੇਰ ਉਸੇ ਸਾਲ ਹੋਏ ਹੋਲੇ ਮਹੱਲੇ ਤੇ ਆਨੰਦਪੁਰ ਸਾਹਿਬ ਦੇ ਮਤੇ ਦਾ ਹੱਲ ਸਿਰਫ ਖਾਲਿਸਤਾਨ ਦੱਸਿਆ ਗਿਆ।

ਲੁਧਿਆਣੇ ਦੇ ਇੱਕ ਸਿਨਮੇ ਵਿੱਚ ਬੰਬ ਫਟਣ ਨਾਲ ਤਾਂ ਸਥਿਤੀ ਹੋਰ ਵੀ ਨਾਜ਼ੁਕ ਹੋ ਗਈ। ਲੋਕ ਸਿਨਮਾਘਰਾਂ 'ਚ ਜਾਣੋ ਬੰਦ ਹੋ ਗਏ। ਤਾਂ ਵੀ ਮਨਦੀਪ ਅਤੇ ਉਸਦੇ ਦੋਸਤ ਵਿਨੋਦ ਨੇ ਅਜਿਹੇ ਹਾਲਾਤਾਂ ਵਿੱਚ ਵੀ ਇੱਕ ਦੋ ਮਨਪਸੰਦ ਫਿਲਮਾਂ ਵੇਖ ਹੀ ਆਂਦੀਆ।

ਇਸ ਵਿਗੜੇ ਮਾਹੌਲ ਵਿੱਚ ਦਲੇਰ ਸਿੰਘ ਨੌਕਰੀ ਕਰਦਾ ਰਿਹਾ। ਮਨਦੀਪ ਅਤੇ ਉਸਦੇ ਦੋਨੋ ਛੋਟੇ ਭਰਾ ਪੜ੍ਹਦੇ ਰਹੇ। ਦਲੇਰ ਸਿੰਘ, ਜੋ ਆਪਣੇ ਪੁੱਤਰ ਦਾ ਭਵਿੱਖ ਬਣਾਉਣਾ ਚਾਹੁੰਦਾ ਸੀ ਹੁਣ ਇਸ ਗੱਲੋਂ ਡਰਨ ਲੱਗਿਆ ਕਿ ਕਿਧਰੇ ਉਸ ਦਾ ਪੁੱਤ ਖਾੜਕੂਆਂ ਨਾਲ ਹੀ ਨਾ ਰਲ ਜਾਵੇ। ਕਿਤੇ ਕੋਈ ਪੁਲੀਸ ਕੇਸ ਹੀ ਨਾ ਪੈ ਜਾਵੇ। ਪੰਜਾਬ ਦੀਆਂ ਸੜਕਾਂ ਤੇ ਸੀ ਆਰ ਪੀ ਦੀ ਗਸ਼ਤ ਵਧਣ ਲੱਗੀ ਅਤੇ ਕਈ ਸ਼ਾਇਰ ਪੰਜਾਬ ਨੂੰ ਲੱਗੀ ਕਿਸੇ ਦੀ ਭੈੜੀ ਨਜ਼ਰ ਤੇ ਕਵਿਤਾਵਾਂ ਵੀ ਲਿਖਣ ਲੱਗੇ। ਇਸ ਸਮੱਸਿਆ ਨੂੰ ਲੈ ਕੇ ਹੁਣ ਹਰ ਕੋਈ ਪਰੇਸ਼ਾਨ ਸੀ।

•

ਭਾਗ 43

ਜਨਵਰੀ 1982 ਦਾ ਪਹਿਲਾ ਹਫਤਾ ਸੀ। ਸਮਰਾਲਾ ਕਾਲਜ ਵਲੋਂ ਨਾਲ ਦੇ ਪਿੰਡ ਦਿਆਲਪੁਰਾ ਵਿੱਚ ਐੱਨ ਐੱਸ ਐੱਸ ਦਾ ਕੈਂਪ ਚੱਲ ਰਿਹਾ ਸੀ। ਜਿਸਦੇ ਇੰਚਾਰਜ ਪੰਜਾਬੀ ਵਾਲੇ ਪ੍ਰੋਫੈਸਰ ਬਲਵਿੰਦਰ ਸਿੰਘ ਵੈਰੋਵਾਲ ਅਤੇ ਲਾਇਬ੍ਰੇਰੀਅਨ ਜੈ ਦੀਪ ਇੰਦਰ ਸਨ। ਇਸ ਵਰੇ ਮਨਦੀਪ ਨੂੰ ਕੈਂਪ ਦਾ ਮੋਢੀ ਵਿਦਿਆਰਥੀ ਜਾਂ ਪ੍ਰਧਾਨ ਥਾਪਿਆ ਗਿਆ। ਉਹ ਸਾਰੀਆਂ ਸਮਾਜਿਕ ਸਰਗਰਮੀਆਂ ਵਿੱਚ ਵੱਧ ਚੜ ਕੇ ਹਿੱਸਾ ਲੈਂਦਾ ਸੀ। ਗੀਤ ਸੰਗੀਤ ਤਾਂ ਹੁੰਦਾ ਹੀ ਸੀ ਉਨ੍ਹਾਂ ਪਿੰਡ ਦੀਆਂ ਗਲ਼ੀਆਂ ਨਾਲੀਆਂ ਵੀ ਸਾਫ ਕੀਤੀਆਂ। ਕੱਚੇ ਰਸਤਿਆਂ ਤੇ ਪਿੰਡ ਵਾਸੀਆਂ ਨਾਲ ਰਲ਼ ਕੇ ਭਰਤ ਪਾਇਆ। ਮੀਂਹ ਕਣੀ ਵਿੱਚ ਖੜਨ ਲਈ ਬੱਸ ਅੱਡੇ ਤੇ ਵਿਸ਼ਰਾਮ ਘਰ ਵੀ ਬਣਾਇਆ। ਨਸ਼ਿਆ ਖਿਲਾਫ ਅਤੇ ਵਹਿਮਾਂ ਭਰਮਾਂ ਖਿਲਾਫ ਉਹ ਸਕਿੱਟਾਂ ਖੇਡਦੇ। ਇਹ ਸਕਿੱਟਾਂ ਲਿਖਣ ਵਾਲਾ ਮਨਦੀਪ ਹੀ ਹੁੰਦਾ ਸੀ।

ਉਹ ਆਪਣੇ ਲਿਖੇ ਗਾਣਿਆਂ ਨੂੰ ਗਾਅ ਵੀ ਚੰਗਾ ਲੈਂਦਾ ਸੀ। ਇਸ ਕੈਂਪ ਦੌਰਾਨ ਉਨ੍ਹਾਂ ਪਿੰਡ ਵਾਸੀਆਂ ਨੂੰ ਇੱਕ ਲਾਇਬ੍ਰੇਰੀ ਵੀ ਖੋਹਲ ਕੇ ਦਿੱਤੀ। ਕਿਤਾਬਾਂ ਚੁਣ ਕੇ ਲਿਆਉਣ ਵਾਲੀ ਕਮੇਟੀ ਵਿੱਚ ਵੀ ਮਨਦੀਪ ਸੀ। ਇਸੇ ਕੈਂਪ ਤੇ ਮਨਦੀਪ ਨੂੰ ਬੜੀ ਸ਼ਿੱਦਤ ਨਾਲ ਇਹ ਅਹਿਸਾਸ ਵੀ ਹੋਇਆ ਕਿ ਇੱਕ ਕਾਲਜ ਦੀ ਲੜਕੀ ਟੀਨਾ ਉਸ ਵਿੱਚ ਲੋੜ ਤੋਂ ਵੱਧ ਦਿਲਚਸਪੀ ਲੈ ਰਹੀ ਹੈ। ਇਹ ਸਾਰਾ ਕੁੱਝ ਉਸ ਨੂੰ ਚੰਗਾ ਲੱਗ ਰਿਹਾ ਸੀ। ਲੋਕ ਅਖ਼ਬਾਰੀ ਖ਼ਬਰਾਂ ਵਿੱਚ ਦਿਲਚਸਪੀ ਤਾਂ ਲੈਂਦੇ ਪਰ ਪਿੰਡਾਂ ਵਿੱਚ ਹਿੰਦੂ ਸਿੱਖ ਭਾਈਚਾਰੇ ਵਿੱਚ ਅਜੇ ਕੋਈ ਤ੍ਰੇੜ ਨਹੀਂ ਸੀ। ਕੈਂਪ ਮੁੱਕਣ ਤੇ ਉਹ ਕਾਲਜ ਵਲੋਂ ਕਿਰਾਏ ਦੀ ਬੱਸ ਕਰਕੇ, ਛੱਤਬੀੜ ਚਿੜੀਆਂ ਘਰ ਦੇਖਣ ਗਏ। ਉਨ੍ਹਾਂ ਬਹੁਤ ਸਾਰੀਆਂ ਫੋਟੋਆਂ ਵੀ ਖਿਚਵਾਈਆਂ ਤੇ ਯਾਦ ਵਜੋਂ ਸਾਂਭ ਲਈਆਂ ਵੀ। ਪਰ ਇੱਕ ਸਹਿਮ ਵੀ ਉਨ੍ਹਾਂ ਦੇ ਨਾਲ ਰਿਹਾ।

ਕੈਂਪ ਤੋਂ ਕੁੱਝ ਹੀ ਦਿਨਾਂ ਬਾਅਦ ਮਨਦੀਪ ਬਾਰੇ ਨਾਲ ਉਸਦੇ ਪਿੰਡ ਢੰਗਰਾਲੀ ਚਲਾ ਗਿਆ ਜਿੱਥੇ ਰਾਤ ਨੂੰ ਕਾਮਰੇਡਾਂ ਦੇ ਡਰਾਮੇ ਹੋਣੇ ਸਨ। ਪਰ ਮਨਦੀਪ ਨੂੰ ਦਰਬਾਰੇ ਤੋਂ ਪਤਾ ਲੱਗਿਆ ਕਿ ਇਨਕਲਾਬੀ ਡਰਾਮਿਆਂ ਨੂੰ ਲੈ ਕੇ ਪਿੰਡ ਵਾਸੀ ਦੋ ਧੜਿਆਂ ਵਿੱਚ ਵੰਡੇ ਗਏ ਹਨ। ਪਹਿਲਾਂ ਅਜਿਹਾ ਕਦੀ ਨਹੀਂ ਸੀ ਹੋਇਆ। ਗਰਮ ਖਿਆਲੀ ਸਿੱਖ ਖਾੜਕੂਆਂ ਦੇ ਹਮੈਤੀ ਕਾਮਰੇਡਾਂ ਨੂੰ ਨਾਸਤਿਕ ਅਤੇ ਰੂਸ ਦੇ ਏਜੰਟ ਕਹਿਕੇ ਭੰਡ ਰਹੇ ਸਨ। ਉਨ੍ਹਾਂ ਦੇ ਪਰਚੇ 'ਸੁਰਖ ਰੇਖਾ' ਨੂੰ ਜਿਸ ਵਿੱਚ ਫਿਰਕਾਪ੍ਰਸਤੀ ਅਤੇ ਅੱਤਵਾਦ ਨੂੰ ਕੋਸਿਆ ਜਾਂਦਾ ਸੀ, ਉਹ ਸਿੱਖਾਂ ਦਾ ਦੁਸ਼ਮਣ ਪਰਚਾ ਆਖ ਰਹੇ ਸਨ। ਤਾਜ਼ਾ ਅੰਕ ਵਿੱਚ ਸੰਤ ਭਿੰਡਰਾਂਵਾਲਿਆਂ ਖਿਲਾਫ ਜੋ ਲੇਖ ਛਪਿਆ ਸੀ ਉਸ ਨੇ ਤਾਂ ਬਲ਼ਦੀ ਤੇ ਤੇਲ ਹੀ ਪਾ ਦਿੱਤਾ। ਜਿਉਂ ਹੀ ਸਟੇਜ ਸ਼ੁਰੂ ਹੋਈ ਤਾਂ ਕੁੱਝ ਸ਼ਰਾਰਤੀ ਸਟੇਜ ਤੇ ਕੰਬਲਾਂ ਦੀਆਂ ਬੁੱਕਲਾਂ ਵਿੱਚੋਂ ਕੱਢ ਕੇ ਰੋੜੇ ਮਾਰਨ ਲੱਗੇ, ਜੋ ਡਰਾਮੇ ਦੇ ਕਲਾਕਾਰਾਂ ਨੂੰ ਵੱਜੇ। ਪ੍ਰਬੰਧਕਾਂ ਨੇ ਮਹੌਲ ਨੂੰ ਸ਼ਾਂਤ ਕਰਨ ਦਾ ਬਥੇਰਾ ਯਤਨ ਕੀਤਾ ਪਰ ਸ਼ਰਾਰਤੀ ਲੋਕ ਤਾਂ ਨਾਹਰੇ ਮਾਰਦੇ ਮੰਚ ਤੇ ਆ ਚੜ੍ਹੇ ਸਨ। ਇਨਕਲਾਬੀ ਡਰਾਮਿਆਂ ਦਾ ਸਾਰਾ ਪ੍ਰੋਗਰਾਮ ਚੌਪੱਟ ਕਰਕੇ ਉਨ੍ਹਾਂ

ਖਾਲਿਸਤਾਨ ਜਿੰਦਾਬਾਦ ਦੇ ਨਾਹਰੇ ਲਗਾਏ। ਮਨਦੀਪ ਨੂੰ ਉਨ੍ਹਾਂ ਦੀ ਇਹ ਧੱਕੇਸ਼ਾਹੀ ਬਿਲਕੁੱਲ ਚੰਗੀ ਨਾ ਲੱਗੀ।

ਦੂਸਰੇ ਦਿਨ ਜਦੋਂ ਉਹ ਇੰਗਲਿਸ਼ ਵਾਲੇ ਪ੍ਰੋਫੈਸਰ ਨੰਦ ਕਿਸ਼ੋਰ ਕੋਲ ਟਿਊਸ਼ਨ ਪੜ੍ਹਨ ਗਿਆ ਸੀ ਤਾਂ ਉਹ ਢੰਗਰਾਲੀ 'ਚ ਰਾਤ ਹੋਈ ਘਟਨਾਂ ਨੂੰ ਅਖ਼ਬਾਰ 'ਚੋਂ ਪੜ੍ਹਕੇ ਸੁਣਾਉਂਦਾ, ਸਾਰੇ ਸਿੱਖਾਂ ਨੂੰ ਹੀ ਉਜੱਡ ਅਤੇ ਬੇਵਕੂਫ ਆਖ ਰਿਹਾ ਸੀ। ਪ੍ਰੋ: ਨੰਦ ਕਿਸ਼ੋਰ ਨੂੰ ਆਪਣੇ ਹਿੰਦੂ ਹੋਣ ਤੇ ਮਾਣ ਸੀ। ਉਸ ਨੇ ਘਰ ਵਿੱਚ ਪੁਰਾਣੀ ਪਈ ਤ੍ਰਿਸ਼ੂਲ ਨੂੰ ਪੂਜਾ ਘਰ ਵਿੱਚ ਸਜਾ ਲਿਆ ਸੀ ਅਤੇ ਹਰ ਹਰ ਮਹਾਂ ਦੇਵ ਦਾ ਨਾਹਰਾ ਵੀ ਲਿਖ ਦਿੱਤਾ ਸੀ। ਫੇਰ ਤਾਂ ਸ਼ਹਿਰਾਂ ਵਿੱਚ ਤ੍ਰਿਸ਼ੂਲਾਂ ਨਾਲ ਪ੍ਰਦਰਸ਼ਨ ਹੋਣ ਲੱਗੇ ਅਤੇ ਹਰ ਹਰ ਮਹਾਂ ਦੇਵ ਦੇ ਨਾਹਰੇ ਵੀ ਗੂੰਜਣ ਲੱਗੇ। ਮਨਦੀਪ ਨੂੰ ਇਹ ਵੀ ਗੱਲ ਚੰਗੀ ਨਹੀਂ ਸੀ ਲੱਗਦੀ। ਹਿੰਦੂ ਅਤੇ ਸਿੱਖ ਭਾਈਚਾਰੇ ਵਿੱਚ ਦਰਾੜ ਵਧਦੀ ਹੀ ਜਾ ਰਹੀ ਸੀ।

ਮਨਦੀਪ ਕਈ ਕਿਸਮ ਦੀਆਂ ਭੰਨਾਂ ਘੜਤਾਂ ਵਿੱਚ ਪਿਆ ਰਹਿੰਦਾ। ਕੁੱਝ ਹੀ ਦਿਨਾਂ ਬਾਅਦ ਉਸਦੀ ਮਾਸੀ ਦੇ ਲੜਕੇ ਦਾ ਵਿਆਹ ਸੀ। ਉਹ ਆਪਣੀ ਮਾਸੀ ਦੇ ਪਿੰਡ ਬਰਧਾਲਾਂ, ਦੋ ਦਿਨ ਪਹਿਲਾਂ ਹੀ ਚਲਾ ਗਿਆ। ਕਿਉਂਕਿ ਪਾਠ ਰਖਵਾਇਆ ਹੋਣ ਕਾਰਨ ਮਾਸੀ ਨੇ ਉਸ ਨੂੰ ਦੋ ਦਿਨ ਪਹਿਲਾਂ ਆਉਣ ਦੀ ਤਾਕੀਦ ਕੀਤੀ। ਪਾਠ ਦੇ ਵਿਚਕਾਰਲੇ ਦਿਨ ਜਿਹੜੇ ਧਾਰਮਿਕ ਗਾਉਣ ਵਾਲੇ ਸੱਦੇ ਸਨ ਉਹ ਵੀ ਪੰਜਾਬ ਦੇ ਤਾਜ਼ਾ ਹਾਲਾਤਾਂ ਤੇ ਟਿੱਪਣੀਆਂ ਕਰਨ ਲੱਗੇ। ਇਸ ਲਹਿਰ ਦੀ ਭੇਟ ਚੜ੍ਹਨ ਵਾਲਿਆਂ ਨੂੰ ਨਵੇਂ ਸ਼ਹੀਦ ਦੱਸ ਕੇ ਉਨ੍ਹਾਂ ਦੀ ਪੁਰਾਣੇ ਸ਼ਹੀਦਾਂ ਨਾਲ ਤੁਲਨਾ ਕੀਤੀ ਜਾ ਰਹੀ ਸੀ। ਭੋਗ ਵਾਲੇ ਦਿਨ ਤਾਂ ਮਨਦੀਪ ਹੈਰਾਨ ਹੀ ਰਹਿ ਗਿਆ ਕਿ ਏਥੇ ਟੀਨਾ ਵੀ ਮੱਥਾ ਟੇਕਣ ਆਈ। ਕੀ ਉਸਦਾ ਇਹ ਹੀ ਪਿੰਡ ਸੀ। ਉਹ ਵੀ ਮਨਦੀਪ ਨੂੰ ਦੇਖ ਕੇ ਡੌਰ ਭੌਰ ਹੋਈ ਝਾਕ ਰਹੀ ਸੀ। ਭੋਗ ਵਾਲੀ ਰਾਤ ਗਿੱਧਾ ਵੀ ਪਿਆ ਅਤੇ ਪਿੰਡ ਵਿੱਚ ਜਾਗੋ ਵੀ ਕੱਢੀ ਗਈ। ਟੀਨਾ ਸਾਰੇ ਕਾਸੇ ਵਿੱਚ ਸ਼ਾਮਲ ਹੋਈ। ਸ਼ਾਮਲ ਹੀ ਨਹੀਂ ਹੋਈ ਬਲਕਿ ਉਸਦੇ ਆਉਣ ਦਾ ਇੱਕੋ ਮਕਸਦ ਮਨਦੀਪ ਨੂੰ ਦੇਖਣਾ ਵੀ ਹੋ ਸਕਦਾ ਸੀ।

ਜਾਗੋ ਵਾਲੀ ਰਾਤ ਤਾਂ ਉਸਨੇ ਮਨਦੀਪ ਨਾਲ ਗੱਲਾਂ ਵੀ ਕੀਤੀਆਂ ਤੇ ਪਿਆਰ ਵੀ ਜ਼ਾਹਰ ਕਰ ਦਿੱਤਾ। ਮਨਦੀਪ ਨੂੰ ਪਿਆਰ ਦੀ ਇਸ ਨਵੀਂ ਚਿਣਗ ਨੇ ਪਹਿਲੇ ਪਿਆਰ ਦੀ ਉਦਾਸੀ 'ਚੋਂ ਜਿਵੇਂ ਬਾਹਰ ਲੈ ਆਂਦਾ। ਮਨਦੀਪ ਦੂਸਰੇ ਦਿਨ ਬਰਾਤ ਗਿਆ ਜਿੱਥੇ ਦਿਦਾਰ ਸੰਧੂ ਦਾ ਅਖਾੜਾ ਵੀ ਲੱਗਿਆ। ਮਨਦੀਪ ਦੇ ਫੌਜੀ ਮਾਮੇ ਨੇ ਉਸ ਨੂੰ ਦੋ ਘੁੱਟ ਦਾਰੂ ਵੀ ਲੁਆ ਦਿੱਤੀ। ਬੱਸ ਫੇਰ ਤਾਂ ਉਸ ਨੂੰ ਗਾਉਣ ਵਾਲੀ ਨੂਰਾਂ ਵਿੱਚੋਂ ਵੀ ਟੀਨਾ ਹੀ ਦਿਸਦੀ ਰਹੀ। ਮਨਦੀਪ ਨੇ ਇਸ ਵਿਆਹ ਵਿੱਚ ਇੱਕ ਗੱਲ ਬੜੀ ਸ਼ਿੱਦਤ ਨਾਲ ਮਹਿਸੂਸ ਕੀਤੀ ਕਿ ਇੱਕ ਤਾਂ ਨਵੇਂ ਮਹੌਲ ਨੂੰ ਲੈ ਕੇ ਹਰ ਕੋਈ ਡਰ ਰਿਹਾ ਸੀ। ਗਾਉਣ ਵਾਲੇ ਵੀ ਤੇ ਉਨਾਂ ਨੂੰ ਲਗਾਉਣ ਵਾਲੇ ਵੀ। ਤੇ ਦੂਸਰਾ ਜਿੱਥੇ ਵੀ ਲੋਕ ਬੈਠਦੇ, ਸ਼ਰਾਬੀ ਹੋਣ ਜਾਂ ਸੋਫੀ, ਉਹ ਜਾਂ ਤਾਂ ਭਿੰਡਰਾਂ ਵਾਲੇ ਸੰਤਾਂ ਦੀ ਗੱਲ ਕਰਦੇ ਜਾਂ ਵਾਪਰ ਰਹੇ ਘਟਨਾਕ੍ਰਮ ਦੀਆਂ ਗੱਲਾਂ।

ਵਿਆਹ ਤੋਂ ਬਾਅਦ ਮਨਦੀਪ ਸਮਰਾਲੇ ਆ ਗਿਆ। ਦਲੇਰ ਸਿੰਘ ਬਚਨ ਕੌਰ ਅਤੇ ਉਸਦੇ ਛੋਟੇ ਭਰਾ ਤਾਂ ਪਿੰਡ ਨੂੰ ਪਰਤ ਗਏ। ਪਰ ਉਹ ਆਪਣੇ ਇੱਕ ਲੇਖਕ ਦੋਸਤ ਮੁੰਡੇ ਨਾਲ ਕੈਨਟੀਨ ਤੇ ਚਾਹ ਪੀਣ ਬੈਠ ਗਿਆ। ਬਾਅਦ ਵਿੱਚ ਇਹ ਹੀ ਮੁੰਡਾ ਕ੍ਰਿਸ਼ਨ ਕੌਸ਼ਲ ਉਸ ਨੂੰ ਜਨਵਾਦੀ ਸਾਹਿਤ ਸਭਾ ਦੀ ਮੀਟੰਗ ਤੇ ਲੈ ਗਿਆ। ਜਿੱਥੇ ਉਸ ਨੂੰ ਕਈ ਨਾਮਵਰ ਲੇਖਕਾਂ ਨੂੰ ਮਿਲਣ ਦਾ ਮੌਕਾ ਮਿਲਿਆ। ਏਥੇ ਜੁੜੇ ਲੇਖਕਾਂ ਨੇ ਪੰਜਾਬ ਵਿੱਚ ਫੈਲ ਰਹੇ ਅੱਤਵਾਦ ਤੇ ਚਿੰਤਾ ਜ਼ਾਹਿਰ

ਕਰਦਿਆਂ ਇੱਕ ਮਤਾ ਵੀ ਪਾਇਆ। ਇਸ ਸਭਾ ਵਿੱਚ ਸਾਰੇ ਧਰਮਾਂ ਨਾਲ ਸਬੰਧਤ ਲੇਖਕ ਸਨ ਜੋ ਇਨਸਾਨੀਅਤ ਨੂੰ ਪਿਆਰ ਕਰਦੇ ਸਨ। ਏਥੇ ਆ ਕੇ ਮਨਦੀਪ ਨੂੰ ਬੇਹੱਦ ਸਕੂਨ ਮਿਲਿਆ। ਉਸ ਨੇ ਇੱਕ ਗੀਤ ਵੀ ਸੁਣਾਇਆ ਅਤੇ ਉਸ ਨੂੰ ਭਰਪੂਰ ਦਾਦ ਮਿਲੀ। ਅੱਗੇ ਤੋਂ ਆਉਣ ਦਾ ਵਾਅਦਾ ਕਰ, ਉਹ ਆਪਣੇ ਪਿੰਡ ਜਾਣ ਲਈ ਬੱਸ ਚੜ ਗਿਆ।

ਨਹਿਰ ਦੇ ਪੁਲ ਤੇ ਉੱਤਰ ਕੇ ਉਸ ਲੋਕਾਂ ਦੀ ਵਾਹਵਾ ਭੀੜ ਜੁੜੀ ਦੇਖੀ। ਪਹਿਲਾਂ ਤਾਂ ਉਸ ਨੇ ਸੋਚਿਆ ਕਿ ਸ਼ਾਇਦ ਏਥੇ ਵੀ ਕੋਈ ਘਟਨਾ ਵਾਪਰ ਗਈ ਹੋਊ ਪਰ ਨੇੜੇ ਜਾਕੇ ਵੇਖਿਆਂ ਕਿ ਮਿਲਕ ਬਾਰ ਤੇ ਕਿਸੇ ਫਿਲਮ ਦੀ ਸ਼ੂਟਿੰਗ ਚੱਲ ਰਹੀ ਸੀ ਜਿਸ ਦਾ ਨਾਂ ਸੀ 'ਮੌਲਾ ਜੱਟ'। ਸਤੀਸ਼ ਕੌਲ਼ ਅਤੇ ਅਰਪਣਾ ਚੌਧਰੀ ਤੇ ਕੋਈ ਗੀਤ ਫਿਲਮਾਇਆ ਜਾ ਰਿਹਾ ਸੀ। ਉਸ ਨੇ ਸੋਚਿਆ ਕਿ ਐਨੇ ਮਾੜੇ ਹਾਲਾਤਾਂ ਵਿੱਚ ਸ਼ੂਟਿੰਗ ਕਰਨੀ ਵੀ ਖਤਰੇ ਨਾਲ ਖੇਡਣ ਵਾਲੀ ਹੀ ਤਾਂ ਗੱਲ ਹੈ। ਪਰ ਕਲਾਕਾਰ ਆਪਣੀਆਂ ਜਾਨਾਂ ਤੇ ਖੇਡ ਰਹੇ ਸਨ

ਘਰ ਜਾ ਕੇ ਉਹ ਅਗਲੇ ਕੁੱਝ ਦਿਨਾਂ ਲਈ ਪੜ੍ਹਾਈ ਵਿੱਚ ਜੁਟ ਗਿਆ। ਕਈ ਵਾਰੀ ਉਸ ਨੂੰ ਟੀਨਾ ਦੀ ਬਹੁਤ ਯਾਦ ਆਂਉਦੀ। ਉਹ ਇੱਕ ਦੋ ਵਾਰ ਕਾਲਜ ਵੀ ਗਿਆ ਪਰ ਸਲਾਨਾ ਪੇਪਰਾ ਤੋਂ ਪਹਿਲਾਂ ਵਿਦਿਆਰਥੀ ਫ੍ਰੀ ਹੋ ਚੁੱਕੇ ਸਨ। ਟੀਨਾ ਵੀ ਉਸ ਨੂੰ ਕਦੇ ਦਿਖਾਈ ਨਾ ਦਿੱਤੀ। ਮਨਦੀਪ ਨੂੰ ਇੱਕੋ ਆਸ ਸੀ ਕਿ 20 ਮਾਰਚ ਨੂੰ ਹੋਣ ਵਾਲੇ ਕੈਨਵੋਕੇਸ਼ਨ ਸਮਾਗਮ ਸਮੇਂ ਉਹ ਜਰੂਰ ਆਵੇਗੀ। ਜਿਸ ਦਿਨ ਕਾਲਜ ਦੇ ਅੱਵਲ ਵਿਦਿਆਰਥੀ ਦਾ ਸਨਮਾਨ ਹੋਣਾ ਸੀ। ਇਸ ਇਨਾਮ ਵੰਡ ਸਮਾਗਮ ਤੇ ਮੰਤਰੀ ਸਰਦਾਰੀ ਲਾਲ ਕਪੂਰ ਪਾਸੋਂ ਇਨਾਮ ਪ੍ਰਾਪਤ ਕਰਨ ਦੀ ਤਾਂ ਖੁਸ਼ੀ ਜੋ ਸੀ ਉਸਾ ਦਾ ਤਾਂ ਕਹਿਣਾ ਹੀ ਕੀ ਆ। ਪਰ ਬਾਅਦ ਵਿੱਚ ਜੋ ਟੀਨਾ ਨੇ ਮਨਦੀਪ ਨੂੰ ਮੁਬਾਰਕਾਂ ਦਿੱਤੀਆਂ, ਤਾਂ ਉਸ ਨਾਲ ਉਹ ਨਸ਼ਿਆ ਗਿਆ ਸੀ। ਟੀਨਾ ਦੀ ਯਾਦ ਵਿੱਚ ਮਨਦੀਪ ਨੇ ਫੇਰ ਕਈ ਗੀਤ ਲਿਖੇ। ਇਸ ਵਾਰ ਤਾਂ 23 ਮਾਰਚ ਵਾਲੇ ਦਿਨ ਉਸ ਨੇ ਸ਼ਹੀਦ ਭਗਤ ਸਿੰਘ ਬਾਰੇ ਵੀ ਗੀਤ ਲਿਖਿਆ। ਉਸ ਮਹਾਨ ਸ਼ਹੀਦ ਲਈ, ਜੋ ਇਨਸਾਨੀਅਤ ਲਈ ਲੜਿਆ ਅਤੇ ਸਾਰੇ ਧਰਮਾਂ ਦੇ ਲੋਕਾਂ ਲਈ ਫਾਂਸੀ ਚੜ੍ਹ ਗਿਆ ਸੀ।

ਪੇਪਰਾਂ ਤੋਂ ਬਾਅਦ ਮਨਦੀਪ ਵਿਹਲਾ ਹੋ ਗਿਆ। ਇਹ ਉਸਦੇ ਬੀ ਏ ਆਖਰੀ ਸਾਲ ਦੇ ਪੇਪਰ ਸਨ। ਕਾਲਜ ਲਾਈਫ ਅੱਖ ਦੇ ਫੋਰ ਵਿੱਚ ਹੀ ਜਿਵੇਂ ਨਿੱਕਲ ਗਈ ਸੀ। ਹੁਣ ਉਹ ਰੀਜ਼ਲਟ ਉਡੀਕ ਰਿਹਾ ਸੀ। ਵਿਹਲਾ ਮਨਦੀਪ ਹੁਣ ਘਰ ਦੇ ਕੰਮ ਕਰਵਾਉਂਦਾ। ਪਸ਼ੂਆਂ ਲਈ ਚਾਰਾ ਲਿਆਂਉਦਾ, ਉਨ੍ਹਾਂ ਨੂੰ ਪਾਣੀ ਪਿਆਂਉਂਦਾ ਅਤੇ ਨਹਾਉਂਦਾ। ਕਦੀ ਆਪਣੇ ਦਾਦੇ ਚੰਦ ਸਿੰਘ ਤੋਂ ਲਿਆ ਕੋਈ ਪੁਰਾਤਨ ਗ੍ਰੰਥ ਪੜ੍ਹਨ ਲੱਗ ਪੈਂਦਾ। ਜਾਂ ਫੇਰ ਸਾਈਕਲ ਚੁੱਕ ਕ੍ਰਿਸ਼ਨ ਕੌਸ਼ਲ ਕੋਲ ਚਲਾ ਜਾਂਦਾ। ਤੇ ਉਸ ਤੋਂ ਕੋਈ ਆਪਣਾ ਗੀਤ ਠੀਕ ਕਰਵਾ ਲਿਆਂਉਦਾ। ਜਾਂ ਫੇਰ ਕੋਈ ਕਿਤਾਬ ਪੜ੍ਹਨ ਨੂੰ ਲੈ ਆਂਉਦਾ।

ਇਹ 17 ਜੂਨ ਦਾ ਦਿਨ ਸੀ ਮਨਦੀਪ ਦੇ ਮਾਮੇ ਦੀ ਲੜਕੀ ਦੀ ਸ਼ਾਦੀ ਵਿੱਚ ਉਨ੍ਹਾਂ ਸਾਰਿਆਂ ਨੇ ਜਾਣਾ ਸੀ। ਆਪਣੇ ਨਾਨਕੇ ਬੇਹੱਦ ਧਾਰਮਿਕ ਖਿਆਲਾਂ ਦੇ ਹੋਣ ਕਾਰਨ ਵਿਆਹ ਵਿੱਚ ਮੀਟ ਸ਼ਰਾਬ ਦੀ ਸਖਤ ਪਾਬੰਦੀ ਸੀ। ਮਨਦੀਪ, ਵਕਤ ਪਾਸ ਕਰਨ ਲਈ ਆਪਣੇ ਦੋਸਤ ਕ੍ਰਿਸ਼ਨ ਨੂੰ ਵੀ ਵਿਆਹ ਤੇ ਨਾਲ ਲੈ ਗਿਆ। ਪਰ ਉੱਥੇ ਕਈ ਕੱਟੜ ਸਿੱਖ ਵੀ ਮੌਜੂਦ ਸਨ। ਉਹ ਕਲੀਨ ਸ਼ੇਵਨ ਮੋਨੇ ਕ੍ਰਿਸ਼ਨ ਪਾਸੋਂ ਉਸ ਦਾ ਧਰਮ ਅਤੇ ਜਾਤ ਜਾਨਣ ਲਈ ਬਜਿੱਦ ਹੋ ਗਏ। ਜਦੋਂ ਉਸ ਨੇ ਦੱਸਿਆ ਕਿ ਉਹ ਬ੍ਰਾਹਮਣ ਹੈ ਤਾਂ ਉਹ ਧੋਖੇਬਾਜ ਗੰਗੂ ਬ੍ਰਾਹਮਣ ਦੀ ਕਹਾਣੀ ਛੇੜ ਕੇ

ਬੈਠ ਗਏ। ਤੇ ਗੱਲੀਂ ਬਾਤੀ ਉਸ ਨੂੰ ਇਹ ਅਹਿਸਾਸ ਕਰਵਾਉਣ ਲੱਗੇ ਕਿ ਬ੍ਰਾਹਮਣ ਸਾਰੇ ਹੁੰਦੇ ਹੀ ਧੋਖੇਬਾਜ ਨੇ। ਮੁੜ ਘਿੜ ਕੇ ਗੱਲ ਇੰਦਰਾਗਾਂਧੀ ਜਾਂ ਭਿੰਡਰਾਂਵਾਲੇ ਤੇ ਆ ਜਾਂਦੀ। ਮਨਦੀਪ ਆਪਣੇ ਦੋਸਤ ਦੀ ਬੇਇਜ਼ਤੀ ਬ੍ਰਦਾਸ਼ਤ ਨਾ ਕਰ ਸਕਿਆ ਅਤੇ ਵਿਆਹ ਵਿਚਕਾਰ ਹੀ ਛੱਡ ਕੇ ਆ ਗਿਆ। ਉਨ੍ਹਾਂ ਰਸਤੇ ਵਿੱਚ ਦਾਰੂ ਦਾ ਅਧੀਆਂ ਖ਼੍ਰੀਦ ਕੇ ਦੋ ਚਾਰ ਪੈੱਗ ਵੀ ਲਾਏ ਤਾਂ ਕਿ ਵਿਆਹ ਮੌਕੇ ਹੋਈ ਬੇਸੁਆਦੀ 'ਚੋਂ ਨਿੱਕਲ ਸਕਣ। ਪਰੰਤੂ ਦੋਹਾਂ ਅੰਦਰ ਇੱਕ ਘੋਰ ਉਦਾਸੀ ਸੀ। ਹਰ ਗੱਲ ਬਾਅਦ ਹੀ ਚੁੱਪ ਦੀ ਇੱਕ ਚਾਦਰ ਤਣ ਜਾਂਦੀ। ਏਹੋ ਆਲਮ ਤਾਂ ਹੁਣ ਸਾਰੇ ਪੰਜਾਬ ਦਾ ਵੀ ਸੀ।

•

ਭਾਗ 44

ਆਖਿਰ ਮਨਦੀਪ ਨੇ ਬੀ ਏ ਪਾਸ ਕਰ ਹੀ ਲਈ। ਦਲੇਰ ਸਿੰਘ ਨੇ ਉਸ ਦੇ ਕਿਸੇ ਚੰਗੀ ਨੌਕਰੀ ਤੇ ਲੱਗਣ ਦੀ ਆਸ ਤਾਂ ਕਦੋਂ ਦੀ ਛੱਡ ਦਿੱਤੀ ਸੀ। ਉਨ੍ਹਾਂ ਕੋਲ ਤਾਂ ਜ਼ਮੀਨ ਵੀ ਐਨੀ ਨਹੀਂ ਸੀ ਕਿ ਖੇਤੀ ਦਾ ਕੰਮ ਹੀ ਮਨਦੀਪ ਨੂੰ ਸੰਭਾਲ ਦੇਣ। ਮਨਦੀਪ ਪੰਜਾਬੀ ਦੀ ਐਮ ਏ ਕਰਨੀ ਚਾਹੁੰਦਾ ਸੀ, ਪਰ ਦਲੇਰ ਸਿੰਘ ਨੇ ਕਹਿ ਦਿੱਤਾ ਸੀ ਕਿ "ਸਿਰਫ ਪੰਜਾਬੀ ਪੜ੍ਹ ਕੇ ਤੈਨੂੰ ਕਿਹੜੀ ਨੌਕਰੀ ਮਿਲ ਜਾਊ ? ਐਵੇਂ ਟਾਇਮ ਹੀ ਖਰਾਬ ਕਰੇਂਗਾ" ਦਲੇਰ ਸਿੰਘ ਸਿਰਫ ਇੱਕੋ ਗੱਲ ਤੇ ਹਾਮੀ ਭਰਦਾ ਸੀ ਕਿ ਜੇ ਮਨਦੀਪ ਬੀ ਐੱਡ ਕਰ ਲਏ ਤਾਂ... ਫੇਰ ਤਾਂ ਉਹ ਕਿਤੇ ਟੀਚਰ ਵੀ ਲੱਗ ਸਕਦਾ ਸੀ। ਪਰ ਬੀ ਐੱਡ ਵਿੱਚ ਤਾਂ ਅਜੇ ਐਡਮਿਸ਼ਨ ਹੀ ਨਹੀਂ ਸੀ ਖੁੱਲੀ।

ਸਾਲ 1983 ਮਨਦੀਪ ਲਈ ਸਭ ਤੋਂ ਭੈੜਾ ਸਾਲ ਸੀ। ਜਦੋਂ ਕਿ ਉਸ ਕੋਲ ਕਰਨ ਵਾਲਾ ਕੁੱਝ ਵੀ ਨਹੀਂ ਸੀ। ਇਸ ਸਾਲ ਉਸ ਨੇ ਹੋਰ ਬਹੁਤ ਸਾਰੀਆਂ ਕਿਤਾਬਾਂ ਪੜ੍ਹੀਆਂ। ਉਹ ਕ੍ਰਿਸ਼ਨ ਕੌਸ਼ਲ ਨਾਲ ਸਾਹਿਤ ਸਭਾਵਾਂ ਦੀਆਂ ਮੀਟਿੰਗਾਂ ਤੇ ਵੀ ਚਲਾ ਜਾਂਦਾ। ਪਰ ਦਲੇਰ ਸਿੰਘ ਨੂੰ ਇਹ ਕੁੱਝ ਵੀ ਚੰਗਾ ਨਾ ਲੱਗਦਾ। ਹੁਣ ਉਹ ਅਕਸਰ ਬਚਨ ਕੌਰ ਨਾਲ ਲੜਦਾ ਕਿ "ਉੱਤੋਂ ਪੰਜਾਬ ਦੇ ਹਾਲਾਤ ਕੀ ਨੇ ਤੇ ਮਨਦੀਪ ਵਿਹਲਾ ਤੁਰਿਆ ਫਿਰਦਾ ਏ। ਇਹ ਨਾਵਲ ਕਿਤਾਬਾਂ ਪੜ੍ਹੀ ਜਾਣੇ, ਜਾਂ ਮੀਟਿੰਗਾਂ ਤੇ ਤੁਰੇ ਫਿਰਨਾਂ ਭਲਾਂ ਕਿਹੜੇ ਕੰਮਾਂ 'ਚੋਂ ਕੰਮ ਨੇ ? ਏਕਣ ਤਾਂ ਇਹਦਾ ਕਿਤੇ ਵਿਆਹ ਵੀ ਨਹੀਂ ਹੋਣਾ। ਉਹਨੂ ਤਾੜ ਕੇ ਕਹਿ ਕੋਈ ਕੰਮ ਧੰਦਾ ਕਰੇ। ਐਂ ਵਿਹਲੇ ਫਿਰਕੇ ਤਾਂ ਜ਼ਿੰਦਗੀ ਨੀਂ ਲੰਘਣੀ" ਬਚਨ ਕੌਰ ਪਿਆਰ ਨਾਲ ਅੱਗੋਂ ਮਨਦੀਪ ਨੂੰ ਸਮਝਾਉਂਦੀ ਤਾਂ ਉਹ ਬੇਹੱਦ ਉਦਾਸ ਹੋ ਜਾਂਦਾ।

ਮਨਦੀਪ ਆਪਣੇ ਪਿਤਾ ਦਲੇਰ ਸਿੰਘ ਦੇ ਕਹਿਣ ਤੇ ਕਈ ਵਾਰ ਲੁਧਿਆਣੇ ਦੇ ਰੋਜ਼ਗਾਰ ਦਫਤਰ ਵੀ ਜਾ ਆਇਆ ਸੀ । ਪਰ ਕਿਤੇ ਵੀ ਨੌਕਰੀ ਨਹੀਂ ਸੀ ਮਿਲ ਰਹੀ। ਨੌਕਰੀਆਂ ਤਾਂ ਸਿਪਾਰਸ਼ ਨਾਲ ਮਿਲਦੀਆਂ ਨੇ, ਉਹ ਜਾਣਦਾ ਸੀ। ਇੱਕ ਸਧਾਰਨ ਫੌਜੀ ਦੇ ਪੁੱਤ ਦੀ ਇਸ ਮੁੱਲਕ ਵਿੱਚ ਭਲਾਂ ਕੀ ਬੁੱਕਤ ? ਭਾਂਵੇਂ ਉਸ ਨੇ ਦੇਸ਼ ਖਾਤਰ ਦਸ ਲੜਾਈਆਂ ਲੜੀਆਂ ਹੋਣ, ਕੌਣ ਪੁੱਛਦਾ ਹੈ। ਇਸ ਮੁਲਕ ਵਿੱਚ ਜਾਂ ਤਾਂ ਸਿਰਫ ਪੈਸੇ ਵਾਲਿਆਂ ਦੀ ਪੁੱਛ ਸੀ, ਭਾਂਵੇ ਉਹ ਕਿਸੇ ਗਲਤ ਮਲਤ ਤਰੀਕੇ ਨਾਲ ਹੀ ਕਮਾਏ ਹੋਣ ਤੇ ਜਾਂ ਫੇਰ ਸਿਆਸਤਦਾਨਾਂ ਦੀ।

ਪਰ ਇਹ ਦੋਨੋ ਚੀਜਾਂ ਮਨਦੀਪ ਦੇ ਪਰਿਵਾਰ ਕੋਲ ਨਹੀਂ ਸਨ। ਕਦੀ ਕਦੀ ਉਹ ਕਿਸੇ ਦੋਸਤ ਨਾਲ ਕੋਈ ਫਿਲਮ ਵੇਖਣ ਚਲਾ ਜਾਂਦਾ ਅਤੇ ਕਦੀ ਕਿਧਰੇ ਡਰਾਮੇ ਵੇਖਣ। ਹੋਰ ਨਹੀਂ ਤਾਂ ਕੋਈ ਨਾ ਕੋਈ ਟੂਰਨਾਮੈਂਟ ਹੀ ਆਇਆ ਰਹਿੰਦਾ। ਦਲੇਰ ਸਿੰਘ ਇਸ ਨੂੰ ਆਵਾਰਾਗਰਦੀ ਦੱਸਦਾ। ਜਿਸ ਕਰਕੇ ਪਿਉ ਪੁੱਤਰ ਦੇ ਸਬੰਧਾਂ ਵਿੱਚ ਕਈ ਵਾਰ ਖਟਾਸ ਆ ਜਾਂਦੀ। ਇਸਦੇ ਨਾਲ ਨਾਲ ਮਨਦੀਪ ਨੇ ਪੰਜਾਬ ਸਰਕਾਰ ਦੇ ਇੱਕ ਪ੍ਰੋਗਰਾਮ ਤਹਿਤ ਬਾਲਗਾਂ ਨੂੰ ਪੜ੍ਹਾਉਣਾ ਆਰੰਭ ਕਰ ਦਿੱਤਾ। ਉਹ ਹਰ ਰੋਜ਼ ਇੱਕ ਘੰਟਾ ਪੜ੍ਹਾਉਂਦਾ। ਕਾਪੀਆਂ ਪੈਨਸਲਾਂ ਸਰਕਾਰ ਦੀਆਂ ਅਤੇ ਜਗਾ ਉਸਦੀ ਆਪਣੀ। ਉਸ ਨੂੰ ਮਹੀਨੇ ਦੇ ਕੁੱਝ ਕੁ ਰੁਪਏ ਤਨਖਾਹ ਵਜੋਂ ਮਿਲ ਜਾਂਦੇ।

ਜਿਸ ਦਿਨ ਉਸ ਨੂੰ ਦੋ ਤਨਖਾਹਾਂ ਇਕੱਠੀਆਂ ਮਿਲੀਆਂ, ਤਾਂ ਉਹ ਦੂਸਰੇ ਹੀ ਦਿਨ ਕੁੱਝ ਦੋਸਤਾਂ ਨਾਲ ਰਲ਼ ਕੇ ਆਨੰਦਪੁਰ ਸਾਹਿਬ ਹੋਲਾ ਮੁਹੱਲਾ ਦੇਖਣ ਤੁਰ ਗਿਆ। ਸਾਰੇ ਦੋਸਤ ਕਿਸੇ ਰਾਹ ਜਾਂਦੀ ਟਰਾਲੀ ਵਿੱਚ ਹੀ ਬੈਠ ਗਏ। ਰਸਤੇ ਵਿੱਚ ਉਹ ਲੋਕਾਂ ਵਲੋ ਲਗਾਏ ਲੰਗਰ ਛਕਦੇ ਗਏ। ਚਮਕੌਰ ਸਾਹਿਬ, ਭੱਠਾ ਸਾਹਿਬ ਅਤੇ ਕੀਰਤਪੁਰ ਸਾਹਿਬ ਤੋਂ ਹੁੰਦੇ ਹੋਏ ਉਹ ਸ਼ਾਮ ਤੱਕ ਆਨੰਦਪੁਰ ਸਾਹਿਬ ਪਹੁੰਚ ਗਏ।

ਪੰਜਾਬ ਦਾ ਮਹੌਲ ਖਰਾਬ ਹੋਣ ਦੇ ਬਾਵਜੂਦ ਏਥੇ ਬੇਹੱਦ ਇਕੱਠ ਸੀ। ਲੋਕਾਂ ਦੇ ਠਾਠਾਂ ਮਾਰਦੇ ਸਮੁੰਦਰ ਵਿੱਚ, ਉਹ ਕੇਸਗੜ੍ਹ ਸਾਹਿਬ ਮੱਥਾ ਟੇਕ ਕੇ ਭੀੜ 'ਚ ਘੁੰਮਦੇ ਰਹੇ। ਸੀ ਆਰ ਪੀ ਦੇ ਜਵਾਨ ਗੱਡੀਆਂ ਤੇ ਮਸ਼ੀਨ ਗੱਨਾਂ ਅਤੇ ਅਸਾਲਟਾਂ ਬੀੜੀ ਵੱਡੀ ਤਦਾਦ ਵਿੱਚ ਘੁੰਮ ਰਹੇ ਸਨ। ਸ਼ਾਮ ਢਲੀ ਤੋਂ ਮਨਦੀਪ ਅਤੇ ਉਸਦੇ ਦੋਸਤਾਂ ਨੇ ਰੋਜ਼ੀਲਾ ਨਾਂ ਦੀ ਇੱਕ ਸਰਕਸ ਵੀ ਦੇਖੀ। ਫੇਰ ਉਹ ਸਿਆਸੀ ਕਾਨਫਰੰਸਾਂ ਵਿੱਚ ਵੀ ਸ਼ਾਮਲ ਹੋਏ। ਅਕਾਲੀ ਪਾਰਟੀ ਆਨੰਦਪੁਰ ਦਾ ਮਤਾ ਲਾਗੂ ਕਰਨ ਲਈ ਕਹਿ ਰਹੀ ਸੀ ਅਤੇ ਕਾਂਗਰਸ ਅਕਾਲੀਆਂ ਨੂੰ ਅੱਤਵਾਦ ਨੂੰ ਸ਼ਹਿ ਦੇਣ ਵਾਲੀ ਫਿਰਕੂ ਪਾਰਟੀ ਕਹਿ ਕੇ ਭੰਡ ਰਹੀ ਸੀ।

ਖੈਰ ਉਹ ਲੰਗਰਾਂ ਵਿੱਚ ਸੇਵਾ ਕਰਾ, ਨਿਹੰਗ ਸਿੰਘਾਂ ਅਤੇ ਗੱਤਕੇ ਦੇ ਕਰਤਬ ਵੇਖ ਨਿਹਾਲ ਹੁੰਦੇ ਰਹੇ। ਫੇਰ ਮੁਹੱਲਾ ਨਿੱਕਲਣ ਤੋਂ ਬਾਅਦ ਉਹ ਬਾਕੀ ਗੁਰਦੁਵਾਰਿਆਂ ਨੂੰ ਦੇਖਣ ਦੇ ਨਾਲ ਨਾਲ ਤਿੱਖੀ ਪਹਾੜੀ ਚੜ੍ਹਾਈ ਚੜ ਕੇ ਮਾਤਾ ਨੈਣਾ ਦੇਵੀ ਦੇ ਦਰਸ਼ਣ ਵੀ ਕਰ ਆਏ। ਇਸ ਵਾਰ ਉੱਥੇ ਵੀ ਸੁਰੱਖਿਆ ਦੇ ਸਖਤ ਪ੍ਰਬੰਧ ਸਨ। ਉਨ੍ਹਾਂ ਨੂੰ ਰਸਤੇ ਵਿੱਚ ਜੀਊਣਾ ਮੌੜ ਦੀ ਸਮਾਧ ਦੇਖ ਕੇ ਵੀ ਬੇਹੱਦ ਖੁਸ਼ੀ ਹੋਈ। ਉਨ੍ਹਾਂ ਦਿਨਾਂ ਵਿੱਚ ਸੁਰਿੰਦਰ ਛਿੰਦੇ ਦਾ ਇਹ ਗੀਤ ਬਹੁਤ ਹੀ ਚੱਲ ਰਿਹਾ ਸੀ ਕਿ 'ਉਡ ਗਈ ਵਿੱਚ ਹਵਾ ਦੇ ਘੋੜੀ ਯਾਰੋ ਜਿਊਣੇ ਮੌੜ ਦੀ'।

ਹੋਲੇ ਤੋਂ ਆ ਕੇ ਮਨਦੀਪ ਆਪਣੇ ਦੋਸਤ ਜੈਲੇ ਦੇ ਮੰਗਣੇ ਤੇ ਚਲਾ ਗਿਆ। ਘਰ ਵਿੱਚ ਇਹ ਗੱਲ ਫੇਰ ਸੁਲਗਣ ਲੱਗੀ ਕਿ 'ਮਨਦੀਪ ਦੇ ਨਾਲ ਦੇ ਦੋਸਤ ਤਾਂ ਮੰਗੇ ਵਿਆਹੇ ਜਾਣ ਲੱਗ ਪਏ ਨੇ ਪਰ ਬਗੈਰ ਨੌਕਰੀ ਤੋਂ ਅਤੇ ਏਨੀ ਥੋੜੀ ਜ਼ਮੀਨ ਕਾਰਨ ਉਸ ਨੂੰ ਰਿਸ਼ਤਾ ਕੌਣ ਕਰੇਗਾ ?' ਜਦੋਂ ਕਦੇ ਮਹਿਤਾਬ ਕੌਰ ਆਪਣੀ ਧੀ ਨੂੰ ਮਿਲਣ ਰਾਮਪੁਰੇ ਆਉਂਦੀ ਤਾਂ ਇਹ ਹੀ ਵਿਸ਼ਾ ਭਾਰੂ ਰਹਿੰਦਾ। ਬਚਨ ਕੌਰ ਨੂੰ ਫਿਕਰ ਸੀ ਕਿ 'ਜੇ ਜਵਾਨ ਮੁੰਡੇ ਦੇ ਵਿਆਹ ਦੀ ਉਮਰ ਲੰਘ ਗਈ ਤਾਂ ਕਿਤੇ ਨਸ਼ਿਆਂ ਵਲ ਨੂੰ ਹੀ ਨਾ ਤੁਰ ਪਏ ਜਾਂ ਕਿਧਰੇ ਖਾੜਕੂਆਂ ਨਾਲ ਹੀ ਨਾ ਜਾ ਰਲ਼ੇ'

ਇਸ ਵਾਰ ਤਾਂ ਪਿਉ ਦੀ ਗੱਲ ਮੰਨ ਕੇ ਮਨਦੀਪ ਨੇ ਸਾਰੀ ਕਣਕ ਵੀ ਹੱਥੀਂ ਵਢਵਾਈ ਸੀ। ਸਾਰਾ ਅਪਰੈਲ ਦਾ ਮਹੀਨਾ ਉਹ ਮਾਛੀਵਾੜੇ ਦੀ ਵਿਸਾਖੀ ਦੇਖਣ ਤੋਂ ਇਲਾਵਾ ਹੋਰ ਕਿਤੇ ਵੀ ਨਹੀਂ ਸੀ ਗਿਆ। ਹਾਂ ਜਦੋਂ ਕਣਕ ਚੁੱਕੀ ਗਈ ਤਾਂ ਉਹ ਆਪਣੇ ਦੋਸਤ ਕ੍ਰਿਸ਼ਨ ਕੌਸ਼ਲ ਨਾਲ ਇੱਕ ਦੋ ਸਾਹਿਤ ਸਭਾਵਾਂ ਦੀਆਂ ਮੀਟਿੰਗਾਂ ਤੇ ਜਾ ਆਇਆ ਸੀ ਜਾਂ ਫੇਰ ਇੱਕ ਦੋ ਫਿਲਮਾਂ ਵੇਖ ਆਇਆ। ਇੱਕ ਸਾਹਿਤਕ ਮੀਟੰਗ ਵਿੱਚ ਤਾਂ ਲੁਧਿਆਣਾ ਮਿਲਕ ਪਲਾਂਟ ਦੇ ਮਨੇਜਰ ਨੇ, ਜੋ ਖੁਦ ਵੀ ਲੇਖਕ ਸੀ ਉਸਦੀ ਰਚਨਾ ਨੂੰ ਬੇਹੱਦ ਸਲਾਹਿਆ ਅਤੇ ਮੌਕਾ ਆਉਣ ਤੇ ਆਪਣੇ ਪਲਾਂਟ ਵਿੱਚ ਨੌਕਰੀ ਦੇਣ ਦਾ ਵਾਅਦਾ ਵੀ ਕੀਤਾ ਸੀ।

ਇੱਕ ਦਿਨ ਮਨਦੀਪ ਦਾ ਦਿਲ ਬਹੁਤਾ ਹੀ ਉਦਾਸ ਸੀ। ਉਹ ਆਪਣੇ ਕਾਲਜ ਸਮੇਂ ਦੇ ਮਿੱਤਰ ਚਮਨਜੀਤ ਨੂੰ ਮਿਲਣ ਉਸ ਦੇ ਪਿੰਡ ਸਲਾਣੇ ਚਲਾ ਗਿਆ। ਚਮਨਜੀਤ ਉਸ ਨੂੰ ਵੇਖ ਕੇ ਬਹੁਤ ਖੁਸ਼ ਹੋਇਆ। ਉਹ ਵੀ ਵਿਹਲਾ ਸੀ ਜਿਵੇਂ ਉਸ ਨੂੰ ਤਾਂ ਦੋਸਤ ਦੇ ਆਉਣ ਤੇ ਚਾਅ ਹੀ

ਚੜ ਗਿਆ। ਦੋਹਾਂ ਦੋਸਤਾਂ ਨੇ ਚਾਹ ਪਾਣੀ ਪੀਣ ਉਪਰੰਤ ਕਾਲਜ ਸਮੇਂ ਦੀਆਂ ਢੇਰ ਸਾਰੀਆਂ ਗੱਲਾਂ ਕੀਤੀਆਂ। ਚਮਨਜੀਤ ਕਹਿਣ ਲੱਗਾ "ਮਨਦੀਪ ਅੱਜ ਤੂੰ ਮੇਰੇ ਕੋਲ ਹੀ ਰਹਿਣਾ ਹੈ। ਤੇ ਮੈਂ ਤੈਨੂੰ ਜਾਣ ਨਹੀਂ ਦੇਣਾ" ਮਨਦੀਪ ਬੋਲਿਆ "ਯਾਰ ਚਮਨ ਹਾਲਾਤ ਬਹੁਤ ਖਰਾਬ ਨੇ ਘਰਦੇ ਉਡੀਕ ਕਰਨਗੇ ਅਤੇ ਫਿਕਰ ਵੀ ਕਰਨਗੇ" ਪਰ ਚਮਨ ਨੇ ਜ਼ੋਰ ਪਾ ਕੇ ਉਸ ਨੂੰ ਰੱਖ ਹੀ ਲਿਆ।

ਉਸ ਸ਼ਾਮ ਨੂੰ ਉਹ ਦੂਰ ਖੇਤਾਂ ਵਲ ਘੁੰਮ ਕੇ ਆਏ। ਗੱਲਾਂ ਗੱਲਾਂ ਵਿੱਚ ਪੰਜਾਬ ਦੇ ਮਹੌਲ ਦੀਆਂ ਗੱਲਾਂ ਚੱਲ ਪਈਆ ਤਾਂ ਚਮਨ ਨੇ ਦੱਸਿਆਂ ਉਨ੍ਹਾਂ ਦਾ ਗੁਆਂਢੀ ਨਿਰਮਲਜੀਤ ਸੰਤ ਭਿੰਡਰਾਂਵਾਲਿਆਂ ਦਾ ਬਹੁਤ ਵੱਡਾ ਉਪਾਸ਼ਕ ਹੈ ਬੱਸ ਸਾਰਾ ਦਿਨ ਉਸੇ ਦੀਆਂ ਗੱਲਾਂ ਕਰਦਾ ਰਹਿੰਦਾ ਹੈ। ਪਹਿਲਾਂ ਦਾੜੀ ਕੱਟਦਾ ਸੀ ਕਦੇ ਕਦਾਈ ਸ਼ਰਾਬ ਵੀ ਪੀ ਲੈਂਦਾ ਸੀ ਪਰ ਹੁਣ ਤਾਂ ਪੂਰਾ ਗੁਰਸਿੱਖ ਬਣ ਗਿਆ ਹੈ। ਕਈ ਵਾਰ ਸੰਤਾਂ ਨੂੰ ਮਿਲ ਵੀ ਆਇਆ ਹੈ। ਤੈਨੂੰ ਅੱਜ ਸ਼ਾਮ ਨੂੰ ਮਿਲਾਊਂ। ਮਨਦੀਪ ਦੀ ਸੇਵਾ ਲਈ ਚਮਨ ਪਿੰਡ ਵਾਲੇ ਠੇਕੇ ਤੋਂ ਬੋਤਲ ਸ਼ਰਾਬ ਦੀ ਲੈ ਆਇਆ।

ਸ਼ਾਮ ਢਲ ਰਹੀਂ ਸੀ ਅਪਰੈਲ ਦਾ ਮਹੀਨਾ ਹੋਣ ਕਾਰਨ ਗਰਮੀ ਨਾਲ ਸੇਕ ਮਾਰਨ ਲੱਗ ਪਿਆ ਸੀ। ਠੰਢੇ ਪਾਣੀ ਦਾ ਜੱਗ ਭਰ ਅਤੇ ਨਮਕੀਨ ਦੀ ਪਲੇਟ ਲੈ ਦੋਨੋ ਦੋਸਤ ਕੋਠੇ ਤੇ ਮੰਜਾ ਡਾਹ ਸ਼ਾਮ ਰੰਗੀਨ ਕਰਨ ਲੱਗੇ। ਅਜੇ ਉਹ ਗੱਲਾਂ ਕਰ ਹੀ ਰਹੇ ਸਨ ਕਿ ਨਿਰਮਲਜੀਤ ਨੂੰ ਚੁਬਾਰੇ ਅੱਗੇ ਖੜ੍ਹਾ ਵੇਖ ਕੇ ਚਮਨ ਨੇ ਉਸੇ ਵਕਤ ਹਾਕ ਮਾਰ ਲਈ।

ਮਨਦੀਪ ਨੇ ਵੇਖਿਆ ਇਹ ਇੱਕੀਆਂ ਕੁ ਸਾਲਾਂ ਦਾ ਗਭਰੂ ਸੀ ਜਿਸ ਦੀ ਕਾਲੀ ਸੰਘਣੀ ਦਾੜੀ ਅਤੇ ਪੀਲੀ ਕੇਸਕੀ ਨਾਲ ਉਸ ਨੇ ਕੁੜਤਾ ਪਜ਼ਾਮਾ ਪਹਿਨਿਆ ਹੋਇਆ ਸੀ। ਆਉਣ ਸਾਰ ਕਹਿਣ ਲੱਗਾ "ਅੱਜ ਤਾਂ ਮਹਿਫਲ ਲੱਗੀ ਲੱਗਦੀ ਆ। ਅੱਛਾ ਚਮਨ ਤਾਂ ਤੂੰ ਵੀ ਕਦੀ ਕਦਾਈਂ ਪੰਜ ਰਤਨੀ ਛਕ ਲੈਂਦਾ ਏ। ਮੈਂ ਤਾਂ ਜਦੋਂ ਦਾ ਸੰਤਾਂ ਦਾ ਸੇਵਕ ਬਣਿਆ ਹਾਂ ਬੱਸ ਉਸੇ ਦਿਨ ਤੋਂ ਤਿਆਗ ਦਿੱਤੀ। ਤੁਸੀਂ ਵੀ ਛੱਡੋ ਖਹਿੜਾ... ਕੀ ਰੱਖਿਆ ਹੈ ਏਸ ਵਿੱਚ...? ਨਾਲੇ ਹੁਣ ਤਾਂ ਗੁਰੂ ਦੇ ਲੜ ਲੱਗਣ ਦਾ ਸਮਾਂ ਆ ਗਿਆ ਏ। ਸਰਕਾਰ ਸਿੱਖਾਂ ਨੂੰ ਖਤਮ ਕਰਨਾ ਚਾਹੁੰਦੀ ਹੈ, ਭਲਾਂ ਕਿਤੇ ਇਹ ਮੁੱਕਣ ਵਾਲੀ ਕੌਮ ਐ..."

ਫੇਰ ਉਹ ਲੜੀ ਨਾਲ ਲੜੀ ਜੋੜਦਾ ਚਲਾ ਗਿਆ। ਮਨਦੀਪ ਨਾਲ ਵੀ ਉਸ ਦੀ ਚੰਗੀ ਵਾਕਫੀਅਤ ਹੋ ਗਈ। ਦੂਸਰੇ ਦਿਨ ਉਹ ਜਾਣ ਲੱਗੇ ਮਨਦੀਪ ਨੂੰ ਫੇਰ ਮਿਲਣ ਆਇਆ ਅਤੇ ਗੁਰੂ ਗੋਬਿੰਦ ਸਿੰਘ ਦੀ ਰਚਨਾ 'ਜ਼ਫਰਨਾਮਾ' ਉਸ ਨੂੰ ਪੜ੍ਹਨ ਲਈ ਦੇ ਗਿਆ ਕਿ "ਆਹ ਮੇਰੇ ਵਲੋਂ ਦੋਸਤੀ ਦਾ ਤੋਹਫਾ ਸਮਝ ਲੈ"

ਮਨਦੀਪ ਅਤੇ ਚਮਨਜੀਤ ਨੇ ਸਲਾਹ ਬਣਾਈ ਕਿ ਵਿਹਲੇ ਰਹਿਣ ਨਾਲੋਂ, ਕਿਉਂ ਨਾ ਕੋਈ ਹੋਰ ਕੋਰਸ ਕਰ ਲਿਆ ਜਾਵੇ। ਮਨਦੀਪ ਦੇ ਪਿੰਡ ਦਾ ਇੱਕ ਹੋਰ ਮੁੰਡਾ ਲੁਧਿਆਣੇ ਪਲੰਮਬਿੰਗ ਦਾ ਕੋਰਸ ਕਰਦਾ ਸੀ। ਉਸ ਨੇ ਦੱਸਿਆ ਸੀ ਕਿ ਪਲੰਮਬਿੰਗ ਤੇ ਬੈਲਡਰਾਂ ਦੀ ਅਰਬ ਮੁਲਕਾਂ ਵਿੱਚ ਬਹੁਤ ਲੋੜ ਹੈ। ਹੁਨਰੀ ਕਾਮਿਆਂ ਨੂੰ ਏਜੰਟ ਕੁਵੈਤ, ਮਾਸਕਟ, ਲਿਬੀਆ, ਇਰਾਨ, ਇਰਾਕ ਜਾਂ ਆਬੂ ਧਾਬੀ ਬਹੁਤ ਘੱਟ ਪੈਸੇ ਲੈ ਕੇ ਵੀ ਭੇਜ ਦਿੰਦੇ ਨੇ। ਦੋਹਾਂ ਦੋਸਤਾਂ ਨੇ ਰਲ਼ਕੇ ਸਲਾਹ ਬਣਾਈ ਅਤੇ ਇਨ੍ਹਾਂ ਕੋਰਸਾਂ ਵਿੱਚ ਦਾਖਲਾ ਲੈਣ ਦਾ ਫੈਸਲਾ ਕਰ ਲਿਆ। ਫੇਰ ਉਸੇ ਹੀ ਹਫਤੇ ਉਹ ਲਧਿਆਣੇ ਦੀ ਇੱਕ ਪ੍ਰਾਈਵੇਟ ਸੰਸਥਾ ਪੀ ਆਈ ਟੀ ਵਿੱਚ ਜਾ ਦਾਖਲ ਹੋਏ।

ਲਧਿਆਣੇ ਕੋਰਸ ਕਰਦਿਆਂ ਕਦੀ ਉਹ ਪੰਜਾਬੀ ਭਵਨ ਵਿੱਚ ਕੋਈ ਚੰਗਾ ਡਰਾਮਾ ਵੀ ਵੇਖ ਆਂਉਦੇ ਤੇ ਕਦੀ ਕਦੀ ਕੋਈ ਫਿਲਮ ਵੀ। ਉਨਾਂ ਦੀ ਸੰਸਥਾ ਪ੍ਰੀਤ ਪੈਲੇਸ ਸਿਨਮੇ ਦੇ ਨਾਲ ਹੀ, ਲੁਧਿਆਣੇ ਦੇ ਮੁੱਖ ਬੱਸ ਅੱਡੇ ਦੇ ਪਾਸ ਸੀ। ਜਿੱਥੇ ਬੱਸ ਅੱਡੇ ਦੇ ਆਲੇ ਦੁਆਲੇ ਬਣੇ

ਚੁਬਾਰਿਆਂ ਤੇ ਗਾਉਣ ਵਾਲਿਆਂ ਦੇ ਅਣਗਿਣਤ ਬੋਰਡ ਵੀ ਲੱਗੇ ਹੋਏ ਸਨ। ਉਨ੍ਹਾਂ ਦਾ ਕਈ ਚਹੇਤੇ ਕਲਾਕਾਰਾਂ ਨੂੰ ਮਿਲਣ ਦਾ ਦਿਲ ਵੀ ਕਰਦਾ ਰਹਿੰਦਾ। ਜਿਨਾਂ ਦੇ ਰਿਕਾਰਡ ਉਹ ਅਕਸਰ ਵਿਆਹਾਂ ਸ਼ਾਦੀਆਂ ਤੇ ਸੁਣਦੇ। ਪਰ ਅਜਿਹਾ ਕਦੇ ਕੋਈ ਖਾਸ ਸਬੱਬ ਹੀ ਨਾ ਬਣਿਆ।

ਲਧਿਆਣੇ ਕੋਰਸ ਕਰਦਿਆਂ ਮਨਦੀਪ ਕਈ ਸਾਹਿਤਕਾਰਾਂ ਨੂੰ ਵੀ ਜਾਨਣ ਲੱਗ ਪਿਆ ਅਤੇ ਕਈ ਵਾਰ ਸਾਹਿਤ ਸਭਾਵਾਂ ਵਿੱਚ ਭਾਗ ਲੈਣ ਵੀ ਚਲਾ ਜਾਂਦਾ। ਇੱਕ ਦਿਨ ਤਾਂ ਉਹ ਲਾਲ ਚੰਦ ਯਮਲਾ ਜੱਟ ਜੀ ਨੂੰ ਵੀ ਮਿਲਣ ਚਲੇ ਗਏ। ਇਹ ਦਰਵੇਸ਼ ਕਲਾਕਾਰ ਅੱਗੇ ਬਾਣ ਦੇ ਮੰਜੇ ਤੇ ਸਿਗਰਟ ਸੁਲਗਾਈ ਬੈਠਾ ਸੀ ਅਤੇ ਕਿੰਨੀ ਦੇਰ ਹੀ ਉਨ੍ਹਾਂ ਨਾਲ ਗੱਲਾਂ ਕਰਦਾ ਰਿਹਾ। ਮੁੜ ਘਿੜ ਕੇ ਗੱਲ ਪੰਜਾਬ ਦੇ ਮਹੌਲ ਤੇ ਆਕੇ ਰੁਕ ਜਾਂਦੀ।

ਇੱਕ ਦਿਨ ਮਨਦੀਪ ਲਹੌਰ ਬੁੱਕ ਸ਼ਾਪ ਤੋਂ ਕੁੱਝ ਮਨਪਸੰਦ ਕਿਤਾਬਾਂ ਲੈਣ ਗਿਆ ਤਾਂ ਉਥੇ ਹੀ ਉਸਦੀ ਨਜ਼ਰ ਐਮ ਸੀ ਭਾਰਦਵਾਜ਼ ਵਲੋਂ ਲਿਖੇ ਆਨੰਦਪੁਰ ਸਾਹਿਬ ਦੇ ਮਤੇ ਤੇ ਪਈ ਅਤੇ ਉਸ ਨੇ ਉਹ ਵੀ ਖਰੀਦ ਲਿਆ। ਉਹ ਪੰਜਾਬ ਦੇ ਮਹੌਲ ਨੂੰ ਚੰਗੀ ਤਰ੍ਹਾਂ ਸਮਝਣਾ ਚਾਹੁੰਦਾ ਸੀ। ਇਨ੍ਹਾਂ ਮੰਗਾ ਨੂੰ ਲੈ ਕੇ ਚੱਲਦਾ ਅੰਦੋਲਨ ਹੁਣ ਦਿਨੋ ਦਿਨ ਹਿੰਸਕ ਰੂਪ ਧਾਰਦਾ ਜਾ ਰਿਹਾ ਸੀ। ਸ਼ਹਿਰਾ ਵਿੱਚ ਬੰਬ ਫਟਣ ਲੱਗੇ ਸਨ। ਹੁਣ ਤਾਂ ਇੱਕੋ ਫਿਰਕੇ ਦੇ ਕਤਲ ਅਤੇ ਪੁਲਿਸ ਮੁਕਾਬਲੇ ਵਧਾੲੇ ਹੀ ਜਾ ਰਹੇ ਸਨ।

ਕਈ ਥਾਂ ਆਰ ਆਰ ਐੱਸ ਦੇ ਕਾਰਕੁਨਾ ਨੂੰ ਨਿਸ਼ਾਨਾ ਬਣਾਇਆ ਗਿਆ। ਲੁਧਿਆਣੇ ਦੇ ਦਰੇਸੀ ਗਰਾਊਂਡ ਵਿੱਚ ਵਾਪਰੀ ਇੱਕ ਅਜਿਹੀ ਹੀ ਘਟਨਾ ਨੇ ਪੰਜਾਬ ਨੂੰ ਹਿਲਾ ਕੇ ਰੱਖ ਦਿੱਤਾ। ਜਿੱਥੇ ਦਰੇਸੀ ਗਰਾਂਊਡ ਵਿੱਚ ਆਰ ਐੱਸ ਐੱਸ ਦੇ ਕਾਰਕੁੰਨਾ ਨੂੰ ਆਤੰਕਵਾਦੀਆਂ ਨੇ ਗੋਲੀਆਂ ਨਾਲ ਭੁੰਨ ਸੁੱਟਿਆ। ਇਨ੍ਹਾਂ ਵਧ ਰਹੀਆਂ ਘਟਨਾਵਾਂ ਸਦਕਾ ਹੀ 7 ਅਕਤੂਬਰ 1983 ਨੂੰ ਪੂਰੇ ਪੰਜਾਬ ਵਿੱਚ ਰਾਸ਼ਟਰਪਤੀ ਰਾਜ ਲਾਗੂ ਕਰ ਦਿੱਤਾ ਗਿਆ।

ਹੁਣ ਸ਼ਾਮ ਨੂੰ ਪੰਜ ਵਜੇ ਹੀ ਸ਼ਹਿਰਾਂ ਵਿੱਚ ਮੁਰਦੇਹਾਣੀ ਛਾ ਜਾਂਦੀ। ਬੱਸਾਂ ਚੱਲਣੀਆਂ ਬੰਦ ਹੋ ਜਾਂਦੀਆਂ। ਲੁਧਿਆਣੇ ਦਾ ਨਵਾਂ ਬੱਸ ਅੱਡਾ ਭਾਂਅ ਭਾਂਅ ਕਰਦਾ। ਪੁਲੀਸ ਗਸ਼ਤ ਵਧ ਜਾਂਦੀ। ਤੇ ਹਰ ਨੌਜਵਾਨ ਦੇ ਸਿਰ ਪੁਲੀਸ ਦਹਿਸ਼ਤ ਦੀ ਤਲਵਾਰ ਲਟਕਣੀ ਸ਼ੁਰੂ ਹੋ ਜਾਂਦੀ। ਅਜਿਹੇ ਹਾਲਾਤਾਂ ਵਿੱਚ ਰੋਜ਼ ਸ਼ਹਿਰ ਆਉਣਾ ਵੀ ਮੌਤ ਨੂੰ ਮਾਸੀ ਕਹਿਣ ਵਾਲੀ ਹੀ ਗੱਲ ਸੀ। ਮਨਦੀਪ ਵਰਗੇ ਹਜ਼ਾਰਾ ਨੌਜਵਾਨਾ ਦਾ ਭਵਿੱਖ ਹੁਣ ਹੋਰ ਵੀ ਹਨੇਰਾ ਹੋ ਗਿਆ। ਪੰਜਾਬ ਵਿੱਚ ਬੇਚੈਨੀ ਲਗਾਤਾਰ ਵਧਣ ਲੱਗੀ।

ਇੱਕ ਦਿਨ ਪੰਜਾਬੀ ਟ੍ਰਿਬਿਊਨ ਦੇ ਮੁੱਖ ਸੰਪਾਦਕ ਹਰਭਜਨ ਹਲਵਾਰਵੀ ਨੇ ਇੱਕ ਸਾਹਿਤਕ ਮੀਟਿੰਗ ਦੌਰਾਨ ਇਸ ਮੌਕੇ ਨੂੰ ਪ੍ਰੈੱਸ ਦੀ ਆਜ਼ਾਦੀ ਲਈ ਕਾਲਾ ਦੌਰ ਕਿਹਾ। ਪਰ ਹੁਣ ਤਾਂ ਲੱਗਦਾ ਸੀ ਕਿ ਸਮੂਹ ਪੰਜਾਬੀਆਂ ਲਈ ਹੀ ਇੱਕ ਕਾਲੇ ਦੌਰ ਦੀ ਸ਼ੁਰੂਆਤ ਹੋ ਚੁੱਕੀ ਸੀ।

•

ਭਾਗ 45

25 ਮਾਰਚ 1984। ਸਮਾਂ ਸਵੇਰੇ ਗਿਆਰਾਂ ਵਜੇ ਦਾ। ਦਲੇਰ ਸਿੰਘ ਦੇ ਘਰ ਦਾ ਬਾਹਰਲਾ ਫਾਟਕ ਖੜਕਿਆ, ਤਾਂ ਦੇਖਿਆ ਕਿ ਤਿੰਨ ਬੰਦੇ ਬੂਹੇ ਵਿੱਚ ਖੜੇ ਨੇ। ਨਾਲ ਦੇ ਪਿੰਡ ਦਾ ਡਾ: ਮੱਘਰ, ਗੁਰਤਾਰ ਸਿੰਘ ਜਲਾਲ ਅਤੇ ਅਕਾਲੀ ਲੀਡਰ ਰਾਵਿੰਦਰ ਸਿੰਘ ਧਾਰੀਵਾਲ। ਗੁਰਤਾਰ ਸਿੰਘ ਜਲਾਲ ਮਨਦੀਪ ਨਾਲ ਕਾਲਜ ਪੜ੍ਹਦੇ ਦੋਸਤ, ਦਮਨ ਦਾ ਮਿੱਤਰ ਹੋਣ ਕਾਰਨ ਮਨਦੀਪ ਨੂੰ ਵੀ ਜਾਣਦਾ ਸੀ। ਗੁਰਤਾਰ ਨੂੰ ਕੁੱਝ ਮਹੀਨੇ ਪਹਿਲਾਂ ਹੀ ਅਕਾਲੀ ਦਲ ਵਲੋਂ ਤਹਿਸੀਲ ਸਮਰਾਲਾ ਦੇ ਯੂਥ ਵਿੰਗ ਦਾ ਪ੍ਰਧਾਨ ਥਾਪਿਆ ਸੀ। ਆਪਣੀ ਪਾਰਟੀ ਲਈ ਉਹ ਸ਼੍ਰੋਮਣੀ ਗੁਰਦੁਵਾਰਾ ਪ੍ਰਬੰਧਕ ਕਮੇਟੀ ਦੀ ਚੋਣ ਲੜ ਰਹੇ ਰਾਵਿੰਦਰ ਸਿੰਘ ਧਾਰੀਵਾਲ ਦੀ ਚੋਣ ਮੁਹਿੰਮ ਦੇ ਸਿਲਸਲੇ ਵਿੱਚ ਫਿਰ ਰਹੇ ਸਨ। ਧਾਰੀਵਾਲ ਪਹਿਲਾਂ ਤੋਂ ਹੀ ਸ਼੍ਰੋਮਣੀ ਗੁਰਦੁਆਰਾ ਪ੍ਰਬੰਧਕ ਕਮੇਟੀ ਦਾ ਮੀਤ ਪ੍ਰਧਾਨ ਚਲਿਆ ਆ ਰਿਹਾ ਹੈ। ਉਨ੍ਹਾਂ ਮਨਦੀਪ ਨੂੰ ਕਿਹਾ ਕਿ ਇਸ ਵਾਰ ਹੋ ਰਹੀਆਂ ਚੋਣਾਂ ਵਿੱਚ ਪ੍ਰਚਾਰ ਵਿੱਚ ਲਈ, ਉਹ ਉਨ੍ਹਾਂ ਦੀ ਮੱਦਦ ਕਰੇ।

ਰਸਮੀ ਤੌਰ ਤੇ ਭਾਵੇਂ ਮਨਦੀਪ ਨੇ ਹਾਂ ਕਰ ਦਿੱਤੀ। ਪਰ ਉਸੇ ਦਿਨ, ਐੱਮ ਏ ਦੇ ਪੇਪਰਾਂ ਲਈ ਉਸ ਦਾ ਰੋਲ ਨੰਬਰ ਆ ਗਿਆ ਸੀ। ਕਿਉਂਕਿ ਉਹ ਅੱਜ ਕੱਲ ਪੱਤਰ ਵਿਹਾਰ ਸਿੱਖਿਆ ਰਾਹੀਂ ਐੱਮ ਏ ਪੰਜਾਬੀ ਦੀ ਤਿਆਰੀ ਕਰ ਰਿਹਾ ਸੀ। ਲੁਧਿਆਣੇ ਦਾ ਐੱਸ ਡੀ ਪੀ ਹਾਇਰ ਸੈਕੰਡਰੀ ਸਕੂਲ, ਉਸ ਨੂੰ ਪੇਪਰਾਂ ਲਈ ਸੈਂਟਰ ਮਿਲਿਆ ਸੀ। ਪਰ ਪੇਪਰ ਹੋ ਵੀ ਸਕਣਗੇ ਜਾਂ ਨਹੀਂ ਇਹ ਅਜੇ ਯਕੀਨ ਨਾਲ ਨਹੀਂ ਸੀ ਕਿਹਾ ਜਾ ਸਕਦਾ।

ਪੰਜਾਬ ਵਿੱਚ ਕਤਲ ਲਗਾਤਾਰ ਵਧਦੇ ਹੀ ਜਾ ਰਹੇ ਸਨ। ਪੇਪਰਾਂ ਤੋਂ ਐਨ ਪਹਿਲਾਂ 3 ਅਪਰੈਲ ਨੂੰ ਅੱਤਵਾਦੀਆਂ ਨੇ ਪੰਜਾਬ ਯੂਨੀਵਰਸਿਟੀ ਦੇ ਨਾਮਵਰ ਪ੍ਰੋ: ਡਾ: ਵਿਸ਼ਵਨਾਥ ਤਿਵਾੜੀ ਨੂੰ ਕਤਲ ਕਰ ਦਿੱਤਾ। ਕਈ ਲੋਕ ਕਹਿੰਦੇ ਸਨ ਕਿ ਉਹ ਇੰਦਰਾ ਗਾਂਧੀ ਦੇ ਬਹੁਤ ਨੇੜੇ ਸੀ, ਇਸ ਕਰਕੇ ਕਤਲ ਕੀਤਾ ਗਿਆ ਹੈ। ਪਰ ਕਈ ਕਹਿੰਦੇ ਸਨ ਕਿ ਇਹ ਯੂਨੀਵਰਸਿਟੀ ਦੀ ਅੰਦਰੂਨੀ ਰਾਜਨੀਤੀ ਕਰਕੇ ਕਤਲ ਹੋਇਆ ਹੈ। ਅਜਿਹੇ ਭਾੜੇ ਦੇ ਕਤਲ ਅਤੇ ਬਦਲਾਖੋਰੀ ਵੀ ਅੱਤਵਾਦ ਦੇ ਖਾਤੇ ਪੈ ਰਹੀ ਸੀ। ਪੰਜਾਬ ਦੇ ਸਧਾਰਨ ਲੋਕਾਂ ਨੂੰ ਕੁੱਝ ਵੀ ਸਮਝ ਨਹੀਂ ਸੀ ਆ ਰਹੀ ਕਿ ਕਿਹੜਾ ਮਦਾਰੀ ਇਹ ਖੂਨੀ ਨਾਚ ਨਚਾ ਰਿਹਾ ਹੈ।

ਤਿੰਨ ਅਪਰੈਲ ਨੂੰ ਹੀ ਭਾਰਤ ਦਾ ਪਹਿਲਾ ਪੁਲਾੜ ਯਾਤਰੀ ਰਾਕੇਸ਼ ਸ਼ਰਮਾ ਸਲਿਊਟ 11 ਰਾਹੀਂ ਆਪਣੇ ਦੋ ਰੂਸੀ ਯਾਤਰੀਆਂ ਨਾਲ ਪੁਲਾੜ ਵਿੱਚ ਪੁੱਜਾ। ਉਹ ਦੁਨੀਆਂ ਦਾ 138 ਵਾਂ ਪੁਲਾੜ ਯਾਤਰੀ ਸੀ। ਭਾਰਤ ਸਰਕਾਰ ਲਈ ਇਹ ਬਹੁਤ ਵੱਡੀ ਪ੍ਰਾਪਤੀ ਸੀ, ਕਿ ਭਾਰਤ ਦੁਨੀਆਂ ਦਾ ਚੌਦਵਾਂ ਪੁਲਾੜੀ ਦੇਸ਼ ਬਣ ਗਿਆ ਹੈ। ਰਾਕੇਸ਼ ਸ਼ਰਮਾਂ ਨਾਲ ਪੁਲਾੜ ਵਿੱਚੋਂ ਹੋਈ ਗੱਲਬਾਤ, ਮੀਡੀਆ ਲਗਾਤਾਰ ਪ੍ਰਸਾਰਤ ਕਰ ਰਿਹਾ ਸੀ। ਰੇਡੀਉ ਟੈਲੀਵੀਯਨ ਵਾਰ ਵਾਰ ਇਹ ਖ਼ਬਰਾਂ ਦਿਖਾ ਰਹੇ ਸਨ। ਪਰ ਪੰਜਾਬ ਦੇ ਲੋਕ ਤਾਂ ਲਹੂ ਭਿੱਜੀਆਂ ਅਖ਼ਬਾਰਾਂ ਵਿੱਚ ਸਵੇਰ ਸਾਰ ਲਾਸ਼ਾਂ ਦੀ ਹੀ ਗਿਣਤੀ ਕਰਦੇ। ਏਥੈ ਤਾਂ ਧਰਤੀ ਲਹੂ ਲੁਹਾਨ ਹੋਈ ਪਈ ਸੀ। ਕਿਹੜੀ ਤਰੱਕੀ ਤੇ ਕਿਹੜੀਆਂ ਮੁਬਾਰਕਾਂ ?

ਆਮ ਲੋਕਾਂ ਨੇ ਇਸ ਖ਼ਬਰ ਨੂੰ ਕੋਈ ਮਹੱਤਵ ਨਾ ਦਿੱਤਾ। ਦੂਸਰੇ ਹੀ ਦਿਨ ਚਾਰ ਅਪਰੈਲ ਦੀਆਂ ਅਖਬਾਰਾਂ ਵਿੱਚ ਤਾਂ ਇਹ ਸੁਰਖੀ ਮੁੱਖ ਸੀ ਕਿ 'ਪੰਜਾਬ ਦੇਸ਼ ਦਾ ਸਭ ਤੋਂ ਵੱਧ ਖਤਨਾਕ ਸੂਬਾ ਹੋਣ ਕਾਰਨ ਦੋਸ਼ੀਆਂ ਨੂੰ ਦੇਖਦੇ ਸਾਰ ਹੀ ਗੋਲੀ ਮਾਰਨ ਦਾ ਐਲਾਨ ਕਰ ਦਿੱਤਾ ਗਿਆ ਏ। ਪੰਜਾਬ ਵਿੱਚ ਹੁਣ ਦਲੀਲ ਅਤੇ ਅਪੀਲ ਦੋਨੋ ਖਤਮ ਹੋ ਗਈਆਂ ਸਨ। ਜਿਸ ਵਿੱਚ ਆਮ ਬੰਦੇ ਦਾ ਵੀ ਸਾਹ ਘੁੱਟਣ ਲੱਗਿਆ।

ਦੂਜੇ ਦਿਨ ਵਿਸ਼ਵਨਾਥ ਤਿਵਾੜੀ ਦਾ ਸਸਕਾਰ ਹੋਇਆ। ਪੰਜਾਬ ਦੇ ਸਮੁੱਚੇ ਮਹੌਲ ਨੂੰ ਜਾਣੋ ਅੱਗ ਹੀ ਲੱਗ ਗਈ। ਉੱਧਰ ਅਕਾਸ਼ ਵਿੱਚ ਸਲਿਊਟ 11 ਮੁੱਖ ਸ਼ਟਲ ਤੋਂ ਅਲੱਗ ਹੋ ਇੱਕ ਸੈਕਿੰਡ ਵਿੱਚ ਅੱਠ ਮੀਲ ਦੇ ਹਿਸਾਬ ਨਾਲ 90 ਮਿੰਟ ਵਿੱਚ ਧਰਤੀ ਦੀ ਪਰਕਰਮਾਂ ਕਰਨ ਲੱਗਿਆ। ਤੇ ਏਧਰ ਖਾੜਕੂ ਜਥੇਬੰਦੀਆਂ ਨੇ ਪੰਜਾਬ ਨੂੰ ਭਾਰਤ ਤੋਂ ਵੱਖ ਕਰਕੇ ਖਾਲਿਸਤਾਨ ਬਣਾਉਣ ਲਈ ਵੀ ਪੰਜਾਬ ਵਿੱਚ ਹਿੰਸਾ ਦੇ ਭਾਂਬੜ ਬਾਲ ਦਿੱਤੇ। ਪੰਜਾਬ ਦਾ ਲਾਅ ਐਂਡ ਆਰਡਰ ਦਮ ਤੋੜ ਗਿਆ। ਪੂਰਾ ਪ੍ਰਸਾਸ਼ਨ ਦਹਿਸ਼ਤ ਦੇ ਇਸ ਮਹੌਲ ਵਿੱਚ ਗੁਰੂ ਨਾਨਕ ਨਿਵਾਸ ਦੁਆਲੇ ਮੰਡਰਾਉਣ ਲੱਗਾ। ਪੰਜਾਬ ਦਾ ਮੁੱਖ ਮੰਤਰੀ ਦਰਬਾਰਾ ਸਿੰਘ ਜ਼ੀਰੋ ਹੋ ਕੇ ਰਹਿ ਗਿਆ।

ਸਾਰੇ ਹੁਕਮ, ਬਦਲੀਆਂ, ਸਰਕਾਰੀ ਕੰਮ ਕਾਜ, ਦੀਵਾਨੀ ਅਤੇ ਫੌਜਦਾਰੀ ਕੇਸਾਂ ਦੇ ਫੈਸਲੇ ਵੀ ਗੁਰੂ ਨਾਨਕ ਨਿਵਾਸ ਵਿੱਚੋਂ ਹੀ ਹੋਣ ਲੱਗੇ। ਸ਼ਾਮ ਛੇ ਵੱਜਦੇ ਨੂੰ ਪੰਜਾਬ ਵਿੱਚ ਸੰਨਾਟਾ ਛਾ ਜਾਂਦਾ ਅਤੇ ਲੋਕ ਘਰਾਂ ਵਿੱਚ ਦੁਬਕ ਜਾਂਦੇ। ਹੋਰ ਤਾਂ ਹੋਰ ਉਨ੍ਹਾਂ ਨੂੰ ਤਾਂ ਰਾਤ ਨੂੰ ਆਪਣੇ ਕੁੱਤੇ ਖੁੱਲੇ ਰੱਖਣ ਦੀ ਵੀ ਖੁੱਲ ਨਹੀਂ ਸੀ। ਅਜਿਹੇ ਹਾਲਾਤਾਂ ਵਿੱਚ ਭਲਾ ਪੇਪਰ ਕਿਵੇਂ ਹੋ ਸਕਦੇ ਸਨ ? ਅੱਠ ਅਪਰੈਲ 1984 ਨੂੰ ਪੰਜਾਬੀ ਯੂਨੀਵਸਿਟੀ ਪਟਿਆਲਾ ਨੇ ਆਪਣੇ ਸਾਰੇ ਇਮਤਿਹਾਨ ਅਣਮਿੱਥੇ ਸਮੇਂ ਲਈ ਮੁਲਤਵੀ ਕਰ ਦਿੱਤੇ।

13 ਅਪਰੈਲ ਨੂੰ ਵਿਸਾਖੀ ਵਾਲਾ ਦਿਨ ਸੀ। ਮਨਦੀਪ ਨੂੰ ਹੁਣ ਕੱਟੜ ਧਾਰਮਿਕਵਾਦ ਤੋਂ ਖਿਝ ਜਿਹੀ ਚੜ੍ਹਨ ਲੱਗ ਪਈ । ਉਸਦੇ ਤਾਂ ਜਵਾਨੀ ਦੇ ਦਿਨ ਰਾਜਨੀਤਕ ਮਹੌਲ ਸਦਕਾ ਘਰ ਦੀ ਚਾਰਦੀਵਾਰੀ ਵਿੱਚ ਹੀ ਕੈਦ ਹੋ ਗਏ ਸਨ। ਪੜ੍ਹਾਈ ਅੱਧ ਵਿਚਕਾਰ ਲਟਕ ਗਈ ਸੀ। ਮਾਤਾ ਪਿਤਾ ਦੀਆਂ ਉਸ ਤੇ ਲਾਈਆਂ ਆਸਾਂ ਨੂੰ ਬੂਰ ਪੈਣ ਦੀ ਸੰਭਾਵਨਾ ਤਾਂ ਅਜੇ ਦੂਰ ਤੱਕ ਵੀ ਨਜ਼ਰ ਨਹੀਂ ਸੀ ਆ ਰਹੀ। ਇਸ ਵਾਰ ਵਿਸਾਖੀ ਤੇ ਨਾ ਤਾਂ ਉਹ ਮਾਛੀਵਾੜੇ ਗੁਰਦੁਵਾਰਾ ਚਰਨ ਕੰਵਲ ਸਾਹਿਬ ਗਿਆ ਅਤੇ ਨਾ ਹੀ ਦੇਗਸਰ ਕਟਾਣਾ ਸਾਹਿਬ। ਬਲਕਿ ਲੁਧਿਆਣਾ ਦੇ ਪੰਜਾਬੀ ਭਵਨ ਵਿੱਚ ਆਪਣੇ ਦੋਸਤ ਕ੍ਰਿਸ਼ਨ ਕੌਸ਼ਲ ਨਾਲ ਸੰਤ ਰਾਮ ਉਦਾਸੀ ਦੇ ਸਨਮਾਨ ਸਮਾਰੋਹ ਵਿੱਚ ਚਲਾ ਗਿਆ। ਜੋ ਕਿ ਪ੍ਰੋ: ਮੋਹਣ ਸਿੰਘ ਫਾਊਡੇਸ਼ਨ ਦੇ ਸਰਪ੍ਰਸਤ ਜਗਦੇਵ ਸਿੰਘ ਜੱਸੋਵਾਲ ਵਲੋਂ ਕਰਵਾਇਆ ਜਾ ਰਿਹਾ ਸੀ। ਏਥੇ ਹੋਰ ਵੀ ਬਹੁਤ ਸਾਰੇ ਕਵੀ ਪਹੁੰਚੇ ਹੋਏ ਸਨ। ਇਸ ਮੌਕੇ ਜੋ ਕਵੀ ਦਰਬਾਰ ਹੋਇਆ ਉਸ ਵਿੱਚ ਪੰਜਾਬ ਦਾ ਦੁਖਾਂਤ ਹੀ ਭਾਰੂ ਰਿਹਾ। ਸ਼ਾਇਰ ਆਪਣੇ ਸ਼ਬਦਾਂ ਵਿੱਚ ਨਿਰਦੋਸ਼ੇ ਮਾਰੇ ਜਾਣ ਵਾਲਿਆਂ ਲਈ ਖ਼ੂਨ ਦੇ ਅਥਰੂ 'ਚੋ ਰਹੇ ਸਨ।

ਉਸ ਦਿਨ ਮਨਦੀਪ ਹਿੱਲ ਗਿਆ ਜਦੋਂ ਬੱਸ ਚੜ੍ਹਨ ਵਕਤ ਕ੍ਰਿਸ਼ਨ ਕੌਸ਼ਲ ਨੇ ਆਪਣੇ ਬੈਗ 'ਚੋਂ ਕੱਢ ਕੇ ਪੀਲਾ ਪਟਕਾ ਸਿਰ ਤੇ ਬੰਨ ਲਿਆ। ਕਿਉਂਕਿ ਬੱਸਾਂ ਵਿੱਚੋਂ ਇੱਕੋ ਫਿਰਕੇ ਦੇ ਲੋਕਾਂ ਨੂੰ ਕੱਢ ਕੱਢ ਕੇ ਮਾਰਨ ਦੀਆਂ ਖ਼ਬਰਾਂ ਨੇ ਪੰਜਾਬ ਦੇ ਹਿੰਦੂ ਪਰਿਵਾਰਾਂ ਵਿੱਚ ਬੇਹੱਦ ਦਹਿਸ਼ਤ ਫੈਲਾ ਦਿੱਤੀ ਸੀ। ਲੁਧਿਆਣੇ ਤੋਂ ਸਮਰਾਲੇ ਤੱਕ ਦਾ ਸਫਰ ਅੱਜ ਮੁੱਕਣ ਵਿੱਚ ਹੀ ਨਹੀਂ ਸੀ ਆ ਰਿਹਾ। ਜਿਵੇਂ ਸੜਕਾਂ ਤੇ ਮੌਤ ਤੁਰੀ ਫਿਰ ਰਹੀ ਹੋਵੇ। ਬੱਸ ਚੜਨ ਵਾਲਾ ਤੇ ਹਰ ਦਾੜੀ ਵਾਲਾ ਬੰਦਾ ਅੱਤਵਾਦੀ ਜਾਪ ਰਿਹਾ ਸੀ, ਜੋ ਝੋਲੇ 'ਚੋਂ ਕਦੇ ਵੀ ਗੰਨ ਕੱਢਕੇ ਸਾਰਿਆਂ ਨੂੰ ਭੁੰਨ

ਸੁੱਟੇਗਾ। ਪਰ ਉਹ ਸੂਰਜ ਛਿਪਣ ਤੋਂ ਪਹਿਲਾਂ ਹੀ ਸੁੱਖੀ ਸਾਂਦੀ ਆਪੋ ਆਪਣੇ ਘਰ ਪਹੁੰਚ ਗਏ।

ਸੋਲਾਂ ਅਪਰੈਲ ਦੀ ਅਖ਼ਬਾਰ ਚੁੱਕਦਿਆਂ ਹੀ ਮਨਦੀਪ ਦੇ ਹੱਥ ਕੰਬੇ। ਜਿਵੇਂ ਕੋਈ ਕਿਸੇ ਦੀ ਲਾਸ਼ ਨੂੰ ਚੁੱਕਦਾ ਹੈ। ਮੁੱਖ ਸੁਰਖੀ ਸੀ ਕਿ 'ਪੰਜਾਬ ਵਿੱਚ 34 ਰੇਲਵੇ ਸਟੇਸ਼ਨ ਸਾੜ ਕੇ ਸੁਆਹ'। ਹੁਣ ਤਾਂ ਉਸਦਾ ਮਨ ਕਿਤੇ ਵੀ ਨਹੀਂ ਸੀ ਲੱਗ ਰਿਹਾ। ਉਸ ਰਾਤ ਤਾਂ ਚੱਜ ਨਾਲ ਨੀਂਦ ਵੀ ਨਾ ਆਈ। ਦੂਸਰੇ ਦਿਨ ਦੀ ਅਖ਼ਬਾਰ ਫੇਰ ਕਤਲਾਂ ਹੀ ਕਤਲਾਂ ਨਾਲ ਭਰੀ ਪਈ ਸੀ।

ਜਲੰਧਰ ਦੀਆਂ ਅਖ਼ਬਾਰਾਂ ਤਾਂ ਪਹਿਲਾਂ ਹੀ ਦੋ ਧਿਰਾਂ ਵਿੱਚ ਵੰਡੀਆਂ ਗਈਆਂ ਸਨ। ਹੁਣ ਉਹ ਹਿੰਦੂ ਸਨ ਜਾਂ ਸਿੱਖ। ਇੱਕ ਦੂਜੇ ਦੇ ਧਰਮ ਨੂੰ ਅਤੇ ਸੋਚ ਨੂੰ ਨੀਵਾਂ ਦਿਖਾਇਆ ਜਾਣ ਲੱਗਾ। ਪੰਜਾਬ ਵਿੱਚ ਸੁਲਗ ਰਹੀ ਫਿਰਕਾਪ੍ਰਸਤੀ ਦੀ ਧੂਣੀ ਵਿੱਚ ਹੁਣ ਇਹ ਅਖ਼ਬਾਰਾਂ ਆਪਣੇ ਪੱਤਰਕਾਰੀ ਦੇਂ ਫਰਜ ਭੁਲਾਕੇ ਸਗੋਂ ਹੋਰ ਬਾਲਣ ਪਾਉਂਣ ਲੱਗੇ। ਇਸੇ ਘਟਨਾਕ੍ਰਮ ਨੇ ਪਹਿਲਾਂ ਜੱਗਬਾਣੀ ਸਮੂਹ ਦੇ ਲਾਲਾ ਜਗਤ ਨਰਾਇਣ ਦੀ ਜਾਨ ਲਈ ਸੀ। ਤੇ 12 ਮਈ 1984 ਨੂੰ ਅੱਤਵਾਦੀਆਂ ਨੇ ਉਸ ਦੇ ਬੇਟੇ ਰਮੇਸ਼ ਨੂੰ ਵੀ ਜੋ ਕਿ ਜੱਗ ਬਾਣੀ ਦਾ ਮੌਜੂਦਾ ਸੰਪਾਦਕ ਸੀ ਗੋਲੀਆਂ ਮਾਰ ਕੇ ਢੇਰ ਕਰ ਦਿੱਤਾ। ਜਿਸ ਨਾਲ ਪੰਜਾਬ ਵਿੱਚ ਹਿੰਸਾ ਦੇ ਲਾਬੂੰ ਹੋਰ ਉੱਚੇ ਹੋ ਗਏ।

ਹੁਣ ਮਨਦੀਪ ਦੀ ਵਧ ਰਹੀ ਉਦਾਸੀ ਅਤੇ ਭਟਕਣ ਉਸ ਨੂੰ ਕਿਤੇ ਵੀ ਟਿਕ ਕੇ ਨਾਂ ਬੈਠਣ ਦਿੰਦੀਆਂ। ਇਨ੍ਹਾਂ ਹਾਲਾਤਾਂ ਵਿੱਚ ਹੀ ਉਨ੍ਹਾਂ ਇੱਕ ਲਿਖਾਰੀ ਸਭਾ ਦਾ ਗਠਨ ਕਰ ਲਿਆ। ਜਿੱਥੇ ਵਕਤ ਵੀ ਪਾਸ ਹੋ ਜਾਂਦਾ ਅਤੇ ਹਮ ਖਿਆਲ ਲੇਖਕ ਦੋਸਤ ਵੀ ਮਿਲ ਪੈਂਦੇ। ਹਰ ਮਹੀਨੇ ਇਸ ਸਾਹਿਤ ਸਭਾ ਦੀ ਇਕੱਤਰਤਾ ਹੁੰਦੀ, ਜਿਸ ਵਿੱਚ ਹਰ ਤਰ੍ਹਾਂ ਦੇ ਲੋਕ ਆਂਉਦੇ। ਧਾਰਮਿਕ ਪ੍ਰਸੰਗ ਲਿਖਣ ਵਾਲੇ ਢਾਡੀ ਦਲਬੀਰ ਸਿੰਘ ਬੀਰ ਵਰਗੇ ਵੀ, ਜਿਨਾਂ ਦੀ ਮੌਜੂਦਾ ਲਹਿਰ ਨਾਲ ਵੀ ਹਮਦਰਦੀ ਸੀ। ਕਾਮਰੇਡ ਕਿਸਮ ਦੇ ਬੰਦੇ ਵੀ ਅਤੇ ਨਿਰੋਲ ਸਾਹਿਤਕਾਰ ਵੀ।

ਇੱਕ ਦਿਨ ਏਸ ਸਭਾ ਨੇ ਆਪਣਾ ਪਹਿਲਾ ਸਮਾਗਮ ਕਰਵਾਉਣ ਦਾ ਫੈਸਲਾ ਕੀਤਾ ਜਿਸ ਵਿੱਚ ਗੁਲਵੰਤ ਗਿੱਲ ਦੀ ਪੁਸਤਕ ਰਿਲੀਜ਼ ਕੀਤੀ ਜਾਣੀ ਸੀ। ਇਸ ਦੀ ਪ੍ਰਧਾਨਗੀ ਲਈ ਇਲਾਕੇ ਦੇ ਨਾਮਵਰ ਲੇਖਕ ਸੁਰਜੀਤ ਸੂਰਜ ਨੂੰ ਸੱਦਣ ਦਾ ਵੀ ਫੈਸਲਾ ਕੀਤਾ ਗਿਆ। ਜੋ ਕਿ ਇਨੀ ਦਿਨੀ ਚੰਡੀਗੜ੍ਹ ਪੰਜਾਬ ਬੁੱਕ ਸੈਂਟਰ ਦਾ ਮਨੇਜਰ ਸੀ। ਮਨਦੀਪ ਇਸੇ ਸੰਸਥਾ ਦੇ ਮੀਤ ਪ੍ਰਧਾਨ ਨਾਲ ਮਿਲ ਕੇ ਚੰਡੀਗੜ੍ਹ ਸੂਰਜ ਸਾਹਿਬ ਨੂੰ ਸੱਦਾ ਪੱਤਰ ਦੇਣ ਗਿਆ ਕਿਉਂਕਿ ਉਹ ਸੰਸਥਾ ਦਾ ਜਨਰਲ ਸਕੱਤਰ ਸੀ।

ਪਹਿਲਾਂ ਉਹ ਪੰਜਾਬੀ ਟ੍ਰਿਬਿਊਨ ਦੇ ਦਫਤਰ ਖ਼ਬਰਾਂ ਫੜਾਉਣ ਗਏ, ਜਿੱਥੇ ਉਨ੍ਹਾਂ ਦੀ ਮੁਲਾਕਾਤ ਹਰਭਜਨ ਹਲਵਾਰਵੀ ਸਾਹਿਬ ਨਾਲ ਹੋਈ। ਫੇਰ ਉਹ ਕੇਂਦਰੀ ਪੰਜਾਬੀ ਲੇਖਕ ਸਭਾ ਦੇ ਦਫਤਰ ਤੇਰਾ ਸਿੰਘ ਚੰਨ ਨੂੰ ਮਿਲਣ ਗਏ ਅਤੇ ਆਪਣੀ ਸਭਾ ਨੂੰ ਇਸ ਵੱਡੀ ਸੰਸਥਾ ਨਾਲ ਜੋੜਿਆ। ਆਖਰ ਵਿੱਚ ਪੰਜਾਬ ਬੁੱਕ ਸੈਂਟਰ ਤੇ ਗਏ ਜਿੱਥੇ ਸੁਰਜੀਤ ਜੀ ਨੇ ਬਹੁਤ ਇਜ਼ਤ ਮਾਣ ਕੀਤਾ ਅਤੇ ਉਨ੍ਹਾਂ ਦਾ ਸੱਦਾ ਪ੍ਰਵਾਨ ਕਰਕੇ ਸਮਾਗਮ ਦੀ ਪ੍ਰਧਾਨਗੀ ਕਰਨ ਦਾ ਵਾਹਦਾ ਵੀ ਕੀਤਾ। ਜਾਣ ਸਮੇਂ ਸੂਰਜ ਸਾਹਿਬ ਨੇ ਮਨਦੀਪ ਨੂੰ ਕੁੱਝ ਕਿਤਾਬਾਂ ਤੋਹਫੇ ਵਜੋਂ ਦਿੱਤੀਆਂ ਜਿਨਾਂ ਵਿੱਚ ਇੱਕ ਪੁਸਤਕ ਕਾਮਰੇਡ ਅਵਤਾਰ ਸਿੰਘ ਮਲਹੋਤਰਾ ਦੀ 'ਪੰਜਾਬ ਬਚਾਉ ਤੇ ਦੇਸ਼ ਬਚਾਉ' ਵੀ ਸੀ। ਜੋ ਘਰ ਆਕੇ ਮਨਦੀਪ ਨੇ ਇੱਕੋ ਸਾਹੇ ਪੜ੍ਹ ਛੱਡੀ ਤਾਂ ਕਿ ਇਸ ਸਮੱਸਿਆ ਦੀ ਸਮਝ ਆ ਸਕੇ। ਪਰ ਸਾਰਾ ਕੁੱਝ ਅੱਕੀਂ ਪਲਾਹੀਂ ਹੱਥ ਮਾਰਨ ਵਾਲੀ ਗੱਲ ਸੀ। ਪਿੰਡ ਆਕੇ ਉਹ ਸਮਾਗਮ ਦੀ ਤਿਆਰੀ ਵਿੱਚ ਰੁੱਝ ਗਏ।

ਇੱਕ ਜੂਨ 1984 ਦਾ ਦਿਨ ਸੀ। ਮਨਦੀਪ ਸਵੇਰੇ ਸਵੇਰੇ ਨਹਿਰ ਸਰਹਿੰਦ ਤੇ ਰੋਜ਼ਾਨਾ ਦੀ ਤਰ੍ਹਾਂ ਸੈਰ ਕਰਨ ਗਿਆ। ਉਸ ਦੇ ਨਾਲ ਉਸਦਾ ਦੋਸਤ ਅਸ਼ਵਨੀ ਵੀ ਸੀ। ਤਾਂ ਉਹ ਦੇਖ ਕੇ ਹੈਰਾਨ ਰਹਿ ਗਏ ਕਿ ਸਾਰੀ ਨਹਿਰ ਦੇ ਨਾਲ ਨਾਲ ਤਾਂ ਮਿਲਟਰੀ ਤਾਇਨਾਤ ਸੀ। ਫੌਜੀਆਂ ਵਲੋਂ ਮੋਰਚੇ ਪੁੱਟੇ ਜਾ ਰਹੇ ਸਨ। ਸੈਨਾ ਨੇ ਮਨਦੀਪ ਉਨ੍ਹਾਂ ਨੂੰ ਅੱਗੇ ਜਾਣ ਤੋਂ ਰੋਕ ਦਿੱਤਾ। ਇਸ ਤਰ੍ਹਾਂ ਲੱਗ ਰਿਹਾ ਸੀ ਜਿਵੇਂ ਕੋਈ ਵੱਡੀ ਲੜਾਈ ਲੱਗਣ ਵਾਲੀ ਹੋਵੇ। ਖ਼ਬਰਾਂ ਤਾਂ ਪਹਿਲਾਂ ਹੀ ਸੈਂਸਰ ਹੋ ਹੋ ਆ ਰਹੀਆਂ ਸਨ। ਪਰ ਭਰੋਸੇਯੋਗ ਸੂਤਰਾਂ ਤੋਂ ਪਤਾ ਲੱਗਾ ਕਿ ਹਾਲਾਤ ਬਹੁਤ ਖਰਾਬ ਹੋਣ ਕਾਰਨ ਸਾਰੇ ਪੰਜਾਬ ਵਿੱਚ ਹੀ ਮਿਲਟਰੀ ਲਗਾ ਦਿੱਤੀ ਗਈ ਹੈ। ਤੇ ਪੰਜਾਬ ਹੁਣ ਮਿਲਟਰੀ ਦੇ ਹਵਾਲੇ ਕਰ ਦਿੱਤਾ ਗਿਆ ਹੈ। ਬਹੁਤੇ ਲੋਕ ਅੰਦਰੋਂ ਖੁਸ਼ ਵੀ ਸਨ ਅਤੇ ਡਰੇ ਹੋਏ ਵੀ ਸਨ ਕਿ ਚੱਲੋ ਪੰਜਾਬ ਵਿੱਚ ਹੁਣ ਪੁਲੀਸ ਦਾ ਤਸ਼ੱਦਦ ਘਟੇਗਾ ਅਤੇ ਅੱਤਵਾਦੀਆਂ ਵਲੋਂ ਵਰਤਾਇਆ ਜਾ ਰਿਹਾ ਕਹਿਰ ਵੀ ਰੁਕੇਗਾ। ਪੰਜਾਬ ਦੇ ਜਨ-ਸਧਾਰਨ ਲੋਕਾਂ ਦੀ ਹਾਲਤ ਦੋ ਪੁੜਾ ਵਿੱਚ ਪਿਸਣ ਵਾਲੀ ਬਣੀ ਹੋਈ ਸੀ।

ਤਿੰਨ ਜੂਨ ਐਤਵਾਰ ਦਾ ਦਿਨ ਚੜ੍ਹਿਆ। ਮਨਦੀਪ ਨੂੰ ਯਾਦ ਆਇਆ ਕਿ ਅੱਜ ਤਾਂ ਸਮਰਾਲੇ ਸਾਹਿਤ ਸਭਾ ਦੀ ਮੀਟਿੰਗ ਹੈ, ਕਿਉਂ ਨਾ ਉਥੇ ਜਾਇਆ ਜਾਵੇ। ਨਾਲੇ ਤਾਂ ਪੰਜਾਬ ਦੇ ਹਾਲਾਤਾਂ ਬਾਰੇ ਕੋਈ ਉੱਘ ਸੁੱਘ ਮਿਲੇਗੀ ਅਤੇ ਨਾਲੇ ਲੇਖਕਾਂ ਨੂੰ ਮਿਲ ਕੇ 24 ਜੂਨ ਨੂੰ ਹੋਣ ਵਾਲੇ ਸਮਾਗਮ ਦੇ ਕਾਰਡ ਦਿੱਤੇ ਜਾ ਸਕਣਗੇ। ਉਹ ਦਲੇਰ ਸਿੰਘ ਅਤੇ ਬਚਨ ਕੌਰ ਦੇ ਰੋਕਣ ਤੇ ਵੀ ਨਾ ਰੁਕਿਆ ਤੇ ਘਰੋਂ ਮੀਟੰਗ ਲਈ ਚੱਲ ਪਿਆ। ਨਹਿਰ ਤੇ ਮਿਲਟਰੀ ਨੇ ਉਸਦੀ ਕਈ ਵਾਰ ਤਲਾਸ਼ੀ ਲਈ ਅਤੇ ਕਈ ਥਾਵਾਂ ਤੇ ਪੁੱਛ ਗਿੱਛ ਵੀ ਕੀਤੀ।

ਨੀਲੋਂ ਪੁਲ ਤੋਂ ਜਦੋਂ ਉਹ ਸਮਰਾਲੇ ਲਈ ਬੱਸ ਚੜ੍ਹਿਆ ਤਾਂ ਦੇਖਿਆਂ ਕਿ ਬੱਸ ਦੀਆਂ ਪਿਛਲੀਆਂ ਸੀਟਾਂ ਤੇ ਵੀ ਛੇ ਮਿਲਟਰੀ ਦੇ ਹਥਿਆਰ ਬੰਦ ਕਮਾਂਡੋ ਤਇਨਾਤ ਹਨ, ਜਿਨਾਂ ਦੇ ਸਿਰਾਂ ਤੇ ਕਾਲੇ ਪਟਕੇ ਬੰਨੇ ਹੋਏ ਸੀ ਅਤੇ ਹੱਥਾਂ ਵਿਚ ਅਸਾਲਟਾਂ। ਉਨ੍ਹਾਂ ਦੇ ਹੱਥ ਅਸਾਲਟਾਂ ਦੇ ਘੋੜਿਆਂ ਤੇ ਇਸ ਤਰ੍ਹਾਂ ਟਿਕਾਏ ਹੋਏ ਸਨ ਕਿ ਜਿਵੇਂ ਅੱਤਵਾਦੀਆਂ ਨੂੰ ਦੇਖਦੇ ਸਾਰ ਹੀ ਗੋਲੀ ਮਾਰ ਦੇਣਗੇ।

ਮਨਦੀਪ ਸਮਰਾਲੇ ਮਿਊਨਸਪੈਲਟੀ ਦੇ ਪਾਰਕ ਵਿੱਚ ਪਹੁੰਚ ਗਿਆ ਜਿੱਥੇ ਸਾਹਿਤਕ ਮੀਟਿੰਗ ਸ਼ੁਰੂ ਹੋ ਚੁੱਕੀ ਸੀ। ਲੇਖਕ ਰਚਨਾ ਪਾਠ ਕਰਦੇ ਫਿਕਰਮੰਦੀ ਵੀ ਜ਼ਾਹਰ ਕਰ ਰਹੇ ਸਨ ਕਿ ਹੁਣ ਪੰਜਾਬ ਦਾ ਕੀ ਬਣੇਗਾ ? ਹਾਲਾਤ ਇਹ ਸਨ ਕਿ ਅਜਿਹੀ ਮੀਟਿੰਗ ਤੇ ਵੀ ਅੱਤਵਾਦੀ ਅਸਾਲਟਾਂ ਦਾ ਮੀਂਹ ਵਰਸਾ ਸਕਦੇ ਸਨ। ਦਹਿਸ਼ਤ ਫੈਲਾਉਣ ਅਤੇ ਵੱਡੀਆਂ ਸੁਰਖੀਆਂ ਲਗਾ ਕੇ, ਆਪਣੀ ਸ਼ਕਤੀਸ਼ਤਲੀ ਹੋਂਦ ਪ੍ਰਗਟਾਉਣ ਲਈ ਖੁੰਭਾਂ ਵਾਂਗੂ ਉੱਗੀਆਂ ਜਥੇਬੰਦੀਆਂ ਵਾਲੇ ਕੁੱਝ ਵੀ ਕਰ ਸਕਦੇ ਸਨ। ਸਾਰਿਆਂ ਨੇ ਜਲਦੀ ਮੀਟਿੰਗ ਮੁਕਾ ਕੇ ਘਰ ਜਾਣ ਦਾ ਫੈਸਲਾ ਕੀਤਾ ਪਰ ਕੁੱਝ ਕੁ ਲੇਖਕ ਇੱਕ ਸ਼ਾਇਰ ਦੇ ਸੱਦੇ ਤੇ ਉਸ ਦੇ ਘਰ ਨੂੰ ਤੁਰ ਪਏ। ਉੱਥੇ ਜਾ ਕੇ ਗੱਲਾਂ ਬਾਤਾਂ ਦੇ ਨਾਲ ਨਾਲ ਰਚਰਾਵਾਂ ਦਾ ਦੌਰ ਅਤੇ ਮਧੁਰਾ ਪਾਨ ਦਾ ਸਿਲਸਲਾ ਵੀ ਚੱਲ ਪਿਆ।

ਅਜੇ ਦੋ ਦੋ ਪੈੱਗ ਲਗਾ ਕੇ ਮਹਿਫਲ ਜੰਮੀ ਹੀ ਸੀ ਕਿ ਮੇਜ਼ਬਾਨ ਸ਼ਾਇਰ ਦੀ ਪਤਨੀ ਦੌੜੀ ਦੌੜੀ ਆਈ ਕਿ ਟੀ ਵੀ ਤੇ ਦਿਖਾ ਰਹੇ ਨੇ ਕਿ ਸਾਰੇ ਪੰਜਾਬ ਵਿੱਚ ਅਣਮਿਥੇ ਸਮੇਂ ਲਈ ਕਰਫਿਊ ਲਗਾ ਦਿੱਤਾ ਗਿਆ ਹੈ। ਚਾਰ ਤੋਂ ਵਧ ਇਕੱਠੇ ਹੋਏ ਬੰਦਿਆਂ ਨੂੰ ਦੇਖਦੇ ਸਾਰ ਹੀ ਗੋਲੀ ਮਾਰਨ ਦੇ ਹੁਕਮ ਕਰ ਦਿੱਤੇ ਗਏ ਨੇ। ਪਰ ਉਹ ਤਾਂ ਦਸ ਬਾਰਾਂ ਜਾਣੇ ਸਨ ਅਤੇ ਸਭ ਨੇ ਆਪੋ ਆਪਣੇ ਘਰੀਂ ਵੀ ਜਾਣਾ ਸੀ। ਸਭ ਦੀ ਪੀਤੀ ਇੱਕ ਦਮ ਹੀ ਉੱਤਰ ਗਈ। ਮੇਜ਼ਬਾਨ ਸ਼ਾਇਰ ਫਿਕਰਮੰਦ ਹੁੰਦਾ

ਬੋਲਿਆ ਹੁਣ " ਹੁਣ ਸਭ ਨੂੰ ਆਪੋ ਆਪਣੇ ਘਰ ਜਾਣਾ ਚਾਹੀਦਾ ਹੈ। ਹਾਲਾਤ ਠੀਕ ਨਹੀਂ ਹਨ। ਕੁੱਝ ਵੀ ਹੋ ਸਕਦਾ ਏ" ਤੇ ਉਹ ਕੋਈ ਵੀ ਗੱਲ ਆਪਣੇ ਸਿਰ ਨਹੀਂ ਸੀ ਲੈਣਾ ਚਾਹੁੰਦਾ।

ਚੰਡੀਗੜ੍ਹ ਦੇ ਪੰਜਾਬੀ ਅਖ਼ਬਾਰ ਵਿੱਚ ਕੰਮ ਕਰਦਾ ਇੱਕ ਨਾਮਵਰ ਕਹਾਣੀਕਾਰ ਵੀ ਇਸ ਕਰਫਿਊ ਦੀ ਲਪੇਟ ਵਿੱਚ ਆ ਗਿਆ। ਪੰਜਾਬ ਵਿੱਚ ਬੱਸਾਂ ਬੰਦ ਹੋ ਗਈਆਂ ਸਨ। ਤੇ ਟੈਲੀਫੋਨ ਵੀ ਮੁਰਦਾ ਹੋ ਗਏ। ਇਹ ਕਹਾਣੀਕਾਰ ਆਪਣੇ ਬੱਚਿਆਂ ਅਤੇ ਪਤਨੀ ਦਾ ਫਿਕਰ ਕਰਦਾ ਕਿਸੇ ਹੋਰ ਲੇਖਕ ਦੇ ਘਰ ਚਲਾ ਗਿਆ। ਬਾਕੀਆਂ ਨਾਲ ਤਾਂ ਪਤਾ ਨਹੀਂ ਕੀ ਬਣਿਆ ਪਰ ਮਨਦੀਪ ਨੂੰ ਅਤੇ ਕ੍ਰਿਸ਼ਨ ਕੌਸ਼ਲ ਨੂੰ ਬਾਜ਼ਾਰ ਵਿੱਚ ਨਿੱਕਲਣ ਸਾਰ ਹੀ ਮਿਲਟਰੀ ਨੇ ਘੇਰ ਲਿਆ। ਉਨ੍ਹਾਂ ਦੀ ਤਲਾਸ਼ੀ ਲਈ ਗਈ ਅਤੇ ਕਾਫੀ ਪੁੱਛ ਗਿੱਛ ਕਰਨ ਤੋਂ ਬਾਅਦ, ਮਿਲਟਰੀ ਦੀ ਇੱਕ ਗੱਡੀ ਜੋ ਦੋਰਾਹੇ ਵਲ ਜਾ ਰਹੀ ਸੀ ਉਸ ਨੇ ਉਨ੍ਹਾਂ ਨੂੰ ਰਾਮਪੁਰੇ ਕੋਲ ਉਤਾਰ ਦੇਣ ਦੀ ਗੱਲ ਕਹੀ। ਉਹ ਦੋਵੇਂ ਬਹੁਤ ਡਰੇ ਹੋਏ ਸਨ ਕਿ ਕਿਤੇ ਰਸਤੇ ਵਿੱਚ ਹੀ ਨਾ ਮੁਕਾਬਲਾ ਬਣਾ ਦਿੱਤਾ ਜਾਵੇ। ਪਰ ਇਹ ਸੈਨਿਕ ਚੰਗੇ ਨਿੱਕਲੇ ਜੋ ਉਨ੍ਹਾਂ ਨੂੰ ਕਰਫਿਊ ਦੌਰਾਨ ਮੁੜ ਕੇ ਘਰੋਂ ਨਾ ਨਿੱਕਲਣ ਦੀ ਹਿਦਾਇਤ ਦੇ ਕੇ ਉਤਾਰ ਗਏ।

ਦੂਸਰੇ ਦਿਨ ਗੁਲਵੰਤ ਗਿੱਲ ਦੇ ਨਾਲ ਕਹਾਣੀਕਾਰ ਹਰਜੀਤ ਸ਼ਾਹੀ ਮਨਦੀਪ ਕੋਲ ਆਏ। ਹਰਜੀਤ ਸ਼ਾਹੀ ਬਹੁਤ ਫਿਕਰਮੰਦ ਸੀ। ਉਸ ਦੇ ਪਰਿਵਾਰ ਤੱਕ ਪੁੱਜਣ ਦਾ ਉਸ ਪਾਸ ਕੋਈ ਵੀ ਸਾਧਨ ਨਹੀਂ ਸੀ। ਹੁਣ ਵੀ ਉਹ ਮਿਲਟਰੀ ਨੂੰ ਚਕਮਾ ਦੇ ਕੇ ਹੀ ਖੇਤਾਂ ਦੀਆਂ ਪਹੀਆਂ ਜਾਂ ਪਗਡੰਡੀਆਂ ਰਾਹੀਂ ਸਾਈਕਲ ਚਲਾਉਂਦੇ ਮਨਦੀਪ ਕੋਲ ਪੁੱਜੇ ਸਨ। ਉਨ੍ਹਾਂ ਮਨਦੀਪ ਨੂੰ ਦਾਰੂ ਪੁੱਛੀ। ਮਨਦੀਪ ਦੇ ਘਰ ਅਕਸਰ ਰੱਮ ਦੀ ਬੋਤਲ ਹੁੰਦੀ ਹੀ ਸੀ। ਉਸ ਨੇ ਆਪਣੇ ਪਿਤਾ ਦਲੇਰ ਸਿੰਘ ਤੋਂ ਇੱਕ ਬੋਤਲ ਮਹਿਮਾਨਾਂ ਵਾਸਤੇ ਲੈ ਲਈ।

ਇੱਕ ਦੋ ਪੈੱਗ ਲਗਾ ਕੇ ਹਰਜੀਤ ਸ਼ਾਹੀ ਨੇ ਮਨਦੀਪ ਨੂੰ ਆਪਣਾ ਰੇਡੀਓ ਲਿਆਉਣ ਲਈ ਕਿਹਾ ਅਤੇ ਉਸ ਨੂੰ ਬੀ ਬੀ ਸੀ ਤੇ ਲਾਉਣ ਲਈ ਵੀ ਕਿਹਾ। ਜਿਉਂ ਹੀ ਬੀ ਬੀ ਸੀ ਚੱਲਿਆ ਤਾਂ ਪਹਿਲੀ ਖ਼ਬਰ ਇਹ ਹੀ ਆਈ ਕਿ ਭਾਰਤੀ ਸੈਨਾ ਸ਼੍ਰੀ ਦਰਬਾਰ ਸਾਹਿਬ ਵਿੱਚ ਪ੍ਰਵੇਸ਼ ਕਰ ਚੁੱਕੀ ਹੈ ਅਤੇ ਅੱਤਵਾਦੀਆਂ ਨਾਲ ਘਮਸਾਣ ਦੀ ਜੰਗ ਜ਼ਾਰੀ ਹੈ। ਹੁਣ ਉਨ੍ਹਾਂ ਨੂੰ ਅਸਲੀਅਤ ਪਤਾ ਲੱਗੀ। ਫਿਰ ਤਾਂ ਪੰਜਾਬ ਦੇ ਸਾਰੇ ਲੋਕ ਹੀ ਸਾਹ ਸੂਤ ਕੇ ਬੀ ਬੀ ਸੀ ਦੀਆਂ ਖ਼ਬਰਾਂ ਸੁਣਨ ਲੱਗੇ। ਭਾਰਤੀ ਮੀਡੀਆਂ ਤਾਂ ਅਜੇ ਕੁੱਝ ਵੀ ਨਹੀਂ ਸੀ ਦੱਸ ਰਿਹਾ।

ਲੋਕਾਂ ਵਿੱਚ ਬੇਚੈਨੀ ਵਧਦੀ ਜਾ ਰਹੀ ਸੀ। ਸੈਨਾ ਦੇ ਘੇਰੇ ਕਾਰਨ ਲੋਕ ਬਗਾਵਤ ਵੀ ਤਾਂ ਨਹੀਂ ਸੀ ਕਰ ਸਕਦੇ। ਮਿਲਟਰੀ ਦੇ ਸੈਨਕ ਅਸਾਲਟਾਂ ਬੀੜੀਆਂ ਗੱਡੀਆਂ ਨਾਲ ਪਿੰਡ ਦੇ ਕਈ ਗੇੜੇ ਲਾ ਚੁੱਕੇ ਸਨ। ਉਹ ਪਿੰਡੋਂ ਲੱਸੀ ਚਾਹ ਆਲੂ ਗੰਢੇ ਅਤੇ ਰੋਟੀਆਂ ਵੀ ਲਿਜਾ ਰਹੇ ਸਨ। ਸ਼ਾਮ ਨੂੰ ਜਦੋਂ ਮਨਦੀਪ ਆਪਣੇ ਇੱਕ ਦੋਸਤ ਨਾਲ ਨਹਿਰ ਤੇ ਗਿਆ ਤਾਂ ਉਹ ਕੁੱਝ ਮਿਲਟਰੀ ਦੇ ਉਦਾਸ ਸਿੱਖ ਨੌਜਵਾਨਾ ਨੂੰ ਵੀ ਮਿਲਿਆ। ਜਿਨਾਂ ਦੱਸਿਆਂ ਕਿ ਰਾਤੀ ਉਨ੍ਹਾਂ ਦੇ ਨਾਲ ਦੇ ਸਾਥੀ ਜਿਨਾਂ ਦੀ ਗਿਣਤੀ ਤਕਰੀਬਨ ਪੰਜਾਹ ਸੀ ਅਮ੍ਰਿਤਸਰ ਗਏ ਸਨ ਤੇ ਹਮਲੇ ਵਿੱਚ ਸ਼ਾਮਲ ਹੋਏ ਸਨ। ਹੁਣ ਪਤਾ ਲੱਗਿਆ ਹੈ ਕਿ ਉਹ ਸਾਰੇ ਦੇ ਸਾਰੇ ਹੀ ਮਾਰੇ ਗਏ ਨੇ। ਕ੍ਰਿਸ਼ਨ ਕੌਸ਼ਲ ਤਾਂ ਮਨਦੀਪ ਦਾ ਸਾਈਕਲ ਮੰਗ ਕੇ ਆਪਣੇ ਪਿੰਡ ਮਿਆਣੀ ਨੂੰ ਚਲਾ ਗਿਆ।

ਦੂਸਰੇ ਦਿਨ ਪਤਾ ਇਹ ਵੀ ਲੱਗਿਆ ਕਿ ਹਰਜੀਤ ਸ਼ਾਹੀ ਕਹਾਣੀਕਾਰ ਵੀ ਬੇਚੈਨੀ ਨਾ ਝੱਲਦਾ ਹੋਇਆ ਗੁਲਵੰਤ ਗਿੱਲ ਦਾ ਸਾਈਕਲ ਮੰਗ ਕੇ ਹੀ ਚੰਡੀਗੜ੍ਹ ਲਈ ਰਵਾਨਾ ਹੋ ਗਿਆ ਸੀ। ਪੰਜਾਬ ਵਿੱਚ ਅਫਵਾਵਾਂ ਦਾ ਬਜ਼ਾਰ ਬੇਹੱਦ ਗਰਮ ਸੀ। ਕੋਈ ਕਹਿ ਰਿਹਾ ਸੀ ਕਿ ਮਿਲਟਰੀ

ਨੇ ਦਰਬਾਰ ਸਾਹਿਬ ਵੱਲ ਵਧਦੇ ਹਜ਼ਾਰਾਂ ਲੋਕ ਮਾਰ ਮੁਕਾਏ ਨੇ। ਕੋਈ ਕਹਿ ਰਿਹਾ ਸੀ ਕਿ ਦਰਬਾਰ ਸਾਹਿਬ ਬਿਲਕੁੱਲ ਢਹਿ ਢੇਰੀ ਹੋ ਗਿਆ ਏ ਤੇ ਹੁਣ ਸਿੱਖਾਂ ਦੇ ਜੀਣ ਦਾ ਕੋਈ ਵੀ ਹੱਜ ਨਹੀਂ। ਕਈ ਲੋਕੀ ਕਹਿ ਰਹੇ ਸਨ ਕਿ 'ਹਿੰਦੂ ਲੱਡੂ ਵੰਡ ਰਹੇ ਨੇ ਤੇ ਕਹਿ ਰਹੇ ਨੇ ਕਿ ਹੁਣ ਪਤਾ ਲੱਗੂ ਵੱਡੇ ਖਾੜਕੂਆਂ ਨੂੰ' ਹਿੰਦੂ ਪਰਿਵਾਰ ਇੰਦਰਾ ਗਾਂਧੀ ਨੂੰ ਦੁਰਗਾ ਦੀ ਅਵਤਾਰ ਆਖ ਰਹੇ ਸਨ। ਪੰਜ ਜੂਨ ਦੀਆਂ ਖ਼ਬਰਾਂ ਵਿੱਚ ਬੀ ਬੀ ਸੀ ਨੇ ਫੇਰ ਦੱਸਿਆ ਕਿ ਦਰਬਾਰ ਸਾਹਿਬ ਸਮੂਹ ਵਿੱਚ ਲਗਾਤਾਰ ਭਾਰੀ ਗੋਲਾਬਾਰੀ ਜ਼ਾਰੀ ਹੈ।

ਮਨਦੀਪ ਨੂੰ ਤਾਂ ਸਾਰੀ ਰਾਤ ਨੀਂਦ ਨਹੀਂ ਸੀ ਆਈ। ਲਹੂ ਹੀ ਲਹੂ ਅਤੇ ਦਰਬਾਰ ਸਾਹਿਬ ਸਹਿਬ ਦੀ ਬੇਅਦਬੀ ਦੇ ਸਪਨੇ ਆਉਂਦੇ ਰਹੇ। ਲਾਸ਼ਾਂ ਨਾਲ ਭਰਿਆਂ ਹੋਇਆ ਸਰੋਵਰ ਉਸ ਦੇ ਜ਼ਹਿਨ ਵਿੱਚ ਘੁੰਮ ਰਿਹਾ ਸੀ। ਛੇ ਜੂਨ ਸਵੇਰੇ ਉਸ ਨੇ ਖ਼ਬਰਾਂ ਵਿੱਚ ਸੁਣਿਆ ਕਿ ਹਮਲੇ ਵਿੱਚ ਹੁਣ ਤੱਕ 240 ਅੱਤਵਾਦੀ ਮਾਰੇ ਗਏ ਹਨ ਅਤੇ 47 ਫੌਜੀ ਵੀ ਸ਼ਹੀਦ ਹੋਏ ਹਨ। ਖ਼ਬਰਾਂ ਵਿੱਚ ਇਹ ਵੀ ਦੱਸਿਆ ਗਿਆ ਸੀ ਕਿ ਸ਼੍ਰੋਮਣੀ ਗੁਰਦੁਵਾਰਾ ਪ੍ਰਬੰਧਕ ਕਮੇਟੀ ਦੇ ਪ੍ਰਧਾਨ ਜਥੇਦਾਰ ਗੁਰਚਰਨ ਸਿੰਘ ਟੌਹੜਾ ਅਤੇ ਮੋਰਚੇ ਦੇ ਡਿਕਟੇਟਰ ਸੰਤ ਹਰਚੰਦ ਸਿੰਘ ਲੌਂਗੋਵਾਲ ਨੂੰ ਵੀ ਪੁਲੀਸ ਨੇ ਗ੍ਰਿਫਤਾਰ ਕਰ ਲਿਆ ਹੈ। ਪਰ ਸੰਤ ਜਰਨੈਲ ਸਿੰਘ ਦੀ ਅਜੇ ਵੀ ਕੋਈ ਉੱਘ ਸੁੱਘ ਨਹੀਂ ਸੀ। ਫੇਰ ਇੱਕ ਖ਼ਬਰ ਨਸ਼ਰ ਹੋਈ ਕਿ ਦਰਬਾਰ ਸਾਹਿਬ ਸਮੂਹ ਦੀ ਬਿਜਲੀ ਅਤੇ ਪਾਣੀ ਕੱਟ ਦਿੱਤੇ ਗਏ ਹਨ। ਫੌਜਾਂ ਅੰਦਰ ਜਾ ਚੁੱਕੀਆਂ ਨੇ ਅਤੇ ਅਪਰੇਸ਼ਨ ਬਲਿਊ ਸਟਾਰ ਜਾਰੀ ਹੈ। ਦਰਬਾਰ ਸਾਹਿਬ ਤੋਂ ਕੀਰਤਣ ਦਾ ਪ੍ਰਸਾਰਣ ਤਾਂ ਪਹਿਲਾਂ ਹੀ ਬੰਦ ਹੋ ਚੁੱਕਾ ਸੀ। ਕਿਸੇ ਨੂੰ ਹੁਣ ਕੋਈ ਪਤਾ ਨਹੀਂ ਸੀ ਕਿ ਉੱਥੇ ਕੀ ਹੋ ਰਿਹਾ ਹੈ।

ਫੇਰ ਸੱਤ ਜੂਨ ਦੀ ਸਵੇਰ ਇਹ ਖ਼ਬਰ ਵੀ ਆ ਗਈ ਕਿ ਜਰਨੈਲ ਸਿੰਘ ਭਿੰਡਰਾਂਵਾਲੇ ਦੀ ਲਾਸ਼ ਮਿਲ ਚੁੱਕੀ ਹੈ ਅਤੇ ਉਸਦੇ ਨਾਲ ਉਸਦਾ ਸਾਥੀ ਅਮਰੀਕ ਸਿੰਘ ਜੋ ਸਿੱਖ ਸਟੂਡੈਂਟ ਫੈਡਰੇਸ਼ਨ ਦਾ ਪ੍ਰਧਾਨ ਸੀ, ਵੀ ਮਾਰਿਆ ਜਾ ਚੁੱਕਾ ਹੈ। ਬੀ ਬੀ ਸੀ ਨੇ ਇਹ ਭੇਤ ਵੀ ਖੋਹਲ ਦਿੱਤਾ ਕਿ ਸਿੱਖਾ ਦੀ ਮੁਕੱਦਸ ਇਮਾਰਤ ਅਕਾਲ ਤਖਤ ਨੂੰ ਭਾਰਤੀ ਸੈਨਾ ਨੇ ਬੰਬਾਂ ਤੇ ਟੈਂਕਾਂ ਦੇ ਗੋਲਿਆਂ ਨਾਲ ਢਾਹ ਢੇਰੀ ਕਰ ਦਿੱਤਾ ਹੈ। ਦਰਬਾਰ ਸਮੂਹ ਵਿਚਲੇ ਅਕਾਲ ਬੁੰਗੇ ਨੂੰ ਵੀ ਤਹਿਸ਼ ਨਹਿਸ਼ ਕਰ ਦਿੱਤਾ ਗਿਆ ਹੈ। ਤੇ ਹਰਮੰਦਰ ਸਾਹਿਬ ਨੂੰ ਵੀ ਗੋਲੀਆਂ ਲੱਗੀਆਂ ਨੇ।

ਖ਼ਬਰਾਂ ਪੜ੍ਹਨ ਵਾਲਾ ਦੱਸ ਰਿਹਾ ਸੀ ਕਿ ਹਰ ਪਾਸੇ ਲਾਸ਼ਾ ਹੀ ਲਾਸ਼ਾਂ ਅਤੇ ਖ਼ੂਨ ਹੀ ਖ਼ੂਨ ਹੈ। ਸੈਂਕੜੇ ਲਾਸ਼ਾਂ ਸਰੋਵਰ ਵਿੱਚ ਤਰ ਰਹੀਆਂ ਨੇ। ਇਹ ਖ਼ਬਰਾਂ ਸੁਣਨ ਸਾਰ ਮਿਲਟਰੀ ਵਿੱਚ ਸਿੱਖ ਫੌਜੀਆਂ ਨੇ ਬਗਾਵਤ ਕਰ ਦਿੱਤੀ। ਉਹ ਹਥਿਆਰਾਂ ਸਮੇਤ ਬੈਰਕਾਂ ਵਿਚੋਂ ਦੌੜ ਪਏ। ਕਈਆਂ ਨੂੰ ਗੋਲੀਆਂ ਵੀ ਮਾਰ ਦਿੱਤੀਆਂ ਗਈਆ। ਪੰਜਾਬ ਦੇ ਅਨੇਕਾਂ ਹੋਰ ਗੁਰਦੁਆਰਿਆਂ ਵਿੱਚ ਵੀ ਸੈਨਾ ਨੇ ਹੱਲਾ ਬੋਲ ਦਿੱਤਾ।

ਸਾਰੇ ਪੰਜਾਬ ਦੇ ਲੋਕ ਹੀ ਭੜਕ ਉੱਠੇ। ਉਸ ਦਿਨ ਬਹੁਤਿਆਂ ਦੇ ਘਰਾਂ ਵਿੱਚ ਰੋਟੀ ਨਾ ਪੱਕੀ। ਲੋਕ ਗੁੱਸੇ ਨਾਲ ਕੰਬਦੇ ਲਹੂ ਦੇ ਅਥਰੂ ਚੋਅ ਰਹੇ ਸਨ। ਧਾਰਮਿਕ ਭਾਵਨਾਵਾਂ ਨੂੰ ਲੱਗੀ ਠੇਸ ਕਾਰਨ ਉਨ੍ਹਾਂ ਦੇ ਹਿਰਦੇ ਛਲਣੀ ਹੋ ਗਏ। ਮਨਦੀਪ ਵੀ ਤਾਂ ਧੁਰ ਅੰਦਰ ਤੱਕ ਹਿੱਲ ਗਿਆ ਸੀ। ਉਸ ਦਿਨ ਬਹੁਤ ਸਾਰੀਆਂ ਗੱਲਾਂ ਉਸ ਦੇ ਦਿਮਾਗ ਵਿੱਚ ਘੁਮਦੀਆਂ ਰਹੀਆਂ। ਉਹ ਖੇਤਾਂ ਨੂੰ ਤੁਰ ਗਿਆ ਫੇਰ ਬੇਵਸੀ ਅਤੇ ਗੁੱਸੇ ਵਿੱਚ ਅੰਨੇ ਵਾਹ ਕਹੀ ਚਲਾਉਂਦਾ ਰਿਹਾ।

•

ਭਾਗ 46

ਭਿੰਡਰਾਂਵਾਲੇ ਸੰਤਾਂ ਦੀ ਪਾਲਿਸੀ ਅਤੇ ਸੰਘਰਸ਼ ਸਬੰਧੀ ਤੌਰ ਤਰੀਕਿਆਂ ਨਾਲ ਭਾਵੇਂ ਮਨਦੀਪ ਕਦੀ ਵੀ ਸਹਿਮਤ ਨਹੀਂ ਸੀ ਰਿਹਾ ਪਰ ਜਿਸ ਤਰੀਕੇ ਨਾਲ ਉਸ ਨੂੰ ਖਤਮ ਕਰ ਦਿੱਤਾ ਗਿਆ ਸੀ, ਇਹ ਵੀ ਸਰਕਾਰ ਦਾ ਕੋਈ ਵਧੀਆ ਤਰੀਕਾ ਨਹੀਂ ਸੀ। ਉਸ ਦੀ ਮੌਤ ਨੇ ਅਤੇ ਦਰਬਾਰ ਸਾਹਿਬ ਤੇ ਹੋਏ ਘਿਨਾਉਣੇ ਹਮਲੇ ਨੇ ਪੰਜਾਬੀਆਂ, ਖਾਸ ਕਰ ਕੇ ਸਿੱਖਾਂ ਨੂੰ ਝੰਜੋੜ ਕੇ ਰੱਖ ਦਿੱਤਾ। ਹਮਲਾ ਉਸ ਦਿਨ ਕੀਤਾ ਗਿਆ ਸੀ, ਜਿਸ ਦਿਨ ਦਰਬਾਰ ਸਾਹਿਬ ਸਮੂਹ ਵਿੱਚ ਸ਼੍ਰੀ ਗੁਰੂ ਅਰਜਣ ਦੇਵ ਜੀ ਦਾ ਸ਼ਹੀਦੀ ਗੁਰਪੁਰਬ ਮਨਾਇਆ ਜਾ ਰਿਹਾ ਸੀ। ਸਧਾਰਨ ਲੋਕ ਜੋ ਗੁਰੂ ਦੇ ਦਰਬਾਰ ਨਤਮਸਤਕ ਹੋਣ ਗਏ ਸਨ, ਸਭ ਭੁੰਨ ਸੁੱਟੇ ਸਨ। ਦੁੱਧ ਪੀਂਦੇ ਬੱਚੇ ਵੀ ਨਾਂ ਬਖਸ਼ੇ ਗਏ। ਪੱਗਾਂ ਦਾੜ੍ਹੀਆਂ ਵਾਲਿਆਂ ਨੂੰ ਤਾਂ ਪਿੱਠ ਪਿੱਛੇ ਹੱਥ ਬੰਨ ਕੇ ਗੋਲੀਆਂ ਨਾਲ ਉਡਾ ਦਿੱਤਾ ਗਿਆ। ਜੋ ਪ੍ਰਕਰਮਾ ਹਰ ਰੋਜ਼ ਦੁੱਧ ਅਤੇ ਪਵਿੱਤਰ ਜਲ ਨਾਲ ਧੋਤੀ ਜਾਂਦੀ ਸੀ ਅੱਜ ਲਹੂ ਨਾਲ ਗੜੁੱਚ ਸੀ। ਹਵਾ ਵਿੱਚ ਬਾਰੂਦ ਅਤੇ ਲਾਸ਼ਾਂ ਦੀ ਦੁਰਗੰਧ, ਪੰਜਾਬ ਦੇ ਘਰਾਂ ਵਿੱਚ ਬੈਠੇ ਲੋਕ ਵੀ ਮਹਿਸੂਸ ਕਰ ਰਹੇ ਸਨ।

ਮਨਦੀਪ ਨੂੰ ਉਹ ਦਿਨ ਵੀ ਯਾਦ ਆਇਆ ਜਦੋਂ ਇੱਕ ਦਿਨ ਗੁਰਤਾਰ ਸਿੰਘ ਜਲਾਲ ਅਤੇ ਮਨਦੀਪ ਦਾ ਕਾਲਜ ਪੜ੍ਹਦਾ ਦੋਸਤ ਦਮਨ ਇੱਕ ਦਿਨ ਮੋਟਰ ਸਾਈਕਲ ਤੇ ਉਸ ਕੋਲ ਆਏ ਸਨ। ਅਪਰੈਲ ਦਾ ਮਹੀਨਾ ਅਜੇ ਸ਼ੁਰੂ ਹੀ ਹੋਇਆ ਸੀ। ਦਮਨ ਨੇ ਦੱਸਿਆ ਸੀ ਕਿ "ਗੁਰਤਾਰ ਦੇ ਐਤਕੀ ਜਿਲ੍ਹਾ ਲਧਿਆਣਾ ਦੇ ਯੂਥ ਵਿੰਗ ਦਾ ਪ੍ਰਧਾਨ ਬਣ ਜਾਣ ਦੀ ਪੂਰੀ ਉਮੀਦ ਹੈ। ਪਰ ਇਸ ਕੰਮ ਲਈ ਉਸ ਨੇ ਆਪਣੀ ਤਾਕਤ ਦਾ ਸਬੂਤ ਹਾਈ ਕਮਾਂਡ ਨੂੰ ਦੇਣਾ ਹੈ। ਜਿਸ ਲਈ ਆਪਾਂ ਧਰਮ ਯੁੱਧ ਮੋਰਚੇ ਲਈ ਏਥੋਂ ਪੰਜ ਟਰੱਕ ਭਰਕੇ ਅਮ੍ਰਿਤਸਰ ਲਿਜਾਣੇ ਨੇ। ਪੰਜ ਸੌ ਬੰਦੇ ਦਾ ਵਾਹਦਾ ਕੀਤਾ ਹੋਇਆ ਏ। ਉੱਥੇ ਸਾਰੀ ਅਕਾਲੀ ਲੀਡਰਸ਼ਿੱਪ ਵੀ ਹੋਊ। ਪੂਰੀ ਬਹਿ ਜਾ ਬਹਿ ਜਾ ਕਰਵਾਉਣੀ ਹੈ। ਤੂੰ ਉੱਠ ਸਾਡੇ ਨਾਲ ਤੁਰ। ਟਰੱਕਾਂ ਦਾ ਪ੍ਰਬੰਧ ਅਸੀਂ ਕਰ ਲਿਆ ਹੈ"

"ਬੱਸ ਆਪਣੇ ਨਾਲ ਪੜ੍ਹਦੇ ਜਾਂ ਜਾਣ ਪਛਾਣ ਵਾਲੇ ਸਾਰੇ ਮੁੰਡੇ ਆਪਾਂ ਇਕੱਠੇ ਕਰਨੇ ਨੇ। ਅੱਜ ਤੇ ਕੱਲ, ਆਪਾਂ ਪਿੰਡ ਪਿੰਡ ਜਾਣਾ ਹੈ। ਰਸਤੇ ਵਿੱਚੋਂ ਜਸਦੀਪ ਨੇ ਵੀ ਕਾਰ ਲੈ ਕੇ ਆਪਣੇ ਨਾਲ ਚੱਲਣਾ ਹੈ। ਕੱਲ ਕਲਾਂ ਨੂੰ ਜੇ ਤੇਰਾ ਕੋਈ ਨੌਕਰੀ ਬਗੈਰਾ ਦਾ ਕੰਮ ਹੋਇਆ ਤਾਂ ਤੂੰ ਗੁਰਤਾਰ ਨੂੰ ਦੱਸੀਂ...। ਉਹ ਕਰਵਾਉਣ ਦਾ ਵਾਹਦਾ ਕਰਦਾ ਹੈ। ਬੱਸ ਤਿਆਰ ਹੋ ਜਾ ਹੁਣ ਜਲਦੀ"। ਮਨਦੀਪ ਆਪਣੀ ਮਾਂ ਨੂੰ ਇਹ ਹੀ ਗੱਲ ਦੱਸਕੇ ਗੁਰਤਾਰ ਉਨ੍ਹਾਂ ਨਾਲ ਤੁਰ ਗਿਆ।

ਉਸ ਦਿਨ ਉਹ ਕਈ ਲੋਕਾਂ ਦੇ ਘਰ ਗਏ। ਜਦੋਂ ਉਹ ਕਾਲਜ ਪੜ੍ਹਦੇ ਨਾਜ਼ਰ ਸਿੰਘ ਦੇ ਘਰ ਗਏ, ਤਾਂ ਉਸ ਦਾ ਪਹਿਲਾ ਸਵਾਲ ਇਹ ਹੀ ਸੀ ਕਿ "ਅਮ੍ਰਿਤਸਰ ਜਾ ਕੇ ਭਿੰਡਰਾਂਵਾਲੇ ਸੰਤਾਂ ਨੂੰ ਵੀ ਮਲਾਉਂਗੇ ?"

ਉਸਦੇ ਪਿਉ ਜਗੀਰ ਸਿੰਘ ਨੇ ਚਾਹ ਪੀਂਦਿਆਂ ਦੱਸਿਆ। ਕਿ "ਉਨ੍ਹਾਂ ਦੀ ਡੇਰੇ ਨਾਲ ਲੱਗਦੀ ਜ਼ਮੀਨ ਤੇ ਡੇਰੇ ਵਾਲੇ ਬਾਬਿਆਂ ਨੇ ਆਪਣੇ ਗੁੰਡਿਆਂ ਰਾਹੀਂ ਧੱਕੇ ਨਾਲ ਕਬਜ਼ਾ ਕਰ ਲਿਆ ਏ। ਅਸੀਂ ਸਰਕਾਰੇ ਦਰਬਾਰੇ ਫਿਰ ਕੇ ਹੰਭ ਗਏ ਹਾਂ ਪਰ ਉਨ੍ਹਾਂ ਦੀ ਰਾਜਨੀਤਕ ਲੋਕਾਂ ਨਾਲ

ਏਨੀ ਸਾਂਝ ਹੈ ਕਿ ਉਹ ਸਾਡੀ ਕੋਈ ਵਾਹ ਨਹੀਂ ਜਾਣ ਦਿੰਦੇ। ਸੁਣਿਆ ਹੈ ਕਿ ਇਸ ਤਰ੍ਹਾਂ ਦੇ ਕਬਜ਼ੇ ਛਡਾਉਣ ਲਈ ਭਿੰਡਰਾਂਵਾਲੇ ਸੰਤਾਂ ਦੀ ਇੱਕੋ ਚਿੱਠੀ ਕਾਫੀ ਆ। ਜੇ ਚਿੱਠੀ ਦਵਾ ਦਵੋਂ ਫੇਰ ਤਾਂ ਭਾਂਵੇਂ ਸਾਰੇ ਟੱਬਰ ਨੂੰ ਹੀ ਮੋਰਚੇ 'ਚ ਲੈ ਚੱਲੋ"

ਗੁਰਤਾਰ ਨੇ ਰਾਜਨੀਤਕਾਂ ਵਾਲਾ ਵਾਹਦਾ ਠੋਕ ਕੇ ਕਰ ਲਿਆ ਕਿ "ਕਿਉਂ ਨਹੀਂ, ਜਰੂਰ ਮਿਲਾਵਾਂਗੇ" ਨਾਜ਼ਰ ਸਿੰਘ ਬੋਲਿਆ "ਜੇ ਹਥਿਆਰ ਦੀ ਲੋੜ ਪੈ ਗਈ ਕੀ ਉਹ ਵੀ ਦਵਾ ਦਉਂ ਗੇ ? ਡੇਰੇ ਵਾਲਿਆਂ ਨਾਲ ਤਾਂ ਫੇਰ ਮੈਂ ਆਪੇ ਹੀ ਸਮਝ ਲਊਂ" ।ਗੁਰਤਾਰ ਬੋਲਿਆ "ਤੂੰ ਸੰਤਾਂ ਨਾਲ ਆਪੇ ਗੱਲ ਕਰ ਲਈ ਉਹ ਜਵਾਬ ਨੀ ਦਿੰਦੇ"

11 ਅਪਰੈਲ ਦਾ ਦਿਨ ਸੀ। ਜਲਾਲ ਪਿੰਡ ਦੇ ਗੁਰਦੁਵਾਰੇ ਵਿੱਚ ਇੱਕ ਵੱਡਾ ਪੰਡਾਲ ਸਜਿਆ ਹੋਇਆ ਸੀ। ਨੀਲੀਆਂ ਪੱਗਾਂ ਤੇ ਪੀਲੀਆਂ ਪੱਟੀਆਂ ਸਜਾਈਂ ਸੈਕੜੇ ਲੋਕ ਢਾਡੀ ਵਾਰਾਂ ਦਾ ਆਨੰਦ ਮਾਣ ਰਹੇ ਸਨ। ਇਸ ਪੰਡਾਲ ਵਿੱਚ ਅੱਜ ਬਹੁਤੇ ਨੌਜਵਾਨ ਹੀ ਨਜ਼ਰ ਆ ਰਹੇ ਸਨ। ਜਿਉਂ ਹੀ ਇਲਾਕੇ ਦੇ ਅਕਾਲੀ ਲੀਡਰਾਂ ਵਿੱਚ ਘਿਰੀ ਬੀਬੀ ਗੁਰਲੇਪ ਕੌਰ ਮੈਂਬਰ ਪਾਰਲੀਮੈਂਟ ਪੰਡਾਲ ਵਿੱਚ ਪਹੁੰਚੀ ਤਾਂ ਪੰਡਾਲ ਜੈਕਾਰਿਆਂ ਨਾਲ ਗੂੰਜ ਉੱਠਿਆ। ਬੀਬੀ ਨੇ ਕਿਹਾ "ਮੈਨੂੰ ਅੱਗੇ ਤੋਂ ਅੱਗੇ ਤੋਂ ਸਰਦਾਰਨੀ ਗੁਰਲੇਪ ਕੌਰ ਕਿਹਾ ਜਾਵੇ। ਇਹ ਮੋਰਚਾ ਸਰਦਾਰੀਆਂ ਬਚਾਉਣ ਲਈ ਹੀ ਤਾਂ ਲਾਇਆ ਗਿਆ ਹੈ"

ਫੇਰ ਆਨੰਦਪੁਰ ਮਤੇ ਦੀਆਂ ਗੱਲਾਂ, ਮਰਜੀਵੜੇ ਬਣਨ ਦੀਆਂ ਗੱਲਾਂ। ਅੰਤ ਗੁਰਤਾਰ ਸਿੰਘ ਨੂੰ ਹਾਰ ਪਾਕੇ ਸਨਮਾਨਿਤ ਕੀਤਾ ਗਿਆ। ਉਸਦੀ ਕੁਰਬਾਨੀ ਦਾ ਮੁੱਲ ਸਮਾ ਆਉਣ ਤੇ ਪਾਉਣ ਦੀ ਗੱਲ ਵੀ ਕੀਤੀ ਗਈ। ਜੈਕਾਰਿਆਂ ਦੀ ਗੂੰਜ ਵਿੱਚ ਜਥੇ ਨੂੰ ਮੋਰਚੇ ਲਈ ਤੋਰਿਆ ਗਿਆ। ਬੈਨਰ ਲੱਗੇ ਟਰੱਕਾਂ ਵਿੱਚ ਬੈਠਣ ਸਾਰ ਸਿੰਘਾਂ ਦੇ ਜੈਕਾਰੇ ਹੋਰ ਉੱਚੇ ਹੋ ਗਏ। ਅਤੇ ਪੰਜ ਦੇ ਪੰਜ ਟਰੱਕ ਧਰਮ ਯੁੱਧ ਮੋਰਚੇ 'ਚ ਗ੍ਰਿਫਤਾਰੀਆਂ ਦੇਣ ਲਈ ਅਮ੍ਰਿਤਸਰ ਵਾਲ ਰਵਾਨਾ ਹੋ ਪਏ। ਇਨ੍ਹਾਂ ਜਥਿਆਂ ਦੇ ਇੱਕ ਟਰੱਕ ਵਿੱਚ ਮਨਦੀਪ ਵੀ ਸੀ।

ਮਨਦੀਪ ਨੂੰ ਇਹ ਸਾਰੇ ਮਾਮਲੇ ਵਿੱਚ ਕਿਤੇ ਵੀ ਪੰਜਾਬ ਦੇ ਹਿੱਤਾਂ ਲਈ ਫਿਕਰਮੰਦੀ ਨਹੀਂ ਸੀ ਜਾਪੀ ਬਲਕਿ ਇਹ ਆਪਣੀ ਲੀਡਰੀ ਚਮਕਾਉਣ ਲਈ, ਸ਼ਕਤੀ ਪ੍ਰਦਰਸ਼ਨ ਦਾ ਦਿਖਾਵਾ ਜ਼ਿਆਦਾ ਸੀ। ਮਨਦੀਪ ਨੂੰ ਇਹ ਸਾਰਾ ਕੁੱਝ ਅਪਣੇ ਕਾਲਜ ਪੜ੍ਹਦੇ ਦੋਸਤ ਅਤੇ ਜਮਾਤੀ ਦਮਨ ਦੇ ਮੂੰਹ ਨੂੰ ਕਰਨਾ ਪੈ ਰਿਹਾ ਸੀ। ਇਸ ਵਾਰ ਸਲਾਨਾ ਇਮਤਿਹਾਨ ਅਣਮਿੱਥੇ ਸਮੇਂ ਲਈ ਮੁਲਤਵੀ ਹੋ ਜਾਣ ਕਾਰਨ, ਇੱਕ ਤਾਂ ਉਸ ਵਲੋਂ ਪੇਪਰਾਂ ਲਈ ਕੀਤੀ ਤਿਆਰੀ ਧਰੀ ਧਰਾਈ ਰਹਿ ਗਈ ਸੀ। ਉਹ ਆਪ ਤਾਂ ਬੇਹੱਦ ਉਦਾਸ ਸੀ ਹੀ ਪਰ ਤਾਂ ਵੀ ਆਪਣੇ ਪਿਤਾ ਦਲੇਰ ਸਿੰਘ ਪ੍ਰਤੀ ਚਿੰਤਾ ਵੀ ਉਸ ਨੂੰ ਸਤਾ ਰਹੀ ਸੀ। ਦਲੇਰ ਸਿੰਘ ਦਾ ਨਿੱਕੀ ਨਿੱਕੀ ਗੱਲ ਤੇ ਖਿਝਣਾ ਹੁਣ ਉਹ ਸਮਝਦਾ ਸੀ।

ਘਰ ਦੇ ਨਿਰਾਸ਼ਾ ਭਰੇ ਮਹੌਲ 'ਚੋਂ ਨਿੱਕਲਣ ਲਈ, ਦਰਬਾਰ ਸਾਹਿਬ ਦੇ ਦਰਸ਼ਨਾਂ ਲਈ ਅਤੇ ਸੰਤ ਭਿੰਡਰਾਂਵਾਲਿਆਂ ਨੂੰ ਨੇੜਿਉਂ ਦੇਖਣ ਲਈ ਉਹ ਵੀ ਤਾਂ ਉਤਸੁਕ ਸੀ। ਹੁਣ ਤਾਂ ਘਰੋਂ ਵੀ ਉਸ ਨੂੰ ਕੋਈ ਬਹੁਤਾ ਰੋਕਿਆ ਟੋਕਿਆ ਨਾ ਜਾਂਦਾ। ਜੇਬ ਖਰਚ ਜੋਗੇ ਪੈਸੇ ਉਹ ਬਾਲਗ ਸਿੱਖਿਆਂ ਦੀਆਂ ਕਲਾਸਾਂ ਲਾਕੇ ਬਣਾ ਲੈਂਦਾ ਸੀ। ਇਸ ਵਾਰ ਵੀ ਉਹ ਦੋ ਸੌ ਰੁਪਿਆ ਜੇਬ ਵਿੱਚ ਪਾਕੇ ਘਰੋਂ ਨਿੱਕਲ ਪਿਆ। ਉਸ ਨੇ ਦਮਨ ਨੂੰ ਦੱਸ ਦਿੱਤਾ ਸੀ ਕਿ ਉਹ ਗ੍ਰਿਫਤਾਰੀ ਨਹੀਂ ਦਵੇਗਾ। ਬਾਕੀ ਕੁੱਝ ਮੁੰਡਿਆਂ ਨਾਲ ਅਕਾਲੀ ਲੀਡਰਸ਼ਿੱਪ ਸਾਹਮਣੇ ਵੱਡੇ ਜਥੇ ਦਾ ਇਕੱਠ ਦਿਖਾਕੇ, ਉਹ ਉਸੇ ਟਰੱਕ ਵਿੱਚ ਮੁੜ ਆਵੇਗਾ। ਦਮਨ ਨੇ ਵੀ ਮੁੜਨਾ ਸੀ। ਗੁਰਤਾਰ ਨੇ ਕਿਹਾ ਸੀ ਕਿ ਚਲੋ ਠੀਕ ਹੈ। ਇਸੇ ਸ਼ਰਤ ਤੇ ਹੀ ਉਹ ਨਾਲ ਗਿਆ ਸੀ। ਉਸ ਦੇ ਮਨ ਵਿੱਚ ਹੋਰ ਵੀ ਕਈ

ਤਰ੍ਹਾਂ ਦੀਆਂ ਸੋਚਾਂ ਆ ਰਹੀਆਂ ਸਨ।

ਉਸ ਨੂੰ ਉਹ ਦਿਨ ਵੀ ਯਾਦ ਆਇਆ, ਜਦੋਂ ਸੰਤ ਭਿੰਡਰਾਂ ਵਾਲਿਆਂ ਨੂੰ ਗ੍ਰਿਫਤਾਰ ਕੀਤਾ ਗਿਆ ਸੀ। ਕਿਸੇ ਮੁਜ਼ਰਮ ਵਾਂਗ ਨਹੀਂ ਸਗੋਂ ਇੱਕ ਵਿਸ਼ੇਸ਼ ਵਿਅੱਕਤੀ ਦੇ ਤੌਰ ਤੇ। ਉਸ ਨੂੰ ਗੜ੍ਹੀ ਪਿੰਡ ਦੇ ਗੈਸਟ ਹਾਊਸ ਵਿੱਚ ਰੱਖਿਆ ਗਿਆ ਸੀ। ਉਨ੍ਹਾਂ ਦੇ ਬੈਠਣ ਲਈ ਸਪੈਸ਼ਲ਼ ਪਲੰਘ ਦਾ ਇੰਤਜਾਮ ਸੀ। ਖਾਣਾ ਬਣਾਉਣ ਵਾਲੇ ਵੀ ਉਨ੍ਹਾਂ ਦੇ ਆਪਣੇ ਹੀ ਬੰਦੇ ਸਨ। ਕਹਿੰਦੇ ਅਦਾਲਤ ਦਾ ਜੱਜ ਉਨ੍ਹਾਂ ਦੀ ਸੁਣਵਾਈ ਲਈ ਖੁਦ ਆਕੇ ਪੇਸ਼ ਹੁੰਦਾ ਸੀ। ਉਦੋਂ ਪਿੰਡਾਂ ਵਿੱਚ ਕਈ ਤਰ੍ਹਾਂ ਦੀਆਂ ਗੱਲਾਂ ਚੱਲੀਆਂ। ਕੋਈ ਕਹਿੰਦਾ ਸੀ ਕਿ ਸੰਤਾਂ ਵਿੱਚ ਤਾਕਤ ਬਹੁਤ ਹੈ। ਉਨ੍ਹਾਂ ਦੇ ਚਿਹਰੇ ਤੇ ਐਨਾ ਨੂਰ ਹੈ ਕਿ ਕੋਈ ਕੁੱਝ ਕਹਿਣ ਦੀ ਹਿੰਮਤ ਹੀ ਨਹੀਂ ਕਰਦਾ।

ਪਰ ਕਈ ਲੋਕ ਕਹਿੰਦੇ ਉਹ ਸਰਕਾਰੀ ਬੰਦਾ ਹੈ। ਦਿੱਲੀ ਵਾਲੇ ਸੰਤੋਖ ਸਿੰਘ ਦੇ ਭੋਗ ਤੇ ਇੰਦਰਾ ਗਾਂਧੀ ਨੇ ਉਸ ਦੇ ਖੁਦ ਪੈਰੀ ਹੱਥ ਲਾਇਆ ਸੀ। ਕਈ ਲੋਕ ਕਹਿੰਦੇ ਕਿ ਉਹ ਗਿਆਨੀ ਜ਼ੈਲ ਸਿੰਘ ਦਾ ਬੰਦਾ ਹੈ। ਗਿਆਨੀ ਇੱਕੋ ਤੀਰ ਨਾਲ ਦੋ ਨਿਸ਼ਾਨੇ ਫੁੰਡਣਾ ਚਾਹੁੰਦਾ ਹੈ। ਆਪਣੇ ਕੱਟੜ ਵਿਰੋਧੀ ਦਰਬਾਰਾ ਸਿੰਘ ਦੇ ਰਾਜ ਵਿੱਚ ਅਫਰਾ ਤਫਰੀ ਫੈਲਾ ਕੇ ਉਹ ਉਸ ਨੂੰ ਮੁੱਖ ਮੰਤਰੀ ਦੀ ਗੱਦੀ ਤੋਂ ਲਹਾਉਣਾ ਚਾਹੁੰਦਾ ਹੈ।

ਕਈ ਇਹ ਵੀ ਕਹਿੰਦੇ ਕਿ ਕਾਂਗਰਸ ਮੁੱਖ ਵਿਰੋਧੀ ਪਾਰਟੀ ਅਕਾਲੀ ਦਲ ਨੂੰ ਦੋ ਫਾੜ ਕਰਨ ਲਈ ਉਨ੍ਹਾਂ ਦੇ ਬਰਾਬਰ ਇੱਕ ਅਜਿਹੀ ਸਖਸ਼ੀਅਤ ਖੜੀ ਕਰਨਾ ਚਾਹੁੰਦੀ ਹੈ ਜੋ ਹੌਲੀ ਹੌਲੀ ਲੋਕਾਂ ਦੇ ਦਿਲਾਂ ਤੇ ਵੀ ਕਬਜ਼ਾ ਕਰ ਲਵੇ ਅਤੇ ਸ਼੍ਰੋਮਣੀ ਗੁਰਦੁਵਾਰਾ ਪ੍ਰਬੰਕ ਕਮੇਟੀ ਤੇ ਵੀ। ਜੇ ਅਕਾਲੀਆਂ ਦੇ ਹੱਥੋਂ ਸ਼ਰੋਮਣੀ ਕਮੇਟੀ ਭਾਵ ਸੋਨੇ ਦੇ ਆਂਡੇ ਦੇਣ ਵਾਲੀ ਮੁਰਗ਼ੀ, ਜਿਸ ਦਾ ਸਲਾਨਾ ਬੱਜਟ ਹੀ ਪੰਜਾਬ ਸਰਕਾਰ ਦੇ ਬੱਜਟ ਦੇ ਨੇੜੇ ਸੀ, ਨਿੱਕਲ ਗਈ ਤਾਂ ਅਕਾਲੀਆਂ ਦੀ ਗੀੜ ਦੀ ਹੱਡੀ ਟੁੱਟ ਜਾਵੇਗੀ ਤੇ ਉਹ ਕਦੇ ਵੀ ਚੋਣਾ ਵਿੱਚ ਕਾਂਗਰਸ ਨੂੰ ਮਾਤ ਨਹੀਂ ਦੇ ਸਕਣਗੇ।

ਮਨਦੀਪ ਸੋਚਦਾ ਰਿਹਾ ਕਿ ਪੂਰੇ ਭਾਰਤ ਦੀ ਪ੍ਰੈੱਸ ਨੇ ਸੰਤ ਜਰਨੈਲ ਸਿੰਘ ਭਿੰਡਰਾਂਵਾਲਿਆਂ ਨੂੰ ਇੱਕ ਨਾਇਕ ਦੇ ਤੌਰ ਤੇ ਏਨਾਂ ਉਭਾਰਿਆ ਸੀ, ਕਿ ਤਕਰੀਬਨ ਹਰ ਪਰਚੇ ਵਿੱਚ ਹੀ ਉਸਦੀਆਂ ਹੱਥ ਵਿੱਚ ਤੀਰ ਫੜੇ ਵਾਲੀਆਂ ਫੋਟੋਆਂ ਛਪਦੀਆਂ ਰਹੀਆਂ। ਮਨਦੀਪ ਨੇ ਵੀ ਇੱਕ ਅਜਿਹਾ ਹੀ ਲੇਖ ਪੜ੍ਹਿਆ ਜਿਸ ਦਾ ਸਿਰਲੇਖ ਸੀ 'ਨਾ ਮੈਂ ਅੱਤਵਾਦੀ ਨਾ ਮੈਂ ਵੱਖਵਾਦੀ ਮੈਂ ਜਰਨੈਲ ਸਿੰਘ ਭਿੰਡਰਾਂਵਾਲਾ' ਤੇ ਉਹ ਵੀ ਪੜ੍ਹਕੇ ਬੇਹੱਦ ਪ੍ਰਭਾਵਤ ਹੋਇਆ ਸੀ। ਫੇਰ ਇੱਕ ਵਾਰ ਸਮਰਾਲੇ ਸੰਤ ਭਿੰਡਰਾਵਾਲੇ ਆਏ। ਉਨ੍ਹਾਂ ਦੇ ਨਾਲ ਸਟੇਨਗੱਨਾਂ ਵਾਲੇ ਨੌਜਵਾਨ ਸੈਂਕੜਿਆਂ ਹਜ਼ਾਰਾਂ ਦੀ ਗਿਣਤੀ ਵਿੱਚ ਆਏ। ਜਿਨਾਂ ਨੇ ਟਰੱਕਾਂ ਤੇ ਅਸਾਲਟਾਂ ਬੀੜੀਆਂ ਹੋਈਆਂ ਸਨ। ਉਨ੍ਹਾਂ ਨੰਗੀਆਂ ਤਲਵਾਰਾਂ ਨਾਲ ਸ਼੍ਰੀ ਗੁਰੂ ਗਰੰਥ ਸਾਹਿਬ ਨੂੰ 'ਗਾਰਡ ਆਫ ਆਨਰ' ਵੀ ਦਿੱਤਾ ਸੀ।

ਉਸ ਦਿਨ ਪੰਜਾਬ ਪੁਲੀਸ ਚੁੱਪ ਚਾਪ ਸਾਰਾ ਕੁੱਝ ਦੇਖਦੀ ਰਹੀ ਸੀ। ਜਿਵੇਂ ਸੰਤ ਕੋਈ ਬਾਗੀ ਨਹੀਂ ਸਗੋਂ ਪੰਜਾਬ ਦਾ ਮੁੱਖ ਮੰਤਰੀ ਹੋਵੇ। ਸੰਤਾਂ ਨੇ ਸਰਕਾਰ ਦੇ ਖਿਲਾਫ ਧੂੰਆਂ ਧਾਰ ਭਾਸ਼ਨ ਕੀਤਾ। ਆਪਣੇ ਭਾਸ਼ਨ ਵਿੱਚ ਉਨ੍ਹਾਂ ਇਹ ਵੀ ਕਿਹਾ ਕਿ ਸਾਨੂੰ ਸੱਤ ਸੱਤ ਹਿੰਦੂ ਆਂਉਦੇ ਨੇ ਜੇ ਉਹ ਸਾਡੀ ਪੱਗ ਦਾ ਲਿਹਾਜ਼ ਨਹੀਂ ਕਰਦੇ ਤਾਂ ਸਾਨੂੰ ਵੀ ਉਨ੍ਹਾਂ ਦੀਆਂ ਬੋਦੀਆਂ ਦਾ ਵੀ ਕੋਈ ਲਿਹਾਜ਼ ਨਹੀਂ। ਉਨ੍ਹਾਂ ਪ੍ਰਧਾਨ ਮੰਤਰੀ ਨੂੰ ਬਾਹਮਣੀ ਇੰਦਰਾ ਵੀ ਕਿਹਾ। ਤੇ ਲੋਕਾਂ ਜੋਸ਼ ਵਿੱਚ ਆ ਕੇ ਖਾਲਿਸਤਾਨ ਜ਼ਿੰਦਾਬਾਦ ਦੇ ਨਾਹਰੇ ਲਾਉਂਦੇ ਰਹੇ। ਪਰ ਪੁਲੀਸ ਤਮਾਸ਼ਾ ਵੇਖਦੀ ਰਹੀ।

ਸੰਤ ਭਿੰਡਰਾਂ ਵਾਲਿਆਂ ਦਾ ਭਾਸ਼ਨ ਅੱਗ ਤੇ ਪਟਰੌਲ ਪਾਉਣ ਵਰਗਾ ਸੀ। ਉਦੋਂ ਮਨਦੀਪ ਸੋਚਦਾ ਸੀ ਕਿ ਇਨ੍ਹਾਂ ਦੇ ਸੇਵਕਾਂ ਕੋਲ ਜਿੰਨੇ ਹਥਿਆਰ ਅਤੇ ਅਸਾਲਟਾਂ ਹਨ ਕੀ ਇਹ ਸਾਰੇ

ਲਾਈਸੰਸੀ ਹਨ ? ਜੇ ਹਨ ਤਾਂ ਸਰਕਾਰ ਨੇ ਆਪਣੇ ਵਿਰੋਧੀਆਂ ਨੂੰ ਤੇ ਪੰਜਾਬ ਵਿੱਚ ਅੱਗ ਭੜਕਾਉਣ ਵਾਲਿਆਂ ਨੂੰ ਇਹ ਲਾਈਸੰਸ ਕਿਉਂ ਤੇ ਕਿਵੇਂ ਦਿੱਤੇ ? ਜੇ ਇਹ ਹਥਿਆਰ ਬਿਨਾਂ ਲਾਈਸੰਸੀ ਹਨ ਤਾਂ ਪੁਲੀਸ ਏਨ੍ਹਾਂ ਨੂੰ ਫੜਦੀ ਕਿਉਂ ਨਹੀਂ ? ਕੁੱਝ ਨਾ ਕੁੱਝ ਤਾਂ ਸੀ ਜੋ ਉਸ ਵਕਤ ਸ਼ੱਕੀ ਸੀ। ਸਰਕਾਰ ਵਲੋਂ ਜਾਣ ਬੁੱਝ ਕੇ ਪੰਜਾਬ ਵਿੱਚ ਇੱਕ ਅਜਿਹਾ ਕੈਂਸਰ ਫੈਲਾਇਆ ਗਿਆ ਜੋ ਫੇਰ ਪੰਜਾਬ ਦੀ ਨਸ ਨਸ ਵਿੱਚ ਫੈਲ ਗਿਆ।

ਸਰਕਾਰੀ ਸ਼ਹਿ ਤੇ ਹੀ ਸੰਤ ਭਿੰਡਰਾਂਵਾਲਾ ਗੁਰੂ ਨਾਨਕ ਨਿਵਾਸ ਤੋਂ ਹੁੰਦਾ ਹੁੰਦਾ ਅਕਾਲ ਤਖਤ ਤੱਕ ਪਹੁੰਚ ਗਿਆ। ਅੰਦਰ ਜਿੰਨੇ ਹਥਿਆਰ ਜਮਾਂ ਹੋਏ ਉਹ ਅਸਮਾਨੋਂ ਤਾਂ ਡਿੱਗੇ ਨਹੀਂ ਸਨ। ਐਨੀ ਸੀ ਆਰ ਪੀ ਅਤੇ ਪੁਲੀਸ ਦੇ ਹੁੰਦੇ ਹੋਏ ਕਿਸੇ ਵੀ ਨਾਕੇ ਤੇ ਉਨ੍ਹਾਂ ਹਥਿਆਰਾਂ ਨੂੰ ਰੋਕਿਆ ਕਿਉਂ ਨਾ ਗਿਆ ? ਕੀ ਇਹ ਅਕਾਲੀਆਂ ਨੂੰ ਗੁੱਠੇ ਲਾਉਣ ਲਈ ਅਤੇ ਦਰਬਾਰ ਸਾਹਿਬ ਦੇ ਕਬਜ਼ਾ ਕਰਨ ਜਾਂ ਫੇਰ ਸਿੱਖਾਂ ਨੂੰ ਪਾੜ ਦੇਣ ਦੀ ਕੋਈ ਸਰਕਾਰੀ ਚਾਲ ਸੀ ? ਫਰ ਜਦੋਂ ਇਹ ਚਾਲ ਰਾਸ ਨਾ ਆਈ ਤਾਂ ਸਰਕਾਰ ਨੇ ਦੇਸ਼ ਦੀਆਂ ਹਿੰਦੂ ਵੋਟਾਂ ਹਥਿਆਉਣ ਲਈ ਅਪ੍ਰੇਸ਼ਨ ਨੀਲਾ ਤਾਰਾ ਕਰ ਦਿੱਤਾ। ਹਜ਼ਾਰਾਂ ਬੇਕਸੂਰ ਲੋਕਾਂ ਦਾ ਲਹੂ ਵਹਾ ਦਿੱਤਾ ਗਿਆ। ਅੱਜ ਮਨਦੀਪ ਬੇਹੱਦ ਉਦਾਸ ਸੀ।

ਮਨਦੀਪ ਦੇ ਦਿਮਾਗ ਵਿੱਚ ਅਜੇ ਵੀ ਸੰਤ ਭਿੰਡਰਾਂ ਵਾਲਿਆਂ ਦੀ ਤਸਵੀਰ ਘੁੰਮ ਰਹੀ ਸੀ। ਜਿਸ ਦਿਨ ਉਹ ਅਮ੍ਰਿਤਸਰ ਨੂੰ ਜਾ ਰਹੇ ਸਨ ਤਾਂ ਪਹਿਲਾਂ ਤਾਂ ਪਿੰਡ ਮੁੰਡੀਆਂ ਕੋਲੋਂ ਚੜ੍ਹੇ ਅਕਾਲੀ ਦਲ ਦੇ ਸਿੰਘਾਂ ਵਲੋਂ ਲਿਆਂਦੀ ਅਫੀਮ ਸਭ ਨੂੰ ਵਰਤਾਈ ਗਈ ਤਾਂ ਕਿ ਉਹ ਉੱਚੀ ਆਵਾਜ਼ ਵਿੱਚ ਨਾਹਰੇ ਲਗਾਉਣ ਤੇ ਕੋਈ ਕਸਰ ਨਾ ਰਹਿ ਜਾਵੇ। ਫੇਰ ਦਰਿਆ ਬਿਆਸ ਲੰਘ ਕੇ ਇੱਕ ਵਾਰ ਫੇਰ ਕਾਲ਼ੀ ਨਾਗਣੀ ਵਰਤਾਈ ਗਈ ਸੀ। ਜਿਸ ਦੇ ਸੇਵਨ ਨੇ ਕਈਆਂ ਸਿੰਘਾਂ ਦੇ ਗਲ਼ੇ ਬਿਠਾ ਦਿੱਤੇ। ਮਨਦੀਪ ਨੂੰ ਵੀ ਦਮਨ ਨੇ ਮੱਕੀ ਦੇ ਦਾਣੇ ਜਿੰਨੀ ਖੁਆ ਦਿੱਤੀ ਸੀ। ਜਿਸ ਨੇ ਉਸ ਦੀਆਂ ਵੀ ਰਗਾਂ ਬਿਠਾ ਦਿੱਤੀਆਂ ਸਨ।

ਟਰੱਕ ਡਰਾਈਵਰਾਂ ਨੇ ਜਦੋਂ ਗੁਰਤਾਰ ਪਾਸੋਂ ਸ਼ਰਾਬ ਮੰਗੀ ਤਾਂ ਉਸ ਨੂੰ ਸ਼ਰਾਬ ਵੀ ਪਿਆਈ ਗਈ। ਸ਼ਾਮ ਦੇ ਸੱਤ ਕੁ ਵਜੇ ਸਾਰੇ ਟਰੱਕ ਹਰਮੰਦਰ ਸਾਹਿਬ ਦੇ ਸਾਹਮਣੇ ਜਾ ਪਹੁੰਚੇ। ਕੰਪਲੈਕਸ ਦਾ ਆਲਾ ਦੁਆਲਾ ਸੀ ਆਰ ਪੀ ਦੀ ਛਾਉਣੀ ਜਾਪ ਰਿਹਾ ਸੀ। ਜਦੋਂ ਉਹ ਅੰਦਰ ਵੜੇ ਤਾਂ ਸੰਤਾਂ ਦੇ ਸੇਵਕ ਤੇ ਅਸਾਲਟਾਂ ਵਾਲੇ ਨੌਜਵਾਨ ਟੋਲਿਆਂ ਦੇ ਰੂਪ ਵਿੱਚ ਘੁੰਮ ਰਹੇ ਸਨ। ਜਿੰਨੀ ਦੇਰ ਤੱਕ ਬਾਕੀ ਲੋਕਾਂ ਨੇ ਮੱਥਾ ਟੇਕਿਆ ਅਤੇ ਇਸ਼ਨਾਨ ਕੀਤਾ ਤਾਂ ਗੁਰਤਾਰ ਨੇ ਬਾਕੀ ਲੀਡਰਾਂ ਰਾਹੀ ਭਿੰਡਰਾਂਵਾਲੇ ਸੰਤਾਂ ਨੂੰ ਮਿਲਣ ਦੀ ਆਗਿਆ ਵੀ ਲੈ ਲਈ।

ਜਿਉਂ ਹੀ ਗੁਰੂ ਨਾਨਕ ਨਿਵਾਸ ਦੀਆਂ ਪੌੜੀਆਂ ਚੜ੍ਹੇ ਤਾਂ ਸੰਤ ਜਰਨੈਲ ਸਿੰਘ ਭਿੰਡਰਾਂਵਾਲੇ, ਹਥਿਆਰਬੰਦ ਨੌਜਵਾਨਾਂ ਦੇ ਘੇਰੇ ਵਿੱਚ ਆਪਣੇ ਕਮਰੇ ਵਲ ਨੂੰ ਹੀ ਆ ਰਹੇ ਸਨ। ਉਨ੍ਹਾਂ ਸਭ ਨੂੰ ਫਤਹਿ ਬੁਲਾਈ। ਪਰ ਤੁਰੰਤ ਹੀ ਰੁਕਦੇ ਬੋਲੇ "ਤੁਹਾਡੇ 'ਚੋਂ ਸ਼ਰਾਬ ਕੀਹਨੇ ਪੀਤੀ ਹੈ ?" ਤੇ ਟਰੱਕ ਡਰਾਈਵਰ ਨੇ ਆਪਣੀ ਗਲਤੀ ਮੰਨ ਲਈ ਸੀ ਕਿ ਅੱਗੇ ਤੋਂ ਉਹ ਅਜਿਹਾ ਨਹੀਂ ਕਰੇਗਾ। ਉਸ ਨੇ ਇਹ ਵੀ ਦੱਸਿਆ ਕਿ ਉਹ ਕਲਕੱਤੇ ਦਾ ਗੇੜਾ ਲਾ ਕੇ ਆਇਆ ਹੈ ਤੇ ਬਹੁਤ ਥੱਕਿਆ ਹੋਇਆ ਸੀ ਪਰ ਜਥੇਦਾਰ ਨੂੰ ਜਵਾਬ ਨਹੀਂ ਦੇ ਸਕਿਆ।

ਸੰਤਾਂ ਨੇ ਕਿਹਾ "ਚਲੋਂ ਚੰਗੇ ਕੰਮ ਲਈ ਬੰਦੇ ਲੈ ਕੇ ਆਇਆ ਏਂ ਮੈਂ ਇਸ ਵਾਰ ਤਾਂ ਤੈਨੂੰ ਮੁਆਫ ਕਰ ਦਿੰਦਾ ਹਾਂ ਪਰ ਅੱਗੇ ਤੋਂ ਅਜਿਹਾ ਭੁੱਲ ਕੇ ਵੀ ਨਾ ਕਰੀਂ"

ਕਮਰੇ 'ਚ ਹੋਈ ਗੱਲਬਾਤ ਦੌਰਾਨ ਸੰਤਾਂ ਨੇ ਡਰਾਈਵਰ ਨੂੰ ਇਹ ਵੀ ਪੁੱਛਿਆ ਸੀ ਕਿ "ਤੂੰ

ਵਾਲ ਕਿਉਂ ਕਟਵਾਏ ਨੇ ? ਹੁਣ ਇਨ੍ਹਾਂ ਨੂੰ ਰੱਖਣ ਦਾ ਵਾਹਦਾ ਕਰ" ਤਾਂ ਡਰਾਈਵਰ ਬੋਲਿਆ "ਜੀ ਮੈਂ ਇਹ ਝੂਠਾ ਵਾਹਦਾ ਨਹੀਂ ਕਰ ਸਕਦਾ। ਮੈਂ ਲੰਬੇ ਰੂਟ ਤੇ ਜਾਂਦਾ ਹਾਂ ਤਿੰਨ ਤਿੰਨ ਦਿਨ ਨਹਾਉਣ ਨੂੰ ਨੀ ਮਿਲਦੇ। ਕਈ ਵਾਰ ਗਰਮੀ ਵੀ ਬਹੁਤ ਹੁੰਦੀ ਐ। ਜਿੱਥੇ ਦੇਖਿਆਂ ਨਹਾ ਲਈਦਾ ਏ...ਮੇਰੇ ਤੋਂ ਕੇਸ ਨਹੀਂ ਰੱਖੇ ਜਾਣੇ" ਉਹ ਭੋਲੇ ਪਣ ਵਿੱਚ ਇਹ ਵੀ ਕਹਿ ਗਿਆ ਕਿ "ਜੇ ਮੇਰੇ ਵਾਂਗੂੰ ਤੁਸੀਂ ਵੀ ਲੰਬੇ ਰੂਟ ਤੇ ਟਰੱਕ ਚਲਾਉਣਾ ਹੋਵੇ ਤੁਸੀਂ ਵੀ ਐਦਾਂ ਨਹੀਂ ਸੀ ਰਹਿ ਸਕਦੇ। ਅਸੀਂ ਸਿੱਖਾਂ ਦੇ ਮੁੰਡੇ ਹਾਂ ਪਰ ਦਸਾਂ ਨੌਹਾਂ ਦੀ ਕਮਾਈ ਕਰਕੇ ਟੱਬਰ ਪਾਲਦੇ ਹਾਂ। ਬਾਬਾ ਵੀ ਇਹ ਗੱਲ ਜਾਣਦਾ ਹੋਊ"। ਪਰ ਸੰਤਾਂ ਨੇ ਉਸ ਨਾਲ ਵਹਿਸ ਵਿੱਚ ਪੈਣਾ ਠੀਕ ਨਾ ਸਮਝਿਆ ਤੇ ਨਾ ਹੀ ਉਨ੍ਹਾਂ ਨੂੰ ਕੋਈ ਢੁਕਵਾਂ ਉੱਤਰ ਔੜਿਆ।

ਉਸ ਤੋਂ ਬਾਅਦ ਸੰਤ ਆਪਣੇ ਕਮਰੇ ਵਿੱਚ ਪਲੰਘ ਤੇ ਬੈਠੇ ਗੱਲਾਂ ਕਰਦੇ ਰਹੇ। ਉਨ੍ਹਾਂ ਨਾਲ ਬਹੁਤ ਸਾਰੀਆਂ ਗੱਲਾਂ ਬਾਤਾਂ ਹੋਈਆਂ। ਸਵਾਲ ਜਵਾਬ ਵੀ ਹੋਏ। ਦੋ ਸਵਾਲ ਮਨਦੀਪ ਨੇ ਵੀ ਕੀਤੇ ਇੱਕ ਸਵਾਲ ਇਹ ਸੀ ਕਿ "ਜਿਸ ਤਰ੍ਹਾਂ ਮੀਡੀਆ ਕਹਿੰਦਾ ਹੈ ਕਿ ਆਪ ਹਿੰਦੂਆਂ ਨੂੰ ਨਫਰਤ ਕਰਦੇ ਹੋ ਜਦ ਕਿ ਸਿੱਖੀ ਅਨੁਸਾਰ ਸਾਰੇ ਪ੍ਰਮਾਤਮਾਂ ਦਾ ਅੰਸ਼ ਹਨ ?"

ਤਾਂ ਸੰਤ ਭਿੰਡਰਾਵਾਲੇ ਬੋਲੇ "ਮੀਡੀਆ ਝੂਠ ਬੋਲਦਾ ਹੈ। ਮੈਨੂੰ ਰੋਜ਼ ਰੋਟੀ ਖਵਾਉਣ ਵਾਲਾ ਵੀ ਇੱਕ ਹਿੰਦੂ ਲੜਕਾ ਹੈ। ਮੈਂ ਤਾਂ ਕਦੇ ਉਸ ਨੂੰ ਵਾਲ ਰੱਖਣ ਨੂੰ ਵੀ ਨਹੀਂ ਕਿਹਾ। ਮੈ ਤਾਂ ਕਹਿੰਦਾ ਹਾਂ ਕਿ ਹਿੰਦੂ ਪੱਕਾ ਹਿੰਦੂ ਬਣੇ ਸਿੱਖ ਪੱਕਾ ਸਿੱਖ ਹੋਵੇ ਤੇ ਮੁਸਲਮਾਨ ਪੱਕਾ ਮੁਸਲਮਾਨ।

ਦੂਸਰਾ ਸਵਾਲ ਇਹ ਸੀ ਕਿ "ਤੁਹਾਡੀਆਂ ਪਾਲਿਸੀਆਂ ਅਤੇ ਨਕਸਲੀਆਂ ਦੇ ਸਮਾਜਵਾਦ ਵਿੱਚ ਕੀ ਫਰਕ ਹੈ ? ਤਾਂ ਸੰਤ ਬੋਲੇ "ਮੇਰਾ ਆਪਣਾ ਭਤੀਜਾ ਸਵਰਨ ਵੀ ਨਕਸਲੀ ਰਿਹਾ ਹੈ। ਹੁਣ ਵੀ ਸਾਡੇ ਨਾਲ ਕਈ ਸਿੰਘ ਨੇ ਹਨ ਜੋ ਪਹਿਲਾਂ ਨਕਸਲੀ ਲਹਿਰ ਵਿੱਚ ਵੀ ਰਹੇ ਨੇ। ਅਸਲ ਵਿੱਚ ਦੋਨੋ ਸਮਾਜ ਦੀ ਬੇਹਤਰੀ ਅਤੇ ਹੱਕਾਂ ਲਈ ਲੜ੍ਹਦੇ ਨੇ ਤੇ ਦੋਨੋ ਵਕਤ ਆਉਣ ਤੇ ਹਥਿਆਰ ਬੰਦ ਸੰਘਰਸ਼ ਦੇ ਹਮਾਇਤੀ ਨੇ। ਦੋਨਾਂ ਦੀ ਹੀ ਟੱਕਰ ਸੈਂਟਰ ਸਰਕਾਰ ਨਾਲ ਹੈ। ਸਰਕਾਰ ਜਿਸ ਤਰ੍ਹਾਂ ਨਕਸਲੀਆਂ ਨੂੰ ਝੂਠੇ ਮੁਕਾਬਲੇ ਬਣਾ ਕੇ ਮਾਰਦੀ ਸੀ ਹੁਣ ਸਾਡੇ ਸਿੰਘਾ ਨੂੰ ਵੀ ਮਾਰ ਰਹੀ ਐ। ਸਾਨੂੰ ਆਨੰਦਪੁਰ ਦਾ ਮਤਾ ਮਨਵਾਉਣ ਲਈ ਕੁਰਬਾਨੀਆਂ ਦੇਣੀਆਂ ਹੀ ਪੈਣਗੀਆਂ"

ਅਜੇ ਗੱਲਾਂ ਹੋ ਹੀ ਰਹੀਆਂ ਸਨ ਕਿ ਮਨਦੀਪ ਦਾ ਦਿਲ ਕੱਚਾ ਹੋਣ ਲੱਗ ਪਿਆ ਸੀ ਤੇ ਉਲਟੀ ਵੀ ਆਉਣ ਲੱਗੀ। ਉਲਟੀ ਕਰਨ ਲਈ ਉਹ ਗੁਰੂ ਨਾਨਕ ਨਿਵਾਸ ਤੋਂ ਬਾਹਰ ਦੌੜਦਾ ਹੋਇਆ ਨਿਕਲਿਆ। ਉਸੇ ਵਕਤ ਸੀ ਆਰ ਪੀ ਦੇ ਜਵਾਨਾ ਦੀਆਂ ਕਈ ਅਸਾਲਟਾਂ ਉਸ ਵਲ ਤਣ ਗਈਆ।

ਉਸ ਨੇ ਬਾਹਰ ਨਿੱਕਲ ਕੇ ਉਲਟੀ ਕਰ ਦਿੱਤੀ ਅਤੇ ਦੱਸਿਆ ਕਿ ਉਹ ਤਾਂ ਬਿਮਾਰ ਹੈ ਤਾਂ ਕਿਤੇ ਸੈਕੜੇ ਸਵਾਲਾਂ ਦੇ ਉੱਤਰ ਦੇਣ ਬਾਅਦ ਉਸਦਾ ਖਹਿੜਾ ਛੁੱਟਿਆ ਸੀ। ਉਸ ਰਾਤ ਉਹ ਵਾਪਸ ਮੁੜ ਆਏ ਪਰ ਸੰਤ ਭਿੰਡਰਾਵਾਲਾ ਗੱਲਬਾਤ ਦੌਰਾਨ ਉਸ ਨੂੰ ਕੋਈ ਬਹੁਤਾ ਖਤਰਨਾਕ ਵਿਅੱਕਤੀ ਨਾ ਜਾਪਿਆ। ਜਿਵੇਂ ਉਸ ਨੂੰ ਮੀਡੀਆ ਪੇਸ਼ ਕਰ ਰਿਹਾ ਸੀ। ਬਲਕਿ ਉਨ੍ਹਾਂ ਤਾਂ ਸਾਰੇ ਸਵਾਲਾਂ ਦੇ ਜਵਾਬ ਬੜੇ ਚੰਗੇ ਤਰੀਕੇ ਨਾਲ ਅਤੇ ਸਹਿਜ ਹੋ ਕੇ ਦਿੱਤੇ ਸਨ। ਜਿਸ ਨਾਲ ਮਨਦੀਪ ਹੁਣ ਦਿਲੋਂ ਉਨ੍ਹਾਂ ਦੀ ਇੱਜਤ ਕਰਨ ਲੱਗ ਪਿਆ। ਸੰਤਾਂ ਦੀ ਸਖਸ਼ੀਅਤ ਦਾ ਮਨਦੀਪ ਤੇ ਬਹੁਤ ਡੂੰਘਾ ਅਸਰ ਪਿਆ ਸੀ।

ਇਸੇ ਗੱਲਬਾਤ ਦੌਰਾਨ ਜਦੋਂ ਨਾਜ਼ਰ ਸਿੰਘ ਨੇ ਸੰਤਾਂ ਨੂੰ ਪੁੱਛਿਆ "ਕੀ ਮੈਨੂੰ ਰਿਵਾਲਵਰ ਮਿਲ ਸਕਦਾ ਹੈ ?" ਤਾਂ ਸੰਤ ਬੋਲੇ "ਤੂੰ ਸਾਡੇ ਕੋਲ ਹੀ ਰਹਿ ਪਾ...ਤੇ ਸੰਘਰਸ਼ 'ਚ ਸ਼ਾਮਲ ਹੋ ਜਾ,

ਫੇਰ ਭਾਵੇਂ ਏ ਕੇ 47 ਲੈ ਲਈਂ" ਨਾਜ਼ਰ ਸਿੰਘ ਨੇ ਗੁਰਤਾਰ ਨੂੰ ਕਿਹਾ "ਮੇਰੇ ਘਰ ਦੱਸ ਦਿਉ ਮੈਂ ਤਾਂ ਹੁਣ ਸੰਤਾਂ ਕੋਲ ਹੀ ਰਹਾਂਗਾ" ਤੇ ਫੇਰ ਇੱਕ ਮਹੀਨਾ ਉਹ ਉਥੇ ਹੀ ਰਿਹਾ ਸੀ।

ਮਈ 1984 ਦੇ ਆਖਰੀ ਹਫਤੇ ਉਹ ਮਨਦੀਪ ਨੂੰ ਲੁਧਿਆਣੇ ਤੋਂ ਆਉਣ ਵਾਲੀ ਇੱਕ ਬੱਸ ਵਿੱਚ ਮਿਲਿਆ। ਉਸ ਨੇ ਹੁਣ ਦਾੜ੍ਹੀ ਰੱਖੀ ਹੋਈ ਸੀ ਤੇ ਸਿਰ ਤੇ ਕੇਸਰੀ ਪੱਗ ਵੀ ਬੰਨੀ ਹੋਈ ਸੀ। ਉਸ ਨੇ ਦੱਸਿਆ ਕਿ "ਸੰਤਾਂ ਪਾਸੋਂ ਅਮ੍ਰਿਤ ਛਕ ਲਿਆ ਹੈ ਤੇ ਹੁਣ ਅਸੀਂ ਸੰਤਾਂ ਦੇ ਹੀ ਹੋ ਗਏ ਹਾਂ" ਉਸ ਨੇ ਮਨਦੀਪ ਨੂੰ ਕਿਹਾ ਕਿ ਅਠਾਈ ਮਈ ਨੂੰ ਫੇਰ ਮੈਂ ਅਮ੍ਰਿਤਸਰ ਜਾ ਰਿਹਾ ਹਾਂ ਤੂੰ ਵੀ ਮੇਰੇ ਨਾਲ ਚੱਲ। ਆਪਾਂ ਗੁਰੂ ਅਰਜਣ ਦੇਵ ਜੀ ਦੇ ਸ਼ਹੀਦੀ ਗੁਰਪੁਰਬ ਤੋਂ ਬਾਅਦ ਵਾਪਸ ਆ ਜਾਵਾਂਗੇ" ਪਰ ਮਨਦੀਪ ਨੇ ਕਿਹਾ ਸੀ ਕਿ ਉਹ ਸੋਚ ਕੇ ਦੱਸੇਗਾ। ਜਦੋ ਉਸ ਨੇ ਘਰ ਗੱਲ ਕੀਤੀ ਤਾਂ ਮਨਦੀਪ ਦੇ ਪਿਤਾ ਦਲੇਰ ਸਿੰਘ ਨੇ ਸਖਤੀ ਨਾਲ ਉਸ ਨੂੰ ਅਮ੍ਰਿਤਸਰ ਜਾਣੋ ਮਨਾ ਕਰ ਦਿੱਤਾ ਕਿ "ਘਰੇ ਨਹੀ ਅਰਾਮ ਨਾਲ ਬੈਠ ਹੁੰਦਾ ਉੱਤੋਂ ਹਾਲਾਤ ਐਨੇ ਖ਼ਰਾਬ ਨੇ"

ਫੇਰ ਇਸੇ ਗੁਰਪੁਰਬ ਤੇ ਹੀ ਇਹ ਭਾਣਾ ਵਰਤ ਗਿਆ। ਹਜ਼ਾਰਾਂ ਬੇਕਸੂਰ ਲੋਕ ਗੋਲੀਆਂ ਨਾਲ ਭੁੰਨ ਸੁੱਟੇ। ਬੀ ਬੀ ਸੀ ਦੀਆਂ ਖ਼ਬਰਾਂ ਸੁਣ ਸੁਣ ਬਚਨ ਕੌਰ ਧਰਤੀ ਨਮਸਕਾਰਦੀ ਕਹਿ ਰਹੀ ਸੀ "ਹੇ ਸੱਚਿਆ ਪਤਾਸ਼ਾਹ ਤੂੰ ਮੇਰੇ ਪੁੱਤ ਨੂੰ ਹੱਥ ਦੇ ਕੇ ਬਚਾ ਲਿਆ। ਨਹੀਂ ਤਾਂ ਅਸੀ ਪੱਟੇ ਜਾਂਦੇ"

ਪਰ ਮਨਦੀਪ ਸੋਚਦਾ ਸੀ "ਜਿਹੜੇ ਉੱਥੇ ਮਾਰੇ ਗਏ ਉਹ ਵੀ ਤਾਂ ਕਿਸੇ ਮਾਂ ਦੇ ਪੁੱਤ ਹੀ ਹੋਣਗੇ" ਸੱਤ ਜੂਨ ਨੂੰ ਉਨ੍ਹਾਂ ਖੂਹੀ ਵਿਚ ਮੋਟਰ ਧਰਨੀ ਸੀ ਜਿਸ ਕਰਕੇ ਦਲੇਰ ਸਿੰਘ ਦੇ ਕਹਿਣ ਤੇ ਮਨਦੀਪ ਖੇਤ ਤਾਂ ਚਲਾ ਗਿਆ ਪਰ ਕੰਮ ਨੂੰ ਉਸਦੀ ਵੱਢੀ ਰੂਹ ਨਹੀਂ ਸੀ ਕਰਦੀ। ਉਸਦਾ ਆਪ ਮੁਹਾਰੇ ਰੋਣ ਨਿੱਕਲ ਰਿਹਾ ਸੀ। ਫੇਰ ਉਹ ਕਈ ਰਾਤਾਂ ਸੌਂ ਨਾ ਸਕਿਆ। ਬੱਚਿਆਂ ਦੇ ਚੀਕ ਚਿਹਾੜੇ, ਲਹੂ ਹੀ ਲਹੂ, ਲਾਸ਼ਾਂ ਨਾਲ ਭਰਿਆਂ ਸਰੋਵਰ ਉਸਦੇ ਸੁਪਨੇ ਵਿੱਚ ਜਦੋਂ ਆਂਉਂਦੇ ਤਾਂ ਉਹ ਧੰਧਕ ਕੇ ਉੱਠ ਖੜਦਾ। ਪਤਾ ਨਹੀਂ ਪੰਜਾਬ ਵਾਸੀਆਂ ਲਈ ਇਹ ਕਿਸ ਤਰ੍ਹਾਂ ਦਾ ਇਮਤਿਹਾਨ ਸੀ ਜੋ ਉਨ੍ਹਾਂ ਦੀਆਂ ਨੀਦਾਂ ਉਡਾ ਕੇ ਲੈ ਗਿਆ ਸੀ।

•

ਭਾਗ 47

ਅੱਠ ਜੂਨ 1984 ਦਾ ਦਿਨ ਸੀ। ਅਪ੍ਰੇਸ਼ਨ ਨੀਲਾ ਤਾਰਾ ਅਜੇ ਪੂਰੀ ਤਰ੍ਹਾਂ ਖਤਮ ਵੀ ਨਹੀਂ ਸੀ ਹੋਇਆ ਕਿ ਭਾਰਤ ਦਾ ਪਹਿਲਾ ਸਿੱਖ ਰਾਸ਼ਟਰਪਤੀ, ਗਿਆਨੀ ਜ਼ੈਲ ਸਿੰਘ, ਅੱਤਵਾਦੀਆਂ ਪਾਸੋਂ ਹਰਮੰਦਰ ਸਾਹਿਬ ਨੂੰ ਆਜ਼ਾਦ ਕਰਵਾਉਣ ਦੀ ਗੱਲ ਨੂੰ ਉਭਾਰਦਾ ਅਤੇ ਸਥਿਤੀ ਦਾ ਜ਼ਾਇਜ਼ਾ ਲੈਣ ਲਈ ਖੁਦ ਅਮ੍ਰਿਤਸਰ ਆਇਆ। ਜਿਉਂ ਹੀ ਦਰਬਾਰ ਸਾਹਿਬ ਅਹਾਤੇ ਵਿੱਚ ਪ੍ਰਵੇਸ਼ ਕਰਦਿਆਂ ਉਸ ਨੇ ਬਰਬਾਦੀ ਦਾ ਮੰਜ਼ਿਰ ਵੇਖਿਆ ਤਾਂ ਉਸ ਦੀਆਂ ਭੁੱਬਾਂ ਨਿੱਕਲ ਗਈਆਂ। ਸੈਨਾ ਨੇ ਉਸ ਨੂੰ ਚਾਰੋ ਤਰਫ ਘੇਰ ਰੱਖਿਆ ਸੀ। ਅਪ੍ਰੇਸ਼ਨ ਬਲਿਊ ਸਟਾਰ ਦੀ ਕਮਾਂਡ ਕਰਨ ਵਾਲੇ ਮੇਜਰ ਜਨਰਲ ਰਣਜੀਤ ਸਿੰਘ ਦਿਆਲ ਅਤੇ ਲੈਫਟੀਨੈਂਟ ਜਨਰਲ ਕੁਲਦੀਪ ਸਿੰਘ ਬਰਾੜ ਉਸ ਦੀ ਅਗਵਾਈ ਕਰ ਰਹੇ ਸਨ। ਉਹ ਛਤਰੀ ਦੀ ਛਾਂ ਹੇਠ ਕੋਟ ਤੇ ਲਾਲ ਰੰਗ ਦਾ ਗੁਲਾਬ ਸਜਾ ਹੰਕਾਰੇ ਅੰਦਾਜ਼ ਵਿੱਚ ਹਰਮੰਦਿਰ ਸਾਹਿਬ ਵਲ ਵਧ ਰਿਹਾ ਸੀ। ਉਸ ਨੂ ਆਪਣੇ ਕੋਟ ਤੇ ਟੰਗਿਆ ਗੁਲਾਬ ਅੱਜ ਲਹੂ ਨਾਲ ਰੰਗਿਆ ਜਾਪ ਰਿਹਾ ਸੀ।

ਚਾਰੇ ਪਾਸੇ ਲਾਸ਼ਾਂ ਅਜੇ ਉਵੇਂ ਹੀ ਖਿਲਰੀਆਂ ਪਈਆਂ ਸਨ। ਕਈ ਲੋਕ ਸਹਿਕ ਵੀ ਰਹੇ ਸਨ। ਕਈ ਮਾਸੂਮ ਬੱਚੇ ਵੀ ਮਰੇ ਪਏ ਸਨ। ਗਿਆਨੀ ਜ਼ੈਲ ਸਿੰਘ ਨੂੰ ਫੌਜੀ ਅਧਿਕਾਰੀ ਜੁੱਤੀ ਪਾਈ ਰੱਖਣ ਲਈ ਮਜ਼ਬੂਰ ਕਰ ਰਹੇ ਸਨ। ਪਰ ਉਸਦੀ ਸਿੱਖ ਮਾਨਸਿਕਤਾ ਇਜ਼ਾਜ਼ਤ ਨਹੀਂ ਸੀ ਦੇ ਰਹੀ। ਪਰ ਅੰਦਰੋਂ ਉਹ ਟੁੱਟ ਗਿਆ ਸੀ।

ਏਥੇ ਹੀ ਤਾਂ ਉਹ ਕਦੀ ਸ਼੍ਰੋਮਣੀ ਕਮੇਟੀ ਦਾ ਕਰਮਚਾਰੀ ਹੁੰਦਿਆਂ ਹੋਇਆਂ ਨਤਮਸਤਕ ਹੁੰਦਾ ਰਿਹਾ ਸੀ। ਕੀਰਤਨ ਕਰਦਾ ਰਿਹਾ ਸੀ। ਏਸੇ ਗੁਰੂ ਦੀ ਅਸ਼ੀਰਵਾਦ ਸਦਕਾਂ ਹੀ ਤਾਂ ਉਹ ਸਧਾਰਨ ਮਨੁੱਖ ਤੋ ਉੱਠਕੇ ਦੇਸ਼ ਦੇ ਸਭ ਤੋਂ ਉੱਚੇ ਅਹੁਦੇ ਤੱਕ ਪਹੁੰਚਿਆ ਸੀ। ਉਸੇ ਗੁਰੂ ਨਾਲ ਅੱਜ ਉਸ ਨੇ ਇਹ ਧ੍ਰੋਹ ਕੀਤਾ ਸੀ। ਸਰਵ ਉੱਚ ਸ੍ਰੀ ਅਕਾਲ ਤਖਤ ਸਾਹਿਬ ਨੂੰ ਉਸੇ ਹੀ ਫੌਜ ਨੇ ਖੰਡਰ ਬਣਾ ਦਿੱਤਾ ਸੀ ਜਿਸ ਦਾ ਸੁਪਰੀਮ ਕਮਾਂਡਰ ਸੀ। ਸਿੱਖ ਰੈਫਰੈਂਸ ਲਾਇਬ੍ਰੇਰੀ, ਗੁਰੂਆਂ ਦੇ ਸਮੇਂ ਦੀਆਂ ਅਨੇਕਾਂ ਦੁਰਲੱਭ ਲਿਖਤਾਂ ਅਤੇ ਵਸਤਾਂ ਸਮੇਤ ਸਾੜ ਕੇ ਸੁਹਾਅ ਕਰ ਦਿੱਤੇ ਸਨ।

ਸੁਨਹਿਰੀ ਮੰਦਿਰ ਵਿੱਚ ਤਿੰਨ ਸੌ ਦੇ ਕਰੀਬ ਗੋਲੀਆਂ ਮਾਰੀਆਂ ਗਈਆਂ ਸਨ ਜਦ ਕਿ ਸਰਕਾਰੀ ਮੀਡੀਆ ਕਹਿ ਰਿਹਾ ਸੀ ਕੋਈ ਵੀ ਗੋਲੀ ਨਹੀਂ ਵੱਜੀ। ਜ਼ੈਲ ਸਿੰਘ ਨੂੰ ਲੱਗਿਆ ਜਿਵੇਂ ਉਹ ਅੱਜ ਗਿਆਨੀ ਨਹੀ ਕੋਈ ਅਹਿਮਦ ਸ਼ਾਹ ਅਬਦਾਲੀ ਹੋਵੇ। ਇੱਕ ਵਾਰ ਤਾਂ ਉਸ ਨੂੰ ਦਰਾਬਰ ਸਾਹਿਬ ਦੀ ਬੇਅਬਦੀ ਦਾ ਬਦਲਾ ਲੈਣ ਵਾਲੇ ਸੁੱਖਾ ਸਿੰਘ ਅਤੇ ਮਹਿਤਾਬ ਸਿੰਘ ਦੀ ਯਾਦ ਵੀ ਆਈ, ਜਿਨਾਂ ਮੱਸੇ ਰੰਘੜ ਦਾ ਸਿਰ ਵੱਢਿਆ ਸੀ। ਮੱਸੇ ਦੀ ਥਾਂ ਬਰਛੇ ਤੇ ਉਸ ਨੂੰ ਆਪਣਾ ਸਿਰ ਟੰਗਿਆ ਮਹਿਸੂਸ ਹੋਇਆ। ਇੱਕ ਵਾਰ ਤਾਂ ਉਹ ਸਿਰ ਤੋਂ ਪੈਰਾਂ ਤੱਕ ਕੰਬ ਗਿਆ।

ਲੈਫ: ਜਨਰਲ ਕੁਲਦੀਪ ਸਿੰਘ ਬਰਾੜ ਮੱਲੋਮੱਲੀ ਉਸ ਦੇ ਸਿਰ ਤੇ ਛਤਰੀ ਤਾਨਣ ਦੀ ਕੋਸ਼ਿਸ਼ ਕਰ ਰਿਹਾ ਸੀ। ਸਾਰੇ ਫੌਜੀ ਬੂਟਾਂ ਸਮੇਤ ਹਰਲ ਹਰਲ ਕਰਦੇ ਉਸ ਦੁਆਲੇ ਫਿਰ ਰਹੇ ਸਨ। ਉਸ ਨੂੰ ਲੱਗਿਆ ਜਿਵੇਂ ਉਹ ਵੀ ਫੌਜ ਦੀ ਕੈਦ ਵਿੱਚ ਹੋਵੇ। ਇੰਦਰਾ ਸਰਕਾਰ ਨੇ ਉਸ ਨਾਲ ਬਹੁਤ ਵੱਡਾ ਧੋਖਾ ਕੀਤਾ ਸੀ। ਦਰਅਸਲ ਸਿੱਖਾਂ ਨੂੰ ਸਿਖਾਏ ਗਏ ਸਬਕ ਦਾ

ਮੰਜ਼ਿਰ ਦਿਖਾਉਣ ਲਈ ਤੇ ਸਿੱਖ ਹੋਣ ਦੇ ਨਾਤੇ ਹੀ ਤਾਂ ਉਸ ਨੂੰ ਅੱਜ ਜ਼ਬਰਦਸਤੀ ਭੇਜਿਆ ਗਿਆ ਸੀ।

ਮਾਮੂਲੀ ਅਪਰੇਸ਼ਨ ਕਹਿ ਕੇ ਉਸ ਤੋਂ ਸਾਈਨ ਕਰਵਾ ਲਏ ਗਏ ਸਨ ਤੇ ਵਿਸ਼ਵਾਸ ਦੁਵਾਇਆ ਸੀ ਕਿ ਹਰਮੰਦਰ ਸਾਹਿਬ ਦਾ ਪੂਰਾ ਸਤਿਕਾਰ ਰੱਖਿਆ ਜਾਵੇਗਾ ਅਤੇ ਕਿਸੇ ਵੀ ਇਤਿਹਾਸਕ ਇਮਾਰਤ ਨੂੰ ਕੋਈ ਨੁਕਸਾਨ ਨਹੀਂ ਪਹੁੰਚਾਇਆ ਜਾਵੇਗਾ। ਪਰ ਉਸ ਤੋਂ ਬਾਅਦ ਉਸ ਨੂੰ ਰਾਸ਼ਟਰਪਤੀ ਭਵਨ ਵਿੱਚ ਹਾਊਸ ਅਰੈਸਟ ਕਰ ਦਿੱਤਾ ਗਿਆ ਸੀ। ਹੋਰ ਤਾਂ ਹੋਰ ਉਸ ਦਾ ਨਿੱਜੀ ਫੋਨ ਵੀ ਡਿਸਕੁਨੈਕਟ ਕਰ ਦਿੱਤਾ ਗਿਆ ਸੀ। ਭਾਂਵੇ ਰਸਮੀ ਤੌਰ ਤੇ ਉਹ ਫੌਜਾਂ ਦਾ ਕਮਾਂਡਰ ਸੀ ਪਰ ਜਨਰਲ ਵੈਦਿਆ ਨੇ ਤਾਂ ਉਸ ਨਾਲ ਇੱਕ ਵਾਰ ਵੀ ਗੱਲ ਨਹੀਂ ਸੀ ਕੀਤੀ। ਸਾਰਾ ਅਪ੍ਰੇਸ਼ਨ ਪ੍ਰਧਾਨ ਮੰਤਰੀ ਇੰਦਰਾ ਗਾਂਧੀ, ਗ੍ਰਹਿ ਮੰਤਰੀ ਪੀ ਵੀ ਨਰਸਿਮਾ ਰਾਓ ਅਤੇ ਰਾਜੀਵ ਗਾਂਧੀ ਦੀ ਅਗਵਾਈ ਵਿੱਚ ਹੀ ਹੋਇਆ ਸੀ। ਸਿੱਖ ਕੌਮ ਨਾਲ ਬਹੁਤ ਵੱਡਾ ਵਿਸ਼ਵਾਸਘਾਤ ਹੋ ਚੁੱਕਾ ਸੀ। ਜਿਸ ਦੇ ਬਰਾਬਰ ਦਾ ਭਾਈਵਾਲ ਹੁਣ ਉਹ ਖੁਦ ਵੀ ਸੀ। ਤੇ ਇਤਿਹਾਸ ਨੇ ਉਸ ਨੂੰ ਕਦੀ ਵੀ ਮੁਆਫ ਨਹੀਂ ਸੀ ਕਰਨਾ। ਫੇਰ ਉਸ ਦੀਆਂ ਅੱਖਾਂ ਵਿੱਚੋਂ ਅਥਰੂ ਲਗਾਤਾਰ ਵੱਗਣ ਲੱਗੇ। ਤੇ ਸਾਰੇ ਘਟਨਾ ਕ੍ਰਮ ਦੀ ਸਮਝ ਆਉਣ ਲੱਗੀ।

ਗਿਆਨੀ ਜ਼ੈਲ ਸਿੰਘ ਨੇ ਇਹ ਵੀ ਦੇਖਿਆਂ ਕਿ ਬਾਬਾ ਦੀਪ ਸਿੰਘ ਬੁੰਗਾ ਦੇ ਪਾਸ ਇੱਕ ਟੈਂਕ ਫਸਿਆ ਹੋਇਆ ਸੀ। ਫਾਇੰਰਗ ਅਜੇ ਵੀ ਰੁਕ ਰੁਕ ਕੇ ਕਦੀ ਕਦਾਈਂ ਹੋ ਰਹੀ ਸੀ। ਜਥੇਦਾਰ ਕਿਰਪਾਲ ਸਿੰਘ ਨੇ ਉਸ ਨੂੰ ਸਿਰੋਪਾ ਤਾਂ ਦਿੱਤਾ ਪਰ ਉਹ ਬਹੁਤ ਡਰਿਆ ਹੋਇਆ ਜਾਪ ਰਿਹਾ ਸੀ। ਗਿਆਨੀ ਜ਼ੈਲ ਸਿੰਘ ਨੂੰ ਫੇਰ ਮਹਿਸੂਰ ਹੋਇਆ ਕਿ ਉਸ ਦੀ ਅਚਕਨ ਤੇ ਲੱਗਿਆ ਗੁਲਾਬ ਦਾ ਫੁੱਲ ਲਹੂ 'ਚ ਗੜੁੱਚ ਹੋਵੇ।

ਜੇਤੂ ਅੰਦਾਜ਼ ਵਿਚ ਕੁਲਦੀਪ ਸਿੰਘ ਬਰਾੜ ਨੇ ਰਾਸ਼ਟਰਪਤੀ ਨੂੰ ਕੰਨ ਵਿੱਚ ਦੱਸਿਆ ਕਿ ਤੁਸੀਂ ਭਿੰਡਰਾਵਾਲੇ ਅਤੇ ਉਸਦੇ ਸਾਥੀਆਂ ਦੀਆਂ ਲਾਸ਼ਾਂ ਦੇਖਣੀਆਂ ਚਾਹੋਂਗੇ। ਤਾਂ ਰਾਸ਼ਟਰਪਤੀ ਨੇ ਗੁੱਸੇ ਵਿੱਚ ਕਿਹਾ 'ਬਕਵਾਸ ਬੰਦ ਕਰੋ। ਤੁਸੀਂ ਮੈਨੂੰ ਬਹੁਤ ਵੱਡੇ ਧੋਖੇ ਵਿੱਚ ਰੱਖਿਆ ਹੈ" ਉਸੇ ਵਕਤ ਇੱਕ ਗੋਲੀ ਟੀਂ ਕਰਦੀ ਬਰਾੜ ਦੇ ਕੰਨ ਕੋਲੋ ਨਿੱਕਲ ਗਈ ਤੇ ਉਹ ਛਤਰੀ ਸਮੇਤ ਹੀ ਸਰੋਵਰ ਵਿੱਚ ਛਾਲ ਮਾਰ ਗਿਆ। ਗਿਆਨੀ ਜ਼ੈਲ ਸਿੰਘ ਨੂੰ ਕਿਸੇ ਬਚੇ ਅੱਤਵਾਦੀ ਵਲੋਂ ਗੋਲੀ ਦਾ ਨਿਸ਼ਾਨਾ ਬਣਾਇਆ ਗਿਆ ਸੀ ਪਰ ਉਹ ਵਾਲ ਵਾਲ ਬਚ ਗਿਆ। ਉਹ ਡਰ ਨਾਲ ਕੰਬਣ ਲੱਗਿਆ। ਮਿਲਟਰੀ ਤੁਰੰਤ ਉਸ ਨੂੰ ਘੇਰ ਕੇ ਦਰਬਾਰ ਸਾਹਿਬ ਦੀ ਪਰਿਕਰਮਾਂ 'ਚੋਂ ਬਾਹਰ ਲੈ ਗਈ।

ਇਸ ਫੇਰੀ ਤੋਂ ਗਿਆਨੀ ਜ਼ੈਲ ਸਿੰਘ ਬਹੁਤ ਹੀ ਮਾਯੂਸ ਹੋ ਕੇ ਦਿੱਲੀ ਨੂੰ ਪਰਤਿਆ। ਸ਼ਾਮ ਟੈਲੀਵੀਯਨ ਵਲੋਂ ਸੈਂਸਰ ਕਰਕੇ ਅਤੇ ਸਰਕਾਰੀ ਸ਼ਬਦਾਂ ਦਾ ਜ਼ਾਮਾ ਪਹਿਨਾ ਇਹ ਫੇਰੀ ਦਿਖਾਈ ਗਈ। ਬਾਹਰਲੀ ਪ੍ਰੈੱਸ ਨੂੰ ਅਜੇ ਅੰਦਰ ਜਾਣ ਦੀ ਆਗਿਆ ਨਹੀਂ ਸੀ ਦਿੱਤੀ ਗਈ। ਸਧਾਰਨ ਲੋਕਾਂ ਵਿੱਚ ਸੈਂਕੜੇ ਕਿਸਮ ਦੀਆਂ ਅਫਵਾਵਾਂ ਫੈਲ ਰਹੀਆਂ ਸਨ। ਇਹ ਵੀ ਦੱਸਿਆਂ ਗਿਆ ਕਿ ਭਿੰਡਰਾਵਾਲੇ ਸੰਤਾਂ ਦੀ ਲਾਸ਼ ਦੀ ਸ਼ਨਾਖਤ ਉਸਦੇ ਵੱਡੇ ਭਰਾ ਕੈਪਟਨ ਹਰਚਰਨ ਸਿੰਘ ਵਲੋਂ ਕੀਤੀ ਗਈ ਹੈ। ਪਰ ਅਫਵਾਵਾਂ ਇਹ ਵੀ ਫੈਲ ਰਹੀਆਂ ਸਨ ਕਿ ਸੰਤ ਭਿੰਡਰਾਵਾਲੇ ਤਾਂ ਆਪਣੇ ਸੈਂਕੜੇ ਸਾਥੀਆਂ ਸਮੇਤ ਸਿੱਖ ਅਫਸਰਾਂ ਦੀ ਮੱਦਦ ਨਾਲ ਫੋਜ ਦਾ ਘੇਰਾ ਤੋੜ ਕੇ ਪਾਕਿਸਤਾਨ ਵਲ ਨਿੱਕਲ ਗਏ ਹਨ। ਕਈ ਲੋਕ ਤਾਂ ਇਹ ਵੀ ਅਫਵਾਵਾਂ ਉਡਾ ਰਹੇ ਸਨ ਕਿ ਪਕਿਸਤਾਨ ਟੀ

ਵੀ ਨੇ ਸੰਤਾਂ ਨੂੰ ਦਿਖਾਇਆ ਵੀ ਹੈ। ਤੇ ਹੁਣ ਉਹ ਪਾਕਿਸਤਾਨੀ ਫੌਜ ਨਾਲ ਮਿਲਕੇ ਬਦਲਾ ਜਰੂਰ ਲੈਣਗੇ।

ਇਹ 9 ਜੂਨ ਦੀ ਸਵੇਰ ਸੀ। ਰਾਮਪੁਰੇ ਪਿੰਡ ਦੇ ਗੁਰਦੁਵਾਰੇ ਵਿੱਚੋਂ ਅਨਾਊਂਸਮੈਂਟ ਹੋਈ "ਵਾਹਿਗੁਰੂ ਜੀ ਕਾ ਖਾਲਸਾ ਵਾਹਿਗੁਰੂ ਜੀ ਕੀ ਫਤਹਿ। ਭਾਈ ਸਮੂਹ ਨਗਰ ਨਿਵਾਸੀਆਂ ਨੂੰ ਬੇਨਤੀ ਹੈ ਕਿ ਭਾਈ ਜਿਨਾਂ ਦੇ ਘਰਾਂ 'ਚ ਲਸੰਸੀ ਹਥਿਆਰ ਨੇ, ਜਿਮੇ ਬੰਦੂਕਾਂ ਜਾਂ ਪਿਸਤੌਲ ਵਗੈਰਾ, ਜਾਂ ਕੋਈ ਵੀ ਹੋਰ ਅਸਲਾ ਹੈ, ਉਹ ਭਾਈ ਗੁਰਦੁਵਾਰੇ ਸਾਹਮਣੇ ਪਿੱਪਲਾਂ ਹੇਠਾਂ, ਹਥਿਆਰ ਲੈ ਕੇ ਦਸ ਵੱਜਦੇ ਨੂੰ ਪਹੁੰਚ ਜਾਣ। ਭਾਈ ਇਹ ਪੁਲਿਸ ਵਲੋਂ ਸਰਕਾਰੀ ਹੁਕਮ ਹੈ। ਇਹ ਹਥਿਆਰ ਪੰਚਾਇਤ ਦੀ ਹਾਜ਼ਰੀ ਵਿੱਚ ਜਮਾਂ ਕਰਾਵਾਉਣ ਦੇ ਹੁਕਮ ਹੋਏ ਨੇ" ਗੁਰਦੁਵਾਰੇ ਵਾਲੇ ਭਾਈ ਜੀ ਨੇ ਦੋ ਤਿੰਨ ਵਾਰ ਇਹ ਸੂਚਨਾ ਦੁਹਰਾਈ ਤੇ ਨਾਲ ਇਹ ਵੀ ਕਿਹਾ ਕਿ "ਊਂ ਤਾਂ ਪਲਿਸ ਵਾਲਿਆਂ ਕੋਲ ਪਿੰਡ ਦੇ ਸਾਰੇ ਲਾਈਸੰਸੀ ਹਥਿਆਰਾਂ ਦੀ ਲਿਸਟ ਵੀ ਹੈ। ਸਾਧ ਸੰਗਤ ਜੇ ਕੋਈ ਫੇਰ ਵੀ ਨਾ ਅਇਆ ਤਾਂ ਉਸ ਤੇ ਕੇਸ ਪਾਇਆ ਜਾ ਸਕਦਾ ਹੈ"

ਕੁਦਰਤੀ ਦਲੇਰ ਸਿੰਘ ਵੀ ਉਸ ਵਕਤ ਘਰ ਹੀ ਸੀ। ਉਹ ਵੀ ਆਪਣੀ ਫੌਜ 'ਚੋਂ ਲਿਆਂਦੀ ਬਾਰਾਂ ਬੋਰ ਦੀ ਰਾਈਫਲ ਅਤੇ ਐੱਲ ਜ਼ੀ ਦੇ ਰੌਂਦਾ ਦਾ ਡੱਬਾ ਲੈ ਕੇ ਪਿੱਪਲਾਂ ਥੱਲੇ ਪਹੁੰਚ ਗਿਆ। ਪੁਲਿਸ ਨੇ ਦੋਨੋ ਚੀਜ਼ਾਂ ਰੱਖ ਲਈਆਂ। ਸ਼ਾਇਦ ਅਜਿਹਾਂ ਬਗਾਵਤ ਭੜਕਣ ਦੇ ਡਰੋਂ ਕੀਤਾ ਜਾ ਰਿਹਾ ਹੋਵੇ। ਦਲੇਰ ਸਿੰਘ ਨੂੰ ਉਥੇ ਗਏ ਨੂੰ ਇਹ ਵੀ ਪਤਾ ਲੱਗਾ ਕਿ ਦਰਬਾਰ ਸਾਹਿਬ ਤੇ ਹੋਏ ਹਮਲੇ ਵਿੱਚ ਤਖਤ ਸ਼੍ਰੀ ਕੇਸਗੜ੍ਹ ਸਾਹਿਬ ਦਾ ਉਹ ਜਥੇਦਾਰ ਵੀ ਮਾਰਿਆ ਗਿਆ ਹੈ ਜਿਸ ਤੋਂ ਉਸ ਨੇ ਅਜੇ ਇਸੇ ਵਿਸਾਖੀ ਨੂੰ ਅਮ੍ਰਿਤ ਛਕਿਆ ਸੀ ਅਤੇ ਉੱਨੀ ਹੋਰ ਗੁਰਦੁਵਾਰਿਆਂ ਤੇ ਹਮਲੇ ਵੀ ਹੋਏ ਨੇ। ਹੁਣ ਉਸ ਦੇ ਫੌਜੀ ਮਨ ਨੂੰ ਵੀ ਤਰਲੋਮੱਛੀ ਲੱਗੀ ਪਈ ਸੀ।

ਮਨਦੀਪ ਦਾ ਹੀ ਨਹੀਂ ਸਮੁੱਚੇ ਪੰਜਾਬ ਵਾਸੀਆਂ ਦਾ ਘਰਾਂ ਦੀ ਕੈਦ ਵਿੱਚ ਦਮ ਘੁਟਣ ਲੱਗਿਆਂ। ਉੱਪਰੋਂ ਏਨੀ ਗਰਮੀ ਤੇ ਸ਼ਹਿਰਾਂ ਵਿੱਚ ਤਾਂ ਬਹੁਤ ਬੁਰਾ ਹਾਲ ਸੀ। ਲੋਕ ਆਟਾ ਦਾਲਾਂ, ਸਬਜ਼ੀਆਂ ਲਈ ਤਰਸ ਗਏ ਸਨ। ਬਿਮਾਰਾਂ ਅਤੇ ਬੱਚਾਂ ਜਨਣ ਵਾਲੀਆਂ ਔਰਤਾਂ ਨੂੰ ਵੀ ਹਸਪਤਾਲ ਨਹੀਂ ਪਹੁੰਚਾਇਆ ਜਾ ਸਕਦਾ ਸੀ। ਉਧਰ ਫੌਜ ਵਿੱਚ ਬਗਾਵਤ ਹੋਣ ਦੀਆਂ ਖ਼ਬਰਾਂ ਮਿਲ ਰਹੀਆਂ ਸਨ। ਸਿੱਖ ਧਰਮੀ ਫੌਜੀਆਂ ਨੇ ਕਈ ਅਫਸਰਾਂ ਤੇ ਹਮਲੇ ਕਰਕੇ ਦਰਬਾਰ ਸਾਹਿਬ ਵਲ ਵਧਣ ਦੀ ਕਸਮ ਖਾਧੀ ਸੀ ਪਰ ਇਸ ਬਗਾਵਤ ਨੂੰ ਦਬਾ ਦਿੱਤਾ ਗਿਆ। ਸਮੁੱਚਾ ਪੰਜਾਬ ਕਰਫਿਊ ਦੇ ਸਾਏ ਹੇਠ ਸਹਿਕ ਰਿਹਾ ਸੀ। ਜਿੱਥੇ ਪਰਿੰਦਾ ਵੀ ਪਰ ਨਾ ਮਾਰ ਸਕੇ। ਤੇ ਪੰਜਾਬ ਦੇ ਹਿੰਦੂ ਵੀ ਬਹੁਤ ਸਹਿਮ ਗਏ ਸਨ।

ਲੋਕਾਂ ਨੂੰ 1947 ਦੇ ਦੰਗੇ ਯਾਦ ਆ ਗਏ। ਕੁੱਝ ਵੀ ਵਾਪਰ ਸਕਦਾ ਸੀ। ਕਈਆਂ ਨੂੰ ਲੱਗਿਆ ਕਿ ਕਰਫਿਊ ਹਟਣ ਸਾਰ ਹਿੰਦੂ ਸਿੱਖ ਦੰਗੇ ਭੜਕ ਪੈਣਗੇ। ਪਿੰਡ ਦੇ ਕੁੱਝ ਸ਼ਰਾਰਤੀ ਮੁੰਡਿਆਂ ਨੇ ਰਾਮਪੁਰੇ ਪਿੰਡ ਵਿੱਚ ਹਰਿਆਣੇ ਤੋਂ ਆ ਕੇ ਵਸੇ ਹਿੰਦੂ ਮੁਰਾਰੀ ਲਾਲ ਦੀ ਦੁਕਾਨ ਲੁੱਟਣ ਦੀ ਕੋਸ਼ਿਸ ਕੀਤੀ ਸੀ। ਜੋ ਪਿਛਲੇ ਚਾਰ ਕੁ ਸਾਲਾਂ ਤੋਂ ਹੀ ਰਾਮਪੁਰੇ ਦੁਕਾਨ ਚਲਾਕੇ ਗੁਜ਼ਾਰਾ ਕਰਦਾ ਸੀ। ਪਿੰਡ ਵਿੱਚ ਪੰਡਿਤਾਂ ਦੇ ਚਾਰ ਪੰਜ ਆਲੀਸ਼ਾਨ ਘਰ ਸਨ। ਕੁੱਝ ਸ਼ਰਾਰਤੀ ਲੋਕ ਉਨ੍ਹਾਂ ਨੂੰ ਪਿੰਡੋਂ ਕੱਢਕੇ ਘਰਾਂ ਨੂੰ ਸਾਂਭਣ ਦੀਆਂ ਸਕੀਮਾਂ ਵੀ ਲਾਉਣ ਲੱਗੇ। ਪੰਡਿਤਾਂ ਦੀਆਂ ਬਹੂ ਬੇਟੀਆਂ ਨੂੰ ਚੁੱਕ ਲੈਣ ਦੀਆਂ ਵੀ ਗੱਲਾਂ ਹੋਣ ਲੱਗੀਆਂ। ਮੁਰਾਰੀ ਜੋ ਕਦੇ ਕਦੇ ਮਨਦੀਪ ਨਾਲ ਗੱਲਾਂ ਕਰਦਾ ਰਹਿੰਦਾ ਸੀ ਇੱਕ ਰਾਤ ਚੁੱਪ ਚੁਪੀਤੇ ਹੀ ਗੱਡੀ ਵਿੱਚ ਸਮਾਨ ਲੱਦਕੇ ਪਰਿਵਾਰ ਸਮੇਤ ਦੌੜ ਗਿਆ। ਗਿਆਰਾਂ ਜੂਨ ਨੂੰ ਜਦੋਂ ਪੰਜਾਬ ਦੇ ਕੁੱਝ ਹਿੱਸਿਆਂ

ਵਿੱਚ ਕਰਫਿਊ ਦੀ ਢਿੱਲ ਦਿੱਤੀ ਗਈ ਤਾਂ ਬਹੁਤ ਸਾਰ ਹਿੰਦੂ ਪਰਿਵਾਰ ਪੰਜਾਬ ਤੋਂ ਹਿਜ਼ਰਤ ਕਰ ਗਏ।

ਦਰਬਾਰ ਸਾਹਿਬ ਤੇ ਹੋਏ ਹਮਲੇ ਕਾਰਨ ਦੇਸ਼ਾਂ ਬਦੇਸ਼ਾਂ ਵਿੱਚ ਹਾਹਾਕਾਰ ਮੱਚੀ ਪਈ ਸੀ। ਸਿੱਖ ਅਵਾਮ ਦਾ ਰੋਹ ਸ਼ਾਂਤ ਕਰਨ ਲਈ ਭਾਰਤ ਸਰਕਾਰ, ਮੀਡੀਏ ਨੂੰ ਜ਼ਰ ਖਰੀਦ ਰਖੈਲ਼ ਦੀ ਤਰ੍ਹਾਂ ਵਰਤ ਰਹੀ ਸੀ। 12 ਜੂਨ ਨੂੰ ਟੈਲੀਵੀਜਨ ਤੇ ਸਰੋਵਰ 'ਚੋਂ ਨਿੱਕਲੇ ਹਥਿਆਰਾਂ ਦੇ ਢੇਰ ਦਿਖਾਏ ਜਾ ਰਹੇ ਸਨ।

ਪਰ ਲੋਕਾਂ ਨੂੰ ਸਮਝ ਨਹੀਂ ਆ ਰਹੀ ਕਿ ਏਨੇ ਖਤਰਨਾਕ ਹਥਿਆਰ ਅੱਤਵਾਦੀਆਂ ਨੇ ਵਰਤਣ ਦੀ ਬਜਾਏ, ਸਰੋਵਰ ਵਿੱਚ ਕਿਉਂ ਸੁੱਟੇ ਹੋਣਗੇ? ਤੇ ਪਹਿਲਾਂ ਸੰਗਤਾਂ ਵਿੱਚੋਂ ਕਿਸੇ ਨੂੰ ਇਹ ਨਜ਼ਰ ਕਿਉਂ ਨਹੀਂ ਆਏ। ਇਹ ਵੀ ਸੁਆਲ ਉੱਠ ਰਿਹਾ ਸੀ ਕਿ ਏਨੀ ਸੁਰੱਖਿਆ ਅਤੇ ਨਾਕਾਬੰਦੀਆਂ ਹੋਣ ਤੇ ਵੀ ਇਹ ਹਥਿਆਰ ਹਰਿਮੰਦਰ ਸਾਹਿਬ ਅੰਦਰ ਕਿਵੇਂ ਪਹੁੰਚੇ? ਕੀ ਸਰਕਾਰ ਦੀ ਕੋਈ ਮਿਲੀ ਭੁਗਤ ਸੀ? ਖ਼ਬਰਾਂ ਤਾਂ ਇਹ ਵੀ ਆ ਰਹੀਆਂ ਸਨ ਕਿ ਬਹੁਤ ਸਾਰੇ ਬਾਗੀ ਫੌਜੀਆਂ ਨੂੰ ਮਾਰ ਦਿੱਤਾ ਗਿਆ ਹੈ। ਫੇਰ ਇੱਕ ਖ਼ਬਰ ਹੋਰ ਵੀ ਸੀ ਕਿ ਪੰਜਾਬ ਦੇ ਅਹਿਮ ਲੀਡਰਾਂ ਦੀ ਗ੍ਰਿਫਤਾਰੀ ਵਿੱਚ ਪ੍ਰਕਾਸ਼ ਸਿੰਘ ਬਾਦਲ ਅਤੇ ਸੁਰਜੀਤ ਸਿੰਘ ਬਰਨਾਲਾ ਤੇ ਹੋਰ ਕਈਆਂ ਨੂੰ ਵੀ ਗ੍ਰਿਫਤਾਰ ਕਰ ਲਿਆ ਗਿਆ ਹੈ।

ਲੋਕ ਬੀ ਬੀ ਸੀ ਦੇ ਨਾਲ ਨਾਲ ਲਹੌਰ ਟੈਲੀਵੀਜਨ ਲਗਾਉਣ ਲਈ ਵੀ ਐਨਟੀਨੇ ਘੁਮਾਂਉਦੇ ਰਹਿੰਦੇ। ਦੂਰੀ ਘੱਟ ਹੋਣ ਕਾਰਨ ਥੋੜੀ ਮੋਟੀ ਡਿਸਟਰਬੈਂਸ ਨਾਲ ਲਹੌਰ ਟੀ ਵੀ ਮਨਦੀਪ ਦੇ ਘਰ ਵੀ ਚੱਲ ਪਿਆ ਸੀ। ਸਿਰ ਢਕੇ ਵਾਲੀ ਨਿਊਜ਼ ਕਾਸਟਰ ਦੱਸ ਰਹੀ ਸੀ ਕਿ ਦਰਬਾਰ ਸਾਹਿਬ ਤੇ ਹੋਏ ਹਮਲੇ ਵਿੱਚ 1020 ਸਿੱਖ ਮਾਰੇ ਗਏ ਨੇ ਅਤੇ ਅਣਗਿਣਤ ਭਾਰਤੀ ਫੌਜੀ ਵੀ ਮਾਰੇ ਗਏ ਹਨ। ਭਾਰਤ ਸਰਕਾਰ ਦੇ ਹਿਸਾਬ ਨਾਲੋਂ ਤਾਂ ਇਹ ਬਹੁਤ ਵੱਡੀ ਗਿਣਤੀ ਸੀ। ਸੁਣ ਕੇ ਲੋਕ ਹੋਰ ਵੀ ਪ੍ਰੇਸ਼ਾਨ ਹੋ ਗਏ।

ਉਸੇ ਸ਼ਾਮ ਗੁਰਤਾਰ ਸਿੰਘ ਜਲਾਲ ਆਪਣੇ ਇੱਕ ਸਾਥੀ ਨਾਲ ਮਨਦੀਪ ਦੇ ਘਰ ਆਇਆ। ਤੇ ਉਹ ਉਦਾਸੀ ਵਿੱਚ ਬੋਲਿਆ "ਭਰੋਸੇਯੋਗ ਵਸੀਲਿਆਂ ਤੋਂ ਪਤਾ ਲੱਗਾ ਹੈ ਕਿ ਨਾਜ਼ਰ ਸਿੰਘ ਹਮਲੇ ਵਿੱਚ ਸ਼ਹੀਦ ਹੋ ਗਿਆ। ਉਸ ਵਕਤ ਉਹ ਪਾਣੀ ਵਾਲੀ ਟੈਂਕੀ ਤੇ ਬਣਾਏ ਮੋਰਚੇ ਤੋਂ ਲੜ ਰਿਹਾ ਸੀ। ਜਦੋਂ ਤੋਪ ਦੇ ਗੋਲੇ ਨਾਲ ਟੈਂਕੀ ਸੁੱਟੀ ਗਈ ਤਾਂ ਆਪਣਾ ਨਾਜ਼ਰ ਵੀ ਸ਼ਹੀਦੀ ਪਾ ਗਿਆ...." ਉਸ ਨੇ ਗੱਲ ਅਧੂਰੀ ਛੱਡ ਦਿੱਤੀ।

ਮਨਦੀਪ ਵੀ ਸੋਗ ਵਿੱਚ ਡੁੱਬ ਗਿਆ। ਤਾਂ ਗੁਰਤਾਰ ਬੋਲਿਆ "ਤਿਆਰ ਹੋ ਜਾ ਆਪਾਂ ਨਾਜ਼ਰ ਦੇ ਘਰ ਉਸਦੇ ਬਾਪੂ ਕੋਲ ਅਫਸੋਸ ਕਰਨ ਜਾਣਾ ਹੈ। ਦਮਨ ਸਕੂਟਰ ਲੈ ਕੇ ਉਥੇ ਹੀ ਆਵੇਗਾ। ਇੰਜਨੀਅਰਿੰਗ ਕਾਲਜ ਦਾ ਜੋ ਮੁੰਡਾ ਘੱਲੂਘਾਰੇ ਚੋਂ ਸਚ ਕੇ ਆਇਆ ਹੈ ਉਹ ਨਾਜ਼ਰ ਦੇ ਬਾਪੂ ਨੂੰ ਮਿਲਿਆ ਸੀ। ਨਾਲੇ ਹੋਰ ਗੱਲਾਂ ਦਾ ਪਤਾ ਲੱਗ ਜਾਵੇਗਾ। ਸੰਤਾਂ ਦਾ ਕਹਿਣਾ ਸੀ ਕਿ 'ਜਿਸ ਦਿਨ ਫੌਜ ਹਰਮੰਦਰ ਸਾਹਿਬ 'ਚ ਦਾਖਲ ਹੋਈ ਸਮਝਿਉ ਖਾਲਿਸਤਾਨ ਦੀ ਨੀਂਹ ਰੱਖੀ ਗਈ। ਖਾਲਿਸਤਾਨ ਹੁਣ ਬਣਕੇ ਰਹੇਗਾ' ਸਾਡਾ ਦੋਸਤ ਖਾਲਿਸਤਾਨ ਦਾ ਸ਼ਹੀਦ ਹੈ ਉਸ ਦਾ ਨਾਂ ਸੁਨਹਿਰੀ ਅੱਖਰਾਂ ਵਿੱਚ ਲਿਖਿਆ ਜਾਵੇਗਾ" ਗੁਰਤਾਰ ਇੱਕ ਹੰਢੇ ਵਰਤੇ ਲੀਡਰ ਵਾਂਗ ਭਾਸ਼ਨ ਦਿੰਦਾ ਮਨਦੀਪ ਦੀ ਮਾਨਸਿਕਤਾ ਨੂੰ ਹਲੂਣ ਰਿਹਾ ਸੀ।

ਰਸਤੇ ਵਿੱਚ ਗੁਰਤਾਰ ਨੇ ਜਿੱਥੇ ਸੰਤ ਭਿੰਡਰਾਂਵਾਲੇ ਦੇ ਬਚ ਨਿੱਕਲਣ ਦੀਆਂ ਗੱਲਾਂ ਕੀਤੀਆਂ, ਉੱਥੇ ਹੋਰ ਵੀ ਬਹੁਤ ਸਾਰੀਆਂ ਭੇਤ ਭਰੀਆਂ ਗੱਲਾਂ ਦੱਸੀਆਂ। ਮਨਦੀਪ ਉਸ ਦੇ ਵੱਡੇ ਲੀਡਰਾਂ

ਨਾਲ ਸਬੰਧ ਹੋਣ ਕਾਰਨ ਇਹ ਸਾਰੀਆਂ ਗੱਲਾਂ ਸਹੀ ਸਮਝਦਾ ਰਿਹਾ। ਗੱਲਾਂ ਕਰਦੇ ਕਰਦੇ ਉਹ ਨਾਜ਼ਰ ਦੇ ਘਰ ਪਹੰਚ ਗਏ। ਜੋ ਮੁੱਖ ਸੜਕ ਤੇ ਖੇਤਾਂ ਵਿੱਚ ਬਣਿਆਂ ਹੋਇਆ ਸਧਾਰਨ ਜਿਹਾ ਘਰ ਸੀ। ਜਿੱਥੇ ਪਹਿਲਾਂ ਵੀ ਉਹ ਆ ਚੁੱਕੇ ਸਨ, ਜਦੋਂ ਗੁਰਤਾਰ ਜਥਾ ਲੈ ਕੇ ਅਮ੍ਰਿਤਸਰ ਗਿਆ ਸੀ। ਉਦੋਂ ਵੀ ਮਨਦੀਪ ਨਾਲ ਸੀ।

ਜਦੋਂ ਡੇਰੇ ਵਾਲੇ ਮਹੰਤਾਂ ਨੇ ਨਾਜ਼ਰ ਦੇ ਪਰਿਵਾਰ ਨੂੰ ਜ਼ਮੀਨ ਪਿੱਛੇ ਤੰਗ ਕਰਨਾ ਸ਼ੁਰੂ ਕੀਤਾ ਸੀ ਤਾਂ ਉਹ ਪਿੰਡ ਛੱਡਕੇ ਖੇਤਾਂ ਵਿੱਚ ਆ ਗਏ ਸਨ। ਨਾਜ਼ਰ ਦਾ ਬਾਪੂ ਜਗੀਰ ਸਿੰਘ ਜੋ ਆਪਣੀ ਜਵਾਨੀ ਵਿੱਚ ਬੜਾ ਦਲੇਰ ਗਿਣਿਆ ਜਾਂਦਾ ਸੀ ਅੱਜ ਬਾਣ ਤੇ ਮੰਜੇ ਤੇ ਨਿਮੋਝੂਣਾ ਜਿਹਾ ਹੋਇਆ ਬੈਠਾ ਸੀ। ਉਸ ਨੇ ਫਤਹਿ ਮੰਨ ਕੇ ਘਰ ਦਿਆਂ ਨੂੰ ਚਾਹ ਬਣਾਉਣ ਲਈ ਕਿਹਾ ਤੇ ਦੱਸਿਆ ਕਿ ਪਸ਼ੂ ਸਵੇਰ ਦੇਂ ਭੁੱਖਣ ਭਾਣੇ ਖੜ੍ਹੇ ਨੇ ਉਸ ਦਾ ਕੋਈ ਵੀ ਕੰਮ ਕਰਨ ਨੂੰ ਦਿਲ ਨਹੀਂ ਕਰਦਾ। ਫੇਰ ਆਪ ਹੀ ਗਾਲ਼ ਕੱਢਕੇ ਕਹਿਣ ਲੱਗਿਆ "ਭੈਣ ਦੀ ਮਰਾਵੇ ਜਿੱਥੇ ਐਨੇ ਹੋਰ ਲੋਕ ਹਮਲੇ 'ਚ ਮਰ ਗਏ ਜੇ ਮੇਰਾ ਪੁੱਤ ਮਰ ਗਿਆ ਤਾਂ ਕੀ ਹੋ ਗਿਆ। ਨਾਲੇ ਜੱਟ ਦਾ ਪੁੱਤ ਦਰਬਾਰ ਸਾਹਿਬ ਨੂੰ ਬੇਹੁਰਮਤੀ ਤੋਂ ਬਚਾਉਣ ਲਈ ਹੀ ਸ਼ਹੀਦ ਹੋਇਐ...। ਨਾਲੇ ਉਹ ਤਾਂ ਕਈਆਂ ਨੂੰ ਮਾਰ ਕੇ ਮਰਿਆ ਹੋਊ"

ਪਰ ਉਸ ਦੀ ਬੜ੍ਹਕ ਵਿੱਚ ਵੀ ਉਦਾਸੀ ਬੋਲ ਰਹੀ ਸੀ। ਉਸ ਨੇ ਗੁਰਤਾਰ ਨਾਲ ਸਲਾਹ ਕਰਕੇ 21 ਜੂਨ ਨੂੰ ਸਹਿਜ ਪਾਠ ਰਖਾ ਕੇ ਨਾਜ਼ਰ ਦਾ ਭੋਗ ਪਾਉਣਾ ਵੀ ਮਿੱਥ ਲਿਆ। ਇਸ ਸ਼ਹੀਦੀ ਸਮਾਗਮ ਤੇ ਗੁਰਤਾਰ ਨੇ ਵੱਧ ਤੋਂ ਵੱਧ ਅਕਾਲੀ ਲੀਡਰ ਲੈ ਕੇ ਆਉਣੇ ਸਨ। ਫੇਰ ਉਸੇ ਦਿਨ ਹੀ ਉਸ ਨੇ ਅਖ਼ਬਾਰਾਂ ਨੂੰ, ਸ਼ਹੀਦ ਨਾਜ਼ਰ ਸਿੰਘ ਸ਼ਰਧਾਜਲੀ ਸਮਾਰੋਹ ਦੀਆਂ ਖ਼ਬਰਾਂ ਭੇਜ ਦਿੱਤੀਆਂ।

14 ਜੂਨ ਨੂੰ ਸ੍ਰੀ ਦਰਬਾਰ ਸਾਹਿਬ ਤੋਂ ਜਥੇਦਾਰ ਕਿਰਪਾਲ ਸਿੰਘ ਟੈਲੀਵੀਜਨ ਤੇ ਬੋਲ ਰਹੇ ਸਨ ਕਿ "ਗੁਰੂ ਪਿਆਰੀ ਸਾਧ ਸੰਗਤ ਹਮਲੇ ਵਿੱਚ ਕੋਈ ਖਾਸ ਨੁਕਸਾਨ ਨਹੀਂ ਹੋਇਆ। ਦਰਬਾਰ ਸਾਹਿਬ ਅਤੇ ਤੋਸ਼ਾਖਾਨਾ ਵੀ ਬਿਲਕੁੱਲ ਠੀਕ ਠਾਕ ਨੇ" ਫੇਰ 15 ਜੂਨ ਨੂੰ ਸਰਕਾਰੀ ਨਿਗਰਾਨੀ ਹੇਠ ਦਰਬਾਰ ਸਾਹਿਬ ਤੋਂ ਕੀਰਤਨ ਦਾ ਪ੍ਰਸਾਰਣ ਕੀਤਾ ਜਾਣ ਲੱਗਾ। ਸਵੇਰੇ ਸਾਢੇ ਪੰਜ ਵਜੇ ਆਸਾ ਜੀ ਵਾਰ ਦਾ ਕੀਰਤਣ ਆਂਉਦਾ ਜੋ ਹਰ ਘਰ ਵਿੱਚ ਸੁਣਿਆ ਜਾਂਦਾ। ਲੋਕਾਂ ਨੂੰ ਜਾਪਦਾ ਕਿ ਉਹ ਉੱਥੇ ਹਮਲੇ ਬਾਅਦ ਪਹੁੰਚ ਤਾਂ ਨਹੀਂ ਸਕੇ ਪਰ ਉੱਥੋਂ ਆਉਂਦੀ ਗੁਰਬਾਣੀ ਨਾਲ ਤਾਂ ਜੁੜ ਸਕਦੇ ਹਨ। ਬਹੁਤ ਹੀ ਰਸਭਿੰਨੀ, ਦਿਲਾਂ ਵਿੱਚ ਉੱਤਰ ਜਾਣ ਵਾਲੀ ਆਵਾਜ਼, ਭਾਈ ਸੁਰਿੰਦਰ ਸਿੰਘ ਪਟਣੇ ਵਾਲਿਆਂ ਦੀ ਦਿਲਾਂ ਨੂੰ ਧੂਹ ਪਾਉਂਦੀ । ਉਹ ਹਰ ਰੋਜ਼ ਹੀ ਇੱਹ ਸ਼ਬਦ ਜਰੂਰ ਪੜ੍ਹਦੇ ਕਿ 'ਕੁੱਤਾ ਰਾਜ ਬਹਾਲੀਏ ਫੇਰ ਚੱਕੀ ਚੱਟੇ' ਲੋਕ ਸੁਣ ਸੁਣਕੇ ਰੋਣ ਲੱਗਦੇ। ਕਈ ਲੋਕ ਆਖਦੇ ਕਿ ਉਹ ਗਿਆਨੀ ਜ਼ੈਲ ਸਿੰਘ ਨੂੰ ਕਹਿ ਰਹੇ ਨੇ। ਪਰ ਸਰਕਾਰੀ ਮਸ਼ਿੱਨਰੀ ਨੇ ਤਾਂ ਪੰਜਾਬ ਦੀ ਜਿਵੇਂ ਸ਼ਾਹ ਰਗ ਹੀ ਵੱਢ ਦਿੱਤੀ ਸੀ।

21 ਜੂਨ ਨੂੰ ਨਾਜ਼ਰ ਦੇ ਭੋਗ ਤੇ ਬਹੁਤ ਇਕੱਠ ਸੀ। ਲੋਕ ਭਿੰਡਰਾਂਵਾਲੇ ਦੇ ਬਚ ਨਿੱਕਲਣ ਦੇ ਨਾਲ ਨਾਲ ਇਹ ਵੀ ਆਖ ਰਹੇ ਸਨ ਕਿ ਉਨ੍ਹਾਂ ਨੇ ਲਹੌਰ ਵਿੱਚ ਫੌਜ ਤਿਆਰ ਕਰ ਲਈ ਹੈ ਤੇ ਪਾਕਿਸਤਾਨ ਦੀ ਮੱਦਦ ਨਾਲ ਉਹ ਭਾਰਤ ਤੇ ਹਮਲਾ ਕਰਕੇ ਦਰਬਾਰ ਸਾਹਿਬ ਦਾ ਬਦਲਾ ਲੈਣਗੇ।

ਏਥੇ ਹੀ ਦਮਨ ਨੇ ਮਨਦੀਪ ਨੂੰ ਦੱਸਿਆ ਕਿ ਕੱਲ ਪੁਲੀਸ ਨੇ ਛਾਪਾ ਮਾਰ ਚਮਨਜੀਤ ਅਤੇ ਉਸ ਦੇ ਗੁਆਂਢੀ ਮੁੰਡੇ ਨੂੰ ਵੀ ਚੁੱਕ ਲਿਆ ਹੈ ਤੇ ਕਿਸੇ ਅਣਦੱਸੀ ਥਾਂ ਤੇ ਲੈ ਗਏ ਨੇ। ਉਨ੍ਹਾਂ ਨੂੰ ਝੂਠਾ ਮੁਕਾਬਲਾ ਬਣਾ ਕੇ ਮਾਰਿਆ ਵੀ ਜਾ ਸਕਦਾ ਹੈ। ਫੇਰ ਕੁੱਝ ਹੀ ਦਿਨਾਂ ਵਿੱਚ ਸਰਕਾਰੀ ਫੋਰਸਾਂ ਨੇ ਪਿੰਡਾਂ ਵਿੱਚੋਂ ਹਜ਼ਾਰਾਂ ਮੁੰਡੇ ਚੁੱਕ ਕੇ ਮਾਰ ਦਿੱਤੇ ਜਾਂ ਜੋਧਪੁਰ ਦੀਆਂ ਜੇਲਾਂ ਵਿੱਚ ਸੁੱਟ ਦਿੱਤੇ।

ਮਨਦੀਪ ਦੇ ਦਿਲ ਵਿੱਚ ਵੀ ਇਹ ਸਭ ਕਾਸੇ ਲਈ ਰੋਹ ਸੀ ਅਤੇ ਬਹੁਤ ਡਰ ਵੀ ਸੀ ਕਿ ਕਿਤੇ ਚਮਨਜੀਤ ਕਰਕੇ ਜਾਂ ਨਾਜ਼ਰ ਕਰਕੇ ਪੁਲੀਸ ਉਸ ਨੂੰ ਵੀ ਨਾ ਚੁੱਕ ਕੇ ਲੈ ਜਾਵੇ। ਅਗਰ ਅਜਿਹਾ ਹੋ ਗਿਆ ਤਾਂ ਉਸਦਾ ਸਾਬਕਾ ਫੌਜੀ ਪਿਤਾ ਦਲੇਰ ਸਿੰਘ ਤਾਂ ਜੀਂਦੇ ਜੀ ਹੀ ਮਰ ਜਾਵੇਗਾ। ਪਰ ਉਹ ਕਰ ਵੀ ਕੁੱਝ ਨਹੀਂ ਸੀ ਸਕਦਾ। ਬੱਸ ਹਾਲਾਤ ਦੀ ਹਨੇਰੀ ਉਸ ਨੂੰ ਉਡਾਈਂ ਲਈ ਜਾ ਰਹੀ ਸੀ। ਪਤਾ ਨਹੀ ਇਸ ਹਨੇਰੀ ਨੇ ਉਸ ਨੂੰ ਕਿੱਥੇ ਲਿਜਾ ਸੁੱਟਣਾ ਸੀ।

●

ਭਾਗ 48

ਪੰਜਾਬ ਵਿੱਚ ਅਰਾਜਕਤਾ ਵਧਣ ਕਾਰਨ ਲਾਅ ਐਂਡ ਆਰਡਰ ਨਾਂ ਦੀ ਕੋਈ ਚੀਜ਼ ਨਾ ਰਹੀ। 29 ਜੂਨ 1984 ਨੂੰ ਪੰਜਾਬ ਦੇ ਗਵਰਨਰ ਬੀ ਡੀ ਪਾਂਡੇ ਨੇ ਅਤੇ ਇੰਨਸਪੈਟਰ ਜਨਰਲ ਪੁਲੀਸ ਪੀ ਐੱਸ ਭਿੰਡਰ ਨੇ ਆਪਣੇ ਅਹੁਦਿਆਂ ਤੋਂ ਅਸਤੀਫੇ ਦੇ ਦਿੱਤੇ ਜਾਂ ਕਹਿ ਲਵੋ ਕਿ ਕੇਂਦਰ ਸਰਕਾਰ ਨੇ ਜ਼ਬਰਦਸਤੀ ਉਨ੍ਹਾਂ ਨੂੰ ਅਸਤੀਫੇ ਦੇਣ ਲਈ ਮਜ਼ਬੂਰ ਕਰ ਦਿੱਤਾ। ਕਿਉਂਕਿ ਸਿਆਸੀ ਸ਼ਤਰੰਜ਼ ਦੀਆਂ ਚਾਲਾਂ ਖੇਡਕੇ ਸਰਕਾਰ ਅਪਰੇਸ਼ਨ ਬਲਿਊ ਸਟਾਰ ਤੋਂ ਲੋਕਾਂ ਦਾ ਧਿਆਨ ਹਟਾਉਣਾ ਚਾਹੁੰਦੀ ਸੀ।

ਇੱਕ ਜੁਲਾਈ 1984 ਨੂੰ ਐੱਲ ਐੱਮ ਕਾਤਰੇ ਪੰਜਾਬ ਦੇ ਨਵੇਂ ਗਵਰਨਰ ਥਾਪੇ ਗਏ। ਉਸੇ ਦਿਨ ਜੰਮੂ ਕਸ਼ਮੀਰ ਵਿੱਚ ਫਾਰੂਕ ਅਬਦੁੱਲਾ ਦੀ ਸਰਕਾਰ ਦਾ ਤਖਤਾ ਵੀ ਪਲਟ ਦਿੱਤਾ ਗਿਆ। ਜਿੱਥੇ ਮੁਸਲਮਾਨ ਵੱਖਵਾਦੀ ਵੱਖਰੇ ਰਾਜ ਦੀ ਮੰਗ ਕਰ ਰਹੇ ਸਨ। ਸ਼ਾਇਦ ਕੇਂਦਰ ਸਰਕਾਰ ਨੂੰ ਦੋਹਾਂ ਸੂਬਿਆਂ ਵਿੱਚ ਚੱਲ ਰਹੀ ਵੱਖਵਾਦੀ ਲਹਿਰ ਵਿੱਚ ਕੋਈ ਇੱਕੋ ਕਿਸਮ ਦੀ ਸਾਜਿਸ਼ ਨਜ਼ਰ ਆ ਰਹੀ ਹੋਵੇ। ਕੁੱਝ ਲੋਕ ਤਾਂ ਇਹ ਵੀ ਕਹਿੰਦੇ ਸਨ ਕਿ ਪਾਕਿਸਤਾਨ ਸਰਕਾਰ ਭਾਰਤ ਨਾਲੋਂ ਇਹ ਸੂਬੇ ਵੱਖ ਕਰਵਾਕੇ ਉਸੇ ਤਰ੍ਹਾਂ ਦਾ ਬਦਲਾ ਲੈਣਾ ਚਾਹੁੰਦਾ ਹੈ, ਜਿਵੇਂ ਭਾਰਤ ਨੇ ਪਾਕਿਸਤਾਨ ਨਾਲੋਂ ਬੰਗਲਾ ਦੇਸ਼ ਨੂੰ ਵੱਖ ਕਰਵਾਇਆ ਸੀ।

ਬਚਨ ਕੌਰ ਨੂੰ ਅਜਿਹੀਆਂ ਖ਼ਬਰਾਂ ਸੁਣ ਸੁਣ ਕੇ 1947 ਦੇ ਰੌਲ਼ਿਆਂ ਦੀ ਯਾਦ ਆ ਰਹੀ ਸੀ। ਉਦੋਂ ਵੀ ਹੁਣ ਵਾਂਗ ਹੀ ਮੁਸਲਮਾਨਾਂ ਨੇ ਵੱਖਰੇ ਦੇਸ਼ ਦੀ ਮੰਗ ਕੀਤੀ ਸੀ। ਉਹ ਡਰਦੀ ਸੀ ਕਿ ਹੁਣ ਕਿਤੇ ਫੇਰ ਉਹੋ ਜਿਹੇ ਦੰਗੇ ਹੀ ਨਾ ਸ਼ੁਰੂ ਹੋ ਜਾਣ। ਜਿਵੇਂ ਪੰਜਾਬ ਵਿੱਚ ਸਿੱਖ ਅੱਤਵਾਦੀ, ਬੱਸਾਂ ਜਾਂ ਦੁਕਾਨਾਂ ਵਿੱਚੋਂ ਕੱਢ ਕੱਢ ਕੇ ਹਿੰਦੂਆਂ ਨੂੰ ਮਾਰ ਰਹੇ ਸਨ ਤੇ ਏਹੋ ਇਹੋ ਅੱਗ ਸਿੱਖਾਂ ਖਿਲਾਫ ਵੀ ਤਾਂ ਭੜਕ ਸਕਦੀ ਸੀ। ਉਸਦਾ ਖ਼ਬਰਾਂ ਸੁਣ ਸੁਣ ਦਿਲ ਦਹਿਲਦਾ। ਰਾਤਾਂ ਨੂੰ ਨੀਂਦ ਨਾ ਆਂਉਦੀ। ਕਦੀ ਵੀ ਭੂਤਰੇ ਹੋਏ ਪੁਲਸ ਵਾਲੇ ਉਸਦੇ ਮੁੰਡਿਆਂ ਨੂੰ ਚੁੱਕ ਕੇ, ਝੂਠਾ ਪੁਲਿਸ ਮੁਕਾਬਲਾ ਬਣਾ ਸਕਦੇ ਸਨ। ਜਾਂ ਫੇਰ ਅੱਤਵਾਦੀ ਦਗੜ ਦਗੜ ਕਰਦੇ ਰੋਟੀ ਖਾਣ, ਜਾਂ ਪਨਾਹ ਲੈਣ ਲਈ ਕਹਿ ਸਕਦੇ ਸਨ। ਉਨ੍ਹਾਂ ਦੀ ਜਾਨ ਵੀ ਬਾਕੀ ਲੋਕਾਂ ਵਾਂਗ ਦੋ ਪੁੜਾਂ ਵਿਚਕਾਰ ਫਸੀ ਹੋਈ ਸੀ।

ਹੁਣ ਤਾਂ ਦਲੇਰ ਸਿੰਘ ਦੀ ਬੰਦੂਕ ਵੀ ਪੁਲਿਸ ਵਾਲੇ ਲੈ ਗਏ ਸਨ। ਉਹ ਤਾਂ ਆਪਣੀ ਰਾਖੀ ਵੀ ਖੁਦ ਨਹੀਂ ਸੀ ਕਰ ਸਕਦੇ। ਉਹ ਸਾਰੀ ਰਾਤ ਜਾਗਦੀ ਤੇ ਆਪਣੇ ਮੁੰਡਿਆਂ ਦੇ ਸਰਾਹਣੇ ਬੈਠੀ ਬਿੜਕਾਂ ਲੈਂਦੀ ਰਹਿੰਦੀ। ਫੇਰ ਪੰਜ ਜੁਲਾਈ ਨੂੰ ਰੇਡੀਉ ਤੋਂ ਇਹ ਖ਼ਬਰ ਆਈ ਕਿ ਕੁੱਝ ਅੱਤਵਾਦੀ ਸਿੱਖਾਂ ਨੇ, ਇੱਕ ਇੰਡੀਅਨ ਏਅਰ ਲਾਈਨ ਦਾ ਜਹਾਜ਼ ਅਗਵਾ ਕਰ ਲਿਆ ਹੈ। ਜੋ ਜੰਮੂ ਤੋਂ ਦਿੱਲੀ ਜਾ ਰਿਹਾ ਸੀ। ਬਚਨ ਕੌਰ ਹੋਰ ਵੀ ਡਰ ਗਈ। ਉਸ ਨੇ ਦੂਸਰੇ ਦਿਨ ਮਨਦੀਪ ਨੂੰ ਰਣੀਏ ਜਾ ਕੇ ਆਪਣੀ ਮਾਂ ਮਹਿਤਾਬ ਕੌਰ ਨੂੰ ਲੈ ਆਉਣ ਲਈ ਕਿਹਾ।

ਮਹਿਤਾਬ ਕੌਰ ਦੇ ਆਉਣ ਨਾਲ ਬਚਨ ਕੌਰ ਨੂੰ ਕੁੱਝ ਹੌਸਲਾ ਹੋ ਗਿਆ। ਹੁਣ ਉਹ ਆਪਣੀ ਮਾਂ ਨਾਲ ਗੱਲਾਂ ਕਰਕੇ ਢਿੱਡ ਹੌਲਾ ਕਰ ਸਕਦੀ ਸੀ। ਦਲੇਰ ਸਿੰਘ ਤਾਂ ਜ਼ਿਆਦਾ ਤਰ ਚੁੱਪ ਹੀ ਰਹਿੰਦਾ ਅਤੇ ਜਾਂ ਫੇਰ ਡਿਊਟੀ ਤੇ ਚਲਾ ਜਾਂਦਾ। ਫੇਰ ਖ਼ਬਰ ਆਈ ਕਿ ਭਾਰਤ ਸਰਕਾਰ

ਵਲੋਂ ਕੁੱਝ ਸ਼ਰਤਾਂ ਮੰਨਣ ਤੇ ਅਗਵਾਹਕਾਰਾਂ ਨੇ ਲਹੌਰ ਦੇ ਹਵਾਈ ਅੱਡੇ ਤੇ 264 ਮੁਸਾਫਰਾਂ ਨੂੰ ਛੱਡ ਦਿੱਤਾ ਹੈ। ਹੁਣ ਇਹ ਵੀ ਪਤਾ ਲੱਗਾ ਕਿ ਅਗਵਾਹਕਾਰਾਂ ਦੀ ਗਿਣਤੀ ਅੱਠ ਸੀ। ਪੰਜਾਬ ਵਿੱਚ ਲਹੂ ਦੀ ਹਨੇਰੀ ਤਾਂ ਝੁੱਲ ਹੀ ਰਹੀ ਸੀ ਪਰੰਤੂ 9 ਜੁਲਾਈ ਨੂੰ ਇੱਕ ਜ਼ਬਰਦਸਤ ਕੁਦਰਤੀ ਤੂਫਾਨ ਵੀ ਝੁੱਲਿਆ। ਜਿਸ ਨੇ ਘਰਾਂ ਦੀਆਂ ਛੱਤਾਂ ਉਡਾ ਦਿੱਤੀਆਂ ਅਤੇ ਹਜ਼ਾਰਾਂ ਦਰਖਤ ਪੁੱਟ ਸੁੱਟੇ। ਇੱਕ ਅਜਿਹਾ ਹੀ ਸਿਆਸੀ ਤੂਫਾਨ ਭਾਰਤ ਦੀ ਪਾਰਲੀਮੈਂਟ ਵਿੱਚ ਝੁੱਲ ਰਿਹਾ ਸੀ। ਵਿਰੋਧੀ ਧਿਰ ਇੰਦਰਾ ਸਰਕਾਰ ਨੂੰ ਸਾਕਾ ਨੀਲਾ ਤਾਰਾ ਬਾਰੇ ਵਾਈਟ ਪੇਪਰ ਜ਼ਾਰੀ ਕਰਨ ਲਈ ਮਜ਼ਬੂਰ ਕਰ ਰਹੀ ਸੀ। ਜੋ ਕਿ ਸਰਕਾਰ ਨੇ ਗਿਆਰਾਂ ਜੁਲਾਈ ਨੂੰ ਜ਼ਾਰੀ ਕਰ ਦਿੱਤਾ। ਪੰਜਾਬ ਦੇ ਲੋਕ ਹੁਣ ਅਜਿਹੇ ਅਨੇਕਾਂ ਤੂਫਾਨਾ ਵਿੱਚ ਘਿਰੇ ਹੋਏ ਮਹਿਸੂਸ ਕਰ ਰਹੇ ਸਨ।

ਫੇਰ ਮਨਦੀਪ ਨੇ ਵਕਤ ਪਾਸ ਕਰਨ ਲਈ ਦੋ ਖਰਗੋਸ਼ ਪਾਲ਼ ਲਏ। ਉਨ੍ਹਾਂ ਲਈ ਵਿਹੜੇ ਦੀ ਇੱਕ ਨੁੱਕਰ ਵਿੱਚ ਖੁੱਡਾ ਬਣਾਇਆ। ਦਲੇਰ ਸਿੰਘ ਨੂੰ ਮਨਦੀਪ ਦਾ ਖਰਗੋਸ਼ ਪਾਲਣਾ ਵੀ ਚੰਗਾ ਨਹੀਂ ਸੀ ਲੱਗਿਆ। ਇੱਕ ਦਿਨ ਉਸ ਨੇ ਬਚਨ ਕੌਰ ਨੂੰ ਕਿਹਾ "ਕੀ ਇਹਨੇ ਇਹ ਵਿਹਲੜਾ ਵਾਲੇ ਕੰਮ ਫੜ ਲਏ ਨੇ ? ਸਹੇ ਰੱਖਣੇ, ਸੂਰ ਰੱਖਣੇ, ਮੁਰਗੇ ਪਾਲਣੇ ਜਾਂ ਕਬੂਤਰ ਰੱਖਣੇ, ਕੀ ਭਲਾਂ ਸ਼ੋਭਾ ਦਿੰਦੇ ਨੇ ? ਹੁਣ ਪੜ੍ਹਾਈ ਤਾਂ ਏਹਨੇ ਚੱਜ ਨਾਲ ਕੀਤੀ ਨੀ... ਤੇ ਆਹ ਲੰਡਰਾਂ ਵਾਲੇ ਕੰਮ ਫੜ ਲਏ। ਇਹ ਨੂੰ ਕਹਿ ਕੋਈ ਨੌਕਰੀ ਨੂਕਰੀ ਲੱਭੇ। ਮੈਂ ਕਿੰਨਾ ਕੁ ਚਿਰ ਕਮਾਈ ਜਾਊਂ ? ਸਾਰੀ ਉਮਰ ਤਾਂ ਫੌਜ ਵਿੱਚ ਗਾਲ਼ਤੀ। ਹੁਣ ਰਿਟਾਇਰਮੈਂਟ ਲੈ ਕੇ ਵੀ ਮੈਨੂੰ ਟੇਕ ਨੀ"

"ਕੋਈ ਨਾ ਮੈਂ ਕਹਿ ਦਮਾਂਗੀ। ਜੇ ਨੌਕਰੀ ਕਿਤੇ ਮਿਲੂ ਤਾਂ ਹੀ ਉਹ ਵਿਚਾਰਾ ਕਰੂ ...। ਉੱਤੋਂ ਇਹ ਰੌਲ਼ੇ ਰੱਪੇ ਪਏ ਹੋਏ ਨੇ। ਘੱਟੋ ਘੱਟ ਉਹ ਘਰ ਅੱਖਾਂ ਸਾਹਮਣੇ ਤਾਂ ਰਹਿੰਦਾ ਹੈ। ਜੇ ਤੰਗ ਹੋਇਆ ਅੱਤਵਾਦੀ ਮੁੰਡਿਆਂ ਨਾ ਜਾ ਰਲ਼ਿਆ ਫੇਰ ਕੀ ਕਰਲਾਂਗੇ ? ਤੇ ਦੂਜਿਆਂ ਦੀ ਵੀ ਜ਼ਿੰਦਗੀ ਖਰਾਬ ਹੋਜੂ। ਮਨਦੀਪ ਦੇ ਬਾਪੂ ਤੂੰ ਢਕਿਆ ਰਹਿ ਅਜੇ। ਮੁੰਡੇ ਨੂੰ ਮੈ ਆਪੇ ਕਹਿ ਦਊਂ...."

ਫੇਰ ਦਲੇਰ ਸਿੰਘ ਦਾ ਵੀ ਗਰਗੋਸ਼ਾਂ ਵਿੱਚ ਮੋਹ ਜਾਗ ਪਿਆ। ਉਹ ਉਨ੍ਹਾਂ ਨੂੰ ਰੋਟੀ ਤੋੜ ਤੋੜ ਖੁਆਇਆ ਕਰੇ। ਬਚਨ ਕੌਰ ਨੂੰ ਵਕਤ ਪਾਸ ਕਰਨ ਦਾ ਵਸੀਲਾ ਮਿਲ ਗਿਆ। ਛੋਟੇ ਵੀ ਉਨ੍ਹਾਂ ਨਾਲ ਖੇਡਿਆ ਕਰਨ। ਵਿਹੜੇ ਵਿੱਚ ਠੁਮਕ ਠੁਮਕ ਕਰਦੇ ਫਿਰਦੇ ਉਹ ਬਹੁਤ ਹੀ ਸੋਹਣੇ ਲੱਗਿਆ ਕਰਨ। ਇੱਕ ਚਿੱਟਾ ਨਿਸ਼ੋਹ ਖਰਗੋਸ਼ ਤਾਂ ਜਿਵੇਂ ਰੂੰ ਦੀ ਲੱਪ ਹੋਵੇ ਤੇ ਦੂਸਰਾ ਚਿੱਟਾ ਭੂਰਾ ਜਿਹਾ। ਲਾਲਾਂ ਵਾਂਗ ਦਗਦੀਆਂ ਉਨ੍ਹਾਂ ਦੀਆਂ ਖੂਬਸੂਰਤ ਅੱਖਾਂ ਵੇਖ ਕੇ ਜਾਣੋ ਭੁੱਖ ਲਹਿੰਦੀ। ਮਨਦੀਪ ਨੇ ਗਰਗੋਸ਼ਾਂ ਦੇ ਇਹ ਨਿੱਕੇ ਬੱਚੇ ਆਪਣੇ ਕਿਸੇ ਦੋਸਤ ਕੋਲੋ ਲਏ ਸਨ। ਹੁਣ ਤਾਂ ਇਹ ਜਿਵੇਂ ਪਰਿਵਾਰ ਦਾ ਹਿੱਸਾ ਹੀ ਬਣ ਗਏ।

ਇਸੇ ਤਰ੍ਹਾਂ ਮਨਦੀਪ ਨੂੰ ਉਸਦੇ ਦੋਸਤ ਕ੍ਰਿਸ਼ਨ ਕੌਸ਼ਲ ਨੇ ਇੱਕ ਨਿੱਕਾ ਜਿਹਾ ਕਤੂਰਾ ਦਿੱਤਾ ਸੀ। ਜਿਸ ਦਾ ਨਾਂ ਟੋਮੀ ਸੀ। ਟੋਮੀ ਵੀ ਹੁਣ ਵੱਡਾ ਹੋ ਗਿਆ ਸੀ। ਵੱਡੀ ਗੱਲ ਤਾਂ ਇਹ ਸੀ ਕਿ ਟੋਮੀ ਨੇ ਵੀ ਗਰਗੋਸ਼ਾਂ ਨੂੰ ਆਪਣੇ ਸਮਝ ਲਿਆ ਸੀ। ਤਿੰਨੋ ਰਲ਼ ਕੇ ਵਿਹੜੇ ਵਿੱਚ ਖੇਡਦੇ। ਉਹ ਟੋਮੀ ਦੀ ਕਦੇ ਪੂਛ ਖਿੱਚਦੇ ਤੇ ਕਦੀ ਲਾਡ ਕਰਦੇ। ਉਹ ਸਾਰੇ ਜਿਵੇਂ ਇੱਕੋ ਪਰਿਵਾਰ ਦਾ ਹਿੱਸਾ ਸਨ। ਟੋਮੀ ਕਿਸੇ ਬਿੱਲੀ ਨੂੰ ਦੇਖ ਲੈਂਦਾ ਤਾਂ ਖਰਗੋਸ਼ਾਂ ਨੂੰ ਬਚਾਉਣ ਲਈ ਉਸ ਦੇ ਮਗਰ ਪੈ ਜਾਂਦਾ। ਮਨਦੀਪ ਸੋਚੀਂ ਪੈ ਜਾਂਦਾ ਕਿ "ਕਾਸ਼ ਬੰਦਾ ਕੁੱਝ ਜਾਨਵਰਾਂ ਤੋਂ ਹੀ ਸਿੱਖ ਲਵੇ"

ਇਹ 27 ਜੁਲਾਈ ਦੀ ਸਵੇਰ ਸੀ। ਇੱਕ ਬਿੱਲੀ ਆਪਣਾ ਦਾਅ ਲਾਉਣ ਵਿੱਚ ਕਾਮਯਾਬ ਹੋ ਗਈ। ਪਤਾ ਉਦੋਂ ਹੀ ਲੱਗਿਆ ਜਦੋਂ ਖੁੱਡੇ ਵਿੱਚ ਦੋਨੋ ਖਰਗੋਸ਼ ਮਾਰ ਕੇ ਬਿੱਲੀ ਖਾਅ ਗਈ। ਬਿਲਕੁੱਲ ਉਸੇ ਤਰ੍ਹਾਂ ਜਿਵੇਂ ਅੱਤਵਾਦੀ ਅਤੇ ਪੰਜਾਬ ਪੁਲੀਸ ਵਾਲੇ ਦਾਅ ਲਾਂਉਂਦੇ ਸਨ। ਮਨਦੀਪ

ਦੀ ਉਦਾਸੀ ਦੀ ਕੋਈ ਹੱਦ ਨਾ ਰਹੀ। ਬਚਨ ਕੌਰ ਨੇ ਉਸ ਦਿਨ ਰੋਟੀ ਨਾ ਖਾਧੀ ਅਤੇ ਟੋਮੀ ਵਾਰ ਵਾਰ ਖੁੱਡੇ ਅੱਗੇ ਜਾ ਕੇ ਆਪਣੇ ਦੋਸਤਾਂ ਨੂੰ ਲੱਭਦਾ ਅਤੇ ਰੋਂਦਾ ਰਿਹਾ। ਪਰ ਮਨੁੱਖਾਂ ਵਿੱਚ ਤਾਂ ਇਹ ਭਾਵਨਾਵਾਂ ਜਿਵੇਂ ਮਰ ਹੀ ਚੁੱਕੀਆਂ ਸਨ। ਜੀਵਨ ਦਾ ਕੋਈ ਮੁੱਲ ਹੀ ਨਹੀਂ ਸੀ ਰਹਿ ਗਿਆ।

ਪੰਜਾਬ ਸਰਕਾਰ ਨੇ ਮੁਲਤਵੀ ਹੋਏ ਪੇਪਰ ਫੇਰ ਤੋਂ ਸ਼ੁਰੂ ਕਰਵਾ ਦਿੱਤੇ। ਜਿਸ ਦਿਨ ਖਰਗੋਸ਼ ਮਾਰੇ ਗਏ ਮਨਦੀਪ ਦਾ ਉਸੇ ਦਿਨ ਪਹਿਲਾ ਪਰਚਾ ਸੀ। ਪਰ ਉਸਦਾ ਮਨ ਬੇਹੱਦ ਖਰਾਬ ਹੋਣ ਕਾਰਨ ਪੇਪਰ ਵਿੱਚ ਵੀ ਦਿਲ ਨਹੀਂ ਸੀ ਲੱਗਿਆ। ਉਧਰ 28 ਜੁਲਾਈ ਨੂੰ ਲਾਂਸ ਏਂਜਲਜ਼ ਅਮਰੀਕਾ ਤੋਂ ਉਲੰਪਿਕ ਖੇਡਾਂ ਦਾ ਪ੍ਰਸਾਰਣ ਸ਼ੁਰੂ ਹੋ ਗਿਆ। ਤਾਂ ਕਿਤੇ ਜਾਕੇ ਉਸਦੀ ਉਦਾਸੀ ਨੂੰ ਮੋੜ ਪਿਆ।

ਮਨਦੀਪ ਦੀ ਹਾਕੀ ਵਿੱਚ ਬੇਹੱਦ ਦਿਲਚਸਪੀ ਸੀ, ਪਰ ਮਨ ਦੀ ਪੀੜ ਘਟਣ ਦਾ ਨਾਂ ਨਹੀਂ ਸੀ ਲੈ ਰਹੀ। ਇਸੇ ਦਿਨ ਜਲੰਧਰ ਤੋਂ ਨਿੱਕਲਦੇ ਅਜੀਤ ਅਖਬਾਰ ਦੇ ਮੁੱਖ ਸੰਪਾਦਕ ਸਾਧੂ ਸਿੰਘ ਹਮਦਰਦ ਦੀ ਮੌਤ ਹੋ ਗਈ। ਮਨਦੀਪ ਸੋਚਦਾ ਸੀ ਪੰਜਾਬ ਵਿੱਚ ਅੱਗ ਦਾ ਭਾਂਬੜ ਬਾਲਣ ਲਈ ਅਤੇ ਹਿੰਦੂ ਸਿੱਖਾਂ ਵਿੱਚ ਨਫਰਤ ਦੀ ਲਕੀਰ ਖਿੱਚਣ ਲਈ ਜਲੰਧਰ ਦੀਆਂ ਦੋ ਅਖਬਾਰਾਂ ਨੇ ਬਹੁਤ ਵੱਡੀ ਭੂਮਿਕਾ ਨਿਭਾਈ ਸੀ। ਉਹ ਦੋਨੋ ਸੰਪਾਦਕ ਹੁਣ ਇਸ ਦੁਨੀਆਂ ਵਿੱਚ ਨਹੀਂ ਰਹੇ ਪਰ ਉਨ੍ਹਾਂ ਦੇ ਬਾਲੇ ਭਾਂਬੜ ਜ਼ਾਰੀ ਸਨ।

ਇੱਕ ਦਿਨ ਮਨਦੀਪ ਰੇਡੀਉ ਤੋਂ ਭਾਰਤ ਅਤੇ ਅਮਰੀਕਾ ਵਿਚਕਾਰ ਹੋ ਰਹੇ ਹਾਕੀ ਮੈਚ ਦੀ ਕੁਮੈਂਟਰੀ ਸੁਣ ਰਿਹਾ ਸੀ। ਜਸਦੇਵ ਸਿੰਘ ਸਿੰਘ ਅਤੇ ਯੋਗਾ ਰਾਉ ਬਹੁਤ ਹੀ ਕਮਾਲ ਦੀ ਕੁਮੈਂਟਰੀ ਕਰ ਰਹੇ ਸਨ। ਜਸਦੇਵ ਸਿੰਘ ਜਿਸ ਦਾ ਤਾਂ ਕੁਮੈਂਟਰੀ ਕਰਨ ਵਿੱਚ ਕੋਈ ਸਾਹਨੀ ਹੀ ਨਹੀਂ ਸੀ। ਉਸਨੇ ਉਥੋਂ ਦਾ ਪੂਰਾ ਮਹੌਲ ਸਿਰਜ ਦਿੱਤਾ। ਜਿਵੇਂ ਸਰੋਤੇ ਖੁਦ ਹੀ ਲਾਸ ਏਜਲਜ਼ ਦੇ ਸਟੂਡੀਉ ਵਿੱਚ ਬੈਠੇ ਹੋਣ। ਉਹ ਉੱਥੋਂ ਦੇ ਮੌਸਮ ਦੇ ਨਾਲ ਨਾਲ ਸ਼ਹਿਰ ਦੀ ਆਬਾਦੀ, ਸੜਕਾਂ, ਆਵਾਜਾਈ ਦੱਸ ਕੇ ਇੱਕ ਸਫਰਨਾਮੇ ਦਾ ਸਵਾਦ ਵੀ ਦੇ ਰਿਹਾ ਸੀ। ਅੰਤ ਨੂੰ ਭਾਰਤ ਪੰਜ ਗੋਲਾਂ ਨਾਲ ਜਿੱਤ ਗਿਆ। ਮਨਦੀਪ ਵਿੱਚ ਵੀ ਅੱਜ ਦੇਸ਼ ਭਗਤੀ ਦੀ ਭਾਵਨਾ ਸ਼ਿਖਰ ਤੇ ਸੀ। ਉਸ ਨੂੰ ਵੀ ਆਪਣਾ ਮੁਲਕ ਜਿੱਤਦਾ ਚੰਗਾ ਲੱਗਦਾ ਸੀ। ਪਰ ਖਾੜਕੂਆਂ ਨੂੰ ਹੁਣ ਇਹ ਮੁਲਕ ਆਪਣਾ ਨਹੀਂ ਸੀ ਲੱਗ ਰਿਹਾ। ਉਹ ਉਸ ਨੂੰ ਤੋੜ ਮਰੋੜ ਦੇਣਾ ਚਾਹੁੰਦੇ ਸਨ ਤੇ ਇੱਕ ਨਵਾਂ ਮੁਲਕ ਸਿਰਜਣਾ ਚਾਹੁੰਦੇ ਸਨ। ਪਰ ਇਹ ਸਾਰੇ ਸਿੱਖਾਂ ਦੀ ਮੰਗ ਨਹੀਂ ਸੀ।

ਫੇਰ ਇੱਕ ਅਗਸਤ ਦੇ ਮੈਚ ਵਿੱਚ ਭਾਰਤ ਨੇ ਮਲੇਸ਼ੀਆ ਨੂੰ ਤਿੰਨ ਇੱਕ ਦੇ ਮੁਕਾਬਲੇ ਨਾਲ ਹਰਾ ਦਿੱਤਾ। ਤੇ ਦੂਸਰੇ ਦਿਨ ਸਪੇਨ ਨੂੰ ਵੀ ਚਾਰ ਤਿੰਨ ਨਾਲ ਮਾਤ ਦੇ ਦਿੱਤੀ। ਭਾਰਤ ਦੀਆਂ ਜਿੱਤਾਂ ਲਈ ਪੰਜਾਬ ਦੀ ਜਨਤਾਂ ਵੀ ਬਾਕੀ ਦੇਸ਼ ਵਾਂਗੂੰ ਹੀ ਦੁਆਵਾਂ ਕਰਦੀ ਸੀ। ਸਾਰਾ ਦੇਸ਼ ਇੱਕ ਹੋ ਰਿਹਾ, ਵੱਖਵਾਦੀਆਂ ਨੂੰ ਇਹ ਚੰਗਾ ਨਹੀਂ ਸੀ ਲੱਗ ਰਿਹਾ। ਤਿੰਨ ਅਗਸਤ ਨੂੰ ਉਨ੍ਹਾਂ ਮਦਰਾਸ ਏਅਰ ਪੋਰਟ ਤੇ ਜ਼ਬਰਦਸਤ ਬੰਬ ਧਮਾਕਾ ਕਰਾ ਦਿੱਤਾ। ਜਿਸ ਵਿੱਚ 29 ਲੋਕ ਮਾਰੇ ਗਏ। ਖੇਡਾਂ ਤੇ ਫੋਕਸ ਹੋਇਆ ਮੀਡੀਆ ਇੱਕ ਦਮ ਫੇਰ ਅੱਤਵਾਦ ਵਲ ਮੋੜ ਕੱਟ ਗਿਆ। ਖਿਡਾਰੀਆਂ ਦਾ ਧਿਆਨ ਵੀ ਤਾਂ ਦੇਸ਼ ਵਲ ਪਰਤਿਆ ਹੋਵੇਗਾ। ਜਾਂ ਫੇਰ ਇਸ ਫਿਕਰ ਨੇ ਮਾਨਸਿਕਤਾ ਨੂੰ ਕਮਜ਼ੋਰ ਕੀਤਾ ਹੋਊ। ਸੱਤ ਅਗਸਤ ਦੇ ਮੈਚ ਵਿੱਚ ਭਾਰਤ ਦੀ ਟੀਮ ਵਧੀਆ ਪ੍ਰਦਰਸ਼ਨ ਨਾ ਕਰ ਸਕੀ ਤੇ ਮੈਚ ਜਰਮਨ ਨਾਲ ਬਰਾਬਰ ਰਹਿ ਗਿਆ। ਹੁਣ ਕਰੋ ਜਾਂ ਮਰੋ ਵਾਲੀ ਸਥਿਤੀ ਪੈਦਾ ਹੋ ਗਈ। ਪਰ ਅੰਕਾਂ ਦੇ ਆਧਾਰ ਤੇ ਭਾਰਤ ਸੈਮੀਫਾਈਨਲ ਵਿੱਚੋਂ ਬਾਹਰ ਹੋ ਗਿਆ। ਬਾਕੀ ਭਾਰਤੀਆਂ ਵਾਂਗ ਮਨਦੀਪ ਦਾ ਦਿਲ ਵੀ ਟੁੱਟ ਗਿਆ। ਇਸੇ ਸਮੇਂ ਦੌਰਾਨ ਉਸਦੇ

ਸਲਾਨਾ ਪੇਪਰ ਵੀ ਖਤਮ ਹੋ ਗਏ। ਪਰ ਅੱਤਵਾਦੀਆ ਦਾ ਹੌਸਲਾ ਬਿਲਕੁੱਲ ਨਹੀਂ ਟੁੱਟਿਆ ਤੇ ਨਾਂ ਹੀ ਜ਼ਬਰ ਦਾ ਦੌਰ ਖਤਮ ਹੋਇਆ।

ਫੇਰ 14 ਅਗਸਤ ਦੀ ਦੀ ਸ਼ਾਮ ਨੂੰ, ਆਜ਼ਾਦੀ ਦਿਵਸ ਤੋਂ ਇੱਕ ਦਿਨ ਪਹਿਲਾਂ ਜਦੋਂ ਰਾਸ਼ਟਰਪਤੀ ਨੇ ਦੇਸ਼ ਦੇ ਨਾਂ ਆਪਣਾ ਸੰਦੇਸ਼ ਪੜ੍ਹਿਆ ਤਾਂ ਉਸ ਦੀ ਆਵਾਜ਼ ਵਿੱਚ ਪਹਿਲਾਂ ਵਾਲੀ ਤਰੋ ਤਾਜ਼ਗੀ ਨਹੀਂ ਸੀ। ਇਸ ਤਰ੍ਹਾਂ ਲੱਗ ਰਿਹਾ ਸੀ ਜਿਵੇਂ ਕਿਸੇ ਦਾ ਲਿਖਵਾਇਆਂ ਭਾਸ਼ਨ ਉਨ੍ਹਾਂ ਦੀ ਮਰਜ਼ੀ ਦੇ ਖਿਲਾਫ ਜ਼ਬਰਦਸਤੀ ਪੜ੍ਹਾਇਆ ਜਾ ਰਿਹਾ ਹੋਵੇ। ਗਿਆਨੀ ਜ਼ੈਲ ਸਿੰਘ ਅੱਜ ਕੋਈ ਕਠਪੁਤਲੀ ਜਾਪ ਰਹੇ ਸਨ। ਤੇ ਸੁਰੱਖਿਆ ਫੋਰਸਾਂ ਦੇ ਜਮਘਟੇ ਵਿੱਚ ਮਨਾਇਆ ਜਾ ਰਿਹਾ ਆਜ਼ਾਦੀ ਦਿਵਸ ਇੱਕ ਡਰਾਮਾ ਲੱਗ ਰਿਹਾ ਸੀ। ਕਿੱਥੇ ਸੀ ਆਜ਼ਾਦੀ ? ਸਮਾਂ ਸਵਾਲ ਕਰਦਾ ਰਿਹਾ।

14 ਅਕਤੂਬਰ 1984 ਨੂੰ ਮਨਦੀਪ ਦੇ ਚਾਚੇ ਹਰਮੀਤ ਸਿੰਘ ਦੇ ਘਰੇ ਆਖੰਡਪਾਠ ਖੁਲਵਾਇਆ ਗਿਆ, ਕਿਉਂਕਿ ਉਸੇ ਹਫਤੇ ਉਸ ਨੇ ਬਿਦੇਸ਼ ਨੂੰ ਪਰਤਣਾ ਸੀ। ਪਰ ਰਿਸ਼ਤੇਦਾਰਾ ਦੀ ਆਮਦ ਫਿੱਕੀ ਰਹੀ। ਕਰਫਿਊ ਕਦੋਂ ਲੱਗ ਜਾਵੇ ਜਾਂ ਕਦੋਂ ਬੱਸਾਂ ਬੰਦ ਹੋ ਜਾਣ ਕੋਈ ਪਤਾ ਨਹੀਂ ਸੀ। ਲੋਕ ਡਰਦੇ ਘਰਾਂ ਤੋਂ ਬਾਹਰ ਨਾ ਨਿੱਕਲਦੇ।

ਫੇਰ ਮਨਦੀਪ ਅਤੇ ਉਸਦਾ ਪਿਤਾ ਦਲੇਰ ਸਿੰਘ ਹਰਮੀਤ ਨੂੰ ਦਿੱਲੀ ਏਅਰ ਪੋਰਟ ਤੇ ਛੱਡਣ ਗਏ। ਬੱਸ ਵਿੱਚ ਉਹ ਸਿਰਫ ਤਿੰਨੋ ਜਾਣੇ ਪੱਗਾਂ ਵਾਲੇ ਸਨ। ਜਦੋਂ ਉਨ੍ਹਾਂ ਨੇ ਦੋਰਾਹਾ ਬੱਸ ਅੱਡੇ ਤੋਂ ਦਿੱਲੀ ਲਈ ਹਰਿਆਣਾ ਰੋਡਵੇਜ਼ ਦੀ ਬੱਸ ਪਕੜੀ ਸੀ ਤਾਂ ਸਰੱਖਿਆ ਕਰਮਚਾਰੀਆਂ ਦੇ ਨਾਲ ਨਾਲ ਸਵਾਰੀਆਂ ਦੀ ਅੱਗ ਬਰਸਾਉਂਦੀ ਨਜ਼ਰ ਉਨ੍ਹਾਂ ਤੇ ਘੁੰਮੀ। ਜਿਵੇਂ ਹਰ ਪੱਗ ਵਾਲਾ ਸਿੱਖ ਹੀ ਅੱਤਵਾਦੀ ਹੋਵੇ। ਭਾਰਤੀ ਮੀਡੀਆਂ ਨੇ 'ਸਿੱਖ ਅੱਤਵਾਦੀ' ਕਹਿ ਕਹਿ ਕੇ ਇਹ ਪੱਕਾ ਵੀ ਤਾਂ ਕਰ ਦਿੱਤਾ ਸੀ।

ਬੱਸ ਚੜ੍ਹਨ ਤੋਂ ਪਹਿਲਾਂ ਹਰਮੀਤ ਨੇ, ਵਿੱਛੜ ਜਾਣ ਦੇ ਸੋਗ ਵਿੱਚ, ਵਿਦਾ ਕਰਨ ਆਏ ਮਹਿਮਾਨਾਂ ਨਾਲ, ਦਾਰੂ ਵੀ ਪੀਤੀ ਸੀ। ਜਿਸ ਕਰਕੇ ਇੱਕ ਜਗਾ ਉਸ ਨੂੰ ਪਿਸ਼ਾਬ ਦਾ ਜ਼ੋਰ ਪੈ ਗਿਆ। ਉਸ ਨੇ ਕੰਡਕਟਰ ਨੂੰ ਆਪਣੀ ਸਮੱਸਿਆ ਦੱਸੀ ਅਤੇ ਬੱਸ ਰੋਕਣ ਲਈ ਕਿਹਾ। ਪਰ ਕੰਟਕਟਰ ਉਸ ਨੂੰ ਬਹੁਤ ਗਲਤ ਬੋਲਿਆ। "ਕਿ ਸਾਲੇ, ਆਪ ਨੇ ਪੰਜਾਬ ਸਮਝ ਰੱਖਾ ਹੈ ਕਿ ਜਹਾ ਚਾਹਾ ਬੱਸ ਕੋ ਰੋਕ ਡਾਲਾ... ? ਯਹ ਤੇਰੇ ਬਾਪ ਕੀ ਬੱਸ ਹੈ ਕਿਆ ? ਕਿ ਕਹੀ ਵੀ ਰੋਕ ਲੀ। ਮੰਨੇ ਅਗਰ ਸੀ ਆਰ ਪੀ ਕੋ ਕਹਿ ਦੀਆ ਤੋ ਤੇਰੀ ਖੈਰ ਨੀ। ਮੂਤਰ ਵੀ ਪੈਂਟ ਮੇਂ ਹੀ ਨਿਕਲੇਗਾ ਸਮਝਾ..." ਅੜਬ ਹਰਮੀਤ ਅੱਜ ਬੇਵਸ ਹੋਇਆ ਖੁਦ ਨੂੰ ਹੀ ਲਾਹਣਤਾਂ ਪਾ ਰਿਹਾ ਸੀ।

ਉਸ ਰਾਤ ਨੂੰ ਦਿੱਲੀ ਜਾਕੇ ਉਨ੍ਹਾਂ ਪਹਾੜ ਗੰਜ ਵਿੱਚ ਕਮਰਾ ਲੈਣਾ ਸੀ, ਪਰ ਸਭ ਹੋਟਲਾਂ ਵਾਲੇ ਉਨ੍ਹਾਂ ਨੂੰ ਸ਼ੱਕੀ ਸਮਝ ਕੇ ਕਮਰਾ ਦੇਣ ਤੋਂ ਸਿਰ ਫੇਰ ਗਏ। ਇਹ ਉਹ ਹੀ ਦੇਸ਼ ਸੀ ਜਿਸ ਲਈ ਦਲੇਰ ਸਿੰਘ ਨੇ ਸਾਰੀ ਉਮਰ ਨੌਕਰੀ ਕੀਤੀ ਤੇ ਜਿਸ ਦੀ ਰੱਖਿਆ ਲਈ ਤਿੰਨ ਜੰਗਾਂ ਲੜੀਆਂ ਸਨ। ਕੀ ਅੱਜ ਉਸੇ ਦੇਸ਼ ਲਈ ਉਹ ਗ਼ਦਾਰ ਹੋ ਗਿਆ ਸੀ ? ਦਿੱਲੀ ਵਿੱਚ ਥਾਂ ਥਾਂ ਸ਼ੱਕੀ ਅੱਤਵਾਦੀਆਂ ਦੀਆਂ ਫੋਟੋਆਂ ਲੱਗੀਆਂ ਹੋਈਆਂ ਸਨ। ਏਹੋ ਜਿਹੇ ਮਹੌਲ ਵਿੱਚ ਤਾਂ ਸ਼ਹਿਰ ਵਿੱਚ ਘੁੰਮਣਾ ਵੀ ਜਾਨ ਖਤਰੇ ਵਿੱਚ ਪਾਉਣ ਵਾਲੀ ਗੱਲ ਸੀ। ਹਰਮੀਤ ਸਿੰਘ ਨੇ ਦੂਸਰੇ ਦਿਨ ਛੇ ਵਜੇ ਜਹਾਜ਼ ਚੜ੍ਹਨਾ ਸੀ। ਉਨ੍ਹਾਂ ਨੂੰ ਮਜ਼ਬੂਰਨ ਗੁਰਦੁਆਰਾ ਸ਼ੀਸ਼ ਗੰਜ ਸਾਹਿਬ ਦੀ ਸਰਾਂ ਵਿੱਚ ਹੀ ਰਾਤ ਕੱਟਣੀ ਪਈ।

ਇਹ ਉਹ ਹੀ ਸਥਾਨ ਸੀ ਜਿੱਥੇ ਸਿੱਖਾਂ ਦੇ ਨੌਂਵੇਂ ਗੁਰੂ ਤੇਗ ਬਹਾਦਰ ਸਾਹਿਬ ਨੇ ਹਿੰਦੂ ਧਰਮ ਬਚਾਉਣ ਲਈ ਕੁਰਬਾਨੀ ਦਿੱਤੀ ਸੀ। ਉਸੇ ਚਾਂਦਨੀ ਚੌਂਕ ਦੁਆਲੇ ਬਣੇ ਹੋਟਲਾਂ ਵਿੱਚ ਇੱਕ ਸਧਾਰਨ ਸਿੱਖ ਨੂੰ ਕੋਈ ਕਿਰਾਏ ਦਾ ਕਮਰਾ ਦੇਣ ਲਈ ਵੀ ਤਿਆਰ ਨਹੀਂ ਸੀ।

21 ਅਕਤੂਬਰ ਦੀ ਸਵੇਰ ਨੂੰ ਇਸ਼ਨਾਨ ਕਰ, ਗੁਰਦੁਵਾਰਾ ਸਾਹਿਬ ਮੱਥਾ ਟੇਕ, ਤੜਕੇ ਤਿੰਨ ਵਜੇ ਉਹ ਇੱਕ ਆਟੋ ਰਿਕਸ਼ੇ ਨੂੰ ਦੁੱਗਣੇ ਪੈਸੇ ਦੇ ਕੇ, ਮਸਾਂ ਹੀ ਅੰਤਰਾਸ਼ਟਰੀ ਹਵਾਈ ਅੱਡੇ ਤੇ ਪਹੁੰਚੇ। ਵਿਛੜਨ ਲੱਗੇ ਹਰਮੀਤ ਨੇ ਮਨਦੀਪ ਨੂੰ ਕਿਹਾ ਸੀ "ਨਿੱਕਲ ਜਾ ਏਸ ਮੁਲਕ 'ਚੋਂ ਹੁਣ ਏਥੇ ਰਹਿਣ ਦਾ ਕੋਈ ਹੱਜ ਨਹੀਂ। ਮੈਂ ਕਰਾਂਗਾ ਤੇਰੀ ਮੱਦਦ" ਤੇ ਦਲੇਰ ਸਿੰਘ ਦੇ ਮਨ ਵਿੱਚ ਵੀ ਪੁੱਤ ਨੂੰ ਸਮੁੰਦਰੋਂ ਪਾਰ ਭੇਜਣ ਦੀ ਰੀਝ ਉੱਸਲਵੱਟੇ ਲੈਣ ਲੱਗੀ।

ਹਰਮੀਤ ਨੂੰ ਜਹਾਜ਼ ਚੜ੍ਹਾ ਕੇ, ਉਹ ਖੁਦ ਬੱਸ ਚੜ੍ਹ ਪਿੰਡ ਪਰਤ ਆਏ। ਤੇ ਸ਼ੁਕਰ ਕੀਤਾ ਕਿ ਉਹ ਇੱਕ ਦਹਿਸ਼ਤ ਦਾ ਸਮੁੰਦਰ ਪਾਰ ਕਰਕੇ ਸਹੀ ਸਲਾਮਤ ਘਰ ਪਰਤ ਆਏ ਹਨ। ਰਸਤੇ ਵਿੱਚ ਤਾਂ ਹਰ ਪਾਸੇ ਹੀ ਸ਼ੱਕ ਦੀ ਅਗਨੀ ਪ੍ਰਚੰਡ ਸੀ। ਮਨਦੀਪ ਨੇ ਏਸੇ ਨੂੰ ਆਧਾਰ ਬਣਾ ਕੇ ਇੱਕ ਕਹਾਣੀ ਲਿਖੀ 'ਤੱਤੀਆਂ ਹਵਾਵਾਂ'। ਇਹ ਕਹਾਣੀ ਉਸ ਨੇ ਕ੍ਰਿਸ਼ਨ ਕੌਸ਼ਲ ਨੂੰ ਸੁਣਾਈ। ਜੋ ਹੁਣ ਉਸ ਨੇ ਅਗਲੀ ਸਾਹਿਤਕ ਮੀਟਿੰਗ ਵਿੱਚ ਪੜ੍ਹਨੀ ਸੀ।

ਇਹ 31 ਅਕਤੂਬਰ ਦੀ 1984 ਦੀ ਸਵੇਰ ਸੀ। ਸਮਾਂ ਤਕਰੀਬਨ ਗਿਆਰਾਂ ਕੁ ਵਜੇ ਦਾ। ਮਨਦੀਪ ਆਪਣੀ ਬੈਠਕ ਵਿੱਚ, ਸੜਕ ਵਲ ਦੀ ਬਾਰੀ ਖੋਹਲ ਕੇ ਕੋਈ ਸਾਹਿਤਕ ਕਿਤਾਬ ਪੜ੍ਹ ਰਿਹਾ ਸੀ। ਅਚਾਨਕ ਭਜਨੇ ਦਾ ਦੀਪਾ ਬਾਰੀ ਅੱਗੇ ਬਾਘੀਆਂ ਪਾਉਂਦਾ ਆਇਆ। ਉਹ ਕਹਿ ਰਿਹਾ ਸੀ "ਮੁਬਾਰਕਾਂ ਮਨਦੀਪ ਚੱਕ ਦਿੱਤੀ ਫੇਰ ਸਿੰਘਾਂ ਨੇ ਵਾਹ...ਲੈ ਲਿਆ ਬਦਲਾ"

ਮਨਦੀਪ ਨੇ ਪੁੱਛਿਆ ਕੀ ਹੋਇਆ ? ਕੌਣ ਚੱਕਤੀ ? "ਇੰਦਰਾਂ ਗਾਂਧੀ ਚੱਕਤੀ...ਬੀ ਬੀ ਸੀ ਲਾ ਹੁਣੇ...। ਸੁਣ ਖਬਰਾਂ...। ਅੱਜ ਤਾਂ ਲੱਡੂ ਵੰਡਣ ਨੂੰ ਜੀ ਕਰਦਾ ਏ ਉਏ ਜੱਟ ਦਾ...। ਯਾਰ ਇਹ ਤਾਂ ਕੋਈ ਸੁੱਖਾ ਸਿੰਘ ਤੇ ਮਹਿਤਾਬ ਸਿੰਘ ਜੰਮ ਪਏ। ਜਿਵੇਂ ਉਨ੍ਹਾਂ ਮੱਸੇ ਰੰਘੜ ਨੂੰ ਸੋਧਿਆ ਸੀ, ਬੱਸ ਓਸੇ ਤਰ੍ਹਾਂ ਸੋਧ ਤੀ ਸਿੰਘਾਂ ਨੇ" ਉਹ ਅਜੇ ਵੀ ਬਾਘੀਆਂ ਪਾ ਰਿਹਾ ਸੀ। ਪਰ ਮਨਦੀਪ ਤਾਂ ਸੁਣਕੇ ਹਿੱਲ ਗਿਆ ਅਤੇ ਉਦਾਸੀ ਵਿੱਚ ਡੁੱਬ ਗਿਆ।

ਅਜਿਹਾ ਨਹੀਂ ਸੀ ਹੋਣਾ ਚਾਹੀਦਾ। ਇਸ ਨਾਲ ਤਾਂ ਅੱਗ ਹੋਰ ਭੜਕੇਗੀ। ਆਖਰ ਉਹ ਦੇਸ਼ ਦੀ ਪ੍ਰਧਾਨ ਮੰਤਰੀ ਸੀ। ਸਾਰੀ ਦੁਨੀਆਂ ਉਸ ਦੀ ਕਦਰ ਕਰਦੀ ਸੀ। ਹਾਂ ਠੀਕ ਹੈ ਉਸਦੇ ਘਟੀਆ ਸਲਾਹਕਾਰਾਂ ਅਤੇ ਚਾਪਲੂਸਾਂ ਨੇ ਉਸ ਨੂੰ ਦਰਬਾਰ ਸਾਹਿਬ ਤੇ ਹਮਲਾ ਕਰਨ ਲਈ ਉਕਸਾਇਆ। ਪਰ ਉਹ ਖੁਦ ਫ੍ਰਿਕਾਪ੍ਰਸਤ ਨਹੀਂ ਸੀ। ਜੇ ਹੁੰਦੀ ਤਾਂ ਕਦੇ ਵੀ ਆਪਣੀ ਨਿੱਜੀ ਸੁਰੱਖਿਆ ਵਿੱਚ ਸਿੱਖਾਂ ਨੂੰ ਨਾ ਰੱਖਦੀ।

ਉਸ ਨੂੰ ਅਜਿਹਾ ਕਰਨ ਲਈ ਖੁਫੀਆ ਏਜੰਸੀਆਂ ਨੇ ਕਿਹਾ ਵੀ ਸੀ। ਪਰ ਉਹ ਕਹਿਣ ਲੱਗੀ "ਜੇ ਮੈਂ ਦੇਸ਼ ਦੀ ਪ੍ਰਧਾਨ ਮੰਤਰੀ ਹੀ ਕਿਸੇ ਇੱਕ ਧਰਮ ਦੇ ਲੋਕਾਂ ਬਾਰੇ ਇਉਂ ਸੋਚਾਂਗੀ ਤਾਂ ਬਾਕੀ ਲੋਕ ਕੀ ਸੋਚਣਗੇ ?" ਪਰ ਅੱਜ ਉਸ ਦਾ ਕਤਲ ਹੋ ਗਿਆ ਸੀ। ਉਸ ਦੇ ਅੱਠ ਗੋਲੀਆਂ ਮਾਰੀਆਂ ਗਈਆਂ। ਉਸ ਦੀ ਮੌਤ ਦੀ ਖਬਰ ਨੌ ਵੱਜ ਕੇ ਚਾਲੀ ਮਿੰਟ ਤੇ ਬੀ ਬੀ ਸੀ ਨੇ ਸਭ ਤੋਂ ਪਹਿਲਾਂ ਨਸ਼ਰ ਕਰ ਦਿੱਤੀ। ਖ਼ਬਰਾਂ ਵਿੱਚ ਇਹ ਵੀ ਦੱਸਿਆ ਗਿਆ ਕਿ ਮਾਰਨ ਵਾਲੇ ਦੋਨੋ ਸਿੱਖ ਸਨ। ਫੇਰ ਇਹ ਖ਼ਬਰ ਪੂਰੇ ਦੇਸ਼ ਵਿੱਚ ਅੱਗ ਵਾਂਗੂੰ ਫੈਲ ਗਈ। ਪਰ ਭਾਰਤੀ ਮੀਡੀਏ ਨੇ ਇਸ ਨੂੰ ਬਾਅਦ ਦੁਪਹਿਰ ਦੋ ਵਜੇ ਨਸ਼ਰ ਕੀਤਾ।

ਖ਼ਬਰ ਸੁਣਨ ਸਾਰ ਹੀ ਰਾਜੀਵ ਗਾਂਧੀ ਆਪਣਾ ਬੰਗਾਲ ਦਾ ਦੌਰਾ ਵਿਚਕਾਰ ਹੀ ਛੱਡ ਦਿੱਲੀ ਪਹੁੰਚ ਗਿਆ। ਤ੍ਰੀਮੂਰਤੀ ਭਵਨ ਜਿੱਥੇ ਇੰਦਰਾ ਗਾਂਧੀ ਦੀ ਮ੍ਰਿਤਕ ਦੇਹ ਰੱਖੀ ਗਈ ਸੀ, ਉਥੇ ਉਨ੍ਹਾਂ ਨੂੰ ਦੇਖਣ ਲਈ ਇੱਕ ਵੱਡੀ ਭੀੜ ਉਮੜ ਪਈ। ਲੋਕ ਖ਼ੂਨ ਕਾ ਬਦਲਾ ਖ਼ੂਨ ਦੇ ਨਾਹਰੇ ਲਗਾ ਰਹੇ ਸਨ। ਇੱਕ ਨਵੰਬਰ ਦੀਆਂ ਖ਼ਬਰਾਂ ਵਿੱਚ ਕਾਤਲਾਂ ਦੇ ਨਾਂ ਬੇਅੰਤ ਸਿੰਘ ਅਤੇ ਸਤਵੰਤ ਸਿੰਘ ਦੱਸੇ ਗਏ।

ਜਦੋਂ ਗਿਆਨੀ ਜ਼ੈਲ ਸਿੰਘ ਜਿਨਾਂ ਤੁਰੰਤ ਰਾਜੀਵ ਗਾਂਧੀ ਨੂੰ ਕੈਬਨਿਟ ਦੀ ਹੰਗਾਮੀ ਮੀਟਿੰਗ ਬੁਲਾ ਕੇ ਦੇਸ਼ ਦਾ ਅਗਲਾ ਪ੍ਰਧਾਨ ਮੰਤਰੀ ਘੋਸ਼ਿਤ ਕਰ ਦਿੱਤਾ ਸੀ, ਆਇਆ ਤਾਂ ਭੀੜ ਨੇ ਉਸ ਨੂੰ ਵੀ ਨਹੀ ਬਖਸ਼ਿਆ। ਰਾਸ਼ਟਰਪਤੀ ਇੱਕ ਸਿੱਖ ਸੀ। ਇਸ ਕਰਕੇ ਜਨੂੰਨੀਆਂ ਨੇ ਪੱਥਰ ਮਾਰ ਕੇ ਉਸ ਦੀ ਕਾਰ ਦੇ ਸ਼ੀਸ਼ੇ ਤੋੜ ਸੁੱਟੇ। ਤੇ ਫੇਰ ਇਹ ਸਿੱਖ ਵਿਰੋਧੀ ਦੰਗੇ ਸਾਰੀ ਦਿੱਲੀ ਵਿੱਚ ਹੀ ਫੈਲ ਗਏ। ਮਨਦੀਪ ਲਗਾਤਰ ਟੀ ਵੀ ਦੇਖ ਰਿਹਾ ਸੀ। ਦਿੱਲੀ ਵਿੱਚ ਅੱਗਾਂ ਲੱਗ ਰਹੀਆਂ ਸਨ ਜਿਨਾਂ ਦਾ ਧੂੰਆਂ ਟੀ ਵੀ ਤੇ ਵੀ ਨਜ਼ਰ ਆ ਰਿਹਾ ਸੀ।

ਸਾੜ ਫੂਕ ਦੀਆਂ ਖ਼ਬਰਾਂ ਦੀ ਪੁਸ਼ਟੀ ਗੈਰ ਸਰਕਾਰੀ ਮੀਡੀਆ ਕਰ ਰਿਹਾ ਸੀ। ਜਿਸ ਨੇ ਦੋ ਨਵੰਬਰ ਨੂੰ ਦੱਸਿਆ ਕਿ ਦਿੱਲੀ ਵਿੱਚ ਵਿੱਚ ਦਾੜੀ ਜਾਂ ਪੱਗਾਂ ਵਾਲੇ ਦੋ ਸੌ ਲੋਕ ਮਾਰ ਦਿੱਤੇ ਗਏ ਨੇ ਅਤੇ ਹਜ਼ਾਰ ਦੇ ਕਰੀਬ ਲੋਕਾਂ ਨੂੰ ਅਪਾਹਿਜ਼ ਕਰ ਦਿੱਤਾ ਗਿਆ ਹੈ। ਜਦੋਂ ਪੱਤਰਕਾਰਾਂ ਨੇ ਨਵੇ ਬਣੇ ਪ੍ਰਧਾਨ ਮੰਤਰੀ ਰਾਜੀਵ ਗਾਂਧੀ ਨੂੰ ਇਹ ਕਤਲੋ ਗਾਰਤ ਰੋਕਣ ਲਈ ਕਿਹਾ ਤਾਂ ਉਨ੍ਹਾਂ ਅੱਗੋਂ ਜਵਾਬ ਦਿੱਤਾ ਕਿ 'ਜਦੋਂ ਕੋਈ ਵੱਡਾ ਦਰਖਤ ਡਿੱਗਦਾ ਹੈ ਤਾਂ ਧਰਤੀ ਤਾਂ ਹਿੱਲਦੀ ਹੀ ਹੈ' ਮਨਦੀਪ ਨੂੰ ਜਾਪਿਆ ਜਿਵੇਂ ਉਸ ਨੇ ਜਾਣ ਬੁੱਝ ਕੇ ਆਪਣੀ ਮਾਂ ਦੇ ਕਤਲ ਦਾ ਬਦਲਾ ਲੈਣ ਲਈ, ਕਾਤਲਾਂ ਨੂੰ ਪੂਰੀ ਖੁੱਲ ਦੇ ਦਿੱਤੀ ਹੋਵੇ। ਉਸਦੇ ਏਸ ਬਿਆਨ ਨੂੰ ਦਿੱਲੀ ਦੂਰਦਰਸ਼ਨ ਵਾਰ ਵਾਰ ਨਸ਼ਰ ਕਰ ਰਿਹਾ ਸੀ।

ਤਿੰਨ ਨਵੰਬਰ ਨੂੰ ਬਾਕੀ ਭਾਰਤੀਆਂ ਦੀ ਤਰ੍ਹਾਂ ਸਿੱਖ ਵੀ ਆਪਣੇ ਘਰਾਂ ਵਿੱਚ ਦੁਬਕੇ ਟੈਲੀਵੀਯਨ ਵੇਖ ਰਹੇ ਸਨ। ਅੱਜ ਇੰਦਰਾ ਗਾਂਧੀ ਦੇ ਅੰਤਮ ਸਸਕਾਰ ਦਾ ਲਾਈਵ ਪ੍ਰਸਾਰਣ ਹੋ ਰਿਹਾ ਸੀ। ਤ੍ਰੀਮੂਰਤੀ ਭਵਨ ਤੋਂ ਉਸਦੀ ਦੇਹ ਨੂੰ ਸ਼ਾਂਤੀ ਬਣ ਤੱਕ ਲਿਜਾਇਆ ਜਾਣਾ ਸੀ। ਇਸ ਮੌਕੇ ਤੇ ਜਿੱਥੇ ਸੌ ਦੇਸ਼ਾਂ ਦੇ ਪ੍ਰਤੀਨਿੰਧ ਪਹੁੰਚੇ ਹੋਏ ਸਨ, ਉੱਥੇ ਰਾਜੀਵ ਗਾਂਧੀ ਦੇ ਨਾਲ ਨਾਲ ਤਿੰਨੋ ਸੈਨਾਵਾਂ ਦੇ ਮੁੱਖੀਆਂ ਨੇ ਵੀ ਇੰਦਰਾ ਗਾਂਧੀ ਦੀ ਮ੍ਰਿਤਕ ਦੇਹ ਨੂੰ ਮੋਢਾ ਦਿੱਤਾ। ਮਨਦੀਪ ਜਦੋਂ ਇੰਦਰਾ ਦੀ ਇਹ ਅੰਤਿਮ ਯਾਤਰਾ ਦੇਖ ਰਿਹਾ ਸੀ ਤਾਂ ਉਸ ਨੂੰ ਦਿੱਲੀ ਵਿੱਚੋਂ ਉੱਠ ਰਿਹਾ ਧੂੰਆਂ ਵੀ ਦਿਖਾਈ ਦੇ ਰਿਹਾ ਸੀ। ਬਾਅਦ ਵਿੱਚ ਇਹ ਵੀ ਪਤਾ ਲੱਗਿਆ ਕਿ ਉੱਥੇ ਉਦੋਂ ਕਾਨੂੰਨ ਨਿਪੁੰਸਕ ਹੋ ਗਿਆ ਸੀ। ਤੇ ਵਾੜ ਹੀ ਖੇਤ ਨੂੰ ਖਾਣ ਲੱਗ ਪਈ ਸੀ। ਤਿੰਨ ਹਜ਼ਾਰ ਦੇ ਕਰੀਬ ਸਿੱਖਾਂ ਨੂੰ ਗਲਾ ਵਿੱਚ ਟਾਇਰ ਪਾ, ਅੱਗ ਲਗਾ ਕੇ ਜਾਂ ਕੋਹ ਕੋਹ ਕੇ ਮਾਰ ਦਿੱਤਾ ਗਿਆ ਸੀ। ਤੇ ਹਜ਼ਾਰਾਂ ਨਾਬਾਲਿਗ ਲੜਕੀਆਂ ਦੇ ਬਲਾਤਕਾਰ ਹੋਏ ਸਨ।

ਦੇਸ਼ ਦੀ ਆਜ਼ਾਦੀ ਵਿੱਚ ਵੱਧ ਚੜ੍ਹ ਕੇ ਹਿੱਸਾ ਪਾਉਣ ਵਾਲਿਆ ਨੂੰ ਸਰਕਾਰ ਵਲੋਂ ਇਹ ਇਨਾਮ ਦਿੱਤਾ ਗਿਆ ਸੀ। ਹੋਰ ਤਾਂ ਹੋਰ ਫੇਰ ਦਲੇਰ ਸਿੰਘ ਦਾ ਮਨ ਵੀ ਡੋਲ ਗਿਆ। ਉਹ ਸੋਚਣ ਲੱਗਿਆ ਕਿ ਜੇ ਅੱਜ ਮੇਰਾ ਪੁੱਤ ਵੀ ਦਿੱਲੀ ਵਿੱਚ ਹੁੰਦਾ ਉਹ ਵੀ ਮਾਰ ਦਿੱਤਾ ਜਾਂਦਾ। ਅਜੇ ਪਿਛਲੇ ਮਹੀਨੇ ਹੀ ਤਾਂ ਉਹ ਹਰਮੀਤ ਨੂੰ ਛੱਡਣ ਦਿੱਲੀ ਗਏ ਸਨ, ਜੇ ਉਦੋਂ ਇਹ ਘਟਨਾ ਵਾਪਰ ਜਾਂਦੀ ਤਾਂ ਉਹ ਵੀ ਕਦੀ ਵਾਪਿਸ ਘਰ ਨਾ ਪਰਤਦੇ। 'ਕੀ ਇਹ ਹੀ ਹੈ ਭਾਰਤ ਮਹਾਨ ? ਜੋ ਉਸ ਨੂੰ ਸਿਖਾਇਆ ਜਾਂਦਾ ਰਿਹਾ ਸੀ ?' ਉਹ ਸੋਚਦਾ ਰਿਹਾ।

ਛੇ ਨਵੰਬਰ ਤੱਕ ਜਦੋਂ ਕਾਤਲਾਂ ਦੀ ਬੇਵਾਹ ਹੋ ਗਈ, ਬਲਾਤਕਾਰੀਆਂ ਦਾ ਬਲ ਮੁੱਕ ਗਿਆ ਉਦੋਂ ਤੱਕ ਹਾਲਾਤ ਕਾਬੂ ਤੋਂ ਬਾਹਰ ਹੀ ਰਹੇ। ਸਰਕਾਰ ਸਿੱਖਾਂ ਨੂੰ ਸਬਕ ਸਿਖਾਉਣ ਦੀ ਅੜੀ ਵਿੱਚ ਘੇਸਲ ਮਾਰਕੇ ਬੈਠੀ ਰਹੀ। ਸਰਕਾਰੀ ਪ੍ਰਸਾਸ਼ਨ ਤੇ ਲੋਕਾਂ ਦੇ ਚੁਣੇ ਹੋਏ ਨੁਮਾਇੰਦੇ ਹੀ ਕਾਤਲ ਬਣ ਗਏ। ਕਿਸੇ ਵੀ ਥਾਣੇ ਨੇ ਕੋਈ ਰੋਲ ਅਦਾ ਨਾ ਕੀਤਾ।

ਅੱਠ ਨਵੰਬਰ ਨੂੰ ਗੁਰੂ ਨਾਨਕ ਦੇਵ ਜੀ ਦਾ ਜਨਮ ਦਿਨ ਸੀ ਪਰ ਦਿੱਲੀ ਦੇ ਗੁਰਦੁਵਾਰੇ ਕਿਸ ਤਰ੍ਹਾਂ ਮਨਾਉਂਦੇ ? ਕਈ ਗੁਰਦੁਵਾਰਿਆਂ ਨੂੰ ਤਾਂ ਅੱਗਾਂ ਲਗਾ ਦਿੱਤੀਆਂ ਗਈਆਂ ਸਨ। ਜਿਨਾਂ ਵਿੱਚੋਂ ਬੇਕਸੂਰ ਲੋਕਾਂ ਨੂੰ ਬਾਹਰ ਧੂ ਧੂ ਕੇ ਮਾਰਿਆ ਗਿਆ। ਇਨ੍ਹਾਂ ਖ਼ਬਰਾਂ ਦਾ ਪ੍ਰਭਾਵ ਏਨਾਂ ਤਿੱਖਾ ਸੀ ਕਿ ਜਦੋਂ ਗਿਆਰਾਂ ਨਵੰਬਰ ਨੂੰ ਉਰਦੂ ਦੇ ਪ੍ਰਸਿੱਧ ਲੇਖਕ ਰਾਜਿੰਦਰ ਸਿੰਘ ਬੇਦੀ ਦੀ ਕੈਂਸਰ ਨਾਲ ਮੌਤ ਹੋਈ ਤਾਂ ਇਨਾਂ ਖ਼ਬਰਾਂ ਥੱਲੇ ਹੀ ਦੱਬ ਕੇ ਰਹਿ ਗਈ। ਅੱਤਵਾਦ ਦੀਆਂ ਖ਼ਬਰਾਂ ਨੇ ਬਾਕੀ ਵੱਡੀਆਂ ਖ਼ਬਰਾਂ ਨੂੰ ਵੀ ਨਿੱਕੀਆਂ ਡੱਬੀਆਂ ਤੱਕ ਸੀਮਿਤ ਕਰ ਦਿੱਤਾ ਜਾਂ ਕਹਿ ਲਵੋ ਕਿ ਰੋਲ਼ ਦਿੱਤਾ ਸੀ। 12 ਨਵੰਬਰ ਤੱਕ ਇੰਦਰਾ ਗਾਂਧੀ ਦੀ ਮੌਤ ਦੇ ਸ਼ੋਕ ਵਿੱਚ ਸਰਕਾਰੀ ਝੰਡੇ ਝੁਕੇ ਰਹੇ।

ਇਹ ਦਿਨ ਮਨਦੀਪ ਲਈ ਸਭ ਤੋਂ ਔਖੇ ਸਨ। ਇਹ ਦੇਸ਼ ਹੁਣ ਉਸ ਨੂੰ ਆਪਣਾ ਨਹੀਂ ਸੀ ਲੱਗਦਾ। ਕਿੱਤੇ ਹੋਰ ਭੱਜ ਜਾਣ ਨੂੰ ਦਿਲ ਕਰਦਾ ਸੀ। ਜ਼ਿੰਦਗੀ ਜਿਵੇਂ ਮੂਰਛਿਤ ਹੋ ਗਈ ਹੋਵੇ। 19 ਨਵੰਬਰ ਨੂੰ ਉਹ ਆਪਣੇ ਦੋਸਤ ਕ੍ਰਿਸ਼ਨ ਕੌਸ਼ਲ ਕੋਲ ਗਿਆ। ਉਸ ਨੂੰ ਲੱਗਿਆ ਜਿਵੇਂ ਕਦੇ ਹਰਮੰਦਿਰ ਸਾਹਿਬ ਤੇ ਹੋਏ ਹਮਲੇ ਦਾ ਦੁੱਖ, ਸਿੱਖ ਹੋਣ ਦੇ ਨਾਤੇ ਕ੍ਰਿਸ਼ਨ ਕੌਸ਼ਲ ਨੇ ਉਸ ਨਾਲ ਸਾਂਝਾਂ ਕੀਤਾ ਸੀ ਤੇ ਉਹ ਅੱਜ ਉਸੇ ਤਰ੍ਹਾਂ ਇੰਦਰਾਂ ਗਾਂਧੀ ਦੀ ਮੌਤ ਦਾ ਦੁੱਖ ਇੱਕ ਹਿੰਦੂ ਹੋਣ ਦੇ ਨਾਤੇ ਕ੍ਰਿਸ਼ਨ ਕੌਸ਼ਲ ਨਾਲ ਸਾਝਾਂ ਕਰ ਰਿਹਾ ਹੋਵੇ। ਪਤਾ ਨਹੀ ਹਾਲਾਤਾਂ ਨੇ ਕਦੋਂ ਉਨ੍ਹਾਂ ਨੂੰ ਸਿੱਖਾਂ ਹਿੰਦੂਆਂ ਵਿੱਚ ਵੰਡ ਦਿੱਤਾ। ਪਰ ਤਾਂ ਵੀ ਕੋਈ ਮਾਨਸਿਕ ਸਾਂਝ ਬਣੀ ਹੋਈ ਸੀ।

ਮਨ ਨੂੰ ਹਲਕਾ ਕਰਨ ਲਈ ਉਹ ਲੁਧਿਆਣੇ ਦੇ ਸੁਸਾਇਟੀ ਸਿਨਮੇਂ ਵਿੱਚ ਲੱਗੀ ਫਿਲਮ ਗਾਈਡ ਦੇਖਣ ਚਲੇ ਗਏ ਸਨ। ਦਲੇਰ ਸਿੰਘ ਨੇ ਵੀ ਆਪਣਾ ਮਨ ਦਿੱਲੀ ਦੰਗਿਆ ਤੋਂ ਪਾਸੇ ਹਟਾਉਣ ਲਈ ਘਰ ਵਿੱਚ ਰਾਜ ਮਿਸਤਰੀ ਲਾ ਲਿਆ। ਉਹ ਆਪਣੇ ਘਰ ਦੀਆਂ ਸ਼ੈਲਫਾਂ ਤਾਂ ਬਣਾਉਂਦਾ ਪਰ ਜਦੋਂ ਅਖ਼ਬਾਰ ਚੁੱਕਦਾ ਤਾਂ ਇਹ ਖ਼ਬਰਾਂ ਹੁੰਦੀਆਂ ਕਿ ਦਿੱਲੀ ਤੋਂ ਇਲਾਵਾਂ ਕਾਨਪੁਰ ਅਤੇ ਬੋਕਾਰੋ ਵਿੱਚ ਵੀ ਸਿੱਖਾਂ ਦੇ ਹਜ਼ਾਰਾਂ ਘਰ ਫੂਕ ਦਿੱਤੇ ਗਏ ਹਨ। ਫੇਰ ਉਹ ਉੱਜੜ ਗਏ ਘਰਾਂ ਬਾਰੇ ਸੋਚਣ ਲੱਗ ਜਾਂਦਾ।

ਸਿੱਖ ਤਾਂ ਦਲੇਰ ਸਿੰਘ ਵੀ ਸੀ। ਕੀ ਹੁਣ ਉਸਦਾ ਸਿੱਖ ਹੋਣਾ ਕੋਈ ਅਪਰਾਧ ਸੀ ? ਜੇ ਅਪਰਾਧ ਸੀ ਤਾਂ ਹੁਣ ਜੋ ਘਰ ਉਹ ਭਾਰਤ ਦੀ ਧਰਤੀ ਤੇ ਬਣਾ ਰਿਹਾ ਸੀ, ਉਹ ਕਦੇ ਵੀ ਫੂਕਿਆ ਜਾ ਸਕਦਾ ਸੀ। ਦਲੇਰ ਸਿੰਘ ਜਿਸ ਦਾ ਸਕਾ ਭਰਾ 1947 ਵਿੱਚ ਏਸੇ ਦੇਸ਼ ਦੀ ਭਗਤੀ ਕਾਰਨ ਮੁਸਲਮਾਨ ਜਨੂੰਨੀਆਂ ਨੇ ਮਾਰ ਮੁਕਾਇਆ ਸੀ, ਅੱਜ ਉਹ ਹੀ ਦੇਸ਼ ਉਸਦੇ ਪੁੱਤਰਾਂ ਲਈ ਖਤਰਾ ਬਣਿਆ ਖੜਾ ਸੀ।

ਮਨਦੀਪ ਦੇ ਦੋਸਤ ਅਸਵਨੀ ਦਾ ਪਰਿਵਾਰ ਜੋ ਪਹਿਲਾਂ ਪੰਜਾਬ ਵਿਚੋਂ ਹਿਜ਼ਰਤ ਕਰਨ ਦੀ ਸੋਚ ਰਿਹਾ ਸੀ। ਉਸ ਨੇ ਸਿੱਖਾਂ ਨੂੰ ਸਬਕ ਸਿਖਾਉਣ ਦੀਆਂ ਏਨ੍ਹਾਂ ਘਟਨਾਵਾਂ ਤੋਂ ਬਾਅਦ ਪਤਾ ਨਹੀਂ ਕਿਵੇਂ ਸੋਚ ਲਿਆ ਕਿ ਪੰਜਾਬ ਵਿੱਚ ਹੁਣ ਕਦੇ ਵੀ ਅੱਤਵਾਦ ਸਿਰ ਨਹੀਂ ਚੁਕ ਸਕਦਾ। ਤੇ ਆਪਣਾ ਬਿਜ਼ਨਸ ਫੇਰ ਖੋਹਲ ਲਿਆ। ਪਰ ਇਨ੍ਹਾਂ ਘਟਨਾਵਾਂ ਨੇ ਤਾਂ ਸਗੋਂ ਬਲਦੀ ਤੇ ਤੇਲ ਪਾ ਦਿੱਤਾ।

20 ਨਵੰਬਰ ਨੂੰ ਪ੍ਰਸਿੱਧ ਪਾਕਸਤਾਨੀ ਲੇਖਕ ਫੈਜ਼ ਅਹਿਮਦ ਫੈਜ਼ ਦੀ ਮੌਤ ਹੋ ਗਈ ਜਿਸਦੀਆਂ ਗ਼ਜ਼ਲਾਂ ਦੇ ਹਜ਼ਾਰਾਂ ਹਿੰਦੋਸਤਾਨੀ ਵੀ ਦਿਵਾਨੇ ਸਨ। ਪਰ ਇਹ ਖ਼ਬਰ ਵੀ ਬੁਰੀ ਤਰ੍ਹਾਂ ਰੁਲ਼ ਗਈ।

ਮਨਦੀਪ ਦੇ ਦੋ ਦੋਸਤ ਦੀਪਾ ਅਤੇ ਮਹਿਤੋਂ ਖਾਲਿਸਤਾਨ ਦੇ ਮੁੱਦੇ ਤੇ ਕਦੇ ਵੀ ਉਸ ਨੂੰ ਵਾਰੇ ਨਾ ਆਉਣ ਦਿੰਦੇ। ਇਹ ਵੀ ਆਖ ਦਿੰਦੇ ਕਿ ਖਾਲਿਸਤਾਨ ਤਾਂ ਹੁਣ ਬਣਨ ਹੀ ਵਾਲਾ ਹੈ। ਉਹ ਇਹ ਵੀ ਕਹਿ ਦਿੰਦੇ ਕਿ ਤੇਰੇ ਵਰਗੇ ਕਾਮਰੇਡਾਂ ਦਾ ਉਸ ਵਿੱਚ ਕੋਈ ਵੀ ਸਥਾਨ ਨਹੀਂ ਹੋਣਾ। ਪਰ ਮਨਦੀਪ ਤਾਂ ਕਾਮਰੇਡ ਵੀ ਨਹੀਂ ਸੀ। ਉਸ ਨੂੰ ਸਮਝ ਨਹੀਂ ਸੀ ਆ ਰਹੀ ਕਿ ਉਹ ਕੌਣ ਹੈ ? ਤੇ ਉਸ ਦਾ ਦੇਸ਼ ਕਿਹੜਾ ਹੈ ?

ਐੱਮ ਸੀ ਭਾਰਦਵਾਜ ਨੂੰ ਅਕਾਲੀ ਇੱਕ ਪੱਤੇ ਵਜੋਂ ਵਰਤ ਰਹੇ ਸਨ। ਪਹਿਲਾਂ ਉਸ ਨੇ ਆਨੰਦਪੁਰ ਦਾ ਮਤਾ ਲਿਖਿਆ ਤੇ ਫੇਰ 'ਇਹ ਹੈ ਸਾਡਾ ਹਿੰਦੋਸਤਾਨ' ਵਿੱਚ ਭਾਰਤ ਨੂੰ ਅੱਤ ਦਰਜੇ ਦਾ ਘਟੀਆ ਸਾਬਤ ਕੀਤਾ। ਕੀ ਇਹ ਹਿੰਦੂ ਪਰਿਵਾਰ ਵਿੱਚ ਜਨਮਿਆ ਕਾਮਰੇਡ ਵਿਚਾਰਾਂ ਵਾਲਾ ਬੰਦਾ ਖਾਲਿਸਤਾਨ ਚਾਹੁੰਦਾ ਸੀ ਜਾਂ ਸਭ ਕੁੱਝ ਇੱਕ ਸਸਤੀ ਸ਼ੋਹਰਤ ਹਾਸਲ ਕਰਨ ਲਈ ਕਰ ਰਿਹਾ ਸੀ ? ਮਨਦੀਪ ਨੂੰ ਸਮਝ ਨਾ ਪੈਂਦਾ।

25 ਨਵੰਬਰ ਨੂੰ ਮਨਦੀਪ ਦੇ ਕਾਲਜ ਵਾਲੇ ਦੋਸਤ ਜੈਲੇ ਦਾ ਵਿਆਹ ਸੀ। ਉੱਥੇ ਲੋਕ ਸ਼ਰਾਬ ਪੀਂਦੇ ਵੀ ਦੋ ਧੜਿਆਂ ਵਿੱਚ ਵੰਡੇ ਰਹੇ। ਕੁੱਝ ਖਾਲਿਸਤਾਨ ਦੇ ਪੱਖੀ ਤੇ ਕੁੱਝ ਵਿਰੋਧੀ। ਜਿੱਥੇ ਬਰਾਤ ਗਈ, ਪਤਾ ਲੱਗਿਆ ਕਿ ਉਹ ਟੱਬਰ ਵੀ ਸੰਤ ਭਿੰਡਰਾਂ ਵਾਲਿਆਂ ਦੇ ਜ਼ਿਆਦਾ ਨੇੜੇ ਹੋਣ ਕਾਰਨ ਦਮਦਮੀ ਟਕਸਾਲ ਦੀਆਂ ਰਹੁ ਰੀਤਾਂ ਨੂੰ ਵਧੇਰੇ ਮੰਨਦਾ ਸੀ, ਤਾਂ ਹੀ ਤਾਂ ਆਨੰਦ ਕਾਰਜ ਸਮੇਂ ਉਨ੍ਹਾਂ ਦੇ ਸਾਰੇ ਤੌਰ ਤਰੀਕੇ ਵੱਖਰੇ ਸਨ। ਜਿਵੇਂ ਕੋਈ ਜੁਰਾਬਾਂ ਪਾਕੇ ਮਹਾਰਾਜ ਦੀ ਹਜ਼ੂਰੀ ਵਿੱਚ ਨਾ ਆਵੇ। ਲਾਵਾਂ ਦੇ ਨਾਲ ਫੇਰੇ ਕਰਵਾਉਣੇ ਹਿੰਦੂ ਮੱਤ ਹੈ। ਉਨ੍ਹਾਂ ਜੈਲੇ ਨੂੰ ਵੀ ਤਾਂ ਸਿੰਘ ਬਣਨ ਲਈ ਕਿਹਾ ਸੀ। ਉਨ੍ਹਾਂ ਦੀ ਨਜ਼ਰ ਵਿੱਚ ਬਾਕੀ ਬਰਾਤ ਆਏ ਲੋਕ ਤਾਂ ਜਿਵੇਂ ਕਾਲੀਆਂ ਭੇਡਾਂ ਹੀ ਸਨ। ਖਤਰਨਾਕ ਅੱਤਵਾਦੀ ਭਿੰਦਾ ਨਿਜ਼ਾਮਪੁਰੀਆ ਵੀ ਏਸੇ ਪਿੰਡ ਦਾ ਵਾਸੀ ਸੀ। ਜਿਸ ਨੇ ਬਰਾਤ ਨੂੰ ਸ਼ਰਾਬ ਅਤੇ ਮੀਟ ਦੀ ਵਰਤੋਂ ਨਾ ਕਰਨ ਲਈ ਅਤੇ ਕੋਈ ਵੀ ਦਾਜ ਦਹੇਜ਼ ਨਾ ਲੈਣ ਦੀ ਸਖਤ ਹਦਾਇਤ ਵੀ ਭੇਜੀ ਸੀ।

26 ਨਵੰਬਰ ਨੂੰ ਭਾਰਤ ਦੇ ਸਾਬਕਾ ਉੱਪ ਪ੍ਰਧਾਨ ਮੰਤਰੀ ਵਾਈ ਵੀ ਚੌਹਾਨ ਦੀ ਮੌਤ ਦੀਆਂ ਖਬਰਾਂ ਦੀ ਅਜੇ ਸਿਆਹੀ ਵੀ ਨਹੀਂ ਸੀ ਸੁੱਕੀ ਕਿ ਦੋ ਦਸੰਬਰ ਨੂੰ ਭੂਪਾਲ ਵਿੱਚ ਇੱਕ ਬਹੁਤ ਵੱਡਾ ਦੁਖਾਂਤ ਵਾਪਰ ਗਿਆ। ਜਦੋਂ ਇਕ ਅਮਰੀਕਨ ਕੰਪਨੀ 'ਯੂਨੀਅਨ ਕਾਰਬਈਡ' ਦੇ ਪਲਾਂਟ 'ਚੋਂ ਜ਼ਹਿਰੀਲੀ ਗੈਸ ਰਿਸਣ ਨਾਲ ਲੱਖਾਂ ਲੋਕ ਮਾਰੇ ਗਏ। ਇਹ ਘਟਨਾ ਰਾਤ ਨੂੰ ਇੱਕ ਵਜੇ ਵਾਪਰੀ, ਜਦੋਂ ਬਹੁਤੇ ਲੋਕ ਆਪਣੇ ਘਰਾਂ ਵਿੱਚ ਸੌਂ ਰਹੇ ਸਨ।

ਪਤਾ ਨਹੀਂ ਕਿਉਂ ਮਨਦੀਪ ਦੇ ਮਨ ਤੇ ਹੁਣ ਏਨੀਆਂ ਵੱਡੀਆਂ ਖ਼ਬਰਾਂ ਅਸਰ ਕਰਨੋਂ ਹਟ ਗਈਆਂ ਸਨ। 15 ਦਸੰਬਰ ਨੂੰ ਮਨਦੀਪ ਦੇ ਪਿੰਡ ਨਹਿਰ ਦੀ ਘਾਟ ਤੇ ਲੋਕਾਂ ਦੀ ਮੰਗ ਨੂੰ ਪੂਰਾ ਕਰਦਿਆਂ ਇੱਕ ਕਿਸ਼ਤੀ ਲਾਈ ਗਈ। ਜਿਸ ਤੇ ਹੋਏ ਖਰਚੇ ਦੇ ਪੈਸੇ ਪੰਚਾਇਤ ਨੇ ਪਿੰਡ ਪਾਸੋਂ ਉਘਰਾਉਣੇ ਸਨ। ਪਰ ਲੋਕਾਂ ਨੂੰ ਖੁਸ਼ੀ ਨਹੀ ਸੀ ਤੇ ਉਹ ਪੈਸੇ ਦੇਣ ਲਈ ਵੀ ਤਿਆਰ ਨਹੀ ਸਨ। ਕਿਉਂਕਿ ਨਹਿਰ ਪਾਰ ਤੋਂ ਅੱਤਵਾਦੀ ਕਿਸ਼ਤੀ ਰਾਹੀ ਆ ਕੇ ਏਧਰ ਵਾਰਦਾਤ ਕਰ ਸਕਦੇ ਸਨ। ਤੇ ਭੁਗਤਣਾ ਸਾਰੇ ਪਿੰਡ ਨੂੰ ਪੈਣਾ ਸੀ। ਪਰ ਦਲੇਰ ਸਿੰਘ ਨੇ ਲੋਕਾਂ ਦੀ ਇਸ ਚੁੰਝ ਚਰਚਾ ਵਿੱਚ ਪੈਣ ਨਾਲੋਂ ਆਪਣਾ ਹਿੱਸਾ ਦੇਣਾ ਹੀ ਬੇਹਤਰ ਸਮਝਿਆ।

ਇਨ੍ਹਾਂ ਸਾਰੀਆਂ ਘਟਨਾਵਾਂ ਦਾ ਲਗਾਤਾਰ ਅਸਰ ਹੋਣ ਨਾਲ ਦਲੇਰ ਸਿੰਘ ਮਾਨਸਿਕ ਤੌਰ ਤੇ ਬਿਮਾਰ ਪੈ ਗਿਆ। ਪੰਜ ਦਸੰਬਰ ਨੂੰ ਉਸਦੇ ਸਾਲੇ ਦੇ ਮੁੰਡੇ ਭਿੰਦਰ ਨੂੰ ਸ਼ਗਨ ਪੈਣਾ ਸੀ ਤਾਂ ਉਹ ਉੱਥੇ ਵੀ ਨਾ ਗਿਆ। ਅੱਠ ਦਸੰਬਰ ਨੂੰ ਉਸਦੇ ਸਾਢੂ ਦੀ ਮਾਂ ਮਰ ਗਈ ਪਰ ਉਹ ਤਾਂ ਵੀ ਨਾ ਗਿਆ। ਡਾਕਟਰਾਂ ਨੇ ਉਸ ਨੂੰ ਚੈੱਕ ਅੱਪ ਤੋਂ ਬਾਅਦ ਸ਼ਹਿਰ ਦੇ ਵੱਡੇ ਹਸਪਤਾਲ ਰੈਫਰ ਕਰ ਦਿੱਤਾ। ਪਰ ਉਹ ਤਾਂ ਸੋਚੀ ਹੀ ਜਾ ਰਿਹਾ ਸੀ ਕਿ ਉਸਦਾ ਦੇਸ਼ ਕਿਹੜਾ ਹੈ ? ਉਸ ਨੂੰ ਸਮਝ ਨਹੀਂ ਸੀ ਆ ਰਹੀ ਕਿ ਉਸਦੇ ਪੁੱਤਰਾਂ ਦਾ ਭਵਿੱਖ ਹੁਣ ਕੀ ਹੋਵੇਗਾ ?

ਉਸ ਨੂੰ ਆਪਣੀ ਅਜਾਂਈਂ ਗਵਾ ਦਿੱਤੀ ਜ਼ਿੰਦਗੀ ਤੇ ਅਫਸੋਸ ਹੋਣ ਲੱਗਾ। ਦਰਅਸਲ ਦਰਬਾਰ ਸਾਹਿਬ ਤੇ ਹੋਏ ਹਮਲੇ ਨੇ ਤੇ ਅਤੇ ਫੇਰ ਨਵੰਬਰ 'ਚੋ ਹੋਏ ਦਿੱਲੀ ਦੰਗਿਆ ਨੇ ਉਸ ਨੂੰ ਹਿਲਾ ਕੇ ਰੱਖ ਦਿੱਤਾ ਸੀ। ਉਸ ਨੂੰ ਅਹਿਸਾਸ ਹੋਣ ਲੱਗ ਪਿਆ ਕਿ ਜਿਸ ਮੁਲਕ ਲਈ ਉਹ ਲੜਦਾ ਰਿਹਾ ਸੀ ਉਹ ਤਾਂ ਅਸਲ ਵਿੱਚ ਉਸਦਾ ਹੈ ਹੀ ਨਹੀਂ ਸੀ। ਇਹ ਤਾਂ ਬਹੁਗਿਣਤੀ ਵਾਲਿਆਂ ਦਾ ਦੇਸ਼ ਸੀ ਜਿਨਾਂ ਤੋ ਵੋਟਾਂ ਪ੍ਰਾਪਤ ਕਰਨ ਲਈ ਉਹਦੇ ਵਰਗੇ ਲੱਖਾਂ ਲੋਕਾਂ ਦਾ ਲਹੂ ਕਦੇ ਵੀ ਵਹਾਇਆ ਜਾ ਸਕਦਾ ਸੀ। ਫੇਰ ਉਹ ਗੰਭੀਰਤਾ ਨਾਲ ਸੋਚਣ ਲੱਗਿਆ ਕਿ ਉਹ ਵੀ ਆਪਣੇ ਮੁੰਡੇ ਨੂੰ ਕਿਸੇ ਹੋਰ ਮੁਲਕ ਵਿੱਚ ਭੇਜ ਦੇਵੇ। ਹੋਰ ਨਹੀਂ ਤਾਂ ਉੱਥੇ ਲਾਅ ਐਂਡ ਆਰਡਰ ਤਾਂ ਚੰਗਾ ਹੋਵੇਗਾ। ਘੱਟੋ ਘੱਟ ਜਾਨ ਦੀ ਸਲਾਮਤੀ ਤਾਂ ਹੋਊ। ਉਹ ਚੈੱਕ ਅੱਪ ਦੌਰਾਨ ਕਈ ਦਿਨ ਹਸਪਤਾਲ ਪਿਆ ਇਹ ਹੀ ਗੱਲ ਸੋਚਦਾ ਰਿਹਾ।

•

ਭਾਗ 49

ਮਨਦੀਪ ਘਰੇਲੂ ਮੁਸ਼ਕਲਾਂ ਅਤੇ ਸਥਿਤੀਆਂ ਨੂੰ ਲੈ ਕੇ ਬੇਹੱਦ ਪਰੇਸ਼ਾਨ ਸੀ। ਜਿੱਥੇ ਵੀ ਕਿਤੇ ਉਸਦੇ ਰਿਸ਼ਤੇ ਦੀ ਗੱਲ ਤੁਰਦੀ, ਜਾਂ ਤਾਂ ਉਹ ਆਪ ਹੀ ਜਵਾਬ ਦੇ ਦਿੰਦਾ ਜਾਂ ਫੇਰ ਅਗਲਿਆਂ ਨੂੰ ਕੋਈ ਨੌਕਰੀ ਵਾਲਾ ਮੁੰਡਾ ਤੇ ਚੰਗੀ ਜ਼ਮੀਨ ਜਾਇਦਾਦ ਚਾਹੀਦੀ ਹੁੰਦੀ। ਦਿਆਲ ਸਿੰਘ ਨਾਂ ਦਾ ਬੰਦਾ ਜੋ ਦਲੇਰ ਸਿੰਘ ਦੇ ਪਰਿਵਾਰ ਦਾ ਵਾਕਿਫ ਸੀ ਇੱਕ ਅਜਿਹੀ ਹੀ ਕੁੜੀ ਦਾ ਰਿਸ਼ਤਾ ਕਰਵਾਉਣ ਦੀ ਜਿੱਦ ਕਰ ਰਿਹਾ ਸੀ। ਜਿਸ ਲਈ ਮਨਦੀਪ ਨਹੀਂ ਸੀ ਮੰਨਦਾ। ਇਸ ਵਿੱਚ ਮਨਦੀਪ ਦਾ ਇੱਕ ਵਾਕਿਫ ਸੁਰਜੀਤ ਸੀਲੋਂ ਵੀ ਅਹਿਮ ਰੋਲ ਨਿਭਾਅ ਰਿਹਾ ਸੀ।

ਜਦ ਕੋਈ ਗੱਲ ਕੰਢੇ ਵੱਟੇ ਲੱਗਦੀ ਨਾ ਦਿਸੀ ਤਾਂ ਉਸ ਨੇ ਮਨਦੀਪ ਨੂੰ ਕਿਹਾ ਕਿ ਮੇਰੇ ਨਾਲ 31 ਦਸੰਬਰ ਨੂੰ ਅਮ੍ਰਿਤਸਰ ਚੱਲ। ਮੈਂ ਆਪਣੇ ਬਿਜ਼ਨਸ ਨਾਲ ਸਬੰਧਤ ਬਟਾਲੇ ਤੋਂ ਕੁੱਝ ਸਮਾਨ ਲੈਣਾ ਹੈ ਤੇ ਅੱਗੇ ਆਪਾਂ ਅਮ੍ਰਿਤਸਰ ਵੀ ਹੋ ਆਵਾਂਗੇ। ਬਚਨ ਕੌਰ ਨੇ ਵੀ ਕਿਹਾ "ਜਾ ਪੁੱਤ ਜਾ ਆ" ਉਸ ਨੂੰ ਸੀ ਕਿ ਸ਼ਾਇਦ ਸੁਰਜੀਤ ਮਨਦੀਪ ਨੂੰ ਰਿਸ਼ਤੇ ਲਈ ਮਨਾ ਹੀ ਲਏ। ਮਨਦੀਪ ਨੇ ਨਾਲ ਜਾਣ ਦੀ ਹਾਮੀ ਭਰ ਦਿੱਤੀ। ਤੇ 31 ਦਸੰਬਰ ਦੀ ਸਵੇਰ ਨੂੰ ਕੋਈ ਅੱਠ ਕੁ ਵਜੇ ਸਵੇਰੇ ਉਹ ਲੁਧਿਆਣੇ ਲਈ ਬੱਸ ਚੜ੍ਹ ਗਏ।

ਲਧਿਆਣੇ ਤੱਕ ਤਾਂ ਮਨਦੀਪ ਅਕਸਰ ਹੀ ਆਂਉਦਾ ਰਹਿੰਦਾ ਸੀ। ਜਦੋਂ ਉਹ ਲਧਿਆਣੇ ਤੋਂ ਜਲੰਧਰ ਨੂੰ ਜਾ ਰਹੇ ਸਨ ਤਾਂ ਮਨਦੀਪ ਲਈ ਸਭ ਕੁੱਝ ਹੀ ਨਵਾਂ ਸੀ। ਉਹ ਸਾਲ ਕੁ ਪਹਿਲਾਂ ਗੁਰਤਾਰ ਜਲਾਲ ਦੇ ਜਥੇ ਵਿੱਚ ਅਮ੍ਰਿਤਸਰ ਨੂੰ ਟਰੱਕ ਵਿੱਚ ਬਹਿ ਕੇ ਗਿਆ ਤਾਂ ਸੀ, ਪਰ ਹਨੇਰਾ ਹੋਣ ਕਾਰਨ, ਬਾਹਰ ਨਹੀਂ ਸੀ ਦੇਖ ਸਕਿਆ। ਪਰ ਅੱਜ ਤਾਂ ਦਿਨ ਦਾ ਚਾਨਣ ਸੀ।

ਸੁਰਜੀਤ ਸੀਲੋਂ ਨੇ ਤੇ ਤਾਂ ਦੋ ਤਿੰਨ ਅਖਬਾਰਾਂ ਲੈ ਲਈਆਂ, ਜਿਨਾਂ ਵਿੱਚ ਉਹ ਉਹੋ ਮਾਰ ਧਾੜ ਦੀਆਂ ਖ਼ਬਰਾਂ ਪੜ੍ਹ ਰਿਹਾ ਸੀ। ਪਰ ਮਨਦੀਪ ਬੱਸ ਦੀ ਖਿੜਕੀ ਵਿੱਚੋਂ ਆਲਾ ਦੁਆਲਾ ਨਿਹਾਰ ਰਿਹਾ ਸੀ। ਉਸ ਨੇ ਦਰਿਆ ਸਤਲੁਜ ਨੂੰ ਬੜੀ ਨੀਝ ਨਾਲ ਤੱਕਿਆ। ਜਿਸ ਵਿੱਚ ਉਸਦੀ ਕਲਪਣਾ ਤੋਂ ਕਿਤੇ ਘੱਟ ਪਾਣੀ ਵਹਿ ਰਿਹਾ ਸੀ। ਇਹ ਦਰਿਆ ਤਾਂ ਹੁਣ ਝੂਠੇ ਪੁਲਿਸ ਮੁਕਾਬਲਿਆਂ 'ਚ ਮਾਰੇ ਨੌਜਵਾਨਾਂ ਦੀਆਂ ਲਾਸ਼ਾਂ ਢੋਹਣ ਜੋਗੇ ਹੀ ਰਹਿ ਗਏ ਸਨ। ਪਰ ਇਨ੍ਹਾਂ ਕੁ ਪਾਣੀ, ਹੁਣ ਇਸ ਕੰਮ ਲਈ ਵੀ ਕਾਫੀ ਨਹੀਂ ਸੀ ਜਾਪਦਾ।

ਫੇਰ ਰਸਤੇ ਵਿੱਚ ਦਰਿਆ ਬਿਆਸ ਵੀ ਆਇਆ, ਜਿਸ ਵਿੱਚ ਪਾਣੀ ਤਾਂ ਕੁੱਝ ਵਧੇਰੇ ਸੀ। ਪਰ ਇਸ ਤੇ ਵੀ ਜਿਵੇਂ ਕੋਈ ਆਭਾ ਨਹੀਂ ਸੀ। ਫੇਰ ਉਸਦੀ ਉੱਡਦੀ ਨਜ਼ਰ ਅਖ਼ਬਾਰ ਤੇ ਗਈ ਇੱਕ ਲਹੂ ਦਾ ਦਰਿਆ ਅਖ਼ਬਾਰ ਤੇ ਪੰਨਿਆਂ ਤੇ ਵੀ ਵਗ ਰਿਹਾ ਸੀ। ਮਨਦੀਪ ਸੋਚਣ ਲੱਗਿਆ ਇਹ ਰੱਤ ਦਾ ਛੇਵਾਂ ਦਰਿਆ ਪਤਾ ਨਹੀਂ ਕਦੋਂ ਵਗਣਾ ਬੰਦ ਹੋਵੇਗਾ ? ਮਨ ਦੀ ਉਥਲ ਪੁਥਲ 'ਚੋਂ ਇੱਕ ਕਵਿਤਾ ਦੀ ਨਦੀ ਵਹਿ ਤੁਰੀ:-

ਇੱਕ ਨਵਾਂ ਦਰਿਆ ਪਿਆ ਵੱਗੇ,
ਇੱਕ ਨਵਾਂ ਦਰਿਆ

ਜਿਸ ਦਾ ਪਾਣੀ ਸੂਹਾ ਸੂਹਾ
ਜਿਸ ਦਾ ਹੋਰ ਸੁਭਾਅ
ਐਹ ਮੇਰੇ ਪੰਜਾਬ ਦੀ ਧਰਤੀ
ਇਹ ਕੀ ਹੋ ਰਿਹਾ

ਪਤਾ ਹੀ ਨਾ ਲੱਗਿਆ ਉਹ ਕਦੋਂ ਜਲੰਧਰ ਆ ਉੱਤਰੇ। ਸਾਰੇ ਰਸਤੇ ਉਸ ਨੇ ਦੇਖਿਆਂ ਕਿ ਸੀ ਆਰ ਪੀ ਦੀਆਂ ਸਟੇਨ ਗੱਨਾਂ ਬੀੜੀਆਂ ਵਾਲੀਆਂ ਗੱਡੀਆਂ ਹਰਲ ਹਰਲ ਕਰਦੀਆਂ ਫਿਰਦੀਆਂ ਸਨ। ਪਿਛਲੀ ਸੀਟ ਤੇ ਤਿੰਨ ਹਥਿਆਰ ਬੰਦ ਗਾਰਡ ਵੀ ਊਂਘ ਰਹੇ ਸਨ। ਦਸੰਬਰ ਦਾ ਮਹੀਨਾਂ ਹੋਣ ਕਾਰਨ ਬਹੁਤਿਆ ਨੇ ਕੰਬਲਾਂ ਦੀਆਂ ਬੁੱਕਲਾਂ ਮਾਰੀਆਂ ਹੋਈਆਂ ਸਨ। ਕਿਸੇ ਦੀ ਬੁੱਕਲ ਵਿੱਚੋਂ ਕਦੋਂ ਏ ਕੇ 47 ਨਿੱਕਲ ਆਵੇ ਕੋਈ ਪਤਾ ਨਹੀਂ ਸੀ। ਇਸੇ ਕਰਕੇ ਤਾਂ ਹਰ ਬੱਸ ਸਕਿਉਰਟੀ ਅਧੀਨ ਚੱਲ ਰਹੀ ਸੀ। ਤੇ ਪੰਜਾਬ ਦੇ ਲੋਕ ਤਾਂ ਜਿਵੇਂ ਇਸ ਮਹੌਲ ਦੇ ਆਦੀ ਹੋ ਗਏ ਸਨ। ਸਾਰਾ ਕੁੱਝ ਅੱਜ ਵੀ ਰੋਜ਼ਾਨਾ ਦੀ ਤਰ੍ਹਾਂ ਹੀ ਚੱਲ ਰਿਹਾ ਸੀ।

ਜੇ ਕਿਤੇ ਵੀ ਕਤਲ ਹੁੰਦੇ ਜਾਂ ਬੰਬ ਧਮਾਕੇ ਹੁੰਦੇ ਤਾਂ ਬਜ਼ਾਰ ਬੰਦ ਹੋ ਜਾਂਦੇ। ਕਰਫਿਊ ਵੀ ਲੱਗ ਜਾਂਦਾ। ਤੇ ਜਦੋਂ ਕਰਫਿਊ ਖੁੱਲਦਾ ਫੇਰ ਜੀਵਨ ਆਮ ਦੀ ਤਰ੍ਹਾਂ ਹੋ ਜਾਂਦਾ। ਸੁਰਜੀਤ ਨੇ ਇੱਕ ਥਾਂ ਦੱਸਿਆ ਕਿ ਏਸੇ ਚੌਂਕ ਵਿੱਚ ਲਾਲਾ ਜਗਤ ਨਰਾਇਣ ਨੂੰ ਅੱਤਵਾਦੀਆਂ ਨੇ ਗੋਲੀਆਂ ਮਾਰੀਆਂ ਸਨ। ਇਹ ਉਹ ਹੀ ਜਲੰਧਰ ਸੀ ਜਿਸ ਨੂੰ ਅਖਬਾਰਾਂ ਦੀ ਨਗਰੀ ਆਖਿਆ ਜਾਂਦਾ ਸੀ।

ਏਥੇ ਉਹ ਉੱਤਰ ਗਏ। ਸੁਰਜੀਤ ਸੀਲੋਂ ਦੂਰਦਰਸ਼ਨ ਤੇ ਕਿਸੇ ਬੰਦੇ ਦਾ ਵਾਕਿਫ ਸੀ ਤੇ ਮਨਦੀਪ ਨੂੰ ਟੀ ਵੀ ਸਟੇਸ਼ਨ ਦੇਖਣ ਦਾ ਬਹੁਤ ਚਾਅ ਸੀ। ਸੁਰਜੀਤ ਉਸ ਨੂੰ ਟੀ ਵੀ ਸਟੇਸ਼ਨ ਲੈ ਗਿਆ। ਪਰ ਵਾਕਿਫ ਬੰਦਾ ਉੱਥੇ ਮਿਲਿਆ ਨਹੀਂ ਸੀ। ਫੇਰ ਉਹ ਰੇਡੀਉ ਸਟੇਸ਼ਨ ਵੀ ਗਏ। ਦੋਹਾਂ ਥਾਵਾਂ ਤੇ ਸੀ ਆਰ ਪੀ ਦਾ ਸਖਤ ਪਹਿਰਾ ਸੀ ਅਤੇ ਅੰਦਰ ਜਾਣਾ ਬੇਹੱਦ ਮੁਸ਼ਕਲ ਸੀ। ਉਹ ਅਖ਼ਬਾਰਾਂ ਦੇ ਦਫਤਰ ਜਾ ਕੇ ਇੱਕ ਦੋ ਜਾਣ ਪਛਾਣ ਵਾਲੇ ਬੰਦਿਆਂ ਨੂੰ ਵੀ ਮਿਲ ਆਏ। ਜਦ ਤੱਕ ਭੁੱਖ ਵੀ ਚਮਕ ਆਈ ਸੀ। ਉਨ੍ਹਾਂ ਇੱਕ ਢਾਬੇ ਤੇ ਬੈਠ ਛੋਲੇ ਭਟੂਰੇ ਖਾਧੇ ਅਤੇ ਚਾਹ ਵੀ ਪੀਤੀ। ਲੱਗਦਾ ਹੀ ਨਹੀਂ ਸੀ ਕਿ ਪੰਜਾਬ ਅੱਤਵਾਦ ਦੇ ਖ਼ੂਨੀ ਦੌਰ ਵਿੱਚੋਂ ਗੁਜ਼ਰ ਰਿਹਾ ਹੈ। ਕਿਉਂਕਿ ਹਰ ਪਾਸੇ ਹੀ ਚਹਿਲ ਪਹਿਲ ਸੀ।

ਫੇਰ ਉਹ ਜਲੰਧਰ ਤੋਂ ਬਟਾਲੇ ਨੂੰ ਬੱਸ ਚੜ੍ਹ ਗਏ। ਅੱਗੇ ਡੇਢ ਘੰਟੇ ਦਾ ਸਫਰ ਸੀ। ਰਸਤੇ ਵਿੱਚ ਉਨ੍ਹਾਂ ਮਹਿਤਾ ਚੌਂਕ ਵੀ ਵੇਖਿਆ। ਜਿੱਥੇ ਦਮਦਮੀ ਟਕਸਾਲ ਸੀ ਅਤੇ ਸੰਤ ਭਿੰਡਰਾਂਵਾਲੇ ਕਦੇ ਇਸੇ ਟਕਸਾਲ ਦੇ ਮੁੱਖੀ ਹੁੰਦੇ ਸਨ। ਏਥੋਂ ਵਾਪਰੀਆਂ ਕੁੱਝ ਘਟਨਾਵਾਂ ਕਾਰਨ ਚੌਂਕ ਮਹਿਤਾ ਬਹੁਤ ਹੀ ਚਰਚਾ ਵਿੱਚ ਰਿਹਾ ਸੀ। ਰਸਤੇ ਵਿੱਚ ਬਾਬਾ ਬਕਾਲਾ ਵੀ ਆਇਆ। ਜਿੱਥੇ ਲੱਖੀ ਸ਼ਾਹ ਵਣਜਾਰੇ ਨੇ ਗੁਰੂ ਤੇਗ ਬਹਾਦਰ ਸਾਹਿਬ ਨੂੰ ਪਛਾਣ ਕੇ 'ਗੁਰੂ ਲਾਧੋ ਰੇ' ਦਾ ਹੋਕਾ ਦਿੱਤਾ ਸੀ। ਪਰ ਹਾਲ ਦੀ ਘੜੀ ਤਾਂ ਪੰਜਾਬ ਵਿੱਚ ਗੁਰੂਆਂ ਦੀ ਸਿੱਖਿਆ ਬਹੁਤ ਪਿੱਛੇ ਪਈ ਹੋਈ ਸੀ। ਹਿੰਦੂ ਧਰਮ ਲਈ ਕਦੇ ਗੁਰੂ ਜੀ ਨੇ ਜਾਨ ਵਾਰੀ ਸੀ ਤੇ ਅੱਜ ਹਿੰਦੂ ਅਤੇ ਸਿੱਖ ਇੱਕ ਦੂਸਰੇ ਨੂੰ ਦੁਸ਼ਮਣ ਸਮਝਕੇ ਮਾਰਨ ਤੇ ਤੁੱਲੇ ਹੋਏ ਸਨ। ਸਿੱਖ ਖਾੜਕੂ, ਹਿੰਦੂਆਂ ਨੂੰ ਦੁਕਾਨਾਂ ਜਾਂ ਬੱਸਾਂ 'ਚੋਂ ਕੱਢ ਕੱਢ ਕੇ ਗੋਲੀ ਮਾਰਦੇ ਅਤੇ ਹਿੰਦੂ ਹਰਮੰਦਰ ਸਾਹਿਬ ਤੇ ਹਮਲਾ ਹੋਣ ਕਰਕੇ ਜਾਂ ਦਿੱਲੀ ਵਿੱਚ ਹਜ਼ਾਰਾਂ ਸਿੱਖਾਂ ਨੂੰ ਮਾਰਕੇ ਸਬਕ ਸਿਖਾਉਣ ਦੀਆਂ ਗੱਲਾਂ ਕਰਕੇ ਖੁਸ਼ ਹੁੰਦੇ। ਫੇਰ ਦੋਨੋ ਧਰਮ ਇੱਕ ਦੂਜੇ ਦੀ ਮੌਤ ਤੇ ਲੱਡੂ ਵੰਡਦੇ।

ਬਟਾਲੇ ਸ਼ਹਿਰ ਮਨਦੀਪ ਪਹਿਲੀ ਵਾਰ ਆਇਆ ਸੀ। ਇਹ ਉਸਦੇ ਮਨ ਪਸੰਦ ਸ਼ਾਇਰ ਸ਼ਿਵ ਕੁਮਾਰ ਬਟਾਲਵੀ ਦਾ ਸ਼ਹਿਰ ਸੀ। ਮਨਦੀਪ ਨੇ ਇਸ ਮਹਾਨ ਸ਼ਹਿਰ ਨੂੰ ਸਜਦਾ ਕੀਤਾ। ਏਥੇ ਲੁਹਾਰਾ ਤਰਖਾਣਾ ਕੰਮ ਲਈ ਆਰੀਆਂ ਅਤੇ ਅੱਡਿਆਂ ਦਾ ਬਹੁਤ ਵੱਡਾ ਕਾਰੋਬਾਰ ਸੀ। ਇਹ ਇਤਿਹਾਸਕ ਸ਼ਹਿਰ ਭਾਵੇਂ ਟੁੱਟੀਆਂ ਸੜਕਾਂ ਅਤੇ ਗੰਦੇ ਪਾਣੀ ਦੇ ਛੱਪੜਾਂ ਨਾਲ ਭਰਿਆ ਪਿਆ ਸੀ, ਪਰ ਤਾਂ ਵੀ ਲੋਕਾਂ ਦਿਆਂ ਚਿਹਰਆਂ ਤੇ ਸੁੰਦਰਤਾ ਝਲਕਦੀ ਸੀ।

ਸੁਰਜੀਤ ਮਿਸਤਰੀ ਪਰਿਵਾਰ ਨਾਲ ਸਬੰਧਤ ਸੀ ਅਤੇ ਆਪਣੀ ਨਵੀਂ ਆਰਾ ਮਿੱਲ ਲਈ ਉਸ ਨੇ ਏਥੋਂ ਅੱਡਾ ਲੈਣਾ ਸੀ। ਇਹ ਕੰਮ ਮੁਕਾਕੇ ਉਨ੍ਹਾਂ ਟਰੱਕ ਵਿੱਚ 'ਅੱਡਾ' ਪਿੰਡ ਭੇਜਣ ਦਾ ਪ੍ਰਬੰਧ ਕੀਤਾ। ਫੇਰ ਇੱਕ ਢਾਬੇ ਤੇ ਦੁਪਿਹਰ ਦੀ ਰੋਟੀ ਖਾਧੀ ਤੇ ਅੱਗੇ ਚਾਲੇ ਪਾ ਦਿੱਤੇ।

ਮਨਦੀਪ ਅਜੇ ਵੀ ਬੈਠਾ ਸੋਚ ਰਿਹਾ ਸੀ ਕਿ ਇਹ ਉਹ ਹੀ ਬਟਾਲਾ ਹੈ ਜਿੱਥੇ ਕਦੇ ਮੂਲ ਚੰਦ ਖੱਤਰੀ ਦੀ ਧੀ ਸੁਲੱਖਣੀ ਨੂੰ ਵਿਆਹੁਣ ਸ੍ਰੀ ਗੁਰੂ ਨਾਨਕ ਦੇਵ ਜੀ ਬਰਾਤ ਲੈ ਕੇ ਢੁੱਕੇ ਸਨ। ਜਿੱਥੇ ਅੱਜ ਵੀ ਗੁਰਦੁਵਾਰਾ ਕੰਧ ਸਾਹਿਬ ਹੈ। ਤੇ ਕਿਤੇ ਉਹ ਘਰ ਵੀ ਹੋਵੇਗਾ, ਜਿੱਥੇ ਸ਼ਿਵ ਨੇ ਜਨਮ ਲਿਆ ਸੀ। ਪਰ ਇਸ ਸਮੇਂ ਤਾਂ ਉਹ ਕੁੱਝ ਵੀ ਨਹੀਂ ਸਨ ਦੇਖ ਸਕੇ। ਹੁਣ ਤਾਂ ਬੱਸ ਅਮ੍ਰਿਤਸਰ ਨੂੰ ਜਾ ਰਹੀ ਸੀ।

ਬੱਸ ਦੇ ਸਫਰ ਦੌਰਾਨ ਅਜੇ ਤੱਕ ਤਾਂ ਮਨਦੀਪ ਨੂੰ ਕੋਈ ਡਰ ਭੈਅ ਵਾਲੀ ਗੱਲ ਨਹੀਂ ਸੀ ਜਾਪੀ। ਉਸ ਨੂੰ ਤਾਂ ਸਗੋਂ ਇਹ ਵੀ ਲੱਗਿਆ ਸੀ ਕਿ ਸਮੁੱਚਾ ਮੀਡੀਆ ਪੰਜਾਬ ਬਾਰੇ ਬਹੁਤ ਵਧਾ ਚੜ੍ਹਾ ਕੇ ਖ਼ਬਰਾਂ ਦੇ ਰਿਹਾ ਹੈ। ਜਿਉਂ ਹੀ ਉਹ ਅਮ੍ਰਿਤਸਰ ਬੱਸ ਅੱਡੇ ਤੇ ਪਹੁੰਚੇ ਤਾਂ ਸੁਰਜੀਤ ਨੇ ਦੱਸਿਆ ਕਿ ਇਹ ਏਸ਼ੀਆ ਦਾ ਸਭ ਤੋਂ ਵੱਡਾ ਅਤੇ ਚੰਗਾ ਬੱਸ ਅੱਡਾ ਹੈ। ਇਹ ਉਹ ਹੀ ਅਮ੍ਰਿਤਸਰ ਸੀ ਜੋ ਅੱਤਵਾਦ ਨੂੰ ਲੈ ਕੇ ਹੁਣ ਪੂਰੀ ਦੁਨੀਆਂ ਦੇ ਨਕਸ਼ੇ ਤੇ ਮਸ਼ਹੂਰ ਸੀ। ਪਰ ਏਥੇ ਤਾਂ ਹਿੰਦੂ ਸਿੱਖ ਸਭ ਭਰਾਵਾਂ ਵਾਂਗ ਫਿਰ ਰਹੇ ਸਨ। ਸ਼ਹਿਰ ਵਿੱਚ ਕੋਈ ਵੀ ਤਨਾਅ ਨਹੀਂ ਸੀ। ਜੋ ਮਹੌਲ ਅਖ਼ਬਾਰਾਂ ਟੈਲੀਵੀਜਨਾਂ ਅਤੇ ਰੇਡੀਓ ਨੇ ਸਿਰਜ ਰੱਖਿਆ ਸੀ, ਇਹ ਤਾਂ ਉਸ ਤੋਂ ਬਿਲਕੁੱਲ ਵੱਖਰਾ ਸੀ । ਮਨਦੀਪ ਨੂੰ ਇਸ ਝੂਠੇ ਪ੍ਰਚਾਰ ਤੇ ਵੀ ਬਹੁਤ ਗੁੱਸਾ ਆਇਆ।

ਫੇਰ ਉਨ੍ਹਾਂ ਦਰਬਾਰ ਸਾਹਿਬ ਜਾਣ ਲਈ ਦੋ ਰੁਪਏ ਵਿੱਚ ਰਿਕਸ਼ਾ ਲਿਆ। ਸਾਰੇ ਸ਼ਹਿਰ ਵਿੱਚ ਹੀ ਖ਼ੂਬ ਚਹਿਲ ਪਹਿਲ ਸੀ। ਦੁਕਾਨਦਾਰ ਘੁਲ ਮਿਲ ਕੇ ਕੰਮ ਕਰਦੇ ਨਜ਼ਰ ਆਏ ਅਤੇ ਹਿੰਦੂ ਸਿੱਖ ਭਾਈਚਾਰਾ ਪੂਰੀ ਤਰਾਂ ਕਾਇਮ ਸੀ। "ਨੌਂਹ ਮਾਸ ਦਾ ਰਿਸ਼ਤਾ ਭਲਾਂ ਏਨੀ ਜਲਦੀ ਕਿਵੇਂ ਟੁੱਟ ਸਕਦਾ ਹੈ" ਮਨਦੀਪ ਸੋਚ ਰਿਹਾ ਸੀ। ਉਹ ਤਾਂ ਇਕੱਠੇ ਖਾਅ ਪੀ ਵੀ ਰਹੇ ਸਨ। ਜਿਉਂ ਜਿਉਂ ਉਨ੍ਹਾ ਦਾ ਰਿਕਸ਼ਾ ਦਰਬਾਰ ਸਾਹਿਬ ਵਲ ਵਧ ਰਿਹਾ ਸੀ ਤਾਂ ਉਨ੍ਹਾਂ ਦੇ ਦਿਲ ਦੀ ਧੜਕਣ ਵੀ ਹੋਰ ਤੇਜ਼ ਹੁੰਦੀ ਜਾ ਰਹੀ ਸੀ।

•

ਭਾਗ 50

ਰਿਕਸ਼ਾ ਦਰਸਨੀ ਡਿਓਡੀ ਪਾਸ ਜਾਕੇ ਰੁਕਿਆ। ਬਾਹਰ ਕਾਫੀ ਚਹਿਲ ਪਹਿਲ ਸੀ। ਦਰਬਾਰ ਸਾਹਿਬ 'ਚੋਂ ਕੀਰਤਨ ਦੀਆਂ ਰਸਭਿੰਨੀਆਂ ਆਵਾਜ਼ਾਂ ਆ ਰਹੀਆਂ ਸਨ। ਆਲੇ ਦੁਆਲੇ ਨਜ਼ਰ ਦੁੜਾਇਆਂ, ਸੀ ਆਰ ਪੀ ਐੱਫ ਦੇ ਸਿਪਾਹੀ ਅਤੇ ਪੁਲੀਸ ਵਾਲੇ ਵੱਡੀ ਗਿਣਤੀ ਵਿੱਚ ਨਜ਼ਰ ਆ ਰਹੇ ਸਨ। ਪਰ ਹੁਣ ਸਾਕਾ ਨੀਲਾ ਤਾਰਾ ਤੋਂ ਪਹਿਲਾ ਵਰਗੀ ਘੇਰਾਬੰਦੀ ਨਹੀਂ ਸੀ। ਉਨ੍ਹਾਂ ਜੋੜਾ ਘਰ ਵਿੱਚ ਜੋੜੇ ਜਮਾਂ ਕਰਵਾਕੇ ਪੈਰ ਧੋਤੇ ਅਤੇ ਦਰਸ਼ਨੀ ਡਿਓਡੀ ਵਿੱਚ ਪ੍ਰਵੇਸ਼ ਕਰ ਗਏ। ਸਰੋਵਰ ਦੇ ਡਲਕਾਂ ਮਾਰਦੇ ਪਾਣੀ ਵਿੱਚ ਸੁਨਹਿਰੀ ਮੰਦਿਰ ਬਹੁਤ ਖ਼ੂਬਸੂਰਤ ਲੱਗ ਰਿਹਾ ਸੀ। ਇਸੇ ਅਸਥਾਨ ਦੇ ਚਰਚੇ ਦੁਨੀਆਂ ਭਰ ਵਿੱਚ ਹੋਏ ਸਨ। ਪਰ ਜਲਦੀ ਹੀ ਇਹ ਵੇਖ ਕੇ ਉਨ੍ਹਾਂ ਦਾ ਮਨ ਬੁਝ ਗਿਆ ਕਿ ਅੰਦਰ ਅਜੇ ਵੀ ਕਾਫੀ ਕੁੱਝ ਢੱਠਾ ਪਿਆ ਸੀ। ਪਾਣੀ ਵਾਲੀ ਟੈਂਕੀ ਅਤੇ ਅਕਾਲ ਬੁੰਗਾ ਖੰਡਰ ਬਣੇ ਪਏ ਸਨ। ਥਾਂ ਥਾਂ ਗੋਲੀਆਂ ਦੇ ਨਿਸ਼ਾਨ ਦੇਖੇ ਜਾ ਸਕਦੇ ਸਨ। ਇਹ ਨਿਸ਼ਾਨ ਸੁਨਿਹਰੀ ਮੰਦਿਰ ਤੇ ਵੀ ਸਨ। ਜਿਸ ਬਾਰੇ ਮੀਡੀਆ ਕਹਿ ਰਿਹਾ ਸੀ ਕਿ ਗੋਲਡਨ ਟੈਂਪਲ ਨੂੰ ਤਾਂ ਇੱਕ ਵੀ ਗੋਲੀ ਨਹੀਂ ਲੱਗੀ।

ਦਰਬਾਰ ਸਾਹਿਬ ਸਮੂਹ ਤੇ ਕਾਲਾ ਧੂੰਆਂ ਜੰਮਿਆ ਹੋਇਆ ਸੀ। ਬਰਬਾਦੀ ਦੇ ਨਿਸ਼ਾਨ ਥਾਂ ਥਾਂ ਦੇਖੇ ਜਾ ਸਕਦੇ ਸਨ। ਪਤਾ ਲੱਗਦਾ ਸੀ ਕਿ ਜੂਨ 1984 ਵਿੱਚ ਏਥੇ ਗਹਿ ਗੱਚ ਲੜਾਈ ਹੋਈ ਹੋਵੇਗੀ। ਸਿੱਖ ਅਜਾਇਬ ਘਰ ਦੀਆਂ ਜਾਲੀਆਂ ਵੀ ਟੁੱਟੀਆਂ ਪਈਆਂ ਸਨ। ਦਰਸ਼ਨੀ ਡਿਓਡੀ ਦੇ ਅੰਦਰਲੇ ਪਾਸੇ ਬਹੁਤ ਵੱਡਾ ਮਲਬੇ ਦਾ ਢੇਰ ਲੱਗਿਆ ਪਿਆ ਸੀ। ਹੋਰ ਤਾਂ ਹੋਰ ਸੰਗਮਰਮਰ ਤੇ ਤੇਲ ਛਿੜਕ ਕੇ ਜਾਲ ਦਿੱਤੇ ਗਏ ਲੋਕਾਂ ਦੇ ਜਿਸਮਾਂ ਦੇ ਨਿਸ਼ਾਨ ਵੀ ਜਿਉਂ ਦੇ ਤਿਉਂ ਬਣੇ ਹੋਏ ਸਨ। ਕਈ ਥਾਵਾਂ ਤੇ ਤਾਂ ਲਹੂ ਦੇ ਛਿੱਟੇ ਅਜੇ ਵੀ ਦੇਖੇ ਜਾ ਸਕਦੇ ਸਨ।

ਉਹ ਬਾਬਾ ਦੀਪ ਸਿੰਘ ਦੇ ਬੁੰਗੇ ਤੇ ਵੀ ਗਏ ਜਿੱਥੇ ਮਿਲਟਰੀ ਦਾ ਗੋਲੇ ਦਾਗਦਾ ਟੈਂਕ ਫਸ ਗਿਆ ਸੀ ਤੇ ਉਸ ਥਾਂ ਅਜੇ ਵੀ ਵੱਡਾ ਸਾਰਾ ਖੱਡਾ ਬਣਿਆ ਹੋਇਆ ਸੀ। ਮਨਦੀਪ ਭਾਵੇਂ ਕੱਟੜ ਧਾਰਮਿਕ ਨਹੀਂ ਸੀ ਪਰ ਉਸਦੇ ਅੰਦਰ ਪਈ ਸੰਸਕਾਰਾਂ ਦੀ ਜ਼ਮੀਨ ਵਿੱਚ ਜਿਵੇਂ ਕੋਈ ਤੂਫਾਨ ਉੱਠ ਰਿਹਾ ਹੋਵੇ। ਸਰੋਵਰ ਵਿੱਚ ਪੈ ਰਿਹਾ ਲਾਈਟਾਂ ਦਾ ਖ਼ੂਬਸੂਰਤ ਅਕਸ ਮਨਦੀਪ ਨੂੰ ਅੱਜ ਟੁੰਬ ਨਹੀਂ ਸੀ ਰਿਹਾ। ਇਸ ਤਰ੍ਹਾਂ ਲੱਗਦਾ ਸੀ ਜਿਵੇਂ ਅਜੇ ਵੀ ਮਾਸੂਮ ਬੱਚਿਆਂ ਦੀਆਂ ਲਾਸ਼ਾਂ ਪਾਣੀ ਤੇ ਤੈਰ ਰਹੀਆਂ ਹੋਣ। ਸਾਹਮਣੇ ਅਕਾਲ ਤਖਤ ਦੀ ਸਿੱਖ ਸੰਗਤਾਂ ਵਲੋਂ ਨਵੀਂ ਬਣੀ ਇਮਾਰਤ ਨਕਲੀ ਜਿਹੀ ਜਾਪ ਰਹੀ ਸੀ। ਪਹਿਲੀ ਮੀਨਾਕਾਰੀ ਵਾਲੀ, ਗੁਰੂਆਂ ਦੇ ਸਮੇਂ ਦੀ ਇਮਾਰਤ ਤਾਂ ਟੈਂਕਾ ਦੇ ਗੋਲਿਆਂ ਨੇ ਖੰਡਰ ਬਣਾ ਦਿੱਤੀ ਸੀ। ਫੇਰ ਜੋ ਸਰਕਾਰੀ ਮੱਦਦ ਨਾਲ ਨਿਹੰਗ ਮੁੱਖੀ ਬਾਬਾ ਸੰਤਾ ਸਿੰਘ ਨੇ ਬਣਾਈ ਸੀ, ਸਿੱਖ ਸੰਗਤਾ ਨੇ ਉਸ ਨੂੰ ਵੀ ਪ੍ਰਵਾਨ ਨਹੀਂ ਸੀ ਕੀਤਾ। ਤੇ ਹੁਣ ਵਾਲੀ ਇਮਾਰਤ ਸਿੱਖ ਸੰਗਤਾਂ ਨੇ ਆਪ ਬਣਵਾਈ ਸੀ।

ਮਨਦੀਪ ਤੇ ਸੁਰਜੀਤ ਸੀਲੋਂ ਦੇਗਾਂ ਕਰਵਾਕੇ ਪਹਿਲਾਂ ਦਰਬਾਰ ਸਾਹਿਬ ਦੇ ਅੰਦਰ ਬੈਠ ਕੀਰਤਨ ਸੁਣਦੇ ਰਹੇ ਤੇ ਫੇਰ ਉਹ ਅਕਾਲ ਤਖਤ ਸਾਹਿਬ ਤੇ ਚਲੇ ਗਏ। ਸਾਹਮਣੇ ਗੁਰੂ ਹਰਗੋਬਿੰਦ ਸਾਹਿਬ ਵਲੋਂ ਚਲਾਈ ਪੀਰੀ ਪੀਰੀ ਦੀ ਰੀਤ ਅਨੁਸਾਰ ਖਾਲਸਾਈ ਝੰਡੇ ਝੁੱਲ ਰਹੇ ਸਨ। ਇਹ ਹੀ ਉਹ ਥਾਂ ਸੀ ਜਿੱਥੇ ਸੰਤ ਜਰਨੈਲ ਸਿੰਘ ਭਿੰਡਰਾਂਵਾਲਾ, ਜਨਰਲ ਸੁਬੇਗ ਸਿੰਘ ਅਤੇ ਭਾਈ ਅਮਰੀਕ

ਸਿੰਘ, ਫੌਜ ਨਾਲ ਲੜਦੇ, ਮਾਰੇ ਗਏ ਸਨ ਤੇ ਉਨਾਂ ਦੀਆਂ ਲਾਸ਼ਾਂ ਵੀ ਏਥੋਂ ਹੀ ਬਰਾਮਦ ਕੀਤੀਆਂ ਗਈਆਂ ਸਨ। ਆਸੇ ਪਾਸੇ ਅਜੇ ਵੀ ਮਲਬੇ ਦੇ ਢੇਰ ਲੱਗੇ ਪਏ ਸਨ।

ਉਨ੍ਹਾਂ ਪਾਠ ਸੁਣਨ ਦੇ ਨਾਲ ਨਾਲ ਗੁਰੂ ਹਰਗੋਬਿੰਦ ਸਾਹਿਬ ਅਤੇ ਗੁਰੂ ਗੋਬਿੰਦ ਸਿੰਘ ਦੇ ਹਥਿਆਰਾਂ ਦੇ ਦਰਸ਼ਨ ਵੀ ਕੀਤੇ। ਫੇਰ ਉਨ੍ਹਾਂ ਨੇ ਦੁੱਖ ਭੰਜਨੀ ਬੇਰੀ, ਗੁਰੂ ਰਾਮਦਾਸ ਸਰਾਂ, ਤੇਜਾ ਸਿੰਘ ਸਮੁੰਦਰੀ ਹਾਲ ਵੀ ਘੁੰਮ ਕੇ ਵੇਖੇ ਅਤੇ ਗੁਰੂ ਨਾਨਕ ਨਿਵਾਸ ਵੀ ਗਏ। ਜਿੱਥੋਂ ਇਹ ਸਾਰਾ ਸਿੱਖ ਮੋਰਚਾ ਚਲਾਇਆ ਗਿਆ ਸੀ। ਏਥੇ ਹੀ ਮਨਦੀਪ ਐਕਸ਼ਨ ਤੋਂ ਪਹਿਲਾਂ ਸੰਤ ਜਰਨੈਲ ਸਿੰਘ ਭਿੰਡਰਾਂਵਾਲਿਆਂ ਨੂੰ ਮਿਲਿਆ ਸੀ।

ਹੁਣ ਉਹ ਹਥਿਆਰ ਬੰਦ ਮੁੰਡਿਆਂ ਦੇ ਕਾਫਲੇ ਕਿਧਰੇ ਨਜ਼ਰ ਨਹੀਂ ਸਨ ਆ ਰਹੇ। ਗੁਰੂ ਨਾਨਕ ਨਿਵਾਸ ਦਾ ਨਜ਼ਾਰਾ ਤਾਂ ਸਭ ਤੋਂ ਭਿਆਨਕ ਸੀ। ਧੁਆਂਖੀਆਂ ਕੰਧਾਂ। ਜਲੇ ਹੋਰ ਦਰਵਾਜੇ। ਤੇ ਡਿੱਗੀਆਂ ਹੋਈਆਂ ਪੌੜੀਆਂ। ਤਿੰਨ ਬੱਸਾਂ ਵੀ ਜਲੀਆਂ ਖੜੀਆਂ ਸਨ। ਕਮਰਿਆਂ ਦੀਆਂ ਕੰਧਾਂ ਤੇ ਗਾੜ੍ਹਾ ਧੂੰਆਂ ਜੰਮਿਆ ਹੋਇਆ ਸੀ। ਸੰਤਾਂ ਵਾਲੇ ਕਮਰੇ ਨੂੰ ਹੁਣ ਜੰਦਰਾ ਲੱਗਿਆ ਹੋਇਆ ਸੀ। ਸਾਰਾ ਕੁੱਝ ਹੀ ਝੁਲਸਿਆ ਪਿਆ ਸੀ। ਉਨ੍ਹਾਂ ਗੁਰੂ ਨਾਨਕ ਨਿਵਾਸ ਦੀ ਛੱਤ ਤੇ ਚੜ ਕੇ ਵੀ ਬਰਬਾਦੀ ਦਾ ਸਾਰਾ ਮੰਜ਼ਿਰ ਵੇਖਿਆ।

ਮਨਦੀਪ ਅਤੇ ਸੁਰਜੀਤ ਗੁਰੂ ਨਾਨਕ ਨਿਵਾਸ ਤੋਂ ਥੱਲੇ ਉੱਤਰ ਆਏ। ਸ਼੍ਰੋਮਣੀ ਕਮੇਟੀ ਦੇ ਦਫਤਰ ਪਾਸ ਦਿੱਲੀ ਦੰਗਿਆਂ ਚੋਂ ਉੱਜੜ ਕੇ ਆਏ ਸ਼ਰਨਾਰਥੀਆਂ ਦੀ ਕਾਫੀ ਭੀੜ ਸੀ। ਕਈਆਂ ਦੇ ਪੁੱਤਰ, ਕਈਆਂ ਦੇ ਪਤੀ ਅਤੇ ਬੁੱਢੇ ਮਾਪੇ ਮਾਰੇ ਗਏ ਸਨ। ਕਈ ਦੀਆਂ ਮਾਪਿਆਂ ਦੀ ਇੱਜਤ ਤਾਂ ਉਨ੍ਹਾਂ ਦੇ ਸਾਹਮਣੇ ਹੀ ਲੀਰੋ ਲੀਰ ਕੀਤੀ ਗਈ ਸੀ। ਏਧਰ ਪੰਜਾਬ ਵਿੱਚ ਵੀ ਖਾੜਕੂਵਾਦ ਦੇ ਨਾਂ ਹੇਠ ਇੱਕੋ ਫਿਰਕੇ ਦੇ ਲੋਕ ਬੱਸਾਂ ਚੋਂ ਕੱਢ ਕੱਢ ਕੇ ਮਾਰੇ ਜਾਂਦੇ ਰਹੇ ਜਾਂ ਬਜ਼ਾਰਾਂ ਵਿੱਚ ਗੋਲੀਆਂ ਬੰਬਾਂ ਨਾਲ ਭੁੰਨੇ ਜਾਂਦੇ ਰਹੇ।

ਆਮ ਮਨੁੱਖ ਨੇ ਬੇਹੱਦ ਦੁਖਾਂਤ ਭੋਗਿਆ ਜੋ ਅਜੇ ਵੀ ਜ਼ਾਰੀ ਸੀ। ਦਿੱਲੀ ਦੰਗਿਆਂ ਚੋਂ ਆਏ ਇਹ ਵੀ ਆਮ ਲੋਕ ਹੀ ਤਾਂ ਸਨ, ਜਿਨਾਂ ਦੀ ਕੋਈ ਸੁਣਵਾਈ ਨਹੀਂ ਸੀ। ਮੈਲੇ ਕੁਚੈਲੇ ਕੱਪੜੇ, ਉਲਝੇ ਵਾਲ ਅਤੇ ਚਿਹਰੇ ਤੇ ਉਦਾਸੀ। ਸਾਹਮਣੇ ਹਰਿਮੰਦਰ ਸਾਹਿਬ ਦੇ ਚਾਰ ਦਰਵਾਜ਼ੇ ਮਨੁੱਖਤਾ ਨੂੰ ਸਾਂਝੀਵਾਲ ਦਾ ਉਪਦੇਸ਼ ਦੇਣ ਵਾਲੇ ਵੀ ਅੱਜ ਉਦਾਸ ਜਾਪ ਰਹੇ ਸਨ। ਮਨੁਖ ਕਿੰਨਾ ਵੱਡਾ ਦਰਿੰਦਾ ਹੋ ਸਕਦਾ ਹੈ ਇਹ ਤਾਂ ਸੋਚਿਆ ਵੀ ਨਹੀਂ ਸੀ ਜਾ ਸਕਦਾ। ਲੱਖਾਂ ਤੋਂ ਕੱਖ ਦੇ ਹੋਏ ਇਹ ਲੋਕ ਅੱਜ ਬੇਘਰ ਸਨ। ਕੋਈ ਇਨ੍ਹਾਂ ਦੀ ਬਾਤ ਵੀ ਨਹੀਂ ਸੀ ਪੁੱਛ ਰਿਹਾ। ਉਹ ਵੀ ਦਿਲ ਤੇ ਪੱਥਰ ਰੱਖਕੇ ਹੀ ਉਨ੍ਹਾਂ ਕੋਲੋਂ ਗੁਜ਼ਰ ਗਏ।

ਦਰਬਾਰ ਸਾਹਿਬ ਸਮੂਹ ਤੋਂ ਬਾਹਰ ਨਿੱਕਲ ਕੇ ਦੋਨੋ ਸਿੰਧੀ ਹੋਟਲ ਵਲ ਚੱਲ ਪਏ। ਅੰਦਰ ਕਿਸੇ ਸਰਾਂ ਵਿੱਚ ਰਹਿਣਾ ਉਨ੍ਹਾਂ ਨੂੰ ਠੀਕ ਨਹੀਂ ਸੀ ਜਾਪਿਆ। ਹੋਟਲ ਦੇ ਮਾਲਿਕ ਨੇ ਕਮਰਾ ਪੱਛਣ ਤੇ ਦੋਹਾਂ ਨੂੰ 16 ਨੰਬਰ ਕਮਰਾ ਬੁੱਕ ਕਰ ਦਿੱਤਾ। ਇਸ ਛੋਟੇ ਜਿਹੇ ਕਮਰੇ ਦਾ ਕਿਰਾਇਆ ਸਿਰਫ 25 ਰੁਪਏ ਸੀ। ਹੋਟਲ ਵਿੱਚ ਰਾਤ ਰਹਿਣ ਲਈ ਹੋਰ ਵੀ ਕਾਫੀ ਬੰਦੇ ਠਹਿਰੇ ਹੋਏ ਸਨ। ਕਮਰੇ ਵਿੱਚ ਸਮਾਨ ਰੱਖਕੇ ਉਹ ਬਜ਼ਾਰ ਵਿੱਚ ਰੋਟੀ ਖਾਣ ਚਲੇ ਗਏ। ਹਾਲ ਬਜ਼ਾਰ ਵਿੱਚ ਦਾਖਲ ਹੁੰਦਿਆਂ ਹੀ ਮਨਦੀਪ ਨੂੰ ਆਪਣੇ ਤਾਏ ਜਗਮੋਹਨ ਸਿੰਘ ਦੀ ਯਾਦ ਆਈ, ਜਿਸ ਨੂੰ 1947 ਵਿੱਚ ਜਨੂੰਨੀਆਂ ਨੇ ਟਾਂਗੇ ਵਿੱਚੋਂ ਲਾਹ ਕੇ ਏਸੇ ਬਜ਼ਾਰ ਵਿੱਚ ਬਰਛਿਆਂ ਨਾਲ ਕੋਹਿਆ ਸੀ। ਖਾਣਾ ਖਾਣ ਵੇਲੇ ਵੀ ਮਨਦੀਪ ਇਹੋ ਸੋਚਦਾ ਰਿਹਾ ਕਿ ਮਨੁੱਖ ਅੱਜ ਵੀ ਤਾਂ ਉੱਥੇ ਹੀ ਖੜ੍ਹਾ ਹੈ ਉਸੇ ਤਰ੍ਹਾਂ ਜਨੂੰਨ 'ਚ ਅੰਨਾ ਹੋਇਆ।

ਵਾਪਸ ਹੋਟਲ ਆ ਕੇ ਪਤਾ ਚੱਲਿਆ ਕਿ ਇਹ ਉਹ ਹੀ ਸਿੰਧੀ ਹੋਟਲ ਹੈ ਜਿੱਥੇ ਬਲਜੀਤ

ਕੌਰ ਦੇ ਇਸ਼ਾਰੇ ਤੇ ਪ੍ਰਸਿੱਧ ਖਾੜਕੂ ਸੁਰਿੰਦਰ ਸਿੰਘ ਸੋਢੀ ਦਾ ਕਤਲ ਕੀਤਾ ਗਿਆ ਸੀ ਤੇ ਫੇਰ ਇੱਕ ਹੁਕਮ ਅਧੀਨ 24 ਘੰਟੇ ਦੇ ਅੰਦਰ ਅੰਦਰ ਹੀ ਬਲਜੀਤ ਕੌਰ ਦੀ ਲਾਸ਼ ਦੇ ਟੁੱਕੜੇ ਬੋਗੀ ਵਿੱਚ ਪਾਕੇ ਲੰਗਰ ਵਾਲੀ ਭੱਠੀ ਵਿੱਚ ਸਾੜ ਦਿੱਤੇ ਗਏ ਸਨ। ਇਹ ਸਿੰਧੀ ਹੋਟਲ ਅੱਤਵਾਦੀ ਸਰਗਰਮੀਆਂ ਦਾ ਹਿੱਸਾ ਰਿਹਾ ਸੀ। ਗੁਰੂ ਨਾਨਕ ਨਿਵਾਸ ਦੇ ਨੇੜੇ ਹੋਣ ਕਾਰਨ ਬਹੁਤ ਸਾਰਾ ਅਦਾਨ ਪ੍ਰਦਾਨ ਏਥੇ ਹੀ ਹੁੰਦਾ ਰਿਹਾ।

ਜਿਸ ਕਮਰੇ ਵਿੱਚ ਉਹ ਪਏ ਸਨ ਉਸ ਦੇ ਦਰਵਾਜ਼ੇ ਦੀਆਂ ਫੱਟੀਆਂ ਪੁੱਟ ਕੇ ਦੁਬਾਰਾਂ ਲਾਈਆਂ ਸਾਫ ਦਿਸਦੀਆਂ ਸਨ। ਪਤਾ ਲੱਗਿਆ ਕਿ ਕਿਸੇ ਖਾੜਕੂ ਨੇ ਘੇਰਾ ਪੈਣ ਤੇ ਅੰਦਰ ਖੁਦਕਸ਼ੀ ਕਰ ਲਈ ਸੀ ਤੇ ਜਿਸ ਨੂੰ ਫੇਰ ਦਰਵਾਜ਼ਾ ਤੋੜ ਕੇ ਅੰਦਰੋਂ ਕੱਢਿਆ ਗਿਆ ਸੀ। ਇਹ ਪਤਾ ਲੱਗਣ ਤੇ ਦੋਹਾਂ ਨੂੰ ਨੀਂਦ ਨਹੀਂ ਸੀ ਆ ਰਹੀ।

ਮਨਦੀਪ ਅਤੇ ਸੁਰਜੀਤ ਹੋਟਲ ਦੇ ਇੱਕ ਹੋਰ ਕਰਿੰਦੇ ਨਾਲ ਗੱਲਾਂ ਕਰਨ ਲੱਗ ਪਏ। ਉਹ ਕਹਿੰਦਾ "ਐਕਸ਼ਨ ਵੇਲੇ ਤਾਂ ਜੀ ਏਥੇ ਪੂਰਾ ਕਹਿਰ ਬੀਤਦਾ ਸੀ। ਅਸੀਂ ਤਾਂ ਅੰਦਰ ਲੁਕੇ ਬੈਠੇ ਸਾਂ। ਬੰਬਾਂ ਗੋਲੀਆਂ ਦੀਆਂ ਕੰਨ ਪਾੜ੍ਹਵੀਆਂ ਆਵਾਜ਼ਾਂ ਆ ਰਹੀਆਂ ਸਨ। ਪੂਰਾ ਅਮ੍ਰਿਤਸਰ ਹੀ ਜਲ ਰਿਹਾ ਸੀ। ਬੱਚਿਆਂ ਬਜੁਰਗਾਂ ਦੀਆਂ ਚੀਕਾਂ ਸਨ। ਲਹੂ ਦੇ ਫੁਹਾਰੇ ਸਨ। ਇਮਾਰਤਾਂ ਦੜਾ ਦੜ ਡਿਗ ਰਹੀਆਂ ਸਨ। ਲੱਗਦਾ ਸੀ ਕਿ ਸਭ ਕੁੱਝ ਖਤਮ ਹੋ ਜਾਵੇਗਾ। ਗੋਲੀਆਂ ਦੇ ਖੋਲਾਂ ਨਾਲ ਸਾਡੇ ਹੋਟਲ ਦੀ ਛੱਤ ਭਰੀ ਪਈ ਸੀ। ਹਰ ਪਾਸੇ ਮਿਲਟਰੀ ਹੀ ਮਿਲਟਰੀ ਸੀ। ਕਈ ਦਿਨ ਤਾਂ ਅਸੀਂ ਆਪਣੇ ਘਰ ਵੀ ਨਹੀਂ ਜਾ ਸਕੇ। ਫੋਨ ਵੀ ਸਾਰੇ ਡੈੱਡ ਹੋ ਗਏ ਸਨ ਤੇ ਬਿਜਲੀ ਵੀ ਗੁੱਲ। ਉਸ ਐਕਸ਼ਨ ਵਿੱਚੋਂ ਤਾਂ ਜੀ ਅਸੀਂ ਮਸਾਂ ਹੀ ਬਚੇ ਸੀ" ਉਹ ਅਜੇ ਵੀ ਡਰ ਮਹਿਸੂਸ ਕਰ ਰਿਹਾ ਸੀ। ਇਸੇ ਪ੍ਰਕਾਰ ਗੱਲਾਂ ਕਰਦਿਆਂ ਨੂੰ ਰਾਤ ਦੇ ਬਾਰਾਂ ਵੱਜ ਗਏ ਤੇ ਸਾਲ 1985 ਵੀ ਚੜ੍ਹ ਪਿਆ।

ਮਸਾਂ ਇੱਕ ਦੋ ਘੰਟੇ ਉਨ੍ਹਾਂ ਦੀ ਅੱਖ ਲੱਗੀ ਹੋਵੇਗੀ। ਮਨਦੀਪ ਨੇ ਘੜੀ ਵੇਖੀ ਤਾਂ ਸਵੇਰ ਦੇ ਚਾਰ ਵੱਜਣ ਲੱਗੇ ਸਨ। ਉਸ ਨੇ ਸੁਰਜੀਤ ਨੂੰ ਉਠਾਇਆ। ਬਾਥਰੂਮ ਜਾ ਤਿਆਰ ਹੋ ਕੇ ਉਨਾਂ ਕਮਰੇ ਵਿੱਚ ਹੀ ਚਾਹ ਮੰਗਵਾ ਲਈ। ਰੇਡੀਓ ਤੇ ਦਰਬਾਰ ਸਹਿਬ ਵਿੱਚੋਂ ਕੀਰਤਣ ਦਾ ਸਿੱਧਾ ਪ੍ਰਸਾਰਣ ਚੱਲ ਰਿਹਾ ਸੀ। ਰਾਤੀਂ ਜ਼ੋਰਦਾਰ ਮੀਂਹ ਪੈਣ ਕਾਰਨ ਬਾਹਰ ਬਹੁਤ ਜ਼ਿਆਦਾ ਠੰਢ ਸੀ। ਧੁੰਦ ਪਈ ਹੋਣ ਕਾਰਨ ਕੁੱਝ ਵੀ ਨਜ਼ਰ ਨਹੀਂ ਸੀ ਆ ਰਿਹਾ। ਫੇਰ ਉਹ ਕੰਬਲਾਂ ਦੀਆਂ ਬੁੱਕਲਾਂ ਮਾਰ ਕੇ ਦਰਬਾਰ ਸਾਹਿਬ ਦੇ ਦਰਸ਼ਨਾਂ ਲਈ ਨਿੱਕਲ ਪਏ।

ਦਰਸ਼ਨੀ ਡਿਓਡੀ ਦੇ ਬਾਹਰ ਜੋੜੇ ਲਾਹ ਕੇ ਜਦੋਂ ਉਹ ਅੰਦਰ ਨੂੰ ਤੁਰੇ ਤਾਂ ਸੰਗਮਰਮਰ ਤੋਂ ਠੰਢ ਕਾਰਨ, ਸੀਤ ਚੜ੍ਹ ਰਿਹਾ ਸੀ। ਸਰਦੀ ਜਿਵੇਂ ਪੈਰਾਂ ਨੂੰ ਚੀਰ ਰਹੀ ਹੋਵੇ। ਜੇ ਉਹ ਮੈਟ ਤੇ ਤੁਰਦੇ ਤਾਂ ਉਸਦੇ ਸਖਤ ਅਤੇ ਠੰਢ ਨਾਲ ਫਰੀਜ਼ ਹੋ ਚੁੱਕੇ ਬੁਰ ਪੈਰਾਂ ਵਿੱਚ ਸੂਲਾਂ ਵਾਂਗ ਖੁਭਦੇ। ਫੇਰ ਉਨ੍ਹਾਂ ਇਸੇ ਕੜਾਕੇ ਦੀ ਠੰਢ ਵਿੱਚ ਬੜੀ ਸ਼ਰਧਾ ਨਾਲ ਪਵਿੱਤਰ ਸਰੋਵਰ ਵਿੱਚ ਇਸ਼ਨਾਨ ਕੀਤਾ ਅਤੇ ਦੇਗਾਂ ਵੀ ਕਰਵਾਈਆਂ। ਦਰਬਾਰ ਸਾਹਿਬ ਦੇ ਅੰਦਰ ਬਹਿ ਕੇ ਉਹ ਕਿੰਨੀ ਹੀ ਦੇਰ ਕੀਰਤਨ ਸੁਣਦੇ ਰਹੇ। ਪਰ ਪਤਾ ਨਹੀ ਕਿਉਂ ਉਨ੍ਹਾਂ ਦਾ ਮਨ ਅਜੇ ਵੀ ਹੋਈ ਬਰਬਾਦੀ ਕਾਰਨ ਅਸ਼ਾਂਤ ਸੀ।

ਫੇਰ ਉਹ ਬਾਹਰ ਬੈਠੇ ਰਹੇ। ਸਰੋਵਰ ਦਾ ਪਾਣੀ ਬਹੁਤ ਖ਼ੂਬਸੂਰਤ ਜਾਪ ਰਿਹਾ ਸੀ। ਸਾਹਮਣੇ ਅਕਾਲ ਤਖਤ ਸਾਹਿਬ ਦੀ ਨਵੀਂ ਬਣੀ ਇਮਾਰਤ ਦਾ ਅਕਸ ਵੀ ਪਾਣੀ ਵਿੱਚ ਡਲਕਾਂ ਮਾਰ ਰਿਹਾ ਸੀ। ਸੰਗਤਾਂ ਦੇ ਸਹਿਯੋਗ ਨਾਲ ਜਿੱਥੇ ਅਜੇ ਵੀ ਕਾਰ ਸੇਵਾ ਚੱਲ ਰਹੀ ਸੀ। ਫੇਰ ਉਹ ਭੋਰਾ ਸਾਹਿਬ ਗਏ ਜੋ ਬੰਦ ਪਿਆ ਸੀ। ਅਕਾਲ ਤਖਤ ਸਾਹਿਬ ਕੋਲ ਉਨ੍ਹਾਂ ਉਹ ਖੂਹ ਵੀ ਵੇਖਿਆ ਜਿਸ ਵਿੱਚੋਂ ਕਹਿੰਦੇ ਐਕਸ਼ਨ ਸਮੇਂ ਬਹੁਤ ਖਤਰਨਾਕ ਹਥਿਆਰ ਮਿਲੇ ਸਨ। ਬਾਹਰ ਨਿੱਕਲਣ ਲੱਗੇ ਤਾਂ

ਹੋਰ ਕਈ ਜਲੀਆਂ ਲਾਸ਼ਾਂ ਦੇ ਅਕਾਰ, ਸੰਗਮਰਮਰ ਤੇ ਬਣੇ ਦਿਖਾਈ ਦਿੱਤੇ। ਗੋਲੀਆਂ ਦੇ ਨਿਸ਼ਾਨ ਤਾਂ ਆਮ ਹੀ ਵੇਖੇ ਜਾ ਸਕਦੇ ਸਨ। ਇਹ ਕਿਹੋ ਜਿਹਾ ਸੰਤਾਪ ਸੀ ? ਮਨਦੀਪ ਨੂੰ ਸਮਝ ਨਹੀਂ ਸੀ ਆ ਰਿਹਾ।

ਮਨ ਵਿੱਚ ਅਨੇਕਾਂ ਸੁਆਲ ਲੈ ਕੇ ਉਹ ਦਰਬਾਰ ਸਾਹਿਬ ਕੰਪਲੈਕਸ ਵਿੱਚੋਂ ਬਾਹਰ ਆ ਗਏ। ਬਾਹਰ ਨਿੱਕਲ ਕੇ ਇੱਕ ਵਾਰ ਫੇਰ ਚਾਹ ਪੀਤੀ। ਪੁਸਤਕਾਂ ਵਾਲਾ ਬਜ਼ਾਰ ਅਜੇ ਬੰਦ ਪਿਆ ਸੀ। ਬਾਬਾ ਖੜਕ ਸਿੰਘ ਦੀ ਅਗਵਾਈ ਵਿੱਚ ਕਾਰ ਸੇਵਾ ਵਾਲੇ ਸਿੰਘ ਬਜ਼ਰੀ ਸੀਮਿੰਟ ਦੇ ਥੈਲੇ ਗੁਰੂ ਹਰਗੋਬਿੰਦ ਸਾਹਿਬ ਦੇ ਜਨਮ ਅਸਥਾਨ ਵਲ ਲਿਜਾ ਰਹੇ ਸਨ। ਉੱਥੇ ਵੀ ਕਾਰ ਸੇਵਾ ਚਲ ਰਹੀ ਸੀ। ਐਕਸ਼ਨ ਦੌਰਾਨ ਹੋਰ ਵੀ ਕਈ ਨਾਲ ਦੇ ਗੁਰਦੁਵਾਰਿਆਂ ਨੂੰ ਨੁਕਸਾਨ ਪੁੱਜਾ ਸੀ। ਜਿਨਾਂ ਨੂੰ ਮੁੜ ਤੋਂ ਬਣਾਇਆ ਜਾ ਰਿਹਾ ਸੀ।

ਉਹ ਮਸ਼ਹੂਰ ਪੁਸਤਕ ਵਿਕਰੇਤਾ ਕਿਰਪਾਲ ਸਿੰਘ ਜਵਾਹਰ ਸਿੰਘ ਅਤੇ ਭਾਈ ਚਤਰ ਸਿੰਘ ਜੀਵਨ ਸਿੰਘ ਦੀ ਦੁਕਾਨ ਤੇ ਵੀ ਗਏ ਅਤੇ ਨਵੇਂ ਸਾਲ ਦੀਆਂ ਡਾਇਰੀਆਂ ਖਰੀਦੀਆਂ। ਫੇਰ ਉਨ੍ਹਾਂ ਕੁੱਝ ਹੋਰ ਦੁਕਾਨਾਂ ਤੋਂ ਕਿਤਾਬਚੇ, ਕੜੇ ਅਤੇ ਖਿੱਲਾਂ ਦਾ ਪ੍ਰਸ਼ਾਦ ਖਰੀਦਿਆ। ਖੁੱਲਣ ਦਾ ਸਮਾਂ ਲੇਟ ਹੋਣ ਕਾਰਨ, ਦੋਬਾਰਾ ਮੁੜਕੇ ਜਾ ਕੇ ਉਨ੍ਹਾਂ ਸਿੱਖ ਅਜਾਇਬ ਘਰ ਵੇਖਿਆ, ਜਿਸਨੇ ਬਹੁਤ ਪ੍ਰਭਾਵਿਤ ਕੀਤਾ। ਅੰਤ ਤੇ ਉਹ ਸ਼੍ਰੀ ਹਰਮੰਦਰ ਸਾਹਿਬ ਨੂੰ ਸਿਰ ਝੁਕਾ ਕੇ ਬਾਹਰ ਨਿੱਕਲੇ ਅਤੇ ਰਿਕਸ਼ਾ ਕਰ ਕੇ ਬੱਸ ਸਟੈਂਡ ਵਲ ਚੱਲ ਪਏ।

ਬਜ਼ਾਰ ਵਿੱਚੋਂ ਮਨਦੀਪ ਨੇ ਆਪਣੀ ਮਾਂ ਲਈ ਯਾਦਗਾਰ ਵਜੋਂ ਸਿਰਫ ਇੱਕ ਚੁੰਨੀ ਲਈ। ਅੱਡੇ ਤੇ ਜਾਣ ਸਾਰ ਉਨ੍ਹਾਂ ਬਟਾਲੇ ਵਾਲੀ ਬੱਸ ਫੜ ਲਈ। ਸੁਰਜੀਤ ਨੇ ਬਟਾਲੇ ਤੋਂ ਜੋ ਮਸ਼ੀਨਾਂ ਭਿਜਵਾਈਆਂ ਸਨ ਉਨ੍ਹਾਂ ਦੇ ਮਿਲਣ ਤੇ ਕੁੱਝ ਪੇਮਿੰਟ ਅੱਜ ਕਰਨੀ ਸੀ। ਬਟਾਲੇ ਪਹੁੰਚ ਕੇ ਉਹ ਫੇਰ ਪੰਜਾਬੀ ਸ਼ਾਇਰ ਸ਼ਿਵ ਕੁਮਾਰ ਬਟਾਲਵੀ ਨੂੰ ਯਾਦ ਕਰਦੇ ਰਹੇ। ਜਿੰਨਾ ਵਧੀਆਂ ਉਹ ਸ਼ਾਇਰ ਸੀ ਉਸਦੇ ਸ਼ਹਿਰ ਦੀ ਹਾਲਤ ਉਨੀ ਹੀ ਮਾੜੀ ਸੀ। ਗੁਰੂ ਨਾਨਕ ਸਾਹਿਬ ਦੇ ਵਿਆਹ ਵਾਲਾ ਸਥਾਨ ਵੇਖਣ ਲਈ ਅੱਜ ਵੀ ਉਨ੍ਹਾਂ ਕੋਲ ਸਮਾਂ ਨਹੀਂ ਸੀ। ਫੇਰ ਉਨ੍ਹਾਂ ਲਧਿਆਣੇ ਲਈ ਬੱਸ ਫੜ ਲਈ। ਚੌਂਕ ਮਹਿਤਾ, ਬਾਬਾ ਬਕਾਲਾ, ਜਲੰਧਰ, ਫਗਵਾੜਾ ਹੁੰਦੇ ਹੋਏ ਫੇਰ ਲੁਧਿਆਣੇ ਪਹੁੰਚ ਗਏ।

ਪੰਜਾਬ ਦੇ ਹਾਲਾਤ ਠੀਕ ਨਹੀਂ ਨਾ ਹੋਣ ਕਾਰਨ ਅੱਜ ਵੀ ਸ਼ਾਮ ਨੂੰ ਪੰਜ ਵਜੇ ਹੀ ਬੱਸਾਂ ਬੰਦ ਹੋ ਗਈਆਂ। ਉਨ੍ਹਾਂ ਹੁਣ ਘਰ ਕਿਵੇਂ ਪਹੁੰਚਣਾ ਸੀ ? ਪੰਜਾਬ ਵਿੱਚ ਤਾਂ ਜੰਗਲ ਦਾ ਰਾਜ ਸੀ। ਅੱਤਵਾਦੀ ਗ੍ਰੋਹ ਵੱਧ ਤੋਂ ਵੱਧ ਬੰਦੇ ਮਾਰੇ ਕੇ ਤੇ ਦੂਸਰੇ ਦਿਨ ਦੀਆਂ ਅਖ਼ਬਾਰਾਂ ਵਿੱਚ ਜਿੰਮੇਵਾਰੀ ਲੈ ਕੇ ਆਪਣੀ ਜਥੇਬੰਦੀ ਦਾ ਲੋਹਾ ਮੰਨਵਾਉਣਾ ਚਾਹੰਦੇ ਸਨ। ਹਰ ਬੰਦਾ ਹੀ ਕਮਾਂਡਰ ਬਣਿਆ ਆਪਣੇ ਹੁਕਮ ਜ਼ਾਰੀ ਕਰ ਰਿਹਾ ਸੀ।

ਉਧਰ ਪੁਲੀਸ ਦੇ ਖੂੰਖਾਰ ਭੇੜੀਏ ਅਗਲੀ ਫ਼ੀਤੀ ਲਗਵਾਉਣ ਦੀ ਲਾਲਸਾ ਅਧੀਨ ਕਿਸੇ ਵੀ ਨਿਰਦੋਸ਼ ਨੂੰ ਵੀ ਗੋਲੀਆਂ ਨਾਲ ਛਲਣੀ ਕਰ, ਅੱਤਵਾਦ ਦੇ ਖਾਤੇ ਪਾ ਦਿੰਦੇ। ਉਹ ਡਰ ਅਤੇ ਠੰਢ ਨਾਲ ਕੰਬਦੇ ਸਮਰਾਲਾ ਚੌਂਕ ਵਿੱਚ, ਟਰੱਕਾਂ ਵਾਲਿਆਂ ਦੇ ਮਿੰਨਤਾ ਤਰਲੇ ਕਰਦੇ ਰਹੇ, ਪਰ ਇਸ ਮਹੌਲ ਵਿੱਚ ਕੋਈ ਵੀ ਕਿਸੇ ਓਪਰੇ ਬੰਦੇ ਨੂੰ ਨਾਲ ਬਿਠਾ ਕੇ ਖਤਰਾ ਨਹੀਂ ਸੀ ਸਹੇੜਨਾ ਚਾਹੁੰਦਾ। ਆਖਿਰ ਵੀਹ ਰੁਪਏ ਦੇ ਲਾਲਚ ਵਿੱਚ ਮਸਾਂ ਇੱਕ ਟਰੱਕ ਵਾਲਾ ਮੰਨਿਆ। ਪਰ ਅਜੇ ਤਾਂ ਉਨ੍ਹਾਂ ਉੱਤਰ ਕੇ ਨਹਿਰ ਸਰਹਿੰਦ ਕੰਢੇ ਤੁਰਦਿਆਂ ਦਹਿਸ਼ਤ ਅਤੇ ਹਨੇਰੇ ਦਾ ਭਵਸਾਗਰ ਪਾਰ ਕਰਨਾ ਸੀ।

•

ਭਾਗ 51

ਇਹ ਅੱਠ ਜਨਵਰੀ 1985 ਦੀ ਧੁੰਦਲੀ ਸਵੇਰ ਸੀ। ਮਨਦੀਪ, ਸੁਰਜੀਤ ਸੀਲੋਂ ਅਤੇ ਬ੍ਰਹਮਜੀਤ ਵਰਮਨ ਡਾ: ਸਤਨਾਮ ਕੌਰ ਦੇ ਘਰ ਪੰਜਾਬੀ ਯੂਨੀਵਰਸਿਟੀ ਪਟਿਆਲਾ ਦੇ ਇੱਕ ਟੀਚਰ ਹੋਮ ਵਿੱਚ ਬੈਠੇ ਸਨ। ਸੁਰਜੀਤ ਮਨਦੀਪ ਨੂੰ ਕੁੱਝ ਦਿਨ ਤੋਂ ਅਕਸਰ ਹੀ ਛੜਾ ਨਾ ਰਹਿ ਜਾਈਂ ਦੇ ਤਾਹਨੇ ਦਿੰਦਾ ਦਿੰਦਾ, ਆਖਿਰ ਆਪਣੇ ਇੱਕ ਪੁਰਾਣੇ ਦੋਸਤ ਦੇ ਵੱਡੇ ਭਰਾ ਦੀ ਕੁੜੀ ਦਿਖਾਉਣ, ਕਿਸੇ ਬਹਾਨੇ ਨਾਲ ਏਥੇ ਲੈ ਕੇ ਆਇਆ ਸੀ। ਕੁੜੀ ਜੋ ਕਿਸੇ ਕਾਰਨ ਵਿਆਹ ਦੀ ਉਮਰ ਲੰਘਾ ਚੁੱਕੀ ਸੀ। ਕਾਰਨ ਕੁੱਝ ਵੀ ਹੋ ਸਕਦੇ ਸਨ। ਪਰ ਹੁਣ ਉਸ ਨੂੰ ਘਰਦਿਆਂ ਨੇ ਢਲਦੀ ਉਮਰ ਵਿੱਚ ਮਸਾਂ ਹੀ ਵਿਆਹ ਲਈ ਰਾਜ਼ੀ ਕੀਤਾ ਸੀ। ਉਸ ਕੁੜੀ ਲਈ ਉਨ੍ਹਾਂ ਨੂੰ ਕੋਈ ਸਾਊ ਜਿਹਾ ਮੁੰਡਾ ਚਾਹੀਦਾ ਸੀ ਜੋ ਕਿਸੇ ਵੀ ਗੱਲ ਵਿੱਚ ਕੋਈ ਉਜ਼ਰ ਨਾ ਕਰੇ ਤੇ ਨਾ ਉਸਦਾ ਅਤੀਤ ਪੁੱਛੇ। ਸੁਰਜੀਤ ਨੇ ਅੱਗੋਂ ਮਨਦੀਪ ਦੀ ਦੱਸ ਪਾ ਦਿੱਤੀ।

ਉਹ ਚੰਗੇ ਵਪਾਰੀ ਵਾਂਗ ਕੁੜੀ ਦੀਆਂ ਸਿਫਤਾਂ ਦੇ ਪੁਲ ਬੰਨਦਾ ਰਿਹਾ, ਕਿ ਉਹ ਯੂਨੀਵਰਸਿਟੀ ਵਿੱਚ ਲੈਬ ਟਕਨੀਸ਼ਨ ਹੈ, ਤੇ ਤੂੰ ਏਥੇ ਰਹਿ ਕੇ ਪੀ ਐੱਚ ਡੀ ਵੀ ਕਰ ਸਕਦਾ ਏਂ। ਕੁੜੀ ਦੇ ਬੜੇ ਲਿੰਕ ਨੇ। ਤੇ ਕੱਲ ਨੂੰ ਤੂੰ ਏਥੇ ਪ੍ਰੋਫੈਸਰ ਵੀ ਲੱਗ ਸਕਦਾ ਏਂ ਬਗੈਰਾ ਬਗੈਰਾ। ਮਨਦੀਪ ਵੀ ਉਸਦੀਆਂ ਗੱਲਾਂ ਵਿੱਚ ਆ ਗਿਆ। ਕੁੜੀ ਦਾ ਚਾਚਾ ਡਾ: ਸਤਿਕਾਰ ਸਿੰਘ ਆਪਣੀ ਅਕਾਦਮਿਕ ਭੱਲ ਬਣਾਉਣ ਦੇ ਨਾਲ ਨਾਲ ਰਾਜਨੀਤਕ ਜ਼ੋਰ ਵੀ ਦਿਖਾ ਰਿਹਾ ਸੀ। ਉਹ ਬੜੇ ਮਾਣ ਨਾਲ ਦੱਸ ਰਿਹਾ ਸੀ ਕਿ "ਖਾਲਿਸਤਾਨ ਕਮਾਂਡੋ ਫੋਰਸ ਦੇ ਵੱਡੇ ਜਰਨੈਲ ਸਭ ਉਸੇ ਦੇ ਹੀ ਚੇਲੇ ਨੇ। ਤੇ ਪੰਜ ਮੈਂਬਰੀ ਪੰਥਕ ਕਮੇਟੀ ਵੀ ਉਸੇ ਤੋਂ ਸਲਾਹ ਪੁੱਛ ਕੇ ਕੰਮ ਕਰਦੀ ਆ"

ਫੇਰ ਉਸ ਨੇ ਅਕਾਲ ਤਖਤ ਦੇ ਜਥੇਦਾਰ ਦੇ ਕੰਮ ਕਾਜ ਤੇ ਤਿੱਖੀ ਅਲੋਚਨਾ ਕਰਦਿਆਂ ਕਿਹਾ ਕਿ "ਉਹ ਤਾਂ ਸਰਕਾਰ ਕੋਲ ਵਿਕਿਆ ਹੋਇਆ ਹੈ। ਜੋ ਟੀ ਵੀ ਤੇ ਆ ਕੇ ਤੋਸ਼ਾ ਖਾਨਾ ਅਤੇ ਸਿੱਖ ਰਾਇਫਰੈਂਸ ਲਾਇਬ੍ਰੇਰੀ ਦੇ ਝੂਠੇ ਰਾਗ ਅਲਾਪਦਾ ਰਿਹਾ ਹੈ। ਉਹ ਤਾਂ ਅੰਦਰੋਗਤੀ ਮਨਦੀਪ ਨੂੰ ਇਹ ਵੀ ਅਹਿਸਾਸ ਕਰਵਾ ਗਿਆ ਕਿ ਜੇ ਘਰ ਦੇਖਣ ਆਕੇ ਸਾਡੀ ਕੁੜੀ ਦਾ ਰਿਸ਼ਤਾ ਪ੍ਰਵਾਨ ਨਾ ਕੀਤਾ, ਤਾਂ ਇਸ ਬੇਇਜ਼ਤੀ ਦਾ ਬਦਲਾ ਵੀ ਕਿਸੇ ਖਾੜਕੂ ਸਿੰਘ ਤੋਂ ਕਾਰਵਾਈ ਕਰਵਾਕੇ ਲਿਆ ਜਾ ਸਕਦਾ ਹੈ।

ਮਨਦੀਪ ਤਾਂ ਉਸ ਵਕਤ ਹੈਰਾਨ ਹੀ ਰਹਿ ਗਿਆ ਜਦੋਂ ਕਿ ਇੱਕ ਅੱਧਖੜ ਔਰਤ ਚਾਹ ਦੀ ਟ੍ਰੇਅ ਲੈ ਕੇ ਅੰਦਰ ਦਾਖਲ ਹੋਈ। ਤੇ ਪ੍ਰੋ: ਸਤਿਕਾਰ ਸਿੰਘ ਨੇ ਦੱਸਿਆ ਕਿ ਇਹ ਹੀ ਉਸਦੀ ਭਤੀਜੀ ਕੁਲਦੀਪ ਹੈ। ਮਨਦੀਪ ਨੂੰ ਤਾਂ ਜਾਣੀ ਭੱਜਣ ਨੂੰ ਰਸਤਾ ਨਹੀਂ ਸੀ ਮਿਲ ਰਿਹਾ। ਇਹ ਔਰਤ ਉਸ ਤੋਂ ਕੋਈ ਪੰਦਰਾਂ ਸਾਲ ਵੱਡੀ ਹੋਵੇਗੀ। ਕੁੜੀ ਨਹੀਂ ਇਹ ਤਾਂ ਇੱਕ ਅੱਧਖੜ ਔਰਤ ਸੀ।

ਉਨ੍ਹਾਂ ਨੂੰ ਤਾਂ ਚਾਹ ਪੀਣੀ ਵੀ ਮੁਸ਼ਕਲ ਹੋ ਗਈ। ਉੱਥੋਂ ਤਾਂ ਉਹ ਮਸਾਂ ਇਹ ਕਹਿ ਕੇ ਨਿੱਕਲ ਆਏ ਕਿ ਘਰ ਜਾ ਕੇ ਮਾਂ ਪਿਉ ਨਾਲ ਸੁਲਾਹ ਕਰਕੇ ਸੁਨੇਹਾ ਭੇਜ ਦਵਾਂਗੇ। ਪਰ ਰਸਤੇ ਵਿੱਚ ਆਕੇ ਮਨਦੀਪ ਨੇ ਸੁਰਜੀਤ ਦੀ ਚੰਗੀ ਕੁਪੱਤ ਕੀਤੀ ਕਿ 'ਇਹ ਤੂੰ ਮੇਰੇ ਨਾਲ ਕੀ ਕੀਤਾ ?' ਤੇ ਇਹ ਰਿਸ਼ਤਾ ਜੋੜਨ ਤੋਂ ਇਨਕਾਰ ਕਰ ਦਿੱਤਾ। ਸੁਰਜੀਤ ਚਿੜ ਕੇ ਬੋਲਿਆ "ਪਹਿਲਾਂ

ਆਪਣੀ ਜ਼ਮੀਨ ਜਾਇਦਾਦ ਤੇ ਘਰ ਦੇ ਹਾਲਾਤ ਤਾਂ ਦੇਖ ਹੋਰ ਕਿਹੜਾ ਰਿਸ਼ਤਾ ਕਰ ਦਊ ਤੈਨੂੰ ? ਰਹਿ ਫੇਰ ਛੜਾ। ਮੈਨੂੰ ਕੀ ?"

ਮਨਦੀਪ ਜਿਸ ਦਿਨ ਦਾ ਪਟਿਆਲਿਉਂ ਮੁੜਿਆ ਸੀ, ਬੇਹੱਦ ਉਦਾਸ ਸੀ। ਜ਼ਿੰਦਗੀ ਉਸ ਨਾਲ ਕੋਹਝਾ ਮਜ਼ਾਕ ਕਰ ਰਹੀ ਸੀ। ਜ਼ਮੀਨ ਨਾਲ ਹੀ ਪੰਜਾਬ ਵਿੱਚ ਸਾਰੇ ਰਿਸ਼ਤੇ ਨਾਤੇ ਬੱਝਦੇ ਸਨ। ਪਰ ਉਨ੍ਹਾਂ ਕੋਲ ਤਾਂ ਗੁਜ਼ਾਰੇ ਜੋਗੀ ਮਸਾਂ ਸੀ। ਜੇ ਉਸ ਨੂੰ ਰਿਸ਼ਤਾ ਹੋ ਵੀ ਜਾਂਦਾ ਤਾਂ ਅੱਗੇ ਉਸਦੇ ਬੱਚਿਆਂ ਦਾ ਭਵਿੱਖ ਵੀ ਕੋਈ ਨਹੀਂ ਸੀ ਹੋਣਾ। ਨੌਕਰੀ ਮਿਲਣ ਦੀ ਸੰਭਾਵਨਾ ਤਾਂ ਉੱਕਾ ਹੀ ਨਹੀਂ ਸੀ। ਪੰਜਾਬ ਦੇ ਹਾਲਾਤ ਲਗਾਤਾਰ ਨਿਘਾਰ ਵਲ ਜਾ ਰਹੇ ਸਨ। ਜੋ ਉਸਦੀ ਉਮਰ ਦੇ ਹਜ਼ਾਰਾਂ ਮੁੰਡਿਆਂ ਦੇ ਹਸਣ ਖੇਡਣ ਦੇ ਦਿਨ ਡਕਾਰ ਗਏ ਸਨ। ਘਰ ਵਿਹਲਾ ਬੈਠ ਕੇ ਉਹ ਕੀ ਕਰਦਾ ? ਜਦੋਂ ਕਿ ਪਿਉ ਉਸਦਾ ਰਿਟਾਇਰਮੈਂਟ ਤੋਂ ਬਾਅਦ ਵੀ ਕੰਮ ਕਰ ਰਿਹਾ ਸੀ। ਰਿਸ਼ਤੇਦਾਰ ਅਤੇ ਲੋਕ ਅਕਸਰ ਤਾਹਨੇ ਦੇ ਜਾਂਦੇ ਕਿ "ਹੁਣ ਥੋਡੇ ਬਾਪ ਦੇ ਅਰਾਮ ਕਰਨ ਦੇ ਦਿਨ ਨੇ ਤੇ ਤੁਸੀਂ ਵਿਹਲੇ ਤੁਰੇ ਫਿਰਦੇ ਓਂ"

16 ਜਨਵਰੀ ਦੇ ਅਖ਼ਬਾਰ ਦੀ ਇਹ ਮੁੱਖ ਸੁਰਖੀ ਸੀ ਕਿ 'ਜਥੇਦਾਰ ਕਿਰਪਾਲ ਸਿੰਘ ਤੇ ਕਾਤਲਤਨਾ ਹਮਲਾ'। ਮਨਦੀਪ ਨੂੰ ਪ੍ਰੋ: ਸਤਿਕਾਰ ਸਿੰਘ ਦੀ ਟਿੱਪਣੀ ਯਾਦ ਆਈ। ਇਸ ਹਮਲੇ ਦੀਆਂ ਤਾਰਾਂ ਉਸ ਨੂੰ ਯੂਨੀਵਰਸਿਟੀ ਨਾਲ ਜੁੜਦੀਆਂ ਨਜ਼ਰ ਆਈਆਂ। ਜੇਕਰ ਉਹ ਪੁਲੀਸ ਕੋਲ ਗੱਲ ਕਰਦਾ ਤਾਂ ਪੁਲੀਸ ਨੇ ਉਲਟਾ ਉਸ ਨੂੰ ਹੀ ਖੱਜਲ ਕਰਨਾ ਸੀ ਤੇ ਖਾੜਕੂਆਂ ਦਾ ਖਤਰਾ ਵੀ ਅਟੱਲ ਹੋ ਜਾਣਾ ਸੀ।

ਹੁਣ ਤਾਂ ਸਾਰੀ ਤਾਣੀ ਹੀ ਉਲਝੀ ਪਈ ਸੀ। ਫੇਰ ਉਸੇ ਹਫਤੇ ਰਾਸ਼ਟਰਪਤੀ ਭਵਨ 'ਚੋਂ ਅਤੇ ਪ੍ਰਧਾਨ ਮੰਤਰੀ ਹਾਊਸ 'ਚੋਂ ਵੀ ਕੁੱਝ ਬੰਦੇ ਜਾਸੂਸੀ ਕਰਦੇ ਫੜੇ ਗਏ। ਇਹ ਕੀ ਹੋ ਰਿਹਾ ਸੀ ? ਕੀ ਕੋਈ ਸਿਆਸੀ ਸ਼ਤਰੰਜ ਖੇਡੀ ਜਾ ਰਹੀ ਸੀ ? ਪੰਜਾਬ ਦੇ ਦੁਖਾਂਤ ਤੇ ਅਨੇਕਾਂ ਪੁਸਤਕਾਂ ਆ ਰਹੀਆਂ ਸਨ। ਕੁੱਝ ਖਾੜਕੂਆਂ ਦੇ ਹੱਕ ਵਿੱਚ ਅਤੇ ਕੁੱਝ ਵਿਰੋਧ ਵਿੱਚ। ਮਨਦੀਪ ਨੂੰ ਵੀ ਖੁਸ਼ਵੰਤ ਸਿੰਘ ਅਤੇ ਕੁਲਦੀਪ ਨਈਅਰ ਦੀ ਸਾਂਝੇ ਤੌਰ ਤੇ ਲਿਖੀ ਪੁਸਤਕ 'ਪੰਜਾਬ ਦਾ ਦੁਖਾਂਤ' ਪੜ੍ਹਨ ਨੂੰ ਮਿਲੀ। ਉਹ ਦੋਵੇਂ ਧਿਰਾ ਨੂੰ ਦੋਸ਼ੀ ਠਹਿਰਾ ਰਹੇ ਸਨ।

ਪੰਜਾਬ ਦੇ ਲੋਕ ਇਸ ਸਾਹ ਘੁੱਟਵੇਂ ਮਹੌਲ ਵਿੱਚ ਵੀ ਜੀ ਰਹੇ ਸਨ। ਦੇਖਦਿਆਂ ਹੀ ਦੇਖਦਿਆਂ ਮਾਰਚ ਦਾ ਮਹੀਨਾ ਆ ਗਿਆ। ਪਰ ਪੰਜਾਬ ਦੇ ਹਾਲਾਤ ਉਹੋ ਜਿਹੇ ਹੀ ਸਨ। ਇਸ ਵਾਰ ਵੀ ਹੋਲੇ ਮਹੱਲੇ ਲਈ ਆਨੰਦਪੁਰ ਸਾਹਿਬ ਨੂੰ ਲੋਕ ਉਸੇ ਜਾਹੋ ਜਲਾਲ ਨਾਲ ਜਾ ਰਹੇ ਸਨ। ਪੰਜਾਬ ਵਿੱਚ ਥਾਂ ਥਾਂ ਲੰਗਰ ਲੱਗੇ ਹੋਏ ਸਨ। ਲੋਕਾਂ ਵਿੱਚ ਅਫਵਾਹ ਸੀ ਕਿ ਬੁੱਢਾ ਦਲ ਦੇ ਮੁੱਖੀ ਸੰਤਾਂ ਸਿੰਘ ਨੂੰ ਪੰਥ 'ਚੋਂ ਛੇਕੇ ਜਾਣ ਉਪਰੰਤ ਦਲ ਵਿੱਚ ਬਹੁਤ ਗੁੱਸਾ ਹੈ। ਉਹ ਨਵੇਂ ਮੁਖੀ ਜਥੇਦਾਰ ਪ੍ਰੀਤਮ ਸਿੰਘ ਨੂੰ ਆਨੰਦਪੁਰ ਸਾਹਿਬ ਨਿੱਕਲਣ ਵਾਲੇ ਮੁਹੱਲੇ ਵਿੱਚ ਸ਼ਾਮਲ ਨਹੀਂ ਹੋਣ ਦੇਣਗੇ। ਜਥੇਦਾਰ ਪ੍ਰੀਤਮ ਸਿੰਘ ਨਿਹੰਗ ਮਨਦੀਪ ਦੇ ਨਾਲ ਵਾਲੇ ਪਿੰਡ ਤੋਂ ਹੀ ਸੀ।

ਇਸ ਵਾਰ ਹੋਲੇ ਮੁਹੱਲੇ ਤੇ ਦਿੱਲੀ ਦੇ ਦੰਗਿਆਂ ਬਾਰੇ ਭਰਪੂਰ ਚਰਚਾ ਹੋਈ। ਏਧਰ ਖਾਲਿਸਤਾਨ ਜ਼ਿੰਦਾਬਾਦ ਅਤੇ ਚੁਰਾਸੀ ਦੇ ਦੰਗਾਕਾਰੀਆਂ ਨੂੰ ਸਜ਼ਾ ਦਿਉ ਦੇ ਨਾਹਰੇ ਗੂੰਜ ਰਹੇ ਸਨ। ਉਧਰ ਭਾਰਤ ਸਰਕਾਰ 9 ਮਾਰਚ ਨੂੰ ਹੋਲੇ ਵਾਲੇ ਦਿਨ ਹੀ 1984 ਦੇ ਦੰਗਿਆਂ ਦੀ ਅਦਾਲਤੀ ਜਾਂਚ ਤੋਂ ਮੁੱਕਰ ਗਈ। ਰਾਜੀਵ ਗਾਂਧੀ ਨੇ ਸਿੱਖਾਂ ਦੇ ਜ਼ਖਮਾਂ ਤੇ ਹੋਰ ਲੂਣ ਛਿੜਕ ਦਿੱਤਾ। ਭੜਕੇ ਹੋਏ ਸਿੱਖਾਂ ਨੇ ਰਾਜੀਵ ਗਾਂਧੀ ਦੇ ਮਾਂ ਦੇ ਕਾਤਲਾਂ ਬੇਅੰਤ ਸਿੰਘ ਅਤੇ ਸਤਵੰਤ ਸਿੰਘ ਨੂੰ ਕੌਮੀ ਸ਼ਹੀਦ ਕਹਿ ਕੇ ਉਨ੍ਹਾਂ ਦੇ ਅਮਰ ਰਹਿਣ ਦੇ ਹੱਕ ਵਿੱਚ ਨਾਹਰੇ ਲਗਾਏ। ਸਰਕਾਰ ਅਤੇ ਸਿੱਖਾਂ ਵਿਚਕਾਰ ਇੱਹ

ਰੱਸਾ ਕਸ਼ੀ ਅਜੇ ਚੱਲ ਹੀ ਰਹੀ ਸੀ ਕਿ ਇੰਗਲੈਂਡ ਵਸਦੇ, ਆਪੇ ਬਣੇ ਖਾਲਿਸਤਾਨ ਦੇ ਪ੍ਰਧਾਨ ਜਗਜੀਤ ਸਿੰਘ ਚੌਹਾਨ ਨੇ ਸੰਤ ਜਰਨੈਲ ਸਿੰਘ ਭਿੰਡਰਾਂਵਾਲਾ ਦੇ ਜਿੰਦਾ ਹੋਣ ਦਾ ਬਿਆਨ ਦੇ ਕੇ ਇੱਕ ਨਵਾਂ ਭੰਬਲਭੂਸਾ ਖੜ੍ਹਾ ਕਰ ਦਿੱਤਾ। ਅਸਲ ਵਿੱਚ ਸਾਰੇ ਪੁਆੜੇ ਦੀ ਜੜ੍ਹ ਮਨਦੀਪ ਏਸੇ ਬੰਦੇ ਚੌਹਾਨ ਨੂੰ ਹੀ ਸਮਝਦਾ ਸੀ।

ਅਜੇ ਵੀ ਬਹੁਤੇ ਲੋਕ ਸਮਝਦੇ ਸਨ ਕਿ ਸਾਕਾ ਨੀਲਾ ਤਾਰਾ ਰੂਸ ਦੀ ਸਲਾਹ ਨਾਲ ਇੰਦਰਾਂ ਗਾਂਧੀ ਵਲੋਂ ਕਰਵਾਇਆ ਗਿਆ ਹੈ। ਜਦੋਂ 11 ਮਾਰਚ ਨੂੰ ਰੂਸ ਦੇ ਰਾਸ਼ਟਰਪਤੀ ਚਰਨੈਂਕੋ ਦਾ ਦਿਹਾਂਤ ਹੋ ਗਿਆ ਤਾਂ ਪਿੰਡਾਂ ਦੀਆਂ ਸੱਥਾਂ ਵਿੱਚ ਇਹ ਗੱਲਾਂ ਹੋ ਰਹੀਆਂ ਸਨ, "ਜੀਹਨੇ ਵੀ ਹਰਮੰਦਿਰ ਸਾਹਿਬ ਨਾਲ ਟੱਕਰ ਲਈ ਹੈ ਉਹ ਬਚਿਆ ਨਹੀਂ। ਲਉ ਇਸ ਨੂੰ ਵੀ ਮਿਲ ਗਈ ਸਜ਼ਾ"

ਪਰ ਉਧਰ ਕਾਂਗਰਸ ਅਤੇ ਅਕਾਲੀਆਂ ਵਿਚਕਾਰ ਪਤਾ ਨਹੀਂ ਕੀ ਖਿਚੜੀ ਪੱਕ ਰਹੀ ਸੀ। ਸਾਕਾ ਨੀਲਾ ਤਾਰਾ ਵੇਲੇ ਐਨੇ ਲੋਕ ਮਾਰ ਦਿੱਤੇ ਗਏ ਪਰ ਕਿਸੇ ਕਿਸੇ ਅਕਾਲੀ ਲੀਡਰ ਨੂੰ ਖਰੋਚ ਤੱਕ ਨਹੀਂ ਸੀ ਆਈ। ਸਾਰਿਆਂ ਨੂੰ ਸੈਨਾ ਨੇ ਸੁਰੱਖਿਅਤ ਬਾਹਰ ਕੱਢ ਲਿਆ ਸੀ। ਜਾਂ ਕਹਿ ਲਵੋ ਕਿ ਬਾਦਲ, ਟੌਹੜਾ, ਲੌਂਗੋਵਾਲ ਤੇ ਬਲਵੰਤ ਰਾਮੂਵਾਲੀਆ ਹੱਥ ਖੜੇ ਕਰ ਕੇ ਉਸ ਵਕਤ ਅਰਾਮ ਨਾਲ ਸਰਕਾਰੀ ਗੱਡੀਆਂ 'ਚ ਸਵਾਰ ਹੋ ਗਏ ਜਦੋਂ ਖਾੜਕੂਆਂ ਦੇ ਨਾਲ ਨਾਲ ਮਾਸੂਮ ਬੱਚਿਆਂ ਤੇ ਔਰਤਾਂ ਦੇ ਵੀ ਲਹੂ ਦੀਆਂ ਨਦੀਆਂ ਵਗ ਰਹੀਆਂ ਸਨ। ਏਸੇ ਕਰਕੇ ਤਾਂ ਲੋਕ ਕਹਿ ਰਹੇ ਸਨ ਕਿ "ਇਹ ਅਪ੍ਰੇਸ਼ਨ ਹੋਇਆ ਹੀ ਅਕਾਲੀਆਂ ਦੀ ਸਹਿਮਤੀ ਨਾਲ ਹੈ"

12 ਮਾਰਚ 1985 ਨੂੰ ਪੰਜਾਬ ਦੇ ਗਵਰਨਰ ਕੇ ਟੀ ਸਿਤਾਰਵਾਲਾ ਨੂੰ ਹਟਾ ਕੇ ਮੱਧ ਪ੍ਰਦੇਸ ਦੇ ਸਾਬਕਾ ਮੁੱਖ ਮੰਤਰੀ ਅਰਜਨ ਸਿੰਘ ਨੂੰ ਪੰਜਾਬ ਦਾ ਨਵਾਂ ਗਵਰਨਰ ਲਾ ਦਿੱਤਾ ਗਿਆ। ਐਨ ਇਸ ਤੋਂ ਇੱਕ ਦਿਨ ਪਹਿਲਾਂ ਸਾਰੇ ਅਕਾਲੀ ਲੀਡਰਾਂ ਨੂੰ ਜੇਲਾਂ ਵਿੱਚੋਂ ਰਿਹਾਅ ਕਰਨ ਦਾ ਐਲਾਨ ਵੀ ਕਰ ਦਿੱਤਾ ਗਿਆ। ਤੇ ਫੇਰ ਹੋਲੇ ਮਹੱਲੇ ਤੋਂ ਦੋ ਦਿਨਾਂ ਬਾਅਦ 13 ਮਾਰਚ ਨੂੰ ਸਾਰੇ ਅਕਾਲੀ ਲੀਡਰਾਂ ਨੂੰ ਜੇਲਾਂ ਵਿੱਚੋਂ ਰਿਹਾ ਕਰ ਦਿੱਤਾ ਗਿਆ।

25 ਮਾਰਚ ਨੂੰ ਜਦੋਂ ਰੂਸ ਵਿੱਚ ਚਰਨੈਂਕੋ ਦੀ ਥਾਂ, ਮਿਖਾਈਲ ਗੋਰਵਾਚੋਵ ਰਾਸ਼ਟਰਪਤੀ ਲਈ ਸੌਂਹ ਚੁੱਕ ਰਿਹਾ ਸੀ ਤਾਂ ਇੱਕ ਖਾਲਿਸਤਾਨੀ ਗਰੁੱਪ ਇਹ ਐਲਾਨ ਵੀ ਕਰ ਰਿਹਾ ਸੀ ਕਿ ਇੱਕ ਹੋਰ ਨਵਾਂ ਰਾਸ਼ਟਰ ਬੜੀ ਜਲਦੀ ਹੋਂਦ ਵਿੱਚ ਆ ਰਿਹਾ ਹੈ। ਜਿਸ ਦਾ ਰੇਡੀਓ ਟ੍ਰਾਂਸਮੀਟਰ 'ਖਾਲਸਾ ਵੁਆਇਸ' ਸ਼ੁਰੂ ਕਰ ਦਿੱਤਾ ਗਿਆ ਹੈ।

21 ਮਾਰਚ ਨੂੰ ਹਰ ਵਰੇ ਦੀ ਤਰ੍ਹਾਂ ਪੰਜਾਬ ਖੇਤੀਬਾੜੀ ਯੂਨੀਵਰਸਿਟੀ ਲੁਧਿਆਣਾ ਵਿੱਚ ਕਿਸਾਨ ਮੇਲਾ ਲੱਗਿਆ। ਪਰ ਏਥੇ ਤਾਂ ਕਿਸਾਨਾਂ ਦੀ ਜਗਾ ਸੀ ਆਰ ਪੀ ਦੀਆਂ ਟੁਕੜੀਆਂ ਹੀ ਹਰ ਪਾਸੇ ਨਜ਼ਰ ਆ ਰਹੀਆਂ ਸਨ।

ਮਨਦੀਪ ਵੀ ਇਹ ਮੇਲਾ ਦੇਖਣ ਆਪਣੇ ਦੋਸਤਾਂ ਨਾਲ ਗਿਆ। ਉਸ ਨੇ ਏਥੇ ਨਵੇਂ ਬਣੇ ਗਵਰਨਰ ਅਰਜਣ ਸਿੰਘ ਦਾ ਉਦਘਾਟਨੀ ਭਾਸ਼ਨ ਵੀ ਸੁਣਿਆ। ਜਿਸ ਨੇ ਪੰਜਾਬ ਵਿੱਚੋਂ ਅੱਤਵਾਦ ਖਤਮ ਕਰਨ ਦਾ ਐਲਾਨ ਬੜੇ ਜ਼ੋਰ ਸ਼ੋਰ ਨਾਲ ਕੀਤਾ। ਪੰਜਾਬ ਦੇ ਲੋਕ ਸਰਕਾਰੀ ਅਤੇ ਗੈਰ ਸਰਕਾਰੀ ਦਹਿਸ਼ਤ ਦੇ ਪੁੜਾਂ ਵਿੱਚ ਪਿਸਦੇ ਘਰਾਂ ਅੰਦਰ ਦੁਬਕ ਚੁੱਕੇ ਸਨ। ਇਸੇ ਦਿਨ ਲੋਕਾਂ ਨੂੰ ਘਰਾਂ 'ਚੋਂ ਬਾਹਰ ਕੱਢਣ ਲਈ ਲੁਧਿਆਣੇ ਵਿੱਚ ਸਰਕਾਰੀ ਸ਼ੈਅ ਤੇ ਇੱਕ ਫਿਲਮੀ ਸਿਤਾਰਿਆਂ ਦਾ ਸ਼ੋਅ ਕਰਵਾਇਆ ਗਿਆ ਜਿਸ ਵਿੱਚ ਹੇਮਾ ਮਾਲਿਨੀ, ਰਾਜ ਕੁਮਾਰ, ਸੁਲੱਖਸ਼ਨਾ ਪੰਡਿਤ, ਸੁਬੀਰ ਕੁਮਾਰ, ਦੇਵਨ ਵਰਮਾਂ ਅਤੇ ਅਸਰਾਨੀ ਨੇ ਆਪਣੀ ਕਲਾ ਦੇ ਜ਼ਲਵੇ ਬਿਖੇਰਨੇ ਸਨ। ਕਲਾਕਾਰਾਂ ਨੂੰ ਬਖਤਰਬੰਦ ਗੱਡੀਆਂ 'ਚ ਬਿਠਾ ਕੇ ਸ਼ੀਰਾਜ ਹੋਟਲ ਤੱਕ ਲਿਆਂਦਾ ਗਿਆ।

ਜਿੱਮਖਾਨਾ ਸਟੇਡੀਅਮ, ਜਿੱਥੇ ਇਹ ਸ਼ੋਅ ਹੋਣਾ ਸੀ, ਉੱਥੇ ਐਨੀ ਹਥਿਆਰ ਬੰਦ ਫੋਰਸ ਅਤੇ ਮਸ਼ੀਨ ਗੱਨਾਂ ਨਾਲ ਬੀੜੀਆਂ ਹੋਈਆਂ ਗੱਡੀਆਂ ਤਾਇਨਾਤ ਸਨ ਕਿ ਪੰਛੀ ਵੀ ਪਰ ਨਹੀਂ ਸੀ ਮਾਰ ਸਕਦਾ।

22 ਮਾਰਚ ਨੂੰ ਹੋਣ ਵਾਲੇ ਏਸ ਸ਼ੋਅ ਨੇ ਦੂਸਰੇ ਦਿਨ ਰਾਜੀਵ ਗਾਂਧੀ ਦੀ ਪੰਜਾਬ ਫੇਰੀ ਲਈ ਇੱਕ ਨਵਾਂ ਮਹੌਲ ਸਿਰਜਣਾ ਸੀ। ਜੋ ਪੰਜਾਬੀਆਂ ਨੂੰ ਚੰਗੇ ਦਿਨਾਂ ਦਾ ਤੇ ਝੂਠੇ ਲਾਰਿਆਂ ਦਾ ਚੋਗਾ ਪਾਉਣ ਲਈ ਸ਼ਹੀਦ ਭਗਤ ਸਿੰਘ ਦੇ ਸ਼ਹੀਦੀ ਦਿਵਸ ਤੇ ਹੁਸੈਨੀਵਾਲਾ ਆ ਰਹੇ ਸਨ। 23 ਮਾਰਚ ਨੂੰ ਉਨ੍ਹਾਂ ਆਪਣੇ ਭਾਸ਼ਨ ਵਿੱਚ ਰਾਜਗੁਰੂ, ਸੁਖਦੇਵ ਅਤੇ ਭਗਤ ਸਿੰਘ ਨੂੰ ਸ਼ਰਧਾਂਜਲੀ ਦੇਣ ਸਮੇਂ ਅੱਤਵਾਦ ਖਤਮ ਕਰਨ ਦੀ ਗੱਲ ਤਾਂ ਕੀਤੀ ਪਰ ਪੰਜਾਬ ਸਮਝੌਤੇ ਬਾਰੇ ਚੁੱਪ ਹੀ ਰਹੇ। ਗਰਮ ਖਿਆਲੀ ਧੜਿਆਂ ਨੂੰ ਇੱਕ ਵਾਰ ਫੇਰ ਇਹ ਕਹਿਣ ਦਾ ਮੌਕਾ ਮਿਲ ਗਿਆ ਕਿ 'ਕਾਂਗਰਸ ਪੰਜਾਬ ਨਾਲ ਮਤਰੇਈ ਮਾਂ ਵਾਲਾ ਸਲੂਕ ਏਸੇ ਤਰ੍ਹਾਂ ਕਰੇਗੀ। ਤੇ ਇਸ ਸਾਰੇ ਮਸਲੇ ਦਾ ਇੱਕੋ ਇੱਕ ਹੱਲ, ਵੱਖਰਾ ਰਾਜ 'ਖਾਲਿਸਤਾਨ' ਹੀ ਹੈ" ਜਿਸ ਦੀ ਪ੍ਰਾਪਤੀ ਲਈ ਸੰਘਰਸ਼ ਹੋਰ ਤਿੱਖਾ ਹੋ ਗਿਆ।

ਮਨਦੀਪ ਪਿੰਡ ਵਿੱਚ ਅਜੇ ਵੀ ਬਾਲਗ ਵਿੱਦਿਆ ਕੇਂਦਰ ਚਲਾਉਂਦਾ ਸੀ। ਉਸ ਨੇ ਏਸੇ ਮੁਹਿੰਮ ਤਹਿਤ ਇੱਕ ਦੋ ਨਾਟਕ ਵੀ ਤਿਆਰ ਕਰਵਾ ਕੇ ਖਿਡਵਾਏ। ਇਹਨਾਂ ਨਾਟਕਾਂ ਨੂੰ ਭਰਪੂਰ ਦਾਦ ਤਾਂ ਮਿਲੀ ਹੀ ਤੇ ਨਾਲ ਹੀ ਜਿਲ੍ਹਾ ਸਿੱਖਿਆ ਅਫਸਰ ਨੇ ਉਸਦਾ ਨਾਂ ਪੰਜਾਬ ਯੂਨੀਵਰਸਿਟੀ ਚੰਡੀਗੜ੍ਹ ਵਿੱਚ ਹੋਣ ਵਾਲੇ ਜਾਗਰੂਕਤਾ ਸੈਮੀਨਾਰ ਲਈ ਵੀ ਭੇਜ ਦਿੱਤਾ। ਪਹਿਲੇ ਹੀ ਦਿਨ ਯੂਨੀਵਰਸਿਟੀ ਦੇ ਰੀਜ਼ਨਲ ਰਿਸੋਰਸ ਸੈਂਟਰ ਵਿੱਚ ਕਵਿਤਾ ਮੁਕਾਬਲੇ ਹੋਏ। ਜਿਸ ਵਿੱਚ ਮਨਦੀਪ ਨੇ ਵੀ ਭਾਗ ਲਿਆ। ਦੂਸਰੇ ਦਿਨ ਟੈਲੀਵੀਯਨ ਲਈ ਡਰਾਮਾ ਸਕਰਿਪਟ ਲੇਖਕਾਂ ਦੀ ਇੱਕ ਵਰਕਸ਼ਾਪ ਸੀ। ਜਿਸ ਵਿੱਚ ਕਈ ਨਾਮਵਰ ਹਸਤੀਆਂ ਅਤੇ ਫਿਲਮੀਂ ਅਦਾਕਾਰ ਵੀ ਸ਼ਾਮਲ ਹੋਏ। ਜਿਨਾਂ ਵਿੱਚ ਐੱਸ ਐੱਸ ਕਿਸ਼ਨਪੁਰੀ, ਮੇਜਰ ਜੋਗਿੰਦਰ ਸਿੰਘ, ਸੀ ਐੱਲ ਸ਼ਰਮਾ, ਸੁਰਜੀਤ ਰਾਮਪੁਰੀ, ਸੁਰਜੀਤ ਮਰਜਾਰਾ, ਰਾਮ ਸਰੂਪ ਅਣਖੀ, ਸੁਰਿੰਦਰ ਸ਼ਰਮਾ ਅਤੇ ਹਰੀਕੇਸ਼ ਬਗੈਰਾ ਉੱਥੇ ਹਾਜ਼ਰ ਸਨ।

25 ਮਾਰਚ ਦਾ ਦਿਨ ਸੀ ਜਦੋਂ ਏਧਰ ਇਹ ਉਪਰਾਲੇ ਹੋ ਰਹੇ ਸਨ ਤਾਂ ਚੰਡੀਗੜ੍ਹ ਵਿੱਚ ਹੀ ਬੀ ਜੇ ਪੀ ਨੇਤਾ ਕ੍ਰਿਸ਼ਨ ਲਾਲ ਮਨਚੰਦਾ ਅਤੇ ਉਸਦੇ ਗੰਨਮੈਨ ਨੂੰ ਅੱਤਵਾਦੀਆਂ ਨੇ ਮਾਰ ਮੁਕਾਇਆ। ਇਨ੍ਹਾਂ ਕਤਲਾਂ ਦਾ ਪ੍ਰਭਾਵ ਇਸ ਸੈਮੀਨਾਰ ਤੇ ਵੀ ਪਿਆ। ਕਲਾਕਾਰ ਬੇਹੱਦ ਡਰੇ ਅਤੇ ਸਹਿਮੇ ਹੋਏ ਸਨ। ਹਰ ਓਪਰਾ ਬੰਦਾ ਅੱਤਵਾਦੀ ਜਾਪਦਾ ਸੀ। ਪਰ ਅਜੇ ਤਾਂ ਇਹ ਸੈਮੀਨਾਰ ਚਾਰ ਹੋਰ ਦਿਨ ਚੱਲਣਾ ਸੀ। ਹਰ ਰੋਜ਼ ਚੰਡੀਗੜ੍ਹ ਆਉਣਾ ਤੇ ਉਹ ਵੀ ਏਹੋ ਜਿਹੇ ਮਹੌਲ ਵਿੱਚ, ਮਨਦੀਪ ਨੂੰ ਕੋਈ ਅੱਗ ਦਾ ਦਰਿਆ ਪਾਰ ਕਰਨ ਤੋਂ ਘੱਟ ਨਹੀਂ ਸੀ ਜਾਪਦਾ।

ਦੂਸਰੇ ਦਿਨ ਜਦੋਂ ਮਨਦੀਪ ਆਪਣੇ ਇੱਕ ਦੋਸਤ ਨਾਲ ਚੰਡੀਗੜ੍ਹ ਨੂੰ ਜਾ ਰਿਹਾ ਸੀ ਤਾਂ ਰਸਤੇ ਵਿੱਚ ਬੇਹੱਦ ਚੈਕਿੰਗ ਹੋ ਰਹੀ ਸੀ। ਸੀ ਆਰ ਪੀ ਦੀਆਂ ਟੁਕੜੀਆਂ ਬੱਸਾਂ ਰੋਕ ਰੋਕ ਕੇ ਤਲਾਸ਼ੀ ਕਰਦੀਆਂ ਰਹੀਆਂ। ਉਹ ਜਦੋਂ ਘੰਟਾਂ ਲੇਟ ਯੂਨੀਵਰਸਿਟੀ ਸੈਮੀਨਾਰ ਤੇ ਪਹੁੰਚੇ ਤਾਂ ਟੀ ਵੀ ਡਾਇਰੈਕਟ ਸਰੂਪ ਸਿਆਲਵੀ ਆਪਣਾ ਭਾਸ਼ਨ ਕਰ ਰਿਹਾ ਸੀ। ਇਹ ਕੈਂਪ ਇੱਕ ਦਿਨ ਹੋਰ ਚੱਲਿਆ ਤੇ 29 ਮਾਰਚ ਨੂੰ ਇਸਦੀ ਸਮਾਪਤੀ ਸੀ। ਆਖਰੀ ਦਿਨ ਜੋ ਦੋ ਨਾਟਕ ਟੈਲੀਵੀਯਨ ਲਈ ਸੀਲੈਕਟ ਕੀਤੇ ਗਏ ਉਸ ਵਿੱਚ ਮਨਦੀਪ ਅਤੇ ਹਰਭਜਨ ਬਟਾਲਵੀ ਦੇ ਨਾਟਕ ਸਨ। ਮਨਦੀਪ ਦਾ ਨਾਟਕ 'ਦਲਦਲ 'ਚੋਂ ਦਿਸਦੇ ਹੱਥ' ਚੁਣੇ ਜਾਣ ਤੇ ਉਸ ਨੂੰ ਅਨੂਠੀ ਖੁਸ਼ੀ ਮਿਲੀ।

ਪਰ ਪੰਜਾਬ ਵਿੱਚ ਅੱਤਵਾਦ ਦਾ ਕਾਲਾ ਪਰਛਾਵਾਂ ਵੱਧਦਾ ਹੀ ਜਾ ਰਿਹਾ ਸੀ। ਬਹੁਤ ਸਾਰੇ

ਹਿੰਦੂ ਲੋਕਾਂ ਨੇ ਆਪਣੀ ਪਛਾਣ ਨੂੰ ਲਕੋਣ ਲਈ ਪੱਗਾਂ ਬੰਨਣੀਆਂ ਅਤੇ ਕੜੇ ਪਹਿਨਣੇ ਸ਼ੁਰੂ ਕਰ ਦਿੱਤੇ। ਮਨਦੀਪ ਇਸ ਔਰੰਗਜ਼ੇਬੀ ਕੱਟੜਤਾ ਦੇ ਬੇਹੱਦ ਖਿਲਾਫ ਸੀ।

7 ਅਪਰੈਲ ਨੂੰ ਮਨਦੀਪ ਦੇ ਦੋਸਤ ਵਿਨੋਦ ਸ਼ਰਮਾਂ ਦੀ ਭੈਣ ਦਾ ਵਿਆਹ ਸੀ। ਮਨਦੀਪ ਆਪਣੇ ਦੋ ਹੋਰ ਦੋਸਤਾਂ ਨਾਲ ਵਿਆਹ ਵਿੱਚ ਸ਼ਾਮਲ ਹੋਣ ਲਈ ਗੁਹੀਰ ਪਿੰਡ ਪਹੁੰਚ ਗਿਆ। ਇਹ ਉਹ ਹੀ ਪਿੰਡ ਸੀ ਜਿਸ ਦੇ ਖੇਤਾਂ ਵਿੱਚ ਖਾੜਕੂ ਭਾਈ ਝੰਡਾ ਸਿੰਘ ਖਾਲਸਾ ਦਾ ਘਰ ਸੀ ਜੋ ਮਨਦੀਪ ਨਾਲ ਪੜ੍ਹਦਾ ਰਿਹਾ ਸੀ। ਇਸੇ ਪਿੰਡ ਵਿੱਚ ਇੱਕ ਡੀ ਆਈ ਜੀ ਦੀ ਵੀ ਕੋਠੀ ਸੀ ਜੋ ਆਪ ਹੁਣ ਚੰਡੀਗੜ੍ਹ ਰਹਿੰਦਾ ਸੀ।

ਪਰ ਮਨਦੀਪ ਨੂੰ ਹੈਰਾਨੀ ਏਸ ਗੱਲ ਦੀ ਹੋਈ ਕਿ ਵਿਨੋਦ ਦੇ ਪਰਿਵਾਰ ਨੇ ਹੀ ਖਾੜਕੂਆਂ ਤੋਂ ਡਰਦਿਆਂ ਹਿੰਦੂ ਰਹੁ ਰੀਤਾਂ ਨਾਲ ਫੇਰੇ ਕਰਨ ਦੀ ਬਜਾਏ ਸਿੱਖ ਰਹੁ ਰੀਤਾਂ ਨਾਲ ਆਨੰਦ ਕਾਰਜ ਕਰਵਾਉਣ ਦਾ ਫੈਸਲਾ ਕੀਤਾ ਅਤੇ ਲਾੜੇ ਨੂੰ ਕਿਹਾ ਕਿ ਥੋੜੀ ਦਾੜ੍ਹੀ ਰੱਖ ਕੇ ਤੇ ਪਗੜੀ ਬੰਨ ਕੇ ਆਵੇ। ਇਹ ਕੇਹੋ ਜਿਹਾ ਦੁਖਾਂਤ ਅਤੇ ਬੇਵਸੀ ਸੀ ? ਆਨੰਦ ਕਾਰਜ ਕਰਵਾਉਣ ਆਏ ਰਾਗੀ ਸਿੰਘ ਇਸ ਨੂੰ ਖਾਲਸਾਈ ਜਿੱਤ ਕਹਿ ਕੇ ਵਡਿਆ ਰਹੇ ਸਨ। ਕੀ ਖਾਲਸਾਈ ਹੁਕਮ ਹੁਣ ਪੰਜਾਬ ਵਿੱਚ ਬੰਦੂਕ ਦੀ ਭਾਸ਼ਾ ਰਾਹੀ ਠੋਸਿਆ ਜਾ ਰਿਹਾ ਸੀ ? ਮਨਦੀਪ ਸੋਚਣ ਲੱਗਿਆ।

ਮਨਦੀਪ ਦਾ ਛੋਟਾ ਭਰਾ ਰਘਵੀਰ ਇੱਕ ਦਿਨ ਆਪਣੀ ਭੂਆ ਨੂੰ ਮਿਲਣ ਗਿਆ ਤੇ ਉਥੋਂ ਇੱਕ ਦੂਰਬੀਨ ਚੁੱਕ ਲਿਆਇਆ ਤਾਂ ਕਿ ਘਰ ਦੁਆਲੇ ਜਾਂ ਖੇਤਾਂ ਵਿੱਚ ਦੂਰ ਤੱਕ ਨਜ਼ਰ ਰੱਖੀ ਜਾ ਸਕੇ। ਪੁਲਿਸ ਜਾਂ ਅੱਤਵਾਦੀਆਂ ਦਾ ਸ਼ੱਕ ਹੋਣ ਤੇ ਕੋਈ ਬਚਾਅ ਵੀ ਕੀਤਾ ਜਾ ਸਕੇ। ਪਰ ਅੱਤਵਾਦ ਸੀ ਕਿ ਰੁਕਣ ਦਾ ਨਾਂ ਹੀ ਨਹੀਂ ਸੀ ਲੈ ਰਿਹਾ। 12 ਅਪਰੈਲ ਨੂੰ ਭਾਰਤ ਸਰਕਾਰ ਨੇ ਸਿੱਖਾਂ ਦੀਆਂ ਤਿੰਨ ਮੁੱਖ ਮੰਗਾਂ ਮੰਨ ਲੈਣ ਦਾ ਐਲਾਨ ਕੀਤਾ ਜਿਨਾਂ ਵਿੱਚ ਦਿੱਲੀ ਦੰਗਿਆਂ ਦੀ ਜਾਂਚ, ਸਿੱਖ ਸਟੂਡੈਂਟ ਫੈਡਰੇਸ਼ਨ ਦੀ ਬਹਾਲੀ ਅਤੇ ਜੋਧਪੁਰ ਜੇਲ ਚੋਂ ਲੀਡਰਾਂ ਦੀ ਰਿਹਾਈ ਸ਼ਾਮਲ ਸੀ।

13 ਅਪਰੈਲ ਵਿਸਾਖੀ ਵਾਲੇ ਦਿਨ ਮਨਦੀਪ ਸਿਰਫ ਗੁਰਦੁਵਾਰਾ ਦੇਗਸਰ ਕਟਾਣਾ ਸਾਹਿਬ ਆਪਣੀ ਮਾਂ ਬਚਨ ਕੌਰ ਨੂੰ ਲੈ ਕੇ ਗਿਆ। ਉਸ ਨੂੰ ਆਪਣੇ ਨਾਨਕੇ ਪਿੰਡ ਰਣੀਏ ਦੀ ਬਹੁਤ ਯਾਦ ਆਈ ਜਦੋਂ ਉਹ ਆਪਣੇ ਨਾਨੇ ਨਾਲ ਗੱਡੇ ਤੇ ਬਹਿ ਕੇ ਮਾਛੀਵਾੜੇ ਦੀ ਵਿਸਾਖੀ ਦੇਖਣ ਜਾਇਆ ਕਰਦਾ ਸੀ। ਉਦੋਂ ਹਿੰਦੂ ਸਿੱਖ ਸਭ ਰਲ਼ ਕੇ ਅਜਿਹੇ ਤਿਉਹਾਰ ਮਨਾਇਆ ਕਰਦੇ ਸਨ। ਪਰ ਹੁਣ ਪੰਜਾਬ ਨੂੰ ਕੀ ਹੋ ਗਿਆ ਸੀ ? ਗੁਰੂ ਗੋਬਿੰਦ ਸਿੰਘ ਦਾ ਸਾਜਿਆ ਖਾਲਸਾ ਤਾਂ ਜ਼ੁਲਮ ਦੇ ਖਿਲਾਫ ਲੜ੍ਹਨ ਲਈ ਬਣਿਆ ਸੀ, ਪਰ ਹੁਣ ਇਹ ਹਿੰਦੂ ਸਿੱਖਾਂ ਦੀ ਲੜ੍ਹਾਈ ਜੋਗਾ ਕਿਵੇਂ ਰਹਿ ਗਿਆ ? ਇਸੇ ਕਰਕੇ ਤਾਂ ਹਿੰਦੂਆਂ ਨੇ ਧਮਕੀਆਂ ਮਿਲਣ ਕਾਰਨ ਪਿੰਡਾਂ ਵਿੱਚੋਂ ਹਿਜ਼ਰਤ ਸ਼ੁਰੂ ਕਰ ਦਿੱਤੀ ਸੀ।

ਭਾਵੇਂ ਮਾਨੁੱਖਤਾ ਮਰ ਰਹੀ ਸੀ ਪਰ ਲੋਕਾਂ ਦਾ ਰੀਤੀ ਰਿਵਾਜਾਂ ਵਿੱਚੋਂ ਵਿਸ਼ਵਾਸ ਅਜੇ ਨਹੀਂ ਸੀ ਮਰਿਆ। 'ਆਈ ਵਿਸਾਖੀ ਚੱਕ ਲੈ ਦਾਤੀ' ਕਹਿੰਦੇ ਹੋਏ ਕਈਆਂ ਨੇ ਕਣਕ ਦੀ ਵਾਢੀ ਦਾ ਸ਼ਗਨ ਕਰ ਵੀ ਦਿੱਤਾ ਸੀ। ਦਲੇਰ ਸਿੰਘ ਦਾ ਪਰਿਵਾਰ ਵੀ ਆਪਣੀ ਨਿੱਕੀ ਜਿਹੀ ਖੇਤੀ ਵਿੱਚ, ਦੇਗ ਦਾ ਮੱਥਾ ਟੇਕ ਵਾਢੀ ਨੂੰ ਦਾਤੀ ਪਾ ਆਇਆ ਸੀ। ਪਰ ਮਨਦੀਪ ਦਾ ਮਨ ਤਾਂ ਅੱਜ ਕੱਲ ਕਿਤੇ ਵੀ ਨਹੀ ਸੀ ਟਿਕਦਾ।

ਦੂਸਰੇ ਦਿਨ ਦਲੇਰ ਸਿੰਘ ਇਕੱਲਾ ਹੀ ਕਣਕ ਵੱਢਣ ਗਿਆ। ਰਘਵੀਰ ਆਪਣੀ ਭੂਆ ਕੋਲ ਮੁੜ ਗਿਆ। ਬਿੰਦਰ ਦੇ ਪੇਪਰ ਹੋ ਰਹੇ ਸਨ ਅਤੇ ਮਨਦੀਪ ਦੋਰਾਹੇ ਸਾਹਿਤ ਸਭਾ ਦੀ ਮਟਿੰਗ ਤੇ ਨੂੰ ਤੁਰ ਗਿਆ। ਕਿਉਂਕਿ ਅੱਜ ਉੱਥੇ ਪ੍ਰਸਿੱਧ ਨਾਵਲਕਾਰ ਸੁਰਿੰਦਰ ਸਿੰਘ ਨਰੂਲਾ ਆ ਰਿਹਾ

ਸੀ। ਮਨਦੀਪ ਨੂੰ ਨਰੂਲਾ ਦਾ ਨਾਵਲ 'ਪਿਉ ਪੁੱਤਰ' ਐੱਮ ਏ ਵਿੱਚ ਲੱਗਿਆ ਹੋਇਆ ਸੀ। ਪਰ ਇਸ ਮਟਿੰਗ ਵਿੱਚ ਵੀ ਪੰਜਾਬ ਦਾ ਵਿਗੜ ਰਿਹਾ ਮਹੌਲ ਹੀ ਭਾਰੂ ਰਿਹਾ। ਜ਼ਿਆਦਾ ਤਰ ਕਵਿਤਾਵਾਂ ਕਹਾਣੀਆਂ ਵੀ ਏਸੇ ਸਬੰਧ ਵਿੱਚ ਪੜ੍ਹੀਆਂ ਗਈਆਂ।

ਨਰੂਲਾ ਵੀ ਪੰਜਾਬ ਦੇ ਮਹੌਲ ਨੂੰ ਲੈ ਕੇ ਬੇਹੱਦ ਪਰੇਸ਼ਾਨ ਸਨ। ਜਦੋਂ ਮਨਦੀਪ ਸ਼ਾਮ ਨੂੰ ਘਰ ਮੁੜਿਆ ਤਾਂ ਉਸਦੀ ਮਾਸੀ ਦੀ ਕੁੜੀ ਅਤੇ ਉਸਦਾ ਪ੍ਰਾਹੁਣਾ ਸੁਖਦੇਵ ਮਿਲਣ ਆਏ ਬੈਠੇ ਸਨ। ਸੁਖਦੇਵ ਜਿਸਨੇ ਪੰਦਰਾਂ ਸਾਲ ਪਹਿਲਾਂ ਐੱਮ ਏ ਤੱਕ ਪੜ੍ਹਾਈ ਕੀਤੀ ਸੀ ਉਸ ਨੂੰ ਹਜ਼ਾਰ ਕੋਸ਼ਿਸ਼ਾਂ ਕਰਨ ਤੋਂ ਬਾਅਦ ਵੀ ਨੌਕਰੀ ਨਹੀਂ ਮਿਲੀ ਸੀ। ਤੇ ਹੁਣ ਉਹ ਮਨਦੀਪ ਨੂੰ ਏਹੋ ਆਖ ਰਿਹਾ ਸੀ ਕਿ "ਨੌਕਰੀ ਤਾਂ ਏਥੇ ਮਿਲਣੀ ਨਹੀ। ਹੋਰ ਤੂੰ ਕੀ ਕਰਨਾ ਹੈ ? ਥੋਡੇ ਕੋਲ ਤਾਂ ਖੇਤੀ ਕਰਨ ਜੋਗੀ ਜ਼ਮੀਨ ਵੀ ਨਹੀਂ ਹੈ ?" ਮਨਦੀਪ ਨੂੰ ਇਹ ਗੱਲਾਂ ਨੇ ਹੋਰ ਵੀ ਪਰੇਸ਼ਾਨ ਕਰ ਦਿੱਤਾ।

ਤਕਰੀਬਨ ਅਪਰੈਲ ਵਿੱਚ ਹਾੜੀ ਦਾ ਕੰਮ ਤਾਂ ਮੁੱਕ ਗਿਆ। ਇੱਕ ਦਿਨ ਜਦੋਂ ਮਨਦੀਪ ਪੁਲ ਤੋਂ ਆਪਣੇ ਪਿੰਡ ਰਾਮਪੁਰੇ ਨੂੰ ਜਾ ਰਿਹਾ ਸੀ ਤਾਂ ਉਸਦੇ ਨਾਲ ਦੇ ਪਿੰਡ ਵਾਲੇ ਨਿਹੰਗ ਮੁੱਖੀ ਦੀ ਗੱਡੀ ਉਸਦੇ ਬਰਾਬਰ ਆ ਕੇ ਰੁੱਕੀ। ਪਹਿਲਾਂ ਤਾਂ ਉਹ ਰਫਲਾਂ ਅਸਾਲਟਾਂ ਦੇਖਕੇ ਬੇਹੱਦ ਘਬਰਾ ਗਿਆ ਪਰ ਬਾਬੇ ਨੂੰ ਵੇਖ ਕੇ ਉਸਦੀ ਜਾਨ ਵਿੱਚ ਜਾਨ ਆਈ। ਨਿਹੰਗ ਮੁਖੀ ਬੋਲਿਆ "ਭਤੀਜ ਕਿਉਂ ਸਾਡੇ ਹੁੰਦੇ ਤੁਰਿਆ ਜਾਨਾ ਏ ਬੈਠ ਗੱਡੀ ਵਿੱਚ" ਪ੍ਰੀਤਮ ਸਿੰਘ ਨਿਹੰਗ ਦਲੇਰ ਸਿੰਘ ਦਾ ਜਮਾਤੀ ਰਿਹਾ ਸੀ ਤੇ ਹੁਣ ਵੀ ਉਸ ਨੂੰ ਭਰਾ ਵਾਂਗ ਹੀ ਸਮਝਦਾ ਸੀ।

ਰਸਤੇ ਵਿਚ ਉਸ ਨੇ ਕਿਹਾ "ਲੈ ਨੌਕਰੀ ਦੀ ਕਿਹੜੀ ਗੱਲ ਹੈ ਜਦੋਂ ਕਹੇ ਲੁਆ ਦਵਾਂਗੇ। ਕਹੇਂ ਤਾਂ ਤੈਨੂੰ ਪੈਸਿਆਂ ਵਿੱਚ ਖੇਡਣ ਲਾ ਦਈਏ। ਜੇ ਏ ਕੇ ਫੋਰਟੀ ਸੈਵਨ ਚਾਹੀਦੀ ਹੈ ਤਾਂ ਦੱਸ...। ਕੋਈ ਹੋਰ ਕੰਮ ਕਢਵਾਉਣਾ ਹੈ ਤਾਂ ਵੀ ਕੋਈ ਗੱਲ ਨੀ। ਫੂਕ ਕੇ ਰੱਖ ਦਿਆਂਗੇ। ਹੁਣ ਤਾਂ ਆਪਣਾ ਜ਼ੋਰ ਹੈ। ਕਦੀ ਚੰਡੀਗੜ੍ਹ ਮੇਰੀ ਕੋਠੀ ਆਈਂ...। ਜੇ ਕਹੇਂ ਤਾਂ ਇਲਾਕੇ ਦਾ ਕਮਾਂਡਰ ਬਣਾ ਦਈਏ" ਉਹ ਹੱਸਿਆ ਤੇ ਇਲਾਚੀਆਂ ਚੱਬਦਾ ਬੋਲਿਆ।

ਮਨਦੀਪ ਨੇ ਮਹਿਸੂਸ ਕੀਤਾ ਕਿ ਗੱਡੀ ਵਿਚੋਂ ਸ਼ਰਾਬ ਦੀ ਬੋਅ ਵੀ ਆ ਰਹੀ ਸੀ। ਉਸ ਨੇ ਡਰਦਿਆਂ ਮਸਾਂ ਹੀ ਪਿੰਡ ਦੇ ਟੋਟੇ ਤੱਕ ਦਾ ਸਫਰ ਮਸਾਂ ਪੂਰਾ ਕੀਤਾ।

ਇਹ 26 ਅਪਰੈਲ ਦਾ ਦਿਨ ਸੀ। ਮਨਦੀਪ ਆਪਣੇ ਦੋਸਤ ਦਲਜੀਤ ਦੀ ਭੈਣ ਦੀ ਸ਼ਾਦੀ ਤੇ ਗਿਆ। ਉਥੇ ਖ਼ੂਬ ਰੌਣਕ ਮੇਲਾ ਲੱਗਿਆ ਹੋਇਆ ਸੀ। ਸ਼ਾਮ ਨੂੰ ਉਨ੍ਹਾਂ ਦੇ ਬਾਹਰਲੇ ਘਰੇ ਜਦੋਂ ਲੋਕ ਮੂੰਹ ਕਰਾਰਾ ਕਰ ਰਹੇ ਸਨ ਜਿਨਾਂ ਵਿੱਚ ਕਾਮਰੇਡ ਗੁਰਜੀਤ ਵੀ ਸੀ, ਜੋ ਮਨਦੀਪ ਨਾਲ ਤਿੰਨ ਸਾਲ ਪਹਿਲਾਂ ਪੜ੍ਹਦਾ ਰਿਹਾ ਸੀ, ਉਸ ਨੇ ਅਜੇ ਪੈੱਗ ਚੁਕਿਆ ਹੀ ਸੀ ਕਿ ਦੋ ਮੋਟਰਸਾਈਕਲ ਸਵਾਰ ਸਾਹਮਣੇ ਗੇਟ ਅੱਗੇ ਆਕੇ ਰੁਕੇ।

ਉਨ੍ਹਾਂ ਘਰ ਦੇ ਮਾਲਕ ਨਿਰੰਜਣ ਸਿੰਘ ਨੂੰ ਪੁੱਛਿਆ। ਪਰ ਉਹ ਤਾਂ ਸਮਾਨ ਲੈਣ ਸਮਰਾਲੇ ਗਿਆ ਹੋਇਆ ਸੀ। ਤਾਂ ਮੋਟਰ ਸਾਈਕਲ ਪਿੱਛੇ ਬੈਠਾ ਗਭਰੂ ਜਿਸ ਨੇ ਸਾਫੇ ਦੇ ਲੜ ਨਾਲ ਮੂੰਹ ਢਕਿਆ ਹੋਇਆ ਸੀ ਬੋਲਿਆ "ਬਲਵਿੰਦਰ ਸਿੰਘ ਬਹਿਲੋਲ ਦਾ ਨਾਂ ਸੁਣਿਆ ਹੈ ?" ਤਾਂ ਗੁਰਜੀਤ ਬੋਲਿਆ "ਉਹ ਤਾਂ ਅੱਤਵਾਦੀ ਹੈ"

ਉਸੇ ਵਕਤ ਪਿੱਛੇ ਬੈਠੇ ਬੰਦੇ ਦੇ ਡੱਬ 'ਚੋਂ ਰਿਵਾਲਵਰ ਬਾਹਰ ਆਇਆ "ਜੇ ਚਾਹਾਂ ਤਾਂ ਹੁਣੇ ਸੋਧ ਦੇਵਾਂ...। ਅੱਤਵਾਦੀ ਨਹੀਂ ਸਿੰਘ ਕਹਿ... ਮੈਂ ਹੀ ਬਹਿਲੋਲ ਹਾਂ। ਅੱਗੇ ਤੋਂ ਇਹ ਗਲਤੀ ਕੀਤੀ ਤਾਂ ਭੁੰਨ ਕੇ ਰੱਖ ਦਊਂ (ਉਸ ਨੇ ਗੰਦੀ ਗਾਲ੍ਹ ਵੀ ਕੱਢੀ) ਹਾਂ ਨਾਲੇ ਸੁਣ ਲਾਣੇਦਾਰ ਨੂੰ ਕਹਿ ਦਈ ਜੇ ਕੱਲ ਨੂੰ ਬਰਾਤ ਲਈ ਕੋਈ ਬੱਕਰਾ ਬੁੱਕਰਾ ਵੱਢਿਆ ਤਾਂ ਸੱਥਰ ਵਿਛਾ ਦਿਆਂਗੇ। ਜਿੱਥੇ

ਗੁਰੂ ਗਰੰਥ ਸਾਹਿਬ ਦਾ ਪ੍ਰਕਾਸ਼ ਹੈ, ਬੱਕਰਾ ਤਾਂ ਕੀ ਕੋਈ ਜੁਰਾਬਾਂ ਪਾ ਕੇ ਵੀ ਅੰਦਰ ਨੀ ਜਾ ਸਕਦਾ। ਕੁੜੀ ਨੂੰ ਕੋਈ ਦਾਜ ਦਹੇਜ ਨੀ ਦੇਣਾ। ਸ਼ਰਾਬ ਇਸੇ ਵਕਤ ਟੋਭੇ ਵਿੱਚ ਸੁਟਵਾ ਦਵੋ ਨਹੀਂ ਤਾਂ ਤੁਹਾਡੀਆਂ ਲਾਸ਼ਾਂ ਟੋਭੇ ਵਿੱਚ ਤਰਨਗੀਆਂ। ਹੁਕਮ ਦੀ ਉਲੰਘਣਾ ਦਾ ਮਤਲਬ ਸਮਝਦੇ ਹੋਂ ਨਾਂ" ਉਹ ਚੀਕਿਆ। ਤੇ ਵੱਟ ਕੇ ਇੱਕ ਥੱਪੜ ਗੁਰਜੀਤ ਦੇ ਮੂੰਹ ਤੇ ਮਾਰਿਆ।

ਉਸ ਵਕਤ ਮਨਦੀਪ ਅਤੇ ਦਲਜੀਤ ਅੰਦਰਲੇ ਘਰ ਕੰਮ ਕਰਵਾਂਉਦੇ ਸਨ। ਮੋਟਰਸਾਈਕਲ ਸਵਾਰ ਤਾਂ ਚਲੇ ਗਏ ਪਰ ਪਿੰਡ ਵਿੱਚ ਹਾਹਾਕਾਰ ਮੱਚ ਗਈ ਕਿ ਅੱਤਵਾਦੀ ਆਏ ਸਨ। ਕਮਾਂਡਰ ਖੁਦ ਧਮਕੀ ਦੇ ਕੇ ਗਿਆ ਹੈ। ਫੇਰ ਕਮਾਂਡਰ ਦੇ ਹੁਕਮ ਅਨੁਸਾਰ ਸ਼ਰਾਬ ਟੋਭੇ ਵਿੱਚ ਸੁਟਵਾ ਦਿੱਤੀ ਗਈ। ਤੇ ਮੀਟ ਦੇ ਪਤੀਲੇ ਵੀ ਡੋਹਲ ਦਿੱਤੇ ਗਏ। ਵਿਆਹ ਵਾਲੀ ਕੁੜੀ ਤਾਂ ਬੱਸ ਰੋਈ ਹੀ ਜਾ ਰਹੀ ਸੀ। ਮਨਦੀਪ ਕਹਿ ਰਿਹਾ ਸੀ ਕਿ ਤਾਂ "ਇਹ ਸਰਾਸਰ ਧੱਕੇ ਸ਼ਾਹੀ ਹੈ। ਲੋਕਾਂ ਨੂੰ ਖਾਮਖਾਹ ਤੰਗ ਕਰਨ ਵਾਲੇ ਲੋਕਾਂ ਦੇ ਸਹਿਯੋਗ ਤੋਂ ਬਗੈਰ ਕਿਵੇਂ ਕੋਈ ਲਹਿਰ ਚਲਾ ਲੈਣਗੇ ?" ਇਸ ਘਟਨਾ ਨੇ ਜਿਵੇਂ ਸਾਰੇ ਰੰਗ ਵਿੱਚ ਹੀ ਭੰਗ ਹੀ ਪਾ ਦਿੱਤਾ।

ਸਰਕਾਰੀ ਅਦਾਰੇ ਅਤੇ ਵੱਡੇ ਲੋਕ ਆਪਣੇ ਜਸ਼ਨ ਉਸੇ ਤਰ੍ਹਾਂ ਮਨਾ ਰਹੇ ਸਨ। ਨੀਲੋਂ ਰੈਸਟੋਰੈਂਟ ਦੇ ਅਹਾਤੇ ਵਿੱਚ ਉਸੇ ਹਫਤੇ ਇੱਕ ਵੱਡੇ ਸਿਆਸੀ ਲੀਡਰ ਦੇ ਮੁੰਡੇ ਦੀ ਰੀਸੈੱਪਸ਼ਨ ਸੀ। ਸੀ ਆਰ ਪੀ ਐਨੀ ਸੀ, ਕਿ ਚਿੜੀ ਵੀ ਫਰਕ ਨਾ ਸਕੇ। ਸਾਰਾ ਦਿਨ ਆਰਕੈਸਟਰਾਂ ਗੂੰਜਦਾ ਰਿਹਾ। ਕਈ ਜਨ ਸਧਾਰਨ ਉਸੇ ਨੂੰ ਸੁਣ ਸੁਣ ਕੇ ਨਿਹਾਲ ਹੁੰਦੇ ਰਹੇ। ਪਰ ਆਮ ਲੋਕਾਂ ਵਿੱਚ ਬੇਹੱਦ ਦਹਿਸ਼ਤ ਸੀ। ਨਾਲ ਦੇ ਪਿੰਡ ਜਲਾਲ ਵਿੱਚ ਅੱਤਵਾਦੀਆਂ ਨੇ ਇੱਕ ਬਰਾਤ ਵਿੱਚ ਪੰਜ ਤੋਂ ਵੱਧ ਬੰਦੇ ਲਿਆਉਣ ਕਾਰਨ ਬਰਾਤੀਆਂ ਤੋਂ ਧੱਕੇ ਨਾਲ ਰੂੜੀ ਦੀ ਟਰਾਲੀ ਭਰਵਾਈ ਸੀ। ਮਨਦੀਪ ਦੂਰ ਤੋਂ ਦੇਖ ਰਿਹਾ ਸੀ ਜਦੋਂ ਮਿਲਨ ਨਾਂ ਦੇ ਆਰਕੈਸਟਰੇ ਵਿੱਚ ਸ਼ਸ਼ੀ ਨਾ ਦੀ ਕੁੜੀ ਤੇ ਸ਼ਿਵ ਨਾਂ ਦਾ ਮੁੰਡਾ ਜਦੋਂ ਗਾ ਰਹੇ ਸਨ ਤਾਂ ਦਸ ਦੇ ਕਰੀਬ ਅਸਾਲਟਾਂ ਵਾਲੇ ਸਟੇਜ ਤੇ ਉਨ੍ਹਾਂ ਦੀ ਰਾਖੀ ਲਈ ਖੜੇ ਸਨ।

ਪਿੰਡ ਸਾਰਾ ਸਾਂ ਸਾਂ ਕਰ ਰਿਹਾ ਸੀ ਜਿਵੇਂ ਕੋਈ ਮੁਰਦੇਹਾਣੀ ਛਾਈ ਪਈ ਹੋਵੇ। ਪਤਾ ਨਹੀਂ ਪੰਜਾਬ ਦੇ ਪਿੰਡਾਂ ਵਿੱਚ ਕਿਹੜੇ ਪ੍ਰੇਤ ਦਾ ਪਹਿਰਾ ਸੀ ਅਖੇ ਤੁਸੀ ਬੱਤੀਆਂ ਨੀ ਜਗਾਉਣੀਆਂ। ਕੁੱਤੇ ਖੁੱਲੇ ਨੀ ਛੱਡਣੇ। ਬੂਹਿਆਂ ਨੂੰ ਅੰਦਰੋਂ ਕੁੰਡੇ ਨੀ ਲਾਉਣੇ। ਸਿੰਘਾਂ ਲਈ ਹਰ ਘਰ ਵਿੱਚ ਵਾਧੂ ਰੋਟੀਆਂ ਦਾਲ ਜਾਂ ਸਬਜ਼ੀ ਬਣੀ ਹੋਣੀ ਚਾਹੀਦੀ ਹੈ। ਅਜਿਹੇ ਮਹੌਲ ਵਿੱਚ ਤਾਂ ਊਂ ਹੀ ਦਮ ਘੁੱਟਣ ਲੱਗ ਪੈਂਦਾ ਹੈ। ਮਨਦੀਪ ਦਾ ਜੀ ਕਰਦਾ ਸੀ ਕਿ ਸਭ ਕੁੱਝ ਛੱਡ ਛੁਡਾ ਕੇ ਕਿਤੇ ਭੱਜ ਜਾਵੇ। ਬਾਹਰ ਨਿੱਕਲੋ ਤਾਂ ਸੀ ਆਰ ਪੀ ਦੇ ਬੱਟ ਮੌਰਾਂ ਵਿੱਚ ਵੱਜਦੇ, ਤਲਾਸ਼ੀਆਂ ਹੁੰਦੀਆਂ, ਬੇਇੱਜ਼ਤ ਕੀਤਾ ਜਾਂਦਾ। ਘਰ ਰਹੋ ਤਾਂ ਘੋਰ ਉਦਾਸੀ। 'ਅਜਿਹੀ ਕੌਮ ਦੇ ਨੌਜਵਾਨਾ ਦਾ ਭਵਿੱਖ ਭਲਾਂ ਕੀ ਹੋ ਸਕਦਾ ਹੈ ?' ਮਨਦੀਪ ਸੋਚਦਾ ਰਹਿੰਦਾ।

•

ਭਾਗ 52

ਮਨਦੀਪ ਨੇ ਗਿਆਰਾਂ ਮਈ ਦਾ ਅਖ਼ਬਾਰ ਚੁੱਕਿਆ ਤਾਂ ਮੁੱਖ ਸੁਰਖੀ ਬੇਹੱਦ ਮੋਟੇ ਅੱਖਰਾਂ ਵਿੱਚ ਸੀ 'ਹਰਿਆਣਾ, ਹਿਮਾਚਲ ਅਤੇ ਰਾਜਸਥਾਨ ਵਿੱਚ ਅਣਗਿਣਤ ਬੰਬ ਧਮਾਕੇ ਅਤੇ ਸੱਤ ਸੌ ਦੇ ਕਰੀਬ ਲੋਕ ਮਰੇ' ਮਨਦੀਪ ਨੂੰ ਰੋਜ਼ ਦੀ ਤਰ੍ਹਾਂ ਅੱਜ ਦੀ ਅਖ਼ਬਾਰ ਲਹੂ ਭਿੱਜੀ ਜਾਪੀ। ਬੰਦੇ ਕੋਈ ਜਿਵੇਂ ਗਾਜਰਾਂ ਮੂਲੀਆਂ ਹੋਣ। ਉਸ ਨੂੰ ਬਹੁਤ ਰੋਹ ਚੜ੍ਹਿਆ। ਪਰ ਉਸ ਨੇ ਅੱਗੇ ਖਬਰ ਪੜ੍ਹਨੀ ਸ਼ੁਰੂ ਰੱਖੀ। ਇਹ ਬੰਬ ਪੈਕਟਾਂ ਅਤੇ ਟ੍ਰਾਂਜਿਸਟਰਾਂ ਵਿੱਚ ਰੱਖੇ ਗਏ ਸਨ। ਐਨੀ ਵੱਡੀ ਸਾਜਿਸ਼ ਮੁੰਡਿਆਂ ਦੇ ਇਹ ਗਰੁੱਪ ਤਾਂ ਕਰ ਨਹੀਂ ਸਕਦੇ, ਜਰੂਰ ਕਿਸੇ ਵੱਡੀ ਤਾਕਤ ਦਾ ਹੱਥ ਹੋਵੇਗਾ। ਸਰਕਾਰੀ ਪੱਖ ਕਹਿ ਰਿਹਾ ਸੀ ਕਿ ਇਸ ਪਿੱਛੇ ਪਾਕਿਸਤਾਨ ਦਾ ਹੱਥ ਹੈ। ਪਰ ਖਾੜਕੂ ਸਮਰੱਥਕ ਕਹਿ ਰਹੇ ਸਨ ਕਿ ਸਰਕਾਰ ਖੁਦ ਹੀ ਆਪਣੀਆਂ ਏਜੰਸੀਆਂ ਤੋਂ ਸਿੱਖਾਂ ਨੂੰ ਬਦਨਾਮ ਕਰਨ ਲਈ ਅਤੇ ਅਪ੍ਰੇਸ਼ਨ ਬਲਿਊ ਸਟਾਰ ਨੂੰ ਜਾਇਜ਼ ਠਹਿਰਾਉਣ ਲਈ ਅਜਿਹੇ ਕਾਰੇ ਕਰਵਾ ਰਹੀ ਹੈ।

ਸਰਕਾਰੀ ਲੀਡਰ ਰੇਡੀਓ ਟੀ ਵੀ ਤੇ ਅੱਤਵਾਦ ਦੇ ਖਿਲਾਫ ਭਾਸ਼ਨ ਦੇ ਰਹੇ ਸਨ ਅਤੇ ਅਕਾਲੀ ਲੀਡਰ ਸਰਕਾਰ ਦੇ ਖਿਲਾਫ ਬੋਲ ਰਹੇ ਸਨ। ਇਨ੍ਹਾਂ ਧਮਾਕਿਆਂ ਪਿੱਛੇ ਸਾਜਿਸ਼ ਨੂੰ ਲੈ ਕੇ ਸੰਤ ਹਰਚੰਦ ਸਿੰਘ ਲੌਂਗੋਵਾਲ, ਪ੍ਰਕਾਸ਼ ਸਿੰਘ ਬਾਦਲ ਅਤੇ ਗੁਰਚਰਨ ਸਿੰਘ ਟੌਹੜਾ ਨੇ ਆਪਣੇ ਅਹੁਦਿਆਂ ਤੋਂ ਅਸਤੀਫੇ ਦੇ ਦਿੱਤੇ। ਉਧਰ ਸਰਕਾਰ ਨੇ ਕਿਸੇ ਹੰਗਾਮੀ ਸਥਿਤੀ ਨਾਲ ਨਿਪਟਨ ਲਈ ਫੌਜੀਆਂ ਦੀਆਂ ਛੁੱਟੀਆਂ ਕੈਂਸਲ ਕਰ ਦਿੱਤੀਆਂ। ਹੁਣ ਪੰਜਾਬ ਵਿੱਚ ਹੀ ਨਹੀਂ ਸਗੋਂ ਪੂਰੇ ਦੇਸ਼ ਵਿੱਚ ਹੀ ਹਾਹਾਕਾਰ ਮੱਚੀ ਹੋਈ ਸੀ।

ਮਨਦੀਪ ਉਸ ਦਿਨ ਘਰੋਂ ਬਾਹਰ ਨਹੀਂ ਸੀ ਨਿੱਕਲਿਆ। ਸ਼ਹਿਰਾਂ ਵਿੱਚ ਕਦੀ ਕੁੱਝ ਵੀ ਹੋ ਸਕਦਾ ਸੀ। ਲੇਕਨ 15 ਮਈ ਵਾਲੇ ਦਿਨ ਮਨਦੀਪ ਦਾ ਪੇਪਰ ਸੀ, ਤੇ ਉਸਨੂੰ ਘਰੋਂ ਜਾਣਾ ਹੀ ਪਿਆ। ਬਚਨ ਕੌਰ ਨੇ ਪੁੱਤ ਨੂੰ ਇਸ ਤਰ੍ਹਾਂ ਵਿਦਾ ਕੀਤਾ ਜਿਵੇਂ ਕਿਸੇ ਮੈਦਾਨੇ ਜੰਗ ਨੂੰ ਭੇਜ ਰਹੀ ਹੋਵੇ। ਪੰਜਾਬ ਜੰਗ ਦਾ ਮੈਦਾਨ ਹੀ ਤਾਂ ਬਣਿਆ ਹੋਇਆ ਸੀ। ਪੰਜਾਬ ਦੀਆਂ ਮਾਵਾਂ ਏਸੇ ਤਰ੍ਹਾਂ ਪੁੱਤਰਾਂ ਦੇ ਸੁੱਖੀ ਸਾਂਦੀ ਘਰ ਵਾਪਿਸ ਆਉਣ ਦੀਆਂ ਦੁਆਵਾਂ ਮੰਗਦੀਆਂ। ਬੱਸਾਂ ਵਿੱਚ ਬੇਹੱਦ ਚੈਕਿੰਗ ਸੀ ਅਤੇ ਸੜਕਾਂ ਤੇ ਨਾਕੇ। ਮਨਦੀਪ ਨੂੰ ਆਪਣੀ ਹੀ ਗ਼ਜਲ ਦਾ ਸ਼ੇਅਰ ਯਾਦ ਆ ਰਿਹਾ ਸੀ:-

ਸੰਗੀਨਾਂ ਦਾ ਪਹਿਰਾ ਹੁੰਦਾ ਹੱਦਾਂ ਤੇ
ਦਰ ਦਰ ਆਣ ਖਲੋਈਆਂ ਯਾਰੋ ਕੀ ਕਰੀਏ

ਸਾਹਿਤ ਵੀ ਲਹੂ ਦੇ ਅਥਰੂ ਚੋਅ ਰਿਹਾ ਸੀ। 19 ਮਈ ਨੂੰ ਜਦੋਂ ਕਲਾ ਸੰਗਮ ਦੀ ਮੀਟਿੰਗ ਹੋਈ ਤਾਂ ਵੀ ਪੰਜਾਬ ਦਾ ਦੁਖਾਂਤ ਹੀ ਭਾਰੂ ਰਿਹਾ। ਉਸੇ ਦਿਨ ਲੇਖਕ ਮੰਚ ਸਮਰਾਲਾ ਵਿੱਚ ਜਦੋਂ ਪ੍ਰੇਮ ਪ੍ਰਕਾਸ਼, ਮੋਹਨ ਭੰਡਾਰੀ, ਅਮਰ ਗਿਰੀ, ਗੁਰਦੇਵ ਪੰਦੋਹਲ ਅਤੇ ਗੁਲਜ਼ਾਰ ਮੁਹੰਮਦ ਗੋਰੀਆ ਬੋਲੇ ਤਾਂ ਉਹ ਵੀ ਪੰਜਾਬ ਦੇ ਵਿਚਾਰਾਂ ਤੇ ਆਪੋ ਵਿੱਚ ਵੰਡੇ ਨਜ਼ਰ ਆਏ। ਕੋਈ ਸਿੱਖ ਅੱਤਵਾਦੀਆਂ ਨੂੰ ਦੋਸ਼ੀ ਦੱਸ ਰਿਹਾ ਸੀ ਤੇ ਕੋਈ ਸਰਕਾਰ ਨੂੰ। ਪੇਪਰ ਖਤਮ ਹੋ ਗਏ। ਮਨਦੀਪ ਕੋਲ ਹੋਰ ਕੋਈ ਰੁਝੇਵਾਂ ਨਾ ਰਿਹਾ। ਹੁਣ ਤਾਂ ਖੇਤੀਬਾੜੀ ਦਾ ਕੰਮ ਵੀ ਨਹੀਂ ਸੀ। ਉਹ ਵਰਦੀਆਂ ਗੋਲੀਆਂ ਦੇ ਮਹੌਲ ਵਿੱਚ ਜਦੋਂ ਸਾਹਿਤ ਸਭਾਵਾਂ ਦੀਆਂ ਮੀਟਿੰਗਾ ਤੇ ਤੁਰਿਆ ਫਿਰਦਾ ਤਾਂ ਦਲੇਰ ਸਿੰਘ

ਆਖਦਾ "ਤੈਥੋਂ ਟਿਕ ਕੇ ਘਰ ਨਹੀਂ ਬੈਠ ਹੁੰਦਾ"

25 ਮਈ ਨੂੰ ਜਦੋਂ ਖੰਨੇ ਬੰਬ ਧਮਾਕੇ ਪਿੱਛੋਂ ਗੋਲੀਬਾਰੀ ਅਤੇ ਪੁਲਿਸ ਮੁਕਾਬਲਾ ਹੋਇਆ ਸੀ ਤਾਂ ਉਹ ਉਸੇ ਨੰਦੀ ਕਲੋਨੀ ਵਿੱਚ ਸਹਿਤਕ ਮੀਟਿੰਗ ਕਰ ਰਹੇ ਸਨ। ਉਧਰ ਪੰਜਾਬ ਤੇ ਦੁਖਾਂਤ ਤੇ ਗੀਤ ਗਾਏ ਜਾ ਰਹੇ ਸਨ ਤੇ ਨਾਲ ਹੀ ਗੋਲੀਆਂ ਵਰ ਰਹੀਆਂ ਸਨ।

ਇੱਕ ਜੂਨ 1985 ਨੂੰ ਪੰਜਾਬ ਨੂੰ ਮਿਲਟਰੀ ਹਵਾਲੇ ਕੀਤਿਆਂ, ਪੂਰਾ ਸਾਲ ਹੋ ਚੁੱਕਾ ਸੀ। ਅੱਤਵਾਦੀ ਗਰੁੱਪਾਂ ਅਤੇ ਅਕਾਲੀ ਦਲ ਨੇ ਜੂਨ 1984 ਦੇ ਪਹਿਲੇ ਹਫਤੇ ਨੂੰ, ਵਰੇ ਗੰਢ ਵਜੋਂ ਘੱਲੂਘਾਰਾ ਦਿਵਸ ਦੇ ਤੌਰ ਤੇ ਮਨਾਉਣ ਦਾ ਐਲਾਨ ਕਰ ਦਿੱਤਾ। ਮਨਦੀਪ ਦਾ ਜਿਗਰੀ ਯਾਰ, ਚਮਨ ਜਿਸ ਦੇ ਘਰ ਤੇ ਅਜੇ ਵੀ ਪੁਲਿਸ ਛਾਪੇ ਮਾਰ ਕੇ ਤੰਗ ਕਰਦੀ ਸੀ, ਕੋਈ ਗੰਢ ਤੁੱਪ ਕਰਕੇ, ਆਪਣੀ ਜ਼ਮੀਨ ਵੇਚ, ਮਾਂ ਦੇ ਗਹਿਣੇ ਧਰ ਕੇ ਅਤੇ ਡੰਗਰ ਪਸ਼ੂ ਵੇਚ ਕੇ ਜਰਮਨ ਦਾ ਵੀਜ਼ਾ ਲੈਣ ਵਿੱਚ ਕਾਮਯਾਬ ਹੋ ਗਿਆ। ਇਹ ਰਾਜ ਚਮਨਜੀਤ ਨੇ ਸਿਰਫ ਮਨਦੀਪ ਨਾਲ ਹੀ ਸਾਂਝਾ ਕੀਤਾ ਅਤੇ ਉਸ ਨੂੰ ਪਾਰਟੀ ਵੀ ਕੀਤੀ। ਉਸ ਨੇ ਇਹ ਵੀ ਕਿਹਾ "ਮਿੱਤਰਾ ਜੇ ਬਚਣਾ ਹੈ ਤਾਂ ਪੰਜਾਬ ਚੋਂ ਤੂੰ ਵੀ ਨਿੱਕਲ ਜਾ"

ਫੇਰ ਪੰਜਾਬ ਵਿੱਚ 11 ਜੂਨ ਨੂੰ ਇੱਕ ਬਹੁਤ ਜ਼ਬਰਦਸਤ ਤੂਫਾਨ ਆਇਆ ਦਰਖਤ ਪੁੱਟੇ ਗਏ, ਫਸਲਾਂ ਢੇਰ ਹੋ ਗਈਆਂ ਅਤੇ ਬਹੁਤ ਸਾਰੇ ਘਰ ਢਹਿ ਗਏ। ਬਿਜਲੀ ਦੇ ਖੰਭੇ ਅਤੇ ਤਾਰਾਂ ਟੁੱਟ ਜਾਣ ਕਾਰਨ ਰਾਤਾਂ ਨੂੰ ਹਨੇਰ ਪੈ ਗਿਆ ਸੀ। ਪਰ ਲੋਕਾਂ ਨੂੰ ਪਰਵਾਹ ਨਹੀਂ ਸੀ। ਪੰਜਾਬ ਵਿੱਚ ਤਾਂ ਖ਼ੂਨੀ ਤੂਫਾਨ ਰੋਜ਼ ਹੀ ਝੁੱਲਦਾ ਸੀ। ਤੇ ਮਸਲੇ ਦਾ ਕੋਈ ਹੱਲ ਵੀ ਨਜ਼ਰ ਨਹੀਂ ਸੀ ਆ ਰਿਹਾ। ਸਰਕਾਰ ਨੂੰ ਤਾਂ ਜਿਵੇਂ ਫਿਕਰ ਹੀ ਕੋਈ ਨਹੀਂ ਸੀ। ਸਗੋਂ ਦੇਸ਼ ਦਾ ਪ੍ਰਧਾਨ ਮੰਤਰੀ ਰਾਜੀਵ ਗਾਂਧੀ ਤਾਂ ਅਹੁਦੇ ਨੂੰ ਮਾਣਦਾ ਹੋਇਆ ਆਪਣੀ ਪਹਿਲੀ ਬਿਦੇਸ਼ ਫੇਰੀ ਤੇ ਅਮਰੀਕਾ ਦੇ ਸ਼ਹਿਰ ਵਾਸ਼ਿੰਗਟਨ ਨੂੰ ਜਾ ਰਿਹਾ ਸੀ। ਉਧਰ ਖਾਲਿਸਤਾਨੀ ਲੀਡਰ ਗੰਗਾ ਸਿੰਘ ਢਿੱਲੋਂ ਨੇ ਵੀ ਉੱਥੇ ਪਹੁੰਚਕੇ ਰੋਸ ਮੁਜ਼ਾਹਰਾ ਕਰਨ ਦਾ ਐਲਾਨ ਕਰ ਦਿੱਤਾ। ਅਜਿਹੀ ਸਥਿਤੀ ਨੇ ਮਹੌਲ ਨੂੰ ਹੋਰ ਵੀ ਪੇਚੀਦਾ ਬਣਾ ਦਿੱਤਾ।

ਆਮ ਲੋਕ ਦਬੀ ਜ਼ੁਬਾਨ ਵਿੱਚ ਗੱਲਾਂ ਕਰਦੇ ਕਿ ਅੱਤਵਾਦੀਆਂ ਨੂੰ ਸਿਆਸੀ ਲੀਡਰਾਂ ਦੀ ਪੁਸ਼ਤਪਨਾਹੀ ਹੈ। ਉਹ ਕਾਰਵਾਈ ਕਰਕੇ ਆਪਣੇ ਆਕਾਵਾਂ ਦੀਆਂ ਕੋਠੀਆਂ ਵਿੱਚ ਜਾ ਲੁਕਦੇ ਨੇ ਤੇ ਪੁਲਸ ਅੱਕੀਂ ਪਲਾਹੀ ਹੱਥ ਮਾਰਦੀ ਆਮ ਜਨਤਾਂ ਨੂੰ, ਸੂਈ ਦੇ ਨੱਕੇ ਥਾਣੀ ਲੰਘਾਉਂਦੀ ਹੈ। ਮਨਦੀਪ ਦਾ ਪੰਜਾਬ ਯੂਨੀਵਰਸਿਟੀ ਪੜ੍ਹਦਾ ਇੱਕ ਦੋਸਤ ਦੱਸਦਾ ਸੀ ਕਿ ਅੱਤਵਾਦੀ ਵਰਿਆਮ ਸਿੰਘ ਖੱਪਿਆਂਵਾਲੀ ਨੇ ਜਿਸ ਦਿਨ ਚੰਡੀਗੜ੍ਹ ਵਿੱਚ ਕਾਰਵਾਈ ਕੀਤੀ ਸੀ ਤੇ ਉਹ ਹਰਿਆਣੇ ਦੇ ਇੱਕ ਬਹੁਤ ਵੱਡੇ ਮੰਤਰੀ ਦੇ ਘਰ ਲੁਕਿਆ ਸੀ ਅਤੇ ਹੁਣ ਵੀ ਅਕਸਰ ਉਥੇ ਹੀ ਰਹਿੰਦਾ ਹੈ। ਕਈ ਲੋਕ ਖਾਲਿਸਤਾਨੀ ਮੁਕਤੀ ਵਾਹਿਨੀ ਦੇ ਕਮਾਂਡਰਾਂ ਦੇ ਵੀ ਚੋਟੀ ਦੇ ਸਿਆਸਤਦਾਨਾਂ ਨਾਲ ਸਬੰਧ ਦੱਸਦੇ ਸਨ। ਅਜਿਹੇ ਇਲਜ਼ਾਮ ਜਦੋਂ ਕਾਂਗਰਸੀ ਲੀਡਰ ਸੰਤੋਖ ਸਿੰਘ ਰੰਧਾਵਾ ਤੇ ਵੀ ਲੱਗੇ ਤਾਂ ਉਨ੍ਹਾਂ ਆਪਣੇ ਅਹੁਦੇ ਤੋਂ ਅਸਤੀਫਾ ਦੇ ਦਿੱਤਾ। ਮਨਦੀਪ ਜਦੋਂ ਵੀ ਆਪਣੇ ਦੋਸਤਾਂ ਨੂੰ ਮਿਲਦਾ ਤਾਂ ਅਜਿਹੀਆਂ ਗੱਲਾਂ ਅਕਸਰ ਹੀ ਚਲਦੀਆਂ ਰਹਿੰਦੀਆਂ।

23 ਜੂਨ 1985 ਦੇ ਦਿਨ ਮਨਦੀਪ ਆਪਣੇ ਕੁੱਝ ਲੇਖਕ ਦੋਸਤਾਂ ਨਾਲ ਬਰਨਾਲੇ ਕੇਂਦਰੀ ਪੰਜਾਬੀ ਲੇਖਕ ਸਭਾ ਦੀ ਚੋਣ ਵਿੱਚ ਭਾਗ ਲੈਣ ਲਈ ਪਹੁੰਚਿਆ। ਇਹ ਚੋਣ ਐੱਸ ਡੀ ਕਾਲਜ ਬਰਨਾਲਾ ਵਿੱਚ ਹੋ ਰਹੀ ਸੀ। ਹਜ਼ਾਰ ਦੇ ਕਰੀਬ ਲੇਖਕਾਂ ਦਾ ਇਕੱਠ ਸੀ। ਇਸ ਇਕੱਠ ਵਿੱਚ ਕਈ ਨਾਮਵਰ ਸਾਹਿਤਕਾਰ ਵੀ ਹਾਜ਼ਰ ਸਨ ਜਿਨਾਂ ਵਿੱਚ ਪ੍ਰਿੰ: ਸੁਜਾਨ ਸਿੰਘ, ਜਸਵੰਤ ਸਿੰਘ ਕੰਵਲ, ਸੰਤੋਖ ਸਿੰਘ ਧੀਰ, ਤੇਰਾ ਸਿੰਘ ਚੰਨ ਅਤੇ ਸੰਤ ਰਾਮ ਉਦਾਸੀ। ਪਰ ਇਹ ਕਲਮਾਂ ਵੀ ਪੰਜਾਬ ਬਾਰੇ

ਕੁੱਝ ਨਾ ਕਰ ਸਕੀਆਂ। ਸੋਹਣ ਸਿੰਘ ਹੰਸ ਚੋਣ ਜਿੱਤਣ ਲਈ ਲੇਖਕਾਂ ਵਲੋਂ ਵਰਤੇ ਜਾ ਰਹੇ ਹੱਥਕੰਡਿਆਂ ਤੋਂ ਦੁੱਖੀ ਸੀ। ਕਈ ਲੇਖਕ ਸ਼ਰਾਬ ਵਿੱਚ ਗੁੱਟ ਹੋਏ ਫਿਰਦੇ ਸਨ। ਸੰਤ ਰਾਮ ਉਦਾਸੀ ਸ਼ਰਾਬ ਦੇ ਨਸ਼ੇ ਵਿੱਚ ਚੂਰ, ਇੱਕ ਦਰਖਤ ਨਾਲ ਢੋਹ ਲਾਈਂ ਕੋਈ ਗੀਤ ਗਾਅ ਰਿਹਾ ਸੀ। ਡੀ ਡੀ ਸਵਿਤੋਜ਼ ਏਸੇ ਹਾਲਤ ਵਿੱਚ ਆਪਣਾ ਅੱਡ ਮਜ਼ਮਾਂ ਜਮਾਈ ਬੈਠਾ ਸੀ। ਏਥੇ ਕੇਂਦਰੀ ਪੰਜਾਬੀ ਲੇਖਕ ਸਭਾ ਦੇ ਦੋਫਾੜ ਹੋ ਜਾਣ ਦਾ ਜੋ ਡਰ ਪਾਇਆ ਜਾ ਰਿਹਾ ਸੀ, ਉਹ ਵੀ ਸੱਚ ਹੋ ਗਿਆ। ਤੇਰਾ ਸਿੰਘ ਚੰਨ ਵਾਲੀ ਸਭਾ ਦੇ ਨਾਲ ਨਾਲ ਹੁਣ ਸੰਤ ਸਿੰਘ ਸੇਖੋਂ ਵਾਲੀ ਸਭਾ ਬਣ ਗਈ। ਤੇ ਡਾ: ਤੇਜਵੰਤ ਮਾਨ ਨੂੰ ਇਸਦਾ ਜਨਰਲ ਸਕੱਤਰ ਬਣਾ ਦਿੱਤਾ ਗਿਆ। ਹਿੰਦੂ ਸਿੱਖਾਂ ਨੂੰ ਪਾਟੋਧਾੜ ਤੋਂ ਬਚਾਉਣ ਦੀਆਂ ਗੱਲਾਂ ਕਰਨ ਵਾਲੇ ਲੇਖਕ ਆਪਸ ਵਿੱਚ ਹੀ ਪਾਟੋ ਧਾੜ ਹੋ ਗਏ। ਮਨਦੀਪ ਇਸ ਸਥਿਤੀ ਤੋਂ ਬੇਹੱਦ ਦੁਖੀ ਸੀ। ਫੇਰ ਉਸ ਨੇ ਕੁੱਝ ਦੋਸਤਾਂ ਨਾਲ ਕਾਲਜ ਦੇ ਘਾਹ ਤੇ ਬਹਿ ਪੈ ਕੇ ਹੀ ਉਹ ਰਾਤ ਗੁਜ਼ਾਰੀ ਕਿਉਂਕਿ ਰਹਿਣ ਦਾ ਕੋਈ ਪ੍ਰਬੰਧ ਨਹੀਂ ਸੀ।

ਦੂਸਰਾ ਦਿਨ ਚੜ੍ਹਨ ਸਾਰ ਉਹ ਇੱਕ ਹੋਟਲ ਤੇ ਚਾਹ ਪੀਣ ਚਲੇ ਗਏ। ਰਸਤੇ ਵਿੱਚ ਅਖ਼ਬਾਰ ਪੜ੍ਹ ਕੇ ਤਾਂ ਮਨਦੀਪ ਧੁਰ ਅੰਦਰ ਤੱਕ ਹਿੱਲ ਗਿਆ। ਅੱਜ ਦੀ ਮੁੱਖ ਸੁਰਖੀ ਸੀ 'ਏਅਰ ਇੰਡੀਆ ਦੇ ਜਹਾਜ਼ ਵਿੱਚ ਬੰਬ ਧਮਾਕਾ। ਅੱਧ ਅਸਮਾਨੇ ਉਡਾ ਦਿੱਤੀ ਗਈ ਮੰਦਭਾਗੀ ਉਡਾਣ। ਜਿਸ ਵਿੱਚ 327 ਮੁਸਾਫਿਰ ਸਨ।

ਖ਼ਬਰ ਦੀ ਹੋਰ ਡਿਟੇਲ ਪੜ੍ਹੀ ਤਾਂ ਪਤਾ ਲੱਗਿਆ ਇਹ ਜਹਾਜ਼ ਕੈਨੇਡਾ ਤੋਂ ਉਡਿਆ ਸੀ। ਕਨਿਸ਼ਕ ਨਾਂ ਦਾ ਇਹ ਜਹਾਜ਼ ਆਇਰਲੈਂਡ ਦੇ ਪਾਣੀਆਂ ਤੇ ਉੱਡ ਰਿਹਾ ਸੀ ਜਦੋਂ ਬੰਬ ਧਮਾਕਾ ਹੋਇਆ। ਮਰਨ ਵਾਲਿਆਂ ਵਿੱਚ ਔਰਤਾਂ ਬੱਚੇ ਬਜੁਰਗ ਸਭ ਸ਼ਾਮਲ ਸਨ। ਇੱਸ ਵਿੱਚ ਹਿੰਦੂ ਵੀ ਹੋਣਗੇ ਅਤੇ ਸਿੱਖ ਵੀ। ਕਈ ਵਿਚਾਰੇ ਸਾਲਾਂ ਬਾਅਦ ਆਪਣੇ ਪਰਿਵਾਰਾਂ ਨੂੰ ਮਿਲਣ ਜਾ ਰਹੇ ਹੋਣਗੇ। ਕਈਆਂ ਦੇ ਪਰਿਵਾਰ ਉੱਜੜ ਗਏ ਹੋਣਗੇ। ਇਹ ਕੇਹੋ ਜਿਹਾ ਸੰਘਰਸ਼ ਸੀ। ਮਨਦੀਪ ਦਾ ਦੋਸਤ ਸ਼ਾਇਰ ਕ੍ਰਿਸ਼ਨ ਕੌਸ਼ਲ ਜੋ ਆਪ ਪੰਡਿਤ ਸੀ, ਬਹੁਤ ਉਦਾਸ ਹੋ ਗਿਆ। ਮਨਦੀਪ ਨੇ ਵੀ ਚੁੱਪ ਧਾਰ ਲਈ। ਪਰ ਦੋਨੋ ਇੱਕ ਦੂਜੇ ਦਾ ਦਰਦ ਸਮਝ ਸਕਦੇ ਸਨ। ਉਸ ਦਿਨ ਘਰ ਜਾ ਕੇ ਮਨਦੀਪ ਬਹੁਤ ਹੀ ਪਰੇਸ਼ਾਨ ਰਿਹਾ। ਸਾਰੀ ਰਾਤ ਉਸ ਨੂੰ ਨੀਂਦ ਨਹੀਂ ਸੀ ਪਈ।

ਫੇਰ 27 ਜੂਨ ਨੂੰ ਹਾਦਸਾ ਗ੍ਰਸਤ ਜਹਾਜ਼ ਦਾ ਬਲੈਕ ਬੌਕਸ ਮਿਲ ਗਿਆ। ਗੋਤਾਖੋਰ ਹੁਣ ਤੱਕ ਇੱਕ ਸੌ ਚਾਲੀ ਦੇ ਕਰੀਬ ਲਾਸ਼ਾਂ ਲੱਭ ਚੁੱਕੇ ਸਨ। ਟੈਲੀਵੀਯਨ ਉੱਪਰ ਇਹ ਸਾਰਾ ਕੁੱਝ ਦਿਖਾਇਆ ਜਾ ਰਿਹਾ ਸੀ। ਮੁਸਾਫਰਾਂ ਦਾ ਸਮਾਨ ਪਾਣੀ ਤੇ ਤਰਦਾ ਫਿਰ ਰਿਹਾ ਸੀ। ਕੁੱਝ ਖਾੜਕੂ ਜਥੇਬੰਦੀਆਂ ਨੇ ਇਸ ਕਾਰਵਾਈ ਦੀ ਜ਼ਿੰਮੇਵਾਰੀ ਲੈ ਲਈ ਸੀ। ਲਾਸ਼ਾਂ ਸ਼ੈਨਨ ਹਵਾਈ ਅੱਡੇ ਤੇ ਸ਼ਨਾਖਤ ਲਈ ਰੱਖ ਦਿੱਤੀਆਂ ਗਈਆਂ। ਕੁੱਝ ਲੋਕ ਇਸ ਵੱਡੀ ਕਾਰਵਾਈ ਪਿੱਛੇ ਸਿੱਖਾਂ ਨੂੰ ਬਦਨਾਮ ਕਰਨ ਲਈ ਸਰਕਾਰੀ ਏਜੰਸੀਆਂ ਦਾ ਹੱਥ ਦੱਸ ਰਹੇ ਸਨ। ਤਾਂ ਕਿ ਵਿਸ਼ਵ ਨੂੰ ਦੱਸਿਆ ਜਾ ਸਕੇ ਕਿ ਅਪਰੇਸ਼ਨ ਬਲਿਊ ਸਟਾਰ ਅੱਤਵਾਦ ਖਿਲਾਫ ਇੱਕ ਢੁਕਵੀਂ ਕਾਰਵਾਈ ਸੀ। ਕਾਰਵਾਈ ਚਾਹੇ ਕਿਸੇ ਦੀ ਵੀ ਸੀ, ਪਰ ਮਰ ਤਾਂ ਆਮ ਲੋਕ ਹੀ ਗਏ ਸਨ।

ਮਨਦੀਪ ਦਾ ਹੁਣ ਕਿਤੇ ਵੀ ਦਿਲ ਨਹੀਂ ਸੀ ਲੱਗ ਰਿਹਾ। ਉਸ ਦੀ ਦਿਲਚਸਪੀ ਸਿਰਫ ਤੇ ਸਿਰਫ ਸਾਹਿਤ ਵਿੱਚ ਹੀ ਰਹਿ ਗਈ ਸੀ। ਜਾਂ ਤਾਂ ਉਹ ਸਭਾਵਾਂ ਵਿੱਚ ਚਲਾ ਜਾਂਦਾ ਤੇ ਜਾਂ ਫੇਰ ਸਾਹਿਤਕ ਪੁਸਤਕਾਂ ਪੜ੍ਹਦਾ ਰਹਿੰਦਾ। ਦਲੇਰ ਸਿੰਘ ਹੁਣ ਚੁੱਪ ਚਾਪ ਹੀ ਰਹਿੰਦਾ। ਉਸ ਨੇ ਮਨਦੀਪ ਦੀ ਪੜ੍ਹਾਈ ਬਾਰੇ ਜਾਂ ਨੌਕਰੀ ਬਾਰੇ ਪੁੱਛਣਾ ਹੀ ਛੱਡ ਦਿੱਤਾ ਸੀ। ਪਰ ਇਨ੍ਹਾਂ ਹੀ ਦਿਨਾਂ ਵਿੱਚ ਮਨਦੀਪ ਦਾ ਰਿਜ਼ਲਟ ਵੀ ਆ ਗਿਆ। ਤੇ ਉਹ ਪਾਸ ਹੋ ਗਿਆ। ਇਹ ਤੱਤੀਆਂ ਲੂਹ ਦੇਣ

ਵਾਲੀਆਂ ਹਵਾਵਾਂ ਵਿੱਚ ਇਹ ਨਿੱਕਾ ਜਿਹਾ ਸ਼ੀਤਲ ਹਵਾ ਦਾ ਬੁੱਲਾ ਸੀ।

ਏਅਰ ਇੰਡੀਆਂ ਦੇ ਹਾਦਸਾ ਗ੍ਰਸਤ ਜਹਾਜ਼ ਦਾ ਦੂਸਰਾ ਡੈਟਾ ਰਿਕਾਰਡਰ ਬੌਕਸ ਵੀ ਫਰਾਂਸ ਦੇ ਰੋਬੋਟ ਵਲੋਂ ਲੱਭਿਆ ਜਾ ਚੁੱਕਾ ਸੀ। ਇੱਹ ਖ਼ਬਰਾਂ ਅਜੇ ਫਿੱਕੀਆਂ ਵੀ ਨਹੀਂ ਪਈਆਂ ਸਨ, ਤਾਂ ਹੋਰ ਖ਼ਬਰਾਂ ਆਉਣ ਲੱਗੀਆਂ ਕਿ ਪ੍ਰਧਾਨ ਮੰਤਰੀ ਰਾਜੀਵ ਗਾਂਧੀ ਨੇ ਅਕਾਲੀ ਦਲ ਨੂੰ ਸਮਝੌਤਾ ਕਰਨ ਲਈ ਕੋਈ ਸੱਦਾ ਭੇਜਿਆ ਹੈ। ਲੋਕਾਂ ਵਿੱਚ ਹੁਣ ਇਹ ਚਰਚਾ ਸੀ ਕਿ 'ਆਨੰਦਪੁਰ ਦਾ ਮਤਾ ਹੁਣ ਮੰਨ ਲਿਆ ਜਾਵੇਗਾ ਜਾਂ ਨਹੀਂ ?'

ਇਸ ਸਮਝੌਤੇ ਲਈ ਅਕਾਲੀ ਦਲ ਦੇ ਪ੍ਰਧਾਨ ਸੰਤ ਹਰਚੰਦ ਸਿੰਘ ਲੌਂਗੋਵਾਲ ਨਾਲ ਗੱਲ ਕੀਤੀ ਗਈ। ਉਸ ਨੇ ਅੱਗੋਂ ਬਾਕੀ ਅਕਾਲੀਆਂ ਨੂੰ ਪੁੱਛਿਆ। ਉਹ ਪਹਿਲਾਂ ਤਾਂ ਸਹਿਮਤ ਹੋ ਗਏ ਪਰ ਬਾਅਦ ਵਿੱਚ ਪ੍ਰਕਾਸ਼ ਸਿੰਘ ਬਾਦਲ ਅਤੇ ਗੁਰਚਰਨ ਸਿੰਘ ਟੌਹੜਾ ਨੇ ਆਪਣੇ ਹੱਥ ਪਿੱਛੇ ਖਿੱਚ ਲਏ। ਉਹ ਸ਼ਰੇਆਮ ਸੰਤ ਹਰਚੰਦ ਸਿੰਘ ਲੌਂਗੋਵਾਲ ਦੇ ਵਿਰੋਧ ਵਿੱਚ ਖੜ੍ਹੇ ਗਏ। ਏਹੋ ਫੁੱਟ ਤਾਂ ਸਰਕਾਰ ਚਾਹੁੰਦੀ ਸੀ।

ਉਨ੍ਹਾਂ 23 ਜੁਲਾਈ ਨੂੰ ਸੰਤ ਹਰਚੰਦ ਸਿੰਘ ਲੌਂਗੋਵਾਲ, ਸੁਰਜੀਤ ਸਿੰਘ ਬਰਨਾਲਾ, ਬਲਵੰਤ ਸਿੰਘ ਤੇ ਕੁੱਝ ਹੋਰ ਸਾਥੀਆਂ ਦਿੱਲੀ ਬੁਲਾ ਕੇ ਇਸ ਸਮਝੌਤੇ ਤੇ ਸਹੀ ਪਾ ਦਿੱਤੀ। ਫੇਰ ਇਸ ਨੂੰ ਬੇਹੱਦ ਪ੍ਰਚਾਰਿਆ ਗਿਆ। ਥਾਂ ਥਾਂ ਰਾਜੀਵ ਅਤੇ ਲੌਂਗੋਵਾਲ ਸਮਝੌਤੇ ਦੇ ਵੱਡੇ ਵੱਡੇ ਪੋਸਟਰ ਲਗਾਏ ਗਏ। ਇਸ ਸਮਝੌਤੇ ਵਕਤ ਜਦੋਂ ਹੱਥ ਮਿਲਾਏ ਗਏ ਸਨ ਤਾਂ ਸੁਰਜੀਤ ਸਿੰਘ ਬਰਨਾਲਾ ਦਾ ਹੱਥ ਕੱਢਿਆ ਹੀ ਰਹਿ ਗਿਆ। ਪ੍ਰਧਾਨ ਮੰਤਰੀ ਨੇ ਉਸ ਨਾਲ ਹੱਥ ਨਹੀਂ ਸੀ ਮਿਲਾਇਆ। ਕੀ ਇਹ ਗਲਤੀ ਸੀ ਜਾਂ ਜਾਣ ਬੁੱਝ ਕੇ ਕੀਤਾ ਗਿਆ ਸੀ। ਫੇਰ ਟੈਲੀਵੀਯਨ ਇਸੇ ਸੀਨ ਨੂੰ ਕਈ ਦਿਨ ਦਿਖਾਉਂਦਾ ਰਿਹਾ। ਏਧਰ ਪੰਜਾਬ ਦੇ ਲੋਕ ਖੁਸ਼ ਸਨ ਕਿ ਚੱਲੋਂ ਹੁਣ ਸ਼ਾਂਤੀ ਆਊਗੀ। ਪਰ ਅਜਿਹਾ ਕਿੱਥੇ ਹੋਣਾ ਸੀ ?

ਉਧਰ ਪਾਕਿਸਤਾਨ ਵਿੱਚ ਵੀ ਰਾਜਨੀਤਕ ਉਥਲ ਪੁਥਲ ਸੀ। ਜਨਰਲ ਜ਼ਿਆ ਉਲ ਹੱਕ ਆਪਣੇ ਵਿਰੋਧੀਆਂ ਨੂੰ ਲੋਹੇ ਦੇ ਚਣੇ ਚਬਾ ਰਿਹਾ ਸੀ। ਉਸ ਨੇ ਲੋਕਾਂ ਦੇ ਚੁਣੇ ਹੋਏ ਲੀਡਰ ਭੁੱਟੋ ਨੂੰ ਫਾਂਸੀ ਲਗਾਈ ਸੀ। ਹੁਣ ਅਗਲਾ ਰਾਹ ਸਾਫ ਕਰਨ ਲਈ ਹੋਰ ਹੱਥ ਕੰਡੇ ਵਰਤ ਰਿਹਾ ਸੀ। ਭੁੱਟੋ ਦੇ ਮੁੰਡੇ ਸ਼ਾਹ ਨਿਵਾਜ਼ ਦੀ ਮੌਤ ਦਾ ਸ਼ੱਕ ਵੀ ਲੋਕ ਜ਼ਿਆਉਲ ਸਰਕਾਰ ਤੇ ਹੀ ਕਰ ਰਹੇ ਸਨ। ਬਾਕੀ ਸਭ ਖ਼ਬਰਾਂ ਹੀ ਕਤਲਾਂ ਤੇ ਬੰਬ ਧਮਾਕਿਆਂ ਦੀਆਂ ਸੁਰਖੀਆਂ ਹੇਠਾਂ ਦਮ ਤੋੜ ਜਾਂਦੀਆ। ਅਕਾਲੀ ਲੀਡਰਸ਼ਿਪ ਸਮਝੌਤੇ ਤੋਂ ਬਿਲਕੁੱਲ ਖੁਸ਼ ਨਹੀਂ ਸੀ। ਸੰਤ ਜਰਨੈਲ ਸਿੰਘ ਭਿੰਡਰਾਂਵਾਲਾ ਦੇ ਪਿਤਾ ਬਾਬਾ ਜੋਗਿੰਦਰ ਸਿੰਘ ਨੇ ਵੀ ਇਸਦੇ ਵਿਰੋਧ ਵਿੱਚ ਆਪਣਾ ਐਲਾਨ ਕਰਦਿਆਂ ਸੰਘਰਸ਼ ਜ਼ਾਰੀ ਰੱਖਣ ਦਾ ਹੁਕਮ ਕਰ ਦਿੱਤਾ। ਉਧਰ ਇੰਗਲੈਡ ਤੋਂ ਡਾ: ਜਗਜੀਤ ਸਿੰਘ ਚੌਹਾਨ ਨੇ ਸਰਕਾਰ ਨਾਲ ਸਮਝੌਤਾ ਕਰਨ ਵਾਲਿਆਂ ਨੂੰ, 'ਨਤੀਜਾ ਭੁਗਤਣ ਲਈ ਤਿਆਰ ਰਹਿਣ' ਦਾ ਐਲਾਨ ਕਰ ਦਿੱਤਾ। ਸਿੱਖ ਸਟੂਡੈਂਟ ਫੈਡਰੇਸ਼ਨ ਵੀ ਇਸਦੇ ਵਿਰੋਧ ਵਿੱਚ ਖੜੀ ਹੋ ਗਈ। ਫੇਰ ਸੰਤ ਹਰਚੰਦ ਸਿੰਘ ਲੌਂਗੋਵਾਲ ਤੇ ਸੁਰਜੀਤ ਸਿੰਘ ਬਰਨਾਲਾ ਬਿਲਕੁੱਲ ਇਕੱਲੇ ਪੈ ਗਏ।

ਪੰਜਾਬ ਵਿੱਚ ਸਮਝੌਤੇ ਤੋਂ ਬਾਅਦ ਬੱਝੀ ਆਸ ਨੂੰ ਅਜੇ ਬੂਰ ਵੀ ਨਹੀਂ ਸੀ ਪਿਆ ਕਿ 31 ਜੁਲਾਈ ਵਾਲੇ ਦਿਨ ਅਣਪਛਾਤੇ ਨੌਜਵਾਨਾਂ ਨੇ ਦਿੱਲੀ ਦੰਗਿਆਂ ਵਿੱਚ ਸ਼ਮੂਲੀਅਤ ਦਾ ਦੋਸ਼ੀ ਸਮਝਦਿਆਂ, ਮੈਂਬਰ ਪਾਰਲੀਮੈਂਟ, ਸੁਸ਼ੀਲ ਮਾਕਨ, ਉਸਦੀ ਪਤਨੀ ਅਤੇ ਨੌਕਰ ਨੂੰ ਗੋਲੀਆਂ ਨਾਲ ਭੁੰਨ ਦਿੱਤਾ। ਜਦੋਂ ਕਿ 15 ਅਗਸਤ ਨੇੜੇ ਆ ਰਿਹਾ ਸੀ। ਪ੍ਰਸ਼ਾਸ਼ਨ ਨੂੰ ਹੱਥਾਂ ਪੈਰਾਂ ਦੀ ਪੈ ਗਈ। ਇੱਕ ਦਿਨ ਮਨਦੀਪ ਸਮਰਾਲੇ ਗਿਆ ਤਾਂ ਪਤਾ ਲੱਗਾ ਕਿ ਬਹੁਤ ਹੀ ਧੱਕੜ ਅਤੇ ਅੱਖੜ

ਸਮਝੇ ਜਾਂਦੇ ਹੌਲਦਾਰ ਮੋਹਣ ਸਿੰਘ ਨੂੰ ਵੀ ਕਿਸੇ ਨੇ ਗੋਲੀ ਮਾਰ ਦਿੱਤੀ ਹੈ। ਹੁਣ ਪੰਜਾਬ ਵਿੱਚ ਇਹ ਹਾਲਾਤ ਇਹ ਸਨ ਕਿ ਕਿਸੇ ਵੀ ਟਾਈਮ ਤੇ ਕਿਸੇ ਨੂੰ ਵੀ ਗੋਲੀ ਵੱਜ ਸਕਦੀ ਸੀ।

15 ਅਗਸਤ ਨੂੰ ਦਿੱਲੀ ਲਾਲ ਕਿਲੇ ਤੋਂ ਅੱਤਵਾਦ ਖਿਲਾਫ ਭਾਸ਼ਨ ਦਿੰਦਿਆਂ ਰਾਜੀਵ ਗਾਂਧੀ ਵਾਰ ਵਾਰ ਆਖ ਰਿਹਾ ਸੀ "ਹਮ ਦੇਖੇਗੇਂ...ਹਮ ਨੇ ਦੇਖਨਾ... ਹੈ" ਪਰ ਲੋਕ ਚਾਹੁੰਦੇ ਸੀ ਕਿ ਸਿਰਫ ਦੇਖਦੇ ਹੀ ਨਾ ਰਹੋ ਕੁੱਝ ਕਰੋ ਵੀ। ਉਸ ਦਿਨ ਟੀ ਵੀ ਪ੍ਰਸਾਰਨ ਤੇ ਲਾਲ ਕਿਲੇ ਤੋਂ ਭਾਸ਼ਨ ਦਿੰਦਿਆਂ ਇੱਕ ਕਾਂ ਦੀ ਆਵਾਜ਼ ਲਗਾਤਾਰ ਆਂਉਦੀ ਰਹੀ। ਮਨਦੀਪ ਨੂੰ ਜਾਪਿਆ ਜਿਵੇਂ ਦੇਸ਼ ਦੇ ਸਿਰ ਤੇ ਲਹੂ ਪੀਣੀਆਂ ਗਿਰਝਾਂ ਮੰਡਰਾ ਰਹੀਆਂ ਹੋਣ।

ਰਾਜੀਵ ਗਾਂਧੀ ਨੇ ਪੰਜਾਬ ਸਮਝੌਤੇ ਤੋਂ ਬਾਅਦ ਹੁਣ ਆਸਾਮ ਦੇ ਵਿਦਰੋਹੀ ਧੜਿਆਂ ਨਾਲ ਵੀ ਸਮਝੌਤਾ ਕਰ ਲਿਆ। ਇਹ ਸਮਝੌਤੇ ਦਾ ਅਜ਼ਾਦੀ ਦਿਵਸ ਤੇ ਐਲਾਨ ਕਰਨ ਲਈ, 15 ਅਗਸਤ ਨੂੰ ਤੜਕੇ ਤਿੰਨ ਵਜੇ ਤੱਕ ਇਹ ਸਮਝੌਤਾ ਮਸਾਂ ਨੇਪਰੇ ਚੜ੍ਹਾਇਆ ਗਿਆ ਸੀ। ਰਾਸ਼ਟਰਪਤੀ ਗਿਆਨੀ ਜ਼ੈਲ ਸਿੰਘ ਨੇ ਅਜ਼ਾਦੀ ਦਿਵਸ ਦੀ ਪੂਰਬ ਸੰਧਿਆ ਤੇ ਜੋ ਭਾਸ਼ਨ ਕੀਤਾ, ਉਸ ਵਿੱਚ ਤਾਂ ਕੋਈ ਦਮ ਹੀ ਨਹੀਂ ਸੀ। ਇਹ ਵੀ ਗੱਲ ਬਾਹਰ ਆ ਗਈ ਸੀ ਕਿ ਜੋ ਕੁੱਝ ਰਾਸ਼ਟਰਪਤੀ ਬੋਲਣਾ ਚਾਹੁੰਦਾ ਸੀ ਉਸ ਨੂੰ ਬੋਲਣ ਹੀ ਨਹੀਂ ਸੀ ਦਿੱਤਾ ਗਿਆ, ਬਲਕਿ ਸਰਕਾਰ ਨੇ ਇੱਹ ਭਾਸ਼ਨ ਲਿਖਵਾ ਕੇ ਜ਼ਬਰਦਸਤੀ ਉਸ ਤੋਂ ਪੜ੍ਹਵਾਇਆ ਸੀ। ਜਿਸ ਨੂੰ ਮਸਾਂ ਉਸ ਨੇ ਅਣਮੰਨੇ ਜਿਹੇ ਮਨ ਨਾਲ ਪੜ੍ਹਿਆ।

ਆਜ਼ਾਦੀ ਦਿਵਸ ਨੂੰ ਅਜੇ ਪੰਜ ਦਿਨ ਵੀ ਨਹੀਂ ਬੀਤੇ ਸਨ ਕਿ ਪੰਜਾਬ ਵਿੱਚ ਇੱਕ ਹੋਰ ਵੱਡਾ ਝੱਖੜ ਝੁੱਲ ਗਿਆ। ਸ਼੍ਰੋਮਣੀ ਅਕਾਲੀ ਦਲ ਦੇ ਪ੍ਰਧਾਨ ਅਤੇ ਮੋਰਚਾ ਡਿਕਟੇਟਰ ਸੰਤ ਹਰਚੰਦ ਸਿੰਘ ਨੂੰ ਜਿਲ੍ਹਾ ਸੰਗਰੂਰ ਦੇ ਸ਼ੇਰਪੁਰ ਪਿੰਡ ਵਿੱਚ ਉਸ ਵਕਤ ਗੋਲੀਆਂ ਮਾਰ ਦਿੱਤੀਆਂ ਗਈਆਂ, ਜਦੋਂ ਉਹ ਸਟੇਜ ਤੇ ਭਾਸ਼ਨ ਕਰ ਰਹੇ ਸਨ। ਸ਼ਾਮ ਦੇ ਸਾਢੇ ਕੁ ਛੇ ਵਜੇ ਵਾਪਰੀ ਇਹ ਘਟਨਾ ਜੰਗਲ ਦੀ ਅੱਗ ਵਾਂਗੂ ਦੇਸ਼ਾਂ ਬਿਦੇਸ਼ਾਂ ਵਿੱਚ ਫੈਲ ਗਈ।

ਲੋਕਾਂ ਦੇ ਕੰਨ ਇੱਕ ਵਾਰੀ ਫੇਰ ਬੀ ਬੀ ਸੀ ਦੀਆਂ ਖਬਰਾਂ ਨਾਲ ਜੁੜ ਗਏ। ਫੇਰ ਉਸੇ ਸ਼ਾਮ ਨੂੰ ਅੱਠ ਵੱਜ ਕੇ ਪੰਜਤਾਲੀ ਮਿੰਟ ਤੇ ਖਬਰ ਦੇ ਦਿੱਤੀ ਗਈ ਕਿ ਸੰਤਾਂ ਦੀ ਮੌਤ ਹੋ ਚੁੱਕੀ ਹੈ। ਇਹ ਵੀ ਦੱਸਿਆ ਗਿਆ ਕਿ ਮਾਰਨ ਵਾਲੇ ਜਰਨੈਲ ਸਿੰਘ ਹਲਵਾਰਾ, ਗਿਆਨ ਸਿੰਘ ਰਣੀਆਂ ਅਤੇ ਪਲਵਿੰਦਰ ਸਿੰਘ ਸਨ। ਇਹ ਅਜਿਹੀ ਘਟਨਾ ਸੀ ਜਿਸ ਨੇ ਪੰਜਾਬੀਆਂ ਦੇ ਦਿਲ ਤੋੜ ਦਿੱਤੇ ਅਤੇ ਉਹ ਲਹੂ ਦੇ ਅਥਰੂ ਚੋਣ ਲੱਗੇ। ਸੰਤ ਲੌਂਗੋਂਵਾਲ ਨੂੰ ਬਹੁਤੇ ਲੋਕ ਸਾਫ ਅਤੇ ਸਾਊ ਸਖਸ਼ੀਅਤ ਸਮਝਦੇ ਸਨ। ਲੋਕਾਂ ਦਾ ਲੀਡਰ ਕਤਲ ਕਰਕੇ ਅੱਤਵਾਦੀਆਂ ਆਪਣੇ ਪੈਰ ਤੇ ਆਪ ਕੁਹਾੜਾ ਮਾਰ ਲਿਆ ਸੀ। ਲੋਕਾਂ ਦੀ ਹਮਦਰਦੀ ਉਨ੍ਹਾਂ ਨਾਲੋਂ ਟੁੱਟਣ ਲੱਗੀ। ਲੋਕ ਬਾਦਲ ਟੌਹੜੇ ਜਿਹੇ ਮੌਕਾ ਪ੍ਰਸਤ ਲੀਡਰਾਂ ਨੂੰ ਇਸ ਮੌਤ ਦਾ ਜਿੰਮੇਵਾਰ ਸਮਝ ਕੇ ਨਕਾਰਨ ਲੱਗੇ।

22 ਅਗਗਤ ਨੂੰ ਸੰਤਾਂ ਦੇ ਸਸਕਾਰ ਸਮੇਂ ਲੱਖਾਂ ਦੀ ਤਦਾਦ ਵਿੱਚ ਲੋਕ ਹੁੰਮ ਹਮਾ ਕੇ ਪਹੁੰਚੇ। ਇਸ ਮੌਕੇ ਰਾਸ਼ਟਰਪਤੀ ਦੇ ਸੁਰੱਖਿਆ ਸਲਾਹਕਾਰ ਤੋਂ ਇਲਾਵਾ, ਬਿਜਲੀ ਮੰਤਰੀ ਅਰੁਣ ਨਹਿਰੂ, ਗ੍ਰਹਿ ਮੰਤਰੀ ਐੱਸ ਬੀ ਚਵਾਨ ਕਾਂਗਰਸ ਪ੍ਰਧਾਨ ਰਾਜਿੰਦਰ ਕੁਮਾਰ ਬਾਜਪਾਈ ਅਤੇ ਪੰਜਾਬ ਦੇ ਗਵਰਨਰ ਅਰਜਣ ਸਿੰਘ ਵੀ ਪਹੁੰਚੇ। ਸੰਤਾ ਦਾ ਸੰਸਕਾਰ ਸਰਕਾਰੀ ਸਨਮਾਨਾਂ ਨਾਲ, ਇੱਕੀ ਤੋਪਾਂ ਦੀ ਸਲਾਮੀ ਦੇ ਕੇ ਕੀਤਾ ਗਿਆ। ਮਨਦੀਪ ਨੇ ਇਹ ਪ੍ਰਸਾਰਣ ਵੀ ਟੀ ਵੀ ਤੇ ਦੇਖਿਆ। ਪੰਜਾਬ ਦਾ ਭਵਿੱਖ ਜਿਵੇਂ ਕਿਸੇ ਹਨੇਰ ਖਾਤੇ ਵਿੱਚ ਜਾ ਡਿਗਿਆ ਹੋਵੇ। ਪੂਰੇ ਦੇਸ਼ ਵਿੱਚ ਸੰਤ ਲੌਂਗੋਵਾਲ ਦੀ ਦੁਖਦ ਮੌਤ ਤੇ ਸ਼ੋਕ ਮਨਾਇਆ ਜਾ ਰਿਹਾ ਸੀ।

ਪੰਜਾਬ ਵਿੱਚ ਜੋ ਚੋਣਾਂ 22 ਸਤੰਬਰ ਨੂੰ ਹੋਣੀਆਂ ਸਨ, ਹੁਣ ਚੋਣ ਕਮਿਸ਼ਨ ਨੇ ਸੰਤਾਂ ਦੀ ਮੌਤ ਕਾਰਨ ਉਨ੍ਹਾਂ ਨੂੰ ਤਿੰਨ ਦਿਨ ਅੱਗੇ ਪਾ ਦਿੱਤਾ। ਪੰਜਾਬ ਵਿੱਚ 25 ਸਤੰਬਰ ਨੂੰ ਚੋਣਾ ਹੋਣ ਜਾ ਰਹੀਆਂ ਸਨ। ਅਕਾਲੀ ਦਲ ਲੌਂਗੋਵਾਲ ਵਿੱਚੋਂ ਬਾਦਲ ਅਤੇ ਟੌਹੜਾ ਨਿੱਖੜ ਗਏ ਸਨ। ਸੁਰਜੀਤ ਸਿੰਘ ਬਰਨਾਲਾ ਵਲੋਂ ਉਨ੍ਹਾਂ ਨੂੰ ਮਨਾਉਣ ਦੇ ਯਤਨ ਕੀਤੇ ਜਾ ਰਹੇ ਸਨ। ਹੁਣ ਅਕਾਲੀ ਦਲ ਸੰਤਾਂ ਦੀ ਮੌਤ ਦਾ ਵੱਧ ਤੋਂ ਵੱਧ ਲਾਹਾ ਲੈਣ ਦੇ ਯਤਨ ਵਿੱਚ ਸੀ। ਸੰਤਾਂ ਨੂੰ ਲੋਕਾਂ ਦਾ ਮਸੀਹਾ ਬਣਾ ਕੇ ਪੇਸ਼ ਕੀਤਾ ਜਾ ਰਿਹਾ ਸੀ।

ਮਨਦੀਪ ਦੇ ਨਾਲ ਦੇ ਪਿੰਡ ਗੁੱਗਾ ਨੌਮੀ ਦਾ ਜੋ ਮੇਲਾ ਭਰਦਾ ਸੀ, ਇਸ ਵਾਰ ਵੀ ਭਰਿਆ। ਪਰ ਇਹ ਫਿੱਕਾ ਰਿਹਾ। ਏਸੇ ਸਮੇਂ ਸੰਤ ਮੋਤੀ ਰਾਮ ਦੀ ਯਾਦ ਵਿੱਚ ਜੋ ਤਿੰਨ ਦਿਨ ਧਾਰਮਿਕ ਗੀਤ ਸੰਗੀਤ ਚੱਲਦਾ ਸੀ ਉਹ ਹਾਲਾਤ ਦੇ ਮੱਦੇ ਨਜ਼ਰ ਸਿਰਫ ਦੀਵਾਨਾਂ ਵਿੱਚ ਬਦਲ ਦਿੱਤਾ ਗਿਆ। ਕਿਉਂਕਿ ਖਾੜਕੂਆਂ ਦਾ ਇਹ ਵੀ ਹੁਕਮ ਸੀ ਕਿ ਗੁਰੂ ਗਰੰਥ ਸਾਹਿਬ ਦੀ ਹਜ਼ੂਰੀ ਵਿੱਚ ਤਰਜ਼ਾਂ ਕੱਢਣ ਵਾਲਿਆਂ ਨੂੰ ਜਾਂ ਕੱਚੀ ਬਾਣੀ ਪੜ੍ਹਨ ਵਾਲਿਆਂ ਨੂੰ ਸੋਧ ਦਿੱਤਾ ਜਾਵੇਗਾ। ਇਸੇ ਦਿਨ ਇੱਕ ਹੋਰ ਖ਼ਬਰ ਆਈ ਕਿ ਬਾਬਾ ਜੋਗਿੰਦਰ ਸਿੰਘ ਧੜੇ ਦੇ ਇੱਕ ਖਾੜਕੂ ਰਹਿ ਚੁੱਕੇ ਲੀਡਰ ਰਣਜੀਤ ਸਿੰਘ ਬ੍ਰਹਮਪੁਰਾ ਨੂੰ ਸੰਤ ਲੌਂਗੋਵਾਲ ਦੇ ਕਤਲ ਦੀ ਸਾਜਿਸ਼ ਵਿੱਚ ਗ੍ਰਿਫਤਾਰ ਕਰ ਲਿਆ ਗਿਆ ਹੈ।

ਇੱਕ ਲੰਬੀ ਕਸ਼ਮਕਸ਼ ਤੋਂ ਬਾਅਦ ਸੁਰਜੀਤ ਸਿੰਘ ਬਰਨਾਲਾ ਨੂੰ ਸੰਤ ਲੌਂਗੋਵਾਲ ਸਮਝੌਤੇ ਵਕਤ ਨਾਲ ਜਾਣ ਕਰਕੇ ਅਕਾਲੀ ਦਲ ਦਾ ਪ੍ਰਧਾਨ ਅਤੇ ਸੰਤ ਅਜੀਤ ਸਿੰਘ ਨੂੰ ਸੰਸਦ ਦਾ ਨੇਤਾ ਚੁਣ ਲਿਆ ਗਿਆ। ਉਧਰ ਕਾਲਜਾਂ ਵਿੱਚ ਨਵੇਂ ਸੈਸ਼ਨ ਸ਼ੁਰੂ ਹੋਣ ਜਾ ਰਹੇ ਸਨ। ਇੱਕ ਦਿਨ ਕਾਲਜ ਦੇ ਪ੍ਰੋਫੈਸਰਾਂ ਦੀ ਟੀਮ ਵਿਦਿਆਰਥੀਆਂ ਨੂੰ ਦਾਖਲੇ ਪ੍ਰਤੀ ਆਪਣੇ ਕਾਲਜ ਖਿੱਚਣ ਦੇ ਮਨੋਰਥ ਨਾਲ ਰਾਮਪੁਰੇ ਵੀ ਆਈ ਅਤੇ ਉਹ ਮਨਦੀਪ ਨੂੰ ਵੀ ਮਿਲੇ। ਮਨਦੀਪ ਕਾਲਜ ਵਿੱਚ ਬਹੁਤ ਨਾਮਵਰ ਵਿਦਿਆਰਥੀ ਰਹਿ ਚੁੱਕਾ ਸੀ, ਸ਼ਾਇਦ ਇਸ ਕਰਕੇ। ਬਾਕੀ ਵਿਚਾਰ ਵਟਾਂਦਰੇ ਦੇ ਨਾਲ ਨਾਲ ਪੰਜਾਬ ਤੇ ਹਾਲਾਤ ਤੇ ਵੀ ਚਰਚਾ ਹੋਈ। ਜਥੇਦਾਰ ਜਗਦੇਵ ਸਿੰਘ ਤਲਵੰਡੀ ਵੀ ਆਪਣੇ ਤੀਰ ਕਮਾਣ ਚੋਣ ਨਿਸ਼ਾਨ ਨਾਲ ਵੋਟਾਂ ਵਿੱਚ ਕੁੱਦ ਪਿਆ ਸੀ। ਜਦ ਕਿ ਬਾਬਾ ਜੋਗਿੰਦਰ ਸਿੰਘ ਧੜੇ ਨੇ ਵੋਟਾਂ ਦਾ ਬਾਈਕਾਟ ਕਰਨ ਦਾ ਫੈਸਲਾ ਕੀਤਾ। ਪੰਜਾਬ ਵਿੱਚ ਕੁਰਸੀ ਯੁੱਧ ਆਰੰਭ ਹੋ ਗਿਆ। ਪਰ ਮਾਰ ਧਾੜ ਜਿਉਂ ਦੀ ਤਿਉਂ ਜ਼ਾਰੀ ਸੀ।

ਸਮਾਂ ਇੱਕ ਸਤੰਬਰ 1985। ਲੌਂਗੋਵਾਲ ਵਿਖੇ ਪੰਜ ਲੱਖ ਦੇ ਕਰੀਬ ਲੋਕਾਂ ਦਾ ਇਕੱਠ। ਅੱਜ ਸੰਤਾਂ ਦੀ ਅੰਤਿਮ ਅਰਦਾਸ ਸੀ। ਇਸ ਮੌਕੇ ਸ਼ਰਧਾਜ਼ਲੀ ਭੇਂਟ ਕਰਨ ਪ੍ਰਧਾਨ ਮੰਤਰੀ ਅਤੇ ਰਾਸ਼ਟਰਪਤੀ ਦੇ ਸਕੱਤਰਾਂ ਤੋਂ ਇਲਾਵਾ ਵਿਸ਼ਵ ਨਾਥ ਪ੍ਰਤਾਪ ਸਿੰਘ (ਸਾਬਕਾ ਪ੍ਰਧਾਨ ਮੰਤਰੀ) ਰਾਮ ਕਿਸ਼ਨ ਹੈਗੜੇ (ਕਰਨਾਟਕ ਦੇ ਮੁੱਖ ਮੰਤਰੀ) ਪ੍ਰਸਿੱਧ ਵਕੀਲ ਸ਼੍ਰੀ ਰਾਮ ਜੇਠ ਮਲਾਨੀ, ਉੱਘੇ ਜਰਨਿਲਟ ਅਤੇ ਲੇਖਕ ਖੁਸ਼ਵੰਤ ਸਿੰਘ, ਮੇਨਕਾ ਗਾਂਧੀ, ਕਮਿਊਨਿਸਟ ਆਗੂ ਅਵਤਾਰ ਸਿੰਘ ਮਲਹੋਤਰਾ ਅਤੇ ਭਾਰਤੀ ਜਨਤਾ ਪਾਰਟੀ ਦੇ ਪ੍ਰਮੁੱਖ ਸ਼੍ਰੀ ਅਟੱਲ ਬਿਹਾਰੀ ਬਾਜਪਾਈ ਵੀ ਪਹੁੰਚੇ ਹੋਏ ਸਨ। ਸਭ ਪਾਰਟੀਆਂ ਦੇ ਲੋਕ ਸੰਤ ਲੌਂਗੋਵਾਲ ਨੂੰ ਪੰਜਾਬ ਦੀ ਸ਼ਾਂਤੀ ਬਹਾਲ ਕਰਨ ਲਈ ਆਪਣਾ ਲਹੂ ਵਹਾਉਣ ਵਾਲਾ ਮਸੀਹਾ ਦੱਸ ਰਹੇ ਸਨ। ਪਰ ਬਾਹਰ ਸਿੱਖਾਂ ਦੇ ਲੀਡਰ ਛਿੱਤਰੀਂ ਦਾਲ ਵੰਡ ਰਹੇ ਸਨ। ਬਾਬਾ ਜੋਗਿੰਦਰ ਸਿੰਘ ਅਤੇ ਜਗਦੇਵ ਸਿੰਘ ਤਲਵੰਡੀ ਦਾ ਵੀ ਫੇਰ ਤੋੜ ਵਿਛੋੜਾ ਹੋ ਗਿਆ। ਕਾਂਗਰਸ ਪਾਰਟੀ ਦੀ ਸੋਚ ਤਾਂ ਦੋ ਧਾਰੀ ਤਲਵਾਰ ਸੀ। ਇੱਕ ਪਾਸੇ ਸਿੱਖਾਂ ਨਾਲ ਸਮਝੌਤੇ ਕਰਕੇ, ਮੱਲ੍ਹਮ ਲਾਉਣ ਦੀਆਂ ਗੱਲਾਂ ਹੋ ਰਹੀਆਂ ਸਨ ਤੇ ਦੂਸਰੇ ਪਾਸੇ ਸਿੱਖ ਪੰਥ

ਵਿੱਚੋਂ ਛੇਕੇ ਬਾਬਾ ਸੰਤਾ ਸਿੰਘ ਨੂੰ ਕੌਮੀ ਹੀਰੋ ਬਣਾ ਕੇ ਪੇਸ਼ ਕੀਤਾ ਜਾ ਰਿਹਾ ਸੀ। ਮਨਦੀਪ ਆਲ ਇੰਡੀਆ ਰੇਡੀਉ ਤੋਂ ਸੰਤ ਲੌਂਗੋਵਾਲ ਬਾਰੇ ਪੇਸ਼ ਕੀਤੇ ਜਾ ਰਹੇ ਇੱਕ ਵਿਸ਼ੇਸ਼ ਪ੍ਰੋਗਰਾਮ ਵਿੱਚ ਅਜਿਹੀ ਦੋਹਰੀ ਨੀਤੀ ਵੀ ਮਹਿਸੂਸ ਕਰ ਰਿਹਾ ਸੀ। ਜਿੱਥੇ ਸੰਤ ਲੌਂਗੋਵਾਲ ਦੀ ਤੁਲਨਾ ਮਹਾਤਮਾਂ ਗਾਂਧੀ ਨਾਲ ਕੀਤੀ ਜਾ ਰਹੀ ਸੀ। ਅੰਬਿਕਾ ਸੋਨੀ, ਰਾਜਿੰਦਰ ਕੁਮਾਰੀ ਬਾਜਪਾਈ ਅਤੇ ਪੱਤਰਕਾਰ ਕੁਲਦੀਪ ਨਈਅਰ ਨੇ ਵੀ ਆਪਣੇ ਵਿਚਾਰ ਪੇਸ਼ ਕੀਤੇ। ਅੱਤਵਾਦ ਨੂੰ 'ਸਿੱਖ ਅੱਤਵਾਦ' ਦੇ ਨਾਂ ਹੇਠ ਪੇਸ਼ ਕੀਤਾ ਜਾ ਰਿਹਾ ਸੀ। ਜਿਸ ਕਰਕੇ ਸਾਰਾ ਮੁਲਕ ਹੀ ਸਿੱਖਾਂ ਨੂੰ ਅੱਤਵਾਦੀ ਸਮਝਣ ਲੱਗ ਪਿਆ। ਕੋਈ ਉਨ੍ਹਾਂ ਨੂੰ ਹੋਟਲਾਂ ਵਿੱਚ ਕਮਰੇ ਨਾ ਦਿੰਦਾ, ਰੇਲ ਗੱਡੀਆਂ ਵਿੱਚ ਚੜ੍ਹਨ ਨਾ ਦਿੰਦਾ। ਉਧਰ ਮਾਰ ਧਾੜ ਦੀਆਂ ਖ਼ਬਰਾਂ ਬਲਦੀ ਤੇ ਤੇਲ ਪਾਂਉਦੀਆਂ ਰਹੀਆਂ।

ਇਹ 4 ਸਤੰਬਰ ਦਾ ਦਿਨ ਸੀ। ਅਣਪਛਾਤੇ ਬੰਦਿਆਂ ਕਾਂਗਰਸੀ ਮੈਂਬਰ ਪਾਰਲੀਮੈਂਟ ਅਰਜਣ ਦਾਸ ਦੀ ਗੋਲੀਆਂ ਮਾਰਕੇ ਹੱਤਿਆ ਕਰ ਦਿੱਤੀ। ਉਸ ਤੇ ਵੀ ਦਿੱਲੀ ਦੰਗਿਆਂ ਵਿੱਚ ਸ਼ਾਮਲ ਹੋਣ ਦਾ ਦੋਸ਼ ਸੀ। ਦਿੱਲੀ ਵਿੱਚ ਫੇਰ ਦਹਿਸ਼ਤ ਫੈਲ ਗਈ। ਦੰਗਿਆਂ ਦੇ ਦੋਸ਼ੀ ਸਮਝੇ ਲੋਕਾਂ ਦੀ ਸੁਰੱਖਿਆ ਬੇਹੱਦ ਵਧਾ ਦਿੱਤੀ ਗਈ। ਹੁਣ ਤਾਂ ਇਹ ਘਟਨਾਵਾਂ ਕਦੇ ਵੀ ਕਿਤੇ ਵੀ ਵਾਪਰ ਸਕਦੀਆਂ ਸਨ। ਇਸੇ ਹਾਲਾਤ ਵਿੱਚ ਪੰਜਾਬ ਦਾ ਚੋਣ ਮੈਦਾਨ ਭਖਣ ਲੱਗਾ। ਮਨਦੀਪ ਦੇ ਹਲਕੇ ਸਮਰਾਲੇ ਤੋਂ ਪਾਰਟੀ ਨੁਮਾਇੰਦਿਆਂ ਦਾ ਐਲਾਨ ਹੋ ਗਿਆ। ਸ: ਅਮਰਜੀਤ ਸਿੰਘ (ਅਕਾਲੀ) ਕਰਮ ਸਿੰਘ ਗਿੱਲ (ਕਾਂਗਰਸ) ਪ੍ਰਹਿਲਾਦ ਸਿੰਘ (ਆਜ਼ਾਦ) ਅਤੇ ਸੁਰੇਸ਼ ਤਿਵਾੜੀ ਮੈਦਾਨ ਵਿੱਚ ਨਿੱਤਰ ਪਏ। ਪਿੰਡਾਂ ਸ਼ਹਿਰਾਂ ਵਿੱਚ ਚੋਣ ਪ੍ਰਚਾਰ ਦੇ ਨਾਂ ਹੇਠ ਸਪੀਕਰਾਂ ਤੇ ਕਾਵਾਂ ਰੌਲੀ ਪੈਣ ਲੱਗੀ। ਮੁੱਖ ਮੁੱਦਾ ਸਰਕਾਰੀ ਅਤੇ ਗੈਰ ਸਰਕਾਰੀ ਅੱਤਵਾਦ ਹੀ ਰਿਹਾ।

ਮਨਦੀਪ ਨੂੰ ਹੈਰਾਨੀ ਹੋ ਰਹੀ ਸੀ ਕਿ ਪੰਜਾਬ ਨਾਲ ਪੱਖ ਪਾਤ ਕਰਨ ਵਾਲਾ ਕੇਂਦਰ, ਜੋ ਧਰਮ ਦੇ ਅਧਾਰ ਤੇ ਵੀ ਨਿਰਪੱਖ ਨਹੀਂ ਸੀ, ਉਸੇ ਦਿੱਲੀ ਵਿੱਚ ਗੁੱਟ ਨਿਰਲੇਪ ਦੇਸ਼ਾਂ ਦਾ ਸੰਮੇਲਨ ਕਰਵਾ ਰਿਹਾ ਸੀ। ਜਿੱਥੇ ਹਜ਼ਾਰਾਂ ਸਿੱਖਾਂ ਨੂੰ ਗਲਾਂ ਵਿੱਚ ਬਲਦੇ ਟਾਇਰ ਪਾ ਪਾ ਸਾੜਿਆ ਗਿਆ। ਜਿੱਥੇ ਉਸ ਵਕਤ ਕਨੂੰਨ ਕੋਈ ਵੀ ਮਾਹਨੇ ਨਹੀਂ ਸੀ ਰੱਖਦਾ। ਇਸ ਸੰਮੇਲਨ ਵਿੱਚ 104 ਦੇਸ਼ਾਂ ਦੇ ਨੁਮੰਇਦੇ ਸ਼ਾਮਲ ਹੋਏ। ਪਰ ਇਨ੍ਹਾਂ ਸਾਰਿਆਂ ਨੂੰ ਆਪਣੇ ਨੱਕ ਹੇਠ ਬਲਦਾ ਪੰਜਾਬ ਨਜ਼ਰ ਨਹੀਂ ਸੀ ਆਇਆ। ਸੰਮੇਲਨ ਖਤਮ ਹੋਇਆ ਤਾਂ ਇਸ ਵਿਚ ਜ਼ਿੰਮਬਾਵੇ ਨੂੰ ਅਗਲਾ ਚੇਅਰਮੈਨ ਬਣਾਇਆ ਗਿਆ। ਇਸ ਸੰਮੇਲਨ ਵਿੱਚ ਦੱਖਣੀ ਅਫਰੀਕਾ ਦੇ ਸੰਘਰਸ਼ ਨੂੰ ਤੇਜ਼ ਕਰਨ ਦੀ ਗੱਲ ਤਾਂ ਕੀਤੀ ਗਈ ਪਰ ਸਿੱਖਾਂ ਜਾਂ ਪੰਜਾਬੀਆਂ ਵਲੋਂ ਕੀਤੇ ਜਾ ਰਹੇ ਸੰਘਰਸ਼ ਨੂੰ ਅੱਤਵਾਦ ਦਾ ਬੁਰਕਾ ਪਹਿਨਾ ਕੇ ਸਖਤੀ ਨਾ ਕੁਚਲ ਦੇਣ ਦੇ ਇਰਾਦੇ ਵੀ ਦੁਹਰਾਏ ਗਏ। ਸਰਕਾਰਾਂ ਦੀ ਇਹ ਕੈਸੀ ਦੋਗਲੀ ਨੀਤੀ ਸੀ।

ਅਜਿਹੇ ਸੰਘਰਸ਼ ਤਾਂ ਗੁਆਂਢੀ ਮੁਲਕਾਂ ਵਿੱਚ ਵੀ ਜ਼ਾਰੀ ਸਨ। ਸ਼੍ਰੀਲੰਕਾ ਵਿੱਚ ਤਾਮਿਲਾਂ ਅਤੇ ਸਨਹਾਲੀਆਂ ਵਿੱਚ ਟਕਰਾ ਖਤਰਨਾਕ ਮੋੜ ਤੇ ਪਹੁੰਚ ਗਿਆ ਸੀ। ਸਨਹਾਲੀਆਂ ਨੇ ਤਾਮਿਲਾਂ ਦੀ ਭਰੀ ਹੋਈ ਬੱਸ ਨੂੰ ਅੱਗ ਲਗਾ ਕੇ 52 ਤਾਮਿਲ ਸਾੜ ਦਿੱਤੇ ਸਨ। ਉਧਰ ਗੁਆਂਡੀ ਦੇਸ਼ ਪਾਕਿਸਤਾਨ ਵਿੱਚ ਬੇਨਜ਼ੀਰ ਭੁੱਟੋ ਦੀ ਪੀਪਲਜ਼ ਪਾਰਟੀ ਨੇ ਜਦੋਂ ਸੰਘਰਸ਼ ਤਿੱਖਾ ਕਰ ਦਿੱਤਾ ਤਾਂ ਫੌਜੀ ਤਾਨਾਸ਼ਾਹੀ ਨੇ ਉਸ ਨੂੰ ਘਰ ਅੰਦਰ ਨਜ਼ਰਬੰਦ ਕਰ ਦਿੱਤਾ। ਜਿਸ ਨਾਲ ਪਾਕਿਸਤਾਨੀ ਲੋਕਾਂ ਵਿੱਚ ਵਿਆਪਕ ਰੋਸ ਫੈਲ ਗਿਆ ਸੀ।

ਅਖ਼ਬਾਰਾਂ ਬੱਸ ਏਸੇ ਤਰ੍ਹਾਂ ਦੀਆਂ ਖਬਰਾਂ ਨਾਲ ਭਰੀਆਂ ਹੁੰਦੀਆਂ। ਰੋਜ਼ਗਾਰ ਵਾਲੇ ਕਾਲਮਾਂ ਲਈ ਤਾਂ ਕੋਈ ਥਾਂ ਹੀ ਨਾ ਬਚਦਾ। ਨੌਜਵਾਨਾਂ ਬਾਰੇ ਤਾਂ ਕੋਈ ਸੋਚਦਾ ਹੀ ਨਹੀਂ ਸੀ। ਉਹ ਤਾਂ

ਬੇਰੁਜ਼ਗਾਰ ਤੁਰੇ ਫਿਰਦੇ। ਦਲੇਰ ਸਿੰਘ ਵਰਗੇ ਬਾਪ ਕਮਾਈਆਂ ਕਰਦੇ ਬੁੱਢੇ ਹੋ ਰਹੇ ਸਨ। ਉਨ੍ਹਾਂ ਦੇ ਵਿਹਲੜ ਅਤੇ ਬੇਰੁਜ਼ਗਾਰ ਪੁੱਤਰਾਂ ਨੂੰ ਹੁਣ ਅੱਤਵਾਦ ਵਲ ਧੱਕਿਆ ਜਾ ਰਿਹਾ ਸੀ। ਪਿੰਡ ਪਿੰਡ ਵੋਟਾਂ ਵਾਲੀਆਂ ਕਾਰਾਂ ਆਂਉਦੀਆਂ, ਝੂਠੇ ਵਾਹਦੇ ਕਰਕੇ ਲੋਕਾ ਦੇ ਸਿਰ ਖੇਅ ਪਾ ਕੇ, ਉਹ ਮੁੜ ਜਾਂਦੀਆਂ ਰਹੀਆਂ।

ਰਾਮਪੁਰੇ ਪਿੰਡ ਦੇ ਬਨੇਰਿਆਂ ਤੇ ਵੀ ਅਕਾਲੀ ਦਲ ਦੀਆਂ ਪੀਲੀਆਂ ਝੰਡੀਆਂ ਲਹਿਰਾ ਰਹੀਆਂ ਸਨ। ਕਿਉਂਕਿ ਸੰਤ ਲੌਂਗੋਵਾਲ ਦੇ ਕਤਲ ਤੋਂ ਬਾਅਦ ਇੱਕ ਹਮਦਰਦੀ ਦੀ ਲਹਿਰ ਜੋ ਉਮੜ ਪਈ ਸੀ। ਕਾਂਗਰਸ ਦੇ ਕਰਮ ਸਿੰਘ ਗਿੱਲ ਨੂੰ ਹੁਣ ਸਿਰਫ ਹਰੀਜਨ ਵਿਹੜੇ ਤੇ ਆਸ ਸੀ ਕਿ ਉਹ ਕਾਂਗਰਸ ਦੇ ਹੱਕ ਵਿੱਚ ਭੁਗਤੇਗਾ। ਉਸ ਨੇ ਪੈਂਟ ਸ਼ਰਟ ਦੀ ਥਾਂ ਚਿੱਟਾ ਕੁੜਤਾ ਪਜ਼ਾਮਾ ਪਹਿਨ, ਗਲ ਵਿੱਚ ਉਨ ਦੀ ਮਾਲ਼ਾ ਸਜਾ ਲਈ ਸੀ। ਉਹ ਨੀਵੀਆਂ ਜਾਤਾਂ ਦੇ ਘਰ ਰੋਟੀ ਖਾਂਦਾ ਮੰਗ ਕੇ ਉਨ੍ਹਾਂ ਦੇ ਟੁੱਟੇ ਫੁੱਟੇ ਗਿਲਾਸਾਂ ਵਿੱਚ ਪਾਣੀ ਪੀਂਦਾ। ਡੰਗਰਾਂ ਪਸ਼ੂਆਂ ਨੂੰ ਥਾਪੀਆਂ ਦਿੰਦਾ। ਤੇ ਨਲੀਮਾਰ ਜੁਆਕਾਂ ਨੂੰ ਗੋਦੀ ਚੁੱਕ ਕੇ ਪੁਚਕਾਰਦਾ।

ਸਿਆਸਤ ਵੀ ਕੀ ਕੀ ਨਾਚ ਨਚਾਂਉਦੀ ਹੈ ਮਨਦੀਪ ਦੇਖ ਦੇਖ ਹੈਰਾਨ ਹੁੰਦਾ ਰਹਿੰਦਾ। ਉਸ ਨੂੰ ਪਤਾ ਸੀ ਕਿ ਇਹ ਬੰਦਾ ਬਾਅਦ ਵਿੱਚ ਮਲ ਮਲ ਸਾਬਣ ਨਾਲ ਹੱਥ ਧੋਂਦਾ ਹੋਊ। ਤੇ ਜਿੱਤਣ ਤੋਂ ਬਾਅਦ ਵਿੱਚ ਤਾਂ ਇਸ ਨੇ ਕਿਸੇ ਦੇ ਨੇੜੇ ਵੀ ਨਹੀਂ ਸੀ ਖੜਨਾ, ਮਿਲਣਾ ਤਾਂ ਬਹੁਤ ਦੂਰ ਦੀ ਗੱਲ ਸੀ।

ਉਸੇ ਸ਼ਾਮ ਅਜ਼ਾਦ ਪ੍ਰਹਿਲਾਦ ਸਿੰਘ ਇੱਕ ਸਮਝੌਤੇ ਅਧੀਨ ਅਕਾਲੀ ਉਮੀਦਵਾਰ ਦੇ ਹੱਕ ਵਿੱਚ ਬੈਠ ਗਿਆ। ਅਸਲ ਵਿੱਚ ਉਹ ਹੈ ਹੀ ਅਕਾਲੀ ਸੀ ਟਿਕਟ ਨਾ ਮਿਲਣ ਦੇ ਰੋਸ ਵਿੱਚ ਖੜਿਆਂ ਸੀ। ਪਰ ਹੁਣ ਉਸ ਨੂੰ ਚੇਅਰਮੈਨੀ ਦੀ ਬੁਰਕੀ ਸੁੱਟ ਕੇ ਫੇਰ ਆਪਣੇ ਨਾਲ ਰਲਾ ਲਿਆ ਗਿਆ ਸੀ।

ਚੋਣਾਂ ਸਿਰ ਤੇ ਹੋਣ ਕਾਰਨ ਪੰਜਾਬ ਵਿੱਚ ਕਈ ਹੋਰ ਸੀ ਆਰ ਪੀ ਦੀਆਂ ਬਟਾਲੀਅਨਾਂ ਭੇਜ ਦਿੱਤੀਆਂ ਗਈਆਂ। ਪੰਜਾਬ ਸਿਰ ਇਨ੍ਹਾਂ ਬਟਾਲੀਅਨਾਂ ਦਾ ਸਾਰਾ ਖਰਚਾ ਪੈ ਰਿਹਾ ਸੀ। ਇਹ ਮੋੜਨਾ ਕਿਸ ਨੇ ਸੀ ਪੰਜਾਬੀਆਂ ਨੇ ਹੀ ਨਾ। ਪਰ ਕਿਸੇ ਨੂੰ ਕੋਈ ਪਰਵਾਹ ਨਹੀਂ ਸੀ। 13 ਸਤੰਬਰ ਨੂੰ ਰਾਪੁਰੇ ਦੇ ਨਾਲ ਲੱਗਦੇ ਪਿੰਡ ਕੋਟ ਗੰਗੂ ਰਾਇ ਵਿੱਚ ਸਲਾਨਾ ਜੋੜ ਮੇਲਾ ਸੀ। ਪਰ ਮੇਲੇ ਵਿੱਚ ਲੋਕਾਂ ਨਾਲੋਂ ਕਿਤੇ ਵੱਧ ਸੀ ਆਰ ਪੀ ਤਇਨਾਤ ਸੀ। ਸਾਰੀਆਂ ਪਾਰਟੀਆਂ ਦੇ ਸਿਆਸੀ ਲੀਡਰ ਬੰਦੂਕਾਂ ਦੀ ਛਾਂ ਹੇਠ ਭਾਸ਼ਨ ਕਰ ਰਹੇ ਸਨ।

ਮਨਦੀਪ ਵੀ ਇਸ ਮੇਲੇ ਤੇ ਗਿਆ ਜੋ ਸ਼ਾਇਰ ਅਤੇ ਚਿੰਤਕ ਸੁਰਜੀਤ ਸੂਰਜ ਕੋਲ ਬੈਠਾ ਪੰਜਾਬ ਦੇ ਮੌਜੂਦਾ ਹਾਲਾਤਾਂ ਬਾਰੇ ਗੱਲਾਂ ਕਰਦਾ ਰਿਹਾ। ਪਰ ਪੰਜਾਬ ਸਮਝੌਤੇ ਦਾ ਵਿਰੋਧ ਕਰਨ ਵਾਲਾ ਜਥੇਦਾਰ ਗੁਰਚਰਨ ਸਿੰਘ ਟੌਹੜਾ ਜਿਸ ਦੀ ਛਤਰ ਛਾਇਆ ਹੇਠ ਦਰਬਾਰ ਸਾਹਿਬ ਤੇ ਹਮਲਾ ਹੋਇਆ ਸੀ, ਉਹ ਅੱਤਵਾਦ ਦੇ ਕੇਂਦਰ ਬਣੇ ਦਰਬਾਰ ਸਾਹਿਬ ਦੀ ਆਪਣੇ ਸਿਰ ਕੋਈ ਵੀ ਜਿੰਮੇਵਾਰੀ ਨਾਂ ਲੈਂਦਾ ਹੋਇਆ, ਕਾਂਗਰਸ ਨੂੰ ਦੋਸ਼ੀ ਠਹਿਰਾਅ ਰਿਹਾ ਸੀ। ਤੇ ਨਾਟਕੀ ਢੰਗ ਨਾਲ ਸੰਤ ਲੌਂਗੋਵਾਲ ਦੀ ਕੁਰਬਾਨੀ ਦੇ ਗੁਣ ਵੀ ਗਾਅ ਰਿਹਾ ਸੀ। ਆਪਣੀ ਐਸ ਜੀ ਪੀ ਸੀ ਪ੍ਰਧਾਨਗੀ ਪੱਕੀ ਸਮਝਦਾ ਹੋਇਆ ਹੁਣ ਉਹ ਲੋਕਾਂ ਅੱਗੇ ਵੋਟਾਂ ਲਈ ਹੱਥ ਫੈਲਾ ਰਿਹਾ ਸੀ। ਤੱਕੜੀ ਅਤੇ ਪੰਥ ਦਾ ਵਾਸਤਾ ਪਾ ਰਿਹਾ ਸੀ।

ਮੇਲੇ ਤੋਂ ਆ ਕੇ ਮਨਦੀਪ ਨੇ ਇੱਕ ਕਹਾਣੀ ਲਿਖੀ 'ਪਲ ਪਲ ਮੌਤ'। ਇਹ ਉਸ ਦੀ ਪਹਿਲੀ ਕਹਾਣੀ ਸੀ ਜੋ ਪੰਜਾਬ ਦੀ ਦਹਿਸ਼ਤ ਨੂੰ ਦ੍ਰਸ਼ਾਂਉਦੀ ਸੀ। ਉਸ ਦਿਨ ਮਨਦੀਪ ਨੇ ਰੇਜੋ ਸੁਰੇਸ਼ ਦਾ ਲਿਖਿਆ ਉਹ ਗੀਤ 'ਗਲੂਮੀ ਸੰਡੇ' ਵੀ ਪੜ੍ਹਿਆ ਜਿਸ ਨੂੰ ਸੁਣ ਕੇ 100 ਦੇ ਕਰੀਬ

ਲੋਕਾਂ ਨੇ ਖੁਦਕਸ਼ੀ ਕਰ ਲਈ ਸੀ ਤੇ ਹੁਣ ਉਸ ਤੇ 45 ਦੇਸ਼ਾਂ ਨੇ ਪਾਬੰਦੀ ਲਗਾ ਦਿੱਤੀ ਸੀ। ਮਨਦੀਪ ਸੋਚਦਾ ਰਿਹਾ ਕਿ ਕੋਈ ਪੰਜਾਬੀ ਦਾ ਕੋਈ ਸ਼ਾਇਰ ਵੀ ਅਜਿਹਾ ਗੀਤ ਲਿਖੇਗਾ ਜੋ ਅੱਤਵਾਦ ਜਾਂ ਸਰਕਾਰੀ ਦਹਿਸ਼ਤ ਨੂੰ ਨੇਸਤੋ ਨਬੂਦ ਕਰ ਦੇਵੇ ਤੇ ਲੋਕਾਂ ਨੂੰ ਅਮਨ ਚੈਨ ਨਾਲ ਜੀਣਾ ਸਿਖਾ ਦੇਵੇ। ਉਸਦਾ ਦਾ ਮਨ ਬੇਹੱਦ ਉਦਾਸ ਸੀ।

ਇਸੇ ਕਾਵਾਂਰੌਲੀ ਵਾਲੇ ਮਹੌਲ ਵਿੱਚ ਮਨਦੀਪ ਦੀ ਪੜ੍ਹਾਈ ਦਾ ਅਗਲਾ ਸੈਸ਼ਨ ਸ਼ੁਰੂ ਹੋ ਗਿਆ। ਇੱਕ ਦਿਨ ਪੰਜਾਬ ਵਿੱਚ ਰਾਜੀਵ ਗਾਂਧੀ ਨੇ ਚੋਣ ਪ੍ਰਚਾਰ ਲਈ ਦੌਰਾ ਕੀਤਾ। ਜੰਡਿਆਲਾ ਗੁਰੂ ਅਤੇ ਰੋਪੜ ਵਿੱਚ ਚੋਣ ਜਲਸਿਆਂ ਵਿੱਚ ਭਾਰੀ ਸੁਰੱਖਿਆ ਹੇਠ ਭਾਸ਼ਨ ਦਿੱਤੇ। ਰੇਡੀਓ ਸਟੇਸ਼ਨਾਂ ਤੇ ਵੀ ਅੰਧਾ ਧੁੰਦ ਚੋਣ ਪ੍ਰਚਾਰ ਆਰੰਭ ਹੋ ਗਿਆ।

ਅੱਤਵਾਦ ਦੇ ਸਤਾਏ ਹੋਏ ਲੋਕ ਹੁਣ ਵਿਹੜਿਆਂ ਵਿੱਚ ਨਹੀਂ ਸਗੋਂ ਘਰਾਂ ਦੇ ਅੰਦਰ ਦੁਬਕ ਕੇ, ਕੁੰਡੇ ਜਿੰਦੇ ਲਗਾ ਕੇ ਸੌਂਦੇ। ਜਿਸ ਦਿਨ 20 ਸਤੰਬਰ ਨੂੰ ਮੈਕਸੀਕੋ ਵਿੱਚ ਭੂਚਾਲ ਆਇਆ, ਜੋ 7.8 ਰਿਕਟਰ ਸਕੇਲ ਤੇ ਮਾਪਿਆ ਗਿਆ ਜਿਸ ਨਾਲ ਸ਼ਹਿਰਾਂ ਦੇ ਸ਼ਹਿਰ ਢੇਰ ਹੋ ਗਏ। ਤੇ ਦਸ ਹਜ਼ਾਰ ਤੋਂ ਵੀ ਵਧੇਰੇ ਲੋਕ ਮਾਰੇ ਗਏ ਸਨ। ਉਸ ਦਿਨ ਮਨਦੀਪ ਆਪਣੇ ਕਮਰੇ ਅੰਦਰ ਪਿਆ ਸੋਚ ਰਿਹਾ ਸੀ ਕਿ ਜੇ ਪੰਜਾਬ ਵਿੱਚ ਵੀ ਕੋਈ ਅਜਿਹਾ ਹੀ ਭੂਚਾਲ ਆ ਜਾ ਵੇ ਤਾਂ ਅੱਤਵਾਦ ਤੋਂ ਡਰਦੇ ਮਾਰੇ ਲੱਖਾਂ ਲੋਕ ਘਰਾਂ ਦੀਆਂ ਛੱਤਾਂ ਹੇਠ ਦੱਬ ਕੇ ਹੀ ਮਾਰੇ ਜਾਣਗੇ।

ਉਧਰ ਭਾਰਤ ਅਤੇ ਪਾਕਿਸਤਾਨ ਦੀਆਂ ਫੌਜਾਂ ਵਿਚਕਾਰ ਸਾਈਚਿੰਨ ਗਲੇਸ਼ੀਅਰ ਤੇ ਜ਼ਬਰਦਸਤ ਟੱਕਰ ਆਰੰਭ ਹੋ ਗਈ। ਪਰ ਵੋਟਾਂ ਵਾਲਿਆਂ ਨੂੰ ਅਜਿਹੀਆਂ ਗੱਲਾਂ ਦੀ ਕੋਈ ਪਰਵਾਹ ਨਹੀਂ ਸੀ। ਰਾਜੀਵ ਗਾਂਧੀ ਦੂਸਰੀ ਵੇਰ ਪਠਾਨਕੋਟ ਭਾਸ਼ਨ ਕਰਨ ਪੰਜਾਬ ਆਇਆ। ਏਧਰ ਕੇਂਦਰੀ ਕੈਬਨਿਟ ਮੰਤਰੀ ਬੂਟਾ ਸਿੰਘ ਦਾ ਹੈਲੀਕਾਪਟਰ ਬੇਅੰਤ ਸਿੰਘ ਦੀ ਚੋਣ ਰੈਲੀ ਵਿੱਚ ਮਨਦੀਪ ਦੇ ਪਿੰਡ ਉੱਤਰਿਆ।

ਉਧਰ ਦੋਰਾਹੇ ਦੀ ਦਾਨਾ ਮੰਡੀ ਵਿੱਚ ਅਕਾਲੀ ਕਾਨਫਰੰਸ ਹੋ ਰਹੀ ਸੀ। ਜਿਸ ਵਿੱਚ ਪ੍ਰਕਾਸ਼ ਸਿੰਘ ਬਾਦਲ, ਮੇਵਾ ਸਿੰਘ ਗਿੱਲ ਅਤੇ ਦਵਿੰਦਰ ਸਿੰਘ ਗਰਚਾ ਪਹੁੰਚੇ ਹੋਏ ਸਨ। ਇਹ ਉਹ ਹੀ ਗਰਚਾ ਸੀ ਜੋ ਹਰ ਵਕਤ ਸ਼ਰਾਬ ਪੀ ਕੇ ਰੱਖਦਾ ਅਤੇ ਜਿਸ ਦਾ ਨਾਂ ਦਿੱਲੀ ਦੀ ਇੱਕ ਟੀ ਵੀ ਹੋਸਟ ਦੇ ਕਤਲ ਵਿੱਚ ਸ਼ਾਮਲ ਹੋਣ ਕਰਕੇ ਬੇਹੱਦ ਚਰਚਾ ਵਿੱਚ ਰਿਹਾ ਸੀ।

ਪਰ ਪੈਸੇ ਵਾਲੇ ਫਿਰ ਵੀ ਟਿਕਟਾਂ ਲੈ ਹੀ ਜਾਂਦੇ। ਲੋਕ ਵੀ ਤਾਂ ਸਭ ਕੁੱਝ ਬੜੀ ਜਲਦੀ ਭੁਲਾ ਕੇ ਸਿਆਸੀ ਬੀਨ ਤੇ ਮੇਹਲਣ ਲੱਗ ਪੈਂਦੇ ਨੇ। ਪੰਜਾਬ ਵਿੱਚ ਰਾਜਨੀਤਕ ਸੂਝ ਦੀ ਬਹੁਤ ਘਾਟ ਸੀ। ਲੋਕਾਂ ਨੂੰ ਮੁੜ ਤੋਂ ਬੇਵਕੂਫ ਬਣਾਇਆ ਜਾ ਰਿਹਾ ਸੀ। ਮਨਦੀਪ ਨੇ ਇਨ੍ਹਾਂ ਦੋਹਾਂ ਰੈਲੀਆਂ ਵਿੱਚ ਜਾ ਕੇ ਲੀਡਰਾਂ ਦੀ ਬਕੜਵਾਹ ਸੁਣੀ । ਉਧਰ ਕਾਮਰੇਡ ਹਰਕਿਸ਼ਨ ਸਿੰਘ ਸੁਰਜੀਤ ਵੀ ਪੰਜਾਬ ਵਿੱਚ ਅੱਜ ਕੱਲ ਆਪਣੀ ਪੂਰੀ ਸਰਗਰਮੀ ਦਿਖਾ ਰਿਹਾ ਸੀ। ਅੱਤਵਾਦ ਅਤੇ ਚੋਣਾ ਦਾ ਨਾਟਕ ਬਰਾਬਰ ਬਰਾਬਰ ਚੱਲ ਰਹੇ ਸਨ। ਜਿਸ ਨੂੰ ਮਨਦੀਪ ਸਮੇਤ ਪੰਜਾਬ ਦੀ ਜਨਤਾ ਮੂੰਹ ਅੱਡੀ ਬਿੱਟ ਬਿੱਟ ਤੱਕ ਰਹੀ ਸੀ।

•

ਭਾਗ 53

23 ਸਤੰਬਰ ਨੂੰ ਪੰਜਾਬ ਵਿੱਚ ਚੋਣ ਪ੍ਰਚਾਰ ਬੰਦ ਹੋ ਗਿਆ। ਪਰ ਦਿੱਲੀ ਵਿੱਚ ਹੀ ਨਹੀਂ, ਪੂਰੇ ਦੇਸ਼ ਵਿੱਚ ਹਾਲ ਦੁਹਾਈ ਮੱਚੀ ਹੋਈ ਸੀ। ਜਿੱਥੇ ਟ੍ਰਾਂਜਿਸਟਰ ਬੰਬ ਫਟਣ ਨਾਲ ਕੁੱਝ ਬੰਦੇ ਮਰ ਗਏ ਸਨ। ਪਰ ਪੰਜਾਬ ਦੀਆਂ ਚੋਣਾਂ ਤੇ ਇਸਦਾ ਕੋਈ ਫਰਕ ਨਾ ਪਿਆ। ਨਾ ਲਹੂ ਭਿੱਜੇ ਮਹੌਲ ਦਾ ਤੇ ਨਾ ਹੀ ਬਾਈਕਾਟ ਦਾ। ਚੋਣਾਂ ਤੋਂ ਇੱਕ ਦਿਨ ਪਹਿਲਾਂ ਪੰਜਾਬ ਵਿੱਚ ਛੇ ਬੰਬ ਫਟੇ। ਬਟਾਲੇ ਵਿੱਚ ਬੰਬ ਫਟਣ ਨਾਲ ਕੁੱਝ ਬੱਚੇ ਵੀ ਮਾਰੇ ਗਏ। ਮਨੁੱਖੀ ਜਾਨਾਂ ਦੀ ਕੋਈ ਕੀਮਤ ਹੀ ਨਹੀਂ ਸੀ ਰਹਿ ਗਈ। ਪ੍ਰਸਾਸ਼ਨ ਨੇ ਬੰਬਾਂ ਦੇ ਮੁੱਖ ਦੋਸ਼ੀ ਵਲੋਂ ਖਾੜਕੂ ਸੁਖਦੇਵ ਸਿੰਘ ਦਾ ਨਾ ਲਿਆ। ਜਿਸ ਦੇ ਸਿਰ ਤੇ ਇੱਕ ਲੱਖ ਦਾ ਇਨਾਮ ਵੀ ਰੱਖ ਦਿੱਤਾ ਗਿਆ। 25 ਸਤੰਬਰ 1985 ਨੂੰ ਪੰਜਾਬ ਵਿੱਚ 60% ਮੱਤਦਾਨ ਹੋਇਆ। ਮਨਦੀਪ ਵੋਟ ਪਾਉਣ ਤਾਂ ਗਿਆ ਪਰ ਉੱਥੇ ਜਾ ਕੇ ਹੀ ਪਤਾ ਚੱਲਿਆ ਕਿ ਵੋਟਰ ਲਿਸਟ ਵਿੱਚ ਤਾਂ ਉਸਦਾ ਨਾਂ ਹੀ ਨਹੀਂ ਸੀ। ਹੋਰ ਵੀ ਬਹੁਤ ਸਾਰੀਆਂ ਵੋਟਾਂ ਕੱਟ ਦਿੱਤੀਆਂ ਗਈਆਂ ਸਨ ਸ਼ਾਇਦ ਕਿਸੇ ਸਾਜਿਸ਼ ਅਧੀਨ।

ਆਈ ਟੀ ਆਈ ਸਮਰਾਲਾ ਵਿੱਚ ਸੀ ਆਰ ਪੀ ਦੀ ਨਿਗਰਾਨੀ ਹੇਠ ਵੋਟਾਂ ਦੀ ਗਿਣਤੀ ਸ਼ੁਰੂ ਹੋਈ। ਨਾਲ ਹੀ ਤਾਜ਼ਾ ਘਟਨਾਵਾਂ ਨੂੰ ਲੈ ਕੇ ਸਾਰੇ ਪੰਜਾਬ ਵਿੱਚ ਦਫਾ 144 ਲਗਾ ਦਿੱਤੀ ਗਈ। ਜਿਸ ਅਨੁਸਾਰ ਪੰਜ ਤੋਂ ਵੱਧ ਬੰਦੇ ਕਿਤੇ ਵੀ ਖੜ ਕੇ ਗੱਲ ਨਹੀ ਸੀ ਕਰ ਸਕਦੇ। ਕੋਈ ਜਲਸਾ ਜਲੂਸ ਜਾਂ ਮੁਜ਼ਾਹਰਾ ਨਹੀਂ ਸੀ ਹੋ ਸਕਦਾ। 27 ਸਤੰਬਰ ਤੱਕ ਸਾਰੇ ਨਤੀਜ਼ੇ ਐਲਾਨ ਦਿੱਤੇ ਗਏ।

ਪੰਜਾਬ ਵਿੱਚ 115 ਵਿਧਾਨ ਸਭਾ ਹਲਕਿਆਂ ਵਿੱਚ ਵੋਟਾਂ ਪਈਆਂ ਜਿਨਾਂ 'ਚੋਂ ਅਕਾਲੀ 73 ਸੀਟਾਂ ਜਿੱਤ ਗਏ ਤੇ ਕਾਂਗਰਸ ਨੂੰ ਸਿਰਫ 32 ਸੀਟਾਂ ਹੀ ਮਿਲੀਆਂ। ਭਾਜਪਾ ਚਾਰ ਸੀਟਾਂ ਤੇ ਜਿੱਤੀ ਅਤੇ ਚਾਰ ਆਜ਼ਾਦ ਉਮੀਦਵਾਰ ਜਿੱਤੇ। ਕਮਿਊਨਿਸਟਾਂ ਅਤੇ ਜੰਤਾਂ ਪਾਰਟੀ ਵਾਲਿਆਂ ਨੂੰ ਸਿਰਫ ਇੱਕ ਇੱਕ ਸੀਟ ਤੇ ਹੀ ਸਬਰ ਕਰਨਾ ਪਿਆ। ਮਨਦੀਪ ਦੇ ਹਲਕੇ ਸਮਰਾਲਾ ਤੋਂ ਅਕਾਲੀ ਦਲ ਦਾ ਅਮਰਜੀਤ ਸਿੰਘ ਚੋਣ ਜਿੱਤ ਗਿਆ। ਦਵਿੰਦਰ ਸਿੰਘ ਗਰਚਾ ਅਤੇ ਰਾਜਿੰਦਰ ਸਿੰਘ ਧਾਰੀਵਾਲ ਵੀ ਜਿੱਤ ਗਏ। ਉਧਰ ਲੁਧਿਆਣਾ ਸ਼ਹਿਰੀ ਤੋਂ ਮੇਵਾ ਸਿੰਘ ਗਿੱਲ ਨੇ ਕਾਂਗਰਸ ਦੇ ਵੱਡੇ ਥੰਮ ਜੋਗਿੰਦਰਪਾਲ ਪਾਂਡੇ ਨੂੰ ਸੁੱਟ ਲਿਆ। ਪੰਜਾਬ ਵਿੱਚ ਅਕਾਲੀਆਂ ਦੀ ਬੱਲੇ ਬੱਲੇ ਹੋ ਗਈ।

ਪੰਜਾਬ ਵਿੱਚ ਜਦੋਂ ਵੀ ਅਕਾਲੀ ਜਿੱਤੇ ਤਾਂ ਮੁੱਖ ਮੰਤਰੀ ਦੀ ਕੁਰਸੀ ਦਾ ਦਾਅਵਾ ਹਮੇਸ਼ਾਂ ਪ੍ਰਕਾਸ਼ ਸਿੰਘ ਬਾਦਲ ਹੀ ਕਰਦਾ ਰਿਹਾ। ਪਰ ਇਸ ਵਾਰ ਤਾਂ ਉਲਟ ਹੋ ਗਿਆ ਸੀ। ਉਸ ਨੂੰ ਹਵਾ ਦਾ ਰੁੱਖ ਵੇਖਕੇ ਇਹ ਦਾਹਵਾ ਤਿਆਗਣਾ ਪਿਆ। ਚੋਣਾਂ ਵਿੱਚ ਤਲਵੰਡੀ ਧੜਾ ਅਲੱਗ ਥਲੱਗ ਪੈ ਗਿਆ।

ਮੁੱਖ ਮੰਤਰੀ ਵਜੋਂ ਸ: ਸੁਰਜੀਤ ਸਿੰਘ ਬਰਨਾਲੇ ਦਾ ਨਾਂ ਅੱਗੇ ਆਇਆ। ਜਦੋਂ 29 ਸਤੰਬਰ ਨੂੰ ਸੁਰਜੀਤ ਸਿੰਘ ਬਰਨਾਲਾ ਨੇ ਪੰਜਾਬ ਦੇ ਮੁੱਖ ਮੰਤਰੀ ਪਦ ਲਈ ਸਹੁੰ ਚੁੱਕੀ ਤਾਂ ਉਸ ਨੇ ਆਪਣੀ ਕੈਬਨਿਟ ਵਿੱਚ ਕੈਪਟਨ ਅਮਰਿੰਦਰ ਸਿੰਘ, ਬਸੰਤ ਸਿੰਘ ਖਾਲਸਾ, ਮੇਜਰ ਸਿੰਘ ਓਬੋਕੇ ਅਤੇ ਸੁਖਜਿੰਦਰ ਸਿੰਘ ਨੂੰ ਵੀ ਲਿਆ। ਪਰ ਪ੍ਰਕਾਸ਼ ਸਿੰਘ ਬਾਦਲ ਨੇ ਆਪਣੀ ਹੇਠੀ ਮਹਿਸੂਸ

ਕਰਦੇ ਹੋਏ ਮੁੱਖ ਮੰਤਰੀ ਤੋਂ ਹੇਠਾਂ ਕੋਈ ਵੀ ਅਹੁਦਾ ਲੈਣ ਤੋਂ ਇਨਕਾਰ ਕਰ ਦਿੱਤਾ। ਪੰਜਾਬ ਦੇ ਖ਼ੂਨ ਖਰਾਬੇ ਵਾਲੇ ਮਹੌਲ ਵਿੱਚ ਇਹ ਇੱਕ ਨਿੱਕੀ ਜਿਹੀ ਤਬਦੀਲੀ ਸੀ।

ਪੰਜਾਬ ਦੇ ਲੋਕਾਂ ਨੇ ਅਜੇ ਜੀਣਾ ਨਹੀਂ ਸੀ ਛੱਡਿਆ। ਪਰ ਲੋਕਾਂ ਕੋਲ ਕੋਈ ਚੰਗਾ ਲੀਡਰ ਵੀ ਨਹੀਂ ਸੀ। ਕਈ ਵਾਰ ਅਖ਼ਬਾਰਾਂ ਵਿੱਚ ਦੂਸਰੇ ਲੀਡਰਾਂ ਦੀਆਂ ਖ਼ਬਰਾਂ ਲੱਗਦੀਆਂ। ਫਲ਼ਸਤੀਨੀਆਂ ਦਾ ਲੀਡਰ ਯਾਸਰ ਅਰਾਫਾਤ ਤਾਂ ਅਕਸਰ ਖ਼ਬਰਾਂ ਵਿੱਚ ਰਹਿੰਦਾ। ਇਸਰਾਈਲ ਨੇ ਉਸਦੇ ਦਫਤਰ ਤੇ ਹਮਲਾ ਕਰਕੇ ਉਸ ਨੂੰ ਮਾਰਨ ਦੀ ਕੋਸ਼ਿਸ਼ ਵੀ ਕੀਤੀ ਗਈ ਸੀ। ਪਰ ਇਹ ਲੀਡਰ ਕਦੇ ਧਾਰਮਿਕ ਸਥਾਨਾਂ ਨੂੰ ਢਾਲ ਬਣਾਕੇ ਆਪਣੀ ਲੜਾਈ ਨਹੀਂ ਸੀ ਲੜਦੇ ਤੇ ਨਾਂ ਹੀ ਸਾਡੇ ਗੁਰੂਆਂ ਨੇ ਹੀ ਕਦੇ ਅਜਿਹਾ ਕੀਤਾ ਸੀ।

ਮਨਦੀਪ ਸੋਚਦਾ ਕਿ ਅਗਰ ਸੰਤ ਜਰਨੈਲ ਸਿੰਘ ਭਿੰਡਰਾਂਵਾਲਾ ਵੀ ਅਕਾਲ ਤਖਤ ਤੇ ਪਨਾਹ ਨਾ ਲੈਂਦੇ ਜਾਂ ਦਰਬਾਰ ਸਾਹਿਬ ਅੰਦਰ ਏਨੇ ਹਥਿਆਰ ਇਕੱਠੇ ਨਾ ਕਰਦੇ ਤਾਂ ਸ਼ਾਇਦ ਏਨਾਂ ਵੱਡਾ ਦੁਖਾਂਤ ਵੀ ਨਾ ਵਾਪਰਦਾ। ਪਰ ਅਜਿਹਾ ਕਰਨ ਤੋਂ ਉਨ੍ਹਾਂ ਨੂੰ ਸ਼ਰੋਮਣੀ ਕਮੇਟੀ ਵੀ ਨਹੀਂ ਸੀ ਰੋਕ ਸਕੀ। ਇਹ ਸਭ ਕਾਸੇ ਦਾ ਦੁਖਾਂਤ ਹੁਣ ਪੰਜਾਬ ਦੇ ਵਾਸੀ ਭੁਗਤ ਰਹੇ ਸਨ। ਜਿਨਾਂ ਵਿੱਚੋਂ ਮਨਦੀਪ ਵੀ ਇੱਕ ਸੀ।

ਮਨਦੀਪ ਇਸ ਸਾਰੇ ਮਹੌਲ ਦੌਰਾਨ ਆਪਣੇ ਇੱਕ ਦੋਸਤ, ਕ੍ਰਿਸ਼ਨ ਕੌਸ਼ਲ ਦਾ ਸਾਥ ਨਾ ਛੱਡ ਸਕਿਆ। ਜਿੱਥੇ ਵੀ ਜਾਂਦੇ ਦੋਵੇਂ ਇਕੱਠੇ ਹੀ ਜਾਂਦੇ। ਦੋਨੋ ਲਿਖਦੇ ਸਨ ਅਤੇ ਖਿਆਲਾਂ ਦੀ ਵੀ ਸਾਂਝ ਸੀ। ਕਦੇ ਸਮਰਾਲੇ ਫੰਕਸ਼ਨ ਹੁੰਦਾ ਤੇ ਕਦੇ ਦੋਰਾਹੇ। ਜਿੱਥੇ ਉਹ ਨਾਮਵਰ ਲੇਖਕਾਂ ਨੂੰ ਮਿਲਦੇ। ਏਸੇ ਸਮੇਂ ਦੌਰਾਨ ਮਨਦੀਪ ਤੇ ਕ੍ਰਿਸ਼ਨ ਨੇ ਬਾਲਗ ਵਿਦਿਆ ਅਧਿਕਾਰੀਆਂ ਨਾਲ ਮਿਲਕੇ ਪੰਜਾਬ ਖੇਤੀਬਾੜੀ ਯੂਨੀਵਰਸਿਟੀ ਦਾ ਇੱਕ ਕੈਂਪ ਵੀ ਆਪਣੇ ਪਿੰਡ ਲਗਵਾਇਆ। ਇਸ ਵਾਰ ਦਾ ਦੁਸਹਿਰਾ ਉਸਨੇ ਤੇ ਕ੍ਰਿਸ਼ਨ ਕੌਸ਼ਲ ਨੇ ਰਲ਼ ਕੇ ਵੇਖਿਆ। ਪਰ ਹਿੰਦੂਆਂ ਤੇ ਸਿੱਖਾਂ ਦਾ ਇਹ ਸਾਂਝਾ ਤਿਉਹਾਰ ਵੀ ਹੁਣ ਮਹੌਲ ਦੀ ਭੇਟ ਚੜ੍ਹ ਚੁੱਕਾ ਸੀ। ਨਾ ਤਾਂ ਇਸ ਵਾਰ ਸ਼ਹਿਰਾਂ ਵਿੱਚ ਦਸ ਦਿਨ ਪਹਿਲਾਂ ਹੋਣ ਵਾਲੀ ਰਾਮਲੀਲਾ ਹੀ ਸ਼ੁਰੂ ਹੋਈ ਤੇ ਨਾਂ ਹੀ ਦੁਸ਼ਹਿਰੇ ਵਾਲੇ ਦਿਨ ਹਿੰਦੂ ਵੀਰਾਂ ਵਲੋਂ ਸਵਾਂਗ ਜਾਂ ਹੋਰ ਝਾਕੀਆਂ ਕੱਢੀਆਂ ਗਈਆਂ। ਇੰਝ ਜਾਪਦਾ ਸੀ ਜਿਵੇਂ ਪੰਜਾਬ ਦੀਆਂ ਸੜਕਾਂ ਤੇ ਅੱਤਵਾਦ ਦਾ ਰਾਵਣ ਦਨਦਨਾਂਦਾ ਫਿਰ ਰਿਹਾ ਹੋਵੇ। ਜਿਸ ਨੇ ਪੰਜਾਬ ਦੀ ਸੀਤਾ ਰੂਪੀ ਸ਼ਾਂਤੀ ਦਾ ਅਪਹਰਣ ਕਰ ਲਿਆ ਸੀ।

ਮਨਦੀਪ ਨੇ ਪੱਤਰ ਵਿਆਰ ਰਾਂਹੀ ਅਗਲੀ ਪੜ੍ਹਾਈ ਵੀ ਸ਼ੁਰੂ ਕੀਤੀ ਹੋਈ ਸੀ। ਨਿੱਜੀ ਸੰਪਰਕ ਪ੍ਰੋਗਰਾਮ ਤਹਿਤ ਜਦੋਂ ਉਹ ਪੰਜਾਬੀ ਯੂਨੀਵਰਸਿਟੀ ਪਟਿਆਲੇ ਗਿਆ, ਤਾਂ ਕ੍ਰਿਸ਼ਨ ਵੀ ਉਸਦੇ ਨਾਲ ਸੀ। ਉਨ੍ਹਾਂ ਨੂੰ ਯੂਨੀਵਰਸਿਟੀ ਹੋਸਟਲ ਵਿੱਚ ਕਮਰਾ ਨਾ ਮਿਲਿਆ ਤੇ ਉਹ ਗੁਰਦੁਵਾਰਾ ਦੂਖਨਿਵਾਰਨ ਸਾਹਿਬ ਆ ਗਏ। ਉਨ੍ਹਾਂ ਨੂੰ ਸਰਾਂ ਵਿੱਚ 25 ਨੰਬਰ ਕਮਰਾਂ ਮਿਲ ਗਿਆ। ਬਾਕੀ ਸਾਰੇ ਕਮਰੇ 84 ਦੇ ਦੰਗਾ ਪੀੜਤਾਂ ਨਾਲ ਭਰੇ ਪਏ ਸਨ। ਦਰਬਾਰ ਸਾਹਿਬ ਤੇ ਹਮਲੇ ਵਕਤ ਜਿਹੜੇ ਉੱਨੀ ਹੋਰ ਗੁਰਦੁਵਾਰਿਆਂ ਤੇ ਹਮਲਾ ਕੀਤਾ ਗਿਆ ਸੀ, ਉਨ੍ਹਾਂ ਵਿੱਚ ਦੂਖਨਿਵਾਰਨ ਸਾਹਿਬ ਵੀ ਸੀ। ਜਿੱਥੇ ਗੋਲੀਆਂ ਵੀ ਚੱਲੀਆਂ ਸਨ।

ਦੂਸਰੇ ਦਿਨ ਉਹ ਹੋਟਲ ਤੇ ਚਾਹ ਪੀਣ ਗਏ ਤਾਂ ਅਖ਼ਬਾਰ ਵੀ ਫੜ ਲਿਆਏ। ਖ਼ਬਰਾਂ ਸਨ ਕਿ ਜੋਗਿੰਦਰਪਾਲ ਪਾਂਡੇ ਦਾ ਮੁੰਡਾ ਵੀ ਇੱਕ ਸੜਕ ਹਾਦਸੇ ਵਿੱਚ ਮਾਰਿਆ ਗਿਆ ਹੈ। ਵੋਟਾਂ ਵਿੱਚ ਹਾਰ ਗਏ ਕਾਂਗਰਸੀ ਲੀਡਰ ਲਈ ਇਹ ਦੂਸਰੀ ਵੱਡੀ ਸੱਟ ਸੀ। ਦੇਸ਼ ਦੇ ਪ੍ਰਧਾਨ ਮੰਤਰੀ

ਰਾਜੀਵ ਗਾਂਧੀ ਉਸ ਵਕਤ ਰੂਸ ਦੌਰੇ ਤੇ ਸਨ। ਉਨ੍ਹਾਂ ਦੀ ਨਵੇਂ ਰਾਸ਼ਟਰਪਤੀ ਗੋਰਵਾਚੇਵ ਨਾਲ ਹੱਥ ਮਿਲਾਉਂਦਿਆਂ ਦੀ ਅੱਜ ਦੇ ਅਖ਼ਬਾਰ ਵਿੱਚ ਫੋਟੋ ਸੀ।

ਫੇਰ ਇਕੱਤੀ ਅਕਤੂਬਰ ਨੂੰ ਉਹ ਇੰਦਰਾ ਗਾਂਧੀ ਦੀ ਪਹਿਲੀ ਬਰਸੀ ਤੇ ਦਿੱਲੀ ਪਰਤ ਆਏ। ਸਰਕਾਰ ਨੇ ਤੇ ਮੀਡੀਏ ਨੇ ਇੰਦਰਾ ਗਾਂਧੀ ਨੂੰ ਤਾਂ ਯਾਦ ਕੀਤਾ, ਪਰ ਦੰਗਿਆਂ 'ਚ ਮਾਰੇ ਗਏ ਬੇਕਸੂਰ ਲੋਕ, ਜਿਨਾਂ ਦੀ ਗਿਣਤੀ ਕੋਈ 3000 ਦੇ ਕਰੀਬ ਸੀ, ਉਨ੍ਹਾਂ ਨੂੰ ਨਾ ਤਾਂ ਮੀਡੀਏ ਨੇ ਤੇ ਨਾਂ ਹੀ ਸਰਕਾਰ ਨੇ ਯਾਦ ਕੀਤਾ। ਇਨਸਾਫ, ਮਿਲਣਾ ਤਾਂ ਅਜੇ ਬਹੁਤ ਦੂਰ ਦੀ ਗੱਲ ਸੀ।

ਮਨਦੀਪ ਨੇ ਯੂਨੀਵਰਸਿਟੀ ਰਹਿੰਦਿਆਂ ਪ੍ਰੋਫੈਸਰਾਂ ਦੀ ਧੜੇਬੰਦੀਆਂ ਤੇ ਅੱਤਵਾਦ ਦਾ ਪ੍ਰਭਾਵ ਵੀ ਬਹੁਤ ਦੇਖਿਆ। ਇੱਕ ਪ੍ਰੋ: ਤਾਂ ਮਾਣ ਨਾਲ ਦੱਸਿਆ ਕਰਦਾ ਸੀ ਕਿ ਖਾਲਿਸਤਾਨ ਕਮਾਂਡੋ ਫੋਰਸ ਦੇ ਜਰਨੈਲ ਤੇ ਪੰਜ ਮੈਂਬਰੀ ਪੰਥਕ ਕਮੇਟੀ ਦੇ ਲੀਡਰ ਉਸੇ ਕੋਲ ਆਕੇ ਰਹਿੰਦੇ ਹਨ। ਉਹ ਆਖਦਾ ਕਿ ਮੇਰੇ ਸਾਹਮਣੇ ਤਾਂ ਕੋਈ ਖੰਘ ਵੀ ਨਹੀਂ ਸਕਦਾ। ਲੋਕ ਮੇਰੀ ਤਾਕਤ ਨੂੰ ਜਾਣਦੇ ਨੇ। ਅਸਲ ਵਿੱਚ ਪੰਜਾਬ ਅੰਦਰ ਹੁਣ ਖਾੜਕੂਆਂ ਦਾ ਰਾਜ ਸੀ। ਉਨ੍ਹਾਂ ਦੀਆਂ ਚਿੱਠੀਆਂ ਵੀ ਉਨ੍ਹਾਂ ਹੀ ਕੰਮ ਕਰਦੀਆਂ ਸਨ ਜਿਨੀਆਂ ਕਿ ਮੁੱਖ ਮੰਤਰੀ ਜਾਂ ਹੋਰ ਮੰਤਰੀਆਂ ਦੀਆਂ।

ਨਵੰਬਰ ਦੇ ਪਹਿਲੇ ਹਫਤੇ ਮਨਦੀਪ ਫੇਰ ਪਿੰਡ ਆ ਗਿਆ। ਇੱਕ ਦਿਨ ਸ਼ਾਮ ਨੂੰ ਸਕੂਲ ਮਾਸਟਰ ਸ਼ਰਾਬ ਪੀ ਕੇ ਇੱਕ ਦੂਜੇ ਨੂੰ ਗਾਲਾਂ ਕੱਢ ਰਹੇ ਸਨ। ਲੋਕਾਂ ਨੂੰ ਬਹੁਤ ਹੈਰਾਨੀ ਹੋਈ ਕਿ ਮਾਸਟਰਾਂ ਨੂੰ ਖਾੜਕੂਆਂ ਤੋਂ ਡਰ ਨਹੀਂ ਲੱਗਿਆ। ਸਕੂਲਾਂ ਵਿੱਚ ਜੱਟ, ਭਾਪੇ ਹਿੰਦੂ ਸਿੱਖ ਮਾਸਟਰਾਂ ਦੇ ਅੱਡ ਅੱਡ ਧੜੇ ਸਨ।

ਪਿੰਡ ਵਿੱਚ ਕਿਸੇ ਦੀ ਕੁੜੀ ਦਾ ਵਿਆਹ ਸੀ। ਪਰ ਖਾੜਕੂਆਂ ਤੋਂ ਡਰਦਿਆਂ ਨਾਂ ਕੋਈ ਵਾਜੇ ਵਾਲੇ ਲਿਆਂਦੇ ਗਏ, ਨਾ ਹੀ ਕੋਈ ਲਾਊਡ ਸਪੀਕਰ ਤੇ ਨਾਂ ਹੀ ਕੋਈ ਭੰਗੜਾ। ਜਿਵੇਂ ਬਰਾਤੀ ਕਿਸੇ ਦੀ ਮਰਗ ਤੇ ਆਏ ਹੋਣ। ਮਨਦੀਪ ਸੋਚਦਾ 'ਲੋਕਾਂ ਦੀਆਂ ਨਿੱਕੀਆਂ ਖੁਸ਼ੀਆਂ ਖੋਹ ਕੇ ਇਹ ਖਾੜਕੂ ਲੋਕ ਨੂੰ ਦਿਖਾਉਣਾ ਕੀ ਚਾਹੁੰਦੇ ਨੇ ? ਜੇ ਕਿਤੇ ਸੱਚੀਂ ਹੀ ਇਨ੍ਹਾਂ ਦਾ ਰਾਜ ਆ ਗਿਆ, ਇਹ ਤਾਂ ਲੋਕਾਂ ਨੂੰ ਸਾਹ ਵੀ ਨਹੀਂ ਲੈਣ ਦੇਣਗੇ। ਜੇਕਰ ਪੰਜਾਬ ਦੇ ਲੋਕ ਹੀ ਖਿਲਾਫ ਹੋ ਗਏ ਤਾਂ ਇਹ ਸੰਘਰਸ਼ ਲੋਕਾਂ ਦੇ ਸਹਿਯੋਗ ਤੋਂ ਬਿਨਾਂ ਚਾਰ ਦਿਨ ਵੀ ਨਹੀਂ ਚੱਲਣਾ'

ਹੁਣ ਮੌਤਾਂ ਦੀ ਗਿਣਤੀ ਕਰਦਿਆਂ ਰੋਜ਼ ਮਨ ਤਾਂ ਉਦਾਸ ਹੁੰਦਾ ਹੀ ਸੀ, ਪਰ ਕਈ ਹੋਰ ਖ਼ਬਰਾਂ ਵੀ ਮਨ ਉਦਾਸ ਕਰ ਦਿੰਦੀਆਂ। ਭਾਰਤ ਦੀ ਹਾਕੀ ਆਸਟਰੇਲੀਆਂ ਤੋਂ ਬੁਰੀ ਤਰ੍ਹਾਂ ਹਾਰ ਗਈ ਸੀ। ਹਿੰਦੀ ਨਾਵਲਕਾਰ ਗੁਲਸ਼ਨ ਨੰਦਾ, ਜਿਸ ਦੇ ਨਾਵਲ ਮਨਦੀਪ ਅਕਸਰ ਪੜ੍ਹਿਆ ਕਰਦਾ ਸੀ ਦਾ ਦਿਹਾਂਤ ਹੋ ਗਿਆ। ਹੁਣ ਮਨਦੀਪ ਦਾ ਘਰ ਦੇ ਕੰਮਾਂ ਵਿੱਚ ਵੀ ਦਿਲ ਨਹੀਂ ਸੀ ਲੱਗਦਾ।

ਮਸਾਂ ਮਸਾਂ ਉਡੀਕਦਿਆਂ ਨੂੰ ਯੂਨੀਵਰਸਿਟੀ ਵਿੱਚ ਅਗਲਾ ਸੰਪਰਕ ਪ੍ਰੋਗਰਾਮ ਆਇਆ। ਇਸ ਵਾਰ ਵੀ ਉਨ੍ਹਾਂ ਨੂੰ ਗੁਰਦੁਵਾਰਾ ਦੂਖਨਿਵਾਰਨ ਸਾਹਿਬ ਹੀ ਰਹਿਣਾ ਪਿਆ। ਕਈ ਹੋਰ ਮੁੰਡੇ ਦੋਸਤ ਬਣ ਗਏ। ਪਰ ਦੂਜੇ ਦਿਨ ਹੀ ਸਿੱਖ ਸਟੂਡੈਂਟ ਫੈਡਰੇਸ਼ਨ ਦੇ ਸੱਦੇ ਤੇ ਅਣਮਿੱਥੇ ਸਮੇਂ ਲਈ ਹੜਤਾਲ ਹੋ ਗਈ ਤੇ ਯੂਨੀਵਰਸਿਟੀ ਫੇਰ ਬੰਦ ਕਰ ਦਿੱਤੀ ਗਈ। ਫੈਡਰੇਸ਼ਨ ਵਾਲੇ ਬੱਸਾਂ ਨੂੰ ਘੇਰ ਘੇਰ ਹੁੱਲੜ ਮਚਾ ਰਹੇ ਸਨ। ਲੜਕੀਆਂ ਨੂੰ ਵੀ ਹੋਸਟਲ ਛੱਡ ਕੇ ਘਰਾਂ ਨੂੰ ਜਾਣ ਲਈ ਮਜ਼ਬੂਰ ਕਰ ਰਹੇ ਸਨ।

ਬਾਕੀ ਲੋਕਾਂ ਵਾਂਗੂੰ ਮਨਦੀਪ ਵੀ ਆਪਣਾ ਸਮਾਨ ਚੁੱਕ ਕੇ ਘਰ ਆ ਵੜਿਆ। ਹੁਣ ਵੀ ਦਲੇਰ ਸਿੰਘ ਨੇ ਉਸ ਤੋਂ ਕੋਈ ਬਹੁਤੀ ਪੁੱਛ ਗਿੱਛ ਨਾ ਕੀਤੀ। ਬੱਸ ਬਚਨ ਕੌਰ ਨੇ ਪੁੱਛਿਆ ਸੀ

ਸਮਝ ਨਹੀਂ ਸੀ ਆਉਂਦੀ ਕਿ ਜਦ ਪੇਪਰ ਸਿਰ ਤੇ ਹੰਦੇ ਹਨ ਤਾਂ ਅਜਿਹਾ ਉਦੋਂ ... ਹੈ ? ਸਿਆਸੀ ਲੋਕਾਂ ਨੇ ਲੱਖਾਂ ਵਿਦਿਆਰਥੀਆਂ ਦਾ ਭਵਿੱਖ ਬਲਦੀ ਦੇ ਬੁੱਥੇ ... ਤੇ ਉਨ੍ਹਾਂ ਦੇ ਆਪਣੇ ਨਿਆਣੇ ਬਿਦੇਸ਼ਾਂ ਵਿੱਚ ਪੜ੍ਹਦੇ ਸਨ। ਹੁਣ ਮਨਦੀਪ ਵਰਗੇ ...ਆਰੀ ਕਿਵੇਂ ਕਰਦੇ ? ਪੇਪਰ ਤਾਂ ਪਤਾ ਨਹੀਂ ਹੋਣੇ ਵੀ ਸੀ ਕਿ ਨਹੀਂ ?

...ਦੇ ਫੇਰ ਤੇ ਗੋਲੀਆਂ ਦੀ ਗੜਗੜਾਹਟ ਵਿੱਚ ਭਲ੍ਹਾਂ ਕਿੱਦਾਂ ਕੋਈ ਸ਼ਾਂਤੀ ਨਾਲ ਪੜ੍ਹ ... ਉਹ ਹੀ ਗੱਲ ਹੋਈ। ਇੱਕ ਮਈ ਮਨਦੀਪ ਦਾ ਰੋਲ ਨੰਬਰ ਆ ਗਿਆ। ਉੱਧਰ ਉਸੇ ...ਮ ਫੌਜੀ ਦਸਤੇ ਦਰਬਾਰ ਸਾਹਿਬ ਦੀ ਤਲਾਸ਼ੀ ਲੈ ਰਹੇ ਸਨ। ਗੁਰਬਾਣੀ ਪ੍ਰਸਾਰਨ ਬੰਦ ...ਤਾ ਗਿਆ। ਖਾਲਿਸਤਾਨ ਦੇ ਐਲਾਨ ਦੀ ਵੀ ਅਤੇ ਨੀਮ ਫੌਜੀ ਦਲਾਂ ਦੇ ਦਰਬਾਰ ... ਵਿੱਚ ਪ੍ਰਵੇਸ਼ ਦੀ ਵੀ ਭਰਪੂਰ ਨਿੰਦਾ ਹੋ ਰਹੀ ਸੀ। ਇਹ ਮਈ ਦਾ ਮਹੀਨਾ ਵੀ ਏਨਾਂ ਹੀ ... ਵਿੱਚ ਬੀਤ ਗਿਆ।

ਮਈ ਮਹੀਨੇ ਦੇ ਅੰਤ ਤੇ ਮਨਦੀਪ ਦਾ ਇੱਕ ਦੁਬਈ ਤੋਂ ਪਰਤਿਆ ਦੋਸਤ ਖਹਿੜੇ ਪੈ ...ਆ ਸੀ ਕਿ ਉਸ ਨੂੰ ਵਾਪਸ ਜਹਾਜ਼ ਚੜ੍ਹਾਉਣ ਉਹ ਦਿੱਲੀ ਤੱਕ ਚੱਲੇ। ਪਰ ਇਨ੍ਹਾਂ ਦਿਨਾਂ ... ਵਿੱਚ ਦਿੱਲੀ ਜਾਣਾ ਪਗੜੀ ਵਾਲੇ ਨੰਜਵਾਨ ਲਈ ਮੌਤ ਨੂੰ ਮਾਸੀ ਆਖਣ ਵਾਲੀ ਗੱਲ ਸੀ। ਸ਼ੱਕੀ ਨਿਗਾਹਾਂ ਬੱਸਾਂ ਵਿੱਚ ਉਨ੍ਹਾਂ ਨੂੰ ਤਾੜਦੀਆਂ ਰਹੀਆਂ। ਦਿੱਲੀ ਜਾਕੇ ਉਨ੍ਹਾਂ ਨੂੰ ਕਿਸੇ ਵੀ ਹੋਟਲ ਵਿੱਚ ਫੇਰ ਕਮਰਾ ਨਾ ਮਿਲਿਆ।

ਪਹਿਲਾਂ ਉਨ੍ਹਾਂ ਦੀਆਂ ਸ਼ਕਲਾਂ ਪੋਸਟਰਾਂ ਤੇ ਲੋੜੀਂਦੇ ਖਤਰਨਾਕ ਅੱਤਵਾਦੀਆਂ ਨਾਲ ਮਿਲਾਈਆਂ ਜਾਂਦੀਆਂ। ਅੰਤ ਨੂੰ ਉਨ੍ਹਾਂ ਗੁਰਦੁਵਾਰਾ ਸ਼੍ਰੀਸ਼ ਗੰਜ ਸਾਹਿਬ ਵਿੱਖੇ ਰਾਤ ਕੱਟੀ। ਸਿੱਖਾਂ ਦਾ ਉਹ ਗੁਰੂ ਜਿਸ ਨੂੰ ਹਿੰਦ ਦੀ ਚਾਦਰ ਕਿਹਾ ਜਾਂਦਾ ਹੈ। ਜਿਸ ਨੇ ਧਾਰਮਿਕ ਕੱਟੜਤਾ ਦੇ ਖਿਲਾਫ ਏਸੇ ਚਾਂਦਨੀ ਚੌਕ ਵਿੱਚ ਬਲੀਦਾਨ ਦਿੱਤਾ ਸੀ ਅੱਜ ਉਸੇ ਚਾਂਦਨੀ ਚੌਕ ਵਿੱਚ ਸਧਾਰਨ ਸਿੱਖ ਨੂੰ ਦੇਸ਼ ਦੇ ਸਭ ਤੋਂ ਵੱਡੇ ਦੁਸ਼ਮਣ ਦੀ ਨਿਗਾਹ ਨਾਲ ਵੇਖਿਆ ਜਾ ਰਿਹਾ ਸੀ। ਹਾਲਾਤ ਉੱਥੇ ਦੇ ਉੱਥੇ ਹੀ ਖੜੇ ਸਨ ਜਿੱਥੇ ਅਕਤੂਬਰ 1984 ਵਿੱਚ ਖੜ੍ਹੇ ਸਨ। ਜਦੋਂ ਮਨਦੀਪ ਆਪਣੇ ਪਿਤਾ ਦਲੇਰ ਸਿੰਘ ਨਾਲ ਆਪਣੇ ਚਾਚੇ ਨੂੰ ਜਹਾਜ਼ ਚੜ੍ਹਾਉਣ ਆਇਆ ਸੀ ਤੇ ਉਦੋਂ ਵੀ ਹੋਟਲ ਚ ਕਮਰਾ ਨਾ ਮਿਲਣ ਕਾਰਨ ਉਹ ਸੀਸ ਗੰਜ ਗੁਰਦੁਵਾਰੇ ਹੀ ਰਹੇ ਸਨ। ਹੁਣ ਤਾਂ ਸਗੋਂ ਸਿੱਖਾਂ ਪ੍ਰਤੀ ਨਫਰਤ ਹੋਰ ਵਧ ਗਈ ਸੀ।

ਦੂਸਰੇ ਦਿਨ ਜਿਸ ਟੈਕਸੀ ਰਾਂਹੀ ਉਹ ਏਅਰ ਪੋਰਟ ਗਏ, ਉਸ ਦੇ ਡ੍ਰਾਈਵਰ ਨੇ ਤਾਂ ਭਿੰਡਰਾਵਾਲਾ, ਬਾਦਲ ਅਤੇ ਟੌਹੜੇ ਨੂੰ ਬੇਹੱਦ ਗੰਦੀਆਂ ਗਾਲਾਂ ਕੱਢੀਆਂ। ਜਿਨਾ ਦਿੱਲੀ ਵਿੱਚ ਹਜ਼ਾਰਾਂ ਲੋਕਾਂ ਦਾ ਕਤਲ ਕਰਵਾ ਦਿੱਤਾ ਸੀ ਤੇ ਅਜੇ ਵੀ ਉਨ੍ਹਾਂ ਦੀ ਰੋਜ਼ੀ ਰੋਟੀ ਤੇ ਲੱਤਾਂ ਮਾਰ ਰਹੇ ਸਨ। ਟੈਕਸੀ ਵਾਲੇ ਬਿੱਲੂ ਨੇ ਦੱਸਿਆ ਕਿ 'ਉਹ ਵੀ ਸਿੱਖ ਹੈ ਪਰ ਹੁਣ ਉਸ ਨੇ ਵਾਲ ਕਟਾ ਦਿੱਤੇ ਨੇ, ਤੇ ਕੜਾ ਵੀ ਉਤਾਰ ਦਿੱਤਾ ਹੈ। ਹੁਣ ਤਾਂ ਉਹ ਪੰਜਾਬੀ ਵੀ ਨਹੀਂ ਬੋਲਦਾ। ਉਹ ਕਹਿੰਦਾ "ਮੈਂ ਆਪਣੇ ਟੱਬਰ ਦਾ ਪੇਟ ਵੀ ਤਾਂ ਪਾਲਣਾ ਹੈ"। ਮਨਦੀਪ ਨਫਰਤ ਦਾ ਦਰਿਆ ਪਾਰ ਕਰਕੇ ਫੇਰ ਪੰਜਾਬ ਮੁੜ ਆਇਆ ਸੀ।

ਇਹ 9 ਜੂਨ 1986 ਦਾ ਦਿਨ ਸੀ। ਸਮਰਾਲਾ ਸ਼ਹਿਰ ਪੁਲੀਸ ਨਾਲ ਨੱਕੋ ਨੱਕ ਭਰਿਆ ਪਿਆ ਸੀ। ਏਸੇ ਸ਼ਹਿਰ ਵਿੱਚ ਕਦੇ ਜਰਨੈਲ ਸਿੰਘ ਭਿੰਡਰਾਵਾਲੇ ਨੇ ਸੈਂਕੜੇ ਟਰੱਕਾਂ 'ਚ ਭਰੇ ਹਥਿਆਰਬੰਦ ਬੰਦ ਨੌਜਵਾਨਾਂ ਨਾਲ ਕਾਨਫਰੰਸ ਕੀਤੀ ਸੀ। ਅੱਜ ਉਸੇ ਜਗਾ ਤੋਂ ਕੋਈ ਦੋ ਕੁ ਫਰਲਾਂਗ ਦੀ ਦੂਰੀ ਤੇ ਬਣੀ ਆਈ ਟੀ ਆਈ ਵਿੱਚ ਅਕਾਲੀ ਕਾਨਫਰੰਸ ਹੋ ਰਹੀ ਸੀ। ਉਹ ਹੀ

"ਕੀ ਗੱਲ ਮੁੜ ਆਇਆ ?" ਤਾਂ ਉਸਦਾ ਜਵਾਬ ਸੀ ਹੜਤਾਲ ਹੋ ਗਈ। ਬਚਨ ਕੌਰ ਬੋਲੀ "ਪਤਾ ਨਹੀਂ ਸਾਰੇ ਪਾਸੇ ਕੀ ਘੇਸੂ ਫਿਰਿਆ ਹੋਇਆ ਹੈ"

ਫੇਰ ਮਨਦੀਪ ਕਿਸੇ ਦੇ ਵਿਆਹ ਤੇ ਚਲਾ ਗਿਆ। ਦੂਸਰੇ ਦਿਨ ਘਰ ਹੀ ਮਿਸਤਰੀ ਲੱਗਿਆ ਹੋਣ ਕਰਕੇ ਉਸ ਨਾਲ ਕੰਮ ਕਰਵਾਉਂਦਾ ਰਿਹਾ। ਤੀਸਰੇ ਦਿਨ ਮਾਛੀਵਾੜੇ ਸਾਹਿਤ ਸਭਾ ਤੇ ਕਹਾਣੀ ਪੜ੍ਹਨ ਚਲਾ ਗਿਆ। ਉਧਰ ਦਲੇਰ ਸਿੰਘ ਬਚਨ ਕੌਰ ਨੂੰ ਆਖਦਾ "ਮੈਂ ਹੁਣ ਕਿੰਨਾ ਕੁ ਚਿਰ ਮਰਦਾ ਰਹਾਂਗਾ ਮਨਦੀਪ ਨੂੰ ਕਹਿ ਕੁੱਝ ਕਰੇ। ਜਾ ਕੋਈ ਨੌਕਰੀ ਲੱਭੇ ਜਾਂ ਫੇਰ..."

" ਜਾਂ ਫੇਰ ਕੀ ਮਤਲਬ ਘਰੋਂ ਚਲਾ ਜਾਵੇ ?" ਉਹ ਟੁੱਟ ਕੇ ਪਈ।

ਬਚਨ ਕੌਰ ਕਹਿ ਰਹੀ ਸੀ ਕਿ "ਹੁਣ ਉਹ ਵਿਚਾਰਾ ਕੀ ਕਰੇ ? ਬਥੇਰਾ ਸੋਚਦਾ ਹੈ ਪਰ ਕੋਈ ਰਸਤਾ ਲੱਭੇ ਵੀ... ਤਾਂ ਹੀ ਤਾਂ ਹੈ ਨਾ...। ਜੇ ਜ਼ਿਆਦਾ ਤੰਗ ਕਰਾਂਗੇ ਫੇਰ ਖਾੜਕੂਆ ਨਾਲ ਜਾ ਰਲੂ। ਫੇਰ ਕੀ ਕਰਾਂਗੇ ?"

ਇਸ ਵਾਰ ਤਾਂ ਮਨਦੀਪ ਦੋਸਤਾਂ ਤੇ ਕਹਿਣ ਤੇ ਫਤਹਿਗੜ੍ਹ ਦੀ ਸਭਾ ਤੇ ਵੀ ਨਾ ਗਿਆ। ਸਭ ਕੁੱਝ ਫਿੱਕਾ ਫਿੱਕਾ ਜਾਪ ਰਿਹਾ ਸੀ। ਅੱਜ ਦੀ ਖ਼ਬਰ ਸੀ ਫਤਹਿਗੜ੍ਹ ਸਭਾ ਤੇ ਨਿਕਲਣ ਵਾਲੇ ਜਲੂਸ ਦੀ ਅਗਵਾਈ ਨੂੰ ਲੈ ਕੇ ਨਿਹੰਗ ਸੰਤਾ ਸਿੰਘ ਤੇ ਬਾਬਾ ਪ੍ਰੀਤਮ ਸਿੰਘ ਧਤਿਆਂ ਵਿਚਕਾਰ ਲੜਾਈ। ਗੋਲੀਆਂ ਚੱਲਣ ਨਾਲ ਚਾਰ ਦੀ ਮੌਤ ਹੋਈ, ਤੇ ਜਥੇਦਾਰ ਪ੍ਰੀਤਮ ਸਿੰਘ ਬਾਂਹ ਤੇ ਤਲਵਾਰ ਦਾ ਟੱਕ ਵੱਜਿਆ। ਮਨਦੀਪ ਸੋਚਦਾ ਰਿਹਾ "ਇਹ ਸਾਹਿਬਜ਼ਾਦਿਆਂ ਨੂੰ ਸ਼ਰਧਾਜਲੀ ਦੇਣ ਗਏ ਸੀ, ਜਾਂ ਆਪਣੀ ਤਾਕਤ ਦਾ ਦਿਖਾਵਾ ਕਰਨ ?" ਔਝੜ ਪਏ ਲੀਡਰਾਂ ਨੇ ਸਾਰੇ ਪੰਜਾਬ ਨੂੰ ਹੀ ਔਝੜ ਰਾਹਾਂ ਤੇ ਪਾ ਦਿੱਤਾ ਸੀ। ਜਿਸ ਦਾ ਅਜੇ ਕੋਈ ਅੰਤ ਨਹੀਂ ਸੀ ਦਿਖਾਈ ਦਿੰਦਾ।

●

ਭਾਗ 54

ਇਹ 12 ਮਾਰਚ 1986 ਦਾ ਦਿਨ ਸੀ। ਇੱਕ ਖ਼ਬਰ ਨੇ ਪੰਜਾਬੀਆਂ ਨੂੰ ਝੰਜੋੜ ਕੇ ਰੱਖ ਦਿੱਤਾ। ਉਨ੍ਹਾਂ ਦੇ ਚਹੇਤੇ, ਕਲਾਕਾਰਾਂ ਦੇ ਕਦਰਦਾਨ, ਪੰਜਾਬ ਨੂੰ ਬੁਲੰਦੀਆਂ ਤੇ ਦੇਖਣ ਵਾਲੇ ਮਹਿੰਦਰ ਸਿੰਘ ਰੰਧਾਵਾ ਦੀ ਮੌਤ ਹੋ ਗਈ ਸੀ। ਦੂਸਰੇ ਦਿਨ ਸਾਰਾ ਪੰਜਾਬ ਹੀ ਅਥਰੂ ਕੇਰਦਾ ਰਿਹਾ। ਪੰਜਾਬ ਦੇ ਬੁੱਧੀਜੀਵੀ ਵੀ ਸੁੰਨ ਸਨ। ਹਾਲਾਤ ਹੀ ਕੁੱਝ ਅਜਿਹੇ ਸਨ। ਹਰ ਪਾਸੇ ਅਸਥਿਰਤਾ ਦਾ ਮਹੌਲ ਸੀ। ਕਦੇ ਵੀ ਕਿਤੇ ਵੀ ਕੁੱਝ ਵੀ ਵਾਪਰ ਸਕਦਾ ਸੀ।

ਇਹ ਹੋਲੇ ਮੁਹੱਲੇ ਦੇ ਦਿਨ ਸਨ। ਨਹਿਰ ਸਰਹਿੰਦ ਕਿਨਾਰੇ ਇਸ ਵਾਰ ਫੇਰ ਲੰਗਰ ਲੱਗ ਗਏ। ਨਿਹੰਗ ਸਿੰਘ ਅਤੇ ਆਮ ਲੋਕ ਵਹੀਰਾਂ ਘੱਤ ਕੇ ਆਨੰਦਪੁਰ ਸਾਹਿਬ ਵਲ ਨੂੰ ਜਾ ਰਹੇ ਸਨ। ਪੰਜਾਬ ਇਸ ਹਾਲ ਵਿੱਚ ਵੀ ਜੀ ਰਿਹਾ ਸੀ। ਮਨਦੀਪ ਆਪਣੇ ਹਿੰਦੂ ਦੋਸਤ ਅਸ਼ਵਨੀ ਨਾਲ ਅਜੇ ਵੀ ਨਹਿਰ ਕਿਨਾਰੇ ਰੋਜ਼ ਹੀ ਘੁੰਮਣ ਚਲਾ ਜਾਂਦਾ। ਦੋਵੇਂ ਕੋਈ ਵਿਸ਼ਾ ਸ਼ੁਰੂ ਕਰਕੇ ਉਸ ਤੇ ਬਹਿਸ ਕਰਦੇ। ਪਿੰਡ ਦੇ ਕਿਸੇ ਸ਼ਰਾਰਤੀ ਮੁੰਡੇ ਨੇ ਅਸ਼ਵਨੀ ਦੇ ਘਰ ਅੱਗੇ ਪੇਪਰ ਚਪਕਾ ਦਿੱਤਾ ਸੀ ਕਿ ਜਾਂ ਤਾਂ ਉਹ ਪਿੰਡ ਛੱਡ ਕੇ ਚਲੇ ਜਾਣ ਤੇ ਜਾਂ ਫੇਰ ਨਤੀਜ਼ਾ ਭੁਗਤਣ ਲਈ ਤਿਆਰ ਰਹਿਣ। ਮਨਦੀਪ ਸੋਚਦਾ ਰਿਹਾ ਕਿ ਏਦਾਂ ਕੋਈ ਕਿਸੇ ਨੂੰ ਧੱਕੇ ਨਾਲ ਪਿੰਡੋਂ ਕਿਵੇਂ ਕੱਢ ਸਕਦਾ ਹੈ? ਪਰ ਅਜਿਹਾ ਹੀ ਹੋ ਰਿਹਾ ਸੀ। ਕਈ ਲੋਕ ਤਾਂ ਹਿੰਦੂ ਪਰਿਵਾਰਾਂ ਨੂੰ ਪੁੱਛਣ ਲੱਗ ਪਏ ਸਨ ਜੇ ਤੁਸੀ ਜਾਣਾ ਹੋਇਆ ਤਾਂ ਆਪਣਾ ਘਰ ਸਾਨੂੰਹੀ ਵੇਚ ਕੇ ਜਾਇਉ। ਮਨੁੱਖੀ ਹੱਕਾਂ ਦੀ, ਸਰਕਾਰ ਅਤੇ ਅੱਤਵਾਦੀ ਗਰੁੱਪਾਂ ਵਲੋਂ ਘੋਰ ਉਲੰਘਣਾ ਹੋ ਰਹੀ ਸੀ। ਆਮ ਬੰਦੇ ਦੀ ਤਾਂ ਅਜਿਹੇ ਹਾਲਾਤਾਂ ਵਿੱਚ ਬੁੱਕਤ ਹੀ ਕੋਈ ਨਹੀਂ ਸੀ ਰਹਿ ਗਈ।

ਫੇਰ ਹੋਲੇ ਮਹੱਲੇ ਤੇ ਜਦੋਂ ਨਵਾਂ ਬਣਿਆ ਮੁੱਖ ਮੰਤਰੀ ਸੁਰਜੀਤ ਸਿੰਘ ਬਰਨਾਲਾ ਅਕਾਲੀ ਦਲ ਦੀ ਸਟੇਜ ਤੋਂ ਭਾਸ਼ਨ ਕਰਨ ਲੱਗਾ ਤਾਂ ਖਾਲਿਸਤਾਨ ਜ਼ਿੰਦਾਬਾਦ ਦੇ ਨਾਹਰਿਆਂ ਨੇ ਉਸ ਨੂੰ ਬੋਲਣ ਹੀ ਨਾ ਦਿੱਤਾ। ਇਸ ਮੌਕੇ ਹੋਈ ਗੜਬੜ ਨੂੰ ਦਬਾਉਣ ਲਈ ਪੁਲੀਸ ਨੂੰ ਗੋਲੀ ਚਲਾਉਣੀ ਪਈ। ਜਿਸ ਵਿੱਚ 12 ਲੋਕਾਂ ਦੀ ਮੌਤ ਹੋ ਗਈ। ਇਸ ਗੜਬੜ ਦਾ ਜ਼ਿੰਮਾਂ ਸਿੱਖ ਸਟੂਡੈਂਟ ਫੈਡਰੇਸ਼ਨ ਨੇ ਲਿਆ। ਜਿਨਾਂ ਵਲੋਂ ਜਵਾਬੀ ਗੋਲੀਆਂ ਵੀ ਚਲਾਈਆਂ ਗਈਆਂ। ਉਦੋਂ ਤਾਂ ਪੰਜਾਬ ਦੇ ਹਾਲਾਤ ਬਹੁਤ ਨਾਜ਼ੁਕ ਬਣ ਗਏ ਜਦੋਂ 28 ਮਾਰਚ ਵਾਲੇ ਦਿਨ ਪੁਲਿਸ ਵਰਦੀ ਵਿੱਚ ਮੋਟਰ ਸਾਈਕਲ ਅੱਤਵਾਦੀਆਂ ਨੇ ਲੁਧਿਆਣੇ ਦੇ ਦਰੇਸੀ ਗਰਾਊਂਡ ਕੋਲ ਅੰਨੇ ਵਾਹ ਗੋਲੀਆਂ ਚਲਾ ਕੇ 13 ਲੋਕਾਂ ਨੂੰ ਥਾਂ ਤੇ ਹੀ ਢੇਰ ਕਰ ਦਿੱਤਾ। ਇਸ ਹਮਲੇ ਵਿੱਚ ਦੋ ਪੁਲੀਸ ਵਾਲੇ ਵੀ ਮਾਰੇ ਗਏ। ਨਕੋਦਰ ਅਤੇ ਲੁਧਿਆਣਾ ਵਿੱਚ ਅਣਮਿਥੇ ਸਮੇਂ ਲਈ ਕਰਫਿਊ ਲਗਾ ਦਿੱਤਾ ਗਿਆ।

ਕੇਂਦਰ ਸਰਕਾਰ ਪੰਜਾਬ ਦੇ ਹਾਲਾਤਾਂ ਤੋਂ ਭੈਭੀਤ ਹੋ ਗਈ। ਇਸ ਘਟਨਾਂ ਤੋਂ ਬਾਅਦ ਪੰਜਾਬ ਦੇ ਗਵਰਨਰ ਸ਼ੰਕਰ ਦਿਆਲ ਸ਼ਰਮਾਂ ਨੂੰ ਹਟਾ ਕੇ ਸਿਧਾਰਥ ਸ਼ੰਕਰ ਰੇਅ ਨੂੰ ਪੰਜਾਬ ਦਾ ਨਵਾਂ ਗਵਰਨਰ ਲਾ ਦਿੱਤਾ ਗਿਆ। ਜੋ ਕਿ ਪਹਿਲਾਂ ਬੰਗਾਲ ਵਿੱਚ ਮੁੱਖ ਮੰਤਰੀ ਦੇ ਅਹੁਦੇ ਤੇ ਰਹਿ ਚੁੱਕਾ ਸੀ। ਇਸ ਦੇ ਨਾਲ ਨਾਲ ਆਈ ਜੀ ਬੀ ਐੱਸ ਧਾਲੀਵਾਲ ਨੂੰ ਬਦਲ ਕੇ ਬਹੁਤ ਹੀ ਸਖਤ ਰਵਈਆ ਅਪਨਾਉਣ ਵਾਲੇ ਜੂਲੀਅਸ ਰਿਬੇਰੋ ਨੂੰ ਪੰਜਾਬ ਦਾ ਨਵਾਂ ਆਈ ਜੀ ਲਾ ਦਿੱਤਾ

ਗਿਆ। ਉਸ ਨੇ ਆਉਣ ਸਾਰ ਬਿਆਨ ਦਾਗ ਦਿੱ
ਜਾਵੇਗਾ'। ਪੰਜਾਬ ਵਿੱਚ ਨੌਜਵਾਨਾਂ ਨੂੰ ਚੁੱਕ

ਅੱਤਵਤਦੀਆਂ ਨੂੰ ਮਾਰਨ ਬਦਲੇ
ਪੁਲੀਸ ਨੇ ਪੰਜਾਬ ਵਿੱਚ ਅੱਤਵਾਦੀਆਂ ਦੀ ਤ
ਨੱਚਣਾ ਸ਼ੁਰੂ ਕੀਤਾ। ਕੈਟ ਬੱਸਾਂ ਚੋਂ ਕੱਢ ਕੱਢ ਕੇ ਬੰ
ਕਰਦੇ ਪਰ ਨਾਂ ਅੱਤਵਾਦੀਆਂ ਦਾ ਲੱਗਦਾ। ਪੰਜਾ
ਅਣਪਛਾਤੀਆਂ ਲਾਸ਼ਾਂ ਸੂਇਆਂ ਟੋਬਿਆਂ ਨਹਿਰਾਂ ਤੋਂ ਆਮ
ਵਾਲੇ ਗ੍ਰੋਹ ਮੱਝਾਂ ਦੇ ਥਣ ਵੱਢ ਕੇ ਲੈ ਜਾਂਦੇ। ਔਰਤਾਂ ਦੇ ਵਾ
ਜਾਂਦੇ, ਸੁੱਤੇ ਪਇਆਂ ਦੀਆਂ ਟੰਗਾਂ ਤੋੜ ਜਾਂਦੇ। ਸਾਰੇ ਪੰਜਾਬ ਵਿ
ਹਾਹਾਕਾਰ ਮੱਚੀ ਹੋਈ ਸੀ। ਹਿੰਦੂ ਪਰਿਵਾਰ ਪੰਜਾਬ ਛੱਡ ਕੇ ਭੱਜਣ

ਮਨਦੀਪ ਹੁਣ ਬੇਹੱਦ ਉਦਾਸ ਰਹਿਣ ਲੱਗਿਆ। ਪੰਜਾਬ ਵਿੱਚ
ਠੱਪ ਹੋ ਕੇ ਰਹਿ ਗਈਆਂ। ਏਥੋਂ ਤੱਕ ਕੇ ਬਾਲਗ ਸਿੱਖਿਆ ਕੇਂਦਰ ਵੀ
ਸਾਹਿਤ ਸਭਾਵਾਂ ਤੇ ਸਮਾਗਮ ਵੀ ਠੱਪ ਹੋ ਗਏ। ਮਨਦੀਪ ਕੋਲੋਂ ਸਮਾਂ ਲੰਘਾਉ
ਬਹਾਨੇ ਵੀ ਜਾਂਦੇ ਰਹੇ। ਹੁਣ ਤਾਂ ਜੇ ਉਹ ਕਿਸੇ ਦੋਸਤ ਕੋਲ ਮਿਲਣ ਲਈ ਜਾਂਦ
ਡਰ ਲੱਗਦਾ ਕਿ ਮੁੰਡੇ ਦੀ ਲਾਗ ਡਾਟ ਵਾਲਾ ਹੀ ਪਿੰਡੋਂ ਕੋਈ ਪੁਲੀਸ ਨੂੰ ਫੋਨ ਨਾ ਕ
ਇਸ ਕੋਲ ਬਾਹਰਲੇ ਮੁੰਡੇ ਆਂਉਦੇ ਨੇ। ਲੋਕਾਂ ਨੇ ਅੱਤਵਾਦ ਦੀ ਆੜ ਹੇਠ ਦੁਸ਼ਮਣ
ਕੱਢਣੀਆਂ ਸ਼ੁਰੂ ਕਰ ਦਿੱਤੀਆਂ। ਕਿਧਰੇ ਗੱਡੀਆਂ 'ਚੋਂ ਕੱਢ ਕੇ ਇੱਕੋ ਫਿਰਕੇ ਦੇ ਲੋਕ ਮਾਰੇ ਜ
ਸਨ ਤੇ ਕਿਧਰੇ ਪੰਜਾਬ ਦੇ ਦਰਿਆ ਅਣਪਛਾਤੀਆਂ ਲਾਸ਼ਾਂ ਨੂੰ ਢੋਹ ਰਹੇ ਸਨ। 13 ਅਪਰੈਲ
ਅਮ੍ਰਿਤਸਰ ਵਿੱਚ ਸਰਬੱਤ ਖਾਲਸਾ ਬੁਲਾਇਆ ਗਿਆ। ਉਸ ਨੇ ਫੈਸਲੇ ਤਾਂ ਕੀ ਲੈਣੇ ਸਨ,
ਬਲਕਿ ਧੜੇ ਬੰਦੀ ਦਾ ਸ਼ਿਕਾਰ ਹੋ ਕੇ ਰਹਿ ਗਿਆ।

ਮਨਦੀਪ ਦਾ ਅਖ਼ਬਾਰ ਪੜ੍ਹਨ ਨੂੰ ਵੀ ਹੁਣ ਉੱਕਾ ਦਿਲ ਨਾ ਕਰਦਾ। ਏਹੋ ਜਿਹੀਆਂ ਖ਼ਬਰਾਂ ਹੀ ਪਾਕਿਸਤਾਨ ਵਿੱਚੋਂ ਆਂਉਦੀਆਂ ਕਿ ਬੇਨਜ਼ੀਰ ਤੇ ਕਾਤਲਾਨਾ ਹਮਲਾ। ਉਧਰ ਕੁੰਭ ਦੇ ਮੇਲੇ ਤੇ ਹੋਈ ਭਗਦੜ ਸਮੇਂ ਪੰਜਾਹ ਵਿਅੱਕਤੀਆਂ ਦੀ ਮੌਤ ਹੋ ਗਈ। ਕਿਧਰੇ ਅਮਰੀਕਾ ਵਲੋਂ ਲਿਬੀਆ ਤੇ ਹਮਲੇ ਕਾਰਨ ਕਰਨਲ ਮੋਹਮਾਰ ਗਦਾਫੀ ਦੀ ਬੇਟੀ ਸਣੇ ਸੌ ਲੋਕ ਤ੍ਰਿਪੋਲੀ ਵਿੱਚ ਮਾਰੇ ਗਏ ਸਨ। ਦਿੱਲੀ ਵਿੱਚ ਗੁੱਟਨਿਰਲੇਪ ਦੇਸ਼ਾਂ ਦੀ ਮੀਟਿੰਗ ਫੇਰ ਹੋ ਰਹੀ ਸੀ। ਪਤਾ ਨਹੀਂ ਦੁਨੀਆਂ ਕਿਸ ਚੀਜ਼ ਦੀ ਪ੍ਰਾਪਤੀ ਲਈ ਲੜ ਰਹੀ ਸੀ?

ਰੂਸ ਨੇ ਅਮਰੀਕਾ ਤੇ ਬ੍ਰਤਾਨੀਆਂ ਨੂੰ ਆਪਹੁਦਰੀਆਂ ਕਰਨ ਖਿਲਾਫ ਚਿਤਾਵਨੀ ਦੇ ਦਿੱਤੀ। ਮਨਦੀਪ ਤਾਂ ਇਹ ਪੜ੍ਹ ਕੇ ਵੀ ਮਾਯੂਸ ਹੋ ਗਿਆ ਕੇ ਹਰਦੁਆਰ ਕੁੰਭ ਦੇ ਮੌਕੇ ਜੋ ਭਗਦੜ ਕਾਰਨ 50 ਲੋਕ ਮਾਰੇ ਗਏ ਸਨ ਉਸ ਦਾ ਕਾਰਨ ਤਿੰਨ ਮੁੱਖ ਮੰਤਰੀਆਂ ਦਾ ਹਰ ਕੀ ਪੌੜੀ ਤੇ ਇਸ਼ਨਾਨ ਕਰਨ ਲਈ ਪੁੱਜਣਾ ਸੀ। ਜਿਨਾਂ ਵਿੱਚ ਹਰਿਆਣੇ ਦਾ ਮੁੱਖ ਮੰਤਰੀ ਭਜਨ ਲਾਲ ਵੀ ਸੀ। ਉਹ ਹੀ ਭਜਨ ਲਾਲ ਜਿਸ ਦੀਆਂ ਗਲਤੀਆਂ ਅਤੇ ਤੰਗ ਸੋਚ ਨੇ ਪੰਜਾਬ ਦੇ ਮਹੌਲ ਨੂੰ ਲਾਂਬੂ ਲਾਏ ਸਨ। ਇਹ ਲੀਡਰ ਅਜੇ ਵੀ ਟਿਕ ਕੇ ਨਹੀਂ ਸੀ ਬੈਠਦੇ।

30 ਅਪਰੈਲ ਨੂੰ ਅਮ੍ਰਿਤਸਰ ਪੰਜ ਮੈਂਬਰੀ ਪੰਥਕ ਕਮੇਟੀ ਨੇ ਅਕਾਲ ਤਖਤ ਤੋਂ ਖਾਲਿਸਤਾਨ ਦਾ ਐਲਾਨ ਕਰ ਦਿੱਤਾ। ਨੀਮ ਫੌਜੀ ਦਲਾਂ ਨੂੰ, 'ਹਰਮੰਦਰ ਸਾਹਿਬ ਵਿੱਚ ਦੇਸ਼ ਵਿਰੋਧੀ ਤਾਕਤਾਂ ਨੇ' ਕਹਿ ਕੇ ਹਰਮੰਦਿਰ ਸਾਹਿਬ ਵਿੱਚ ਪ੍ਰਵੇਸ਼ ਕਰਨ ਦਾ ਬਹਾਨਾ ਮਿਲ ਗਿਆ।

ਅਕਾਲੀ ਜੋ ਭਿੰਡਰਾਂਵਾਲੇ ਸੰਤਾਂ ਦੀ ਚੜ੍ਹਾਈ ਵੇਲੇ ਗੁਮਨਾਮੀ ਦੀਆਂ ਖੱਡਾਂ ਵਿੱਚ ਛਪਨ ਹੋ ਗਏ ਸਨ ਹੁਣ ਫੇਰ ਸਟੇਜਾਂ ਦਾ ਸ਼ਿੰਗਾਰ ਬਣਨ ਲੱਗੇ।

ਸਾਬਕਾ ਖਜ਼ਾਨਾ ਮੰਤਰੀ ਬਲਵੰਤ ਸਿੰਘ, ਬਸੰਤ ਸਿੰਘ ਖਾਲਸਾ, ਮੈਂਬਰ ਪਾਰਲੀਮੈਂਟ ਬਲਵੰਤ ਸਿੰਘ ਰਾਮੂਵਾਲੀਆ ਜਿਸ ਨੂੰ ਮਨਦੀਪ ਮੁੰਡਿਆਂ ਸੰਗ ਬਾਦਲ ਦੀ ਕੋਠੀ ਟਿਕਟ ਦਵਾਉਣ ਤੇ ਫੇਰ ਫਰੀਦਕੋਟ ਵਿੱਚ ਚੋਣਾਂ ਜਤਾਉਣ ਵੀ ਗਿਆ ਸੀ। ਹੁਣ ਉਹ ਵੀ ਵੱਡਾ ਲੀਡਰ ਬਣ ਉੱਚੀਆਂ ਹਵਾਵਾਂ 'ਚ ਉੱਡਦਾ ਏਸ ਕਾਨਫਰੰਸ ਵਿੱਚ ਸ਼ਿਰਕਤ ਕਰ ਰਿਹਾ ਸੀ।

ਬਾਬਾ ਨਿਹਾਲ ਸਿੰਘ ਹਰੀਆਂ ਵੇਲਾਂ ਅਤੇ ਹਾਸਿਆਂ ਦਾ ਬਾਦਸ਼ਾਹ ਵਿਅੰਗਕਾਰ ਡਾ: ਗੁਰਨਾਮ ਸਿੰਘ ਸਿੰਘ ਤੀਰ ਵੀ ਏਥੇ ਪਹੁੰਚੇ ਹੋਏ ਸਨ। ਪੰਜਾਬ ਦੇ ਭਵਿੱਖ ਬਾਰੇ ਅਤੇ ਅੱਤਵਾਦ ਦੀ ਰੋਕਥਾਮ ਬਾਰੇ ਸਾਰੇ ਅੱਡੀਚੋਟੀ ਦਾ ਜ਼ੋਰ ਲਾ ਕੇ ਬੋਲ ਰਹੇ ਸਨ। ਉਹ ਤਾਂ ਸਾਰੇ ਹੀ ਸਟੇਨਗੱਨਾਂ ਦੇ ਸਾਏ ਹੇਠ ਸਨ। ਪਰ ਆਮ ਪੰਜਾਬੀ ਇਹ ਲੜਾਈ ਨੰਗੇ ਧੜ ਲੜ ਰਿਹਾ ਸੀ। ਲੀਡਰ ਨੇ ਤਾਂ ਅਖ਼ਬਾਰਾਂ ਵਿੱਚ ਫੋਟੋਆਂ ਛਪਾ ਕੇ ਜਾਂ ਚੌਧਰ ਚਮਕਾ ਕੇ ਖੁਸ਼ ਹੋ ਲੈਣਾ ਸੀ, ਪਰ ਮਨਦੀਪ ਵਰਗੇ ਹਜ਼ਾਰਾਂ ਗਭਰੂਆਂ ਦਾ ਭਵਿੱਖ ਕੀ ਸੀ ? ਵੱਡੀ ਭੀੜ ਵਿੱਚ ਸਰੋਤਾ ਬਣਿਆ ਮਨਦੀਪ ਵੀ ਧਰਤੀ ਖਰੋਚਦਾ ਸੋਚਦਾ ਰਿਹਾ। ਹੁਣ ਤਾਂ ਉਸ ਨੂੰ ਮਰਨ ਤੋਂ ਡਰ ਵੀ ਨਹੀਂ ਸੀ ਲੱਗਦਾ।

ਘਰ ਆਇਆ ਤਾਂ ਉਸਦੀ ਭੂਆ ਆਪਣੀ ਧੀ ਦੇ ਵਿਆਹ ਦਾ ਕਾਰਡ ਦੇਣ ਆਈ ਹੋਈ ਸੀ। ਤੇ ਨਾਲ ਇਹ ਵੀ ਕਹਿਣ ਆਈ ਸੀ ਕਿ ਅਸੀਂ ਮੀਟ ਨਹੀਂ ਬਣਾਉਣਾ ਤੇ ਸ਼ਰਾਬ ਨਹੀਂ ਪਿਆਉਣੀ। ਬਰਾਤ ਵੀ ਨੀ ਆਉਣੀ। ਬੱਸ ਪੰਜ ਸੱਤ ਬੰਦੇ ਹੀ ਆਉਣਗੇ ਤੇ 'ਨੰਦ ਲੈਕੇ ਮੁੜ ਜਾਣਗੇ।

ਤੁਸੀਂ ਵੀ ਇੱਕ ਦੋ ਜਾਣੇ ਆ ਜਾਇਉ। ਨਾਨਕੇ ਤਾਂ ਚਾਹੀਦੇ ਹੀ ਨੇ। ਥੋਨੂੰ ਤਾਂ ਪਤਾ ਹੀ ਹੈ ਖਾੜਕੂਆਂ ਨੇ ਸਭ ਕੁੱਝ ਬੰਦ ਕੀਤਾ ਹੋਇਆ ਹੈ। ਬੱਸ, ਸਭ ਕੁੱਝ ਸੁੱਖੀ ਸਾਂਦੀ ਨਿੱਬੜ ਜਾਏ। ਮਨਦੀਪ ਦਾ ਜੀ ਕਰਦਾ ਸੀ ਸਭ ਨੂੰ ਗਾਲਾਂ ਕੱਢੇ। ਕਿ ਲੋਕਾਂ ਦੇ ਵਿਆਹ ਸ਼ਾਦੀ ਦੀਆਂ ਨਿੱਕੀਆਂ ਮੋਟੀਆਂ ਖੁਸ਼ੀਆਂ ਖੋਹਣ ਵਾਲਿਉ, ਤੁਸੀਂ ਤਾਂ ਔਰੰਗਜ਼ੇਬ ਤੋਂ ਵੀ ਗਏ ਗੁਜ਼ਰੇ ਨਿੱਕਲੇ। ਅਗਰ ਕੱਲ ਨੂੰ ਥੋਡਾ ਰਾਜ ਆ ਗਿਆ ਤੁਸੀਂ ਤਾਂ ਲੋਕਾਂ ਨੂੰ ਸਾਹ ਵੀ ਨਹੀਂ ਕੱਢਣ ਦੇਣਾ। ਪੰਜਾਬ ਵਿੱਚ ਸਭ ਪਾਸੇ ਜਿਵੇਂ ਮੁਰਦੇਹਾਨੀ ਛਾਈ ਪਈ ਸੀ। ਆਮ ਲੋਕ ਪੁਲੀਸ ਅਤੇ ਅੱਤਵਾਦ ਦੇ ਪੁੜਾਂ ਵਿੱਚ ਪਿਸ ਰਹੇ ਸਨ। ਬਾਦਲ ਤੇ ਟੌਹੜੇ ਵਰਗੇ ਲੀਡਰ ਬਲਦੀ ਤੇ ਤੇਲ ਪਾਉਣ ਦਾ ਕੰਮ ਕਰ ਰਹੇ ਸਨ।

ਮਨਦੀਪ ਦਾ ਛੋਟਾ ਭਰਾ ਬਿੰਦਰ ਜਿਸ ਨੂੰ ਪਿੰਡ ਵਿੱਚ ਕਿਸੇ ਕੁੜੀ ਨਾਲ ਮੁਹੱਬਤ ਹੋ ਗਈ। ਜਿਵੇਂ ਅਕਸਰ ਚੜਦੀ ਉਮਰ ਵਿੱਚ ਮੁੰਡੇ ਕੁੜੀਆਂ ਇੱਕ ਦੂਸਰੇ ਵਲ ਖਿੱਚੇ ਜਾਂਦੇ ਹਨ, ਇਸੇ ਤਰ੍ਹਾਂ ਉਹ ਵੀ ਖਿੱਚਿਆ ਗਿਆ ਸੀ। ਪਰ ਜਦੋਂ ਕੁੜੀ ਦੇ ਘਰਦਿਆਂ ਨੂੰ ਸ਼ੱਕ ਪਿਆ ਤਾਂ ਉਨਾਂ ਪੁਲੀਸ ਕੋਲ ਜਾਕੇ ਉਸ ਦਾਂ ਨਾਂ ਅੱਤਵਾਦੀ ਵਜੋਂ ਲਿਖਾ ਦਿੱਤਾ। ਉਸ ਰਾਤ ਮਨਦੀਪ ਕੋਲ ਇੱਕ ਪਤਵੰਤ ਪਾਂਧੀ ਨਾਂ ਦਾ ਲੇਖਕ ਵੀ ਆਇਆ ਹੋਇਆ ਸੀ। ਉਹ ਸਵੇਰੇ ਸਵੇਰੇ ਆਪਣੀ ਮੋਟਰ ਵਲ ਜਾ ਰਹੇ ਸਨ, ਤਾਂ ਸੀ ਆਈ ਏ ਸਟਾਫ ਦੀ ਗੱਡੀ ਬਿੰਦਰ ਨੂੰ ਚੁੱਕ ਕੇ ਲੈ ਗਈ।

ਦਲੇਰ ਸਿੰਘ ਨੇ ਤਾਂ ਬੇਵਸ ਹੋਏ ਨੇ ਗਾਲਾਂ ਹੀ ਕੱਢਣੀਆਂ ਸ਼ੁਰੂ ਕਰ ਦਿੱਤੀਆਂ। ਕਿ "ਮੈਂ ਇਕੱਲਾ ਬੰਦਾ ਹਾਂ ਮਸਾਂ ਨੌਕਰੀ ਕਰਦਾ ਹਾਂ ਤਾਂ ਕਿਤੇ ਘਰ ਚੱਲਦਾ ਹੈ। ਸਾਰੀ ਉਮਰ ਮੈਂ ਫੌਜ ਵਿੱਚ ਗੁਆ ਦਿੱਤੀ ਹੁਣ ਮੈਨੂੰ ਆਹ ਦਿਨ ਦੇਖਣੇ ਪੈ ਰਹੇ ਨੇ । ਉਹ ਲੋਕੋ ਮੈਂ ਕਿੱਧਰ ਜਾਵਾਂ" ਉਸ ਨੂੰ ਪਤਾ ਸੀ ਕਿ ਪੁਲੀਸ, ਉਸ ਦੇ ਮੁੰਡੇ ਨੂੰ ਮਾਰ ਵੀ ਸਕਦੀ ਹੈ। ਇਹ ਤਾਂ ਪੱਕਾ ਸੀ ਕਿ ਨੋਟਾਂ ਦਾ ਥੱਬਾ ਲਏ ਬਗੈਰ ਤਾਂ ਹੁਣ ਉਨ੍ਹਾਂ ਨੇ ਛੱਡਣਾ ਵੀ ਨਹੀਂ ਸੀ।

ਅਖੌਤੀ ਖਾੜਕੂਆਂ ਨੂੰ ਅਤੇ ਪੁਲੀਸ ਨੂੰ ਲੋਕਾਂ ਦਾ ਲਹੂ ਪੀਣ, ਤੇ ਮਾਇਆ ਇਕੱਠੀ ਕਰਨ ਲਈ ਇਹ ਸੁਨਹਿਰੀ ਮੌਕਾ ਮਿਲਿਆ ਹੋਇਆ ਸੀ। ਮਨਦੀਪ ਨੇ ਬਹੁਤ ਭੱਜ ਨੱਸ ਕੀਤੀ ਪਰ ਬਿੰਦਰ ਦਾ ਕਿਤੋਂ ਕੁੱਝ ਪਤਾ ਨਾ ਲੱਗਿਆ, ਕਿ ਪੁਲੀਸ ਉਸ ਨੂੰ ਕਿੱਥੇ ਲੈ ਗਈ ਸੀ।

ਉਸ ਨੇ ਇੱਕ ਵਾਕਿਫ ਪੱਤਰਕਾਰ ਨਾਲ ਮਿਲ ਕੇ ਦੂਸਰੇ ਦਿਨ ਦੀਆਂ ਸਾਰੀਆਂ ਅਖ਼ਬਾਰਾਂ ਵਿੱਚ ਜਦੋਂ ਖਬਰ ਲੁਆਈ ਤਾਂ ਕਿਤੇ ਪ੍ਰਸਾਸ਼ਨ ਹਰਕਤ ਵਿੱਚ ਆਇਆ। ਉਹ ਵੀ ਤਾਂ, ਕਿ ਮਨਦੀਪ ਦੀ ਮਾਸੀ ਦਾ ਮੁੰਡਾ ਇੱਕ ਚੰਗਾ ਚਲਦਾ ਪੁਰਜ਼ਾ ਸੀ। ਜਿਸ ਕੋਲ ਸ਼ਰਾਬ ਦੇ ਠੇਕੇ ਸਨ ਤੇ ਉਨ੍ਹਾਂ ਠੇਕਿਆਂ ਵਿੱਚ ਇੱਕ ਅਕਾਲੀ ਮੰਤਰੀ ਦਾ ਹਿੱਸਾ ਵੀ ਸੀ। ਬਚਨ ਕੌਰ ਆਪਣੇ ਭਾਣਜੇ ਕੋਲ ਰੋਈ, ਤਾਂ ਕਿਤੇ ਉਸ ਨੇ ਮੰਤਰੀ ਨੂੰ ਵਿੱਚ ਪਾ ਕੇ ਘੱਟ ਪੈਸਿਆਂ 'ਚ ਗੱਲ ਨਿਬੇੜਕੇ ਬਿੰਦਰ ਨੂੰ ਛੁਡਵਾ ਦਿੱਤਾ। ਪਰ ਇਸ ਸਾਰੇ ਚੱਕਰ ਵਿੱਚ ਪੁਲੀਸ, ਲੀਡਰ ਅਤੇ ਠੇਕੇਦਾਰਾਂ ਦਾ ਜੋ ਗੰਦਾ ਵਤੀਰਾ ਖਾਣ ਪੀਣ ਦੇ ਢੰਗ ਅਤੇ ਕਮੀਨਗੀ ਦੇਖੀ, ਉਸ ਨੇ ਮਨਦੀਪ ਦਾ ਕਾਲਜਾ ਛਲਣੀ ਕਰ ਦਿੱਤਾ। ਨਾਲ ਫਿਰਨ ਵਾਲਿਆਂ ਨੂੰ ਤਾਂ ਮਸਾਂ ਖਾਣ ਪੀਣ ਦਾ ਬਹਾਨਾ ਮਿਲਿਆ ਹੋਇਆ ਸੀ।

ਮਨਦੀਪ ਆਪਣੀ ਭੂਆ ਦੀ ਕੁੜੀ ਦੇ ਵਿਆਹ ਜਾ ਆਇਆ, ਪਰ ਉਥੇ ਦਿਲ ਨਹੀਂ ਸੀ ਲੱਗ ਰਿਹਾ। ਵਿਆਹ ਤੇ ਮਰਗ ਵਿੱਚ ਹੁਣ ਕੋਈ ਬਹੁਤਾ ਅੰਤਰ ਨਹੀਂ ਸੀ ਰਹਿ ਗਿਆ। ਰਾਤ ਨੂੰ ਬੰਦ ਕਮਰੇ ਵਿੱਚ ਔਰਤਾਂ ਨੇ ਜਦੋਂ ਲਕੋ ਕੇ ਜਾਗੋ ਕੱਢੀ। ਮਰਦਾਂ ਨੇ ਤੂੜੀ ਵਾਲੇ ਕੋਠੇ ਵਿੱਚ ਲੁਕ ਕੇ ਦੋ ਘੁੱਟ ਸ਼ਰਾਬ ਦੇ ਲਾਏ ਤਾਂ ਮਨਦੀਪ ਦਾ ਭੁੱਬਾਂ ਮਾਰ ਕੇ ਰੋਣ ਨੂੰ ਜੀ ਕਰਦਾ ਸੀ।

ਉਸ ਨੂੰ 1971 ਦੀ ਲੜਾਈ ਵੇਲੇ ਹੋਈ ਬਲੈਕ ਆਊਟ ਯਾਦ ਆ ਗਈ। ਵਿਆਹ ਤੋਂ ਬਾਅਦ ਉਹ ਆਪਣੇ ਇੱਕ ਫੌਜੀ ਦੋਸਤ ਦੇ ਭਰਾ ਨਾਲ ਜੰਮੂ ਚਲਾ ਗਿਆ। ਜੰਮੂ ਕਸ਼ਮੀਰ ਵਿੱਚ ਵੀ ਰੌਲਾ ਸੀ ਪਰ ਪੰਜਾਬ ਜਿਨਾਂ ਨਹੀਂ ਸੀ। ਦੋ ਤਿੰਨ ਦਿਨ ਉਹ ਮਿਲਟਰੀ ਕੁਆਟਰਾਂ ਵਿੱਚ ਰਹੇ ਤੇ ਚੰਗਾ ਵਕਤ ਲੰਘਿਆ। ਡਰ ਭੈਅ ਤੋਂ ਮੁਕਤੀ ਮਿਲੀ ਰਹੀ। ਪਰ ਮੁੜ ਫੇਰ ਉਨ੍ਹਾਂ ਅੱਤਵਾਣ ਦੀ ਮਘਦੀ ਭੱਠੀ ਜਾ ਡਿੱਗਣਾ ਸੀ। ਹੋਰ ਤਾਂ ਹੱਲ ਹੀ ਕੋਈ ਨਹੀਂ ਸੀ।

ਇਹ 21 ਸਤੰਬਰ 1986 ਦਾ ਦਿਨ ਸੀ। ਪੰਜਾਬ ਵਿੱਚ ਹੋਈਆਂ ਮੌਤਾਂ ਵਿੱਚ ਇੱਕ ਕੁਦਰਤੀ ਮੌਤ ਹੋਰ ਰਲ਼ ਗਈ ਜਿਸ ਨੇ ਮਨਦੀਪ ਨੂੰ ਧੁਰ ਅੰਦਰ ਤੱਕ ਝੰਜੋੜ ਕੇ ਰੱਖ ਦਿੱਤਾ। ਇਹ ਸੀ ਉਸਦੇ ਨਾਨਾ ਸ: ਸੰਤਾ ਸਿੰਘ ਲੰਬੜਦਾਰ ਦੀ ਮੌਤ। ਇੱਕ ਤੁਰਦਾ ਫਿਰਦਾ ਇਤਿਹਾਸ ਮਰ ਗਿਆ ਸੀ। ਤੇ ਇੱਕ ਯੁੱਗ ਖਤਮ ਹੋ ਗਿਆ ਸੀ। ਮਨਦੀਪ ਦੇ ਮਨ ਵਿੱਚ ਸਿੱਖ ਧਰਮ ਦਾ ਅਤੇ ਇਨਸਾਨੀਅਤ ਦਾ ਬੀਜ ਬੀਜਣ ਵਾਲਾ ਸੰਤਾ ਸਿੰਘ ਹੁਣ ਇਸ ਦੁਨੀਆਂ ਵਿੱਚ ਨਹੀਂ ਸੀ ਰਿਹਾ। ਉਸੇ ਸਿੱਖੀ ਨੂੰ ਕੱਟੜਵਾਦ ਲੀਰੋਲੀਰ ਕਰ, ਗਲੀਆਂ ਵਿੱਚ ਵਿਛਾ ਕੇ, ਲਿਤਾੜਨ ਤੇ ਤੁੱਲਿਆ ਹੋਇਆ ਸੀ।

ਜੇ ਕੋਈ ਸਕੂਲੀ ਲੜਕੀ ਜੀਨ ਪਹਿਨ ਲੈਂਦੀ ਤਾਂ ਇਹ ਬਾਬੇ ਅਖਵਾਉਣ ਵਾਲੇ ਸ਼ਰੇ ਬਜ਼ਾਰ ਉਸਦੀ ਪੈਂਟ ਲੀਰੋ ਲੀਰ ਕਰਕੇ ਉਸ ਨੂੰ ਨਗਨ ਕਰ ਦਿੰਦੇ ਤੇ ਤਮਾਸ਼ਾ ਵੇਖਦੇ। ਮੁੰਡਿਆਂ ਨੂੰ ਕੇਸਰੀ ਪੱਗਾਂ ਬੰਨਣ ਲਈ ਉਸੇ ਤਰ੍ਹਾਂ ਮਜ਼ਬੂਰ ਕੀਤਾ ਜਾ ਰਿਹਾ ਸੀ ਜਿਵੇਂ ਕਦੇ ਔਰੰਗਜ਼ੇਬ ਹਿੰਦੂਆਂ ਨੂੰ ਜਨੇਊ ਲਹਵਾਉਣ ਲਈ ਕਰਦਾ ਸੀ। ਹੁਣ ਤਾਂ ਘਰਾਂ ਅੰਦਰ ਵੜ ਕੇ ਸਮੂਹਿਕ ਬਲਾਤਕਾਰ ਵੀ ਕੀਤੇ ਜਾ ਰਹੇ ਸਨ। ਸਟੇਨਾਂ ਦੇ ਜ਼ੋਰ ਤੇ ਇਹ ਸਾਰਾ ਕੁੱਝ ਹੋ ਰਿਹਾ ਸੀ। ਮਨਦੀਪ ਆਪਣੀ ਮਾਂ ਬਚਨੋ ਨਾਲ ਜਾ ਕੇ ਆਪਣੇ ਨਾਨੇ ਦਾ ਸਸਕਾਰ ਕਰਵਾ ਆਇਆ। ਜਿੱਥੇ ਵੀ ਲੋਕ ਜੁੜਦੇ ਅੱਤਵਾਦ ਜਾਂ ਪੁਲਿਸ ਤਸ਼ੱਦਤ ਹੀ ਵਿਸ਼ਾ ਹੁੰਦਾ ਸੀ।

25 ਸਤੰਬਰ ਨੂੰ ਸਿਓਲ ਵਿੱਚ ਏਸ਼ੀਅਨ ਗੇਮਾਂ ਦੀ ਸ਼ੁਰੂਆਤ ਨੇ ਥੋੜੀ ਜਿਹੀ ਲੋਕਾਂ ਦੀ ਸੋਚ ਬਦਲੀ। ਲੋਕਾਂ ਨੇ ਹਾਕੀ ਦੀ ਕੁਮੈਂਟਰੀ ਬਗੈਰਾ ਮੁੜ ਤੋਂ ਸੁਣਨੀ ਸ਼ੁਰੂ ਕੀਤੀ। ਭਾਰਤੀ ਕੁੜੀਆਂ ਹਾਕੀ ਵਿੱਚ ਥਾਈਲੈਂਡ ਨੂੰ 9-0 ਨਾਲ ਹਰਾ ਕੇ ਸੋਨ ਤਮਗਾ ਜਿੱਤ ਗਈਆਂ। ਖਜ਼ਾਨ ਸਿੰਘ ਨੇ ਵੀ ਚਾਂਦੀ ਦਾ ਤਮਗਾ ਜਿੱਤ ਲਿਆ। ਪਰ ਇਹ ਸਾਰੀਆਂ ਗੱਲਾਂ ਤੇ ਫੇਰ ਉਦੋਂ ਕਾਲਖ ਫਿਰ ਗਈ ਜਦੋਂ ਅੱਤਵਾਦੀਆਂ ਨੇ 'ਦਰਸ਼ਨ ਸਿੰਘ ਕਨੇਡੀਅਨ' ਨੂੰ ਜੋ ਕਿ ਇੱਕ ਲੋਕ ਪੱਖੀ ਤੇ ਇਮਾਨਦਾਰ ਨੇਤਾ ਸੀ, ਇਸ ਕਰਕੇ ਗੋਲੀਆਂ ਨਾਲ ਭੁੰਨ ਦਿੱਤਾ ਕਿ ਉਸਦੇ ਵਿਚਾਰ ਵੱਖਰੇ ਸਨ। ਇਹ ਕਾਹਦੀ ਸਿੱਖੀ ਸੀ ? ਜੋ ਦੂਜਿਆਂ ਦੀ ਗੱਲ ਸੁਣਨ ਵਿੱਚ ਹੀ ਯਕੀਨ ਨਹੀਂ ਸੀ ਰੱਖਦੀ। ਬਾਬੇ ਨਾਨਕ ਦੀ ਗੋਸ਼ਿਟ ਨੀਤੀ ਕਿੱਥੇ ਚਲੀ ਗਈ ? ਜ਼ੁਲਮ ਖਿਲਾਫ ਲੜਨ ਵਾਲੇ ਹੀ ਹੁਣ ਲੋਕਾਂ ਤੇ ਏਨੇ ਘਟੀਆਂ ਪੱਧਰ ਦੇ ਜ਼ੁਲਮ ਕਰ ਰਹੇ ਸਨ ਕਿ ਸ਼ਰਮ ਆ ਰਹੀ ਸੀ। ਪਰ ਸਭ ਪਾਸੇ ਮੁਰਦਾ ਖਾਮੋਸ਼ੀ ਸੀ। ਕੋਈ ਵੀ ਸੂਰਮਾ ਨਹੀਂ ਸੀ ਨਿੱਤਰ ਰਿਹਾ ਜੋ ਹੱਕ ਸੱਚ ਦੀ ਆਵਾਜ਼ ਬੁਲੰਦ ਕਰੇ ਤਾਂ ਜੋ ਇਸ ਕੂੜ ਦੀ ਹਨੇਰੀ ਨੂੰ ਠੱਲ ਪਾਵੇ।

ਫੇਰ 30 ਸਤੰਬਰ ਸੰਤਾ ਸਿੰਘ ਦਾ ਭੋਗ ਸੀ। ਰਣੀਏ ਪਿੰਡ ਦੀ ਸੱਥ ਵਿੱਚ ਟੈਂਟ ਲਾਕੇ ਸ਼ਰਧਾਂਜਲੀ ਸਮਾਰੋਹ ਕਰਵਾਇਆ ਗਿਆ। ਸੰਤਾਂ ਸਿੰਘ ਦਾ ਵੱਡਾ ਮੁੰਡਾ ਗੁਰਜੀਤ ਸਿੰਘ ਸੰਤ ਬਣਿਆ ਹੋਣ ਕਰਕੇ, ਸੈਂਕੜੇ ਸੰਤ ਇਸ ਸਮਾਗਮ ਤੇ ਆਏ। ਲਿਸ਼ਕਦੀਆਂ ਕਾਰਾਂ, ਚਮਕਦੇ ਬਸਤਰ, ਨਾਮ ਖੁਮਾਰੀ ਵਿੱਚ ਬਗਲੇ ਵਾਂਗ ਮੁੰਦੀਆਂ ਅੱਖਾਂ। ਇਹ ਕੇਹੀ ਸਿੱਖੀ ਸੀ ? ਜਿਸ ਨੂੰ ਲੋਕਾਂ ਤੇ ਹੋ ਰਿਹਾ ਜ਼ੁਲਮ ਨਜ਼ਰ ਹੀ ਨਹੀਂ ਸੀ ਆ ਰਿਹਾ। ਮਰਨ ਪਿੱਛੋਂ ਮੁਕਤੀ ਦੀਆਂ ਗੱਲਾਂ ਕਰਨ ਵਾਲੇ ਜੀਂਦਿਆਂ ਨੂੰ ਜ਼ੁਲਮ ਦੇ ਪੰਜੇ ਚੋਂ ਛੁਡਾਉਣ ਲਈ ਇੱਕ ਸ਼ਬਦ ਵੀ ਬੋਲਣਾ ਨਹੀਂ ਸਨ ਚਾਹੁੰਦੇ। ਇਹ ਵਿਚਾਰੇ ਤਾਂ ਖੁਦ ਬੰਦੂਕਾਂ ਦੇ ਪਹਿਰੇ ਹੇਠ ਜਾਨਾਂ ਲਕੋਂਦੇ ਫਿਰ ਰਹੇ ਸਨ।

ਗੁਰਦੇਵ ਸਿੰਘ ਲਲਤੋਂ, ਸਾਧੂ ਸਿੰਘ ਦਰਦ ਵੀ ਆਪਣੀਆਂ ਰਸਮੀ ਜਿਹੀਆਂ ਕਵਿਤਾਵਾਂ ਪੜ੍ਹ ਗਏ। ਪਰ ਸੰਤਾਂ ਸਿੰਘ ਦੀ ਅਸਲ ਰੂਹ ਤੱਕ ਤੇ ਗੁਰੂ ਦੀ ਉਸ ਮਹਾਨ ਸਿੱਖੀ ਤੱਕ, ਜਿਸ ਦੇ ਸਬਕ ਮਨਦੀਪ ਨੇ ਸੰਤਾ ਸਿੰਘ ਪਾਸੋਂ ਲਏ ਸਨ, ਕੋਈ ਵੀ ਨਾ ਪਹੁੰਚਿਆ। ਮਨਦੀਪ ਨੂੰ ਇਹ ਸਮਾਗਮ ਇੱਕ ਆਡੰਬਰ ਤੋਂ ਵੱਧ ਕੁੱਝ ਵੀ ਨਾ ਜਾਪਿਆ।

ਇਹ ਦੋ ਅਕਤੂਬਰ ਦਿਨ ਸੀ। ਦੇਸ਼ ਦੇ ਪ੍ਰਧਾਨ ਮੰਤਰੀ ਰਾਜੀਵ ਗਾਂਧੀ, ਮਹਾਤਮਾਂ ਗਾਂਧੀ ਦੀ ਜਯੰਤੀ ਕਾਰਨ, ਜਦੋਂ ਉਸ ਦੀ ਸਮਾਧ ਤੇ ਪਹੁੰਚੇ, ਤਾਂ ਝਾੜੀਆਂ ਵਿੱਚ ਲੁਕੇ, ਕਿਸੇ ਵਿਅੱਕਤੀ ਨੇ, ਉਨ੍ਹਾਂ ਤੇ ਗੋਲੀ ਚਲਾਈ। ਪਰ ਉਹ ਵਾਲ ਵਾਲ ਬਚ ਗਏ। ਇਸ ਖ਼ਬਰ ਨੇ ਪੂਰੇ ਦੇਸ਼ ਨੂੰ ਫੇਰ ਹਿਲਾ ਕੇ ਦਿੱਤਾ। ਦੇਸ਼ ਵਿੱਚ ਹੁਣ ਫੇਰ ਸਿੱਖ ਵਿਰੋਧੀ ਦੰਗੇ ਭੜਕ ਸਕਦੇ ਸਨ ਜੇ ਕੁੱਝ ਹੋ ਜਾਂਦਾ। ਪੂਰੇ ਦੇਸ਼ ਵਿੱਚ ਸਿੱਖ ਭੈਭੀਤ ਹੋ ਗਏ। ਪਰ ਖਾੜਕੂ ਜਥੇਬੰਦੀਆਂ ਬੇਹੱਦ ਖੁਸ਼ ਸਨ ਕਿ ਅੱਗ ਅਜੇ ਭੜਕ ਰਹੀ ਹੈ। ਤੇ ਹੋਰ ਵੀ ਰੋਟੀਆਂ ਸੇਕੀਆਂ ਜਾ ਸਕਦੀਆਂ ਨੇ।

ਉਹ ਸੋਚਦੇ ਕਿ ਜੇ ਬਾਹਰ ਵਸਦੇ ਸਿੱਖਾਂ ਤਾਂ ਉਜਾੜਾ ਹੋ ਜਾਵੇ। ਜਦੋਂ ਉਹ ਸਾਰੇ ਸਿੱਖ ਪੰਜਾਬ ਵਿੱਚ ਆ ਗਏ ਤਾਂ ਸਿੱਖਾਂ ਦਾ ਇੱਕ ਵੱਖਰਾ ਸਤਾਨ ਆਪੇ ਬਣ ਗਿਆ। ਹਿੰਦੂਆ ਨੂੰ ਤਾਂ ਏਥੋਂ ਡਰਾ ਕੇ ਵੀ ਭਜਾਇਆ ਜਾ ਸਕਦਾ ਸੀ। ਪਰ ਅਜਿਹਾ ਤਾਂ ਹੀ ਹੋ ਸਕਦਾ ਸੀ ਜੇ ਬਾਹਰ ਫੇਰ ਸਿੱਖ ਮਰਨ ਜਾਂ ਦੰਗੇ ਭੜਕਣ। ਪੰਜਾਬ ਦੇ ਲੋਕਾਂ ਨੇ ਇਸ ਵਾਰ 1947 ਵਰਗੀਆਂ ਬਚਕਾਨਾਂ ਹਰਕਤਾਂ ਨਹੀਂ ਸੀ ਕੀਤੀਆਂ। ਅੱਤਵਾਦੀਆਂ ਨੇ ਬੱਸਾਂ 'ਚੋਂ ਕੱਢ ਕੱਢ, ਦੁਕਾਨਾਂ 'ਚੋਂ ਕੱਢ ਇੱਕੋ ਫਿਰਕੇ ਦੇ ਬਥੇਰੇ ਲੋਕ ਮਾਰੇ ਕਿ ਦੰਗੇ ਭੜਕਣ ਪਰ ਪੰਜਾਬ ਵਿੱਚ ਅਜਿਹਾ ਹੋ ਨਾ ਸਕਿਆ।

ਕਰਮਜੀਤ ਸਿੰਘ ਨਾਂ ਦੇ ਮੁੰਡੇ ਨੇ ਰਾਜੀਵ ਤੇ ਗੋਲੀ ਚਲਾ ਕੇ ਇੱਕ ਹੋਰ ਵੱਡਾ ਕਾਰਨਾਮਾ

ਕਰ ਦੇਣਾ ਸੀ। ਪਤਾ ਲੱਗਿਆ ਕਿ ਉਸ ਨੇ ਦਿੱਲੀ ਦੰਗਿਆ ਸਮੇਂ ਮਾਰੇ ਗਏ ਇੱਕ ਦੋਸਤ ਦਾ ਬਦਲਾ ਲੈਣ ਲਈ ਅਜਿਹਾ ਕੀਤਾ ਸੀ। ਜੋ ਟੁੱਥ ਬਰੱਸ਼ ਅਤੇ ਪਾਣੀ ਦੀ ਬੋਤਲ ਸਮੇਤ, ਇੱਕ 12 ਬੋਰ ਦਾ ਦੇਸੀ ਜਿਹਾ ਪਸਤੌਲ ਲਈਂ, ਦੋ ਦਿਨਾਂ ਤੋਂ ਇਨ੍ਹਾਂ ਝਾੜੀਆਂ ਵਿੱਚ ਲੁਕਿਆ ਬੈਠਾ ਸੀ। ਮਨਦੀਪ ਜਿੱਧਰ ਵੀ ਜਾਂਦਾ ਹੁਣ ਲੋਕ ਏਸੇ ਖ਼ਬਰ ਨੂੰ ਰਿੜਕ ਰਹੇ ਸਨ।

ਮਨਦੀਪ ਦਾ ਆਪਣੇ ਤਾਏ ਦੇ ਪਰਿਵਾਰ ਨਾਲ ਵੀ ਜ਼ਮੀਨ ਨੂੰ ਲੈ ਕੇ ਕੁੱਝ ਝਗੜਾ ਸੀ। ਜਿਸ ਕਰਕੇ ਹੁਣ ਆਪਸੀ ਬੋਲ ਚਾਲ ਵੀ ਨਹੀਂ ਸੀ। ਮਨਦੀਪ ਦੀ ਤਾਈ ਸੀਬੋ ਬਿਮਾਰ ਰਹਿੰਦੀ ਸੀ। ਇੱਕ ਦਿਨ ਉਸ ਨੇ ਕਿਸੇ ਕੋਲ ਸੁਨੇਹਾ ਭੇਜਿਆ ਕਿ ਉਹ ਮਨਦੀਪ ਨੂੰ ਮਿਲਣਾ ਚਾਹੁੰਦੀ ਹੈ ਤੇ ਉਸ ਨੱਲ ਗੱਲਾਂ ਕਰਨੀਆਂ ਚਾਹੁੰਦੀ ਹੈ। ਬਚਨ ਕੌਰ ਨੂੰ ਡਰ ਸੀ ਕਿ ਕਿਤੇ ਇਹ ਕੋਈ ਚਾਲ ਨਾ ਹੋਵੇ। ਮਹੌਲ ਨੂੰ ਮੱਦੇ ਨਜ਼ਰ ਰੱਖਦਿਆਂ ਬਚਨ ਕੌਰ ਨੇ ਉਸ ਨੂੰ ਪਿੰਡ ਵਿੱਚ ਨਹੀਂ ਸੀ ਜਾਣ ਦਿੱਤਾ। ਪਰ ਮਨਦੀਪ ਨੂੰ ਉਸ ਵਕਤ ਬੇਹੱਦ ਧੱਕਾ ਵੱਜਾ ਜਦੋਂ ਉਸ ਦੀ ਤਾਈ ਉਸ ਨੂੰ ਮਿਲੇ ਬਗੈਰ ਹੀ ਪੂਰੀ ਹੋ ਗਈ। ਮਨਦੀਪ ਅੰਦਰੋਂ ਨਿੱਤ ਟੁੱਟ ਤੇ ਤਿੜਕ ਰਿਹਾ ਸੀ। ਰਿਸ਼ਤੇ ਨਾਤੇ ਵੀ ਸਾਥ ਛੱਡਦੇ ਜਾ ਰਹੇ ਸਨ।

ਰਾਤ ਨੂੰ ਭਾਵੇਂ ਕੋਈ ਮਰ ਰਿਹਾ ਹੋਵੇ, ਤਾਂ ਵੀ ਡਰਦਾ ਬੰਦਾ, ਕਿਸੇ ਹੋਰ ਲਈ ਦਰਵਾਜ਼ਾ ਨਾ ਖੋਹਲਦਾ। ਟੈਕਸੀ ਵਾਲੇ ਦੁੱਗਣੇ ਪੈਸੇ ਲੈ ਕੇ ਵੀ ਰਾਤ ਬਰਾਤੇ ਨਾ ਤੁਰਦੇ ਕਿ ਮਤੇ ਕੋਈ ਅੱਤਵਾਦੀ ਜਾਂ ਪੁਲੀਸ ਵਾਲੇ ਉਨ੍ਹਾਂ ਨੂੰ ਕਿਸੇ ਹੋਰ ਪਾਸੇ ਲੈ ਤੁਰਨ ਤੇ ਉਹ ਐਵੇਂ ਹੀ ਮਾਰੇ ਜਾਣ। ਤਾਈ ਸੀਬੋ ਜਦੋਂ ਰਾਤ ਨੂੰ ਬੇਹੱਦ ਤਕਲੀਫ ਵਿੱਚ ਸੀ ਤਾਂ ਘਰਦੇ ਭੈਅ ਕਾਰਨ ਹੀ ਦਿਨ ਚੜ੍ਹਨ ਦੀ ਉਡੀਕ ਕਰਦੇ ਰਹੇ ਤੇ ਹਸਪਤਾਲ ਨਾ ਲੈ ਕੇ ਗਏ। ਉਹ ਦਰਦਾਂ ਨਾ ਸਹਾਰਦੀ ਹੋਈ ਏਸੇ ਕਾਰਨ ਦਮ ਤੋੜ ਗਈ। ਕਿਉਂਕਿ ਛੇ ਵਜੇ ਸ਼ਾਮ ਨੂੰ ਤਾਂ ਪੰਜਾਬ ਦੀਆਂ ਸੜਕਾਂ ਤੇ ਸਭ ਕੁੱਝ ਮੁਰਦਾ ਹੋ ਜਾਂਦਾ ਸੀ। ਹਰ ਪਾਸੇ ਹੀ ਸਰਕਾਰੀ ਤੇ ਗੈਰ ਸਰਕਾਰੀ ਅੱਤਵਾਦ ਦਾ ਰਾਜ ਹੁੰਦਾ।

ਤਾਈ ਦੇ ਅਫਸੋਸ ਵਿੱਚ ਮਨਦੀਪ ਕਈ ਦਿਨ ਡੁੱਬਿਆ ਰਿਹਾ। ਇੱਕ ਦਿਨ ਮਿੱਥੇ ਪ੍ਰੋਗ੍ਰਾਮ ਅਨੁਸਾਰ ਉਸਨੇ ਸਾਹਿਤਕ ਪ੍ਰਗਰਾਮ ਤੇ ਜਾਣਾ ਸੀ, ਜਿੱਥੇ ਉਸ ਨੇ ਇੱਕ ਕਹਾਣੀਕਾਰ ਤੇ ਪਰਚਾ ਪੜ੍ਹਨਾ ਸੀ। ਪਰਚਾ ਪੜ੍ਹਿਆ ਤੇ ਪ੍ਰਸੰਸ਼ਾ ਵੀ ਹੋਈ। ਪਰ ਦਿਲ ਏਸ ਕਰਕੇ ਦੁੱਖੀ ਹੋਇਆ ਕਿ ਪ੍ਰਧਾਨਗੀ ਮੰਡਲ ਵਿੱਚ ਬੈਠੇ ਨਾਮਵਰ ਲੇਖਕਾਂ ਵਿੱਚੋਂ ਇੱਕ ਜੋ ਪਹਿਲਾਂ ਨਕਸਲੀ ਲਹਿਰ ਦਾ ਧੂਆਂ ਧਾਰ ਪ੍ਰਚਾਰਕ ਸੀ ਹੁਣ ਖਾਲਿਸਤਾਨ ਦੇ ਸੋਹਲੇ ਗਾ ਰਿਹਾ ਸੀ। ਤੇ ਪੰਜਾਬ 'ਚੋਂ ਭਈਆਂ ਨੂੰ ਭਜਾਉਣ ਦੀਆਂ ਗੱਲਾਂ ਕਰ ਰਿਹਾ ਸੀ।

ਇਹ ਫ਼ਿਕਾਪ੍ਰਸਤ ਲੀਡਰਾਂ ਨੂੰ ਪੰਜਾਬ ਦੇ ਨਾਇਕ ਦੱਸਦਾ ਅਤੇ ਅੱਤਵਾਦੀ ਲਹਿਰ ਨੂੰ ਸਿੱਖਾਂ ਦੀ ਆਜ਼ਾਦੀ ਦਾ ਸੰਘਰਸ਼। ਕਈ ਕਾਮਰੇਡ ਲੇਖਕ ਇਸ ਤੋਂ ਬਿਲਕੁੱਲ ਉੱਲਟ ਸੋਚਦੇ। ਇਹ ਸਟੇਜ ਵੀਹੀ 'ਚ ਲੜੀ ਜਾਣ ਵਰਗੀ ਲੜਾਈ ਦਾ ਰੂਪ ਧਾਰ ਗਈ ਸੀ। ਗਾਲੀ ਗਲੋਚ ਤੋਂ ਪੱਗਾਂ ਲੱਥਣ ਤੱਕ ਸਥਿਤੀ ਪਹੁੰਚ ਗਈ। ਬਹੁਤੇ ਲੇਖਕ ਇਸ ਸਥਿਤੀ ਵਿੱਚ ਬਾਂਦਰ ਟਪੂਸੀਆਂ ਲਾ, ਕਦੀ ਏਧਰ ਕਦੀ ਉਧਰ ਹੋ ਰਹੇ ਸਨ।

ਦਲੇਰ ਸਿੰਘ ਦੇ ਮਾਨਸਿਕ ਬੋਝ ਨੂੰ ਹਲਕਾ ਕਰਨ ਲਈ ਮਨਦੀਪ ਦਾ ਛੋਟਾ ਭਰਾ ਬਿੰਦਰ ਫੌਜ ਵਿੱਚ ਭਰਤੀ ਹੋ ਗਿਆ। ਪਰ ਮਨਦੀਪ ਦਾ ਮਨ ਫੌਜ ਵਿੱਚ ਜਾਣ ਨੂੰ ਨਹੀਂ ਸੀ ਮੰਨਿਆ। ਜਿਸ ਦਿਨ ਉਹ ਲਖਨਊ ਨੂੰ ਰਵਾਨਾ ਹੋਇਆ ਤਾਂ ਬੇਹੱਦ ਰੋਇਆ ਵੀ। ਮਨਦੀਪ ਦੀਆਂ ਵੀ ਭੁੱਬਾਂ ਨਿੱਕਲ ਗਈਆਂ। ਇਹ ਕੇਹੋ ਜਿਹੀ ਮਜ਼ਬੂਰੀ ਸੀ। ਉਹ ਪੜ੍ਹ ਕੇ ਚੰਗੀਆਂ ਨੌਕਰੀਆਂ ਪ੍ਰਾਪਤ ਕਰਨੀਆਂ ਚਾਹੁੰਦੇ ਸਨ। ਪਰ ਮੌਕਾ ਪ੍ਰਸਤ ਲੀਡਰਾਂ ਨੇ ਪੰਜਾਬ ਦਾ ਬੇੜਾ ਗਰਕ ਕਰ

ਦਿੱਤਾ ਸੀ। ਤੇ ਨੌਜਵਾਨਾਂ ਨੂੰ ਕਿਤਾਬਾਂ ਦੀ ਥਾਂ ਬੰਦੂਕਾਂ ਪਕੜਾਂ ਦਿੱਤੀਆਂ ਸਨ। ਹੁਣ ਜ਼ਿੰਦਗੀ ਨਹੀਂ ਬਲਕਿ ਸ਼ਹੀਦ ਬਣਾਏ ਜਾਣ ਦੇ ਝਾਂਸੇ ਦਿੱਤੇ ਜਾਂਦੇ। ਵੱਡੇ ਘਰਾਂ ਦੇ ਕਾਕੇ ਵਿਆਹੇ ਜਾਂਦੇ, ਕੋਈ ਸਮੱਸਿਆ ਨਹੀਂ ਸੀ। ਮਨਦੀਪ ਤੋਂ ਕਈ ਛੋਟੇ ਵੀ ਵਿਆਹੇ ਗਏ। ਪਰ ਇੱਕ ਨਿਮਨ ਕਿਸਾਨੀ ਵਰਗ ਨਾਲ ਸਬੰਧਤ ਬੇਰੁਜ਼ਗਾਰ ਮੁੰਡੇ ਨੂੰ ਭਲਾਂ ਕੌਣ ਆਪਣੀ ਧੀ ਦੇ ਦਿੰਦਾ ? ਬੰਦੇ ਦੀ ਸਰੀਰਕ ਲੋੜ ਦੇ ਨਾਲ ਨਾਲ ਇੱਕ ਮਾਨਸਿਕ ਲੋੜ ਵੀ ਹੁੰਦੀ ਹੈ। ਜਿਸ ਤੋਂ ਬਗੈਰ ਬੰਦਾ ਖੁਦ ਨੂੰ ਰੋਗੀ ਮਹਿਸੂਸ ਕਰਦਾ ਹੈ। ਮਨਦੀਪ ਦੀ ਵੀ ਤਾਂ ਹੁਣ ਏਹੋ ਦਸ਼ਾ ਸੀ।

ਫੇਰ ਮਨਦੀਪ ਤੇ ਇੱਕ ਹੋਰ ਬੰਬ ਡਿੱਗਿਆ। ਉਸ ਦਾ ਮੁਢਲਾ ਦੋਸਤ ਜਗਦੀਪ ਜੋ ਸਕੂਲ ਵਿੱਚ ਉਸ ਨਾਲ ਇੱਕੋ ਡੈਸਕ ਤੇ ਬਹਿੰਦਾ ਸੀ ਜਿਸ ਨਾਲ ਉਸਦਾ ਹਰ ਭੇਦ ਸਾਂਝਾ ਸੀ। ਜਿਸ ਨਾਲ ਰਲਕੇ ਉਸ ਨੇ ਸ਼ੈਰ ਕਰਨੀ ਸ਼ੁਰੂ ਕੀਤੀ ਤੇ ਮਨ ਦੀਆਂ ਗੱਲਾਂ ਕਰਨੀਆਂ ਸ਼ੁਰੂ ਕੀਤੀਆਂ। ਫੇਰ ਉਨ੍ਹਾਂ ਬਦਲ ਬਦਲ ਕੇ ਨਾਵਲ ਪੜ੍ਹਨੇ, ਫਿਲਮਾਂ ਦੇਖਣੀਆਂ ਹੁਣ ਉਸੇ ਦੋਸਤ ਦੀ ਇੱਕ ਮੋਟਰ ਸਾਈਕਲ ਹਾਦਸੇ ਵਿੱਚ ਮੌਤ ਹੋ ਗਈ। ਮਨਦੀਪ ਦਾ ਇੱਕ ਹੋਰ ਦੋਸਤ ਵੀ ਸੀ ਜੋ ਨਿਰਾਸ਼ਤਾ ਦੇ ਆਲਮ ਵਿੱਚ ਅਜਿਹਾ ਡੁੱਬਿਆ, ਕੇ ਨਸ਼ੀਲੀਆਂ ਗੋਲੀਆਂ ਖਾਣ ਲੱਗ ਪਿਆ। ਹੁਣ ਤਾਂ ਉਸ ਕੋਲ ਕੋਈ ਮਨ ਦੇ ਭੇਦ ਸਾਂਝੇ ਕਰਨ ਵਾਲਾ ਦੋਸਤ ਵੀ ਨਾ ਰਿਹਾ।

29 ਦਸੰਬਰ ਨੂੰ ਜਿਸ ਦਿਨ ਉਸਦੇ ਦੋਸਤ ਦੀ ਮੌਤ ਹੋਈ, ਦੂਸਰੇ ਦਿਨ ਫੈਡਰੇਸ਼ਨ ਦੇ ਸੱਦੇ ਤੇ ਸਾਰਾ ਪੰਜਾਬ ਬੰਦ ਸੀ। ਬਹੁਤੇ ਰਿਸ਼ਤੇਦਾਰ ਉਸ ਨੂੰ ਦਾਗ ਲਵਾਉਣ ਵੀ ਨਾ ਆ ਸਕੇ। ਕੁੱਝ ਕੁ ਬੰਦਿਆਂ ਨੇ ਹੀ ਉਸ ਨੂੰ ਅਗਨ ਭੇਂਟ ਕਰਕੇ ਸਬਰ ਕਰ ਲਿਆ।

ਹੁਣ ਮਨਦੀਪ ਅੱਗੇ ਬਹੁਤ ਵੱਡਾ ਪ੍ਰਸ਼ਨ ਚਿੰਨ ਸੀ ? ਕਿ ਖਾੜਕੂਆਂ ਨਾਲ ਰਲ਼ ਜਾਏ ਜਾਂ ਖੁਦਕਸ਼ੀ ਕਰ ਲਵੇ। ਪਰ ਦੋਹਾਂ ਗੱਲਾਂ ਲਈ ਉਸਦੀ ਜ਼ਮੀਰ ਨਹੀਂ ਸੀ ਮੰਨਦੀ। ਪ੍ਰੋਫੈਸਰ ਬਣਨ ਦਾ ਸੁਪਨਾ ਤਾਂ ਹੁਣ ਪੂਰਾ ਨਹੀਂ ਸੀ ਹੋਣਾ। ਪਿਉ ਨੇ ਉਸ ਨੂੰ ਵਿਹਲੜ ਤੇ ਨਿਕੰਮਾ ਸਮਝ ਕੇ ਬੁਲਾਉਣਾ ਹੀ ਛੱਡ ਦਿੱਤਾ ਸੀ।

ਹੁਣ ਤਾਂ ਦਲੇਰ ਸਿੰਘ ਨੂੰ ਆਪਣਾ ਛੋਟਾ ਪੁੱਤ ਹੀ ਅਸਲ ਪੁੱਤ ਜਾਪਦਾ। ਜੋ ਕੇ ਉਸ ਦੇ ਕਹਿਣ ਤੇ ਫੌਜ ਵਿੱਚ ਜਾ ਭਰਤੀ ਹੋਇਆ ਸੀ। ਰਾਤ ਨੂੰ ਮਨਦੀਪ ਪਿਆ ਤਾਰਿਆਂ ਨੂੰ ਘੂਰਦਾ ਰਹਿੰਦਾ। ਮਾਂ ਬਚਨ ਕੌਰ ਪੁੱਤ ਦੀ ਬੇਚੈਨੀ ਸਮਝਦੀ ਆਖਦੀ "ਸੌਂ ਜਾ ਪੁੱਤ ਰੱਬ ਭਲੀ ਕਰੂ ਬਹੁਤਾ ਸੋਚਿਆਂ ਵੀ ਕੀ ਬਣਦਾ ਹੈ" ?

ਪਰ ਕਾਲੀ ਬੋਲੀ ਰਾਤ ਤਾਂ ਮੁੱਕਣ ਵਿੱਚ ਹੀ ਨਹੀਂ ਸੀ ਆਂਉਦੀ। ਕਈ ਵਾਰ ਤਾਂ ਲੱਗਦਾ ਸੀ ਕਿ ਇਹ ਹਨੇਰ ਇੱਕ ਦਿਨ ਸਭ ਨੂੰ ਨਿੰਗਲ ਲਵੇਗਾ।

•

ਭਾਗ 55

11 ਜਨਵਰੀ 1987 ਦਾ ਦਿਨ ਸੀ। ਮਨਦੀਪ ਦੀ ਭੂਆ ਦਾ ਮੁੰਡਾ ਜਰਨੈਲ ਕੈਨੇਡ ਤੋਂ ਆਪਣੇ ਪਿੰਡ ਈਸੇਵਾਲ ਨਵ ਜਨਮੇਂ ਮੁੰਡੇ ਦੀ ਲੋਹੜੀ ਮਨਾਉਣ ਪਹੁੰਚਿਆ ਹੋਇਆ ਸੀ। ਮਨਦੀਪ ਵੀ ਆਪਣੇ ਪਰਿਵਾਰ ਸਮੇਤ ਲੋਹੜੀ ਦੇ ਇਸ ਸਮਾਗਮ ਵਿੱਚ ਪਹੁੰਚਿਆ। ਇਹ ਪਰਿਵਾਰ ਵੀ ਕਦੇ ਦਲੇਰ ਸਿੰਘ ਦੇ ਪਰਿਵਾਰ ਵਾਂਗ ਹੀ ਦੋ ਏਕੜ ਜ਼ਮੀਨ ਦਾ ਮਾਲਿਕ ਸੀ। ਪਰ ਉਸ ਦੇ ਸਕੀਮੀ ਭਣੋਈਏ ਮਾਸਟਰ ਹਰਮੀਤ ਸਿੰਘ ਨੇ ਵਲੈਤੀ ਗਾਵਾਂ ਵਾਸਤੇ ਲੋਨ ਲੈ ਕੇ ਦੋ ਏਕੜ ਜ਼ਮੀਨ ਨੂੰ ਗਾਵਾਂ ਦੇ ਫਾਰਮ ਵਿੱਚ ਬਦਲ ਲਿਆ। ਪਰਵਾਸੀ ਮਜ਼ਦੂਰ ਧਾਰਾਂ ਕੱਢਣ ਅਤੇ ਪੱਠੇ ਪਾਉਣ ਲਈ ਰੱਖ ਲਏ। ਪੱਠੇ ਬੀਜਣ ਲਈ ਠੇਕੇ ਤੇ ਹੋਰ ਜ਼ਮੀਨ ਲੈ ਲਈ। ਸ਼ਹਿਰ ਜਾ ਕੇ ਦੁੱਧ ਪਾਉਣ ਵਾਸਤੇ ਇੱਕ ਟੈਂਪੂ ਲੈ ਲਿਆ। ਉਹ ਦੁੱਧ ਸਿੱਧਾ ਮਿਲਕ ਪਲਾਂਟ ਨੂੰ ਹੀ ਵੇਚਦੇ। ਉਸਦਾ ਇਹ ਕੰਮ ਅਜਿਹਾ ਚੱਲ ਨਿੱਕਲਿਆ ਕਿ ਉਹ ਦਿਨਾਂ ਵਿੱਚ ਹੀ ਅਮੀਰ ਹੋਣ ਲੱਗੇ। ਕੋਠੀ ਉਸਾਰ ਲਈ ਤੇ ਫੇਰ ਕਾਰ ਵੀ ਲੈ ਲਈ।

ਉਦੋਂ ਮਾਸਟਰ ਹਰਮੀਤ ਸਿੰਘ ਦੇ ਦੋਨੋ ਮੁੰਡੇ ਜਰਨੈਲ ਤੇ ਹਰਿੰਦਰ ਕਾਲਜ ਪੜ੍ਹਦੇ ਸਨ। ਏਸ ਹਿੰਮਤ ਦੀ ਦਾਦ ਸਾਰਾ ਉਨ੍ਹਾਂ ਨੂੰ ਇਲਾਕਾ ਦਿੰਦਾ ਸੀ। ਬੰਨੇ ਚੰਨੇ ਤੋਂ ਗੱਲਾਂ ਸੁਣ ਸੁਣਕੇ, ਸਖਤ ਮਿਹਨਤ ਦਾ ਕਦਰਦਾਨ ਕੈਨੇਡਾ ਤੋਂ ਗਿਆ ਸ: ਹੁਸ਼ਿਆਰ ਸਿੰਘ ਆਪਣੀ ਬੇਟੀ ਵਰਿੰਦਰ ਦਾ ਰਿਸ਼ਤਾ ਜਰਨੈਲ ਸਿੰਘ ਨਾਲ ਕਰਨ ਲਈ ਤਿਆਰ ਹੋ ਗਿਆ। ਫੇਰ ਵਿਆਹ ਹੋਇਆ ਅਤੇ ਜਰਨੈਲ ਸਿੰਘ ਕੈਨੇਡਾ ਪਹੁੰਚ ਗਿਆ।

ਹੁਣ ਉਹ ਤਿੰਨ ਸਾਲਾਂ ਬਾਅਦ ਪਹਿਲੀ ਵਾਰ ਆਪਣੇ ਪਲੇਠੇ ਪੁੱਤਰ ਦੀ ਲੋਹੜੀ ਮਨਾਉਣ ਲਈ ਭਾਰਤ, ਆਪਣੇ ਪਿੰਡ ਆਇਆ ਸੀ। ਅੱਜ ਹਰ ਪਾਸੇ ਗਹਿਮਾ ਗਹਿਮੀ ਸੀ। ਸਾਰਾ ਕੁੱਝ ਹੀ ਬਾਹਰਲੇ ਮਹੌਲ ਵਿੱਚ ਰੰਗਿਆ ਪਿਆ ਸੀ। ਜਰਨੈਲ ਤਾਂ ਸੂਟਿਡ ਬੂਟਿਡ ਹੋਇਆ ਕੋਈ ਰਾਜਕੁਮਾਰ ਲੱਗ ਰਿਹਾ ਸੀ। ਤੇ ਉਸਦੀ ਘਰ ਵਾਲੀ ਕੋਈ ਅਸਮਾਨੀ ਪਰੀ। ਜਿਸ ਦੇ ਉੱਨ ਵਾਲੇ ਕੋਟ ਨੂੰ ਪੇਂਡੂ ਔਰਤਾਂ ਹੱਥ ਲਾ ਲਾ ਵੇਖਦੀਆਂ। ਅਖੰਡ ਪਾਠ ਦਾ ਭੋਗ ਪੈਣ ਉਪਰੰਤ ਹੁਣ ਉਨਾਂ ਦੇ ਫਾਰਮ ਵਿੱਚ ਮੁਹੰਮਦ ਸਦੀਕ ਤੇ ਰਣਜੀਤ ਕੌਰ ਦਾ ਅਖਾੜਾ ਲੱਗਣ ਜਾ ਰਿਹਾ ਸੀ। ਕਿੰਨੇ ਹੀ ਪਿੰਡਾਂ ਦੇ ਲੋਕ ਗਾਉਣ ਸੁਣਨ ਲਈ ਪੁੱਜੇ ਹੋਏ ਸਨ।

ਬਚਨ ਕੌਰ ਦਸ ਸਾਲ ਪਹਿਲਾਂ ਇਸ ਘਰ ਤੋਂ ਜਾਣੂ ਸੀ, ਹੁਣ ਇਹ ਬਿਲਕੁੱਲ ਬਦਲ ਗਿਆ ਸੀ। ਉਸ ਨੇ ਆਪਣੀ ਨਨਦ ਦੇ ਔਖ ਵਾਲੇ ਦਿਨਾਂ ਵਿੱਚ, ਹਰ ਪੱਖੋਂ ਮੱਦਦ ਕੀਤੀ ਸੀ। ਪਰ ਹੁਣ ਤਾਂ ਉਹ ਪੂਰੇ ਸੈੱਟ ਸਨ। ਕਿਧਰੇ ਕਾਰ, ਬਾਹਰਲੇ ਢੰਗ ਦੇ ਗੁਸਲਖਾਨੇ, ਗਰਮ ਪਾਣੀ ਲਈ ਗੀਜ਼ਰ, ਟੈਲੀਵੀਯਨ ਅਤੇ ਵੱਡੇ ਲੋਕਾਂ ਨਾਲ ਵਾਕਫੀਅਤ ਵੀ ਸੀ। ਬਚਨ ਕੌਰ ਨੂੰ ਲੱਗਿਆ ਜਿਵੇਂ ਹੁਣ ਉਹ ਬਹੁਤ ਨੀਵੇਂ ਰਹਿ ਗਏ ਹੋਣ। ਤੇ ਅੱਜ ਉਨ੍ਹਾਂ ਦੀ ਬਾਂਹ ਫੜਨ ਵਾਲਾ ਵੀ ਕੋਈ ਨਹੀਂ ਸੀ।

ਜ਼ਮੀਨ ਨੇ ਅੱਗੋ ਤਿੰਨ ਹਿੱਸਿਆਂ ਵਿੱਚ ਵੰਡਿਆ ਜਾਣਾ ਸੀ। ਜੇ ਕਿਸੇ ਦਾ ਵਿਅਹ ਹੋ ਵੀ ਜਾਂਦਾ ਤਾਂ ਅਗਲੀ ਪੀੜੀ ਬੇ-ਜ਼ਮੀਨੀ ਹੋਣੀ ਸੀ। ਇਸ ਤਰਾਂ ਤਾਂ ਦਲੇਰ ਸਿੰਘ ਦੀ ਕੁੱਲ ਦਾ ਅੰਤ

ਵੀ ਹੋ ਸਕਦਾ ਹੈ ? ਜਾਂ ਫੇਰ ਅਗਲੀ ਪੀੜੀ ਨੂੰ ਦਿਹਾੜੀ ਦੱਪਾ ਕਰਨਾ ਪਵੇਗਾ। "ਅਖੇ ਕਰ ਲੋ ਦੇਸ਼ ਦੀ ਸੇਵਾ" ਬਚਨ ਕੌਰ ਬੇਚੈਨ ਹੋਈ ਪਤਾ ਨਹੀਂ ਕੀ ਕੀ ਸੋਚੀ ਜਾ ਰਹੀ ਸੀ।

ਦਲੇਰ ਸਿੰਘ ਦੀ ਪੈਨਸ਼ਨ ਅਤੇ ਤਨਖਾਹ ਨਾਲ ਘਰ ਦਾ ਗੁਜ਼ਾਰਾ ਹੀ ਮਸਾਂ ਤੁਰਦਾ ਸੀ। ਉਹ ਸੋਚਦੀ ਰਹੀ "ਮੈਂ ਜਰਨੈਲ ਸਿੰਘ ਨੂੰ ਪੁੱਛ ਕੇ ਨਾਂ ਦੇਖਾਂ ? ਜੇ ਮਨਦੀਪ ਨੂੰ ਕਿਸੇ ਤਰੀਕੇ ਕਨੇਡੇ ਲੈ ਜਾਵੇ" ਦਲੇਰ ਸਿੰਘ ਨੇ ਤਾਂ ਅਜਿਹੀ ਗੱਲ ਆਪਣੇ ਭਾਣਜੇ ਜਾਂ ਭੈਣ ਪਾਸੋਂ ਬਿਲਕੁੱਲ ਨਹੀਂ ਸੀ ਪੁੱਛਣੀ। ਬਚਨ ਕੌਰ ਇਹ ਹਿੰਮਤ ਕਰ ਸਕਦੀ ਸੀ।

ਮੁਹੰਮਦ ਸਦੀਕ ਅਤੇ ਰਣਜੀਤ ਕੌਰ ਪੰਡਾਲ ਵਿੱਚ ਪਹੁੰਚ ਗਏ। ਫੇਰ ਅਖਾੜਾ ਵੀ ਲੱਗ ਗਿਆ। ਪ੍ਰਬੰਧ ਦੀ ਹਿਫਾਜਤ ਵਾਸਤੇ ਪੁਲੀਸ ਵੀ ਪੈਸੇ ਦੇ ਕੇ ਲਿਆਂਦੀ ਗਈ ਸੀ। ਅੱਤਵਾਦ ਦਾ ਜ਼ੋਰ ਹੋਣ ਕਾਰਨ ਹਰ ਪਾਸੇ ਹੀ ਡਰ ਦਾ ਮਹੌਲ ਸੀ। ਵਰਦੀਆਂ ਵਾਲੇ ਬਹਿਰੇ ਸ਼ਰਾਬ ਤੇ ਮੀਟ ਰਿਸ਼ਤੇਦਾਰਾਂ ਨੂੰ ਵਰਤਾ ਰਹੇ ਸਨ। ਜਰਨੈਲ ਅਤੇ ਹਰਿੰਦਰ ਸੌ ਸੌ ਦੇ ਨੋਟ, ਗਾਉਣ ਵਾਲਿਆਂ ਦੇ ਸਿਰਾਂ ਤੋਂ ਵਾਰ ਰਹੇ ਸਨ। ਬੱਲੇ ਬੱਲੇ ਹੋਈ ਪਈ ਸੀ। ਤੇ ਹਰ ਪਾਸੇ ਕੈਨੇਡਾ ਵਾਲੇ ਕੈਨੇਡਾ ਵਾਲੇ ਹੁੰਦੀ ਸੀ। ਫੇਰ ਖੂਬ ਭੰਗੜਾ ਪਿਆ।

ਅੱਜ ਭੰਨਾ ਘੜਤਾਂ ਵਿੱਚ ਡੁੱਬੀ ਬਚਨ ਕੌਰ ਉਦਾਸ ਸੀ। ਉਹ ਕਮਰੇ ਅੰਦਰ ਜਾ ਪਈ। ਜਰਨੈਲ ਜਦੋਂ ਕੁੱਝ ਚੁੱਕਣ ਕਮਰੇ ਅੰਦਰ ਆਇਆ ਤਾਂ ਬੋਲਿਆ "ਮਾਮੀ ਤੈਨੂੰ ਨੀ ਖੁਸ਼ੀ ਬਾਹਰ ਸਾਰੇ ਨੱਚਦੇ ਨੇ, ਤੇ ਤੂੰ ਅੰਦਰ ਪਈ ਆਂ ?"

ਬੱਸ ਇਹ ਹੀ ਮੌਕਾ ਸੀ ਜਦੋਂ ਬਚਨ ਕੌਰ ਨੇ ਅੱਖਾਂ ਭਰ ਲਈਆਂ "ਪੁੱਤ ਸਾਡੀ ਵੀ ਬਾਂਹ ਫੜ ਤੇਰਾ ਮਾਮਾ ਸਾਰੀ ਉਮਰ ਦਾ ਕਮਾਂਉਦਾ ਹੁਣ ਹਾਰ ਗਿਆ ਹੈ। ਉੱਤੋਂ ਵੇਲ਼ਾ ਕਿੰਨਾ ਖਰਾਬ ਹੈ। ਮਨਦੀਪ ਨੂੰ ਔਖੇ ਹੋ ਕੇ ਅਸੀਂ ਐੱਮ. ਏ. ਤੱਕ ਤਾਂ ਲੈ ਆਏ। ਹੁਣ ਅੱਗੋਂ ਕਿਹੜਾ ਨੌਕਰੀ ਮਿਲਣੀ ਆ। ਮੇਰਾ ਪੁੱਤ ਜੇ ਤੂੰ ਕਿਸੇ ਤਰੀਕੇ ਨਾਲ ਉਸ ਨੂੰ ਵੀ ਕਨੇਡਾ ਕੱਢ ਦਵੇਂ...ਮੈਂ ਤੇਰਾ ਅਹਿਸਾਨ ਕਦੇ ਨਾ ਭੁੱਲਾਵਾਂ। ਆਹ ਚੁੰਨੀ ਪੈਰਾਂ ਤੇ ਧਰਦੀ ਹਾਂ" ਉਹ ਰੋਅ ਪਈ।

ਜਰਨੈਲ ਵੀ ਸ਼ਰਾਬ ਦੇ ਨਸ਼ੇ ਵਿੱਚ ਸੀ ਤੇ ਭਾਵੁਕ ਹੋ ਗਿਆ "ਮਾਮੀ ਤੂੰ ਤਾਂ ਸਾਡੀ ਮਾਂ ਨਾਲੋਂ ਵੀ ਵੱਧ ਏਂ। ਤੁਸੀਂ ਸਾਡਾ ਕਿੰਨਾ ਕਰਦੇ ਰਹੇ ਓਂ। ਲੈ ਜਾ ਤੇਰੇ ਨਾਲ ਵਾਹਦਾ ਕੀਤਾ ਤੇਰਾ ਇੱਕ ਮੁੰਡਾ ਕਨੇਡਾ ਲੈ ਕੇ ਜਾਊਂਗਾ। ਆਪਣੇ ਬੋਲ ਹੋ ਗਏ...। ਆ ਜਾ ਹੁਣ ਬਾਹਰ ਆ ਕੇ ਨੱਚ ਬੀਬੀ ਉਨਾਂ ਨਾਲ"

"ਚੰਗਾ ਪੁੱਤ ਯਾਦ ਰੱਖੀ ਦੇਖੀਂ। ਕਿਤੇ ਮਾਮੀ ਨਾਲ ਕੀਤਾ ਬਚਨ ਭੁੱਲ ਨਾ ਜਾਵੀਂ" ਫੇਰ ਉਹ ਬਾਹਰ ਆ ਕੇ ਨੱਚਣ ਲੱਗੀ। ਸੋਚਦੀ ਰਹੀ ਜੇ ਕਿਤੇ ਇਹ ਗੱਲ ਸੱਚ ਹੋ ਜਾਵੇ ਤਾਂ ਮਨਦੀਪ ਦੇ ਮੁੰਡੇ ਦੀ ਲੋਹੜੀ ਵੀ ਉਹ ਏਸੇ ਤਰ੍ਹਾਂ ਹੀ ਮਨਾਵੇਗੀ। ਫੇਰ ਉਸ ਰਾਤ ਜਰਨੈਲ ਨੇ ਮਨਦੀਪ ਨਾਲ ਕਾਫੀ ਗੱਲਾਂ ਕੀਤੀਆਂ। ਉਸਨੇ ਕਿਹਾ ਕੇ "ਪੜ੍ਹਦਾ ਰਹਿ ਜਾਂ ਕੋਈ ਚੰਗਾ ਕੋਰਸ ਕਰ ਲੈ। ਮੈਂ ਜਰੂਰ ਕੋਈ ਹੀਲਾ ਵਸੀਲਾ ਕਰੂੰ"

ਜਰਨੈਲ ਨੇ ਇਹ ਵੀ ਕਿਹਾ ਤੁਸੀਂ ਰਘਵੀਰ ਨੂੰ ਏਥੇ ਹੀ ਛੱਡ ਦਿਉ ਉਹ ਵਰਿੰਦਰ ਦੀ ਮੱਦਦ ਕਰੂ। ਸੌ ਦੇ ਕਰੀਬ ਆਪਾਂ ਗਾਵਾਂ ਹੋਰ ਪਾਉਣੀਆਂ ਨੇ ਤੇ ਦੁੱਧ ਦਾ ਕੰਮ ਵਧ ਜਾਣਾ ਹੈ। ਉਸ ਇਕੱਲੇ ਲਈ ਸਾਂਭਣਾ ਔਖਾ ਹੈ। ਇਹ ਭਈਆਂ ਤੋਂ ਕਹਿ ਕੇ ਕੰਮ ਕਰਵਾ ਲਿਆ ਕਰੇਗਾ।

ਦੂਸਰੇ ਦਿਨ ਉਹ ਰਘਵੀਰ ਨੂੰ ਈਸੇਵਾਲ ਛੱਡ ਕੇ ਮੁੜ ਆਏ। ਤੇ ਮਨਦੀਪ ਇੱਕ ਹੋਰ ਦੋਸਤ ਦੇ ਮੁੰਡੇ ਦੀ ਲੋਹੜੀ ਤੇ ਚਲਾ ਗਿਆ। ਰਾਤ ਨੂੰ ਜਦੋਂ ਉਹ ਪਾਰਟੀ ਕਰ ਰਹੇ ਸਨ ਤਾਂ ਅੱਤਵਾਦੀਆਂ ਨੇ ਉਸੇ ਪਿੰਡ ਦੇ ਇੱਕ ਕਾਮਰੇਡ ਅਖਵਾਂਉਦੇ ਬੰਦੇ ਨੂੰ, ਉਸੇ ਦੀ ਮੋਟਰ ਤੇ ਜਾਕੇ

ਗੋਲੀਆਂ ਨਾਲ ਭੁੰਨ ਸੁੱਟਿਆ। ਗੋਲੀ ਹੁਣ ਕਦੇ ਵੀ, ਕਿਸੇ ਨੂੰ ਵੀ ਵੱਜ ਸਕਦੀ ਸੀ। ਘਰੋਂ ਨਿੱਕਲੇ ਬੰਦੇ ਦਾ ਕੋਈ ਇਤਵਾਰ ਹੀ ਨਹੀਂ ਸੀ ਕਿ ਵਾਪਸ ਆਏਗਾ ਜਾਂ ਨਹੀਂ।

ਮਨਦੀਪ ਜਦੋਂ ਪਿੰਡ ਅਇਆ ਤਾਂ ਖ਼ਬਰ ਆ ਰਹੀ ਸੀ ਕਿ ਅੱਤਵਾਦੀਆਂ ਨੇ ਲਧਿਆਣੇ ਦੇ ਕਾਂਗਰਸੀ ਨੇਤਾ ਜੋਗਿੰਦਰ ਪਾਲ ਪਾਂਡੇ ਨੂੰ ਗੋਲੀਆਂ ਨਾਲ ਭੁੰਨ ਦਿੱਤਾ ਹੈ। ਮਨਦੀਪ ਨੂੰ ਏਨਾਂ ਹੀ ਦਿਨਾਂ ਵਿੱਚ ਦੋ ਹੋਰ ਵਿਆਹ ਆਏ। ਇੱਕ ਉਸਦੀ ਭੂਆ ਦੀ ਕੁੜੀ ਦਾ ਤੇ ਇੱਕ ਦੋਸਤ ਦਾ। ਪਰ ਇਹ ਵਿਆਹ ਜਿਵੇਂ ਕੋਈ ਸ਼ੋਕ ਸਮਾਗਮ ਹੋਣ। ਪੰਜਾਬ ਦੀਆਂ ਖੁਸ਼ੀਆਂ ਨੂੰ ਕਿਸੇ ਜ਼ਹਿਰੀਲੇ ਨਾਗ ਨੇ ਵਲੇਵਾਂ ਮਾਰ ਲਿਆ ਸੀ।

ਵਿਆਹਾਂ ਵਿੱਚ ਢੋਲ ਢਮੱਕੇ, ਮੀਟ ਸ਼ਰਾਬ ਨਾਚ ਗਾਣੇ ਤੇ ਪਾਬੰਦੀ ਸੀ। ਲੋਕ ਲਾਊਡ ਸਪੀਕਰ ਜਾਂ ਬੈਂਡ ਵਾਜੇ ਦੀ ਆਵਾਜ਼ ਸੁਣਨ ਨੂੰ ਤਰਸਣ ਲੱਗੇ। ਪੰਜਾਬ ਦੀ ਨੌਜਵਾਨ ਪੀੜੀ ਘੋਰ ਉਦਾਸੀ ਦਾ ਸ਼ਿਕਾਰ ਹੋ ਰਹੀ ਸੀ। ਬਦਲਾਖੋਰੀ, ਸਮੱਗਲਿੰਗ, ਨਜ਼ਾਇਜ਼ ਕਬਜ਼ੇ ਤੇ ਕਤਲੋ ਗਾਰਤ ਲਗਾਤਾਰ ਵੱਧ ਰਹੇ ਸਨ।

ਬਦਲਾਖੋਰੀ ਦਾ ਹੀ ਸਿੱਟਾ ਸੀ, ਕਿ ਇੱਕ ਰਾਜਨੀਤਕ ਲੀਡਰ ਜੋ ਵੋਟਾਂ ਵਿੱਚ ਹਾਰ ਗਿਆ ਸੀ ਹੁਣ ਕੁੱਝ ਖਤਰਨਾਕ ਅੱਤਵਾਦੀਆਂ ਨੂੰ ਵਾਰਦਾਤ ਤੋਂ ਬਾਅਦ ਆਪਣੇ ਘਰ ਵਿੱਚ ਪਨਾਹ ਵੀ ਦਿੰਦਾ ਤਾਂ ਕਿ ਉਨ੍ਹਾਂ ਤੋਂ ਕੋਈ ਕੰਮ ਕਰਵਾ ਸਕੇ। ਇਨ੍ਹਾਂ ਅਖੌਤੀ ਖਾੜਕੂਆਂ ਨੇ ਸਾਰੇ ਇਲਾਕੇ ਵਿੱਚ ਹੀ ਤਰਥੱਲ ਮਚਾਇਆ ਹੋਇਆ ਸੀ। ਇਨ੍ਹਾਂ ਵਿੱਚ ਇੱਕ ਉਹ ਮੁੰਡਾ ਵੀ ਸੀ ਜੋ ਪਹਿਲੀ ਵਾਰ ਮਨਦੀਪ ਨਾਲ ਹੀ ਅਮ੍ਰਿਤਸਰ ਗਿਆ ਸੀ ਅਤੇ ਹੁਣ ਆਪਣੀ ਜਥੇਬੰਦੀ ਦਾ ਏਰੀਆ ਕਮਾਂਡਰ ਬਣ ਚੁੱਕਾ ਸੀ।

ਇਹ 15 ਮਾਰਚ ਦਾ ਦਿਨ ਸੀ ਜਿਸ ਦਿਨ ਇਨ੍ਹਾਂ ਅੱਤਵਾਦੀਆਂ ਇੱਕ ਸਿਆਸੀ ਲੀਡਰ ਦੇ ਇਸ਼ਾਰੇ ਤੇ ਅਕਾਲੀ ਐੱਮ ਐੱਲ ਏ ਅਮਰਜੀਤ ਸਿੰਘ ਦਾ ਕਤਲ ਕਰ ਦਿੱਤਾ। ਤੇ ਇਸ ਕਤਲ ਨੂੰ ਧਾਰਮਿਕ ਰੰਗਤ ਦੇ ਦਿੱਤੀ ਗਈ 'ਅਖੇ ਕਤਲ ਤਾਂ ਕੀਤਾ ਹੈ ਕਿ ਉਸ ਨੇ ਘਰੇ ਗੁਰੂ ਗਰੰਥ ਸਾਹਿਬ ਵੀ ਰੱਖਿਆ ਹੋਇਆ ਸੀ ਤੇ ਘਰੇ ਸ਼ਰਾਬ ਵੀ ਰੱਖਦਾ ਸੀ' ਇਹ ਅਜਿਹਾ ਵੇਲਾ ਸੀ ਜਦੋਂ ਮਨੁੱਖ ਬੇਵੱਸ ਹੋਇਆ ਸਿਰਫ ਦੰਦ ਹੀ ਕਰੀਚ ਸਕਦਾ ਹੈ ਪਰ ਕਰ ਕੁੱਝ ਨਹੀਂ ਸਕਦਾ। ਬਾਕੀ ਲੋਕਾਂ ਵਾਂਗ ਏਹੋ ਹਾਲ ਮਨਦੀਪ ਦਾ ਵੀ ਸੀ।

22 ਮਾਰਚ ਨੂੰ ਮਨਦੀਪ ਦੇ ਖਾਸ ਦੋਸਤ ਦਾ ਵਿਆਹ ਸੀ। ਬਹਿਲੋਲ ਪੁਰੀਏ ਬੰਬ ਦੀ ਇਸ ਇਲਾਕੇ ਵਿੱਚ ਅਜੇ ਵੀ ਪੂਰੀ ਦਹਿਸ਼ਤ ਸੀ। ਜਿਸ ਦਾ ਨਾਂ ਤਾਂ ਬਲਵਿੰਦਰ ਸੀ, ਪਰ ਗੁੱਸੇ ਖੋਰ ਹੋਣ ਕਰਕੇ ਘਰਦੇ ਉਸ ਨੂੰ ਬੰਬ ਕਹਿੰਦੇ ਸਨ। ਇਹ ਗੁਰਜੀਤ ਤੋਂ ਦੋ ਸਾਲ ਪਿੱਛੇ ਪੜ੍ਹਦਾ ਸੀ ਤੇ ਉਸੇ ਯੂਨੀਅਨ ਦਾ ਮੈਂਬਰ ਸੀ। ਬਾਅਦ ਵਿੱਚ ਕਿਸੇ ਕਾਰਨ ਇਹ ਖਾੜਕੂਆਂ ਵਿੱਚ ਜਾ ਰਲਿਆ। ਤੇ ਅੱਜ ਕੱਲ ਆਪ ਨੂੰ ਕਮਾਂਡੋ ਫੋਰਸ ਦਾ ਜਰਨੈਲ ਅਖਵਾਉਂਦਾ ਸੀ। ਉਹ ਮੋਟਰ ਸਾਈਕਲ ਤੇ ਲੱਤ ਲਾਈਂ ਸੜਕ ਦੇ ਵਿਚਕਾਰ ਖੜਾ ਸੀ। ਤੇ ਉਸਦੇ ਨਾਲ ਇੱਕ ਹੋਰ ਮੁੰਡਾ ਸੀ। ਉਸ ਨੇ ਵਿਆਹ ਵਾਲੇ ਗੁਰਜੀਤ ਨੂੰ ਹੀ ਘੇਰ ਲਿਆ ਤੇ ਕਿਹਾ "ਮੈਨੂੰ ਪਛਾਣਦਾ ਏਂ? ਬੰਬ ਦਾ ਨਾਂ ਸੁਣਿਆ ਹੈ? ਸਿੰਘ ਹਾਂ"

ਸਾਡੇ ਕੋਲ ਸਟੇਨਗੱਨਾਂ ਨੇ ਉਨ੍ਹਾਂ ਨੇ ਭੂਰਿਆਂ ਦੀਆਂ ਬੁੱਕਲਾਂ ਖੋਹਲ ਕੇ ਹਥਿਆਰ ਵਿਖਾਏ। ਆਪਣੀ ਮੋਟਰ ਦਾ ਰਸਤਾ ਦੱਸ ਅਸੀਂ ਰੋਟੀ ਖਾਣੀ ਹੈ। ਜਾਣ ਸਾਰ ਘਰੋਂ ਤੂੰ ਰੋਟੀ ਭੇਜਣੀ ਹੈ। ਨਾਲੇ ਸੁਣ ਇੱਕ ਬੋਤਲ ਵਿਸਕੀ ਦੀ ਵੀ ਭੇਜ ਦਈਂ। ਊਂ ਸਾਲੀ ਰਾਤ ਨੂੰ ਨੀਂਦ ਕਿੱਥੇ ਆਂਉਦੀ ਆ। ਮੋਟਰ ਤੇ ਮੰਜਾ ਬਿਸਤਰਾ ਤਾਂ ਹੋਊ ਹੀ? ਜੇ ਨਾ ਹੋਇਆ ਤਾਂ ਪ੍ਰਬੰਧ ਕਰਨਾ ਹੈ। ਬਾਬਿਆਂ ਨੇ

ਰਾਤ ਤੇਰੀ ਹੀ ਮੋਟਰ ਤੇ ਕੱਟਣੀ ਹੈ ਤੇ ਤੜਕੇ ਚਲੇ ਜਾਣਾ ਹੈ। ਸਮਝ ਗਿਆ ਨਾਂ" ਗੁਰਜੀਤ ਜੋ ਥਰ ਥਰ ਕੰਬ ਰਿਹਾ ਸੀ ਹਾਂ ਜੀ ਹਾਂ ਜੀ ਕਰਦਾ ਰਿਹਾ।

ਉਹ ਜਾਣਦਾ ਸੀ ਕਿ ਏਹ ਲੋਕ ਕੁੱਝ ਵੀ ਕਰ ਸਕਦੇ ਨੇ। ਪਰ ਹੁਣ ਹੋਰ ਚਾਰਾ ਵੀ ਕੋਈ ਨਹੀਂ ਸੀ। ਤੇ ਉੱਪਰੋਂ ਪੁਲੀਸ ਦਾ ਵੀ ਡਰ ਸੀ। ਉਸ ਰਾਤ ਗੁਰਜੀਤ ਦੀ ਸੁਤਾ ਮੋਟਰ ਤੇ ਹੀ ਰਹੀ। ਵਾਰ ਵਾਰ ਗੋਲੀਆਂ ਚੱਲਣ ਦੇ ਭੁਲੇਖਾ ਪੈਂਦੇ ਰਹੇ। ਟੱਬਰ ਨੇ ਬਾਬਿਆਂ ਦੀਆਂ ਲੋੜਾ ਪਹਿਲ ਦੇ ਅਧਾਰ ਤੇ ਪੂਰੀਆਂ ਕਰ ਦਿੱਤੀਆਂ ਤੇ ਉਹ ਬਰਾਤ ਚੜ੍ਹਨ ਤੋਂ ਪਹਿਲਾਂ ਮੂੰਹ ਹਨੇਰੇ ਹੀ ਤੁਰਦੇ ਬਣੇ।

ਏਹੋ ਖਾੜਕੂ ਬੰਬ ਗੁਰਜੀਤ ਦੀ ਭੈਣ ਦੇ ਵਿਆਹ ਵੇਲੇ ਵੀ ਆ ਟਪਕਿਆ ਸੀ। ਉਦੋਂ ਇਸ ਨੇ ਸ਼ਰਾਬ ਪੀਣ ਵਾਲਿਆਂ ਨੂੰ ਸੋਧ ਦੇਣ ਦੀ ਧਮਕੀ ਦਿੱਤੀ ਸੀ ਅਤੇ ਮੀਟ ਵਾਲੇ ਪਤੀਲੇ ਡੁਲਵਾ ਦਿੱਤੇ ਸਨ। ਪਰ ਅੱਜ ਖੁਦ ਸ਼ਰਾਬ ਮੰਗ ਰਿਹਾ ਸੀ। ਖਾੜਕੂ ਲਹਿਰ ਵਿੱਚ ਨਿਘਾਰ ਦਿਨੋ ਦਿਨ ਵਧ ਰਿਹਾ ਸੀ। ਪੰਜਾਬ ਦੇ ਲੋਕ ਪੁਲ਼ੀਸ ਦੇ ਨਾਲ ਨਾਲ ਖਾੜਕੂਵਾਦ ਤੋਂ ਵੀ ਤੰਗ ਪੈ ਚੁੱਕੇ ਸਨ।

ਉੱਧਰ ਅੱਜ ਐਮ ਐੱਲ ਏ ਅਮਰਜੀਤ ਸਿੰਘ ਦਾ ਭੋਗ ਸੀ। ਮੁੱਖ ਮੰਤਰੀ ਸੁਰਜੀਤ ਸਿੰਘ ਬਰਨਾਲਾ ਅਤੇ ਗਵਰਨਰ ਰੇਅ ਵੀ ਪਹੁੰਚ ਰਹੇ ਸਨ। ਸੂਹੀਆ ਪੁਲੀਸ ਦਾ ਜ਼ਾਲ ਸਾਰੇ ਇਲਾਕੇ ਵਿੱਚ ਵਿਛਾਇਆ ਗਿਆ ਸੀ। ਜੇ ਕਿਤੇ ਖਾੜਕੂਆਂ ਦਾ ਮੋਟਰ ਤੇ ਰਾਤ ਕੱਟਣਾ ਪਤਾ ਲੱਗ ਜਾਂਦਾ ਤਾਂ ਵਿਆਹ ਤਾਂ ਇੱਕ ਪਾਸੇ ਰਿਹਾ ਸਾਰੇ ਟੱਬਰ ਦਾ ਮਾਸ ਜੰਬੂਰਾਂ ਨਾਲ ਨੋਚਿਆ ਜਾਣਾ ਸੀ। ਇਹ ਮਹੌਲ ਮਨਦੀਪ ਨਾਲ ਵੀ ਖਹਿ ਖਹਿ ਕੇ ਲੰਘ ਰਿਹਾ ਸੀ। ਉਹ ਆਪਣੇ ਜ਼ਜ਼ਬਾਤ ਕਵਿਤਾਵਾਂ ਕਹਾਣੀਆਂ ਵਿੱਚ ਲਿਖ ਕੇ ਕਿਸੇ ਸਭਾ ਵਿੱਚ ਸੁਣਾ ਆਉਂਦਾ। ਪਰ ਹੁਣ ਤਾਂ ਖਾੜਕੂਵਾਦ ਦੇ ਖਿਲਾਫ ਲਿਖਣ ਵਾਲਿਆਂ ਨੂੰ ਵੀ ਮਾਰਿਆ ਜਾਣ ਲੱਗ ਪਿਆ ਸੀ। ਆਪਣੇ ਲਈ ਹੱਕਾਂ ਦੀ ਮੰਗ ਕਰਨ ਵਾਲੇ ਕਿਵੇਂ ਹੁਣ ਦੂਜਿਆਂ ਦੇ ਹੱਕਾਂ ਨੂੰ ਰੌਂਦ ਰਹੇ ਸਨ। ਕਿਵੇਂ ਮੀਡੀਆਂ ਤੇ ਲੇਖਕਾਂ ਦੇ, ਗਲ਼ ਗੂਠਾ ਦਿੱਤਾ ਜਾ ਰਿਹਾ ਸੀ।

ਮਨਦੀਪ ਸੋਚਦਾ 'ਅਜੇ ਰਾਜ ਭਾਗ ਤੋਂ ਬਗੈਰ ਹੀ ਲੋਕਾਂ ਦੀਆਂ ਨੱਕ ਨਾਲ ਲਕੀਰਾਂ ਕਢਵਾਈਆਂ ਪਈਆਂ ਨੇ ਜੇ ਰਾਜ ਆ ਗਿਆ ਫੇਰ ਕੀ ਬਣੂ ?' ਪਰ ਮਨਦੀਪ ਨੂੰ ਪਤਾ ਸੀ ਕੇ ਜੇ ਇਹ ਲਹਿਰ ਸਰਕਾਰ ਦੀ ਬਜਾਏ, ਆਮ ਲੋਕਾਂ ਦੇ ਖਿਲਾਫ ਹੋ ਗਈ ਤਾਂ ਯਕੀਨਨ ਇਸਦੀ ਮੌਤ ਹੋ ਜਾਵੇਗੀ। ਕੋਈ ਵੀ ਲਹਿਰ ਲੋਕਾਂ ਦੇ ਸਹਿਯੋਗ ਤੋਂ ਬਿਨਾਂ ਚੱਲ ਨਹੀਂ ਸਕਦੀ।

ਮਨਦੀਪ ਨੇ ਅਪਣੀ ਇੱਕ ਨਵੀਂ ਲਿਖੀ ਕਹਾਣੀ ਸਾਹਿਤ ਸਭਾ ਵਿੱਚ ਪੜ੍ਹਨ ਜਾਣਾ ਸੀ। ਉਸੇ ਦਿਨ ਨਾਮਵਰ ਫਿਲਮੀ ਕਲਾਕਾਰ ਸੁਨੀਲ ਦੱਤ, ਮਹਾਂ ਸ਼ਾਂਤੀ ਪਦ ਯਾਤਰਾ ਤਹਿਤ ਇੱਕ ਵੱਡਾ ਖਤਰਾ ਮੁੱਲ ਲੈਕੇ ਦੋਰਾਹਾ ਸ਼ਹਿਰ ਵਿੱਚੋਂ ਲੰਘਣ ਵਾਲਾ ਸੀ। ਉਸ ਦੇ ਨਾਲ ਉਸ ਦੀ ਬੇਟੀ ਪ੍ਰਿਆ ਦੱਤ ਵੀ ਸੀ। ਇਹ ਪੈਦਲ ਯਾਤਰਾ ਉਨ੍ਹਾਂ ਮੁੰਬਈ ਤੋਂ ਸ਼ੁਰੂ ਕੀਤੀ ਸੀ ਜੋ ਅਮ੍ਰਿਤਸਰ ਜਾ ਕੇ ਸਮਾਪਤ ਹੋਣੀ ਸੀ। ਮਨਦੀਪ ਆਪਣੇ ਦੋਸਤ ਕ੍ਰਿਸ਼ਨ ਕੌਸ਼ਲ ਨਾਲ ਉਥੇ ਵੀ ਪੁੱਜ ਗਿਆ। ਉਸ ਨੂੰ ਸੁਨੀਲ ਦੱਤ ਨਾਲ ਹੱਥ ਮਿਲਾਉਣ ਅਤੇ ਉਸਦਾ ਭਾਸ਼ਨ ਸੁਣਨ ਦਾ ਮੌਕਾ ਵੀ ਮਿਲ ਗਿਆ। ਉਹ ਬੜੀ ਸੋਹਣੀ ਪਾਕਿਸਤਾਨੀ ਸਟਾਈਲ ਦੀ ਪੰਜਾਬੀ ਵਿੱਚ ਬੋਲਿਆ।

ਉਸ ਕਲਾਕਾਰ ਜਿਸ ਦੀਆਂ ਮਨਦੀਪ ਨੇ ਅਨੇਕਾਂ ਫਿਲਮਾਂ ਵੇਖੀਆਂ ਸਨ। ਅੱਜ ਉਸ ਨੂੰ ਅੱਖਾਂ ਸਾਹਮਣੇ ਵੇਖ ਕੇ ਕਿੰਨਾ ਚੰਗਾ ਲੱਗਿਆ ਸੀ। ਇਹ ਕਲਾਕਾਰ ਪੰਜਾਬ ਦੀ ਸ਼ਾਂਤੀ ਲਈ ਹੀ ਤਾਂ ਇਹ ਖਤਰਾ ਮੁੱਲ ਲੈ ਰਿਹਾ ਸੀ। ਕਲਾ ਉੱਥੇ ਹੀ ਪਨਪ ਸਕਦੀ ਹੈ ਜਿੱਥੇ ਸ਼ਾਂਤ ਮਹੌਲ ਹੋਵੇ। ਪਰ ਪੰਜਾਬ ਵਿੱਚ ਤਾਂ ਕੋਹਰਾਮ ਮੱਚਿਆ ਹੋਇਆ ਸੀ। ਗੋਲੀਆਂ, ਲਾਸ਼ਾ, ਬੰਬ ਧਮਾਕੇ ਬੱਸ ਏਹੋ ਲਫਜ਼ ਗੂੰਜਦੇ ਰਹਿੰਦੇ ਸਨ।

12 ਮਈ 1987 ਦਾ ਦਿਨ ਸੀ। ਦਲੇਰ ਸਿੰਘ ਨੇ ਬੱਚਿਆਂ ਦੀ ਜੋਰਦਾਰ ਮੰਗ ਤੇ ਉਨ੍ਹਾਂ ਨੂੰ ਬਲੈਕ ਐਂਡ ਵਾਈਟ ਟੈਕਸਲਾ ਟੈਲੀਵੀਜਨ ਲੈ ਦਿੱਤਾ। ਮਨਦੀਪ ਨੂੰ ਵੀ ਇਸਦਾ ਬਹੁਤ ਚਾਅ ਸੀ ਕਿ ਘੱਟੋ ਘੱਟ ਮਨਪਸੰਦ ਪ੍ਰੋਗ੍ਰਾਮ ਦੇਖਣ ਹੁਣ ਕਿਸੇ ਹੋਰ ਦੇ ਘਰ ਨਹੀਂ ਜਾਣਾ ਪਿਆ ਕਰੂ। ਦਰਅਸਲ ਪੰਜਾਬ ਦੇ ਮਹੌਲ ਨੇ ਵੀ ਲੋਕਾਂ ਨੂੰ ਆਪਣੇ ਘਰਾਂ ਤੱਕ ਸੀਮਿਤ ਰਹਿਣ ਲਈ ਮਜ਼ਬੂਰ ਕਰ ਦਿੱਤਾ ਸੀ।

ਇਹ ਘਟਨਾਵਾਂ ਵੀ ਬਹੁਤ ਵਾਪਰਦੀਆਂ ਸਨ, ਕਿ ਅਣਪਛਾਤੇ ਬੰਦੇ ਟੈਲੀਵੀਜਨ ਦੇਖਦੇ ਲੋਕਾਂ ਤੇ ਗੋਲੀਆਂ ਦੀ ਵਾਛੜ ਕਰ ਜਾਂਦੇ। ਨਾਲੇ ਇਹ ਵੀ ਪਤਾ ਨਹੀਂ ਸੀ ਲੱਗਦਾ ਕਿ ਕਦੋਂ ਕੋਈ ਦਹਿਸਤਗਰਦ ਦਰਸ਼ਕ ਬਣ ਕੇ ਹੀ ਕਿਸੇ ਦੇ ਘਰ ਆ ਵੜੇ। ਬਚਨ ਕੌਰ ਵੀ ਖੁਸ਼ ਸੀ ਕਿ ਰਸੋਈ ਦੇ ਸਾਹਮਣੇ ਵਾਲੇ ਕਮਰੇ ਵਿੱਚ ਲੱਗੇ ਟੀ ਵੀ ਨੂੰ ਦੇਖ, ਉਸ ਦਾ ਵੀ ਟਾਇਮ ਲੰਘ ਜਿਆ ਕਰੂ। ਇਸੇ ਦਿਨ ਟੈਲੀਵੀਜਨ ਉੱਪਰ ਉਨ੍ਹਾਂ ਪਹਿਲੀ ਖ਼ਬਰ ਦੇਖੀ ਕਿ ਕੇਂਦਰ ਸਰਕਾਰ ਨੇ ਪੰਜਾਬ ਦੇ ਮਹੌਲ ਨੂੰ ਆਧਾਰ ਬਣਾ ਕੇ ਬਰਨਾਲਾ ਸਰਕਾਰ ਭੰਗ ਕਰ ਦਿੱਤੀ ਹੈ। ਪੰਜਾਬ ਵਿੱਚ ਫੇਰ ਗਵਰਨਗੀ ਰਾਜ ਲਾਗੂ ਕਰ ਦਿੱਤਾ ਗਿਆ। ਮਨਦੀਪ ਨੂੰ ਟੀ ਵੀ ਦੇ ਰੁਝੇਵੇਂ ਨੇ ਹੁਣ ਘਰ ਬੈਠਣ ਲਈ ਮਜ਼ਬੂਰ ਕਰ ਦਿੱਤਾ। ਉਹ ਸਾਹਿਤਕ ਸਮਾਗਮਾਂ ਤੇ ਜਾਂਦਾ ਪਰ ਸ਼ਾਮ ਨੂੰ ਘਰ ਮੁੜ ਆਉਂਦਾ।

ਫੇਰ ਇੱਕ ਦਿਨ ਖ਼ਬਰ ਆਈ ਕਿ ਚੌਧਰੀ ਚਰਨ ਸਿੰਘ ਦੀ ਮੌਤ ਹੋ ਗਈ ਜੋ, ਹਰਿਆਣੇ ਦੀ ਸਿਆਸਤ ਵਿੱਚੋਂ ਪ੍ਰਧਾਨ ਮੰਤਰੀ ਦੇ ਅਹੁਦੇ ਤੱਕ ਪੁੱਜੇ ਸਨ। 31 ਮਈ ਨੂੰ ਪ੍ਰਸਿੱਧ ਪਾਕਿਸਤਾਨੀ ਲੇਖਕ ਖਵਾਜ਼ਾ ਅਹਿਮਦ ਅਵਾਸ ਦੀ ਮੌਤ ਹੋ ਗਈ। ਦੁਨੀਆਂ ਦਾ ਮੇਲਾ ਵਿਛੜ ਰਿਹਾ ਸੀ। ਪਰ ਇਨਸਾਨ ਫੇਰ ਵੀ ਕਿਉਂ ਕੁੱਕੜਾਂ ਵਾਂਗ ਲੜ ਰਹੇ ਸਨ। 15 ਜੁਲਾਈ ਵਾਲੇ ਦਿਨ ਇਕੱਲੀ ਦਿੱਲੀ ਵਿੱਚ ਹੀ 27 ਕਤਲ ਹੋਏ। ਤੇ ਸੱਤ ਜੁਲਾਈ ਨੂੰ ਲਾਲੜੂ ਬੱਸ ਵਿੱਚੋਂ ਕੱਢ ਕੇ ਇੱਕੋ ਫਿਰਕੇ ਦੇ 42 ਲੋਕਾਂ ਨੂੰ ਮੌਤ ਦੇ ਘਾਟ ਉਤਾਰ ਦਿੱਤਾ ਗਿਆ।

ਇਸ ਦੇ ਰੋਸ ਵਿੱਚ ਦੂਸਰੇ ਹੀ ਦਿਨ ਸਾਰੀਆਂ ਪਾਰਟੀਆਂ ਨੇ ਰਲ਼ ਕੇ ਪੰਜਾਬ ਬੰਦ ਦਾ ਸੱਦਾ ਦੇ ਦਿੱਤਾ। ਪਰ ਕਾਤਲਾਂ ਦੇ ਕਲੇਜੇ ਕਿੱਥੇ ਪਸੀਜਦੇ ਸਨ। ਇਸੇ ਦਿਨ ਫਤਿਆਬਾਦ ਤੋਂ ਸਿਰਸਾ ਜਾ ਰਹੀ ਬੱਸ ਵਿੱਚੋਂ ਕੱਢ ਕੇ ਚਾਲੀ ਹੋਰ ਲੋਕ ਮਾਰ ਦਿੱਤੇ ਗਏ। ਪੂਰਾ ਦੇਸ਼ ਹੀ ਸਿੱਖਾਂ ਖਿਲਾਫ ਭੜਕ ਉੱਠਿਆ। ਕਈ ਥਾਵਾਂ ਤੇ ਦੰਗੇ ਵੀ ਸ਼ੁਰੂ ਹੋ ਗਏ। ਤੇ ਇਨ੍ਹਾਂ ਦੰਗਿਆਂ ਵਿੱਚ ਪੰਜਾਹ ਦੇ ਕਰੀਬ ਲੋਕ ਮਾਰੇ ਗਏ।

ਮਨਦੀਪ ਕੋਲ ਹੁਣ ਜੇ ਕੋਈ ਮਨ ਨੂੰ ਸਕੂਨ ਦੇਣ ਵਾਲੀ ਚੀਜ਼ ਸੀ ਉਹ ਸੀ ਸਾਹਿਤ ਜਾਂ ਫੇਰ ਸੰਗੀਤ। ਉਹ ਸਵੇਰੇ ਉੱਠ ਕੇ ਆਲ ਇੰਡੀਆ ਰੇਡੀਉ ਤੋਂ ਫਰਮਾਇਸ਼ੀ ਪ੍ਰੋਗ੍ਰਾਮ ਸੁਣ ਲੈਂਦਾ। ਜਾਂ ਸ਼ਾਮ ਨੂੰ ਟੀ ਵੀ ਦੇਖ ਲੈਂਦਾ ਤੇ ਦਿਨੇ ਕੋਈ ਚੰਗੀ ਕਿਤਾਬ ਪੜ੍ਹ ਲੈਂਦਾ।

ਅਕਾਲ ਤਖਤ ਅਜਿਹੇ ਸਮੇਂ ਆਪਣਾ ਕੋਈ ਰੋਲ ਨਿਭਾਉਣ ਵਿੱਚ ਅੱਗੇ ਨਹੀਂ ਸੀ ਆਇਆ। ਉਸ ਨੇ ਅਜਿਹਾ ਕੋਈ ਹੁਕਮਨਾਮਾ ਜਾਰੀ ਨਾ ਕੀਤਾ ਜੋ ਏਨਾਂ ਬੇਲਗਾਮ ਹੋਈਆਂ ਜਥੇਬੰਦੀਆਂ ਨੂੰ ਠੱਲ ਪਾ ਸਕੇ। ਅਗਰ ਸ਼੍ਰੋਮਣੀ ਕਮੇਟੀ ਜਾਂ ਅਕਾਲ ਤਖਤ ਦੇ ਜਥੇਦਾਰ ਦਰਬਾਰ ਸਾਹਿਬ ਨੂੰ ਅੱਤਵਾਦੀਆਂ ਦੀ ਢਾਲ ਬਣਨ ਹੀ ਨਾ ਦਿੰਦੇ ਤਾਂ ਸਥਿਤੀ ਏਥੋਂ ਤੱਕ ਪਹੁੰਚਣੀ ਹੀ ਨਹੀਂ ਸੀ। ਪਰ ਇਹ ਜਥੇਦਾਰ ਜਾਂ ਪ੍ਰਧਾਨ ਵੀ ਸਿਆਸੀ ਲੋਕਾਂ ਦੀਆਂ ਕਠਪੁਤਲੀਆਂ ਸਨ। ਸਿੰਘ ਸਾਹਿਬ ਪ੍ਰੋ: ਦਰਸ਼ਣ ਸਿੰਘ ਜੋ ਸਿਆਣੇ ਤੇ ਹਾਜ਼ਰ ਜਵਾਬ ਜਥੇਦਾਰ ਸਮਝੇ ਜਾਂਦੇ ਸਨ, 18 ਨਵੰਬਰ ਨੂੰ ਉਹ ਵੀ ਆਪਣੇ ਆਪ ਨੂੰ ਬੇਵਸ ਸਮਝਦੇ ਹੋਏ, ਆਪਣੇ ਅਹੁਦੇ ਤੋਂ ਅਸਤੀਫਾ ਦੇ ਕੇ ਵੱਖ ਹੋ ਗਏ। ਪੰਜਾਬ ਦੀ ਗੰਧਲ ਚੁੱਕੀ ਸਿਆਸਤ ਵਿੱਚ ਹਰ ਪਾਸੇ ਹੀ ਹਨੇਰਾ ਸੀ।

ਵਕਤ ਭਾਵੇਂ ਕਿੰਨਾ ਵੀ ਖਰਾਬ ਕਿਉਂ ਨਾ ਹੋਵੇ, ਪਰ ਸਮਾਂ ਕਦੋਂ ਰੁਕਦਾ ਹੈ ? ਪਰ ਪੰਜਾਬ ਦੀ ਨੌਜਵਾਨ ਪੀੜੀ ਲਈ ਮਾਨਸਿਕ ਤੌਰ ਤੇ ਜਿਵੇਂ ਸਮਾਂ ਰੁਕ ਗਿਆ ਸੀ। ਨੌਜਵਾਨ ਤਬਕਾ ਜੋ ਅੱਤਵਾਦ ਜਾਂ ਪੁਲਿਸ ਤਸ਼ੱਦਤ ਦੇ ਪੁੜਾਂ ਹੇਠ ਪਿਸਣੋਂ ਬਚ ਗਿਆ ਨਿਰਾਸ਼ਤਾ ਦੇ ਇਸ ਦੌਰ ਵਿੱਚ ਨਸ਼ਿਆਂ ਦੀ ਡੂੰਘੀ ਖਾਈ ਵਿੱਚ ਗਰਕਣ ਲੱਗਾ। ਮਨਦੀਪ ਵਰਗੇ ਮੁੰਡਿਆਂ ਨੂੰ ਸ਼ਰਾਬ ਪੀਣਾਂ ਜਿਵੇਂ ਚੰਗ ਲੱਗਣ ਲੱਗ ਪਿਆ। ਨਿਰਾਸ਼ਤਾ ਦੇ ਇਸ ਆਲਮ ਵਿੱਚ ਹੋਰ ਕਰਨ ਲਈ ਹੀ ਕੁੱਝ ਨਹੀਂ ਸੀ। ਮਨਦੀਪ ਵੀ ਜਿੱਥੇ ਕਿਤੇ ਪੀਣ ਦਾ ਬਹਾਨਾ ਮਿਲਦਾ ਪੀ ਲੈਂਦਾ।

ਉਸਦੇ ਇੱਕ ਦੋਸਤ ਡੱਬੂ ਦੇ ਵੱਡੇ ਭਰਾ ਗੋਗੋ ਦਾ ਵਿਆਹ ਸੀ। ਉੱਥੇ ਉਹ ਦੋ ਦਿਨ ਪੀਂਦਾ ਰਿਹਾ। ਬਠਿੰਡੇ ਕੋਲ ਬਰਾਤ ਗਈ ਸੀ। ਪਰ ਹਾਲਾਤ ਤਾਂ ਸਾਰੇ ਪੰਜਾਬ ਦੇ ਹੀ ਇੱਕੋ ਜਿਹੇ ਸਨ। ਏਸੇ ਵਿਆਹ ਤੇ ਡੱਬੂ ਨੇ ਨਸ਼ੇ ਦੀ ਲੋਰ ਵਿੱਚ ਦੱਸਿਆ ਕਿ ਜੋ ਲਾਲੜੂ ਬੱਸ ਕਾਂਡ ਹੋਇਆ ਸੀ। ਉਸ ਦਾ ਮੁੱਖ ਸਰਗਣਾ ਡਾ: ਮਹਿਤੋਂ ਕੋਈ ਹੋਰ ਨਹੀਂ ਸੀ ਸਗੋਂ ਆਪਣਾ ਹੀ ਦੋਸਤ ਸੋਨੀ ਸੀ।

ਉਹ ਹੀ ਸੋਨੀ ਜਿਸ ਦੇ ਨਿੱਕੇ ਹੁੰਦੇ ਦੇ ਮਾਂ ਬਾਪ ਮਰ ਗਏ ਸਨ। ਫੇਰ ਕਦੇ ਉਹ ਜੁੱਤੀਆਂ ਗੰਢਦਾ ਰਿਹਾ ਤੇ ਕਦੀ ਰਿਕਸ਼ਾ ਚਲਾਂਉਂਦਾ ਰਿਹਾ। ਫੇਰ ਕਿਸੇ ਧਾਰਮਿਕ ਜਥੇ ਨਾਲ ਰਲ਼ ਕੇ ਗਾਉਣ ਲੱਗਿਆ। ਨਹਿੰਗਾਂ ਵਾਲਾ ਬਾਣਾ ਪਹਿਨਣ ਲੱਗਿਆ। ਤੇ ਫੇਰ ਪਤਾ ਨਹੀਂ ਕਿਵੇਂ ਖਾੜਕੂਆਂ ਦੇ ਧੱਕੇ ਚੜ੍ਹ ਗਿਆ। ਡੱਬੂ ਨੇ ਇਹ ਵੀ ਦੱਸਿਆ ਕਿ ਵਾਰਦਾਤ ਕਰਨ ਤੋਂ ਬਾਅਦ ਉਹ ਮੇਰੇ ਘਰ ਰਾਤ ਕੱਟਣ ਆਇਆ ਸੀ। ਉਸ ਕੋਲ ਸਟੇਨ ਗੱਨ ਤੇ ਨੋਟਾਂ ਦਾ ਭਰਿਆ ਹੋਇਆ ਬੈਗ ਵੀ ਸੀ। ਭਰਾਵਾਂ ਉਹ ਹੁਣ ਕਿਸੇ ਰਾਤ ਤੇਰੇ ਕੋਲ ਵੀ ਆ ਸਕਦਾ ਹੈ।

ਮਨਦੀਪ ਤਾਂ ਹੁਣ ਬਹੁਤ ਡਰ ਗਿਆ ਸੀ। ਉਸ ਰਾਤ ਸੁਪਨੇ ਵਿੱਚ ਪੁਲਿਸ ਵਾਲੇ ਉਸ ਨੂੰ ਆਪਣੇ ਪਿਉ ਦਲੇਰ ਸਿੰਘ ਦੀ ਦਾੜ੍ਹੀ ਪੁੱਟਦੇ, ਤੇ ਮਾਂ ਨੂੰ ਬੇਇੱਜਤ ਕਰਦੇ ਦਿਸਦੇ ਰਹੇ। ਉਸ ਨੂੰ ਆਪਣੇ ਤੋਂ ਨਿੱਕਿਆਂ ਦੀਆਂ ਲਾਸ਼ਾਂ ਵੀ ਚਿੱਟੇ ਕੱਪੜਿਆਂ ਨਾਲ ਢਕੀਆਂ ਦਿਖਦੀਆਂ ਰਹੀਆਂ। ਫੇਰ ਇੱਕ ਦਿਨ ਇੱਕ ਹੋਰ ਦੋਸਤ ਬਿੱਟੂ ਨੇ ਆ ਕੇ ਦੱਸਿਆ ਕਿ ਸੋਨੀ ਮਹਿਤੋਂ ਦੀ ਡਾਇਰੀ ਵਿੱਚੋਂ ਡੱਬੂ ਦਾ ਨੰਬਰ ਮਿਲਣ ਕਰਕੇ ਪੁਲਿਸ ਉਨ੍ਹਾਂ ਨੂੰ ਘਰੋਂ ਚੁੱਕ ਕੇ ਲੈ ਗਈ ਹੈ ਤੇ ਇਹ ਵੀ ਅਖਵਾ ਲਿਆ ਕਿ ਮਹਿਤੋਂ ਉਨ੍ਹਾਂ ਕੋਲ ਰਾਤ ਕਟ ਕੇ ਜਾਂਦਾ ਸੀ। ਪੁਲਿਸ ਨੇ ਅੰਨਾਂ ਤਸ਼ੱਦਤ ਕਰਕੇ ਦੋਨਾਂ ਭਰਾਂਵਾਂ ਦੇ ਚੱਡੇ ਪਾੜ ਸੁੱਟੇ। ਨਵ ਵਿਆਹੀ ਕੁੜੀ ਨੂੰ ਸ਼ਰੇਆਮ ਨੰਗੀ ਕਰਕੇ ਬੇਇੱਜ਼ਤ ਕੀਤਾ ਗਿਆ ਸੀ।

ਉਸ ਨੇ ਇਹ ਵੀ ਦੱਸਿਆ ਕਿ ਮਸਾਂ ਕਿਸੇ ਵੱਡੇ ਲੀਡਰ ਨੇ ਵਿੱਚ ਪੈ ਕੇ ਉਨ੍ਹਾਂ ਦੀ ਜ਼ਮਾਨਤ ਤਾਂ ਕਰਵਾ ਦਿੱਤੀ ਹੈ। ਪਰ ਉਹ ਤੁਰ ਫਿਰ ਨਹੀਂ ਸਕਦੇ। ਪੁਲੀਸ ਤਾਂ ਮੁਕਾਬਲਾ ਬਣਾਉਣ ਲੈ ਲੈ ਚੱਲੀ ਸੀ ਪਰ ਉਹ ਲੀਡਰ ਮੌਕੇ ਸਿਰ ਪਹੁੰਚ ਗਿਆ। ਮਹਿਤੋਂ ਦੀ ਡਾਇਰੀ ਵਿੱਚੋਂ ਤਾਂ ਮਨਦੀਪ ਦਾ ਨੰਬਰ ਵੀ ਨਿੱਕਲ ਸਕਦਾ ਸੀ ਅਜੇ ਪਿਛਲੇ ਸਾਲ ਹੀ ਤਾਂ ਉਹ ਉਮ ਕੋਲ ਦੋ ਰਾਤਾਂ ਰਹਿ ਕੇ ਗਿਆ ਸੀ। ਜਦੋਂ ਉਸ ਨੇ ਮੋਟਰ ਵਾਲੀ ਖੂਹੀ ਵਿੱਚ ਉੱਤਰ ਕੇ ਜਿਊਂਦੇ ਸੱਪ ਨੂੰ ਹੀ ਜਾ ਫੜਿਆ ਸੀ ਤੇ ਸਾਰੇ ਹੈਰਾਨ ਕਰ ਦਿੱਤੇ ਸਨ। ਉਦੋਂ ਮਨਦੀਪ ਨੂੰ ਕੀ ਪਤਾ ਸੀ ਕਿ ਉਹ ਤਾਂ ਆਪ ਇੱਕ ਖਤਰਨਾਕ ਨਾਗ ਹੈ। ਹੁਣ ਉਹ ਡਰ ਨਾਲ ਕੰਬ ਰਿਹਾ ਸੀ।

ਉਸ ਰਾਤ ਉਸ ਨੇ ਸ਼ਰਾਬ ਪੀ ਕੇ ਬਚਨ ਕੌਰ ਦੇ ਪੈਰ ਫੜੇ ਕੇ ਕਿਹਾ "ਮਾਂ ਜਰਨੈਲ ਵੀਰੇ ਨੂੰ ਕਹਿ, ਮੈਨੂੰ ਏਥੋਂ ਕਿਵੇਂ ਵੀ ਕੱਢ ਲਵੇ। ਨਹੀਂ ਤਾਂ ਤੁਸੀਂ ਬਹੁਤ ਪਛਤਾਉਂਗੇ। ਉਹ ਰੋਅ ਰਿਹਾ ਸੀ"

ਫੇਰ ਉਸੇ ਰਾਤ ਪਿੰਡ ਵਿੱਚ ਸਰਪੰਚ ਦਾ ਭਤੀਜ਼ਾ ਜ਼ਿਆਦਾ ਸ਼ਰਾਬ ਪੀਣ ਨਾਲ ਮਰ ਗਿਆ। ਜਿਸ ਨੇ ਸੱਤ ਸਾਲ ਪਹਿਲਾਂ ਹੀ ਮਾਸਟਰੀ ਦੀ ਡਿਗਰੀ ਕੀਤੀ ਸੀ ਤੇ ਕਿਤੇ ਵੀ ਸੈੱਟ ਨਾ

ਹੋਣ ਕਾਰਨ ਸ਼ਰਾਬ ਦਾ ਆਸਰਾ ਲੈਣ ਲੱਗਿਆ ਸੀ। ਆਖਿਰ ਸ਼ਰਾਬ ਹੀ ਉਸ ਨੂੰ ਕੁੱਝ ਕੁ ਸਾਲਾਂ ਵਿੱਚ ਪੀ ਗਈ।

ਮਨਦੀਪ ਨੂੰ ਵੀ ਆਪਣੀ ਹੋਣੀ ਸਾਹਮਣੇ ਦਿਖਾਈ ਦੇ ਰਹੀ ਸੀ। ਤੇ ਬਚਨ ਕੌਰ ਨੂੰ ਵੀ ਆਪਣੇ ਪੁੱਤ ਦਾ ਅੰਤ ਦਿਖਾਈ ਦੇਣ ਲੱਗਿਆ। ਉਸ ਨੇ ਕਿਹਾ ਹੁਣ ਤਾਂ ਹਰ ਹੀਲੇ ਜਰਨੈਲ ਨੂੰ ਮਨਾਉਣਾ ਹੀ ਪਵੇਗਾ ਭਾਵੇ ਕੁੱਝ ਵੀ ਹੋ ਜਾਵੇ।

●

ਭਾਗ 56

ਸਾਲ 1988 ਵੀ ਚੜ੍ਹ ਪਿਆ। ਕਈ ਦੋਸਤਾਂ ਮਿੱਤਰਾਂ ਦੇ ਨਵੇਂ ਸਾਲ ਦੇ ਕਾਰਡ ਵੀ ਪਹੁੰਚੇ। ਕੈਨੇਡਾ ਜਾ ਕੇ ਪਹਿਲੀ ਵਾਰ ਜਰਨੈਲ ਸਿੰਘ ਨੇ ਵੀ ਨਵੇਂ ਸਾਲ ਦਾ ਕਰਡ ਭੇਜਿਆ ਤੇ ਨਾਲ ਇੱਕ ਨਿੱਕੀ ਜਿਹੀ ਚਿੱਠੀ ਵੀ ਸੀ। ਜਿਸ ਵਿੱਚ ਲਿਖਿਆ ਹੋਇਆ ਸੀ ਮੇਰੀ ਘਰ ਵਾਲੀ ਦੀ ਭੂਆ ਦੀ ਕੁੜੀ ਹੈ। ਅਸੀਂ ਹੀ ਕੈਨੇਡਾ ਮੰਗਵਾਈ ਸੀ। ਮੈਂ ਮਨਦੀਪ ਬਾਰੇ ਗੱਲ ਤੋਰੀ ਹੈ। ਪੂਰਾ ਜ਼ੋਰ ਤਾਂ ਲਾਵਾਂਗਾ, ਅੱਗੇ ਰੱਬ ਨੂੰ ਮਨਜ਼ੂਰ। ਤੁਸੀਂ ਮਨਦੀਪ ਦੀਆਂ ਵਧੀਆਂ ਜਿਹੀਆਂ ਫੋਟੋਆਂ ਬਣਵਾ ਕੇ ਭੇਜ ਦਿਉ। ਊਂ ਤਾਂ ਮੈਂ ਲੋਹੜੀ ਵਾਲੀ ਮੂਵੀ ਵਿੱਚ ਵੀ ਸਾਰਿਆਂ ਨੂੰ ਦਿਖਾ ਦਿੱਤਾ ਸੀ। ਮਨਦੀਪ ਲਈ ਇੱਕ ਨਵਾਂ ਰਸਤਾ ਖੁੱਲ ਸਕਦਾ ਸੀ। ਤੇ ਇੱਕ ਨਵੇਂ ਜੀਵਨ ਦੀ ਸ਼ੁਰੂਆਤ ਹੋ ਸਕਦੀ ਸੀ। ਉਹ ਸੁਪਨੇ ਉਣਨ ਲੱਗਿਆ।

ਪਰ ਪਿਛਲੇ ਕੁੱਝ ਦਿਨਾਂ ਤੋਂ ਉਸਦਾ ਦਾਦਾ ਚੰਦ ਸਿੰਘ ਕਾਫੀ ਬਿਮਾਰ ਸੀ। ਉਹ ਇਕੱਲਾ ਰਹਿਣ ਦਾ ਆਦੀ ਸੀ, ਪਰ ਹੁਣ ਕੱਪੜੇ ਚੁੱਕ ਦਲੇਰ ਸਿੰਘ ਦੇ ਘਰ ਆ ਗਿਆ। ਹੋਰ ਕਿਸੇ ਨੇ ਵੀ ਉਸ ਨੂੰ ਨਹੀਂ ਸੀ ਪੁੱਛਿਆ। ਉਹ ਮਿਲਕੇ ਉਸ ਨੂੰ ਨਹਾਉਂਦੇ ਧੁਆਂਉਦੇ, ਕੱਪੜੇ ਬਦਲਦੇ ਜਾਂ ਖਿਚੜੀ ਬਗੈਰਾ ਬਣਾ ਕੇ ਖੁਆਂਉਦੇ।

ਦੋ ਜਨਵਰੀ ਦੀ ਰਾਤ ਨੂੰ ਉਸ ਦੀ ਹੂੰਗਰ ਹੋਰ ਵੀ ਉੱਚੀ ਹੋ ਗਈ। ਉਸ ਨੇ ਮਨਦੀਪ ਨੂੰ ਹਾਕ ਮਾਰੀ ਜੋ ਨਾਲਦੇ ਕਮਰੇ ਵਿੱਚ ਹੀ ਪਿਆ ਸੀ। ਉਸ ਨੇ ਕਿਹਾ ਹਾਂ "ਦੱਸੋ ਬਾਬਾ ਜੀ" "ਦੇਖ ਪੁੱਤ ਮੇਰਾ ਅੰਤਿਮ ਸਮਾਂ ਆ ਗਿਆ ਏ...ਬਥੇਰੀ ਉਮਰ ਭੋਗ ਲੀ, ਹੁਣ ਸੌ ਸਾਲ ਦਾ ਹੋਣ ਵਾਲਾ ਆਂ। ਬੱਸ ਹੁਣ ਜਾਣ ਦੀ ਤਿਆਰੀ ਆ। ਪਰ ਤੁਸੀਂ ਮਕਾਣਾਂ ਨਾ ਸੱਦਿਉ, ਪਾਠ ਕਰਵਾਉਣ ਦੀ ਵੀ ਲੋੜ ਨੀ ਅਤੇ ਮੇਰੇ ਫੁੱਲ ਵੀ ਨਹਿਰ ਸਰਹਿੰਦ ਵਿੱਚ ਹੀ ਪਾ ਦਿਉ" ਉਸ ਨੇ ਕਿਹਾ ਸੌਂ ਜਾਉ ਬਾਬਾ ਜੀ ਐਵੇਂ ਕਾਹਨੂੰ ਅਜਿਹੀਆਂ ਗੱਲਾਂ ਕਰਦੇ ਹੋਂ ? ਥੋਨੂੰ ਅਜੇ ਕੁੱਝ ਨੀ ਹੁੰਦਾ। ਤਾਂ ਚੰਦ ਸਿੰਘ ਬੋਲਿਆ "ਚੰਗਾ ਪੁੱਤ ਲਿਆ ਪਾਨੀ ਦਾ ਘੁੱਟ ਪਿਆ"

ਦੂਸਰੇ ਦਿਨ ਸੁਬਾ ਹੀ ਉੱਠ ਕੇ ਮਨਦੀਪ ਇੱਕ ਸਾਹਿਤਕ ਮੀਟਿੰਗ ਤੇ ਚਲਾ ਗਿਆ। ਜਦੋਂ ਸ਼ਾਮ ਨੂੰ ਘਰ ਪਰਤਿਆ ਤਾਂ ਸਾਰੇ ਉਦਾਸ ਸੀ ਤੇ ਰੋਅ ਵੀ ਕੋਈ ਨਹੀਂ ਸੀ ਰਿਹਾ। ਮਨਦੀਪ ਦਾ ਲਿਬੀਆ ਵਾਲਾ ਚਾਚਾ ਵੀ ਕੁਦਰਤੀਂ ਆਇਆ ਹੋਇਆ ਸੀ। ਉਸ ਨੇ ਕਿਹਾ ਮਨਦੀਪ ਨੂੰ ਵੀ ਰੋਟੀ ਪਾਉ ਅਸੀਂ ਇਕੱਠੇ ਹੀ ਖਾਅ ਲੈਂਦੇ ਹਾਂ। ਮਨਦੀਪ ਨੂੰ ਵਿੱਚੋਂ ਕਹਾਣੀ ਸਮਝ ਨਹੀਂ ਸੀ ਪੈ ਰਹੀ।

ਜਦੋਂ ਉਹ ਰੋਟੀ ਖਾਅ ਹਟਿਆ ਤਾਂ ਬੈਠਕ 'ਚ ਬੈਠਾ ਚਾਚਾ ਬੋਲਿਆ "ਦਰਅਸਲ ਬਾਪੂ ਜੀ ਚੜ੍ਹਾਈ ਕਰ ਗਿਆ ਹੈ, ਮੈਂ ਹੀ ਸਭ ਨੂੰ ਰੋਣੋ ਧੋਣੋ ਰੋਕਿਆ ਹੈ। ਸੌ ਸਾਲ ਦਾ ਹੋਣ ਵਾਲਾ ਸੀ ਨਾਲੇ ਭਰਿਆ ਪਰਿਵਾਰ ਛੱਡ ਕੇ ਗਿਆ ਹੈ। ਸਵੇਰੇ ਲੋਕਾਂ ਨੂੰ ਦੱਸ ਦਵਾਂਗੇ। ਹੁਣ ਐਵੇ ਚਿੜਚੋਲਰ ਪਾਉਣ ਦਾ ਕੀ ਫਾਇਦਾ ?" ਪਰ ਮਨਦੀਪ ਦੇ ਅਥਰੂ ਨਹੀਂ ਸੀ ਰੁੱਕੇ। ਉਸ ਨੇ ਅੰਦਰ ਜਾ ਕੇ ਸ਼ਾਂਤ ਪਏ ਦਾਦੇ ਦਾ ਚਿਹਰਾ ਦੇਖਿਆ, ਜੋ ਰਾਤ ਹੀ ਤੁਰ ਜਾਣ ਦੀ ਗੱਲ ਕਰਕੇ ਹਟਿਆ ਸੀ। ਬਚਨ ਕੌਰ ਸਿਰਾਹਣੇ ਬੈਠੀ ਪਾਠ ਕਰ ਰਹੀ ਸੀ। ਮਨਦੀਪ ਨੂੰ ਰਾਤ ਦੀਆਂ ਕਹੀਆਂ, ਬਾਬਾ ਜੀ ਦੀਆਂ ਗੱਲਾਂ

ਯਾਦ ਆਂਉਦੀਆਂ ਰਹੀਆਂ। ਅੱਜ ਉਹ ਨਾਲ ਦੇ ਕਮਰੇ ਵਿੱਚ ਪਿਆ ਬੈਠਾ ਰੋਂਦਾ ਰਿਹਾ।ਸਾਰੀ ਰਾਤ ਜਾਗ ਕੇ ਕੱਢੀ ਦੂਸਰਾਂ ਦਿਨ ਚੜ੍ਹਨ ਸਾਰ ਹੀ ਬਚਨ ਕੌਰ ਨੇ ਧਾਅ ਮਾਰੀ। ਫੇਰ ਤਾਂ ਆਂਢ ਗੁਆਂਢ ਇਕੱਠਾ ਹੋ ਗਿਆ। ਕੁੜੀਆਂ ਨੂੰ ਲੈਣ ਤੇ ਰਿਸ਼ਤੇਦਾਰਾਂ ਨੂੰ ਪਤਾ ਦੇਣ ਵੀ ਬੰਦੇ ਭੇਜ ਦਿੱਤੇ ਗਏ।ਦਲੇਰ ਸਿੰਘ ਪਿਉਂ ਦੇ ਸੰਸਕਾਰ ਲਈ ਲੱਕੜੀਆਂ ਪਾਥੀਆਂ ਦਾ ਪ੍ਰਬੰਧ ਕਰਦਾ ਫਿਰ ਰਿਹਾ ਸੀ। ਬਾਬੇ ਦੀ ਅਰਥੀ ਨੂੰ ਮੋਢਾ ਮਨਦੀਪ ਨੇ ਵੀ ਦਿੱਤਾ ਸੀ।

ਕੈਨੇਡਾ ਜਰਨੈਲ ਨੂੰ ਫੋਨ ਕਰ ਦਿੱਤਾ ਗਿਆ। ਉਸਦਾ ਸੁਨੇਹਾ ਸੀ ਕਿ ਨਾਨੇ ਦੀਆਂ ਸਾਰੀਆਂ ਫੋਟੋਆਂ ਭੇਜੀਆਂ ਜਾਣ। ਘਰ ਵਿੱਚ ਸੱਥਰ ਵਿਛ ਗਿਆ। ਮਕਾਣਾਂ ਆਉਣ ਲੱਗੀਆਂ। ਫੇਰ ਫੁੱਲ ਵੀ ਚੁਗੇ ਗਏ। ਪਰ ਉਹ ਹੀ ਕੁੱਝ ਹੋਇਆ ਜੋ ਸੰਸਾਰ ਦੀ ਰੀਤ ਸੀ। ਫੁੱਲ ਕੀਰਤਪੁਰ ਪਾਏ ਗਏ। ਮਕਾਣਾ ਵੀ ਆਈਆਂ ਪਾਠ ਵੀ ਖੁੱਲਿਆ ਤੇ ਭੋਗ ਵੀ ਪਿਆ। ਜੋ ਕੁੱਝ ਵੀ ਚੰਦ ਸਿੰਘ ਨੇ ਮਨਦੀਪ ਨੂੰ ਜਾਣ ਤੋਂ ਪਹਿਲਾਂ ਕਿਹਾ ਸੀ, ਕੁੱਝ ਵੀ ਪੂਰਾ ਨਾ ਹੋਇਆ।

ਜ਼ਿੰਦਗੀ ਦਾ ਸਿਰਫ ਇਕ ਚੈਪਟਰ ਪੂਰਾ ਹੋਇਆ ਸੀ, ਪਰ ਇਹ ਰੁਕੀ ਨਹੀਂ ਸੀ। ਫੇਰ ਸਭ ਕੁੱਝ ਆਮ ਵਰਗਾ ਹੀ ਹੋ ਗਿਆ। ਮਨਦੀਪ ਮੁੜ ਤੋਂ ਸਾਹਿਤਕ ਬੈਠਕਾਂ 'ਚ ਜਾਣ ਲੱਗਾ। ਕੁੱਝ ਦੇਰ ਬੰਦ ਰੱਖਣ ਤੋਂ ਬਾਅਦ, ਘਰ ਵਿੱਚ ਟੀ ਵੀ ਫੇਰ ਵੇਖਿਆ ਜਾਣ ਲੱਗਾ। ਉਹੋ ਖਬਰਾਂ ਸਨ ਜਿਵੇਂ ਬਾਦਸ਼ਾਹ ਖਾਨ ਦੀ ਮੌਤ ਹੋ ਗਈ ਅਤੇ ਹੋਰ ਮਾਰ ਧਾੜ। ਮਨਦੀਪ ਨੇ ਇਨ੍ਹਾਂ ਹੀ ਦਿਨਾਂ ਵਿੱਚ ਪੀ ਐੱਚ ਡੀ ਲਈ ਵੀ ਆਪਣਾ ਨਾਂ ਰਜਿਸਟਰਡ ਕਰਵਾ ਦਿੱਤਾ। ਡਾ: ਰਵਿੰਦਰ ਜੋ ਰੌਸ਼ਨ ਖਿਆਲਾਂ ਦੇ ਚਿੰਤਕ ਸਨ ਮਨਦੀਪ ਨੂੰ ਗਾਈਡ ਵੀ ਮਿਲ ਗਏ। ਇਨ੍ਹਾਂ ਹੀ ਦਿਨਾਂ ਵਿੱਚ ਇੱਕ ਵਾਰ ਉਹ ਆਪਣੇ ਚਾਚੇ ਨੂੰ ਛੱਡਣ ਦਿੱਲੀ ਵੀ ਗਿਆ। ਪਰ ਪੱਗ ਬੰਨੀ ਹੋਣ ਕਾਰਨ ਅਜੇ ਵੀ ਪੰਜਾਬ ਤੋਂ ਬਾਹਰ ਲੋਕ ਉਸ ਨੂੰ ਉਸੇ ਨਫਰਤ ਅਤੇ ਸ਼ੱਕ ਦੀਆਂ ਨਿਗਾਵਾਂ ਨਾਲ ਦੇਖਦੇ ਰਹੇ।

ਦਿੱਲੀ ਤੋਂ ਮੁੜਕੇ ਮਨਦੀਪ ਆਪਣੀ ਬੈਠਕ ਵਿੱਚ ਸੜਕ ਨਾਲ ਲੱਗਦੀ ਖਿੜਕੀ ਅੱਗੇ ਬੈਠਾ ਕੁੱਝ ਪੜ੍ਹ ਰਿਹਾ ਸੀ ਤਾਂ ਛਰਾਟਿਆਂ ਦਾ ਬੁੜਾ ਰੌਲਾ ਪਾਉਂਦਾ ਸੜਕ ਤੋਂ ਲੰਘਿਆ "ਰੋਹੜ ਦਿੱਤਾ ਅਗਿਲਿਆਂ ਨੇ ਗੰਦ ਕਿਹੜਾ ਥੋੜਾ ਬਕਦਾ ਤੀ। ਸੁਣਕੇ ਕੰਨ ਲਬੇਟਣੇ ਪੈਂਦੇ ਤੀ। ਹੁਣ ਲੈ ਲਿਆ ਦੱਖੂ ਦਾਣਾ"

ਮਨਦੀਪ ਨੇ ਬਾਹਰ ਨਿੱਕਲ ਕੇ ਏਧਰ ਉਧਰ ਤੋਂ ਪਤਾ ਕੀਤਾ ਤਾਂ ਇਹ ਖ਼ਬਰ ਜੰਗਲ ਦੀ ਅੱਗ ਵਾਂਗ ਫੈਲ ਚੁੱਕੀ ਸੀ ਕਿ 'ਗਾਇਕ ਅਮਰ ਸਿੰਘ ਚਮਕੀਲੇ ਨੂੰ ਅੱਤਵਾਦੀਆਂ ਨੇ ਓਸ ਵਕਤ, ਗਾਇਕਾ ਅਮਰਜੋਤ ਸਮੇਤ ਕਤਲ ਕਰ ਦਿੱਤਾ ਜਦੋਂ ਉਹ ਕਿਸੇ ਦੇ ਵਿਆਹ ਵਿੱਚ ਅਖਾੜਾ ਲਾਉਣ ਗਿਆ ਸੀ।

ਮਨਦੀਪ ਨੇ ਭਾਵੇਂ ਕਦੇ ਵੀ ਚਮਕੀਲੇ ਦੇ ਗੀਤਾਂ ਨੂੰ ਪਸੰਦ ਨਹੀਂ ਸੀ ਕੀਤਾ, ਉਸ ਨੇ ਕੁੱਝ ਚੰਗੇ ਗੀਤ ਵੀ ਗਾਏ ਸਨ, ਪਰ ਗੋਲੀ ਨਾਲ ਕਿਸੇ ਨੂੰ ਚੁੱਪ ਕਰਵਾ ਦੇਣਾ ਇਹ ਤਾਂ ਸਰਾਸਰ ਧੱਕੇ ਸ਼ਾਹੀ ਸੀ। ਕੁੱਝ ਲੋਕ ਕਹਿੰਦੇ ਸਨ ਕਿ ਜਿੱਦ ਬਾਜ਼ੀ ਕਰਕੇ ਇਹ ਕਤਲ ਹੋਇਆ ਹੋਊ। ਕਿਉਂਕਿ ਉਸ ਦੀ ਮਸ਼ਹੂਰੀ ਦੂਸਰੇ ਗਾਇਕਾਂ ਨੂੰ ਚੁਭਦੀ ਸੀ। 8 ਮਾਰਚ 1988 ਨੂੰ ਪਿੰਡ ਮਹਿਸਪੁਰ ਵਿੱਚ ਹੋਏ ਚਮਕੀਲੇ ਦੇ ਕਤਲ ਦੀ ਜਿੰਮੇਵਾਰੀ ਦੂਸਰੇ ਦਿਨ ਖਾਲਿਸਤਾਨ ਕਮਾਂਡੋ ਫੋਰਸ ਤੇ ਹਰੀ ਸਿੰਘ ਚਹੇੜੂ ਨੇ ਲੈ ਲਈ। ਇਸ ਤੋਂ ਪੰਜਾਬ ਵਿੱਚ ਗਾਇਕੀ ਦੇ ਅਖਾੜੇ ਬੰਦ ਹੋ ਗਏ। ਗਾਉਣ ਵਾਲੇ ਆਪਣੇ ਸਾਜ ਸਮੇਟ ਕੇ ਘਰੀਂ ਬੈਠ ਗਏ ਅਤੇ ਪੰਜਾਬ ਦੇ ਲੋਕ ਮਾੜੇ ਮੋਟੇ ਮਨੋਰੰਜਨ ਤੋਂ ਵੀ ਵਿਰਵੇ ਹੋ ਗਏ।

ਮਨਦੀਪ ਪੰਜਾਬੀ ਯੂਨੀਵਰਸਿਟੀ ਪਟਿਆਲੇ ਗਿਆ। ਪਰ ਇਸ ਵਾਰ ਹੋਸਟਲ ਦਾ ਕਮਰਾ ਮਿਲ ਗਿਆ ਸੀ। ਉਨ੍ਹਾਂ ਦੀ ਦੀਆਂ ਦੋ ਜਮਾਤਣਾ ਜੋ ਹਰ ਵਾਰ ਇੱਕ ਨਾਮਵਰ ਪ੍ਰੋਫੈਸਰ ਦੇ ਘਰ ਹੀ ਠਹਿਰਿਆ ਕਰਦੀਆਂ ਸਨ, ਉਨ੍ਹਾਂ 'ਚੋਂ ਇੱਕ ਨੇ ਭੇਦ ਖੋਹਲਿਆ ਕਿ ਡਾ: ਰਵਿੰਦਰ ਦਾ ਕਤਲ ਉਸ ਦੇ ਵਿਰੋਧੀ ਪ੍ਰੋਫੈਸਰ ਵਲੋਂ ਖਾੜਕੂ ਮੁੰਡਿਆ ਤੋਂ ਕਰਵਾਇਆ ਗਿਆ ਹੈ ਤਾਂ ਕਿ ਉਸਦੇ ਹੈੱਡ ਆਫ ਦੀ ਡਿਪਾਰਟਮੈਂਟ ਬਣਨ ਦਾ ਰਸਤਾ ਸਾਫ ਹੋ ਜਾਵੇ।

ਮਨਦੀਪ ਬੇਹੱਦ ਮਾਨਸਿਕ ਪੀੜ ਚੋਂ ਗੁਜ਼ਰ ਰਿਹਾ ਸੀ। ਉਸੇ ਦਿਨ ਮੁੰਡਿਆਂ ਨੇ ਰਲ਼ ਕੇ ਚਮਕੀਲੇ ਨੂੰ ਹੋਸਟਲ ਦੇ ਕਮਰੇ ਵਿੱਚ ਸ਼ਰਧਾਜ਼ਲੀ ਦਿੱਤੀ। ਕਈਆਂ ਉਸ ਦੇ ਗੀਤ ਗਾਏ। ਹਰ ਕੋਈ ਕਹਿ ਰਿਹਾ ਸੀ ਕਿ ਹੁਣ ਤਾਂ ਯਾਰੋ ਹੱਦ ਹੀ ਹੋ ਗਈ। ਇਸ ਤਰ੍ਹਾਂ ਨਹੀਂ ਸੀ ਹੋਣਾ ਚਾਹੀਦਾ।

23 ਮਾਰਚ ਦਾ ਦਿਨ ਸੀ। ਸਾਰਾ ਦੇਸ਼ ਸ਼ਹੀਦ ਭਗਤ ਸਿੰਘ ਨੂੰ ਯਾਦ ਕਰ ਰਿਹਾ ਸੀ। ਪਰ ਪੰਜਾਬ ਵਿੱਚ ਇੱਕ ਹੋਰ ਕਹਿਰ ਵਰਤ ਗਿਆ। ਇਨਕਲਾਬੀ ਪੰਜਾਬੀ ਸ਼ਾਇਰ ਪਾਸ਼ ਨੂੰ ਉਸ ਵਕਤ ਗੋਲੀਆਂ ਨਾਲ ਭੁੰਨ ਦਿੱਤਾ ਗਿਆ ਜਦੋਂ ਉਹ ਆਪਣੇ ਮਿੱਤਰ ਹੰਸ ਰਾਜ ਨਾਲ ਆਪਣੀ ਮੋਟਰ ਤੇ ਨਹਾ ਰਿਹਾ ਸੀ।

ਇੱਕ ਖਾੜਕੂ ਜਥੇਬੰਦੀ ਨੇ ਜ਼ਿੰਮੇਵਾਰੀ ਲੈਂਦੇ ਹੋਏ ਇਹ ਲਿਖਿਆ ਕਿ 'ਪਾਸ਼' ਅਮਰੀਕ ਸਿੰਘ ਸਿੰਘ ਦੇ ਨਾਂ ਹੇਠਾਂ 'ਸੁਰਖ ਰੇਖਾ' ਰਿਸਾਲੇ ਵਿਚ ਸਿੰਘਾਂ ਦੇ ਖਿਲਾਫ ਲਿਖਦਾ ਸੀ। ਪਰ ਇਹ ਕੀ ਤਰੀਕਾ ਹੋਇਆ ਚੁੱਪ ਕਰਵਾਉਣ ਦਾ ?' ਕੇਂਦਰ ਸਰਕਾਰ ਤੋਂ ਆਜ਼ਾਦੀ ਦੀ ਮੰਗ ਕਰਨ ਵਾਲੇ ਖੁਦ ਕਿਸੇ ਲੇਖਕ ਨੂੰ ਜਾਂ ਪੱਤਰਕਾਰ ਨੂੰ ਕੁਸਕਣ ਵੀ ਨਹੀਂ ਸੀ ਦੇਣਾ ਚਾਹੁੰਦੇ। ਪ੍ਰੀਤਲੜੀ ਦੇ ਸੁਮੀਤ ਸਿੰਘ ਤੋਂ ਲੈ ਕੇ ਲੇਖਕਾਂ ਕਲਾਕਾਰਾਂ ਦੇ ਕਤਲਾਂ ਦੀ ਲੜੀ ਪਾਸ਼ ਕਤਲ ਤੱਕ ਪਹੁੰਚੀ। ਇਸ ਘਟਨਾ ਨੇ ਇਸ ਲਹਿਰ ਦੀ ਅਰਥੀ ਵਿੱਚ ਇੱਕ ਹੋਰ ਕਿੱਲ ਠੋਕ ਦਿੱਤਾ।

ਮਨਦੀਪ ਜੋ ਕਾਲਜ ਵਿੱਚ ਪਾਸ਼ ਦਾ ਗੀਤ 'ਕੱਖਾਂ ਦੀਏ ਕੁੱਲੀਏ ਮੀਨਾਰ ਬਣ ਜਾਈਂ' ਗਾਇਆ ਕਰਦਾ ਸੀ। ਉਸ ਦੀਆਂ ਜਖਮੀ ਹੋਈਆਂ ਭਾਵਨਾਵਾਂ ਨੂੰ ਇਸ ਘਟਨਾ ਨੇ ਵੱਡੇ ਵਿਰੋਧ ਨੂੰ ਤੀਲੀ ਦਿਖਾ ਦਿੱਤੀ। ਫੇਰ ਪੰਜਾਬ ਦੇ ਲੇਖਕ ਕਲਾਕਾਰ ਤੇ ਪੱਤਰਕਾਰ ਸਾਰੇ ਹੀ ਇਸ ਲਹਿਰ ਦੇ ਖਿਲਾਫ ਹੋ ਗਏ।

ਹਾਲਾਤ ਹੋਰ ਵਿਗੜਦੇ ਗਏ। ਇੱਕ ਦਿਨ ਪੰਜਾਬ ਵਿੱਚ ਅੱਤਵਾਦ ਖਿਲਾਫ, ਖੱਬੇ ਪੱਖੀ ਪਾਰਟੀਆਂ ਨੇ ਬੰਦ ਦਾ ਸੱਦਾ ਦਿੱਤਾ, ਕਿਉਂਕਿ ਅੱਤਵਾਦੀ ਅੱਜ ਕੱਲ ਉਨ੍ਹਾਂ ਦੇ ਬੰਦੇ ਵਧੇਰੇ ਮਾਰ ਰਹੇ ਸਨ। 18 ਮਈ ਨੂੰ ਲੋਕਾਂ ਦੇ ਭਾਰੀ ਦਬਾਅ ਹੇਠ ਸਰਕਾਰ ਨੂੰ ਅਪਰੇਸ਼ਨ ਬਲੈਕ ਥੰਡਰ ਕਰਨਾ ਪਿਆ। ਇੱਕ ਵਾਰ ਫੇਰ ਇਸ ਅਪ੍ਰੇਸ਼ਨ ਨੂੰ ਲੈ ਕੇ ਪੰਜਾਬ ਦਾ ਮਹੌਲ ਗਰਮਾ ਗਿਆ ਸੀ।

ਜਰਨੈਲ ਦੀ ਚਲਾਈ ਹੋਈ ਗੱਲ ਸਦਕਾ। ਇੱਕ ਦਿਨ ਕੁੜੀ ਦੇ ਸਬੰਧੀ ਮਨਦੀਪ ਨੂੰ ਦੇਖਣ ਉਸਦੇ ਘਰ ਆਏ। ਉਹ ਮਨਦੀਪ ਦੀ ਸਖਸ਼ੀਅਤ ਤੇ ਗੱਲਬਾਤ ਤੋਂ ਪ੍ਰਭਾਵਤ ਹੋਏ। ਇੱਕ ਜੂਨ ਨੂੰ ਜਿਸ ਦਿਨ ਮਨਦੀਪ ਫਿਲਮ ਅਦਾਕਾਰ ਰਾਜ ਕਪੂਰ ਦੀ ਮੌਤ ਤੇ ਸ਼ੋਕ ਮਨਾ ਰਿਹਾ ਸੀ। ਉਸੇ ਦਿਨ ਕੋਟਭਾਈ ਤੋਂ ਇਹ ਸੁਨੇਹਾ ਵੀ ਆ ਗਿਆ ਕਿ ਸਾਨੂੰ ਸਭ ਕੁੱਝ ਠੀਕ ਹੈ। ਜਲਦੀ ਸ਼ਗਨ ਪਾ ਦਵਾਂਗੇ। ਫੇਰ ਇਹ ਸਲਾਹ ਬਣੀ ਕਿ ਕੈਨੇਡਾ ਵਸਦੀ ਕੁੜੀ ਲਈ ਪਹਿਲਾਂ ਮਨਦੀਪ ਉਨ੍ਹੀ ਸ਼ਗਨ ਭੇਜਣ, ਫੇਰ ਹੀ ਉਹ ਮੰਗਣਾ ਕਰਨ ਆਉਣਗੇ।

ਦਲੇਰ ਸਿੰਘ ਹੁਣ ਬਹੁਤ ਖੁਸ਼ ਸੀ। ਬਚਨ ਕੌਰ ਕਹਿੰਦੀ ਸੀ ਕਿ ਸਭ ਉਸ ਕਰਕੇ ਹੋਇਆ ਹੈ। ਉਹ ਜਰਨੈਲ ਸਿੰਘ ਨੂੰ ਅਸੀਸਾਂ ਦੇ ਰਹੀ ਸੀ। ਫੇਰ ਉਹ ਸਾਰੇ ਸ਼ਗਨਾਂ ਦਾ ਸੂਟ ਤੇ ਸ਼ਗਨਾਂ ਦੀ

ਮੁੰਦਰੀ ਆਪਣੀ ਭੂਆ ਦੇ ਘਰ ਦੇਣ ਗਏ। ਹੁਣ ਉਦਾਸੀ ਮਨਦੀਪ ਦੇ ਨੇੜੇ ਤੇੜੇ ਵੀ ਨਹੀਂ ਸੀ।

ਬੱਸ ਉਸ ਦਿਨ ਮਨ ਬੇਹੱਦ ਉਦਾਸ ਹੋਇਆ ਜਿਸ ਦਿਨ ਉਸਦਾ ਸਾਹਿਤਕ ਸਾਥੀ ਗੁਲਵੰਤ ਸੀਲੋਂ ਸਦਾ ਲਈ ਤੁਰ ਗਿਆ। ਫੇਰ ਅਗਲੇ ਮਹੀਨੇ ਉਸਦੀ ਦੀ ਮਾਸੀ ਮੀਤੋ ਦਾ ਨੌਜਵਾਨ ਮੁੰਡਾ ਮਰ ਗਿਆ। ਪਰ ਇਹ ਮੌਤਾਂ ਤਾਂ ਖ਼ਬਰਾਂ ਨਹੀਂ ਸਨ ਬਣਨੀਆਂ। ਹਾਂ ਉਸ ਦਿਨ ਬਹੁਤ ਵੱਡੀ ਖਬਰ ਬਣੀ ਜਦੋਂ 20 ਅਗਸਤ ਨੂੰ ਪਾਕਸਤਾਨ ਦੇ ਰਾਸ਼ਟਰਪਤੀ ਜਨਰਲ ਜਿਆ ਉਲ ਹੱਕ ਦੀ ਇੱਕ ਹਵਾਈ ਹਾਦਸੇ ਵਿੱਚ ਮੌਤ ਹੋ ਗਈ। ਤੇ ਲੋਕ ਬਹੁਤ ਸਾਰੀਆਂ ਅਫਵਾਵਾਂ ਵੀ ਫੈਲਾਅ ਰਹੇ ਸਨ।

ਹੁਣ ਵਕਤ ਤੇਜ਼ ਰਫਤਾਰ ਨਾਲ ਦੌੜਨ ਲੱਗਿਆ। ਤੇ ਮਨਦੀਪ ਦੀਆਂ ਕਲਪਨਾਵਾਂ ਦੇ ਘੋੜੇ ਦੌੜਦੇ ਰਹਿੰਦੇ। ਹੁਣ ਉਹ ਸੁਪਨਿਆਂ ਦੇ ਰਥ ਤੇ ਸਵਾਰ ਸੀ। ਦੁਨੀਆਂ ਦਾ ਸਭ ਤੋਂ ਵੱਡਾ ਟੂਰਨਾਮੈਂਟ, ਭਾਵ ਉਲੰਪਿਕ 17 ਸਤੰਬਰ ਨੂੰ ਦੱਖਣੀ ਕੋਰੀਆ ਦੀ ਰਾਜਧਾਨੀ ਸਿਉਲ ਵਿੱਚ ਸ਼ੁਰੂ ਹੋਇਆ। ਮਨਦੀਪ ਇੱਕ ਵਾਰ ਫੇਰ ਪੂਰੀ ਤਰ੍ਹਾਂ ਟੈਲੀਵੀਜ਼ਨ ਨਾਲ ਜੁੜ ਗਿਆ। ਕੈਨੇਡਾ ਦੇ ਬੇਨਜੌਨਸਨ ਨੇ 100 ਮੀਟਰ ਦੀ ਦੌੜ ਲਈ ਜੋ ਨਵਾਂ ਕੀਰਤੀਮਾਨ ਸਥਾਪਤ ਕਰਕੇ ਵਾਹ ਵਾਹ ਖੱਟੀ, ਉਹ ਉਦੋਂ ਮਿੱਟੀ ਵਿੱਚ ਮਿਲ ਗਈ ਜਦੋਂ ਉਸਦਾ ਡਰੱਗ ਟੈਸਟ ਪਾਜ਼ੇਟਿਵ ਆ ਜਾਣ ਕਾਰਨ ਜਿੱਤਿਆ ਹੋਇਆ ਮੈਡਲ ਖੋਅ ਲਿਆ ਗਿਆ।

ਇਹ ਉਹ ਹੀ ਦਿਨ ਸੀ ਜਿਸ ਦਿਨ ਮਨਦੀਪ ਦਾ ਮੰਗਣਾ ਸੀ। ਬਹੁਤ ਸਾਰੇ ਦੋਸਤ ਮਿੱਤਰ ਵੀ ਪਹੁੰਚੇ ਹੋਏ ਸਨ। 14 ਨਵੰਬਰ ਨੂੰ ਜਦੋਂ ਸਾਰਾ ਭਾਰਤ ਦੇਸ਼ ਦੇ ਪਹਿਲੇ ਪ੍ਰਧਾਨ ਮੰਤਰੀ ਜਵਾਹਰ ਲਾਲ ਨਹਿਰੂ ਦਾ ਸੌ ਵਾਂ ਜਨਮ ਦਿਨ ਮਨਾ ਰਿਹਾ ਸੀ। ਮਨਦੀਪ ਉਦੋਂ ਉਸੇ ਭਾਰਤ ਨੂੰ ਛੱਡਣ ਦੇ ਸੁਪਨੇ ਲੈ ਰਿਹਾ ਸੀ।

ਭਾਰਤ ਰਹਿਣ ਦਾ ਹੁਣ ਕੋਈ ਹੱਜ ਨਹੀਂ ਸੀ। ਅਮਨ ਕਨੂੰਨ ਗਰਕ ਚੁੱਕੇ ਸਨ। ਆਮ ਨਾਗਰਿਕ ਦਾ ਕੋਈ ਜੀਵਨ ਹੀ ਨਹੀਂ ਸੀ। ਮਨਦੀਪ ਦਾ ਕਲਾਕਾਰ ਮਨ ਮਰ ਰਿਹਾ ਸੀ। ਇਕੱਲਾ ਮਨ ਹੀ ਨਹੀਂ ਉਸ ਦੀ ਅੰਸ਼ ਖਤਮ ਹੋਣ ਦਾ ਖਤਰਾ ਵੀ ਮੂੰਹ ਅੱਡੀਂ ਖੜਾ ਸੀ। ਕਈ ਵਾਰ ਉਹ ਆਪਣੇ ਆਪ ਨੂੰ ਲਾਹਣਤਾ ਪਾਉਂਦਾ "ਤੂੰ ਤਾਂ ਭਗੌੜਾ ਹੋ ਜਾਵੇਗਾਂ ਆਪਣੇ ਸੁਆਰਥ ਲਈ। ਜੋ ਤੇਰੇ ਵਰਗੇ ਲੱਖਾਂ ਹੋਰ ਨੇ ਉਨ੍ਹਾਂ ਦਾ ਕੀ ਬਣੂ ?' ਫੇਰ ਕਲਾਕਾਰ ਮਨ ਆਖਦਾ ਇਹ ਤਾਂ ਖੁਦਕਸ਼ੀ ਹੋਈ ? ਫੇਰ ਤਾਂ ਤੂੰ ਆਪਣੇ ਲੋਕਾਂ ਲਈ ਕੁੱਝ ਵੀ ਨਹੀਂ ਕਰ ਸਕਦਾ। ਜਾਂ ਤੈਨੂੰ ਅੱਤਵਾਦੀ ਮਾਰ ਦੇਣਗੇ ਜਾਂ ਫੇਰ ਪੁਲੀਸ ਵਾਲੇ। ਸਿਆਣਪ ਏਹੋ ਕਿ ਕੇ ਜੇ ਮੌਕਾ ਬਣਦਾ ਹੈ ਜਾਨ ਬਚਾ ਕੇ ਨਿੱਕਲ ਜਾ ਏ ਮੁਲਕ ਚੋਂ। ਬਾਕੀ ਟੱਬਰ ਦਾ ਵੀ ਕੁੱਝ ਬਣ ਜਾਊ ਤੇ ਦਲੇਰ ਸਿੰਘ ਨੂੰ ਵੀ ਖੁਸ਼ੀ ਦੇ ਪਲ ਨਸੀਬ ਹੋ ਜਾਣਗੇ'। ਫੇਰ ਦੁਬਿਧਾ ਵਿੱਚ ਫਸੇ ਮਨ ਤੇ ਕੈਨੇਡਾ ਦੇ ਸੁਪਨੇ ਭਾਰੂ ਹੋਣ ਲੱਗੇ।

ਸਾਲ ਦਾ ਆਖਰੀ ਮਹੀਨਾ ਬੀਤ ਰਿਹਾ ਸੀ। ਕੜਾਕੇ ਦੀ ਸਰਦੀ ਨਾਲ ਧੁੰਦ ਵੀ ਜ਼ੋਰਾਂ ਦੀ ਪੈ ਰਹੀ ਸੀ। ਲੋਕ ਕੰਬਲਾਂ ਦੀਆਂ ਬੁੱਕਲਾਂ ਮਾਰੀ ਫਿਰਦੇ ਸਨ। ਜਿਸ ਨਾਲ ਅੱਤਵਾਦ ਦੇ ਭਾਂਬੜ ਵੀ ਭੈਭੀਤ ਕਰਦੇ ਰਹਿੰਦੇ। ਹਰ ਬੰਦਾ ਘਾਹ ਚ ਲੁਕੇ ਸੱਪ ਵਰਗਾ ਲੱਗਦਾ ਸੀ ਕਿ ਪਤਾ ਨਹੀਂ ਬੁੱਕਲ ਚੋਂ ਹਥਿਆਰ ਕੱਢ ਕਦੋਂ ਡੰਗ ਦੇਵੇ। ਕਲਾਕਾਰ ਬਗੈਰ ਕਿਸੇ ਸੁਰੱਖਿਆ ਦੇ ਨੰਗੇ ਧੜ ਖਤਰਾ ਮੁੱਲ ਲੈ ਕੇ ਕੰਮ ਕਰ ਰਹੇ ਸਨ।

6 ਦਸੰਬਰ ਦਾ ਦਿਨ ਸੀ ਪਿੰਡ ਤਲਵੰਡੀ ਵਿੱਚ ਫਿਲਮ ਅਦਾਕਾਰ ਵਰਿੰਦਰ ਪੰਜਾਬੀ ਫਿਲਮ 'ਜੱਟ ਦੀ ਜ਼ਮੀਨ' ਦੀ ਸ਼ੂਟਿੰਗ ਕਰ ਰਿਹਾ ਸੀ। ਮੋਟਰ ਸਾਈਕਲ ਸਵਾਰ ਕੰਬਲਾਂ ਦੀਆਂ ਬੁੱਕਲਾਂ ਵਾਲੇ, ਜੋ ਸ਼ੂਟਿੰਗ ਦੇ ਦਰਸ਼ਕਾਂ ਵਜੋਂ ਆਏ ਤੇ ਨਾਇਕ ਵਰਿੰਦਰ ਨੂੰ ਸ਼ੂਟ ਕਰ ਗਏ। 40

ਸਾਲਾ ਵਰਿੰਦਰ ਜੋ ਪੰਜਾਬੀ ਫਿਲਮਾਂ ਦਾ ਇੱਕੋ ਇੱਕ ਨਾਇਕ ਸੀ ਦੇ ਕਤਲ ਨੇ ਪੰਜਾਬ ਵਿੱਚ ਹਾਹਾਕਾਰ ਮਚਾ ਦਿੱਤੀ।

ਅੱਤਵਾਦ ਦੀ ਅਰਥੀ ਵਿੱਚ ਇੱਕ ਹੋਰ ਕਿੱਲ ਠੁਕ ਗਿਆ। ਇਹ ਉਹ ਸਮਾ ਸੀ ਜਦੋਂ ਪੰਜਾਬ ਦਾ ਹਰ ਮੁੰਡਾ ਜਾਨ ਭਜਾ ਕੇ ਏਥੋਂ ਭੱਜਣ ਲਈ ਅੱਡੀਆਂ ਨੂੰ ਥੁੱਕ ਲਾਈਂ ਫਿਰਦਾ ਸੀ। ਅੰਨੇ ਵਾਹ ਪੰਜਾਬੀ ਬਾਹਰਲੇ ਮੁਲਕਾਂ 'ਚ ਜਾ ਕੇ ਰਾਜਨੀਤਕ ਸ਼ਰਨ ਲੈਣ ਲੱਗੇ। ਮਨਦੀਪ ਤਾਂ ਵਿਆਹ ਦੇ ਆਧਾਰ ਤੇ ਪੱਕਾ ਜਾ ਰਿਹਾ ਸੀ। ਹਰ ਕੋਈ ਆਖਦਾ 'ਹੋਰ ਤੈਨੂੰ ਕੀ ਚਾਹੀਦਾ ਹੈ' ਫੇਰ ਮਨਦੀਪ ਵੀ ਇੱਕ ਲੰਮੀ ਉਡਾਰੀ ਲਈ ਪਰ ਤੋਲਣ ਲੱਗ ਪਿਆ।

•

ਭਾਗ 57

ਜਨਵਰੀ 1989 ਦੇ ਅਜੇ ਕੁੱਝ ਹੀ ਦਿਨ ਲੰਘੇ ਸਨ, ਪਰ ਅੱਜ ਮਨਦੀਪ ਦਾ ਮਨ ਬੇਹੱਦ ਉਦਾਸ ਸੀ। 6 ਜਨਵਰੀ ਨੂੰ ਕੇਹਰ ਸਿੰਘ ਅਤੇ ਸਤਵੰਤ ਸਿੰਘ ਨੂੰ ਇੰਦਰਾ ਗਾਂਧੀ ਦੇ ਕਤਲ ਦੇ ਦੋਸ਼ ਵਿੱਚ ਫਾਂਸੀ ਚੜ੍ਹਾ ਦਿੱਤਾ ਗਿਆ। ਇੱਕ ਪੱਖ ਏਨਾਂ ਨੂੰ ਗ਼ਦਾਰ ਦੇ ਦੂਸਰਾ ਸ਼ਹੀਦ ਆਖ ਰਿਹਾ ਸੀ। ਹੁਣ ਹਰ ਪਾਸੇ ਇਨ੍ਹਾਂ ਦੀਆਂ ਹੀ ਗੱਲਾਂ ਹੋ ਰਹੀਆਂ ਸਨ। ਇਹ ਸਾਰਾ ਕੁੱਝ ਅੱਗ ਦੇ ਭਾਂਬੜਾਂ ਤੇ ਤੇਲ ਪਾਉਣ ਵਰਗਾ ਸੀ।

ਮਨਦੀਪ ਦਾ ਇੱਕ ਫੁੱਫੜ ਤੇ ਰਿਸ਼ਤੇਦਾਰੀ 'ਚੋਂ ਲੱਗਦਾ ਚਾਚਾ ਖਾੜਕੂਆਂ ਦੇ ਕੱਟੜ ਹਮਾਇਤੀ ਬਣ ਚੁੱਕੇ ਸਨ। ਜਿਨਾਂ ਨੇ ਦਾਹੜੀਆਂ ਰੱਖ, ਅਮ੍ਰਿਤ ਛਕ ਕੇ ਗਾਤਰੇ ਪਾ ਲਏ ਸਨ। ਇਸ ਵਾਰ ਵੀ ਜਦੋਂ ਸਾਰੇ ਰਿਸ਼ਤੇਦਾਰ ਇੱਕ ਵਿਆਹ ਤੇ ਇਕੱਠੇ ਹੋਏ ਤਾਂ ਉਹ ਕਿਸੇ ਨੂੰ ਹੋਰ ਨੂੰ ਗੱਲ ਹੀ ਨਹੀਂ ਸਨ ਕਰਨ ਦੇ ਰਹੇ। ਅਖੇ ਖਾਲਿਸਤਾਨ ਤਾਂ ਹੁਣ ਬਣ ਕੇ ਹੀ ਰਹੇਗਾ। ਹਿੰਦੂਆਂ ਨੂੰ ਪੰਜਾਬ ਛੱਡਣਾ ਹੀ ਪਵੇਗਾ। ਹੋਰ ਤਾਂ ਹੋਰ ਉਹ ਤਾਂ ਰਿਸ਼ਤੇਦਾਰਾਂ ਨੂੰ ਰਮਾਇਣ ਤੇ ਮਹਾਂਭਾਰਤ ਵਰਗੇ ਸੀਰੀਅਲ ਦੇਖਣ ਤੋਂ ਵੀ ਵਰਜ ਰਹੇ ਸਨ। ਉਨ੍ਹਾਂ ਅਨੁਸਾਰ ਇਹ ਹਿੰਦੂ ਧਰਮ ਦਾ ਪ੍ਰਚਾਰ ਸੀ। ਇਹ ਕੱਟੜਵਾਦ ਇਕੱਲਾ ਭਾਰਤ ਵਿੱਚ ਹੀ ਨਹੀਂ ਸਗੋਂ ਦੁਨੀਆਂ ਦੇ ਹਰ ਕੋਨੇ ਵਿੱਚ ਪੈਰ ਪਸਾਰ ਰਿਹਾ ਸੀ। ਮਨਦੀਪ ਨੂੰ ਸਮਝ ਨਹੀਂ ਸੀ ਆ ਰਹੀ ਕਿ ਲੋਕ ਕਿੱਧਰ ਨੂੰ ਜਾ ਰਹੇ ਹਨ।

9 ਜਨਵਰੀ ਦੀ ਰਾਤ ਨੂੰ ਮੇਲੂ ਰਾਮ ਕਹਾਣੀਕਾਰ ਦੇ ਘਰ ਦੀਵਾ ਬਲੇ ਸਾਰੀ ਰਾਤ ਪ੍ਰੋਗਰਾਮ ਹੋ ਰਿਹਾ ਸੀ। ਸਾਹਿਤ ਇੱਕ ਦੀਵਾ ਹੀ ਤਾਂ ਸੀ। ਪਰ ਪੰਜਾਬ ਦੇ ਹਨੇਰ ਨੂੰ ਦੂਰ ਕਰਨਾ ਕੋਈ ਅਸਾਨ ਕੰਮ ਨਹੀਂ ਸੀ। ਦਹਿਸ਼ਤਗਰਦੀ ਦੀ ਹਨੇਰੀ ਜਿੱਥੇ ਵੀ ਕਿਸੇ ਦੀਵੇ ਨੂੰ ਚਾਨਣ ਵੰਡਦਾ ਵੇਖਦੀ ਬੁਝਾ ਦਿੰਦੀ।

ਇਸੇ ਰਾਤ ਸਾਰੇ ਲੇਖਕ ਦੋਸਤਾਂ ਨੇ ਭੀਸ਼ਮ ਸਾਹਨੀ ਦਾ ਲੜੀਵਾਰ ਨਾਟਕ 'ਤਮਸ' ਵੀ ਦੂਰਦਰਸ਼ਨ ਤੇ ਵੇਖਿਆ। ਜੋ 1947 ਦੇ ਦੰਗਿਆਂ ਬਾਰੇ ਸੀ। ਪਰ ਪੰਜਾਹ ਸਾਲ ਬੀਤ ਜਾਣ ਬਾਅਦ ਵੀ ਤਾਂ ਹਨੇਰਾ ਅਜੇ ਉਸੇ ਰੂਪ ਵਿੱਚ ਕਾਇਮ ਸੀ। ਇਸ ਮੀਟਿੰਗ ਵਿੱਚ ਬਹੁਤ ਸਾਰੇ ਕਹਾਣੀਕਾਰ ਸ਼ਾਮਲ ਹੋਏ। ਜੋ ਇਸ ਹਨੇਰੇ ਨੂੰ ਦੂਰ ਕਰਨ ਦੇ ਯਤਨ ਕਰ ਰਹੇ ਸਨ। ਮਨਦੀਪ ਨੇ ਵੀ ਏਥੇ ਆਪਣੀ ਕਹਾਣੀ ਪੜ੍ਹੀ। ਕੁੱਝ ਹੀ ਦਿਨਾਂ ਬਾਅਦ ਇਨ੍ਹਾਂ ਤੱਤੀਆਂ ਹਵਾਵਾਂ ਨੇ ਮੇਲੂ ਰਾਮ ਦਾ ਭਰਾ ਵੀ ਨਿੱਘਲ ਲਿਆ। ਕਈ ਵਾਰ ਮਨਦੀਪ ਨੂੰ ਏਨਾਂ ਗੁੱਸਾ ਚੜ੍ਹਦਾ ਕਿ ਸਭ ਕੁੱਝ ਖਤਮ ਕਰ ਦਵੇ। ਏਹ ਧਰਮ ਦੇ ਮਖੌਟਿਆਂ ਹੇਠ ਛੁਪੇ ਕਾਤਲਾਂ ਨੂੰ ਬੇਨਕਾਬ ਕਰਨ ਦਾ ਕੋਈ ਹੌਸਲਾ ਕਿਉਂ ਨਹੀਂ ਸੀ ਕਰ ਰਿਹਾ ?

ਮਨਦੀਪ ਜਿਵੇਂ ਮੁਸ਼ਕ ਮਾਰਦੀਆਂ ਲਾਸ਼ਾਂ ਹੇਠੋਂ ਨਿੱਕਲਣ ਦਾ ਯਤਨ ਕਰ ਰਿਹਾ ਹੋਵੇ। ਉਸ ਦੀ ਜਵਾਨੀ ਤੇ ਭਵਿੱਖ ਦੋਵੇਂ ਮੁਰਦਾ ਕਰ ਦਿੱਤੇ ਗਏ ਸਨ। ਸਲਮਨ ਰਸ਼ਦੀ ਨੂੰ ਅਜਿਹੀਆਂ ਹੀ ਲਾਸ਼ਾਂ ਦੀ ਦੁਰਗੰਧ ਨੇ 'ਸ਼ੈਤਾਨ ਦੀਆਂ ਆਇਤਾਂ' ਨਾਂ ਦੀ ਪੁਤਕ ਲਿਖਣ ਲਈ ਮਜ਼ਬੂਰ ਕੀਤਾ ਹੋਵੇਗਾ। ਏਸੇ ਕਰਕੇ ਤਾਂ 18 ਫਰਵਰੀ ਦੀ ਅਖ਼ਬਾਰ ਵਿੱਚ ਇਹ ਵੱਡੀ ਖ਼ਬਰ ਸੀ ਕਿ ਇਰਾਨ ਦੇ ਰਾਸ਼ਟਰਪਤੀ ਅਤੇ ਧਾਰਮਿਕ ਨੇਤਾ ਅਤਾਉੱਲਾ ਖੁਮੀਨੀ ਨੇ ਸਲਮਨ ਰਸ਼ਦੀ ਦਾ ਸਿਰ ਕਲਮ ਕਰਨ ਵਾਲੇ ਨੂੰ 52 ਲੱਖ ਅਮਰੀਕਨ ਡਾਲਰ ਦਾ ਇਨਾਮ ਦੇਣ ਦਾ ਐਲਾਨ ਕੀਤਾ ਹੈ।

ਇਹ ਵਿਸ਼ਵ ਅੱਤਵਾਦ ਫੈਲਾਉਣ ਦਾ ਇੱਕ ਖਤਰਨਾਕ ਸੰਦੇਸ਼ ਸੀ। ਕੱਟੜਵਾਦੀ ਕਿਸੇ ਦੀ ਵੀ ਜ਼ੁਬਾਨ ਬੰਦ ਕਰ ਸਕਦੇ ਸਨ।

ਵਕਤ ਕੀੜੀ ਦੀ ਤੋਰ ਸਰਕ ਰਿਹਾ ਸੀ। ਛੇ ਅਪਰੈਲ ਦਾ ਦਿਨ ਚੜ੍ਹਿਆ ਤਾਂ ਮਨਦੀਪ ਦੇ ਨਾਨਕਿਆਂ ਤੋਂ ਸੁਨੇਹਾ ਆਇਆ ਕਿ ਉਸਦਾ ਮਾਮਾ ਬਲਕਾਰ ਸਿੰਘ ਵੀ ਚੜ੍ਹਾਈ ਕਰ ਗਿਆ ਹੈ। ਉਦਾਸੀ ਹੋਰ ਵੀ ਭਾਰੂ ਹੋ ਗਈ। ਇਨ੍ਹਾਂ ਹੀ ਦਿਨਾਂ ਵਿੱਚ ਬਿੰਦਰ ਛੁੱਟੀ ਆ ਗਿਆ। ਕੁੱਝ ਦਿਨ ਉਸ ਦੇ ਬੈਠਣ ਉੱਠਣ ਨਾਲ ਵਧੀਆ ਲੰਘ ਗਏ। ਡਾ: ਰਵਿੰਦਰ ਦੀ ਮੌਤ ਕਾਰਨ ਮਨਦੀਪ ਦਾ ਪੀ ਐੱਚ ਡੀ ਦਾ ਕੰਮ ਵੀ ਰੁਕ ਗਿਆ। ਚੰਗੀ ਗੱਲ ਇਹ ਹੋਈ ਕਿ ਉਸਦਾ ਕੈਨੇਡਾ ਜਾਣ ਲਈ ਮੈਡੀਕਲ ਆ ਗਿਆ।

ਖਾਲਿਸਤਾਨੀ ਰੰਗਣ ਵਿੱਚ ਪਰਵਾਸੀ ਭਾਰਤੀ ਕੁੱਝ ਜ਼ਿਆਦਾ ਹੀ ਰੰਗੇ ਹੋਏ ਸਨ। ਇਸੇ ਕਰਕੇ ਤਾਂ ਇਸ ਲਹਿਰ ਨੂੰ ਉਹ ਅੰਧਾ ਧੁੰਦ ਪੈਸਾ ਭੇਜ ਰਹੇ ਸਨ। ਖਾਲਿਸਤਾਨੀ ਕਹਾਉਣ ਵਾਲੇ ਬਹੁਤੇ ਲੀਡਰ ਬਿਦੇਸ਼ਾਂ ਵਿੱਚ ਹੀ ਤਾਂ ਬੈਠੇ ਸਨ। ਉਨ੍ਹਾਂ ਨੂੰ ਤਾਂ ਪੰਜਾਬ ਵਿੱਚ ਲੱਗੀ ਅੱਗ ਬਸੰਤਰ ਹੀ ਨਜ਼ਰ ਆ ਰਹੀ ਸੀ। ਮਨਦੀਪ ਦੇ ਮਾਮੇ ਦਾ ਲੜਕਾ ਧਰਮਾਂ ਵੀ ਤਾਂ ਅਮਰੀਕਾ ਬੈਠਾ ਕੁੱਝ ਏਸੇ ਹੀ ਰੰਗ ਦੀ ਗੱਲ ਕਰਦਾ।

ਇੱਕ ਦਿਨ ਜਦੋਂ ਮਨਦੀਪ ਉਸ ਨਾਲ ਫੋਨ ਤੇ ਗੱਲ ਕਰ ਰਿਹਾ ਸੀ ਤਾਂ ਉਹ ਅੱਗੋਂ ਪੁੱਛ ਰਿਹਾ ਸੀ ਅੱਜ ਕਿੰਨੀਆਂ ਵਿਕਟਾਂ ਗਿਰੀਆਂ ਨੇ, ਭਾਵ ਕਿੰਨੇ ਲੋਕ ਮਰੇ। ਇਨ੍ਹਾਂ ਲੋਕਾਂ ਲਈ ਤਾਂ ਇਹ ਕਤਲੋ ਗਾਰਤ ਸਿਰਫ ਇੱਕ ਕ੍ਰਿਕਟ ਦਾ ਖੇਡ ਸੀ। ਤੇ ਜਿਸ ਦਾ ਉਹ ਆਨੰਦ ਮਾਣ ਰਹੇ ਸਨ। ਅਜਿਹੇ ਲੋਕਾਂ ਦੀ ਬਦੌਲਤ ਹੀ ਦਿੱਲੀ ਦੇ ਦੰਗੇ ਹੋਏ ਅਤੇ ਬੱਸਾਂ 'ਚੋਂ ਕੱਢ ਜਾਂ ਦੁਕਾਨਾਂ ਤੇ ਘਰਾਂ 'ਚੋਂ ਘਸੀਟ ਬੇਕਸੂਰ ਲੋਕ ਮਾਰੇ ਜਾਂਦੇ ਰਹੇ। ਦੇਸ਼ ਦੀਆਂ ਸੈਨਾਵਾਂ ਕੁੱਝ ਵੀ ਕਰਨ ਜੋਗੀਆਂ ਨਹੀਂ ਸਨ। ਉਨ੍ਹਾਂ ਦੇ ਫੈਸਲੇ ਸਰਕਾਰਾਂ ਦੇ ਹੱਥ ਸਨ। ਪਰ ਸਰਕਾਰ ਤਾਂ ਖੁਦ ਬੋਫੋਰਜ਼ ਤੋਪ ਮਾਮਲੇ ਵਿੱਚ ਬੁਰੀ ਤਰ੍ਹਾਂ ਫਸ ਚੁੱਕੀ ਸੀ ਜਿਸ ਕਾਰਨ 75 ਪਾਰਲੀਮੈਂਟ ਮੈਂਬਰਾਂ ਨੂੰ ਲੋਕ ਸਭਾ ਤੋਂ ਅਸਤੀਫੇ ਵੀ ਦੇਣੇ ਪਏ।

ਮਨਦੀਪ ਦਾ ਰਿਸ਼ਤਾ ਅਜੇ ਪੂਰੀ ਤਰ੍ਹਾਂ ਨੇਪਰੇ ਵੀ ਨਹੀਂ ਸੀ ਚੜ੍ਹਿਆ ਪਰ ਜਰਨੈਲ ਦੇ ਸਹੁਰਿਆਂ ਨੇ ਇੱਕ ਹੋਰ ਹੀ ਨਵਾਂ ਸੌਦਾ ਵਿੱਚ ਲੈ ਆਂਦਾ ਕਿ ਮਨਦੀਪ ਦਾ ਰਿਸ਼ਤਾ ਤਾਂ ਹੋਵੇਗਾ ਜੇ ਅੱਗੋਂ ਉਸਦੇ ਛੋਟੇ ਭਰਾਵਾਂ ਨਾਲ ਸਾਡੀਆਂ ਦੋ ਹੋਰ ਰਿਸ਼ਤੇਦਾਰ ਕੁੜੀਆਂ ਬਾਹਰ ਕੱਢੀਆਂ ਜਾਣਗੀਆਂ। ਇਹ ਘੈਂਸ ਘੈਂਸ ਫੇਰ ਕਿੰਨੇ ਹੀ ਦਿਨ ਚੱਲਦੀ ਰਹੀ। ਮਨਦੀਪ ਵੀ ਬੇਹੱਦ ਮਾਨਸਿਕ ਪਰੇਸ਼ਾਨੀ ਵਿੱਚੋਂ ਗੁਜ਼ਰ ਰਿਹਾ ਸੀ।

ਪਰ ਇੱਕ ਦਿਨ ਉਨ੍ਹਾਂ ਨੂੰ ਮਜਬੂਰੀ ਵਸ, ਦੱਸੀ ਹੋਈ ਕੁੜੀ ਨੂੰ ਰਘਵੀਰ ਵਾਸਤੇ ਸ਼ਗਨ ਪਾਉਣ ਜਾਣਾ ਹੀ ਪਿਆ। ਹੌਲੀ ਹੌਲੀ ਜਰਨੈਲ ਵੀ ਮਨਦੀਪ ਦੇ ਪਰਿਵਾਰ ਤੇ ਇਸ ਰਿਸ਼ਤੇ ਦੀ ਆੜ ਹੇਠ ਹੁਕਮ ਚਲਾਉਣ ਲੱਗਾ ਅਤੇ ਕਈ ਗੱਲਾਂ ਮਨਵਾਉਣ ਲੱਗਿਆ। ਉਧਰ ਦਲੇਰ ਸਿੰਘ ਸਿਰ ਕਈ ਤਰ੍ਹਾਂ ਦਾ ਖਰਚਾ ਪਾਇਆ ਜਾਣ ਲੱਗਿਆ ਤੇ ਉਹ ਵੀ ਬਹੁਤ ਪਰੇਸ਼ਾਨ ਸੀ। ਪਰ ਉਸ ਨੂੰ ਸੀ ਕਿ ਕਿਸੇ ਵੀ ਤਰੀਕੇ ਨਾਲ ਮੇਰਾ ਮੁੰਡਾ ਇਸ ਦਲਦਲ ਵਿੱਚੋਂ ਬਾਹਰ ਨਿੱਕਲ ਜਾਵੇ। ਸਾਰਾ ਕੁੱਝ ਮੰਨਦਿਆਂ ਉਹ ਮਨਦੀਪ ਦੇ ਬਾਹਰ ਜਾਣ ਲਈ ਰਸਤਾ ਪੱਧਰਾ ਕਰਨ ਵਿੱਚ ਜੁੱਟਿਆ ਰਿਹਾ, ਕਿ ਚਲੋ ਜੋ ਹੋਊ ਦੇਖੀ ਜਾਊ।

29 ਅਗਸਤ ਨੂੰ ਮਨਦੀਪ ਲਈ ਇੱਕ ਹੋਰ ਮਾਨਸਿਕ ਬੰਬ ਫਟਿਆ। ਮਨਦੀਪ ਦੇ ਸਭ ਤੋਂ ਵੱਡੇ ਮਾਮਾ ਗੁਰਜੀਤ ਸਿੰਘ ਦੀ ਮੌਤ ਹੋ ਗਈ। ਇਨ੍ਹਾਂ ਮੌਤਾਂ ਨੇ ਉਸਦੀ ਨਾਨੀ ਮਹਿਤਾਬ ਕੌਰ ਨੂੰ

ਡੰਬ ਸੁੱਟਿਆ ਸੀ। ਪਹਿਲਾਂ ਪਤੀ ਫੇਰ ਦੋਹਤਾ ਫੇਰ ਛੋਟਾ ਪੁੱਤਰ ਅਤੇ ਫੇਰ ਵੱਡਾ ਪੁੱਤਰ, ਕੁਝ ਹੀ ਮਹੀਨਿਆਂ ਵਿੱਚ ਤੁਰ ਗਏ। ਮਨਦੀਪ ਤਾਂ ਐਤਕੀ ਪਿੰਡ ਤੱਖਰ ਦੇ ਮੇਲੇ ਤੇ ਵੀ ਨਾ ਸਕਿਆ।

ਅਜੇ ਉਹ ਇਨ੍ਹਾਂ ਹੀ ਪੀੜਾਂ ਵਿੱਚੋਂ ਗੁਜ਼ਰ ਰਿਹਾ ਸੀ ਤਾਂ ਜਰਨੈਲ ਨੇ ਛੋਟੇ ਬਿੰਦਰ ਦਾ ਰਿਸ਼ਤਾ ਪੱਕਾ ਕਰਨ ਦੀ ਜਿੱਦ ਫੜ ਲਈ। ਉਸ ਨੂੰ ਫੌਜ ਤੋਂ ਛੁੱਟੀ ਮੰਗਵਾਇਆ ਗਿਆ। ਮੰਗਣਾ ਹੋ ਕੇ ਹਟਿਆ ਤਾਂ ਮਨਦੀਪ ਦੇ ਇੱਕ ਬਹੁਤ ਪਿਆਰੇ ਦੋਸਤ ਦੀ ਮੌਤ ਹੋ ਗਈ। ਸੰਸਕਾਰ ਤੋਂ ਵਾਪਸ ਆਇਆ ਤਾਂ ਅੱਗੇ ਪਤਾ ਲੱਗਿਆ ਕਿ ਉਹ ਕੁੜੀ ਸ਼ਾਦੀ ਲਈ ਹੁਣ ਇੰਡੀਆ ਆ ਰਹੀ ਹੈ। ਜਰਨੈਲ ਦੀ ਚਿੱਠੀ ਸੀ ਕਿ ਅਗਲੇ ਮਹੀਨੇ ਹਰ ਹਾਲਤ ਵਿੱਚ ਵਿਆਹ ਕਰਨਾ ਪਵੇਗਾ। ਹੁਣ ਉਸ ਨੂੰ ਇਹ ਕਾਹਲ ਸੀ ਕੇ ਜੇ ਇਸਦਾ ਵਿਆਹ ਹੋਵੇਗਾ ਤਾਂ ਹੀ ਇਹ ਪਰਿਵਾਰ ਸੱਦੇਗਾ। ਜੇ ਫੇਰ ਇਸਦੇ ਛੋਟੇ ਭਰਾ ਆਉਣਗੇ ਤਾਂ ਅੱਗੋਂ ਮੇਰੇ ਰਿਸ਼ਤੇਦਾਰਾਂ ਦੀਆਂ ਕੁੜੀਆਂ ਜਲਦੀ ਕੈਨੇਡਾ ਆ ਸਕਣਗੀਆਂ।

ਦਲੇਰ ਸਿੰਘ ਲਈ ਤਾਂ ਮਾਨਸਿਕ ਕਸ਼ਟ ਹੋਰ ਵੀ ਵੱਧ ਗਿਆ। ਦਸਾਂ ਦਿਨਾਂ ਵਿੱਚ ਤਾਂ ਕੱਪੜੇ ਵੀ ਸਿਲਾਈ ਨਹੀ ਹੁੰਦੇ, ਵਿਆਹ ਦਾ ਐਡਾ ਪ੍ਰਬੰਧ ਕਰਨਾ ਕਿਹੜਾ ਸੌਖਾ ਸੀ ? ਜਿਵੇਂ ਉਨ੍ਹਾਂ ਨੂੰ ਕੰਡਿਆਂ ਤੋਂ ਘਸੀਟਿਆ ਜਾ ਰਿਹਾ ਹੋਵੇ। ਕਾਰਡ ਛਪਾ, ਕੱਪੜੇ ਖਰੀਦ, ਹਲਵਾਈ ਦਾ ਸਮਾਨ ਲਿਆ , ਜਿਵੇਂ ਸਭ ਕਾਸੇ ਨੇ ਉਨ੍ਹਾ ਦੀ ਭੂਤਨੀ ਭੁਲਾ ਦਿੱਤੀ ਸੀ। ਆਖਿਰ ਲਧਿਆਣੇ ਦੇ ਇੱਕ ਹੋਟਲ ਵਿੱਚ ਵਿਆਹ ਵੀ ਹੋ ਗਿਆ।

ਲੋਕ ਹੈਰਾਨ ਸਨ ਕਿ ਕਿਵੇਂ ਇੱਕ ਛੋਟੇ ਕਿਸਾਨ ਦੇ ਘਰ ਇਹ ਕੈਨੇਡਾ ਵਾਲਾ ਰਿਸ਼ਤਾ ਹੋ ਗਿਆ। ਲੋਕ ਕਈ ਤਰ੍ਹਾਂ ਦੀਆਂ ਗੱਲਾਂ ਬਣਾ ਰਹੇ ਸਨ ਕਿ ਇਹ ਝੂਠ ਹੈ ਠੱਗੀ ਹੈ। ਪਰ ਉਹ ਲੜਕੀ ਵਿਆਹ ਤੋਂ ਬਾਅਦ ਦਿੱਲੀ ਆਪ ਉਸ ਨਾਲ ਵਿਆਹ ਸਬੰਧੀ ਪੇਪਰ ਦੇਣ ਅੰਬੈਸੀ ਗਈ ਸੀ। ਇਹ ਮਹੀਨਾ ਉਸ ਲਈ ਬਹੁਤ ਚੰਗਾ ਲੰਘਿਆ। ਰਾਜਵਿੰਦਰ ਉਸ ਦੀ ਪਤਨੀ ਕਾਫੀ ਚੰਗੀ ਸੀ। ਜੋ ਸਾਰੇ ਕੰਮ ਮੁਕਾ ਫੇਰ ਵਾਪਸ ਕੈਨੇਡਾ ਚਲੀ ਗਈ। ਮਨਦੀਪ ਉਸ ਨੂੰ ਦਿੱਲੀ ਤੱਕ ਛੱਡਣ ਵੀ ਗਿਆ। ਪਰ ਬਾਅਦ ਵਿੱਚ ਉਹ ਬਹੁਤ ਉਦਾਸ ਰਹਿਣ ਲੱਗਾ।

ਦਿੱਲੀ ਆ ਕੇ ਉਹ ਮਹਿਸੂਸ ਕਰਨ ਲੱਗਿਆ ਕਿ ਉਹ ਵੀ ਇੱਕ ਦਿਨ ਏਸੇ ਹਵਾਈ ਅੱਡੇ ਤੇ ਆਵੇਗਾ। ਫੇਰ ਸਾਰਾ ਕੁੱਝ ਛੱਡ ਛਡਾ ਕੈਨੇਡਾ ਲਈ ਜ਼ਹਾਜ ਚੜ ਜਾਵੇਗਾ। ਇਸ ਬਲਦੀ ਅੱਗ ਚੋਂ ਨਿੱਕਲਕੇ, ਸਵਰਗਾਂ ਵਿੱਚ ਪਹੁੰਚ ਜਾਵੇਗਾ। ਆਪਣਾ ਦੇਸ਼ ਤਾਂ ਉਸ ਨੂੰ ਕੁੱਝ ਵੀ ਨਹੀਂ ਸੀ ਦੇ ਸਕਿਆ। ਅੱਤਵਾਦ ਦੀ ਭੱਠੀ ਅਜੇ ਉਵੇਂ ਹੀ ਮਘ ਰਹੀ ਸੀ। ਇਸ ਸਾਲ ਦਾ ਅੰਤ ਵੀ ਆਣ ਪਹੁੰਚਿਆ। ਮਨਦੀਪ ਜਿਸ ਦਿਨ ਦਾ ਰਾਜਵਿੰਦਰ ਨੂੰ ਜਹਾਜ਼ ਚੜ੍ਹਾ ਕੇ ਮੁੜਿਆ ਸੀ ਉਸ ਨੂੰ ਲੱਗ ਰਿਹਾ ਸੀ ਜਿਵੇਂ ਅਸਮਾਨ ਤੋਂ ਧੱਕਾ ਦੇ ਕੇ ਉਸ ਨੂੰ ਕਿਸੇ ਨੇ ਥੱਲੇ ਸੁੱਟ ਦਿੱਤਾ ਹੋਵੇ। ਪਰ ਹੁਣ ਉਸ ਕੋਲ ਇੱਕ ਨਵੇਂ ਰਿਸ਼ਤੇ ਦਾ ਨਿੱਘ ਸੀ ਅਤੇ ਪਿਆਰ ਦੀ ਤੰਦ ਸੀ, ਜੋ ਉਸ ਨੂੰ ਆਪਣੇ ਵਲ ਖਿੱਚ ਰਹੀ ਸੀ।

•

ਭਾਗ 58

ਮਨਦੀਪ ਨੂੰ ਲੱਗਦਾ ਜਿਵੇਂ ਸਾਰਾ ਕੁੱਝ ਹੀ ਖੜੋਤ ਵਿੱਚ ਆ ਗਿਆ ਹੋਵੇ। ਜਦੋਂ ਨਵੰਬਰ ਵਿੱਚ ਉਸ ਦੀ ਮੰਗੇਤਰ ਰਾਜਵਿੰਦਰ ਭਾਰਤ ਆਈ ਸੀ ਤਾਂ ਉਨ੍ਹਾਂ ਦਾ ਵਿਆਹ ਹੋ ਗਿਆ। ਇਸ ਵਿਆਹ ਤੇ ਦਲੇਰ ਸਿੰਘ ਨੇ ਵਾਹਵਾ ਖਰਚਾ ਕੀਤਾ। ਉਹ ਖੁਸ਼ ਇਸ ਕਰਕੇ ਸੀ ਕਿ ਚਲੋ ਉਸਦਾ ਪੁੱਤਰ ਕੈਨੇਡਾ ਵਿੱਚ ਸੈੱਟ ਹੋ ਜਾਵੇਗਾ। ਤੇ ਉਸਦਾ ਬੁਢਾਪਾ ਸੌਖਾ ਕੱਟ ਜਾਵੇਗਾ। ਇਸ ਤਰ੍ਹਾਂ ਛੋਟਿਆਂ ਦਾ ਵੀ ਕੈਨੇਡਾ ਦਾ ਕੰਮ ਬਣ ਜਾਣਾ ਸੀ। ਹੁਣ ਤਾਂ ਹਾਲਾਤ ਇਹ ਸਨ ਕਿ ਲੋਕ ਏਜੰਟਾਂ ਨੂੰ ਪੰਜ ਪੰਜ ਲੱਖ ਦੇ ਕੇ ਵੀ ਬਾਹਰਲੇ ਮੁਲਕਾਂ ਨੂੰ ਨਿੱਕਲ ਰਹੇ ਸਨ। ਕੁੱਝ ਲੋਕ ਉਹ ਵੀ ਸਨ ਜੋ ਆਪਣੇ ਕੈਨੇਡਾ ਚੋਂ ਮੁੜ ਕੇ ਆਏ ਪੁੱਤਰਾਂ ਦੇ ਰਿਸ਼ਤੇ ਲਈ ਮੂੰਹ ਮੰਗੇ ਪੈਸੇ ਮੰਗਦੇ ਸਨ। ਪਰ ਦਲੇਰ ਸਿੰਘ ਸੋਚਦਾ ਕਿ ਚਲੋ ਜੇ ਉਸਦਾ ਲੱਖ ਦੋ ਲੱਖ ਲੱਗ ਵੀ ਗਿਆ ਤਾਂ ਤਿੰਨੇ ਪੁੱਤਰ ਵੀ ਤਾਂ ਕੈਨੇਡਾ ਸੈੱਟ ਹੁੰਦੇ ਨੇ ?

ਪਰ ਰਾਜਵਿੰਦਰ ਦੇ ਕੈਨੇਡਾ ਮੁੜ ਜਾਣ ਉਪਰੰਤ ਜਰਨੈਲ ਹੁਣ ਵੱਟੇ ਸੱਟੇ ਦੇ ਰਿਸ਼ਤੇ ਕਹਿ ਕੇ ਰਘਵੀਰ ਤੇ ਬਿੰਦਰ ਦਾ ਵਿਆਹ ਆਪਣੀ ਮਰਜ਼ੀ ਦਾ ਕਰਵਾਉਣ ਤੇ ਜ਼ੋਰ ਪਾਉਣ ਲੱਗਿਆ। ਜਦ ਕਿ ਮਨਦੀਪ ਦੇ ਸਹੁਰਿਆਂ ਅਤੇ ਰਾਜਵਿੰਦਰ ਨੂੰ ਇਹ ਗੱਲ ਪਸੰਦ ਨਹੀਂ ਸੀ। ਮਨਦੀਪ ਜਿਥੇ ਇਸ ਕਸ਼ਮਕਸ਼ ਦਾ ਸ਼ਿਕਾਰ ਸੀ, ਉੱਥੇ ਉਸ ਦੇ ਰਾਜਵਿੰਦਰ ਨਾਲ ਲੰਘਾਏ ਵਕਤ ਨੇ ਉਸ ਦੇ ਜੀਵਨ ਨੂੰ ਇੱਕ ਨਵਾਂ ਮੋੜ ਦੇ ਦਿੱਤਾ। ਉਹ ਚੰਡੀਗੜ ਅਤੇ ਦਿੱਲੀ ਇਕੱਠੇ ਘੁੰਮਦੇ ਰਹੇ ਸਨ। ਪਰ ਹੁਣ ਉਸ ਨੂੰ ਲੱਗਦਾ ਸੀ, ਜਿਵੇਂ ਉਹ ਅਰਸ਼ ਤੋਂ ਫੇਰ ਫਰਸ਼ ਤੇ ਆ ਡਿੱਗਿਆ ਹੋਵੇ।

ਕੈਨੇਡਾ ਜੀਵਨ ਸਾਥੀ ਕੋਲ ਜਾ ਵਸਣ ਦੀ ਤਾਂਘ ਵੀ ਸੁਲਗਦੀ ਸੁਲਗਦੀ ਭਾਂਬੜ ਬਣ ਗਈ। ਹੁਣ ਮਨਦੀਪ ਬ੍ਰਿਹੋਂ ਵਿੱਚ ਤੜਫਦਾ, ਕਦੀ ਚਿੱਠੀਆਂ ਲਿਖਦਾ ਤੇ ਕਦੇ ਐੱਸ ਟੀ ਡੀ ਤੇ ਫੋਨ ਕਰਨ ਲਈ ਦੌੜਦਾ। ਹੋਰ ਸਭ ਕਾਸੇ ਤੋਂ ਉਸਦਾ ਰੁਝਾਨ ਘਟ ਕੇ ਚਿੱਠੀਆਂ ਅਤੇ ਫੋਨਾਂ ਤੱਕ ਹੀ ਸੀਮਿਤ ਹੋ ਗਿਆ। ਰਾਜਵਿੰਦਰ ਦੀ ਚਿੱਠੀ ਹਰ ਦੂਜੇ ਤੀਜੇ ਦਿਨ ਆ ਹੀ ਜਾਂਦੀ। ਤੇ ਇਸ ਤਰ੍ਹਾਂ ਉਹ ਉਸ ਨੂੰ ਹਰ ਦੂਜੇ ਤੀਜੇ ਦਿਨ ਫੋਨ ਕਰਨ ਲਈ ਆਖਦੀ। ਐੱਸ ਟੀ ਡੀ ਅਪਰੇਟਰ ਅਮਰੀਕ ਵੀ ਉਸਦਾ ਮਿੱਤਰ ਬਣ ਗਿਆ। ਉਹ ਮਨਦੀਪ ਦੇ ਮੂਡ ਦੀਆਂ ਖੁਸ਼ੀਆਂ ਅਤੇ ਗਮੀਆਂ ਨੂੰ ਵੀ ਝੱਟ ਪਛਾਣ ਲੈਂਦਾ।

ਇਨ੍ਹਾਂ ਦਿਨਾਂ ਵਿੱਚ ਜਿੱਥੇ ਦਲੇਰ ਸਿੰਘ ਤੇ ਬਚਨ ਕੌਰ ਕਾਫੀ ਖੁਸ਼ ਸਨ, ਉੱਥੇ ਕੁੱਝ ਸਕੇ ਸਬੰਧੀ ਸ਼ਰੀਕ ਅਤੇ ਪਿੰਡ ਵਾਲੇ ਸੜ ਬਲ ਗਏ ਸਨ ਕਿ 'ਇਹ ਰਿਸ਼ਤਾ ਕਿਵੇਂ ਹੋ ਗਿਆ ਹੈ ?' ਉਨ੍ਹਾਂ ਕਦੇ ਕਿਸੇ ਜ਼ਮੀਨ ਦੀ ਗੱਲ ਨੂੰ ਲੈ ਕੇ, ਤੇ ਕਦੇ ਕੋਈ ਹੋਰ ਬਹਾਨੇ ਨਾਲ ਪੰਗੇ ਲੈਣ ਦੀ ਕੋਸ਼ਿਸ਼ ਕੀਤੀ। ਤਾਂ ਕਿ ਉਹ ਉਨ੍ਹਾਂ ਨੂੰ ਕਿਸੇ ਕੇਸ ਵਿੱਚ ਉਲਝਾਂ ਸਕਣ। ਇਹ ਉਹ ਹੀ ਲੋਕ ਸਨ ਜਿਨਾਂ ਨੂੰ ਮਨਦੀਪ ਦੇ ਵੱਧ ਪੜ੍ਹਨ ਤੇ ਵੀ ਸਮੱਸਿਆ ਸੀ ਤੇ ਘਰ ਵਿਹਲੇ ਰਹਿਣ ਤੇ ਵੀ ਸਮੱਸਿਆਵਾਂ ਸਨ। ਉਨ੍ਹਾਂ ਨੇ ਮਨਦੀਪ ਨੂੰ ਹਰ ਚੰਗੇ ਕੰਮ ਤੋਂ ਰੋਕੀ ਰੱਖਿਆ ਸੀ।

ਉਨ੍ਹਾਂ 'ਚੋਂ ਬਹੁਤੇ ਉਹ ਸਨ ਜੋ ਲੰਬੀ ਸੋਚਦੇ ਸੀ ਕਿ ਜੇ ਇਹ ਛੜੇ ਰਹਿਣਗੇ ਤੇ ਜ਼ਮੀਨ ਸਾਨੂੰ ਮਿਲ ਜਾਊ ਜਾਂ ਫੇਰ ਕਿਸੇ ਅਮਲ ਤੇ ਲੱਗ ਕੇ ਜਾਂ ਕਰਜ਼ਾਈ ਹੋ ਕੇ ਇਹ ਜ਼ਮੀਨ ਤੇ ਘਰ ਕਦੇ ਜਰੂਰ ਵੇਚਣਗੇ। ਉਧਰ ਬਚਨ ਕੌਰ ਮਨਦੀਪ ਨੂੰ ਵਾਰ ਵਾਰ ਸਮਝਾਉਂਦੀ "ਦੇਖ ਮੇਰਾ ਪੁੱਤ ਇਹ

ਕੰਮ ਸਿਰੇ ਚਾੜਨਾ ਹੈ। ਕੋਈ ਕੋਈ ਤੇਰੇ ਨਾਲ ਪੰਗਾ ਵੀ ਲਵੇ, ਪਰ ਤੂੰ ਨੀ ਬੋਲਣਾ। ਘਰ ਲੇਟ ਨਹੀਂ ਆਉਣਾ। ਮੁੰਡਿਆਂ ਚ ਨੀ ਬੈਠਣਾ। ਆਪਾਂ ਇਹ ਮੋਰਚਾ ਫਤਿਹ ਕਰਨਾ ਹੀ ਕਰਨਾ ਹੈ" ਉਹ ਹਾਂ ਵਿੱਚ ਸਿਰ ਹਿਲਾ ਛੱਡਦਾ।

ਮਨਦੀਪ ਮਾਂ ਦੀਆਂ ਗੱਲਾਂ ਨੂੰ ਪੱਲੇ ਬੰਨ ਜੀਵਨ ਦੀ ਇਹ ਲੜਾਈ ਲੜ ਰਿਹਾ ਸੀ। ਉਸ ਨੇ ਪਿੰਡ ਵਿੱਚ ਜਾਣਾ ਤਿਆਗ ਦਿੱਤਾ। ਹਨੇਰੇ ਸਵੇਰੇ ਘਰੋਂ ਨਿੱਕਲਣਾ ਵੀ ਛੱਡ ਦਿੱਤਾ। ਲਾਗ ਡਾਟ ਵਾਲਿਆਂ ਤੋਂ ਪਾਸਾ ਵੱਟ ਕੇ ਲੰਘਣ ਲੱਗਿਆ। ਪੰਜਾਬ ਵਿੱਚ ਖ਼ੂਨ ਖਰਾਬਾ ਉਸੇ ਤਰ੍ਹਾਂ ਜ਼ਾਰੀ ਸੀ। ਰੋਜ਼ ਕਤਲਾਂ ਨਾਲ ਭਰੇ ਅਖ਼ਵਾਰ ਆਉਂਦੇ ਰਹਿੰਦੇ।

ਫੇਰ ਕਦੇ ਮੈਰਿਜ਼ ਸਰਟੀਫੀਕੇਟ ਕਦੇ ਵਿਆਹ ਦੀ ਵੀਡੀਉ ਕਦੇ ਫੋਟੋਜ਼ ਕਦੇ ਕੁਝ ਤੇ ਕਦੇ ਕੁਝ, ਕੈਨੇਡੀਅਨ ਅੰਮਬੈਸੀ ਮੰਗਦੀ ਰਹੀ। ਉਹ ਏਧਰ ਉਧਰ ਦੌੜਦਾ ਇਹ ਮੰਗਾਂ ਪੂਰੀਆਂ ਕਰਦਾ ਰਿਹਾ। ਦਲੇਰ ਸਿੰਘ ਵੀ ਇਸ ਭੱਜ ਨੱਸ ਵਿੱਚ ਸ਼ਾਮਲ ਸੀ। ਉਹ ਫਾਈਲਾਂ ਚੁੱਕੀ ਕਦੀ ਸਮਰਾਲੇ ਕਦੀ ਲੁਧਿਆਣੇ ਤੁਰਿਆ ਹੀ ਰਹਿੰਦਾ। ਜੀਵਨ ਦੀ ਇਹ ਲੜਾਈ ਵੀ ਦੇਸ਼ ਦੀ ਲੜਾਈ ਨਾਲੋਂ ਘੱਟ ਨਹੀਂ ਸੀ।

ਆਖਿਰ ਇੱਕ ਦਿਨ ਇੱਕ ਪੁਲੀਸ ਦੀ ਜੀਪ ਆਈ ਤੇ ਸੁਨੇਹਾ ਦੇ ਗਈ ਕਿ ਮਨਦੀਪ ਸਮਰਾਲੇ ਥਾਣੇ ਆ ਕੇ ਮਿਲੇ, ਉਸ ਦੀ ਇਨਕੁਆਰੀ ਆਈ ਹੈ। ਇਨਕੁਆਰੀ ਤਾਂ ਆਉਣੀ ਹੀ ਸੀ, ਜਿਸ ਦੀ ਮਨਦੀਪ ਨੂੰ ਕਾਫੀ ਦਿਨਾਂ ਤੋਂ ਉਡੀਕ ਸੀ। ਮਨਦੀਪ ਜਦ ਸਮਰਾਲੇ ਥਾਣੇ ਗਿਆ ਤਾਂ ਇੱਕ ਹੌਲਦਾਰ ਨੇ ਉਸ ਨੂੰ ਪੁੱਛਿਆ "ਕਨੇਡਾ ਜਾ ਰਿਹਾ ਏਂ ?" "ਹਾਂ ਜੀ" "ਪਰ ਸਾਨੂੰ ਤਾਂ ਰਿਪੋਰਟ ਮਿਲੀ ਹੈ ਕਿ ਤੇਰੇ ਕੋਲ ਅੱਤਵਾਦੀ ਮੁੰਡੇ ਠਹਿਰਦੇ ਨੇ ? ਕੱਲ ਸੀ ਆਈ ਡੀ ਵਾਲਾ ਗਿਆ ਸੀ ਤੇਰੇ ਪਿੰਡ ਚੋਂ ਹੀ ਰਿਪੋਰਟ ਮਿਲੀ ਹੈ... ਤੇਰਾ ਚਾਲਚਾਲਣ ਵੀ ਸ਼ੱਕੀ ਹੈ"

"ਨਹੀਂ ਸਰ ਜੀ ਇਹ ਕਿਵੇਂ ਹੋ ਸਕਦਾ ਹੈ ?"

"ਪਤਾ ਤਾਂ ਇਹ ਵੀ ਲੱਗਿਆ ਹੈ ਕਿ ਤੂੰ ਨਕਸਲੀ ਵੀ ਰਿਹਾਂ ਏਂ"

"ਜੀ ਬਿਲਕੁੱਲ਼ ਨਹੀ"

ਮਨਦੀਪ ਦੀਆਂ ਲੱਤਾਂ ਕੰਬ ਰਹੀਆਂ ਸਨ।"ਨਹੀਂ ਤੂੰ ਏਦਾਂ ਕਿਵੇਂ ਜਾ ਸਕਦਾ ਏ। ਮੇਰੀ ਵੀ ਵਰਦੀ ਦਾ ਸੁਆਲ ਏ ? ਉਤੋਂ ਮਹੌਲ ਕਿਹੜਾ ਏ ?" ਉਹ ਪੈਰ ਮਲਦਾ ਧਮਕੀ ਦੇ ਲਹਿਜੇ ਵਿੱਚ ਕਹਿ ਕੇ ਤੁਰ ਗਿਆ।

ਜਦ ਨੂੰ ਇੱਕ ਹੋਰ ਸਿਪਾਹੀ ਆ ਪ੍ਰਗਟ ਹੋਇਆ "ਕਾਕਾ ਇਨਕੁਆਰੀ ਆਈ ਏ ? ਕਨੇਡਾ ਜਾਣਾ ਏਂ ? ਕੁਝ ਦੇ ਲੈ ਕੇ ਕੰਮ ਕੱਢ ਲੈ। ਜੇ ਸਾਹਬ ਨੇ ਰਿਪੋਰਟ ਭੇਜ ਦਿੱਤੀ ਫੇਰ ਕੁਝ ਨਹੀਂ ਬਣਨਾ"

"ਮੈਂ ਕੀ ਕਰ ਸਕਦਾ ਹਾਂ ਕਿਸ ਨਾਲ ਗੱਲ ਕਰਾਂ"

"ਪੰਜ ਹਜ਼ਾਰ ਮਾਰ ਮੱਥੇ ਤੇ ਕਲੀਅਰੈਂਸ ਲੈ ਕੇ ਤੁਰਦਾ ਬਣ ?"

"ਪੰਜ ਤਾਂ ਜੀ ਬਹੁਤ ਜ਼ਿਆਦਾ ਹੈ ?"

"ਚੱਲ ਮੈਂ ਸਾਹਬ ਨੂੰ ਪੁੱਛ ਲੈਂਦਾ ਹਾਂ ਉਸ ਨੇ ਉਪਰਲਿਆਂ ਨੂੰ ਵੀ ਕੁਝ ਦੇਣਾ ਹੁੰਦਾ ਹੈ"

ਤਦੇ ਉਹ ਗਿਆ ਤੇ ਵਾਪਸ ਆ ਕੇ ਕਿਹਾ

"ਉਹ ਤਾਂ ਮੰਨਦਾ ਨਹੀਂ ਸੀ, ਮੈਂ ਮਸਾਂ ਮਨਾਇਆ ਹੈ ਤਿੰਨ ਹਜ਼ਾਰ ਚ ਮੰਨਿਆ ਹੈ। ਕੱਲ ਨੂੰ ਗਿਆਰਾਂ ਵਜੇ ਪੈਸੇ ਲੈ ਕੇ ਆ ਜਾਵੀਂ ਤੇ ਨਾਲ ਇੱਕ ਬੋਤਲ ਇੰਗਲਿਸ਼ ਦਾਰੂ ਦੀ ਵੀ। ਥਾਣੇ ਦੇ ਸੱਜੇ ਪਾਸੇ ਫਰੂਟਾਂ ਵਾਲੇ ਅਸ਼ੋਕ ਦੀ ਰੇੜ੍ਹੀ ਐ, ਤੂੰ ਪੈਸੇ ਤੇ ਬੋਤਲ ਉੱਥੇ ਦੇਣੇ ਨੇ। ਫੇਰ ਤੈਨੂੰ ਉਹ ਇੱਕ ਪਰਚੀ ਦੇਵੇਗਾ, ਉਹ ਲੈ ਕੇ ਥਾਣੇ ਆ ਜਾਵੀਂ ਤੇ ਕਲੀਅਰੈਂਸ ਲੈ ਜਾਂਵੀ। ਹਾਂ ਸੱਚ ਦੋ ਸੌ ਰੁਪਿਆ ਚਾਹ ਪਾਣੀ ਦਾ ਵੀ ਉੱਥੇ ਹੀ ਫੜਾ ਜਾਵੀ। ਤੇਰਾ ਦੋ ਹਜ਼ਾਰ ਬਚਾ ਦਿੱਤਾ। ਜੇ ਤੂੰ ਬਾਰਾਂ

ਵਜੇ ਨਾਂ ਆਇਆ ਤਾਂ ਐੱਸ ਐੱਚ ਓ ਸਾਹਿਬ ਨੇ ਰਿਪੋਰਟ ਬਰੰਗ ਮੋੜ ਦੇਣੀ ਆ। ਸਮਝਿਆ"

ਮਨਦੀਪ ਪੈਰ ਜਿਹੇ ਮਲਦਾ ਥਾਣੇ ਤੋਂ ਬਾਹਰ ਨਿੱਕਲ ਆਇਆ। ਉਸ ਨੂੰ ਲੱਗ ਰਿਹਾ ਸੀ ਕਿ ਉਹ ਕਿਵੇਂ ਜਾ ਕੇ ਦਲੇਰ ਸਿੰਘ ਨੂੰ ਕਹੇਗਾ ਕਿ ਹੁਣ ਐਨੇ ਪੈਸੇ ਹੋਰ ਚਾਹੀਦੇ ਨੇ? ਉਹ ਤਾਂ ਪਹਿਲਾਂ ਹੀ ਵਿਆਹ, ਕੱਪੜਿਆਂ ਲੀੜਆਂ ਅਤੇ ਪੇਪਰਾਂ ਤੇ ਲੱਖਾਂ ਰੁਪਏ ਲਾ ਚੁੱਕਾ ਸੀ।

ਘਰ ਜਾ ਕੇ ਉਹ ਆਪਣੀ ਮਾਂ ਬਚਨ ਕੌਰ ਕੋਲ ਨਿਮੋਝੂਣਾ ਜਿਹਾ ਹੋ ਇਹ ਮੰਗ ਕਰਨ ਲੱਗਾ। 'ਕੱਲ ਗਿਆਰਾ ਵਜੇ ਤੱਕ ਪੈਸੇ ਚਾਹੀਦੇ ਨੇ'। ਪਰ ਘਰ ਤਾਂ ਪੈਸੇ ਨਹੀਂ ਸਨ। ਬਚਨ ਕੌਰ ਨੇ ਕਿਹਾ ਤੂੰ ਸਕੂਟਰ ਕੱਢ ਤੇ ਆਪਾਂ ਤੇਰੇ ਮਾਮੇ ਹਰਜੀਤ ਕੋਲ ਰਣੀਏ ਚੱਲਦੇ ਹਾਂ। ਰਣੀਏ ਜਾ ਕੇ ਬਚਨ ਕੌਰ ਨੇ ਆਪਣੇ ਭਰਾ ਦਾ ਵਾਸਤਾ ਪਾਇਆ ਤਾਂ ਉਸ ਨੇ ਆੜਤੀਏ ਤੋਂ ਲਿਆ ਕੇ ਉਸ ਨੂੰ ਪੰਜ ਹਜ਼ਾਰ ਦੇ ਦਿੱਤਾ। ਉਨ੍ਹਾਂ ਨੂੰ ਸੁੱਖ ਸਾ ਸਾਹ ਆਇਆ। ਦੂਸਰੇ ਦਿਨ ਮਨਦੀਪ ਥਾਣੇ ਜਾ ਕੇ ਪੈਸੇ ਫੜਾ ਆਇਆ। ਪਰ ਤੀਸਰੇ ਦਿਨ ਦੋਰਾਹੇ ਥਾਣੇ ਤੋਂ ਵੀ ਪੁਲੀਸ ਵਾਲਾ ਆ ਗਿਆ। ਉਸ ਨੇ ਕਿਹਾ ਕਿ ਅਸੀਂ ਵੀ ਇਨਕੁਆਰੀ ਭੇਜਣੀ ਹੈ। ਫੇਰ ਪੰਦਰਾ ਸੌ ਰੁਪਿਆ ਉਸ ਨੂੰ ਜਾ ਕੇ ਦੇਣਾ ਪਿਆ।

ਮਨਦੀਪ ਨੂੰ ਹੁਣ ਹੌਸਲਾ ਸੀ ਕਿ ਸਾਰੇ ਕੰਮ ਹੋ ਗਏ ਨੇ। ਪਰ ਇਸ ਗੰਧਲਚੌਂਦੇ ਨੇ ਉਸਦੀ ਮੱਤ ਮਾਰ ਦਿੱਤੀ ਸੀ। ਰਿਸ਼ਵਤਖੋਰੀ ਕਿਵੇਂ ਕੈਂਸਰ ਵਾਂਗ ਫੈਲੀ ਹੋਈ ਸੀ ਉਹ ਵੇਖ ਕੇ ਹੈਰਾਨ ਹੀ ਰਹਿ ਗਿਆ। ਸੀ ਐੱਮ ਓ ਦੇ ਦਫਤਰ ਚੋਂ ਡੋਮੀਸਾਈਲ ਲੈਣ, ਤਹਿਸੀਲਦਾਰ ਤੋਂ ਮੈਰਿਜ ਸਟ ੀਫੀਕੇਟ, ਓਥ ਕਮਿਸ਼ਨਰ ਤੋਂ ਐਫੀਡੈਵਿਡ ਤੇ ਐੱਸ ਡੀ ਐੱਮ ਤੋਂ ਤਸਦੀਕ ਕਰਵਉਣ ਤੱਕ ਲੰਬੜਦਾਰਾਂ, ਸਰਪੰਚ, ਗਵਾਹ ਸਭ ਨੇ ਉਸ ਨੂੰ ਨੋਚਿਆ ਸੀ। ਹਰ ਫਾਈਲ ਨੂੰ ਨੋਟਾਂ ਦੀ ਜੁੱਤੀ ਪਹਿਨਾ ਅੱਗੇ ਤੋਰਨਾ ਪਿਆ ਸੀ।

ਉਹ ਸੋਚਦਾ ਕਿ ਏਸ ਮੁਲਕ ਵਿੱਚ ਜਿੱਥੇ ਚਪੜਾਸੀ ਤੋਂ ਲੈ ਕੇ ਪ੍ਰਧਾਨ ਮੰਤਰੀ ਤੱਕ ਭ੍ਰਿਸ਼ਟਾਚਾਰ ਵਿੱਚ ਗਰਕੇ ਹੋਏ ਹਨ ਕੀ ਬਣੇਗਾ ਏਸ ਮੁਲਕ ਦਾ? ਜਿਥੇ ਦਾਖਲੇ, ਨੌਕਰੀਆਂ ਤੇ ਹੱਸਪਤਾਲ ਦੇ ਬੈੱਡ ਤੱਕ ਪੈਸਿਆਂ ਦੇ ਢੇਰ ਬਿਨਾ ਉੱਪਲੱਭਦ ਨਹੀਂ ਹਨ, ਉੱਥੇ ਮਨਦੀਪ ਵਰਗੇ ਨੌਜਵਾਨ ਦਾ ਭਵਿੱਖ ਵੀ ਕੀ ਹੋ ਸਕਦਾ ਸੀ ?

ਦੇਸ਼ ਦੇ ਲੀਡਰਾਂ ਨੂੰ ਤਾਂ ਕੋਈ ਫਿਕਰ ਹੀ ਨਹੀਂ ਕਿ ਦੇਸ਼ ਦੀ ਊਰਜ਼ਾ ਦਾ ਨਿਕਾਸ ਬਾਹਰ ਹੋ ਰਿਹਾ ਹੈ। ਗਰਕੇ ਹੋਏ ਅਮਨ ਕਨੂੰਨ ਵਿੱਚ ਨੌਜਵਾਨ ਮਰ ਰਹੇ ਸਨ ਦੇਸ਼ ਮਰ ਰਿਹਾ ਸੀ। ਭਾਰਤ ਵਿੱਚ ਖਾਸ ਕਰ ਕੇ ਪੰਜਾਬ ਦਾ ਬੇੜਾ ਡੁੱਬ ਰਿਹਾ ਸੀ। ਏਸ ਡੁੱਬ ਰਹੇ ਬੇੜੇ ਨੂੰ ਮਨਦੀਪ ਨੇ ਵੀ ਹੁਣ ਛੱਡਣਾ ਸੀ। ਭਾਵੇਂ ਇਸ ਲਈ ਉਸ ਨੂੰ ਇੱਕ ਡੂੰਘੇ ਸਮੁੰਦਰ ਵਿੱਚ ਛਾਲ ਮਾਰਨੀ ਪੈਣੀ ਸੀ।

ਇਨ੍ਹਾਂ ਦਿਨਾਂ ਵਿੱਚ ਮੌਤ ਮਨਦੀਪ ਨਾਲ ਘਸਰ ਘਸਰ ਕੇ ਲੰਘਦੀ ਰਹੀ। ਕਿਤੇ ਗੋਲੀ ਚੱਲ ਜਾਦੀ ਤੇ ਕਿਤੇ ਬੰਬ ਫਟ ਜਾਂਦਾ। ਕਿਤੇ ਕੋਈ ਉਸਦਾ ਨਜ਼ਦੀਕੀ ਹੀ ਅੱਤਵਾਦੀ ਨਿੱਕਲ ਆਉਂਦਾ। ਤੇ ਕਿਤੇ ਕੋਈ ਖਾੜਕੂਆਂ ਦਾ ਹਮਦਰਦ ਉਸ ਨੂੰ ਗੱਡੀ ਚੜਾਉਣ ਦੀ ਧਮਕੀ ਦੇ ਛੱਡਦਾ। ਪਰ ਉਹ ਤਲਵਾਰ ਦੀ ਧਾਰ ਤੇ ਤੁਰਦਾ ਰਿਹਾ। ਦਰਵਾਜ਼ਾ ਖੜਕਦਾ ਤਾਂ ਉਸਦਾ ਦਿਲ ਦਹਿਲ ਜਾਂਦਾ ਕਿ ਕੋਈ ਅੱਤਵਾਦੀ ਜਾਂ ਪੁਲੀਸ ਵਾਲਾ ਨਾ ਹੋਵੇ।

ਰਘਵੀਰ ਨੇ ਉਸ ਨਾਲ ਕਮਰਾ ਵੀ ਬਦਲ ਲਿਆ ਕਿ ਉਹ ਸੜਕ ਕੋਲ ਨਾ ਪਿਆ ਕਰੇ ਮਤੇ ਕੋਈ ਈਰਖਾ ਵਸ ਹੀ ਕਾਰਾ ਕਰ ਦੇਵੇ। ਪੰਜਾਬ ਵਿੱਚ ਅਜਿਹੇ ਕਤਲ ਵੀ ਹੁਣ ਆਮ ਹੀ ਹੁੰਦੇ ਸਨ। ਉਹ ਸਿਰਫ ਚਰਨ ਡਾਕੀਏ ਤੋਂ ਬਗੈਰ ਕਿਸੇ ਨੂੰ ਵੀ ਦਰਵਾਜ਼ਾ ਨਾ ਖੋਹਲਦੇ। ਚਰਨ ਡਾਕੀਆ ਹਮੇਸ਼ਾ ਉਸ ਦਾ ਨਾਂ ਲੈ ਕੇ ਹਾਕ ਮਾਰਦਾ "ਮਨਦੀਪ ਤੇਰੀ ਚਿੱਠੀ ਆ ਭਾਈ....।

ਅੱਤਵਾਦੀਆਂ ਨੇ ਧੱਕੇ ਨਾਲ ਪੱਤਰਕਾਰਾਂ ਤੋਂ ਆਪਣੀ ਮਰਜ਼ੀ ਦੀਆਂ ਖ਼ਬਰਾਂ ਲਿਖਵਾਉਣੀਆਂ ਸ਼ੁਰੂ ਕੀਤੀਆਂ। ਜੋ ਨਾ ਲਿਖਦਾ ਫੇਰ ਏ ਕੇ ਸੰਤਾਲੀ ਦੀ ਹੁੱਜ ਨਾਲ ਲਿਖਵਾਈਆਂ

ਜਾਂਦੀਆਂ। ਜੋ ਅਖ਼ਬਾਰ ਖ਼ਬਰਾਂ ਨਾ ਲਾਂਉਂਦਾ ਉਸਦੇ ਪੇਪਰ ਡਲਿਵਰੀ ਵਾਲੇ ਟਰੱਕ ਫੂਕ ਦਿੱਤੇ ਜਾਂਦੇ। ਤੇ ਅਖ਼ਬਾਰ ਵੰਡਣ ਵਾਲਿਆਂ ਨੂੰ ਗੋਲੀਆਂ ਮਾਰ ਦਿੱਤੀਆਂ ਜਾਂਦੀਆਂ। ਕਈ ਜੱਗਬਾਣੀ ਦੇ ਹਾਕਰ ਮਾਰ ਦਿੱਤੇ ਗਏ ਤੇ ਅਖ਼ਬਾਰ ਦੀ ਡਲਿਵਰੀ ਵੀ ਰੁਕਵਾ ਦਿੱਤੀ ਗਈ। ਫੇਰ ਪੰਜਾਬੀ ਟ੍ਰਿਬਿਊਨ ਤੇ ਅਜੀਤ ਵੀ ਰੁਕ ਗਏ। ਮਨਦੀਪ ਦਾ ਅਖ਼ਬਾਰਾਂ ਬਗੈਰ ਜਿਵੇਂ ਸਾਹ ਘੁੱਟਦਾ ਸੀ। ਪਰ ਹੁਣ ਕਾਹਦਾ ਜੀਣ ਰਹਿ ਗਿਆ ਸੀ। ਲੋਕ ਕਹਿੰਦੇ ਇਹ ਕਾਰਵਾਈਆਂ ਸਰਕਾਰੀ ਕੈਟ ਕਰਦੇ ਨੇ ਕੋਈ ਕਹਿੰਦਾ ਇਹ ਅੱਤਵਾਦੀ ਹੀ ਕਰਦੇ ਨੇ।

ਕਈ ਦਿਨਾਂ ਬਾਅਦ 10 ਫਰਵਰੀ 1990 ਦਾ ਅਜੀਤ ਮਿਲਿਆ। ਖ਼ਬਰ ਸੀ "ਦੱਖਣੀ ਅਫਰੀਕਾ ਦਾ ਨੈਸ਼ਨਲ ਆਗੂ ਨੈਲਸਨ ਮੰਡੇਲਾ 27 ਸਾਲਾਂ ਬਾਅਦ ਜੇਲ ਤੋਂ ਰਿਹਾ" ਮਨਦੀਪ ਦੀ ਜਿਨੀ ਸਾਰੀ ਉਮਰ ਸੀ, ਨੈਲਸਨ ਮੰਡੇਲਾ ਉਨ੍ਹਾਂ ਸਮਾਂ ਜੇਲ ਵਿੱਚ ਗੁਜ਼ਾਰ ਚੁੱਕਾ ਸੀ। ਉਹ ਆਪਣੇ ਦੇਸ਼ ਦੀ ਗੁਲਾਮੀ ਦੀਆਂ ਜ਼ੰਜ਼ੀਰਾਂ ਤੋੜਨੀਆਂ ਚਾਹੁੰਦਾ ਸੀ ਤੇ ਮਨਦੀਪ ਆਪਣੇ ਦੇਸ਼ ਦੀ 27 ਸਾਲਾ ਕੈਦ ਵਰਗੀ ਜ਼ਿੰਦਗੀ ਤਿਆਗ, ਭਗੌੜਾ ਹੋਣ ਲਈ ਤਿਆਰ ਸੀ।

ਇੱਕ ਦਿਨ ਮਨਦੀਪ ਆਪਣੀ ਇੱਕ ਨਵੀਂ ਰਚਨਾ ਲੈ ਕੇ ਕ੍ਰਿਸ਼ਨ ਕੌਸ਼ਲ ਕੋਲ ਗਿਆ। ਰਚਨਾ ਉਸ ਨੂੰ ਬਹੁਤ ਪਸੰਦ ਆਈ ਪਰ ਅੱਜ ਉਹ ਭੈਭੀਤ ਤੇ ਡਰਿਆ ਹੋਇਆ ਸੀ। ਖਾੜਕੂ ਝੰਡਾ ਸਿੰਘ ਉਸ ਨੂੰ ਮਾਰਨ ਦੀ ਧਮਕੀ ਦੇ ਗਿਆ ਸੀ ਕੇ ਜੇ ਉਸ ਨੇ ਡੇਰੇ ਵਾਲਿਆਂ ਤੋਂ ਆਪਣੀ ਚਾਰ ਏਕੜ ਜ਼ਮੀਨ ਵਾਪਸ ਨਾ ਲਈ ਤਾਂ ਉਸ ਨੂੰ ਪਿੰਡ ਛੱਡਣਾ ਹੀ ਪਵੇਗਾ। ਉਧਰ ਡੇਰੇ ਵਾਲੇ ਉਸ ਨੂੰ ਬੰਦੂਕਾਂ ਦਿਖਾ ਰਹੇ ਸਨ ਕਿ ਜ਼ਮੀਨ ਛੁਡਾ ਕੇ ਵਿਖਾ। ਇੱਕ ਪੰਜਾਬੀ ਮੈਗਜ਼ੀਨ ਦਾ ਕਾਮਰੇਡ ਸੰਪਾਦਕ ਹਰਵਿੰਦਰ ਹਰਮਨ ਕ੍ਰਿਸ਼ਨ ਦਾ ਦੋਸਤ ਸੀ ਫੇਰ ਆਪਣੀ ਸਮੱਸਿਆ ਲੈ ਕੇ ਉਸ ਉਸ ਕੋਲ ਜਾਣ ਲਈ ਤਿਆਰ ਹੋਇਆ। ਤੇ ਉਸ ਨੂੰ ਕੁੱਝ ਰਚਨਾਵਾਂ ਵੀ ਦੇਣੀਆਂ ਸਨ। ਉਹ ਦੋਨੋ ਉਸ ਦੇ ਪਿੰਡ ਨੂੰ ਤੁਰ ਪਏ। ਪਰ ਉੱਥੇ ਜਾ ਕੇ ਜੋ ਕੁੱਝ ਦੇਖਿਆ ਉਹ ਤਾਂ ਬਿਆਨੋ ਬਾਹਰਾ ਸੀ।

ਹਰਵਿੰਦਰ ਦਾ ਇੱਕ ਚੇਲਾ ਜੋ ਕਦੇ ਨਕਸਲੀਆਂ ਦਾ ਹਮਦਰਦ ਸੀ ਪਰ ਹੁਣ ਨਸ਼ਿਆ ਦਾ ਆਦੀ ਸੀ। ਪੈਸਿਆਂ ਦੇ ਲਾਲਚ ਨੂੰ ਉਹ ਖਾੜਕੂਆਂ ਨਾਲ ਰਲ਼ ਗਿਆ। ਏਸੇ ਤਰਨਜੀਤ ਤੂਫਾਨ ਨੇ ਬੀਤੀ ਰਾਤ ਪਿੰਡ ਦੀ ਇੱਕ ਮੋਟਰ ਤੇ ਅੱਠ ਉਨ੍ਹਾਂ ਹੀ ਭਈਆਂ ਦਾ ਕਤਲ ਕਰ ਦਿੱਤਾ ਜੋ ਉਸ ਨੂੰ ਰੋਟੀ ਖੁਆਂਉਂਦੇ ਰਹੇ ਸਨ। ਤੇ ਜਾਂਦੀ ਹੋਈ ਉਨ੍ਹਾਂ ਦੀ ਜੀਪ ਚਾਰ ਭੱਠਾ ਮਜ਼ਦੂਰਾਂ ਨੂੰ ਵੀ ਮਾਰ ਗਈ। ਏਸੇ ਸਮੇਂ ਉਹ ਹਰਵਿੰਦਰ ਕੋਲ ਵੀ ਰੁਕ ਕੇ ਗਿਆ ਤੇ ਉਸ ਨੂੰ ਪਾਣੀ ਪਿਆਉਣ ਲਈ ਕਿਹਾ। ਬਾਅਦ ਵਿੱਚ ਪੁਲੀਸ ਦੀਆਂ ਧਾੜਾ ਆਈਆਂ ਦੇ ਹਰਵਿੰਦਰ ਨੂੰ ਚੁੱਕ ਕੇ ਲੈ ਗਈਆਂ ਕਿ ਉਸਦੇ ਖਾੜਕੂਆਂ ਨਾਲ ਸਬੰਧ ਨੇ। ਜੇ ਮਨਦੀਪ ਉਨੀ ਅੱਧਾ ਘੰਟਾ ਪਹਿਲਾਂ ਆ ਜਾਂਦੇ ਤਾਂ ਹੁਣ ਨੂੰ ਉਹ ਵੀ ਜੇਲ ਅੰਦਰ ਹੁੰਦੇ। ਸ਼ਾਇਦ ਬਠਿੰਡੇ ਦੀ ਲੱਧਾ ਕੋਠੀ ਲਿਜਾ ਕੇ ਪੁਲੀਸ ਉਨ੍ਹਾਂ ਦੇ ਵੀ ਚੱਡੇ ਪਾੜ ਸੁਟਦੀ। ਉਹ ਹੁਣ ਬਹੁਤ ਡਰ ਗਏ ਸਨ।

ਇੱਕ ਦਿਨ ਮਨਦੀਪ ਰਾਜਵਿੰਦਰ ਨੂੰ ਫੋਨ ਕਰਨ ਲੁਧਿਆਣੇ ਗਿਆ। ਉਹ ਪ੍ਰੀਤਪੈਲਸ ਸਿਨਮੇ ਕੋਲ ਰੇਲਵੇ ਫਾਟਕ ਤੇ ਸਕੂਟਰ ਅਜੇ ਰੋਕ ਹੀ ਰਹੇ ਸਨ ਕਿ ਇੱਕ ਤੇਜ਼ ਕਾਰ ਉਨ੍ਹਾਂ ਨੂੰ ਫੇਟ ਮਾਰ ਗਈ। ਮਨਦੀਪ ਦਾ ਸਿਰ ਸੜਕ ਤੇ ਜਾ ਵੱਜਿਆ ਮੂੰਹ ਲਹੂ ਲੁਹਾਨ ਹੋ ਗਿਆ। ਪਿੱਛੇ ਬੈਠੇ ਬੰਦੇ ਦਾ ਗੁੱਟ ਟੁੱਟ ਗਿਆ। ਪਰ ਟ੍ਰੈਫਿਕ ਫੇਰ ਵੀ ਚੱਲਦੀ ਰਹੀ। ਕੋਈ ਵੀ ਉਹਨਾ ਲਈ ਨਾ ਰੁਕਿਆ। ਸ਼ੁਕਰ ਸੀ ਕਿ ਉਹ ਬਚ ਗਏ ਜਾਂ ਪਿੱਛੇ ਕੋਈ ਟਰੱਕ ਬੱਸ ਨਹੀਂ ਸੀ ਆ ਰਿਹਾ ਜੋ ਉਨ੍ਹਾਂ ਨੂੰ ਦਰੜ ਦਿੰਦਾ।

ਮੌਤ ਏਨੀ ਨੇੜੇ ਤੋਂ ਲੰਘੀ ਕਿ ਮਨਦੀਪ ਭੈ ਭੀਤ ਹੋ ਗਿਆ। ਇਹ ਐਕਸੀਡੈਂਟ ਐਸ ਟੀ ਡੀ ਦੇ ਕੋਲ ਹੀ ਹੋਣ ਕਾਰਨ ਉਸਦਾ ਮਿੱਤਰ ਅਮਰੀਕ ਟੈਕਸੀ ਕਰ ਕੇ ਮਨਦੀਪ ਨੂੰ ਪਿੰਡ ਛੱਡ ਆਇਆ। ਬਚਨ ਕੌਰ ਨੇ ਜਦੋਂ ਮਨਦੀਪ ਦੀ ਇਹ ਹਾਲਤ ਦੇਖੀ ਤਾਂ ਉਸਦੀਆਂ ਧਾਹਾਂ ਨਿਕਲ ਗਈਆਂ। ਉਹ ਕਹਿ ਰਹੀ ਸੀ "ਜੇ ਕੁੱਝ ਹੋ ਜਾਂਦਾ ਅਸੀਂ ਤਾਂ ਪੱਟੇ ਜਾਂਦੇ। ਜੈ ਨੂੰ ਖਾਣ ਕੰਮ...ਆਪੇ ਤੇਰਾ ਪਿਉ ਕਰਵਾਊ। ਤੂੰ ਟਿਕ ਕੇ ਘਰ ਬੈਠ ਤੇਰਾ ਵੀਜ਼ਾ ਆਉਣ ਵਾਲਾ ਹੈ"

ਹੁਣ ਮਨਦੀਪ ਘਰ ਅੰਦਰ ਕੈਦ ਹੋ ਗਿਆ। ਅਖ਼ਬਾਰਾਂ ਵੀ ਬੰਦ ਹੋ ਗਈਆਂ। ਦੋਸਤ ਮਿੱਤਰ ਵੀ ਆਉਣੋ ਹਟ ਗਏ। ਸਾਹਿਤ ਸਭਾਵਾਂ ਵੀ ਠੱਪ ਹੋ ਗਈਆਂ। ਕ੍ਰਿਸ਼ਨ ਨੇ ਵੀ ਘਰੋਂ ਨਿੱਕਲਣਾ ਛੱਡ ਦਿੱਤਾ।

ਅੱਠ ਮਾਰਚ ਨੂੰ ਮਸ਼ਹੂਰ ਸ਼ਾਇਰ ਸੁਰਜੀਤ ਰਾਮਪੁਰੀ ਜੀ ਦੀ ਦਿਲ ਦਾ ਦੌਰਾ ਪੈਣ ਕਾਰਨ ਮੌਤ ਹੋ ਗਈ। ਉਹ ਤਾਂ ਸੱਟਾਂ ਲੱਗੀਆਂ ਹੋਣ ਕਾਰਨ ਓਥੇ ਵੀ ਨਾ ਜਾ ਸਕਿਆ। ਪਤਾ ਇਹ ਵੀ ਲੱਗਿਆ ਕਿ ਖੇਤੀਬਾੜੀ ਯੂਨੀਵਰਸਿਟੀ ਦੇ ਕਿਸਾਨ ਮੇਲੇ ਤੇ ਜੋ ਗੋਲੀ ਚੱਲੀ ਸੀ ਉਸ ਕਾਰਨ ਲੱਗੇ ਕਰਫਿਊ ਨੇ ਆਵਾਜਾਈ ਵਿੱਚ ਅਜਿਹਾ ਵਿਘਨ ਪਾਇਆ ਕਿ ਰਾਮਪੁਰੀ ਸਾਹਿਬ ਦੇ ਭੋਗ ਤੇ ਵੀ ਕੋਈ ਇਕੱਠ ਨਾ ਹੋਇਆ। ਲੋਕਾ ਦੇ ਹੁਣ ਜੀਣੇ ਮਰਨੇ ਵੀ ਹਰਾਮ ਹੋ ਗਏ ਸਨ।

ਮਨਦੀਪ ਜਿਵੇਂ ਘਰ ਅੰਦਰ ਹੀ ਨਜ਼ਰਬੰਦ ਸੀ। ਕਾਲੀਬੋਲੀ ਰਾਤ ਵਿੱਚ ਕੋਈ ਚੰਗੀ ਕਿਤਾਬ ਜਾਂ ਰਾਜਵਿੰਦਰ ਦੀ ਚਿੱਠੀ ਹੀ ਬੱਸ ਚਾਨਣ ਦੀ ਲਕੀਰ ਸੀ। ਕੈਨੇਡਾ ਦਾ ਵੀਜ਼ਾ ਹੁਣ ਇੱਕ ਡੁੱਬ ਰਹੇ ਬੰਦੇ ਲਈ ਤਿਣਕੇ ਦਾ ਸਹਾਰਾ ਸੀ। ਜੀਵਨ ਦੇ ਹੋਰ ਸਾਰੇ ਰਸਤੇ ਬੰਦ ਹੋ ਗਏ ਸਨ। ਜਿਸਮ ਜਿਵੇਂ ਮੁਰਦਾ ਸੀ। ਇਕੱਲੇ ਸਾਹ ਲੈਣੇ ਹੀ ਤਾਂ ਜੀਵਨ ਨਹੀਂ ਹੁੰਦਾ। ਜੀਵਨ ਤਾਂ ਅਪਾਹਿਜ਼ ਹੋ ਗਿਆ ਸੀ। ਉਦਾਸੀ ਰੋਗ ਹੋਰ ਭਾਰੂ ਹੁੰਦਾ ਜਾ ਰਿਹਾ ਸੀ। ਇਸ ਵਾਰ ਬਸੰਤ ਰੁੱਤ ਵਿੱਚ ਕੋਈ ਵੀ ਰੰਗ ਬਿਰੰਗਾ ਪਤੰਗ ਨਾ ਦਿਸਿਆ। ਲੋਕ ਕਿਤੇ ਬੈਠੇ ਧੁੱਪ ਸੇਕਦੇ ਵੀ ਨਾ ਦਿਸਦੇ। ਸਰੋਂ ਦੇ ਪੀਲੇ ਫੁੱਲ ਉਦਾਸ ਸਨ। ਹਰ ਪਾਸੇ ਹੀ ਮੁਰਦੇਹਾਣੀ ਛਾਈ ਰਹਿੰਦੀ।

ਫੇਰ ਹੌਲ਼ੀ ਹੌਲ਼ੀ ਮੌਸਮ ਬਦਲ ਗਿਆ। ਕਣਕਾਂ ਨਿਸਰਨ ਲੱਗੀਆਂ। ਫਸਲਾਂ ਦੇ ਰੰਗ ਬਦਲਣ ਲੱਗੇ। ਹੋਲੇ ਤੋਂ ਬਾਅਦ ਵਿਸਾਖੀ ਫੇਰ ਆ ਗਈ। ਪਰ ਲੋਕਾਂ ਨੂੰ ਹੁਣ ਇਨ੍ਹਾਂ ਚੀਜਾਂ ਵਿੱਚ ਕੋਈ ਦਿਲਚਸਪੀ ਨਹੀਂ ਸੀ। ਉਸ ਦਿਨ ਮਨਦੀਪ ਵੀ ਆਪਣੇ ਪਿਤਾ ਦਲੇਰ ਸਿੰਘ ਨਾਲ ਹਾੜ੍ਹੀ ਦਾ ਕੰਮ ਕਰਵਾਕੇ ਘਰ ਪਰਤਿਆ। ਉਸੇ ਵਕਤ ਚਰਨ ਡਾਕੀਏ ਦੀ ਹਾਕ ਪਈ। "ਮਨਦੀਪ ਆ ਜਾ ਭਾਈ ਲੈ ਆ ਗਿਆ ਤੇਰਾ ਵੀਜ਼ਾ ਵੀ। ਕਰ ਸਾਈਨ ਕਦੋਂ ਦਾ ਉਡੀਕਦਾ ਸੀ। ਜਾ ਲਿਆ ਗੁੜ ਦੀ ਰੋੜੀ ਕਰਵਾ ਆਪਣੇ ਤਾਏ ਦਾ ਮੂੰਹ ਮਿੱਠਾ। ਨਾਲੇ ਲਿਫਾਫਾ ਖੋਹਲ ਕੇ ਦਿਖਾ ਕੇ ਵੀਜ਼ਾ ਹੁੰਦਾ ਕਿਹੋ ਜਿਹਾ ਏ ? ਜੀਹਦੇ ਪਿੱਛੇ ਸਾਰਾ ਪੰਜਾਬ ਪਾਗਲ ਹੋਇਆ ਪਿਆ ਏ ? ਚਲ ਕੇਨੇਡਾ ਨਾ ਸਈ ਓਥੇ ਦਾ ਵੀਜ਼ਾ ਹੀ ਦੇਖ ਲਈਏ"

ਮਨਦੀਪ ਨੂੰ ਵੀਜ਼ਾ ਦੇਖ ਕੇ ਯਕੀਨ ਨਹੀਂ ਸੀ ਆ ਰਿਹਾ। ਬਚਨ ਕੌਰ ਚਰਨ ਡਾਕੀਏ ਨੂੰ ਚਾਹ ਧਰਨ ਲੱਗੀ। ਤੇ ਮਨਦੀਪ ਰਾਜਵਿੰਦਰ ਨੂੰ ਖੁਸ਼ਖਬਰੀ ਦੇਣ ਐੱਸ ਟੀ ਡੀ ਜਾਣ ਦੀ ਤਿਆਰੀ ਕਰਨ ਲੱਗਾ। ਚਰਨ ਡਾਕੀਆ ਕਹਿ ਰਿਹਾ ਸੀ "ਚੱਲ ਭਾਈ ਦਲੇਰ ਸਿੰਘ ਦੀ ਰੱਬ ਨੇ ਸੁਣ ਲਈ। ਤੂੰ ਤਾਂ ਫੇਰ ਹੁਣ ਸਮੁੰਦਰੋਂ ਪਾਰ ਚਲਾ ਜਾਵੇਗਾ। ਦੇਖੀ ਕਿਤੇ ਜਾ ਕੇ ਪਿੱਛੇ ਨਾ ਭੁੱਲ ਜਾਵੀਂ। ਆਪਣੇ ਤਾਏ ਨੂੰ ਵੀ ਯਾਦ ਰੱਖੀਂ"

ਮਨਦੀਪ ਨੂੰ ਲੱਗਿਆ ਜਿਵੇ ਡਿੱਕ ਡੋਲੇ ਖਾਂਦੀ ਉਸਦੀ ਕਿਸ਼ਤੀ, ਆਖਿਰ ਕਿਨਾਰੇ ਤੱਕ ਆ ਹੀ ਪਹੁੰਚੀ ਹੋਵੇ।

ਭਾਗ 59

ਮਨਦੀਪ ਨੂੰ ਵੀਜ਼ਾ ਮਿਲਣ ਤੇ ਘਰ ਦੇ ਸਾਰੇ ਮੈਂਬਰ ਇੱਕ ਅਨੂਠੀ ਖੁਸ਼ੀ ਵਿੱਚ ਵਿਚਰ ਰਹੇ ਸਨ। ਹਾੜੀ ਦਾ ਕੰਮ ਵੀ ਸਭ ਨੂੰ ਭੁੱਲ ਗਿਆ ਸੀ, ਜੋ ਇਸ ਵਾਰ ਦਲੇਰ ਸਿੰਘ ਨੇ ਮਜ਼ਦੂਰ ਲਾ ਕੇ ਕਰਵਾ ਲਿਆ। ਕਣਕ ਵੱਢਣ, ਭਰੀਆਂ ਢੋਣ, ਥਰੈਸ਼ਰ 'ਚ ਰੁੱਗ ਲਾਉਣ, ਦਾਣੇ ਸਾਂਭਣ, ਮੰਡੀ ਜਾਣ ਅਤੇ ਤੂੜੀ ਢੋਣ ਵਰਗੇ ਕਿਸੇ ਵੀ ਕੰਮ ਲਈ ਦਲੇਰ ਸਿੰਘ ਨੇ ਮਨਦੀਪ ਨੂੰ ਨਾ ਕਿਹਾ। ਉਸਦੇ ਸਹੁਰੇ ਵੀ ਹੁਣ ਹਰ ਦੂਜੇ ਤੀਜੇ ਦਿਨ ਗੇੜਾ ਮਾਰ ਜਾਂਦੇ ਤੇ ਜਲਦੀ ਜਾਣ ਲਈ ਆਖਦੇ। ਬੱਸ ਸਮਾਨ ਸੀ ਕਿ ਇਕੱਠਾ ਹੋਣ ਵਿੱਚ ਹੀ ਨਹੀਂ ਸੀ ਆ ਰਿਹਾ।

ਕਿਧਰੇ ਕੱਪੜੇ ਸਿਲਾਈ ਹੋ ਰਹੇ ਤੇ ਸਨ ਕਿਧਰੇ ਭਾਂਡੇ ਤੇ ਸੂਟ ਲਏ ਜਾ ਰਹੇ ਸਨ। ਇਹ ਹੀ ਉਨ੍ਹਾਂ ਲਈ ਜਿਵੇਂ ਚੌਂਕੀ ਦੀ ਛਾਲ ਸੀ। ਬਚਨ ਕੌਰ ਨੇ ਮਨਦੀਪ ਦੇ ਖਰਚੇ ਤੁਰੰਤ ਪੂਰੇ ਕਰਨ ਲਈ ਆਪਣੇ ਵੀ ਕੁੱਝ ਗਹਿਣੇ ਵੇਚ ਦਿੱਤੇ, ਕਿ ਜਦੋਂ ਮਨਦੀਪ ਕੈਨੇਡਾ ਚਲਾ ਗਿਆ ਤਾਂ ਆਪੇ ਕਮਾ ਕੇ ਦੁਬਾਰਾ ਲੈ ਦਊ। ਵਿਆਹ ਵਾਲੀ ਮੁੰਦਰੀ ਵੇਚਣ ਲੱਗਿਆਂ ਤਾਂ ਬਚਨ ਕੌਰ ਦੀਆਂ ਅੱਖਾਂ ਭਰ ਆਈਆਂ ਸਨ।

ਕਣਕ ਅਤੇ ਵੇਚੇ ਗਹਿਣਿਆਂ ਦੇ ਪੈਸੇ ਇਕੱਠੇ ਕਰਕੇ ਦਲੇਰ ਸਿੰਘ ਮਨਦੀਪ ਲਈ ਜਹਾਜ਼ ਦੀ ਟਿਕਟ ਤੇ ਤੇ ਕੁੱਝ ਹੋਰ ਸਮਾਨ ਖਰੀਦ ਲਿਆਇਆ। ਫੇਰ ਅਟੈਚੀ ਭਰਨ ਲੱਗੇ। ਟਿਕਟ ਅਨੁਸਾਰ ਉਸਨੇ ਦਿੱਲੀ ਤੋਂ 17 ਮਈ ਦੀ ਰਾਤ ਨੂੰ 11 ਵਜੇ ਏਅਰ ਫਰਾਂਸ ਦੇ ਜਹਾਜ਼ ਚੜਨਾ ਸੀ। ਮਨਦੀਪ ਲਈ ਇਹ ਸਾਰਾ ਕੁੱਝ ਨਵਾਂ ਸੀ। ਹੁਣ ਉਸ ਦਾ ਦਿਲ ਡੋਲਣ ਲੱਗਿਆ।

ਆਪਣਾ ਘਰ, ਖੇਤ ਆਪਣੀ ਬੈਠਕ ਨਿੱਕੀਆਂ ਨਿੱਕੀਆਂ ਅੱਧੀਆਂ ਅਧੂਰੀਆਂ ਪਿਆਰ ਕਹਾਣੀਆਂ ਉਸ ਦੇ ਦਿਲ ਨੂੰ ਬੇਚੈਨ ਕਰਨ ਲੱਗੀਆਂ। ਉਹ ਸੋਚਦਾ ਕੀ ਮੈਂ ਇਹ ਸਾਰਾ ਕੁੱਝ ਛੱਡ ਕੇ ਹੁਣ ਸੱਚ ਮੁੱਚ ਏਥੋਂ ਚਲਾ ਜਾਵਾਂਗਾ ? ਉਹ ਪਸ਼ੂਆਂ ਨੂੰ ਪਾਣੀ ਪਿਆਂਉਦਾ, ਉਹਨਾਂ ਦੀਆਂ ਪਿੱਠਾਂ ਪਲੋਸ ਕੇ ਥਾਪੀਆਂ ਦਿੰਦਾ ਤੇ ਅੱਖਾਂ ਭਰ ਲੈਂਦਾ। ਉਸਦਾ ਕੁੱਤਾ ਟੋਮੀ ਉਸ ਨੂੰ ਸਭ ਕਾਸੇ ਤੋਂ ਬੇਖ਼ਬਰ ਹੋਇਆ ਉਸੇ ਤਰ੍ਹਾਂ ਲਾਡ ਕਰਦਾ। ਉਸਦੇ ਹੱਥੀ ਲਾਏ ਦਰਖਤ ਉਸ ਨੂੰ ਰੋਂਦੇ ਤੇ ਮੁਰਝਾਂਉਂਦੇ ਪ੍ਰਤੀਤ ਹੁੰਦੇ। ਉਹ ਖਿੜਕੀ ਵਿੱਚ ਖੜਾ ਦੂਰ ਤੱਕ ਖੇਤਾਂ ਨੂੰ ਨਿਹਾਰਦਾ ਰਹਿੰਦਾ।

ਹੁਣ ਉਸ ਨੂੰ ਆਪਣੀ ਮਾਂ ਬਚਨ ਕੌਰ, ਪਿਤਾ ਦਲੇਰ ਸਿੰਘ ਤੇ ਦੋਨੋ ਛੋਟੇ ਭਰਾ ਰਘਵੀਰ ਅਤੇ ਬਿੰਦਰ ਬਹੁਤ ਚੰਗੇ ਲੱਗਦੇ। ਸਭ ਦਾ ਬਹੁਤ ਪਿਆਰ ਆਉਂਦਾ। ਬਿੰਦਰ ਨੂੰ ਜਦੋਂ ਮਨਦੀਪ ਦੇ ਵੀਜ਼ੇ ਦੀ ਖਬਰ ਮਿਲੀ ਤੇ ਪਤਾ ਲੱਗਿਆ ਕਿ ਉਹ ਸਤਾਰਾਂ ਮਈ ਨੂੰ ਕੈਨੇਡਾ ਜਾ ਰਿਹਾ ਹੈ ਤਾਂ ਉਹ ਵੀ ਛੁੱਟੀ ਲੈ ਕੇ ਘਰ ਆ ਗਿਆ। ਬੱਸ ਹੁਣ ਉਹ ਕੁੱਝ ਦਿਨ ਦਾ ਹੀ ਮਹਿਮਾਨ ਸੀ।

ਜਿਵੇਂ ਸਾਰਾ ਕੁੱਝ ਉਸਦੇ ਹੱਥਾਂ 'ਚੋਂ ਕਿਰਦਾ ਜਾ ਰਿਹਾ ਸੀ। ਫੇਰ ਉਸਦੇ ਦੁਬਈ ਵਾਲੇ ਚਾਚੇ ਹਰਮੀਤ ਸਿੰਘ ਨੇ ਉਸਦੇ ਦਿੱਲੀ ਜਾਣ ਲਈ ਵੈਨ ਵੀ ਬੁੱਕ ਕਰਵਾ ਦਿੱਤੀ। ਵਿਛੜਨ ਦਾ ਦਰਦ ਹੋਰ ਵੀ ਤਿੱਖਾ ਹੋ ਗਿਆ। ਜਿਵੇਂ ਕਿਸੇ ਨੂੰ ਫਾਂਸੀ ਲੱਗਣੀ ਹੋਵੇ। ਉਸਦੇ ਤਿੰਨ ਹੀ ਜ਼ਿਗਰੀ ਦੋਸਤ ਸਨ, ਜਿਨਾਂ ਨੂੰ ਸਿਰਫ ਉਸਦੇ ਜਾਣ ਦਾ ਪਤਾ ਸੀ। ਅਵਤਾਰ, ਜਗਤਾਰ ਤੇ ਸੁਰਿੰਦਰ ਜੋ ਉਸ ਨੂੰ ਕਈ ਵਾਰ ਆ ਕੇ ਮਿਲ ਗਏ ਸਨ। ਉਨ੍ਹਾਂ ਦੀਆਂ ਹੁਣ ਗੱਲਾਂ ਹੀ ਨਾ ਮੁੱਕਣ 'ਚ ਆਂਉਦੀਆਂ। ਦੋਸਤ ਕਹਿੰਦੇ ਯਾਰ ਤੇਰੇ ਬਿਨਾ ਸਾਡਾ ਤਾਂ ਦਿਲ ਹੀ ਨਹੀਂ ਲੱਗਣਾ।

ਮਨਦੀਪ ਦੇ ਦੋਸਤਾਂ ਨੇ ਨਿਸ਼ਾਨੀ ਵਜੋਂ ਦੇਣ ਲਈ ਉਸਦੀਆਂ ਰਚਨਾਵਾਂ, ਕਿਤਾਬੀ ਰੂਪ ਵਿੱਚ ਛਪਵਾਉਣ ਦਾ ਫੈਸਲਾ ਕੀਤਾ। ਪੰਜਾਬ ਦੇ ਹਾਲਾਤ ਇਸ ਕਦਰ ਵਿਗੜੇ ਹੋਏ ਸਨ ਕਿ ਉਸਦਾ ਪਬਲਿਸ਼ਰ ਵੀ ਕਈ ਵਾਰ ਉਸ ਨੂੰ ਬੂਹਾ ਨਾ ਖੋਹਲਦਾ। ਮਸਾਂ ਭੱਜ ਨੱਸ ਕਰਕੇ ਉਨ੍ਹਾਂ ਕਿਤਾਬ ਛਪਵਾ ਲਈ। ਰਿਲੀਜ਼ ਸਮਾਗਮ ਤੇ ਬਹਾਨੇ ਨਾਲ ਸਾਰੇ ਸਾਹਿਤਕਾਰ ਦੋਸਤ ਵੀ ਮਿਲ ਲਏ। ਸਭ ਨੇ ਕਿਹਾ ਦੇਖੀਂ ਕੈਨੇਡਾ ਜਾ ਕੇ ਕਿਤੇ ਲਿਖਣਾ ਨਾ ਛੱਡ ਜਾਈਂ। ਜਦੋਂ ਹਫਤਾ ਕੁ ਰਹਿ ਗਿਆ ਤਾਂ ਮਨਦੀਪ ਨੂੰ ਜਾਪਿਆ ਜਿਵੇਂ ਭਾਰਤ ਵਿੱਚ ਖੁੱਲੀ ਜੀਵਨ ਦੀ ਇੱਕ ਇੱਕ ਫਾਈਲ ਉਹ ਬੰਦ ਕਰਦਾ ਜਾ ਰਿਹਾ ਹੋਵੇ। ਜ਼ਿੰਦਗੀ ਦਾ ਇੱਕ ਚੈਪਟਰ ਸਮਾਪਤ ਹੋ ਰਿਹਾ ਸੀ।

ਹਫਤਾ ਕੁ ਰਹਿੰਦਿਆਂ ਉਸ ਨੇ ਰਿਸ਼ਤੇਦਾਰੀਆਂ ਨੂੰ ਆਪਣੇ ਜਾਣ ਵਾਰੇ ਦੱਸਣਾਂ ਤੇ ਮਿਲਣਾ ਸ਼ੁਰੂ ਕੀਤਾ। ਭੂਆਂ ਮਾਸੀਆਂ ਨੂੰ ਮਿਲਣ ਉਪਰੰਤ ਉਹ ਆਪਣੇ ਨਾਨਕੇ ਰਣੀਏ ਵੀ ਮਿਲਣ ਗਿਆ, ਜੋ ਹੁਣ ਬਹੁਤ ਬਦਲ ਚੁੱਕਾ ਸੀ। ਜਿੱਥੇ ਉਸ ਦੇ ਬਚਪਨ ਦੀਆਂ ਅਨੇਕਾਂ ਯਾਦਾਂ ਸਨ। ਜਦੋਂ ਉਸ ਦੀ ਨਾਨੀ ਮਹਿਤਾਬ ਕੌਰ ਨੇ ਉਸ ਨੂੰ ਬੁੱਕਲ 'ਚ ਲੈ ਕੇ ਸੌ ਦਾ ਨੋਟ ਦਿੰਦਿਆਂ ਅੱਖਾਂ ਭਰ ਲਈਆਂ ਤੇ ਕਿਹਾ "ਚੰਗਾਂ ਦੋਹਤਮਾਨ ਹੁਣ ਸਬੱਬੀਂ ਹੀ ਮੇਲੇ ਹੋਣਗੇ। ਤੂੰ ਤਾਂ ਭਾਈਂ ਸੱਤ ਸਮੁੰਦਰੋਂ ਪਾਰ ਚੱਲਿਆ। ਮੈਂ ਤਾਂ ਭਾਈ ਨਦੀਂ ਕਿਨਾਰੇ ਰੁੱਖੜਾਂ ਹਾਂ। ਚੰਗਾ ਮੇਰਾ ਪੁੱਤ..." ਮਨਦੀਪ ਦੀਆਂ ਤਾਂ ਭੁੱਬਾਂ ਹੀ ਨਿੱਕਲ ਗਈਆਂ। ਫੇਰ ਉਹ ਸਾਰੇ ਰਾਹ ਹੀ ਅੱਖਾਂ ਭਰੀਂ ਬੈਠਾ ਰਿਹਾ। ਪਿੰਡ ਦੀਆਂ ਮੜੀਆਂ ਕੋਲੋਂ ਲੰਗਦਿਆਂ ਉਸ ਨੂੰ ਆਪਣੇ ਨਾਨਾ ਸੰਤਾ ਸਿੰਘ ਦੀ ਬਹੁਤ ਯਾਦ ਆਈ। ਉਸ ਨੇ ਮਨ ਹੀ ਮਨ ਨਾਨੇ ਤੋਂ ਅਸ਼ੀਰਵਾਦ ਮੰਗਿਆ। ਕਾਰ ਧੂੜਾਂ ਉਡਾਉਂਦੀ ਅੱਗੇ ਵਧ ਰਹੀ ਸੀ। ਪਰ ਹੁਣ ਕਿਧਰੇ ਕੋਈ ਰੇਤਲਾ ਟਿੱਬਾਂ ਨਜ਼ਰ ਨਹੀਂ ਸੀ ਆ ਰਿਹਾ।

ਉਸ ਰਾਤ ਘਰ ਜਾ ਕੇ ਮਨਦੀਪ ਨੂੰ ਨੀਂਦ ਨਾ ਆਈ। ਉਹ ਸੋਚਦਾ ਰਿਹਾ 'ਮੈਂ ਏਨ੍ਹਾ ਪੜ੍ਹਿਆ, ਰਾਤਾਂ ਝਾਗੀਆਂ ਹੁਣ ਜਦੋਂ ਦੇਸ਼ ਨੂੰ ਮੇਰੀ ਲੋੜ ਸੀ, ਮੈਂ ਜਾ ਰਿਹਾ ਹਾਂ। ਕੀ ਦੇਸ਼ ਦੇ ਮਾਲਕਾਂ ਨੂੰ ਉੱਜੜੀ ਜਾ ਰਹੀ ਊਰਜ਼ਾ ਤੇ ਜਵਾਨੀ ਦਾ ਕੋਈ ਫਿਕਰ ਨਹੀਂ? ਕਾਹਦੇ ਲਈ ਦੇਸ਼ ਆਜ਼ਾਦ ਹੋਇਆ ਸੀ? ਭਗਤ ਸਿੰਘ ਸਰਾਭੇ ਵਰਗੇ ਸੈਂਕੜੇ ਲੋਕ ਫਾਸੀ ਚੜ ਗਏ। ਗ਼ਦਰੀ ਬਾਬੇ ਜਾਨਾਂ ਕੁਰਬਾਨ ਕਰ ਗਏ ਕੇ ਲੋਕ ਖੁਸ਼ਹਾਲ ਹੋਣਗੇ। ਪਰ ਲੋਕ ਤਾਂ ਟੁੱਟ ਕੇ ਗਰਕਣ ਤੇ ਆ ਗਏ ਨੇ। ਲੋਟੂਆ ਮੁਨਾਫਾਖੋਰਾਂ ਦੀਆਂ ਗੋਗੜਾਂ ਅਤੇ ਅਤੇ ਕੋਠੀਆਂ ਹੋਰ ਵੱਡੀਆਂ ਹੁੰਦੀਆਂ ਰਹੀਆਂ ਨੇ। ਆਜ਼ਾਦੀ ਗੁਲਾਟੀਏ, ਦੇਸ਼ ਭਗਤ ਸਰਹੱਦਾਂ ਦੀ ਰਾਖੀ ਕਰਨ ਵਾਲੇ, ਦਲੇਰ ਸਿੰਘ ਵਰਗੇ ਲੱਖਾਂ ਲੋਕ ਮੰਦਹਾਲੀ ਦਾ ਜੀਵਨ ਜੀਣ ਤੇ ਮਜ਼ਬੂਰ ਹੋ ਗਏ ਅਤੇ ਉਨ੍ਹਾਂ ਦੇ ਬੱਚੇ ਦੇਸ਼ ਨਿਕਾਲ਼ੇ ਲਈ'।

ਸਿਆਣਾ ਸਿਆਸਤਦਾਨ ਉਹ ਹੀ ਹੁੰਦਾ ਹੈ ਜੋ ਦੇਸ਼ ਦੀ ਤਾਕਤ ਨੂੰ ਸੰਭਾਲ ਕੇ ਵਰਤਣ ਦੀ ਸਮਰੱਥਾ ਰੱਖਦਾ ਹੋਵੇ। ਪਰ ਤਾਕਤ ਤਾਂ ਸਾਰੇ ਹੱਦਾਂ ਬੰਨੇ ਤੋੜਦੀ ਬੇਰੁਜ਼ਗਾਰੀ ਦੀ ਝੰਬੀ ਕਦੇ ਨਕਲਬਾੜੀ ਤੇ ਕਦੀ ਖਾਲਿਸਤਾਨੀ ਮੂਵਮੈਂਟ ਦਾ ਰੂਪ ਧਾਰ ਰਹੀ ਸੀ। ਉੱਪਰੋ ਸਰਕਾਰ ਉਨ੍ਹਾਂ ਦੀਆਂ ਲੋੜਾਂ ਪੂਰੀਆਂ ਕਰਨ ਦੀ ਥਾਂ ਗੋਲੀ ਦੇ ਜ਼ੋਰ ਨਾਲ ਉਸ ਨੂੰ ਖਤਮ ਕਰਨ ਤੇ ਤੁੱਲੀ ਹੋਈ ਸੀ ਕਿ ਨਾ ਰਹੇਗੀ ਤਾਕਤ ਤੇ ਨਾ ਹੀ ਟੁੱਟੇਗੀ ਸਕਰਾਰ ਦੀ ਨੀਂਦ। ਅੰਗਰੇਜ਼ ਕਾਲੇ ਪਾਣੀ ਦੀ ਸਜ਼ਾ ਦਿੰਦਾ ਸੀ । ਪਰ ਕਾਲੇ ਅੰਗਰੇਜ਼ਾਂ ਨੇ ਤਾਂ ਨੌਜਵਾਨਾਂ ਨੂੰ ਦੇਸ਼ ਨਿਕਾਲੇ ਦੇ ਕੰਢੇ ਲਿਆ ਕੇ ਖੜਾ ਕਰ ਦਿੱਤਾ। ਉਨ੍ਹਾਂ ਹੀ ਨੌਜਵਾਨਾਂ ਵਿੱਚੋਂ ਮਨਦੀਪ ਵੀ ਇੱਕ ਸੀ।

ਇਤਿਹਾਸ ਦੀਆਂ ਪੁਸਤਕਾਂ ਪੜ੍ਹ ਕੇ ਉਸ ਨੂੰ ਪਤਾ ਲੱਗਿਆ ਸੀ ਕਿ ਆਰੀਅਨ ਲੋਕ ਪੰਜਾਬ ਵਿੱਚ ਆ ਕੇ ਵਸ ਗਏ ਸਨ ਪਰੰਤੂ ਅੱਜ ਚੰਦ ਸਿੰਘ ਦਾ ਖਾਨਦਾਨ ਭਾਰਤ ਵਿੱਚੋਂ ਉੱਜੜ ਕੇ ਕਿਸੇ ਹੋਰ ਦੇਸ਼ ਚ ਵਸ ਜਾਵੇਗਾ ਇਹ ਉਸ ਨੂੰ ਪਤਾ ਨਹੀਂ ਸੀ। ਕੀ ਉਹ ਫੇਰ ਏਸੇ ਦੇਸ਼ ਵੀਜ਼ਾ

ਲੈ ਕੇ ਆਇਆ ਕਰੇਗਾ, ਜੋ ਹੁਣ ਉਸਦਾ ਆਪਣਾ ਤਾਂ ਰਹੇਗਾ ਨੀ। ਤੀਜੀ ਚੌਥੀ ਪੀੜ੍ਹੀ ਤਾਂ ਪੂਰੀ ਤਰ੍ਹਾਂ ਉੱਥੇ ਹੀ ਸਮਿਲਤ ਹੋ ਜਾਵੇਗੀ। ਇਹ ਘਰ ਜ਼ਮੀਨ ਸਭ ਖੰਡਰ ਬਣ ਜਾਣਗੇ। ਕੀ ਇਹ ਦਿਨ ਦੇਖਣ ਲਈ ਹੀ 1947 ਵਿੱਚ ਲੱਖਾਂ ਲੋਕਾਂ ਨੂੰ ਮਰਵਾਇਆ ਗਿਆ। ਉਨ੍ਹਾਂ ਵਿੱਚ ਮਨਦੀਪ ਦਾ ਇੱਕ ਤਾਇਆ ਵੀ ਸੀ। ਜਿਸ ਦਾ ਲਹੂ ਭਾਰਤ ਦੀਆਂ ਸੜਕਾਂ ਤੇ ਡੁੱਲਿਆ ਸੀ। ਕੀ ਵਾਕਿਆ ਹੀ ਉਹ ਸਭ ਕੁੱਝ ਛੱਡ ਕੇ ਤੁਰ ਜਾਵੇਗਾ ? ਮਨਦੀਪ ਦੇ ਅਥਰੂ ਵਗ ਤੁਰਦੇ।

ਮਨ ਕਹਿੰਦਾ ਕਿ ਹੋਰ ਹੱਲ ਵੀ ਕੀ ਹੈ ? ਤੇਰਾ ਪਿਤਾ ਦਲੇਰ ਸਿੰਘ ਏਸੇ ਮੰਦਹਾਲੀ 'ਚ ਕੰਮ ਕਰਦਾ ਤੁਰ ਜਾਵੇਗਾ। ਬਿੰਦਰ ਸਰਹੱਦਾਂ ਤੇ ਲੜਦਾ ਏਨ੍ਹਾਂ ਲੁਟੇਰਿਆਂ ਨੂੰ ਬਚਾਉਂਦਾ ਇੱਕ ਦਿਨ ਆਪ ਮੁੱਕ ਜਾਵੇਗਾ। ਇਸ ਮੰਦਹਾਲੀ 'ਚ ਤਾਂ ਕਿਸੇ ਦਾ ਵਿਆਹ ਵੀ ਨਹੀਂ ਹੋਵੇਗਾ। ਤੇਰੇ ਖਾਨਦਾਨ ਨੇ ਤਾਂ ਏਥੇ ਵੀ ਇੰਝ ਹੀ ਮੁੱਕ ਜਾਣਾ ਹੈ। ਰਘਵੀਰ ਵਰਗੇ ਨਿਰਾਸ਼ ਨੌਜਵਾਨ ਨਸ਼ਿਆਂ 'ਚ ਗਰਕ ਰਹੇ ਨੇ। ਛੋਟੇ ਕਿਸਾਨ ਕਰਜ਼ੇ 'ਚ ਡੁੱਬੇ ਖੁਦਕਸ਼ੀਆਂ ਕਰਨ ਤੇ ਮਜ਼ਬੂਰ ਨੇ। ਉੱਤੋਂ ਪੁਲੀਸ ਤਸ਼ੱਦਤ ਅਤੇ ਅੱਤਵਾਦ ਦਾ ਦਹਾੜਦਾ ਹੋਇਆ ਇਹ ਦੈਂਤ। ਹੋਰ ਹੱਲ ਵੀ ਤਾਂ ਕੋਈ ਨਹੀਂ ਸੀ। ਮਰਦਾ ਤਾਂ ਕੀ ਨਾ ਕਰਦਾ, ਦੇ ਕਥਨ ਅਨੁਸਾਰ ਮਨਦੀਪ ਫੇਰ ਆਪਣਾ ਸਮਾਨ ਅਟੈਚੀਆਂ ਚ ਪਾਉਣ ਲੱਗ ਪੈਂਦਾ।

ਆਖਿਰ ਸਾਰੀਆਂ ਤਿਆਰੀਆਂ ਮੁਕੰਮਲ ਹੋ ਗਈਆਂ। 17 ਮਈ ਵੀ ਆਣ ਪਹੁੰਚੀ। ਮਨਦੀਪ ਦੇ ਖਾਸ ਦੋਸਤ ਤੇ ਰਿਸ਼ਤੇਦਾਰ ਸੁਭਾ ਤੋਂ ਹੀ ਮਿਲਣ ਆਉਣੇ ਸ਼ੁਰੂ ਹੋ ਗਏ। ਗਿਆਰਾਂ ਕੁ ਵਜੇ ਦਿੱਲੀ ਨੂੰ ਜਾਣ ਵਾਲੀ ਵੈਨ ਬੂਹੇ ਅੱਗੇ ਆ ਖੜ੍ਹੀ। ਪਿੰਡ ਵਿੱਚ ਵੀ ਗੱਲ ਧੁਖਣ ਲੱਗੀ ਕਿ ਬਗੀਚੇ ਵਾਲਿਆਂ ਤਾਂ ਮਨਦੀਪ ਅੱਜ ਕੈਨੇਡਾ ਜਾ ਰਿਹਾ ਹੈ। ਲੋਕ ਚੁੱਪ ਚੁੱਪ ਵੈਨ ਵਲ ਦੇਖਦੇ ਲੰਘ ਜਾਂਦੇ ਪਰ ਪੁੱਛਦਾ ਕੋਈ ਵੀ ਨਾ।

ਬਚਨ ਕੌਰ ਸੁੱਖਾਂ ਸੁੱਖ ਰਹੀ ਸੀ ਕਿ "ਹੇ ਰੱਬ ਸੱਚਿਆਂ ਜਿੱਥੇ ਐਨਾ ਟੈਮ ਕੱਢਿਆ ਹੈ ਇੱਕ ਘੰਟਾ ਹੋਰ ਸੁੱਖੀ ਸਾਂਦੀ ਲੰਘਾ ਦੇ। ਮੁੰਡਾ ਇੱਕ ਵਾਰ ਪਿੰਡੋਂ ਠੀਕ ਠਾਕ ਤੁਰ ਜਾਏ" ਦੰਦਾਂ ਵਿੱਚ ਜੀਭ ਵਾਲੀ ਗੱਲ ਹੀ ਸੀ। ਦਲੇਰ ਸਿੰਘ ਰਘਵੀਰ ਤੇ ਬਿੰਦਰ ਨੇ ਵੈਨ 'ਚ ਅਟੈਚੀ ਲੱਦੇ। ਦਲੇਰ ਸਿੰਘ ਅਤੇ ਰਘਵੀਰ ਨੇ ਦਿੱਲੀ ਤੱਕ ਨਾਲ ਜਾਣਾ ਸੀ। ਆਖਰ ਹੰਝੂਆਂ ਭਰੀ ਵਿਦਾਇਗੀ ਹੋ ਹੀ ਗਈ। ਮਨਦੀਪ ਨੇ ਹਸਰਤ ਭਰੀ ਨਿਗਾਹ ਆਪਣੇ ਘਰ ਤੇ ਸੁੱਟੀ। ਫੇਰ ਉਨ੍ਹਾਂ ਦੀ ਵੈਨ ਬਲਦੇ ਪੰਜਾਬ 'ਚੋਂ ਨਿੱਕਲਣ ਲਈ ਤੇਜ਼ ਹੋ ਗਈ।

•

ਭਾਗ 60

ਹੌਲੀ ਹੌਲੀ ਵੈਨ ਨੇ ਅੰਬਾਲਾ, ਕਰਨਾਲ ਪਾਨੀਪੱਤ ਪਿੱਛੇ ਛੱਡ ਦਿੱਤੇ। ਰਸਤੇ ਵਿੱਚ ਥਾਂ ਥਾਂ ਨਾਕੇ ਸਨ। ਹਰ ਜਗਾ ਹੀ ਪੁਲੀਸ ਸ਼ੱਕੀ ਨਿਗਾਹਾਂ ਨਾਲ ਦੇਖਦੀ ਅਤੇ ਪੁੱਠੇ ਸਿੱਧੇ ਸਵਾਲ ਕਰਦੀ ਰਹੀ। ਕਿਤੇ ਕੋਈ ਵੀ ਪੰਗਾ ਪੈ ਸਕਦਾ ਸੀ। ਹਾਲਾਤ ਅਜੇ ਠੀਕ ਨਹੀਂ ਸਨ। ਪੱਗ ਵਾਲਿਆਂ ਨੂੰ ਅਜੇ ਵੀ ਅੱਤਵਾਦੀ ਸਮਝ ਕੇ ਨਫਰਤ ਦੀਆਂ ਨਿਗਾਹਾਂ ਨਾਲ ਦੇਖਿਆ ਜਾ ਰਿਹਾ ਸੀ।

ਹਰਿਆਣਾ ਵਿੱਚ ਤਾਂ ਪੁਲਸੀਆਂ ਦੀ ਬੋਲੀ ਵੀ ਬਹੁਤ ਰੁੱਖੀ ਸੀ। ਪਰ ਮਨਦੀਪ ਤਾਂ ਯਾਦਾਂ ਦੇ ਭਵਸਾਗਰ ਵਿੱਚ ਹੀ ਡੁੱਬਿਆ ਰਿਹਾ। ਕਦੇ ਆਪ ਮੁਹਾਰੇ ਹੀ ਅਥਰੂ ਟਪਕ ਪੈਂਦੇ। ਕਈ ਚਿਹਰੇ ਦਿਮਾਗ ਵਿੱਚ ਉਭਰਦੇ ਤੇ ਫੇਰ ਧੁੰਦਲੇ ਪੈ ਜਾਂਦੇ। ਆਖਿਰ ਉਹ ਦਿੱਲੀ ਵੀ ਆ ਗਈ ਜੋ ਦੇਸ਼ ਤੇ ਰਾਜ ਕਰਦੀ ਸੀ। ਤੇ ਇਨ੍ਹਾਂ ਰਾਜ ਕਰਨ ਵਾਲਿਆਂ ਦੀ ਨਾਲਾਇਕੀ ਕਾਰਨ ਹੀ ਮਨਦੀਪ ਨੂੰ ਆਪਣਾ ਦੇਸ਼ ਛੱਡਣਾ ਪੈ ਰਿਹਾ ਸੀ।

ਇੱਕ ਨਿੱਕਾਂ ਜਿਹਾ ਚੋਅ ਜੋ ਕਦੇ ਰਣੀਏ ਪਿੰਡ ਚੋਂ ਫੁੱਟਿਆ ਸੀ, ਹੁਣ ਨਦੀ ਵਾਂਗੂ ਅੱਗੇ ਵਧਦਾ ਸੰਸਾਰ ਦੇ ਵਿਸ਼ਾਲ ਸਮੁੰਦਰ ਵਿੱਚ ਲੀਨ ਹੋਣ ਲਈ ਜਾ ਰਿਹਾ ਸੀ। ਇਹ ਉਹ ਹੀ ਦਿੱਲੀ ਸੀ ਜਿਸ ਦੇ ਇੱਕ ਪਾਸੇ ਪਾਂਡਵਾਂ ਦਾ ਹਸਤਨਾਪੁਰ ਸੀ। ਕੁਰਕਸ਼ੇਤਰ ਦਾ ਮੈਦਾਨੇ ਜੰਗ ਅੱਜ ਮੁੱਕਿਆ ਨਹੀਂ ਸੀ, ਸਗੋਂ ਪੂਰੇ ਸੰਸਾਰ ਵਿੱਚ ਫੈਲ ਗਿਆ ਸੀ। ਤੇ ਰਣ ਭੂਮੀ ਕਰਮ ਭੂਮੀ ਵਿੱਚ ਤਬਦੀਲ ਹੋ ਗਈ ਸੀ।

ਮਨਦੀਪ ਨੂੰ ਪਾਣੀਪੱਤ ਲੰਘਦਿਆਂ ਪਾਣੀਪੱਤ ਦੀ ਲੜਾਈ ਦੇ ਨਾਲ ਨਾਲ ਮੁਗਲਾਂ ਦੇ ਅਨੇਕਾ ਹਮਲੇ ਵੀ ਯਾਦ ਆਏ। ਜਿਹੜਾ ਕੰਮ ਭਾਰਤੀਆਂ ਨੂੰ ਉਜਾੜਨ ਦਾ ਉਹ ਹਮਲੇ ਨਾ ਕਰ ਸਕੇ, ਅੱਜ ਦੇਸ਼ ਦੇ ਸਿਆਸਤਦਾਨਾ ਸਹਿਜੇ ਹੀ ਕਰ ਦਿੱਤਾ ਸੀ। ਏਸੇ ਦਿੱਲੀ ਵਿੱਚ ਮਨੁੱਖਤਾ ਦਾ ਹਜ਼ਾਰਾਂ ਵਾਰ ਘਾਣ ਹੁੰਦਾ ਰਿਹਾ। ਤਾਕਤ ਹਥਿਆਉਣ ਲਈ ਰਾਜ ਪਲਟੇ ਹੁੰਦੇ ਰਹੇ। ਏਸੇ ਦਿੱਲੀ ਵਿੱਚ ਸਿੱਖਾਂ ਨੂੰ ਗਲ਼ਾਂ 'ਚ ਟਾਇਰ ਪਾ ਕੇ ਫੂਕਿਆ ਗਿਆ ਅਤੇ ਅਹਿਸਾਸ ਕਰਵਾਇਆ ਗਿਆ ਕਿ ਇਹ ਉਹਨਾਂ ਦਾ ਮੁਲਕ ਨਹੀਂ ਹੈ। ਜਿੱਥੇ ਹੁਣ ਵੀ ਕਨੂੰਨ ਕੁੰਭਕਰਨੀ ਨੀਂਦ ਸੌਂਦਾ ਹੈ।

ਜਿੱਥੇ ਕੁੱਝ ਵੀ ਸੁਰੱਖਿਅਤ ਨਹੀਂ। ਜਿੱਥੇ ਬਹੁਗਿਣਤੀ ਦਾ ਵੱਡਾ ਸਾਗਰ ਨਿੱਕੇ ਮੋਟੇ ਨਦੀਆਂ ਨਾਲਿਆਂ ਨੂੰ ਡਕਾਰ ਜਾਣਾ ਚਾਹੁੰਦਾ ਹੈ। ਜਿੱਥੇ ਪ੍ਰਧਾਨ ਮੰਤਰੀ ਤੱਕ ਬੋਫੋਰਜ਼ ਵਰਗੇ ਤੋਪ ਸੌਦਿਆਂ ਵਿੱਚ ਰਿਸ਼ਵਤ ਲੈਂਦਾ ਹੈ। ਅੰਗਰੇਜ਼ਾਂ ਨੇ ਤਾਂ ਬਿਦੇਸ਼ੀ ਹੋਣ ਕਾਰਨ ਦੇਸ਼ ਨੂੰ ਲੁੱਟਿਆ ਸੀ ਪਰ ਜੋ ਹੁਣ ਦੇ ਨੇਤਾ ਲੁੱਟ ਲੁੱਟ ਕੇ ਆਪਣੇ ਸਵਿੱਸ ਖਾਤੇ ਕਾਲੇ ਧਨ ਨਾਲ ਭਰ ਰਹੇ ਸਨ, ਉਹ ਕੌਣ ਨੇ ? ਕਦੇ ਮਨਦੀਪ ਸੋਚਦਾ ਇੱਕ ਦਿਨ ਮੇਰੀ ਉਲਾਦ ਪਰਤੇਗੀ ਤੇ ਇਹ ਸੁਆਲ ਜਰੂਰ ਪੁੱਛੇਗੀ ਕਿ ਕਿਹੜੇ ਹਾਲਾਤਾਂ ਨਿ ਸਾਡੇ ਪੁਰਖਿਆਂ ਨੂੰ ਦੇਸ਼ ਨਿਕਾਲੇ ਲਈ ਮਜ਼ਬੂਰ ਕੀਤਾ ਸੀ।

ਦਿੱਲੀ ਦੀਆਂ ਬੱਤੀਆਂ ਜਗ ਪਈਆਂ ਸਨ। ਸ਼ਾਮ ਦਾ ਸੂਰਜ ਡੁੱਬ ਚੁੱਕਾ ਸੀ। ਦੇਸ਼ ਵੀ ਤਾਂ ਡੁੱਬ ਰਿਹਾ ਸੀ। ਉੱਚੀਆਂ ਇਮਾਰਤਾਂ ਹਰ ਪਾਸੇ ਨਜ਼ਰ ਆ ਰਹੀਆਂ ਤੇ ਉਨ੍ਹਾਂ ਦੇ ਪੈਰਾਂ ਵਿੱਚ ਰੁਲ਼ ਰਹੇ ਬੇ-ਘਰੇ ਗਰੀਬ। ਨਿੱਕੀਆਂ ਨਿੱਕੀਆਂ ਕੁੜੀਆਂ ਮੁੰਡੇ ਕੂੜੇ ਦੇ ਢੇਰ ਫਰੋਲਦੇ ਕੁੱਝ ਖਾਣ ਲਈ ਲੱਭ ਰਹੇ ਸਨ।

ਹਰੇ ਇਨਕਲਾਬ ਨਾਲ ਅਨਾਜ਼ ਦੇ ਭਰੇ ਹੋਏ ਗੁਦਾਮ ਫੇਰ ਕੌਣ ਖਾਅ ਗਿਆ ਸੀ ? ਦਲੇਰ ਸਿੰਘ ਪਿਛਲੀ ਸੀਟ ਤੇ ਬੈਠਾ ਊਂਘ ਰਿਹਾ ਸੀ। ਮਨਦੀਪ ਨੇ ਮਾਂ ਦੇ ਬਣਾਏ ਪਰੌਂਠੇ ਆਖਰੀ ਵਾਰ ਖਾਧੇ ਤੇ ਇੱਕ ਜਗਾ ਚਾਹ ਵੀ ਪੀਤੀ। ਪਰ ਏਥੇ ਤਾਂ ਮਸ਼ਹੂਰੀਆਂ ਦੇ ਬੋਰਡ ਹੀ ਬੋਰਡ ਸਨ। ਬਹੁਕੌਮੀ ਕੰਪਨੀਆਂ ਦਾ ਤੰਦੂਆ ਜਾਲ਼ ਹਰ ਪਾਸੇ ਫੈਲ ਰਿਹਾ ਸੀ। ਨਿੱਕੇ ਵਪਾਰੀ ਕਿਸਾਨ ਤੇ ਮਜ਼ਦੂਰ ਆਪਣੇ ਘਰ ਜ਼ਮੀਨ ਤੇ ਸੱਭਿਅਤਾ ਗੁਆ ਰਹੇ ਸਨ ਤੇ ਹੁਣ ਖੁਦਕਸ਼ੀਆਂ ਲਈ ਮਜ਼ਬੂਰ ਸਨ। ਵੋਟਾਂ ਦੇ ਵਣਜਾਰੇ ਕਹਿ ਰਹੇ ਸਨ ਕਿ ਦੇਸ਼ ਤਰੱਕੀ ਕਰ ਰਿਹਾ ਹੈ। ਪਰ ਕੱਟੇ ਨੂੰ ਮਣ ਦੁੱਧ ਦਾ ਕੀ ਭਾਅ ?

ਉਹ ਧੌਲਾ ਕੂਆ ਪਾਰ ਕਰ ਗਏ। ਸਾਹਮਣੇ ਪਾਰਲੀਮੈਂਟ ਰੋਡ ਸੀ। ਮਨਦੀਪ ਨੂੰ ਕਚਿਆਣ ਜਿਹੀ ਆਈ। ਦੇਸ਼ ਦੀ ਛਾਤੀ ਤੇ ਜਿਵੇਂ ਇਹ ਕੋਈ ਨਾਸੂਰ ਹੋਵੇ। ਪਾਰਲੀਮੈਂਟ ਬਿਲਡਿੰਗ ਵੀ ਬੱਸ ਏਸੇ ਤਰਾਂ ਜਾਪੀ। ਫੇਰ ਸਾਹਮਣੇ ਹਿਯਾਤ ਹੋਟਲ ਨਜ਼ਰ ਆਇਆ। ਤੇ ਲੱਖਾਂ ਕਰੋੜਾਂ ਬੱਤੀਆਂ ਦੀ ਚਕਾਚੌਂਧ। ਡਰਾਈਵਰ ਬੋਲਿਆ ਬੱਸ ਪਹੁੰਚ ਗਏ ਏਅਰ ਪੋਰਟ। ਕੁੱਝ ਹੀ ਮਿੰਟਾਂ ਬਾਅਦ ਉਹ ਅੰਦਰ ਜਾਣ ਲਈ ਟਰਾਲੀਆਂ ਤੇ ਸਮਾਨ ਰੱਖ ਰਹੇ ਸਨ।

ਇੱਕ ਵਿਸ਼ਾਲ ਇਮਾਰਤ। ਕਾਲੇ ਸ਼ੀਸ਼ੇ। ਬਾਹਰ ਜਾਣ ਵਾਲਿਆਂ ਦੀ ਭੀੜ। ਤੇ ਛੱਡਣ ਆਇਆਂ ਦੀਆਂ ਨਮ ਅੱਖਾਂ। ਦਲੇਰ ਸਿੰਘ ਵੀ ਪੁੱਤ ਨੂੰ ਜਾਂਦਾ ਦੇਖਕੇ ਅੱਜ ਬਹੁਤ ਉਦਾਸ ਸੀ।

ਉਹ ਤਾਂ ਦੇਸ਼ ਬਚਾਂਉਦਾ ਰਿਹਾ ਪਰ ਆਪਣੀ ਉਲਾਦ ਨੂੰ ਨਹੀਂ ਸੀ ਬਚਾ ਸਕਿਆ। ਉਸਦੇ ਜੀਵਨ ਦਾ ਖਜ਼ਾਨਾ ਹੁਣ ਲੁੱਟਿਆ ਜਾ ਰਿਹਾ ਸੀ। ਇੱਕ ਦਿਨ ਇਸ ਦੇਸ਼ ਵਿੱਚ ਉਸਦਾ ਕੁੱਝ ਵੀ ਨਹੀਂ ਸੀ ਹੋਣਾ। 'ਕਿਉਂ ਮਰਦਾ ਰਿਹਾ ਸੀ ਉਹ ਸਾਰੀ ਉਮਰ ?' ਉਹ ਖੁਦ ਨੂੰ ਹੀ ਪੁੱਛ ਰਿਹਾ ਸੀ। ਉਧਰ ਸਮਾਂ ਘਟਦਾ ਜਾ ਰਿਹਾ ਸੀ। ਉਨ੍ਹਾਂ ਟੀ ਵੀ ਸਕਰੀਨ ਤੇ ਪੜ੍ਹਿਆ ਕਿ ਫਲਾਇਟ ਨੰਬਰ 183 ਏਅਰ ਫਰਾਂਸ ਟਾਈਮ ਸਿਰ ਉਡਾਣ ਭਰ ਰਹੀ ਹੈ। ਤੇ ਉਨ੍ਹਾਂ ਦੇ ਕਦਮ ਹੋਰ ਕਾਹਲੇ ਹੋ ਗਏ।

ਹੁਣ ਦਲੇਰ ਸਿੰਘ ਨੇ ਅੱਖਾਂ ਭਰ ਲਈਆਂ। ਜੱਫੀ 'ਚ ਲੈਂਦਾ ਮਨਦੀਪ ਨੂੰ ਬੋਲਿਆ "ਆਪਣਾ ਖਿਆਲ ਰੱਖੀ" ਉਹ ਹੀ ਦਲੇਰ ਸਿੰਘ ਜਿਸ ਨੂੰ ਵਿਹਲੜ ਮਨਦੀਪ ਦੀ ਹੋਂਦ ਚੁਭਦੀ ਸੀ ਅੱਜ ਟੁੱਟ ਕੇ ਪਿਘਲ ਤੁਰਿਆ ਸੀ। ਛੋਟੇ ਭਰਾ ਨੇ ਜੱਫੀ ਪਾ ਕੇ ਵਿਦਾਇਗੀ ਲਈ। ਰੋਂਦਾ ਮਨਦੀਪ ਸ਼ੀਸ਼ਿਆਂ ਦੇ ਓਹਲੇ ਹੋ ਗਿਆ। ਛੱਡਣ ਆਏ ਦੰਦਾਂ 'ਚ ਜੀਭ ਲਈ ਅਜੇ ਵੀ ਬਾਹਰ ਖੜੇ ਅਰਦਾਸਾਂ ਕਰ ਰਹੇ ਸਨ। " ਹੇ ਰੱਬ ਸੱਚਿਆ ਜਿੱਥੇ ਅੱਗੇ ਲਾਜ ਰੱਖੀ ਆ ਹੁਣ ਆਖਰੀ ਭਵਸਾਗਰ ਵੀ ਲੰਘਾ ਦੇ। ਦੇਖੀ ਕਿਤੇ ਪਿੱਛੇ ਨਾ ਮੁੜ ਆਏ"

ਮਨਦੀਪ ਲਈ ਸਾਰਾ ਕੁੱਝ ਹੀ ਨਵਾਂ ਸੀ। ਫੇਰ ਲੰਬੀਆਂ ਲਾਈਨਾਂ 'ਚ ਲੱਗ ਕੇ ਸਮਾਨ ਵੀ ਜਮਾਂ ਕਰਵਾ ਦਿੱਤਾ ਗਿਆ। ਟਿਕਟਾਂ ਤੇ ਪਾਸਪੋਰਟ ਵੀ ਚੈੱਕ ਹੋ ਗਏ। ਫੇਰ ਉਸ ਭਾਰਤੀ ਪੈਸੇ ਦੇ ਕੇ ਵੀਹ ਡਾਲਰ ਖਰੀਦ ਲਏ। ਰਸਤੇ 'ਚ ਚਾਹ ਪਾਣੀ ਲਈ ਇਹ ਕਾਫੀ ਸਨ।

ਪਰ ਇਹ ਕੀ ਜਦੋਂ ਅੱਗੇ ਉਸ ਨੇ ਸਕਿਉਰਟੀ ਗੇਟ ਲੰਘਣਾ ਸੀ ਤਾਂ ਡਿਊਟੀ ਤੇ ਖੜੇ ਆਫੀਸਰ ਨੇ ਉਸਦਾ ਪਾਸਪੋਰਟ ਦੇਖਦਿਆਂ ਭਵਾਂ ਸਿਕੋੜੀਆਂ ਸਨ। ਐਨਕਾਂ ਤੇ ਉੱਪਰੋਂ ਦੀ ਜਲਾਦ ਦੀ ਤੱਕਣੀ ਤੱਕਦਾ ਉਹ ਬੋਲਿਆ "ਕਿਸ ਕੇ ਪਾਸਪੋਰਟ ਪਰ ਜਾ ਰਹੇ ਹੋ ? ਕਿਆ ਆਤੰਕਵਾਦੀ ਹੋ ? ਯਹ ਪਿਕਚਰ ਤੋ ਆਪਕੀ ਨਹੀਂ ਹੈ"

"ਸਰ ਮੇਰੀ ਹੀ ਹੈ" ਮਨਦੀਪ ਦੀਆਂ ਲੱਤਾਂ ਕੰਬੀਆਂ।

"ਹਮੇ ਵੇਵਕੂਫ ਬਨਾਤੇ ਹੋ। ਯਹ ਤੋ ਹਮ ਦੇਖੇਂਗੇ ਕਿ ਕਿਸ ਕੀ ਫੋਟੋ ਹੈ। ਜਾ ਕੇ ਉਸ ਬੈਂਚ ਪਰ ਬੈਠ ਜਾਵੋ" ਉਹ ਸਖਤ ਲਹਿਜ਼ੇ ਵਿੱਚ ਬੋਲਿਆ।

ਪੰਦਰਾਂ ਮਿੰਟ ਲੰਘ ਗਏ। ਬਾਕੀ ਸਾਰੇ ਲੋਕ ਅੰਦਰ ਚਲੇ ਗਏ। ਪਰ ਮਨਦੀਪ ਝਾੜ 'ਚ ਫਸੇ ਬਿੱਲੇ ਵਾਂਗ ਬੈਠਾ ਏਧਰ ਉਧਰ ਦੇਖ ਰਿਹਾ ਸੀ। ਫਲਾਈਟ ਉਡਣ ਦਾ ਸਮਾਂ ਵੀ ਬਹੁਤ ਕਰੀਬ ਸੀ।

ਉਹ ਹੀ ਬੰਦਾ ਫੇਰ ਆਇਆ "ਮੈਂ ਕਿਆ ਕਰੂੰ ਸਾਹਬ ਨਹੀਂ ਮਾਨਤਾ। ਵੋਹ ਤੋ ਕਹਿ ਰਹਾ ਹੈ ਕਿ ਯਹ ਕੈਨੇਡਾ ਨਹੀਂ ਬਲਕਿ ਤਿਹਾੜ ਜੇਲ ਮੇਂ ਜਾਏਗਾ" ਮਨਦੀਪ ਹੋਰ ਵੀ ਡਰ ਗਿਆ।

ਉਹ ਫੇਰ ਉਹ ਬੋਲਿਆ "ਮੈਂ ਆਖਿਰੀ ਕੋਸ਼ਿਸ਼ ਕਰ ਕੇ ਦੇਖ ਲੇਤਾ ਹੂੰ। ਜੋ ਪੈਸੇ ਆਪ ਕੇ ਪਾਸ ਹੈਂ, ਨਿਕਾਲੋ ਜਲਦੀ...ਸ਼ਾਇਦ ਦੇ ਲੈ ਕੇ ਬਾਤ ਬਨ ਜਾਏ"

"ਸਰ ਮੇਰੇ ਕੋਲ ਜੋ ਇੰਡੀਅਨ ਪੈਸੇ ਸੀ ਉਨਕੇ ਮੈਂ ਡਾਲਰ ਖਰੀਦ ਲੇ"

"ਜੋ ਛੋੜਨੇ ਆਏ ਹੈਂ ਉਨ ਕੋ ਪੂਛੋ"

"ਸਰ ਉਹ ਤਾਂ ਚਲੇ ਗਏ"

"ਤੋ ਮੇਰਾ ਵਕਤ ਬਰਬਾਦ ਮੱਤ ਕਰੋ। ਜੋ ਡਾਲਰ ਆਪਨੇ ਲਏ ਹੈ ਵੋਹ ਹੀ ਦੋ। ਇਸ ਪਾਸਪੋਰਟ ਮੇ ਰੱਖ ਕਰ ਪਕੜਾ ਦੋ ਜਲਦੀ"

ਫੇਰ ਉਸ ਨੇ ਪਰਦੇ ਨਾਲ ਪਾਸਪੋਰਟ ਚੋਂ ਵੀਹ ਡਾਲਰ ਕੱਢੇ ਤੇ ਬੋਲਿਆ "ਲੋ ਆਪਨਾ ਪਾਸਪੋਰਟ। ਚਲੋ ਭਾਗੋ ਜਲਦੀ। ਆ ਜਾਤੇ ਸਾਲੇ ਖਾਲੀ ਜੇਬ ਲੈ ਕੇ... ਜਾਨਾ ਹੈ ਕੈਨੇਡਾ ਕੋ ਔਰ ਜੇਬ ਮੇਂ ਸਾਲੀ ਫੂਟੀ ਕੌਡੀ ਵੀ ਨਹੀਂ"

ਫੇਰ ਇਹ ਲ਼ਫਜ ਮਨਦੀਪ ਦਾ ਪਿੱਛਾ ਕਰਦੇ ਰਹੇ ਤੇ ਬਹੁਤ ਦੇਰ ਤੱਕ ਕੰਨਾਂ 'ਚ ਗੂੰਜਦੇ ਰਹੇ। ਇਹ ਕੇਹੋ ਜਿਹੀ ਵਿਦਾਇਗੀ ਸੀ।

ਸ਼ਾਇਦ ਉਹ ਬੰਦਾ ਸੋਚਦਾ ਹੋਵੇਗਾ ਕਿ ਜਾਂਦੇ ਚੋਰ ਦੀ ਤੜਾਗੀ ਹੀ ਸਈ। ਪਰ ਚੋਰ ਉਹ ਨਹੀਂ ਸੀ। ਚੋਰ ਤਾਂ ਇਹ ਸਨ, ਜੋ ਸਾਰੇ ਦੇਸ਼ ਨੂੰ ਲੁੱਟ ਕੇ ਖਾਅ ਗਏ। ਇਹਨਾਂ ਦਾ ਸਤਇਆ ਹੋਇਆ ਹੀ ਤਾਂ ਮਨਦੀਪ ਵਾਹੋ ਦਾਹ ਦੇਸ਼ ਤੋਂ ਦੌੜ ਰਿਹਾ ਸੀ। ਹੁਣ ਉਸਦੇ ਨਾਮ ਦੀ ਅਨਾਊਂਸਮੈਂਟ ਵੀ ਹੋ ਰਹੀ ਸੀ। ਫਲਾਈਟ ਉਸੇ ਨੂੰ ਉਡੀਕ ਰਹੀ ਸੀ। ਕਿਹਾ ਜਾ ਰਿਹਾ ਸੀ ਕਿ ਮਨਦੀਪ ਨਾਮ ਕੇ ਯਾਤਰੀ ਕੋ ਨਿਵੇਦਨ ਹੈ ਕਿ ਏਅਰ ਫਰਾਂਸ ਫਲਾਈਟ ਨੰਬਰ 183, ਬੋਰਡਿੰਗ ਕੇ ਲੀਏ ਜਲਦੀ ਪ੍ਰਸਥਾਨ ਕਰੇ" ਮਨਦੀਪ ਹੋਰ ਤੇਜ਼ੀ ਨਾਲ ਦੌੜਿਆ।

ਫੇਰ ਕਈ ਹੋਰ ਰੁਕਾਵਟਾਂ ਪਾਰ ਕਰਦਾ ਉਹ ਜਹਾਜ਼ ਤੱਕ ਜਾ ਪਹੁੰਚਿਆ। ਅੱਗੇ ਜਹਾਜ਼ ਦਾ ਅਮਲਾ ਉਸੇ ਨੂੰ ਹੀ ਉਡੀਕ ਰਿਹਾ ਸੀ। ਨੀਲੇ ਰੰਗ ਦੀਆਂ ਸੀਟਾਂ ਤੇ ਲਾਲ ਲਾਈਟਾਂ ਤੋਂ ਲੱਗਿਆ ਜਿਵੇਂ ਉਹ ਕਿਸੇ ਵੱਡੇ ਮਹਿਲ ਵਿੱਚ ਪ੍ਰਵੇਸ਼ ਕਰ ਗਿਆ ਹੋਵੇ।

ਏਅਰ ਹੋਸਟੈੱਸ ਉਸ ਨੂੰ ਸੀਟ ਤੇ ਬਿਠਾ ਗਈ। ਫੇਰ ਜਹਾਜ਼ ਦੇ ਦਰਵਾਜ਼ੇ ਬੰਦ ਹੋਏ। ਅੰਦਰਲੇ ਅਮਲੇ ਨੇ ਸੇਫਟੀ ਪ੍ਰਦਰਸ਼ਨ ਕੀਤਾ। ਤੇ ਇਸ ਦੇ ਨਾਲ ਹੀ ਜਹਾਜ਼ ਪਿੱਛੇ ਵਲ ਤੁਰਨ ਲੱਗਾ। ਲੰਬੇ ਲੰਬੇ ਰਨਵੇਅ ਖਿੜਕੀ ਚੋਂ ਨਜ਼ਰ ਆ ਰਹੇ ਸਨ। ਇੱਕ ਥਾਂ ਜਾ ਕੇ ਜਹਾਜ਼ ਦੀ ਗੂੰਜ ਉੱਚੀ ਹੋਈ। ਫੇਰ ਉਹ ਤੇਜ਼ ਦੌੜਿਆ। ਮਨਦੀਪ ਦਾ ਦਿਲ ਜ਼ੋਰ ਨਾਲ ਧੜਕਿਆ। ਜਹਾਜ਼ ਜ਼ਮੀਨ ਤੋਂ ਉੱਠਿਆ। ਤੇ ਦਿੱਲੀ ਦੀਆਂ ਬੱਤੀਆਂ ਥੱਲੇ ਰਹਿਣ ਲੱਗੀਆਂ। ਫੇਰ ਦਿੱਲੀ ਹੋਰ ਦੂਰ ਹੁੰਦੀ ਚਲੀ ਗਈ। ਮਨਦੀਪ ਸੋਚਣ ਲੱਗਿਆ 'ਪਰਤ ਗਏ ਹੋਣਗੇ ਹੁਣ ਘਰਦੇ ਵੀ, ਸੁੱਖ ਦਾ ਸਾਹ ਲੈ ਕੇ'

ਦੇਸ਼ ਪਿੱਛੇ ਰਹਿ ਗਿਆ ਸੀ। ਸੰਸਕ੍ਰਿਤੀ ਦਾ ਸਮੁੰਦਰ ਵੀ ਪਿੱਛੇ ਰਹਿ ਗਿਆ ਸੀ। ਬੱਸ ਇੱਕ ਅਹਿਸਾਸ ਹੀ ਉਸਦੇ ਨਾਲ ਜਾ ਰਿਹਾ ਸੀ।

ਉਹ ਸੋਚ ਰਿਹਾ ਸੀ ਕਿ "ਮੈਂ ਕੌਣ ਹਾਂ ? ਥੇ ਮੇਰਾ ਦੇਸ਼ ਕਿਹੜਾ ਹੈ ? ਭਾਰਤ ਨਾਲ ਮੇਰਾ ਰਿਸ਼ਤਾ ਕੀ ਸੀ ? ਤੇ ਹੁਣ ਕੈਨੇਡਾ ਨਾਲ ਕੀ ਹੋਵੇਗਾ ?"

ਉਹ ਮਨ ਅੰਦਰੋਂ ਉੱਠੇ ਸੈਂਕੜੇ ਸਵਾਲਾਂ ਦੇ ਜਵਾਬ ਲੱਭਣ ਲੱਗਿਆ। ਖਿੜਕੀ ਚੋਂ ਬਾਹਰ ਦੇਖਿਆ। ਕੁੱਝ ਵੀ ਨਜ਼ਰ ਨਹੀਂ ਸੀ ਆ ਰਿਹਾ। ਹੇਠਾਂ ਹਨੇਰੇ ਦੀ ਕਾਲੀ ਸ਼ਿਆਹ ਚਾਦਰ ਜਿਹੀ ਵਿਛੀ ਨਜ਼ਰ ਆਈ। ਨਾਲ ਦੀ ਸੀਟ ਤੇ ਬੈਠੇ ਕਿਸੇ ਹੋਰ ਮੁਸਾਫਿਰ ਨੇ ਪੰਜਾਬੀ ਚ ਕਿਹਾ ਸਮੁੰਦਰ ਹੈ ਸਮੁੰਦਰ।

ਫੇਰ ਸਮੁੰਦਰ ਦੇ ਅਨੇਕਾਂ ਅਰਥ ਮਨਦੀਪ ਦੇ ਮਨ ਵਿੱਚ ਉੱਤਰਨ ਲੱਗੇ। ਜਹਾਜ਼ ਪਤਾ ਨਹੀਂ ਕਿਸ ਦਿਸ਼ਾ ਵਲ ਲਗਾਤਾਰ ਦੌੜ ਰਿਹਾ ਸੀ। ਜਿੱਥੇ ਇੱਕ ਨਵਾਂ ਸੰਸਾਰ ਉਸ ਦਾ ਇੰਤਜ਼ਾਰ ਕਰ ਰਿਹਾ ਸੀ।

•

STAR BOOKS

Wembley Point, WEMBLEY HA9 6DE (U.K.)

Phone: 020 8900 2640

E-mail : info@starbooksuk.com